இந்துத்வ இயக்க வரலாறு

ஆர். முத்துக்குமார்

சிக்ஸ்த்சென்ஸ் பப்ளிகேஷன்ஸ்

10/2 (8/2) போலீஸ் குவார்ட்டர்ஸ் சாலை
(தியாகராயநகர் பேருந்து நிலையத்திற்கும்
காவல் நிலையத்திற்கும் இடைப்பட்ட சாலை)
தியாகராயநகர், சென்னை – 600 017
தொலைபேசி : 24342771, 29860070
கைபேசி : 7200050073

Publisher
K.S. Pugalendi

Editor
R. Muthukumar

Managing Editor
P. Karthikeyan

Layout
R. Muthuganesan
S. Nisha

Cover Design
Bhusan

Title:
Hinduthuva Iyakka Varalaru

Author:
R. Muthukumar

Address:
Sixthsense Publications
10/2(8/2) Police Quarters Road,
(Between Thiyagaraya Nagar Bus Stop & Police Station)
Thiyagaraya Nagar, Chennai - 17
Phone: 24342771, **29860070**
Cell: 72000 50073

Sixthsense Publications
6 th sense_karthi
e-mail : sixthsensepub@yahoo.com
Website: sixthsensepublications.com

Edition:
First : June 2016
© R. Muthukumar
E-mail : writermuthukumar@gmail.com

No part of this book may be reproduced or transmitted in any form without permission in writing from the author and publisher

Price : Rs. 999

No part of this book may be reproduced or transmitted in any form without permission in writing from the author or publisher

நீங்கள் Smart Phone உபயோகிப்பவராக இருந்தால் QR Code Reader Application மூலம் இதை Scan செய்தால் நேரடியாக எமது இணையதளத்திற்கு சென்று மேலும் எங்கள் வெளியீடுகள் பற்றிய விவரங்களைப் பெறலாம்.

ISBN : 978-93-83067-55-8

தலைப்பு
இந்துத்வ இயக்க வரலாறு

நூலாசிரியர்
ஆர். முத்துக்குமார்

முதற்பதிப்பு : ஜூன் 2016
பக்கங்கள் : 808
விலை : ரூ.999

உரிமை: © ஆர். முத்துக்குமார்

சிக்ஸ்த்சென்ஸ் பப்ளிகேஷன்ஸ்
10/2 (8/2) போலீஸ் குவார்ட்டர்ஸ் சாலை
(தியாகராயநகர் பேருந்து நிலையத்திற்கும் காவல் நிலையத்திற்கும் இடைப்பட்ட சாலை)
தியாகராயநகர், சென்னை – 600 017
தொலைபேசி : 24342771, **29860070**
கைபேசி: 72000 50073

மின்னஞ்சல்: sixthsensepub@yahoo.com
Website: sixthsensepublications.com

இந்தப் புத்தகத்திலுள்ள எந்த ஒரு பகுதியையும் பதிப்பாளர் மற்றும் எழுத்தாளர் அனுமதியை எழுத்து மூலம் பெறாமல் பதிப்பிக்கக் கூடாது.

அன்புடன்
செல்ல மகள் மலர்க்கொடிக்கு...

பதிப்புரை

ஆடிட்டர் குருமூர்த்தி நடத்திய ஷாகாவில் விவரமறியாத பதின் பருவ வயதில் - அதன் செயல்பாடு, நோக்கம் இவை பற்றிய புரிதல் இல்லாமலேயே நானும் என் நண்பர்களும் பங்கேற்றதுண்டு. அதனால் ஆர்.எஸ்.எஸ், ஷாகா போன்ற வார்த்தைகள் எனக்குப் பரிட்சயமானவைதான். ஆனால் இந்துத்வா என்ற பதத்தைக் கடந்த பத்து பதினைந்து ஆண்டுகளில்தான் அதிக அளவில் கேட்கிறேன். குறிப்பாக, தொண்ணூறுகளின் மத்தியில் பாஜக ஆட்சிக்கு வந்தபிறகு இந்துத்வ அரசியல் என்பது மிகப்பெரிய விவாதப்பொருளாக மாறிவிட்டது.

அரசியல் பேசக்கூடியவர்களுக்கு மத்தியில் இருக்க நேருகிற சமயங்களில், இந்துத்வா என்ற வார்த்தையோ, மதவாத அரசியல் என்ற வார்த்தையோ காதில் விழுவதை யாராலும் தவிர்க்கவே முடியாது. அப்படி என்ன இருக்கிறது இந்துத்வாவில்? அது என்ன வாழ்வியல் கொள்கையா, அரசியல் சித்தாந்தமா? அது சொல்லும் செய்தி என்ன? அதை ஆர்.எஸ்.எஸ் கடைப்பிடிப்பது ஏன்? அந்த ஆர்.எஸ்.எஸ்ஸை பாஜக பின்பற்றுவது ஏன்? அப்படி அது பின்பற்றினால்தான் என்ன? எதனால் அது அப்படிப் பின்பற்றுவது தீவிரமான விவாதப் பொருளாக மாறிப்போகிறது? இந்துத்வக் கொள்கையின் உள்ளடக்கம்தான் என்ன? என்று பல கேள்விகள் எனக்குள் எழுந்தவண்ணம் இருந்தன.

வாஜ்பாய் ஆட்சியமைத்தபோது எழுந்த இத்தகைய கேள்விகள் மோடியின் வருகைக்குப் பிறகு அதிகரித்தன. குஜராத் வளர்ச்சியைப் பற்றிப் பாராட்டி எழுதிய ஊடகங்கள், அங்கே நடந்த குஜராத் கலவரம் பற்றிப் பேசும்போது இந்துத்வ அரசியல் செய்கிறார் மோடி என்று கடுமையாக விமரிசித்தன. குறிப்பாக, நரேந்திர மோடியை முன்னிறுத்தியே 2014 மக்களவைத் தேர்தலைச் சந்திக்கப்போகிறது பாஜக என்று தெரிந்தது முதலே இந்துத்வத்தின் வரலாற்றுப் பின்னணியைத் தெரிந்துகொள்ள விரும்பினேன்.

பத்திரிகைகளில் வருகின்ற கட்டுரைகள் பலவற்றையும் படித்தேன். அவற்றிலெல்லாம் நடப்பு அரசியல் சார்ந்த செய்திகள் சின்னச்சின்ன வரலாற்றுப் பின்னணியோடு மேலோட்டமாக விவரிக்கப்பட்டிருந்தனவே தவிர பாஜகவின் ஆரம்ப வரலாறு பற்றியோ, ஆர்.எஸ்.எஸ்ஸின் தோற்றம் பற்றியோ வலுவான குறிப்புகளோ, தகவல்களோ அவ்வளவாக இல்லை. பரபரப்புச் செய்திகள் நிரம்பிய வெகுஜன பத்திரிகைகளில் அவற்றை எதிர்பார்ப்பதும் அதிகப்படிதான்.

இந்த நிலையில்தான் நரேந்திர மோடி இந்தியாவின் பிரதமராகப் பதவியேற்றார். அதன்பிறகு இந்துத்வம் பற்றிய பேச்சுகளும் விவாதங்களும் மேலும் வேகமெடுக்கத் தொடங்கின. குறிப்பாக, மோடி அரசின் ஒவ்வொரு அசைவும் இந்துத்வ அரசியலுடன் இணைத்துப் பேசப்பட்டது. காட்சி ஊடகங்கள் அனுதினமும் இந்துத்வா பற்றி பேசுவதில் அதிக நேரத்தைச் செலவிடத் தொடங்கின.

அந்தச் சமயத்தில்தான் சிக்ஸ்த்சென்ஸ் பப்ளிகேஷன்ஸின் ஆசிரியர் ஆர். முத்துக்குமார் 'தமிழக அரசியல்' வாரமிருமுறை இதழில் 'அயோத்தி... ஆர்.எஸ்.எஸ்... இந்துத்வா' அரசியல் வரலாற்றுத் தொடரை எழுதத் தொடங்கினார். ஏன் இந்தப் பெயரை வைத்தார் என்று மேலோட்டமாகப் புரிந்தது என்றாலும் தொடரை முழுமை யாகப் படித்துப் பார்த்த பிறகே அந்தப் பெயருக்கான மெய்யான பொருள் புரிந்தது.

தேர்தல் அரசியல் களத்தில் வெற்றியும் தோல்வியும் மாறிமாறி வந்துகொண்டிருந்தாலும்கூட, அடிப்படைக் கட்டமைப்பில் உருக்குலையாது, அங்குலம் அங்குலமாக வளர்ந்து வந்த கட்சி பாஜக. ஆனாலும் அது அயோத்தி விவகாரத்தைக் கையிலெடுத்த நொடியில் இருந்துதான் மின்னல் வேக ஏறுமுகத்தைக் கண்டது. அதற்கு அரசியல் அங்கீகாரம் கிடைத்தது, ஆட்சி அதிகாரம் வசப்பட்டது எல்லாம் அதன்பிறகுதான்.

பாஜக என்பது உடல் என்றால் அதில் ஓடுகின்ற ரத்தம் ஆர்.எஸ்.எஸ். அன்றும் இன்றும் என்றும் ஆர்.எஸ்.எஸ்ஸின் வழிகாட்டுதல்களுக் காகக் காத்திருக்கிறது பாஜக என்பது உண்மை. அதற்காக, ஆர்.எஸ்.எஸ்ஸின் கைப்பாவை என்று விமரிசிக்கப்பட்டாலும் பாஜகவினர் அதைக் கொஞ்சம்கூடப் பொருட்படுத்துவதே இல்லை. ஆம், நாங்கள் ஆர்.எஸ்.எஸ்ஸின் குழந்தைகள்தான் என்று பெருமிதத்துடன் சொல்லத் தயங்குவதே இல்லை.

ஆர்.எஸ்.எஸ் என்பது பாஜக உடலில் ஓடும் ரத்தம் என்றால் அந்த ரத்தத்தில் கலந்திருக்கும் அணுக்கள் அனைத்தும் இந்துத்வத்தை அடிப்படையாகக் கொண்டவை. ஒற்றைக் கலாசாரம், ஒற்றை மொழி, ஒற்றை மதம், ஒற்றை நாடு ஆகியவற்றைக் கொண்ட தனியான

தேசிய இனம்தான் இந்துக்கள் என்ற கருத்தாக்கத்தைச் சொல்லும் பதம்தான் இந்துத்வா. இது சாவர்க்கர் கொடுத்த விளக்கம். இதைத் தான் ஆர்.எஸ்.எஸ் பின்பற்றுகிறது. இந்த ஆர்.எஸ்.எஸ்ஸைத்தான் பாஜக பின்பற்றுகிறது. அதன் காரணமாகவே, அயோத்தி... ஆர்.எஸ்.எஸ்... இந்துத்வா என்ற பெயரைத் தேர்ந்தெடுத்திருக்கிறார் என்ற தெளிவை புத்தகத்தை முழுமையாகப் படித்து முடித்தபிறகே நான் பெற்றேன்.

இந்தப் புத்தகத்தின் பணி அத்தோடு நின்றுவிடவிடவில்லை என்பதையும் இங்கே குறிப்பிட விழைகிறேன். அயோத்தி, ஆர்.எஸ்.எஸ் என்பதையெல்லாம் தாண்டி இந்துத்வத்தின் உட் கூறுகள் பலவற்றைக் குறித்தும் ஆழமாகவும் அகலமாகவும் பேசுகிறது இந்த நூல்- இந்தியாவில் இந்துத்வ அரசியல் கருவாகி, உருவாகி வளர்ந்த கதையையும் அங்குலம் அங்குலமாக ஆராய்கிறது. வெறுமனே வாய்வார்த்தையாகப் பேசப்படும் பல புதிரான விஷயங்கள் மீது புதிய வெளிச்சம் பாய்ச்சுகிறது. ஆகவே, இந்தப் புத்தகத்துக்கு இந்துத்வ இயக்க வரலாறு என்று பெயர் வைத்தோம்.

அரசியல் விமர்சனம், ஆய்வு, வரலாறு ஆகிய தளங்களில் தன் முத்திரையை அழுத்தமாகப் பதித்திருப்பவர் ஆர். முத்துக்குமார். திராவிட இயக்க வரலாறாகட்டும், தமிழக அரசியல் வரலாறா கட்டும் இத்துத்வ இயக்க வரலாறாகட்டும், இவரது கருத்துகள் ஆணித்தரமானதாகவும் ஆதாரபூர்வமானதாவும் இருப்பதை துறைசார் அறிஞர்கள் அனைவருமே ஒப்புக்கொள்வார்கள். சரியான, ஆதாரபூர்வமான தகவல்களையும் தரவுகளையும் தருவதற்கு இவர் செலவிடும் உழைப்பு அபரிமிதமானது. அதை இந்த நூலைப் படித்து முடித்தபின் நீங்களும் ஒப்புக்கொள்வீர்கள்.

இந்தியாவின் இன்றைய அரசியலோடு இரண்டறக் கலந்துவிட்ட இந்துத்வ இயக்க அரசியலைப் பற்றி விரிவாக விவாதித்திருக்கும் முதல் மற்றும் முக்கியமான புத்தகம் இது.

கே.எஸ். புகழேந்தி

சிக்ஸ்த்சென்ஸ் பப்ளிகேஷன்ஸ்

முன்னுரையாக சில வார்த்தைகள்

நடப்பு அரசியலின் நகர்த்தும் புள்ளியாக மாறியிருக்கும் இந்துத்வம் என்கிற அரசியல் சித்தாந்தத்தின் பரிணாம வளர்ச்சியைப் பதிவுசெய்ய வேண்டும் என்ற எண்ணம் கடந்த சில ஆண்டுகளாகவே என்னுடைய மனத்துக்குள் ஊறிக்கொண்டிருந்தது. இந்துத்வத்தைப் பேசுகின்ற, விமரிசிக்கின்ற புத்தகங்களைத் தேடித்தேடி வாசிக்கத் தொடங்கினேன். வாய்ப்பு கிடைக்கும்போதெல்லாம் குறிப்புகள் எடுத்துக்கொண்டிருந்தேன். தகுந்த தருணம் வரும்போது இந்துத்வ இயக்க அரசியல் வரலாற்றை விரிவாகப் பதிவுசெய்ய வேண்டும் என்பது திட்டம்.

2014 ஏப்ரல் மாதத் தொடக்கத்தில் தமிழக அரசியல் (வாரமிருமுறை) பத்திரிகையின் ஆசிரியர் நண்பர் எஸ்.பி.லட்சுமணன் அழைத்தார். மீண்டும் ஓர் அரசியல் தொடரை நீங்கள் எழுதவேண்டும் என்றார். ஆம், ஏற்கெனவே அவர்களுடைய பத்திரிகையில் **ஆடு புலி அரசியல்** என்ற பெயரில் அரசியல் தொடர் ஒன்றை எழுதியிருந்தேன். கடந்த ஐம்பதாண்டு காலத் தமிழகத்தின் அரசியல் வரலாற்றை விவரிக்கும் தொடர் அது. வாசகர்களின் பரவலான வாசிப்பையும் கவனத்தையும் பெற்ற தொடர். பின்னர் அது கிழக்கு பதிப்பகம் சார்பில் **தமிழக அரசியல் வரலாறு** என்ற தலைப்பில் இரு பாகங்கள் கொண்ட புத்தகமாக வெளியானது.

இடைப்பட்ட காலத்தில் குமுதம் ரிப்போர்ட்டர் (வாரமிருமுறை) பத்திரிகையில் **கொடி கோஷம் கோட்டை** என்ற பெயரில் இன்னொரு தொடரையும் எழுதியிருந்தேன். 1952 தொடங்கி 2014 வரையிலான இந்தியாவின் தேர்தல் அரசியல் வரலாற்றைப் பதிவுசெய்த தொடர். தேர்தல்காலத்தில் வெளியான தொடர் என்பதால் அரசியல் ஆர்வலர்கள் முதல் பொதுவான வாசகர்கள் வரை பலருடைய கவனத்தையும் ஈர்த்திருந்தது. பின்னர் அது சிக்ஸ்த்சென்ஸ் பப்ளிகேஷன்ஸ் சார்பில் **இந்தியத் தேர்தல் வரலாறு** என்ற பெயரில் விரிவான புத்தகமாக வெளியானது.

அந்த இரண்டு தொடர்களையும் வெற்றிகரமாக முடித்திருந்த நிலையில் மூன்றாவது தொடரும் முக்கியத்துவம் வாய்ந்த பிரச்னை குறித்துப் பேசுவதாக இருக்கவேண்டும் என்று மனத்துக்குள் தீர்மானித்திருந்தேன். அப்போதுதான் 2014 ஆம் ஆண்டு நடந்த மக்களவைத் தேர்தலில் தனிப்பெரும்பான்மையுடன் கூடிய ஆட்சியை அமைத்து, இந்தியாவின் பிரதமர் என்ற உச்சபட்ச பதவிக்கு வந்திருந்தார் நரேந்திர மோடி.

வளர்ச்சி என்ற வார்த்தையைக் கொண்டு வெற்றியை வசப்படுத்தியிருந்தாலும், மோடியின் மெய்யான அடையாளம் என்பது ஆர்.எஸ்.எஸ்; இந்துத்வம் என்கிற அரசியல் சித்தாந்தத்தைப் பின்பற்றக்கூடியவர் மோடி. அத்தகைய மனிதர் ஆட்சியைப் பிடித்திருக்கும் நிலையில், நான் ஏற்கெனவே எழுதத் திட்டமிட்டிருந்த இந்துத்வ இயக்க அரசியல் வரலாற்றை இப்போது தொடராக எழுதுவது பொருத்தமாக இருக்கும் என்ற முடிவுக்கு வந்தேன்.

அதேசமயம், அரசியல் பரபரப்புச் செய்திகளுக்கு மத்தியில் இத்தகைய வரலாற்றுப் பதிவுகளைச் செய்வதற்குத் தேவையான இடவசதியை இன்றைக்குள்ள வெகுஜன அச்சு ஊடகம் கொடுக்கமுடியுமா? என்ற கேள்வி எழுந்தது. ஆனால் ‘செய்யுங்க’ என்ற ஒற்றை வார்த்தையில் உற்சாகம் கொடுத்தார் நண்பர் எஸ்.பி. லட்சுமணன். அவருக்கு என்னுடைய நன்றி.

ஆரம்பித்துவிடலாம். ஆனால் அதற்கு வாசகர்களின் ஆதரவு இருக்குமா என்ற கேள்வி எழவில்லை. ஏனென்றால், தமிழக அரசியல் வாசகர்களுக்கு நான் நன்கு அறிமுகமானவன். என்னுடைய எழுத்தை வாசித்து, வரவேற்றவர்கள். ஆகவே, இந்துத்வா பற்றிய இந்தத் தொடரையும் ஏற்றுக்கொள்வார்கள் என்று நம்பிக்கையுடன் எழுதத் தொடங்கினேன். கடந்த தொடர்களுக்கு மூன்று வார்த்தைகளில் பெயர் வைத்தது போலவே, இந்தத் தொடருக்கும் பெயர் அமைந்தது. **அயோத்தி... ஆர்.எஸ்.எஸ்... இந்துத்வா!**

•

மேலெழுந்த வாரியாகப் பார்க்கும்போது இந்துத்வ இயக்கத்தின் அரசியல் வரலாறு என்பது பாஜகவின் வரலாறு போல இருக்கும். ஆனால், ஜெயப்ரகாஷ் நாராயணன், மொரார்ஜி உள்ளிட்டோர் உருவாக்கிய ஜனதா கட்சி, டாக்டர் சியாமா பிரசாத் முகர்ஜி, தீனதயாள் உபாத்யாயா உருவாக்கிய பாரதிய ஜனசங்கம், ஹெட்கேவார், கோல்வல்கர் உருவாக்கிய ஆர்.எஸ்.எஸ், மதன்மோகன் மாளவியா உள்ளிட்டோரின் வழிகாட்டுதலில் உருவாக்கப்பட்ட இந்து மகா சபா, சுவாமி தயானந்த சரஸ்வதி உருவாக்கிய ஆரிய சமாஜம் என்று பாஜகவின் ஆதிப்புள்ளி வரலாற்றின் வெகுதூரத்தில் இருந்தது.

சித்தாந்த ரீதியாக ஒன்றுபட்டுச் செயல்படக்கூடிய பல மனிதர்கள், தலைவர்கள், அமைப்புகள், சங்கங்கள், கட்சிகள் என்று அனைத்தையும் உள்ளடக்கிய ஓர் இயக்கத்தின் வரலாறுதான் இந்துத்வ இயக்கத்தின் வரலாறு. அதன் அரசியல் வரலாற்றை ஒரே நேர்கோட்டில் சொல்லிச் செல்வது என்பது சாத்தியமில்லை. வரலாற்றில் முன்னும் பின்னுமாகப் பயணம் செய்ய வேண்டிய தேவை இருக்கிறது.

அப்படிச் செய்யும்போது வாசகர்களுக்குப் எவ்விதமான புரிதல் குறைபாடும் ஏற்பட்டுவிடக் கூடாது என்பதற்காக இந்துத்வ இயக்க வரலாற்றை ஏழு பாகங்களாகப் பிரித்துக்கொண்டேன். தயானந்தர் காலம். திலகர் காலம். சாவர்க்கர் காலம். ஹெட்கேவர் காலம். கோல்வல்கர் காலம். முகர்ஜி - தீனதயாள் காலம். வாஜ்பாய் - அத்வானி காலம்.

மேற்கண்ட காலங்களில் இந்துத்வ இயக்கம் மெல்ல மெல்லப் பரிணாம வளர்ச்சி பெற்றது. அவ்வப்போது பேரெழுச்சியையும் சந்தித்தது. பெரும் வீழ்ச்சியையும் எதிர்கொண்டது. அதன் வளர்ச்சியின் ஊடாக பல்வேறு போராட்டங்கள் நடைபெற்றன. பல்வேறு அரசியல் காட்சி மாற்றங்கள் உருவாகின. இடையிடையே ஆட்சி மாற்றங்கள் ஏற்பட்டன. ஏராளமான சர்ச்சைகளும் வெடித்துக் கிளம்பின.

இயக்கத்தில் இருந்து பல இளம் தலைவர்கள் முகிழ்த்துக் கிளம்பினார்கள். பல அரசியல் வழிகாட்டிகள் உருவானார்கள். களப்போராளிகள் முதல் தத்துவ ஆசான்கள் வரை பலரும் உருவானார்கள். அற்புதமான நாடாளுமன்றவாதிகளும் உருவானார்கள். ஆகப்பெரிய சர்ச்சைகளுக்கு வித்திட்டவர்களும் உருவானார்கள். சாத்வீக நோக்கத்துடன் கூடிய கிளை அமைப்புகளும் உருவாகின. சண்ட மாருதம் செய்வதற்காகவே சில துணை அமைப்புகள் உருவாகின. அவற்றை எல்லாம் இயன்றவரைக்கும் விரிவாகவும் ஆழமாகவும் பதிவு செய்திருக்கிறேன்.

ஆரிய சமாஜம் உருவாவதற்குப் பின்னணியில் இருந்த சிப்பாய் கலகம், சத்ரபதி சிவாஜியின் கதை, வங்கப்பிரிவினை, ஆர்.எஸ்.எஸ்ஸின் ஷாகாக்கள் உருவான கதை, பாகிஸ்தான் பிரிவினையை இந்துத்வர்கள் எதிர்கொண்ட விதம், காஷ்மீர் சர்ச்சையின் ஆர்.எஸ்.எஸ் தலைவர்களின் அபிப்ராயம், காந்தி கொலை ஏற்படுத்திய அதிர்வுகள், கோட்சேவின் கதை, தடை செய்யப்பட்ட ஆர்.எஸ்.எஸ், சர்தார் வல்லபபாய் பட்டேலின் இந்துத்வ நெருக்கம், ஜனசங்கத்தின் உருவாக்கம் உள்ளிட்ட இந்துத்வ/இந்திய அரசியலின் முக்கிய நிகழ்வுகளை இயன்றவரைக்கும் காலவரிசைப்படி பதிவுசெய்திருக்கிறேன்.

இந்துத்வ அரசியல் வரலாற்றின் சர்ச்சைக்குரிய நிகழ்வுகளான அயோத்தி - பாபர் மசூதி சர்ச்சையின் பூர்வகதை, சியாமா பிரசாத் முகர்ஜியின் மர்ம மரணம், பசு பாதுகாப்பை முன் வைத்து இந்துத்வ இயக்கங்கள் நடத்திய போராட்டங்கள், டெல்லியில் காமராஜர் மீது நடத்தப்பட்ட கொலைமுயற்சி, இந்தியாவைக் காட்டிலும் இந்துத்வ இயக்கத்தினரை அதிகம் உலுக்கிய எமர்ஜென்ஸி, ஆர்.எஸ்.எஸ்ஸுக்கு வெவ்வேறு காலகட்டங்களில் விதிக்கப்பட்ட தடைகள் ஆகியனவற்றைத் தகுந்த ஆதாரங்களுடன் பதிவுசெய்திருக்கிறேன்.

எமர்ஜென்ஸிக்குப் பிறகான அரசியல் சூழலை எதிர்கொள்ள உருவாக்கப்பட்ட ஜனதா, அதில் ஜனசங்கத்தினரின் பங்களிப்பு, ஜனதா ஆட்சியைப் பிடித்த விதம், அற்ப ஆயுளில் கவிழ்ந்த ஜனதா அரசு, பாரதிய ஜனதா கட்சியின் உதயம், மீனாட்சிபுரம் மதமாற்றம், மண்டைக்காடு கலவரம் ஆகியன பற்றி விரிவாகப் பேசியிருக்கும் அதே வேளையில், நடப்பு அரசியல் நிகழ்வுகளோடு நெருக்கமானவையாகக் கருதப்படும் மண்டல் கமிஷன், ரத யாத்திரை, பாபர் மசூதி இடிப்பு, கார்கில் யுத்தம், பொடா சட்டம், கோத்ரா ரயில் எரிப்பு, குஜராத் கலவரம் ஆகியன குறித்தும் விரிவாக விவரித்திருக்கிறேன்.

ஆரிய சமாஜத்தின் தோற்றுவாயில் இருந்து தொடங்கும் இந்தப் புத்தகம் 2004 ஆம் ஆண்டு நடந்த மக்களவைப் பொதுத்தேர்தல் வரைக்குமான இந்துத்வ இயக்க அரசியல் வரலாற்றை விரிவாகப் பேசியிருக்கிறது. அதேசமயம், 2004க்குப் பிறகு சற்றேறக்குறைய பத்தாண்டுகளில் பல்வேறு அரசியல் நிகழ்வுகள் நடந்தேறின. முக்கியமாக, நரேந்திர மோடியின் தேசிய அரசியல் நுழைவைச் சொல்லவேண்டும். அந்த நிகழ்வு இந்துத்வ அரசியல் வரலாற்றில் ஒரு முக்கியமான திருப்புமுனை.

ஒரு மாநில அரசியல்வாதியாக அரசியலுக்குள் நுழைந்து, மெல்ல மெல்ல வளர்ந்து, ஆகப்பெரிய தலைவர்கள் அணிவகுத்து நிற்கும் பாஜகவில் முன்னணி இடத்தைப் பிடித்தவர். சித்தாந்தத்தின் மீது நம்பிக்கை வைத்திருக்கும் கட்சியாக இருக்கும் பாரதிய ஜனதாவை 2014 ஆம் ஆண்டு நடந்த பொதுத்தேர்தலில் வெற்றிபெறச் செய்து, ஆட்சியில் அமர்த்தியதில் நரேந்திர மோடி என்ற தனிப்பட்ட தலைவருக்குத் திரண்ட செல்வாக்கு பெருமளவு பங்காற்றியது என்பதில் சந்தேகமில்லை. ஆகவே, 2004 முதல் 2014 வரையிலான கால கட்டத்தில் நடந்த நரேந்திர மோடியின் அரசியல் வளர்ச்சி உள்ளிட்ட செய்திகளைப் புத்தகத்தின் இறுதியில் பின்கதைச் சுருக்கம் என்ற தனி அத்தியாயத்தில் பதிவுசெய்திருக்கிறேன்.

•

கடந்த காலங்களில் என்னுடைய அரசியல் தொடர்கள் பத்திரிகைகளில் வெளியானபோது ஏராளமான வாசகர் கடிதங்கள் நேரடியாக வந்தன. ஆனால் இம்முறை வாசகர் கடிதங்களின் இடத்தை மின்னஞ்சல்கள் பெருமளவு பிடித்துக்கொண்டன. குறிப்பாக, ஃபேஸ்புக், ட்விட்டர் வழியே வாசகர்கள் தொடர்ச்சியாக எதிர்வினை ஆற்றினார்கள். பாராட்டு, சிலாகிப்பு, மகிழ்ச்சி, விமரிசனம், குற்றச்சாட்டு, கண்டனம், அதிருப்தி என எல்லாவிதமான எதிர்வினைகளும் வந்துசேர்ந்தன. அவற்றை வெளிப்படுத்திய அனைவருக்கும் என்னுடைய நெஞ்சார்ந்த நன்றிகள்.

கடந்த ஈராண்டுகளாகத் தமிழின் முன்னணித் தொலைக்காட்சிகளில் நேரலை விவாத நிகழ்ச்சிகளில் பங்கேற்றுவருவதால், இந்தத் தொடருக்கான எதிர்வினைகள் அரசியல் பிரமுகர்கள் பலரிடமிருந்தும் நேரடியாக வந்துசேர்ந்தன. இந்துத்வ இயக்கத்தினர், பெரியாரியவாதிகள், அம்பேத்கரியவாதிகள், இடதுசாரிகள், இஸ்லாமிய இயக்கத்தினர், அரசியல் பார்வையாளர்கள், மூத்த பத்திரிகையாளர்கள் என்று பல தரப்பினரும் தொடர் குறித்த தங்களுடைய கருத்துகளையும் விமரிசனங்களையும் பகிர்ந்துகொண்டார்கள்.

ஆம், இந்தத் தொடருக்கு வெறுமனே பாராட்டுகள் மட்டுமே வந்துவிடவில்லை. பல்வேறு நுணுக்கமான விமரிசனங்கள் வரவே செய்தன. அவற்றுக்குள் இருக்கும் நியாயங்களைப் புரிந்து கொள்ளவும் முடிந்தது. புரியாமல் தவித்த கதைகளும் உண்டு. என்றாலும், சிலவற்றை ஏற்றுக் கொண்டேன், சிலவற்றைக் கேட்டுக்கொண்டேன். கூடுதல் கவனம் செலுத்த வேண்டிய விஷயங்களைச் சுட்டிக்காட்டிய அந்த அன்பர்கள் அனைவருக்கும் என்னுடைய நன்றி. இந்தத் தொடரை மெருகேற்றிக் கொண்டுவந்ததில் அவர்களுடைய பங்களிப்பு முக்கியமானது.

முக்கியமாக, தொடர் நேர்த்தியாக வெளிவந்ததற்குத் துணைநின்ற 'தமிழக அரசியல்' பதிப்பாளர் சுந்தரராமன், நண்பர்கள் எஸ்.பி. லட்சுமணன், ஆரா, தமிழரசு உள்ளிட்ட அனைவருக்கும் என்னுடைய சொல்லித்தீராத நன்றிகள்.

தொடரை எழுதத் தொடங்கிய நாள் முதல் இந்தப் புத்தகம் முழுமைபெறுகின்ற வரைக்கும் என்னுடன் தொடர்ச்சியாக உரையாடல் செய்து, எனக்கு ஊக்கத்தையும் உற்சாகத்தையும் வழங்கியதோடு, அரிய பல புத்தகங்களை அறிமுகம் செய்தவர், தம்பி பூ.கொ. சரவணன். அவருக்கு என்னுடைய நெஞ்சார்ந்த நன்றி.

அயோத்தி... ஆர்.எஸ்.எஸ்... இந்துத்வா என்கிற பத்திரிகைத் தொடரை நேர்த்தியான புத்தக வடிவத்துக்குக் கொண்டுவருகின்ற ஆகப்பெரிய சவாலை ஆர்வத்துடன் ஏற்றுக்கொண்டு, அதை அற்புதமாகச் செய்துமுடித்தவர்கள் நால்வர்.

முதலில் என்னுடைய பதிப்பாளர் திரு. புகழேந்தி. எடிட் செய்யப்பட்ட பிரதியின் ஒவ்வொரு பக்கத்தையும் முழுமையாக வாசித்த முதல் வாசகர். அதிகபட்ச நேர்த்தியுடன் புத்தகத்தைக் கொண்டுவந்தவர். புத்தகத்தை விரைவாகக் கொண்டுவந்துவிட வேண்டும் என்பதில் அதிகபட்ச முனைப்பைக் காட்டியவர் நண்பர் கார்த்தி. புத்தகத்தின் உள் வடிவமைப்பைச் சிறப்பாகச் செய்து கொடுத்தவர் நண்பர் முத்துகணேஷ். புத்தக அட்டையை அர்த்தபூர்வமாக வடிவமைத்தவர் நண்பர் விஜயன். இவர்கள் நால்வருக்கும் என்னுடைய சிறப்பு நன்றிகள்!

●

இந்தியா முழுக்க ஆதிக்கம் செலுத்திக் கொண்டிருக்கும் ஓர் இயக்கத்தின் வரலாற்றை அதன் ஆதிப்புள்ளியில் இருந்து விவரித்துச் சொல்வதற்குக் கிடைத்த வாய்ப்பை இயன்ற வரைக்கும் திருப்தியாகவே பயன்படுத்தியிருக்கிறேன் என்றே நம்புகிறேன். சமகால அரசியல் வரலாற்றை நேசிக்கின்ற, வாசிக்கின்ற வாசகர்களுக்கு இந்தப் புத்தகம் நல்லதொரு துணைவனாக இருக்கும் என்ற நம்பிக்கை எனக்கு நிரம்பவே இருக்கிறது.

31 மார்ச் 2016

அன்புடன்,
ஆர். முத்துக்குமார்

அத்தியாயங்கள்

1. வரலாறு அழைக்கிறது — 19
2. எலிகள் எழுப்பிய கேள்விகள் — 25
3. தயானந்தர் தேடிய குரு — 31
4. சிப்பாய்கள் கொளுத்திய புரட்சித்தீ — 37
5. ஆரிய சமாஜத்துக்கு அடித்தளம் — 43
6. சமஸ்கிருதம் கிளப்பிய சர்ச்சை — 49
7. சாதி வேண்டாம், மதம் வேண்டும் — 55
8. பசுவை வைத்து... பாதை வகுத்து... — 61
9. பிள்ளையாருக்குப் பெருவிழா — 67
10. சத்ரபதி சிவாஜி Vs அப்சல் கான் — 73
11. வங்கப்பிரிவினை கிளப்பிய நெருப்பு — 79
12. இடி... மின்னல்... இந்து மகா சபா — 85
13. கிலாஃபத் காட்டிய வழி — 91
14. பதைக்கச் செய்த பன்னிரண்டு அம்சங்கள் — 97
15. ஆர்.எஸ்.எஸ்ஸின் அதிரடி ஆரம்பம் — 103
16. சாவர்க்கர் கொடுத்த துப்பாக்கி — 109
17. இரண்டு துப்பாக்கிகள்; இரண்டு கொலைகள் — 115

18.	அந்தமான் சிறையில் 'ராம... ராம'	➲	121
19.	வேதகால ரத்தம்... இந்துக்களின் உடலில்	➲	127
20.	முசோலினியுடன் ஒரு சந்திப்பு	➲	133
21.	காந்தி விடுத்த எச்சரிக்கை	➲	139
22.	காந்தி Vs சாவர்க்கர்	➲	145
23.	கோல்வால்கர் காட்டிய பாதை	➲	151
24.	காந்திக்குக் கருப்புக்கொடி... புத்தகத்துக்குத் தடை	➲	157
25.	முஸ்லீம் லீக்குக்கு முட்டுக்கட்டை	➲	163
26.	மத்திய அரசில் இந்துமகா சபா	➲	169
27.	பிரிந்தது இந்தியா; உருவானது பாகிஸ்தான்	➲	175
28.	காஷ்மீர் இணைப்பில் கோல்வால்கர்	➲	181
29.	காந்தி கொலை: முதல் பயங்கரவாதம்	➲	187
30.	சாவர்க்கரின் சிஷ்யப்பிள்ளை கோட்ஸே	➲	193
31.	பெரட்டா ஏற்படுத்திய பேரழிவு	➲	199
32.	கோட்ஸே கொடுத்த வாக்குமூலம்	➲	205
33.	பட்டேலின் ஆர்.எஸ்.எஸ் பாசம்	➲	211
34.	மசூதிக்குள் ராமர் சிலை	➲	217
35.	அயோத்தி விவகாரத்தின் ஆரம்பப்புள்ளி	➲	223
36.	உருவானது ஜனசங்கம், பின்னணியில் ஆர்.எஸ்.எஸ்	➲	229
37.	ஜனசங்கத்தின் தேர்தல் கனவு	➲	235
38.	மதமாற்றத்தைத் தடுக்க ஆர்.எஸ்.எஸ்ின் ஆயுதம்	➲	241
39.	காஷ்மீர் பிரச்னையும் முகர்ஜியின் மரணமும்	➲	247
40.	வாஜ்பாயின் வழிகாட்டி; அத்வானியின் ஆசிரியர்	➲	253
41.	இந்து மசோதா என்றொரு அணுகுண்டு	➲	259
42.	ஆர்.எஸ்.எஸ் Vs கம்யூனிஸ்டுகள்	➲	265

43.	வாஜ்பாயின் இரட்டைத் தோல்வியும் ஒற்றை வெற்றியும்	○	271
44.	வெற்றிப்பாதையில் ஆர்.எஸ்.எஸ்	○	277
45.	அதிரவைத்த ஜபல்பூர் படுகொலைகள்	○	283
46.	ராஜாஜியின் சுதந்திரா; கோவாவின் விடுதலை	○	289
47.	வளர்ச்சிப் பாதையில் வலதுசாரிகள்	○	295
48.	இந்தியாவின் 'இந்து' பிரதமர் சாஸ்திரி	○	301
49.	விஸ்வ ஹிந்து பரிஷத்தின் வருகை	○	307
50.	பாகிஸ்தானை எதிர்க்க பரிபூரண ஆதரவு	○	313
51.	காமராஜர் மீது கொலை முயற்சி	○	319
52.	பசுவதை வழியே தேர்தல் பாதை	○	325
53.	இந்திராவைத் தாக்கிய சுதந்திரா	○	331
54.	உபாத்யாயாவின் மரணம், வாஜ்பாயின் வருகை	○	337
55.	வாஜ்பாய் Vs இந்திரா	○	343
56.	வாஜ்பாய் எழுப்பிய முழக்கம்	○	349
57.	விவேகானந்தர் Vs புனித சேவியர்	○	355
58.	இந்திராவைப் புகழ்ந்த வாஜ்பாய்	○	361
59.	வாஜ்பாயின் விலகல், அத்வானியின் வருகை	○	367
60.	மறைந்தார் மாதவ சதாசிவ கோல்வால்கர்	○	373
61.	ஜே.பியின் மறுபிரவேசம்	○	379
62.	எதிர்ப்பை எதிர்கொள்ள எமர்ஜென்ஸி	○	385
63.	தடை செய்யப்பட்ட ஆர்.எஸ்.எஸ்	○	391
64.	உதயமாகும் ஜனதா கட்சி	○	397
65.	ஜனதாவில் கரைந்தது ஜனசங்கம்	○	403
66.	இந்திராவை வீழ்த்திய ஜனதா கட்சி	○	409
67.	அமைச்சரவையில் அத்வானி - வாஜ்பாய்	○	415

68.	ஜனதா நிழலில் ஆர்.எஸ்.எஸ் வளர்கிறது	➲	421
69.	அன்னை தெரசா Vs ஆர்.எஸ்.எஸ்	➲	427
70.	உடைந்தது ஜனதா, வீழ்ந்தார் மொரார்ஜி	➲	433
71.	ஜனதாவில் இருந்து மதச்சார்பற்ற ஜனதா	➲	439
72.	வாஜ்பாய்க்கு எம்.ஜி.ஆர் கொடுத்த வாக்குறுதி	➲	445
73.	உருவானது பாரதிய ஜனதா	➲	451
74.	காவிக்கொடி; தாமரைச் சின்னம்	➲	457
75.	மீனாட்சிபுரம் மதமாற்றமும் வாஜ்பாயின் வருகையும்	➲	463
76.	ஆர்.எஸ்.எஸ்ஸும் காங்கிரஸும் ஒரே புள்ளியில்	➲	469
77.	மண்டைக்காட்டில் வெடித்த மதக்கலவரம்	➲	475
78.	குன்றக்குடி அடிகளும் வேணுகோபால் கமிஷனும்	➲	481
79.	யாத்திரை தொடங்கிய வி.ஹெச்.பி	➲	487
80.	அயோத்தி விவகாரம் ஆரம்பம்	➲	493
81.	இந்துத்வக் குடையில் சிவசேனா	➲	499
82.	வளர்ச்சிப் பாதையில் சிவசேனா	➲	505
83.	இந்திரா காந்தி - தாக்கரே கூட்டணி	➲	511
84.	பாஜக: முதல் தோல்வியும் புதிய தரிசனமும்	➲	517
85.	ஷா பானு வழக்கும் சிவசேனாவின் சீற்றமும்	➲	523
86.	ராஜீவை எச்சரித்த அத்வானி	➲	529
87.	அயோத்திக்கு ஆதரவாக ராஜீவ்	➲	535
88.	அயோத்தி: மோதிக்கொண்ட மதங்கள்	➲	541
89.	பாஜக நடத்திய சத்தியாக்கிரகம்	➲	547
90.	பாஜகவுடன் கைகுலுக்கிய தேசிய முன்னணி	➲	553
91.	வி.பி.சிங்கை ஆதரித்த பாஜக	➲	559
92.	மண்டல் கிளப்பிய புயல்	➲	565

93.	தொடங்கியது ரத யாத்திரை	⊃	571
94.	அத்வானியை எச்சரித்த வி.பி. சிங்	⊃	577
95.	அத்வானி கைதும் ஆட்சிக் கவிழ்ப்பும்	⊃	583
96.	ராமர் கோயிலும் ராஜீவ் கொலையும்	⊃	589
97.	எதிர்க்கட்சி அந்தஸ்தில் பாஜக	⊃	595
98.	உ.பியைக் கைப்பற்றிய பா.ஜ.க	⊃	601
99.	கரசேவைக்குத் தயாராகிறார்கள்	⊃	607
100.	தகர்க்கப்பட்ட பாபர் மசூதி	⊃	613
101.	பரவிய மதக்கலவரங்கள்	⊃	619
102.	ஆட்சிக்கலைப்புகளும் மும்பை கலவரமும்	⊃	625
103.	டெல்லியில் பாஜக ஆட்சி	⊃	631
104.	ஹவாலா சர்ச்சையில் அத்வானி	⊃	637
105.	பிரதமர் வேட்பாளர் வாஜ்பாய்	⊃	643
106.	பதிமூன்று நாள் ஆட்சி	⊃	649
107.	காமராஜரைப் புகழ்ந்த அத்வானி	⊃	655
108.	கோவையில் வெடித்த குண்டுகள்	⊃	661
109.	வாஜ்பாய் அமைத்த கூட்டணி அரசு	⊃	667
110.	பொக்ரான் சோதனையும் பாதிரியார் கொலையும்	⊃	673
111.	வாஜ்பாயின் லாகூர் பயணம்	⊃	679
112.	செலக்டிவ் அம்னீஷியாவும் டீ பார்ட்டியும்	⊃	685
113.	வாஜ்பாயை வீழ்த்திய ஒற்றை வாக்கு	⊃	691
114.	காபந்து அரசின் கார்கில் போர்	⊃	697
115.	ஆடு மேய்ப்போரும் அவசர தேர்தலும்	⊃	703
116.	ராம ராஜ்ஜியமா, ரோம ராஜ்ஜியமா?	⊃	709
117.	அரசியல் சட்டத்துக்கு ஆபத்து?	⊃	715

118.	கதிகலக்கிய காந்தஹார் கடத்தல்	➲	721
119.	தமிழ்நாட்டு சட்டமன்றத்தில் பாஜக	➲	727
120.	ஆக்ரா சந்திப்பும் அதிரடி தாக்குதலும்	➲	733
121.	பயமுறுத்திய பொடா சட்டம்	➲	739
122.	கோத்ரா ரயில் எரிப்பு	➲	745
123.	வெடித்த குஜராத் கலவரம்	➲	751
124.	குல்பர்கா சொசைட்டியும் பெஸ்ட் பேக்கரியும்	➲	757
125.	மோடியின் கௌரவ யாத்திரை	➲	763
126.	இந்தியா ஒளிர்கிறது?	➲	769
127.	இந்தியரா, இத்தாலியரா?	➲	775
128.	மீண்டும் அத்வானி	➲	781

பின்னிணைப்புகள்

பின்கதைச் சுருக்கம்	➲	788
ஆய்வுக்கு உதவிய நூல்கள்	➲	804

1

வரலாறு அழைக்கிறது

ஆனந்தமாக இருந்தது அத்வானிக்கு. எவ்வளவு பெரிய வெற்றியைப் பெற்றிருக்கிறோம், அதுவும் காங்கிரஸ் என்கிற ஆலமரத்தை அடியோடு வீழ்த்தியிருக்கிறோம். இனி அந்தக் கட்சி துளிர்த்து எழுவதற்கே குறைந்தபட்சம் பத்தாண்டுகளாவது பிடிக்கும். இந்த வெற்றிக்காக எவ்வளவு உழைப்பைச் செலுத்தி யிருப்போம்; எத்தனைத் தடைகளைத் தாண்டியிருப்போம்; எவ்வளவு நெருக்கடிகளை சந்தித்திருப்போம்; எத்தனை சவால்களை எதிர்கொண்டிருப்போம். எல்லாவற்றுக்கும் கைமேல் பலன் கிடைத்துவிட்டது. இன்று ஆட்சி நம் கையில். நினைத்துப் பார்க்கும்போதே பிரமிப்பாக இருந்தது.

எல்லாவற்றுக்கும் காரணம் அந்த ஒற்றை நபர். அவரையே நம்பினோம். அவர்சொன்னதையே கேட்டோம். அவர்பாதையிலேயே நடந்தோம். அவர் பெயரைச் சொல்லியே வாக்கு கேட்டோம். அவர் முகத்துக்காகவே வாக்குகள் விழுந்தன. மொத்தத்தில், அவரை முன்வைத்தே இவ்வளவு பிரம்மாண்டமான வெற்றியையும் பெற்றிருக்கிறோம். ஆக, அவரே மீட்பர், அவரே ரட்சகர். அதற்காக அவருக்கு நாம் என்றென்றைக்கும் நன்றிக்கடன் பட்டிருக்கிறோம்.

அத்வானியின் மனத்தில் அந்த அளவுக்கு இமயம் போல உயர்ந்து நின்ற அந்தத் தலைவர் சாட்சாத் ஜெயப்ரகாஷ் நாராயணன். உண்மையில், தேர்தலுக்கு முன்னால் ஜனசங்கத்தை ஜனதாவில் இணைக்க வேண்டுமென்று ஜே.பி சொன்னபோது அத்வானிக்குப்

திலகர்

பெருந்தயக்கம். வாஜ்பாய்க்கும் வருத்தம்தான். அரும் பாடுபட்டு வளர்த்த கட்சியை அடுத்த கட்சியுடன் இணைப்பதென்பது அவ்வளவு எளிதான விஷயமா என்ன... விதை நெல்லை விற்கத் தயங்கும் விவசாயிகளைப் போலத்தான் இருவருமே உணர்ந்தார்கள்.

அந்த உணர்வுகள் ஜே.பிக்கும் புரிந்திருந்தது. ஆனால் இந்திரா காந்தி என்ற ஆகப்பெரிய ஆளுமையையும் அவருடைய ஆட்சியையும் வீழ்த்தவேண்டும் என்றால் கட்சி, கொள்கை, கோட்பாடு, கொடி, சின்னம், இத்யாதி இத்யாதிகள் அனைத்தையும் கடந்து, எல்லோரும் ஓரணியில் திரளவேண்டும். அந்த அணியில் ஜனசங்கமும் இணையவேண்டும், அதுதான் தேசத்துக்கு நாம் செய்யும் கடமையாக இருக்கும் என்றார் ஜே.பி.

அவர் சொல்வதில் இருக்கும் நியாயங்களை ஜனசங்கத்தினரால் புரிந்துகொள்ள முடிந்தது. காரணம், அவர்களும் நெருக்கடி நிலை என்கிற நெருப்பாற்றில் நீந்தியவர்கள்தாம். ஆகவே, நாட்டில் உருவாகியிருக்கும் அபாயகரமான சூழலை மாற்ற எங்களால் ஆன பங்களிப்பைச் செய்வோம் என்று சொல்லி ஜனதாவில் இணைந்தனர் ஜனசங்கத்தினர். பின்னர் வேறுபல கட்சிகளையும் உள்ளடக்கி, புதியதொரு அரசியல் கட்சியாக ஜனதா உருவானது.

எல்லோருமாகச் சேர்ந்துதான் தேர்தலைச் சந்தித்தார்கள். எல்லோருமாகச் சேர்ந்துதான் வெற்றியையும் பெற்றார்கள். எல்லோரும்தான் அமைச்சரவையில் இடம்பெற்றார்கள். எல்லாம் சுமுகமாகத்தான் சென்றுகொண்டிருந்தது. ஆனால் சிலர் மட்டும் ஜனசங்கத்தினருடன் இணைந்து செயல்படுவதில் தயக்கம் காட்டினர். அசூயை இருப்பதை அவ்வப்போது எடுத்துக்காட்டினர். சில சமயங்களில் நாசுக்காக. பல தருணங்களில் நறுக்கென்று. ஒருகட்டத்தில் அதை பகிரங்கமாகவே செய்தனர்.

முன்னாள் ஜனசங்கத்தினராகிய நீங்கள் ஜனதாவில் தொடர்ந்து நீடிக்கவேண்டும் என்றால் உங்கள் ஆர்.எஸ்.எஸ் அடையாளத்தைத் துறக்கவேண்டும்!

தூக்கிவாரிப் போட்டது அத்வானிக்கு. நாங்கள் என்ன தவறு செய்தோம்? ஏன் ஆர்.எஸ்.எஸ்ஸில் இருந்து விலகவேண்டும்? ஆர்.எஸ்.எஸ் என்ன தீண்டத்தகாத அமைப்பா? அல்லது அதில் இருக்கும் நாங்கள்தான் தீண்டத்தகாதவர்களா? ஆர்.எஸ்.எஸ் எங்களுக்கான

> கட்சி, கொள்கை, கோட்பாடு, கொடி, சின்னம், இத்யாதி இத்யாதிகள் அனைத்தையும் கடந்து, எல்லோரும் ஓரணியில் திரளவேண்டும்.

எஸ்.பி. முகர்ஜி, தீனதயாள் உபாத்யாயா, சாவர்க்கர், கோல்வால்கர்

முத்திரை அல்ல, அதுதான் முகவரி! நேற்று ஆரம்பித்த கட்சிக்காக நாங்கள் ஏன் எங்கள் ஆதி அடையாளத்தைத் துறக்கவேண்டும்? எங்கள் முகவரியை ஏன் இழக்கவேண்டும்?

நாங்கள் ஆர்.எஸ்.எஸ் உறுப்பினர்கள் என்பது எங்களை ஜனதாவுக்குள் அழைக்கும்போது தெரியாதா? தேர்தல் களத்தில் ஸ்வயம்சேவக்குகளான எங்களுடன் தோளோடு தோள் நின்று பிரசாரம் செய்தபோது தெரியாதா? ஆட்சி அமைக்கும்போது தெரியாதா?

அடுக்கடுக்கான கேள்விகளை எழுப்பினார் அத்வானி. எல்லாவற்றுக்கும் ஒரே பதில்தான் வந்தது. ஆர்.எஸ்.எஸ் அடையாளம் எங்களுக்குப் பிடிக்கவில்லை. தூக்கி எறியுங்கள் அல்லது தூர விலகுங்கள்!

விருந்தும் மருந்தும் மூன்று நாளுக்கு என்பது தெரியும். ஆட்சிக்கும் அரசியலுக்கும்கூட அப்படித்தானா? அவர்கள் நன்றி மறந்துவிட்டார்களா? அல்லது நாம் ஏமாந்து விட்டோமா? அத்வானியின் மூளையில் குழப்பக் குளவி கூடு கட்டியது.

ஜனசங்கத்தில் இருந்தபோதும் சரி, ஜனசங்கத்தை ஜனதாவில் இணைத்தபோதும் சரி, அத்வானி, வாஜ்பாய் உள்ளிட்ட ஜனசங்கத்தினர் அனைவரும் தாங்கள் பிறந்த, வாழ்ந்த, வளர்ந்த ஆர்.எஸ்.எஸ் இயக்கத்தின் உறுப்பினராகவே நீடித்தனர். தங்களை ஸ்வயம்சேவக்குகளாகவே உணர்ந்தனர். அப்படியே செயல்பட்டனர். அதனால்தான் அரசியல் கட்சியில் இருந்துகொண்டே ஆர்.எஸ்.எஸ் உறுப்பினராக வும் நீடித்தனர். அவர்களுடைய பார்வையில் ஆர்.எஸ்.எஸ் என்பது மக்கள் இயக்கம்; ஜனதா என்பது அரசியல் கட்சி. அவ்வளவே.

அத்வானி, வாஜ்பாய், ஜோஷி

ஜனதாவில் இருந்த மது லிமாயி போன்ற மூத்த தலைவர்களுக்கு இதுவொன்றும் புரியாத சங்கதியல்ல. ஆனாலும் அந்த அடையாளத்தைத் துறக்க வேண்டும் என்றனர். அவர்களுடைய நோக்கம், ஆர்.எஸ்.எஸ் அடையாளத்தைப் பறிப்பதல்ல, ஜனசங்கத்தினரை அப்புறப்படுத்துவதுதான்!

அதை வெறுமனே சொல்லாமல், ஆர்.எஸ்.எஸ் நடத்திய கூட்டம் ஒன்றில் அமைச்சர்கள் உள்ளிட்ட முன்னாள் ஜனசங்கத்தினர் பலரும் ஆர்.எஸ். எஸ் சீருடை சகிதம் பங்கேற்றதையும் ஆர்.எஸ்.எஸ் ஸின் ஆண்டுவிழாக் கொண்டாட்டங்களில் மத்திய வெளியுறவு அமைச்சர் வாஜ்பாய் உள்ளிட்டோர் பங்கேற்றதையும் பிரதமர் மொரார்ஜி தேசாயின் கவனத்துக்குக் கொண்டுசென்றனர்.

ஆனால் மொரார்ஜி தேசாய்க்கோ ஜனசங்கத்தினரை விட்டுக்கொடுக்க மனமில்லை. ஆர்.எஸ்.எஸ் ஒன்றும் அரசியல் கட்சியல்ல, கலாசார அமைப்பு என்ற ஒற்றை வாக்கியத்தில் விவகாரத்துக்கு முற்றுப்புள்ளி வைத்துவிட்டார், அப்போதைக்கு. ஆனால் முணுமுணுப்புகளும் புலம்பல்களும் நின்றபாடில்லை. விட்டுவிட்டுக் கேட்டன.

டெல்லியில் ஏற்பட்ட காட்சி மாற்றங்களைத் தொடர்ந்து ஆட்சி மாற்றம் ஏற்பட்டது. கசப்புணர்வுகளுக்கு மத்தியில் 1980 மக்களவைத் தேர்தலைச் சந்தித்த ஜனதாவுக்குப் படுதோல்வி. ஆம். மொரார்ஜியின் ஜனதாவுக்கும் தோல்வி. அதிலிருந்து பிரிந்த சரண் சிங்கின் மதச்சார்பற்ற ஜனதாவுக்கும் தோல்வி. வெகு சொற்ப இடங்கள்தான் ஜனதாவுக்குக் கிடைத்தன. அதிலும் ஜனசங்கத்தினரே அதிகம்.

அங்குலம் அங்குலமாக வளர்ந்துகொண்டிருந்த கட்சி பாஜக. ஆனால் அது அயோத்தி விவகாரத்தைக் கையிலெடுத்த நொடியில் இருந்துதான் மின்னல் வேக ஏறுமுகத்தைக் கண்டது.

தேர்தல் தோல்விக்குக் காரணம் முன்னாள் ஜனசங்கத்தினரும் அவர்களுடைய ஆர்.எஸ்.எஸ் அடையாளமும்தான். அதுதான் முஸ்லிம்களின் வாக்குகள் ஜனதாவுக்குக் கிடைக்காமல் செய்துவிட்டது. ஆகவே, ஜனசங்கத்தினர் ஆர்.எஸ்.எஸ் அடையாளத்தைத் துறந்தே தீரவேண்டும் என்று மீண்டும் குரலெழுப்பினர். இம்முறை களமிறங்கியவர் மது லிமாயி அல்ல, ஜனதாவின் மூத்த தலைவர் ஜெகஜீவன் ராம். அவர் அப்போதைய தலைவர் சந்திரசேகருக்குக் கடிதம் வழியே கலகக்கொடி தூக்கினார்.

நிலைமையை சீர்செய்ய வாஜ்பாய் சில சமாதான நடவடிக்கைகளை எடுத்தார். ஆனால் அவர்கள் யாரும்

அவற்றை ஏற்கும் மனநிலையில் இல்லை. ஜன சங்கத்தினரும் ஆர்.எஸ்.எஸ் அடையாளத்தைத் துறக்கத் தயாராக இல்லை. இனி வேறு வழியில்லை என்ற நிலையில் ஜனசங்கத்தினர் அனை வரும் ஜனதாவில் இருந்து கூண்டோடு நீக்கப்பட்டனர்.

ஹெட்கேவார்

இந்திரா காந்தியின் ஆட்சியை அப்புறப்படுத்தவேண்டும் என்ற ஆகப்பெரிய நோக்கத்தை நிறைவேற்றும் பொருட்டு தங்கள் கட்சியை ஜனதாவில் இணைத்திருந்த அத்வானிக்கும் வாஜ்பாய்க்கும் சொல்லொணாத் துயரம் தான். ஆனாலும் அதைத் தூக்கித் தூரமாக வைத்து விட்டு தொண்டர்களைச் சந்தித்தனர். அவர்களிடம் மனம் விட்டுப் பேசினர். தொண்டர்களும்தான். அப்போது அத்வானி, வாஜ்பாய் உள்ளிட்டோருக்கு ஒரு விஷயம் துல்லியமாகப் புரிந்தது.

உருவாகியிருக்கும் நெருக்கடிகள் எதுவும் தொண்டர்களைச் சோர்வடையச் செய்யவில்லை. தாங்கள் தனிமைப்படுத்தப்பட்டுள்ளதாக அவர்கள் நினைக்கவில்லை. மாறாக, உற்சாகத்துடன் இருக்கிறார்கள். உத்வேகம் குலையாமல் இருக்கிறார்கள். அதுவும் நம் பக்கம் உறுதியாக இருக்கிறார்கள் என்ற நம்பிக்கை பிறந்தது. அந்த நொடியில் ஒரு கட்சியும் பிறந்தது. பாரதிய ஜனதா கட்சி!

இந்த இடத்தில் இரண்டு முக்கியமான கேள்விகள் எழுகின்றன.

ஆர்.எஸ்.எஸ் அடையாளத்தைத் துறந்தே தீரவேண்டும் என்று ஜனசங்கத்தினருக்கு தீவிர நெருக்கடி கொடுக்கும் அளவுக்கு அபாயகரமானதா ஆர்.எஸ்.எஸ்?

என்ன நடந்தாலும் சரி, ஆர்.எஸ்.எஸ் அடையாளத்தைத் துறக்கமாட்டோம் என்று ஜனசங்கத்தினர் காட்டிய உச்சபட்ச உறுதியின் பின்னணி என்ன?

இன்னும்கூட சில கேள்விகள் எழுகின்றன. ஆனால் இந்த இரண்டும்தான் பிரதானம். இவற்றுக்கு விடை தேடத் தொடங்கினால் நம்முடைய பயணம் பாஜகவின் பூர்வ கதையை நோக்கியதாக இருக்கும். அந்தக் கதை 1980ல் இருந்து தொடங்குவது அல்ல. அதற்கு முன்னால் ஜனதா, ஜனசங்கம், ஆர்.எஸ்.எஸ், இந்து மகா சபா, இந்து சபா, ஆரிய சமாஜம் என்று பாஜகவின் ஆதிப்புள்ளி வரலாற்றின் வெகுதூரத்தில் இருக்கிறது.

படேல்

ஆனால் நம்முடையது வெறுமனே வேரைத் தேடும் பயணம் மட்டுமல்ல, விருட்சத்தின் பரிணாம வளர்ச்சியைப் பதிவுசெய்யும் பயணம். பாஜக என்ற விருட்சத்தின் ஆணிவேர், சல்லிவேர் தொடங்கி இலைகள், கிளைகள் என வளர்ந்து, விழுதுகள், சருகுகள் வரை அத்தனை அம்சங்களையும் ஆராய்வதும் பதிவு செய்வதும்தான் நம்முடைய பயணத்தின் நோக்கம். நாம் வைத்திருக்கும் பெயர், அயோத்தி.. ஆர்.எஸ்.எஸ்.. இந்துத்வா!

இந்த அரசியல் வரலாற்றுப் பயணத்தில் நாம் வியப்பூட்டும் தலைவர்களைச் சந்திக்கப் போகிறோம். விநோதமான மனிதர்களுடன் உரையாடப் போகிறோம். ஆம், ஆரிய சமாஜத்தை ஆரம்பித்த தயானந்த சரஸ்வதியும் நம்முடன் வருவார். இந்துத்வாவுக்கு இலக்கணம் வகுத்த சாவர்க்கரும் சேர்ந்துகொள்வார்.

சிவாஜி விழாவுக்கு வித்திட்ட பால கங்காதர திலகரையும் பார்க்கலாம்; அனுசீலன் சமிதியின் அரவிந்த கோஷையும் பார்க்கலாம். ஆர்.எஸ்.எஸ்ஸை ஆரம்பித்த ஹெட்கேவாரையும் சந்திக்கலாம்; அதன் கொள்கை ஆசான் குருஜி கோல்வால்கரையும் சந்திக்கலாம். ஆர்.எஸ்.எஸ்ஸைத் தடை செய்த சர்தார் பட்டேலுக்கும் இங்கே இடமுண்டு; அதே பட்டேலுடன் அமைச்சரவையில் அங்கம் வகித்த சியாமா பிரசாத் முகர்ஜிக்கும் இடமுண்டு.

காந்தி கொலைக்கான காரணங்களையும் இங்கே ஆராயலாம்; கபூர் கமிஷன் சொன்ன முடிவுகளையும் அலசலாம். ஜனசங்கம் ஜனித்த கதையையும் பார்க்கலாம்; ஜனதா ஆட்சி அமைந்த கதையையும் விவாதிக்கலாம்.

அயோத்தியின் ஆதி வரலாற்றையும் பார்க்கலாம்; பாபர் மசூதியின் பூர்வ கதையையும் படிக்கலாம். பசு பாதுகாப்பு பற்றியும் பேசுவோம்; பாகிஸ்தான் பிரிவினை பற்றியும் பேசுவோம்.

கோத்ரா ரயில் எரிப்பையும் பேசுவோம்; குஜராத் கலவரத்தின் பின்னணியையும் பேசுவோம். ‘கார்கில் நாயகன்’ வாஜ்பாயும் வருவார்; ‘காவி’ய நாயகன் அத்வானியும் இருப்பார்.

இன்னும் இன்னும் ஏராளமான விஷயங்கள் இருக்கின்றன, பேசுவதற்கும் பதிவுசெய்வதற்கும். முக்கியமாக, புரிந்துகொள்வதற்கும். வாருங்கள், வரலாறு அழைக்கிறது!

2

எலிகள் எழுப்பிய கேள்விகள்

சிவராத்திரி வந்துவிட்டால் போதும், மூலசங்கருக்கு முகமெல்லாம் புன்னகை, மனமெல்லாம் உற்சாகம்தான். வீட்டுக்கு அருகில் இருக்கும் சிவன் கோவிலுக்கு தந்தை கர்சன்ஜி சகிதம் சென்று விடுவான். அங்கே விடிய விடிய பூஜைகள் நடக்கும். அபிஷேக, ஆராதனைகள் நடக்கும். பூஜைக்கு ஏராளமான சிவ பக்தர்கள் வந்திருப்பார்கள். சுறுசுறுப்பும் துறுதுறுப்புமாக அவர்களோடு சேர்ந்துகொள்வான். பூஜைக்குத் தேவையான சின்னச்சின்ன வேலைகளை எல்லாம் ஆர்வத்துடன் செய்து கொடுப்பான். அவர்களோடு சேர்ந்து பூஜையிலும் கலந்துகொள்வான்.

நள்ளிரவு கடந்ததும் எல்லோரும் கண்மூடித் தியானம் செய்வார்கள். தியானம் என்றால் பொட்டுத் தூக்கம் இல்லாமல், விடிய விடிய. போதாக்குறைக்கு, அன்றைய தினம் முழுக்க உபவாசம்தான். ஒரு துளி ஆகாரம்கூட உள்ளே சென்றிருக்காது. ஆகவே, நேரம் செல்லச் செல்ல சிலருக்குப் பசியெடுக்கும். இன்னும் சிலருக்கோ தூக்கம் துளிர்க்கும்.

ஆன்மீக விருப்பமும் சுயக்கட்டுப்பாடும் இருப்பவர்கள் மட்டுமே உணவு தவிர்ப்பார்கள். உறக்கம் துறப்பார்கள். தியானம் தொடர்வார்கள். மற்றவர்கள் கண்கள் சொக்க, தரையில் சுருண்டு விடுவார்கள். கர்சன்ஜி முதல் ரகம். தியானம். தியானம். அதுமட்டுமே அவருக்குப் பிரதானம். அவருடைய மகன் மூலசங்கருக்கும் அப்படியே.

சிவலிங்கம்

அப்படித்தான் அன்றைய தினமும் சிவராத்திரி பூஜைகள் எல்லாம் முடிந்ததும் எல்லோருடனும் சேர்ந்து தியானம் செய்யத் தொடங்கினான் மூலசங்கர். அப்போது அவனுடைய தியானத்தைக் கலைக்கும் வகையில் விநோத ஒலிகள் கேட்டன. ஆரம்பத்தில் அலட்சியம் செய்தான். ஆனாலும் சத்தம் நிற்கவில்லை. நீடித்தது. தியானம் கலைத்து எழுந்த அவன், ஒலி வந்த திசை நோக்கிச் சென்றான்.

அப்போது கருவறைக்கு உள்ளிருந்து கீச்..மூச்சென்று சத்தம். அங்கே பார்வையைச் செலுத்தினான். எலிகள். சின்னதும் பெரியதுமாக ஏழெட்டு எலிகள். பூஜை செய்யும்போது தரையிலும் சிவலிங்கத்திலும் தேங்கியும் தங்கியும் கிடந்த பழச்சிதறல்கள், அரிசிகள் உள்ளிட்ட உணவுப் பொருள்களை அவசர கதியில் சாப்பிட்டுக் கொண்டிருந்தன. அப்போது எலிகளுக்குள் ஏற்பட்ட முட்டல் மோதல்களே விநோத ஒலிகளாக வெளியில் கேட்டன.

எஞ்சிய பொருள்களை எலிகள் தின்னட்டுமே என்று தான் முதலில் நினைத்தான். ஆனால் அந்த எலிகள் சிவலிங்கத்தின் மீது ஏறியதும், அதில் படிந்திருந்த பொருள்களை நக்கித் தின்றதும் அவனை மனம் வருந்தச் செய்தன. போதாக்குறைக்கு, அந்த எலிகள் லிங்கத்தின் மீது மலஜலம் கழித்தன. அது அவனுக்கு அருவருப்பைக் கொடுத்தது. கூடவே, கேள்விகளையும் எழுப்பியது.

லிங்கம் சக்திவாய்ந்தது என்றால் எலிகள் எப்படி துணிச்சலுடன் அதன்மீது ஏறிச்செல்லமுடியும்? லிங்கத்தின் மீதிருக்கும் பொருள்களை நக்கிச் சாப்பிடமுடியும்? அப்படிச் செய்வதற்கு லிங்கம் எப்படி அனுமதித்திருக்க முடியும்?

எனில், லிங்கத்தின் சக்திதான் என்ன? தன்னை அவமதிக்கும், அசுத்தப்படுத்தும் எலிகளை அப்புறப்படுத்தும் சக்திகூட இல்லாத லிங்கத்தால் அவருடைய பக்தர்களை எப்படிக் காப்பாற்ற முடியும்?

அடுத்தடுத்து கேள்விகள் எழுந்து கொண்டே இருந்தன. அப்போது மூலசங்கருக்கு பத்து அல்லது பதினைந்து வயதுதான் இருக்கும். அந்த வயதுக்கு ஏற்ற கேள்விகள்தான். ஆனால் அது அவனுக்குள் பெரிய தாக்கத்தை ஏற்படுத்தியது. அதுநாள் வரைக்கும் லிங்கத்தின் மீது அவனுக்கு இருந்த நம்பிக்கையை அந்தக் கேள்விகள் உடைத்தெறிந்தன.

> தன்னை அவமதிக்கும், அசுத்தப்படுத்தும் எலிகளை அப்புறப்படுத்தும் சக்திகூட இல்லாத லிங்கத்தால் அவருடைய பக்தர்களை எப்படிக் காப்பாற்ற முடியும்?

சுவாமி தயானந்த சரஸ்வதி

உற்சாகம் பொங்கக் கோவிலுக்கு வந்த அவனுடைய மனத்தில் இப்போது ஏகப்பட்ட குழப்ப ரேகைகள். தியானத்தைத் தொடரவிருப்பமில்லை. வீட்டுக்குப் புறப்பட்டுவிட்டான். விடிந்ததும் முதல் வேலையாக தந்தையிடம் சென்றான். முந்தைய நாள் இரவு கோயிலில் நடந்தவற்றை எல்லாம் ஒன்றுவிடாமல் விவரித்தான். மொத்தத்தில், இனி லிங்கத்தை வழிபடப் போவதில்லை என்றான்.

அதிர்ச்சியாக இருந்தது கர்சன்ஜிக்கு. அவருக்கு மூன்று மகன்கள், இரண்டு மகள்கள். ஆனால் ஐந்து பேரில் மூத்த மகனான மூலசங்கரை மட்டும்தான் ஆன்மீகப் பாதையில் செலுத்த விரும்பினார். அவனை சிவபக்தனாக வளர்க்க விரும்பிய அவர், அவன் பூஜை செய்வதற்கு வசதியாக இருக்கட்டும் என்று வீட்டிலேயே ஒரு சிவலிங்கத்தை உருவாக்கிக் கொடுத்திருந்தார்.

சிவபூஜைகளைச் செய்வதற்குக் கற்றுக்கொடுத்து, சிவபுராணங்களைச் சொல்லிச் சொல்லி அவனைத் தேர்ந்த சிவபக்தனாக மெருகேற்றிக் கொண்டிருந்தார். அதன்மூலம் ஆன்மீகத்தின் ஆழத்தை அவன் அறிந்துகொள்ளவேண்டும் என்று விரும்பிய கர்சன்ஜிக்கு அவனுடைய சமீபத்திய அதிரடி முடிவு அதிருப்தியைக் கொடுத்தது. கூடவே, அதிர்ச்சியையும் கொடுத்தது. ஆனால் அவற்றை வெளிக்காட்டாமல் அமைதியாகப் பேசினார்.

சிவபெருமான் உள்ளிட்ட எந்தவொரு தெய்வத்தையும் உருவங்களாகவோ, ஓவியங்களாகவோ மட்டுமே வைத்து, அவற்றுக்குப் பூஜை செய்து, உருவேற்றி வணங்குவதுதான் நம்முடைய முன்னோரின் வழக்கம். அதுதான் நமக்கிருக்கும் ஒரே வாய்ப்பு. அந்த லிங்கத்தின் மதிப்பும்

மரியாதையும் மனிதப்பிறவிகளான நமக்குத்தான் புரியுமே தவிர விலங்குகளுக்கு அல்ல. ஆகவே, எலிகளை வைத்து எந்த முடிவுக்கும் வந்துவிடத் தேவையில்லை என்று சொல்லிப் பார்த்தார்.

ஆனால் எந்தவொரு சமாதானத்தையும் ஏற்கும் மனநிலையில் மூலசங்கர் இல்லை. எல்லாவற்றையும் நிராகரித்தான். அந்த அளவுக்கு அவனுடைய மனத்தை எலிகள் குடைந்து எடுத்திருந்தன. ஆனாலும் அவன் சொன்ன ஒரு செய்தி மட்டும் கர்சன்ஜிக்கு ஆறுதலைக் கொடுத்தது.

சிவலிங்கத்தை வழிபட மாட்டேனே தவிர, சிவ பெருமானை வழிபடுவதில் மாற்றமில்லை! அவர்தான் என் கடவுள்! அவரைத்தான் பூஜிப்பேன்!

அந்தச் சம்பவத்துக்குப் பிறகு மூலசங்கருக்கு ஆன்மீகத்தின் மீது அதிக நாட்டம் ஏற்பட்டது. ஆம், உருவ வழிபாடு தவிர்த்த ஆன்மீக விஷயங்கள் பலவும் அவனுக்குப் பிடித்திருந்தன. சமஸ்கிருதம் படித்தான். வேதங்கள், உபநிடதங்கள் என்று அவனுடைய ஆன்மீகத் தேடல் விரிந்துகொண்டே சென்றது. பக்தி மார்க்கத்தில் அவனுடைய செய்த பயணம் புத்தக வாசிப்புடன் தொடர்ந்தது.

அனுதினமும் ஆன்மீகம் என்று இருந்த மூலசங்கரின் போக்கு அவனுடைய தந்தைக்குச் சரியானதாகப் படவில்லை. கடிவாளம் அவசியமில்லை, ஆனால் எதுவும் கட்டுக்குள் இருக்க வேண்டும் என்று நினைத்தார். ஆகவே, அவனை அழைத்துப் பேசினார். ஆனால் மூல சங்கரின் பேச்சோ ஆன்மீகம், ஞானம், மோட்சம், வீடு பேறு என்பது பற்றியே இருந்தது.

வாழ்க்கையில் ஆன்மீகம் இருக்கலாம், ஆனால் அதுவே வாழ்க்கையல்ல அல்லவா! அவனை வேறு பாதையில் திருப்ப விரும்பினார் கர்சன்ஜி. வேறென்ன? திருமணம்தான்.

தூக்கிவாரிப் போட்டது மூலசங்கருக்கு. வாய்ப்பே இல்லை என்று மறுத்துவிட்டான். ஆனால் கர்சன்ஜி விடுவதாக இல்லை. கால்கட்டு போட்டே தீரவேண்டும் என்பதில் கண்டிப்பு காட்டினார். திருமண ஏற்பாடுகள் வேகம் பிடித்தன. இனி இங்கிருந்தால் சம்சார சாகரத்தில் தள்ளிவிடுவார்கள் என்பது மூலசங்கருக்குத் துல்லியமாகப் புரிந்தது. அந்த நொடியில் வீட்டை விட்டு வெளியேறினான்.

> சிவலிங்கத்தை வழிபட மாட்டேனே தவிர, சிவ பெருமானை வழிபடுவதில் மாற்றமில்லை! அவர்தான் என் கடவுள்! அவரைத்தான் பூஜிப்பேன்!

சொல்லாமல் கொள்ளாமல் வெளியேறிய அவனைத் தேடிதேடித் தவித்துப் போனார்கள் பெற்றோர்கள். ஆனால் அவனோ ஆன்மீகத் தேடலில் ஆர்வம் குறையாமல் ஈடுபட்டான். சாதுக்களையும் சாமியார்களையும் தேடித் தேடிச் சந்தித்தான். அவர்களுடனேயே பழகினான். அவர்களுடனேயே விவாதித்தான். பலரிடம் தனக்கு சன்னியாசம் தரும்படி கோரினான். ஆனால் அவனுடைய இளம் வயது கருதி யாரும் சன்னியாசம் கொடுக்கத் தயாரில்லை. மறுத்துவிட்டனர்.

பல ரிஷிகளையும் சாதுக்களையும் ஞானிகளையும் தொடர்ந்து சந்தித்துக்

கொண்டிருந்த மூலசங்கரின் வாழ்க்கையில் ஒரு திருப்புமுனை, சாது பூர்ணானந்தரைச் சந்தித்ததுதான். அவன் சந்தித்த ஏனைய சாதுக்களைக் காட்டிலும் பூர்ணானந்தர் வித்தியாசமாக இருந்தார். விரிவாகப் பேசினார். ஆகவே, அவரிடம் அதிகம் விவாதித்தான். வேத, உபநிடதங்கள் பற்றிய வாதப் பிரதிவாதங்களில் ஈடுபட்டான். பரஸ்பரம் புரிதல் ஏற்பட்டது. பூர்ணானந்தர் அவனுக்குக் கமண்டலம் கொடுத்தார். தண்டம் கொடுத்தார். தீட்சை கொடுத்தார். கூடவே, புதிய பெயரையும்.

சுவாமி தயானந்த சரஸ்வதி!

ஆம், ஆரிய சமாஜத்தைத் தோற்றுவித்த அதே சுவாமி தயானந்த சரஸ்வதிதான். பின்னாளில் உருவான அநேக இந்து இயக்கங்களுக்கும் ஆதிப்புள்ளி ஆரிய சமாஜத்தில் இருந்துதான் ஆரம்பிக்கிறது. அதில் அங்கம் வகித்தவர்கள்தான் பின்னாளில் இந்து சபாவை ஆரம்பித்தார்கள்; இந்து மகா சபாவை உருவாக்கினார்கள்; ஆர்.எஸ்.எஸ், பாரதிய ஜனசங்கம் போன்ற இந்து இயக்கங்கள் மற்றும் கட்சிகளின் தலைமைப் பொறுப்புக்கு வந்தார்கள். அவற்றை வளர்க்கவும் பரப்பவும் செய்தார்கள்.

காங்கிரஸில் செல்வாக்கு நிரம்பிய இந்து தலைவர்களான லாலா லஜபதி ராய், பிபின் சந்திரபால் போன்ற பலரும் உருவானது ஆரிய சமாஜத்தில் இருந்துதான். விநாயக் தாமோதர் சாவர்க்கர், மதன்லால் திங்க்ரா, எம்.ஜி. ரானடே, சுவாமி சிரத்தானந்தா போன்ற தீவிர இந்துத்வ முகங்களுக்கு ஆதர்சமாக இருந்தவர் சுவாமி தயானந்த சரஸ்வதிதான். ‘இந்து இந்தியாவின்

பாதுகாவலர் சுவாமி தயானந்த சரஸ்வதி' என்று அவரை சிலாகித்து எழுதியவர் லாலா லஜபதி ராய். அவரே தயானந்த சரஸ்வதியைப் பற்றிய நூல்களையும் ஆரிய சமாஜம் பற்றிய நூல்களையும் தொகுத்தளித்தார்.

அன்று முதல் இன்று வரை இந்து மகாசபா, ஆர்.எஸ்.எஸ், ஜனசங்கம், பாரதிய ஜனதா உள்ளிட்ட இந்துத்வ இயக்கங்களும் கட்சிகளும் தங்களுடைய ஆதார அம்சங்களாகக் கருதுகின்ற இந்து ஒற்றுமை, இந்து எழுச்சி, இஸ்லாத்துடனான தர்க்கப் போராட்டம், கிறித்தவத்துடனான கருத்து யுத்தம், பசுவதை எதிர்ப்பு, இந்தி - சமஸ்கிருத ஆதரவு, மதமாற்றம், தாய் மதத்துக்குத் திரும்ப அழைத்தல் உள்ளிட்ட பல்வேறு கூறுகளும் தயானந்த சரஸ்வதியிடம் இருந்து தொடங்குகின்றன. ஆகவே, இந்தப் புத்தகத்தையும் அவரிடமிருந்தே தொடங்குவோம்.

3

தயானந்தர் தேடிய குரு

மேற்கு இந்தியாவின் சௌராஷ்ட்ர பிராந்தியத்தில் இருக்கிறது தங்கரா கிராமம். இன்றைய தலைமுறைக்கு குஜராத் மாநிலம் ராஜ்கோட் மாவட்டத்தில் இருக்கிறது என்று சொன்னால் சட்டென்று புரியும். அந்தக் கிராமத்தைச் சேர்ந்தவர் கர்சன்ஜி லால்ஜி திவாரி. பிராமண வகுப்பைச் சேர்ந்தவர். வருவாய்த்துறையில் உத்தியோகம். மனைவி பெயர், யசோதாபாய். நல்ல வசதியான குடும்பம். பக்தி மார்க்கத்தில் தேடல் உள்ள குடும்பம்.

அந்தத் தம்பதிக்கு 12 பிப்ரவரி 1824 அன்று பிறந்த முதல் குழந்தை பிறந்தது. மூலசங்கர் என்கிற தயானந்தர். குடும்ப வழக்கப்படி தயாராம் என்ற பெயரும் உண்டு. பின்னாளில் சன்னியாசம் வாங்கிய தற்குப் பிறகு தயானந்த சரஸ்வதி என்ற பெயர் வந்ததற்கு அந்தப் பெயர்தான் தோற்றுவாய் என்கிறார்கள்.

உண்மையில், பத்து அல்லது பதினைந்து வயது இளைஞனாக இருந்த போது தயானந்தருக்கு ஏற்பட்ட உருவ வழிபாடு தொடர்பான மனமாற்றத்தை இயல்பான ஒன்றாகக் கருத முடியாது. பால்ய வயதில் ஏற்படும் குறைப்புரிதல் என்றும் சொல்லமுடியாது. காரணம், அதைத் தொடர்ந்து அவர் எடுத்து வைத்த ஒவ்வொரு நகர்வும் தீவிர நோக்கம் கொண்டவை.

உருவ வழிபாடு உதவாத காரியம்; பூஜை புனஸ்காரங்கள் எல்லாம் புரட்டுகள்; ஆசார அனுஷ்டானங்கள் எல்லாம் அடியோடு நிராகரிக்கப்பட வேண்டியவை என்றார் தயானந்தர். இந்து மதத்தின்

விரஜானந்தர்

மீது கால ஓட்டத்தில் பூசப்பட்ட அழுக்குகள் என்றும், சேறு சகதிகள் என்றும் அவற்றை விமரிசித்தார்.

இத்தனை விமரிசனங்கள் இருந்தபோதும் அவர் இந்து மதத்தை வெறுக்கவோ, நிராகரிக்கவோ, மறுக்கவோ இல்லை. மாறாக, இந்து மதம் அதன் பாரம்பரியப் பாதைக்குத் திரும்பவேண்டும் என்றார்.

காவி உடை தரித்துவிட்டபோதும் தயானந்த சரஸ்வதிக்குக் கற்றுக்கொள்ளும் ஆர்வம் மட்டும் கொஞ்சமும் குறைந்துவிடவில்லை. வேதங்களின் நுட்பங்களைப் புரிந்துகொள்வதற்குப் பிரயத்தனம் செய்தார். உபநிடதங்களின் உட்பொருள்களை அறிந்துகொள்ள ஆர்வம் செலுத்தினார். அவற்றின் பலனாக இந்து மதம் பற்றி சில புரிதல்கள் கிடைத்தன. குறிப்பாக, வேதங்கள் பற்றி. அவை வலியுறுத்தும் வாழ்க்கை நெறிமுறைகள் பற்றி. அவற்றின் எதிர் காலத் தேவைகள் பற்றி. அதேசமயம், அவருடைய மனத்துக்குள் லேசான நெருடல் அல்லது உறுத்தல்.

தான் கற்றதும் பெற்றதும் சரியானதுதானா? தான் உணர்ந்துகொண்டதும் புரிந்துகொண்டதும் மெய்யானது தானா? இன்னும் கற்கவேண்டிய விஷயங்கள் என்னென்ன? ஆன்மீகத் தேடலில் இன்னும் செல்ல வேண்டிய தூரம் எவ்வளவு? என்பன போன்ற கேள்விகள் அவருடைய மனத்தை அரிக்கத் தொடங்கின. அவற்றுக்கானவிடைகளைநோக்கிநகரவேண்டுமானால் சரியான குருவின் வழிகாட்டுதல் அவசியம். ஆகவே, அப்படியொரு வழிகாட்டியை, குருவைத் தேடிக் கண்டடையும் பணியைத் தொடங்கினார் தயானந்தர்.

> காவி உடை தரித்துவிட்டபோதும் தயானந்த சரஸ்வதிக்குக் கற்றுக்கொள்ளும் ஆர்வம் மட்டும் கொஞ்சமும் குறைந்துவிடவில்லை.

ஆளுக்கொரு ஞானியின் பெயரைச் சொன்னார்கள். ஆளுக்கொரு சாதுவை அடையாளம் காட்டினார்கள். அவர்கள் ஒவ்வொருவருக்கும் தனித்தனி குணாம்சங்கள் இருந்தன. ஆனால் ஒருவருடைய பெயர் மட்டும் தயானந்தரை வசீகரித்துவிட்டது. அவர், சுவாமி விரஜானந்தர்.

அவரைப் பற்றி, அவருடைய புலமை பற்றி, அவருடைய சிந்தனைகள் பற்றி பலரும் பலவிதமான செய்திகளைச் சொன்னார்கள். விளைவு, தயானந்தரின் மனத்தை ஆட்கொண்டுவிட்டார் விரஜானந்தர். அதற்கு ஒரே காரணம்தான். விரஜானந்தருக்குப் பூஜை, புனஸ்காரங்களைப் பார்த்தால் பிடிக்கவே பிடிக்காது; ஆசார, அனுஷ்டானங்களைக் கண்டால்

தயானந்தர்

அறவே பிடிக்காது. போதாது? தயானந்தரின் மனம் விரஜானந்தரை நோக்கிப் பறக்கத் தொடங்கிவிட்டது.

மதுரா நகரம். இன்றைய உத்தரப் பிரதேச மாநிலத்தில் இருக்கும் ஆன்மீக நகரம். சரியாகச் சொல்லவேண்டும் என்றால் ஆக்ராவில் இருந்து ஐம்பது கிலோமீட்டர் தொலைவு பயணம் செய்தால் மதுராவை அடைந்துவிடலாம். புராணங்களின் கூற்றுப்படி, கிருஷ்ணர் பிறந்தது மதுராவில். அயோத்தியை ராமஜென்ம பூமி என்று சொல்வது போல மதுராவை கிருஷ்ண ஜென்ம பூமி என்கிறார்கள் இந்துக்கள். அங்குதான் விரஜானந்தர் வசித்துவந்தார்.

ஆயிரம் பிறை கண்ட விரஜானந்தரின் ஆசியும் ஆலோசனைகளும் கிடைத்தால் அதைவிட வேறென்ன பாக்கியம் வேண்டும். மனத்துக்குள் பரவசம் படையெடுத்தது தயானந்தருக்கு. என்றாலும், பயத்தையும் பக்தியையும் இரு கண்களிலும் ஏந்தியபடியே விரஜானந்தரை நேரில் சென்று சந்தித்தார். அவரை அகப்பார்வையால் ஆசிர்வதித்தார் விரஜானந்தர். ஆம், ஐந்து வயதிலேயே அம்மை நோயால் பார்வை இழந்தவர் விரஜானந்தர்.

உண்மையில், பார்வை இழப்பு என்பது விரஜானந்தருக்கு எப்போதுமே ஒரு பிரச்னையாக இருந்திருக்கவில்லை. கல்வி கற்கவோ, இலக்கணம் பயிலவோ, சமஸ்கிருதம் கற்கவோ, வேதம் கற்கவோ, யோகக்கலை பயிலவோ அவர் தயங்கவே இல்லை. சகலத்தையும் கற்றுக் கொள்வதற்கு ஆர்வமும் நம்பிக்கையும் மட்டுமே அவருக்குப் போதுமானதாக இருந்தன.

பால்ய வயதிலேயே பெற்றோரையும் இழந்துவிட்ட அவர், காலம் முழுக்க சன்னியாசியாகவே வலம்வந்தார். தேசத்தின் பல பகுதிகளிலும் தேசாந்திரியாகவே திரிந்தார். அவருடைய

புலமையைப் புரிந்தவர்கள் பலரும் அவரிடம் சீடராகச் சேர்ந்துகொள்ள விரும்பினார்கள். அவரை சகலவசதிகளுடன் பராமரிப்பதாகச் சொல்லி அழைப்புவிடுத்தார்கள். அப்போது அவர்களுக்கு விரஜானந்தர் விதித்த நிபந்தனை ஒன்றே ஒன்றுதான்.

என்னிடம் சமஸ்கிருதம் கற்றுக்கொள்ளவேண்டும்!

வேதங்கள்தான் வாழ்க்கைக்குப் பிரதானம். அவற்றை வாசிப்பதற்கு சமஸ்கிருதம் அவசியம். ஆகவே, சமஸ்கிருதம் படியுங்கள்! தன்னிடம் வந்தவர்களிடம் எல்லாம் விரஜானந்தர் வலியுறுத்திச் சொல்லிய விஷயம் இது.

அல்வார் (Princely State of Alwar) சமஸ்தானத்து மன்னர் வினய் சிங்குக்கு விரஜானந்தரைத் தன்னுடைய அரண்மனையில் வைத்து உபசரிக்க வேண்டுமென்று விருப்பம். அதை நேரடியாகச் சொன்னால் ஏற்கமாட்டார் என்பதால் சமஸ்கிருதம் கற்றுக்கொடுக்க வாருங்கள் என்று சொல்லி அரண்மனைக்கு அழைத்து வந்தார். தகுந்த மதிப்பு மரியாதைகளுடன் அவரை உபசரிக்கவும் செய்தார்.

அரண்மனையில் தங்கியிருந்த காலத்தில் தினசரி மூன்று மணி நேரம் வீதம் மன்னருக்கு சமஸ்கிருதம் கற்றுக்கொடுத்தார் விரஜானந்தர். மன்னருக்கு இரட்டை மகிழ்ச்சி. விரஜானந்தருக்கும்தான். திடீரென ஒருநாள் மன்னர் வினய் சிங் வகுப்புக்கு வருவதற்குத் தாமதமாகிவிட்டது. அவ்வளவுதான். ஆத்திரமடைந்த விரஜானந்தர் தன்னுடன் வந்திருந்த சீடன் ஒருவன் சகிதம் உடனடியாக அரண்மனையிலிருந்து வெளியேறிவிட்டார். புலமை இருக்கும் இடத்தில் செருக்குக்கும் இடமில்லாமல் போகுமா என்ன!

அல்வார் சமஸ்தானத்திலிருந்து வெளியேறிய அவரை அன்புடன் அரவணைப்பதற்குப் பலரும் தயாராக இருந்தனர். அவர்களில் செல்வச் சீமான்கள் முதல் சமஸ்தான மன்னர்கள் வரை அடக்கம். அவர்களுடைய ஆதரவுடன் மதுராவில் உள்ள பிரம்ம நாராயணர் ஆலயத்தில் சமஸ்கிருத பாடசாலை ஒன்றைத் தொடங்கினார் விரஜானந்தர். அந்தப் பாடசாலைக்கு இந்துக்கள் மத்தியில் நல்ல ஆதரவு கிடைத்தது. அவர்கள் செய்த பொருளுதவியைக் கொண்டு வீடு ஒன்றை வாங்கினார். கோயிலில் இருந்த பாடசாலை வீட்டுக்கு நகர்ந்தது.

சமஸ்கிருதத்தோடு சேர்ந்து வேத சாஸ்திரங்களையும் கற்றுக்கொடுத்தார் விரஜானந்தர். அவருடைய பணிகளுக்கு ராஜஸ்தானைச் சுற்றியுள்ள பல சமஸ்தான மன்னர்கள் புரவலர்களாக இருந்தனர். அவர்களுடைய நிதியுதவியின்காரணமாக மாணவர்களுக்கும் மற்றவர்களுக்கும் சமஸ்கிருதத்தை இலவசமாகவே கற்றுக்கொடுக்கத் தொடங்கினார் விரஜானந்தர்.

சமஸ்கிருதம் கற்றுக்கொடுப்பது மட்டுமே அவருடைய ஒற்றைப் பணியாக இருக்கவில்லை. வேதப் பிரசாரம், இந்து மத ஒற்றுமை என்பன போன்ற விஷயங்கள்தான் அவருக்குப் பிரதானம். சமஸ்கிருதம் கற்றுக்கொடுத்தல் என்பது துணைப்பணி.

> ஆசாரங்களை, பூஜைகளை, சடங்குகளை எல்லாம் கடைப்பிடிக்கச் சொல்லிக் கட்டாயப்படுத்தும்போது மக்களுக்கு அவற்றின் மீதான ஆர்வம் குறைகிறது.

அல்லது சமஸ்கிருதம் கற்றுக் கொடுப்பதன் வழியாக தனது கொள்கைகளுக்கு ஆதரவு திரட்டுவது என்பதுதான் விரஜானந்தரின் இலக்காக இருந்தது.

உண்மையில், மதம் பற்றிய விரஜானந்தரின் பார்வை கறாரானது. சற்றே சர்ச்சைக் குரியதும்கூட. குறிப்பாக, இந்து மதம் பற்றியது.

இன்றைக்குப் புழக்கத்தில் இருக்கும் இந்து மதத்தை அவர் உண்மையான இந்து மதமாக ஏற்கவில்லை. வேத காலத்தில் இருந்த இந்து மதமே மெய்யானது என்பது அவருடைய பார்வை. இந்து மதத்துக்குள் பிற மதங்கள் ஊடுருவியதன் காரணமாகவே இந்துக்கள் வேத முறையில் இருந்து தடம்புரண்டுவிட்டார்கள் என்று சொன்ன விரஜானந்தர், அந்த ஊடுருவலுக்கு இந்து மதத்தில் புழக்கத்தில் இருந்த சடங்குகளையும் சம்பிரதாயங்களையுமே குற்றம் சாட்டினார். இந்து மதம் என்ற பயிர்களுக்கு மத்தியில் ஊடுருவிய களைகளாகவே மாற்று மதங்களைக் கருதினார்.

ஆசாரங்களை, பூஜைகளை, சடங்குகளை எல்லாம் கடைப்பிடிக்கச் சொல்லிக் கட்டாயப் படுத்தும்போது மக்களுக்கு அவற்றின் மீதான ஆர்வம் குறைகிறது. இன்னின்ன பூஜைகளைச் செய்யுங்கள், இப்படியான பரிகாரங்களைச் செய்யுங்கள், தவறினால் உங்களுக்குப் பிரச்னைகள் வரும் அல்லது உங்களுக்கு வந்திருக்கும் பிரச்னைகள் தீராது என்பன போன்ற நெருக்குதல்கள் இந்துக்களை மாற்று மதத்தை நோக்கித் தள்ளிவிடுகின்றன என்பது விரஜானந்தரின் கருத்து.

அதேசமயம், வேத நெறிகள் அப்படியான பழக்கவழக்கங்களைக் கடைப்பிடிக்கச் சொல்லவில்லை. நம்மீது எவ்வித நெருக்கடியையும் சுமத்துவதில்லை. அதைச் செய், இதைச் செய் என்று எதையும் வலுவில் திணிப்பதில்லை. அவரவர் வீட்டில் வேள்வித் தீ வளருங்கள்; குடும்பத்தோடு அமர்ந்து காயத்ரீ மந்திரத்தை உச்சரியுங்கள். அதைத்தான் வேதங்கள் வலியுறுத்துகின்றன. ஆகவே, அதைக் கடைப்பிடித்தால் போதும், பாரம்பரிய இந்து மதம் காப்பாற்றப்படும் என்றார் அவர்.

வேத நெறியில் இருந்து விலகிச் சென்றதன் பலனாக தெய்வங்களின் எண்ணிக்கை பெருகி விட்டது. ஆகவே, வழிபாட்டு முறைகளும் பெருகிவிட்டன. அவற்றை முன்வைத்து இந்துக்களிடையே உன் தெய்வம் பெரிது, என் தெய்வம் பெரிது என்பன போன்ற முட்டல்களும் மோதல்களும் உருவாகிவிட்டன. அவற்றை எல்லாம் தவிர்த்தால் மட்டுமே இந்துக்கள் ஒற்றுமையுடன் வாழமுடியும் என்பது விரஜானந்தரின் கணிப்பு.

அந்த ஒற்றுமையைச் சாத்தியப்படுத்த அவர் விரும்பியது இந்துக்களின் மாநாடு. அல்லது இந்து மதத்தில் இருக்கும் அனைத்து கூறுகளைச் சார்ந்தவர்களையும் உள்ளடக்கிய விரிவானதொரு

அல்வார் (Princely State of Alvar)

மாநாடு. அப்படியொரு மாநாட்டைக் கூட்டி, இந்துக்களின் ஒற்றுமையை வலியுறுத்த வேண்டும், வேத நெறிகளை விளக்கிச் சொல்லவேண்டும் என்று விரும்பினார்.

அதேசமயம், தனியொரு மனிதனான தன்னால் அத்தனை பெரிய ஒருங்கிணைப்பைச் செய்ய முடியாது என்பதை விரஜானந்தர் உணர்ந்தே இருந்தார். ஆகவே, சமஸ்தான மன்னர்கள் பலருடைய உதவியையும் நாடினார். குறிப்பாக, ஜெய்ப்பூர் சமஸ்தான மன்னரிடம் தனது விருப்பத்தைக் கூறினார். அவர் ஆர்வம் காட்டினாரே தவிர ஆகவேண்டிய காரியங்களைச் செய்யவில்லை. மற்ற மன்னர்களும் முயற்சியெடுக்கவில்லை.

அதிருப்தி தோய்ந்த மனத்துடன் மதுராவுக்குத் திரும்பினார் விரஜானந்தர். அந்தச் சமயத்தில் தான் அவரைச் சந்திக்க வந்திருந்தார் தயானந்தர். தன்னுடைய பூர்வ கதையையும் வந்திருக்கும் நோக்கத்தையும் சுருக்கமாகச் சொன்னார் தயானந்தர். அலைவரிசை ஒத்துப்போவது போலத் தெரிந்தது விரஜானந்தருக்கு. ஆகட்டும் என்று சொல்லிவிட்டார். தயானந்தருக்கு ஆனந்தம். அப்போது தயானந்தரிடம் முக்கியமான கேள்வி ஒன்றை எழுப்பினார் விரஜானந்தர்.

'என்னால் உங்களுக்கு பாடம் மட்டும்தான் சொல்லித்தரமுடியும். ஆனால் உணவு தர முடியாது. துறவியான நீங்கள் உணவுக்கு என்ன செய்வீர்கள்?'

வயிற்றுப் பசிக்கான தேவையை நாங்கள் பூர்த்தி செய்துகொடுக்கிறோம், அவருடைய அறிவுப் பசியை நீங்கள் தீர்த்துவையுங்கள் என்று சொல்லி இரண்டு செல்வந்தர்கள் வந்தனர். அவர்கள் அமர்லால் ஜோஷி மற்றும் ஹர்தேவ். அன்று தொடங்கி விரஜானந்தரும் தயானந்தரும் பரஸ்பரம் தொடர் விவாதத்தில் ஈடுபட்டனர். தேவைப்படும் சுவடிகளை, நூல்களை எல்லாம் வாங்கிக் கொடுக்கும் பொறுப்பை ஜோஷியும் ஹர்தேவும் இன்னபிறரும் ஏற்றுக்கொண்டனர்.

தனக்கெழுந்த சந்தேகங்கள் அனைத்துக்கும் விரஜானந்தரிடம் நிவாரணம் தேடினார் தயானந்தர். அதற்கு விரஜானந்தர் பெற்ற அனுபவங்கள் அருமருந்தாக அமைந்தன. முக்கியமாக, வேதங்களின் உட்பொருள்களை அறிந்துகொள்வதற்குத் தேவையான சூத்திரங்களைக் கற்றுக்கொடுத்தார். அவற்றின் மூலம் தயானந்தருக்குப் புதிய தரிசனங்கள் கிடைத்தன. யோகக் கலையின் நுட்பங்களையும் கற்றுக்கொடுத்தார்.

பெருமிதமாக இருந்தது தயானந்தருக்கு. தான் மிகச்சரியான குருவைக் கண்டடைந்துவிட்டதாக உணர்ந்தார். ஒருவழியாக பாடங்கள் இறுதியடைந்தன. இப்போது குரு தட்சணை கொடுக்க வேண்டிய தருணம். என்ன வேண்டும் என்று கேட்டார் தயானந்தர். அப்போது சுவாமி விரஜானந்தர் பேசினார்.

'இன்றைய உடனடித் தேவை இந்துக்களின் ஒற்றுமை. அதைச் சாதிக்கும் சக்தி வேதங்களுக்கே உண்டு. ஆகவே, இந்துக்கள் வேத கால நெறிமுறைக்குத் திரும்பவேண்டும். அதற்கு உன்னால் ஆன காரியங்களைச் செய். அறிஞர்கள் மற்றும் அறிவுஜீவிகளுடன் தர்க்கம் செய். அவர்களுக்கு வேதங்களின் உன்னதத் தன்மையை உணர்த்து. எல்லோரிடம் நீ வலியுறுத்தவேண்டியது வேத நெறிகளைத்தான். அதற்காக உன்னுடைய உயிரைத் துறப்பதற்கும் தயாராக இரு. அதுதான் நீ எனக்குத் தரக்கூடிய சிறந்த குரு தட்சணையாக இருக்கமுடியும்!'

பாடம் கற்றுக்கொள்ளத் தொடங்கிய நாள் தொடங்கி இறுதிநாள் வரை விரஜானந்தர் அடிக்கடி வலியுறுத்திய முக்கிய விஷயங்கள் இரண்டு. வேத காலத்துக்குத் திரும்புதல் மற்றும் இந்து ஒற்றுமை. குரு காணிக்கையாகவும் அவற்றைத்தான் கோரினார். அந்த இரண்டும் இன்றைய உடனடித் தேவை என்று சுவாமி விரஜானந்தர் வலியுறுத்தியதற்கு என்ன காரணம்?

சிப்பாய் புரட்சி!

4

சிப்பாய்கள் கொளுத்திய புரட்சித்தீ

என்ஃபீல்ட் துப்பாக்கியை எடுத்துக் கையில் திணித்தபோது சிப்பாய்களுக்கு எவ்விதத் தயக்கமும் இருக்கவில்லை. தோட்டாக்கள் இருக்கும் உறையைப் பற்களால் கடித்து நீக்கி விட்டே பயன்படுத்தவேண்டும் என்று சொன்னபோதும் அவர்கள் அலட்டிக் கொள்ளவில்லை. ஆனால் அந்த உறைகள் பசு மற்றும் பன்றியின் கொழுப்பால் செய்யப்பட்டவை என்று அரசல் புரசலாகச் செய்தி வந்தபோது அதிர்ந்துபோனார்கள்.

பிரிட்டிஷ் ராணுவத்தின் சுதேசிப் படையில் இந்துக்களும் இஸ்லாமியர்களும் அதிகம் இருந்தனர். குறிப்பாக, உயர்சாதி இந்துக்களும் பிராமணர்களும். இந்துக்களுக்கு பசு என்றால் புனிதம். முஸ்லீம்களுக்கு பன்றி என்றால் ஹராம். விலக்கப்பட்ட பொருள். போதாது?

என்ஃபீல்ட் துப்பாக்கி எங்களுக்கு வேண்டாம் என்று ஒரே குரலில் சொல்லிவிட்டார்கள். எதிர்த்துப் பேசினால் என்ன நடவடிக்கை பாயும் தெரியுமா? என்று மிரட்டினார்கள் பிரிட்டிஷ் அதிகாரிகள். என்ன நடந்தாலும் தோட்டாவைத் தொடுவதில்லை என்றனர் திட்டவட்டமாக. அவ்வளவுதான். முரண்டு பிடித்த பர்ஹாம்பூர் சுதேசி வீரர்கள் அத்தனைபேரையும் அள்ளிப் போட்டுக்கொண்டு பாரக்பூர் வந்தனர். அங்கே அவர்களுக்கு நடவடிக்கை காத்திருந்தது.

ஏதோ விபரீதம் நடக்கப் போகிறது என்பது புரிந்துவிட்டது சிப்பாய் களுக்கு. ஆனால் அதைத் தடுக்க என்ன செய்வதென்று தெரியவில்லை.

மங்கள் பாண்டே

நான் சொல்கிறேன் என்று களமிறங்கினான் ஒரு சிப்பாய். மங்கள் பாண்டே. துடிப்பும் தீரமும் நிறைந்த வீரன்.

நம்முடைய இந்து மதத்தை அவமதிக்கும் பிரிட்டிஷாருக்குப் பாடம் புகட்டுவோம், வாருங்கள் என்று உரத்த குரலில் அழைத்தான். என்ன ஆயிற்று பாண்டேவுக்கு என்று சிப்பாய்கள் சுதாரிப்பதற்குள் பாண்டேவின் குரல் கேட்டு பிரிட்டிஷ் அதிகாரி ஹியூசன் வந்தார். ஏதோ விவகாரம் என்பது புரிந்து விட்டது. பாண்டேவைக் கைது செய்ய உத்தரவிட்டார். மறுநொடி பாண்டேவின் துப்பாக்கியில் இருந்து வெளியேறிய தோட்டா ஹியூசனின் உடலுக்குள் ஊடுருவி உயிரை வெளியேற்றியது.

பதைபதைத்துப் போனார்கள் சுதேசி சிப்பாய்கள். திட்டமிட்டுத்தான் களமிறங்கியிருக்கிறானா, அல்லது வெறும் உணர்ச்சிக் கொந்தளிப்பா? அவனுக்குப் பின்னால் அணிவகுப்பதா அல்லது பதுங்கிப் பின் வாங்குவதா? குழம்பிய குட்டையாக இருந்தது சிப்பாய்களின் கூடாரம். அங்கே மீன்பிடிக்கத் தயாரானார் இன்னொரு பிரிட்டிஷ் அதிகாரி. பெரும்படையுடன் வந்த அவர் பாண்டேவைக் கைது செய்தார். விசாரணையின் இறுதியில் சிப்பாய்களின் கண்ணெதிரே மங்கள் பாண்டே தூக்கிலிடப்பட்டான். இது நடந்தது 8 ஏப்ரல் 1857ல்.

தோட்டாக்களை ஏற்க மறுத்த சிப்பாய்கள் அவமதிக்கப் பட்டதும் பாண்டே தூக்கிலிடப்பட்டதும் ஏனைய சிப்பாய்களைக் கொதித்தெழச் செய்தன. அவமதித்த பிரிட்டிஷாரை அமைதியிழக்கச் செய்யவேண்டும் என்று சீறினர். பாரக்பூரில் எழுந்த புரட்சிப்பொறி தீயாக மாறி, அடுத்தடுத்த பகுதிகளுக்கும் பரவத் தொடங்கியது. சிப்பாய்களுக்கு ஆதரவாக மன்னர்களும் பொது மக்களும் களமிறங்கினர். எங்கு பார்த்தாலும் பரபரப்பு. பதற்றம். போர்க்கோலம். இத்யாதி இத்யாதிகள்.

> குழம்பிய குட்டையாக இருந்தது சிப்பாய்களின் கூடாரம். அங்கே மீன்பிடிக்கத் தயாரானார் இன்னொரு பிரிட்டிஷ் அதிகாரி.

உண்மையில், கொழுப்பு மட்டுமே புரட்சிக்குப் பின்னணியாக இருக்கவில்லை. சின்னதும் பெரியதுமாக அநேக காரணங்கள் அணிவகுத்து நின்றன. சிப்பாய் களுக்குச் சம்பளம் என்பது பெரிய பிரச்னை. பதவி உயர்வின் நிலை அந்தோ பரிதாபம். அனுபவமற்ற பிரிட்டிஷ் அதிகாரிகளுக்குக்கீழ் வேலை செய்யச் சொல்லி சுதேசி சிப்பாய்களின் சுயமரியாதையைச் சீண்டிக்கொண்டிருந்தனர் பிரிட்டிஷார்.

டல்ஹௌசி

நெற்றியில் மதச் சின்னங்கள் அணியக்கூடாது என்றார்கள். தலையில் தொப்பி அணியவும் தாடி வளர்க்கவும் தடை போட்டார்கள். யுத்தத்துக்காகக் கடல் தாண்டிச் செல்லவேண்டும் என்று கட்டாயப்படுத்தினார்கள். ஆனால் கடல் தாண்டினால் மத விலக்கம், சாதி விலக்கம் செய்யப்படுவோம் என்று அஞ்சினர் இந்து சிப்பாய்கள். அப்படியென்றால், படையிலிருந்து வெளியேறுங்கள் என்று பயமுறுத்தினார்கள்.

மேற்கண்ட தடைகள் எல்லாம் இந்து, முஸ்லிம் சிப்பாய்களுக்குத்தான். அவர்களே கிறித்தவத்துக்கு மதம் மாறினால் போதும், தடுக்கப்பட்ட அத்தனை சலுகைகளும் உரிமைகளும் தங்கத்தட்டில் வைத்துத் தரப்பட்டன. இந்த ஓரவஞ்சனை சிப்பாய்களைச் சினம் கொள்ளச் செய்தது. சீறிப்பாய்வதற்குத் தருணம் பார்த்துக்கொண்டிருந்தனர்.

சிப்பாய்கள் மட்டுமல்ல, சிற்றரசர்களுக்கும்கூட ஏராளமான நெருக்கடிகள். முதல் ஆபத்து வெல்லெஸ்லி வழியாக வந்து சேர்ந்தது. துணைப்படை என்ற பெயரில் பிரிட்டிஷ் வீரர்கள் அடங்கிய படையை சிற்றரசர்களின் பாதுகாப்புக்காக அனுப்பினார். அக்கம்பக்கத்து மன்னர்களால் வரக்கூடிய ஆபத்தைத் தவிர்க்க துணைப்படைகள் உதவும் என்பதால் அவற்றை சுதேசி மன்னர்கள் ஏற்றுக்கொண்டனர். அதற்கான கட்டணத்தைப் பணமாகக் கொடுக்காமல், நிலமாகக் கொடுத்தனர் சிற்றரசர்கள்.

ஒருகட்டத்தில் துணைப்படைகள் இல்லையென்றால் மன்னர்களுக்கு பதவி, உயிர் உள்ளிட்ட எவற்றுக்கும் உத்தரவாதம் இல்லை என்ற நிலை உருவானது அல்ல, உருவாக்கப்பட்டது.

அதைப் பயன்படுத்தி, சிற்றரசர்களைத் தங்களுடைய கைப்பிடிக்குள் கொண்டு வந்தனர் பிரிட்டிஷார். சிம்மாசனத்தில் இருந்தாலும் சிறை வைக்கப்பட்டிருப்பது போன்றே உணர்ந்தனர் சிற்றரசர்கள்.

அடுத்து டல்ஹௌசி ஒரு புதிய சட்டத்தைக் கொண்டுவந்தார். துணைப்படைத் திட்டத்தில் கையெழுத்திட்டுள்ள நாடுகளின் மன்னர்களுக்கு நேரடி வாரிசு இல்லையெனில், அவர்கள் வேறு எவரையும் வாரிசாகத் தத்தெடுக்கக்கூடாது. மாறாக, அந்த நாடுகளை பிரிட்டிஷாரிடம் ஒப்படைத்து விட்டு ஓரமாக ஒதுங்கிவிடவேண்டும்.

வெல்லெஸ்லி

நிலைகுலைந்து போனார்கள் நம்முடைய மன்னர்கள். ஆனாலும் எதிர்த்துப் பேசுவதற்குப் பயம். மௌன விரதத்தில் மூழ்கிப்போனார்கள். விளைவு, சதாரா, ஜெய்ப்பூர், ஜான்சி, நாகபுரி, சம்பல்பூர் என்று பல பகுதி களைக் கபளீகரம் செய்தனர் பிரிட்டிஷார். ஆட்சியை இழந்த மன்னர்கள் சிலர் அடுத்தக்கட்ட நகர்வுகள் பற்றி யோசிக்கத் தொடங்கினர்.

அயோத்தியின் மீதும் ஆங்கிலேயர்களுக்கு அடங்காத ஆர்வம் இருந்தது. ஆனால் அங்கே வாரிசுச் சிக்கல் எதுவுமில்லை. அதற்கென்ன, சட்டம் ஒழுங்கு சரியில்லை என்று சொல்லிவிட்டால் தீர்ந்தது விஷயம். அயோத்தி ஆங்கிலேயரிடம் அடைக்கலம் ஆனது. அதே வரிசையில் இன்னும் சில நாடுகளும் பிரிட்டிஷார் வசம் சென்றன. விளைவு, மனம் வெறுத்துப் போன மன்னர்கள் மத்தியில் மந்திராலோசனைகள் நடக்கத் தொடங்கின.

மன்னர்களுக்கு மட்டுமல்ல, மக்களும்கூட மனப்புழுக்கத்தில்தான் இருந்தனர். பிரிட்டிஷாரின் நிர்வாகம், அவர்களுடைய நடவடிக்கைகள் எதுவும் மக்களுக்குப் பிடிக்கவில்லை. நல்ல பதவிகள், உயர் பதவிகள், கௌரவமான பதவிகள் எல்லாம் இந்தியர்களுக்கு மறுக்கப்பட்டன. அவையெல்லாம் பிரிட்டிஷாரின் கைகளிலேயே இருந்தன. இரண்டாம், மூன்றாம் தர மக்களாகவே தாங்கள் நடத்தப்படுவதாக நினைத்து வருந்தினர்.

முக்கியமாக, விதவைத் திருமண ஆதரவு, குழந்தைத் திருமண ஒழிப்பு, உடன் கட்டை ஏறுதல் ஒழிப்பு போன்ற முற்போக்குத் திட்டங்கள்கூட மக்கள் மத்தியில் தவறான எண்ணங்களை உருவாக்கியிருந்தன. முற்போக்கு, பிற்போக்கு என்பதெல்லாம் ஒருபக்கம் இருக்கட்டும், என் மதத்தில் தலையிட நீ யார்? என்பதுதான் மக்களின் முதல் கேள்வியாக இருந்தது. இன்னும் இன்னும் பல விஷயங்கள் மக்கள் மத்தியில் முணுமுணுப்பைக் கிளப்பியிருந்தன.

போதாக்குறைக்கு, மதமாற்றம் வேறு பெரும் பிரச்னையாக உருவெடுத்திருந்தது. கிறித்தவர் களான பிரிட்டிஷார் இங்கிருக்கும் இந்துக்களையும் இஸ்லாமியர்களையும் தங்கள் மதத்துக்கு அழைத்துச் செல்லும் காரியத்தில் கண்ணும் கருத்துமாக இருந்தனர். எங்கள் மதத்துக்கு வந்தால் எல்லாம் கிடைக்கும் என்பது போன்ற தோற்றத்தை உருவாக்கினர். தாய் மதத்தில் இருந்து கிறித்தவ மதத்துக்கு மாறியவர்களுக்குச் சலுகைகள் தரப்பட்டன.

கிறித்தவப் பாதிரியார்கள் வெளியிட்ட பிரசுரங்கள் வேறு பதற்றத்தைக் கொடுத்தன. அவற்றில் இந்து மற்றும் இஸ்லாமியக் கடவுள்கள் விமரிசனத்துக்கும் வேடிக்கைக்கும்

இலக்காகியிருந்தனர். வேதங்களையும் குர் ஆனையும் கேலி செய்தனர். இது இந்துக்கள், இஸ்லாமியர்கள் மத்தியில் சர்ச்சையைக் கிளப்பியது.

இப்படி சகல தரப்பினரும் சத்தமின்றிப் புழுங்கிக்கொண்டிருந்த சமயத்தில்தான் மங்கள் பாண்டே புரட்சிப் பொறியைக் கிளப்பியிருந்தான். முக்கியமாக, மீரட் சிப்பாய்கள் மிதமிஞ்சிய வேகத்தில் இயங்கினர். தங்கள் மதத்தை அவமதித்த பிரிட்டிஷாரை வேரோடும் வேரடி மண்ணோடும் பிடுங்கி எறியும் வெறி ஒவ்வொரு சிப்பாயின் கண்களிலும் தெரிந்தது. புரட்சிக்கு நாள் குறித்தனர்.

10 மே 1857.

திட்டமிட்டபடி அதிகாலை கிளர்ந்தெழுந்த சிப்பாய்கள் மின்னல் வேகத்தில் காரியத்தில் இறங்கினர். சிறைச்சாலைக் கதவுகளை உடைத்தனர். அங்கே சிறைபட்டிருந்த சுதேசிச் சிப்பாய்களை மீட்டனர். அவர்களையும் கூடவே அழைத்துக்கொண்டு அந்த இடத்தை விட்டு வெளியே வந்தனர். கண்ணில்பட்ட, கையில் சிக்கிய பிரிட்டிஷ்காரன் ஒருவனைக்கூட விட்டு வைக்கவில்லை. தோட்டாக்களின் தோழமையுடன் சிப்பாய்கள் மனித வேட்டையாடினர்.

மீரட் வெடித்துக் கிளம்பியது பிரிட்டிஷாரைப் பதைக்கச் செய்தது. காரணம், பிரிட்டிஷாரின் பிரதான ராணுவ மையம் மீரட். அங்கே எழும்பும் ஒலி பிரிட்டிஷ் இந்தியா முழுக்க எதிரொலிக்கும். என்ன செய்யலாம் என்று யோசிப்பதற்குள் எல்லாம் கைமீறிப் போயிருந்தது. நசீராபாத், ரோஹில்கண்ட், கான்பூர், பீகார் என்று பல பகுதிகளிலும் புரட்சி நெருப்பு பரவிக் கொண்டிருந்தது.

சிப்பாய்களின் புரட்சி சுதேசி மன்னர்களையும் உந்தித் தள்ளியது. பிரிட்டிஷாரால் பாதிக்கப்பட்ட ஜான்ஸி ராணி லட்சுமி பாய், நானாசாஹிப், தாந்தியா தோப், கன்வர் சிங் போன்ற மன்னர்களும் தளபதிகளும் சரியான தருணத்துக்காகக் காத்துக்கொண்டிருந்தார்கள். சிப்பாய்கள் புரட்சியே சரியான தருணம் என்ற முடிவுக்கு வந்த அவர்கள் புரட்சியில் பங்கெடுக்கத் தயாராகினர். படை திரட்டி வந்த அவர்கள் பிரிட்டிஷாரைப் பதம் பார்க்கும் முயற்சியில் இறங்கினர்.

எதிர்ப்பு ஏற்படும் என்று தெரியும். இத்தனை மூர்க்கமானதாக இருக்கும் என்பதை ஊகிக்கவில்லை. ஏற்கெனவே தென்னிந்தியாவின் வேலூரில் சிப்பாய்கள் பிரிட்டிஷாருக்கு எதிராகச் சிலிர்த்துக் கிளம்பினர்.

அந்த விஷயம் சிப்பாய்களுக்குக் கூடுதல் உற்சாகத்தைக் கொடுத்தது. உத்தரவுக்குத் தலையசைத்தே பழகிப்போன சிப்பாய்கள், மேற்கண்ட மன்னர்களையும் தளபதிகளையும் தங்கள் தலைவர்களாக ஏற்றுக்கொண்டனர். அவர் காட்டும் பாதையில் செல்வதற்குத் தயாராக இருந்தனர். மன்னர்களோடும் சிப்பாய்களோடும் பொது மக்களும் சேர்ந்துகொள்ள, பிரிட்டிஷ் இந்தியாவின் ஒரு பிராந்தியமே பற்றியெறியத் தொடங்கியது.

பிரிட்டிஷாரின் அலுவலகங்கள் எல்லாம் தீக்கிரையாக்கப்பட்டன. அவர்களுடைய வீடுகள் எல்லாம் சூறையாடப்பட்டன. உச்சகட்டமாக, டெல்லி சிப்பாய்களின் கட்டுப்பாட்டில் வந்தது. முகலாய வம்சத்தின் கடைசி வாரிசான பகதூர் ஷாவை இந்தியப் பேரரசராக நியமித்தனர். பகதூர் ஷா பலவீனமானவர் தான். ஆனால் அவருக்குப் பின்னால் திரண்டிருந்தவர்கள் அனைவருமே திரிகொளுத்தப்பட்ட வெடிகுண்டு போன்றவர்கள். அதுதான் பிரிட்டிஷாரை யோசிக்க வைத்தது.

மீரட், டெல்லியைத் தொடர்ந்து ரோஹில்கண்ட், கான்பூர், அயோத்தி என பல பகுதிகளுக்கும் புரட்சி பரவிக் கொண்டிருந்தது. வருகின்ற செய்திகள் அனைத்துமே பிரிட்டிஷாருக்குப் பதற்றத்தைக் கொடுப்பவையாகவே இருந்தன.

எதிர்ப்பு ஏற்படும் என்று தெரியும். ஆனால் அது இத்தனை மூர்க்கமானதாக இருக்கும் என்பதை பிரிட்டிஷார் ஊகிக்கவில்லை. ஏற்கெனவே தென்னிந்தியாவின் வேலூரில் சிப்பாய்கள் பிரிட்டிஷாருக்கு எதிராகச் சிலிர்த்துக் கிளம்பினர். அவர்களை எல்லாம் சுலபத்தில் அடக்கியிருந்தார்கள். அப்படியொரு எழுச்சி மீண்டும் ஏற்பட்டுவிடக்கூடாது என்பதற்காகத்தான் இம்முறை சிப்பாய்கள் கண்ணுக்கு முன்னாலேயே மங்கள் பாண்டேவைத் தூக்கில் போட்டனர்.

அப்படிச் செய்வதன் மூலம் சுதேசி சிப்பாய்களை மன ரீதியாக ஒடுக்கிவிடலாம், அவர்களுடைய மனத்தில் அடியாழத்தில் உயிர்பயத்தை உருவாக்கிவிடலாம் என்று கணித்தனர். ஆனால் அது எதிர்மறைப் பலனைக் கொடுத்திருந்தது. சறுக்கல் ஏற்பட்டிருப்பது உண்மைதான். அதற்காக அப்படியே விட்டுவிடமுடியுமா என்ன. அடக்கியே தீரவேண்டும்.

புரட்சிக் கொடியைப் பறக்கவிட்டிருக்கும் சிப்பாய்களுக்கு நாம் கொடுக்கப்போகும் பதிலடி பயங்கரத்தின் முகவரியாக இருக்கவேண்டும், கலகம், கிளர்ச்சி என்பதையெல்லாம் இனிமேல் அவர்கள் கனவிலும்கூட நினைத்துப்பார்க்கக்கூடாது. தாக்குதலுக்குத் தயாராகினர் தளபதிகள்!

5

ஆரிய சமாஜத்துக்கு அடித்தளம்

சிப்பாய்களின் எழுச்சியைச் சிதைத்தே தீருவது என்று கங்கணம் கட்டிக் களமிறங்கியிருந்தனர் பிரிட்டிஷார். ராணுவப்படைகள் கூர்தீட்டப்பட்டன. எந்தப் பகுதிக்கு, எந்தப் படையினரை, எந்தப் பாதையில் அனுப்புவது என்பதற்கான வியூகங்களைத் துல்லியமாக வகுத்துக் கொடுத்தனர் அதிகாரிகள். இரும்பு இதயம் படைத்தவர்களாகப் பார்த்துப் பொறுக்கியெடுத்து, அவர்களைப் படைத்தளபதிகளாக நியமித்திருந்தனர்.

வில்லியம் டெய்லர். காலின் காம்ப்பெல். ஹாக்ரோஸ். ஹேவ்லாக். ஹென்றி லாரன்ஸ். நிக்கல்சன் என்று எல்லோருமே வன்மத்தின் விளைநிலங்கள். முக்கியமாக, ஜேம்ஸ் நீலைப் பற்றிச் சொல்ல வேண்டும். மூர்க்கத்தனத்தின் மொத்த உருவம்தான் ஜேம்ஸ் நீல். கான்பூரையும் லக்னோவையும் மீட்டெடுக்கும் பொறுப்பு ஜேம்ஸ் நீலின் வசம் தரப்பட்டிருந்தது. வாரணாசியைக் கவனித்துக்கொள்வது கூடுதல் பொறுப்பு.

சிப்பாய்களால் பிரிட்டிஷார் தாக்கப்பட்டதும் அவர்களுடைய குடும்பத்தினர் கொல்லப்பட்டதும் ஜேம்ஸ் நீலின் மனத்தைக் கொந்தளிக்கச் செய்திருந்தன போலும். கையில் தென்பட்ட அப்பாவி இந்தியர்கள் முதல் ஆவேசம் கொண்ட சிப்பாய்கள் வரை அத்தனை பேரையும் சிறைபிடித்து வரச்சொன்னார். சிலரைச் சுட்டுக்கொன்றார். பலரை வெட்டிக்கொல்ல உத்தர விட்டார். எஞ்சியவர்களைத் தூக்கிலிடச் சொன்னார்.

ஜான்சி ராணி

அத்தனை பேரையும் தூக்கில் போடுவதற்குத் தூக்கு மரம் வேண்டுமே என்று தயங்கி நின்றனர் கீழ்நிலை அதிகாரிகள். அதற்கென்ன, வழியெங்கும்தான் வரிசையாக மரங்கள் வளர்ந்து நிற்கின்றனவே என்று கைகாட்டினார் நீல். மறுநொடி மரங்கள் எல்லாம் இந்தியர்களின் மரண மேடையாக மாற்றம் பெற்றன. தன் கண்ணுக்கு எதிரே இந்தியர்கள் துடிதுடித்துச் செத்தது நீலுக்கு நெஞ்சு கொள்ளாத நிம்மதியைக் கொடுத்திருக்குமோ, என்னவோ!

அலகாபாத், கான்பூர், ஃபைசாபாத், அயோத்தி என்று புரட்சி நடந்த ஒவ்வொரு இடங்களிலும் புயல்வேகத் தாக்குதலை நிகழ்த்தினர் பிரிட்டிஷ் சிப்பாய்கள். கான்பூர், லக்னோ, அயோத்தி உள்ளிட்ட பகுதிகளில் எழுந்த புரட்சியை சர் காலின் காம்ப்பெல் அடக்கினார். ஜான்சியில் ஏற்பட்ட புரட்சியை சர் ஹக்ரோஸ் தலைமையிலான படை ஒடுக்கியது.

விளைவு, மிகுந்த எதிர்பார்ப்பை ஏற்படுத்திய சிப்பாய்ப் புரட்சி முற்றிலுமாக அடக்கப்பட்டது. உச்சக் கட்டமாக, டெல்லி பிரிட்டிஷாரின் கட்டுப்பாட்டுக்குள் வந்தது. மன்னர் பகதூர் ஷா கைது செய்யப்பட்டார். சற்றும் சளைக்காமல் போராடிய ஜான்சி ராணி லட்சுமி பாய் உள்ளிட்ட மன்னர்களும்கூட மரணத்தைத் தழுவினர். மொத்தத்தில், சிப்பாய்கள் எழுப்பிய புரட்சிக் குரல் ஒடுக்கப்பட்டது.

உண்மையில், சிப்பாய்களின் எழுச்சியை அடக்கி ஒடுக்குவதற்குள் பிரிட்டிஷ் படையினருக்கு மேல்மூச்சு கீழ்மூச்சு வாங்கிவிட்டது. ஆனால் அதை அவர்கள் ஒப்புக்கொள்ளத் தயாராக இல்லை.

பிரிட்டிஷ் இந்தியா முழுவதும் திரண்டெழுந்த மக்கள் போராட்டமாக சிப்பாய் புரட்சி அமையவில்லை.

புரட்சி என்று சொல்வதெல்லாம் அதிகபட்ச அங்கீகாரம். இது வெறும் கிளர்ச்சி அல்லது கலகம் என்றனர் பிரிட்டிஷார். ராணுவ முகாம் நடவடிக்கைகளில் அதிருப்தியடைந்த சில சிப்பாய்கள் நடத்திய சிறுபிள்ளை விளையாட்டு என்பதற்கும் மேலாக 1857 சம்பவங்களுக்கு எவ்வித மதிப்புமில்லை என்பது அவர்களுடைய வாதம். அதைத்தான் பிரிட்டிஷாரின் பதிவுகளும் வழிமொழிகின்றன.

பிரிட்டிஷாரிடம் மட்டுமல்ல, இந்தியர்கள் மத்தியிலும் சிப்பாய் புரட்சி பற்றிய வெவ்வேறு மதிப்பீடுகள்

ஜேம்ஸ் நீல்

உள்ளன. குறிப்பாக, அரசியல் வல்லுநர்கள், வரலாற்றாசிரியர்கள் என்று பலரும் பலவிதமான கருத்துகளை முன்வைக்கின்றனர். சிலர் கலகம் என்கிறார்கள். இன்னும் சிலர் எழுச்சி என்கிறார்கள். வேறு சிலர் சுதந்தர தாகத்தின் வெளிப்பாடு என்கிறார்கள்.

பிரிட்டிஷ் ராணுவத்தின் கட்டுப்பாடுகள் இந்துக்களுக்குப் பிடிக்கவில்லை. அவற்றைத் தனியாக எதிர்த்தால் எடுபடாது என்பதால் முஸ்லிம் சிப்பாய்களையும் தங்களுடன் சேர்த்துக் கொண்டு, கிறித்தவர்களுக்கு எதிரான கலகமாக மாற்றிவிட்டனர் என்ற கருத்தும் இருக்கிறது. அது மட்டுமல்ல, பிரிட்டிஷாருடன் தங்களுக்கு ஏற்பட்ட தனிப்பட்ட மோதல்களுக்குக் கணக்கு தீர்த்துக் கொள்வதற்கு இந்திய அரசர்கள் சுதேசிச் சிப்பாய்களைப் பயன்படுத்திக்கொள்ள விரும்பினர். அப்போது வெறுமனே அழைத்தால் வர மாட்டார்கள் என்பதால் சுதந்தரம், விடுதலை என்றெல்லாம் சொல்லி சிப்பாய்களைத் தந்திரமாகத் தம் வசப்படுத்தி விட்டனர் என்ற விமரிசனமும் இருக்கிறது.

புரட்சி என்றால் அது தேசத்தின் வரலாற்றில் மிகப்பெரிய திருப்புமுனையை ஏற்படுத்தியிருக்க வேண்டும். ஆனால் அதை 1857 சிப்பாய் புரட்சி சாதிக்கவில்லை. தவிரவும், பிரிட்டிஷ் இந்தியா முழுமையிலும் திரண்டெழுந்த மக்கள் போராட்டமாகவும் சிப்பாய் புரட்சி அமையவில்லை. முக்கியமாக, தென்னிந்தியாவில் சிப்பாய் புரட்சி எவ்வித தாக்கத்தையும் ஏற்படுத்தவில்லை. ஆகவே, 1857 நிகழ்வுகளுக்கு புரட்சி என்பது பொருந்தாப்பதம் என்கின்றன சில வரலாற்றுப் பதிவுகள்.

இந்தியாவின் ஓரிரு பகுதிகளில் மட்டுமே உருவான எழுச்சி என்பதற்காகவோ, அல்லது பிரிட்டிஷாரால் ஒடுக்கப்பட்டுவிட்டது என்ற காரணத்துக்காகவோ, 1857 நிகழ்வுகளை கலகம் என்ற வட்டத்துக்குள் சுருக்கிவிடமுடியாது. அவை, பிரிட்டிஷ் ஆட்சியாளர்களுக்கு எதிராக சுதேசிச் சிப்பாய்கள் மத்தியில் உருவான எழுச்சி, இந்திய மக்கள் மத்தியில் உருவான கிளர்ச்சி என்பதில் சந்தேகமில்லை. குறைந்தபட்சம், பின்னாளில் இந்தியர்களிடம் உருவான சுதந்தர உணர்வுக்கான ஆரம்பப்புள்ளி என்றே எடுத்துக்கொள்ளவேண்டும்.

பின்னாளில் ஏராளமான ஆய்வுகளையும் ஆவணங்களையும் கொண்டு புத்தகம் எழுதிய வி.டி. சாவர்க்கர், சிப்பாய் புரட்சியை இந்தியாவின் முதல் சுதந்தரப் போராட்டம் என்றே வர்ணித்தார். பின்னாளில் வெடித்த சுதந்தர வேட்டுக்குத் திரிகொளுத்தியது சிப்பாய்ப் புரட்சியே என்றார் சாவர்க்கர். இந்துத்வ சிந்தனை கொண்ட பல தலைவர்களும் சாவர்க்கரின் மதிப்பீட்டை வழிமொழியவே செய்தனர். ஆக, எப்படிப் பார்த்தாலும் இந்தியாவின் சுதந்தரப் போராட்ட வரலாற்றில் சிப்பாய் புரட்சி ஓர் தவிர்க்க முடியாத அத்தியாயம்தான்!

அப்படியொரு அத்தியாயம் தொடர்வது பிரிட்டிஷாருக்கு நல்லதல்ல என்பதால் அதனை வலுக்கட்டாயமாக முடிவுக்குக் கொண்டுவந்தனர். ஆனால் அது ஏற்படுத்திய அதிர்வுகள் பல தரப்பிலும் பலமாகக் கேட்கத் தொடங்கியது. முதல் அதிர்வு பிரிட்டிஷ் முகாமில்தான் கேட்டது.

இந்தியாவுக்குள் கிழக்கிந்தியக் கம்பெனி கால்வைத்த நொடியில் இருந்து கிட்டத்தட்ட நூறாண்டுகளுக்கு எவ்வித சலனமுமின்றி அமைதியாக இருந்தவர்கள் இந்தியர்கள். அப்படிப் பட்டவர்கள் எந்த நொடியில் கலகம், கிளர்ச்சி, புரட்சி என்றெல்லாம் கிளம்பி விட்டார்களோ, அந்த நொடியில் இருந்தே இந்தியாவை ஆள்வதற்கான தகுதியை கிழக்கிந்தியக் கம்பெனி இழந்துவிட்டது. இனி இந்தியா இங்கிலாந்து மகாராணியின் கட்டுப்பாட்டில் இயங்கும் என்று சொல்லிவிட்டார்கள். வெறும் வாய்ப்பேச்சாக அல்ல, சட்டத்தின் வழியாக!

1858 ஆம் ஆண்டு சட்டத்தின்படி கிழக்கிந்தியக் கம்பெனி தன்னுடைய அரசியல் அதிகாரங்களை இழந்தது. வைஸ்ராய் என்ற புதிய பதவி உருவாக்கப்பட்டது. இனி பிரிட்டிஷ் அரசின் பிரதிநிதியாக இருந்து இந்தியாவை ஆளும் பொறுப்பு வைஸ்ராய் வசம் இருக்கும் என்று அறிவிப்பு வெளியானது. பிரிட்டிஷ் இந்திய வரலாற்றில் சிப்பாய் புரட்சி ஏற்படுத்திய மிகப்பெரிய தாக்கம் என்று இந்த ஆட்சி மாற்றத்தைச் சொல்லலாம். ஆனால் இது இந்தியர்கள் விரும்பிய மாற்றமல்ல, பிரிட்டிஷார் அவர்களுடைய நலன் களுக்காக, அவர்களுடைய அதிகாரப் பகிர்வுக்காக, அவர்களாக ஏற்படுத்திக் கொண்ட ஆட்சி மாற்றம். அவ்வளவே.

இன்றைய உடனடித் தேவை இந்தியர்களின் ஒற்றுமை என்றார்கள் ஒருசிலர். இஸ்லாமியர்களின் ஒற்றுமையே அவசியம் என்றார்கள் சிலர்.

இன்னொரு பக்கம், சிப்பாய்ப் புரட்சியும் அது ஒடுக்கப்பட்ட விதமும் இந்தியர் களிடம் ஒருவித பயத்தையும் பீதியையும் ஏற்படுத்தியிருந்தது. தெரிந்த பேயான கிழக்கிந்தியக் கம்பெனியிடம் இருந்து தெரியாத பிசாசான பிரிட்டிஷாரின் கட்டுப் பாட்டுக்குள் வந்துவிட்டதாக நினைத்து கலக்கம் அடைந்தனர்.

பகதூர் ஷா கைது செய்யப்பட்டபோது...

இனி வரும் காலம் இம்சைகள் காலமாக இருக்குமோ என்ற சந்தேகம் ஒவ்வொருவரையும் அரிக்கத் தொடங்கியது. குறிப்பாக, சிப்பாய் புரட்சியின்போது இந்தியர்கள் நடந்துகொண்ட விதம், இந்தியச் சிப்பாய்களின் அணுகுமுறை, இந்திய மன்னர்களின் போக்கு ஆகியன பலத்த கேள்விக்குறிகளை எழுப்பின.

ஆம், சிப்பாய் புரட்சியை அடக்கியது என்னவோ பிரிட்டிஷ் ஆட்சியாளர்கள்தான். களத்தில் இறக்கப் பட்டவை பிரிட்டிஷாரின் ஆயுதங்கள்தான். ஆனால் அவற்றைச் சுமந்துகொண்டு களமாடியவர்கள் இந்தியச் சிப்பாய்கள். அவர்களே பிரிட்டிஷாரின் ஆகப்பெரிய பலம். அவர்களை நம்பித்தான் அத்தனை பெரிய காரியத்தில் இறங்கினார்கள் பிரிட்டிஷார். ஓர் உதாரணம் சொன்னால் புரியும்.

பிரிட்டிஷ் படையில் இருந்த மொத்த சுதேசிச் சிப்பாய்கள் சுமார் இரண்டு லட்சத்து முப்பதாயிரம் பேர். ஆனால் அவர்களில் பிரிட்டிஷாருக்கு எதிரான புரட்சியில் பங்கேற்றவர்கள் ஒரு லட்சத்துக்கும் குறைவானவர்களே. எனில், எஞ்சிய சுதேசிச் சிப்பாய்கள் என்ன செய்து கொண்டிருந்தார்கள்? யாருக்கு ஆதரவாக இருந்தார்கள்?

வங்காளம், பஞ்சாப் உள்ளிட்ட பகுதிகளைச் சேர்ந்த சுதேசிச் சிப்பாய்கள் பிரிட்டிஷாரின் பக்கமே இருந்தனர். அவர்களுடைய மனத்தில் சிப்பாய் புரட்சி எவ்வித தாக்கத்தையும் ஏற்படுத்தவில்லை. சரியாகச் சொல்ல வேண்டும் என்றால், பிரிட்டிஷாரின் கட்டளைக்குக் கட்டுப்பட்டு, தங்களுடைய சொந்த சகோதரர்களையே அழிக்கும் பணியில் அறிந்தும் அறியாமலும் ஈடுபட்டனர். அவர்களுடைய ஒத்துழைப்பு காரணமாகவே சிப்பாய் புரட்சி அதிக சிரமமின்றி ஒடுக்கப்பட்டது.

சிப்பாய்கள் மட்டுமல்ல, பல மன்னர்களும்கூட புரட்சிக்கு எதிரான மனநிலையில்தான் இருந்தனர். உன் உதவியும் எனக்குத் தேவையில்லை, என் உதவியும் உனக்குக் கிடையாது என்பது போன்ற நிலைப்பாட்டில்தான் பெரும்பாலான இந்திய மன்னர்கள் இருந்தனர். அதைத் தங்களுக்குச் சாதகமான வகையில் கச்சிதமாகப் பயன்படுத்திக் கொண்டனர் பிரிட்டிஷார்.

உதாரணமாக, பாட்டியாலா, நபா, ஜிந்த் உள்ளிட்ட சமஸ்தான மன்னர்களுக்கு சிப்பாய் புரட்சி மீது பெரிய மதிப்போ, கவலையோ இருக்கவில்லை. மாறாக, அவர்களுக்கு ஆங்கிலேயர் களுடன் நல்ல ஒத்திசைவு இருந்தது. ஆகவே, அக்கம் பக்கத்தில் இருந்து வந்த உதவிக் கோரிக்கைகளை எல்லாம் உதாசீனம் செய்துவிட்டனர். ஒருவேளை அவர்களுக்கு உதவி செய்தால் ஆங்கிலேயரின் அனல் பார்வைக்கு இலக்காகி விடுவோமோ, அதன் காரணமாக ஆட்சி அதிகாரங்களை இழந்து விடுவோமோ என்ற அச்சம் அவர்களைப் பீடித்திருந்தது.

ஆக, சிப்பாய்ப் புரட்சி ஒடுக்கப்பட்டதற்கு முக்கியமான காரணம் இந்தியர்களிடம் இருந்த ஒற்றுமையின்மை என்பது அப்பட்டமாகத் தெரிந்தது. அதுதான் எல்லோரையும் யோசிக்கச் செய்தது. பரஸ்பரம் உறவுகள் இல்லாமல், உதவிகள் இல்லாமல், குறைந்தபட்சம் புரிதல்கள் கூட இல்லாமல், தனித்தனித் தீவுகளாகத் தொடர்ந்து நீடிக்கும் பட்சத்தில் இந்தியர்களுக்கு விடிவு என்பதே சாத்தியமில்லை. நேற்றுவரை கிழக்கிந்தியக் கம்பெனியின் கட்டுப்பாட்டில் இருந்த இந்தியர்கள் இனி இங்கிலாந்து மகாராணிக்கு அடிமைகளாகச் செயல்படவேண்டும். அவ்வளவுதான்.

எனில், இந்தியர்களின் விடுதலைக்கு என்னதான் வழி?

அந்தக் கேள்விக்கு ஆளுக்கொரு விடையைச் சொன்னார்கள். இன்றைய உடனடித் தேவை இந்தியர்களின் ஒற்றுமை என்றார்கள் ஒருசிலர். இஸ்லாமியர்களின் ஒற்றுமையே அவசியம் என்றார்கள் சிலர். இந்து - முஸ்லிம் ஒற்றுமையே இன்றைய முக்கியத் தேவை என்றனர் இன்னும் சிலர். இவை எதுவுமே தீர்வல்ல, இந்துக்களின் ஒற்றுமையே இன்றைய இமாலயத் தேவை; அதைச் சாத்தியப்படுதுவதுதான் விடுதலைக்கான வழி என்றது ஒரு கம்பீரக் குரல். அதை எழுப்பியவர், சுவாமி தயானந்த சரஸ்வதி!

சிப்பாய்ப் புரட்சியை பிரிட்டிஷார் அடக்கிவிட்டாலும்கூட, அப்போது எழுந்த சுதந்தர நெருப்பு இன்னமும் அடங்கிவிடவில்லை. அதை அணையாமல் பார்த்துக்கொள்ளவேண்டும். அதுதான் விடுதலைக்கான வெளிச்சத்தைக் காட்டும் என்றார் தயானந்தர். சுதந்தர நெருப்பைத் தொடர்ந்து விசிறிவிடுவதற்கு வசதியாக பிரசார இயக்கம் ஒன்றைத் தொடங்கினார் தயானந்தர். அதன் பெயர், ஆரிய சமாஜம்!

6

சமஸ்கிருதம் கிளப்பிய சர்ச்சை

1857 சிப்பாய்ப் புரட்சியின் எதிரொலியாக மக்கள் மத்தியில் எழுச்சி உருவாகியிருக்கிறது. அது பிரிட்டிஷாருக்கு எதிரான அதிருப்தியின் வெளிப்பாடாக இருக்கலாம். அல்லது ஆத்திரத்தின் வெளிப்பாடாக இருக்கலாம். ஏன், விடுதலை உணர்வாகவும் இருக்கலாம். எதுவாக இருந்தாலும் சரி, அதனைச் சிந்தாமல் சிதறாமல் பயன்படுத்திக் கொள்ளவேண்டும் என்பதில் பல தலைவர்களும் முனைப்பு காட்டினர். அவர்களில் முக்கியமானவர், சுவாமி தயானந்த சரஸ்வதி.

'இந்துக்களிடம் ஒற்றுமையை உருவாக்க உன்னால் ஆன உழைப்பைச் செலுத்து. அதுவே நீ எனக்குத் தருகின்ற குரு காணிக்கை' என்று சுவாமி விரஜானந்தர் சொன்னதை நெஞ்சில் ஏந்திக் கொண்ட தயானந்தர், இனி என்னுடைய பணியும் பயணமும் இந்து ஒற்றுமையை இலக்காகக் கொண்டே இருக்கும் என்றார். மக்களிடம் உருவாகியிருக்கும் எழுச்சியை இந்து ஒற்றுமைக்கு மடைமாற்றிக் கொள்வதுதான் அறிவார்ந்த செயலாக இருக்கும் என்று சொல்லிக் களமிறங்கினார்.

ஆகப்பெரிய அந்தப் பணியை ஆக்ராவில் இருந்துதான் ஆரம்பித்தார். தான் வசிக்கும் இடம் ஆன்மீகவாதிகள், சன்னியாசிகள், சாதுக்கள் மற்றும் பக்தர்கள் என சகல தரப்பினரும் சந்திக்கும் இடமாக இருந்தால் நல்லது என்று நினைத்தார். அப்போது அறிமுகமானது

தயானந்தர்

குல்லாமல் தோட்டம். சின்னச் சின்னக் குடில்களால் ஆன தோட்டம். அவற்றில் ஒரு குடிலைத் தனக்குத் தேர்வுசெய்தார். மற்ற குடில்களிடமிருந்து தனது குடில் தனித்துத் தெரிய வேண்டுமே, என்ன செய்வது? தனது குடிலின் வாயிலில் ஒரு கம்பத்தை நட்டு, கொடி ஒன்றைப் பறக்கவிட்டார். அது, காவிக்கொடி!

தோட்டத்துக்கு வரும் இந்து பக்தர்களிடம் பேசினார். இந்து மதம், அதன் தொன்மை, பெருமை, உருவ வழிபாட்டின் சிக்கல்கள், முரண்கள், இந்துக்கள் வேத காலத்துக்குத் திரும்புதல், இந்துக்கள் ஓரணியில் திரள்வதன் அவசியம் ஆகியனவே அவருடைய உரைகளின் உள்ளடக்கங்கள். இந்துக்கள் அனைவரும் சந்தியா வந்தனம் செய்யுங்கள் என்றார். அதன் வாக்கியங்களை நூலாக அச்சிட்டு, ஆயிரக்கணக்கில் பிரதிகளிட்டு விநியோகம் செய்தார்.

அவருடைய பேச்சுக்கு ஆதரவு இருப்பது தெரிந்தது. ஆனால் அது கூடுகிறதா என்பதில் தயானந்தருக்குச் சந்தேகம். தனது கருத்துகள் குட்டைத் தண்ணீர் போல ஒரே இடத்தில் முடங்கியிருப்பதற்குப் பதிலாக ஆற்றுநீர் போல ஆர்ப்பரித்துச் செல்லவேண்டும் என்று விரும்பினார். தன்னை வந்து சந்திப்பவர்களுக்காகக் காத்திருப்பதைக் காட்டிலும் தானே நேரில் சென்று அவர்களைச் சந்திப்பதுதான் சரியாக இருக்கும் என்ற முடிவுக்கு வந்தார்.

ஆன்மீக பக்தர்கள் அதிக அளவில் கூடும் கோவில், திருவிழா, மாநாடு, கும்பமேளா போன்ற இடங்களுக் கெல்லாம் நேரில் சென்று முகாமிட்டார். அங்கேயே மேடை போட்டார். அங்கே திரண்டிருந்த மக்கள் மத்தியில் பேசினார். உருவ வழிபாட்டைத் தவிர்க்கச் சொன்னார். இறைவனுக்கு உருவம் என்பது இருக்கும் பட்சத்தில் தட்ப வெப்ப மாற்றம், நோய்கள், குறைகள், தோஷங்கள் போன்றவற்றில் இருந்து அவனால் விலகியிருக்க முடியாது. ஆகவே, இறைவன் உருவமற்றவன் என்பதில் எந்த மாற்றுக் கருத்தும் இல்லை என்றார்.

மேலும், இந்து மதத்தில் இருக்கும் சடங்குகளை, சம்பிரதாயங்களை எல்லாம் தவிர்ப்பதன் லாப, நட்டங்களை எடுத்துச்சொன்னார். பூஜை, புனஸ்காரங் களால் ஏற்படும் பொருளாதாரச் சிக்கல்களைப் பற்றிப் பேசினார். அவற்றில் இருக்கும் கெடுபிடிகளே

> உங்களை நீங்களே மீட்டுக்கொள்ளவேண்டும். அதற்கு நீங்கள் இந்துக்கள் என்பதை முதலில் உணரவேண்டும்.

குரு நானக்

மக்களின் மனமாற்றத்துக்கு மதமாற்றத்துக்கும் அழைத்துச் செல்கின்றன என்றார். இந்துக்களின் மனத்தைப் புண்படுத்தும் பசுவதையைத் தடை செய்ய வேண்டும் என்றார். பக்தர்கள் எழுப்பும் சந்தேகங்களுக்கு விளக்கங்களை எடுத்துச் சொன்னார்.

முக்கியமாக, இந்துக்கள் தங்களுக்குள் ஒற்றுமையில்லாமல் இருப்பதுதான் அந்நியர்களின் ஊடுருவலுக்கு அடிப்படையாக அமைந்தது. அதுதான் உங்களை இன்னமும் அடிமைகளாகவே வைத்திருக்கிறது. உங்களை நீங்களே மீட்டுக்கொள்ளவேண்டும். அதற்கு நீங்கள் இந்துக்கள் என்பதை முதலில் உணரவேண்டும். அரசியல் விழிப்புணர்வு அவசியம், அதற்கு ஆன்மீக விழிப்புணர்வு அடித்தளம் என்றார். அவருடைய கருத்துகள் இந்துக்கள் மத்தியில் வியப்பைக் கொடுத்தன. கூடவே, சில வினாக்களையும் எழுப்பின.

இந்து மதத்தின் பெருமைகளைப் பேசியபோது தயானந்தரைத் தாராளமாக ஆதரித்தவர்கள், அவருடைய உருவ வழிபாட்டு எதிர்ப்பையும் சடங்குகள் பற்றிய விமரிசனத்தையும் ஏற்பதற்குத் தயக்கம் காட்டினர். மூலாமூலைக்கு முணுமுணுப்புகள் கேட்கத் தொடங்கின. சிலர் எதிர்க்குரல் எழுப்பினர். தொடர்ந்து தயானந்தரைப் பேசவிடுவது இந்து மதத்துக்கு எதிராகப் போய்விடுமோ என்று கிசுகிசுக்கத் தொடங்கினர். அதை நேரடியாகச் சொன்னால் சரியாக இருக்காது என்பதால் சாஸ்திரத்தைத் துணைக்கு அழைத்துக் கொண்டனர்.

'சந்நியாசிகள் எந்தவொரு இடத்திலும் மூன்று நாள்களுக்கு மேல் தங்கியிருக்கக்கூடாது என்பது சாஸ்திர விதி. ஆகவே, உடனே இங்கிருந்து புறப்படுங்கள்.'

எதிர்ப்புகள் எங்கிருந்து, எப்படி வேண்டுமானாலும் வரும் என்பதை எதிர்பார்த்தே இருந்தார் தயானந்தர். ஆகவே, கொஞ்சமும் அலட்டிக்கொள்ளாமல் பதில் சொன்னார்.

'நான் ஒன்றும் பொழுதைக் கழிப்பதற்காக வரவில்லை. ஓய்வெடுக்கவும் வரவில்லை. எனக்கு வேறெந்த துர்நோக்கமும் எனக்கில்லை. என்னுடைய குருநாதரின் வழிகாட்டுதலின்படி, இந்து ஒற்றுமை என்றொரு நல்ல காரியத்தைச் செய்வதற்கான பயணத்தில் ஈடுபட்டிருக்கிறேன். அதன் ஒரு பகுதியாகவே இங்கு தங்கியிருக்கிறேன். ஆகவே, நீங்கள் சொல்லும் மூன்று நாள் சாஸ்திரம் எனக்குப் பொருந்தாது.'

என்றாலும், தயானந்தரின் பேச்சுகளும் விமரிசனங்களும் மெல்ல மெல்ல இஸ்லாத்தையும் கிறித்தவத்தையும் நோக்கிக் குவியத் தொடங்கின. எந்தவொரு மதத்தையும் விமரிசிப்பதோ, அவமதிப்பதோ, கண்டிப்பதோ என்னுடைய நோக்கமில்லை. மாறாக, உண்மைகளை உரத்த குரலில் எடுத்துச் சொல்வதும் தவறுகளைத் தயக்கமின்றிச் சுட்டிக்காட்டுவதும்தான் என்னுடைய இலக்குகள் என்ற பீடிகையுடன் வாதங்களைத் தொடங்குவது தயானந்தரின் வழக்கம்.

குறிப்பாக, ஆக்ராவிலிருந்து அஜ்மீருக்குச் சென்றபிறகு தயானந்தரின் வாதங்கள் முன்பைக் காட்டிலும் கூர்மையாக இருந்தன. இஸ்லாமியத் தலைவர்களுடன் நேரடியாகத் தர்க்கம் செய்தார். இஸ்லாம் என்பது இறை வணக்கத்தைத் தூண்டும் மார்க்கமாக அல்லாமல், ஓர் அரசியல் இயக்கம் போலவே இருக்கிறது என்றார். மசூதிகளில் நடைபெறும் தொழுகையும் ஒரு வகையில் உருவ வழிபாட்டுக்கு ஒப்பானதுதான். ஆகவே, அதனைத் தவிர்க்கவேண்டும் என்றார்.

திருக்குரான் என்பது கடவுளின் வார்த்தைகள் அல்ல. அது மனிதர்களால் உருவாக்கப்பட்டவை. ஆகவே, அது நம்பத்தகுந்த ஒன்றல்ல என்றார். இஸ்லாத்தில் சொல்லப்பட்டிருக்கும் பல கட்டளைகள் பகுத்தறிவுக்கு அப்பாற்பட்டவை என்றார். இது இஸ்லாமியர்கள் மத்தியில் சர்ச்சையைக் கிளப்பியது.

**இந்துக்கள்
வேத காலத்துக்குத்
திரும்பலாம், தவறில்லை.
ஆனால்
மாற்று மதத்தினர்
எப்படி இந்து மதத்தில்
இணைய முடியும்?**

கிறித்தவத்தையும் விட்டுவைக்கவில்லை. கிறித்தவத்தின் மிக முக்கியமான அம்சம், பாவ மன்னிப்பு. அதைத்தான் தயானந்தர் கேள்வி எழுப்பினார். ஒருவருடைய பாவத்தை இன்னொரு சுமப்பது சாத்தியமில்லாத ஒன்று; அவரவர் செய்த பாவத்தை அவரவர்தான் தீர்க்கமுடியும், தீர்க்கவேண்டும் என்றார். அந்த வகையில் பாவ மன்னிப்பு, பரிகாரம் போன்றவற்றை எல்லாம் வெறும் பிழைப்பு வாதம் என்று விமரிசித்தார்.

இஸ்லாத்தை விமரிசித்தார். எதிர்ப்புகள் எழுந்தன. ஆனால் கிறித்தவத்தை விமரிசனம் செய்தபோது கண்டனங்கள் எழுந்தன. ஆளும் பிரிட்டிஷார் அத்தனை பேருமே கிறித்தவர்கள் எனும்போது

எதிர்ப்பின் வீரியம் கூடுதலாக இருப்பது இயல்பான ஒன்று. எதிர்வினைகள் நடக்கத் தொடங்கின. சிலர் பிரிட்டிஷ் அதிகாரிகளிடம் சென்று புகார் செய்தனர். சிலர் நேரில் வந்து மிரட்டினர். எதிர்ப்புகள் அதிகரித்தபோது இன்னொரு இடத்துக்குச் சென்று பிரசாரத்தைத் தொடர்ந்தாரே தவிர விமரிசனத்தை நிறுத்தவில்லை.

இப்போது சீக்கிய மதத்தைக் கையில் எடுத்துக்கொண்டார். சீக்கிய மதத்தை நிறுவிய குரு நானக் பற்றிய தயானந்தரின் மதிப்பீடு இதுதான்:

'குரு நானக்கின் நோக்கங்கள் சிறந்தவை என்பதில் எந்தச் சந்தேகமும் இல்லை. ஆனால் அவருக்கு வழிமுறைகள் ஏதும் தெரிந்திருக்கவில்லை. கிராமப்புறங்களில் புழக்கத்தில் இருக்கும் பாமர மொழியைப் பேசினார். வேதங்கள், சாஸ்திரங்கள், சமஸ்கிருத மொழி ஆகியவை குறித்து அவருக்கு ஏதும் தெரியவில்லை. சமஸ்கிருத மொழியைத் தெரிந்து கொள்ளாத வரைக்கும் குரு நானக்கால் மற்றவர்களுக்கு எவ்வித ஆலோசனைகளையும் கொடுத்துவிட முடியாது. ஒரு சிறந்த சீடரைக்கூட அவரால் உருவாக்கிவிட முடியாது.'

சமஸ்கிருதத்தை முன்வைத்து தயானந்தர் கிளப்பிய சர்ச்சை சீக்கியர்கள் மத்தியில் விமரிசனத்தை எழுப்பியது. கூடவே, சீக்கிய மதத்தையும் கடுமையான விமரிசித்தார் தயானந்தர்.

'சீக்கியர்கள் உருவ வழிபாட்டை ஏற்கவில்லை. ஆனால், கிரந்த சாஹிப் என்கிற புத்தகத்தை அவர்கள் புனித நூலாக ஏற்றுக்கொண்டுள்ளார்கள். அதையே அவர்கள் வழிபடுகிறார்கள்.

ஆகவே, அதுவும்கூட உருவ வழிபாட்டுக்கு ஒப்பானதுதான். உருவ வழிபாட்டைச் செய்பவர்கள் கடவுளர்களின் உருவங்களைக் கோயில்களில் வைத்து, பக்தர்களிடம் காசு திரட்டுவது போலவே சீக்கியர்களும் புனித நூலைக் காட்டி மக்களிடம் காசு திரட்டுகிறார்கள்.'

முதலில் இந்து மதம். பிறகு இஸ்லாம், கிறித்தவம். இறுதியாக, சீக்கியம் என்ற பல மதங்களையும் விமரிசனம் செய்ததால் தயானந்தர் மீது பல முனைகளில் இருந்தும் விமரிசனங்கள் எழுந்தன. போலிச் சாமியார் என்றார்கள். கலகக்காரர் என்றார்கள். இந்துக்களின் எதிரி, இஸ்லாமியர்களின் அடியாள், கிறித்தவர்களின் கைக்கூலி, சீக்கியர்களின் விரோதி என்று அவரவர் பார்வைக்கு ஏற்ப பட்டங்களைக் கொடுத்தார்கள். விளைவு, நேர்மறையாகவும் எதிர்மறையாகவும் தயானந்தரின் பெயர் அனைத்து மத மக்கள் மத்தியிலும் பிரபலமாகிக்கொண்டே வந்தது.

அதற்காகவே காத்துக்கொண்டிருந்த தயானந்தர் ஒரு முக்கியத்துவம் வாய்ந்த அழைப்பை விடுத்தார். அது இந்து மதத்தில் மட்டுமல்ல, சர்வ மதத்தினர் மத்தியிலும் சர்ச்சைகளைக் கிளப்பியது. ஆம், வேத நெறிகளைப் பின்பற்றுகின்ற எவர் வேண்டுமானாலும் இந்து மதத்துக்கு வரலாம் என்றார் தயானந்தர். அதற்காக அவர் விதித்த ஒரே நிபந்தனை வேத நெறியை ஏற்றுக் கொள்ளவேண்டும். சமஸ்கிருதத்தைக் கற்றுக்கொள்ளவேண்டும் என்பது உப நிபந்தனை.

இஸ்லாமியர்களும் கிறித்தவர்களும் பார்சிகளும் யூதர்களும் இன்னபிறரும் வேத நெறியை ஏற்றுக்கொண்டால் அவர்களை இந்து மதத்தில் இணைத்துக்கொள்வதில் எந்தத் தயக்கமும் இல்லை. ஏனென்றால், நாடு, இனம், மொழி என அனைத்தையும் கடந்த மார்க்கமே வேதகால இந்து மார்க்கம் என்றார் தயானந்தர்.

இந்துக்கள் வேத காலத்துக்குத் திரும்பலாம், தவறில்லை. ஆனால் மாற்று மதத்தினர் எப்படி இந்து மதத்தில் இணைய முடியும் என்ற கேள்விக்கு தயானந்தரின் பதில் எளிமையானது. சர்ச்சை நிரம்பியதும்கூட.

இந்துஸ்தானத்தில் உள்ள இஸ்லாமியர்களும் கிறித்தவர்களும் ஏதோவொரு காலத்தில், ஏதோவொரு தலைமுறையில் இந்துக்களாக இருந்தவர்கள்தாம். எந்தக் காரணத்தாலோ அவர்கள் வேற்று மதங்களுக்கு மாறிவிட்டார்கள். அவர்கள் எல்லோரும் தாய் மதத்துக்குத் திரும்பினால் அதுதான் உண்மையான இந்து ஒற்றுமை. ஆகவே, அனைவரும் இந்து மதத்துக்குத் திரும்புங்கள் என்று அழைப்பு விடுத்தார்.

இந்து ஒற்றுமை என்ற பெயரில் இதர மதங்களுக்குள் பிளவுகளை ஏற்படுத்துகிறார் தயானந்தர் என்ற குற்றச்சாட்டு எழுந்தது. மத துவேஷத்தைத் தூண்டுவதன் மூலம் உருவாகும் இந்து ஒற்றுமை ஆரோக்கியமானதல்ல, ஆபத்தானது என்றனர் தயானந்தரின் எதிர்ப்பாளர்கள்.

தயானந்தரின் அழைப்புக்கு எதிர்க்குரல்கள் எழும்பியது போலவே, ஆதரவுக் குரல்களும் ஆங்காங்கே கேட்கத் தொடங்கின. அது தயானந்தரை உற்சாகப்படுத்தியது. அவர்களைத் தம்வசப்படுத்த ஓர் உத்தியைக் கையில் எடுத்தார். அதைத்தான் சுவாமி சிரத்தானந்தர் தொடங்கி சாவர்க்கர் வரை பலரும் பின்னாளில் பயன்படுத்தினர். அந்த உத்தியின் பெயர், சுத்தி!

7

சாதி வேண்டாம், மதம் வேண்டும்

ஆபத்தானவர் என்றார்கள். அபாயத்தின் அறிகுறி என்றார்கள். இன்னும் இன்னும் நிறைய விமரிசினம் செய்தார்கள். ஆனாலும் தயானந்தருக்கு இந்துக்கள் மத்தியில் ஆதரவு பெருகிக் கொண்டு தான் இருந்தது. வந்து சேரும் அத்தனையும் வளமான விதைகள் என்பது தயானந்தருக்குத் துல்லியமாகப் புரிந்தது. அவற்றை வெற்றிடத்தில் சேகரித்து வைப்பதற்குப் பதிலாக சரியான நிலத்தில் விதைக்க விரும்பினார். அந்த நிலத்தின் பெயர், ஆரிய சமாஜம்.

10 ஏப்ரல் 1875 அன்று பம்பாயில் வைத்து ஆரிய சமாஜம் என்ற அமைப்பு அதிகாரபூர்வமாகத் தொடங்கப்பட்டது. சமாஜம் என்றால் சங்கம் என்பது புரிகிறது. சரி. அது என்ன ஆரியர்கள்? நேற்று வரைக்கும் இந்து மதம், இந்து ஒற்றுமை என்று முழங்கிக்கொண்டிருந்த தயானந்தர், அமைப்பு என்று வந்ததும் ஏன் இந்துக்களைக் கைவிட்டு, ஆரியர்களைக் கைப்பிடித்தார்? என்ற கேள்வி பரவலாக எழுந்தது.

புண்ணியமான பாரத பூமியில் பாரம்பரியமாகத் தொடர்ந்து வரும் சமுதாயத்தில் பிறக்கும் ஒவ்வொரு மனிதரும் ஆரியரே என்பது தயானந்தரின் பொழிப்புரை. இங்கே சமுதாயம் என்று தயானந்தர் சொல்வது இந்துக்களைத்தான். எனில், இந்து சமாஜம் எனறு பெயர் வைத்தால் என்ன.. ஆரிய சமாஜமும் என்று அழைத்தால் என்ன... எல்லாம் ஒன்றுதான்!

மேலும், ஆரியர்கள் என்றால் பண்பில் சிறந்த மேலோர், உயர்ந்த குணம் படைத்தோர் என்று பொருள். அந்த அடிப்படையில்தான் தயானந்தர்

ஆரிய சமாஜம் என்ற பெயரைத் தேர்வு செய்திருக்கிறார் தயானந்தர் என்று பின்னாளில் விளக்கம் கொடுத்தார்கள் ஆரிய சமாஜிகள்.

தயானந்தர்

ஆரிய சமாஜத்தில் சகட்டு மேனிக்கு உறுப்பினர்களைச் சேர்ப்பதில் தயானந்தருக்கு விருப்பமில்லை. பலத்த வடிகட்டலுக்குப் பிறகு வந்து சேர்பவர்களை மட்டும் வரவில் வைத்துக் கொண்டால் போதும் என்பது அவருடைய முடிவு. அந்த வகையில் ஆரிய சமாஜத்தில் சேர விரும்புவோருக்கு கறாரான நிபந்தனைகளை விதிக்கப்பட்டன. புலால் உணவைத் துறந்தால் மட்டுமே ஆரிய சமாஜத்துக்குள் அடியெடுத்து வைக்கமுடியும் என்பது முக்கிய நிபந்தனை.

அடுத்தது, சாதி. வேத கால இந்து மதத்தில் எந்தவிதமான சாதிப்பிரிவுகளும் கிடையாது என்று சொன்ன தயானந்தர், ஆரிய சமாஜத்தில் இணைபவர்கள் தங்களுடைய சாதி அடையாளத்தைத் துறக்கவேண்டு மென வலியுறுத்தினார். ஆனால் மத அடையாளத்தைக் கைவிடுங்கள் என்று கட்டாயப்படுத்தவில்லை. ஆம், சாதி வேண்டாம், மதம் வேண்டும் என்பது தயானந்தரின் வாதம்.

அடுத்து, ஆரிய சமாஜிகளின் கடமைகள், உரிமைகள், கொள்கைக் கோட்பாடுகள் ஆகியவற்றை உள்ளடக்கிய புத்தகம் ஒன்றை எழுதத் தொடங்கினார் தயானந்தர். முக்கியமாக, இந்து மதம் பற்றியும் வேதங்கள் பற்றியும் மாற்று மதத்தைச் சேர்ந்தவர்களுடனும் தான் நடத்திய வாதப் பிரதிவாதங்களையும் தர்க்க மோதல்களையும் அந்தப் புத்தகத்தில் இணைக்க விரும்பினார்.

கடவுள், மதம், சன்னியாசிகள், இல்லறம், அரசாங்கம், அரசியல், வேதங்கள் பற்றி விரிவாகவும் விளக்கமாகவும் விவாதிக்கும் புத்தகம் அது.

பலத்த முயற்சிகளுக்குப் பிறகு பதினான்கு அத்தியாயங் களைக் கொண்ட விரிவான புத்தகத்தைத் எழுதி முடித்த தயானந்த சரஸ்வதி, அதற்கு சத்தியார்த்த பிரகாஷிகா என்று பெயர் வைத்தார். சத்தியார்த்த பிரகாஷா அல்லது சத்தியார்த்த பிரகாஷ் என்றும் சொல்வார்கள். அதற்கு சத்தியத்தின் ஒளி அல்லது உண்மையின் வெளிச்சம் என்று பொருள்.

உண்மையில், அந்த நூலைத் தனது தாய்மொழியான குஜராத்தியில் எழுதவில்லை, தான் அதிகம் நேசித்த சமஸ்கிருதத்திலும் எழுதவில்லை. மாறாக, இந்தியில்தான் எழுதினார். தனது கருத்துகள் மக்களைச் சென்று சேரவேண்டும் என்றால் சொற்ப எண்ணிக்கை யிலான மக்கள் மட்டுமே பேசும் சமஸ்கிருதம் சரியாக

லாலா லஜபதி ராய்

வராது, கணிசமானோர் பேசும் இந்தி மொழியே சரியாக இருக்கும் என்பது அவருடைய கணிப்பு.

பின்னர் அந்த நூல் Light of Truth என்ற பெயரில் ஆங்கிலத்தில் மொழிபெயர்க்கப்பட்டது. மேலும், ஆங்கிலம், சமஸ்கிருதம், பஞ்சாபி, மராத்தி, குஜராத்தி, மலையாளம், கன்னடம், தமிழ் உள்ளிட்ட இருபதுக்கும் மேற்பட்ட மொழிகளுக்கு மொழிபெயர்ப்பு செய்யப்பட்டது.

அந்தக் காலகட்டத்தில் வெளியான சர்ச்சைக்குரிய புத்தகங்கள் பட்டியலில் சத்தியார்த்த பிரகாசிகாவுக்குப் பிரதான இடமுண்டு. கடவுள், மதம், சன்னியாசிகள், இல்லறம், அரசாங்கம், அரசியல், வேதங்கள் பற்றியெல்லாம் விரிவாகவும் விளக்கமாகவும் விவாதிக்கும் அந்தப் புத்தகத்தின் கடைசி நான்கு அத்தியாயங்கள் முக்கியமானவை.

அவற்றில் முதல் இரண்டு அத்தியாயங்கள் இந்தியாவில் உள்ள பௌத்தம், சமணம் உள்ளிட்ட மதங்கள் மற்றும் அவற்றின் பிரிவுகளை விமரிசித்தன. அடுத்த அத்தியாயம் கிறித்தவம் மற்றும் பைபிளையும், இறுதி அத்தியாயம் இஸ்லாம் மற்றும் குர் ஆனையும் தீவிரமான மொழியில் விமரிசித்தன. குறிப்பாக, நபிகள் நாயகம், போப் ஆண்டவர் பற்றிய விமரிசனங்கள் பலத்த சர்ச்சைகளைக் கிளப்பின.

ஆரிய சமாஜிகளின் அதிகாரபூர்வ கொள்கை விளக்கக் குறிப்பேடு என்று சொல்லப்படும் அந்தப் புத்தகம் குறித்து இரண்டு முக்கியத் தலைவர்களின் மதிப்பீடுகள் கூடுதல் கவனம் பெறுகின்றன. அவை அந்தப் புத்தகத்தின் உள்ளடக்கத்தையும் உள்ளர்த்தங்களையும் ஒருங்கே எடுத்துச்

சொல்லும். முதலில் லாலா லஜபதி ராயின் மதிப்பீடு. இவர் ஆரிய சமாஜத்தின் ஆரம்ப கால உறுப்பினர்களுள் ஒருவர். பின்னாளில் காங்கிரஸ், சுயராஜ்ஜியக் கட்சி ஆகியவற்றின் அதிமுக்கியத் தலைவராக விளங்கியவர்.

பத்தொன்பதாம் நூற்றாண்டின் பிற்பகுதியில் இந்தியாவில் வேதங்களைப் பற்றி யாரும் அறிந்துகொள்ள முடியாது. அவற்றை எவரும் வாசிக்க முடியாது. அவற்றில் சொல்லப் பட்டுள்ள விஷயங்களைப் பற்றி யாரும் வெளிப்படையாக விவாதிக்க முடியாது. இந்த நிலைமைதான் பல ஆண்டுகளுக்கு நீடித்தது. ஆனால் தற்போது இந்து மதத்தைச் சார்ந்த சகல பிரிவினரும் சாதியினரும் வேதங்களைப் படிக்கவும் அது குறித்து விவாதிக்கவும் முடிகிறது. நம்முடைய சமுதாயத்துக்காக தயானந்தர் ஆற்றிய ஆகப்பெரிய தொண்டு இது. இந்து இந்தியாவின் பாதுகாவலர் என்று தயானந்தரை அழைப்பது எல்லா வகையிலும் பொருத்த மானது.

அடுத்து காந்தியின் மதிப்பீடு. அது லாலா லஜபதி ராயின் மதிப்பீட்டில் இருந்து முற்றிலும் மாறுபட்டதாக இருந்தது.

ஆரிய சமாஜிகளின் பைபிளான சத்தியார்த்த பிரகாசிகாவை நான் படித்திருக்கிறேன். இவ்வளவு பெரிய சீர்திருத்தவாதியால் எழுதப்பட்ட இவ்வளவு ஏமாற்றத்தைத் தரும் வேறெந்தப் புத்தகத்தையும் நான் படித்ததில்லை. சத்தியத்துக்காகவே வாழ்வதாக அவர் சொல்லியுள்ளார். ஆனால் தம்மையும் அறியாமலே சமண, இஸ்லாமிய, கிறித்தவ, இந்து மதங்களைத் திரித்துக் கூறுகிறார். இந்த மதங்களைப் பற்றி மேலெழுந்தவாரியாகத் தெரிந்தவர்கள்கூட இந்தப்பெரிய சீர்திருத்தவாதி செய்துள்ள தவற்றைக் காண முடியும்.

ஆதரவாளர்களை ஒருங்கிணைக்க ஆரிய சமாஜம் என்ற அமைப்பு தயார். அவர்களைக் கட்டுப்படுத்தி வழிநடத்த சத்தியார்த்த பிரகாசிகா என்ற பெயரில் கொள்கைக் கோட்பாடுகள் தயார். இனி செயல்படவேண்டியதுதான் பாக்கி. அனைத்து மதங்களையும் அநாயாசமாகத் தாக்கிய தயானந்தர், தன்னுடைய அமைப்புக்கான ஆதரவாளர்களையும் அந்த மதங்களில் இருந்தே திரட்ட விரும்பினார். அதற்காக அவர் பயன்படுத்திய உத்திதான், சுத்தி சடங்கு.

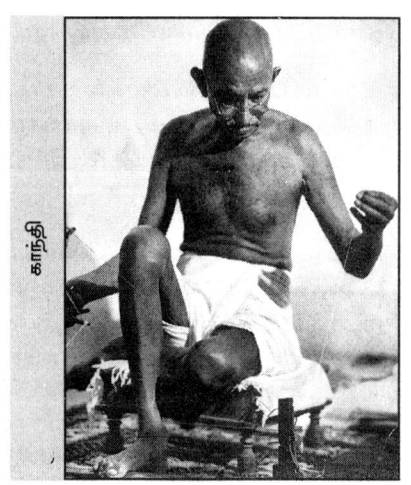
காந்தி

வேத காலத்துக்குத் திரும்புங்கள் என்று அழைப்பு விடுத்த தயானந்த சரஸ்வதி, அந்த அழைப்பு இந்துக்களுக்கானது மட்டுமல்ல, அனைத்து மதத்தினருக்கும் பொருந்தக் கூடியது என்று சொன்னார். அது பலத்த அதிர்வலைகளைக் கிளப்பியது. அதிலும் குறிப்பாக, இஸ்லாமியர்களும் கிறித்தவர்களும் சீக்கியர்களும் விரும்பினால் அவர்களை இந்து மதத்தில் இணையலாம் என்று சொன்னது சர்ச்சை களின் உச்சம்.

ஏதோவொரு காரணத்துக்காக மாற்று மதத்துக்குச் சென்றவர் கள் மனம் மாறி, தாய் மதம் (இந்து) திரும்ப விரும்பினால் அவர்களை ஏற்றுக்கொள்வதற்கும் அவர்களைச் சுத்திகரிப்பு செய்வதற்கும் சுத்தி சடங்கு என்ற பெயரில் புதிய சடங்கை அறிமுகம் செய்தார் தயானந்தர். சுத்தி என்ற சமஸ்கிருதச் சொல்லுக்கு சுத்தப்படுத்துதல் அல்லது புனிதப்படுத்துதல் என்று பொருள்.

எனில், மாற்று மதங்களுக்குச் சென்ற வர்கள் எல்லாம் மாசுபட்டுப் போன வர்களா என்று கேள்வி எழுப்பினர் தயானந்தரின் விமரிசகர்கள். என்றாலும், அத்தனை சர்ச்சைகளையும் கடந்து சுத்தி சடங்கைத் தீவிரப்படுத்தத் தயாரானார் தயானந்தர். தவிரவும், சுத்தி சடங்கு ஒன்றும் புதிய கண்டுபிடிப்பு அல்ல, வேத காலத்தில் இருந்தே புழக்கத்தில் இருந்த சடங்குதான் என்று சொன்ன அவர், இடைக்காலத்தில் நின்று போயிருந்த அந்தச் சடங்கை இப்போது மறு பயன்பாட்டுக்குக் கொண்டு வந்திருப்பதாகச் சொன்னார்.

> ஆண்களுக்கு மட்டுமல்ல, பெண்களுக்கும்கூட சுத்தி சடங்கைச் செய்தார். அப்போது அவர்களுக்கும் பூணூல் அணிவிக்கப்பட்டது.

இந்து மதத்துக்குத் திரும்ப விரும்பு வோரின் தலையில் நீரைத் தெளித்து, தோளில் பூணூலை அணிவிப்பார். பின்னர் வேள்வித் தீ வளர்த்து, வேத மந்திரங்களைச் சொல்வார்கள். அவற்றை சம்பந்தப்பட்ட நபர் திரும்பச் சொன்னதும், அவர் புனிதம் செய்யப்பட்டு, தாய் மதத்துக்குத் திரும்பிவிட்டார் என்று அர்த்தம்.

சடங்குகளை எல்லாம் சகட்டுமேனிக்கு விமரிசித்த தயானந்தர், இப்போது சுத்தி என்ற பெயரில் இன்னொரு சடங்கை ஊக்குவிக்கலாமா என்ற கேள்வி எழுந்தது. அதற்கு விளக்கம் கொடுத்த தயானந்தர், 'மற்ற சடங்குகளைப் போல சுத்தி சடங்கு ஆடம்பரமானது அல்ல, மிக எளிமையான, எல்லோர்க்கும் சாத்தியமாகக்கூடிய சடங்கு' என்றார்.

ஆரிய சமாஜத்தின் முதல் அதிகாரபூர்வ சுத்தி சடங்கு 1877ல் டேராடூனைச் சேர்ந்த இஸ்லாமிய இளைஞருக்கு நடத்தப்பட்டது. அந்தச் செய்தி வெளியானபோது தயானந்தருக்கு ஆதரவும் எதிர்ப்பும் கலவையாக வந்தது. அவற்றுக்கு மத்தியில் சுத்தி சடங்கைத் தீவிரமாக அமல்படுத்தினார் தயானந்தர்.

சுத்தி சடங்கின் வழியாக இந்து மதத்துக்குத் திரும்புவோரை ஆரிய சமாஜிகள் என்று அழைக்கச் சொன்னார் தயானந்தர். ஆண்களை மட்டுமல்ல, பெண்களுக்கும்கூட சுத்தி சடங்கைச் செய்தார். அப்போது அவர்களுக்கும் பூணூல் அணிவிக்கப்பட்டது. அதுவும் சர்ச்சையைக் கிளப்பியது. ஆக, சிக்கல்களும் சர்ச்சைகளும் மத்தியில் ஆரிய சமாஜம் பல மாநிலங்களில் கிளை பரப்பத் தொடங்கியது.

தயானந்தருக்கு மகிழ்ச்சிதான். ஆனாலும் இயக்கம் எதிர்பார்த்த வேகத்தில் பரவவில்லையோ என்ற சந்தேகம் எழுந்தது. அந்தச் சூழலில் ஆரிய சமாஜம் மூன்று முக்கிய ஆயுதங்களைக் கையில் எடுத்தது. முதலில் வேத பாட சாலைகள்.

ஆரம்ப காலம் தொட்டே வேதங்களைப் பற்றிப் பேசிக்கொண்டிருந்த தயானந்தர், அவற்றைக் குழந்தைகளுக்கும் கற்றுக்கொடுக்க விரும்பினார். புரவலர்களின் உதவியோடு வெவ்வேறு பகுதிகளில் வேத பாடசாலைகளை உருவாக்கினார். பின்னாளில் உருவான டி.ஏ.வி. பள்ளிகளின் ஆரம்பப்புள்ளி தயானந்தர் ஆரம்பித்த வேத பாடசாலைகளில் இருந்துதான் தொடங்கியது.

அடுத்து, இந்தி மொழியைப் பரப்புதல். சமஸ்கிருதம்தான் தயானந்தரின் ஆதர்ச மொழி. இந்துக்கள் ஒவ்வொருவரும் கற்றுக்கொள்ள வேண்டிய மொழி என்று அவர் சுட்டிக்காட்டியது சமஸ்கிருதத்தைத்தான். என்றாலும், வெகுஜனத்தை ஈர்ப்பதற்கு இந்தி மொழிதான் சரியாக இருக்கும் என்று கணித்தார். இந்துக்களை ஓரணியில் திரட்ட இந்தி மொழியே இசைவான மொழி என்றும் தீர்மானித்தார்.

ஒரு நாடு ஒற்றுமையாக இருக்க ஒற்றை மொழி பொதுவான மொழியாக இருத்தல் அவசியம். இந்தியாவுக்கு இந்திதான் பொதுமொழி. இந்தியை இந்துஸ்தானத்தின் பொதுமொழியாக மாற்றுவது குறித்து யோசிக்கவேண்டிய தருணம் வந்துவிட்டது என்று பேசத் தொடங்கினார் தயானந்தர். அந்தப் பேச்சுக்கு ஆதரவு பெருகத் தொடங்கியது.

ஆரிய சமாஜம் அடிமேல் அடி வைத்து வளரத் தொடங்கியது. அப்போது அடுத்த ஆயுதத்தைக் கையில் எடுத்தார் தயானந்தர். அது, பசுவதை எதிர்ப்பு!

8

பசுவை வைத்து... பாதை வகுத்து...

பிரசார நோக்கத்துடன் தொடங்கப்பட்ட இயக்கம்தான் ஆரிய சமாஜம். என்றாலும், அதை அப்படியே கொண்டுசெல்வதில் தயானந்தருக்குத் தயக்கங்கள் இருந்தன. காரணம், அந்த இயக்கம் எதிர்பார்த்த வேகத்தில் வளர்ச்சியைப் பெறவில்லை. மாறாக, போராட்டங்கள் எதையும் கையிலெடுக்கும் பட்சத்தில் ஆரிய சமாஜம் அதிவேகமாக வளரும் என்று கணித்தார் தயானந்தர். அதற்கான திட்டமும் அவர் கைவசம் இருந்தது. அது, பசுவதை எதிர்ப்பு.

உண்மையில், ஆரிய சமாஜம் தொடங்கப்படுவதற்கு முன்பிருந்தே பசுவதைக்கு எதிரான குரல்கள் அங்கொன்றும் இங்கொன்றுமாகக் கேட்டுக்கொண்டிருந்தன. குறிப்பாக, 1870களில் பஞ்சாப் பிராந்தியத்தில் இந்து - பசுப் பாதுகாப்பு இயக்கம் என்ற பெயரில் சிறிய அளவிலான அமைப்பு செயல்பட்டது. ஆனால் அது மக்கள் மத்தியில் பெரிய அளவிலான தாக்கத்தை ஏற்படுத்தவில்லை. அதுதான் தயானந்தரை யோசிக்க வைத்தது.

பசுவை கோமாதா என்று வணங்குபவர்கள் இந்துக்கள். பசுவின் பாலையும் சாணத்தையும்கூட புனிதப் பொருளாகக் கருதுபவர்கள். ஆனால் பசுக்கள் உணவுக்காகவும் வேறுபல காரணங்களுக்காகவும் வதைக்கப்படுவதை இந்துக்கள் ஏன் வலுவாக எதிர்க்கவில்லை என்ற கேள்வியை அடிப்படையாக வைத்துக்கொண்டு ஆரிய சமாஜத்தின் அடுத்தக்கட்ட நகர்வுகளைத் தீர்மானிக்கத் தொடங்கினார் தயானந்தர்.

கோமாதா

பசு என்பது இந்துக்களின் புனிதக் குறியீடு. இந்துக்களின் பெருமிதத்துக்குரிய அடையாளங்களுள் ஒன்று. அத்தகைய பசுக்களை உணவுக்காகக் கொலை செய்கிறார்கள் இஸ்லாமியர்கள். அதன் மூலம் இந்துக்களின் ஆன்மீக உணர்வுகளை இஸ்லாமியர்கள் அவமதிக்கிறார்கள். அதைத் தடுக்கவேண்டியது இந்துக்களின் கடமை. அந்தக் கடமையை ஆரிய சமாஜம் செய்யும் அறிவித்தார் தயானந்தர்.

பசுவதைக்கு எதிரான போராட்டத்தைத் தீவிரமாக முன்னெடுப்பதன் மூலம் இந்துக்களை உணர்வு ரீதியாக ஓரணியில் ஒன்றுதிரட்டமுடியும். அவர்களிடம் போர்க்குணத்தை உருவாக்கமுடியும் என்று கணித்தார் தயானந்தர். அதன்மூலம் ஆரிய சமாஜத்தையும் அகலப்படுத்தமுடியும் என்று நம்பினார். ஆகவே, பசுவுக்கு நேரும் வதைகளை, அவமதிப்புகளை இந்துக்களுக்கு நேர்ந்தவையாகக் கருதி, அவற்றை எதிர்த்துப் போராடுவது இந்துக்களின் கடமை என்று பிரசாரம் செய்தார் தயானந்தர்.

பசுவதையைத் தடுப்பது ஆரிய சமாஜத்தின் அடிப்படைக் கொள்கைகளுள் ஒன்று என்று சொன்ன அவர், அதற்காக பிரத்யேக அமைப்பு ஒன்றையும் தொடங்கினார். அதன் பெயர், கோ ரட்சணி சபா. பசுவைப் பாதுகாப்போம் என்று சொல்லி ஆரம்பிக்கப்பட்ட அந்த இயக்கம், மெல்ல மெல்ல இந்துக்கள் மத்தியில் செல்வாக்கு பெறத் தொடங்கியது. பசுவதையைத் தடுப்பதற்காக பிரத்யேகச் சட்டம் ஒன்று இயற்றப்படவேண்டும் என்று சொன்ன போது இந்துக்கள் முகத்தில் ஆச்சரிய ரேகைகள். அகமகிழ்ந்து போயினர்.

குறிப்பாக, வடமேற்கு மாநிலங்கள், பஞ்சாப், அயோத்தி, ரோஹில்கண்ட் உள்ளிட்ட பகுதிகளில் பசுப் பாதுகாப்பு இயக்கம் வளர்ச்சிபெற்றது. உற்சாக மடைந்தார் தயானந்தர். அதே வேகத்தில் கோசாலைகள் உருவாக்கப்படும் என்று அறிவித்தார். இறைச்சிக்காக எடுத்துச்செல்லப்படும் பசுக்கள் ஆரிய சமாஜிகள் மற்றும் கோ ரட்சணி சபாவினரால் மீட்கப்பட்டு, கோசாலை களுக்குக் கொண்டுவரப்பட்டன. அங்கே பசுக்களுக்கு உணவு தரப்பட்டு, பத்திரமாகப் பாதுகாக்கப்பட்டன. அதற்கான செலவுகளை ஈடுகட்ட ஆரிய சமாஜம் மக்களிடம் நிதி திரட்டியது.

> சமஸ்கிருதம் படியுங்கள் என்று பிரசாரம் செய்தபோது கிடைக்காத ஆதரவும் விளம்பரமும் பசுவதைக்கு எதிராகக் களமிறங்கிய போது கிடைத்தன

ஆலன் ஆக்டேவியன் ஹியூம்

வேத காலத்துக்குத் திரும்புங்கள் என்று சொன்னபோதும், சமஸ்கிருதம் படியுங்கள் என்று பிரசாரம் செய்தபோதும் கிடைக்காத ஆதரவும் விளம்பரமும் பசுவதைக்கு எதிராகக் களமிறங்கியபோது கிடைத்தன. அதைத்தான் தயானந்தரும் எதிர்பார்த்தார். ஏனென்றால், பசுக்கொழுப்பை முன்வைத்து சிப்பாய் புரட்சி வெடித்ததையும் அதற்கு ஆதரவாக மக்கள் திரண்டதையும் கண்கூடாகப் பார்த்தவர் அல்லவா அவர்!

ஆரிய சமாஜம் அடிமேல் அடி எடுத்துவைத்து வளரத் தொடங்கியது. அந்தச் சமயத்தில் அப்படியொரு அடி கிடைக்கும் என்று அவர்கள் யாருமே எதிர்பார்த்திருக்கவில்லை. ஆம், சுவாமி தயானந்த சரஸ்வதியின் உடல்நிலை மெல்ல மெல்ல பாதிக்கத் தொடங்கியது. தீவிர மருத்துவ சிகிச்சைகள் தரப்பட்டன. ஆனாலும் அவரைக் காப்பாற்றுவது இயலாத காரியமாக மாறிப்போனது. பால்ய காலத்தில் இருந்தே பிரசாரகராகவும் தேசாந்திரியாகவும் வலம் வந்த தயானந்தர், 30 அக்டோபர் 1883 அன்று தனது பயணத்தை நிரந்தரமாக நிறுத்திக் கொண்டார்.

ஆரிய சமாஜிகள் அத்தனை பேருமே அதிர்ச்சியில் உறைந்துபோயினர். இந்தியாவின் ஓரிரு மாநிலங்களில் மட்டுமே ஆரிய சமாஜம் பரவியிருந்தது. என்றாலும், இயக்கத்தை வழிநடத்தப் போவது யார் என்ற கேள்வி எழுந்தது. உண்மையில், தயானந்தர் காலத்திலேயே லாலா லஜபதி ராய், லாலா முன்ஷிராம் என்கிற சுவாமி சிரத்தானந்தா போன்றோர் ஆரிய சமாஜத்தின் முக்கிய உறுப்பினர்களாக இருந்தனர். தயானந்தரின் மரணத்தைத் தொடர்ந்து ஆரிய சமாஜத்தை வழிநடத்திச் செல்லும் பொறுப்பை அவர்களே ஏற்றுக்கொண்டனர்.

தயானந்தரின் இடத்தில் இருந்து இயக்கத்தை வளர்ப்பது கடுமையான உழைப்பைக் கோரிய காரியமாக இருந்தது. குறிப்பாக, பசுவதை எதிர்ப்புப் போராட்டத்தையும் சுத்தி இயக்கத்தையும் மட்டுமே அவர்களால் சிறப்பாகச் செயல்படுத்த முடிந்தது. ஆனால் தயானந்தர் பெரிதும் எதிர்பார்த்த இந்து ஒற்றுமை, அதை ஒட்டிய அரசியல் விடுதலை என்பன போன்ற விஷயங்கள் தொடர்பாக எவ்வித முன்னேற்றத்தையும் கொண்டுவர அவர்களால் முடியவில்லை. போதாக் குறைக்கு, மக்களுடைய கவனமும் இன்னொரு இயக்கத்தின் மீது திரும்பியது. அது, இந்திய தேசிய காங்கிரஸ்.

சிப்பாய்ப் புரட்சி ஒடுக்கப்பட்டது முதலே பிரிட்டிஷாரின் மனத்துக்குள் சந்தேக விதைகள் உருவாகிவிட்டன. இந்தியர்களிடம் ஏற்பட்டிருக்கும் சுதந்தர உணர்வு தாற்காலிகமாகத்தான் ஒடுக்கப்பட்டிருக்கிறதே தவிர, நிரந்தரமாக அல்ல. ஒருவகையில் அது நீருபூத்த நெருப்பு போன்றதுதான். எப்போது வேண்டுமானாலும் வெடித்துக்கிளம்பும் என்பது பிரிட்டிஷாரின் கணிப்பு.

வெறுமனே கணித்துவிட்டு அமைதியாக இருந்துவிட பிரிட்டிஷார் தயாராக இல்லை. இந்தியர்களின் சுதந்தர உணர்வு என்ற கொதிகலன் அழுத்தம் தாங்காமல் வெடித்து விடாமல் தடுக்க ஒரு சேஃப்டி வால்வு அமைப்பை உருவாக்கத் திட்டமிட்டனர். அதைச் செய்யும் பொறுப்பை பிரிட்டிஷ் அதிகாரி ஆலன் ஆக்டேவியன் ஹ்யூமின் கையில் ஒப்படைத் திருந்தனர்.

அந்தச் சமயத்தில் ஆரிய சமாஜம் போலவே வேறுபல இயக்கங்களும் ஆங்காங்கே உருவாகி யிருந்தன. ஆளுக்கொரு கொள்கை, ஆளுக்கொரு பாதை என்று தனித்தனித் தீவுகளாகச் செயல் பட்டுக் கொண்டிருந்தன. பிரம்ம சமாஜம், பிரம்ம ஞான சபை, ராம கிருஷ்ணர் இயக்கம் போன்றவை ஒருபக்கம். இந்தியன் அசோஷியேஷன் ஆஃப் கல்கத்தா, பிரசிடென்ஸி அசோசியேஷன் ஆஃப் பாம்பே, சென்னை மகாஜன சபா போன்றவை இன்னொரு பக்கம்.

நீங்கள் அனைவரும் தனித்து இருப்பதில் லாபமில்லை. உங்களுடைய நாட்டை வளப்படுத்த, பலப்படுத்த உடனடித் தேவை ஒருங்கிணைப்பு

அந்த அமைப்புகளுக்கு மத்தியில் ஆயிரத்தெட்டு வித்தியாசங்கள் இருந்தன. ஆகவே, அவர்கள் அனைவரும் ஓரணியில் திரள்வதற்கு வாய்ப்பில்லை. என்றாலும், இந்திய தேசியம் என்று சொல்லி, எல்லோரும் ஒற்றைக் குடையின் கீழ் தாமாக ஒன்று திரண்டுவிட்டால், அது பிரிட்டிஷாரின் ஆட்சிக்கு நல்லதல்ல. மாறாக, ஏதேனும் ஒரு பெயரைச் சொல்லி, அவர்கள் அனைவரையும் ஒன்றுதிரட்டி, தங்கள் கண்காணிப்பிலேயே வைத்துக் கொண்டுவிட்டால், அவர்களுடைய அத்தனை அசைவுகளையும் தெரிந்துகொள்ளமுடியும், அவர்கள் புரட்சிகர முடிவுகள் எதையும் எடுத்து விடாமல் பார்த்துக்கொள்ள முடியும் என்பது பிரிட்டிஷாரின் திட்டம்.

1885-ல் காங்கிரஸ் தொடங்கப்பட்ட போது...

விக்டோரியா மகாராணி, வைஸ்ராய் லார்ட் டஃப்ரின் ஆகியோரின் ஆசியோடும் ஆலோசனை களோடும் களமிறங்கிய ஆலன் ஆக்டேவியன் ஹ்யூம், முதல் காரியமாக மாணவர்களுக்குக் கடிதம் ஒன்றை எழுதினார். பகிரங்கக் கடிதம்.

நீங்கள் அனைவரும் படித்தவர்கள். திறமையானவர்கள். எனினும், நீங்கள் அனைவரும் தனித்து இருப்பதில் லாபமில்லை. உங்களுடைய நாட்டை வளப்படுத்த, பலப்படுத்த உடனடித் தேவை ஒருங்கிணைப்பு. மேலும் விவரங்களுக்கு என்னைத் தொடர்பு கொள்ளுங்கள் - ஆலன் ஆக்டேவியன் ஹ்யூம்.

எத்தைத் தின்றால் பித்தம் தெளியும் என்று காத்துக்கொண்டிருந்த இந்திய தேசியவாதிகளுக்கும் இந்திய இளைஞர்களுக்கும் ஹ்யூமின் அழைப்பு உத்வேகத்தைக் கொடுத்தது. ஆளும் பிரிட்டிஷாரின் ஆசியுடனேயே நம்முடைய இலக்கை அடைவதற்கு இதுவொரு அற்புதமான வாய்ப்பு. கச்சிதமாகப் பயன்படுத்திக்கொள்ளவேண்டும் என்று விரும்பினர். விளைவு, ஹ்யூமுக்கு ஆதரவு பெருகியது. வலையை விரிப்பதற்கு முன்பாகவே வலிய வந்து சிக்கும் மீன்களை நினைத்து ஹ்யூமுக்குப் பூரிப்பாக இருந்தது. முறைப்படி, இந்தியத் தலைவர்கள் பலருக்கும் அழைப்பு விடுத்தார்.

28 டிசம்பர் 1885 அன்று பம்பாயில் இருக்கும் கோகுல்தாஸ் தேஜ்பல் சமஸ்க்ருதக் கல்லூரியில் நடந்த ஆலோசனைக் கூட்டத்துக்கு இந்தியாவின் பல மாநிலங்களில் இருந்தும் பிரதிநிதிகள் வந்திருந்தனர். உமேஷ் சந்திர பானர்ஜி, நரேந்திர நாத் சென், தாதாபாய் நௌரோஜி, ஃபெரோஷா மேத்தா, பி. ரங்கையா நாயுடு, எஸ். சுப்ரமணிய அய்யர், ஜி. சுப்பிரமணிய அய்யர், எம். விஜயராகவாச்சாரியார், பி. கேசவப்பிள்ளை உள்ளிட்ட 72 பேர் வந்திருந்தனர். பம்பாய் மற்றும் சிந்து பிராந்தியத்தில் இருந்து 38 பேர், சென்னை மாகாணத்தில் இருந்து 21 பேர் வந்திருந்தனர். மற்ற பகுதிகளில் இருந்து வந்திருந்த பிரதிநிதிகளின் எண்ணிக்கை அனைத்துமே ஒற்றை இலக்கம்தான்.

இந்தியர்களின் இன்றைய தேவை ஒற்றுமை. அதற்கு அடிப்படை ஓர் அமைப்பு. ஏற்கெனவே பல அமைப்புகள் இருக்கின்றன. ஆனால் அவையெல்லாம் தனித்தனித் தீவுகள். நமக்குத் தேவை ஒற்றை அமைப்பு. இந்தியர்கள் எல்லோரையும் சாதி, மத, இன, கொள்கை வித்தியாசங்களின்றி, அனைவரையும் ஒருங்கிணைக்கும் ஒற்றை அமைப்பு. விக்டோரியா மகாராணிக்கும் இந்தியர்களுக்கும் பாலமாகச் செயல்படக் கூடிய திறமை கொண்ட அமைப்பு. அதன் அவசர, அவசியம் பற்றி ஹ்யூம் சொன்னது கூட்டத்துக்கு வந்திருந்த தேசியவாதிகளை

ஈர்த்தது. ஆகட்டும் என்று தலையசைத்தனர். அந்த நொடியில் இந்திய தேசிய காங்கிரஸ் உருவானது.

இப்போது நிர்வாகிகளைத் தேர்வுசெய்யவேண்டிய தருணம். நிர்வாகப் பொறுப்புகளில் இந்தியர்கள்தான் பிரதானமாக இருக்கவேண்டும் என்று சொன்னார் ஹ்யூம். அதன்படி, இந்திய தேசிய காங்கிரஸின் முதல் தலைவராக உமேஷ் சந்திர பானர்ஜி தேர்ந்தெடுக்கப்பட்டார். வேறுபல நிர்வாகிகளும் தேர்வுசெய்யப்பட்டனர். அனைவரையும் தொடர்புகொள்ளக் கூடிய அல்லது கட்டுப்படுத்தக்கூடிய பொதுச்செயலாளர் பொறுப்பைத் தம்வசம் வைத்துக் கொண்டார் ஹ்யூம்.

இந்திய தேசிய காங்கிரஸ் என்ன செய்யப்போகிறது என்பது யாருக்கும் திட்டவட்டமாகத் தெரியவில்லை. ஆனால் அதில் சேர்ந்திருந்த இந்தியத் தலைவர்கள் மீது இந்தியர்கள் பலருக்கும் நம்பிக்கை இருந்தது. அதன் காரணமாக பலரும் காங்கிரஸ் கட்சியில் ஆர்வத்துடன் இணைந்து கொண்டனர். அது ஹ்யூமுக்கு உற்சாகத்தைக் கொடுத்தது. வகுத்த வியூகம் வெற்றிகரமாக நகர்வதில் அவருக்கு அளவற்ற மகிழ்ச்சி. ஆனாலும் இந்திய தேசிய காங்கிரஸ் கட்சிக்குள் லேசான முணுமுணுப்புகள் கேட்டன.

இந்திய தேசிய காங்கிரஸ் இருப்பவர்களில் பலரும் இந்திய தேசியம் பேசக்கூடியவர்கள். தவிரவும், மிதவாதப் போக்கைக் கடைப்பிடிப்பவர்கள். அவர்களால் இந்தியாவின் அரசியல் விடுதலைக்கு என்ன செய்துவிடமுடியும்? குறிப்பாக, இந்தியாவின் பெரும்பான்மை மக்களான இந்துக்களின் பிரதிநிதியாக இந்திய தேசிய காங்கிரஸ் செயல்பட முடியுமா? அல்லது பிரிட்டிஷாரைப் போன்றே இஸ்லாமிய, கிறித்தவ ஆதரவு நிலைப்பாட்டுடன் இயங்குமா? என்பன போன்ற கேள்விகளை எழுப்பினர். அவர்களில் ஒருவருடைய குரல் மட்டும் இந்து தேசியத்தை உயர்த்திப் பிடித்தது. அந்தக் குரலுக்குச் சொந்தக்காரர், திலகர்!

9

பிள்ளையாருக்குப் பெருவிழா

சீனியைத் தேடிவரும் சிற்றெறும்புகளைப்போல காங்கிரஸ் கட்சியைத்தேடி இந்திய இளைஞர்கள் அணிவகுக்கத் தொடங்கி யிருந்த காலகட்டம் அது. மராட்டிய மாநிலம் ரத்னகிரியைச் சேர்ந்த பால கங்காதர திலகர் என்ற இளைஞருக்கும் காங்கிரஸ் மீதுதான் காதல். ஆனாலும் எடுத்த எடுப்பிலேயே கட்சியில் சேர்ந்துவிட வில்லை. அதன் நடவடிக்கைகளை நான்கு ஆண்டுகளுக்கு உன்னிப்பாகக் கவனித்தார். திருப்தியும் நம்பிக்கையும் ஒருங்கே உருவான பிறகுதான் கட்சியில் சேர்ந்தார். அப்போது திலகருக்கு வயது 33.

சிப்பாய்ப் புரட்சி சூல் கொண்டிருந்த 1856ல் சித்பவன் பிராமணக் குடும்பம் ஒன்றில் பிறந்த திலகருக்கு சமஸ்கிருதம் அத்துப்படி. சட்டத்திலும் புலமைபெற விரும்பினார். சட்டப்படிப்பில் சேர்ந்தார். இந்து சட்டங்களின் நீள, அகலங்களைப் புரிந்துகொள்வதிலும் மனுஸ்மிருதியின் ஆழ, உயரங்களை அறிந்து கொள்வதிலும் திலகருக்குத் தீராத வேட்கை. கவனம் கலையாத கடும் உழைப்பைச் செலுத்தி சட்டப்படிப்பில் பட்டம் பெற்றார்.

ஆனாலும் கறுப்பு அங்கி சகிதம் நீதிமன்றம் செல்வதில் திலகருக்குத் தயக்கம். காரணம், அவருடைய கவனம் முழுக்க அரசியல் மீது குவிந்திருந்தது. முதலில் ஆசிரியர் வேலையில் சேரலாம், அங்கிருந்த படியே அரசியலுக்கு நகரலாம் என்பது திட்டம். முதற்கட்டமாக

பால்ய விவாகம்

பத்திரிகைத் துறையில் இறங்க விரும்பினார். தோள் கொடுக்கத் தோழர்கள் வந்தனர். கோபால் கணேஷ் அகர்கர், விஷ்ணுசாஸ்திரி சிப்லுனாக்கர் மற்றும் சிலர்.

திலகருக்கு இரட்டை மகிழ்ச்சி போல. இரண்டு பத்திரிகைகளைத் தொடங்கினார். ஒன்று, மராட்டா என்ற ஆங்கிலப் பத்திரிகை. மற்றொன்று, கேசரி என்ற மராத்தியப் பத்திரிகை. அவற்றில் பிரிட்டிஷாரின் ஆட்சியைக் கடுமையாக விமரிசித்துக் கட்டுரைகள் எழுதினார். அரசியல் விடுதலையின் அவசியத்தை எடுத்துச்சொன்னார். ஆனாலும் நேரடி அரசியலுக்குள் நுழையவில்லை. அதைச் சாதித்தது, பிரிட்டிஷார் கொண்டுவந்த ஒரு சட்ட மசோதா.

Age of consent bill என்ற பெயரில் பிரிட்டிஷார் கொண்டுவந்த மசோதாவுக்குத் தமிழில் சம்மத வயது மசோதா என்று பெயர். அந்த மசோதாவின்படி, மனைவிக்கு 12 வயது ஆனபிறகுதான் கணவனுடன் உடலுறவு கொள்ள அனுமதிக்கவேண்டும்!

ஆம், அந்தக் காலத்தில் பால்ய விவாகம் வெகு இயல்பான ஒன்று. ஏழெட்டு வயது மட்டுமே நிரம்பிய பிள்ளைகளை எல்லாம் பிடித்து சம்சார சாகரத்துக்குள் தள்ளிவிடுவதில் பெரியவர்களுக்கு ஏக குதூகலம். ஆனால் உடலுறவுக்குத் தேவையான உடல் மற்றும் மனமுதிர்ச்சி இருக்காது என்பதால், பத்து வயதுக்குப் பிறகே கணவன் - மனைவி சேர்ந்துவாழ அனுமதிக்கப்பட்டனர். அந்த வயதும்கூட போது மானது அல்ல என்று நினைத்த பிரிட்டிஷ் அரசு, அதனை பன்னிரண்டாக உயர்த்த முடிவுசெய்து, புதிய மசோதாவைக் கொண்டுவந்தது.

இந்து மதத்தில் அந்நிய ஆட்சியாளர்கள் மூக்கை நுழைப்பது விபரீதத்துக்கு வழிவகுக்கும் என்று எச்சரித்தார் திலகர்.

மசோதாவுக்கு இந்து தலைவர்கள் மற்றும் பழைமை விரும்பிகள் மத்தியில் ஏக எதிர்ப்புகள். எதிர்ப்புப் போராட்டத்தின் தளகர்த்தராக இருந்தவர் திலகர். இந்து மதத்தின் உள் விவகாரத்தில் பிரிட்டிஷார் அத்துமீறி நுழைவது கண்டிக்கத்தக்கது என்று விமரிசித்தார் திலகர். மசோதாவை முளையிலேயே கிள்ளி எறியவேண்டும் என்ற அவர், மசோதா தாக்க லான கையோடு எதிர்ப்பு நெருப்பை விசிறிவிட்டார்.

இரண்டு பத்திரிகைகள் கைவசம் இருந்தன. எழுது வதற்கு நிறைய வாய்ப்புகள். அவற்றைக் கச்சிதமாகப் பயன்படுத்தினார். பத்திரிகைகள் வழியே பிரசாரத்தைத் தீவிரப்படுத்தினார். என்றாலும், பேசுவதற்கு வாய்ப்பு

பாலகங்காதர திலகர்

கிடைத்தால் இன்னும் நன்றாக இருக்குமே என்று நினைத்தார். சம்மத வயது மசோதாவைக் கண்டித்துப் பொதுக்கூட்டம் நடத்தப்படும் என்று அறிவித்தார்.

1890 அக்டோபர் மாதத்தில் அவர் நடத்திய பொதுக்கூட்டத்தில் அனல் பறந்தது. பிரிட்டிஷாரைக் குறிவைத்தே திலகருடைய விமரிசனங்கள் இருக்கும் என்று எல்லோரும் எதிர்பார்த்தனர். ஆனால் மலபாரி சேத் என்கிற இந்தியரைத்தான் அதிகம் விமரிசித்தார் திலகர். காரணம், அவர்தான் பால்ய விவாகத்தின் காரணமாக இந்தியச் சிறுமிகள் அனுபவிக்கும் சிரமங்களைப் பிரிட்டிஷாருக்கு எடுத்துச்சொன்னவர்களுள் முக்கியமானவர். இப்படியொரு மசோதா வருவதற்குக் காரணகர்த்தா. ஆகவே, அவர் திலகரின் கடும் கண்டனத்துக்கு ஆளானார்.

இந்து மதத்தில் அந்நிய ஆட்சியாளர்கள் மூக்கை நுழைப்பது விபரீதத்துக்கு வழிவகுக்கும் என்று எச்சரித்த திலகர், அந்த மசோதாவுக்கு எதிராக இந்துக்களை அணி திரட்டும் முயற்சியில் தீவிரமாக இறங்கினார். முற்போக்குத்தன்மை கொண்ட சீர்திருத்தங்களை எதிர்ப்பது எந்த வகையில் சரி என்று கேள்வி எழுந்தபோது, 'நான் சீர்திருத்தங்களின் ஆதரவாளன்தான். ஆனால் சீர்திருத்தம் என்ற பெயரில் இந்து மதத்தின் நம்பிக்கைகளைச் சீர்குலைக்கப் பார்ப்பதை வேடிக்கை பார்க்கமாட்டேன்' என்று பதிலளித்தார் திலகர்.

முற்போக்கு மசோதாவுக்கு இத்தனை மூர்க்கத்தனமான எதிர்ப்பு வரும் என்று பிரிட்டிஷார் எதிர்பார்க்கவில்லை. ஆனாலும் அந்த மசோதாவைக் கைவிடவும் அவர்கள் தயாராக இல்லை. இந்திய வைஸ்ராயாக இருந்த லேன்ஸ்டவுன், 'சம்மத வயது மசோதாவைக்

கொண்டுவருவது மதத் தலையீடு அல்ல, பெண் குழந்தைகளின் உரிமை மற்றும் உடல் நலம் சார்ந்த பிரச்னை' என்று விளக்கம் கொடுத்தார்.

திலகர் நடத்திய எதிர்ப்புக் கூட்டங்களுக்கு இந்துக்கள் மற்றும் பழமை விரும்பிகள் மத்தியில் விரிவான ஆதரவு கிடைத்தது. எழுத்து மற்றும் பேச்சின் வழியாகத் தொடர்ந்து பிரசாரத்தில் ஈடுபட்டார் திலகர். அத்தனை எதிர்ப்புகளையும் தாண்டி 1891 ஜனவரி மாதம் சம்மத வயது மசோதா மத்திய சட்டசபையில் நிறைவேறியது.

திலகருக்கு அதிர்ச்சிதான். ஆனாலும் எதிர்ப்பைக் கைவிடத் தயாராக இல்லை. முன்பைக் காட்டிலும் கூடுதலான எதிர்ப்பை வெளிப்படுத்தினார். மசோதாவுக்கு எதிரான மிகப்பெரிய அணிதிரட்டலுக்கு ஆயத்தமானார். அவருடைய கேசரி பத்திரிகை மசோதாவைத் தொடர்ச்சியாக விமரிசித்தது. சுமார் மூன்று மாதங்களுக்கு மசோதா பற்றிய விமரிசனக் கட்டுரைகளே அவருடைய பத்திரிகைகளில் வெளியாகின.

சமஸ்கிருதப் பண்டிதர்கள், இந்துமதத் தலைவர்கள், ஆன்மீக வல்லுநர்கள் ஆகியோரைக் கொண்டு பிரசாரக் கூட்டங்களை நடத்தி மக்கள் ஆதரவைத் திரட்டினார். தவிரவும், மசோதாவுக்கு எதிராக மக்களிடம் கையெழுத்து வேட்டை நடத்தினார். ஆனாலும் பிரிட்டிஷ் அரசு பின்வாங்கவில்லை.

திலகர் முன்னெடுத்த போராட்டங்களால் ஒரு விஷயம் சாத்தியமானது. அது, இனி சீர்திருத்த விஷயங்களில் நிதானம் காப்பது நல்லது என்ற முடிவை எடுத்திருந்தது பிரிட்டிஷ் அரசு. தவிரவும், இந்துக்கள் மத்தியில் திலகருக்கு செல்வாக்கு உருவானது. காங்கிரஸ் கட்சியின் உறுப்பினர் என்ற முறையில் அரசியலை எட்டி நின்று வேடிக்கை பார்த்துக்கொண்டிருந்த அவர், நேரடி அரசியலுக்குள் நுழைந்தார்.

உருவான ஆதரவைக் கொண்டு உத்வேகமடைந்த திலகர், அந்த ஆதரவுத் தளத்தை மேலும் விரிவுபடுத்த விரும்பினார். உதவிக்கு வந்தார் பிள்ளையார். ஆம், மராட்டிய மக்களுக்கு ஒரு புதிய விழாவை அறிமுகம் செய்தார் திலகர். விநாயகர் திருவிழா!

அசுரர்களை அழித்தவன் விநாயகன். வெள்ளையர்களை அழிக்கப் போவதும் அவனே. ஆகவே, அவனை வழிபடுவது இந்துக்களின் கடமை என்றார் திலகர். அது இந்துக்கள் மத்தியில் ஆர்வத்தைக் கிளப்பியது. அடுத்து, இஸ்லாமியர்களுக்கு எதிராக அனைத்து இந்துக்களும் ஓரணியில் திரள்வது அவசியம். அதற்கு விநாயகர் விழாக்கள் வழிகாட்டும் என்று சொன்னார். ஆர்வம் ஆச்சரியமாக மாறியது.

விநாயகர் விழாவுக்கும் இஸ்லாமிய எதிர்ப்புக்கும் என்ன தொடர்பு?

உண்மையில், விநாயகர் விழாக்களை திலகர் முன்னெடுப்பதற்குப் பின்னணியாக இருந்ததே இந்து - முஸ்லிம்

பசுமீட்பு என்ற பெயரில் தங்கள் வாழ்வாதாரத்தைப் பாதிக்கும் காரியத்தில் ஆரிய சமாஜத்தினர் ஈடுபடுவதாகக் குற்றம்சாட்டினர்

விவகாரம்தான். ஐக்கிய மாகாணம், பம்பாய், பஞ்சாப் உள்ளிட்ட மாநிலங்களின் சில பகுதிகளில் ஆரிய சமாஜிகளுக்கும் இஸ்லாமியர்களுக்கும் இடையே நிலவிய பிரச்னைகள் அநேகம். அவற்றில் பெரும்பாலானவை பசுவதை எதிர்ப்புப் போராட்டங்கள் தொடர்பானவை.

ஆரிய சமாஜத்தின் சார்பில் கோ ரட்சணி சபைகள் ஆரம்பிக்கப்பட்டதை ஏற்கெனவே பார்த்தோம். தயானந்தரின் மறைவுக்குப் பிறகும் பசுவதை எதிர்ப்புப் போராட்டங்களை ஆரிய சமாஜம் முன்னெடுத்தது. தயானந்தரைக் காட்டிலும் அதிதீவிரமாக ஈடுபட்டனர் அவருடைய சீடகோடிகள். அதன் ஒருபகுதியாக, மாட்டிறைச்சி விற்பனை செய்யும் இஸ்லாமியர்களிடம் இருந்து பசுக்களைக் கவர்ந்துவரும் காரியத்தை ஆரிய சமாஜிகள் தொடர்ந்து செய்தனர்.

பசுமீட்பு என்ற பெயரில் தங்கள் வாழ்வாதாரத்தைப் பாதிக்கும் காரியத்தில் ஆரிய சமாஜத்தினர் ஈடுபடுவதாகக் குற்றம்சாட்டினர் இஸ்லாமிய இறைச்சி வியாபாரிகள். அதைத் தொடர்ந்து இருதரப்புக்கும் இடையே மோதல்கள் வெடித்தன. அது மெல்ல மெல்ல இந்து - முஸ்லிம் கலவரமாக உருமாறியது. குறிப்பாக, 1893 ஏப்ரல் - மே மாதங்களில் நடந்த இந்து - முஸ்லிம் கலவரம் பலத்த சேதத்தை ஏற்படுத்தியது.

நடப்பதை எல்லாம் நன்கு கவனித்துக் கொண்டிருந்த திலகர், 'இஸ்லாமியர்களின் எதிர்ப்பை எதிர்கொள்ள இந்துக்களிடம் ஒற்றுமையை ஏற்படுத்தவேண்டிய அவசியம் உருவாகி யிருக்கிறது' என்றார். அதற்கான உபாயமாகவே விநாயகர் விழாக்களை முன்னெடுத்தார். 'இஸ்லாமியர்களின் ஆணவத்தைப் பார்த்தபிறகுதான் இப்படியொரு திருவிழாவை முன்னெடுக்கும் யோசனை திலகருக்கு உருவானது' என்று பதிவுசெய்திருக்கிறார் திலகரின் அணுக்க நண்பரான கேல்கர்.

மராட்டிய மாநிலத்தில் விநாயகர் பிறந்தநாளை விநாயகர் சதுர்த்தி என்ற பெயரில் கொண்டாடுவது வழக்கம். அப்போது ஒவ்வொரு வீட்டிலும் களிமண் அல்லது சுடுமண் கொண்டு விநாயகர் சிலைகளைச் செய்து, அவற்றுக்குப் அபிஷேக ஆராதனைகள் செய்வார்கள். விழா முடிந்ததும் அந்தச் சிலைகளைக் கடலில் அல்லது ஆற்றில் கரைத்து விடுவார்கள்.

அந்த நடைமுறையில் மாற்றம் கொண்டுவந்தார் திலகர். பூஜைகள் முடிந்ததும் விநாயகர் சிலைகளை தனித்தனியாகச் சென்று கரைக்காமல், எல்லோரும் ஒரே சமயத்தில் ஊர்வலமாகச் சென்று கரைப்பதற்கு அழைப்பு விடுத்தார். அந்த ஊர்வலங்களில் இந்து இளைஞர்கள் பெருமளவில் கலந்துகொள்ளவேண்டும் என்றார். வீட்டில் மட்டுமல்ல, பொது இடங்களிலும் விநாயகர் சிலைகளை வைத்து, பூஜைகள் நடத்தச் சொன்னார்.

திலகரின் வேண்டுகோளை ஏற்று விநாயகர் சிலைகளை ஊர்வலமாக எடுத்துச் சென்றனர் இளைஞர்கள். அந்த ஊர்வலங்கள் இஸ்லாமியர்கள் குடியிருப்புகள் மற்றும் மசூதிகள் இருக்கும் தெருக்களின் வழியாகவும் சென்றன. அப்போது ஊர்வலத்தில் பங்கேற்ற இளைஞர்கள் இஸ்லாமியர்களைக் கேலி செய்து கோஷங்கள் எழுப்பியதாகக் குற்றம் சாட்டினர் இஸ்லாமியர்கள். விளைவு, இரு தரப்பினருக்கும் இடையே மோதல் வெடித்தது. பின்னர் காவல்துறையினர் தலையிட்டு, நிலைமையைக் கட்டுக்குள் கொண்டுவர வேண்டியிருந்தது.

திலகர் கொண்டுவந்த விநாயகர் விழா மீது இன்னொரு விமரிசனமும் எழுந்தது. மராட்டிய மாநிலத்தில், குறிப்பாக, பம்பாய் பகுதியில் இஸ்லாமியர்கள் முகரம் பண்டிகையைச் சிறப்பாகக் கொண்டாடுவர். அப்போது பிரம்மாண்ட ஊர்வலங்கள் நடத்தப்படும். இப்போது அவற்றுக்குப் போட்டியாகவே விநாயகர் விழாக்களை விமரிசையாகக் கொண்டாடச் சொல்கிறார் திலகர் என்றார்கள். ஆனால் அந்த விமரிசனத்தை அலட்சியமாக நிராகரித்தார் திலகர்.

சர்ச்சைகளும் சிக்கல்களும் இருந்தாலும் ஒவ்வொரு ஆண்டும் விநாயகர் விழா விமரிசை யாகவே கொண்டாடப்பட்டது. விளைவு, கணபதி விழா, பிள்ளையார் ஊர்வலம், கணேஷ் திருவிழா, பிள்ளையார் சதுர்த்தி என்று மராட்டியத்தைத் தாண்டி மற்ற பகுதிகளுக்கும் பரவத் தொடங்கியது விநாயகர் திருவிழா. இந்தியாவின் பல இடங்களிலும் ஜெய் கணபதி கோஷம் உரத்து ஒலித்தது.

நினைத்தது நடக்கத் தொடங்கியதில் திலகருக்கு மட்டற்ற மகிழ்ச்சி. அந்த உற்சாகத்தில் அவருடைய கவனம் விநாயகரிடமிருந்து வீர சிவாஜிக்கு நகர்ந்தது. அது அடுத்தடுத்த சர்ச்சை சரங்களுக்குத் திரிகொளுத்திவிட்டது!

10

சத்ரபதி சிவாஜி Vs அப்சல் கான்

மாவீரன். சுல்தான்களுக்கு எதிராகச் சண்டமாருதம் செய்தவன். ஔரங்கசீப் என்கிற முகலாய மன்னருக்கு சிம்ம சொப்பனமாக விளங்கியவன். இந்து சாம்ராஜ்ஜியத்தின் எல்லையை விரிவு படுத்திய வீர புருஷன். இந்து மதத்தின் இணையற்ற பாதுகாவலன். இந்து தர்மத்தை முன்னெடுத்த மன்னர்களுள் முதன்மையானவன்.

இந்துக்கள் மத்தியில் இவ்வளவு உயர்ந்த மதிப்பீடுகளைப் பெற்றிருந்தவர் மராட்டிய மன்னர் சிவாஜி. அத்தகைய மதிப்புமிக்க மன்னரின் கல்லறை ராய்காட் மாவட்டத்தில் கவனிக்க ஆளில்லாமல், சிதிலமடைந்து கிடந்தது. அந்தச் செய்தியை 1895 ஏப்ரல் மாத நேட்டிவ் ஒப்பீனியன் பத்திரிகையில் பார்த்தபோது பதறிப்போனார் பால கங்காதர திலகர்.

கல்லறையைச் சீரமைக்கத் தன்னால் ஆனதைச் செய்ய விரும்பினார். கேசரி பத்திரிகையில் விரிவான கட்டுரை ஒன்றை எழுதினார். வீர சிவாஜியின் பெருமைகளைப் போற்றிப் பாதுகாக்க வேண்டிய கடமை இந்துக்களுக்கு உண்டு என்று சொன்ன அவர், சிவாஜியின் கல்லறையைச் செப்பனிட வேண்டியதன் அவசியத்தை வலியுறுத்தினார். அந்தக் காரியத்தைச் செய்வதற்குத் தேவையான நிதியைத் திரட்டும் காரியத்தில் இளைஞர்கள் ஈடுபட வேண்டும் என்றார்.

பத்திரிகையில் எழுதியதோடு நின்றுவிடாமல், பொதுக்கூட்டங்களுக்கு ஏற்பாடு செய்தார். சிவாஜியின் கல்லறையைச் சீரமைத்து, அதனை

முகமது அடில் ஷா

ஒரு தேசியச் சின்னமாக மாற்றவேண்டும் என்று பிரசாரம் செய்தார். திலகரின் அழைப்புக்குப் பல முனைகளில் இருந்தும் ஆதரவு கிடைத்தது. முக்கிய மாக, பத்திரிகைகள். சிவாஜியின் வாழ்க்கை, பணிகள், கொள்கைகள், பெருமைகள், வீரம், விவேகம், வெற்றிகள் என்று பல விஷயங்களையும் கட்டுரைகள் வழியாக வெளியிட்டன.

கல்லறையைச் செப்பனிடும் பணிகளை மேற்பார்வை யிட ஐம்பது பேர் கொண்ட குழு உருவாக்கப்பட்டது. அதன் செயலாளர் பொறுப்பை திலகர் ஏற்றுக் கொண்டார். கல்லறையைச் செப்பனிடுவதோடு, சிவாஜிக்கு நினைவாலயம் அமைப்பதற்கும் சிவாஜி விழாவைக் கொண்டாடுவதற்கும் சேர்த்து நிதி திரட்டுவதென முடிவுசெய்யப்பட்டது.

அந்தச் சமயத்தில் காங்கிரஸ் கட்சியின் வருடாந்திர மாநாடு பூனாவில் நடந்தது. அதில் கலந்துகொள்ள இந்தியாவின் அனைத்து மாநிலங்களில் இருந்தும் பிரதிநிதிகள் வந்திருந்தனர். கிடைத்த வாய்ப்பைக் கச்சிதமாகப் பயன்படுத்திக்கொள்ள விரும்பிய திலகர், பூனாவில் பொதுக்கூட்டம் ஒன்றுக்கு ஏற்பாடு செய்தார். பொதுக்கூட்டத்தின் பேசுபொருள்: வீர சிவாஜி.

சுரேந்திர நாத் பானர்ஜி, மதன் மோகன் மாளவியா போன்ற காங்கிரஸ் கட்சியின் முக்கியத் தலைவர்கள் பலரும் திலகர் நடத்திய பொதுக்கூட்டத்தில் கலந்துகொண்டனர். சிவாஜியைப் பற்றிப் புகழ்ந்து பேசினர். சிவாஜியின் நினைவுகளைப் போற்றுவது அத்தியாவசியமான காரியம் என்றனர். போதாது? சிவாஜி நினைவாலயம் பற்றிய செய்திகள் இந்தியாவின் பல பத்திரிகைகளிலும் வெளியாகின.

சிவாஜி
செய்தது குற்றம் அல்லது
பாவம் என்பது போன்ற
தொனியில் கருத்துகள்
வெளியாவதை திலகர்
ஏற்கவில்லை.

தேசிய அளவிலான விளம்பர வெளிச்சம் கிடைத்ததால் சிவாஜி நினைவாலய நிதி வேகமாகத் திரண்டது. இரண்டனாவில் தொடங்கிய நிதி திரட்டல் மின்னல் வேகத்தில் இருபதாயிரம் ரூபாயைத் தொட்டது. திட்டமிட்டபடி, சிவாஜியின் கல்லறை செப்பனிடப் பட்டது. சிவாஜியின் பெருமையை எடுத்துச் சொல்லும் வகையில் நேர்த்தியான நினைவாலயம் நிர்மாணிக்கப்பட்டது.

12 ஜூன் 1897 அன்று தொடங்கி இரண்டு நாள்களுக்கு பூனாவில் சிவாஜி விழா கொண்டாடப்பட்டது. அந்த விழாவில் பேசப்பட்ட சில கருத்துகள் சர்ச்சைகளை

மராட்டிய வீரர் சிவாஜி

உருவாக்கின. குறிப்பாக, இந்து - முஸ்லிம் இடையேயான கருத்துமோதலுக்கு அந்தப் பேச்சுகள் வித்திட்டன. அந்த விழாவில் கலந்துகொண்ட பேராசியர் சி.எஸ். பானு, 'சிவாஜியைக் கொல்வதற்கு அப்சல் கான் முயற்சி செய்தார். அதிலிருந்து தப்பிக்கவே அப்சல் கானைக் கொன்றார் சிவாஜி' என்றார்.

ஆனால் திலகருக்கு அந்தக் கருத்தில் உடன்பாடில்லை. அதாவது, சிவாஜி செய்தது குற்றம் அல்லது பாவம் என்பது போன்ற தொனியில் கருத்துகள் வெளியாவதை திலகர் ஏற்கவில்லை. அந்த மேடையிலேயே மாற்றுக்கருத்தைப் பதிவுசெய்தார்.

'அப்சல் கான் கொலையைத் திட்டமிட்டுச் செயல்படுத்தியது சிவாஜியே என்று வைத்துக் கொள்வோம். மகாராஜாவின் இந்தச் செயல் சரியா, தவறா? இந்தக் கேள்வியை பீனல் கோடு கண்ணோட்டத்தில் இருந்தோ அல்லது மனுஸ்மிருதி நோக்கிலிருந்தோ அல்லது மேற்கத்திய ஒழுக்கவியல் முறைமைகளில் இருந்தோ நோக்கக்கூடாது. இந்தச் சட்டங்கள் உங்களையும் என்னையும் போன்ற சாதாரண மனிதர்களைத்தான் கட்டுப்படுத்தும். யாரும் ரிஷி மூலம் பார்ப்பதில்லை. ராஜாவிடமும் குற்றம் காண்பதில்லை. மகா மனிதர்கள் ஒழுக்கவியலின் இந்தப் பொதுவிதிகளுக்கு அப்பாற்பட்டவர்கள். மகா மனிதர்களின் பாதங்களைத் தொட இந்த விதிமுறைகளால் முடியாது. நி... நீ ஆகவே, அப்சல் கான் கொல்லப்பட்டதன் பின்னணி குறித்து புதிய ஆய்வில் இறங்குவதில் அர்த்தமில்லை.'

எல்லாம் சரி, யார் இந்த அப்சல் கான்? எதற்காகக் கொல்லப்பட்டார்? அவருக்கும் சிவாஜிக்குமான மோதலின் பின்னணி என்ன?

மேலே இருக்கும் மூன்று கேள்விக்கும் விடை தேட வேண்டுமானால் வரலாற்றின் பக்கங்கள் சிலவற்றைப் பின்னோக்கிப் புரட்டவேண்டியது அவசியம். மராட்டிய மண்ணில் நிலவும் இந்து முஸ்லிம் மோதல்களின் பின்னணியைப் புரிந்துகொள்ள அந்த மறுவாசிப்பு அவசியம்.

1627 - 1657 காலகட்டத்தில் வட இந்தியாவில் பீஜப்பூரைத் தலைநகராகக் கொண்டு ஆட்சி செய்த சுல்தானிய மன்னர் முகமது அடில் ஷா. அவரிடம் ஜாகிர்தாராக இருந்தவர் ஷாஜி போன்ஸ்லே. ஜாகிர் என்றால் குறிப்பிட்ட அளவிலான நிலப்பகுதி என்று பொருள். அந்த நிலப்பகுதியின் நிர்வாகம் ஜாகிர்தாரிடம் இருக்கும். நிலச்சுவான்தார் அல்லது ஜமீன்தார் போல.

ஷாஜி போன்ஸ்லேயின் முதல் மனைவி ஜீஜாபாய்க்குப் பிறந்தவன் சிவாஜி. மற்ற தாரங்களை எல்லாம் தன்னுடன் வைத்துக்கொண்ட ஷாஜி, ஜீஜாபாயை மட்டும் தள்ளிவைத்துவிட்டார். அதேசமயம், ஜீஜாபாய் மற்றும் சிவாஜியின் வாழ்வாதாரத்துக்காக புனே (பூனா) என்கிற ஜாகீரை மட்டும் அவர்களுக்குக் கொடுத்திருந்தார்.

ஜீஜாபாய் - சிவாஜி சிலை

அதேசமயம், சிவாஜியை வளர்த்தெடுக்கும் பொறுப்பை ஜீஜாபாயிடம் கொடுக்காமல், தாதாகி கொண்டா தியோர் என்ற பிராமணரிடம் ஒப்படைத்திருந்தார் ஷாஜி போன்ஸ்லே. செவிலித் தந்தையாகச் செயல்பட்ட தியோரின் மரணத்துக்குப் பிறகு புனே ஜாகீரின் முழுப் பொறுப்பும் சிவாஜியின் வசம் வந்தது.

அதிகாரம் கைக்கு வந்த உற்சாகத்தில் தனது ஆளுகைப் பரப்பை விரிவுபடுத்த விரும்பினார் சிவாஜி. அப்போது அருகில் இருந்த ஜாவ்லி ராஜ்ஜியம் அவருடைய கவனத்தைக் கவர்ந்தது. சந்திர ராவ் மோரே என்ற மராட்டிய மன்னனைத் தந்திரமாக வீழ்த்தி, ஜாவ்லியைத் தன்வசப்படுத்தினார் சிவாஜி. இது நடந்த 1656ல்.

அந்தச்சமயம் பார்த்து பீஜப்பூர் சுல்தான் அடில் ஷா மரணம் அடைந்தார். அவருக்குப் பிறகு பதவியேற்ற இரண்டாம் அலி அடில் ஷா தங்களுடைய ராஜ்ஜியத்தைக் கைப்பற்றிய சிவாஜிக்குப் பதிலடி கொடுக்க விரும்பினார். அதற்காக பத்தாயிரம் குதிரைப்படை வீரர்கள், பீரங்கிகள் சகிதம் அப்சல் கான் என்ற தேர்ந்த வீரனைத் தயார்செய்து அனுப்பினார்.

அவ்வளவு பலம் வாய்ந்த ராணுவத்தை எதிர்கொள்வது சிவாஜிக்கு சிரமமான காரியம். அதேபோல, அதிகம் அறிமுகமாகாத, கரடுமுரடான பகுதிகளில் யுத்தம் செய்த முன்னனுபவம் அப்சல் கானுக்குக் கிடையாது. ஆக, இருவருக்குமே சிக்கல். நிலைமையை உணர்ந்துகொண்ட இருவரும் பரஸ்பரம் பேச்சுவார்த்தை நடத்தத் தயாராகினர். அதற்கான ஏற்பாடுகளைச் செய்யும் பொறுப்பை இருதரப்புத் தூதுவர்களும் செய்தனர்.

அப்போது அப்சல் கானின் ஆலோசகராக இருந்த புந்தோஜி கோபிநாத் என்பவரைத் தனிமையில் சந்தித்துப் பேசினார் சிவாஜி. இந்துமதத்தின் மீது தனக்கிருக்கும் பிடிப்பு, இந்துக்களின் மீது தனக்குள்ள பொறுப்பு, பிராமணர்கள் மீது தான் செலுத்தும் மதிப்பு என்று பல விஷயங்களையும் அந்தத் தூதரிடம் பதிவுசெய்தார் சிவாஜி.

எதிரியின் தூதரிடம் தன்னைப் பற்றி வெளிப்படையாகப் பேசியதற்குக் காரணம் இருந்தது. அப்சல் கானின் தூதுவராக வந்தவர் ஓர் இந்து. பிராமணர். போதாது? தனது பேச்சுக்களின் துணையுடன் அந்தத் தூதரின் மனத்தைக் கொள்ளை கொண்டார் சிவாஜி.

பின்னர் அந்தத் தூதுவரின் ஆலோசனையின் பேரில் சிவாஜியும் அப்சல் கானும் நேருக்கு நேர் சந்தித்துப் பேசுவதற்கு ஏற்பாடுகள் செய்யப்பட்டன. இருவரும் நிராயுதபாணிகளாக வரவேண்டும் என்பது பரஸ்பர நிபந்தனை. ஆனாலும் அந்தச் சந்திப்பின் இறுதியில் அப்சல் கான் கொல்லப்பட்டார், ஆயுதத்தின் உதவியுடன்.

இது எப்படி நடந்தது என்பது பற்றி இருவேறு விதமான விளக்கங்கள் சொல்லப்படுகின்றன.

நட்பின் அடையாளமாக சிவாஜியும் அப்சல் கானும் பரஸ்பரம் கட்டித்தழுவினர். அப்போது தன்னுடைய கைவிரல்களுக்குள் மறைத்து வைத்திருந்த வாக்னக் என்ற ரகசிய ஆயுதத்தைக் கொண்டு அப்சல் கானைக் கொன்றார் சிவாஜி என்கிறார்கள் ஒரு தரப்பினர். ஆனால் அரவணைக்கும் பாவனையில் சிவாஜியின் கழுத்தை நெரித்துக்கொல்ல அப்சல் கான் முயன்றார். சுதாரித்துக்கொண்ட சிவாஜி, தற்காப்பு நடவடிக்கை மேற்கொண்டபோது அப்சல் கான் கொல்லப்பட்டார் என்கிறார்கள் இன்னொரு தரப்பினர்.

இன்றுவரை அப்சல் கான் கொல்லப் பட்ட விவகாரம் ஒரு வரலாற்றுப் புதிராகவே தொடர்கிறது. என்றாலும், ஜாவ்லி ராஜ்ஜியத்தைக் கைப்பற்றியது சிவாஜியின் சரித்திரத்தில் ஒரு சாதனை அத்தியாயம். ஜாவ்லி வெற்றி கொடுத்த உத்வேகத்தில்தான் தனது ராஜ்ஜியத்தை மேன்மேலும் விரிவுபடுத்தினார் சிவாஜி. வெறும் ஜாகீர்தாராக இருந்த சிவாஜி மராட்டிய மன்னர் சிவாஜியாகப் பரிணாம வளர்ச்சி பெற்றது ஜாவ்லியை வென்ற பிறகுதான்.

பசுவதை எதிர்ப்பை இஸ்லாமியர்களுடனும், விநாயகர் சதுர்த்தியை முகரம் பண்டிகையுடனும், சிவாஜி விழாவை அப்சல் கானுடனும் தொடர்புபடுத்தியதன் மூலம்...

சுல்தான்களைத் தொடர்ந்து முகலாயர்களுடனும் மோதினார். சிலபல வெற்றிகளைப் பெற்று தன்னுடைய ஆளுகைப் பகுதியின் எல்லையைப் பெரிய அளவில் விரிவுபடுத்தினார். சமஸ்கிருதப் பற்றாளரான சிவாஜி தன்னுடைய கோட்டைகளுக்கு சிந்துதுர்க், ஸ்வர்ணதுர்க் என்ற சமஸ்கிருதப் பெயர்களையே வைத்தார். அமைச்சரவையை அஸ்த பிரதான் என்றும், அரசியல் ஆலோசனைக்குழுவை ராஜ்ய வ்யாவகர் கோஷ் என்றும் அழைக்கச் சொன்னார்.

ஆக, இந்துமதப் பற்று, இஸ்லாமிய எதிர்ப்பு, சமஸ்கிருத ஆர்வம் என்ற மூன்று முக்கிய குணாம்சங்களைக் கொண்ட சிவாஜியைப் போற்றுவதும் புகழ்வதும் இந்துக்களின் இயல்பான கடமை என்று கட்டமைக்க விரும்பிய திலகர், அன்றைய அந்நிய ஆட்சியாளர்களான இஸ்லாமியர்களை சிவாஜி எதிர்த்தது போல, அவரைப் பின்பற்றுவோர் இன்றைய அந்நிய ஆட்சியாளர்களான பிரிட்டிஷாரை எதிர்க்கவேண்டும் என்பதற்கான குறியீடாகவும் சிவாஜியை

உருவாக்க விரும்பினார். அதற்கு வசதியாக ஆண்டுதோறும் சத்ரபதி சிவாஜி விழாவைக் கொண்டாடச் சொன்னார். முதலில் ஒருநாள் மட்டுமே கொண்டாடப்பட்ட சிவாஜி விழா பின்னர் மூன்று நாள்களுக்குக் கொண்டாடப்பட்டன.

பசுவதை எதிர்ப்பை இஸ்லாமியர்களுடனும், விநாயகர் சதுர்த்தியை முகரம் பண்டிகையுடனும், சிவாஜி விழாவை அப்சல் கானுடனும் தொடர்புபடுத்தியதன் மூலம் இந்து - முஸ்லீம் இடையிலான விரிசல் மேன்மேலும் அதிகரித்துக்கொண்டே சென்றது. அது பிரிட்டிஷாருக்குப் புதிய வெளிச்சத்தைக் கொடுத்தது. விரிசலின் வேகத்தை விரைவுபடுத்த விரும்பினர். அதற்காக அவர்கள் எடுத்த ஆயுதம், வங்கப்பிரிவினை!

11

வங்கப்பிரிவினை கிளப்பிய நெருப்பு

விநாயகர் ஊர்வலம், சிவாஜி திருவிழா என்று களத்திலும் காங்கிரஸிலும் திலகரின் செல்வாக்கு நாளுக்கு நாள் ஏறுமுகத்தில் இருந்தபோது அவருக்கு கல்கத்தாவில் இருந்து அழைப்பு வந்தது. மராட்டியத்தில் உருவாக்கிய மக்கள் எழுச்சியை வங்காளத்திலும் உருவாக்கித் தரவேண்டும் என்பதுதான் அவருக்கு வந்த கோரிக்கை. அதன் பின்னணியில் இருந்தது, வங்கப் பிரிவினை.

பிரிட்டிஷ் இந்தியாவின் பல மாகாணங்களிலும் இந்து - முஸ்லிம் விரிசல் விரிவடைந்து கொண்டிருந்த சமயத்தில் அவர்கள் இருவரையும் நிரந்தரமாகப் பிரித்துவைக்கும் நோக்கத்துடன் பிரிட்டிஷார் கொண்டுவந்த திட்டம் வங்கப்பிரிவினை. சுதந்தரம் அடைவதற்கு முன்னர் நடந்த மிகப்பெரிய பிரிவினை. இந்தியர்களின் மனத்தில் ஆழமான ரணத்தை ஏற்படுத்திய ஒன்று.

காரணம், பிரிட்டிஷார் பிரித்தது வெறும் நிலப்பரப்பை மட்டுமல்ல, இந்து - முஸ்லிம் என்ற இரண்டு மத மக்களுக்குள் நிலவிய உன்னதமான உறவையும் சேர்த்துதான். பிரிவினைத் திட்டம் பிரிட்டிஷ் ஆட்சியாளர்களின் எதிர்பார்ப்பைக் கச்சிதமாகப் பூர்த்திசெய்த அதே வேளையில், அது பிரிட்டிஷாருக்கு எதிரான இந்தியர்களின் அணிதிரட்சிக்கும் வழியமைத்துக் கொடுத்தது. சற்று விரிவாகவே பார்க்கலாம்.

மேற்கு, கிழக்கு பிரிவினைகள் இல்லாத ஒருங்கிணைந்த வங்காளம், பீகார், ஒரிசா, சோட்டா நாக்பூர் ஆகிய அனைத்தும்

பிபின் சந்திர பால்

சேர்ந்த பிராந்தியத்துக்கு வங்காளம் என்று பெயர். பிரிட்டிஷ் இந்தியாவின் மிகப்பெரிய மாகாணம். சற்றேறக்குறைய இரண்டு லட்சம் சதுர அடி நிலப் பரப்பு. அன்றைய மதிப்பீட்டில் அதன் மக்கள்தொகை எட்டு கோடி. பிரிட்டிஷ் ஆட்சியாளர்களின் தலைநகர மான கல்கத்தா இருந்ததும் வங்காளத்தில்தான்.

ஏன் பிரிக்கப்போகிறீர்கள் என்ற கேள்வி எழுந்தபோது, பெரிய மாகாணம், நிர்வாகச் சிக்கல்களைக் களைவதற் காக என்றார்கள் பிரிட்டிஷ் ஆட்சியாளர்கள். அந்தக் கருத்தில் நியாயங்கள் இருந்தன. ஆனால் எந்த அடிப்படையில் பிரிக்கப்போகிறார்கள்? மொழி அடிப்படையிலா, மத அடிப்படையிலா, பூகோள அடிப்படையிலா? என்ற கேள்வி எழுந்தபோது மௌனத்தை மட்டுமே பதிலாகக் கொடுத்தனர் ஆட்சியாளர்கள். அதுதான் மக்களுக்கு சந்தேகத்தை வரவழைத்தது.

உண்மையில், வங்கப் பிரிவினையின் நோக்கம் வங்கத்தைப் பிரிப்பதல்ல, இந்துக்களையும் இஸ்லாமியர் களையும் பிரிப்பதுதான். ஆகவே, அதற்கேற்ப பிரிவினைத் திட்டம் வகுக்கப்பட்டது. நிர்வாகக் காரணம் என்ற எல்லோரும் ஏற்றுக்கொள்ளக்கூடிய காரணம் சொல்லப்பட்டது.

வங்காளத்தின் கிழக்குப் பகுதியை மட்டும் தனியாகப் பிரித்து, அதனை அசாமுடன் இணைத்து தனி மாகாண மாக உருவாக்கினர். அதற்கு கிழக்கு வங்காளம் - அசாம் என்ற பெயர் கொடுத்தனர். அதன் தலைநகர் டாக்கா, துணைத் தலைநகர் சிட்டகாங். எஞ்சிய பகுதி களான பீகார், ஒரிசா, சோட்டா நாக்பூர் ஆகியவற்றை மேற்கு வங்காளத்துடன் இணைத்து, அதற்கு மேற்கு வங்காளம் என்று பெயரிட்டனர். கல்கத்தா அதன் தலைநகரமாக நீடித்தது. வங்கத்தைப் பிரித்தது என்னவோ பூகோள ரீதியாகத்தான். ஆனால் மக்கள் மத ரீதியாகப் பிரிந்துபோயினர்.

இந்து தேசியம் பற்றிய விவாதங்கள் அங்கே அதிகம் இருந்தன. இந்து ஒற்றுமையை வலியுறுத்தும் இயக்கங்கள் பலவும் அங்கே உருவாகியிருந்தன

எப்படி?

மேற்கு வங்காளத்தில் இந்துக்களே பெரும்பான்மை யினர். இஸ்லாமியர்கள் சிறுபான்மையினர். ஆனால் கிழக்கு வங்காளத்திலோ இஸ்லாமியர்களே பெரும்பான்மையினர். இந்துக்கள் சிறு பான்மையினர். நேற்றுவரை வங்காளத்தில் பெரும்பான்மையினராக

அரவிந்த கோஷ்

வாழ்ந்த ஒருபகுதி இந்துக்கள் தற்போது தரமிறக்கப்பட்டுவிட்டதாக நினைத்தனர். பிரிவினையை ஏற்க மறுத்தனர். எதிர்க்குரல் எழுப்பினர். போராட்டத்துக்குத் தயாராகினர்.

உண்மையில், இந்தியாவின் ஏனைய மாநிலங்களைக் காட்டிலும் வங்காளத்தில் இந்துக் களிடையேயான ஒருங்கிணைப்பு முயற்சிகள் தீவிரமாக இருந்தன. குறிப்பாக, இந்து தேசியம் பற்றிய விவாதங்கள் அங்கே அதிகம் இருந்தன. இந்து ஒற்றுமையை வலியுறுத்தும் இயக்கங்கள் பலவும் அங்கே உருவாகியிருந்தன. முக்கியமாக, கேசவ சந்திர சென், ராஜ் நாராயண் பாசு, ஈஸ்வர சந்திர வித்யாசாகர், அரவிந்த கோஷ், பிபின் சந்திர பால் போன்ற தலைவர்கள் இந்து தேசியத்தை வெவ்வேறு காலகட்டத்தில் முன்னெடுத்துக் கொண்டிருந்தனர்.

வங்காளத்தில் இந்து தேசியம் பேசிய தலைவர்களுள் கேசவ சந்திர சென் முக்கியமானவர் என்றபோதும் அவருடைய செயல்பாடுகளில் தெரிந்த மேற்கத்திய தாக்கம் இந்துக்கள் மத்தியில் பெரிய அளவில் செல்வாக்கு பெறவிடாமல் செய்துவிட்டது. ஆனால் ராஜ் நாராயண் பாசு பேசிய இந்து தேசியம் இந்துக்கள் மத்தியில் நல்ல செல்வாக்கைப் பெற்றது. அவருடைய தந்தை நந்த கிஷோர் பாசு ராஜா ராம்மோகன் ராயின் சீடர்களுள் ஒருவர்.

தேசிய உணர்வைப் பரப்பும் இயக்கம் என்ற பெயரில் புதிய அமைப்பு ஒன்றை 1861ல் தொடங் கினார் ராஜ் நாராயண் பாசு. இந்து சிந்தனையை வளர்ப்பதும், இந்து பண்பாட்டைப் பரப்புவதும்தான் இந்த இயக்கத்தின் பிரதான இலக்குகள். அந்தப் பணியைச் செய்வதற்கு அவருக்கு உறுதுணையாக இருந்தவர் நவகோபால் மித்ரா. தேசியப் பள்ளி, தேசியப் பத்திரிகை,

தேசிய திரையரங்கம், தேசிய உடற்பயிற்சி நிலையம், தேசியப் பத்திரிகை என்று பல நிறுவனங்களை உருவாக்கியவர் அவர்.

பாசுவும் மித்ராவும் இணைந்து இந்து மேளா என்ற பெயரில் இந்து விழாக்கள் பலவற்றை நடத்தினர். எழுத்து, பேச்சு, செயல் என்ற மூன்று தளங்களிலும் இந்து தேசியத்தை முன்னெடுத்தனர். அதேபோல, கவிஞர் ரவீந்திரநாத் தாகூரின் சகோதரர் ஜ்யோதேந்திர நாத் தாகூரும் தேச பக்தர்கள் கூட்டமைப்பு என்ற பெயரில் ஓர் அமைப்பைத் தொடங்கியிருந்தார். அதுவும் இந்து தேசியம் பேசிய அமைப்பு.

இவர்கள் மூலம் வங்கத்தில் இந்து உணர்வுகள் வீரியம் குறையாமல் வளர்த்தெடுக்கப்பட்டன. அவர்களுடைய வழித்தோன்றல்களாக அல்லது சமகாலத்தவர்களாக அரவிந்த கோஷ், பிபின் சந்திர பால் போன்றவர்களும் இந்து தேசியத்தைத் தீவிரமாக முன்னெடுத்துக் கொண்டிருந்தனர். இப்படிப்பட்ட சூழலில்தான் வங்கப்பிரிவினையை அரங்கேற்றியது பிரிட்டிஷ் அரசு.

ராஜ் நாராயண் பாசு

வங்கத்தில் இருந்த இந்து இயக்கங்கள், அமைப்புகள் அனைத்தும் வரிந்துகட்டிக்கொண்டு களத்தில் இறங்கின. பிரிவினையை ரத்து செய்தே தீரவேண்டும் என்று போர்க் குரல் எழுப்பின. ஆனாலும் 16 அக்டோபர் 1905 அன்று வங்கப்பிரிவினை அதிகாரப்பூர்வமாக நடந்தேறியது. தங்களைப் பெரும்பான்மையினராகக் கொண்ட மாகாணம் உருவானதில் இஸ்லாமியர்களுக்கு ஏக உற்சாகம். டாக்கா நவாப் சலிமுல்லா வங்கப்பிரிவினைக்கு மகிழ்ச்சி தெரிவித்தார்.

இஸ்லாமியர்களின் மகிழ்ச்சி இந்துக்கள் மத்தியில் பெரும் ஆத்திரத்தை உருவாக்கியது. அறிவிப்பு வெளியான நாளை துக்கநாளாக அனுசரித்தனர். வங்காளிகள் பிரியக்கூடாது என்பதை வலியுறுத்தும் விதமாக அந்த ஆண்டு நடந்த ரக்சா பந்தன் விழாவை வழக்கத்தைக் காட்டிலும் விமரிசையான முறையில் கொண்டாடினர். பரஸ்பரஸ் ராக்கி கயிறு கட்டிக்கொண்டு ஒற்றுமையை வலியுறுத்தினர். அதன்மூலம் வங்கப் பிரிவினைக்கு எதிர்ப்பு தெரிவித்தனர்.

இந்து தேசியத்தைத் தீவிரமான மொழியில் பேசுகின்ற பல அமைப்புகளும் நேரடியாகக் களத்தில் இறங்கிப் போராட்டத்தில் ஈடுபட்டன. அவற்றில் குறிப்பிட்டுச் சொல்லவேண்டிய அமைப்புகள் இரண்டு. ஒன்று, அரவிந்த கோஷின் வழிகாட்டுதலில் இயங்கிய அனுசீலன் சமிதி. மற்றொன்று, அபிநவ் பாரத். இரண்டுமே இளைஞர்களால் நிரம்பிய தீவிரவாத இயக்கங்கள்.

அரவிந்த கோஷ் அடிப்படையில் ஒரு பேராசிரியர். சற்றே தீவிரமாகச் சிந்திப்பவர். அதைக் காட்டிலும் தீவிரமாகச் செயல்படுபவர். புரட்சிகர சிந்தனைகள் கொண்ட இளைஞர்களைத் திரட்டி, 1893ல் அனுசீலன் சமிதி என்ற அமைப்பைத் தொடங்கியிருந்தார். பிரிட்டிஷ் ஆட்சியை அகற்றுவதும் அயல்நாட்டுக் கலாசாரத்தை அழிப்பதும்தான் அந்த அமைப்பின் இலக்குகள்.

அந்த இலக்கை அடைவதற்காக சில வன்முறைக் காரியங்கள் அரவிந்தரின் ஆசியோடு நடந்து வருவதாகக் குற்றச்சாட்டுகள் எழுந்தன. ஆனாலும் அரவிந்த கோஷுக்கு இந்து இளைஞர்கள் மத்தியில் ஆதரவு பெருகிக்கொண்டே இருந்தது. அவர்கள் எல்லோரும் வங்கப்பிரிவினையை

எதிர்த்துக் களம் கண்டனர். அவர்களும் அபிநவ் பாரத் அமைப்பினரும் இணைந்து நடத்திய போராட்டங்களில் வன்முறை வெடித்தது.

வங்கப்பிரிவினைக்கு எதிராக இந்துக்கள் மத்தியில் வலுவான ஒருங்கிணைப்பைச் சாத்தியப்படுத்த திலகர் போன்ற பெருந் தலைவர்களால்தான் முடியும் என்ற முடிவுக்கு வங்காளத் தலைவர்கள் வந்தனர். பிபின் சந்திர பால், அரவிந்த கோஷ், சித்தரஞ்சன்தாஸ் போன்றோரின் அழைப்பை ஏற்று வங்காளத்துக்கு விரைந்தார் திலகர். வந்த கையோடு சிவாஜி திருவிழாவைக் கொண்டாடிய அவர், வங்கப்பிரிவினைக்கு எதிராக நடந்த பொதுக்கூட்டத்திலும் பேசினார்.

நாடு முழுக்க சிறுபான்மையினராக இருக்கும் எங்களுக்கு ஒரு மாநிலத்தில் பெரும்பான்மையினராக வாழும் வாய்ப்பை வங்கப்பிரிவினை கொடுத்திருக்கிறது.

'வங்கத்தைப் பிரிப்பதை எந்தக் காரணத்தை முன்னிட்டும் ஏற்றுக்கொண்டுவிடக் கூடாது. வங்காளத் தோழர்களே, வைராக்கியம் இழக்காதீர்கள். வலிமையுடன் போராடுங்கள். ஒட்டுமொத்த இந்தியாவும் உங்கள் பக்கம் இருக்கிறது.'

வங்காளிகள், இந்துக்கள் என்ற அளவில் எதிர்ப்புப் போராட்டங்கள் தீவிரம் அடைந்து கொண்டிருந்த சமயத்தில் இந்திய தேசிய காங்கிரஸ் கட்சியும் களத்தில் இறங்கியது. வங்கப் பிரிவினையை ரத்து செய்யக் கோரியது. விளைவு, பிரிவினைக்கு எதிரான போராட்டங்கள் மேலும் தீவிரம் அடைந்தன. கல்கத்தா ட்ராம் ஊழியர்கள், பஞ்சாலைத் தொழிலாளர்கள், ரயில்வே பணியாளர்கள் என்று பலதரப்பினரும் போராட்டத்துக்கு ஆதரவு தெரிவித்தனர்.

நாடு தழுவிய அளவில் வங்கப் பிரிவினைக்கு உருவான எதிர்ப்பு இஸ்லாமியர்களைக் கலக்கம் அடையச் செய்தது. போதாக்குறைக்கு, காங்கிரஸ் கட்சியும் களமிறங்கியது அவர்களுடைய பயத்தை அதிகரிக்கச் செய்தது. நாடு முழுக்க சிறுபான்மையினராக இருக்கும் எங்களுக்கு ஒரு மாநிலத்தில் பெரும்பான்மையினராக வாழும் வாய்ப்பை வங்கப்பிரிவினை கொடுத்திருக்கிறது. அதை ஏன் தடுக்கிறீர்கள் என்று கேட்டனர். திருப்தி தரக்கூடிய வகையில் பதில் வரவில்லை.

அப்போது இஸ்லாமியர்களின் பதற்றத்தைப் பற்றவைக்கும் காரியம் ஒன்று நடந்தேறியது. அது, இந்து இயக்கங்களும் காங்கிரஸ் கட்சியும் தீவிரமாக எழுப்பிய வந்தே மாதரம் கோஷம். அதைக் கேட்டு இஸ்லாமியர்கள் கொதிப்படைந்தனர். காரணம், வந்தே மாதரத்தின் பின்னால் இருக்கும் அரசியல்.

வங்கப் படைப்பாளி பக்கிம் சந்திர சாட்டர்ஜி எழுதிய ஆனந்த மடம் என்ற கதையில் வந்தே மாதரம் பாடல் இடம்பெற்றது. இஸ்லாமிய ஆட்சியாளர்களை எதிர்த்து இந்துமதத் துறவிகள் நடத்திய போராட்டங்களைச் சுற்றிப் பின்னப்பட்ட சர்ச்சைக்குரிய கதை அது. அதில் துறவிகளின் தலைவரான பவானந்தர் வந்தே மாதரம் பாடலைப் பாட, அவரைப் பின்பற்றி மற்ற துறவிகளும் பாடுவார்கள்.

இஸ்லாமியர்கள் மாநாடு

1896 ஆம் ஆண்டு கல்கத்தாவில் நடந்த இந்திய தேசிய காங்கிரஸ் மாநாட்டில் வந்தே மாதரம் தேசிய கீதமாகப் பாடப்பட்டது. அதற்கு இஸ்லாமியர்கள் பலத்த எதிர்ப்பைப் பதிவுசெய்தனர். பாரத மாதாவைக் காளியாக வர்ணித்துப் பாடப்படும் பாடல் வந்தே மாதரம். அதனை எங்களால் ஏற்கமுடியாது என்றனர் இஸ்லாமியர்கள். பின்னர் அந்தப் பாடலில் இடம்பெற்ற சர்ச்சைக்குரிய வரிகள் நீக்கப்பட்டன. அதன்பிறகு வந்தே மாதரம் சர்ச்சை ஓய்ந்தது, அப்போதைக்கு.

அந்தப் பாடலை தற்போது வங்கப் பிரிவினையின்போது காங்கிரஸ் உள்ளிட்ட இயக்கத்தினர் பாடியது இஸ்லாமியர்கள் மத்தியில் பயத்தையும் பதற்றத்தையும் ஏற்படுத்தியது. காங்கிரஸ் இந்துக்கள் பக்கம் சாய்ந்துவிட்டதாகச் சந்தேகித்த இஸ்லாமியர்கள், டாக்காவில் கூடிப் பேசினர். அந்தக் கூட்டத்தில், இஸ்லாமிய சமூகத்தின் குரலை எதிரொலிக்க தனியொரு அரசியல் இயக்கம் தேவை என்ற கருத்தை டாக்கா நவாப் சலிமுல்லா முன்வைத்தார். விளைவு, 30 டிசம்பர் 1906 அன்று முஸ்லீம் லீக் என்ற அரசியல் கட்சி தொடங்கப்பட்டது. இதுதான் இந்து - முஸ்லீம் இடையில் ஏற்பட்ட அமைப்பு ரீதியான விரிசல்.

அதன் தொடர்ச்சியாக வங்கப் பிரிவினைக்கான எதிர்ப்பு நெருப்பு வேகமாகப் பரவத் தொடங்கியது. உச்சகட்டமாக, முசாஃபர்பூரில் ஒரு குண்டு வெடித்தது. அது திலகர், அரவிந்த கோஷ் ஆகியோரின் கைதில் வந்து முடிந்தது. அந்தக் குண்டை வீசியவர், குதிராம் போஸ்!

12

இடி... மின்னல்... இந்து மகா சபா

வங்கப்பிரிவினைக்கு எதிரான போராட்டங்கள் உச்சத்தில் இருந்தபோது அந்த மாகாணத்தில் மாஜிஸ்திரேட்டாக இருந்தவர் கிங்ஸ்ஃபோர்ட். சற்றே கெடுபிடி மனிதர். போராட்டத்தில் ஈடுபடுவோர் தொடர்பான வழக்குகளில் தீர்ப்பளித்த அவர், சம்பந்தப்பட்டவர்களுக்கு சாட்டையடி தரவேண்டும் என்று தண்டனை வழங்கினார். அது இளைஞர்கள் மத்தியில் ஆத்திரத்தை ஏற்படுத்தியது.

இந்தியர்கள் மீதான காழ்ப்புணர்வு காரணமாகவே இத்தகைய கடுமையான தீர்ப்புகளை வழங்குகிறார் நீதிபதி கிங்ஸ்ஃபோர்ட் என்பது போராட்டக்காரர்களின் குற்றச்சாட்டு. அவருக்கு தக்க பதிலடி தரவேண்டும் என்றனர் தீவிரவாத இளைஞர்கள். இல்லையில்லை, அவரையே தீர்த்துவிடுவதுதான் ஒரே தீர்வு என்று களமிறங்கினார் ஓர் இளைஞர்.

வங்கத்தைச் சேர்ந்த அந்தப் பதினாறு வயது இளைஞரின் பெயர் குதிராம் போஸ். அப்போது நீதிபதி கிங்ஸ்ஃபோர்ட் பீகாரின் முசாஃபர்பூரில் தங்கியிருக்கிறார் என்ற தகவல் போஸுக்குத் தெரியவந்தது. தனது தோழர் பிரஃபுல்ல சக்கி சகிதம் உடனடியாக முசாஃபர்பூர் புறப்பட்டார். அங்கே கிங்ஸ்ஃபோர்டின் நடவடிக்கை களை உன்னிப்பாகக் கவனித்தார். இறுதியாக, 30 ஏப்ரல் 1908 அன்று கிங்ஸ்ஃபோர்டைக் கொல்வதற்குத் தேதி குறித்தனர்.

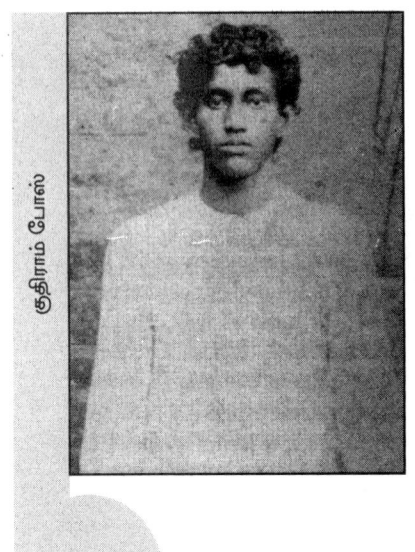

குதிராம் போஸ்

கிங்ஸ்ஃபோர்டின் குதிரை வண்டி வீட்டை விட்டு வெளியே வந்ததும் கையில் வைத்திருக்கும் வெடி குண்டுகளை அதன் மீது துல்லியமாக வீசவேண்டும். ஒருவேளை வெடிகுண்டை வீசுவதற்கு வாய்ப்பு கிடைக்காத பட்சத்தில் அல்லது குறி தவறிவிடும் பட்சத்தில் துப்பாக்கியின் துணைகொண்டு காரியத்தை நிறைவேற்றிவிடவேண்டும். இதுதான் குதிராம் போஸ் போட்டு வைத்திருந்த திட்டம். அதன்படியே கிங்ஸ்ஃபோர்டின் வாகனம் வெளியே வந்தது. சட்டென வெடிகுண்டை வீசினார். வெடித்துச் சிதறின உடல்கள்.

புகை மண்டலத்துக்கும் மரண ஓலத்துக்கும் மத்தியில் குதிராம் போஸும் பிரஃபுல்ல சக்கியும் ஆளுக்கொரு பக்கமாக மறைந்துவிட்டனர். ஆனால் அங்கு நடந்த கதையே வேறு. நீதிபதி கிங்ஸ்ஃபோர்ட் அந்த வாகனத் தில் வரவில்லை. மாறாக, அவருடைய நண்பரும் பிரபல வழக்கறிஞருமான பிரிங்கிள் கென்னடி என்பவரின் மனைவியும் மகளுமே அந்த வாகனத்தில் இருந்தனர் ஆகவே, அவர்கள் இரையாகியிருந்தனர்.

அந்தப் படுகொலைகள் பல இடங்களிலும் பதற்றத்தை ஏற்படுத்தியது. கூடவே, தேடுதல் வேட்டையையும் தொடங்கிவைத்தது. காவலர்களின் கழுகுக்கண்களுக்குத் தப்ப முடியவில்லை. குதிராம் போஸ் கைதுசெய்யப் பட்டார். ஆனால் பிரஃபுல்ல சக்கியோ காவலர்களிடம் சிக்காமல் தன்னுடைய துப்பாக்கியின் துணையுடன் தற்கொலை செய்துகொண்டார்.

குதிராம் போஸை விசாரித்த காவலர்களுக்கு ஆச்சரியமும் அதிர்ச்சியும் ஒருங்கே வந்தன. பதினாறு வயது இளைஞன் தன்னிச்சையாக இத்தனை பெரிய கொலைபாதகச் செயலில் ஈடுபட்டிருக்க முடியாது என்பது வெளிப்படை. எனில், அவருக்குப் பின் அணிவகுப்பது யார்?

வங்கப் பிரிவினையே வெடிகுண்டு விவகாரத்தின் தோற்றுவாய். பிரிவினை ரத்தாகும்வரை இது தொடரக்கூடும் என்பது திலகரின் பதிவு

அரவிந்த கோஷ் போன்றோரின் பேச்சுகளைக் கேட்டு வளர்ந்தவன். புரட்சிகர சிந்தனை கொண்டவர்களுடன் பழகியவன். பிரிட்டிஷாருக்கு எதிரான போராட்டங்களில் ஈடுபட்டவன் என்பதெல்லாம் வரிசையாகத் தெரிய வந்தன. தொடர்ச்சியான விசாரணைகளின் பலனாக காவலர்களின் சந்தேக முள்முனை திலகர் மற்றும் அரவிந்த கோஷை நோக்கித் திரும்பியது. அவர்களது பேச்சு, எழுத்து, செயல் மூன்றும் அவர்களுக்கு எதிரான சாட்சியங்களாக இருந்தன.

லாலா லஜபதி ராய்

மாணிக்டல்லா என்ற ஊரில் இருந்த வெடிகுண்டு ஆலைக்கும் அரவிந்த கோஷுக்கும் இருந்த தொடர்பை அடிப்படையாக வைத்து அரவிந்த கோஷ் கைது செய்யப்பட்டார். கேசரி பத்திரிகையில் வெளியான வெடிகுண்டின் ரகசியம் என்ற தலையங்கத்தின் அடிப்படையில் திலகர் கைது செய்யப்பட்டார். குறிப்பாக, வங்கப் பிரிவினையே வெடிகுண்டு விவகாரத்தின் தோற்றுவாய். பிரிவினை ரத்தாகும்வரை இது தொடரக்கூடும் என்பது திலகரின் பதிவு. போதாது?

கைது செய்யப்பட்ட குதிராம் போஸ், திலகர், அரவிந்த கோஷ் உள்ளிட்டோர் மீதான வழக்கு விசாரணை படுதீவிரமாக நடைபெற்றது. ஓரிரு மாதங்கள் நீடித்த விசாரணையின் இறுதியில் குதிராம் போஸுக்குத் தூக்குத் தண்டனை. திலகருக்கு ஆறு ஆண்டுகள் சிறைத் தண்டனை. அரவிந்த கோஷ் மீதான குற்றங்கள் நிரூபிக்கப்படாததால் அவர் விடுவிக்கப்பட்டார்.

திலகருக்கு விதிக்கப்பட்ட தண்டனை அரசியல் களத்தில் பலத்த அதிர்வலைகளைக் கிளப்பியது. காரணம், அவருக்கு விதிக்கப்பட்டது தீவாந்திரத் தண்டனை. அதாவது, தொலைதூரப் பகுதியில் உள்ள சிறையில் அடைத்துவைப்பது. அதன்மூலம் பிரிட்டிஷாரின் ஆளுகையில் உள்ள எந்தவொரு பகுதியிலும் அடைத்துவைக்க முடியும்.

அதற்கு திலகரின் ஆதரவாளர்கள் மத்தியில் கடும் எதிர்ப்பு கிளம்பியது. ஆறாண்டு தீவாந்திரத் தண்டனைக்கு எதிராக ஆறு நாள்களுக்குப் போராட்டங்கள் நடந்தன. ஆனாலும் பர்மாவின் மண்டாலே சிறையில் அடைக்கப்பட்டார் திலகர். அதன்மூலம் அரசியல் களத்திலிருந்து ஆறு ஆண்டுகளுக்கு அப்புறப்படுத்தப்பட்டிருந்தார்.

> அரசியல் ரீதியாகவும் பொதுவாகவும் இந்துக்களைக் காங்கிரஸ் கட்சி அலட்சியம் செய்கிறது. அரசாங்கமும் நம்மை [இந்துக்களை] அலட்சியம் செய்கிறது.

வழக்கிலிருந்து விடுவிக்கப்பட்ட அரவிந்த கோஷோ தீவிர அரசியலில் இருந்து மெல்ல மெல்ல ஒதுங்கத் தொடங்கினார். ஒரு கட்டத்தில் முற்றிலுமாக விலகி, பிரெஞ்சு ஆதிக்கத்திலிருந்த புதுச்சேரிக்குச் சென்றுவிட்டார். தீவிரவாதியாகத் தீரமுடன் செயல்பட்ட அவர், அமைதியாக ஆன்மீக மார்க்கத்தில் அடைக்கலமானார். விடுதலைப் போராட்டக் களத்திலிருந்து வேதாந்தக் களத்துக்கு நகர்ந்திருந்தார். விளைவு, இந்து தேசிய அரசியலில் மிகப்பெரிய வெற்றிடம் உருவாகியிருந்தது.

அந்த வெற்றிடத்தை நிரப்ப வேண்டியது காலத்தின் கட்டாயம் என்ற குரலை எழுப்பினார் ஒருவர். அவர் பஞ்சாப் மாகாணத்தைச் சேர்ந்த ராய் பகதூர் லால் சந்த். சுருக்கமாக, லாலா லால் சந்த். காங்கிரஸ் கட்சி இஸ்லாமியர்களுக்குச் சாதகமாக நடந்துகொள்கிறது; பிரிட்டிஷாரும் இஸ்லாமியர்கள் பக்கமே இருக்கின்றனர். ஆரிய சமாஜமும் அசைவற்றுக் கிடக்கும் சூழ்நிலையில் இந்துக்களின் குரலாக ஒலிக்க ஓர் இயக்கம் அவசியம் என்றார் லால் சந்த்.

திலகர், அரவிந்தர் ஆகியோர் இல்லாத சூழ்நிலையில் லாலா லால் சந்தின் எழுத்துகள் இந்து தேசியத்தின் குரல் மங்கிவிடாமல் தடுக்கும் காரியத்தைச் செய்தன. குறிப்பாக, இந்து ஒற்றுமை, இந்து உணர்வுகள் குறித்து பஞ்சாபி என்ற பத்திரிகையில் பதினைந்துக்கும் மேற்பட்ட தொடர் கட்டுரைகளை எழுதினார் லால் சந்த். அவற்றின் ஒரு பகுதி இங்கே:

'அரசியல் ரீதியாகவும் பொதுவாகவும் இந்துக்களைக் காங்கிரஸ் கட்சி அலட்சியம் செய்கிறது. அரசாங்கமும் நம்மை (இந்துக்களை) அலட்சியம் செய்கிறது. அதன் விளைவாக மற்ற சமூகங்கள் பலனடைகின்றன. மேலும், ஏற்கெனவே இருந்த நிலையில் இருந்து கீழான நிலைக்கு இந்துக்கள் இறக்கப்படுகிறார்கள். இந்த அநீதிக்கு எதிராகக் குரல் கொடுக்கவோ, இந்துக்களுக்கு உதவி செய்யவோ காங்கிரஸ் முன்வரவில்லை. நாம் அனைவரும் இந்தியர்கள் என்ற பிரசாரத்தின் வழியாக இந்துக்கள் என்ற உண்மையை காங்கிரஸ் மறைக்கிறது'

லாகூரில் இருந்து வெளியான அந்தப் பத்திரிகை லாலா லஜபதி ராய்க்குச் சொந்தமானது. அந்தக் கட்டுரைகள் பின்னர் Self Abnegation in Politics என்ற தலைப்பில் புத்தகமாக வெளியாகின.

இந்தப் பின்னணியில் 1909 ஆம் ஆண்டு 'பஞ்சாப் இந்து சபா' என்ற பெயரில் புதிய இந்து அமைப்பை உருவாக்கினார் லாலா லால் சந்த். அவருக்குப் பக்கபலமாக லாலா லஜபதி ராய், யூ.என். முகர்ஜி, ஆர்.பி. ஷாதிலால் போன்ற தலைவர்கள் இருந்தனர். இவர்கள் மூவருமே ஆரிய சமாஜிகள் என்பது கவனிக்கத்தக்கது.

ஒட்டுமொத்த இந்துக்களின் உணர்வுகளை எதிரொலிக்கும், இந்துக்களின் உரிமைகளுக்குக் குரல்கொடுக்கும் இயக்கமாக இந்து சபா இருக்கும் என்று அறிவிக்கப்பட்டது. மேலும், இந்துக்களுக்கு ஏற்படும் அனைத்து பிரச்னைகளையும் ஆட்சியாளர்களின் கவனத்துக்கு எடுத்துச்

செல்லும் காரியத்தில் பஞ்சாப் இந்து சபா தீவிரமாக ஈடுபடும் என்ற வாக்குறுதியைக் கொடுத்தனர் அதன் நிறுவனர்கள். அதன் தொடர்ச்சியாக பஞ்சாப் இந்து சபாவின் சார்பில் இந்து மாநாடு ஒன்றுக்கு அழைப்பு விடுக்கப்பட்டது.

மதன்மோகன் மாளவியா

பஞ்சாப் மாகாணத்தின் லாகூரில் 21 அக்டோபர் 1909 தொடங்கி இரண்டு நாள்களுக்கு நடந்த அந்த இந்து மாநாட்டில் பஞ்சாப், ஐக்கிய மாகாணம் மற்றும் வட இந்திய மாகாணங்கள் பலவற்றில் இருந்தும் மூவாயிரத்துக்கும் மேற்பட்ட சிறப்பு அழைப்பாளர்கள் மற்றும் பிரதிநிதிகள் கலந்துகொண்டனர். அந்த மாநாட்டில் காங்கிரஸ் மூத்த தலைவர் மதன்மோகன் மாளவியா பங்கேற்றது பலரது கவனத்தையும் கவர்ந்தது.

மாநாட்டில் பேசிய லாலா லால் சந்த், 'காங்கிரஸ் கட்சி இந்துக்களின் உணர்வுகளைப் புரிந்து கொள்வதற்குத் தவறிவிட்டது. அதற்குரிய பலனை இன்னொரு பிரிவு அறுவடை செய்கிறது' என்று விமரிசித்தார். முஸ்லிம் லீக் நாளுக்கு நாள் வளர்ச்சி பெற்றுவரும் சூழ்நிலையில், இந்துக்கள் ஓரணியில் திரள்வது அவசியம் என்று சொன்ன லாலா லஜபதி ராய், 'பிற மதங்களின் பிடியிலிருந்து இந்து அனாதைகளை மீட்பதற்கான நடவடிக்கைகள் மேற்கொள்ளப்பட வேண்டும்' என்றார்.

இந்துக்களின் ஒற்றுமை அவசிமானது மட்டுமல்ல, அவசரமானதும்கூட என்ற கருத்தை மாநாட்டில் கலந்துகொண்ட பலரும் வலியுறுத்தினர். அதற்குக் காரணம், மிண்டோ - மார்லி சீர்திருத்தத்தின்படி, மத்திய மற்றும் மாகாண சட்டசபைகளில் இஸ்லாமியர்களுக்கு தனிப் பிரதிநிதித்துவம் வழங்கப்பட்டிருந்தது. அதன் காரணமாக இந்துக்களுக்கான பிரதிநிதித்துவம் குறைந்துவிடுமோ என்ற அச்சம் சில இந்து தலைவர்களுக்கு உருவாகியிருந்தது.

அந்த மாநாட்டில் சில முக்கியத்துவம் வாய்ந்த தீர்மானங்கள் நிறைவேற்றப்பட்டன.

1. சமஸ்கிருதம் மற்றும் இந்தி மொழியை இந்தியா முழுமைக்கும் பரப்பவேண்டும்.
2. பசு பாதுகாப்பு நடவடிக்கைகளைத் தீவிரப்படுத்தவேண்டும்.
3. இந்து இலக்கியங்களை வெகுஜனங்களின் எடுத்துச்செல்லவேண்டும்.
4. இந்து ஆயுர்வேத மருத்துவ முறைகளை மேம்படுத்த வேண்டும்.

ஒவ்வொரு ஆண்டும் ஒவ்வொரு இடத்தில் இந்து மாநாட்டை நடத்துவது என்று பஞ்சாப் இந்து சபா தலைவர்கள் முடிவுசெய்திருந்தனர். அதன்படி, அலகாபாத், அமிர்தசரஸ், டெல்லி, அம்பாலா என்று பல ஊர்களிலும் மாநாடுகள் நடந்தன. குறிப்பாக, 1910ல் அலகாபாத்தில் கூடிய இந்து சபா தலைவர்கள் அனைத்திந்திய இந்து சபா என்ற பெயரில் இயக்கம் ஒன்றை உருவாக்கவேண்டிய அவசியம் பற்றி விவாதித்தனர்.

அனைத்திந்திய இந்து மகா சபையின் தலைமைச் செயலகம் அலகாபாத்தில் இருக்கவேண்டும் என்று தீர்மானித்தனர். அந்தச் சந்திப்பின்போதே அமைப்புக்கான விதிமுறைகள், கொள்கைகள்,

கோட்பாடுகள் எல்லாம் வகுக்கப்பட்டன. ஆனால் அனைத்திந்திய அளவிலான அமைப்புக்கான அதிகாரப்பூர்வ அறிவிப்பு ஏதும் வெளியாகவில்லை.

இந்நிலையில் 1915 ஆம் ஆண்டு பஞ்சாப் இந்து சபையும் ஐக்கிய மாகாணத்தில் இயங்கிய இந்து சபையும் இணைந்து இந்து மகா சபை என்ற பெயரில் செயல்படத் தீர்மானிக்கப் பட்டது. அதன் தலைமையகம் ஹரித்வாரில் நிறுவப்பட்டது. லாலா சுக்பீர் சின்ஹா என்பவர் இந்து மகா சபாவின் பொதுச்செயலாளராகத் தேர்ந்தெடுக்கப்பட்டார். மேலும், நான்கு செயலாளர்கள், 13 துணைத்தலைவர்கள் தேர்ந்தெடுக்கப்பட்டனர்.

பதினெட்டு வயதைக் கடந்த எந்தவொரு இந்துவும் ஐந்தணா செலுத்தி இந்து மகா சபையில் உறுப்பினராகலாம் என்று அறிவிக்கப்பட்டது. அதன்மூலம் பஞ்சாப், ஐக்கிய மாகாணம் மட்டுமின்றி, டெல்லி, பீகார், வங்கம், சென்னை என்று இந்தியா முழுமைக்கும் இந்து மகாசபாவை விரிவுபடுத்தும் நடவடிக்கைகள் தொடங்கின. சத்தமின்றி செயல்படத் தொடங்கிய இந்து மகா சபாவுக்குள் இடி, மின்னல், மழையை உருவாக்கும் வகையில் ஓர் இயக்கம் உருவானது. அதன் பெயர், கிலாஃபத்!

13

கிலாஃபத் காட்டிய வழி

துருக்கி நாட்டு சுல்தானை கலீஃபா என்றும் அழைப்பார்கள். உலக இஸ்லாமியர்களின் ஏகோபித்த தலைவர். கிறித்தவர்களுக்கு போப்பாண்டவர் என்றால் இஸ்லாமியர்களுக்கு கலீஃபா. இஸ்லாமியர்களின் புனிதத்தலங்களில் பெரும்பாலானவை இவரது கட்டுப்பாட்டில்தான் இயங்குபவை.

அவ்வளவு செல்வாக்கு நிரம்பிய கலீஃபாவுக்கு முதல் உலகப்போர் பெரும் சிக்கலைக் கொடுத்தது. 1914ல் தொடங்கிய முதல் உலகப்போரில் ஜெர்மனி அணியில் துருக்கி இடம்பெற்றிருந்தது. அதாவது, பிரிட்டனுக்கு எதிரணி. பிரிட்டனுக்கு எதிராகப் புனிதப் போர் (ஜிஹாத்) தொடங்கி இருப்பதாக அறிவித்திருந்தார் துருக்கி சுல்தான்.

அந்தப் போரில் இந்தியர்களையும் ஈடுபடுத்தியது பிரிட்டிஷ் அரசு. ஆனால் துருக்கியை எதிர்த்துப் போரில் ஈடுபட இந்திய இஸ்லாமியர்கள் தயக்கம் காட்டினர். உணர்வு ரீதியான பிரச்னை. உளவியல் ரீதியானதும்கூட. அது பிரிட்டிஷாருக்கும் புரிந்திருந்தது. அதற்காக அப்படியே விட்டுவிட முடியுமா என்ன? போர் முக்கியம். வெற்றி அதைவிட. அதற்கு இந்திய முஸ்லீம்களின் பங்களிப்பு அதிமுக்கியம்.

பிரிட்டிஷ் பிரதமர் லாயிட் ஜார்ஜ் களமிறங்கினார். இஸ்லாமியர் களிடம் இனிய மொழியில் பேசினார். துருக்கிக்குச் சொந்தமான

லாயிட் ஜார்ஜ்

திரேஸ், ஆசியா மைனர் பகுதிகளை அபகரிக்க வேண்டும் என்பது எங்கள் நோக்கமல்ல. போரில் நாங்கள் வெற்றிபெற்ற பிறகும் அவை துருக்கி வசமே இருக்கும். என்னை நம்புங்கள். நான் இருக்கிறேன். இப்போதைக்கு எங்களுக்கு உதவுங்கள். அது போதும். போருக்குப் பின்னால் சர்வமும் சுமூகமாக இருக்கும்.

வலிய வந்து வழங்கிய வாக்குறுதிகள் இந்திய இஸ்லாமியர்களுக்கு இதமாக இருந்தன. ஆகட்டும் என்று சொல்லிவிட்டனர். அதே வேகத்தில் துருக்கி மீதான பாசத்தைத் தாற்காலிகமாகத் தள்ளி வைத்தனர். பிரிட்டிஷ் இந்திய ராணுவத்தில் இணைந்து போரில் தீவிரமாக ஈடுபட்டனர். உக்கிரமாக நடந்த போர் வெவ்வேறு காரணங்களை முன்வைத்து முடிவுக்கு வந்தது. இப்போது இந்திய இஸ்லாமியர்களின் கவனம் முழுக்க பிரிட்டிஷ் ஆட்சியாளர்களை நோக்கியே இருந்தது.

துருக்கி விஷயத்தில் என்ன செய்யப்போகிறது பிரிட்டன்? நம்பவைத்து நாசியை அழுத்திக் கொல்வது பிரிட்டிஷாரின் வழக்கம். வாக்குறுதிகளை எல்லாம் தூக்கி வாய்க்காலில் வீசினர். திரேஸ் பகுதியைத் தூக்கி கிரீஸ் நாட்டிடம் கொடுத்தனர். ஆசியா மைனர் பகுதிகளை பிரான்ஸோடு சேர்ந்து ஆளுக்குக் கொஞ்சமாகப் பங்குபோட்டுக் கொண்டனர். போதாக் குறைக்கு, துருக்கியின் நிர்வாக எந்திரமும் இங்கிலாந்து மற்றும் அதன் நட்பு நாடுகளின் கைகளுக்குச் சென்றன.

பச்சைத் துரோகம் என்றுதான் சொல்லவேண்டும். கலீஃபாவை அவமதித்தன் மூலம் இஸ்லாத்தையும் பிரிட்டிஷார் இழிவுபடுத்திவிட்டதாகக் கருதி வெகுண்டெழுந்தனர் இந்திய இஸ்லாமியர்கள். வங்கப் பிரிவினை ரத்தானதால் ஏற்கெனவே ரணமாகிக் கிடந்தது இந்திய இஸ்லாமியர்களின் மனம். அந்த ரணத்தை மேலும் கிளறிவிட்டது துருக்கி துரோகம். இனியும் அமைதியாக இருந்தால் ஆபத்து நிச்சயம் என்பதை உணர்ந்தனர். அடுத்த நொடி, துருக்கிக்கு ஆதரவான போராட்டத்தை முன்னெடுக்கத் தயாராகினர்.

துருக்கியின் நிர்வாகத்தை சுல்தானிடம் முழுமையாக ஒப்படையுங்கள்; திரேஸ், ஆசியா மைனரை துருக்கியிடம் திரும்பக் கொடுங்கள் என்ற இரு பெரும் கோரிக்கைகளை முன்வைத்து புதிய இயக்கம் ஒன்றைத் தொடங்கினர். அதன் பெயர், கிலாஃபத் இயக்கம்.

> காங்கிரஸ் தங்களைக் கைவிட்டுவிட்டதே என்ற வருத்தத்தில் இருந்த இஸ்லாமியர்களுக்கு காந்தியின் அறிவிப்பு உற்சாகத்தைக் கொடுத்தது.

காந்தி

ஏற்கெனவே இஸ்லாமியர்களுக்காக முஸ்லீம் லீக் இயங்கி வந்தது. ஆனாலும், இந்திய இஸ்லாமியர்களை துருக்கிக்கு ஆதரவாகத் திரட்டும் விரிவான முயற்சியாகவே கிலாஃபத் பார்க்கப்பட்டது.

கிலாஃபத் இயக்கத்தை முன்னெடுத்தவர்கள் முகமது அலி, சௌகத் அலி என்ற இரு தலைவர்கள். இந்தியாவில் உள்ள அனைத்து இஸ்லாமியர்களையும் உள்ளடக்கிய ஓர் இயக்கமாக கிலாஃபத் இயக்கத்தைக் கட்டமைக்க விரும்பினர் அலி சகோதரர்கள். 1919 செப்டெம்பரில் கிலாஃபத் குழு அமைக்கப்பட்டது.அதில் சேத் சட்டானி, அபுல்கலாம் ஆசாத் இடம்பெற்றனர். அப்போது அந்த இயக்கத்துக்கு ஒரு முக்கியத் தலைவரிடம் இருந்து ஆதரவு வந்துசேர்ந்தது. அவர், மோகன்தாஸ் கரம்சந்த் காந்தி.

தென்னாப்பிரிக்காவில் வழக்கறிஞராகப் பணியாற்றிய காந்தி, இந்தியாவுக்கு வந்து காங்கிரஸில் இணைந்து, மெல்ல மெல்ல முன்னேறி, அதன் தலைமைப் பொறுப்புக்கும் வந்திருந்த சமயம் அது. அவரைத் தவிர வேறு பல தலைவர்களும் காங்கிரஸில் இருந்தனர். குறிப்பாக, திலகரைச் சொல்லவேண்டும். ஆம், குதிராம் போஸ் தொடர்பான வழக்கில் கைதாகி, சிறை சென்ற திலகர் ஆறு ஆண்டுகால தண்டனை முடிந்து விடுதலை ஆகியிருந்தார்.

என்றாலும், அவரால் முன்புபோல் போராட்டங்களை நடத்த முடியவில்லை. மாறாக, காந்தியோ அகிம்சை, சத்தியாக்கிரகம் என்பன போன்ற புதிய போராட்ட முறைகளை அறிமுகம் செய்து மக்களையும் காங்கிரஸாரையும் வசீகரித்துக் கொண்டிருந்தார். அவருக்கு

அலி சகோதரர்கள்

மக்கள் மத்தியில் தீவிரமான ஆதரவுத்தளம் உருவாகிக் கொண்டிருந்தது. அப்போது காந்தியின் கவனம் கிலாஃபத்தை நோக்கித் திரும்பியது.

வங்கப் பிரிவினையில் காங்கிரஸ் எடுத்த நிலைப்பாடு காரணமாக அதிருப்தியில் இருந்த இஸ்லாமியர்களை சமாதானம் செய்யவேண்டும்; ஆரிய சமாஜத்துக்கு முன்னும் பின்னும் உருவாகிக்கொண்டிருக்கும் இந்து - முஸ்லீம் விரிசலையும் சரிசெய்யவேண்டும். இரண்டையும் சாத்தியப்படுத்த கிலாஃபத் இயக்கம் சரியான ஆயுதமாக இருக்கும் என்று கணித்தார் காந்தி.

கிலாஃபத் இயக்கத்தைக் காங்கிரஸ் ஆதரிக்கும் என்று அறிவித்தார். அந்த இயக்கத்தை தானே தலைமையேற்று நடத்தத் தயாரானார். காங்கிரஸ் தங்களைக் கைவிட்டு விட்டதே என்ற வருத்தத்தில் இருந்த இஸ்லாமியர்களுக்கு காந்தியின் அறிவிப்பு உற்சாகத்தைக் கொடுத்தது. முக்கியமாக, நம்பிக்கையைக் கொடுத்தது.

கிலாஃபத்தை முன்னிலும் வேகமாக முன்னெடுக்கத் தொடங்கினர். இனியும் பிரிட்டிஷ் ராணுவத்தில் இஸ்லாமியர்கள் நீடிப்பது இஸ்லாத்துக்கு எதிரானது என்றார் முகமது அலி. அதற்காகவே அவரைக் கைதுசெய்து சிறையிலடைத்தது பிரிட்டிஷ் அரசு.

கிலாஃபத் இயக்கத்தை காந்தியும் காங்கிரஸும் ஆதரிப்பதை திலகர், பிபின் சந்திரபால் போன்ற தலைவர்கள் விரும்பவில்லை. ஆனால் கட்சித் தொண்டர்கள், தலைவர்கள் மத்தியில் காந்திக்கே ஆதரவு இருந்தது. அப்போது ஒத்துழையாமை இயக்கம் தொடங்கியிருந்த காந்தி, அதனை கிலாஃபத்துக்கு ஆதரவாகப் பயன்படுத்தினார். விளைவு, கிலாஃபத் இயக்கத்துக்கு நாடு தழுவிய அளவில் மக்கள் ஆதரவு பெருகியது. போராட்டங்களும் கைதுகளும் தீவிரம் பெற்றன.

கிலாஃபத் இயக்கத்துக்கு ஆதரவு பெருகிவரும் சூழ்நிலையில், மாப்ளா முஸ்லீம்கள் களத்தில் குதித்துவிடுவார்களோ என்று பிரிட்டிஷ் ஆட்சியாளர்கள் பயந்தனர்.

கிலாஃபத் இயக்கத்தை முன்வைத்து இஸ்லாமியர்களிடம் ஏற்பட்டிருக்கும் ஒருங்கிணைப்பும், அந்த முயற்களுக்கு காங்கிரஸ், காந்தியின் ஆதரவு இருப்பதும் இந்து மகா சபையினரை யோசிக்க வைத்தது. இந்துக்களும் இந்து மகா சபையும் கூடுதல் கவனத்துடன் இருக்க வேண்டிய சூழல் உருவாகியிருப்பதாகக் கருதினர். அதற்கேற்ப, தென்னிந்தியாவின் ஒரு பகுதியில் மாப்ளா கிளர்ச்சி என்ற பெயரில் ஒரு பிரச்னை உருவாகியிருந்தது. அதற்கு கிலாஃபத் காட்டிய வழியே காரணமாக இருந்தது.

உண்மையில், இந்து - முஸ்லீம் இடையே ஒற்றுமையை உருவாக்கும்

நோக்கத்துடன்தான் கிலாஃபத் இயக்கத்துக்கு ஆதரவளித்தார் காந்தி. அது இந்தியாவின் ஏனைய மாநிலங்களில் சரியாகவே புரிந்துகொள்ளப்பட்டது. வன்முறை தவிர்த்த போராட்டங்களே நடத்தப்பட்டன. ஆனால், சென்னை மாகாணத்தின் மலபார் பிராந்தியத்தில் மட்டும் எதிர்மறையாகப் புரிந்து கொள்ளப்பட்டது. அது இந்து - முஸ்லீம் கலவரத்தில் வந்து முடிந்தது. அதிர்ச்சியில் உறைந்து போனார் காந்தி. பிரிட்டிஷாரும்தான்.

அது என்ன மாப்ளா கிளர்ச்சி?

சென்னை மாகாணத்துக்கு உட்பட்ட மலபார் பிராந்தியத்தில் மாப்ளா பிரிவு முஸ்லீம்கள் அதிகம் வசித்துவந்தனர். மாப்பிள்ளை முஸ்லீம்கள் என்ற பெயரும் அவர்களுக்கு உண்டு. அராபியர்களின் வழித்தோன்றல்கள். விவசாயமும் வர்த்தகமும்தான் அவர்களுடைய பிரதான தொழில்கள். போர்க்குணம் கொண்டவர்கள். சின்னச்சின்ன உரிமைகளுக்காகவும் சிலிர்த்தெழக் கூடியவர்கள். பெரிய பிரச்னைகள் என்றால் பொங்கியெழுந்துவிடுவார்கள்.

குறிப்பாக, நிலப்பிரபுக்களுக்கும் மாப்ளாக்களுக்கும் இடையே நடந்த மோதல்களின் எண்ணிக்கை வெகு அதிகம். 1800களின் மத்தியில் இருந்தே இதுபோன்ற மோதல்களும் கலகங்களும் ஏராளம் நடந்துள்ளன. நாடு தழுவிய அளவில் கிலாஃபத் இயக்கத்துக்கு ஆதரவு பெருகிவரும் சூழ்நிலையில், மாப்ளா முஸ்லீம்கள் களத்தில் குதித்துவிடுவார்களோ என்று பிரிட்டிஷ் ஆட்சியாளர்கள் பயந்தனர். அதுவே நடந்தது.

கிலாஃபத் இயக்கம் மாப்ளாக்களைக் கவர்ந்தது. களத்தில் குதித்துவிட்டனர். பிரிட்டிஷார் பயந்தது போலவே, கிலாஃபத்துக்கான ஒத்துழையாமை இயக்கத்தில் மாப்ளா முஸ்லீம்கள் கலந்துகொண்டனர். முகமது அலி உள்ளிட்டோர் ஆற்றிய உரைகள் மாப்ளா முஸ்லீம்களுக்கு உத்வேகத்தைக் கொடுத்தன.

கைதுசெய்யப்பட்ட மாப்ளா முஸ்லீம்கள்

பிரிட்டிஷ் அரசுக்கு முற்றுப்புள்ளி வைக்கும் நாள் வெகு தூரத்தில் இல்லை என்ற கருத்து மாப்ளாக்களுக்கு கூடுதல் உற்சாகத்தைக் கொடுத்தது. அது ஒருகட்டத்தில் எல்லை கடந்தது. ஆம், கிலாஃபத்துக்காகத் தொடங்கிய போராட்டம் உள்ளூர் நிலப்பிரபுக்களுக்கு எதிரான போராட்டமாக உருமாறியது. இதில் சோகம் என்ன வென்றால், காந்தியின் சத்தியாகிரகத்துக்கு நேர் எதிரான வன்முறையை வழிமுறையாக மாற்றிக்கொண்டனர் மாப்ளா முஸ்லீம்கள்.

நிலம், கூலி உள்ளிட்ட விவகாரங்கள் தொடர்பாக கடந்த காலங்களில் நிலப்பிரபுக்களுக்கும் விவசாயிகளுக்கும் இடையே நிலவிய சச்சரவுகள் இப்போது தீவிரமடைந்தன. பிரிட்டிஷ் ஆட்சி ஒழியப்போகிறது என்ற துணிச்சலில் நிலப்பிரபுக்களுக்கு எதிரான ஆயுதப் போராட்டத்தை முன்னெடுத்தனர். விஷயம் என்னவென்றால், நிலப்பிரபுக்கள் எல்லாம் இந்துக்கள்; அவர்களை எதிர்த்துப் போராடும் விவசாயிகள் எல்லாம் மாப்ளா முஸ்லீம்கள். ஆக, முதலாளி - தொழிலாளி போராட்டம் இந்து - முஸ்லீம் மோதலாக மாறியது.

எரநாடு, வள்ளுவநாடு, பொன்னாளி உள்ளிட்ட இடங்களில் வன்முறையைப் போராட்டத்தைத் தீவிரப்படுத்தினர். நிலப்பிரபுக்கள் மீது ஆயுதங்களைக் கொண்டு தாக்கினர். குறிப்பாக,

ஜென்மிக்கள், இந்து நாயர்கள், பிராமண நம்பூதிரிகள் ஆகியோரைக் குறிவைத்துக் தாக்கினர். மலபாரில் இருந்த இந்துக்களை எல்லாம் வலுக்கட்டயாமாக மதமாற்றம் செய்தனர். அதற்கு மறுப்பவர்களைக் கொன்றுபோடவும் மாப்ளாக்கள் தயங்கவில்லை.

இந்துக்களைத் தாக்கிய மாப்ளா முஸ்லீம்கள் பின்னர் பிரிட்டிஷ் அதிகாரிகளையும் தாக்கத் தொடங்கினர். அரசு அலுவலகங்கள், காவல்நிலையங்களை எல்லாம் தங்கள் கட்டுப்பாட்டுக்குள் கொண்டுவந்தனர். மாவட்ட பிரிட்டிஷ் நிர்வாகிகளை எல்லாம் அடித்து விரட்டிவிட்டு, அங்கெல்லாம் கிலாஃபத் அரசை நிறுவிவிட்டதாக அறிவித்தனர்.

நிலைமை கைமீறிப்போனதைத் தொடர்ந்து போராட்டத்தை அடக்க ராணுவத்தை அனுப்பியது பிரிட்டிஷ் அரசு. குறிப்பாக, கூர்க்காப் படைகளும், பர்மியப் படைகளும் மலபாரை முற்றுகையிட்டன. ராணுவத் தாக்குதல் உக்கிரமாக நடந்தது. ராணுவத்தினரின் துப்பாக்கித் தோட்டாக்களுக்கு ஏராளமான மாப்ளா முஸ்லீம்கள் கொல்லப்பட்டனர். வன்முறையில் ஈடுபட்ட முஸ்லீம்கள் கொத்துக் கொத்தாகக் கைது செய்யப்பட்டனர். விளைவு, மாப்ளா கிளர்ச்சி இரும்புக்கரம் கொண்டு அடக்கி, ஒடுக்கப்பட்டது.

வன்முறை ஓய்ந்ததில் காந்தி உள்ளிட்ட தலைவர்களுக்கு ஏக மகிழ்ச்சி. ஆனால் வேறு சில தலைவர்களோ தீவிர யோசனையில் மூழ்கினர். ஆம், முஸ்லீம் லீக் - கிலாஃபத் - மாப்ளா என்று நாளுக்கு நாள் இஸ்லாமியர்களின் ஒருங்கிணைப்பு வேகமெடுத்து வருவதாகக் கருதினர். இந்து மகாசபா விரைவாகவும் விவேகமாகவும் செயல்படவேண்டிய கட்டாயம் உருவாகியிருப்பதாகவும் கணித்தனர். அதற்காக 12 அம்சங்கள் கொண்ட விரிவான செயல் திட்டம் தயாரிக்கப்பட்டது. அதில் இடம்பெற்ற ஐந்து அம்சங்கள் காந்தி உள்ளிட்ட காங்கிரஸ் தலைவர்கள் அத்தனை பேரையுமே அதிர்ச்சியில் ஆழ்த்தியது!

14

பதைக்கச் செய்த பன்னிரண்டு அம்சங்கள்

கிலாஃபத் இயக்கமும், மாப்ளா கிளர்ச்சியும் இஸ்லாமியர்களைக் காட்டிலும் இந்துக்களிடம்தான் அதிக அதிர்வுகளை ஏற்படுத்தின. ஒட்டுமொத்த இந்துக்களுக்கும் ஆபத்து ஏற்பட்டுவிட்டது போன்று அச்சப்பட்டனர். குறிப்பாக, இந்து மகாசபா போன்ற இந்து இயக்கங்கள் அவசர ஆலோசனைகளில் இறங்கின. இந்து இயக்கங்களின் ஒற்றுமை இன்று அத்தியாவசியமாகிறது என்று ஆலோசனை கூறியது பிரபல லீடர் பத்திரிகை. அதன் எதிரொலியாக உருவாக்கப்பட்ட அமைப்பு, இந்து சங்கதன்.

இந்துக்களிடம் ஒற்றுமையை ஏற்படுத்துவதுதான் எங்களுடைய நோக்கம் என்று சொல்லி இந்து சங்கதனைத் தொடங்கினார்கள். கடந்த காலங்களில் உருவான அனைத்து இந்து இயக்கங்களுக்கும் அது ஒன்றுதான் நோக்கம். ஆனாலும், அதற்கு இப்போது கூடுதல் அழுத்தம் கொடுத்தார்கள். காரணம், 'இந்துக்களாகிய நாங்கள் முன்பைக் காட்டிலும் நெருக்கமாக இருக்கிறோம்' என்பதை முஸ்லீம்களுக்கு உணர்த்த விரும்பினர். அதற்கான அவசியத்தை எடுத்துச்சொன்னவர் மூத்த காங்கிரஸ் தலைவரும் இந்து மகா சபாவின் வழிகாட்டியுமான மதன் மோகன் மாளவியா.

இந்து சங்கதன் அமைப்பில் இந்து மகாசபா இருந்ததைப் போலவே வேறு சில இந்து இயக்கங்களும் இருந்தன. சுவாமி சிரத்தானந்தர் நடத்திக்கொண்டிருந்த சுத்தி இயக்கமும் இருந்தது. மதம் மாறிய அல்லது மதமாற்றம் செய்யப்பட்டு, இஸ்லாத்திலும்

லாலா லஜபதி ராய்

கிறித்தவத்திலும் இணைந்தவர்களை மீண்டும் இந்து மதத்துக்கு அழைத்துக்கொள்கிறோம் என்று சொல்லி ஆரம்பிக்கப்பட்ட சுத்தி இயக்கம் இப்போது மிகத்தீவிரமாகக் களப்பணி செய்தது.

குறிப்பாக, மாப்ளா கிளர்ச்சியின்போது அதிக அளவில் மதமாற்றங்கள் நிகழ்ந்தன. ஆகவே, அந்த இடத்தில் சுத்தி இயக்கம் செயல்படத் தொடங்கியது. சிரத்தானந்தரின் இயக்கம் மட்டுமல்ல, இந்து மகா சபையும்கூட சுத்தியில் இறங்கியது. விளைவு, இந்து - முஸ்லீம் இடையே கலவரம் வெடித்தது. கல்கத்தா, டெல்லியில் நடந்த சுத்தி இயக்கங்களுக்குக் கடுமையான பதிலடியைக் கொடுத்தனர் இஸ்லாமியர்கள்.

கலவரம் தொடர்பாகக் கருத்து தெரிவித்த முஸ்லீம் லீக், ‘இஸ்லாமியர்களின் உணர்வுகளைத் தூண்டிவிட்டு, கலவரத்துக்கு அழைக்கும் காரியத்தைச் செய்தவர்கள் இந்துக்களே’ என்றது. அதற்கு லாலா லஜபதி ராய் ஆற்றிய எதிர்வினை விநோதமாக இருந்தது. ‘தவறிழைத் தவர்கள் இந்துக்களே என்றாலும், அவர்களைத் தாக்குவதும் தண்டிப்பதும் முறையான செயல்களா?’ என்று கேள்வி எழுப்பினார் அவர். இதுதான் அன்றைய இந்து - முஸ்லீம் உறவின் நிலை.

இந்து சங்கதனில் இருந்த இயக்கங்கள் தேவைக்குத் தகுந்தாற்போல் இணைந்தும் பிரிந்தும் செயல்பட்டன. அதன் காரணமாக ஏற்பட்ட அமைதிச் சீர்குலைவு காந்தியை யோசனையில் ஆழ்த்தியது. காங்கிரஸின் கொள்கைகளுக்கு நேர் விரோதமாகச் செயல்படும் இந்து மகாசபாவை எப்படிக் கையாளுவது என்பது பற்றி யோசிக்கத் தொடங்கினார். இந்து மகாசபாவை பகிரங்கமாகவோ, ரகசியமாகவோ விமரிசிக்கவில்லை. மாறாக, அவர்களுடைய செயல்பாடுகளை அமைதி யாகக் கண்காணித்துக்கொண்டிருந்தார்.

‘இஸ்லாமியர்களின் உணர்வுகளைத் தூண்டிவிட்டு, கலவரத்துக்கு அழைக்கும் காரியத்தைச் செய்தவர்கள் இந்துக்களே’

இன்னொரு பக்கம், இந்து மகாசபாவின் வழிகாட்டியாக விளங்கிய மதன் மோகன் மாளவியா, அந்த இயக்கத் தின் வளர்ச்சிக்குத் தேவையான ஆலோசனைகளை அவ்வப்போது சொல்லிக் கொண்டிருந்தார். குறிப்பாக, மதக்கலவரங்களில் இருந்து இந்துக்களைப் பாதுகாப்பதற்கு ஏதுவாக பிரத்யேக தொண்டர் படை ஒன்றை உருவாக்க வேண்டும் என்ற அவருடைய கருத்து இந்து மகாசபா இளைஞர்களிடம் பலத்த வரவேற்பைப் பெற்றது.

மதன் மோகன் மாளவியா

அதுபோலவே, மாளவியா கொடுத்த இன்னொரு யோசனை, இந்து மகாசபாவுக்கு நாடு முழுக்க 23 மாகாணங்களில் கிளைகள் உருவாக்குவது. அது என்ன 23 என்று கேட்டபோது, காங்கிரஸ் கட்சிக்கு 23 மாகாணக் கமிட்டிகள் இருக்கின்றன. அதைப்போலவே, இந்து மகாசபாவுக்கும் உருவாக்கப்பட்டுள்ளதாக விளக்கம் சொன்னார்கள்.

உண்மையில், இந்து மகாசபா என்பது தனியான அமைப்பல்ல, காங்கிரஸுக்கு உள்ளேயே செயல்பட்ட அமைப்புதான். காங்கிரஸ் தலைவர்களில் சிலர் இந்து மகாசபாவில் இருந்தனர்; இந்து மகாசபா தலைவர்களில் பலர் காங்கிரசில் இருந்தனர். காங்கிரஸ் மாநாடு நடந்த மேடையிலும் பந்தலிலும் இந்து மகாசபா மாநாடுகள் அவ்வப்போது நடந்துள்ளன. அதற்கெல்லாம் அப்போது அனுமதி இருந்தது என்று சொல்வதைக் காட்டிலும், எதிர்ப்போ, தடையோ இருந்திருக்கவில்லை என்பதுதான் சரி.

இந்து மகாசபையின் குரலாக ஒலிப்பதற்கு வசதியாக மூன்று பத்திரிகைகள் தயாராகின. இந்துஸ்தான் டைம்ஸ் (ஆங்கிலம்), அர்ஜுன் (இந்தி), தேஜ் (உருது). மூன்றுமே நாளிதழ்கள். இவற்றில் இந்துஸ்தான் டைம்ஸ் இதழ் மட்டும் ஏற்கெனவே தொடங்கி, புழக்கத்தில் இருந்த ஒன்று. அந்தப் பத்திரிகையைத் தொடர்ந்து நடத்தமுடியாத சூழ்நிலையில், அதை இந்து மகா சபாவுக்காக வாங்கிக் கொடுத்தார் மதன் மோகன் மாளவியா.

இந்து மகாசபாவின் செயல்பாடுகளை வைத்து, அவர்களை வகுப்புவாதிகள் என்று சிலர் விமரிசித்தபோது, மதன் மோகன் மாளவியாவிடம் இருந்துதான் மறுப்பு வெளியானது.

அந்த விமரிசனம் தவறானது என்று சொன்ன அவர், தீண்டாமை, சாதி மோதல், குழந்தைத் திருமணம், போன்றவற்றில் அரசியல் கட்சியான காங்கிரஸ் ஈடுபட முடியாத நிலையில், அந்தப் பிரச்னைகளில் தலையிட்டு, இந்துக்களின் நலன்களைக் காப்பாற்ற இந்து மகாசபாவால் முடியும் என்றார் மாளவியா.

இப்போது இந்து மகாசபாவுக்கென்று பன்னிரண்டு அம்சங்கள் கொண்ட புதிய வேலைத்திட்டம் ஒன்றை உருவாக்கிக்கொடுத்தார் லாலா லஜபதி ராய்.

1. இந்தியாவில் குறுக்கும் நெடுக்குமாக இந்து மகாசபாக்களை உருவாக்குவது.
2. மதக்கலவரங்களால் பாதிக்கப்பட்ட இந்து ஆண், பெண்களுக்கு உதவி செய்வது.
3. இஸ்லாத்துக்கு மாறியவர்களை திரும்ப இந்துமதத்துக்கே அழைத்துவருவது. (சுத்தி இயக்கம்)
4. இந்து இளைஞர்கள் மற்றும் இளம்பெண்களுக்கு உடற்பயிற்சிக் கூடங்களை உருவாக்குவது.
5. சேவா சமிதிகளை உருவாக்குவது.
6. இந்தி சாகித்ய சம்மேளனத்துடன் இணைந்து இந்தி மொழியை நாடு முழுக்கப் பரப்புவது.
7. கோயில்களில் இந்துக்கள் கூடி, சமூகப்பிரச்னைகள் குறித்து விவாதிக்க முயற்சி எடுப்பது.
8. இந்து திருவிழாக்களைக் கொண்டாடுவது.
9. இஸ்லாமியர்கள், கிறித்தவர்களுடன் நல்லுறவைப் பேணுவது.
10. சகல அரசியல் பிரச்னைகளிலும் இந்துக்களின் நலன்களைப் பிரதிநிதித்துவம் செய்வது.
11. தொழில்துறையில் நுழையுமாறு இந்துக்களை ஊக்கப்படுத்துவது.
12. இந்துப் பெண்களின் நிலைமையை உயர்த்துவது.

டாக்டர் பாலகிருஷ்ண சிவராம மூஞ்சே

இந்து மகாசபை அடுத்து எந்தத் திசையில், எந்தப் பாதையில் பயணிக்கவேண்டும் என்பதை பன்னிரண்டு அம்ச செயல்திட்டம் துல்லியமாகச் சுட்டிக்காட்டியது. அதேசமயம், அதில் இடம்பெற்ற மதக்கலவர நிவாரணம், உடற்பயிற்சிக் கூடங்கள், இந்துக்கள் நலன், தொழில் துறையில் இந்துக்களின் பங்களிப்பு ஆகிய ஐந்து அம்சங்களைக் கண்டு காங்கிரஸ் தலைவர்கள் சிலர் கலக்கமடைந்தனர்.

ஆனால், இந்து மகாசபாவின் இளைஞர் பிரிவினரோ மற்ற அம்சங்களைக் காட்டிலும் இந்து திருவிழாக்களைக் கொண்டாடுதல் என்பதில் வெகுவாக ஈர்க்கப்பட்டனர். அதைச் சிறப்பாகச் செய்ய விரும்பினர். அவர்களுடைய ஆர்வத்தைத் தீர்க்க ஒருவர் களமிறங்கினார். அவர் பெயர், டாக்டர் மூஞ்சே. இந்து மகாசபாவின் முன்னணித்

தலைவர்களுள் ஒருவரான அவருடைய முழுப்பெயர், டாக்டர் பாலகிருஷ்ண சிவராம மூஞ்சே.

இன்றைய சத்தீஷ்கர் மாநிலத்தில் இருக்கும் பிலாஸ்பூரில் பிறந்த மூஞ்சே, அடிப்படையில் ஒரு மருத்துவர். என்றாலும், மனுஸ்மிருதிக்கு சமஸ்கிருதத்தில் உரை எழுதும் அளவுக்கு சமஸ்கிருதத்தில் பாண்டித்தியம் பெற்றவர். மாணவப் பருவத்தில் இருந்தே அவருக்கு அரசியல் ஆர்வம் இருந்தது. காங்கிரஸில் சேர்ந்து கொண்டார்.

திலகரைத்தான் தன்னுடைய வழிகாட்டியாக வரித்துக்கொண்டார். வங்கப் பிரிவினைக்கு எதிரான போராட்டங்களை முன்னெடுக்க திலகர் வங்காளம் வந்த போது அவருடன் வந்தார் டாக்டர் மூஞ்சே. அதன் காரணமாக மக்கள் மத்தியிலும் இந்து தலைவர்கள் மத்தியில் மூஞ்சேவுக்கு நல்ல அறிமுகம் கிடைத்தது.

சதுர்வர்ணத்தினருக்கு இடையே திருமண உறவு ஏற்படுவதன் வழியாகவே அவர்களுக்குள் ரத்த உறவு ஏற்படும். அதுதான் ஒற்றுமையைச் சாத்தியப்படுத்தும்.

இந்து மகாசபா முறைப்படி உருவாக்கப்படுவதற்கு முன்பே மராத்தா என்ற பெயரில் மராத்திய மொழி செய்தித்தாளைத் தொடங்கியிருந்தார் மூஞ்சே. இந்து, சதுர்வர்ணம், சமஸ்கிருதம் பற்றிய மூஞ்சேவின் கருத்துகள் மிகத் தீவிரமானவை. ஓர் உதாரணம் பார்த்தால் புரியும்:

'இந்துக்களிடையே ஒற்றுமையும் ஒருமைப்பாடும் ஏற்பட வேண்டும் என்றால், ஆரிய நாகரிகத்தின் ஆகச்சிறந்த அம்சமான சதுர்வர்ண முறை கடைப்பிடிக்கப்படவேண்டும். சாதி அடிப்படையில் தனித்தனியாகப் பிரிந்து கிடப்போர் சதுர்வர்ண அடிப்படையில் ஒருங்கிணைய வேண்டும். சதுர்வர்ணத்தினருக்கு இடையே திருமண உறவு ஏற்படுவதன் வழியாகவே அவர்களுக்குள் ரத்த உறவு ஏற்படும். அதுதான் ஒற்றுமையைச் சாத்தியப்படுத்தும்.'

திலகரின் மரணத்துக்குப் பிறகு காங்கிரஸ் கட்சியுடனான தொடர்புகளைத் துண்டித்துக்கொண்ட மூஞ்சே, இந்து மகாசபாவுக்காகச் சிந்திக்கவும் செயல்படவும் தொடங்கினார். தேர்தல் களத்தில் இறங்கி, மத்திய சட்டசபைக்குத் தேர்ந்தெடுக்கப்பட்டிருக்கிறார். பின்னாளில் இந்து மகாசபாவின் தலைவராகவும் செயல்பட்டார். ஒரு நிமிடம்... டாக்டர் மூஞ்சேவைப் பற்றி இத்தனை விரிவான அறிமுகத்துக்கு என்ன காரணம் என்று நீங்கள் யோசிக்கலாம். காரணம் இருக்கிறது.

இன்று இந்துத்வவாதிகளையும் ஆர்.எஸ்.எஸ். தலைவர்களையும்.. ஏன், பாரதிய ஜனதாக் கட்சி உள்ளிட்ட சங் பரிவார் அமைப்பினர் அத்தனை பேரையும் முசோலினியுடன் தொடர்புபடுத்தி விமரிசிக்கிறார்கள். பாசிசக்கொள்கையை முசோலினியிடம் இருந்துதான் பரிசாகப் பெற்றுக் கொண்டார்கள் என்று விமரிசிக்கிறார்கள். அவற்றுக்கெல்லாம் முக்கியமான காரணம், இத்தாலிய ஆட்சியாளர் முசோலினியை நேரில் சென்று சந்தித்துப் பேசிவிட்டு வந்தவர் டாக்டர் மூஞ்சே. அதைப் பற்றிய அதிசுவாரஸ்யமான செய்திகளைப் பின்னர் விரிவாகப் பார்க்கலாம். இப்போது டாக்டர் மூஞ்சே கொண்டாடிய விநாயகர் ஊர்வலத்துக்கு வந்துவிடலாம்.

திலகரைப் போலவே விநாயகர் ஊர்வலங்களை நடத்துவதில் மூஞ்சேவுக்கு அதிகபட்ச ஆர்வம். 'மூஞ்சேவின் வழிகாட்டுதலின்படி விநாயகர் ஊர்வலத்தில் கலந்துகொள்ளும் இளைஞர்கள் தொடக்கத்தில் அமைதியாகத்தான் இருப்பார்கள். ஆனால் மசூதிகளை நெருங்கிவிட்டால் போதும், திடீரென சத்தம் எழுப்புவார்கள். அதன் காரணமாக, விநாயகர் ஊர்வலத்தில் கலந்து கொள்வோருக்கும் மசூதியில் இருக்கும் இஸ்லாமியர்களுக்கும் இடையே சச்சரவுகள் வெடிக்கும்.' என்பது மூஞ்சேவின் மீது உருதுப் பத்திரிகை ஒன்று முன்வைத்த விமரிசனம் இது.

இந்து மகாசபாவானது திட்டங்கள் வகுத்துச் செயல்படத் தொடங்கியது காங்கிரஸ் தலைவர் களைக் கலவரப்படுத்தியது. முக்கியமாக, இந்து - முஸ்லீம் ஒற்றுமை தொடர்பான தனது முயற்சிகளுக்கு இந்து மகாசபா போன்றவை தடுப்புச்சுவர் எழுப்பிவிடுமோ என்று அஞ்சினார் காந்தி. அவருடைய அச்சத்தை அதிகரிக்கும் வகையில் இன்னொரு காரியம் நடந்தது. அது, ஆர்.எஸ்.எஸ். என்ற புதிய அமைப்பின் உருவாக்கம்.

15

ஆர்.எஸ்.எஸ்ஸின் அதிரடி ஆரம்பம்

அகிம்சை என்ற பதத்தை உச்சரிக்கும்போது இதயத்துக்கு இனிமையாகத்தான் இருக்கிறது; சத்தியாகிரகத்தையும் ஒத்துழையாமைப் போராட்டத்தையும் பார்க்கும்போது மனத்துக்குள் பரவசம் ஏற்படுவது என்னவோ உண்மைதான். ஆனால் அவையெல்லாம் காரியச் சித்திக்கு உதவுமா என்பது அந்தக் கால இளைஞர்கள் சிலரின் மனத்துக்குள் அரும்பியிருந்த கேள்வி. அவர்களில் நாக்பூரைச் சேர்ந்த ஹெட்கேவார் என்ற இளைஞரும் ஒருவர்.

மராட்டிய மாநிலம் நாகபுரியைச் சேர்ந்த தெலுங்கு பிராமணக் குடும்பத்தைச் சேர்ந்தவர் பலிராம் பந்த் ஹெட்கேவார். பூர்வீகம் தெலுங்கானா பிராந்தியத்தில் உள்ள கந்தகுர்த்தி கிராமம். மனைவி பெயர், ரேவதி. கோயில் ஒன்றில் அர்ச்சகராகப் பணியாற்றிவந்தார் பலிராம் பந்த். வைதீகம், ஆசாரம், ஆன்மீகம் என்று வாழ்ந்த குடும்பம், வேறுபல சிக்கல்களால் நாகபுரிக்கு நகர்ந்துவிட்டது.

பலிராம் - ரேவதி தம்பதிக்கு 1 ஏப்ரல் 1889 அன்று பிறந்தவர் கேசவ பலிராம் ஹெட்கேவார். சுறுசுறுப்பும் துடிதுடிப்புமாக வளர்ந்த ஹெட்கேவாருக்கு பால்ய வயதிலேயே பெருஞ்சங்கடம் வந்து விட்டது. ஆம், அவருடைய பெற்றோரைப் பறிகொடுத்துவிட்டார். பின்னர் அவரைப் படிக்கவைத்து, வளர்த்தெடுத்தவர் அவருடைய சகோதரர் மகாதேவ சாஸ்திரி.

பாபாராவ் சாவர்க்கர்

பள்ளிப்படிப்பை முடித்தபோதே அரசியல் ஆர்வம் தொற்றிக்கொண்டது ஹெக்டேவாருக்கு. எல்லோரையும் போலவே காங்கிரஸ் மீதுதான் காதல் வந்தது. அதேசமயம், திலகர், டாக்டர் மூஞ்சே போன்ற தீவிரவாதத் தலைவர்கள் மீது கூடுதல் ஈர்ப்பு இருந்தது. மெட்ரிகுலேஷன் படித்துக் கொண்டிருந்த சமயத்தில்தான் டாக்டர் மூஞ்சேவுடன் அவருக்கு அறிமுகம் ஏற்பட்டது.

பார்த்த மாத்திரத்தில் ஏதேனும் பொறி தட்டியதோ, என்னவோ. 'நான் உன்னை கல்கத்தாவுக்கு அனுப்பி, மேல்படிப்பு படிக்க வைக்கிறேன்' என்று வாஞ்சையுடன் கூறினார் மூஞ்சே. 1910 ஆம் ஆண்டில் டாக்டர் மூஞ்சேவின் உதவியுடன் கல்கத்தா சென்று மருத்துவப் படிப்பில் சேர்ந்தார் ஹெட்கேவார். போனது என்னவோ மேல்படிப்புக்குத்தான். ஆனால் அவர் தங்கியிருந்த விடுதியிலும் அதைச்சுற்றிலும் வீசிய தீவிரவாதக் காற்று அவருக்கு மயக்கத்தைக் கொடுத்தது.

வங்கப்பிரிவினைக்கு முன்னரும் பின்னரும் கல்கத்தாவில் உருவான தீவிரவாத இயக்கங்கள் அநேகம். அவற்றில் ஒன்று, அனுசீலன் சமிதி. அரவிந்த கோஷின் ஆசியுடன் இயங்கிய அந்த இயக்கத்தைப் பற்றியும் அது நடத்திய சாகசங்கள் பற்றியும் நாம் ஏற்கெனவே பார்த்திருக்கிறோம். அந்த இயக்கத்தைச் சேர்ந்தவர்கள் சிலருடன் ஹெட்கேவார் சிநேகம் வளர்த்துக்கொண்டார். மெல்ல மெல்ல அவர்களுடன் நெருக்கம் காட்டத் தொடங்கினார்.

அதன் வழியாக அவர்களுடைய ரகசியச் செயல்பாடுகள், ஆயுதத் தயாரிப்பு உத்திகள், திட்டங்கள் தீட்டும் விதங்கள் உள்ளிட்ட விஷயங்களை அருகில் இருந்து கவனிக்கும் வாய்ப்புகள் கிடைத்தன. அனுசீலன் சமிதியின் தளபதிகள் சிலருக்காக ஆயுதங்களை ரகசியமாகக் கடத்திச் செல்லும் வேலைகள் சிலவற்றை கொக்கன் என்ற ரகசியப் பெயரில் ஹெட்கேவார் செய்திருப்பதாக சில பதிவுகள் சொல்கின்றன.

'தீவிரவாத இயக்கத்தை ஆரம்பிப்பதற்கான சூழல் இதுவல்ல, வேண்டாம்' என்று திட்டவட்டமாகச் சொல்லிவிட்டார்

ஒருபக்கம், தீவிரவாத இயக்கங்களுடன் இணைந்து ரகசியச் செயல்பாடுகள்; இன்னொரு பக்கம் பகிரங்கமாக மருத்துவப் படிப்பு என்று இரட்டைக் குதிரை சவாரி செய்வதில் ஹெட்கேவாருக்கு ஏக உற்சாகம். ஒருகட்டத்தில் படிப்பை முடித்து, பயிற்சியையும் முடித்துக்கொண்டு 1915ல் மீண்டும் நாக்பூர் திரும்பினார்.

ஹெட்கேவார்

கல்கத்தாவில் கால் பதித்ததும் கிளினிக் தொடங்கவேண்டும் என்றோ, மருத்துவச் சேவையில் ஈடுபடவேண்டும் என்றோ ஹெட்கேவார் நினைக்கவில்லை மாறாக, கல்கத்தாவில் இருப்பது போலவே நாக்பூரிலும் இளைஞர்களை உள்ளடக்கிய தீவிரவாத இயக்கத்தை உருவாக்க வேண்டும் என்பது அவரது அடிமனத்து ஆசை.

தீவிரவாதத்துக்குத் தோள் கொடுக்கத் திலகர்தான் சரியான தலைவர் என்பதால் நேரே திலகரிடம் சென்று தனது திட்டத்தை எடுத்துச் சொன்னார் ஹெட்கேவார். ஆம், டாக்டர் மூஞ்சேவின் வழியாக திலகரிடமும் அறிமுகமாகியிருந்தார் ஹெட்கேவார். ஆனால், திலகரோ, 'தீவிரவாத இயக்கத்தை ஆரம்பிப்பதற்கான சூழல் இதுவல்ல, வேண்டாம்' என்று திட்டவட்டமாகச் சொல்லிவிட்டார். அதை அப்படியே ஆமோதித்தார் மூஞ்சே.

ஆக, திலகருக்கு விருப்பமில்லை; மூஞ்சேவுக்கும் முனைப்பு இல்லை. இருவரின் ஆசியின்றி இயக்கத்தை ஆரம்பிப்பதிலும் அர்த்தமில்லை என்ற முடிவுக்கு வந்த ஹெட்கேவார், காங்கிரஸ் கட்சியில் களப்பணியாற்றத் தொடங்கினார். மனத்துக்குள் இருந்த இந்து தேசியக் கருத்தை வலியுறுத்தும் இந்து மகா சபாவுடனும் இணக்கம் காட்டத் தொடங்கினார்.

1920ல் காங்கிரஸ் கட்சியின் வருடாந்திர மாநாடு நாக்பூரில் நடந்தது. அதற்காக உருவாக்கப்பட்ட தன்னார்வத் தொண்டர்கள் குழுவுக்கு ஹெட்கேவார்தான் துணைத்தலைவர். தொண்டர்களை நிர்வகிப்பதும் ஒழுங்குபடுத்துவதும் அவருக்கு அறிமுகமானது அப்போதுதான். அந்தப் பணியில் உற்சாகமாக ஈடுபட்டார்.

காந்தி முன்னெடுத்த சத்தியாக்கிரகப் போராட்டங்கள், ஒத்துழையாமை இயக்கங்கள் ஆகியன இளைஞர்கள் மத்தியில் ஊடுருவிக்கொண்டிருந்த சமயம் அது. ஆனால் அவற்றில் ஹெட்கேவாருக்கு விருப்பமும் இல்லை; நம்பிக்கையும் இல்லை. ஆனாலும் 1921ல் நடந்த ஒத்துழையாமை இயக்கத்தில் கலந்துகொண்டார். அதன் காரணமாக சிறைக்கும் சென்றார்.

1923ல் நடந்த சத்தியாக்கிரகப் போராட்டத்திலும் ஹெட்கேவார் பங்கேற்றார். அப்போது இந்து மகா சபாவின் சார்பில் நடக்கும் விநாயகர் ஊர்வலத்தின்போது இந்து இளைஞர்கள் பஜனை பாடல்களைப் பாடிக்கொண்டு ஊர்வலம் செல்வது வழக்கம். அந்த ஊர்வலத்தை வழிநடத்தும் பொறுப்பு ஹெட்கேவாரிடமே தரப்படும். சில சமயங்களில் மசூதிகள் இருக்கும் தெருக்களில் ஊர்வலத்தை அனுமதிக்க காவல்துறை மறுத்துவிடுவதுண்டு. காரணம், ஊர்வலத்தில் செல்பவர்கள் அளவுக்கு மீறிய ஒலிப்பெருக்கிகளைப் பயன்படுத்தி, மசூதிகளில் தொழுகை நடத்துவோருக்கு இடையூறு செய்கிறார்கள் என்ற குற்றச்சாட்டு எழுந்ததுதான்.

அப்படி அனுமதி மறுக்கப்படும் சமயங்களில், அதற்கு எதிராகத் தொடர் போராட்டங்களை முன்னெடுப்பவராக ஹெட்கேவார் செயல்பட்டார். மக்களை ஒன்று திரட்டி சத்தியாகிரகத்தில் ஈடுபடுமாறு தலைவர்கள் விடுத்த வேண்டுகோளை ஏற்று, போராட்டத்தில் ஈடுபட்டார். அதன் காரணமாக காவல்துறையினரால் கைதுசெய்யப்பட்டு, சிறையிலும் அடைக்கப்பட்டார்.

இருப்பினும், அவருக்கு அகிம்சைப் போராட்டங்கள் மீது ஈர்ப்பு ஏற்படவே இல்லை. இந்துக்கள் போர்க்குணம் கொண்டவர்கள்; விடுதலைக்கான போராட்டங்களை முன்னெடுக்கும் இந்துக்களை அகிம்சை, சத்தியாகிரகம் போன்ற சாத்வீக உத்திகள் சாந்தப்படுத்திவிடும், அவர்களுடைய வீரத்தைக் குலைத்து, போர்க்குணத்தை முனை மழுங்கச் செய்துவிடும் என்பது ஹெட்கேவாரின் கணிப்பு.

அதுமட்டுமல்ல, இந்தியாவின் விடுதலை என்பதை இந்துக்களின் விடுதலையாகவே கருதினார் ஹெட்கேவார். அதன் அர்த்தம், இந்துக்களின் விடுதலைப் போராட்டத்தை இந்துக்களே முன்னெடுக்க வேண்டும். அதற்கு வேறு யாருடைய உதவியும் தேவையில்லை. குறிப்பாக, இஸ்லாமியர்களை இணைத்துக்கொண்டு தான் விடுதலைப் போராட்டத்தை நடத்தவேண்டும் என்ற அவசியமில்லை என்பதுதான்.

இத்தனைக்கும், அதே நோக்கத்துடன் கூடிய இந்து மகாசபா இயங்கிக் கொண்டுதான் இருந்தது. அதில் மூஞ்சே போன்ற தலைவர்கள் முனைப்புடன் செயல்பட்டுக்கொண்டுதான் இருந் தார்கள். என்றாலும், அதைக் காட்டிலும் வீரியம் நிரம்பிய அமைப்பு ஒன்றின் தேவை உருவாகி இருப்பதாகச் சொன்னார் ஹெட்கேவார். சில ஆண்டுகளுக்கு முன்பு தீவிரவாதக் குழு ஒன்றை உருவாக்க

> அனுமதி மறுக்கப்படும் சமயங்களில், அதற்கு எதிராகத் தொடர் போராட்டங்களை முன்னெடுப்பவராக இருந்தார் ஹெட்கேவார்.

ஹெட்கேவார் முயன்றபோது, அதைத் தடுத்தவர் மூஞ்சே. ஆனால் இம்முறை அவரிடம் தனது விருப்பத்தையும் திட்டத்தையும் துல்லியமாக எடுத்துச் சொன்னார் ஹெட்கேவார்.

இந்து மகாசபா போல அரசியல், தேர்தல் என்று இயங்காமல், முழுமையாக இந்து தேசியம் பேசக்கூடிய, இந்து உணர்வுகளை வளர்க்கக்கூடிய, இந்துக்களை சமுதாய ரீதியில் இணைக்கக் கூடிய ஓர் அமைப்பை உருவாக்கும் விருப்பத்தைச் சொன்னார். அப்படிச் செய்யும்போது, இளைஞர்கள் பெருமளவில் காங்கிரஸின் கரம் பிடிப்பதைத் தடுத்து நிறுத்தி, அவர்களை புதிய இயக்கத்தின் பக்கம் மடைமாற்றம் செய்யமுடியும் என்பது அவருடைய எண்ணம். உண்மையில், காங்கிரஸை நோக்கி அணிதிரளும் இந்து இளைஞர்களைத் தங்கம் பக்கம் திருப்புவதுதான் ஹெட்கேவாரின் நோக்கம். விளைவு, மூஞ்சேயின் ஆசியும் உதவியும் அவருக்குக் கிடைத்தன.

அதனைத் தொடர்ந்து *1925* செப்டெம்பர் மாதம் விஜயதசமி தினத்தன்று நாக்பூரில் உள்ள ஹெட்கேவாரின் இல்லத்தில் மூத்த தலைவர்கள் கலந்துகொண்ட ஆலோசனைக் கூட்டம் ஒன்று நடந்தது. அதில் டாக்டர் மூஞ்சே, டாக்டர் தால்கர், பாபாராவ் சாவர்க்கர், டாக்டர் எல்.வி. பரஞ்சிபே உள்ளிட்டோர் கலந்துகொண்டனர். அந்தக் கூட்டத்தில்தான் ஆர்.எஸ்.எஸ் என்ற இயக்கத்தைத் தொடங்குவதற்கான பூர்வாங்கத் திட்டங்கள் வகுக்கப்பட்டன.

அப்போது ஹெட்கேவாரின் இலக்கு நாடு தழுவிய அளவில் இளைஞர் உடற்பயிற்சி நிலையங்களை உருவாக்குவதுதான். பத்து வயது தொடங்கி பதின்ம வயது வரையிலான இந்து இளைஞர்களை அழைத்து, அவர்களுக்குத் தேவையான உடற்பயிற்சி உத்திகளைக்

ஆர்.எஸ்.எஸ்ஸின் ஷாகா

கற்றுக் கொடுப்பது, ஆன்மீகப் பாடங்களை எடுத்துச் சொல்வது, அவற்றின் வழியாக இந்து உணர்வுகளை வளர்த்தெடுப்பது என்பதுதான் ஹெட்கேவாரின் திட்டம். அதற்காக அவர் உருவாக்கிய அமைப்பு ஷாகா.

இந்து இளைஞர்கள் தினமும் காலை ஒருமணி நேரம் ஷாகாவுக்கு வரவேண்டும். அங்கே அவர்கள் உடற்பயிற்சி செய்யலாம். இளைஞர்களுக்கே உரித்தான விளையாட்டுகளில் ஈடுபடலாம். சில நிமிடங்கள் அமர்ந்து ஆன்மீகச் சொற்பொழிவு கேட்கலாம். இறுதியாக, தேசபக்திப் பாடல் ஒன்றைப் பாடிவிட்டுக் கலைந்துசெல்லலாம். விருப்பம் இருப்பவர்கள் தொடர்ந்து வரலாம். விரும்பாதவர்கள் ஒதுங்கிக்கொள்ளலாம். இதுதான் ஷாகாவின் திட்டம்.

ஆரிய சமாஜம், இந்து மகா சபை போன்றவை படித்தவர்களையும் பெரியவர்களையும் அரசியல் ஆர்வம் உள்ளவர்களையும் மட்டுமே குறிவைத்துச் செயல்பட்டுக் கொண்டிருந்த சமயத்தில், முழுக்க முழுக்க மாணவர்களையும் இளைஞர்களையும் நோக்கி நகரத் தொடங்கினார் ஹெட்கேவார். அதற்கு ஷாகாக்கள் உதவியாக இருந்தன. ஷாகாக்களை நடத்த அந்தந்த ஊரில் இருக்கும் திறந்தவெளி மைதானங்களைப் பயன்படுத்திக்கொண்டார்.

ஆக, ஒவ்வொரு ஊரிலும், மாவட்டத்திலும், மாகாணத்திலும் ஷாகாக்களை வளர்த்தெடுப்பதன் மூலம் நாடு தழுவிய அளவில் இளைஞர்களை ஒருங்கிணைக்க முடியும் என்று நினைத்தார் ஹெட்கேவார். ஆகவே, இளைஞர்களை ஈர்க்கும் நோக்கத்துடன் மல்யுத்தம், எடை தூக்குதல் போன்ற உடல்சார் வீரவிளையாட்டுகளும் ஷாகாவில் கற்றுக்கொடுக்க ஏற்பாடுகள் செய்யப்பட்டன.

ஷாகாவில் சேரச்சொல்லி இந்து இளைஞர்களுக்கு அழைப்பு விடுத்த ஹெட்கேவார், அதற்காக பல மாவட்டங்களுக்கும் மாகாணங்களுக்கும் நேரில் சென்றார். தீவிரமான பிரசாரத்திலும் ஈடுபட்டார். உண்மையில், புதிய அமைப்பைத் தொடங்கியபோது அதற்குப் பொருத்தமான பெயர் எதையும் ஹெட்கேவார் சூட்டவில்லை. மாறாக, ஓராண்டு காலத்துக்குப் பிறகுதான் இயக்கத்துக்குப் பெயர் சூட்டுவது பற்றிய விவாதங்கள் தொடங்கின.

உண்மையில், இந்து ஸ்வயம் சேவக் மண்டல் என்றுதான் பெயர் வைக்க விரும்பியுள்ளனர் மற்ற மூத்த தலைவர்கள். ஆனால் ராஷ்ட்ரீய ஸ்வயம் சேவக் சங் என்ற பெயரைத் தேர்வு செய்தார் ஹெட்கேவார். சுருக்கமாக, ஆர்.எஸ்.எஸ். அதில் இணையும் உறுப்பினர்களை ஸ்வயம் சேவக்குகள் என்று அழைத்தார் ஹெட்கேவார்.

ஆர்.எஸ்.எஸ் அங்குலம் அங்குலமாக வளர்ந்துகொண்டிருந்த நிலையில், அதற்கு உற்சாகம் கொடுக்க ஒருவர் வந்தார். அவர் சகோதர இயக்கமான இந்து மகா சபாவின் தீவிர உறுப்பினர். பிரிட்டிஷாருக்கு எதிராக பரபரப்பான கட்டுரைகளை எழுதியவர்; அதன் காரணமாக சிறையில் அடைக்கப்பட்டவர். பிறகு பிரிட்டிஷாரின் கண்ணில் மண்ணைத் தூவிவிட்டு, அங்கிருந்து தப்பி சாகசம் நிகழ்த்தியவர். வேறு யார்? சர்ச்சைமிகு சாவர்க்கர்தான்!

16
சாவர்க்கர் கொடுத்த துப்பாக்கி

மகாத்மா காந்தியின் ஒத்துழையாமை இயக்கத்தின் விளைவாக நாட்டில் தேசியச் சிந்தனைக்கான ஆதரவு குறைந்துகொண்டிருந்தது. அந்த இயக்கத்தால் உருவான சமூகத் தீமைகள் ஆபத்தான முறையில் தலைதூக்கிக் கொண்டிருந்தன. தேசியப் போராட்ட வெள்ளம் வடிந்தவுடன் பரஸ்பர விரோதங்களும் பொறாமையும் மேல் தளத்துக்கு வந்தன. தனிப்பட்ட தகராறுகள் எங்கும் நடைபெற்று வந்தன. வெவ்வேறு சமூகங்களுக்கு இடையே சச்சரவுகள் ஆரம்பமாகின. பிராமணர் - பிராமணர் அல்லாதார் மோதல் வெளிப்படையாக நடந்தது. எந்த ஸ்தாபனமும் ஒற்றுமையாக இருக்கவில்லை. ஒத்துழையாமைப் பாலைக் குடித்து, வளர்ந்த இஸ்லாமியப் பாம்புகள் தமது விஷ மூச்சினால் கலகங்களைத் தூண்டின.

இது ராஷ்ட்ரீய ஸ்வயம் சேவக் சங் என்கிற ஆர்.எஸ்.எஸ். இயக்கத்தின் நிறுவனரான கேசவ் பலிராம் ஹெட்கேவாரின் வாக்குமூலம். இதன்மூலம் இரண்டு விஷயங்களைத் தீர்க்கமாகப் பதிவுசெய்கிறார் ஹெட்கேவார். ஒன்று, இஸ்லாமியர்களுக்கு எதிரான நிலைப்பாட்டையே ஆர்.எஸ்.எஸ் எடுக்கப்போகிறது. மற்றொன்று, பிராமணர் - பிராமணர் அல்லாதார் மோதலை ஆர்.எஸ்.எஸ் ரசிக்கவில்லை.

ஆர்.எஸ்.எஸ் உருவான சமயத்தில் சென்னை மாகாணத்தில்தான் பிராமணர் - பிராமணர் அல்லாதார் போராட்டத்தை பெரியார் முன்னெடுத்துக்கொண்டிருந்தார். அதைத்தான் தன்னுடைய பதிவில்

ஹெட்கேவார்

விமரிசித்திருக்கிறார் ஹெட்கேவார். ஆக, தன்னுடைய எதிரிகள் யார், யார் என்பதைத் துல்லியமாகத் தெரிவித்துவிட்டுத்தான் ஆர்.எஸ்.எஸ் இயக்கத்தை முன்னெடுக்கத் தொடங்கியிருந்தார் ஹெட்கேவார்.

அந்தச் சமயத்தில் ஹெட்கேவாரை உற்சாகப்படுத்தும் வகையில் ஒருவர் களமிறங்கினார். அவர், சாவர்க்கர். இந்த சாவர்க்கர் கடந்த அத்தியாயத்தில் நாம் பார்த்த பாபாராவ் சாவர்க்கர் அல்ல. அவருடைய சகோதரர் விநாயக் தாமோதர் சாவர்க்கர். இவர், இந்து மகா சபாவைச் சேர்ந்தவர். இந்து மகா சபா, ஆர்.எஸ்.எஸ், பாஜக உள்ளிட்ட இந்துத்வ இயக்கங்களால் மிக உயர்ந்த இடத்தில் வைத்து போற்றப்படுபவர்.

இன்று ஆர்.எஸ்.எஸ் உள்ளிட்ட எந்தவொரு இந்து இயக்கத்தைப் பற்றிப் பேசினாலும் இந்துத்வா என்ற பதத்தையும் சேர்த்தே பேசுகிறார்கள். இந்துத்வா என்றால் இந்துக்களின் வாழ்க்கை முறை, இந்துக்களின் வாழ்வியல் நெறி என்றெல்லாம் மேடைக்கு மேடை சொல்கிறார்கள். அப்படியான விளக்கங்களுக்கும் கருத்துகளுக்கும் ஆரம்பப்புள்ளியை வைத்துக் கொடுத்தவர் விநாயக் தாமோதர் சாவர்க்கர்.

இந்துத்வா என்ற சொல்லுக்கு சாவர்க்கர் கொடுத்த வரையறைதான் இன்னமும் இந்துத்வ வாதிகளால் பெருமிதத்துடன் சொல்லப்படுகிறது. இந்துத்வ இயக்கங்கள் பெருமளவு விமரிசனத்துக்கு உள்ளாவதற்கு அடிப்படைக் காரணமாக இருப்பதும் அதே சாவர்க்கரின் வரையறைதான். எனில், இந்துத்வம் என்பதற்கு சாவர்க்கர் கொடுத்த வரையறைதான் என்ன?

'இந்துத்வா என்பது இந்துயிசத்தைக் காட்டிலும் விரிவானது. இந்துத்வாவின் மூன்று முக்கியக் கூறுகள் தான் இந்துயிசம், இந்து தர்மம், இந்துமதம் மூன்றும். நமது முழுமையான இந்து மரபினத்தின் சிந்தனை மற்றும் செயல்பாட்டின் சகலதுறைகளையும் உள்ளடக்கியதுதான் இந்துத்வா. இந்துக்களுக்கு மட்டுமான அரசியல், இந்துக்களுக்கு மட்டுமான அரசு என்ற அடிப்படையில் இந்து ராஷ்ட்ரியத்தைக் கொண்டுவருவதற்கான கோட்பாடுதான் இந்துத்வா.'

'இந்துத்வா என்பது இந்துயிசத்தைக் காட்டிலும் விரிவானது. இந்துத்வாவின் முக்கியக் கூறுகள்தான் இந்துயிசம், இந்து தர்மம், இந்துமதம் மூன்றும்.

இந்துத்வாவுக்கு சாவர்க்கர் கொடுத்த வரையறை ஹெட்கேவார் உள்ளிட்ட தலைவர்களை உற்சாகப் படுத்தியது. அந்தக் கருத்தையே அவரும் பேசத்

விநாயக் தாமோதர் சாவர்க்கர்

தொடங்கினார். எனில், இந்த இடத்தில் விநாயக் தாமோதர் சாவர்க்கரின் பின்னணி குறித்து அவசியம் தெரிந்துகொள்ளவேண்டும் அல்லவா.

மராட்டிய மாநிலம் நாசிக் மாவட்டத்தில் இருக்கிறது பகூர் கிராமம். அங்கே தாமோதர் பந்த் சாவர்க்கர் - ராதாபாய் தம்பதிக்கு 28 மே 1883ல் பிறந்தவர் விநாயகர் தாமோதர் சாவர்க்கர். அவருக்கு இரண்டு சகோதரர்கள். கணேஷ் மற்றும் நாராயணன். சகோதரியின் பெயர், மைனாபாய். பிராமணக் குடும்பம் என்பதால் ஆசார, அனுஷ்டானங்களை அனுசரித்து வாழ்க்கையைத் தொடங்கியவர் சாவர்க்கர்.

பள்ளிக்காலத்திலேயே அரசியல் ஆர்வம் வந்துவிட்டது சாவர்க்கருக்கு. மித்ர மேளா என்ற பெயரில் சிறிய அளவிலான மாணவர்கள் குழு ஒன்றை உருவாக்கியிருந்தார் சாவர்க்கர். சுதந்தரப் போராட்டம் பற்றி, வீர சிவாஜி பற்றியெல்லாம் கட்டுரைகள் எழுதுவதும் பேசுவதுதான் மித்ர மேளாவின் பணிகள்.

பள்ளிப்படிப்பை முடித்த சாவர்க்கருக்கு பூனாவுக்குச் சென்று மேல்படிப்பு படிக்க ஆசை. பிரபலமான ஃபெர்கூஸன் கல்லூரியில் சேர்ந்து படிக்கத் தொடங்கினார். அப்போதுதான் அரசியல் காற்றை அதிகம் சுவாசிக்கவேண்டிய சூழல் உருவானது. அந்தக் காலத்து இளைஞர்களை வெகுவாகக் கவர்ந்த வங்கப்பிரிவினைக்கு எதிரான போராட்டம்தான் சாவர்க்கரையும் வசீகரித்தது.

பிரிட்டிஷாருக்கு எதிராகப் போராட வேண்டியது நம்முடைய கடமை என்று தன்னுடைய நண்பர்களிடம் அடிக்கடி சொல்லிக்கொண்டே இருந்தார் சாவர்க்கர். ஆனால் அவருக்கு ஏனோ

நேரடியாக காங்கிரஸ் கட்சியில் சேர்வதற்கு விருப்பமில்லை. தனி ஆவர்த்தனம் செய்வதிலேயே ஆர்வம் இருந்தது. அந்த வகையில், தனது கல்லூரி நண்பர்களின் துணையுடன் தனக்கென்று தனி அமைப்பைத் தொடங்கினார். அதன் பெயர், அபிநவ பாரத்.

இந்தப் பெயரை நினைவிருக்கிறது அல்லவா! வங்காளத்தில் அரவிந்த கோஷின் அனுசீலன் சமிதியுடன் இணைந்து அபிநவ் பாரத் என்ற இயக்கத்தின் இளைஞர்களும் தீவிரவாதச் செயல்களில் ஈடுபட்டனர் என்று கடந்த அத்தியாயங்களில் பார்த்திருக்கிறோம். அந்த அபிநவ பாரத் அமைப்பைத் தொடங்கியவர் இதே சாவர்க்கர்தான்.

பூனாவில் பட்டப்படிப்பு படித்துக்கொண்டிருந்த 1904 ஆம் ஆண்டிலேயே அபிநவ பாரத் அமைப்பைத் தொடங்கிவிட்டார் சாவர்க்கர். சரியாகச் சொல்லவேண்டும் என்றால், பள்ளிக்காலத்தில் தொடங்கி நடத்திய மித்ர மேளாவின் விரிவுபடுத்தப்பட்ட வடிவம்தான் அபிநவ பாரத். பம்பாயில் சட்டப்படிப்பு படித்துக்கொண்டே, தனது அபிநவ பாரத்தை வளர்த்தெடுக்கும் காரியத்தில் ஈடுபட்டிருந்தார் சாவர்க்கர்.

அபிநவ பாரத் இயக்கத்தில் சேர்பவர்கள் முதல் ஓர் உறுதிமொழியை எடுத்துக் கொள்ளவேண்டும் என்பது சாவர்க்கர் விதித்த நிபந்தனை.

'சத்ரபதி சிவாஜியின் பெயரால், நம் புனிதமான தர்மத்தின் பெயரால், நம் அருமைத் தாய்நாட்டுக்காக நாம் எல்லோரும் சபதம் எடுத்துக்கொள்கிறோம். நமது நாட்டின் பூரண சுதந்தரத்துக்காக நம்முடைய இறுதிமூச்சு உள்ளவரை போராடுவேன். இதில் எனக்கு எவ்விதத் தயக்கமும் இல்லை. இந்தச் செயலில் ஈடுபடும் நான், எந்தக் காரணத்தை முன்னிட்டும் பின்வாங்க மாட்டேன். அபிநவ பாரத்தின் சட்ட திட்டங்களுக்கு உட்பட்டுச் செயல்படுவேன். மேலும், அபிநவ பாரத்தின் நடவடிக்கைகளை ரகசியமாக வைத்துக் கொள்வேன்.'

> பாரத மாதாவின் கையில் விலங்கிட்டு, கொடுங்கோலாட்சி செய்துவருகின்ற பிரிட்டிஷாரை அடித்து, விரட்டிவிட்டு, பாரதம் விடுதலை அடைவதற்குப் போராட வாருங்கள்.

மாலை நேரச் சந்திப்புகள், பொதுக்கூட்டங்கள், ஆலோசனைக் கூட்டங்கள் என்று அபிநவ பாரத்தை மெல்ல மெல்ல வளர்த்துக்கொண்டிருந்தார் சாவர்க்கர். வசீகரிக்கும் பேச்சுக்குச் சொந்தக்காரர் சாவர்க்கர். அவருடைய உணர்ச்சி பொங்கும் உரைகள் கல்லூரி இளைஞர்கள் பலரையும் வசீகரித்தன.

'சத்ரபதி சிவாஜியின் வழிவந்தவர்களே, முகலாய சாம்ராஜ்யத்தை சிவாஜி துவம்சம் செய்தது போலவே, பாரத மாதாவின் கையில் விலங்கிட்டு, கொடுங்கோலாட்சி செய்துவருகின்ற பிரிட்டிஷாரை அடித்து, விரட்டிவிட்டு, பாரதம் விடுதலை அடைவதற்குப் போராட வாருங்கள். ஆயுதப் புரட்சியின் வாயிலாகவே அந்த விடுதலை சாத்தியம்' என்று இளைஞர்களுக்கு அழைப்பு விடுத்தார் சாவர்க்கர்.

அபிநவ பாரத் மெல்ல மெல்ல வளர்ந்துகொண்டிருந்தது. என்றாலும், அந்த இயக்கம் மிகப்பெரிய கவன ஈர்ப்பைப் பெற்றது அந்நியத் துணிகள் எரிப்புப் போராட்டம் நடத்தியதற்குப் பிறகுதான்.

முக்கியமாக, பால கங்காதர திலகரின் கவனத்தைக் கவர்ந்தார் சாவர்க்கர். திட்டமிட்டபடி, அந்நியத் துணி எரிப்புப் போராட்டத்தை நடத்த தீவிரமாகப் பிரசாரம் செய்தார் சாவர்க்கர். காங்கிரஸ் தலைவர்கள் பலரையும் ஆச்சரியப்படுத்தும் வகையில் போராட்டம் நடந்தது.

சியாம்ஜி கிருஷ்ணவர்மா

நடப்பதை எல்லாம் உன்னிப்பாகக் கவனித்துக் கொண்டிருந்தது ஃபெர்கூஸன் கல்லூரி நிர்வாகம். தங்கள் கல்லூரி மாணவர் ஒருவர் போராளியாக உருமாறுவதை அவர்கள் ரசிக்கவில்லை. அவருடைய வளர்ச்சியை முளையிலேயே கிள்ளியெறியத் தயாரானது. போராட்டத்தை முன்னெடுத்ததற்காக அபராதத் தொகை ஒன்றை விதித்தது. அதுகூட பெரிய பிரச்னையில்லை. ஆனால் கல்லூரி விடுதியில் தங்குவதற்குத் தடை விதித்தது.

விஷயம் திலகரின் கவனத்துக்கு வந்தது. புரட்சிகர சிந்தனைகள் கொண்ட இந்து இளைஞர்களைக் கண்டால் திலகருக்கு உற்சாகம் ஊற்றெடுத்துவிடும். அவர்களுக்குத் தேவையான ஊக்கத்தையும் நம்பிக்கையையும் தருவதில் அவருக்கு எல்லையற்ற ஆனந்தம். சாவர்க்கரின் செயல்பாடுகளும் அவருடைய போர்க்குணமும் திலகரை மகிழ்ச்சியில் ஆழ்த்தின.

சாவர்க்கருக்கு ஊக்கம் கொடுக்கத் தயாரான அவர், கல்லூரி நிர்வாகத்தின் நடவடிக்கைகளைக் கண்டித்து தன்னுடைய பத்திரிகையில் எழுதினார். சாவர்க்கர் செலுத்த வேண்டிய அபராதத் தொகையை தானே வசூலித்துக் கொடுக்கவும் ஏற்பாடு செய்தார். அது சாவர்க்கரையும் திலகரையும் நெருக்கமடையச் செய்தது. ஆகவே, சாவர்க்கரை மேலும் ஒரு படி முன்னேற்ற விரும்பினார் திலகர்.

அந்தச் சமயத்தில் சியாம்ஜி கிருஷ்ணவர்மா என்ற இந்தியர் லண்டனில் பத்திரிகை ஒன்றை நடத்திக் கொண்டிருந்தார். லண்டனில் இருந்தபடியே சுதந்தரப் போராட்டத்தையும் நடத்திக் கொண்டிருந்தார் என்றும் சொல்லலாம். அவர் நன்கு படிக்கக்கூடிய இந்திய மாணவர்களை இங்கிலாந்துக்கு வரவழைத்து, மேல்படிப்பு படிக்கவைக்கும் காரியத்தில் ஈடுபட்டிருந்தார். அதற்காக சிவாஜி படிப்பூதிய நிதி என்ற பெயரில் பெருமளவு நிதிதிரட்டி வைத்திருந்தார்.

அந்த நிதியுதவி சாவர்க்கருக்குக் கிடைத்தால் அவருடைய எதிர்காலம் நன்றாக இருக்கும் என்று நினைத்த திலகர், உடனடியாக சியாம்ஜி கிருஷ்ணவர்மாவுக்குக் கடிதம் எழுதினார். சாவர்க்கரின் மீது நம்பிக்கை தெரிவித்து அவர் எழுதிய கடிதம் எதிர்பார்த்த பலனைக் கொடுத்தது. பாரிஸ்டர் பட்டத்துக்கான படிப்பை மேற்கொள்ள லண்டன் புறப்பட்டார் சாவர்க்கர்.

1906 ஜூலை மாதம் லண்டனில் வந்திறங்கிய சாவர்க்கருக்கு பாரிஸ்டர் பட்டம்தான் நோக்கம் என்றாலும் அவருடைய மனத்தில் அரசியல் ஆர்வம்தான் மேலோங்கியிருந்தது. அப்போது புத்தகம் எழுதுவதில் சாவர்க்கருக்கு ஆர்வம் ஏற்பட்டது. சில புத்தகங்களையும் எழுதினார். அவற்றில் இரண்டு புத்தகங்கள் முக்கியமானவை. ஒன்று, மாஜினியின் சுயசரிதம். ஆங்கிலத்திலிருந்து மராத்திக்கு மொழிமாற்றம் செய்யப்பட்ட புத்தகம். மற்றொன்று,

1857: முதல் இந்திய சுதந்தரப் போர் புத்தகம்

'*1857: முதல் இந்திய சுதந்தரப் போர்*' என்ற பெயரில் நேரடியாக எழுதிய புத்தகம். முதலில் மராத்தியில்தான் எழுதினார். பின்னர் அது ஆங்கிலத்துக்கு மொழிபெயர்க்கப் பட்டது.

பூனாவில் இருந்து பம்பாய் சென்றபோது அபிநவ பாரத் இயக்கத்தைத் தூக்கிச் சுமந்து சென்றவர் சாவர்க்கர். ஆனால் பம்பாயில் இருந்து லண்டன் சென்றபோது அபிநவ பாரதத்துக்குப் பதிலாக சுதந்தர இந்தியச் சங்கம் என்ற பெயரில் புதிய அமைப்பைத் தொடங்கினார். ஆங்கிலத்தில், Free India Society.

சுதந்தர தாகமும், போர்க்குணமும் கொண்ட இந்திய இளைஞர்கள் பலரையும் உள்ளடக்கிய புரட்சிகர இயக்கத்தை உருவாக்கவேண்டும் என்பதுதான் சாவர்க்கரின் திட்டம். அதற்காக அதற்காக அவர் பல இந்திய மாணவர்களைச் சந்தித்துப் பேசினார்.

'பிரிட்டிஷாரின் ஆட்சியை முடிவுக்குக் கொண்டுவர வேண்டும். அதற்கு இந்திய இளைஞர்கள் ஆயுதப் புரட்சியில் ஈடுபட வேண்டும். அதற்கு நாம் இந்தியர்களைத் தயார்ப்படுத்தவேண்டும். அவர்களுக்கு ஆயுதம் கிடைக்க உதவிசெய்ய வேண்டும்' என்று சாவர்க்கர் பேசியது பலரையும் கவர்ந்திழுந்தது. அவர்களில் முக்கியமானவர், மதன்லால் திங்க்ரா.

ஒரு சந்தர்ப்பத்தில் திங்க்ராவுக்கு சாவர்க்கர் கொடுத்த துப்பாக்கி இருவருடைய வாழ்க்கையையும் அடியோடு புரட்டிப்போட்டது. அது, திங்க்ராவுக்கு மரணத்தையும் சாவர்க்கருக்கு சிறை வாசத்தையும் கொடுத்தது!

17

இரண்டு துப்பாக்கிகள்; இரண்டு கொலைகள்!

திலகரின் உதவியுடன் லண்டனுக்குப் போன சாவர்க்கருக்கு படிப்பதைக் காட்டிலும் அரசியலில்தான் அதிக நாட்டம். அனுதினமும் அரசியல் பேசினார். அரசியல் நட்புகளை வளர்த்துக் கொண்டார். அவருடைய சிலிர்ப்பூட்டும் உரைகளும் உத்வேகமூட்டும் உடல்மொழியும் லண்டனில் இருந்த இந்திய இளைஞர்கள் பலரையும் வசீகரித்தது. அவர் நடத்திய சுதந்தர இந்தியச் சங்கத்தில் இணைந்து, சாவர்க்கருக்குத் தோள் கொடுத்தனர்.

அப்படி வந்தவர்களுக்கு சாவர்க்கர் கொடுத்த முக்கியப் பணிகள் இரண்டு. தேசபக்தியைத் தூண்டும் கட்டுரைகள், புத்தகங்கள் எழுதுவது முதல் பணி. தேசபக்திப் பிரசாரம், தேச விடுதலைக்கான சொற்பொழிவு ஆற்றுவது இரண்டாவது பணி. அவற்றை சாவர்க்கரும் செய்தார். ஆகவே, மற்றவர்களும் ஆர்வத்துடன் செய்தனர். அவர்களில் வ.வே.சு. ஐயர், ஹர்நாம் சிங், டி.எஸ்.எஸ்.ராஜன், எம்.கே.டி. ஆச்சாரியா போன்றோர் முக்கியமானவர்கள். குறிப்பாக, பொறியியல் படிப்புக்காக லண்டன் வந்திருந்த மதன்லால் திங்க்ரா.

பேச்சையும் எழுத்தையும் மூலதனமாகக் கொண்டுதான் செயல்பாட்டில் தீவிரமாக இறங்க முடியும் என்பதில் சாவர்க்கர் தெளிவாக இருந்தார். தன்னிடம் வந்துசேர்ந்த இளைஞர்களை எழுத்திலும் பேச்சிலும் ஈடுபடுத்திய அவர், தான் மட்டும் ஓர் அதிமுக்கியச் செயலில் தீவிரமாக ஈடுபட்டிருந்தார். செயல் என்றால் சாத்வீகச் செயல் அல்ல;

சற்றே தீவிரமானது. வேறென்ன... ஆயுதங்கள் மீதுதான் அவருடைய முழுக்கவனமும் குவிந்துகிடந்தது.

மதன்லால் திங்க்ரா

துப்பாக்கி, வெடிகுண்டு போன்ற ஆயுதங்களை வாங்க வேண்டும்; அவற்றைக் கையாளும் உத்திகளைக் கற்றுக் கொள்ளவேண்டும்; ஆயுதங்களைஅதிகஅளவில்வாங்கி, அவற்றை இந்தியாவிலுள்ளதீவிரவாத இளைஞர்களுக்கு அனுப்பிவைக்கவேண்டும். அவற்றின் மூலம் இந்தியச் சுதந்தரப் போராட்டத்தில் கச்சிதமான பங்களிப்பைச் செய்யவேண்டும். இதுதான் சாவர்க்கரின் மனத்தில் உருவாகியிருந்த செயல்திட்டம்.

முதல்கட்டமாக, சாவர்க்கர், வ.வே.சு. ஐயர், டி.எஸ்.எஸ்.ராஜன் மூவரும் இணைந்து ஆயுதப் பயிற்சி பெற விரும்பினர். ஆனால் இந்தியர்களுக்கு ஆயுதப்பயிற்சி அத்தனைச் சுலபத்தில் கிடைத்து விடாது. என்றாலும், தீவிரமான முயற்சிகளுக்குப் பிறகு பயிற்சிக்கூடம் ஒன்றில் டி.எஸ்.எஸ்.ராஜனுக்கு மட்டும் அனுமதி கிடைத்தது. அவர் வழியே சாவர்க்கரும் ஐயரும் துப்பாக்கி சுடுவதற்குக் கற்றுக் கொண்டனர்.

எனக்கும் கற்றுக்கொடுங்கள் என்று வந்து நின்றார் மதன்லால் திங்க்ரா. அவருடைய ஆர்வத்தையும் துணிச்சலையும் உன்னிப்பாகக் கவனித்திருந்தார் சாவர்க்கர். ஆகவே, ஆகட்டும் என்று சொல்லி விட்டார். தீவிரமான பயிற்சிகளுக்குப் பிறகு துப்பாக்கியைக் கையாளுவதில் தேறிவிட்டார் திங்க்ரா. அதன்பிறகு சாவர்க்கர் ஆயுத வியாபாரிகள் சிலருடன் பழகத் தொடங்கினார். புரவலர்களைத் தேடிப்பிடித்து, அவர்களுடைய உதவியுடன் துப்பாக்கி உள்ளிட்ட ஆயுதங்களை வாங்கிச் சேகரிக்கத் தொடங்கினார்.

விடுதலைக்காகப் போராடும் பாதை மிகக் கடுமையானது. தைரியசாலிகளும் பலசாலிகளும்கூட இந்தப் பாதையில் வழுக்கி வீழ்ந்திருக்கிறார்கள்.

அந்தச் சமயத்தில், இந்தியாவில் நடந்த வங்கப் பிரிவினைக்குக் காரணமான பிரிட்டிஷாருக்குத் தகுந்த பதிலடி தரவேண்டும் என்ற எண்ணம் இங்கிலாந்தில் படித்துக்கொண்டிருந்த இந்திய இளைஞர்கள் பலருக்கும் உருவாகியிருந்தது. ஆயுதப்பயிற்சியில் ஈடுபட்டிருந்த சாவர்க்கர், வ.வே.சு. ஐயர் உள்ளிட்டோருக்கு லார்ட் கர்ஸன் மீது குறி. வங்கப்பிரிவினைக்கு வித்திட்ட அந்தக் கர்ஸனைக் கொன்றால் அது இந்திய இளைஞர்கள் மத்தியில் பேரெழுச்சியை ஏற்படுத்தும் என்பது சாவர்க்கரின் கணிப்பு.

வ.வே.சு. ஐயர்

ஆனால் கர்ஸனுக்குச் செய்யப்பட்டிருந்த பாதுகாப்பு ஏற்பாடுகள் சாவர்க்கரைப் பின்வாங்கச் செய்தன. அவருடைய அடுத்த இலக்கு, லார்ட் மார்லி. இவரைத் தெரிகிறதல்லவா... மிண்ட்டோ - மார்லி சீர்திருத்தங்கள் என்ற பெயரில் பிரிட்டிஷ் இந்தியாவில் புதிய சட்டத்திருத்தங்களைக் கொண்டு வந்தவர்கள். அவர்களில் மார்லியை மட்டும் குறிவைத்தார் சாவர்க்கர்.

ஆனால் அதுவும் சாத்தியமில்லை என்று தோன்றவே, இறுதியாக சர் கர்ஸன் வைலி (Sir Curzon Wyllie) என்ற அதிகாரியைக் குறிவைத்தார். அவர், லண்டனில் இருந்த இந்திய அமைச்சர் லார்ட் ஹாமில்டனுக்கு உதவி செய்த பிரிட்டிஷ் அதிகாரி. யாரைக் கொல்வது என்று தீர்மானமாகி விட்டது. நல்லது. யார் சென்று கொல்வது?

நான் தயார் என்று முன்னால் வந்து நின்றார் மதன்லால் திங்க்ரா. துளியும் யோசிக்காமல் துணிச்சலுடன் தயாரானது சாவர்க்கரை சந்தோஷப்படுத்தியது. 'விடுதலைக்காகப் போராடும் பாதை மிகக் கடுமையானது. தைரியசாலிகளும் பலசாலிகளும்கூட இந்தப் பாதையில் வழுக்கி வீழ்ந்திருக்கிறார்கள். அதையும் மீறி நீ எதுவும் செய்யவிரும்பினால், பரீட்சை செய்து பார்' என்று பட்டும் படாமல் சொல்லி திங்க்ராவை மறைமுகமாக ஊக்கப்படுத்தினார் சாவர்க்கர்.

கொலைத்திட்டம் பற்றி 1909 ஜூன் கடைசியில் ஒருமுறை சாவர்க்கரிடம் பேசினார் திங்க்ரா. கர்ஸன் வைலியைக் கொலை செய்வது பற்றி நுணுக்கமாகத் திட்டமிட்டனர். அப்போது நிக்கல் முலாம் பூசப்பட்ட துப்பாக்கி ஒன்றைக் கொடுத்தார் சாவர்க்கர். அதைக்கொண்டுதான் கர்ஸன் வைலியின் கதையை முடிக்க வேண்டும் என்பது அவர்களுடைய திட்டம்.

திட்டமிட்டபடி, 1 ஜூலை 1909 அன்று கர்சன் வைலியைச் சுட்டுக்கொன்றார் மதன்லால் திங்க்ரா. திடீர்த் தாக்குதலில் நிலைகுலைந்த பிரிட்டிஷ் காவலர்கள், சட்டென்று சுதாரித்துக் கொண்டனர். ஆனால் அவர்களுக்கு திங்க்ரா அதிகம் வேலை வைக்கவில்லை.

ஆயுதத்தாக்குதல் நடத்துபவர்கள் அடுத்த நொடி ஓடி மறைந்துவிடுவதுதான் வழக்கம். ஆனால் திங்க்ரா மட்டும் அதே இடத்தில் அசையாமல் நின்றிருந்தார். ஆகவே, அவரைக் கைது செய்தனர் பிரிட்டிஷ் காவலர்கள். அவர் செய்த காரியம் இங்கிலாந்தில் மட்டுமல்ல, இந்தியாவிலும் பலத்த பரபரப்பை ஏற்படுத்தியது. கூடவே, பதற்றத்தையும்.

> என்னைக் கைது செய்யவோ, விசாரிக்கவோ, தண்டிக்கவோ, பிரிட்டிஷ் நீதிமன்றத்துக்கு அதிகாரமில்லை. இதுதான் என் எண்ணம்.

தீவிரவாதம் பேசிய தலைவர்கள் திங்க்ராவின் செயலை வீரச்செயல் என்று வர்ணித்தனர். ஆனால் அகிம்சாவாதம் பேசியவர்கள் திங்க்ராவின் செயலைக் கடுமையான மொழியில் கண்டித்தனர். ஆதரவும் எதிர்ப்பும் கலவையாக வந்து சேர்ந்தன. அதைத்தான் சாவர்க்கர் உள்ளிட்ட சகலரும் விரும்பினர். நினைத்தது நடந்ததில் அவர்களுக்கு எல்லையில்லா ஆனந்தம்.

அப்போது நடந்த கண்டனக்கூட்டம் ஒன்றில் மூத்த காங்கிரஸ் தலைவர் ஆகாகான் கலந்து கொண்டார். அதில் திங்க்ராவின் செயலுக்கு எதிராகக் கண்டனத் தீர்மானம் கொண்டு வந்தனர். அதனை ஒருமனதாக நிறைவேற்ற முயன்றபோது, 'இல்லை, தீர்மானத்தை நான் எதிர்க்கிறேன்' என்றார் ஒருவர். அவர், சாவர்க்கர். பின்னர் அந்தக் கூட்டத்தில் ஏற்பட்ட சலசலப்பு சண்டையில் வந்துமுடிந்தது.

கொலை வழக்கு விசாரணைகள் தொடங்கின. நீதிபதியிடம் பேசினார் மதன்லால் திங்க்ரா.

'என்னைக் கைது செய்யவோ, விசாரிக்கவோ, தண்டிக்கவோ, பிரிட்டிஷ் நீதிமன்றத்துக்கு அதிகாரமில்லை. இதுதான் என் எண்ணம். அதன் காரணமாகவே, உங்கள் விசாரணையில் பங்கேற்கவோ, வழக்கறிஞர் உதவியுடன் வாதாடவோ விரும்பவில்லை. எனக்குத் தூக்குத் தண்டனை விதியுங்கள். அதையே நான் விரும்புகிறேன். என்னை நீங்கள் தூக்கிலிட்டால் தான், உங்களை பழிவாங்கவேண்டும் என்கிற உணர்வு என் தாய்நாட்டு இளைஞர்களுக்கு உருவாகும்.'

வழக்கின் இறுதியில் மதன்லால் திங்க்ராவுக்குத் தூக்குத் தண்டனை விதித்தது பிரிட்டிஷ் நீதிமன்றம். 17 ஆகஸ்டு 1909 அன்று தூக்கிலிடப்பட்டார் திங்க்ரா. என்றாலும், திங்க்ராவின் செயலும் அவருக்குத் தரப்பட்ட தண்டனையும் அவரும் சாவர்க்கர் உள்ளிட்டோரும் எதிர் பார்த்தபடியே, இந்திய இளைஞர்கள் மத்தியில் பலத்த அதிர்வுகளை ஏற்படுத்தின.

திங்க்ராவின் பாணியில் இந்தியாவின் நாசிக் நகரிலும் ஒரு கொலை நடந்தேறியது. அதன் பின்னணியிலும் சாவர்க்கர் இருந்தார், மறைமுகமாக. விநாயக் தாமோதர் சாவர்க்கரின் சகோதரர்

கணேஷ் தாமோதர் சாவர்க்கர். சுருக்கமாக, பாபாராவ் சாவர்க்கர். அரசியல் நடவடிக்கைகளில் ஈடுபட்டிருந்தவர்.

ஆனந்த லட்சுமண கன்ஹரே

அவரை ஒருநாள் பிரிட்டிஷ் காவல்துறை சந்தேகத்தின் பெயரில் கைது செய்தது. அவருடைய வீட்டைச் சோதனையிட்டது. அங்கே லண்டனில் இருந்து சாவர்க்கர் அனுப்பியிருந்த புத்தகங்கள், ரகசியக் கடிதங்கள் உள்ளிட்டவை சிக்கின. அவற்றில் வெடிகுண்டு தயாரிக்கும் முறையை விளக்கும் புத்தகமும் அடக்கம். போதாது? வழக்கு போட்டது காவல்துறை.

உண்மையில், பாபாராவ் கைதுக்கும் அவர் மீதான வழக்குக்கும் பின்னணியில் இருந்தவர் பிரிட்டிஷ் அதிகாரி ஜாக்ஸன். பிறகு அந்த வழக்கை விசாரித்த நீதிபதி கென்னடி, பாபாராவ் சாவர்க்கருக்கு 20 ஆண்டுகால தீவாந்திரத் தண்டனை விதித்தார். அதாவது, சிறைத் தண்டனையை உள்ளூரில் அனுபவிக்காமல், கண்காணாத தூரதேசத்துச் சிறையில் அனுபவிப்பது.

இந்து இளைஞர்கள் மத்தியில் கணிசமான செல்வாக்கைப் பெற்றிருந்தவர் பாபாராவ் சாவர்க்கர். ஆகவே, அவருக்கு விதிக்கப்பட்ட தண்டனைக்கு எதிராகக் கடுமையான எதிர் வினையை ஆற்ற விரும்பினார் ஓர் இளைஞர். அவர், ஔரங்கபாத்தைச் சேர்ந்த ஆனந்த லட்சுமண கன்ஹரே. பிரச்னைக்குக் காரணம் ஜாக்ஸன்தான் என்று கருதிய கன்ஹரே, அவரைக் கொல்வது என்று தீர்மானித்தார்.

21 டிசம்பர் 1909 அன்று ஜாக்ஸனுக்குத் தேதி குறித்த கன்ஹரே, திட்டமிட்டபடியே அவரைச் சுட்டுக்கொன்றார். வழமைபோலவே அவரைக் கைது செய்து விசாரணை நடத்தியது பிரிட்டிஷ் காவல்துறை. அப்போது புதிய துப்பு ஒன்று கிடைத்தது. ஜாக்ஸனைக் கொல்லப் பயன்படுத்தப்பட்ட பிரவுனிங் பிஸ்டல் என்ற துப்பாக்கியை லண்டனில் இருந்து அனுப்பியவர் விநாயக் தாமோதர் சாவர்க்கர்.

சுறுசுறுப்படைந்த காவல்துறை லண்டனுக்குத் தகவல் அனுப்பியது. சாவர்க்கரைத் தேடிப் பிடிக்கும் படலம் தொடங்கியது. விஷயம் சாவர்க்கருக்கும் வந்து சேர்ந்தது. இனியும் லண்டனில் இருந்தால் காவலர்களின் கழுகுக்கண்களுக்குத் தப்பமுடியாது என்பதால், அங்கிருந்து பாரீஸ் சென்றார். அங்கு தனக்கு நெருக்கமான நண்பர்கள் உதவியுடன் தங்கியிருந்தார்.

என்றாலும், சாவர்க்கரின் நடத்தையை ரகசியமாகக் கண்காணித்துக் கொண்டிருந்த பிரிட்டிஷ் காவலர்கள், 13 மார்ச் 1910 அன்று அவரைக் கைது செய்தனர். அப்போது அவர் மீது ஐந்து குற்றச்சாட்டுகள் முன்வைக்கப்பட்டன.

1. இந்தியாவில் இருக்கும் பிரிட்டிஷ் ஆட்சிக்கு எதிராக ஆயுதப்புரட்சிக்கு ஆயத்தமானது.
2. பிரிட்டிஷ் ஆட்சியை அப்புறப்படுத்தத் திட்டமிட்டது.
3. ஆயுதங்களைப் பதுக்கிவைத்திருந்தது, கர்ஸன் வைலி, ஜாக்ஸன் ஆகியோரைக் கொல்லச் சதித்திட்டம் தீட்டியது.
4. லண்டனில் இருந்து ஆயுதங்களை இந்தியாவுக்கு அனுப்பிவைத்தது.

5. இந்தியாவில் ஜனவரி 1906 முதல் மார்ச் வரை மற்றும் லண்டனில் மே 1908 முதல் 1909 வரை தேசத்துரோகச் சொற்பொழிவு ஆற்றியது.

சாவர்க்கர் கைது செய்யப்பட்ட செய்தி இந்தியாவில் இருக்கும் பிரிட்டிஷ் அதிகாரிகளுக்குச் சென்றது. ஜாக்ஸன் கொலை பற்றிய விசாரணைக்காக சாவர்க்கரை உடனடியாக இந்தியாவுக்கு அனுப்பச் சொல்லி வழக்கு தொடுத்தனர். அந்த வழக்கில் அவரை இந்தியா கொண்டுசெல்ல அனுமதி கிடைத்தது.

கப்பல் வழியாக அழைத்துச் செல்வது என்று முடிவாகிவிட்டது. ஆனால் எந்த மார்க்கமாகச் செல்வது என்பதில்தான் குழப்பம். பிரான்ஸ் வழியாக மார்செய்ல்ஸ் துறைமுகம் சென்று, அங்கிருந்து இந்தியா அழைத்துச் செல்லவேண்டும் என்பதுதான் முதலில் போட்ட திட்டம். ஆனால், பிரான்சில் வைத்து சாவர்க்கரை மீட்டெடுக்க சில சட்ட ரீதியான முயற்சிகளை வ.வே.சு. ஐயர் உள்ளிட்ட சிலர் முயற்சி செய்வதாகச் செய்திகள் வந்தன.

சட்டென்று தனது திட்டத்தை மாற்றியது பிரிட்டிஷ் அரசு. ஆனால் அந்த மாற்றுத் திட்டத்திலும் ஓர் ஓட்டையைப் போட்டுவிட்டுத் தப்பிச்சென்றார் சாவர்க்கர். அதிர்ச்சியில் உறைந்துபோனது பிரிட்டிஷ் அரசு!

18

அந்தமான் சிறையில் 'ராம... ராம!'

அதிகாரிகளைக் கொலை செய்ய சதித்திட்டம், கொலையாளி களுக்கு ஆயுத உதவி, இந்தியாவுக்கு ஆயுதக் கடத்தல் என்பன போன்ற அதிதீவிர குற்றச்சாட்டுகளின் அடிப்படையில் பிரிட்டிஷ் காவலர்களால் கைது செய்யப்பட்டிருந்தார் விநாயக் தாமோதர் சாவர்க்கர். மேல் விசாரணையை லண்டனுக்குப் பதிலாக இந்தியாவில் நடத்தத் தீர்மானித்தது பிரிட்டிஷ் அரசு.

அதற்கு நீதிமன்றமும் அனுமதி கொடுத்தது. கடல் மார்க்கமாக அழைத்துச் செல்வது என்று முடிவுசெய்த அரசு, எஸ்.எஸ். மோரியா என்ற கப்பலில் சாவர்க்கரை இந்தியாவுக்கு அழைத்துச் சென்றது. சற்று அபாயகரமான மனிதர் என்பதால் பலத்த பாதுகாப்பு ஏற்பாடுகள் செய்யப்பட்டிருந்தன.

பயணத்தின் நடுவில் 8 ஜூலை 1910 அன்று மார்செய்ல்ஸ் துறைமுகம் என்ற முக்கியமான பகுதியில் கப்பல் நிறுத்தப்பட்டது. கழிவறைக்குச் செல்லவேண்டும் என்று காவலர்களிடம் கோரினார் சாவர்க்கர். ஆகட்டும் என்று சொல்லி அனுப்பிவைத்தனர், அவருடைய திட்டத்தை அறியாமல். கழிவறைக்குச் சென்ற சாவர்க்கர் அதனைக் கண்களால் அளந்தார். அப்போது மேல் பக்கம் இருந்த துவாரம் ஒன்று கவனம் கவர்ந்தது. ஆள் நுழையும் அளவுக்கு விட்டம் கொண்ட துவாரம். போதாது? அந்த நொடியில் கப்பலில் இருந்து தப்பிக்கத் தயாரானார் சாவர்க்கர்.

மேடம் காமா

சற்றே சிரமப்பட்டு துவாரத்தை எட்டிப்பிடித்த அவர், அதன்வழியே மேலே ஏறி, கப்பலின் வெளிப்பகுதிக்கு வந்து நின்றார். கடல் தெரிந்தது. யார் கண்ணிலும் சிக்காமல் கடலில் குதித்துவிட்டார். அதேவேகத்தில் கரையை நோக்கி நீந்தத் தொடங்கினார். சட்டென்று சுதாரித்த காவலர்கள் கடலில் குதித்து சாவர்க்கரைத் துரத்தத் தொடங்கினர்.

ஆனால் அவர்கள் தன்னை எட்டுவதற்குள் துறைமுகத்தில் கரையேறிவிட்டார் சாவர்க்கர். கரையைத் தொட்டதும் அவருடைய மனம் நிம்மதிப் பெருமூச்சு விட்டது. காரணம், அந்தத் துறைமுகம் இருக்கும் பிராந்தியம் பிரிட்டனுடையது அல்ல, ஃபிரான்ஸுக்குச் சொந்தமானது. அங்கே வைத்துக் கைது செய்தால், அது சட்டவிரோதச் செயல் என்று வழக்கு நடத்தலாம். அத்தனைப் பதற்றத்துக்கு மத்தியிலும் அவருடைய மூளை அதிவேகத்தில் வேலை செய்தது.

கரையேறிவிட்டாரே ஒழிய, அடுத்து என்ன செய்வதென்று தெரியவில்லை. உண்மையில், அவருடைய நண்பர்கள் வ.வே.சு. ஐயரும் மேடம் காமாவும் எப்படியேனும் வந்து தன்னைக் காப்பாற்றத் தேவையான நடவடிக்கைகளை எடுப்பார்கள் என்பதுதான் சாவர்க்கரின் எதிர்பார்ப்பு. (லண்டனில் இருந்து பாரீஸுக்குச் சென்றபோது தன்னுடைய நண்பர் மேடம் காமாவின் வீட்டில்தான் சாவர்க்கர் ரகசியமாகத் தங்கியிருந்தார்.)

ஐயரும் காமாவும் சாவர்க்கரைக் காப்பாற்றத் தேவையான சட்டரீதியான முயற்சிகளை எடுத்தனர். ஆனால் காலதாமதம் ஆகிவிட்டால் காரியம் கைகூடவில்லை. அதற்குள் பிரிட்டிஷ் காவலர்கள் கரையேறிவிட்டனர். அவர்களிடம் இருந்து தப்பிக்கும் வேகத்தில் ஃபிரான்ஸ் நாட்டு காவலர்களிடம் சிக்கினார் சாவர்க்கர்.

விளைவு, பிரிட்டிஷ் காவலர்கள் அதிகம் சிரமப்படாமல் சாவர்க்கரை மீண்டும் கைதுசெய்து கப்பலுக்கு அழைத்துச் சென்றனர். இத்தனைக்கும் ஃபிரான்ஸ் காவலர்களிடம் தன்னை பிரிட்டிஷ் காவலர்களிடம் ஒப்படைத்துவிட வேண்டாம் என்று மன்றாடிப் பார்த்தார் சாவர்க்கர். ஆனால் எதுவும் எடுபடவில்லை. முன்பைக் காட்டிலும் இப்போது பாதுகாப்புக் கெடிபிடிகள் அதிகரித்திருந்தன. சாவர்க்கரைப் பத்திரமாகக் கொண்டு போய் சேர்க்கவேண்டும் என்ற பதற்றம் அதிகாரிகளை ஆக்கிரமித்திருந்தது.

> தன்னைக் காப்பாற்றத் தேவையான நடவடிக்கைகளை எடுப்பார்கள் என்பதுதான் சாவர்க்கரின் எதிர்பார்ப்பு.

சாவர்க்கர்

பம்பாய் நீதிமன்றத்தில் அவர் மீதான வழக்குகள் விசாரிக்கப்பட்டன. 15 டிசம்பர் 1910 அன்று ஆரம்பித்த விசாரணை எழுபது நாள்களுக்கு நீடித்தது. இறுதியில், சாவர்க்கருக்கு 25 ஆண்டுகள் தீவாந்திரத் தண்டனை விதிக்கப்பட்டது. இது லண்டனில் நடந்த சர் கர்ஸன் வைலி தொடர்பான வழக்கில் தரப்பட்ட தண்டனை. ஆனால் இன்னொரு வழக்கு பாக்கி இருந்தது. அது, இந்தியாவில் நடந்த பிரிட்டிஷ் அதிகாரி ஜாக்ஸன் கொலை தொடர்பான வழக்கு.

கொலையில் ஈடுபட்ட நபர்களுக்குத் தூண்டுகோலாக இருந்து, அவர்களுக்கு ஆயுதங்களையும் கொடுத்தவர் சாவர்க்கர் என்பது குற்றச்சாட்டு. அதிலும் அவருக்கு 25 ஆண்டுகால தீவாந்திரத் தண்டனை. ஆக, இரண்டு 25 ஆண்டுகள். அவற்றை ஏககாலத்திலும் அனுபவிக்கக்கூடாது. ஒன்று முடிந்ததும் மற்றொன்று. அதன்மூலம் ஐம்பது ஆண்டுகளை சிறையிலேயே கழிக்க வேண்டிய நிர்பந்தம் சாவர்க்கருக்கு உருவானது.

முதலில் டோங்கிரி சிறையில்தான் அடைக்கப்பட்டிருந்தார். அங்கே அவருக்கு கயிறு திரிக்கும் வேலை தரப்பட்டிருந்தது. பிறகு பைகுல்லா சிறைக்கு மாற்றப்பட்ட அவர், சில நாள்களில் தானே சிறைக்கு அனுப்பப்பட்டார். அந்தச் சிறைகளில் தனக்கு ஏற்பட்ட அனுபவங்களைப் புத்தக மாகப் பதிவுசெய்திருக்கிறார் சாவர்க்கர். இறுதியாக, 4 ஜூலை 1911 அன்று அந்தமான் சிறைக்கு அனுப்பப்பட்டார். அபாயகரமான கைதிகள் அதிகம் இருக்கும் சிறைச்சாலை அது.

சாவர்க்கர் அடிப்படையில் இந்து தேசியத்தை ஏற்றுக்கொண்டவர். அவருக்கு இஸ்லாமியர்கள் மீது அவ்வளவு பிடித்தம் கிடையாது. அவர்களுடைய தீவிர விமரிசகரும்கூட. அந்தப் போக்கை

அவர் அந்தமான் சிறைக்குள்ளும் கடைப்பிடித்தார். இதுவிஷயமாக இரண்டு செய்திகளை தன்னுடைய 'நாடு கடத்தப்பட்ட ஆயுள் கைதியின் கதை' (Story of My Transportaion For Life) என்ற நூலில் பதிவுசெய்திருக்கிறார் சாவர்க்கர்.

ஒன்று, சுத்தி இயக்கம் பற்றிய விளக்கம். இரண்டாவது, இஸ்லாமியர்களை அவர் கையாண்ட விதம் பற்றிய வாக்குமூலம்.

அந்தமான் சிறையில் முஸ்லீம் கைதிகளாலும், முஸ்லீம் வார்டர்களாலும் இந்துக்கைதிகள் இரட்டைச் சிரமத்துக்கு ஆளானதாகப் பதிவுசெய்யும் சாவர்க்கர், தான் அந்தமான் சிறைக்குச்சென்ற புதிதில் இந்துக் கைதிகள் இஸ்லாத்துக்குக் கட்டாய மதமாற்றம் செய்யப்படுவதையும் அவர்களுக்கு இஸ்லாமியப் பெயர்கள் சூட்டப்படுவதையும் பார்த்ததாக எழுதியிருக்கிறார்.

ஆனால் அந்த மதமாற்றத்தின் அபாயத்தை இந்துக் கைதிகள் சரியாகப் புரிந்துகொள்ளவில்லை என்பது சாவர்க்கரின் ஆதங்கம். ஆகவே, அவற்றை எடுத்துச் சொல்லி, அவர்களை மீண்டும் தாய் மதமான இந்து மதத்துக்கு அழைத்துச் செல்லும் நோக்கத்துடன் சுத்தி இயக்கத்தைச் சிறைக்குள்ளேயே தொடங்கினார் சாவர்க்கர்.

சிறைக்குள் நன்னடத்தை காரணமாக கைதிகளை வார்டர்களாக மாற்றுவது வழக்கம். அந்தச் சிறையில் இஸ்லாமிய வார்டர்களே அதிகம். என்றாலும், அந்தப் பதவிகளில் ஒன்று ஒருமுறை சாவர்க்கருக்கும் வந்தது. அப்போது இஸ்லாமியர்களை அவர் கையாண்ட விதம் பற்றி அவரே தன்னுடைய நூலில் எழுதியிருக்கிறார்.

'நான் கைதிகளின் கண்காணிப்பாளராக (வார்டர்) மாறியபோது, நான் முஸ்லீம்களிடம் இருந்து என்ன எதிர்பார்த்தேன் என்பது அவர்களுக்கு நன்றாகத் தெரியும். இந்துக்கள் வணக்கம் செலுத்துவது போலவே, எனக்கு முஸ்லீம்கள் வணக்கம் செலுத்தவேண்டும். அவ்வாறு செய்யும்போது, 'ராம ராம', 'நமஸ்கார்', 'வந்தே மாதரம்' என்பன போன்ற பதங்களை அவர்கள் உச்சரிக்கவேண்டும். நான் (அந்தமான் சிறை வளாகத்தில் உள்ள) எண்ணெய் கிடங்கு ஒன்றின் தலைமைப் பொறுப்புக்கு நியமனம் செய்யப்பட்டதும், முஸ்லிம்கள் மிகவும் அதிர்ந்து விட்டனர். என்னைத் தன்வயப்படுத்திக் கொள்ளவும், நட்பாக்கிக்கொள்ளவும் பெரிதும் முயன்றனர்.'

சிறைக்குள் அடைபட்டிருந்த சமயத்திலும்கூட, தான் விரும்பும் பல காரியங்களைச் செய்து கொண்டிருந்தார் சாவர்க்கர் முக்கியமாக, சிறைக்கைதிகளிடம் இந்தி மொழியின் முக்கியத்துவம் பற்றிப் பேசிய அவர், அவர்களுக்கு இந்தியைக் கற்றுக்கொடுக்கும் பணியிலும் தீவிரமாக ஈடுபட்டார். முக்கியமாக, சுவாமி தயானந்த சரஸ்வதியின் 'சத்தியார்த்த பிரகாசம்' நூலை சக கைதிகள் படிப்பதற்கு முயற்சி எடுத்தார். அது கிறித்தவத்தையும் இஸ்லாத்தையும் தீவிரமாக விமரிசிக்கும் புத்தகம்.

இத்தனைக் காரியங்களைச் செய்துகொண்டிருந்தபோதும் சாவர்க்கருக்கு சிறைவாசம் மட்டும் உறுத்திக்கொண்டே இருந்தது. ஆயுள் முழுமைக்கும் கொட்டடியிலேயே அடைபட்டுக் கிடக்க

வேண்டியிருக்குமோ என்று நினைத்தார். ஆகவே, 1911ல் பிரிட்டிஷ் அரசுக்குக் கடிதம் ஒன்றை எழுதினார். ஆனால் அதுகுறித்து அரசு எவ்வித மேல்நடவடிக்கையும் எடுக்கவில்லை. மாறாக, அந்தக் கடிதத்தை ஆவணப்படுத்திக்கொண்டது.

பிறகு 1913 அக்டோபரில் அந்தமான் சிறையைப் பார்வையிட வந்தார் இந்திய வைஸ்ராயின் நிர்வாகக் குழுவில் இடம்பெற்ற உறுப்பினர் சர் ரெஜினால்ட் கிராடக். அவரைச் சந்தித்து அந்தமான் சிறையில் இருந்து தன்னை இந்தியச் சிறைக்கோ, அல்லது பர்மா சிறைக்கோ மாற்றுவது பற்றிப் பேசினார் சாவர்க்கர். இதுவிஷயமாக, பிரிட்டிஷ் அரசுக்கு 1914 செப்டெம்பரில் கடிதம் ஒன்றையும் எழுதினார் சாவர்க்கர். அந்தக் கடிதத்தின் முக்கியப்பகுதி மட்டும் இங்கே:

'நன்மை செய்கின்ற தன்மையும் கருணை காட்டும் பேருள்ளமும் நிறைந்த பிரிட்டிஷ் அரசு என்னை விடுதலை செய்யுமானால், நான் அரசியல் அமைப்புச் சட்ட முன்னேற்றத்துக்காக வாதாடக்கூடிய வழக்கறிஞராக விளங்கி, இந்திய நாட்டின் முன்னேற்றத்துக்கு முக்கியக் காரணமாக இருக்கிற பிரிட்டிஷ் அரசுக்கு நன்றியோடு நடந்துகொள்வேன். அரசியல் சட்ட ரீதியில் செயல்படவேண்டும் என மனமாற்றம் அடைந்திருக்கிற நான் இந்தியாவுக்கு உள்ளேயும் வெளியேயும் என்னைப் பின்பற்றும் இளைஞர்கள் அனைவரையும் என் வழிக்குத் திருப்புவேன். வலிமை வாய்ந்தவர்கள் மட்டுமே இரக்கம் காட்ட முடியும். அப்படியிருக்கும்போது, தவறிழைத்த ஒரு மகன் பெற்றோரைப் போன்ற பேரன்பு கொண்ட அரசாங்கத்திடம் முறையிடாமல், வேறு எங்குபோய் முறையிடமுடியும்?'

அரசு நிர்ணயிக்கும் ஒரு குறிப்பிட்ட நியாயமான காலம் வரை அரசியலில் பங்கெடுத்துக் கொள்வதில்லை என்ற உறுதிமொழியை அளிக்க நானும் எனது சகோதரரும் விருப்பமுடன் தயாராக இருக்கிறோம்.

இவ்வளவு தூரத்துக்கு இறங்கிவந்து கடிதம் எழுதியபோதும் பிரிட்டிஷ் அரசு இரக்கம் காட்டவில்லை. அவருடைய சிறை மாற்றம் அல்லது விடுதலை விவகாரத்தில் பிடிவாதம் காட்டியது. இதுபற்றி சர் ரெஜினால்ட் கிராடக் அரசுக்கு எழுதிய கடிதத்தில், 'கைத்துப்பாக்கிகளால் புரட்சியை முன்னெடுத்துச் செல்ல முடியாது. அவற்றைக் கொலை செய்வதற்குத்தான் பயன்படுத்தமுடியும் என்று நான் அவரிடம் (சாவர்க்கரிடம்) சுட்டிக்காட்டியபோது, அவரால் எந்தப் பதிலையும் கொடுக்கமுடியவில்லை... எனவே, நான் சிறைக் கட்டுப்பாட்டை ஒழுங்காகக் கடைப்பிடித்தும், தாங்கள் விரும்புகின்ற புத்தகங்களின் வழியேயும் துயரத்தைத் தணித்துக் கொள்ளுங்கள் என்று அறிவுரை வழங்கியிருக்கிறேன்.' என்று பதிவு செய்திருக்கிறார்.

ஆனாலும் சாவர்க்கர் தன்னுடைய முயற்சிகளைக் கைவிடவில்லை. பிரிட்டிஷ் அரசுக்கு தொடர்ச்சியாக மனுக்களை எழுதிக்கொண்டிருந்தார். ஆனால் அரசிடம் இருந்து தீர்மானமான பதில் எதுவும் கிடைக்கவில்லை. இதற்கிடையே அரசியல் காட்சிகள் மாறின. சாவர்க்கர் உள்ளிட்ட கைதிகள் அந்தமான் சிறையிலிருந்து இந்தியச் சிறைக்கு மாற்றப்படுவதற்கான

சாத்தியக் கூறுகள் தெரிந்தன. அதன்படியே அந்தமானில் இருந்து ரத்னகிரி சிறைக்கு மாற்றப்பட்டார் சாவர்க்கர். இரண்டாண்டுகள் கழித்து எரவாடா சிறைக்கு மாற்றப்பட்டார்.

1923 ஆம் ஆண்டு எரவாடா சிறையில் இருந்த சாவர்க்கர், அரசுக்கு ஒரு விண்ணப்பத்தை அனுப்பிவைத்தார். அதன் சாரம் இதுதான்:

'அரசு நிர்ணயிக்கும் ஒரு குறிப்பிட்ட நியாயமான காலம் வரை அரசியலில் பங்கெடுத்துக் கொள்வதில்லை என்ற உறுதிமொழியை அளிக்க நானும் எனது சகோதரரும் விருப்பமுடன் தயாராக இருக்கிறோம். இதுவோ அல்லது வேறு எந்த ஒரு உறுதிமொழியோ எடுத்துக் காட்டாக, நாங்கள் விடுதலை செய்யப்பட்டபின், ஒரு குறிப்பிட்ட மாகாணத்தில் இருப்பது அல்லது எங்களது நடவடிக்கை பற்றி காவல்துறைக்கு அவ்வப்போது தெரிவிப்பது என்பது போன்ற எந்த வகையான நிபந்தனைகளையும், அவை அரசின் பாதுகாப்பை உறுதிப்படுத்தும் உண்மையான நோக்கம் கொண்டவை என்பதால், நானும் எனது சகோதரரும் மகிழ்ச்சியாக ஏற்கிறோம்.'

ஒற்றை வரியில் சொல்வதென்றால், அரசியல் நடவடிக்கைகளில் இருந்து முற்றிலுமாக விலகி விடுகிறோம் என்பதே சாவர்க்கர் கொடுத்த உத்தரவாதம். அதற்கு கைமேல் பலன் கிடைத்தது. 6 ஜனவரி 1924 அன்று விடுதலை செய்யப்பட்டார் சாவர்க்கர். சரியாக பதினான்கு ஆண்டுகள் சிறைவாசத்தை நிறைவுசெய்திருந்த சாவர்க்கரைச் சந்திக்க ஒரு தலைவர் வந்தார். அவர், ஹெட்கேவார். அந்த நொடியில் சாவர்க்கரின் அடுத்தகட்ட அரசியல் தொடங்கியது!

19

வேதகால ரத்தம்... இந்துக்களின் உடலில்...

ஆற்றவேண்டிய காரியங்கள் அநேகம் இருக்கின்றன. ஆகவே, ஆயுள் முழுவதையும் சிறைக் கொட்டடியிலேயே கழித்து விடக்கூடாது என்பதில் சாவர்க்கர் உறுதியாக இருந்தார். அதன் காரணமாகவே, தனது விடுதலையை வலியுறுத்தி பிரிட்டிஷ் அரசாங்கத்துக்குத் தொடர்ச்சியாகக் கடிதங்கள் எழுதிக் கொண்டிருந்தார்.

எறும்பு ஊரக் கல்லும் தேயும் என்பார்கள். சாவர்க்கரின் கடிதம் என்ற எறும்பு தொடர்ச்சியாக ஊர்ந்துகொண்டே இருந்தது. விளைவு, பிரிட்டிஷ் அரசாங்கம் என்ற கல் கொஞ்சம் கொஞ்சமாகக் கரைந்துகொண்டே வந்தது. சாவர்க்கரிடம் இருந்து கடைசியாக வந்த கடிதத்தில் இருந்த நேர்மறை அம்சங்கள் பிரிட்டிஷ் அரசை யோசிக்க வைத்தது.

பம்பாய் ஆளுநராக இருந்த சர் ஜார்ஜ் லோய்ட் தனது ஆலோசகர் கள் சகிதம் சிறைக்கு வந்து சாவர்க்கரிடம் பேசினார். தான் ஏன் விடுதலை செய்யப்பட வேண்டும் என்பது பற்றி ஆளுநரிடம் பேசினார் சாவார்க்கர். அவரை விடுவிக்கும் பட்சத்தில், சாவர்க்கர் எதிர்காலத்தில் எப்படி நடந்து கொள்ளவேண்டும், முக்கியமாக, எப்படி நடந்துகொள்ளக்கூடாது என்பது பற்றி ஆளுநரும் அவரது ஆலோசகர்களும் சாவர்க்கருக்கு எடுத்துக்கூறினர்.

தனது விடுதலைக்கான காலம் கைகூடிவருவது கண்கூடாகத் தெரிந்தது சாவர்க்கருக்கு. ஆகவே, அரசு விதித்த நிபந்தனைகளை

சர் ஜார்ஜ் லோய்ட்

எல்லாம் மனப்பூர்வமாக ஏற்றுக்கொள்வதாக உறுதியளித்தார். அதனைத் தொடர்ந்து அவருக்கான நிபந்தனைகளை குற்றவியல் சட்ட நடைமுறை 1898ன் படி திட்டவட்டமாக வரையறை செய்தது பிரிட்டிஷ் அரசு.

- பம்பாய் ஆளுநரின் அதிகாரத்துக்கு உட்பட்ட ரத்னகிரி மாவட்டத்தில்தான் சாவர்க்கர் தங்கியிருக்க வேண்டும். அரசாங்கத்திடம் அல்லது அவசர நேரங்களில் மாவட்ட நீதிபதியிடம் முன் அனுமதி பெறாமல், அந்த மாவட்டத்தை விட்டு எங்கும் வெளியே செல்லக்கூடாது.

- ஐந்து ஆண்டுகளுக்கு, அரசாங்கத்தின் அனுமதி இல்லாமல் பொதுவாகவோ, தனிப்பட்ட முறையிலோ, எந்தவொரு அரசியல் நடவடிக்கையிலும் ஈடுபடக்கூடாது. இந்தக் காலக்கெடுவின் முடிவில், தடைகளைப் புதுப்பித்துக்கொள்வது அரசாங்கத்தின் விருப்பத்துக்கு உட்பட்டது.

நிபந்தனைகளை ஏற்றுக்கொண்ட சாவர்க்கர், அதற்குரிய விண்ணப்பத்தில் கையெழுத்திட்டார். அப்போது பிரிட்டிஷ் அரசு கூடுதலாக ஒரு காரியத்தைச் செய்தது. சாவர்க்கர் மீது கடந்த காலத்தில் தொடரப்பட்ட வழக்கு, சிறைத் தண்டனை ஆகியன குறித்த ஓர் ஒப்புதல் வாக்குமூலம் ஒன்றை சாவர்க்கரிடம் இருந்து வாங்கத் தயாரானது. ஆனால் அவர் கொடுக்கும் வாக்குமூலம் அவரது விடுதலையை எந்த வகையிலும் பாதிக்காது என்று உறுதிமொழி தரப்பட்டதால், அதை ஏற்றுக்கொண்டார் சாவர்க்கர். அந்த வாக்குமூலத்தின் முக்கியப்பகுதி மட்டும் இங்கே:

கடந்த காலங்களில் மேற்கொண்ட வன்முறை வழிகளை மனதார வெறுக்கிறேன். தற்போது நான் கடமை உணர்வு உள்ளவன்

எனது வழக்கு விசாரணை நியாயமாக நடந்தது என்றும், எனக்குத் தரப்பட்ட தண்டனை உரிய அளவில் இருந்தது என்றும் ஒப்புக்கொள்கிறேன். கடந்த காலங்களில் மேற்கொண்ட வன்முறை வழிகளை மனதார வெறுக்கிறேன். தற்போது நான் கடமை உணர்வு உள்ளவன் எனவும், அரசியல் சட்டத்தையும் அரசியல் அமைப்பையும் எனது முழுவலிமையுடன் நிலை நிறுத்துவேன் எனவும், (மாண்டேகு - செம்ஸ்போர்ட்) சீர்திருத்தங்கள் வெற்றிபெற உழைக்க விரும்புகிறேன் எனவும் உறுதியளிக்கிறேன். எனவே, எதிர்காலத்தில் அதன்படியே செயல்பட எனக்கு அனுமதி கொடுக்க வேண்டும்.

சாவர்க்கர்

பிரிட்டிஷ் அரசு சாவர்க்கர் விவகாரத்தை எந்த அளவுக்கு உச்சபட்ச எச்சரிக்கை உணர்வுடன் கையாண்டது என்பதற்கு இதுவொரு உதாரணம். கண்ணிமைக்கும் நேரத்தில் கப்பலில் இருந்து தப்பியவர் அல்லவா!

6 ஜனவரி **1924** அன்று எரவாடா சிறையில் இருந்து விடுதலை செய்யப்பட்டார் சாவர்க்கர். சாவர்க்கரின் பார்வையில் அரசியல் நடவடிக்கையில் ஈடுபடக்கூடாது என்று சொல்வதும் சுவாசிக்கக்கூடாது என்று சொல்வதும் ஒன்றுதான். அரசியல் பணி செய்யகூடாது என்றால் வேறு சமூகப்பணிகள் செய்யலாம் அல்லவா. அதைச் செய்வதற்கு ஆயத்தமானார் சாவர்க்கர். அதற்காக அவர் எடுத்த ஆயுதம், பேனா.

சிறையில் இருந்த காலத்திலேயே கிடைத்த வாய்ப்பைப் பயன்படுத்திக்கொண்டு எழுதியவர். இப்போது இன்னும் தீவிரமாக எழுத்துப்பணியில் ஈடுபடத் தயாரானார். பத்திரிகைகளுக்குக் கட்டுரைகள் எழுதுவது, இந்து மதம் சார்ந்த நூல்களை எழுதுவது என்று தனது நேரத்தைச் செலவிடத் தொடங்கினார். முக்கியமாக, ஹுதாத்மா, ஷ்ரத்தானந்த் போன்ற பத்திரிகைகளில் எழுதினார். அதற்கான வாய்ப்புகளை ஏற்படுத்திக் கொடுத்தவர் சாவர்க்கரின் சகோதரர் நாராயண் சாவர்க்கர்.

அப்போது சாவர்க்கர் எழுதிய நூல்களுள் இந்து பட் படா ஷாஹி (இது மராட்டிய பேஷ்வாக்களின் வரலாறு), உஷ ஷாப், உத்தர் க்ரியா, சன்யஸ்த கடக் போன்றவை குறிப்பிடத்தக்கவை. அந்த நூல்கள் இந்து தலைவர்கள் பலரையும் வசீகரித்தன. அவர்களில் கேசவ் பலிராம் ஹெட்கேவாரும்

ஒருவர். குறிப்பாக, சாவர்க்கர் சிறையில் இருந்தபோது எழுதிய 'இந்துத்வா - இந்து என்பவன் யார்?' என்ற நூலைச் சொல்லவேண்டும்.

அந்த நூலை முழுவதுமாகப் படித்த பிறகுதான் இந்துத் தலைவர்கள் பலருக்கும் இந்துத்வா பற்றிய புதிய வெளிச்சங்கள் கிடைத்தன. காரணம், அந்தப் புத்தகத்தில் சாவர்க்கர் கையாண்ட கருப்பொருள்கள் அப்படியானவை. குறிப்பாக, இந்து, இந்துஸ்தானம், இந்துத்வா என்ற மூன்று பிரதான பதங்களுக்கு சாவர்க்கர் கொடுத்த வரையறைகள் வியப்புடன் பார்க்கப்பட்டன.

சிந்து நதிக்கரையிலிருந்து தெற்கே கடல் வரைக்கும் பரவிக்கிடக்கும் பாரத வர்ஷத்தை யார் தங்களுடைய தந்தையர் நாடு என ஏற்றுக்கொள்கிறார்களோ அவர்களே இந்துக்கள் ஆவார்கள். பித்ருபூமியான இந்துஸ்தானத்தின் மண்ணுடன் இரண்டறப் பிணைக்கப்பட்டதே இந்துக்களின் கடந்தகால, நிகழ்கால, எதிர்கால வாழ்வாகும். புண்ணிய பூமியான இந்திய நாட்டின் அடித்தளமாக இந்துக்கள் விளங்குகிறார்கள்... வேதகால மக்களின் ரத்தம் இந்துக்களின் உடலில் ஓடுகிறது.

> இந்து, இந்துஸ்தானம், இந்துத்வா என்ற மூன்று பிரதான பதங்களுக்கு சாவர்க்கர் கொடுத்த வரையறைகள் வியப்புடன் பார்க்கப்பட்டன.

யார் இந்து? என்பதற்கு சாவர்க்கர் கொடுத்த வரையறை இது. அவரே யாரெல்லாம் இந்துக்கள் அல்ல என்பதையும் தன்னுடைய நூலில் விளக்கியுள்ளார்.

நம்முடையநாட்டைச்சேர்ந்தமுஸ்லீம்களும் கிறித்தவர்களும் உண்மையிலேயே மதமாற்றம் செய்யப்பட்டு, இந்து அல்லாத மதத்துக்குச் சென்றார்கள்... நம்முடைய தந்தை நாட்டில் அவர்கள் இருந்தாலும், பொதுவானசட்டம், மொழி, பழக்கவழக்கங் கள், கலாசாரத்தைப் பின் பற்றினாலும்கூட, அவர்கள் நிச்சயமாக இந்துக்கள் அல்ல. அவர்களை இந்துக்களாக ஏற்கமுடியாது. அவர்களது புனித பூமி அரேபியாவிலும் பாலஸ்தீனத்திலும் வெகு தொலைவில் உள்ளது. அவர்களின் புராணங்கள், கடவுள்கள், எண்ணங்கள், சிந்தனைகள், தலைவர்கள் என எதுவுமே இந்த மண்ணில் பிறந்தவையல்ல. எனவேதான், அவர்களுடைய பெயர்கள், கண்ணோட்டம் என எல்லாமே நமக்கு அந்நியமாகத் தெரிகின்றன.

அடுத்து, இந்துஸ்தானம் என்பது எதைக் குறிக்கும் என்பதற்கும் சாவர்க்கர் விளக்கம் கொடுத்திருக்கிறார். குறிப்பாக, இந்துக்கள், இந்துஸ்தானம் என்ற பதங்கள் ஆதியில் சிந்துக்கள், சிந்துஸ்தானம் என்றுதான் சொல்லப்பட்டன. பின்னர் அவை பாரசீக மொழியில் இந்துக்கள், இந்துஸ்தானம் என்று திரிந்துவிட்டன என்கிறார் சாவர்க்கர்.

மேலும், 'சிந்துஸ்தானம் (இந்துஸ்தானம்) வெறுமனேதுண்டு நிலம் அல்ல. இதுவொரு தேசம். நடைமுறையில் இது ஒரு தொடர்ந்த ராஜ்ஜியமாக இல்லாவிட்டாலும், லட்சியபூர்வமான ராஜ்ஜியமாக இருந்தது. சிந்துஸ்தானத்தில் மலர்ந்த கலாசாரத்தைத் தெளிவாகப் பின்பற்றியது.

வேத காலத்தில் இருந்ததைப் போலவே அந்தக் குடிமக்கள் சிந்துக்களே (இந்துக்களே)' என்று பதிவுசெய்கிறார் சாவர்க்கர்.

அவருடைய சித்தாந்த விளக்கங்களில் அதிமுக்கியமானது இந்துத்வா என்ற பதத்துக்குத் தரப்பட்டதுதான்.

இந்துத்வா என்பது இந்துயிசத்தைக் காட்டிலும் விரிவானது. இந்துயிசம், இந்து தர்மம், இந்து மதம் என்ற மூன்றும்தான் இந்துத்வாவின் முக்கியக்கூறுகள். நமது முழுமையான இந்து மரபினத்தின் சிந்தனை மற்றும் செயல்பாட்டின் சகல துறைகளையும் உள்ளடக்கியது தான் இந்துத்வா. இந்துக்களுக்கு மட்டுமான அரசியல், இந்துக்களுக்கு மட்டுமான அரசு என்ற அடிப்படையில் இந்து ராஷ்ட்ரத்தைக் கொண்டு வருவதற்கான கோட்பாடுதான் இந்துத்வா. அதாவது, பொது கலாசாரம், பொது மொழி, பொது நாடு, பொது மதம் ஆகியவற்றை உள்ளடக்கிய தனியான தேசிய இனமாக இந்துக்கள் விளங்குகிறார்கள் என்பதைக் குறிக்கும் பதமே இந்துத்வா!

இந்து, இந்துஸ்தான், இந்துத்வா பற்றிய பொழிப்புரைகளை உள்ளடக்கிய சாவர்க்கரின் புத்தகம் 1923 ஆம் ஆண்டிலேயே வெளியாகிவிட்டது. 'ஒரு மராத்தியன்' என்ற புனைப்பெயரில் சாவர்க்கர் வெளியிட்ட புத்தகம். அது அவர் சிறையிலிருக்கும்போதே வெளியாகியிருந்தது. அதனை இந்து தலைவர்கள் பலரும் படித்தனர்.

பின்னர் அந்தப் புத்தகம் இரண்டாம் பதிப்பாகவும் வெளியானது. அப்போதுதான் அது சாவர்க்கர் எழுதிய புத்தகம் என்பது பரவலாகத் தெரியவந்தது. அதைப் படித்துப் பார்த்த லாலா லஜபதி ராய், மதன் மோகன் மாளவியா போன்ற முக்கியமான இந்து தலைவர்கள், சாவர்க்கரின் நூலை சுயம்புவான நூல் என்றும் இந்துத்வ சித்தாந்தத்துக்கு சாவர்க்கர் கொடுத்த அறிவுபூர்வமான பங்களிப்பு என்றும் சிலாகித்து மகிழ்ந்தனர்.

இத்தகைய வரையறைகள் மட்டுமல்ல, சமஸ்கிருதம், இந்தி போன்ற மொழிக்கொள்கை விவகாரங்களில்கூட சாவர்க்கரின் கருத்து இந்து தலைவர்களை ஈர்க்கும் வகையிலும் வழி காட்டும் விதத்திலும் இருந்தது. நம்மில் சிறந்தன எல்லாம் - சிறந்த சிந்தனைகள், சிறந்த கருத்துகள், சிறந்த போக்குகள் எல்லாம் சமஸ்கிருத வடிவில்தான் உள்ளன. கோடிக்கணக்கான மக்களுக்கு இப்போதும் இது அவர்களது கடவுளர்களின் மொழி. மற்றவர்களுக்கு இது அவர்களின் மூதாதையரின் மொழி. சகலருக்கும் இது பொதுமொழி. இது ஒரு பொதுச் சொத்து. இது நமது சகோதர மொழிக்குடும்பங்கள் அனைத்தையும் வளப்படுத்துகிறது என்றார் சாவர்க்கர்.

சிறையில் இருந்தபோதே இந்தி மொழியைப் பரப்பும் காரியத்தில் ஈடுபட்ட சாவர்க்கர், சிறை மீண்ட பிறகும் இந்தியின் மீது கவனம் செலுத்தினார். இந்தி மொழியைக் கலப்பிடமில்லாத மொழியாக மாற்றவேண்டும்; இந்தியில் ஊடுருவியிருக்கும் உருது, ஆங்கில மொழிச் சொற்களைக் களையவேண்டும் என்றார். ஆக, சமஸ்கிருதம், இந்தி என்ற இரு மொழிகளையும் உயர்த்திப் பிடிப்பதில் உறுதியாக இருந்தார் சாவர்க்கர்.

அப்படி சாவர்க்கரின் புத்தகத்தைப் படித்து, வியந்து வாசித்தவர்களுள் கேசவ் பலிராம் ஹெட்கேவாரும் ஒருவர். அதுமட்டுமல்ல, சாவர்க்கர் பற்றி கடந்த பத்தாண்டுகளாக வெளியாகி வருகின்ற சாகசச் செய்திகள், வழக்கு விவரங்கள் பலவும் அவரைக் கவர்ந்திருந்தன. அதிலும் மராட்டியரான ஹெட்கேவாருக்கு சக மராட்டியரான சாவர்க்கர் மீது இயல்பான ஈர்ப்பு ஏற்பட்டது. எப்படியும் அவரைச் சந்தித்துப் பேசவேண்டும் என்ற எண்ணம் துளிர்த்தது.

அரசின் கருணையால் சாவர்க்கர் சிறையிலிருந்து வெளியானதும் அவரைச் சந்தித்துப் பேசினார் ஹெட்கேவார். அப்போதுதான் புதிய அமைப்பு தொடங்குவது பற்றிய பூர்வாங்க ஆலோசனைகளை நடத்தினார். அதன்பிறகே ராஷ்ட்ரிய ஸ்வயம் சேவக் சங் என்கிற ஆர்.எஸ்.எஸ்ஸைத் தொடங்கினார் ஹெட்கேவார்.

'விநாயக் தாமோதர் சாவர்க்கரின் இதயபூர்வமான ஆசியுடனேயே ஆர்.எஸ்.எஸ்ஸைத் தொடங்கினேன்.' என்று ஹெட்கேவாரும் பதிவுசெய்திருக்கிறார். சாவர்க்கர் வகுத்துக் கொடுத்த சித்தாந்தத்தையே தன்னுடையதாக வரித்துக்கொண்டு செயல்படத் தொடங்கியது ஆர்.எஸ்.எஸ்.

ஆக, இந்து மகா சபா, ஆர்.எஸ்.எஸ் என இரண்டு இயக்கங்கள் இந்து தேசியப் பாதையில் இயங்கத் தொடங்கின. அப்போது இந்து தலைவர்களுக்கு இத்தாலியின் மீது ஈர்ப்பு ஏற்பட்டது. இத்தாலி என்றால், முசோலினி!

20

முசோலினியுடன் ஒரு சந்திப்பு

சித்தாந்தத்தில் நாட்டம் கொண்டவர்களை மட்டுமே இதர இந்து இயக்கங்கள் ஈர்த்துக் கொண்டிருக்க, ஆர்.எஸ்.எஸ் மட்டும் சற்றே நுட்பமாக யோசித்தது. எதுவும் எழுதப்படாத கரும்பலகையில் எதை எழுதினாலும் எடுப்பாக இருக்கும் அல்லவா! அதுபோல, கொள்கை, கோட்பாடு, சித்தாந்தம் என்பன போன்ற அம்சங்களால் எந்தவிதமான தாக்கத்துக்கும் ஆளாகாத பதின்ம வயது மாணவர்கள், இளைஞர்களைக் குறிவைத்துக் களமிறங்கியது ஆர்.எஸ்.எஸ்.

ஷாகாவின் வழியாக உடற்பயிற்சி சொல்லிக்கொடுத்து, அதன் வழியே அவர்களுக்குத் தங்களுடைய இந்துத்வ சித்தாந்தங்களைப் புகட்டத் தொடங்கியது. அங்கே புழங்கிய தேசம், பக்தி, பற்று, வீரம், சேவை என்பன போன்ற பதங்கள் இளைஞர்களை வெகுவாக வசீகரித்தன. ஷாகாவை நேசிக்கத் தொடங்கியவர்கள் ஆர்.எஸ்.எஸ்ஸையும் ஏற்கத் தொடங்கினர். விளைவு, ஆர்.எஸ்.எஸ் இயக்கத்துக்கென்று பிரத்யேக ஆதரவுத்தளம் உருவாகத் தொடங்கியது.

இந்தியாவின் குறுக்காகவும் நெடுக்காகவும் ஆர்.எஸ்.எஸ்ஸை வளர்த்தெடுக்கவேண்டும் என்ற வேட்கையுடன் இருந்தவர் ஹெட்கேவார். அவர் தனது இலக்கை எட்டுவதற்கு ஷாகாவையும் தாண்டி மேலும் இரண்டு உத்திகளைக் கையிலெடுத்தார். ஒன்று, பயிற்சி முகாம். மற்றொன்று, பண்டிகைக் கொண்டாட்டம்.

ஆர்.எஸ்.எஸ் தொடங்கிய இரண்டாம் ஆண்டில் பயிற்சி முகாம் ஒன்றுக்கு ஏற்பாடு செய்தார் ஹெட்கேவார். தங்கள் இயக்கத்துக்கான

ஹெட்கேவார்

பிரசாரகர்களை அங்கிருந்து உருவாக்கவேண்டும் என்பது அவருடைய திட்டம். முகாமுக்கு வந்திருந்த மாணவர்கள், இளைஞர்களிடம் பேசிய அவர், பணம், பாசம், சொத்து, சுகம் என்பன போன்ற அம்சங்களைக் கடந்து, தேச நலனை மட்டுமே முன்னிலைப்படுத்தி, அதற்காகத் தன்னை முழுமையாக அர்ப்பணித்துக் கொள்பவனே பரிபூரண ஸ்வயம் சேவக் என்று சொன்ன அவர், அத்தகைய இளைஞர்களைத்தான் இந்த தேசம் விரும்புகிறது; அவர்களைத்தான் ஆர்.எஸ்.எஸ் அழைக்கிறது என்றார்.

ஆர்.எஸ்.எஸ். நடத்திய பயிற்சி முகாமில் இந்துக்கள் அனைவரும் சாதி வித்தியாசம் எதுவுமின்றி, அனைவரும் ஒரே பந்தியில் அருகருகே அமர்ந்து சாப்பிட்டனர். அப்போது சில உயர்சாதி இந்துக்கள் தாழ்த்தப்பட்ட மக்களுடன் அமர்ந்து சாப்பிடுவதற்குத் தயக்கம் காட்டினர். ஆனால் எல்லோரும் சமமாக அமர்ந்து சாப்பிடவேண்டும் என்பதில் ஹெட்கேவார் கண்டிப்பு காட்டினார். காரணம், இந்துக்களின் ஒருங்கிணைப்புதான் அவருடைய பிரதான இலக்கு. அதற்கு இடையூறாக சாதி இருப்பதை அவர் விரும்ப வில்லை.

என்றாலும், உயர்சாதி இந்துக்களே அதிக அளவில் ஷாகாவுக்கு வருகிறார்கள்; அவர்களே ஆர்.எஸ்.எஸ் ஸிலும் இணைகிறார்கள். மற்றபடி, பிற்படுத்தப்பட்ட, தாழ்த்தப்பட்ட இந்துக்களிடம் ஆர்.எஸ்.எஸ்ஸால் ஊடுருவ முடியவில்லை என்ற விமரிசனமும் இருந்தது. அந்த நிலையை மாற்ற அடுத்த உத்தியைக் கையிலெடுத்தார் ஹெட்கேவார். அது, பண்டிகைக் கொண்டாட்டம்.

இந்துக்களின் ஒருங்கிணைப்புதான் அவருடைய பிரதான இலக்கு. அதற்கு இடையூறாக சாதி இருப்பதை அவர் விரும்பவில்லை.

விநாயகர் சதுர்த்தியை இந்துக்களின் பெருமைக்குரிய விழாவாக மாற்றியதில் திலகர் போன்ற பெரிய தலைவர்களோடு இணைந்து பணியாற்றியவர் ஹெட்கேவார். இப்போது அதனுடன் சேர்த்து மேலும் சில பண்டிகைகளைக் கையிலெடுத்துக் கொண்டார்.

இந்து புது வருடப் பிறப்பு, சிவாஜி முடிசூட்டு விழா, ரக்ஷா பந்தன், தசரா மற்றும் மகர சங்கராந்தி என்று பல பண்டிகைகள். வீட்டுக்குள் கொண்டாடப்பட்ட விழாக்கள் வீதியில் வைத்துக் கொண்டாடப்பட்டன. அதன்மூலம் அனைத்து இந்துக்களுக்கும் ஆன்மீக நாட்டத்தையும் ஏற்படுத்தலாம், அதன் வழியாக

முஸோலினி

ஆர்.எஸ்.எஸ்ஸுக்கும் ஆதரவு திரட்டலாம் என்பது ஹெட்கேவாரின் திட்டம். ஒற்றைத் திட்டம். இரட்டை இலக்குகள்.

கணித்தது போலவே காரியங்கள் நடந்தன. நேற்றுவரை இந்து விழாக்களில் கலந்துகொள்ளாமல் ஒதுங்கி நின்று வேடிக்கை பார்த்த பல இந்துக்களும் இப்போது கொண்டாட்டங்களில் சங்கமித்தனர். அதேசமயம், அவர்களுடைய அணிதிரட்டல் சில அபாயங்களுக்கும் இட்டுச் சென்றது. உதாரணம்: நாக்பூர் கலவரங்கள்.

வழக்கம்போல தான் பிறந்த நாக்பூரில் விநாயகர் ஊர்வலங்களை நடத்தினார் ஹெட்கேவார். ஊர்வலத்தின் முதல் ஆளாக வந்த அவர், கைகளில் மேளம் போன்ற வாத்தியத்தை ஏந்தி, அதை இசைத்துக்கொண்டே வந்தார். அவரைப் பின்பற்றி ஏராளமான ஸ்வயம்சேவக்குகளும் இந்து இளைஞர்களும் மேளம் அடித்தபடி வந்தனர். ஊர்வலம் மசூதியை நெருங்கியபோது முஸ்லீம்கள் ஒலி எழுப்புதலை எதிர்த்தனர். விளைவு, இருதரப்புக்கும் இடையே கலவரம் மூண்டது.

1927 செப்டெம்பர் மாதம் நடந்த லட்சுமி பூஜை கொண்டாட்டத்தின்போதும் இதே போன்ற சம்பவங்கள் நடந்தன. வாய்த்தகராறில் ஆரம்பித்த விவகாரம் அடிதடியில் வந்து முடிந்தது. எரிகிற நெருப்பில் எரிவாயு செலுத்துவது போல சில இஸ்லாமிய இளைஞர்கள் ஹெட்கேவார் வீடு மீது கல்வீச்சு நடத்தினர். போதாது, கம்புகளைக் கொண்டு எதிர்த்தாக்குதல் நடத்தினர்

இந்து இளைஞர்கள். இரண்டு நாள்கள் நீடித்த அந்தக் கலவரத்தில் 22 பேர் கொல்லப்பட்டு, நூற்றுக்கும் மேற்பட்டோர் படுகாயமடைந்ததாக வாஷிங்டன் போஸ்ட் செய்தி வெளியிட்டது.

கலவரம் தொடர்பாக நாடு தழுவிய அளவில் பரபரப்பு கிளம்பிய சமயத்தில் சாவர்க்கரிடம் இருந்து ஹெட்கேவாருக்கு ஓர் அழைப்பு வந்தது. இந்துக்களின் ஏகோபித்த அங்கீகாரத்தைப் பெற்றிருக்கும் இந்துமகா சபாவுடன் ஆர்.எஸ்.எஸ் இணையவேண்டும்!

துளியும் எதிர்பாராத அழைப்பு. ஆனால் அந்த அழைப்பை ஏற்கும் நிலையில் ஹெட்கேவார் இல்லை. தனித்தே இயங்குகிறோம் என்று சொல்லிவிட்டார். இத்தனைக்கும் அப்போது ஹெட்கேவார் இந்துமகா சபாவிலும் உறுப்பினராக நீடித்துக்கொண்டிருந்தார். பின்னாளில் தான் தனது இந்துமகா சபா தொடர்பைத் துண்டித்துக்கொண்டு, ஆர்.எஸ்.எஸ்ஸை வழிநடத்தினார்.

இராணுவ ரீதியில் புத்துயிர்ப்பு செய்வதற்கு இதேபோன்ற ஒரு அமைப்பு இந்தியாவில், குறிப்பாக இந்து இந்தியாவில் தேவை...

இந்து மகா சபாவும் ஆர்.எஸ்.எஸ்ஸும் ஆளுக்கொருபக்கம்அங்குலம்அங்குலமாக வளர்ந்து கொண்டிருந்த சமயத்தில், இந்தியாவில் சுதந்தரப் போராட்டம் தீவிரமடைந்து இருந்தது. பிரிட்டிஷ் இந்தியாவில் செய்யப்படவேண்டிய அரசியல் சீர்திருத்தங்கள் பற்றி விவாதிப்ப தற்காக லண்டனில் வட்டமேஜை மகா நாட்டுக்கு அழைப்பு விடுத்தது பிரிட்டிஷ் அரசு.

12 நவம்பர் 1930 அன்று பிரிட்டிஷ் அரசர் தொடங்கிவைத்த அந்த மாநாட்டுக்குத் தலைமை வகித்தவர் பிரிட்டிஷ் பிரதமர் ராம்ஸே மெக்டொனால்ட். மாநாட்டில் இந்திய சமஸ்தானங்களின் பிரதிநிதிகள் 16 பேரும் இந்திய அரசியல் கட்சிகளின் பிரதிநிதிகள்57பேரும்கலந்து கொண்டனர். இங்கிலாந்து அரசியல் கட்சிப் பிரதிநிதிகளும் பங்கேற்றனர்.

ஒத்துழையாமை இயக்கத்தைத் தொடர்ந்துகொண்டிருந்ததால் அந்த மாநாட்டில் காங்கிரஸ் பிரதிநிதிகள் கலந்துகொள்ளவில்லை. ஆனால் அம்பேத்கர், முகமது அலி ஜின்னா உள்ளிட்டோர் பங்கேற்றனர். இந்து மகா சபாவின் பிரதிநிதியாக டாக்டர் பி.எஸ். மூஞ்சே கலந்துகொண்டார். அவருடன் பிரபல இந்து தலைவர்கள் நானக்சந்த், என்.எல். கேல்கர் ஆகியோரும் பங்கேற்றனர். ஒருவகையில் இந்துக்களின் ஏக பிரதிநிதியாக இந்து மகாசபாதான் கலந்துகொண்டது.

அந்த மாநாட்டைத் தொடர்ந்து வெளிநாடுகளில் சுற்றுப்பயணம் மேற்கொண்ட டாக்டர் மூஞ்சே, இத்தாலிய ஆட்சியாளர் பெனிட்டோ முசோலினியைச் சந்தித்துப் பேசினார். உண்மையில், இந்து தலைவர்கள் பலருக்கும் முசோலியின் மீது பல ஆண்டுகளாகவே ஒருவித ஈர்ப்பு இருந்தது. அதற்குக் காரணம், மராத்தியப் பத்திரிகையான கேசரி.

ஒரு தேசம் வலிமை பெறவேண்டும் என்றால் ஒரு தலைவர் மட்டுமே நாட்டை ஆளவேண்டும் என்று பேசியவர் முசோலினி. அதைச் செயலிலும் காட்டியவர் அவர். அகண்ட இத்தாலிய

பலில்லா பிரிவினர்

சாம்ராஜ்யத்தைக் கட்டியெழுப்பவேண்டும் என்பதுதான் முசோலினியின் பெருங்கனவு. அவருடைய முக்கியத்துவத்தைப் புரிந்துகொள்ள கூடுதலாக ஒரு செய்தி: உலகை உலுக்கிய ஜெர்மானிய சர்வாதிகாரி அடால்ஃப் ஹிட்லரின் மானசீக குரு சாட்சாத் முசோலினிதான்!

இத்தாலியில் அமைந்த முசோலினியின் அரசு, அவருடைய பாசிசக் கொள்கைகள், பாசிசக் கட்சியின் செயல்பாட்டு முறைகள் ஆகியன குறித்து கேசரியில் தலையங்கக் கட்டுரைகள், ஆய்வுக் கட்டுரைகள் ஆகியன தொடர்ச்சியாக வெளியாகிக் கொண்டிருந்தன. அவற்றைப் படித்ததன் காரணமாக இந்து தலைவர்கள் பலருக்கும் முசோலினியின் மீது பிரமிப்பு உருவாகியிருந்தது. அவர்களில் டாக்டர் மூஞ்சேவும் ஒருவர்.

19 மார்ச் 1931 அன்று முசோலினி - மூஞ்சே சந்திப்பு நடந்தது. அந்தச் சந்திப்பைத் தொடர்ந்து ரோம் நகரில் இருந்த உடற்கல்விக்கான மத்திய ராணுவப் பள்ளி, உடற்பயிற்சிக்கான பாசிசக் கல்விக் கழகம், சிறுவர் மற்றும் இளைஞர் அமைப்புகளான பலில்லா, அவான்காடிஸ்டா ஆகிய நிறுவனங்களைப் பார்வையிட்டார் டாக்டர் மூஞ்சே.

கறுப்பு நிறத்தில் மேல் சட்டை, அரைக்கால் சட்டை, தொப்பி சகிதம் அணிவகுத்து நிற்கும் மாணவர்களுக்கும் இளைஞர்களுக்கும் தரப்படும் ராணுவப் பயிற்சிகளைப் பார்த்ததும் மூஞ்சேவுக்கு நெஞ்சு கொள்ளாத உற்சாகம். இந்தியாவிலும் இப்படியொரு அமைப்பை உருவாக்கவேண்டும். இந்திய இளைஞர்களுக்கு ராணுவப் பயிற்சிகளைக் கொடுக்கவேண்டும் என்ற எண்ணம் மூஞ்சேவின் மனத்தில் வலுப்பெறத் தொடங்கியது. ஜெர்மனிக்குச் சென்று அங்குள்ள இளைஞர் அமைப்புகளையும் பார்வையிட்ட அவர், தனது பயண அனுபவங்களையும் சிந்தனைகளையும் குறிப்புகளாகப் பதிவுசெய்தார்.

'பாசிசக் கருத்தாக்கம் மக்களிடையே ஒற்றுமை என்கிற சிந்தனையை ஏற்படுத்துகிறது. இந்துக்களை இராணுவ ரீதியில் புத்துயிர்ப்பு செய்வதற்கு இதேபோன்ற ஒரு அமைப்பு இந்தியாவில், குறிப்பாக இந்து இந்தியாவில் தேவை... ராணுவச் சீருடையில் இந்தச் சிறுவர்களும் சிறுமியர்களும் எளிய உடற்பயிற்சிகளையும் 'டிரில்'களையும் செய்வதைக் கண்டு மகிழ்ச்சி அடைந்தேன்... நான் நேரில் கண்டவை என்னை மிகவும் கவர்ந்தன. ஜெர்மனியின் இளைஞர் அமைப்பு, இத்தாலியின் பலில்லா, ஃபாசிஸ்ட் கட்சி அமைப்பு ஆகியவற்றை நாமும் முன்னுதாரணமாகப் பின்பற்றவேண்டும்.'

ஒரே தேசம், ஒரே மொழி, ஒரே கலாசாரம், ஒரே தலைவன் என்று ஆர்.எஸ்.எஸ் உள்ளிட்ட இயக்கங்கள் உரத்த குரலில் முழங்கிக்கொண்டிருந்த சமயத்தில், டாக்டர் மூஞ்சே முசோலினியைச் சந்தித்ததும், அதைப் பற்றிச் சிலாகித்து எழுதியதும் விமரிசனத்துக்கு உள்ளாகின. ஆர்.எஸ்.எஸ் இயக்கம் பாசிசத்தை வலியுறுத்தும் இயக்கம் என்று விமரிசிக்கப்படுவதற்கு இந்தச் சந்திப்புகளும் பதிவுகளுமே பிரதான காரணமாக அமைந்தன. என்றாலும், ஆர்.எஸ்.எஸ் இயக்கம் அதன் போக்கில் வளர்ந்துகொண்டே இருந்தது.

இளைஞர்களை ஈர்க்கவேண்டும் என்ற நோக்கத்தில் பள்ளிகளுக்கும் கல்லூரிகளுக்கும் சென்று உரைநிகழ்த்துவது ஹெட்கேவாரின் பிரபலமான உத்தி. அந்த வகையில் 1931 ஆம் ஆண்டு பனாரஸ் பல்கலைக்கழகத்துக்குச் சென்று பேசினார். அப்போது இருபத்தைந்து வயது இளைஞர் ஒருவர் ஹெட்கேவாரின் பேச்சால் கவரப்பட்டார். அதே வேகத்தில் ஆர்.எஸ்.எஸ்ஸிலும் இணைந்தார். பின்னாளில் ஆர்.எஸ்.எஸ்ஸின் தத்துவ ஆசானாகவும் வளர்ச்சிபெற்றார். அவர், மாதவ சதாசிவ கோல்வால்கர்!

21

காந்தி விடுத்த எச்சரிக்கை

நாக்பூரில் தொடங்கிய இயக்கமான ஆர்.எஸ்.எஸ்ஸை நாடு முழுக்க வளர்த்தெடுக்க வேண்டும் என்பது அதன் நிறுவனரான ஹெட்கேவாரின் கனவு. அதை நனவாக்க சில துடிப்பான ஸ்வயம் சேவக்குகளைத் தேர்ந்தெடுத்தார். அவர்களை இந்தியாவின் பல பாகங்களுக்கும் அனுப்பி வைத்தார். வாய்ப்புள்ள இடங்களில் எல்லாம் ஷாகாக்களை உருவாக்குங்கள்; இல்லாத பட்சத்தில், வாய்ப்புகளை ஏற்படுத்தி, ஷாகாக்களை உருவாக்குங்கள். அதன்மூலம் ஆர்.எஸ்.எஸ் இயக்கத்தை விரிவுபடுத்துங்கள் என்பதுதான் அவர்களுக்கு ஹெட்கேவார் இட்ட கட்டளை.

வெறுமனே கட்டளை இட்டதோடு நிறுத்தாமல், தானே களப்பணி யிலும் ஈடுபட்டார். அரசியல் தலைவர்கள் பலரையும் சந்தித்தார். ஆர்.எஸ்.எஸ் முகாம்களையும் ஷாகாக்களையும் நேரில் வந்து பார்வையிடுங்கள் என்று அழைப்புவிடுத்தார். அவர்களிடம் ஷாகாக்கள் பற்றி, அதில் மாணவர்களுக்கும் இளைஞர்களுக்கும் தரப்படும் பயிற்சிகள் பற்றி, அவர்களுடைய செயல்பாடுகள் பற்றி நிறைய பேசினார்.

ஆர்.எஸ்.எஸ்ஸின் ஆகப்பெரிய இலக்கு மாணவர்கள் என்பதால் அவர்களுடைய வருகைக்காகக் காத்திராமல், தானே நேரில் சென்று அவர்களைச்சந்திக்க விரும்பினார். அதற்காகக் கல்லூரிகள், பல்கலைக் கழகங்களுக்குச் சென்று மாணவர்களிடம் உரையாடினார். அதற்கான ஏற்பாடுகளை அவருடைய நண்பர்கள் பலரும் செய்துகொடுத்தனர்.

பனாரஸ் இந்து கல்லூரி

அந்த வகையில் 1931 ஆம் ஆண்டு பனாரஸ் இந்துக் கல்லூரிக்குச் சென்று மாணவர்களிடம் பேசினார் ஹெட்கேவார். அதற்கான வாய்ப்புகளை உருவாக்கிக் கொடுத்தவர் மதன் மோகன் மாளவியா. அப்போது ஹெட்கேவாரின் பேச்சு இருபத்தைந்து வயது இளைஞர் ஒருவரை வெகுவாக வசீகரித்துவிட்டது. அவர் ஹெட்கேவாரிடம் வந்து பேசினார்.

சில நிமிட உரையாடல்களுக்குப் பிறகு ஹெட்கேவாருக்கும் அந்த இளைஞருக்கும் இடையே பரஸ்பர புரிதல் உருவானது. இனி நாம் இணைந்து செயல்படலாம் என்று இருவருமே தீர்மானித்தனர். இத்தனைக்கும் அந்த இளைஞர் பனாரஸ் கல்லூரி மாணவர் அல்ல, விரிவுரையாளர். அவர், கோல்வால்கர்.

இருபத்தைந்து வயதில் இயக்கத்தில் இணைந்து, பத்தே ஆண்டுகளில் தலைமைப் பொறுப்புக்கே வந்தவர்; ஹெட்கேவார் உயிருடன் இருந்தபோது அவருக்குத் தளபதியாகச் செயல்பட்டவர்; ஹெட்கேவாரின் மரணத்துக்குப் பிறகு ஆர்.எஸ்.எஸ்ஸை வழி நடத்தியவர். சாவர்க்கருக்கு அடுத்து ஆர்.எஸ்.எஸ்ஸின் தத்துவ ஆசிரியராக விளங்கியவர்; ஆர்.எஸ்.எஸ்ஸின் திசைவழிப் பாதையில் குறிப்பிடத்தக்க மாற்றத்தை உருவாக்கியவர். அந்த வகையில் கோல்வால்கரின் பூர்வகதை பற்றிக் கொஞ்சம் பார்த்துவிடுவது அவசியம்.

நாக்பூருக்கு அருகில் உள்ள ராம்தெக் என்ற ஊரைச் சேர்ந்தவர் சதாசிவராவ். கர்ஹதா பிராமணக் குடும்பத்தைச் சேர்ந்தவர். மனைவி பெயர் லட்சுமி பாய். அரசு ஊழியராகப் பணியாற்றிக் கொண்டிருந் தார். அந்தத் தம்பதிக்கு 19 பிப்ரவரி 1906 அன்று பிறந்த குழந்தை கோல்வால்கர். முழுப்பெயர், மாதவ சதாசிவ கோல்வால்கர். செல்லமாக, மாது.

ஆர்.எஸ்.எஸ்ஸின் தத்துவ ஆசிரியராக விளங்கியவர்; ஆர்.எஸ்.எஸ்ஸின் திசை வழிப் பாதையில் மாற்றத்தை உருவாக்கியவர் ஹெட்கேவார்.

இந்தத் தம்பதிக்கு மொத்தம் ஒன்பது குழந்தைகள் என்றபோதும் மற்ற குழந்தைகள் எல்லாம் நோய் வாய்ப்பட்டும் வேறுசில காரணங்களாலும் உயிரிழந்து விட்டன. தப்பிப்பிழைத்தவர் கோல்வால்கர் மட்டுமே. ஆகவே, அவரைச்சற்று கூடுதல் கவனத்துடன் வளர்த்தார் சதாசிவராவ். குழந்தைக்கு இரண்டு வயது ஆனபோது தனது குமாஸ்தா வேலையை ராஜினாமா செய்துவிட்டு, ஒரு பள்ளியில் ஆசிரியராகச் சேர்ந்துகொண்டார்.

மாதவ சதாசிவ கோல்வால்கர்

ஆன்மிகத்தில் ஆர்வம் உள்ள குடும்பம். ஆகவே, ஆசார, அனுஷ்டானங்களின் தாக்கத்துடனேயே வளர்ந்தார் கோல்வால்கர்.

பள்ளி ஆசிரியராக இருந்ததால் சதாசிவராவுக்கு அடிக்கடி பணியிட மாற்றம் நடந்துகொண்டே இருந்தது. விளைவு, பல ஊர்களுக்கும் அவருடைய குடும்பம் பயணிக்க வேண்டிய நிலை. ராய்பூர், துர்க், கந்த்வா என்று பல ஊர்களிலும் பள்ளிப்படிப்பைத் தொடரவேண்டியிருந்தது. மராத்திதான் தாய்மொழி என்றபோதும் கோல்வால்கர் படித்த பள்ளிகளில் எல்லாம் இந்தி தான் பிரதானமாக இருந்தது. ஆகவே, மராத்தியோடு சேர்த்து இந்தியையும் நன்றாகக் கற்றுக் கொண்டார். கிறித்தவப் பள்ளியில் படித்ததால் ஆங்கிலமும் அவருக்கு அத்துப்படி.

நாக்பூரில் உள்ள ஹிஸ்லாப் கல்லூரியில் இடைநிலைப் படிப்பை முடித்தார். நன்றாகப் படித்த கோல்வால்கரை மருத்துவராக்க விரும்பினார் தந்தை சதாசிவராவ். அதற்காக பிரபலமான ஃபெர்கூஸன் கல்லூரியில் சேர்த்துவிட்டார். ஆனால் அங்கே படிப்பதில் கோல்வால்கருக்கு விருப்பமில்லை. பனாரஸ் இந்து பல்கலைக்கழகத்தில் இளங்கலை அறிவியல் பட்டப்படிப்பில் சேர்ந்தார்.

அவருடைய விருப்பப்பாடம், விலங்கியல். 1926 ஆம் ஆண்டு இளங்கலைப் பட்டம் பெற்ற அவர், அதே பல்கலைக்கழகத்தில் பட்ட மேற்படிப்பையும் முடித்தார். அங்கே படித்துக் கொண்டிருந்த காலகட்டத்தில், கோல்வால்கரின் மனம் கவர்ந்த தலைவர் மதன் மோகன் மாளவியாதான். அந்தப் பல்கலைக்கழகத்தை நிறுவியவரும் அவரே.

பட்ட மேற்படிப்பில் முதல் வகுப்பில் தேறிய கோல்வால்கர், முனைவர் பட்டத்துக்கான ஆய்வுப் படிப்பை சென்னையில் மேற்கொள்ள விரும்பினார். கடல்வாழ் உயிரிகள் பற்றி ஆய்வு செய்ய சென்னைதான் பொருத்தமான நகரம் என்பது அவருடைய கணிப்பு. ஆய்வுப் படிப்பை ஆர்வத்துடன் தொடங்கியபோதும் அதனைத் தொடர்ச்சியாகச் செய்ய முடிய வில்லை. காரணம், அவருடைய தந்தையார் பணி ஓய்வு பெற்றுவிட்டார். பொருளாதாரச் சிக்கல் முளைத்தது. ஆகவே, ஆய்வுப்படிப்பைப் பாதியிலேயே விட்டுவிட்டு நாக்பூர் திரும்பினார்.

பட்டம் பெற்ற பனாரஸ் பல்கலைக்கழகத்திலேயே விலங்கியல் துறை விரிவுரையாளர் வேலை கிடைத்தது. உற்சாகமாக இருந்தது கோல்வால்கருக்கு. மாணவர்களின் மனம் கவர்ந்த விரிவுரையாளராக மாறினார். குருஜி என்றே அவரை விளித்தனர். பின்னாளில் கோல்வால்கர் என்ற பெயரின் முன்னொட்டாக 'குருஜி' என்ற பதம் நிரந்தரமாகச் சேர்ந்துகொண்டது.

விலங்கியல் விரிவுரையாளர் என்றபோதும் அரசியல் ஆர்வம் அபரிமிதமாகவே இருந்தது அவருக்கு. அவ்வப்போது அரசியல் கூட்டங்களில் கலந்துகொண்டார். விலங்கியல் துறை நூல்களை மட்டுமல்ல, அரசியல், வரலாறு, தத்துவம் சார்ந்த நூல்களை விரிவாக வாசித்துக் கொண்டிருந்தார். தான் படித்த விஷயங்களை மாணவர்களிடமும் பகிர்ந்து கொண்டார்.

அந்தச் சமயத்தில்தான் பனாரஸ் பல்கலைக்கழகத்துக்கு வந்து பேசினார் ஆர்.எஸ்.எஸ் தலைவர் ஹெட்கேவார். மாணவர்களோடு அமர்ந்து அவருடைய பேச்சைக் கேட்டார் கோல்வால்கர். அந்தப் பேச்சு கோல்வால்கரின் உள்ளத்தைக் கொள்ளைகொண்டுவிட்டது. அப்போதே அவரை நேசிக்கத் தொடங்கி விட்டார். அவரை என்றால், அவர் பேசிய கருத்துகளை. அவர் உருவாக்கிய ஆர்.எஸ்.எஸ்ஸை. அவருடைய நடவடிக்கைகளை. அதன்பிறகு ஆர்.எஸ்.எஸ்ஸின் செயல்பாடுகளில் ஈடுபடத் தொடங்கினார்.

முஸ்லீம்கள் இங்கே வசிக்க விரும்பினால், அவர்கள் இந்துக்களுக்கு அடிமைகளாக மட்டுமே இருக்கமுடியும் என்று நீங்கள் நினைத்தால், நீங்கள் இந்துமதத்தைக் கொன்றுவிடுவீர்கள்.

உண்மையில், பனாரஸ் இந்துக் கல்லூரியில் படித்துக்கொண்டிருந்த காலகட்டத்தி லேயே ஆர்.எஸ்.எஸ்ஸுடன் நெருக்கம் காட்டத் தொடங்கி விட்டார் கோல்வால்கர். ஆனால் இத்தனைத் தீவிரத்துடன் அல்ல, மேலோட்டமாக. பையாஜி தானி என்ற ஆர்.எஸ்.எஸ்காரருடன் அவருக்குப் பழக்கம் இருந்தது. அவர்தான் பனாரஸ் பல்கலைக்கழக வளாகத்தில் ஷாகாவைத் தொடங்கியவர்.

இப்போது ஹெட்கேவாருடனும் தொடர்பு ஏற்பட்டுவிட்டதால் ஆர்.எஸ்.எஸ்ஸில் முழுநேர ஊழியராகப் பணியாற்றும் விருப்பம் துளிர்த்திருந்தது கோல்வால்கருக்கு. உண்மையில் அவர் பார்த்துக்கொண்டிருந்த விரிவுரையாளர் பணி தாற்காலிகமானதுதான். குறிப்பிட்ட காலக்கெடு முடிந்ததும் பணியிலிருந்து வெளியேற வேண்டிய சூழல்.

பணியிலிருந்து விலகி, நாக்பூருக்குத் திரும்பிய கோல்வால்கர், ஆர்.எஸ்.எஸ் தலைமை அலுவலகத்தில் தங்கிக்கொண்டார். ஆர்.எஸ்.எஸ் இயக்கப் பணிகளைச் செய்துகொண்டே எல்.எல்.பி என்ற சட்டப்படிப்பை முடித்தார். அவருக்கு ஹெட்கேவார் போன்றோர் கணிசமான உதவிகளைச் செய்துகொடுத்தனர்.

கோல்வால்கரின் சுறுசுறுப்பு, உழைப்பு, கல்வியறிவு, விரிவான வாசிப்பு, சித்தாந்த பலம், பேச்சுத்திறன் ஆகியன ஹெட்கேவாரின் கவனத்தைக் கவர்ந்தன. அந்தத் திறமைகளை ஆர்.எஸ்.எஸ்ஸின் வளர்ச்சிக்குப் பயன்படுத்த விரும்பினார். அதை கோல்வால்கரிடம் சொன்னார். கரும்பு தின்னக் கூலியா என்ன... உற்சாகமாகத் தலையசைத்துவிட்டார் கோல்வால்கர்.

அசாத்திய திறமைகளைக் கொண்ட கோல்வால்கரின் வருகை ஹெட்கேவாருக்கு உத்வேகத்தைக் கொடுத்தது. அந்தத் தெம்பில் அடுத்தடுத்த காரியங்களைத் தொடங்கினார். அப்போது அவரை சோர்வடையச் செய்யும் வகையில் இரண்டு காரியங்கள் நடந்தன. ஒன்று, மூஞ்சே விடுத்த அழைப்பு. மற்றொன்று, அரசாங்கம் விதித்த தடை.

நாளுக்கு நாள் வளர்ந்துகொண்டிருந்த ஆர்.எஸ்.எஸ் இயக்கத்தை இந்து மகாசபாவுடன் இணைக்க விரும்பினார் டாக்டர் மூஞ்சே. இதே போன்ற அழைப்பை சில ஆண்டுகளுக்கு முன் சாவர்க்கர் விடுத்தார். அப்போதே அதை நிராகரித்திருந்தார் ஹெட்கேவார். அடுத்து, ஆர்.எஸ். எஸ்ஸை காங்கிரஸ் கட்சியில் இணைக்கவேண்டும் என்று காந்தியின் அணுக்க நண்பரான ஜமன்லால் பஜாஜ் அழைப்புவிடுத்தார். அதையும் நிராகரித்திருந்தார் ஹெட்கேவார்.

இப்போது டாக்டர் மூஞ்சேவின் முறை. அது ஹெட்கேவாரை அதிருப்தியடையச் செய்தது. வேண்டாம் என்று திட்டவட்டமாகச் சொல்லிவிட்டார். விளைவு, மூஞ்சே - ஹெட்கேவார் இடையிலான உறவில் லேசான சிராய்ப்பு ஏற்பட்டது.

அடுத்த சிக்கல், அரசாங்கத்திடம் இருந்து வந்தது. உண்மையில், அதுவொரு அதிர்ச்சியூட்டும் அறிவிப்பு. அரசுப் பணியில் இருப்போர் ஆர்.எஸ்.எஸ்ஸில் உறுப்பினராக இருக்கக்கூடாது! ஆர்.எஸ்.எஸ் என்பது மதவாத அமைப்பு. மக்கள் மத்தியில் பிரிவினை எண்ணங்களை விதைக்கிறது என்று சொன்னது பிரிட்டிஷ் அரசு.

அப்போது ஆர்.எஸ்.எஸ் உறுப்பினர்கள் பலரும் அரசுப் பணிகளில் இருந்தனர். ஆகவே, அரசாங்கத்தின் அறிவிப்பு ஆர்.எஸ்.எஸ்ஸின் வளர்ச்சிப் பாதையில் போடப்பட்ட தடைக்கல் என்று கணித்தார் ஹெட்கேவார். ஆகவே, அந்தத் தடையை களப்போராட்டம், சட்டப்போராட்டம் என்ற இரண்டு முனைகளில் இருந்தும் எதிர்கொள்ளத் தயாரானார். அதற்கான பலன் அடுத்த இரண்டு ஆண்டுகளில் கிடைத்தது. பிரிட்டிஷ் அரசு தடையை விலக்கிக்கொண்டது.

இந்தச் சமயத்தில் ஆர்.எஸ்.எஸ்ஸின் வரலாற்றில் அதிமுக்கிய நிகழ்வு ஒன்று நடந்தேறியது. அது, ஆர்.எஸ்.எஸ் முகாமுக்கு காங்கிரஸ் தலைவர் காந்தியின் வருகை. ஆர்.எஸ்.எஸ் பற்றி, அதன் நடவடிக்கைகள் பற்றி தொடர்ச்சியாகக் கவனித்துக் கொண்டிருந்தவர் காந்தி. அந்த இயக்கத்தின் மீது மட்டுமல்ல, அதன் சகோதர இயக்கங்களான இந்து மகா சபா, ஆரிய சமாஜம், சுத்தி இயக்கம் ஆகியவற்றின் மீதும் காந்திக்கு விமரிசனப் பார்வை இருந்தது.

என்றாலும், 1934 ஆம் ஆண்டு வார்தாவில் நடந்த ஆர்.எஸ்.எஸ் முகாமுக்குச் சென்று பார்வை யிட்டார் காந்தி. ஸ்வயம் சேவக்குகளின் பிரம்மாண்ட அணிவகுப்பும், அவர்கள் காட்டிய ஒழுங்கும் கட்டுப்பாடும் காந்தியைக் கவர்ந்தன. ஸ்வயம் சேவக்குகள் சிலரிடம் தனிப்பட்ட

முறையில் பேசினார். அதனைத் தொடர்ந்து, 'இங்கே சாதி வேற்றுமையும் தீண்டாமையும் இல்லாமல் இருப்பது வியப்பைத் தருகிறது.' என்றார் காந்தி.

ஒழுங்கும் கட்டுப்பாடும் இருக்கும் அதே வேளையில் அவர்களுடைய சித்தாந்தமும் அவர்களை வழிநடத்தும் தலைவர்களின் குணாம்சங்களும் செயல்பாடுகளும் காந்திக்கு சில இயல்பான சந்தேகங்களை எழுப்பின. அதன் காரணமாக ஆர்.எஸ்.எஸ் தொண்டர்களிடமும் தலைவர்களிடமும் சில விஷயங்களைத் தெளிவுபடுத்தினார் காந்தி. அது ஒருவகையில் ஆர்.எஸ்.எஸ்ஸுக்கு அவர் விடுத்த எச்சரிக்கையும்கூட.

'இந்தியாவில் இந்துக்களைத் தவிர வேறு யாருக்கும் இடமில்லை என்று நீங்கள் நினைத்தால், இந்துக்கள் அல்லாத பிறர், குறிப்பாக முஸ்லீம்கள் இங்கே வசிக்க விரும்பினால், அவர்கள் இந்துக்களுக்கு அடிமைகளாக மட்டுமே இருக்கமுடியும் என்று நீங்கள் நினைத்தால், நீங்கள் இந்துமதத்தைக் கொன்றுவிடுவீர்கள்.'

மேலும், ஆர்.எஸ்.எஸ். நன்கு கட்டமைக்கப்பட்ட, கட்டுக்கோப்பான அமைப்பு. அதன் ஆற்றலை இந்தியாவின் நலன்களுக்கு ஆதரவாகவோ, எதிராகவோ பயன்படுத்தமுடியும். ஆர்.எஸ். எஸ் மதவெறியைத் தூண்டுவதாகக் கூறப்படும் குற்றச்சாட்டில் உண்மை இருக்கிறதா என்பது எனக்குத் தெரியாது. அந்தக் குற்றச்சாட்டுகள் ஆதாரமற்றவை என்று தங்களுடைய நடவடிக்கைகள் மூலம் நிரூபிப்பது அவர்களுடைய பொறுப்பு என்றார் காந்தி.

இப்போது கோல்வால்கருக்குப் புதிய பொறுப்பு ஒன்றைக் கொடுத்தார் ஹெட்கேவார். அதன் மூலம் ஆர்.எஸ்.எஸ்ஸின் அகண்ட பாரதக் கனவு அடுத்தகட்டத்தை எட்டியது!

22

காந்தி Vs சாவர்க்கர்

ஆர்.எஸ்.எஸ்ஸை இந்து மகா சபாவுடன் இணைத்துக் கொள்ளவேண்டும் என்று முதலில் விரும்பியவர் விநாயக் தாமோதர் சாவர்க்கர். ஆனால் அதற்கு ஹெட்கேவர் மறுப்பு தெரிவிக்கவே, மாற்றுச்சிந்தனை குறித்து யோசித்தார் சாவர்க்கர். அதுநாள் வரைக்கும் இந்து மகாசபாவின் வழிகாட்டியாக மட்டுமே இருந்த சாவர்க்கர், அதன் தலைமைப் பொறுப்பை ஏற்றுக்கொள்வது என்று முடிவுசெய்தார்.

அந்தச் சமயத்தில் சாவர்க்கர் வெளியில் இருந்தாரே தவிர, முழுமை யான விடுதலை அவருக்குத் தரப்படவில்லை. சமூகப் பணிகளில் ஈடுபட அனுமதி கொடுத்திருந்த பிரிட்டிஷ் அரசு, அவர் அரசியலில் ஈடுபடத் தடை விதித்திருந்தது. ஆகவே, அரசியலுக்கான ஆயத்தப் பணிகளில் மட்டும் ரகசியமாக ஈடுபட்டிருந்தார். அவருடைய செயல் பாடுகளை அனுதினமும் கண்காணித்துக் கொண்டிருந்தது பிரிட்டிஷ் அரசு.

டாக்டர் மூஞ்சே, டாக்டர் ஹெட்கேவார் உள்ளிட்ட இந்து தலைவர்கள் பலரும் சாவர்க்கரை வந்து சந்தித்துப் பேசிக்கொண்டிருந்தனர். தவிரவும், இந்தி மொழியைப் பரப்பும் பணியின் ஒரு பகுதியாக இந்தி அகராதியைத் தயாரித்து, புழக்கத்தில் விட்டிருந்தார் சாவர்க்கர். மதம் மாறிய இந்துக்களை மீண்டும் தாய்மதத்துக்கு அழைத்துவரும் வகையில் சுத்தி இயக்கத்தையும் தீவிரப்படுத்தியிருந்தார்.

காந்தி

அந்தச் சுத்தி இயக்கத்துக்கு இஸ்லாமியர்கள் தரப்பில் பலத்த எதிர்ப்பு எழுந்தது. அவர்களில் ஒரு பிரிவினர் சாவர்க்கரின் செயலுக்கு எதிர்ப்பு தெரிவிக்கும் வகையில் காங்கிரஸ் தலைவர் காந்திக்கு புகார் கடிதம் எழுதினர். அதைப் படித்த காந்தி, சாவர்க்கரின் செயல்பாடுகளுக்குத் தனது அதிருப்தியை வெளியிட்டார். போதாது? உடனடியாக விளக்கம் கொடுத்தார் சாவர்க்கர், பத்திரிகைகளின் வழியே, பகிரங்கமாக.

இஸ்லாமியர்கள் நாட்டு விடுதலைப் போராட்டத்தில் தொடக்கத்தில் இருந்து விலகியே இருக்கின்றனர். ஆகவே, அவர்களைத் திருப்திப்படுத்துவதற்காக எங்களுடைய வீழ்ச்சியை ஏற்றுக்கொள்ள மாட்டோம். - இதுதான் சாவர்க்கர் கொடுத்த எதிர்வினை.

இத்தகைய பின்னணியில்தான் பிரிட்டிஷ் இந்தியாவில் தேர்தல்கள் அறிவிக்கப்பட்டன. சைமன் கமிஷன் வழங்கிய பரிந்துரைகள் 1935ல் அரசியல் சட்டமாக அங்கீகரிக்கப்பட்டன. மாகாண அரசுகளுக்குக் கூடுதல் அதிகாரங்களை வழங்கி, முழுமையான, பொறுப்பு வாய்ந்த ஆட்சியை உருவாக்குவதற்கு வழிவகைகள் செய்யப்பட்டன. முக்கியமாக, 21 வயது நிரம்பிய அனைவருக்கும் வாக்குரிமை தரப்பட்டது.

1937 பிப்ரவரி மாதம் தேர்தல்கள் நடத்தப்பட்டன. ஒத்துழையாமைப் போராட்டத்தை நடத்தியதால் காங்கிரஸ் கட்சி கடந்த காலங்களில் நடந்த தேர்தல்களில் பங்கேற்கவில்லை. ஆனால் இம்முறை களத்தில் இறங்கியது. அந்தத் தேர்தலின் முடிவில் இந்தியாவின் அனைத்து மாகாணங்களிலும் புதிய அரசுகள் அமைந்தன. முக்கியமாக, மராட்டிய மாகாணத்தில் அமைந்த புதிய அரசு சாவர்க்கரின் வாழ்க்கையில் திருப்புமுனையை ஏற்படுத்தியது.

தேர்தலில் வென்றபோதும் மராட்டிய மாநிலத்தில் காங்கிரஸ் கட்சி ஆட்சியமைக்க மறுத்துவிட்டது. அதனால் சதாரா வடக்கு தொகுதியில் வெற்றி பெற்றிருந்த சுயேட்சை உறுப்பினரான தஞ்சிஷா கூப்பர் என்பவரை ஆட்சி அமைக்க அழைத்தார் மாகாண ஆளுநர் சர் ஜார்ஜ் லாயிட். அதன்படி உருவான புதிய அமைச்சரவையில் ஜனநாயக சுதந்தரக் கட்சியைச் சேர்ந்த ஜமனாதாஸ் மேத்தா இடம் பெற்றார்.

> அகிம்சாவாதி காந்தியின் பக்தர்கள்தான் தேச பக்தர்கள் என்ற எண்ணத்தை மக்கள் மனத்திலிருந்து அப்புறப்படுத்த வேண்டும்.

நாராயண் தாமோதர் சாவர்க்கர்

அவருடைய முயற்சியின் காரணமாக சாவர்க்கர் முழுமையாக விடுதலை செய்யப்பட்டார். அதாவது, அரசியல் நடவடிக்கைகளில் ஈடுபட சாவர்க்கருக்கு விதிக்கப்பட்டிருந்த தடை நீக்கப்பட்டது. அதுநாள் வரைக்கும் அரசியல் நடவடிக்கையை ரகசியமாக நடத்திக்கொண்டிருந்த சாவர்க்கர், சிறையிலிருந்து விடுதலையான கையோடு, பகிரங்க அரசியலுக்குத் தயாரானார்.

30 டிசம்பர் 1937 அன்று அகில பாரத இந்து மகாசபாவின் தலைவராகப் பொறுப்பேற்றார் விநாயக் தாமோதர் சாவர்க்கர். பதவியேற்ற கையோடு அகமதாபாத் நகரில் முக்கியமான உரை ஒன்றை நிகழ்த்தினார். அப்போது இந்துக்களுக்கும் இஸ்லாமியர்களுக்கும் ஆளுக்கொரு செய்தியைச் சொன்னார் சாவர்க்கர். அந்த இரண்டின் சாரம் இதுதான்:

'பாரதம் முழுமையாகச் சுதந்தரம் அடையவேண்டும். அந்த லட்சியத்தை அடைவதற்குப் பல வழிகள் இருக்கின்றன. அகிம்சாவாதி காந்தியின் பக்தர்கள்தான் தேச பக்தர்கள் என்ற எண்ணத்தை மக்கள் மனத்திலிருந்து அப்புறப்படுத்தவேண்டும். சுதந்தரப் போராட்டத்தில் இந்து சமுதாயம் முழுமையாகப் பங்கேற்காவிட்டால், அந்தச் சுதந்தரம் நிலைக்காது.' - இது இந்துக்களுக்கான செய்தி.

'நீங்கள் எங்களுடன் இணைந்து வந்தால், உங்களை வரவேற்போம், சேர்த்துக் கொள்வோம். ஒருவேளை நீங்கள் வராவிட்டாலோ, அல்லது எங்களை எதிரியாக்கிக் கொண்டாலோ, உங்களைத் தவிர்த்துவிட்டு, நாங்கள் எங்களுடைய நாட்டு விடுதலைக்காகப் போராடிக் கொண்டே இருப்போம்' - இது இஸ்லாமியர்களான செய்தி.

இந்து மகா சபாவின் தலைமைப் பொறுப்பு சாவர்க்கர் வசம் வந்தது இந்துத்வ அரசியலில் ஒரு முக்கியமான திருப்புமுனை. இந்து, முஸ்லீம் அரசியல் இன்னும் தீவிரமாக முன்னெடுக்கப் படும் என்பதற்கான சமிக்ஞைகள் வெளிப்படையாகத் தெரிந்தன. குறிப்பாக, சாவர்க்கரின் அழுத்தம் திருத்தமான பேச்சுகள் அதை உறுதிசெய்தன. நடப்பதை எல்லாம் கவனம் கலையாமல் பார்த்துக் கொண்டிருந்தது காங்கிரஸ். முக்கியமாக, காந்தி.

இந்து மகா சபா என்கிற குதிரைக்கு புதிய சாரதி கிடைத்திருந்த சமயத்தில், இன்னொரு இந்துத்வ இயக்கமான ஆர்.எஸ்.எஸ்ஸும் அதன் போக்கில் வளர்ந்துகொண்டிருந்தது. முக்கியமாக, அவர்கள் நடத்தும் ஷாகாவில் பாடப்படும் பாடலைப் பற்றிச் சொல்லவேண்டும்.

'நான் பிறந்த தாய்நாடே உன்னை வணங்குகிறேன்.
என்னை வளர்த்த ஆரிய நாடே உன்னை வணங்குகிறேன்.
நான் உழைக்கும் புண்ணிய நாடே உன்னை வணங்குகிறேன்.'

என்று தொடங்கும் அந்தப் பாடல், மேலும் இப்படி நீள்கிறது.

'நாங்கள் முழுமையான இந்துக்களாகும் குணத்தை விரைந்து தாருங்கள்!
உங்கள் கடவுள் சக்தியை எங்களிடம் புகுத்துங்கள்!
எங்களை ராமனின் சீடர்களாக்குங்கள்!
நாங்கள் நம்பிக்கையின் காவலர்களாவோம்!
சாம்ராட் ஸ்ரீராமதாஸுக்கு வெற்றி கிட்டட்டும்!
அவரே இந்த தேசத்தின் குரு!
இந்தியத் தாய் வெற்றிபெறட்டும்!'

இந்தப் பாடலில் வரும் ஸ்ரீராமதாஸ் இந்துக்களின் கடவுளான ராமனல்ல, மராட்டிய மன்னர் சிவாஜியின் குரு. அவருடைய ஆலோசனை மற்றும் வழிகாட்டுதலின் அடியொற்றியே ஆட்சி நடத்தினார் சிவாஜி. அந்த வகையில் சிவாஜியை வணங்கியது போலவே, அவருடைய குருவான ஸ்ரீராமதாஸையும் ஆர்.எஸ்.எஸ் இயக்கத்தினர் வணங்கினர். இந்தப் பாடலை முதலில் மராத்திய மொழியில்தான் பாடினர். பின்னர் அந்தப் பாடலை இந்தியாவின் இதர மாநிலங்களுக்கும் கொண்டுசெல்லும் வகையில், இந்தியில் மொழிபெயர்க்கப்பட்டது.

இப்போது ஆர்.எஸ்.எஸ்ஸை அடுத்தகட்டத்துக்கு நகர்த்திச் செல்வதற்கு ஏதுவாக ஒரு முக்கியமான தத்துவப் புத்தகத்தைத் தயார்ப்படுத்த விரும்பினார் ஹெட்கேவார். காரணம், அதற்கு முன்பு வரைக்கும் ஆர்.எஸ்.எஸ் அமைப்புக்கென்று பிரத்யேக சித்தாந்தம் என்று நூல் வடிவில் ஏதுமில்லை. சாவர்க்கர் எழுதிய புத்தகங்களையும் அவருடைய கொள்கை களையும்தான் தங்களுடைய வழிகாட்டிகளாக வரித்துக்கொண்டு இயங்கியது ஆர்.எஸ்.எஸ்.

என்றாலும், தங்களுக்கென்று பிரத்யேகப் பதிவுகள் தேவை என்ற அடிப்படையில் அதற்கான ஆயத்தப் பணிகளைச் செய்யத் தொடங்கினார் ஹெட்கேவார். முதல் கட்டமாக, தனது அணுக்கச் சீடரான கோல்வால்கரிடம்தான் அந்தப் பொறுப்பை ஒப்படைத்தார். அந்தப் பணியை மிகுந்த உற்சாகத்துடன் தொடங்கினார் கோல்வால்கர்.

தான் எழுதப்போகும் புதிய நூலுக்கான கோட்பாட்டை சாவர்க்கரின் சகோதரர் பாபாராவ் சாவர்க்கர் எழுதிய ராஷ்ட்ர மீமான்சா என்ற நூலில் இருந்து எடுத்துக்கொண்டார் கோல்வால்கர்.

அந்தப் புத்தகம் 1931ல் எழுதப்பட்டு, வெளியான புத்தகம். அந்தப் புத்தகத்தில் பாபாராவ் சாவர்க்கர் எழுதிய ஒருசில வரிகளை மட்டும் இங்கே பார்க்கலாம். அந்தப் புத்தகத்தின் உள்ளடக்கத்தைப் புரிந்துகொள்ள அதுவொன்றே போதும்.

‘இந்து வாசகர்களே! இந்து என்பதுதான் உங்கள் அடையாளம். உங்கள் அடையாளத்தைப் பாதுகாத்துக்கொள்ள மகாபாரதத்து அர்ஜுனனைப் போல வீரத்துடன் தயாராகுங்கள்! எதற்காகவும் பின்வாங்காதீர்கள்! இதில் சுயநலம் ஏதுமில்லை. மானுட நலன் பேணப்பட இந்து தர்மம் நிலைத்திருக்கவேண்டும். இந்து தர்மம் நிலைத்திருக்க இந்து இனம் நிலைத்திருக்க வேண்டும். இந்து இனம் காக்கப்பட இந்து தேசம் ஒற்றுமையுடன் இருக்கவேண்டும்.’

மானுட நலன் பேணப்பட இந்து தர்மம் நிலைத்திருக்கவேண்டும். இந்து தர்மம் நிலைத்திருக்க இந்து இனம் நிலைத்திருக்க வேண்டும். இந்து இனம் காக்கப்பட இந்து தேசம் ஒற்றுமையுடன் இருக்கவேண்டும்

மேற்கண்ட புத்தகத்தை அடிப்படையாகக் கொண்டு நாம் அல்லது நமது தேசியத்தின் வரையறை என்ற தலைப்பில் புத்தகம் ஒன்றை எழுதினார் கோல்வால்கர். பின்னர் அந்தப் புத்தகம் ராஷ்ட்ர மீமான்சா நூலின் மொழிபெயர்ப்பு என்றே சொல்லிவிட்டார் கோல்வால்கர். அந்தப் புத்தகத்தின் சுருக்கப்பட்ட வடிவம்தான் ‘நாம்’ என்ற கருத்தும் உள்ளது. இந்த நூலில் கோல்வால்கர் பதிவுசெய்த முக்கியமான கருத்து இதுதான்:

‘நிலம் பொதுவானதாக இருந்தாலும், இந்துஸ்தானத்தின் எந்தப் பாரம்பரியத்தையும் முஸ்லீம்கள் பின்பற்றுவதில்லை. அவர்களுடைய மத விசுவாசம் இந்த நாட்டுக்கு வெளியே இருக்கிறது. அவர்கள் இந்த நாட்டைச் சேராத இறைத்தூதர்களின் பாரம்பரியத்தை ஏற்றுக் கொண்டுள்ளனர்.’

கோல்வால்கர் எழுதிய புத்தகம் இந்துக்கள் மத்தியில் ஊடுருவத் தொடங்கியது. ஆர்.எஸ்.எஸ் தொண்டர்கள் முதல் தலைவர்கள் வரை பலரும் படித்தனர். இந்து, இந்துயிசம், இந்துத்வா போன்றவை குறித்து கோல்வால்கரின் விளக்கங்கள் அவர்களுக்குள் மாற்றத்தையும் தாக்கத்தையும் ஏற்படுத்தின.

உண்மையில், சித்தாந்தம் தொடர்பான கோல்வால்கரின் பதிவுகளுக்கு ‘நாம்’ என்கிற இந்தப் புத்தகம் ஒரு தொடக்கம்தான். அதன்பிறகு கோல்வால்கரின் சிந்தனைகளும் கருத்துகளும் பின்னாளில் பெரிய அளவிலான புத்தகமாக வெளியாகின. அதைப் பற்றி பின்னர் விரிவாகப் பார்க்கலாம். இப்போது காந்தி, சாவர்க்கர் இடையிலான கருத்து மோதல்களுக்கு வந்துவிடலாம்.

சிறையில் இருந்தபோதும் வெளியில் இருந்தபோதும் பகிரங்க அரசியல் செய்யமுடியாமல் முடங்கியிருந்த சாவர்க்கர், இப்போது அரசியல் களத்தில் அதிதீவிரமாகச் செயல்படத் தொடங்கினார். முக்கியமாக, காந்தியின் செயல்பாடுகள், போராட்ட உத்திகள் பற்றிய தன்னுடைய விமரிசனங்களைப் பகிரங்கமாக முன்வைத்தார்.

'இந்துக்கள் அகிம்சை, கைராட்டை, சத்தியாகிரகம் போன்ற அம்சங்களில் எச்சரிக்கையுடன் இருக்கவேண்டும். முழுமையான அகிம்சையும் தற்கொலையும் ஒன்றே. இந்துக்கள் அதிக அளவில் ராணுவத்தில் சேரவேண்டும். அங்கிருந்து ஆயுதப்பயிற்சிகளைப் பெறவேண்டும்.'

காந்தியின் உயிர்நாடிக் கொள்கைகள் அகிம்சையும் சத்தியாகிரகமும். அதைத்தான் சாவர்க்கர் குறிவைத்தார். உடனடியாக எதிர்வினையாற்றினார் காந்தி. ஆயுதப்பயிற்சியின் மூலம் விடுதலை சாத்தியம் என்று சொல்வது ஆபத்தான பேச்சு; சத்தியமும் அகிம்சையும்தான் நம்முடைய ஆயுதங்களாக இருக்கவேண்டும் என்றார். ஆனால் வெடியைக் கொண்டு தகர்க்க வேண்டிய கோட்டையை வாயால் ஊதித் தகர்க்க முடியாது என்று காந்தியை திரும்பவும் விமரிசித்தார் சாவர்க்கர்.

இப்படி காந்தியும் சாவர்க்கரும் கருத்து மோதலில் ஈடுபட்டுக்கொண்டிருந்த சமயத்தில் ஆர்.எஸ்.எஸ் இயக்கத்துக்கு மிகப்பெரிய பின்னடைவு ஏற்பட்டது. ஆம், இயக்கத்தை நாடு தழுவிய விரிவுபடுத்தவேண்டும், கட்டமைப்பைப் பலப்படுத்தவேண்டும் என்பதற்காகத் தீவிரமாக உழைத்துக்கொண்டிருந்த ஒரு தலைவர் திடீரென மரணத்தைத் தழுவினார். ஆம், 1940 ஆம் ஆண்டு ஆர்.எஸ்.எஸ் அமைப்பின் நிறுவனர் டாக்டர் கேசவ் பலிராம் ஹெட்கேவார் மரணம் அடைந்தார்.

அந்த நொடியில் நிலைகுலைந்து போய்விட்டனர் ஆர்.எஸ்.எஸ் தொண்டர்கள். ஆனாலும் இயக்கத்தைத் தூக்கி நிறுத்தவேண்டிய கட்டாயம். யாரைத் தலைவராக நியமிக்கப் போகிறார்கள் என்ற கேள்வி எழுந்தது. ஆச்சரியம் என்னவென்றால், அதற்கான விடையை ஹெட்கேவாரே கொடுத்துவிட்டுச் சென்றிருந்தார்!

23

கோல்வால்கர் காட்டிய பாதை

ஸ்வயம் சேவகர்களுக்குப் பயிற்சி முகாம் நடத்துவது என்பது ஆர்.எஸ்.எஸ். தலைவர் ஹெட்கேவாருக்கு உற்சாகம் தரக்கூடிய காரியம். முகாம்கள் நடத்துவதன் வழியாக பல புதிய சேவகர்களை இயக்கத்துக்குக் கொண்டுவரமுடியும்; முக்கியமாக, ஏற்கெனவே இயங்கிக் கொண்டிருக்கும் சேவகர்களை மேலும் செம்மைப்படுத்த முடியும் என்பது அவருடைய கணிப்பு. ஆகவே, முகாம் நடத்துவதற்காக அதிகபட்ச உழைப்பைச் செலுத்துவார்.

அந்த வகையில் 1940 ஏப்ரல் மாதத்தில் ஆர்.எஸ்.எஸ்ஸின் பிறப்பிடமான நாக்பூரில் பிரம்மாண்ட பயிற்சி முகாம் ஏற்பாடு செய்யப்பட்டது. அதில் இந்தியாவின் பிரதான பகுதிகள் அனைத்தில் இருந்தும் தொண்டர்கள் வந்திருந்தனர். அசாம், காஷ்மீர், ஒரிசா உள்ளிட்ட ஓரிரு மாகாணங்கள் மட்டுமே விடுபட்டிருந்தன. என்றாலும், முகாமில் ஸ்வயம் சேவகர்கள் விரிவான எண்ணிக்கையில் அணிவகுத்து நின்றனர்.

அந்த பிரம்மாண்ட அணிவகுப்பைப் பார்த்ததும் ஹெட்கேவாருக்கு நெஞ்சு கொள்ளாத உற்சாகம். நாக்பூர் என்ற வட்டத்தைத் தாண்டியும் ஆர்.எஸ்.எஸ்ஸை வளர்க்கவேண்டும் என்ற தனது கனவு மெல்ல மெல்ல நனவாகி வருவதாக உணர்ந்தார். அந்த உற்சாகத்தைத் தனது பேச்சிலும் வெளிப்படுத்தினார். குறிப்பாக, இந்த வாக்கியத்தைச் சொல்லவேண்டும்:

தேவரஸ்

'இதோ, என் கண்ணுக்கு முன்னால் சிறிய அளவிலான இந்து ராஷ்ட்ரத்தைக் காண்கிறேன்!'

நாக்பூர் பயிற்சி முகாம் முடிந்த மூன்று மாதங்களில் அவருடைய உடல்நிலை திடீரென பாதிக்கப்பட்டது. அறுவை சிகிச்சை செய்தால் மட்டுமே பிழைக்க முடியும் என்று சொல்லி விட்டனர் மருத்துவர்கள். அவரே ஒரு மருத்துவர் அல்லவா, ஆகட்டும் என்று சொல்லி விட்டார். அதற்கு முன்னதாக கோல்வால்கரை அழைத்துப் பேசினார். அந்தச் சந்திப்பின் தொடர்ச்சியாக எதிர்காலத்தில் ஆர்.எஸ்.எஸ்ஸை வழிநடத்தும் பொறுப்பு கோல்வால்கரிடம் வந்துசேர்ந்தது.

ஆம், தேர்தல் இல்லை, போட்டி இல்லை, ஆலோசனை இல்லை, தீர்மானம் இல்லை. ஒற்றை வாக்கியத்தில் எதிர்காலத் தலைமையைத் தீர்மானித்து முடித்திருந்தார் ஹெட்கேவார். ஆம், ஆர்.எஸ்.எஸ்ஸின் வழக்கப்படி அதன் எதிர்காலத் தலைவரை நடப்பு தலைவர்தான் தீர்மானிப்பார். அவருக்குத்தான் அந்த அதிகாரம் உண்டு. அவர் சொல்லவோ, எழுதவோ செய்துவிட்டால் போதும். அதற்கு எதிர்கருத்து என்பதே கிடையாது.

மருத்துவ சிகிச்சைகள் பலன் கொடுக்கவில்லை. 20 ஜூன் 1940 அன்று ஆர்.எஸ்.எஸ்ஸின் நிறுவனரும் தலைவருமான (சர்சங்சாலக்) கேசவ் பலிராம் ஹெட்கேவர் மரணம் அடைந்தார். தலைவரின் திடீர் மரணம் தொண்டர்களை நிலைகுலையச் செய்தது. என்றாலும், அவர் உயிருடன் இருந்தபோது கொடுத்த வழிகாட்டுதலின்படி, மாதவ சதாசிவ கோல்வால்கர் ஆர்.எஸ்.எஸ்ஸின் தலைமைப் பொறுப்பை ஏற்றுக்கொண்டார்.

தேர்தல் இல்லை, போட்டி இல்லை, ஆலோசனை இல்லை, தீர்மானம் இல்லை. ஒற்றை வாக்கியத்தில் எதிர்காலத் தலைமையைத் தீர்மானித்து முடித்திருந்தார் ஹெட்கேவார்.

அதேசமயம், கோல்வால்கரைப் போல வேறுபல தலைவர்களும் ஆர்.எஸ்.எஸ்ஸில் இருந்தார்கள். குறிப்பாக, ஹெட்கேவாருக்கு ஆரம்பகாலத்தில் இருந்து அணுக்கமாக இருந்த அப்பாஜி ஜோஷி, பாபாராவ் சாவர்க்கர் என்கிற கணேஷ் சாவர்க்கர், அவருடைய சகோதரர் நாராயண் சாவர்க்கர், கேல்கர், தேவரஸ் என்று பலரும் இருந்தனர். இருப்பினும், கோல்வால்கரின் பன்மொழிப் புலமையும் ஆங்கில ஆளுமையும் ஆர்.எஸ்.எஸ்ஸை இந்தியா முழுக்க வளர்த்தெடுக்க உதவிசெய்யும் என்று கணித்திருந்தார் ஹெட்கேவார். ஆகவே, அவரைத் தேர்வுசெய்திருந்தார்.

ஹெட்கேவார் சொல்லிவிட்ட காரணத்தால் அவர்களில் பெரும்பாலானோர் கோல்வால்கரின் தலைமையை

முகமது அலி ஜின்னா

ஏற்றுக்கொண்டனர். கே.பி. லிமாயி உள்ளிட்ட சில தலைவர்கள் கோல்வால்கரின் தலைமையை ஏற்பதற்குத் தயங்கினர். அவர்களைச் சமாதானம் செய்யும் பொறுப்பை தேவரஸ் எடுத்துக் கொண்டார். அதற்காக சில ஆண்டுகள் மெனக்கெட வேண்டியிருந்தது.

தலைமைப் பொறுப்பை ஏற்ற தருணத்தில் கோல்வால்கருக்கு முன்னால் இரண்டு பிரதான சவால்கள் காத்திருந்தன. ஒன்று, ஹெட்கேவாரால் நிறுவப்பட்ட ஆர்.எஸ்.எஸ்ஸை எவ்விதத் தொய்வுமின்றி வளர்த்தெடுப்பது. மற்றொன்று, நாளுக்கு நாள் வேகமெடுத்துக் கொண்டிருக்கும் இந்திய சுதந்தரப் போராட்டத்தின் ஒவ்வொரு கட்டத்திலும் பொருத்தமான நிலைப்பாட்டை எடுத்து ஆர்.எஸ்.எஸ்ஸை வழிநடத்துவது.

அதற்காக நாடு தழுவிய அளவில் சுற்றுப்பயணம் செய்து, ஸ்வயம் சேவக்குகளின் ஆதரவைத் திரட்டும் காரியத்தில் ஈடுபட்டார் கோல்வால்கர். ஆர்.எஸ்.எஸ் செய்யவேண்டிய காரியங்கள், எடுக்கவேண்டிய நிலைப்பாடுகள் பற்றி அவர்களிடம் விரிவாகப் பேசினார். முக்கியமாக, ஆர்.எஸ்.எஸ்ஸின் சித்தாந்தங்கள் பற்றி. கூடவே, இயக்கத்தின் மூத்த தலைவர்களுடன் இணக்கமான சூழ்நிலையை உருவாக்கும் முயற்சியிலும் ஈடுபட்டிருந்தார். அதற்கு தேவரஸ் போன்றவர்கள் உறுதுணையாக இருந்தனர்.

அப்போது ஆர்.எஸ்.எஸ் அதிமுக்கிய விவகாரம் ஒன்றில் தீவிர கவனம் செலுத்தவேண்டிய சூழல் உருவானது. அதன் பின்னணியில் இருந்தது அகில இந்திய முஸ்லீம் லீக்!

1939 ஆம் ஆண்டு தொடங்கிய இரண்டாம் உலகப்போர் உலக அரசியல் களத்தில் பல மாற்றங்களை உருவாக்கிக்கொண்டிருந்தது. அதன் ஒருபகுதியாக இந்தியாவுக்குச் சுதந்தரம் கிடைக்கக்கூடும் என்ற சூழல் உருவாகியிருந்தது. அந்தச் சமயத்தில், அகில இந்திய முஸ்லீம் லீக்கின் அரசியல் மாநாடு லாகூர் நகரில் 22 மார்ச் 1940 அன்று தொடங்கி மூன்று நாள்களுக்கு நடந்தது. முகமது அலி ஜின்னா உள்ளிட்ட மூத்த தலைவர்கள் பலரும் பங்கேற்ற அந்த மாநாட்டில் முக்கியத்துவம் வாய்ந்த தீர்மானம் ஒன்று நிறைவேற்றப்பட்டது.

'இந்தியாவில் இந்துக்களின் ஆதிக்கமே அதிகம், அவர்கள் இஸ்லாமியர்களுக்கென்று பெரிய உரிமைகள் எதுவும் கொடுத்துவிடப்போவதில்லை. ஆக, இஸ்லாமியர்களின் உரிமைகள் கிடைக்கவேண்டும் என்றால் அதற்கு இஸ்லாமியர்களுக்கென்று தனியாக பாகிஸ்தான் என்ற தேசம் உருவாகவேண்டும்.' என்பதுதான் அந்தத் தீர்மானத்தின் சாரம்.

பாகிஸ்தான் பிரகடனம் என்று சொல்லப்பட்ட அந்தத் தீர்மானம் இந்திய அரசியல் களத்தில் தட்பவெப்பத்தைத் திருப்பிப்போட்டது. முஸ்லீம் லீக்கின் தீர்மானம் இந்து மகா சபா, ஆர்.எஸ்.எஸ் உள்ளிட்ட இயக்கத்தினரைக் கொந்தளிக்கச் செய்தது. அது எப்படி இந்தியாவைப் பிரிக்கவேண்டும் என்று தீர்மானம் இயற்றலாம் என்று எதிர்க்குரல் எழுப்பினர்.

உண்மையில், இரட்டை தேசம் என்ற கோட்பாடு ஒன்றும் முஸ்லீம் லீக் மட்டுமே சொன்ன கருத்தல்ல. ஏற்கெனவே விநாயக் தாமோதர் சாவர்க்கர் முன்மொழிந்து, கோல்வால்கர் வழிமொழிந்த ஒன்றுதான். சரியாகச் சொல்லவேண்டும் என்றால், இருபதுகளின் மத்தியில் தான் எழுதிய 'இந்துத்வா' என்ற கட்டுரையில், 'வேதனையான உண்மைகளை உள்ளது உள்ளபடியே நாம் ஒப்புக்கொள்ளவேண்டும். ஒத்திசைவுடன் கூடிய ஒரே தேசம் என்று இந்தியாவை நாம் கருதிவிடமுடியாது. அதற்கு மாறாக, இந்து, முஸ்லீம் என்று பிரதானமான இரு தேசங்கள் உள்ளன. ' என்று தெள்ளத் தெளிவாகக் குறிப்பிட்டிருந்தார் சாவர்க்கர்.

கவிஞர் இக்பால்

அதன்பிறகு ஏழாண்டுகள் கழித்து 30 டிசம்பர் 1937 அன்று நடந்த இந்து மகாசபா மாநாட்டிலும் அந்தக் கருத்தை வலியுறுத்தியிருக்கிறார் சாவர்க்கர். அந்தக் கருத்துகளைத்தான் தனது நூலில் வழிமொழிந்திருந்தார் கோல்வால்கர். பிரச்னை எங்கே வந்தது என்றால், இந்துக்கள் இந்துஸ்தான் என்று சொன்னதைப் போல இஸ்லாமியர்களும் பாகிஸ்தான் என்ற தனிநாடு கோரியதில்தான்!

இங்கே இன்னொரு விஷயத்தையும் கவனிக்கவேண்டும். முஸ்லீம் லீக்கும் எடுத்த எடுப்பிலேயே தனிநாடு கோரிக்கையை எழுப்பவில்லை. முதலில், இந்தியாவின் வடமேற்கு பிராந்திய மாகாணங்களை ஒருங்கிணைத்து ஐக்கிய முஸ்லீம் மாகாணமாக்கக் கோரியது. பிறகு இந்தியாவுக்குள் இஸ்லாமியர்களுக்கென்று தனி நாடு என்ற கோரிக்கையை முன்வைத்தது.

எதற்கும் பிரிட்டிஷார் அசைந்துகொடுக்காத நிலையில்தான், 1930 ஆம் ஆண்டு, அதாவது, முஸ்லீம் தொடங்கி கிட்டத்தட்ட கால் நூற்றாண்டுகள் கழிந்த நிலையில் தங்களுக்கென்று தனிநாடு வேண்டும் என்று கோரியது முஸ்லீம் லீக். குறிப்பாக, இஸ்லாமியக் கவிஞர் இக்பால், இந்தியாவில் இனியும் இஸ்லாமியர்கள் நிம்மதியாக வாழமுடியாது, நமக்கென்று தனி தேசம்

வேண்டும் என்று முஸ்லீம் லீக் மாநாட்டில் பேசினார். அதன்பிறகு பத்தாண்டுகள் கழித்து, 1940ல்தான் பாகிஸ்தான் என்ற தனிதேசக் கோரிக்கையை முன்வைத்தது முஸ்லீம் லீக்.

ஆக, இருநாடுகள் என்ற கோஷம் பிரிட்டிஷ் இந்தியாவில் உரத்து ஒலிக்கத் தொடங்கியது. அது இந்து, முஸ்லீம் இடையிலான பிளவை விரிவுபடுத்தியது. இந்துஸ்தானுக்குப் போட்டியாக பாகிஸ்தான் கோஷம் ஒலிப்பதை ஆர்.எஸ்.எஸ்ஸும் இந்து மகா சபாவும் விரும்பவில்லை. இது இந்தியாவைத் துண்டாடும் முயற்சி என்று கண்டித்தனர். பாகிஸ்தான் கோஷத்தை எதிர்க்க இரட்டைக்குழல் துப்பாக்கியாகச் செயல்படத் தயாராகினர்.

சுயராஜ்யம்தான் எங்களுடைய இலக்கு. அதில் சந்தேகமில்லை. ஆனால் எங்கள் சக்தியை இப்போது வீணடிக்க விரும்பவில்லை. தேவையான சமயத்தில் களமிறங்குவோம்.

பாகிஸ்தான் கோரிக்கை இந்திய அரசியல் களத்தின் பிரதான விவாதப் பொருளாக மாறிக் கொண்டிருந்தது. காங்கிரஸ் கட்சியிலும் பாகிஸ்தானுக்கு ஆதரவான நிலைப்பாட்டை சில மூத்த தலைவர்கள் எடுத்திருந்தனர். குறிப்பாக, ராஜாஜி. ஆனால் பாகிஸ்தான் பிரிவினையில் காந்திக்கு விருப்பமில்லை. வாதப் பிரதிவாதங்கள் ஒருபக்கம் நடந்து கொண்டிருக்க, இன்னொரு பக்கம் புதிய போராட்டத்துக்கு அழைப்புவிடுத்தார் காந்தி. அதன் பெயர், வெள்ளையனே வெளியேறு!

இந்தியாவுக்குச் சுதந்தரம் கொடுத்துவிட்டு, பிரிட்டிஷார் வெளியேறவேண்டும் என்று கோரி நாடு தழுவிய அளவிலான போராட்டத்துக்கு அழைப்புவிடுத்தார் காந்தி. அதனைத் தொடர்ந்து காங்கிரஸ் தொண்டர்கள் தீவிரமாகக் களமிறங்கிப் போராடினர். போராட்டம் நாளுக்கு நாள் தீவிரமடைந்ததைத் தொடர்ந்து, அந்தப் போராட்டத்தை ஒடுக்கத் தயாரானது பிரிட்டிஷ் அரசு.

காவலர்கள் களத்தில் இறக்கிவிடப்பட்டனர். அடக்குமுறைகள் ஏவிவிடப்பட்டன. காந்தி, நேரு, அபுல் கலாம் ஆசாத் உள்ளிட்ட மூத்த காங்கிரஸ் தலைவர்கள் முதல் முன்னணித் தொண்டர்கள் வரை பலரும் கொத்துக்கொத்தாகக் கைதுசெய்யப்பட்டனர். அகில இந்திய காங்கிரஸ் மற்றும் மாகாண கமிட்டிகள் அனைத்தும் சட்டவிரோத நிறுவனங்கள் என்று அறிவிக்கப்பட்டன.

அலகாபாத்தில் உள்ள காங்கிரஸின் தலைமை அலுவலகத்தை அரசு தன்னுடைய கட்டுப் பாட்டில் கொண்டுவந்தது. காந்தியின் ஹரிஜன் பத்திரிகை உள்ளிட்ட காங்கிரஸ் சார்பு பத்திரிகைகள் அனைத்துக்கும் தடை விதிக்கப்பட்டது. ஒற்றை வாக்கியத்தில் சொல்ல வேண்டும் என்றால், காங்கிரஸ் கட்சி கடுமையான ஒடுக்குதலுக்கு உள்ளானது.

ஆகப்பெரிய கட்சியான காங்கிரஸே அடக்குமுறைக்கு ஆளானபோது ஆர்.எஸ்.எஸ் என்ன செய்யப் போகிறது என்ற கேள்வி எழுந்தது. சுயராஜ்ஜியம் என்ற கோரிக்கையை வலியுறுத்திய இயக்கம் ஆர்.எஸ்.எஸ். அதே கோரிக்கையைத்தான் காங்கிரஸும் முன்னெடுத்துள்ளது. ஆகவே, ஆர்.எஸ்.எஸ் போராட்டத்தில் கலந்துகொள்ளும் என்ற எதிர்பார்ப்பு பொதுத்தளத்தில் எழுந்தது.

நாட்டில் நடக்கும் காரியங்களை எல்லாம் உன்னிப்பாகக் கவனித்துக் கொண்டிருந்தார் கோல்வால்கர். அரசின் அடக்குமுறைகள் தீவிரமாக இருக்கின்றன. இப்போது காங்கிரஸைப் போலவே ஆர்.எஸ்.எஸ்ஸும் போராட்டத்தில் இறங்கினால், அது ஆபத்தில் வந்து முடியும். ஆகவே, இப்போதைக்கு களத்தில் இறங்கவேண்டாம் என்று தீர்மானித்தார். ஆகவே, பொதுவான எதிர்பார்ப்பில் இருந்து விலகி, முற்றிலும் மாறுபட்ட நிலைப்பாட்டை எடுத்து, ஆர்.எஸ்.எஸ்ஸுக்குப் புதிய பாதையைக் காட்டினார் கோல்வால்கர்.

'சுயராஜ்யம்தான் எங்களுடைய இலக்கு. அதில் சந்தேகமில்லை. ஆனால் எங்கள் சக்தியை இப்போது வீணடிக்க விரும்பவில்லை. தேவையான சமயத்தில் களமிறங்குவோம்.'

வெள்ளையனே வெளியேறு இயக்கத்தில் இருந்து ஆர்.எஸ்.எஸ் விலகி நின்றது பிரிட்டிஷ் ஆட்சியாளர்களுக்கு உற்சாகத்தைக் கொடுத்தது. காங்கிரஸ் முன்னெடுக்கும் விஷயத்தை ஆர்.எஸ்.எஸ்ஸும் ஆதரித்தால் அது பேரெழுச்சியை உருவாக்கும் என்பது பிரிட்டிஷாரின் கணிப்பு. ஆனால் அந்த வாய்ப்பை ஆர்.எஸ்.எஸ்ஸே தடுத்துவிட்டதில் அவர்களுக்கு மகிழ்ச்சி.

இதில் இன்னொரு விநோதம் என்னவென்றால், பிரிட்டிஷ் அரசின் அடக்குமுறைக்கு ஆளான காங்கிரஸ் தொண்டர்கள் சிலர் தங்களைத் தற்காத்துக்கொள்ள ஆர்.எஸ்.எஸ்ஸில் இணையத் தொடங்கினர். திடீர் வரவுகள் திகைப்பைக் கொடுத்தன ஆர்.எஸ்.எஸ் தலைமைக்கு. என்றாலும், அவர்களை மகிழ்ச்சியோடு வரவேற்று, வசப்படுத்திக்கொண்டது.

பரபரப்பு சூழ்ந்த தருணத்தில் இந்து - முஸ்லீம் மோதலைத் தீவிரப்படுத்தும் வகையில் ஒரு காரியம் நடந்தது. அதன் பின்னணியில் இருந்தது ஒரு புத்தகம்!

24

காந்திக்குக் கருப்புக்கொடி... புத்தகத்துக்குத் தடை

லாகூர் மாநாட்டில் பாகிஸ்தான் தீர்மானத்தை நிறைவேற்றியது முதலே இந்தியாவில் இந்து - முஸ்லீம் இடையிலான பதற்ற நெருப்பு வேகம் பிடித்துவிட்டது. ஆனால் அதற்கு ஓராண்டுக்கு முன்பே தொடங்கிய இரண்டாம் உலகப் போர் மெல்ல மெல்ல தீவிரமடைந்து கொண்டிருந்ததால் இந்திய விடுதலை, பாகிஸ்தான் பிரிவினை என்பன போன்ற விஷயங்களை எல்லாம் சற்றே ஒதுக்கிவைக்க விரும்பியது பிரிட்டிஷ் அரசு. ஆனாலும் பாகிஸ்தான் பற்றிய வாதப் பிரதிவாதங்கள் இந்திய அரசியல் களத்தில் பலமாக எழுந்திருந்தன.

இந்தியாவைப் பிரிப்பது என்பதை காந்தி துளியும் ஏற்றுக்கொள்ள வில்லை. தன்னுடைய பிணத்தின் மீதுதான் பாகிஸ்தான் பிரிவினைக் கோடு வரையப்படும் என்பதைத் திட்டவட்டமாகச் சொல்லிவிட்டார். ஆனால்ஜின்னாவோபிரிவினையைத்தவிரவேறெதும்சாத்தியமில்லை, எங்களுக்குத் தேவை பாகிஸ்தான். அதில் ஓரங்குலம்கூட பின்வாங்கத் தயாரில்லை என்று அழுத்தந்திருத்தமாகச் சொல்லிவிட்டார்.

நிலைமையைப் புரிந்துகொண்ட ராஜாஜி மாற்றுத்திட்டம் ஒன்றை வகுத்தார். இப்போதைக்கு இந்தியாவின் சுதந்தரத்தை மட்டும் இலக்காக வைத்துக்கொள்வோம். அதை அடைவதற்காக காங்கிரஸும் முஸ்லீம் லீக்கும் பரஸ்பர முரண்பாடுகளை எல்லாம் ஒதுக்கிவைத்துவிட்டு, இணைந்து செயல்படுவோம். சுதந்தரத்துக்குப் பிறகு பிரிவினை பற்றிப் பேசி முடிவெடுக்கலாம் என்பது ராஜாஜி முன்வைத்த யோசனை.

சாவர்க்கர்

தனது திட்டத்தை முதலில் காந்தியிடம் விளக்க விரும்பிய ராஜாஜி, அவரை சிறைச்சாலைக்கே சென்று சந்தித்தார். தனது திட்டத்தை விரிவாக விளக்கிச் சொன்னார். இந்தியப் பிரிவினை கூடவே கூடாது என்பதுதான் காந்தியின் விருப்பம். ஆனால் அந்தப் பிரிவினை இப் போதைக்கு இல்லை என்று சொன்ன ராஜாஜியின் திட்டம் அவருக்குப் பிடித்திருந்தது. ஆகவேண்டியதைச் செய்யுங்கள் என்று ராஜாஜிக்கு சமிக்ஞை கொடுத்து விட்டார்.

காந்தியைச் சம்மதிக்க வைத்த உற்சாகத்தில் ஜின்னாவைச் சந்தித்துப் பேசினார் ராஜாஜி. ஆனால் ஜின்னாவுக்கு அந்தத் திட்டத்தில் கொஞ்சமும் விருப்பமில்லை. 'சுதந்தரம் வேண்டும், கூடவே, பாகிஸ்தான் என்ற தனி தேசமும் வேண்டும், அதுவும் உடனடியாக' என்ற தன்னுடைய நிலையில் எவ்வித மாற்றமும் இல்லை என்று கறாராகச் சொல்லிவிட்டார். விளைவு, ராஜாஜியின் மாற்று முயற்சிகள் வீணாகின.

பின்னர் சிறையில் இருந்து விடுதலையான காந்தி, 17 ஜூலை 1944 அன்று ஜின்னாவுக்குக் கடிதம் எழுதி, பேச்சுவார்த்தை நடத்துவதன் அவசியத்தை வெளிப் படுத்தினார். அந்தக் கடிதத்தை கட்சி நிர்வாகிகள் கூட்டத்தில் வைத்து விவாதித்த ஜின்னா, பேச்சு வார்த்தைக்குச் சம்மதித்தார். அதனைத் தொடர்ந்து 1944 செப்டெம்பரில் காந்தியும் ஜின்னாவும் சந்தித்துப் பேசுவதற்கு ஏற்பாடுகள் செய்யப்பட்டன. ஜின்னாவைச் சந்திக்க காந்தியே பம்பாய்க்கு வந்தார்.

சந்திப்பு பற்றிய தகவல்கள் கிடைத்ததும் இந்து மகா சபா உடனடியாக எதிர்வினை ஆற்றியது. பிரிவினை பற்றி ஜின்னாவுடன் எவ்விதப் பேச்சுவார்த்தையையும் நடத்தக்கூடாது என்று குரலெழுப்பியது. உச்சகட்டமாக, காந்தியின் வீட்டுக்குச் சென்று மறியல் போராட்டத்தில் ஈடுபட்டனர் இந்து மகா சபா தொண்டர்கள்.

'சுதந்தரம் வேண்டும், கூடவே, பாகிஸ்தான் என்ற தனி தேசமும் வேண்டும், அதுவும் உடனடியாக'

அப்போது சாவர்க்கர் தனது தூதுவர் ஒருவரை காந்தி யிடம் அனுப்பிவைத்தார். பாகிஸ்தான் பிரிவினை என்பது தற்கொலைக்குச் சமமான காரியம் சமம்; பாரதம் துண்டாடப்பட்டால் அது வங்காளம், பஞ்சாப் உள்ளிட்ட மாகாணங்களைப் பெருமளவில் பாதிக்கும் என்ற சாவர்க்கரின் கருத்தை காந்தியிடம் கொண்டு சேர்த்தார் அந்தத் தூதுவர். ஆனால் அவற்றை ஏற்கும் மனநிலையில் காந்தி இல்லை.

ராஜாஜி

ஏமாற்றத்துடன் திரும்பினார் அந்தத் தூதுவர். அவர், டாக்டர் சியாமா பிரசாத் முகர்ஜி. இந்து மகாசபாவின் செயலாளராக இருந்தவர். இவரைப் பற்றிய மேலதிக விவரங்களை பின்னர் விரிவாகப் பார்க்கலாம். இப்போது சாவர்க்கரின் தூதுவர் என்ற அளவில் நிறுத்திக் கொள்வோம்.

தன்னுடைய தூது முயற்சி தோல்வியடைந்தபோதும் சாவர்க்கர் அமைதியாக இருக்கவில்லை. பாகிஸ்தான் பிரிவினைக்கு எதிராக நாடு தழுவிய அளவில் பொதுக்கூட்டங்கள் ஏற்பாடு செய்து, பிரசாரம் செய்யுமாறு இந்து மகா சபாவினருக்கு அழைப்புவிடுத்தார். கண்டன ஊர்வலங்களும் நடத்தப்பட்டன. இந்து மகா சபாவின் முன்னணித் தலைவர்கள் பலரும் பாகிஸ்தான் பிரிவினைக்கு எதிராகப் பிரசாரத்தில் ஈடுபட்டனர்.

இருப்பினும், பலமுறை தள்ளிப்போன பேச்சுவார்த்தையை இம்முறை நடத்தியே தீருவது என்பதில் காந்தி உறுதிகாட்டினார். ஆகவே, ஜின்னாவைச் சந்திக்க வார்தாவில் இருந்து பம்பாய்க்கு ரயில் மார்க்கமாகவே வந்தார். அப்போது ரயில் நிலையங்களில் எல்லாம் காந்திக்கு எதிராகக் கருப்புக்கொடி காட்டினர் இந்து மகா சபையினர்.

எதிர்ப்புகளை எல்லாம் கடந்து 9 செப்டெம்பர் 1944 தொடங்கி 27 செப்டெம்பர் 1944 வரை சுமார் பத்தொன்பது நாள்களுக்குப் பேச்சுவார்த்தை நீடித்தது. ஆனால் ஜின்னா பிடிகொடுப்பதாக இல்லை. தனி நாடு, அது பாகிஸ்தான் என்பதில் எவ்வித சமரசத்துக்கும்

இடமில்லை என்று சொல்லிவிட்டார். விளைவு, காந்தி - ஜின்னா பேச்சுவார்த்தைகள் தோல்வியில் முடிந்தன. அடுத்தது என்ன என்பது கேள்விக்குறியாகியிருந்தது.

பேச்சுவார்த்தைகள் தோல்வியில் முடிந்ததில் சாவர்க்கர் உள்ளிட்டோருக்கு மகிழ்ச்சி. ஆனாலும், மீண்டும் பேச்சுவார்த்தை நடத்தலாம் என்று காந்தியும் ஜின்னாவும் களமிறங்கிவிடக் கூடாது என்பதற்காக தன்னுடைய எதிர்ப்புக்கு மேலும் அழுத்தம் கொடுக்கவிரும்பினார். அதை தனியொருவராகச் செய்யாமல், தனக்கு ஆதரவாகப் பல தலைவர்களையும் திரட்டினார்.

அதற்காக, அகண்ட இந்துஸ்தான் தலைவர்கள் மாநாடு என்ற பெயரில் இந்து தலைவர்களுக்கு அழைப்பு விடுத்தார். 1944 அக்டோபர் மாதத்தில் டெல்லியில் கூட்டப்பட்ட அந்த மாநாட்டில் சாவர்க்கரோடு பூரி சங்கராச்சாரியார், டாக்டர் மூஞ்சே, பரத்பூர் மன்னர் ஜமனாதாஸ் மேத்தா, அசுதோஷ் லாகிரி உள்ளிட்ட பலரும் கலந்துகொண்டனர். காந்தி - ஜின்னா பேச்சுவார்த்தைக்கு எதிர்ப்பு தெரிவிக்கப்பட்டதோடு, பாகிஸ்தான் கோரிக்கையை நிராகரிக்கவேண்டும் என்றும் மாநாட்டில் கேட்டுக்கொள்ளப்பட்டது.

அப்போது பேசிய சாவர்க்கர், 'பாரதத்தைத் துண்டாடி, பாகிஸ்தானை உருவாக்க முஸ்லீம் லீக் தீவிரமாக முயற்சி செய்து வருகிறது. அதற்காக அனைத்து இந்துக்களின் சுயமரியாதைக்கும் பங்கம் ஏற்படுத்தும் வகையில் முஸ்லீம் லீக் தலைவர்கள் பேசிவருகிறார்கள்.' என்றார். ஆக, பாகிஸ்தான் பிரிவினையை நோக்கி காந்தி ஓரடி எடுத்துவைத்தாலும், அவரைப் பத்தடி பின்னால் நகர்த்துவதற்கான காரியங்களில் ஈடுபடுவதற்கு இந்து மகா சபா தயாராக இருந்தது.

இந்தச் சமயத்தில், இந்துக்களை உசுப்பேற்றும் வகையில் ஒரு காரியத்தைச் செய்திருந்தது முஸ்லீம் லீக். ஆம், சிந்த் மாகாணத்தில் ஆட்சியில் இருந்த முஸ்லீம் லீக் அரசு ஒரு

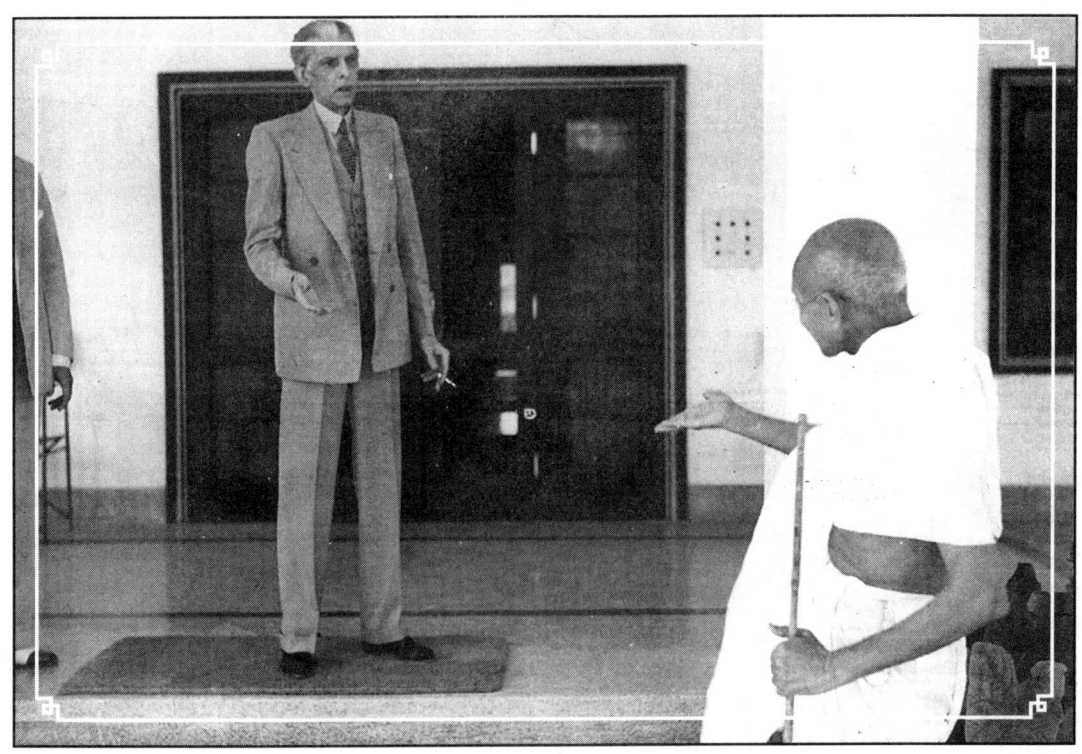

புத்தகத்துக்குத் தடை விதித்திருந்தது. அது இந்துக்கள் மத்தியில் கொந்தளிப்பை ஏற்படுத்தியது. அந்தப் புத்தகம், சத்தியார்த்த பிரகாசம்.

நினைவிருக்கிறது அல்லவா, இந்தப் புத்தகத்தின் ஆரம்ப அத்தியாயங்களில் நாம் பார்த்த சுவாமி தயானந்த சரஸ்வதி தொகுத்த நூல். ஆரிய சமாஜத்தினரின் புனித நூலாக, வழிகாட்டியாகக் கருதப்படும் சத்தியார்த்த பிரகாசத்தின் சர்ச்சைக்குரிய உள்ளடக்கம் பற்றியும் அந்த நூலுக்கு காந்தியின் விமரிசனம் பற்றியும் ஏற்கெனவே விரிவாகப் பார்த்திருக்கிறோம். இப்போது அந்த நூலை முன்வைத்தே சிக்கல்கள் முளைத்திருந்தன.

சிந்த் மாகாணத்தில் முஸ்லீம் லீக் அரசு அமைந்திருந்த நிலையில் அந்தப் புத்தகத்தைத் தடை செய்யவேண்டும் என்று விரும்பினர் சிந்த் மாகாண இஸ்லாமியத் தலைவர்கள்.

விஷயம் இதுதான். அந்த நூலின் பதினான்கு அத்தியாயம் இஸ்லாத்தை விமரிசித்து எழுதப் பட்டிருந்தது. அதில் இருக்கும் பல அம்சங்கள் அது எழுதப்பட்ட காலத்திலேயே பலத்த சர்ச்சைகளை எழுப்பியிருந்தன. என்றாலும், இப்போது சிந்த் மாகாணத்தில் முஸ்லீம் லீக் அரசு அமைந்திருந்த நிலையில் அந்தப் புத்தகத்தைத் தடை செய்யவேண்டும் என்று விரும்பினர் சிந்த் மாகாண இஸ்லாமியத் தலைவர்கள். குறைந்தபட்சம், அந்தப் புத்தகத்தின் பதினான்காம் அத்தியாயமாவது தடைசெய்யப்பட வேண்டும் என்பது அவர்களுடைய கோரிக்கை.

தடை விதிப்பதற்கான முஸ்தீபுகள் எல்லாம் 1943 டிசம்பர் மாதம் கராச்சியில் நடந்த அகில இந்திய முஸ்லீம் லீக் மாநாட்டிலேயே தொடங்கிவிட்டன. சத்தியார்த்த பிரகாசம் நூல் இஸ்லாத்தை அவமதிக்கிறது, இழிவுபடுத்துகிறது. ஆகவே, அதன் சர்ச்சைக்குரிய பகுதிகளைத் தடை செய்யவேண்டும் என்று மத்திய அரசு மற்றும் சிந்த் மாகாண அரசைக் கேட்டுக்கொள்ளும் வகையில் தீர்மானம் ஒன்று நிறைவேற்றப்பட்டது.

விஷயம் சாவர்க்கரின் கவனத்துக்கு வந்தது. உடனடியாக இந்திய வைஸ்ராய்க்குத் தந்தி வழியே செய்தி அனுப்பினார். கராச்சி மாநாட்டுத் தீர்மானம் தேவையற்ற மாச்சரியங்களையும் குழப்பங்களையும் உருவாக்கும் என்பதால் இதுவிஷயத்தில் உடனடியாகத் தலையிட்டு உரிய நடவடிக்கைகளை எடுக்கவேண்டுமென கோரிக்கை விடுத்தார். மேலும், சிந்த் மாகாணத்தைச் சேர்ந்த ஆரிய சமாஜிகளும் கராச்சி தீர்மானத்தைக் கண்டித்துப் பேசினார்கள்.

எதிர்ப்புகளை எழுந்த சூழ்நிலையிலும் முஸ்லீம் லீக்கின் தீர்மானத்தைப் பரிசீலனைக்கு எடுத்துக் கொண்டது சிந்த் மாகாண அரசு. ஒருவேளை தடை விதித்தால் அது சிந்த் மாகாணத்தில் மட்டுமல்ல, ஒட்டுமொத்த இந்தியாவிலும் தாக்கத்தை ஏற்படுத்தும் என்பதை மாகாண முஸ்லீம் லீக் அரசு நன்றாக உணர்ந்திருந்தது. ஆனாலும் முஸ்லீம்களின் உணர்வுகளுக்கு மதிப்பளிக்கும் வகையில் ஏதேனும் சட்டரீதியாகச் செய்தே தீரவேண்டும் என்பதில் தீர்மானமாக இருந்தது.

அந்த அடிப்படையில், 26 அக்டோபர் 1944 அன்று பிரிட்டிஷ் இந்தியப் பாதுகாப்புச் சட்டம் விதி 41 துணை விதி 1ன் கீழ் சத்தியார்த்த பிரகாசத்துக்குத் தடைவிதித்து உத்தரவிட்டது சிந்த் மாகாண அரசு. அதாவது, இனி அச்சாகும் சத்தியார்த்த பிரகாசம் நூல்களில் பதினான்காம்

அத்தியாயம் இடம்பெறக்கூடாது என்பதுதான் அந்த உத்தரவின் சாரம். இது அடிப்படையில் சிந்த் மாகாணத்துக்கு மட்டுமே பொருந்தக்கூடிய தடை உத்தரவு.

தடையை எதிர்த்து இந்து மகாசபையின் மத்திய சட்டமன்ற உறுப்பினர் பாயி பரமானந்த், 'சத்தியார்த்த பிரகாசத்தைத் தடை செய்ததன்மூலம் இந்து மதத்தையே இழிவுபடுத்தி யுள்ளனர். இந்த நூல் இஸ்லாம் மதத்தை இழிவுபடுத்துவதாக இருந்தால், குரானின் ஒவ்வொரு வார்த்தையும் இந்துக்களுக்கு எதிராகவே இருக்கிறது. எனவே, குரானையும் ஏன் தடைசெய்யக் கூடாது?' என்று கேள்வி எழுப்பினார். மேலும், இதுவிஷயமாக அவர் மத்திய சட்டமன்றத்தில் கொண்டுவந்த ஒத்திவைப்புத் தீர்மானம் போதிய ஆதரவின்றித் தோல்வி அடைந்தது.

இந்தியப் பாதுகாப்புச் சட்டம் என்பது புத்தகத்தையோ அல்லது அதன் குறிப்பிட்ட பகுதி களையோ தடை செய்வதற்கான சட்டமல்ல. ஆகவே, சிந்த் மாகாண அரசு விதித்த தடைக்கு எவ்வித சட்டபூர்வ அங்கீகாரமும் கிடையாது என்றனர் ஆரிய சமாஜிகள்.

மதக்கலவரங்கள் மூளாமல் தடுக்கப்படவேண்டும் என்றால் சத்தியார்த்த பிரகாசத்துக்கு விதிக்கப்பட்ட தடையை நீக்குவதுதான் சரியான காரியமாக இருக்கும் என்று சொன்ன சாவர்க்கர், இதுவிஷயத்தில் அரசு அலட்சியம் காட்டினால் குரானைத் தடை செய்யக்கோரி நாடு தழுவிய அளவிலான போராட்டங்கள் நடத்தப்படும் என்றும் மத்திய அரசுக்கு எச்சரிக்கை விடுத்தார். மேலும், புத்தகத் தடையை விலக்குவது தொடர்பாக 1944 நவம்பரில் இந்திய வைஸ்ராயாக இருந்த லார்ட் வேவலைச் சந்தித்துப் பேசினார்.

எல்லாம் சரி, பாகிஸ்தான் பிரிவினை, சத்தியார்த்த பிரகாசத்துக்குத் தடை போன்ற இந்துக்களின் உணர்வுபூர்வமான பிரச்னைகளில் இந்துமகாசபாவும் சாவர்க்கரும் அதிதீவிரமாக இயங்கியபோது ஆர்.எஸ்.எஸ்ஸும் அதன் தலைவர் கோல்வால்கரும் என்ன செய்து கொண்டிருந்தனர்?

25

முஸ்லீம் லீக்குக்கு முட்டுக்கட்டை

இதோ, இந்து ராஷ்ட்ரத்தை இங்கே காண்கிறேன் என்று இறப்பதற்குச் சில மாதங்களுக்கு முன்பு ஆர்.எஸ்.எஸ் நிறுவனர் ஹெட்கேவார் சொன்னதைப் பார்த்தோம். அது முகாமுக்கு வந்திருந்த ஸ்வயம்சேவகர்களை ஊக்கப்படுத்துவதற்காக மட்டும் சொல்லப்பட்ட கருத்தல்ல, அவருடைய கனவை, எதிர்கால லட்சியத்தை, ஆர்.எஸ்.எஸ் அடையவேண்டிய இலக்கை வெளிப்படுத்தப் பயன்படுத்திய வாசகம். செல்ல வேண்டிய தூரம் இன்னும் அதிகம் என்பதைச் சொல்லாமல் சொன்ன வாசகம்.

ஹெட்கேவாரின் கனவை நனவாக்க அவருக்குப் பிறகு ஆர்.எஸ். எஸ்ஸின் தலைவராகப் பொறுப்பேற்ற கோல்வால்கர் தீவிர முயற்சியில் ஈடுபட்டிருந்தார். அன்றைக்கு இருந்த சூழலில் ஆர்.எஸ். எஸ்ஸை வட இந்தியாவில் வளர்த்தெடுப்பது பெரிய காரியமாக இருக்கவில்லை. ஆனால் தென் பிராந்தியத்தில் ஆர்.எஸ்.எஸ்ஸை அறிமுகம் செய்வதே அதிகபட்ச உழைப்பைக் கோருகின்ற வேலை. அதன்பிறகுதான் வளர்த்தெடுப்பதெல்லாம். ஆகவே, அதற்கான ஆயத்தப் பணிகளைத் தொடங்கியிருந்தார் கோல்வால்கர்.

அதன் ஒருபகுதியாக தென்னிந்தியாவின் கேரளப் பகுதியில் ஆர்.எஸ்.எஸ்ஸை வளர்க்க விரும்பினார். அதற்காக அங்கே இரண்டு பிரசாரக்குகளை அனுப்பி வைத்தார் கோல்வால்கர். வசந்த் கோகலே என்பவரை பாலகாட்டுப் பகுதிக்கும், ஆனந்த வித்வான் என்பவரை கொச்சின் பகுதிக்கும் அனுப்பிவைத்தார். அங்கே ஷாகாச்களைத்

தொடங்கி ஆர்.எஸ்.எஸ் கிளைகளைப் பரப்பும் பணிகள் அவர்களுடைய பொறுப்பு. அவர்களுக்குத் தேவையான ஆலோசனைகளும் வழிகாட்டுதல்களும் கோல்வால்கரிடமிருந்து முறைப்படி சென்று கொண்டிருந்தன.

சாவர்க்கர்

அந்தச் சமயத்தில்தான் முஸ்லீம் லீக்கின் பாகிஸ்தான் கோரும் தீர்மானமும் சத்தியார்த்த பிரகாசத்தின் மீதான தடையும் இந்திய அரசியல் களத்தில், குறிப்பாக, இந்து - முஸ்லீம் இடையே பதற்றத்தை ஏற்படுத்தி யிருந்தன. உண்மையில், இந்த இரண்டு விவகாரங்களுமே ஆர்.எஸ்.எஸ்ஸுடன் அணுக்கமான தொடர்பு கொண்டவைதாம். அகண்ட பாரதம்தான் ஆர்.எஸ். எஸ்ஸின் ஆகப்பெரிய லட்சியம். ஆகவே, பாகிஸ்தான் என்ற பெயரில் இந்தியா பிரிக்கப்படுவதை ஆர்.எஸ். எஸ் அணுவளவும் ஆதரிக்காத அமைப்பு. அதில் சந்தேகமில்லை.

அதுபோலவே, ஆர்.எஸ்.எஸ்ஸின் ஆரம்பகாலத் தொண்டர்கள் பலரும் ஆரிய சமாஜிகளே. ஆர்.எஸ். எஸ்ஸின் வேர் ஆரிய சமாஜத்தில் இருந்துதான் தொடங்குகிறது. இன்றைய ஆர்.எஸ்.எஸ் முன்னணித் தலைவர்கள் பலரும் சுவாமி தயானந்த சரஸ்வதியை மானசீக குருவாக வரித்துக்கொண்டவர்களே. ஆக, அவருடைய சத்தியார்த்த பிரகாசத்துக்குத் தடை விதித்ததையும் ஆர்.எஸ்.எஸ் ஏற்கவில்லை.

என்ன ஒன்று, போராட்டக் களத்தில் ஆர்.எஸ். எஸ்ஸைக் காட்டிலும் இந்து மகா சபா அதிவேகத்துடன் இயங்கியது. உபயம்: சாவர்க்கரின் வழிகாட்டுதல். ஆனால் பாகிஸ்தான் பிரிவினை விவகாரம் தொடர்பான போராட்டங்கள் பின்னாளில் வலுப்பெற்றபோது, இந்து மகா சபா உள்ளிட்ட அனைத்து இயக்கங்களையும் பின்னுக்குத் தள்ளிவிட்டுப் ஆர்.எஸ்.எஸ் முன்னுக்கு வந்துவிட்டது தனிக்கதை.

ஆட்சி
மாற்றத்துக்கான
ஆரம்பப்புள்ளியாக மத்தியில்
இடைக்கால
அமைச்சரவை ஒன்றை
உருவாக்கும் திட்டத்தில்
முனைப்பு காட்டத்
தொடங்கினார் வேவல்.

ஆம், *1939* ஆம் ஆண்டு தொடங்கிய இரண்டாம் உலகப்போர் *1945*ல் சற்றேறக்குறைய முடிவுக்கு வந்திருந்த சூழ்நிலையில், இந்தியாவுக்குச் சுதந்தரம் வழங்குவது தொடர்பாக பிரிட்டிஷ் அரசு சில அடிப்படை நடவடிக்கைகளைத் தொடங்கியிருந்தது. முக்கியமாக, ஆட்சி மாற்றத்துக்கான ஆரம்பப்புள்ளியாக மத்தியில் இடைக்கால அமைச்சரவை ஒன்றை உருவாக்கும் திட்டத்தில் முனைப்பு காட்டத் தொடங்கினார் இந்திய வைஸ்ராய் லார்ட் வேவல்.

வைஸ்ராய் லார்ட் வேவல்

அதற்கு ஏதுவாக இந்திய அரசியல் கட்சித் தலைவர்களின் ஆலோசனைக்கூட்டம் ஒன்றுக்கு அழைப்பு விடுத்தார். காங்கிரஸ், முஸ்லீம் லீக் உள்ளிட்ட இந்தியாவின் முக்கிய அரசியல் கட்சிகளைச் சேர்ந்த 21 பேர் வரவழைக்கப்பட்டனர். ஆனால் இந்து மகா சபைக்கு அழைப்பு இல்லை. அது சாவர்க்கர் உள்ளிட்டோரை அதிருப்தியடையச் செய்தது. என்றாலும், ஆலோசனைக் கூட்டத்தில் எடுக்கப்படும் முடிவுக்கு ஏற்ப அடுத்தகட்ட நடவடிக்கைகளை எடுக்க ஆயத்தமாக இருந்தார் சாவர்க்கர்.

சிம்லாவில் 25 ஜூன் 1945 தொடங்கி 14 ஜூலை 1945 வரை நடந்த அந்த ஆலோசனைக் கூட்டத்தில் ஜின்னா, மாஸ்டர் தாராசிங் உள்ளிட்டோர் கலந்துகொண்டனர். அப்போது ஆட்சி மாற்றம், இடைக்கால அமைச்சரவை, அதில் இடம்பெறவேண்டிய அமைச்சர்களின் எண்ணிக்கை ஆகியன குறித்து பூர்வாங்கப் பேச்சுவார்த்தைகள் நடத்தப்பட்டன. இடைக்கால அமைச்சரவையில் 14 பேர் இடம்பெறுவார்கள் என்று சொன்ன லார்ட் வேவல், அதற்கான பட்டியலை காங்கிரஸ், முஸ்லீம் உள்ளிட்ட கட்சிகளிடம் கோரினார்.

அதனைத் தொடர்ந்து நடந்த ஆலோசனைக்குப் பிறகு காங்கிரஸ் கட்சி தன்னுடைய பிரதிநிதிகள் பட்டியலைக் கொடுத்தது. அதில் சில முஸ்லீம் தலைவர்களின் பெயர்களும் இடம் பெற்றிருந்தன. ஆனால் இடைக்கால அமைச்சரவையில் இடம்பெறும் இஸ்லாமியர்கள் அனைவரும் முஸ்லீம் லீக்கின் பிரதிநிதிகளாக மட்டுமே இருக்கவேண்டும் என்றார் ஜின்னா. ஆம், முஸ்லீம்களின் தனிப்பெரும் பிரதிநிதியாக இருப்பதைக் காட்டிலும் ஏகோபித்த பிரதிநிதியாக முஸ்லீம் லீக் இருக்கவேண்டும் என்பதில் ஜின்னா அசாத்திய உறுதியைக் கடைப்பிடித்தார்.

சிம்லாவில் நடந்த ஆலோசனைக் கூட்டத்தில்

ஜின்னாவின் கருத்தை காங்கிரஸ் ஏற்கவில்லை. ஜின்னாவும் தனது நிலைப்பாட்டை மாற்றிக் கொள்ளவில்லை. வாதப்பிரதிவாதங்கள் தொடர்ந்தன. விளைவு, இடைக்கால அமைச்சரவை அமைப்பது தொடர்பான பூர்வாங்கப் பேச்சுவார்த்தைகள் தோல்வியில் முடிந்தன. பின்னர் இதே போன்ற பேச்சுவார்த்தை வேறு வடிவில் நடந்தது. அதற்கு முன்னதாக இங்கிலாந்தில் ஆட்சி மாற்றம் வந்துவிட்டது. வின்ஸ்டன் சர்ச்சிலின் கன்சர்வேடிவ் ஆட்சி வீழ்ந்தது. க்ளமெண்ட் அட்லி தலைமையிலான தொழிலாளர் கட்சி ஆட்சிக்கு வந்தது.

அதனைத் தொடர்ந்து இந்தியாவில் 1945 டிசம்பர் தொடங்கி 1946 ஜனவரி வரையிலான காலகட்டத்தில் பிரிட்டிஷ் இந்தியாவில் மத்திய, மாகாண அரசுகளுக்குத் தேர்தல்கள் நடத்தப்படும்; அதனைத் தொடர்ந்து இடைக்கால அமைச்சரவை, அரசியல் சட்ட நிர்ணய சபை ஆகியன அமைக்கப்படும் என்று அறிவித்தார் வைஸ்ராய் வேவல்.

தேர்தல் களத்தில் காங்கிரஸ், முஸ்லீம் லீக், கம்யூனிஸ்ட், இந்து மகா சபா உள்ளிட்ட கட்சிகள் இருந்தன. ஆனால் போட்டி என்பது காங்கிரஸுக்கும் முஸ்லீம் லீக்குக்குமாகவே இருந்தது. சில மாகாணங்களில் மட்டும் சில பிராந்தியக் கட்சிகள் கணிசமான போட்டியை முன் வைத்தன. குறிப்பாக, முஸ்லீம்கள் செல்வாக்குள்ள பகுதிகளில் முஸ்லீம் லீக்கும், இந்துக்கள் அதிகம் வசிக்கும் பகுதிகள் பெரும்பாலானவற்றில் காங்கிரஸுமே ஆதிக்கம் செலுத்தின.

இந்திய சுதந்தரம், நிலச்சீர்திருத்தம், அடிப்படை உரிமைகள் என்று தேர்தல் பிரசாரத்தை முன்னெடுத்தது காங்கிரஸ். பாகிஸ்தான் பிரிவினைப் பிரச்னையைப் பிரதானமாக முன்வைத்துத் தேர்தலை எதிர்கொண்டது முஸ்லீம் லீக். குறிப்பாக, சுதந்தர இந்தியாவில் சிறுபான்மை முஸ்லீம்கள் பெரும்பான்மை இந்துக்களால் நசுக்கப்படுவார்கள் என்று பிரசாரம் செய்தது.

அதற்கேற்ப, இந்து உரிமை, அகண்ட பாரதம், பாகிஸ்தான் எதிர்ப்பு என்பன போன்ற கருத்துகளைத் தேர்தல் களத்தின் பேசுபொருளாக ஆக்கியிருந்தது இந்து மகாசபா. அகண்ட, ஒன்றுபட்ட பாரதத்துக்கு முழுமையான சுதந்தரம் வேண்டும் என்பதை முன்வைத்து வேட்பாளர்களை நிறுத்தவேண்டும் என்று சொன்ன சாவர்க்கர், காங்கிரஸ் வேட்பாளர்களுக்குப் போடப்படும் ஒவ்வொரு வாக்கும் பாகிஸ்தான் பிரிவினைக்குத் தரப்படும் வாக்கு என்று பிரசாரம் செய்தார்.

ஆனால் அந்த விமரிசனத்தை வேறு கோணத்தில் எதிர்கொண்டது காங்கிரஸ். முஸ்லீம் லீக் கட்சி காங்கிரஸ் கட்சியை எதிரியாகவே பாவிக்கிறது. மதத்தை முன்வைத்துப் பிரசாரத்தில் ஈடுபடுகிறது. பிரிவினைக்கு வாய்ப்பே இல்லை என்றார் நேரு. உடனே சாவர்க்கர், 'இந்துக்களின் வாக்குகளைக் கவர்வதற்காக முஸ்லீம் லீக்கை சாதுரியமாக விமரிசிக்கிறது காங்கிரஸ். இந்தக் கபட நாடகத்தை நம்பவேண்டாம்'' என்று எதிர்வினை செய்தார்.

சரியாகச் சொல்லவேண்டும் என்றால், முஸ்லீம்களின் ஏகோபித்த பிரதிநிதியாக இருக்க விரும்பும் முஸ்லீம் லீக்குக்கு முட்டுக்கட்டை போட விரும்பியது காங்கிரஸ். அதுபோலவே, பாகிஸ்தான் பிரிவினை கோரிக்கையில் கடுமை காட்டும் முஸ்லீம் லீக்கைக் கட்டுப்பாட்டு வளையத்துக்குள் கொண்டுவந்தே தீரவேண்டும் என்று விரும்பியது இந்து மகா சபா. மொத்தத்தில், முஸ்லீம் லீக் கட்சி இருமுனைத் தாக்குதலை எதிர்கொண்டது. நடப்பதை எல்லாம் தேர்தல் களத்திலிருந்து விலகிநின்று வேடிக்கை பார்த்துக்கொண்டிருந்தது ஆர்.எஸ்.எஸ்.

தேர்தல் முடிவுகள் ஆச்சரியங்களையும் அதிர்ச்சிகளையும் சம அளவில் கலந்தபடி வந்திருந்தன. இந்தியாவின் ஒவ்வொரு மாகாணத்திலும் பொதுத்தொகுதிகளில் காங்கிரஸ் வேட்பாளர்களுக்கே வெற்றி கிடைத்திருந்தது. ஆனால் முஸ்லீம்களுக்கு ஒதுக்கப்பட்ட தொகுதிகளில் முஸ்லீம் லீக் நிறுத்திய வேட்பாளர்களே வெற்றி பெற்றிருந்தனர். அதன் அர்த்தம், முஸ்லீம்கள் தங்கள் பிரதிநிதியாக முஸ்லீம் லீக்கையே தேர்ந்தெடுத்திருந் தனர், காங்கிரஸை அல்ல என்பதுதான். ஆம், ஜின்னாவின் கருத்துக்குத் தேர்தல் முடிவுகள் பலம் சேர்த்திருந்தன.

முஸ்லீம்கள் தங்கள் பிரதிநிதியாக முஸ்லீம் லீக்கையே தேர்ந்தெடுத்திருந்தனர், காங்கிரஸை அல்ல என்பதுதான். ஆம், ஜின்னாவின் கருத்துக்குத் தேர்தல் முடிவுகள் பலம் சேர்த்திருந்தன.

ஓர் உதாரணம் பார்த்தால் புரியும். வங்காளத்தில் முஸ்லீம்களுக்கு ஒதுக்கப்பட்ட 119 தொகுதிகளில் ஐந்து தொகுதிகளைத் தவிர்த்து அனைத்து தொகுதிகளையும் முஸ்லீம் லீக்கே கைப்பற்றியிருந்தது. ஆக, பாகிஸ்தான் பிரிவினைக்கு முஸ்லீம்களின் ஆதரவு கிடைத்துவிட்டது போன்ற தோற்றம் உருவாகியிருந்தது. இது விஷயத்தில் முஸ்லீம் லீக்கின் கை ஓங்கியிருந்தது வெளிப்படையாகத் தெரிந்தது. நடப்பதை எல்லாம் இந்து மகாசபாவும் ஆர்.எஸ்.எஸ்ஸும் உன்னிப்பாகக் கவனித்துக்கொண்டிருந்தன.

தேர்தல் முடிவுகளைத் தொடர்ந்து பெதிக் லாரன்ஸ், ஸ்டாஃபோர்ட் க்ரிப்ஸ், ஏ.வி. அலெக்சாண்டர் என்ற மூன்று பிரிட்டிஷ் அதிகாரிகளைக் கொண்ட கேபினட் கமிஷன் (அமைச்சரவைக்குழு) **24 மார்ச் 1946** அன்று இந்தியா வந்தது. அந்தக் குழு நடத்திய ஆலோசனைக் கூட்டத்தில் காங்கிரஸ், முஸ்லீம் லீக் உள்ளிட்ட கட்சிகளின் தலைவர்கள் கலந்து கொண்டனர். மிகுந்த எதிர்பார்ப்புடனும் உற்சாகத்துடனும் பங்கேற்ற ஜின்னாவுக்கு அங்கே நடந்த காரியங்கள் அதிருப்தியைக் கொடுத்தன.

காங்கிரஸ் தலைவர்கள் இந்தியப் பிரிவினையை எதிர்த்தார்கள். ஆனால் முஸ்லீம் லீக்கோ பாகிஸ்தான் வேண்டும் என்பதை வலியுறுத்தினார்கள். பலகட்டப் பேச்சுவார்த்தைகளுக்குப் பிறகு 14 உறுப்பினர்கள் கொண்ட இடைக்கால அமைச்சரவை அமைக்கப்படும் என்று அறிவித்தார் வைஸ்ராய் வேவல். நேரு உள்ளிட்ட ஐவர் பட்டியலை காங்கிரஸ் கொடுத்தது. அதேபோன்ற ஐவர் பட்டியலை முஸ்லீம் லீக்கும் கொடுத்தது. சீக்கியர்கள், பார்சிகள், தாழ்த்தப்பட்ட சமூகத்தினர், இந்திய கிறித்தவர்கள் சார்பில் தலா ஒருவர் இடம்பெற்றனர்.

இடைக்கால அமைச்சரவையில் காங்கிரஸ் கட்சிக்கும் முஸ்லீம் லீக்குக்கும் சம எண்ணிக்கையில் இடம்பெறுவதை இந்து மகா சபா ஏற்கவில்லை. வைஸ்ராய் வேவலின் நடவடிக்கை தேவையற்ற அரசியல் விளைவுகளை உருவாக்கும் என்று எச்சரித்தார் சாவர்க்கார். இந்நிலையில் இடைக்கால அமைச்சரவையில் ஜாகீர் உசேனின் பெயரைச் சேர்க்க விரும்பியது காங்கிரஸ்.

ஆனால் காங்கிரஸ் சார்பில் எந்தவொரு முஸ்லீம் பிரதிநிதியையும் ஏற்கமுடியாது என்ற தன்னுடைய கடந்த கால நிலைப்பாட்டில் இருந்து இம்மியளவும் இறங்கிவருவதற்கு ஜின்னா தயாராக இல்லை. அதையும் மீறி காங்கிரஸ் முஸ்லீம் பிரதிநிதியைச் சேர்க்க முயன்ற போது அடுத்த ஆயுதத்தைக் கையிலெடுத்தார் ஜின்னா. அதன் பெயர், நேரடி நடவடிக்கை!

26

மத்திய அரசில் இந்து மகா சபா

பாகிஸ்தான் பிரிவினைக்கும் சம்மதமில்லை; இடைக்கால அரசில் முஸ்லீம் லீக் பிரதிநிதிகள் இடம்பெறுவதிலும் சிக்கல்கள். பொறுத்துப் பொறுத்துப் பார்த்த முகமது அலி ஜின்னா பொங்கி எழுந்தார். 27 ஜூலை 1946 அன்று பம்பாய் நகரில் முஸ்லீம் லீக் கூட்டத்துக்கு அழைப்பு விடுத்தார். இந்தியா முழுவதிலும் இருந்தும் முஸ்லீம் லீக் பிரதிநிதிகள் வந்திருந்தனர். அந்தக் கூட்டத்தில் காங்கிரஸ் மீது கடுமையான கண்டனக் கணையைத் தொடுத்த அவர், அதன்மீது உச்சகட்ட விமரிசனம் ஒன்றையும் முன்வைத்தார்.

'நேரு இந்து ஆட்சியை அமைக்கும் உள்நோக்கம் கொண்டவர். இது இந்து தேசிய இனப்பெருமை வாதத்தின் விளைவு. இந்து ராஜ்ஜியத்தை காங்கிரஸ் செயல்படுத்த முயற்சிப்பதால் வைஸ்ராய் முன்வைக்கும் அமைச்சரவைக் குழு திட்டத்தை முஸ்லீம் லீக் நிராகரிக்கிறது.' - இது காங்கிரஸ் மீது ஜின்னா வைத்த ஆகப்பெரிய விமரிசனம்.

இந்துவாதக்கட்சி, மதவாத அரசியல் பேசும் இயக்கங்கள் என்று இந்து மகா சபையையும் ஆர்.எஸ்.எஸ்ஸையும் காங்கிரஸும் நேருவும் தீவிரமாக விமரிசனம் செய்துகொண்டிருக்கும் சமயத்தில், அதே விமரிசனத்தை காங்கிரஸின் மீது ஜின்னா வீசியது அதிர்ச்சி அலைகளைப் பரவவிட்டது. போதாக்குறைக்கு, 'பாகிஸ்தானை அடைந்திட, முஸ்லீம் மக்களின் நலனைப் பாதுகாத்திட முஸ்லீம் லீக் நேரடி நடவடிக்கையில் ஈடுபடும்' என்றும் ஜின்னா அறிவித்தார்.

மௌண்ட்பேட்டன்

அதற்காக ஜின்னா குறித்த தேதி 16 ஆகஸ்டு 1946. அன்றைய தினம் ஊர்வலம் செல்வோம், மறியல் செய்வோம், பேரணி நடத்துவோம், கடைகளை அடைப்போம் என்றார். அதன்மூலம், ஜின்னா தீவிரமாகக் களமிறங்கிவிட்டார், வன்முறை வழியாகக் காரியம் சாதிக்கத் தயாராகி விட்டது முஸ்லீம் லீக் என்பது வெளிப்படையாகத் தெரிந்தது.

அறிவிப்பு வெளியான நொடியில் இருந்தே இந்து - முஸ்லீம் அதிகம் வாழும் பிராந்தியங்களில் எல்லாம் கலவர நெடி வீசத்தொடங்கிவிட்டது. தலைவர்கள் பயன்படுத்திய சில வாசகங்கள் அந்தக் கலவர நெருப்பை மேன்மேலும் விசிறிவிட்டன. குறிப்பாக, குருதி வடித்தலும் குழப்பம் விளைவித்தலும் ஓர் உயரிய நோக்கத்துக்காக இருக்குமானால் அவை தீமைகளல்ல என்றார் வங்காளத்தின் பிரீமியரான (மாகாண முதல்வருக்கு அப்போது இருந்த பெயர்) சுராவர்த்தி. அது நடக்கப்போகும் வன்முறைச் செயல்களுக்குக் கட்டியம் கூறியது.

முதலில் கல்கத்தாவில் வெடித்தது. இந்து - முஸ்லீம் என இருதரப்பிலும் கொலைச்சம்பவங்கள் நடந்தேறின. என்றாலும், இந்துக்கள் அதிக அளவில் கொல்லப்பட்டனர். அரசியல் ரீதியான பிரச்னையை மதப் பிரச்னையாக மாற்றும் முயற்சியில் முஸ்லீம் லீக் இறங்கியது. அது முஸ்லீம் மக்கள் மத்தியில் எதிர்மறை உணர்வுகளைக் கிளறிவிட்டது. விளைவு, சுமார் மூவாயிரம் இந்துக்கள் கொல்லப்பட்டதாக ஒரு புள்ளிவிவரம் சொன்னது.

> அகிம்சை, சகிப்புத்தன்மை போன்ற முட்டாள்தனமான வழிகளைக் கைவிட்டு, குண்டர்களுக்கு அவர்கள் மொழியிலேயே பாடம் புகட்டவேண்டும்.

கல்கத்தாவில் இந்துக்கள் படுகொலை செய்யப்பட்டதற்குப் பதிலடி கொடுக்கும் வகையில் பீகாரில் இருந்த இந்துக்கள் முஸ்லீம்களைக் கொத்துக் கொத்தாகக் கொலை செய்தனர். பீகாரில் மட்டும் ஏழாயிரம் பேர் கொல்லப்பட்டனர். உச்சகட்டமாக, கிழக்கு வங்காளத்தில் உள்ள ஒரு பகுதியான நவகாளியில் மத வன்முறைகள் அதி தீவிரத்துடன் நடந்தன. கலவரத்தீ பஞ்சாப், டெல்லி என்று அடுத்தடுத்த பகுதிகளுக்கும் பரவிக்கொண்டிருந்தது.

கலவரத்துக்கு வித்திட்டது முஸ்லீம் லீக்தான் என்று குற்றம்சாட்டியது காங்கிரஸ். அதையே இந்து அமைப்புகளும் வழிமொழிந்தன. ஆனால் காங்கிரஸ் கட்சியும் இந்து இயக்கங்களுமே கலவரத்தைத்

ஜவாஹர்லால் நேரு

தூண்டியதாகக் குற்றம்சாட்டியது முஸ்லீம் லீக். பரஸ்பரக் குற்றச்சாட்டுகளுக்கு மத்தியில் வன்முறை வெறியாட்டங்கள் தீவிரம் குறையாமல் நடந்துகொண்டிருந்தன.

நாட்டில் நடக்கும் மதக்கலவரங்களின் பின்னணியில் இந்து மகா சபாவும் ஆர்.எஸ்.எஸ்ஸும் இருப்பதாகக் குற்றச்சாட்டு எழுந்திருந்தது. அதனை சம்பந்தப்பட்ட தலைவர்கள் நிராகரித் திருந்தனர். இந்த இடத்தில் ஒரு முக்கியமான விஷயத்தைப் பதிவுசெய்யவேண்டும். குறிப்பாக, சாவர்க்கர் பற்றி.

இந்து - முஸ்லீம் கலவரம் பெருமளவில் நடந்துகொண்டிருந்த சமயத்தில் மருத்துவமனை ஒன்றில் அனுமதிக்கப்பட்டிருந்தார் இந்து மகா சபாவின் தலைவர் சாவர்க்கர். கலவரச் செய்திகள் காதில் விழுந்ததும் அங்கிருந்தபடியே அறிக்கை ஒன்றை வெளியிட்டார். அந்த அறிக்கையின் சாரம் இதுதான்:

‘இந்துக்கள் இந்தக் கொடுமையை உறுதியுடன் எதிர்கொண்டு, தக்க பதிலடி கொடுத்திட வேண்டும். அகிம்சை, சகிப்புத்தன்மை போன்ற முட்டாள்தனமான வழிகளைக் கைவிட்டு, குண்டர்களுக்கு அவர்கள் மொழியிலேயே பாடம் புகட்டவேண்டும். அப்போதுதான் அந்தக் கழுகுகள் மீண்டு வராது.’

ஆக, இந்து - முஸ்லீம் கலவரத்துக்குப் பின்னால் முஸ்லீம் லீக்கும் ஜின்னாவும் மட்டுமல்ல, இந்து மகா சபாவும் சாவர்க்கரும் இருந்தது தெளிவாகத் தெரிந்தது. இவர்கள் மட்டுமல்ல, காங்கிரஸின்

சில முன்னணித் தலைவர்களும் மத வன்முறைக்கு வழிகாட்டிக் கொண்டிருந்தனர். நேரு, படேல், அபுல்கலாம் ஆசாத் போன்ற மூத்த தலைவர்கள்தான் வன்முறைக்கு எதிராக மக்களை சமாதானம் செய்யும் நடவடிக்கையில் ஈடுபட்டிருந்தனர்.

எங்கு பார்த்தாலும் ரத்த வாடை. நேற்று வரை சகோதரப் பாசத்துடன் சங்கமித்திருந்த இந்துக்களும் முஸ்லீம்களும் இப்போது சண்டமாருதத்தில் ஈடுபட்டிருந்தனர்.

இத்தனைக் களேபரங்களுக்கு மத்தியில் தான் இடைக்கால அமைச்சரவையை அமைக்க நேருவுக்கு அழைப்பு விடுத்தார் வைஸ்ராய் வேவல். ஆகட்டும் என்று சொல்லிவிட்டார்நேரு. ஆனால்ஜின்னாவோ தனது நிலைப்பாட்டில் உறுதியாக இருந்தார். பிரிவினை, பிரிவினை... அதற்கும் குறைவாக வேறொன்றும் வேண்டாம் என்பதில் அசாத்திய கண்டிப்பைக் காட்டினார். விளைவு, 2 செப்டெம்பர் 1946 அன்று முஸ்லீம் லீக் பங்கேற்காத இடைக்கால அமைச்சரவை பதவியேற்றது.

ஆரம்பத்தில்இடைக்காலஅமைச்சரவையில் இணைவது குறித்து முரண்டுபிடித்த முஸ்லீம் லீக் பின்னர் சுதாரித்துக் கொண்டது. ஆம், ஆட்சியதிகாரம் முழுமையும் காங்கிரஸிடம் இருப்பது எதிர் காலத்தில் பெருஞ்சிக்கலை ஏற்படுத்தக்கூடும் என்று கணித்தார் ஜின்னா. குறிப்பாக, பாகிஸ்தான் பிரிவினைக்கு அது முட்டுக்கட்டையாகிவிடுமோ என்பது அவருடைய சந்தேகம்.

ஆகவே, இடைக்கால அமைச்சரவையில் முஸ்லீம் லீக்கை இணைவதற்கு விருப்பம் தெரிவித்தார். ஆம், நேரு பதவியேற்ற நாளை துக்கநாளாக அனுசரித்து, வீடுகளில் கறுப்புக் கொடி ஏற்றச்சொல்லி அழைப்பு விடுத்த அதே ஜின்னா, இப்போது அந்த அமைச்சரவையில் முஸ்லீம் லீக்கின் பிரதிநிதிகள் இடம்பெறுவதற்கு இறங்கி வந்திருந்தார். என்றாலும், நேரு தலைமையிலான அமைச்சரவையில் ஓர் அமைச்சராக இணைவதற்குத் தயங்கி, லியாகத் அலி கான் உள்ளிட்ட இதர தலைவர்களை அமைச்சர்களாக்கினார்.

ஒருவகையில் இடைக்கால அமைச்சரவையில் இடம்பெற்றதுகூட தங்கள் நேரடி நடவடிக்கையின் ஒரு பகுதிதான் என்பது போன்ற நிலைப்பாட்டை எடுத்தது முஸ்லீம் லீக். இடைக்கால அரசை நகர்த்திச்செல்வதில் தன்னால் இயன்ற அத்தனை முட்டுக்கட்டைகளையும்போட்டது. இந்தப்போக்கு நேரு உள்ளிட்ட காங்கிரஸ்தலைவர்களைஅதிருப்தியடையச் செய்தது. முஸ்லீம் லீக்கின் நடவடிக்கைகளுக்கு இந்து இயக்கங்கள் தீவிர எதிர்ப்பைப் பதிவுசெய்தன.

இடைக்கால அமைச்சரவை அமைந்தபிறகும் பிரிவினை கோஷங்கள் அடங்கியபாடில்லை. கலவரங்களும் நின்றபாடில்லை. எங்கு பார்த்தாலும் ரத்த வாடை. நேற்று வரை சகோதரப் பாசத்துடன் சங்கமித்திருந்த இந்துக்களும் முஸ்லீம்களும் இப்போது சண்டமாருதத்தில் ஈடுபட்டிருந்தனர். இந்தியாவை இரண்டாகப் பிரித்தே தீரவேண்டும் என்ற கோஷம் தீவிரமடைந்தது.

இனியும் சமாளிக்க முடியாது என்ற சூழலில் 20 பிப்ரவரி 1947 அன்று புதிய அறிவிப்பை வெளியிட்டார் பிரிட்டிஷ் பிரதமர் க்ளமெண்ட் அட்லி. இந்தியாவுக்கு விரைவில் சுதந்தரம் தரப்படும்; 1948 ஜூன் மாதத்துக்குள் பிரிட்டிஷார் இந்தியாவிலிருந்து வெளியேறிவிடுவர் என்பதுதான் அந்த அறிவிப்பின் இரண்டு முக்கிய அம்சங்கள்.

அதனைத் தொடர்ந்து சுதந்தரம், பிரிவினை போன்ற ஆகப்பெரிய காரியங்களைச் செய்வதற்கு ஏதுவாக இந்திய வைஸ்ராயாக இருந்த லார்ட் வேவல் திரும்பப்பெறப்பட்டார். அவருடைய இடத்துக்கு லார்ட் மௌண்ட்பேட்டன் வந்திருந்தார். அவர் வந்தபோது இந்தியா இனியும் இணைந்து இருப்பதில் சாத்தியமில்லை, பிரிவினையைத் தவிர்க்கமுடியாது என்ற நிலைக்கு காங்கிரஸ், முஸ்லீம் லீக் என்ற இரண்டு கட்சிகளுமே வந்திருந்தன. முக்கியமாக, காந்தி.

இந்தியாவைப் பிரிப்பது தொடர்பாக காந்தி, நேரு, ஜின்னா உள்ளிட்ட தலைவர்களுடன் பல சுற்றுப் பேச்சுவார்த்தைகள் நடத்தினார் மௌண்ட்பேட்டன். பின்னர் இங்கிலாந்துக்குச் சென்று ஆலோசனைகளை நடத்திமுடித்த அவர், 3 ஜூன் 1947 அன்று பாகிஸ்தான் பிரிவினையை அதிகாரபூர்வமாக அறிவித்தார். அதனை நேரு, ஜின்னா உள்ளிட்டோர் வரவேற்றுப் பேசினார். ஆனால் இந்து மகா சபையின் தலைவர் சாவர்க்கர் கடுமையாக எதிர்த்தார்.

'இந்து - முஸ்லீம் ஒற்றுமைக்காக, இந்தியா துண்டம் துண்டமாகப் பிரிக்கப்படும் போது, மேன்மேலும் சிக்கல்கள் உருவாகக்கூடும். பாகிஸ்தான் உருவாகும்பட்சத்தில், அது பல பிரச்னைகள் மேலும் தீவிரம் பெறுவதற்குக் காரணமாகிவிடும்' என்று எச்சரிக்கை விடுத்தார்.

காந்தியும் மௌண்ட் பேட்டனும்

அனைத்து எச்சரிக்கைகளையும் மீறி 14 ஆகஸ்டு 1947 அன்று பாகிஸ்தான் சுதந்தர நாடாக அறிவிக்கப்பட்டது. மறுநாள் இந்தியாவுக்குச் சுதந்தரம். பிரிவினையை ஒட்டி இந்தியாவின் முக்கியமான மாகாணங்களில், குறிப்பாக எல்லையோரப் பகுதிகளில் கலவரங்களும் வன்முறைகளும் இடைவிடாமல் நடந்து கொண்டிருந்த சமயத்தில் சுதந்தர இந்தியாவின் முதல் பிரதமராகப் பொறுப்பேற்ற ஆயத்தமாகிக் கொண்டிருந்தார் ஜவாஹர்லால் நேரு.

புதிய அமைச்சரவையை வெறும் காங்கிரஸ் அமைச்சரவையாக அமைக்கக்கூடாது என்பது நேருவின் விருப்பம். அதற்கேற்ப மாற்றுக் கட்சிகளில் இருந்தும் பிரதிநிதிகள் இடம்

டாக்டர் முகர்ஜி

பெறும் வகையில் தன்னுடைய அமைச்சரவையை வடிவமைத்தார். அந்த வகையில் டாக்டர் அம்பேத்கர் நேருவின் அமைச்சரவையில் இடம்பெற்றார். இருபெரும் துருவங்கள் இணைந்த இன்ப அதிர்ச்சியில் இருந்து மீள்வதற்குள் அடுத்த ஆச்சரியத்தை நிகழ்த்தினார் நேரு.

எந்தக் கட்சியை மதவாதக் கட்சி என்று இத்தனைநாளும் விமரிசித்துக் கொண்டிருந்தாரோ அந்தக் கட்சியின் பிரதிநிதியும் தன்னுடைய அமைச்சரவையில் இடம்பெறவேண்டும் என அழைப்பு விடுத்தார். ஆம், அமைச்சரவையில் சேருங்கள் என்று இந்து மகா சபாவுக்கு அழைப்புவிடுத்தார். விநோதமான அழைப்பு என்றாலும் அதனை விரும்பி ஏற்றுக்கொண்டார் சாவர்க்கர்.

பிரிவினை, காங்கிரஸ், காந்தி, நேரு என்று எல்லா அம்சங்களிலும் எதிர்ப்பு நிலைப்பாட்டை எடுத்த சாவர்க்கர், இந்திய அமைச்சரவையில் இந்து மகா சபா இடம்பெறுவது பற்றி எவ்விதமான தயக்கத்தையும் காட்டவில்லை. இந்து மகா சபாவின் பிரதிநிதியாக டாக்டர் சியாமா பிரசாத் முகர்ஜியை அமைச்சரவைக்கு அனுப்பிவைத்தார்.

இத்தனைக்கும் டாக்டர் முகர்ஜி சமீபத்திய தேர்தலின்போது வேட்பு மனுவைத் தாக்கல் செய்துவிட்டு, உடல்நிலை சரியில்லாமல் போனதால் வாபஸ் பெற்றுவிட்டார். என்றாலும், நேருவின் அழைப்பை ஏற்று சுதந்தர இந்தியாவின் முதல் அமைச்சரவையில் முகர்ஜி இடம்பெற்றார். ஆனால் அதே முகர்ஜி வெகுவிரைவிலேயே அமைச்சரவையில் இருந்து விலக வேண்டிய சூழல் உருவானது. உபயம்: காந்தி படுகொலை!

27

பிரிந்தது இந்தியா; உருவானது பாகிஸ்தான்

என்னுடைய மரணத்தின் மீதுதான் இந்தியப் பிரிவினை சாத்திய மாகும் என்று மேடைதோறும் முழங்கிக் கொண்டிருந்தவர் காந்தி. ஆனால் முஸ்லீம் லீக்கும் ஜின்னாவும் காட்டிய பிடிவாதம், அதன் எதிரொலியாக இந்தியாவில் வெடித்த மதக்கலவரம், இந்து - முஸ்லீம் மோதல், வன்முறை வெறியாட்டம் ஆகியன அவருடைய பிடிவாதக் கோட்டையைத் தகர்க்கத் தொடங்கின.

பிரிட்டிஷ் இந்தியாவின் வைஸ்ராயாக வேவல் இருந்தபோது துளியும் கரையாமல் கெட்டித் தன்மையுடன் இருந்த காந்தியின் மனம், மௌண்ட்பேட்டனின் வருகைக்குப்பின் மெல்ல மெல்ல இளகத் தொடங்கியிருந்தது. இனி பிரிவினை என்பது தவிர்க்கமுடியாதது என்பதை காந்திக்குப் புரியும் மொழியில் பக்குவமாக எடுத்துச் சொன்னார் மௌண்ட்பேட்டன். தன்னைச் சுற்றி நடக்கும் நிகழ்வுகள் அனைத்தும் காந்தியைப் பிரிவினையை நோக்கி நகர்த்தியிருந்தன.

ஆனால் இந்து மகா சபா, ஆர்.எஸ்.எஸ் உள்ளிட்ட இயக்கங்களோ இன்னமும் பிரிவினைக்குத் தயாராகவில்லை. ஒருவேளை, பாகிஸ்தானைப் பிரிக்கவேண்டும் என்பதற்காக இந்தியாவின் பகுதிகள் வெட்டப்பட்டாலோ, அல்லது வலுக்கட்டாயமாகப் பிரிக்கப் பட்டாலோ அது மிகப்பெரிய வன்முறைக்கு இட்டுச்செல்லும் என்று எச்சரிக்கை செய்திருந்தனர். மக்களின் உணர்வுகளும் ஏறக்குறைய அப்படித்தான் இருந்தன. குறிப்பாக, சாவர்க்கரின் கருத்துகளும் பிரசாரங்களும் பிரிவினைக்கு எதிரானதாகவே இருந்தன.

கோல்வால்கர்

சாவர்க்கரின் நிலைப்பாடு இதுவென்றால், ஆர்.எஸ்.எஸ். தலைவர் கோல்வால்கர் வேறு மாதிரியாகச் சிந்தித்தார். உண்மையில், பிரிவினை அவருக்கு ஏற்புடைய ஒன்றல்ல. ஆனாலும், பிரிவினை சாத்தியமா என்பதில் அவருக்கு மாற்றுக்கருத்து இருந்தது. பிரிட்டிஷார் இந்தியாவுக்குச் சுதந்தரம் கொடுத்துவிட்டு, இந்தியாவில் இருந்து வெளியேறிவிடுவார்கள் என்ற நம்பிக்கையே கோல்வால்கருக்கு இல்லை.

இதுவிஷயமாக அவரைச் சந்தித்த பத்திரிகை நிருபர்கள், 'இந்தியா சுதந்தரம் பெற்ற பிறகு ஆர்.எஸ்.எஸ்ஸின் பணி என்னவாக இருக்கும்?' என்று கேள்வி எழுப்பினர். அதற்கு பதிலளித்த அவர்; 'பிரிட்டிஷார் வெளியேறுவார்கள் என்று நீங்கள் நம்புகிறீர்களா? இந்த அறிவில்லாத கூட்டத்திடம், பேதைகளிடம் ஆட்சியைக் கொடுத்தால், இரண்டு மாதங்கள்கூட இவர்களால் சமாளிக்க முடியாது. இவர்கள் மீண்டும் பிரிட்டிஷாரிடமே மண்டியிட்டு, தயவுசெய்து ஆட்சியைத் திரும்ப எடுத்துக்கொள்ளுங்கள் என்று சொல்லிவிடுவார்கள். ஆகவே, ஆர்.எஸ்.எஸ் தனது பணியை எப்போதும் போலச் செய்துகொண்டே இருக்கும்.' என்றார்.

உண்மையில், பிரிவினை என்பது ஏதோ ஓரிரு தினங்களில், வாரங்களில், மாதங்களில் முடிந்து விடக்கூடிய சங்கதியாக இருக்கலாம். ஆனால் அதன் விளைவுகள் ஆபத்தானவை. இரு நாடுகளின் எதிர்காலத்தைப் பாதிக்கக்கூடியவை. இதுநாள்வரைக்கும் ஒற்றுமையாக வாழ்ந்து கொண்டிருந்த இந்து - முஸ்லீம் என்ற இரு மதத்தைச் சார்ந்த மக்களிடையே நிரந்தரப் பகையை ஏற்படுத்தக்கூடியவை. இரு தேசத்து மக்களின் மனங்களில் ஆறாத ரணத்தை ஏற்படுத்தக் கூடியவை. அதுதான் காந்தி உள்ளிட்ட பலரையும் தீவிரமான யோசனையில் ஆழ்த்தியிருந்தது.

இந்த அறிவில்லாத கூட்டத்திடம், பேதைகளிடம் ஆட்சியைக் கொடுத்தால், இரண்டு மாதங்கள்கூட இவர்களால் சமாளிக்க முடியாது.

என்றாலும், காந்தி வேறு வழியின்றி ஒரு முடிவுக்கு வந்திருந்தார். இந்துக்களும் முஸ்லீம்களும் எதற்கும் ஒத்துவரவில்லை என்பதால் பிரிவினையைத் தவிர வைஸ்ராய் மௌண்ட்பேட்டனுக்கு வேறு மார்க்கமில்லை என்று சொல்லிவிட்டார் காந்தி. ஆம், பிரிவினைக்குத் தயார் என்பதை நாசூக்கான மொழியில் சொல்லிவிட்டு நகர்ந்திருந்தார். அதனைத் தொடர்ந்து ஆகவேண்டிய காரியங்களைச் செய்தது பிரிட்டிஷ் அரசு. முக்கியமாக, பிரிவினைக் கோட்டை வரையறுக்க

சர் சிரில் ராட்க்ளிஃப்

சர் சிரில் ராட்க்ளிஃப் என்ற அதிகாரியை அனுப்பி வைத்திருந்தது. அவருக்குத் துணையாக ஒரு குழுவும் வந்தது.

பிரிட்டிஷ் இந்தியாவின் சில பகுதிகளை இருகூறுகளாகப் பிரிப்பதில் பெரிய சிக்கல்கள் இல்லை. ஆனால் பஞ்சாப் மற்றும் வங்காளத்தைப் பிரிக்கும்போதுதான் பிரிவினைக்கோடு ரத்தக்கோடாக உருமாற்றம் பெற்றது. இத்தனைக்கும், 'ஒரு சொட்டு ரத்தம்கூடச் சிந்தாத நடவடிக்கையாக இந்தியப் பிரிவினை நடப்பதற்கு 50,000 பேரை உள்ளடக்கிய எல்லைப்படை தயாராக உள்ளது'' என்று உத்தரவாதம் கொடுத்திருந்தார் வைஸ்ராய் மௌண்ட்பேட்டன்.

சிறிய கிளர்ச்சியாக இருந்தாலும் அதனை முளையிலேயே கிள்ளி எறிவேன். தேவைப்பட்டால் தரைப்படை, விமானப்படைகளை ஏவி கலவரக்காரர்களை ஒடுக்குவேன். டாங்கிகளை, விமானங்களைப் பயன்படுத்தி கலவரங்களை நசுக்குவேன். இவையெல்லாம் வைஸ்ராய் மௌண்ட்பேட்டன் கொடுத்த வாக்குறுதிகள். அவர் கொடுத்த வாக்குறுதிகளே பிரிவினைச் சங்கதிகள் எத்தனை அபாயகரமானவை என்பதற்குக் கட்டியம் கூறின.

நிலம், பணம் உள்ளிட்ட அத்தனைச் சொத்துகளும் விகிதாசார அடிப்படையில் இந்தியா, பாகிஸ்தான் இடையே தனித்தனியாகப் பிரிக்கப்பட்டன. உதாரணமாக, பிரிட்டிஷ் இந்தியாவின் ராணுவம் 64:36 என்ற அளவில் பிரிக்கப்பட்டன. ஆம், 64 சதவிகிதம் இந்தியாவுக்கு. எஞ்சியது பாகிஸ்தானுக்கு. இப்படி ஒவ்வொன்றுக்கும் தனித்தனி விகிதாச்சாரம் பின்பற்றப்பட்டது.

சொத்துக்களை எல்லாம் தாண்டி, நிலத்தையும் மக்களையும் பிரிப்பது சிக்கலான சங்கதி மட்டுமல்ல, உணர்வுரீதியான உளைச்சலை ஏற்படுத்தும் பிரச்னையும்கூட. ஆகவே, அதனைக் கூடுதல் பொறுப்புடன் செய்யவேண்டும் என்பதில் பிரிட்டிஷார் கவனத்துடன் செயல் பட்டனர். வெகு குறைவான கால அவகாசத்தில் பிரிவினைக் கோட்டை வரையறுக்க வேண்டும் என்பதால் நேருவையும் ஜின்னாவையும் தனித்தனியே சந்தித்துப் பேசி, அவர்களது ஆலோசனைகளைப் பெற்ற பிறகு தனது பணியைத் தொடங்கினார் சிறில் ராட்க்ளிஃப்.

பாகிஸ்தான் என்ற புதிய தேசத்தை உருவாக்குவதற்காக வங்காளம், பஞ்சாப் உள்ளிட்ட மாகாணங்களைப் பிரிக்கவேண்டியிருந்தது. வேறு சில மாகாணங்களைப் பிரிக்காமலேயே பாகிஸ்தானுடன் சேர்க்கப்பட்டது. அப்போது பிரிக்கப்பட்ட மாகாணத்தினர் மத்தியில் கடுமையான கொந்தளிப்பு ஏற்பட்டது. இந்தியா, பாகிஸ்தான் என்ற இருநாட்டுப் பிரச்னையாகப் பார்க்காமல் இந்து - முஸ்லீம் என்ற இரு மதத்து மக்களின் பிரச்னையாகப் பார்க்கப்பட்டது. அதற்கு அரசியல் கட்சிகளும் மதவாத இயக்கங்களும் தூண்டுகோலாக இருந்தன.

தங்கள் நிலப்பகுதி பிடுங்கப்படுவதாக நினைத்த முஸ்லீம்கள் இந்துக்களைத் தாக்கினர்; தங்கள் சொத்துகளைப் பிரித்துச் செல்வதாகக் கருதிய இந்துக்கள் முஸ்லீம்களைத் தாக்கினர். இங்கே தாக்குதல் என்பது மென்மையான பதம். உண்மையில் நடந்தவை, கொலைவெறித் தாக்குதல்கள். படுகொலைகள் எல்லாம் பட்டப்பகல், அர்த்த ராத்திரி என்ற வித்தியாசமின்றி பகிரங்கமாக நடந்தன.

முஸ்லீம் பெண்களின் பர்தாக்களை அகற்றிவிட்டு, அவர்களுடைய நெற்றியில் குங்குமத்தை வைத்தனர். துளசி மாலைகளை அணியச் செய்தனர். இந்துப் பெண்களின் புனித அடையாளங்களை அகற்றும் காரியத்தை சில முஸ்லீம்கள் செய்தனர்.

குறிப்பாக, சுதந்தரம் வாங்கிய முதல் மூன்று மாதங்கள் வன்முறையின் கோரத்தாண்டவமே இருநாடுகளையும் ஆக்கிரமித்திருந்தது. இந்துவைக் கொல்பவன் முஸ்லீமாகவும் முஸ்லீமைக் கொல்பவன் இந்துவாகவும் இருந்தது இயல்பான நிகழ்வாக மாறிக்கொண்டிருந்தது. இந்து, முஸ்லீம் மட்டுமல்ல, சீக்கியர்களும்கூட கொலைக்கு உள்ளாகியினர். கொலைச்செயல் களிலும் ஈடுபட்டனர்.

சில இடங்களில் ஒற்றைப் பிணங்கள் கிடந்தன. இன்னும் சில இடங்களில் கொத்துக் கொத்தாக. இந்துக்களின் சொத்துகளும் சூறையாடப்பட்டிருந்தன. முஸ்லீம்களின் வீடுகளும் கொள்ளை அடிக்கப்பட்டிருந்தன. இந்துக்களின் இல்லங்களை முஸ்லீம்கள் ஆக்கிரமித்திருந்தனர். முஸ்லீம்களின் உடைமைகளை இந்துக்கள் கைப்பற்றியிருந்தனர்.

ஆங்காங்கே கட்டாய மதமாற்றங்களும் நடந்தன. இந்து மதத்திலிருந்து இஸ்லாத்துக்கு; இஸ்லாத்தில் இருந்து இந்து மதத்துக்கு. மதம் மாற மறுத்தவர்கள் மிரட்டப்பட்டனர். அதற்கும் பணியாதவர்கள் படுகொலைக்கு ஆளாகினர்.

கொடுமை என்னவென்றால், இரு மதத்துப் பெண்களும் பாலியல் கொடுமைகளுக்கு உள்ளாகினர். சாதி, மதம் என்ற பேதங்களை எல்லாம் கடந்து பெண்கள் பாலியல் ரீதியாகச் சிதைக்கப்பட்டனர். ஆம், இந்துக்களின் மீதான ஆத்திரத்தை வெளிப்படுத்த இந்துப் பெண்களைக் குறிவைத்தனர் முஸ்லீம்கள். அதே அளவுகோலை அட்சரம் பிழகாமல் பின்பற்றினர் இந்துக்கள். கர்ப்பிணிகள் கொல்லப்பட்டனர் இளம் பெண்கள் சிதைக்கப்பட்டனர். பெண்கள் கடத்தப்பட்டு, வக்கிர வெறிக்கு இரையாகிக் கொல்லப்பட்டனர்.

பிரிவினை கலவரத்தின்போது...

முஸ்லீம் பெண்களின் பர்தாக்களை அகற்றிவிட்டு, அவர்களுடைய நெற்றியில் குங்குமத்தை வைத்தனர். துளசி மாலைகளை அணியச் செய்தனர். இந்துப் பெண்களின் புனித அடையாளங்களை அகற்றும் காரியத்தை சில முஸ்லீம்கள் செய்தனர். இன்னும் இன்னும் ஏராளம் நடந்தன. இங்கே யார் முதலில் எல்லை மீறினார்கள் என்பது முக்கியமில்லை, அது அவசியமும் இல்லை. ஆனால் நடந்தவை அனைத்தும் அப்பட்டமான அத்துமீறல்கள், பெருங்கொடுமைகள் என்பதில் யாருக்கும் எந்தச் சந்தேகமும் இருக்கவில்லை.

பஞ்சாப், வங்காளம், சிந்த் மாகாணங்களில் ரத்த ஆறு ஓடியது என்றே சொல்லவேண்டும். இந்தியப் பிரிவினைக்கு இந்துக்களும் முஸ்லீம்களும் கொடுத்த விலை அது. இத்தனை ரத்தத்துக்கு மத்தியில்தான் இந்தியாவுக்குச் சுதந்தரம் கிடைத்தது. அதற்கான போராட்டத்தை நடத்திய காங்கிரஸ் கட்சி ஒருபக்கம் உற்சாகமான கொண்டாட்டத்தில் ஈடுபட்டது. இன்னொரு பக்கம் சுதந்தரக் கொண்டாட்டத்தில் இருந்து முற்றிலுமாக விலகியிருந்தார் காந்தி.

சரி, இந்தியச் சுதந்தரத்தை ஆர்.எஸ்.எஸ். எப்படி அனுசரித்தது?

காங்கிரஸ் கட்சி மூவர்ணக்கொடியை ஏற்றிக்கொண்டாடிய சமயத்தில், ஆர்.எஸ்.எஸ் காவிக் கொடியை ஏற்றிக்கொண்டாடியது. குறிப்பாக, மராட்டியத்தின் பூனா நகரில் நடந்த ஆர்.எஸ்.எஸ் கூட்டம் ஒன்றில் திரண்டிருந்த ஸ்வயம்சேவகர்களுக்கு மத்தியில் காவிக்கொடி ஏற்றினர் ஆர்.எஸ்.எஸ் தொண்டர்கள்.

இந்த இடத்தில் இன்னொரு முக்கியமான செய்தியைப் பதிவுசெய்ய வேண்டும். ஆம், பிரிவினையின்போது இந்து - முஸ்லீம் இடையே கலவரம் ஏற்படுத்தியதில் ஆர்.எஸ்.எஸ், இந்து மகா சபா உள்ளிட்ட இயக்கங்களுக்குக் கணிசமான பங்குண்டு என்ற குற்றச்சாட்டுகள் பரவலாக இருந்தன. அப்போதைய உள்துறை அமைச்சர் வல்லபபாய் பட்டேல் பின்னாளில் இதுபற்றிப் பதிவுசெய்திருக்கிறார்.

என்றாலும், பிரிவினையால் பாதிப்புக்கு உள்ளான இந்துக்கள் அகதிகளாக வந்தபோதும், அவர்கள் பசி, நோய் ஆகியவற்றால் பாதிக்கப்பட்டபோதும் அவர்களுக்கு ஆதரவாக

இருந்தவர்கள் ஸ்வயம்சேவகர்கள். ஆர்.எஸ்.எஸ்ஸின் மத ரீதியான செயல்பாடுகளையும் தாண்டி, அவர்களுடைய மக்கள் சேவை பல தலைவர்களாலும் சிலாகிக்கப்பட்டது.

பிரிவினையை முன்வைத்து இந்தியா சந்தித்த துயரங்களில் மிக முக்கியமானது காஷ்மீர். உண்மையில், பிரிட்டிஷ் அரசு இந்தியாவுக்குச் சுதந்தரம் வழங்கி, பிரிவினை நடக்கும்போதே பொதுமக்கள் விஷயத்திலும் சமஸ்தானங்கள் விஷயத்திலும் ஒரு முக்கியமான முடிவை எடுத்திருந்தது. அதாவது, இந்தியாவில் வாழும் முஸ்லீம்கள் பாகிஸ்தான் செல்ல விரும்பினால் தாராளமாகச் செல்லலாம். இல்லாவிட்டால், இந்தியாவிலேயே வசிக்கலாம். அதுபோலவே, பாகிஸ்தானில் உள்ள இந்துக்கள் விரும்பினால் இந்தியாவுக்குச் செல்ல தடையில்லை, பாகிஸ்தானில் வேண்டுமானாலும் வசிக்கலாம்.

அதுபோலவே, பிரிட்டிஷ் இந்தியாவில் இருந்த ஐந்நூறுக்கும் மேற்பட்ட சமஸ்தானங்கள் எந்த நாட்டுடன் இணைய வேண்டும் என்பது சம்பந்தப்பட்ட சமஸ்தானத்தின் பிரத்யேக உரிமை. அந்த முடிவை அவர்களே எடுத்துக்கொள்ளலாம் என்று கூறப்பட்டிருந்தன. அந்த அடிப்படையில், முஸ்லீம் மன்னர்கள் ஆளும் சமஸ்தானங்கள் பாகிஸ்தானுடன் இணையவே விரும்பின. இந்து மன்னர்களின் ஆளுகையில் இருக்கும் சமஸ்தானங்கள் இந்தியாவுடன் இணைவதையே இயல்பான ஒன்றாக நினைத்தனர்.

இந்திய ஒன்றியத்தில் இணைவதற்கு ஈடாக அவர்களுக்கு மன்னர் மானியம் உள்ளிட்ட ஏராளமான சலுகைகள் தரப்பட்டன. அதற்கேற்ப ஐந்நூறுக்கும் மேற்பட்ட சமஸ்தானங்கள் இந்தியா அல்லது பாகிஸ்தானுடன் இணைந்தன.

இயல்பாக இணைய விரும்பாத சமஸ்தானங்கள் சிலவற்றை ராஜதந்திர ரீதியிலும் அதிகாரத்தைப் பயன்படுத்தியும் இந்தியாவுடன் இணைக்க இந்திய அரசு சில முயற்சிகளைச் செய்தது. பாகிஸ்தானும் சில முயற்சிகளைச் செய்தது. குறிப்பாக, மூன்று சமஸ்தானங்களைச் சொல்லவேண்டும். காஷ்மீர், ஜுனாகத், ஹைதராபாத்.

இந்த மூன்றில் காஷ்மீர் மீது இந்தியாவுக்கும் விருப்பம் இருந்தது; பாகிஸ்தானுக்கும் ஆர்வம் இருந்தது. ஆனால் காஷ்மீரை ஆண்ட மன்னர் ஹரிசிங்கோ இருபக்கமும் இணையாமல் தனி ஆவர்த்தனம் செய்வதிலேயே ஆர்வமாக இருந்தார். ஆனால் அதற்காக புதிய தேசமான பாகிஸ்தான் தனது தாய் தேசத்துடன் யுத்தத்துக்குத் தயாராகும் என்று எவருமே எதிர்பார்க்கவில்லை. அதுதான், காஷ்மீரை முன்வைத்து இந்தியா - பாகிஸ்தான் இடையே நடந்த முதல் யுத்தம்!

28

காஷ்மீர் இணைப்பில் கோல்வால்கர்

இன்றைய இந்தியாவின் ஆகப்பெரிய பிரச்னைகளுள் ஒன்று, காஷ்மீர். இருநாட்டு எல்லைகளிலும் எப்போதுமே போர் மேகங்கள் சூழ்ந்திருக்கின்றன. எந்த நொடியில் வேண்டுமானாலும் யுத்த மழை பொழியக்கூடும் என்ற நிலைதான் இன்றுவரைக்கும் தொடர்கிறது. பதற்றம் பற்றிய செய்திகளை இரு நாட்டுப் பத்திரிகைகளும் தொடர்ச்சியாக வெளியிட்டுக்கொண்டே இருக்கின்றன.

இது இந்தியா - பாகிஸ்தான் என்ற இரு தேசங்களுக்கு இடையிலான வெறும் நிலப் பிரச்னை மட்டுமல்ல, இந்து, முஸ்லீம் என்ற இரண்டு மதத்தினருக்கு இடையிலான பிரச்னையாகவும் பார்க்கப்படுகிறது. ஆகவே, காஷ்மீர் பிரச்னை குறித்து பேச்சுவார்த்தை மூலம் தீர்வு காணுங்கள் என்று வாய்ப்பு கிடைக்கும்போதெல்லாம் ஐக்கிய நாடுகள் சபை இலவச ஆலோசனை கொடுத்துவருகிறது.

சுதந்தரம் அடைந்தது முதல் இந்தியாவின் தீராத் தலைவலியாக இருக்கும் காஷ்மீர் விவகாரத்துக்குப் பதியம் போட்டது பாகிஸ்தான் தொடங்கிய முதல் யுத்தம்தான். ஆம், காஷ்மீரை வசப்படுத்தும் நோக்கத்துடன் இந்தியா மீது பாகிஸ்தான் தொடங்கிய முதல் யுத்தம் இன்னமும் முழுமையாக ஓய்ந்துவிடவில்லை. அதாவது, முதல் யுத்தம் பெயரளவில் ஓய்ந்ததே தவிர வெவ்வேறு வடிவங்களில் தொடர்ந்து நீடித்துக்கொண்டே இருக்கிறது.

இந்தியப் பிரிவினையைத் தொடர்ந்து காஷ்மீர் சமஸ்தானம் யாருடன் இணையப்போகிறது என்ற கேள்வி எழுந்தது. காரணம், அங்கே

மன்னர் ஹரிசிங்

இந்துக்களும் இருக்கிறார்கள்; இஸ்லாமியர்களும் வாழ்கிறார்கள். ஆனால் பெரும்பான்மையினர் இஸ்லாமியர்கள்; எஞ்சியவர்கள்தான் இந்துக்களும் இன்னபிறரும். ஆனால் அந்த சமஸ்தானத்தை ஆளுகின்ற மன்னர் ஹரிசிங் இந்து மதத்தைச் சேர்ந் தவர். ஆகவே, அவருக்கு எந்தத் தேசத்தைத் தேர்வு செய்வது என்பதில் குழப்பம்.

இந்துக்கள் அதிகம் வாழும் தேசம் இந்தியா. ஆனால் அது மதச்சார்பற்ற தேசமாக அறிவிக்கப்பட இருக்கிறது. ஆகவே, அங்கு இணைவது எதிர்காலத்துக்கு நல்ல தல்ல என்று நினைத்தார் ஹரிசிங். அதற்குப் பதிலாக பாகிஸ்தானுடன் இணையலாம் என்றால் அதற்கும் ஒரு சிக்கல். பாகிஸ்தான் இஸ்லாமிய நாடாக அறிவிக்கப்பட இருக்கிறது. ஆகவே, இந்து மன்னருக்கு இஸ்லாமிய தேசத்துடன் இணைவதற்குப் பெருந்தயக்கம்.

ஒருகட்டத்தில், இரண்டு தேசங்களில் ஒன்றைத் தேர்வு செய்வதைக் காட்டிலும் தனித்து இயங்குவதே உத்தமம் என்று இருந்துவிட்டார். உத்தமம் என்றால் காஷ்மீர் மக்களுக்கு அல்ல, தனக்கு, தன்னுடைய பதவிக்கு, தன்னுடைய ஆட்சிக்கு. அனைத்துக்கும். இரண்டு நாடுகளுடனும் தேவையான ஒப்பந்தம் செய்து கொள்வோம். இருநாட்டுடனும் நட்பு பாராட்டுவோம். இருவருடனும் நல்லுறவு பேணுவோம் என்பது அவருடைய திட்டம்.

ஆனால் இந்தத் திரிசங்கு சொர்க்க நிலையானது நீண்ட கால நோக்கில் பலனளிக்காது என்பது இந்திய, பாகிஸ்தான், காஷ்மீர் ஆட்சியாளர்கள் மூவருக்குமே தெரிந்த சங்கதிதான். காஷ்மீர் விஷயத்தில் கொஞ்சம் பொறுமையாக இருந்து காரியம் சாதிக்கக் காத்திருந்தது இந்தியா. அதாவது, பேச்சுவார்த்தை வழியாக காஷ்மீரை வழிக்குக் கொண்டுவந்துவிட முடியும் என்பது பிரதமர் நேரு, உள்துறை அமைச்சர் வல்லபபாய் படேல் ஆகியோரின் கணிப்பு. அதற்கான ஆயத்தப் பணிகளை யும் அரவமில்லாமல் தொடங்கியிருந்தது.

பேச்சுவார்த்தை வழியாக காஷ்மீரை வழிக்குக் கொண்டுவந்துவிட முடியும் என்பது பிரதமர் நேரு, உள்துறை அமைச்சர் வல்லபபாய் படேல் ஆகியோரின் கணிப்பு.

ஆனால் பாகிஸ்தானோ அதிரடி நடவடிக்கை மூலம் காஷ்மீரைத் தங்கள் பக்கம் கவர்ந்து சென்றுவிட விரும்பியது. அதற்காக சாம, பேத, தான, தண்ட முறைகள் அனைத்தையும் பிரயோகம் செய்யத் தயாராக இருந்தது. ஆக, இரண்டு நாடுகளிடம் இருந்தும் ஆபத்து உருவாகியிருந்தது காஷ்மீருக்குச் சிக்கலைக் கொடுத்தது. முக்கியமாக, காஷ்மீர் மக்களுக்கு.

சர்தார் வல்லபபாய் படேல்

காஷ்மீர் விஷயத்தில் சாத்வீக முறைகளை இந்தியா கையாண்டு கொண்டிருந்த சமயத்தில், பாகிஸ்தான் சண்ட மாருதத்துக்குத் தயாரானது. அதிரடி நடவடிக்கைதான். ஆனால் அதை அப்பட்டமாகச் செய்தால் ஆபத்து என்பதால் கவசம் அணிந்துகொண்டு செய்யத் தயாரானது. தனது ராணுவத்தை நேரடியாகக் களமிறக்காமல், வடமேற்கு எல்லைப்புற மாகாணத்தின் பதான் பழங்குடியினரை ஆயுதங்கள் சகிதம் அனுப்பிவைத்தது.

காஷ்மீருக்குள் ஊடுருவும் பதான்கள் அங்கே கலகத்தைத் தூண்டுவார்கள். கலவரத்தைக் கிளப்புவார்கள். அப்போது பதற்றம் உருவாகும். காஷ்மீரில் முஸ்லீம்களுக்கு ஆபத்து உருவாகியுள்ளது. அவர்களைக் காப்பாற்றுவது எங்கள் கடமை என்று சொல்லி, காஷ்மீருக்குள் பாகிஸ்தான் ராணுவம் நுழையும். காஷ்மீரைக் கைப்பற்றும். இதுதான் பாகிஸ்தானின் திட்டம்.

திட்டமிட்டபடி பதான் பழங்குடியினர் காஷ்மீருக்குள் ஊடுருவினர். அதே வேகத்தில் தாக்குதலிலும் ஈடுபட்டனர். மன்னருக்கும் தனி ராணுவம் உண்டு. ஆனால் பாகிஸ்தானின் பின்னணியுடன் களமிறங்கியுள்ள பதான்களை எதிர்கொள்ளும் அளவுக்கு அத்தனை வீரியமுள்ள படைகள் காஷ்மீர் சமஸ்தானத்தில் இல்லை. பதற்றம் தொற்றிக்கொண்டது மன்னருக்கு.

கிட்டத்தட்ட அதே சமயத்தில், ஊடுருவல் பற்றிய செய்திகள் ஓர் உயரதிகாரி வழியே மௌண்ட் பேட்டனுக்கும், அவர் வழியே பிரதமர் நேருவுக்கும் சென்றுவிட்டது. காஷ்மீர்

விவகாரத்தை எப்படிக் கையாளுவது என்று யோசிக்கத் தொடங்கினர். ஆனால் அதற்குக்கூட நேரம் இல்லாத நிலை மன்னர் ஹரிசிங்குக்கு. கொஞ்சம் தாமதித்தாலும் காஷ்மீரைக் கபளீகரம் செய்துவிடுவார்கள் பதான்களும் பாகிஸ்தானியர்களும் என்ற யதார்த்தம் அவருக்குப் புரிந்திருந்தது.

தலைக்கு மேல் கத்தி. இந்தியாவிடம் உதவி கோருவதைத் தவிர வேறு வழியில்லை. உதவிக்கு வந்தார் மௌண்ட்பேட்டன். அவர் நேருவிடம் பக்குவமாக விஷயத்தைச் சொன்னார். காஷ்மீரை இந்தியாவுடன் இணைக்க இதுதான் பொன்னான வாய்ப்பு. அதை அதற்கு முன்பே கணித்திருந்தார் நேரு. ஆகவே, ஆகட்டும் என்று தலையசைத்தார்.

உடனடியாகக் காஷ்மீர் சென்று மன்னர் ஹரிசிங்கைச் சந்தித்துப் பேசுங்கள். காஷ்மீர் இணைப்புக்கு மன்னரைச் சம்மதிக்கச் செய்யுங்கள். இதுதான் கோல்வால்கருக்கு பட்டேல் விடுத்த கோரிக்கை.

விஷயம் இதுதான். காஷ்மீரைக் காப்பாற்ற இந்தியப் படைகளை அனுப்ப வேண்டும். அதன் மூலம் பாகிஸ்தான் ராணுவத்தை விரட்டியடிக்கவேண்டும். அதற்கு சட்ட பூர்வ அனுமதி வேண்டும். அதன் அர்த்தம், காஷ்மீர் சமஸ்தானம் இந்தியாவின் ஓரங்கமாக இருக்கவேண்டும். ஆனால் மன்னர் ஹரிசிங்கோ மீண்டும் திரிசங்கு சொர்க்கத்திலேயே இருந்தார். அதாவது, அவருக்குக் காரியமும் கைகூடவேண்டும். அதேசமயம், காஷ்மீரும் கைநழுவி விடக்கூடாது.

மன்னர் ஹரிசிங்கின் மனத்தைக் கரைக்க மௌண்ட்பேட்டன், பிரதமர் நேரு, உள்துறை அமைச்சர் பட்டேல், உள்துறை செயலாளர் வி.பி.மேனன் என்று ஆட்சியாளர்கள், அதிகாரிகள் பலரும் தொடர்ந்து முயற்சி செய்தனர். ஆனால் காஷ்மீர் இணைப்பு மட்டும் வேண்டாம் என்பதில் பிடிவாதம் காட்டினார் மன்னர் ஹரிசிங். ஆகவே, அவரை மசியவைக்க புதிய உத்தியைத் தேர்ந்தெடுத்தார் உள்துறை அமைச்சர் வல்லபபாய் பட்டேல்.

மராட்டியத்தில் சுற்றுப்பயணத்தில் இருந்த ஆர்.எஸ்.எஸ் தலைவர் கோல்வால்கரைத் தொடர்பு கொண்டு பேசினார். உடனடியாகக் காஷ்மீர் சென்று மன்னர் ஹரிசிங்கைச் சந்தித்துப் பேசுங்கள். காஷ்மீர் இணைப்புக்கு மன்னரைச் சம்மதிக்கச் செய்யுங்கள். இதுதான் கோல்வால்கருக்கு பட்டேல் விடுத்த கோரிக்கை.

ஹரிசிங்குக்கான தூதுவராக ஏன் கோல்வால்கரைத் தேர்வுசெய்யவேண்டும்? சமன்பாடு எளிமையானது. மன்னர் ஹரிசிங் இந்து மதத்தைச் சேர்ந்தவர். இந்து மதக் கோட்பாட்டில் நம்பிக்கை கொண்டவர். அதேபோல, கோல்வால்கர் இந்தியாவின் முக்கியமான இந்து இயக்கத்தின் தலைவர். ஆக, ஒத்த சிந்தனை கொண்டவர்களால் ஒருங்கிணைப்பு சாத்தியப் படும் என்பது அமைச்சர் பட்டேலின் கணிப்பு.

தவிரவும், இந்து மன்னரின் ஆட்சியில் இருக்கும் காஷ்மீர் எந்தக் காரணத்தை முன்னிட்டும் பாகிஸ்தானுடன் இணைந்துவிடக்கூடாது என்பதில் உறுதியான நிலைபாட்டைக் கொண்டவர்

கோல்வால்கர். மேலும், காஷ்மீர் இந்தியாவுடன் இணைவது தான் அங்குள்ள இந்துக்களுக்கும் நல்லது என்பது அவருடைய இயல்பான சிந்தனை. ஆகவே, பட்டேலின் கோரிக்கையை ஏற்றுக் கொண்டு காஷ்மீர் புறப்பட்டார் கோல்வால்கர்.

கோல்வால்கர்

மன்னர் ஹரிசிங் - கோல்வால்கர் சந்திப்பு நிகழ்ந்தது. அப்போது ஒரு விஷயத்தைத் தெளிவுபடுத்தினார் கோல்வால்கர். அதாவது, பாகிஸ்தான் போருக்கே தயாராகிவிட்ட நிலையில், காஷ்மீர் இனியும் தனித்து இயங்குவது ஆபத்தையே விளைவிக்கும். ஆகவே, நிலைமையின் தீவிரத்தை உணர்ந்து, காஷ்மீர் இந்தியாவுடன் இணையவேண்டும் என்றார்.

விஷயத்தைத் துல்லியமாகச் சொன்னபிறகும் மன்னர் ஹரிசிங்குக்குத் தயக்கம் தீரவில்லை. முக்கியமாக, காஷ்மீர் மாநிலம் முக்கியமான விஷயங்களில் பாகிஸ்தானையே நம்பியிருக்கிறது. திடீரென இந்தியாவுடன் இணைந்து விட்டால் அது காஷ்மீருக்குச் சிக்கலை உருவாக்குமே என்றார். ஆனால் காஷ்மீரின் எதிர்காலத் தேவைகளை எல்லாம் உள்துறை அமைச்சர் பட்டேல் செய்து கொடுப்பார் என்று உத்தரவாதம் கொடுத்தார் கோல்வால்கர்.

பல முனைகளிலும் இருந்தும் ஹரிசிங்குக்கு ஆலோசனைகள் வந்துகொண்டிருந்தன. ஆனாலும் அவருக்கு போர் முனையில் இருந்து வந்த செய்திகள்தான் அதிகபட்ச பதற்றத்தைக் கொடுத்தன. இனியும் இறங்கிவராமல் இருந்தால் இருப்பதற்குக்கூட இடமில்லாமல் போய்விடும் என்பதால் காஷ்மீரை இந்தியாவுடன் இணைப்பதற்குச் சம்மதம் தெரிவித்தார்.

கொஞ்சம் தாமதித்தாலும் ஹரிசிங் மனம் மாறிவிடக்கூடும் என்பதால் உடனடியாக ஒப்பந்தங்கள் கையெழுத்தாகின. காஷ்மீர் சமஸ்தானம் இந்தியாவுடன் அதிகாரபூர்வமாக இணைக்கப் பட்டது. இனி காஷ்மீர் இந்தியாவின் ஓரங்கம். அதைத் தாக்கும் பதான் படையினரையும் பாகிஸ்தான் ராணுவத்தையும் தாக்குவதற்கு இந்திய ராணுவத்துக்கு அதிகாரபூர்வ உரிமை வந்துவிட்டது.

அடுத்த நொடியே இந்திய ராணுவம் களமிறங்கியது. பதான் படையினரும் பாகிஸ்தான் படையினரும் இந்திய ராணுவத்தின் அதிரடித் தாக்குதலால் நிலைகுலைந்து போயினர். ஒருவழியாக யுத்தம் முடிவுக்கு வந்தது.

காஷ்மீர் இணைப்பில் ஓரளவுக்குப் பங்களிப்பு செய்த கோல்வால்கருக்கு இதில் மகிழ்ச்சி தான். ஆனால் அவரை அதிருப்திகொள்ளச் செய்யும் காரியம் ஒன்று காஷ்மீரை முன்வைத்து நடந்தது. அது, காஷ்மீருக்குத் தரப்பட்ட சிறப்பு அந்தஸ்து. அதுபற்றிய ஆர்.எஸ்.எஸ், இந்து மகா சபா உள்ளிட்ட இந்து இயக்கங்களின் நிலைபாடு குறித்து பின்னர் விரிவாகவே பார்க்கப் போகிறோம்.

இப்போது அதைக்காட்டிலும் இன்னொரு விவகாரம் பெரிதாகத் தொடங்கியிருந்தது. அது, பிரிவினை சம்பிரதாயத்தின் ஒருபகுதியாக இந்தியா பாகிஸ்தானுக்குத் தரவேண்டிய

ஐம்பத்தைந்து கோடி! அதைத் தரவேண்டும் என்று வலியுறுத்தி காந்தி உண்ணாவிரதம் தொடங்கினார்.

இப்போதுதான் இந்தியாவுக்கு எதிராக மிகப்பெரிய யுத்தத்தை நடத்தி முடித்திருக்கிறது பாகிஸ்தான். இந்நிலையில் அந்த நாட்டுக்கு நிதி கொடுக்க வேண்டும் என்றால் அது எத்தனை மோசமான காரியம் என்று ஆவேசப்பட்டனர் சில இந்து இளைஞர்கள். அவர்களில் ஒருவர், நாதுராம் விநாயக் கோட்சே.

29

காந்தி கொலை: முதல் பயங்கரவாதம்

பிரிவினைச் சடங்குகளின் ஒருபகுதியாக நிலப்பரப்புகளும் பொதுமக்களும் இரு கூறுகளாகப் பிரிக்கப்பட்டது இரண்டு தேசங்களிலுமே உணர்ச்சிக் கொந்தளிப்பை உருவாக்கியிருந்தது. தாய் மண்ணில் இருந்து வேரோடு பிடுங்கப்படும் செடிகளாகத் தங்களை உணர்ந்தவர்கள் கதறி அழுதனர். கண்ணீரைச் சுமந்தபடி கனத்த இதயத்துடன் எல்லை கடந்தனர். இங்கிருந்து அங்கு சென்ற முஸ்லீம்கள் மட்டுமல்ல, அங்கிருந்து இங்குவந்த இந்துக்களும் அப்படியே உணர்ந்தனர்.

இடப்பெயர்ச்சிக்கு மத்தியில் இருபுறத்தில் இருந்தும் எத்தனை வன்முறை வெறியாட்டங்கள். எத்தனைக் கொலை, கொள்ளைகள். எத்தனைப் பாலியல் வல்லுறவுகள். பிரிவினைக்காக இந்தியா, பாகிஸ்தான் என்ற இரு தேசங்களும் கொடுத்த விலை மிக அதிகம். உச்சபட்சமாக, காந்தியின் உயிர்.

பிரிந்துபோவது என்று பாகிஸ்தான் முடிவெடுத்துவிட்ட பிறகு வெறும் சொத்துகளும் பொது மக்களும் மட்டுமல்ல, பிரிட்டிஷ் இந்தியா வசம் இருந்த நிதியிலிருந்தும் ஒரு கணிசமான பங்கைத் தர வேண்டியிருந்தது. அப்போது பிரிட்டிஷ் இந்திய ரிசர்வ் வங்கியில் சற்றேறக்குறைய நானூறு கோடி ரூபாய் கையிருப்பு இருந்தது.

மொத்தத் தொகையிலிருந்து பாகிஸ்தானுக்கு எழுபத்தைந்து கோடி ரூபாய் கொடுப்பது என்றும் எஞ்சிய தொகை இந்தியாவுக்கு என்றும்

நேரு - காந்தி - பட்டேல்

தீர்மானிக்கப்பட்டது. முதல் தவணையாக இருபது கோடி ரூபாய் பாகிஸ்தானுக்குத் தரப்பட்டுவிட்டது. அதைக்கொண்டுதான் ஆரம்பக் கட்டமைப்புப் பணிகளைச் செய்தது பாகிஸ்தான். மீதமுள்ள தொகையை எத்தனைத் தவணைகளில் கொடுப்பது என்பது தீர்மானிக்கப்படவில்லை.

அந்தப் பஞ்சாயத்து முடிவுக்கு வருவதற்குள் இந்தியா மீது பாகிஸ்தான் போர் தொடுத்துவிட்டது. நிதிப் பற்றாக்குறை இருக்கிறது என்பது பாகிஸ்தான் ஆட்சியாளர்களுக்குக் கண்கூடாகத் தெரிந்தது. ஆனால் காஷ்மீர் மீதுதான் அவர்களது கவனம் குவிந்திருந்தது. அதைக் கைப்பற்றும் வேகத்தில் போர் தொடுத்தனர். போரில் இந்தியாவுக்கே வெற்றி. பாகிஸ்தானுக்குப் படுதோல்வி.

நல்லுறவு நாசமாகிவிட்டது என்னவோ உண்மைதான். அதற்காக பழைய பாக்கியைத் தராமல் தவிர்த்துவிட முடியுமா என்ன? தந்தே தீரவேண்டும். ஆனால் அதை உடனடியாகக் கொடுக்காமல் தாற்காலிகமாக நிறுத்திவைக்க முடிவெடுத்தது நேரு அரசு. அவ்வளவு தான். பொங்கிவிட்டது பாகிஸ்தான். அதைக்காட்டிலும் அதிகமாகக் கொதித்துவிட்டார் காந்தி.

உண்மையில், பணத்தை நிறுத்திவைத்திருக்கும் முடிவு காந்திக்குத் தெரியாது. தெரியப்படுத்தியவர் இந்தியாவின் கவர்னர் ஜெனரலாக இருந்த மௌண்ட் பேட்டன். பாகிஸ்தானின் நிர்மாண, நிர்வாகப் பணிகளுக்குத் தேவையான ஐம்பத்தைந்து கோடியை உடனடியாகக் கொடுத்துவிடுவதுதான் நேர்மையான செயல் என்றார் காந்தி.

பாகிஸ்தானின் நிர்மாண, நிர்வாகப் பணிகளுக்குத் தேவையான ஐம்பத்தைந்து கோடியை உடனடியாகக் கொடுத்துவிடுவதுதான் நேர்மையான செயல் என்றார் காந்தி.

ஆனால் நேரு அரசோ பாகிஸ்தானுக்கு அவசர உதவியாகக் கொஞ்சம் நிதி கொடுக்கலாமே தவிர, ஐம்பத்தைந்து கோடியை அப்படியே அள்ளிக் கொடுப்பது சாத்தியமில்லை என்று சொல்லிவிட்டது. இது காந்தியைக் கவலையில் ஆழ்த்தியது. போதாக் குறைக்கு, பிரிவினையின் எச்சமாக இந்து - முஸ்லீம் மோதல்கள் நிற்காமல் நீடித்துக் கொண்டிருந்தன. இந்தியாவில் இருந்த முஸ்லீம்கள் சிலர் பாகிஸ் தானுக்கு வலுக்கட்டாயமாக விரட்டப்பட்டனர். குறிப்பாக, டெல்லியில் வசித்த முஸ்லீம்கள் கடுமையாகப் பாதிக்கப்பட்டனர். பாகிஸ்தான் பிராந்தியத்திலிருந்து வந்த இந்துக்கள், இங்கிருந்த முஸ்லீம்களைத் தாக்கி, அவர்களுடைய குடியிருப்புகளை பலவந்தமாகப்

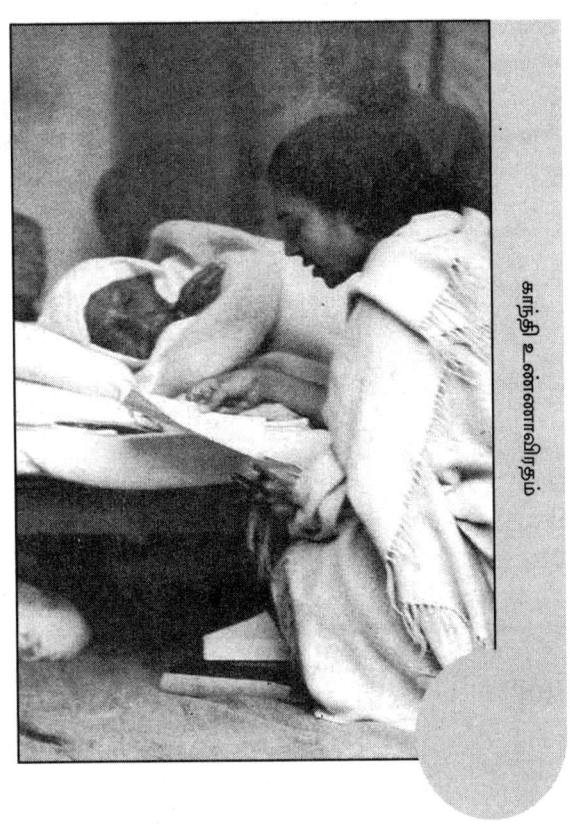

காந்தி உண்ணாவிரதம்

பிடுங்கிக்கொண்டனர். இது எங்கள் இந்தியா, எங்களுக்கே சொந்தம், இஸ்லாமியர்களே, இங்கிருந்து வெளியேறுங்கள் என்று விரட்டினர். இதேபோன்ற காரியம் பாகிஸ்தானிலும் நடந்தது. அங்கே பாதிக்கப்பட்டவர்கள் இந்துக்கள். முஸ்லீம்களின் மிரட்டலுக்கு அஞ்சி, உடைமைகளை உதறித் தள்ளிவிட்டு இந்தியா வந்தனர்.

உச்சகட்டமாக, டெல்லியில் இருந்த சில மசூதிகள் கோவில்களாக மாற்றப்படும் செய்திகள் காந்தியின் கவனத்துக்கு வந்தன. இனியும் அமைதி காப்பதில் அர்த்தமில்லை என்ற முடிவுக்கு வந்த காந்தி, உடனடியாக உள்துறை அமைச்சர் வல்லபபாய் பட்டேலை அழைத்துப் பேசினார்.

எட்டுத்திக்கில் இருந்தும் வருகின்ற எந்தவொரு செய்தியும் திருப்திகரமாக இல்லை. கலவரங்களைக் கட்டுக்குள் கொண்டு வாருங்கள், குறிப்பாக, டெல்லியில். இந்து - முஸ்லீம் இடையேயான ஒற்றுமையை உறுதிசெய்யுங்கள், அதுவும் உடனே! என்னுடைய கோரிக்கைகளை வலியுறுத்தி நாளை உண்ணாவிரதம் மேற்கொள்ள இருக்கிறேன்!

விஷயம் பிரதமர் நேருவுக்குச் சென்றது. ஆகவேண்டிய காரியங்கள் குறித்து பட்டேல் உள்ளிட்ட அமைச்சர்களிடம் பேசினார். உண்ணாவிரத முடிவைத் தவிர்ப்பது அத்தியாவசியமானது என்பது எல்லோருக்குமே புரிந்தது. காந்தியின் உடல்நிலை அப்படியானது. பேசி முடிவெடுப்பதற்குள் 13 ஜனவரி 1948 அன்று பிர்லா மாளிகையில் உண்ணாவிரதம் தொடங்கினார் காந்தி.

இந்து - முஸ்லீம் ஒற்றுமை என்பதுதான் காந்தியின் பிரதான கோரிக்கை. ஆனால் 55 கோடி ரூபாயை பாகிஸ்தானுக்குக் கொடுப்பதை வலியுறுத்தியே உண்ணாவிரதம் இருக்கிறார் என்பதை நேரு உள்ளிட்ட தலைவர்கள் கச்சிதமாகப் புரிந்துகொண்டனர். ஆகவே, அது குறித்து விவாதிக்க காந்தி உண்ணாவிரதம் மேற்கொண்டிருக்கும் அதே பிர்லா மாளிகையில் அமைச்சரவை கூடியது.

பிரிவினையைத் தடுக்க ஒட்டுமொத்த இந்தியாவையும் ஜின்னாவின் பொறுப்பில் விட்டுவிடலாம் என்று காந்தி சொன்னபோது அந்த அதிருப்தி, எதிர்ப்பாக மாறியது.

மறுநாள் அதிகாரபூர்வ அறிவிப்பு வெளியானது. பாகிஸ்தானுக்குத் தர வேண்டிய ஐம்பத்தைந்து கோடி ரூபாய் உடனடியாகத் தரப்படும் என்று பகிரங்கமாக அறிவித்தார் பிரதமர் நேரு. அதற்கான ஆணையும் பிறப்பிக்கப்பட்டது. அதைக் கேட்டு உண்ணாவிரதத்தைக் கைவிடுவார் காந்தி என்று எல்லோரும் எதிர்பார்த்திருந்த நிலையில் காந்தியிடம் எவ்வித சலனமும் இல்லை.

நான் முன்வைத்த ஏழு அம்சக்கோரிக்கைகள் இன்னமும் நிலுவையில் உள்ளன. அவற்றை நிறைவேற்றுவதை உறுதி செய்யும் வகையில் டெல்லியில் உள்ள இந்து தலைவர்கள், அரசியல் தலைவர்கள் உள்ளிட்டோர் கையெழுத்திட்டுத் தர வேண்டும் என்றார். அதற்கான ஏற்பாடுகள் தொடங்கின. எல்லோரும் கையெழுத்து போட்டுவிட்டனர், ஆர்.எஸ்.எஸ், இந்து மகா சபா தவிர.

அவர்களுடைய கையெழுத்துகளே அத்தியாவசியமானவை என்று சொல்லிவிட்டார் காந்தி. பின்னர் நேரு, பட்டேல் உள்ளிட்டோரின் பகீரத முயற்சிகளைத் தொடர்ந்து அந்த இரண்டு அமைப்பினரும் சற்றே இறங்கிவந்தனர். டெல்லியில் இதுவரை நடந்த சம்பவங்கள் எதுவும் திரும்பவும் நிகழாது, இஸ்லாமியர்களின் உயிரை நாங்கள் காப்போம் என்ற உறுதி மொழிக் கடிதத்தில் ராஜேந்திர பிரசாத் தலைமையிலான அமைதிக்குழு கையெழுத்திட்டுக் கொடுத்தது.

அதனைத் தொடர்ந்து உண்ணாவிரதத்தை முடித்துக்கொண்டார் காந்தி. அது பாகிஸ்தானுக்கு மகிழ்ச்சியைக் கொடுத்தது. நேரு உள்ளிட்ட தலைவர்களுக்கு நிம்மதியைக் கொடுத்தது. ஆனால் இன்னொரு பிரிவினருக்கு ஆத்திரத்தைக் கிளறிவிட்டது. குறிப்பாக, உண்ணா விரத்துக்காக காந்தி முன்வைத்த கோரிக்கைகள் இந்து இளைஞர்கள் மத்தியில் அதிருப்தியை ஏற்படுத்தின.

இந்து மகா சபையைச் சேர்ந்த இளைஞர்கள் கோபாவேசமாக இருந்தனர். ஆர்.எஸ்.எஸ் தொண்டர்களும் ஆவேசப்பட்டனர். வேறு சில இந்து இயக்கத்தினரும்கூட காந்தியின் மீது தீராக்கோபத்தில் இருந்தனர். அவர்களுடைய கோபத்துக்கும் ஆத்திரத்துக்கும் ஒரேயொரு காரணம்தான்.

காந்தி முஸ்லீம்களுக்கு ஆதரவாகவே செயல்படுகிறார். இதையே இன்னொரு கோணத்தில் இருந்து பார்த்தால், காந்தி இந்துக்களின் நலன்களைப் புறக்கணிக்கிறார்!

இதுதான் அந்தக் குறிப்பிட்ட இந்து இளைஞர்களின் புரிதல். அப்படியொரு புரிதலுக்கு அவர்கள் வந்ததற்கு கடந்த காலங்களில் நிகழ்ந்த சம்பவங்களும் காந்தி எடுத்த நிலைப்பாடு களும்தான் காரணம். கிலாஃபத் இயக்கத்துக்கு ஆதரவு கொடுத்தது முதலே இந்து இளைஞர் களின் ஒரு பிரிவினருக்கு காந்தி மீது அதிருப்தி வந்துவிட்டது. பிறகு, பிரிவினையைத் தடுக்க ஒட்டுமொத்த இந்தியாவையும் ஜின்னாவின் பொறுப்பில் விட்டுவிடலாம் என்று காந்தி சொன்னபோது அந்த அதிருப்தி, எதிர்ப்பாக மாறியது. பிரிவினைக்குச் சம்மதித்தபோது அது வெறுப்பாகப் பரவியது.

உச்சகட்டமாக, ஏழு அம்சக் கோரிக்கையை முன்வைத்து உண்ணாவிரதம் தொடங்கியது அவர் களுடைய வெறுப்பை ஆத்திரமாக உருமாற்றியது. இனியும் காந்தியை விட்டுவைத்தால், அது இந்து தேசத்துக்கு ஆபத்து, இந்துக்களுக்கு ஆபத்து, இந்துஸ்தானத்துக்கு ஆபத்து என்று முடிவு செய்தனர். ஆம், காந்தியைத் தீர்த்துக்கட்டத் தீர்மானித்தனர். அதற்கான ஆயத்தப் பணிகளையும் ஆரம்பித்துவிட்டனர். அத்தனையும் ரகசியமாக.

30 ஜனவரி 1948 அன்று வெள்ளிக்கிழமை. பிர்லா மாளிகையில் தங்கியிருந்த காந்தி, மாலை ஐந்தே கால் மணிக்கு பிரார்த்தனைக் கூடத்துக்கு வந்துகொண்டிருந்தார். அந்த வளாகத்தில் ஏராளமான பொதுமக்களும் காந்தியத் தொண்டர்களும் குழுமியிருந்தனர். வழக்கமாக ஐந்து மணிக்கு வந்துவிடக் கூடியவர் காந்தி. ஆனால் நேரு - பட்டேல் இடையேயான பனிப்போர் தொடர்பாக பட்டேலுடன் சில நிமிடங்கள் பேசிக் கொண்டிருந்ததால் கால் மணி நேரம் தாமதம்.

மேடையை நெருங்கிக் கொண்டிருந்த சமயத்தில், கூட்டத்துக்குள் கலந்திருந்த ஓர் இளைஞர் தனக்கு முன்னால் இருந்தவர்களை எல்லாம் அவசர கதியில் நகர்த்தித் தள்ளிவிட்டு, காந்தியின் பாதைக்குக் குறுக்கே வந்து நின்றார். காந்தியால் மேற்கொண்டு நகர முடியவில்லை. என்ன செய்யப்போகிறார் அந்த இளைஞர் என்று எல்லோரும் பயமும் பதற்றமுமாகப் பார்த்துக் கொண்டிருந்தனர்.

அப்போது காந்தியை நோக்கி 'நமஸ்தே பாபு' என்றார் அந்த இளைஞர். ஆனால் அந்த இளைஞரை நகர்த்திவிட்டு, காந்தியை அழைத்துச்செல்ல ஆயத்தமானார் காந்தியின் உதவியாளர். அப்போது அவரைக் கீழே தள்ளிவிட்ட அந்த இளைஞர், மறுநொடி தன் கையில் இருந்த துப்பாக்கியைக் கொண்டு காந்தியைச் சுடத் தொடங்கினார்.

அருகில் இருந்தவர்கள் சுதாரிப்பதற்குள் காந்தியின் மார்பை மூன்று தோட்டாக்கள் துளைத்து விட்டன. இரண்டு குண்டுகள் உடலை ஊடுருவி வெளியேறிவிட, ஒன்று மட்டும் உடலுக்குள் சிக்கிக்கொண்டது. அவ்வளவுதான். அந்த நொடியில் காந்தி என்ற சரித்திரத்துக்கு ரத்தத்தின் துணையுடன் முடிவுரை எழுதப்பட்டிருந்தது.

ஒட்டுமொத்த தேசத்தையும் உலுக்கியெடுத்துவிட்டது காந்தி படுகொலை. அதிர்ச்சியூட்டும் செய்தியை நம்பமுடியாமல் பலரும் பரிதவித்தனர். நிலைமையை உணரமுடிந்தவர்கள்கூட நிலைகுலைந்து நின்றனர். காலம் காலமாக அகிம்சை என்ற ஒற்றைச் சொல்லைப் பயன்படுத்தி, ஒட்டுமொத்த தேசத்தையும் ஒருங்கிணைத்த காந்தி, சுதந்தர இந்தியாவின் முதல் பயங்கரவாதச் செயலுக்கு இரையானார்.

அதிர்ச்சியில் உறைந்து நின்றவர்கள் சில நிமிட நிதானத்துக்குப் பிறகே சுதாரித்தனர். உடனடி யாக அந்தத் துப்பாக்கி இளைஞனைச் சூழ்ந்தனர். பிர்லா மாளிகையின் தோட்டப்பணியாளர் தன் கையில் வைத்திருந்த ஆயுதத்தால் அந்த இளைஞரின் தலையில் தாக்கினார். தடுமாறி விழப்போன இளைஞரை அவரே இறுக்கிப் பிடித்துக்கொண்டார்.

கூட்டத்தினர் அந்த இளைஞரைக் கொல்வதற்கு எத்தனித்தனர். அப்போது கூட்டத்தில் இருந்த யாரோ ஒருவர், 'பாபுவை ஒரு முஸ்லீம் கொன்றுவிட்டார்' என்று குரலெழுப்ப, அவரை நோக்கி ஆவேசமாக ஓடிவந்தனர் பொதுமக்கள். ஆனால் அவரைத் தாக்கக்கூடாது, பழிக்குப் பழி வாங்குவது காந்தியமில்லை என்று சொல்லி, அந்தக் கொலையாளியை பிர்லா மாளிகையின் இன்னொரு பகுதிக்கு அழைத்துச் சென்றார் காந்தியின் செயலாளர் பியாரிலால் நய்யார்.

அப்போது கொலையாளியைப் பார்த்த மராட்டிய காங்கிரஸ் பிரமுகர் என்.வி. அன்னாவுக்கு சட்டென்று பொறி தட்டியது. 'நாதியா, என்ன காரியம் செய்துவிட்டாய்?' என்று மராத்தியில் கேட்டார். அந்த நொடியில் கொலையாளி இந்து என்பது உறுதிசெய்யப்பட்டது. மேற்கொண்டு நடந்த விசாரணையில், அந்த இளைஞரின் பெயரும் தெரியவந்தது. நாதுராம் விநாயக் கோட்ஸே.

ஏன் கோட்ஸே காந்தியைக் கொல்லவேண்டும்? அவருக்கும் காந்திக்குமான தொடர்பு என்ன? அந்தக் கேள்விகளுக்கான பதில்களைத் தேடியபோது கோட்ஸேவின் அரசியல் பின்னணிகள் அம்பலமாகத் தொடங்கின. அவற்றைப் பார்த்து அதிர்ந்துபோய் நின்றனர் ஆட்சியாளர்கள்!

30

சாவர்க்கரின் சிஷ்யப்பிள்ளை கோட்ஸே

மராட்டியத்துக்கும் இந்துத்வத்துக்குமான தொடர்பு நீண்ட நெடியது. தயானந்தர், திலகர் தொடங்கி சாவர்க்கர், கோட்ஸே வரை பலருக்கும் பூர்விகம் மராட்டியம்தான். பம்பாய் மாகாணத்தின் உக்சன் கிராமத்தைச் சேர்ந்த சித்பவன பிராமணக் குடும்பத்தைச் சேர்ந்தவர் விநாயக் வாமன ராவ் கோட்ஸே. தபால் துறையில் குமாஸ்தா உத்தியோகம். மனைவி பெயர், லட்சுமி. ஏழைக்குடும்பம். பக்திமயமான குடும்பமும்கூட.

அந்தத் தம்பதிக்கு முதலில் மூன்று ஆண் பிள்ளைகள் பிறந்தன. மூன்றுமே நிலைக்கவில்லை. பிறகு பிறந்த பெண் குழந்தை நன்றாக வளர்ந்தது. பிறகு 19 மே 1910 அன்று மீண்டும் ஓர் ஆண்குழந்தை பிறந்தது. ராமச்சந்திரன் என்று பெயர் வைத்தனர். செல்லமாக, ராம். அந்தக் குடும்பத்து ஆண் குழந்தைகளுக்குத் தோஷம் இருக்கிறது, பரிகாரம் செய்தால் மட்டுமே குழந்தை நிலைக்கும் என்றார்கள் பெரியவர்கள். அதன்படி ராமுக்கு மூக்கு குத்தப்பட்டு, அதில் நாத் என்கிற வளையத்தை மாட்டிவிட்டனர். இந்த விநோத வழக்கம் காரணமாக அவனது பெயர், நாத்ராம் என்று மாறி, நாதுராமாக மருவிவிட்டது. முழுப்பெயர், நாதுராம் விநாயக் கோட்ஸே.

நாதுராமைத் தொடர்ந்து மூன்று ஆண் பிள்ளைகள் பிறந்தன. தத்தாத்ரேயா, கோபால், கோவிந்த். சொந்த கிராமத்தில் ஆரம்பக் கல்வி படித்த கோட்ஸே, அடுத்து பூனாவுக்குச் சென்று உயர்நிலைக் கல்வி படித்தான். ஆனால் அவனுக்கு படிப்பு கைகூடி வரவில்லை.

காந்தி

சராசரி மாணவனாகவே இருந்தான். இந்நிலையில் தந்தை விநாயக் கோட்ஸே ரத்னகிரிக்கு மாற்றப்பட்டார். ஒட்டுமொத்த கோட்ஸே குடும்பமும் ரத்னகிரிக்கு இடம் பெயர்ந்தது.

ரத்னகிரியில் வசித்தபோது செய்தித்தாள்களில் சாவர்க்கர் பற்றிய செய்திகள் அதிகம் வெளியாகின. சர்ச்சையும் சாகசமும் நிரம்பிய அந்தச் செய்திகள் கோட்ஸேவின் கவனத்தை ஈர்த்தன. ஆம், சிறையிலிருந்த சாவர்க்கர், நிபந்தனையின் பேரில் வெளிவந்து, ரத்னகிரியில்தான் தங்கியிருந்தார். அவர் தொடங்கிய ரத்னகிரி இந்து சபாவில் இணைந்தார் கோட்ஸே. அதன்மூலம் சாவர்க்கருடன் பழகும் வாய்ப்பு கோட்ஸேவுக்குக் கிடைத்தது.

கோட்ஸே போன்ற துடிப்பு நிரம்பிய இளைஞர்கள் பலரையும் தனது அமைப்பில் சேர்த்துக் கொண்டு, அவர்களுக்கு வழிகாட்டியாகச் செயல்பட்டுக் கொண்டிருந்தார் சாவர்க்கர். அவர் வழியாக இந்துத்வச் சிந்தனைகள் கோட்ஸேவுக்குள் ஊடுருவத் தொடங்கின. இந்துக்கள், இந்து நாடு, இந்துத்வா, இந்துயிசம் என்பன போன்ற பதங்கள் கோட்ஸேவை வெகுவாகக் கவர்ந்தன.

சாவர்க்கரே சரணம் என்று செயல்படத் தொடங்கினார். அந்தக் காலகட்டத்தில்தான் காந்தியின் மீதான வெறுப்புணர்வு கோட்ஸேவுக்குள் முளைவிடத் தொடங்கியது. உபயம்: சாவர்க்கரின் பேச்சுகள். குறிப்பாக, தனது பிரார்த்தனைக் கூட்டங்களில் குரான் ஓதச் செய்த காந்தியின் செயல் கோட்ஸே போன்ற தீவிர இந்துத்வ உணர்வு கொண்ட இளைஞர்களுக்குப் பிடிக்கவில்லை. திட்டமிட்டே முஸ்லீம்களுக்குக் கொம்புசீவி விடுகிறார் காந்தி என்று குற்றஞ்சாட்டினர்.

தனது பிரார்த்தனைக் கூட்டங்களில் குரான் ஓதச் செய்த காந்தியின் செயல் கோட்ஸே போன்ற தீவிர இந்துத்வ உணர்வு கொண்ட இளைஞர்களுக்குப் பிடிக்கவில்லை.

இப்போது மீண்டும் ஒரு இடமாற்றம். அரசுப்பணியில் இருப்பவர்களுக்கு இத்தகைய நிகழ்வுகள் இயல்பானவை. கோட்ஸேவின் குடும்பம் ரத்னகிரியிலிருந்து சாங்லி என்ற ஊருக்கு மாறியது. படிப்பைக் கைவிட்டிருந்ததால் தையல் வேலை உள்ளிட்ட கிடைக்கும் வேலைகளை எல்லாம் செய்து கொண்டிருந்தார் கோட்ஸே. இந்து சங்கதன, இந்து மகா சபா, இந்து ராஷ்ட்ர தள், ஆர்.எஸ்.எஸ் உள்ளிட்ட இயக்கத்தினருடன் தொடர்ந்து நட்பு பாராட்டிக் கொண்டிருந்தார். குறிப்பாக, ஆர்.எஸ்.எஸ்ஸில் பௌதீக ஸ்ரசேவகராகப் பணியாற்றினார் கோட்ஸே.

நாதுராம் விநாயக் கோட்ஸே

ஆர்.எஸ்.எஸ், இந்து மகா சபா உள்ளிட்ட இயக்கங்கள் நடத்தும் மாநாடுகள், பயிற்சி முகாம்கள் ஆகியவற்றில் வாய்ப்பு கிடைக்கும் போதெல்லாம் கலந்துகொண்டார். போராட்டங்களுக்குத் தொண்டர்களைத் திரட்டுவது, பொதுக்கூட்டங்களுக்கு ஏற்பாடு செய்வது என்பன போன்ற செயல்பாடுகளில் ஆர்வமுள்ள கோட்ஸே, பேச்சாற்றலையும் வளர்த்துக்கொண்டார். அவருடைய இந்துத்வத் தொடர்புகள் தொடர்ந்து வலுவடைந்து கொண்டிருந்தன.

அப்போது சாங்க்லிக்குச் சுற்றுப்பயணம் வந்த சாவர்க்கரைச் சந்தித்தார் கோட்ஸே. அதன்பிறகு தீவிர அரசியலில் ஈடுபடத் தயாரான அவர், அதற்கு ஏதுவாக பூனாவுக்கு இடம் பெயர்ந்தார். அன்றாடத் தேவைகளுக்காக அங்கே தையல் கடை ஒன்றை ஆரம்பித்தார். இந்து மகாசபை நடத்தும் போராட்டங்களில் ஈடுபட்டார். முக்கியமாக, ஐதராபாத் நிஜாமுக்கு எதிராக இந்து மகா சபா நடத்திய போராட்டத்தில் கலந்துகொண்டு, சிறை சென்றார் கோட்ஸே.

சிறையிலிருந்து வெளிவந்த பிறகு இந்து மகா சபா, ஆர்.எஸ்.எஸ் அமைப்புகளின் பிரசாரப் பணிகளில் தீவிரம் காட்டத் தொடங்கினார். ஊர்வலங்கள் ஏற்பாடு செய்வது, கோஷங்கள் எழுப்புவது, அந்த உணர்ச்சியூட்டும் கோஷங்களை எழுதுவது, துண்டுப்பிரசுரங்கள் தயாரிப்பது, அவற்றை விநியோகிப்பது, மேடைகளில் வீர உரை நிகழ்த்துவது என்று தொடர்ந்து தீவிர அரசியலில் ஈடுபட்டுக் கொண்டிருந்தார். அதன்மூலம் மக்கள் மத்தியில் சாவர்க்கரின் சிறப்பு மிக்க சீடராக, ஆர்.எஸ்.எஸ்ஸின் ஆவேசமான தொண்டராக அறியப்பட்டிருந்தார் கோட்ஸே.

இனி உதிரி உதிரியாகக் காரியங்கள் ஆற்றுவதில் அர்த்தமில்லை, ஒருங்கிணைக்கப்பட்ட ஒற்றைச் செயலைச் செய்யவேண்டும் என்ற எண்ணம் கோட்ஸேவுக்கு உருவானது. பத்திரிகை

தொடங்கவேண்டும் என்பது அப்போது உதித்த யோசனைதான். ஒத்தாசைக்கு அவருடைய நண்பர் நாராயண ஆப்தே வந்தார். மராத்தி மொழியில் ஒரு நாளிதழைத் தொடங்கவேண்டும் என்பது அவர்களுடைய திட்டம்.

பத்திரிகையை முனைத்து பல கனவுகள் இருந்தன கோட்ஸேவுக்கு. முக்கியமாக, ஆர்.எஸ்.எஸ், இந்து மகா சபா முன்வைக்கும் இந்துத்வச் சிந்தனைகளைப் பரப்பலாம், சாமானிய மக்களுக்கு சாவர்க்கரின் கொள்கைகளைக் கொண்டு சேர்க்கலாம், காங்கிரஸுக்கும் காந்தியின் முஸ்லீம் ஆதரவுப் போக்குக்கும் எதிராக மக்களை அணிதிரட்டலாம். இந்து ராஷ்ட்ரம், இந்து ராஜ்ஜியம் என்பன போன்ற கருத்தியல் கோட்பாடுகளைப் பரப்பலாம் என்று ஏராளமான திட்டங்கள். ஆனால் அவற்றை எல்லாம் செயல்படுத்த நிதியாதாரத்துக்கு எங்கே போவது?

நான் இருக்கிறேன் என்று சொன்னார் ஒரு தலைவர். அவர், விநாயக் தாமோதர் சாவர்க்கர். ஆம், தனது அணுக்குச் சீடர்களுள் ஒருவரான கோட்ஸே ஆரம்பிக்கப்போகும் பத்திரிகையின் முதல் புரவலராக மாறுவதில் அவருக்கு மட்டற்ற மகிழ்ச்சிதான். பதினைந்தாயிரம் ரூபாய் வரைக்கும் முதலீடு செய்வதற்குத் தயாராக இருந்தார். ஆனால் ஆற்றில் போட்டாலும் அளந்து போட வேண்டும் அல்லவா! அதற்காக அழகான யோசனை ஒன்றையும் சொன்னார் சாவர்க்கர்.

நான் பணம் தருகிறேன். மேற்கொண்டு தேவையான பணத்தைத் தொழிலதிபர்கள், பணக்காரர்கள் என்று பலரிடமிருந்தும் திரட்டிக்கொள். எல்லாவற்றையும் கொண்டு ஒரு நிறுவனத்தைத் தொடங்கலாம். அந்த நிறுவனத்தின் சார்பில் பத்திரிகையைத் தொடங்கலாம். தரப்படும் நிதிக்கு ஏற்ப, சம்பந்தப்பட்டவர்களுக்கு நிறுவனத்தின் பங்குகளைக் கொடுத்து விடலாம். இதுதான் சாவர்க்கர் முன்வைத்த யோசனை.

ஆகட்டும் என்று சொல்லிவிட்டார் கோட்ஸே. 28 மார்ச் 1944 அன்று அக்ரணி என்ற பெயரில் புதிய பத்திரிகை களத்துக்கு வந்தது. அந்த மராத்திய வார்த்தைக்கு முன்னோடி என்று பொருள். அதன் ஆசிரியர் பொறுப்பை கோட்ஸே ஏற்றுக்கொண்டார். வெளியீட்டாளர் பொறுப்பு நாராயண ஆப்தேவுக்கு.

அக்ரணியின் முதல் இதழிலேயே சாவர்க்கரின் படத்தை வெளியிட்டு, 'அக்ரணி' என்பது இந்துக்களுக்கான நாளிதழ், ஆர்.எஸ்.எஸ், இந்து மகா சபா ஆகிய அமைப்புகளின் பிரசார பீரங்கி, இந்துக்களின் உரிமைக்குரலாக ஒலிக்கும் நாளிதழ் என்று பகிரங்கமாகப் பதிவு செய்தார் கோட்ஸே. கேசரி பத்திரிகையில் திலகர் எழுதியது போல, ஹரிஜன் பத்திரிகையில் காந்தி எழுதுவது போல, அக்ரணியில் சாவர்க்கர் எழுதவேண்டும் என்பது கோட்ஸேவின் விருப்பம். அதன் படி சாவர்க்கரின் கட்டுரைகள் அக்ரணியில் வெளியாகின. ஆக, சாவர்க்கருக்கு அக்ரணி ஓர் ஆயுதம்; கோட்ஸேவுக்கு சாவர்க்கர் ஒரு கேடயம்!

அக்ரணியில் சாவர்க்கர் எழுதவேண்டும் என்பது கோட்ஸேவின் விருப்பம்.

அந்தப் பத்திரிகையில் காந்தி, காங்கிரஸ் எதிர்ப்புக் கருத்துகள் வெளியாகின. தனது காந்தி எதிர்ப்புக் கருத்துகளைப் பதிவு

செய்துகொண்டிருந்த கோட்ஸேவுக்கு ஒரு விபரீத ஆசை வந்தது. எதிர்ப்புக்குரலை எங்கோ ஒரு மூலையில் எழுப்பிக்கொண்டிருப்பதற்குப் பதிலாக, ஏன் காந்தியை நேரில் சந்தித்து, நம்முடைய எதிர்ப்பை அவரிடம் நேரடியாகப் பதிவுசெய்யக் கூடாது? அந்தத் திட்டம் அவருடைய நண்பர்களுக்குப் பிடித்திருந்தது. தோள் கொடுக்கத் தயாராகினர்.

அப்போது பம்பாய் அருகிலுள்ள பஞ்ச்கனி என்ற மலைப்பிரதேசத்தில் ஓய்வெடுத்துக் கொண்டிருந்தார் காந்தி. அந்தச் செய்தி கோட்ஸேவை உற்சாகப்படுத்தியது. நாராயண ஆப்தே உள்ளிட்ட நண்பர்கள் சிலருடன் காந்தியைப் பார்ப்பதற்காகப் புறப்பட்டார். தங்கள் எதிர்ப்பை காந்தியின் கவனத்துக்குக் கொண்டுசெல்வதே அவர்களுடைய இலக்கு. அதன்படி காந்தியின் காதுகளுக்குக் கேட்கும் வகையில் உரத்த குரலில் முழக்கங்களை எழுப்பினர். அது அவர்கள் எதிர்பார்த்தபடியே காந்தியின் கவனத்தைக் கவர்ந்தது; கலைத்தது என்றும் சொல்லலாம்.

உடனடியாக அவர்களை அழைத்துப் பேச விரும்பினார் காந்தி. அதற்கு கோட்ஸே மறுத்து விட்டார். பின்னர் அங்குள்ள பள்ளிக்கூடத்தில் நடந்த நிகழ்ச்சியில் காந்தி கலந்துகொள்ள வந்த போது, ஒரு கத்தி சகிதம் கூட்டத்துக்குள் நுழைந்துவிட்டார் கோட்ஸே. சுதாரித்துக் கொண்ட பார்வையாளர்களில் சிலர், கோட்ஸேவின் கையிலிருந்த கத்தியைப் பறித்து விட்டனர்.

கோட்ஸேவைக் காவல்துறையிடம் ஒப்படைக்கவேண்டும் என்ற குரல் எழுந்தபோது அங்கே ஓர் எதிர்க்குரல். வேண்டாம், அவரை விட்டுவிடுங்கள். எழுப்பியவர் காந்தி. அத்தோடு நிறுத்தாமல், தன்னுடன் தங்கியிருந்து, தன்னுடைய நிலைபாட்டை விளக்கிச் சொல்லுமாறு கோட்ஸேவை அழைத்தார் காந்தி. அதற்கு மறுப்பு தெரிவித்த கோட்ஸே, உடனடியாக அங்கிருந்து புறப்பட்டார்.

அன்று கோட்ஸே செய்தது திட்டமிட்ட காரியம் என்று சொல்வதற்கில்லை. ஏதோவொரு உணர்ச்சி வேகத்தில் அப்படிச் செய்திருக்கலாம். என்றாலும், காந்திக்கும் ஆபத்தில்லை. கோட்ஸேவுக்கும் சிக்கலில்லை. நண்பர்கள் சகிதம் பூனாவுக்குத் திரும்பிவிட்டார். தன்னை மன்னித்தவர் என்றபோதும் காந்தி மீதான ஆத்திரம் கோட்ஸேவுக்குக் கொஞ்சமும் குறையவில்லை. எதிர்ப்புணர்வு அதிகரிக்கவே செய்தது. உபயம்: காந்தி - ஜின்னா சந்திப்புகள்.

நேரடி நடவடிக்கை, பிரிவினை என்பன போன்ற கோரிக்கைகளை ஜின்னா வலியுறுத்திவந்த சமயத்தில், காந்தியே அவரை நேரில் சந்தித்துப் பேசியது கோட்ஸேவை கோபப்படுத்தியது. மீண்டும் ஒருமுறை தனது எதிர்ப்பைப் பதிவுசெய்ய விரும்பினார். ஆனால் தாக்குதல் எதுவும் நிகழவில்லை. அதனைத் தொடர்ந்து அக்ரணியைக் கொண்டே போராட்டத்தைத் தொடர்ந்தார்.

அந்தப் பத்திரிகையில் காந்தி, ஜின்னா, காங்கிரஸ், முஸ்லீம் லீக் ஆகியோரை விமரிசிக்கும் கட்டுரைகள் தொடர்ந்து வெளியாகின. குறிப்பாக, கஸ்தூரிபாய் காந்தி நினைவு நிதி திரட்டப்பட்டபோது, அதற்கு எதிரான கருத்துகளை முன்வைத்தது அக்ரணி. மேலும், அந்தப் பத்திரிகையில் பயன்படுத்தப்பட்ட வன்மம் தெறிக்கும் தொனியும் மொழியும் பிரிட்டிஷாரைக் கலவரப்படுத்தின. அடுத்த நொடி தங்கள் கண்காணிப்பைக் கோட்ஸே மீது குவித்தனர்.

முதல் கட்டமாக, அரசாங்கத்துக்குக் குறிப்பிட்ட தொகையை டெபாசிட்டாகக் கட்டச்சொல்லி உத்தரவிட்டனர். அதன் அர்த்தம், தவறான, அவதூறான செய்திகள் பத்திரிகையில் வெளியாகும்

பட்சத்தில், அவர்கள் கட்டிய டெபாசிட் தொகை அரசின் வசம் சென்றுவிடும். பிறகு மீண்டும் டெபாசிட் கட்டவேண்டியிருக்கும். அதற்குப் பயந்துகொண்டு பத்திரிகைகள் அடக்கிவாசிப்பது வழக்கம். அதே ஆயுதம்தான் அக்ரணியின் மீதும் வீசப்பட்டது.

அதனாலென்ன, டெபாசிட் கட்டிவிட்டால் ஆயிற்று என்று சொல்லி, பெருந்தொகையைக் கட்டிவிட்டார் கோட்ஸே. லாபகரமாக இயங்கக்கூடிய ரகத்தைச் சேர்ந்ததல்ல அக்ரணி. ஆனாலும் அதற்கு நிதியுதவி மட்டும் பெருமளவில் கிடைத்துக்கொண்டிருந்தது. காரணம், கோட்ஸேவின் இந்துத்வ இயக்கத் தொடர்புகள் மற்றும் பணக்காரர்களுடனான நட்பு. அவர்கள் எல்லாம் அக்ரணியை இந்து மகா சபாவின் பிரசார பீரங்கியாக, சாவர்க்கரின் ஆசிபெற்ற நாளிதழாகப் பார்த்தனர். ஆகவே, கோட்ஸே கேட்கும்போதெல்லாம் நிதியுதவி தடையின்றிக் கிடைத்தது.

நிதி கிடைத்துக்கொண்டிருந்த உற்சாகத்தில் அக்ரணி பத்திரிகை காங்கிரஸ் மீதும் காந்தி மீதும் வெறுப்பை உமிழ்ந்தது. ஒருகட்டத்தில் அக்ரணி பத்திரிகையைத் தடை செய்து உத்தரவிட்டது பிரிட்டிஷ் அரசு. அதனாலென்ன, அக்ரணி என்ற பெயர்தானே கூடாது. பெயரை மாற்றிவிட்டால் தீர்ந்தது விஷயம். இந்து ராஷ்ட்ரா என்ற பெயரில் பத்திரிகையை வெளியிட்டார் கோட்ஸே.

இந்தச் சமயத்தில்தான், மதக்கலவரங்களைத் தடுக்கவும் பாகிஸ்தானுக்கு 55 கோடி ரூபாயைத் தரவும் வலியுறுத்தியும் காந்தி உண்ணாவிரதம் தொடங்கியிருந்தார். அந்த உண்ணாவிரதம்தான் கோட்ஸேவை விபரீத எண்ணத்துக்கு இட்டுச்சென்றது!

31

பெரட்டா ஏற்படுத்திய பேரழிவு

இந்திய அரசு காந்தியின் காலடியில் விழுந்துகிடக்கிறது. உண்ணாவிரதம் என்ற ஆயுதத்தைக் கொண்டு, தான் நினைத்ததை எல்லாம் சாதித்துவிடக்கூடியவராக காந்தி இருக்கிறார். ஆகவே, இனியும் காந்தியை உயிருடன் விட்டுவைத்தால் இந்தியாவில் இந்துக்களுக்கு இடமில்லாமல் போய்விடக்கூடிய அபாயம் இருக்கிறது. ஆகவே அவரை அப்புறப்படுத்துவதன் மூலமே இந்துக்களின் எதிர்காலத்தை உறுதிசெய்ய முடியும் என்ற முடிவுக்கு வந்திருந்தார் கோட்ஸே.

அப்புறப்படுத்துவது என்றால்? அரசியல் களத்தில் இருந்தா அல்லது உலகத்திலிருந்தா? இரண்டாவது வாய்ப்பைத் தேர்வு செய்தார் கோட்ஸே. அவருடைய திட்டத்தை விரிவுபடுத்தவும் செயல்படுத்தவும் ஏதுவாக ஒத்த சிந்தனை கொண்ட நண்பர்கள் நாராயண தத்தாத்ரேய ஆப்தே, விஷ்ணு ராமகிருஷ்ண கார்கரே ஆகிய இருவரும் கோட்ஸேவுடன் கைகோத்தனர். பின்னர் பஞ்சாப்பைச் சேர்ந்த மதன்லால் பாவா என்ற இளைஞனும் அவர்களுடன் சேர்ந்துகொண்டான்.

காந்தியைக் கொல்ல துப்பாக்கிதான் சரியான ஆயுதம் என்ற முடிவுக்கு வந்த அவர்கள், அடுத்து நாடியது திகம்பர பாட்ஜேவை. *10 ஜனவரி 1948* அன்று பாட்ஜேவைச் சந்தித்து தங்களுக்கு துப்பாக்கி, கையெறி குண்டுகள் வேண்டுமென்று கோரினர். உண்மையில், துப்பாக்கி கிடைப்பது அவ்வளவு சுலபமான

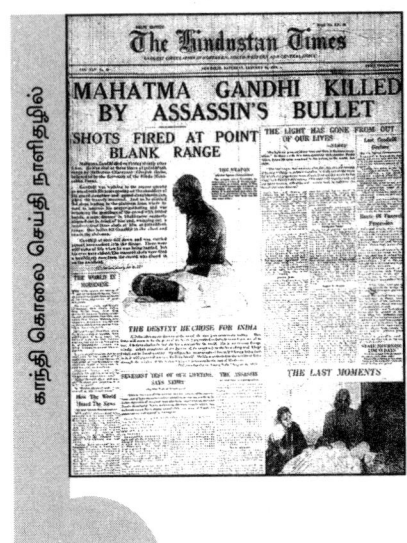

The Hindustan Times

MAHATMA GANDHI KILLED BY ASSASSIN'S BULLET

SHOTS FIRED AT POINT BLANK RANGE

THE LIGHT HAS GONE FROM OUT OF OUR LIVES

THE DESTINY HE CHOSE FOR INDIA

THE LAST MOMENTS

காந்தி கொலை செய்தி நாளிதழில்

ஒன்றல்ல. என்றாலும், நான்கு நாள்களில் பம்பாயில் வைத்து அனைத்து ஆயுதங்களையும் தருவதாகச் சொன்னார் பாட்ஜே.

அதன்படியே ஆயுதங்களைப் பெற்றுக்கொண்ட கோட்ஸேவின் நண்பர்கள், தங்களோடு திகம்பர பாட்ஜேவையும் அணியில் சேர்த்துக்கொண்டனர். வெடிகுண்டுகளைக் கையாண்ட அனுபவம் தங்களுக்கு இல்லை. ஆகவே, உங்கள் உதவி தேவை என்று அவர்கள் கோரியதை ஏற்றுக்கொண்டு, அவர்களுடன் இணைந்துகொண்டார் பாட்ஜே.

வெடிகுண்டு உள்ளிட்ட ஆயுதங்கள் கிடைத்தன. துப்பாக்கி மட்டும் கிடைக்கவில்லை. அதனை வாங்கும் பொறுப்பை தனது சகோதரர் கோபால் கோட்ஸேவிடம் ஒப்படைத்தார் கோட்ஸே. பிறகு பாட்ஜே, கார்கரே, மதன்லால் மூவரும் பம்பாய் இந்து மகா சபா அலுவலகத்தில் தங்கினர். கோட்ஸேவும் ஆப்தேவும் ஸீக்ரீன் ஹோட்டலில் தங்கினர்.

இந்த இடத்தில் கோட்ஸே தவிர்த்து காந்தி கொலைச் சதியில் ஈடுபட்ட ஐந்து முக்கிய நபர்களின் பின்னணி குறித்து கொஞ்சம் பார்த்துவிடலாம். முதலில் நாராயண ஆப்தே. மராட்டியத்தைச் சேர்ந்த இவர், இந்து மகாசபாவின் ஆரம்ப கால உறுப்பினர்களுள் ஒருவர். நன்கு படித்தவர். குடும்பப் பிரச்னை கொடுத்த மன உளைச்சலில் இருந்து விடுபட அரசியலில் ஆர்வம் செலுத்தினார். அப்போதுதான் அவருக்கும் கோட்ஸேவுக்கும் பழக்கம் ஏற்பட்டது.

சின்னச்சின்ன வேலைகளைப் பார்த்து, தேநீர் கடை ஆரம்பித்து, மெல்ல மெல்ல அரசியல்வாதியாக மாறியவர்.

அடுத்து, விஷ்ணு கார்கரே. ரத்னகிரி மாவட்டத்தைச் சேர்ந்த இவர், குடும்பத்தினரின் ஆதரவு கிடைக்காத காரணத்தால் பூனாவுக்கு வந்து, சின்னச்சின்ன வேலைகளைப் பார்த்து, தேநீர் கடை ஆரம்பித்து, மெல்ல மெல்ல அரசியல்வாதியாக மாறியவர். சாவர்க்கருடன் நெருக்கமாக இருந்தவர். அதன்பிறகு தேர்தல்களிலும் பங்கேற்று வெற்றிபெற்றிருந்தார். அரசியலில் மட்டுமல்ல, ஆயுதத்திலும் நம்பிக்கை கொண்டவர்.

அடுத்து, கோபால் கோட்ஸே. இவர் நாதுராம் கோட்ஸேவின் சகோதரர். கோட்ஸேவைக் காட்டிலும் பத்து வயது இளையவர். சாவர்க்கரின் வேண்டுகோளை ஏற்றுக்கொண்டு, பிரிட்டிஷ் இந்திய ராணுவத்தில் பணியாற்றியவர். இந்து மகா சபா, ஆர்.எஸ்.எஸ் உள்ளிட்ட இயக்கங்களில் அதி

காந்தி கொலையாளிகள்

தீவிரத்துடன் பணியாற்றியவர். தனது சகோதரரின் வேண்டுகோளுக்கு இணங்க, காந்தியைக் கொலைசெய்யும் திட்டத்தில் தன்னை இணைத்துக்கொண்டார்.

அடுத்தவர், திகம்பர ராமச்சந்திர பாட்ஜே. பூனாவைச் சேர்ந்த புத்தக வியாபாரி. உண்மையில் இவர் ஓர் ஆயுத வியாபாரி. கள்ளச்சந்தையில் ஆயுதங்களை வாங்கி, அவற்றைத் தீவிரவாத இயக்கங்களுக்கும் வன்முறையாளர்களுக்கும் ரகசியமாக விற்பனை செய்பவர். அந்தத் தொழிலுக்கான முகமூடியே புத்தக வியாபாரம். இவருடைய உதவியாளர்தான் ஷங்கர் கிஸ்தய்யா. காந்தி கொலைச்சதியில் ஈடுபட்டவர்களுள் கிஸ்தய்யாவும் ஒருவர்.

பின்னர் 15 ஜனவரி 1948 அன்று பம்பாய் இந்து மகா சபா அலுவலகத்தில் வைத்து தங்களுடைய டெல்லி ஆபரேஷன் குறித்து விவாதித்தனர். எல்லோரும் ஒன்றாகச் சேர்ந்து டெல்லிக்குச் செல்லாமல், தனித்தனியே பயணத்திட்டத்தை வகுத்துக்கொண்டு டெல்லிக்கு வரவேண்டும். அங்கே சாவர்க்கர் சதானில் அனைவரும் ஒன்றுகூடி, காந்தியை எப்படிக் கொல்வது, எப்போது கொல்வது ஆகியவற்றைத் தீர்மானிக்கவேண்டும். இதுதான் அவர்களுடைய ஆரம்பத்திட்டம்.

காந்தியைக் கொல்வதற்கு ஆரம்பத்தில் குறிக்கப்பட்ட தேதி 20 ஜனவரி 1948. துல்லியமாகத் திட்டம் போட்டிருப்பதாக கோட்ஸே குழுவினர் நினைத்தார்கள். ஆனால் அவர்களுக்கு அதிர்ச்சி கொடுக்கும் வகையில் திட்டம் தோல்வியடைந்தது. மதன்லால் மட்டும் காவல்துறையிடம் சிக்கிக்கொள்ள, மற்றவர்கள் அனைவரும் ஆளுக்கொரு பக்கமாகத் தப்பிச்சென்றுவிட்டனர். என்றாலும், 30 ஜனவரி 1948 அன்று மீண்டும் தாக்குதல் நடத்தத் தயாரானார் கோட்ஸே.

> **சுட்டவர்
> இந்துவா, முஸ்லீமா
> என்று தெரிவதற்கு முன்பே,
> அவர் இந்து என்று சொல்லி,
> பதற்றத்தைப் பக்குவமாகத்
> தணித்திருந்தார்
> மௌண்ட் பேட்டன்.**

இப்போது காந்தியைக் கொல்வதற்கென்று பெரட்டா ரகத் துப்பாக்கி ஒன்றை ஏற்பாடு செய்தனர் கோட்ஸே குழுவினர். திட்டமிட்டபடியே தான் கொண்டு வந்திருந்த பெரட்டா துப்பாக்கியின் துணையுடன் காந்தியைக் கொன்று, பேரழிவை நிகழ்த்தியிருந்தார் கோட்ஸே. அதைப் பற்றி முந்தைய அத்தியாயங்களில் விரிவாகப் பார்த்துவிட்டோம். சுதந்தரம் அடைந்த ஐந்தரை மாதங்களுக்குள் நிகழ்த்தப்பட்ட காந்தி படுகொலை அரசியல் களத்திலும் பொதுத்தளத்திலும் கடும் அதிர்வுகளை ஏற்படுத்தியது.

காந்தியைக் கொன்றது முஸ்லீம் என்று வெளியான வதந்தி தேசமெங்கும் பதற்றத்தை உருவாக்கி இருந்தது. அதைத் தணிக்கவும் தடுக்கவும் வேண்டிய கடமை நேரு, பட்டேல் உள்ளிட்டோருக்கு இருந்தது. கூடவே, மௌண்ட்பேட்டனும். சுட்டவர் இந்துவா, முஸ்லீமா என்று தெரிவதற்கு முன்பே, அவர் இந்து என்று சொல்லி, பதற்றத்தைப் பக்குவமாகத் தணித்திருந்தார் மௌண்ட் பேட்டன். வானொலி உரைகளிலும் பிரதமர் நேரு அதனை அழுத்தமாகப் பதிவுசெய்தார்.

காந்தியைக் கொன்றவர் கோட்ஸே என்ற விஷயம் கசிந்த நொடியில் இருந்தே ஆர்.எஸ்.எஸ் ஸும் இந்து மகா சபாவும் கடுமையாக விமரிக்கப்பட்டன. காரணம், கோட்ஸே ஆரம்ப காலத்திலிருந்து ஆர்.எஸ்.எஸ்ஸுடன் அணுக்கமாக இருந்தவர். சாவர்க்கருடன் சகஜமாக இயங்கியவர். தன்னை ஓர் இந்துத்வவாதியாக அடையாளப்படுத்திக் கொண்டவர். ஆகவே, காந்தி கொலையில் அவர்களுடைய பங்களிப்பு இருக்கக்கூடும் என்ற கருத்து பொதுத்தளத்தில் எழுந்தது.

அதற்கான பூர்வாங்க ஆதாரங்கள் இருக்கின்றன என்று தெரிந்ததும் உடனடியாக ஆர்.எஸ்.எஸ் இயக்கத்தைத் தடை செய்து உத்தரவிட்டது மத்திய அரசு. ஆனால் அந்தத் தடைக்கு காந்தி கொலைதான் காரணம் என்று அரசுத்தரப்பில் நேரடியாகச் சொல்லப்பட வில்லை. நாட்டின் ஒற்றுமைக்குக் குந்தகம் விளைவிக்கும் வகையில் ரகசியக் கூட்டங்கள் நடத்துகிறது; ஆயுதப் பரிவர்த்தனைகளில் ஈடுபடுகிறது என்பதுதான் தடைக்குச் சொல்லப்பட்ட காரணம்.

உண்மையில், பிரதமர் என்ற மிகப்பெரிய பொறுப்பில் நேரு இருந்தாலும், ஆர்.எஸ்.எஸ்ஸுக்குத் தடை விதிக்கும் முக்கியமான முடிவை எடுத்தவர் துணைப்பிரதமரும் உள்துறை அமைச்சருமான சர்தார் வல்லபபாய் பட்டேல். இத்தனைக்கும் இந்துத்வ ஆதரவாளராக அறியப்பட்டவர் அவர். ஆனாலும் அவருக்கு எழுந்த சந்தேகம் ஆர்.எஸ்.எஸ் தடையில் வந்து முடிந்தது. மெல்ல மெல்ல வளர்ந்துகொண்டிருந்த ஆர்.எஸ்.எஸ்ஸுக்கு இது மிகப்பெரிய பின்னடைவு.

ஆர்.எஸ்.எஸ்ஸும் இந்து மகா சபாவும் கடுமையான நெருக்கடிக்கு உள்ளாகின. அந்த இயக்கங்களைச் சேர்ந்தவர்கள் தடுப்புக்காவல் சட்டத்தின் கீழ் கைதுசெய்யப்பட்டனர். ஆனால் காந்தி கொலைக்கும் தங்களுக்கும் எவ்விதத் தொடர்பும் இல்லை என்று ஆர்.எஸ்.எஸ்

திரும்பத் திரும்ப மறுப்பு வெளியிட்டுக்கொண்டிருந்தது. அதுபோலவே, ஆர்.எஸ்.எஸ்ஸுக்கும் கோட்ஸேவுக்கும் எந்தத் தொடர்பும் இல்லை என்று மறுப்பு வெளியிட்டது.

இந்தப் பின்னணியில் காந்தி கொலை வழக்கு விசாரணை நகரத் தொடங்கியது. என் வேலை முடிந்தது என்று சொல்லி அசையாமல் நின்றுகொண்டிருந்த கோட்ஸேவை உடனடியாகக் கைதுசெய்துவிட்டனர். அடுத்து, அவருடைய கூட்டாளிகளைக் கைதுசெய்யும் நடவடிக்கைகள் சூடுபிடித்தன. முதலில் மதன்லால் பாவாவும் திகம்பர பாட்ஜேவும் கைது செய்யப்பட்டனர். பின்னர் கோபால் கோட்ஸேவும் கைதுசெய்யப்பட்டார். ஆப்தேவும் கார்கரேவும் மட்டும் காவல்துறையில் பிடியில் சிக்காமல் நழுவியிருந்தனர்.

காவல்துறையின் தீவிரமான துரத்தலுக்கும் வலைவீச்சுக்கும் பிறகு அவர்கள் இருவரும் கைதுசெய்யப்பட்டனர். கொலை வழக்கை விசாரிக்கும் பொறுப்பு காவல்துறை அதிகாரி ஜே.டி. நகர்வலாவிடம் ஒப்படைக்கப்பட்டது. *1948* மே மாதம் டெல்லி செங்கோட்டையில் உள்ள சிறப்பு நீதிமன்றத்தில் காந்தி கொலை வழக்கு விசாரணைகள் பகிரங்கமாக நடந்தன. குற்றவாளிகளை அடைத்துவைக்க ஏதுவாக அங்கேயே தாற்காலிக சிறை உருவாக்கப்பட்டது.

விஷயம் என்னவென்றால், காந்தி கொலை வழக்கில் குற்றம்சாட்டப்பட்டவர்கள் பட்டியிலில் கோட்ஸே, ஆப்தே மட்டுமல்ல, இந்து மகா சபாவின் தலைவர் விநாயக் தாமோதர் சாவர்க்கர் பெயரும்கூட இருந்தது. கோட்ஸே பிரதான குற்றவாளி. மற்றவர்கள் எல்லாம் கொலைக்கு உதவியாக இருந்தவர்கள் மற்றும் ஆயுத உதவி செய்தவர்கள். குற்றத்துக்குத் திட்டமிட்டதோடு, குற்றவாளிகளுக்கு வழிகாட்டியாகச் செயல்பட்டார் என்பதுதான் சாவர்க்கர் மீதான குற்றச்சாட்டு.

காந்தி கொலை வழக்கில் சாவர்க்கரின் பெயர் சேர்க்கப்பட்டது இந்து மகா சபா, ஆர்.எஸ்.எஸ் உள்ளிட்ட இயக்கங்கள் மத்தியில் பலத்த அதிர்வலைகளை ஏற்படுத்தியது. சதித்திட்டத்தின் திடீர் வரவான திகம்பர பாட்ஜே காவல்துறையினரிடம் பிடிபட்ட கையோடு சாவர்க்கரின் பங்களிப்பு உள்ளிட்ட செய்திகளை ஒப்பித்துவிட்டார் என்றும் அந்த நொடியில் சாவர்க்கர் விசாரணை வளையத்துக்குள் கொண்டுவரப்பட்டார் என்றும் காவல்துறை அறிவித்தது.

சாவர்க்கரின் வீட்டில் சோதனை நடத்தப்பட்டது. அப்போது சாவர்க்கர் - கோட்ஸே - ஆப்தே மூவருக்கும் இடையிலான கடிதப் பரிவர்த்தனைகளுக்கான ஆதாரங்கள் கிடைத்தன. அவர்கள் அனைவரிடமும் தீவிரமாக விசாரித்த பிறகு, கொலைச்சதிக்கும் சாவர்க்கருக்குமான தொடர்பு குறித்த பூர்வாங்க ஆதாரங்கள் திரட்டப்பட்டன. வலுவான ஆதாரங்கள் கிடைத்துவிட்டதாகச் சொன்ன காவல்துறை, அவரைக் கைது செய்தது.

செங்கோட்டை வழக்கு எனப்படும் காந்தி கொலை வழக்கில் தாக்கல் செய்யப்பட்ட குற்றப் பத்திரிகை இரண்டு முக்கியச் செய்திகளைக் கொண்டிருந்தது. ஒன்று, திகம்பர பாட்ஜே, கோபால் கோட்ஸே உதவியுடன் பெறப்பட்ட ஆயுதங்களைக் கொண்டு, ஆப்தே, கார்கரே, கிஸ்தய்யா ஆகியோரின் உதவியுடன் கோட்ஸே காந்தியைக் கொன்றிருக்கிறார். இரண்டாவது, கொலைத்திட்டத்தை வடிவமைத்து, கோட்ஸே குழுவினருக்கு வழிகாட்டியவர் சாவர்க்கர்.

குற்றம்சாட்டப்பட்டவர்கள் சார்பில் முன்வைக்கப்பட்ட மறுப்புகளில் இரண்டு விஷயங்களைத் திரும்பத் திரும்ப வலியுறுத்தினர். ஒன்று, காந்தியைக் கொலை செய்வது என்பது கோட்ஸேவின் தனிப்பட்ட முடிவு. அதற்கு நாங்கள் யாரும் எவ்வித உதவியையும் செய்யவில்லை. இரண்டாவது, காந்தி படுகொலைக்கும் ஆர்.எஸ்.எஸ், இந்து மகா சபை போன்ற இயக்கங்களுக்கோ, அல்லது சாவர்க்கருக்கோ எவ்விதமான தொடர்பும் இல்லை.

காந்தி கொலை வழக்கில் மற்றவர்களின் கருத்தைவிட கோட்ஸேவின் கருத்து பிரதானமானது. தனது வாக்குமூலத்தை சுமார் 90 பக்கங்களில் பதிவுசெய்தார். அந்த வாக்குமூலம் May it please your honour என்ற பெயரில் புத்தகமாக வெளியானது. அதில் கோட்ஸே பயன்படுத்திய மொழியும் தொனியும் ஆங்கிலத்தில் பாண்டித்தியம் பெற்றவருக்கே சாத்தியம். ஆகவே, அதை சாவர்க்கர் எழுதியிருப்பார் என்ற சந்தேகமும் எழுந்தது. ஆனால் அதற்கான ஆதாரம் ஏதுமில்லை. அவருடைய வாக்குமூலம் சில செய்திகளைப் பூடகமாகச் சொன்னது. ஆனால் அவருடைய தம்பி கோபால் கோட்ஸே பின்னாளில் கொடுத்த வாக்குமூலம் பூடகங்களை எல்லாம் சுக்குநூறாக உடைத்தெறிந்தது.

32

கோட்ஸே கொடுத்த வாக்குமூலம்

சுதந்தர இந்தியா சந்தித்த முதல் பயங்கரவாதம் காந்தி படுகொலை. அதன் காரணமாக இந்தியா மீது விழுந்த கறையைத் துடைக்க நேரு அதிகம் நம்பியது நீதித்துறையைத்தான். ஆம், காந்தி கொலை வழக்கு விசாரணையை விரைவாக நடத்தி முடிக்கவேண்டும் என்பதில் நேரு அசாத்திய உறுதி காட்டினார். அதே எண்ணத்தில்தான் உள்துறை அமைச்சர் பட்டேலும் இருந்தார்.

அந்த அடிப்படையில் புலன் விசாரணைகளும் கைது நடவடிக்கை களும் தீவிரம் பெற்றன. ஆவணங்கள், வாக்குமூலங்கள், சாட்சி யங்கள், புகைப்படங்கள், பத்திரிகை ஆதாரங்கள் அனைத்தும் சேகரிக்கப்பட்டதைத் தொடர்ந்து, 27 மே 1948 அன்று செங்கோட்டை நீதிமன்றத்தில் காந்தி கொலை வழக்கு விசாரணை தொடங்கியது.

உண்மையில், காந்தி கொலைச்சதியானது ஒற்றை மாநிலம் சம்பந்தப்பட்டதாக இருக்கவில்லை. சதித்திட்டம் ஒரு மாநிலத்தில் வகுக்கப்பட்டிருந்தது; அதற்குரிய வழிகாட்டுதல்கள் வேறொரு மாநிலத்திலிருந்து வந்துள்ளன; இன்னொரு இடத்தில் சதித்திட்டம் விரிவுபடுத்தப்பட்டு, இறுதியாக பிர்லா மாளிகையில் சதித்திட்டம் அரங்கேறியுள்ளது. அதாவது, பம்பாய், பூனாவில் தொடங்கி டெல்லி, குவாலியர் என்று நகர்ந்து, மீண்டும் டெல்லியில் வந்து முடிந்திருக்கிறது.

ஆக, ஒன்றுக்கும் மேற்பட்ட மாநிலங்கள் தொடர்பான விவகாரம் என்பதால் டெல்லி நீதிபதிக்குச் சிறப்பு அந்தஸ்தும் அதிகாரங்களும்

நாராயண ஆப்தே உடன் கோட்ஸே

தரப்பட்டு விசாரணைகள் நடத்த முடிவுசெய்தது இந்திய அரசு. அதற்காக பழுத்த அனுபவஸ்தரான நீதிபதி ஆத்மசரண் தலைமையில் சிறப்பு நீதிமன்றம் அமைக்கப்பட்டிருந்தது. விசாரணை தொடங்கிய தினமே நீதிமன்றத்தில் விரிவான குற்றப் பத்திரிகை தாக்கல் செய்யப்பட்டது.

நாதுராம் கோட்ஸே, நாராயண ஆப்தே, விஷ்ணு கார்கரே, திகம்பர பாட்ஜே, கோபால் கோட்ஸே, மதன்லால் பாவா, சங்கர் கிஸ்தய்யா, தத்தாத்ரேய பார்ச்சூர் மற்றும் விநாயக் தாமோதர் சாவர்க்கர் ஆகியோர் மீது குற்றம் சாட்டப்பட்டிருந்தது. தவிரவும், காவல்துறையினரிடம் பிடிபடாத கங்காதர தந்த்வடி, கங்காதர ஜாதவ், சூர்யதியோ சர்மா ஆகிய மூவரும் தலைமறைவுக் குற்றவாளிகளாக அறிவிக்கப்பட்டிருந்தனர்.

சதித்திட்டம், கொலை முயற்சி, கொலை, கடத்தல், வெடிபொருள் தயாரித்தல், குற்றத்துக்கு உடந்தையாக இருத்தல் என்று பல பிரிவுகளில் குற்றம்சாட்டப் பட்டோர் மீது வழக்குகள் பதிவாகியிருந்தன. சுதந்தர இந்தியாவின் அதிமுக்கிய வழக்கை ஒட்டுமொத்த உலகமே உற்றுநோக்கியதால் வழக்கு விசாரணை பொதுமக்கள், பத்திரிகையாளர்கள் முன்னிலையில் விரிவாகவும் வெளிப்படையாகவும் நடந்தது.

காந்தி கொலையில் குற்றம்சாட்டப்பட்ட மற்றவர்கள் எல்லோரும் வரிசையாக வாக்குமூலம் கொடுத்தனர். முக்கியமாக, திகம்பர பாட்ஜேவின் சாட்சியத்தைச் சொல்லவேண்டும். *17 ஜனவரி 1948 அன்று கோட்ஸே, ஆப்தே சகிதம் சாவர்க்கரின் வீட்டுக்குச் சென்றோம். விடைபெறும் சமயத்தில், 'வெற்றியுடன் திரும்பி வருக!' என்று சாவர்க்கர் அவர்களுக்கு ஆசி வழங்கினார்* என்பது பாட்ஜேவின் சாட்சியம். அரசியல் தளத்தில் அதிர்வுகளை ஏற்படுத்திய சாட்சியம் அது. அவர் வெறும் சாட்சியல்ல, அப்ரூவர்!

எனது அமைப்புக்காக நான் மேற்கொண்ட கடிதங்கள், பேச்சுகள், எழுத்துகள், பயணங்கள் வாயிலாக எத்தனையோ பேர் எனக்கு அறிமுகம் ஆகியிருப்பார்கள்.

ஆனால் சாவர்க்கரோ அந்தக் குற்றச்சாட்டை அடியோடு நிராகரித்தார். அவர் தனது சாட்சியத்தை எழுத்து மூலம் பதிவுசெய்தார். அதில், 'எனது அமைப்புக்காக நான் மேற்கொண்ட கடிதங்கள், பேச்சுகள், எழுத்துகள், பயணங்கள் வாயிலாக எத்தனையோ பேர் எனக்கு அறிமுகம் ஆகியிருப்பார்கள். அவர்களோடு தனிப்பட்ட தொடர்புகளை உருவாக்கிக் கொண்டிருக்க வாய்ப்புகள் அநேகம். அப்படித்தான் கோட்ஸேவும் அறிமுகமானார்.

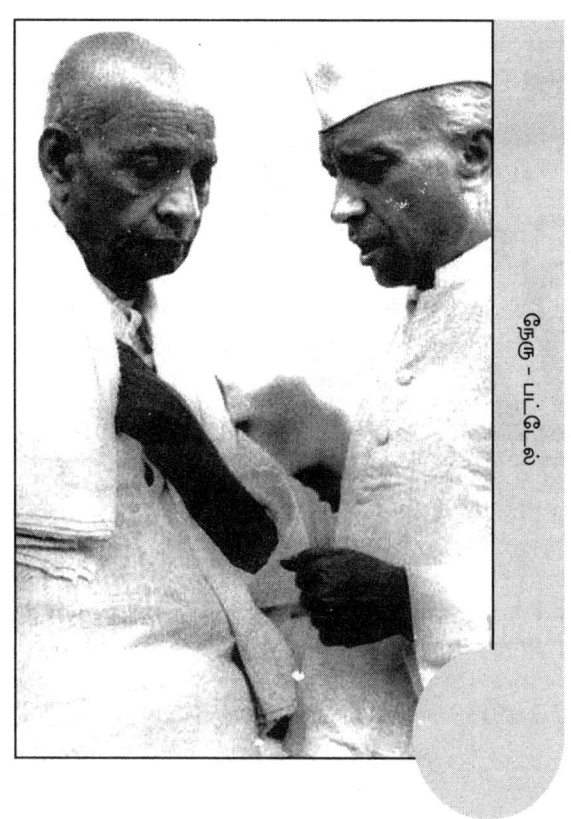

நேரு - பட்டேல்

அதேபோல, ஆப்தே, பாட்ஜே, பார்ச்சூர் ஆகியோரையும் கொஞ்சம் தெரியும். ஆனால் ஷங்கர், கோபால் கோட்ஸே, மதன்லால் ஆகியோரை எனக்குத் தெரியாது.' என்று திட்டவட்டமாகக் கூறியிருந்தார் சாவர்க்கர்.

தவிரவும், *22* பிப்ரவரி *1948* அன்று பம்பாய் நகர காவல்துறை ஆணையருக்கு சாவர்க்கர் கடிதம் ஒன்றை எழுதினார். காந்தி கொலைவழக்கில் கைதாகி, சிறையில் அடைக்கப்பட்டிருந்த அவர், தன்னுடைய விடுதலையை வலியுறுத்தி எழுதப்பட்ட கடிதம் அது.

'என்னைப் பற்றிய அனைத்து சந்தேகங்களையும் போக்கும் வகையிலும், நான் சமர்ப்பித்துள்ள மனுவை உறுதிசெய்யும் வகையிலும், அரசாங்கத்துக்குக் கீழ்க்கண்ட வாக்குறுதியைக் கொடுக்க விரும்புகிறேன். எவ்வளவு காலத்துக்கு நான் மதம் மற்றும் அரசியல் ரீதியான நடவடிக்கைகளில் இருந்து விலகியிருக்க வேண்டுமென்று அரசாங்கம் விரும்புகிறதோ அவ்வளவு காலம் நான் விலகியிருப்பேன். எனது விடுதலைக்கு இதையே ஒரு நிபந்தனையாக முன்வைக்கிறேன்.'

வேறெந்த சாட்சியத்தைக் காட்டிலும் பிரதான குற்றவாளியான நாதுராம் விநாயக் கோட்ஸேவின் சாட்சியம் முக்கியமானது. தனக்கு முன்பு சாட்சியம் கூறியவர்களின் கருத்துகளை மறுக்கும் வகையிலும், தன்னுடைய தரப்பை விளக்கமாக எடுத்துச்சொல்லும் வகையிலும் தனது வாக்கு மூலத்தை விரிவாகவும் விளக்கமாகவும் வகுத்துக்கொண்டிருந்தார் கோட்ஸே. முக்கியமாக, காந்தி கொலையின் முழுப்பொறுப்பும் தன்னுடையதே என்பதை அழுத்தமாக நிரூபிப்பதும்,

ஆப்தே - சாவர்க்கர் - கோட்ஸே

நீதிமன்றத்தில் கோட்ஸே உள்ளிட்டோர்.

காந்தி கொலை வழக்கில் இருந்து சாவர்க்கரை விலக்கிக் காட்டுவதுமே கோட்ஸேவின் பிரதான நோக்கங்களாக இருந்தன.

காந்தி கொலை வழக்கு தொடர்பாக இருவேறு விசாரணைகள் நடத்தப்பட்டிருக்க வேண்டும். அதாவது, 20 ஜனவரி 1948 அன்று நடந்த கொலை முயற்சி மற்றும் 30 ஜனவரி 1948 அன்று நடந்த கொலை என்ற இரண்டு வழக்குகளையும் தனித்தனியாக விசாரித்திருக்க வேண்டும் என்று வழக்கு விசாரணையின் அடிப்படையையே எதிர்த்த கோட்ஸே, பிறகு தனது கருத்துகளை எடுத்துவைத்தார். அதில் அவர் அழுத்தமாக முன்வைத்த முக்கிய அம்சங்கள் இவைதான்:

- பக்தி நிரம்பிய பிராமணக் குடும்பம் ஒன்றில் பிறந்த நான் உணர்வு ரீதியாக இந்து மதம், இந்து வரலாறு, இந்து பண்பாடு ஆகியவற்றைப் போற்றியவன். இந்துத்வம் முழுமைக் காகவும் நான் உணர்ச்சிபூர்வமான கர்வத்தைக் கொண்டிருந்தேன்... என்னுடைய விரிவான வாசிப்பின் பயனாக என்னுடைய முதல் கடமை இந்துத்வத்துக்கும் இந்து மக்களுக்கும் ஒரு நாட்டுப்பற்றாளனாக, மனித இரக்கம் உடையவனாகத் தொண்டாற்றவேண்டும் என்று நம்ப வைத்தன. இதுதான் என்னைப் புதிய இந்து சங்கதன் சித்தாந்தத்திலும் செயல் திட்டங்களிலும் ஈடுபடவைத்தது.

- நான் ஆர்.எஸ்.எஸ்ஸில் பல ஆண்டுகள் பணியாற்றியிருக்கிறேன். பின்னர் இந்து மகா சபையில் சேர்ந்து, அதனுடைய தொன்மையான இந்துக்கொடியின்கீழ் ஒரு வீரனாகப் போராட என்னைத் தயார்படுத்திக்கொண்டேன். சாவர்க்கர் தலைமையில் முன் எப்போதும் இல்லாத உயிர்த் துடிப்புடன் செயல்படத் தொடங்கியது இந்து மகா சபா. இந்து செயல்நோக்கத்துக்கான நாயகனாக நான் சாவர்க்கரைப் பார்த்தேன். அவருடன் தனிப்பட்ட முறையில் பழகத் தொடங்கினேன்.

- முதுமை காரணமாக சாவர்க்கரின் செயல்பாடுகள் வீரியமிழந்துவிட்டதால், இனி அவரைப் போன்ற தலைவர்களை நம்பிப் பயனில்லை என்ற முடிவுக்கு வந்தேன். வீர சாவர்க்கரின் தலைமையில் இருந்து விடைபெறவேண்டிய நேரம் வந்துவிட்டதையும் உணர்ந்தேன். இந்து இளைஞர்களை ஒன்றுதிரட்டி காங்கிரஸுக்கும் முஸ்லீம் லீக்குக்கும் எதிராக செயல்திட்டம் வகுத்துப் போராடத் தயாரானேன். எங்கள் எதிர்காலக் கொள்கை, செயல்திட்டங்கள் குறித்து அவரிடம் விவாதிக்கவே கூடாது என்று முடிவுசெய்தேன்.

- பாகிஸ்தானில் இந்துக்களுக்கு எதிரான படுபயங்கரக் கொடுமைகள் கட்டவிழ்த்து விடப்பட்டபோது, பாகிஸ்தான் அரசின் மீதோ, சம்பந்தப்பட்ட இஸ்லாமியர்கள் மீதோ காந்திஜி ஒருவார்த்தை கண்டனத்தையும் தெரிவிக்கவில்லை. பாகிஸ்தானில் இந்துப் பண்பாட்டையும் இந்து சமுதாயத்தையும் வேரறுக்க நடத்திய இஸ்லாமிய அக்கிரமங்கள் அனைத்தும் காந்திஜியின் போதனைகள், நடத்தையால் ஏற்பட்டவையே.

- காந்திஜி மக்களிடம் பொய்யில் விளையாடி, நாட்டின் பகுதிகளை பாகிஸ்தான் உருவாக்குவதற்காக இஸ்லாமியர்களிடம் கொடுத்துவிட்டார். இதன்மூலம் தேசத்தந்தை என்ற முறையில் அவரது கடமையிலிருந்து தவறிவிட்டார் என்று நான் உறுதியாகச் சொல்வேன். அதன்மூலம் அவர் பாகிஸ்தானின் தந்தை என்பதை நிரூபித்துவிட்டார். அந்தக் காரணத்துக்காவே, நம் தாய்நாட்டைக் கூறுபோடச் செய்வதில் பெரும்பங்கு வகித்த தேசத் தந்தையின் வாழ்க்கைக்கு முடிவுகட்டுவது, இந்தியத் தாயின் கடமை மிக்க மகன் என்ற என்ற முறையில் என் கடமை.

- நான் எனக்குள் கருதிப்பார்த்த பின்னரே என் மனம் காந்திஜிக்கு எதிராக நடவடிக்கை எடுக்க என்னைத் தூண்டியது. என்னுடைய இந்தச் செயலுக்கு யாரும் என் மீது நெருக்கடியைக் கொண்டுவரவில்லை... என்னோடு பல்வேறு நபர்கள் இந்த வழக்கில் சதிகாரர்களாகக் குற்றம் சாட்டப்பட்டுள்ளனர். நான் செய்த காரியத்தில் எனக்குக் கூட்டாளிகள் என்று யாரும் கிடையாது. என் செயலுக்கு நான் மட்டுமே பொறுப்பு.

- வீர சாவர்க்கரின் வழிகாட்டலின் நான் செயல்பட்டேன் என்றும், அவர் உடந்தையாக இல்லாமல் இருந்திருந்தால், நான் அப்படி செயல்பட்டிருக்கவே மாட்டேன் என்றும் அரசுத்தரப்பில் தவறாகச் சொல்லிவருகின்றனர். அந்தக் கூற்றை நான் ஆணித்தரமாக மறுக்கிறேன். உண்மையற்றதும் நியாயமற்றதுமான இந்தக் குற்றச்சாட்டுக்கு எனது பலத்த ஆட்சேபத்தைத் தெரிவிக்கிறேன்.

காந்தி கொலையில் தனது பங்களிப்பு மட்டுமே இருக்கிறது என்பதை உறுதிசெய்ய வேண்டும். அதேசமயம், சாவர்க்கர் உள்ளிட்டோரை காந்தி கொலையிலிருந்து முற்றிலுமாக விலக்கி வைக்க வேண்டும். இந்த இரண்டு இலக்குகளையும் தனது வாக்குமூலத்தின் வழியே சாத்தியமாக்க முனைந்திருந்தார் கோட்ஸே. அதில் அவர் பகுதியளவில் வெற்றியும் பெற்றிருந்தார்.

அரசுத் தரப்பு வாதத்தின் ஒற்றைவாக்கியச் சாரம் இதுதான்: குற்றம்சாட்டப்பட்டவர்கள் எவரும் வெறும் உணர்ச்சி வேகத்தில் செய்த காரியமல்ல காந்தி கொலை; நன்கு திட்டமிட்டு நடத்திய சதி. ஆகவே, குற்றம்சாட்டப்பட்ட அனைவருக்கும் அதிகபட்ச தண்டனை தரவேண்டும்.

சுமார் ஏழு மாத கால விரிவான விசாரணைகள் ஒருவழியாக முடிவுக்கு வந்தன. 10 பிப்ரவரி 1949 அன்று தீர்ப்பை

காந்திஜி மக்களிடம் பொய்யில் விளையாடி, நாட்டின் பகுதிகளை பாகிஸ்தான் உருவாக்குவதற்காக இஸ்லாமியர்களிடம் கொடுத்து விட்டார். இதன்மூலம் தேசத் தந்தை என்ற முறையில் அவரது கடமையிலிருந்து தவறிவிட்டார்.

வாசித்தார் நீதிபதி ஆத்மசரண். அந்தத் தீர்ப்பில் பல ஆச்சரியங்களும் அதிர்ச்சிகளும் அணிவகுத்து நின்றன.

முதல் தண்டனை கோட்ஸேவுக்கு. தூக்குத்தண்டனை. கொலைச்சதியை நிறைவேற்ற கோட்ஸேவுக்கு உதவிகரமாக இருந்த நாராயண ஆப்தேவுக்கும் தூக்குத்தண்டனை. மேலும், கொலைச் சதியில் பங்கேற்ற கார்கரே, மதன்லால், கோபால் கோட்ஸே, சங்கர் கிஸ்தய்யா, பார்ச்சூர் ஆகியோருக்கு ஆயுள் தண்டனை. திகம்பர பாட்ஜே அப்ரூவர் என்பதால் அவருக்குப் பொது மன்னிப்பு.

பெரிதும் எதிர்பார்க்கப்பட்ட சாவர்க்கர் விஷயத்தில் நீதிமன்றத் தீர்ப்பு வியப்பைக் கொடுத்தது. ஆம், அரசு மற்றும் காவல்துறையினர் அழுத்தமான ஆவணங்களைக் கொண்டு சாவர்க்கர் மீதான குற்றச்சாட்டுகளை நிரூபிக்கவில்லை என்பதால் சந்தேகத்தின் பலனை எதிரிக்குக் கொடுக்கும் வகையில் சாவர்க்கர் விடுதலை செய்யப்படுவதாக அறிவித்தார். இது இந்து மகா சபா உள்ளிட்ட பலரையும் மகிழ்ச்சியில் ஆழ்த்தியது. கோட்ஸே உள்ளிட்டோருக்குத் தரப்பட்ட தண்டனைகள் நிறைவேற்றப்பட்டன.

காந்தி கொலையை முன்வைத்து அரசு எடுத்த அதிரடி நடவடிக்கைகளுள் முக்கியமானது, ஆர்.எஸ்.எஸ் மீதான தடை!

33

பட்டேலின் ஆர்.எஸ்.எஸ் பாசம்

காந்தி கொலை நடந்த தருணத்தில் அது ஒரு இஸ்லாமியரின் சதியாகத்தான் இருக்கமுடியும் என்று பலரும் சந்தேக விதைகளை விதைத்துக் கொண்டிருந்த சமயத்தில், கொலையைச் செய்தவர் கோட்ஸே என்று தெரிந்ததும் நிம்மதிப் பெருமூச்சுவிட்ட மனிதர்களுள் முக்கியமானவர், இந்திய கவர்னர் ஜெனரல் மௌண்ட்பேட்டன்.

அந்தப் பெருமூச்சுக்கான பின்னணி முக்கியமானது. ஒருவேளை, காந்தியைக் கொன்றவர் முஸ்லீமாக இருந்திருந்தால் சுதந்தர இந்தியா சுடுகாடாக மாறிவிடுவதற்கான அத்தனை அபாயக் கூறுகளும் அன்றைக்கு இருந்தன. பிரிவினையை ஒட்டி நடந்த கலவரங்களைக் காட்டிலும் பன்மடங்கு வீரியமான கலவரங்கள் வெடித்திருக்கக்கூடும். அது தவிர்க்கப்பட்டதுதான் மௌண்ட் பேட்டனை நிம்மதியடையச் செய்தது.

கோட்ஸே மராட்டிய பிராந்தியத்தில் செல்வாக்கு நிரம்பிய ஆர்.எஸ்.எஸ் தொண்டராக அறியப்பட்டவர். ஆகவே, காந்தி கொலைக்கும் ஆர்.எஸ்.எஸ்ஸுக்கும் நிச்சயம் தொடர்பிருக்கும் என்ற சந்தேகம் பொதுத்தளத்தில் எழுந்தது. அது அரசுத்தரப்புக்கும் இருந்தது. முக்கியமாக, காந்தி கொலையைத் தொடர்ந்து ஆர்.எஸ்.எஸ் அமைப்பினர் இனிப்பு கொடுத்து கொண்டாடிய செய்திகள் நேரு, பட்டேல் உள்ளிட்டோரின் கவனத்துக்கு வந்திருந்தன. அந்தச் செய்திகள் ஆர்.எஸ்.எஸ் மீதான சந்தேகத்துக்கு சாட்சியம் கூறின.

கோல்வால்கர்

அப்போது ஆர்.எஸ்.எஸ் தலைவர் கோல்வால்கரிடம் இருந்து பிரதமர் நேரு மற்றும் உள்துறை அமைச்சர் பட்டேல் இருவருக்கும் தந்தி வந்தது.

'காந்தி கொல்லப்பட்டது அதிர்ச்சியூட்டும் சம்பவம். காந்திக்கு அஞ்சலி செலுத்தும் வகையில் 13 நாள்களுக்கு ஆர்.எஸ்.எஸ்ஸின் அதிகாரபூர்வ பணிகள் அனைத்தும் அப்படியே நிறுத்தப்படும்.'

கோல்வால்கரின் தந்திக்குப் பிறகும்கூட இந்திய அரசாங்கத்தின் சந்தேக முள்முனை ஆர்.எஸ்.எஸ்ஸை நோக்கியே நிலைகுத்தி நின்றது. ஆர்.எஸ்.எஸ் மீது நடவடிக்கை எடுக்க வேண்டும் என்று உள்துறை அமைச்சர் பட்டேலிடம் சொன்னார் பிரதமர் நேரு. ஆனால் பட்டேலிடமிருந்து பெரிய சலனங்கள் ஏதுமில்லை. அவர் அப்படித்தான் இருப்பார் என்பதை நேரு உணர்ந்தே இருந்தார். ஏனெனில், இந்துத்வ இயக்கங்கள் மீது ஈர்ப்பு கொண்டவர் பட்டேல்.

ஒருமுறையல்ல, பலமுறை அவருடைய இந்துத்வ சார்பு நிலை தொடர்பாக நேருவுக்கும் பட்டேலுக்கும் இடையே கருத்துமோதல்கள் வெடித்ததுண்டு. ஹைதராபாத் சமஸ்தான இணைப்பின்போது முஸ்லீம் மன்னர் நிஜாமுடன் பேச்சுவார்த்தை வழியாக இணைப்பு நடக்க வேண்டும் என்று பிரதமர் நேரு விரும்பினார். ஆனால் ராணுவ நடவடிக்கையே சரியான பாதை என்று சொல்லிவிட்டார் பட்டேல். இறுதியில் பட்டேல் சொன்னதுதான் நடந்தது.

அடுத்து, சோமநாதர் ஆலயம். ஜுனாகத் சமஸ்தானத்தில் இருக்கிறது சோமநாதர் ஆலயம். 'கஜினி முகமதுவால் இடிக்கப்பட்ட அந்த ஆலயத்தை மறுநிர்மாணம் செய்யவேண்டும்' என்ற கோரிக்கை ஆர்.எஸ்.எஸ், இந்து மகா சபா உள்ளிட்ட இந்து இயக்கங்களால் தொடர்ச்சியாக எழுப்பப்பட்டுவந்தது.

12 நவம்பர் 1947 அன்று ஜுனாகத் சென்ற அமைச்சர் பட்டேல், 'சோமநாதர் ஆலயத்தை மீண்டும் கட்டி, அங்கு சிலைகள் நிறுவப்பட வேண்டும் என்ற இந்துக்களின் விருப்பம் விரைவில் நிறைவேற்றப்படும். அது இந்துக்களின் உணர்வையும் கௌரவத்தையும் வெளிப்படுத்தும் அடையாளம்.' என்று உறுதியளித்தார்.

அத்தோடு, அந்தப் பணியைச் செய்யும் பொறுப்பை மூத்த காங்கிரஸ் தலைவர்களுள் ஒருவரான

> ஒருமுறையல்ல, பலமுறை அவருடைய இந்துத்வ சார்பு நிலை தொடர்பாக நேருவுக்கும் பட்டேலுக்கும் இடையே கருத்துமோதல்கள் வெடித்ததுண்டு.

தீனதயாள் உபாத்யாயா

கே.எம். முன்ஷியிடம் ஒப்படைத்தார். சுதந்தர இந்தியா ஒரு மதச்சார்பற்ற அரசு என்று உரத்த குரலில் முழங்கிக் கொண்டிருக்கும் சூழ்நிலையில், சோமநாதர் ஆலயம் போன்ற மத விவகாரத்தில் அமைச்சர் பட்டேல் தலையிட்டது பிரதமர் நேருவை அதிருப்தி யடையச் செய்தது. பட்டேலின் இந்துத்வ ஈடுபாடு வெளிப்பட்ட சம்பவங்களுள் இது முக்கியமானது.

அது மட்டுமல்ல, காந்தி கொல்லப்படுவதற்கு மூன்று வாரங்களுக்கு முன்னர் லக்னோவில் நடந்த கூட்டத்தில் பேசிய பட்டேல், இந்து மகா சபையினரும் ஆர்.எஸ்.எஸ் தொண்டர்களும் உடனடியாகக் காங்கிரஸில் இணையுமாறு பகிரங்க அழைப்பு விடுத்தார். 'ஆர்.எஸ்.எஸ் இயக்கத்தைச் சேர்ந்தவர்கள் தேச பக்தர்கள். அவர்கள் தங்கள் நாட்டை நேசிக்கிறார்கள்' என்று நற்சான்றிதழ் கொடுத்ததோடு, ஸ்வயம்சேவக்குகளின் சிந்தனைப்போக்கு திசை திருப்பப் பட்டுள்ளது, அவர்களை காங்கிரஸ் தொண்டர்கள் அன்பால் அரவணைக்க வேண்டும் என்று வேண்டுகோள் விடுத்தார்.

ஆர்.எஸ்.எஸ், இந்து மகா சபாவின் செயல்பாடுகளும் நடவடிக்கைகளும் வெளிப்படையாகத் தெரிந்த நிலையில் அமைச்சர் பட்டேல் விடுத்த பகிரங்க அழைப்பு சம்பந்தப்பட்ட இயக்கத்தினர் மத்தியில் எவ்வித சலனத்தையும் ஏற்படுத்தவில்லை. மாறாக, ஆர்.எஸ். எஸ் போன்ற இயக்கங்களின் தீவிர விமரிசகரான பிரதமர் நேரு சங்கடப்பட்டார். இப்படி கடந்த காலங்களில் நடந்த சம்பவங்கள் பட்டேலின் இந்துத்வ ஆதரவு நிலைப்பாட்டைப் பகிரங்கப்படுத்தியிருந்தன.

இத்தகைய சம்பவங்கள்தான் ஆர்.எஸ்.எஸ் மீது பட்டேல் தீவிர நடவடிக்கை எதையும் எடுக்க மாட்டாரோ என்ற சந்தேகத்தை நேருவுக்கு ஏற்படுத்தியது. அதற்காக நடவடிக்கை எடுக்க வேண்டிய உள்துறை அமைச்சரின் அதிகாரத்தில் தலையிட விரும்பாத நேரு, ஆர்.எஸ்.எஸ் மீது உடனடி நடவடிக்கை அத்தியாவசியமானது என்பதை கடிதம் வழியாக அழுத்தந்திருத்தமாக வெளிப்படுத்தினார்.

நெருக்கடிகள் முற்றிய நிலையில் 4 பிப்ரவரி 1948 அன்று ஆர்.எஸ்.எஸ்ஸைத் தடை செய்வதாக அறிவித்தார் பட்டேல்.

நாட்டின் பல பகுதிகளில் ராஷ்ட்ரிய ஸ்வயம் சேவக் சங்கின் உறுப்பினர்கள் தீவைப்பு, கொலை, கொள்ளை, வழிப்பறி உள்ளிட்ட வன்முறைச் செயல்களிலும் கள்ளத்தனமாக ஆயுதங்களைச் சேகரிப்பதிலும் ஈடுபட்டிருப்பது தெரியவந்துள்ளது. அவர்கள் துண்டறிக்கை களை விநியோகித்து, மக்களைத் தீவிரவாதத்தில் ஈடுபடத் தூண்டியும், ஆயுதங்களைத் திரட்டத் தூண்டியும், அரசுக்கு எதிராக அதிருப்தியை உண்டாக்கியும், காவல்துறை மற்றும் ராணுவத்தை அரசுக்கு எதிராகத் தூண்டியும் இருக்கிறார்கள் என்று தெரியவந்திருக்கிறது... இந்த நடவடிக்கைகள் மிகவும் ரகசியமாக மேற்கொள்ளப்பட்டன. ஆர்.எஸ்.எஸ்ஸின் தவறான, துன்பம் விளைவிக்கும் செயல்கள் தீவிரம் குறையாமல் தொடர்ந்தன. ஆர்.எஸ்.எஸ்ஸின் செயல்பாடுகளால் தூண்டி விடப்பட்ட, உந்தப்பட்ட வன்முறைக் கலாசாரத்துக்குப் பலரும் பலியானார்கள். அதில் அண்மைக் காலத்தில் பலியான மிக அருமையான உயிர் காந்திஜியுடனுடையது.

இந்துமதக் கோட்பாடுகளைப் போற்றுவதற்கும் தொண்டுசெய்வதற்கும் இருந்த உங்கள் அமைப்பு, இப்போது மதவெறியைத் தூண்டி, முஸ்லீம்களுக்கு எதிரான துவேஷத்தை வளர்க்கிறது.

அரசாங்கத்தின் அதிரடி அறிவிப்பு கோல்வால்கரை நிலைகுலையச் செய்தது. பாதைக்கு நடுவில் முளைத்த திடீர்ப் பெருஞ்சுவரை எப்படித் தகர்ப்பது அல்லது தாண்டுவது என்ற பதற்றம் அவரைத் தொற்றிக்கொண்டது. அனுபவஸ்தர் என்பதால் அவசரப்படாமல் செயல்பட்டார். முதல் கட்டமாக, தடை அறிவிப்பு வெளியான நான்காவது நாள் ஆர்.எஸ்.எஸ் அமைப்பைக் கலைத்து விட்டதாக அறிவித்தார். அரசுக்குத் தெரிவித்த முதல் நல்லெண்ண சமிக்ஞை அது.

ஆனால் இந்திய அரசு தன்னுடைய நிலைப்பாட்டை மாற்றிக்கொள்ளவில்லை. மாறாக, தனது நடவடிக்கையை மேலும் கூர்மைப்படுத்தியது. ஆர்.எஸ்.எஸ். தலைவர் கோல்வால்கர் உள்ளிட்ட ஸ்வயம்சேவக்குகள் பலரும் தடுப்புக்காவல் சட்டத்தின்கீழ் கைது செய்யப்பட்டனர். அதேசமயம், அரசின் நடவடிக்கை ஆர்.எஸ்.எஸ்ஸை மட்டும் குறிவைக்கவில்லை.

இந்து மகாசபாவுக்கும் சிக்கல்கள் வந்தன. ஆனால் அது தடை என்ற அளவுக்குச் செல்லவில்லை. உண்மையில், காந்தியைக் கொலை செய்த கோட்ஸே ஆர்.எஸ்.எஸ்ஸைப் போலவே இந்து

மகா சபாவிலும் உறுப்பினராக இருந்தார் என்பதும் சாவர்க்கருடன் சகஜமாகப் பழகியவர் என்பதும் வெளிப் படையாகத் தெரிந்த விஷயம். ஆனால் அத்தகைய இந்து மகா சபா மீது இந்திய அரசு எவ்வித தடை அறிவிப்பையும் வெளியிடவில்லை. மாறாக, அதன் முக்கியத் தலைவர்கள் மற்றும் தொண்டர்களைக் கைதுசெய்தது.

நேரு - பட்டேல்

கைது நடவடிக்கைகளில் இருந்து தப்பித்துக்கொள்ளும் நோக்கத்துடன், 'எங்களுடைய அரசியல் நடவடிக்கைகளை முற்றிலுமாக நிறுத்திக்கொள்கிறோம்' என்று அறிவித்தது இந்து மகா சபா. இதில் விநோதம் என்னவென்றால், நெருக்கடிக்கு உள்ளான இந்து மகா சபாவைச் சேர்ந்த டாக்டர் சியாமா பிரசாத் முகர்ஜி மத்திய அமைச்சராக நேருவின் அமைச்சரவையில் நீடித்துக் கொண்டிருந்தார். அவரைப் பதவியிலிருந்தே நீக்கவேண்டுமென இந்திய கம்யூனிஸ்ட் கட்சி கோரிக்கை விடுத்தது.

தடை விதிக்கப்பட்டது முதல் ஸ்வயம்சேவக்குகள் அனுபவித்து வருகின்ற நெருக்கடி களையும் சிக்கல்களையும் எதிர்கொள்ளவேண்டும் என்றால் அதற்கு ஒரே வழி ஆர்.எஸ்.எஸ் மீதான தடையை நீக்குவதுதான் என்பதில் கோல்வால்கர் தெளிவாக இருந்தார். அதற்கு ஏதுவாக தனது செயல்பாடுகளை வடிவமைத்தார். முதல் கட்டமாக பிரதமர் நேருவுக்கும் உள்துறை அமைச்சர் வல்லபபாய் பட்டேலுக்கும் கடிதங்கள் எழுதத் தொடங்கினார்.

ஆனால் நேரு, பட்டேல் உள்ளிட்டோரிடமிருந்து பெரிய சலனங்கள் ஏதுமில்லை. ஆனாலும் ஆர்.எஸ்.எஸ் மீதான தடையை நீக்கவேண்டும் என்பதை வலியுறுத்தும் வகையில் கையெழுத்து இயக்கம் நடத்தியது ஆர்.எஸ்.எஸ். ஊடகங்கள் வழியாகவும் தனது கோரிக்கையை எழுப்பியது. தொடர்ச்சியான கடிதக் கோரிக்கைகளின் பலனாக பட்டேலிட மிருந்து முதல் எதிர்வினை வெளியானது. ஆனால் அது சற்றே கறாரான மொழியில் இருந்தது.

'உங்கள் அமைப்பு அரசுக்கும் அரசியலமைப்புக்கும் எதிராகச் செயல்படத் தொடங்கிவிட்டது. இந்துமதக் கோட்பாடுகளைப் போற்றுவதற்கும் தொண்டுசெய்வதற்கும் இருந்த உங்கள் அமைப்பு, இப்போது மதவெறியைத் தூண்டி, முஸ்லீம்களுக்கு எதிரான துவேஷத்தை வளர்க்கிறது. அதன் விளைவாக, நாம் காந்தியைப் பறிகொடுக்க வேண்டியதாயிற்று. அவரது மரணத்தன்று உங்கள் அமைப்பினர் இனிப்பு வழங்கியது மக்களிடையே வெறுப்பை உருவாக்கி இருக்கிறது. அதனால் உங்கள் அமைப்பின் மீதான தடையை நீக்க முடியாது' என்று திட்டவட்டமாகச் சொல்லிவிட்டார் பட்டேல்.

கிட்டத்தட்ட இந்தச் சூழ்நிலையில்தான் காந்தி கொலை பற்றிய வழக்கு மிகத் தீவிரமாக நடந்து கொண்டிருந்தது. அதில் ஆர்.எஸ்.எஸ் பற்றிய குற்றச்சாட்டுகள் எதுவும் இல்லை என்பது தெரியவந்தது. இது கோல்வால்கரை உத்வேகப்படுத்தியது. தடையை நீக்கக் கோரிய போராட்டத்தை மீண்டும் கையிலெடுத்தார். உள்துறை அமைச்சர் பட்டேலுக்குக் கடிதம் எழுதினார். காந்தி கொலை விவகாரத்தில் ஆர்.எஸ்.எஸ்ஸின் தொடர்பு பற்றிய செய்திகள் எதுவும் குற்றப்பத்திரிகையில் இல்லை என்றபோதும் ஆர்.எஸ்.எஸ் மீதான தடையை முழுவதுமாகத் தளர்த்திக்கொள்ள அவர் விரும்பவில்லை. ஆகவே, தடையை நீக்குவதற்கு நிபந்தனை ஒன்றை விதித்தார்.

ஆர்.எஸ்.எஸ்ஸுக்கென்று அதுநாள்வரை எவ்வித சட்டதிட்டங்களும் வகுக்கப்படவில்லை. ஆகவே, உரிய சட்ட திட்டங்களை முதலில் வகுத்து, அதனை அரசாங்கத்திடம் கொடுங்கள். முக்கியமாக, இந்தியாவின் தேசியக் கொடியை மதிக்கும் அமைப்பு ஆர்.எஸ்.எஸ் என்பதையும் அரசியல் நடவடிக்கைகள் எதிலும் ஈடுபடாத சமூக இயக்கமாக மட்டுமே ஆர்.எஸ்.எஸ் இயங்கும் என்பதையும் உறுதிசெய்யுங்கள் என்று நிபந்தனை விதித்தார் அமைச்சர் வல்லபபாய் பட்டேல்.

ஆனால் அந்த நிபந்தனைக்கு ஒப்புக்கொள்வது ஆர்.எஸ்.எஸ்ஸின் செயல்பாடுகளுக்கு எதிர் காலத்தில் ஏதேனும் தடையைக் கொண்டுவந்துவிடுமோ என்ற சந்தேகம் கோல்வால்கருக்கு வந்தது. ஆகவே, சட்டதிட்ட உருவாக்கத்தில் சற்றே நிதானம் கடைப்பிடிக்க முடிவுசெய்தார். விஷயம் அமைச்சர் பட்டேலுக்குச் சென்றது. உடனடியாகப் பத்திரிகையாளர்களைச் சந்தித்து, ஆர்.எஸ்.எஸ்ஸுக்குத் தாம் விதித்துள்ள நிபந்தனைகள் பற்றிய செய்திகளை வெளியிட்டார்.

இது கோல்வால்கரைத் தர்மசங்கடத்தில் ஆழ்த்தியது. நிபந்தனைகளை ஏற்க மறுப்பது ஆர்.எஸ்.எஸ் மீது மக்கள் மத்தியில் உருவாகியிருக்கும் சந்தேகத்தையும் அதிருப்தியையும் அதிகரிக்கச் செய்துவிடுமோ என்று யோசித்தார். அதனைத் தொடர்ந்து அமைப்பின் சட்டதிட்டங்களை வரையறுக்கச் சம்மதித்தார்.

அதற்காக தீனதயாள் உபாத்யாயா, ஸ்ரீராம்பால், எஸ்.எஸ். ஆப்தே, ஏக்நாத் ரானடே ஆகியோரைக் கொண்ட நால்வர் குழுவை உருவாக்கினார் கோல்வால்கர். அந்தக் குழுவுக்கு உதவி செய்வதற்கு ஒரு ஸ்வயம்சேவக் வந்தார். அவர், லால் கிருஷ்ண அத்வானி!

34

மசூதிக்குள் ராமர் சிலை

ஆர்.எஸ்.எஸ் மீதான தடை தொடர்ந்து நீடிக்கும் பட்சத்தில் அமைப்பு சீர்குலைந்துவிடும் என்ற எண்ணம் ஸ்வயம்சேவகர்களின் மனத்தில் உருவாகத் தொடங்கியிருந்த தருணம் அது. அதை ஆர்.எஸ்.எஸ் தலைவர் கோல்வால்கரும் நன்கு உணர்ந்தே இருந்தார். அதன் காரணமாகவே, அரசாங்கத்துடன் தொடர்ந்து கடிதப் பரிவர்த்தனைகள் செய்துகொண்டிருந்தார். முக்கியமாக, நேருவுக்கும் பட்டேலுக்கும் எழுதிய கடிதங்களைச் சொல்லவேண்டும். அதிலும், அவர் சுட்டிக்காட்டிய காரணம் கவனிக்கத்தக்கது.

24 செப்டெம்பர் *1948* அன்று பிரதமர் நேருவுக்குக் கடிதம் எழுதிய கோல்வால்கர், 'நாட்டிலே கம்யூனிஸ்டு கட்சிகளின் அபாயம் இருக்கிறது. பல இளைஞர்கள் கம்யூனிஸ்ட் கட்சியை நோக்கிச் சென்றுகொண்டிருக்கிறார்கள். கம்யூனிஸ்ட் கட்சியின் வுளர்ச்சி பற்றி திடுக்கிடும் செய்திகள் வந்தவண்ணம் இருக்கின்றன. எனவே, ஆர்.எஸ்.எஸ் மீதான தடை நீக்கப்பட்டால், அரசாங்கத்தோடு ஒத்துழைத்து, கம்யூனிஸ்டுகளை எதிர்த்து, கலாசார ரீதியாக ஆர்.எஸ்.எஸ் போராடும்.'' என்று வாக்குறுதி கொடுத்தார்.

ஆர்.எஸ்.எஸ் மீதான தடையை நீக்கும் விவகாரத்தில் கம்யூனிஸ்ட் கட்சி எங்கே வந்தது?

உண்மையில், ஆர்.எஸ்.எஸ்ஸும் கம்யூனிஸ்டுகளும் பரம வைரிகள். சித்தாந்த ரீதியாக இருவரும் இருவேறு துருவங்களில்

டாக்டர் முகர்ஜி

இருப்பவர்கள். காந்தி கொலையை முன்வைத்து ஆர்.எஸ்.எஸ் மீது தடை விதிக்கவேண்டும் என்று கோரிய கட்சிகளுள் முக்கியமானவர்கள் கம்யூனிஸ்டு கள். இது ஒருபக்கம் என்றால், காங்கிரஸ் கட்சிக்கும் கம்யூனிஸ்டுகள்என்றால்ஆகாது. ஆகவே, ஓர் எதிரியிடம் காரியம் சாதித்துக்கொள்ள, இன்னோர் எதிரியைத் தீவிரமாக எதிர்க்க உதவி செய்வதாக உத்தரவாதம் கொடுத்தது.

பிரதமர் நேருவுக்கு மட்டுமல்ல, உள்துறை அமைச்சர் வல்லபபாய் பட்டேலுக்கும் கடிதம் எழுதினார் கோல்வால்கர். அந்தக் கடிதத்தில், 'உங்களிடம் ஆட்சி, அதிகாரசக்தி இருக்கிறது. எங்களிடம் அமைப்பு ரீதியான கலாசார சக்தி இருக்கிறது. நமது இரண்டு சக்திகளும் ஒன்று சேர்ந்தால் வளர்ந்துவரும் இந்தக் கம்யூனிச பேராபத்தை முறியடித்துக் காட்டமுடியும்.'' என்று குறிப்பிட்டிருந்தார்.

ஆனாலும் நேருவும் பட்டேலும் அசைந்துகொடுப்பதாகத் தெரியவில்லை. இனியும் கடிதப் பரிவர்த்தனைகள் அரசின் மனத்தைக் கனியவைக்காது என்பது உறுதி யாகத் தெரிந்தபிறகு மத்திய அரசின் நிபந்தனைக்குக் கட்டுப்படத் தயாரானார். ஆம், ஆர்.எஸ்.எஸ்ஸுக் கென்று பிரத்யேக சட்டதிட்ட விதிமுறைகளை உருவாக்கி, அவற்றை அரசிடம் சமர்ப்பிக்கச் சம்மதித் தார். அதற்காக ஒரு குழுவையும் உருவாக்கினார்.

மூத்த தலைவர்களான தீனதயாள் உபாத்யாயா தொடங்கி அன்றைய இளம் தலைவர் அத்வானி வரையில் இடம் பெற்ற அந்தக் குழுவின் தீவிர முயற்சிக்குப் பிறகு ஆர்.எஸ்.எஸ்ஸுக்கென்று விரிவான சட்ட சாசனம் *1 ஆகஸ்டு 1949* அன்று உருவாக்கப்பட்டது. அமைப்பின் பெயர் தொடங்கி கொள்கைக் கோட்பாடுகள், நடத்தை விதிமுறைகள் உள்ளிட்ட அத்தனை அம்சங்களையும் உள்ளடக்கியதாக அது உருவாக்கப்பட்டிருந்தது.

பிற சமூகத்தினர் / பிரிவினர் / மதத்தினர் மீது வெறுப்பைத் தூண்டவோ, தூண்ட முயற்சி செய்யவோ கூடாது.

தர்மம் மற்றும் சம்ஸ்கிருதி அடிப்படையில் இந்து சமூகத்தை மறுமலர்ச்சி அடையச் செய்வதும் அதன் மூலம் பாரதவர்ஷத்தை (இந்தியா அல்லது இந்துஸ்தான்) அனைத்து தளங்களிலும் வளர்ச்சியடையச் செய் வதும்தான் ஆர்.எஸ்.எஸ்ஸின் பிரதான செயல்பாடுகள் என்று சொல்லி தொடங்கிய அந்த சாசனம், பல்வேறு அம்சங்களை உள்ளடக்கியிருந்தது.

முக்கியமாக, அமைப்பின் மீதான தடையை நீக்கு வதற்காக உள்துறை அமைச்சர் பட்டேல் விதித்த

அத்வானி

நிபந்தனைகளை எல்லாம் அதிகபட்ச கவனத்துடன் சட்ட திட்டங்களில் இணைத்திருந்தார் கோல்வால்கர். முக்கியமாக, கட்சியின் கொள்கை, கொடி என்ற இரண்டு அம்சங்களைச் சொல்லவேண்டும்.

சங்கம் (ஆர்.எஸ்.எஸ்) அரசியல் நோக்கங்களில் இருந்து விலகியே இருக்கும். சமூக, கலாசாரத் தளங்களிலான செயல்பாடுகளுக்கு மட்டுமே தன்னை முழுமையாக அர்ப் பணிக்கும். எனினும், தனிநபர் என்ற அடிப்படையில் ஸ்வயம்சேவகர்கள் எந்தக் கட்சியிலோ, அரசியல் சார்ந்த நிறுவனத்திலோ சேர்ந்துகொள்ளலாம். ஆனால், அந்தக் கட்சிகளோ, அமைப்புகளோ, தேசத்தைத் தாண்டிய சக்திகளுக்கு விசுவாசமானவையாக இருக்கக்கூடாது.

பிற சமூகத்தினர் / பிரிவினர் / மதத்தினர் மீது வெறுப்பைத் தூண்டவோ, தூண்ட முயற்சி செய்யவோ கூடாது. மேலே கூறப்பட்டிருக்கும் விரும்பத்தகாத செயல்பாடுகளில் ஈடுபடுவோருக்கும் அத்தகைய வழிமுறைகளுக்கும் சங்கத்தில் இடமில்லை. இது ஆர்.எஸ்.எஸ்ஸின் கொள்கை பற்றிய அம்சம்.

இதுவும்கூட காங்கிரஸ் உள்ளிட்ட இதர கட்சிகளில் ஸ்வயம்சேவகர்களை ஊடுருவச் செய்யும் ஒருவித தந்திரம் என்ற விமரிசனமும் அப்போது எழுந்தது.

அடுத்தது, இந்திய தேசியக்கொடி தொடர்பானது. ஒவ்வொரு குடிமகனும் தேசத்தின் கொடிக்கு அடிபணிந்தும் மரியாதையுடனும் நடந்துகொள்ளவேண்டும் என்பதை ஆர்.எஸ்.எஸ் அங்கீகரிக்கிறது. சங்கத்துக்கும் தனியாக ஒரு கொடி இருக்கிறது.

இந்த இரண்டும்தான் அரசாங்கம் விரும்பிய அம்சங்கள். அதைச் சரியாகச் செய்துகொடுத்ததன் மூலம் அரசுக்கு ஒரு நல்லெண்ண சமிக்ஞையை ஆர்.எஸ்.எஸ் கொடுத்தது. இந்த இரண்டு அம்சங்களைத் தவிர வேறு சில முக்கிய அம்சங்களும் ஆர்.எஸ்.எஸ்ஸின் சட்ட சாசனத்தில் இடம்பெற்றிருந்தன.

குறிப்பாக, பதினெட்டு வயதுக்கு மேற்பட்ட எந்தவொரு இந்து ஆணும் ஆர்.எஸ்.எஸ்ஸின் உறுப்பினராக முடியும். அதுபோலவே, பதினெட்டு வயதுக்குக் குறைந்த எந்தவொரு இந்து ஆணும் ஷாகாவில் பால ஸ்வயம் சேவக் என்ற பெயரில் அனுமதிக்கப்படுவர். அதன் அர்த்தம், இந்து அல்லாத ஆண்கள் மற்றும் இந்துவாகவே இருந்தாலும் பெண்கள் என்ற இரண்டு பிரிவினருக்கும் ஆர்.எஸ்.எஸ்ஸில் உறுப்பினராகவோ, குறைந்தபட்சம் ஷாகாவில் பங்கேற்கவோ அனுமதியில்லை என்பதுதான்.

ஆர்.எஸ்.எஸ்ஸின் தலைவர் பதவிக்கு சர்சங்கசாலக் என்று பெயர். இதுதான் அமைப்பின் உச்சபட்ச பதவி. இயக்கத்தின் அடுத்த சர்சங்கசாலக்கை நடப்பு சர்சங்கசாலக்கே தேர்வு செய்வார். அந்த அடிப்படையில்தான் மூத்த தலைவர்கள் பலரும் இருக்கும் நிலையிலும் மாதவ சதாசிவ கோல்வால்கரைத் தலைவராக்கினார் கேசவ் பலிராம் ஹெட்கேவார். சர்சங்கசாலக்குக்கு அடுத்த இடத்தில் இருக்கும் பதவி சர்கார்யவாக். அவருக்குக் கீழே சக கார்யவாக்குகள் என்று பல படிநிலைகள் உண்டு.

இப்படியாக, ஆர்.எஸ்.எஸ் இயக்கத்தின் அடிப்படைச் சட்டதிட்டங்கள் அந்த அமைப்பு தொடங்கி 24 ஆண்டுகள் கழித்து உருவாக்கப்பட்டது. அந்தச் சட்டதிட்டங்கள் இந்திய அரசின் பரிசீலனைக்கு அனுப்பப்பட்டன. அதனைத் தொடர்ந்து ஆர்.எஸ்.எஸ் மீது விதிக்கப்பட்டிருந்த தடையை நீக்குவதற்குத் தயாரானது இந்திய அரசு.

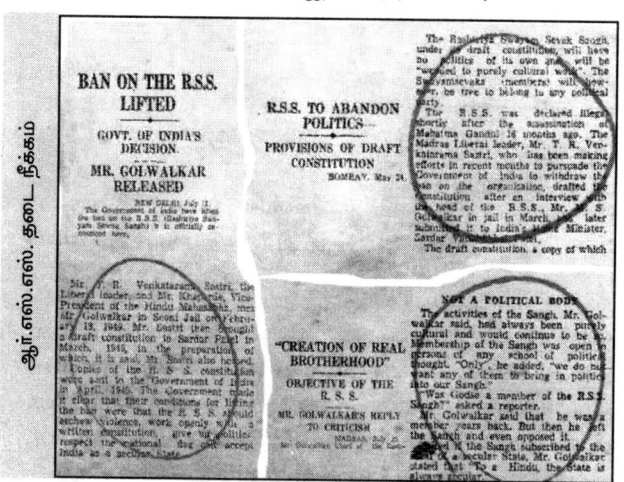

BAN ON THE R.S.S. LIFTED

GOVT. OF INDIA'S DECISION

MR. GOLWALKAR RELEASED

NEW DELHI, July 11.

The Government of India have lifted the ban on the R.S.S. (Rashtriya Swayam Sewak Sangh) it is officially announced here.

Mr. T. R. Venkatarama Sastri, the Liberal leader, and Mr. Khaparde, Vice-President of the Hindu Mahasabha, met Mr. Golwalkar in Seoni Jail on February 13, 1949. Mr. Sastri then brought a draft constitution to Sardar Patel in March, 1949, in the preparation of which, it is said, Mr. Sastri also helped. Copies of the R. S. S. constitution were sent to the Government of India in April, 1949. The Government made it clear that their conditions for lifting the ban were that the R. S. S. should eschew violence, work openly with a written constitution, give up politics, respect the national flag and accept India as a secular State.

R.S.S. TO ABANDON POLITICS

PROVISIONS OF DRAFT CONSTITUTION

BOMBAY, May 24.

The Rashtriya Swayam Sevak Sangh, under its draft constitution, will have no politics of its own and will be "wedded to purely cultural work". The Swayamsevaks (members) will, however, be free to belong to any political party.

The R.S.S. was declared illegal shortly after the assassination of Mahatma Gandhi 16 months ago. The Madras Liberal leader, Mr. T. R. Venkatarama Sastri, who has been making efforts in recent months to persuade the Government of India to withdraw the ban on the organization, drafted the constitution after an interview with the head of the R.S.S., Mr. M. S. Golwalkar in jail in March, and later submitted it to India's Home Minister, Sardar Vallabhbhai Patel.

The draft constitution, a copy of which

"CREATION OF REAL BROTHERHOOD"

OBJECTIVE OF THE R. S. S.

MR. GOLWALKAR'S REPLY TO CRITICISM

MADRAS, July [illegible]

NOT A POLITICAL BODY

The activities of the Sangh, Mr. Golwalkar said, had always been purely cultural and would continue to be so. Membership of the Sangh was open to persons of any school of political thought. "Only", he added, "we do not want any of them to bring in politics into our Sangh."

"Was Godse a member of the R.S.S. Sangh?" asked a reporter.

Mr. Golwalkar said that he was a member years back. But then he left the Sangh and even opposed it.

Asked if the Sangh subscribed to the ideal of a secular State, Mr. Golwalkar stated that "To a Hindu, the State is always secular."

ஆர்.எஸ்.எஸ். தடை நீக்கம்

12 ஜூலை 1949 அன்று ஆர்.எஸ்.எஸ் மீதான தடை அதிகாரபூர்வமாக நீக்கப் பட்டதாக அறிவித்த இந்திய அரசு, 'ஆர்.எஸ்.எஸ் எழுத்து வடிவிலான சட்ட திட்டங்களை ஏற்படுத்திக்கொண்டு, அதற்கேற்ப செயல்பட ஒப்புக்கொண்டதால், அந்த அமைப்பு இப்போது செயல்பட அனுமதி தரப்படுகிறது.' என்று விளக்கம் கொடுத்தது.

தடை நீக்கத்தின் எதிரொலியாக தடுப்புக்காவல் சட்டத்தின்கீழ் கைதுசெய்யப்பட்டிருந்த ஆர்.எஸ்.எஸ்ஸின் முன்னணித் தலைவர்கள் தொடங்கி முக்கியத் தொண்டர்கள் வரை பலரும் விடுதலை செய்யப்பட்டனர். தலைமறைவாகச் செயல்பட்டுக்கொண்டிருந்த ஆர்.எஸ்.எஸ் தலைவர்கள் பலரும் வெளியில் வந்தனர். அதுபோலவே, இந்து மகா சபைக்கு இருந்த நெருக்கடிகளும் முடிவுக்கு வந்தன. ஆனால் அந்த அமைப்புக்கு அரசியல் நடவடிக்கைகளில் ஈடுபட எவ்விதத் தடையும் விதிக்கப்படவில்லை.

அந்த உற்சாகத்தில் அதிரடி நடவடிக்கை ஒன்றுக்குத் தயாரானது இந்து மகாசபா. ஆர்.எஸ்.எஸ்ஸில் இந்துக்கள் மட்டுமே உறுப்பினராகச் சேர முடியும் என்ற சட்டதிட்டம் வகுக்கப்பட்டிருந்தது

அல்லவா, அந்த அம்சத்தைத் தனக்குச் சாதகமாகப் பயன்படுத்திக் கொள்ளத் தயாரானது இந்து மகா சபா.

அதற்காக ஆர்.எஸ்.எஸ்ஸைவிட இந்து மகா சபா முற்போக்கானது என்று வெளிப் படுத்தும் வகையில் இந்துக்கள் மட்டுமே இந்து மகா சபாவில் உறுப்பினராக முடியும் என்ற விதியைத் தளர்த்தி, இந்து அல்லாதவர்களும் உறுப்பினராகலாம் என்று எல்லோருக்குமான இயக்கமாக இந்து மகா சபாவை விரிவுபடுத்த விரும்பினார் நேரு அமைச்சரவையில் இடம்பெற்றிருந்தவரும் இந்து மகா சபாவின் மூத்த தலைவர்களுள் ஒருவரு மான டாக்டர் சியாமா பிரசாத் முகர்ஜி.

டிசம்பர் நான்காம் வாரத்தில் ஒருநாள் நள்ளிரவில் சிலர் பாபர் மசூதிக்குள் நுழைந்து, பால ராமர் சிலையை வைத்து விட்டுச் சென்றுவிட்டதாக செய்தி பரவியது

அப்படிச் செய்வதன் வழியாக வெகு மக்களின் ஆதரவைத் திரட்ட முடியும். அது தேர்தல் அரசியலில் இந்து மகா சபாவுக்குச் சாதகமான நிலையை உருவாக்கமுடியும் என்பது முகர்ஜியின் வாதம். ஆனால் அந்த யோசனைக்கு இந்து மகா சபை தலைவர்கள் மத்தியில் ஆதரவில்லை. அப்படிச் செய்வது கட்சிக்கு ஏற்கெனவே இருக்கும் ஆதரவை திசைதிருப்பக்கூடும் என்ற கருத்து எழுந்தது. முகர்ஜியின் யோசனை விஷப்பரீட்சையாக முடியும் என்று கணித்த இந்து மகா சபாவின் தலைமை, அவரது யோசனையை நிராகரித்துவிட்டது. அது டாக்டர் முகர்ஜியை அதிருப்தியில் ஆழ்த்தியது.

முகர்ஜியின் மூலமாக இந்து மகா சபாவில் குழப்பக் குளவி கூடுகட்டியிருந்த சூழலில், ஆர்.எஸ்.எஸ் அடுத்த அதிரடியை அரங்கேற்றியது. ஆம், அரசியல் நடவடிக்கையில் ஈடுபட மாட்டோம் என்று அரசுக்குக் கடிதம் எழுதிக் கொண்டிருந்த சமயத்தில், இன்னொரு பக்கம் அமைப்பைப் பலப்படுத்தவும் விரிவுபடுத்தவும் சில முயற்சிகளை எடுத்தது.

முதல் கட்டமாக, மாணவர்களையும் இளைஞர்களையும் குறிவைத்து அகில பாரத வித்யார்த்தி பரிஷத் என்ற அமைப்பை 1948 ஆம் ஆண்டு ஜூலை மாதத்தில் உருவாக்கியிருந்தது ஆர்.எஸ்.எஸ். அந்த அமைப்பைத் தற்போது வளர்க்கவும் விரிவுபடுத்தவும் தேவையான நடவடிக்கைகளை எடுத்தது ஆர்.எஸ்.எஸ்.

இந்தச் சமயத்தில் ஆர்.எஸ்.எஸ்ஸுக்கும் இந்து மகா சபாவுக்கும் ஒரு முக்கியமான இடத்தில் இருந்து அழைப்பு வந்தது. 7 அக்டோபர் 1949 அன்று கூடிய இந்திய தேசிய காங்கிரஸ் கமிட்டி, 'ஆர்.எஸ்.எஸ்ஸும் இந்து மகா சபாவும் காங்கிரஸில் இணைந்து, கட்சியைப் பலப்படுத்த வேண்டும்.' என்று அழைப்புவிடுத்தது.

நேற்றுவரை தீவிரவாத அமைப்புகள் என்ற ரீதியில் விமரிசனம் செய்து, தடைகளை விதித்து, அவற்றின் செயல்பாடுகளையே முடக்கிவைத்திருந்த காங்கிரஸ், திடீரென இப்படியொரு அழைப்பு விடுத்தது ஏன் என்ற கேள்வி பலமாக எழுந்தது. அதுபோலவே, காங்கிரஸுடன்

இணைந்து செயல்படுகிறோம் என்ற ரீதியில் கோல்வால்கர் கடிதம் எழுதியபோது அமைதி காத்த காங்கிரஸ், இப்போது திடீரென மனம் மாறியது ஏன் என்ற கேள்வியும் எழுந்தது.

ஆனால் அந்தக் கேள்விகளுக்கு காங்கிரஸ் தலைமையிடம் இருந்து எவ்வித பதிலும் வரவில்லை. போதாக்குறைக்கு, அந்த அழைப்புக்கு காங்கிரஸ் கட்சிக்குள்ளேயே எதிர்ப்பு எழுந்தது. அதனைத் தொடர்ந்து அந்த அழைப்பு அடுத்த கட்டத்தை நோக்கி நகரவில்லை. ஆனால் அதற்குள் வேறொரு விவகாரம் தலையெடுத்தது. அது, அயோத்தி ராமர் கோவில் - பாபர் மசூதி பற்றிய சர்ச்சை.

தொண்ணூறுகளில் விஸ்வரூபம் எடுத்த இந்த விவகாரத்தின் ஆரம்பப்புள்ளி 1949 ஆம் ஆண்டில் தான் இருந்தது. மிகச்சரியாகச் சொல்லவேண்டும் என்றால், டிசம்பர் நான்காம் வாரத்தில் ஒருநாள் நள்ளிரவில் சிலர் பாபர் மசூதிக்குள் நுழைந்து, பால ராமர் சிலையை வைத்துவிட்டுச் சென்றுவிட்டதாக செய்தி பரவியது.

அந்தச் செயலைச் செய்தது யார்? என்ற கேள்வி எழுந்தது. 'இந்துக்கள்தான் இந்தக் காரியத்தைச் செய்திருக்க வேண்டும்' என்ற கருத்தை இஸ்லாமியர்கள் சொல்ல, 'இல்லவே இல்லை, இது ராம பிரான் நிகழ்த்திய அதிசயம்' என்றனர் இந்துக்கள். இந்த இடத்தில்தான் சர்ச்சைத் திரிக்கு நெருப்பு பற்றவைக்கப்பட்டது. அது இன்னமும் அணையாமல் எரிந்துகொண்டிருக்கிறது!

35

அயோத்தி விவகாரத்தின் ஆரம்பப்புள்ளி

சிதிலமடைந்த சோமநாதர் ஆலயத்தைப் புதுப்பிக்கவேண்டும் என்ற கோரிக்கைக்கு இந்திய உள்துறை அமைச்சர் வல்லபபாய் பட்டேல் ஆதரவு கொடுத்தது இந்து மகாசபா, ஆர்.எஸ்.எஸ் உள்ளிட்ட இந்துத்வ இயக்கங்களுக்கு உற்சாகத்தைக் கொடுத்தது. பட்டேலின் பரிபூரண ஆதரவோடு வேறு சில காரியங்களைச் செய்துவிட எத்தனித்தனர். குறிப்பாக, அயோத்தி ராமஜென்ம பூமி விவகாரத்தைக் கிளப்பத் தயாராகினர்.

விஷயம் இதுதான். 'உத்தர பிரதேச மாநிலம் அயோத்தி நகரில் இருக்கும் பாபர் மசூதியானது ராமர் பிறந்த இடம். அந்த இடத்தை இஸ்லாமிய மன்னர்கள் ஆக்கிரமித்து, அங்கே பாபர் மசூதியை எழுப்பிவிட்டனர். இந்துக்களின் புண்ணிய பூமிகளுள் ஒன்றாகக் கருதப்படும் அந்த இடத்தை மீண்டும் இந்துக்கள் வசமே தர வேண்டும்' என்பது இந்துத்வ இயக்கங்களின் வாதம். அதையே கோரிக்கையாக முன்வைத்து, அதற்காக விரிவான போராட்டத்துக்கும் தயாராகினர்.

ஆனால் அந்தப் போராட்டத்தை நேரடியாக நடத்தாமல், அகில இந்திய ராமாயண மகா சபை என்ற பெயரில் தனி அமைப்பை உருவாக்கி, அதன் சார்பில் ராமஜென்ம பூமி விவகாரத்தைத் தீவிரமாக முன்னெடுத்தனர். அதற்காக அயோத்தியில் அனுமன் ஜென்ம உற்சவம் என்ற பெயரில் 20 நவம்பர் 1949 தொடங்கி ஒன்பது நாள்களுக்குக் கொண்டாடும் வகையில் விழாக்கள்

பாபர் மசூதி

ஏற்பாடு செய்யப்பட்டன. முக்கியமாக, ராமாயண கதா காலட்சேபம் நடத்த ஏற்பாடு செய்யப்பட்டிருந்தது.

கடந்த ஆண்டுகளில் இல்லாத அளவுக்கு அனுமன் ஜென்ம உற்சவ விழாக்கள் வெகு விமரிசையாக நடந்தன. உற்சவத்தின் இறுதி நாளன்று மாலை அயோத்தி அருகிலுள்ள அனுமன் கோட்டையில் பொதுக்கூட்டம் ஒன்றுக்கு ஏற்பாடு செய்தது அகில இந்திய ராமாயண மகா சபை. அந்தக் கூட்டத்துக்கு ராமன், அனுமன் பக்தர்கள் பெருமளவில் திரட்டப்பட்டிருந்தனர். அந்தக் கூட்டத்தில் அதிமுக்கியத் தீர்மானம் ஒன்று நிறைவேற்றப்பட்டது.

ராமனுக்கும் சீதைக்கும் திருமணம் நடந்த நாளாகக் கருதப்படும் தினத்தன்று பால ராமர் சிலையை அது தற்போது இருக்கும் ராம சபூத்திராவிலிருந்து எடுத்துச்சென்று, ராமர் பிறந்த மூலஸ்தானமான பாபர் மசூதி இருக்கும் இடத்தில் வைத்துவிடுமாறு ராமனை வேண்டுதல் செய்யவேண்டும். இதுதான் அந்தத் தீர்மானம்.

சுமார் ஐம்பது, அறுபது பேர் கொண்ட கும்பல் ஒன்று பாபர் மசூதியின் சுற்றுச்சுவர் பூட்டை உடைத்து அத்துமீறி நுழைந்தது.

அதாவது, அவர்கள் யாரும் பால ராமர் சிலையை எடுத்துச்சென்று மசூதியில் வைக்கப் போவதில்லை. ஆனால் பகவான் ராமர் தாமாகச் சென்று தனது பிறப்பிடத்தில் (பாபர் மசூதிக்குள்) அமர்ந்துவிட வேண்டும். இதுதான் ராம பக்தர்கள் நிறைவேற்றிய தீர்மானம்.

அந்தத் தீர்மானத்தின்படி ராமர் - சீதா திருமண நாளைச் சிறப்பாகக் கொண்டாட ராமாயண மகா

கோவிந்த் வல்லப பந்த்

சபையும் அதற்குப் பின்னணியில் இருந்து ஆதரவளித்த இந்து மகா சபா உள்ளிட்ட இந்துத்வ இயக்கங்களும் தயாராகின. அந்தக் கொண்டாட்டத்தின் இறுதியில் அனுமன் கோட்டையில் நடந்ததைப் போலவே, ராமஜென்மபூமி என்று சொல்லப்படும் பாபர் மசூதி அருகிலும் ஒன்பது நாள்களுக்குக் கதாகாலட்சேபம் நடத்துவதென்று தீர்மானிக்கப்பட்டது.

திட்டமிட்டபடி ராமாயண கதாகாலட்சேபங்கள் விமரிசையாக நடக்கத் தொடங்கின. குறிப்பாக, துளசிதாசர் எழுதிய ராமசரிதமனஸை சொற்பொழிவாக நடத்தத் தொடங்கினர். அது இந்துக்கள் மத்தியில் உணர்வெழுச்சியை ஏற்படுத்தியது. ஏராளமான ராம பக்தர்கள் அந்தப் பகுதியில் குழுமத் தொடங்கினர். ஏதோ விபரீதம் நடக்கப்போகிறது என்பது மட்டும் எல்லோருக்கும் தெளிவாகப் புரிந்தது. குறிப்பாக, சம்பந்தப்பட்ட பகுதியில் வசிக்கும் இஸ்லாமியர்கள் மத்தியில் ஒருவித பதற்றம் சூழத் தொடங்கியது.

இத்தகைய பதற்றம் தோய்ந்த சூழ்நிலையில் 22 டிசம்பர் 1949 அன்று நள்ளிரவு சுமார் ஐம்பது, அறுபது பேர் கொண்ட கும்பல் ஒன்று பாபர் மசூதியின் சுற்றுச்சுவர் பூட்டை உடைத்து அத்துமீறி நுழைந்தது. சிலர் சுவற்றில் ஏணி போட்டு ஏறி மசூதிக்குள் நுழைந்தனர். சிலர் படிகளின் வழியாகத் தாவிக்குதித்து உள்ளே நுழைந்தனர். சொற்ப எண்ணிக்கையில் இருந்த காவலர்களால் அந்தக் கும்பலைத் தடுக்க முடியவில்லை. காவலர்களை நெட்டித்தள்ளிவிட்டு முன்னேறினர்.

மசூதிக்குள் நுழைந்த கும்பல் தாங்கள் கைவசம் கொண்டுவந்திருந்த ராமர், சீதா, அனுமன் ஆகிய மூன்று சிலைகளையும் மசூதியின் பிரதான பகுதியில் வைத்தனர். அடுத்து அங்கிருந்த

சுவர்களில் ஜெய்ராம், சீதாராம் என்பன போன்ற வாசகங்களைப் பல இடங்களில் எழுதினர். இன்னும் சிலர் காவி, மஞ்சள் வண்ணத்தில் ராமர், சீதா படங்களைக் கோடுகளாக வரைந்தனர். மேலும், மசூதிக்குள் இருந்தபடியே ஸ்லோகங்கள், பஜனைப் பாடல்கள் உள்ளிட்டவற்றைப் பாடியபடியே மசூதியை ஆக்கிரமிக்கத் திட்டமிட்டனர்.

இது பெருஞ்சிக்கலை ஏற்படுத்தக்கூடும் என்று சுதாரித்துக்கொண்ட காவலர்கள் ஆயுதப் படைக்குத் தகவல் கொடுத்தனர். அவர்களுடைய உதவியுடன் அத்துமீறி நுழைந்த நபர்கள் வலுக்கட்டாயமாக வெளியேற்றப்பட்டனர். ஆனால் அந்தச் சிலைகள் அங்கேயே இருந்தன. பொழுது விடிந்ததும் மசூதிக்குள் நடந்த அத்துமீறல்கள் குறித்து அயோத்தி காவல் நிலையத்தில் புகார் தரப்பட்டது.

அதனைத் தொடர்ந்து காவல் அதிகாரி மத்தா பிரசாத் செய்த விசாரணையின் அடிப்படையில் முதல் தகவல் அறிக்கை பதிவுசெய்யப்பட்டது. அந்த அறிக்கை ஐம்பது முதல் அறுபது பேர் கொண்ட கும்பல் மசூதிக்குள் அத்துமீறி நுழைந்தனர் என்றும் மூன்று பேர் மட்டும் சிலைகளை மசூதிக்குள் வைக்கும் காரியத்தைச் செய்தனர் என்றும் பதிவுசெய்தது. அந்த மூவர், அபிராம் தாஸ், ராம் சகல் தாஸ், சுதர்சன் தாஸ்.

நடக்கும் சம்பவத்தைப் பயன்படுத்திக்கொண்டு, எந்தவொரு கட்சியோ அல்லது இயக்கமோ கலவரங்களைத் தூண்டிவிடாமல் பார்த்துக் கொள்ளவேண்டியது அவசியம்.

மசூதிக்குள் நடந்த அத்துமீறல் பற்றிய செய்திகள் மக்கள் மத்தியில் மின்னல் வேகத்தில் பரவின. அவை இஸ்லாமியர்களைக் கொந்தளிக்கச் செய்தன. இந்துக்களில் மத்தியிலும் அதிர்வுகள் இருந்தன. விளைவு, இரு தரப்பினரும் மசூதியைச் சுற்றிக் குழுமத் தொடங்கினர். அந்தப் பகுதியில் இந்து - முஸ்லீம் மக்களின் நடமாட்டம் அச்சமூட்டும் வகையில் அதிகரித்தது. அது கூடுதல் பதற்றத்தைக் கொடுத்தது.

மசூதிக்குள் ராமர் சிலை வந்தது ராமனின் லீலை, தெய்வச் செயல், ராம பிரான் தம்முடைய மூலஸ்தானத்துக்குச் செல்லவேண்டும் என்ற எங்களுடைய கோரிக்கையை ஏற்றுக்கொண்டு விட்டார் என்பதற்கான அடையாளமே அந்தச் சிலைகளின் இடமாற்றம் என்றனர் இந்துக்கள். ராமாயண மகா சபை உள்ளிட்ட அமைப்பு நிர்வாகிகளும் அந்தக் கருத்தையே வழிமொழிந்தனர். ஆனால் இஸ்லாமியர்களோ, ‘இது முழுக்க முழுக்க இந்து அமைப்புகள் செய்த சதிச்செயல். மசூதியைக் கைப்பற்ற வேண்டும் என்பதற்காக அவர் திட்டமிட்டு நடத்திய கபளீகரச் செயல்.’ என்று விமரிசனம் செய்தனர்.

ராமர் தான் பிறந்த இடத்துக்கு வந்துவிட்டதால் அவரைத் தரிசிக்க வருமாறு பக்தர்களுக்கு அழைப்புவிடுத்தது ராமாயண மகா சபா. அதனை ஏற்றுக்கொண்டு ஏராளமான பக்தர்கள் அங்கே குழுமத் தொடங்கினர். இன்னொரு பக்கம், அத்துமீறி வைக்கப்பட்ட கடவுள்

சிலைகளை நாமே அப்புறப்படுத்தவேண்டும் என்று இஸ்லாமியர்களுக்கு அழைப்பு விடுத்தனர் சில இஸ்லாமியத் தலைவர்கள். இது மத்திய, மாகாண அரசுகளுக்கு நெருக்கடியை ஏற்படுத்தியது.

விஷயம் கேள்விப்பட்ட பிரதமர் நேரு, உத்தர மாகாண முதலமைச்சர் கோவிந்த வல்லப பந்த்தைத் தொடர்புகொண்டு பேசினார். மசூதி விஷயத்தில் தீவிர கவனம் செலுத்தி, பிரச்னையை எச்சரிக்கையுடன் கையாள வேண்டும் என்று வலியுறுத்தினார். தேவைப்பட்டால், தானே அயோத்தி நேரில் வருவதாகச் சொன்னார் நேரு. அதனைத் தொடர்ந்து முதல்வரின் உத்தரவின் பேரில் மாகாண தலைமைச்செயலாளர் பகவான் சாஹே களமிறங்கினார்.

பைஸாபாத் மாவட்ட நீதிபதி கே.கே. நய்யாரை அழைத்து மசூதி விவகாரம் குறித்து விசாரித்தார். சாஹேவின் பிரதான கேள்விகள் இரண்டு:

1. அசம்பாவிதச் சம்பவம் நடக்கக்கூடும் என்பது முன்கூட்டியே தெரிந்திருந்தும் ஏன் முன்னெச்சரிகை நடவடிக்கைகள் எடுக்கப்படவில்லை?

2. மசூதிக்குள் அத்துமீறி வைக்கப்பட்ட சிலைகள் ஏன் இன்னமும் அங்கிருந்து அப்புறப் படுத்தப்படவில்லை?

ஆனால் நய்யாரிடமிருந்து திருப்திகரமான விளக்கங்கள் ஏதும் வரவில்லை. மாறாக, சில தீர்வுகளை முன்வைத்தார். அதாவது, பிரச்னை பெரிதாகாமல் தடுக்க மசூதியை அரசின் பொறுப்பில் கொண்டுவந்துவிடலாம். இருதரப்பினரும் மசூதிக்குள் நுழையாமல் தடுக்க மசூதியைப் பூட்டிவிடலாம். மேல்நடவடிக்கைகளை வழக்கின் இறுதியில் பார்த்துக் கொள்ளலாம். அதன்படியே மசூதி அரசின் கட்டுப்பாட்டின்கீழ் கொண்டுவரப்பட்டது. இது இந்துக்களுக்கு ஆதரவாக நய்யார் எடுத்த நடவடிக்கை என்ற விமரிசனம் அப்போதே எழுந்தது. அது இன்னமும் இருக்கிறது.

பிரதமர் நேரு மட்டுமல்ல, உள்துறை அமைச்சர் பட்டேலும் மசூதி விவகாரத்தில் தீவிரமாகச் செயல்பட்டார். முதலமைச்சர் பந்த்துக்கு எழுதிய கடிதத்தில், 'நடக்கும் சம்பவத்தைப் பயன்படுத்திக்கொண்டு, எந்தவொரு கட்சியோ அல்லது இயக்கமோ கலவரங்களைத் தூண்டிவிடாமல் பார்த்துக்கொள்ளவேண்டியது அவசியம். அதற்கு நாம் அனுமதித்துவிட்டால் மக்கள் நம்மை மன்னிக்க மாட்டார்கள்' என்று வலியுறுத்தினார்.

அரசு அதிகபட்ச கவனத்துடன் செயல்பட்டதால் பெரிய அளவிலான கலவரங்கள் எதுவும் அயோத்தி பிராந்தியத்தில் உருவாகவில்லை. அதேசமயம், மசூதிக்குள் வைக்கப்பட்ட சிலைகளை அகற்றவேண்டும் என்ற கோரிக்கையை இஸ்லாமியர்களும், மசூதிக்குள் வைக்கப்பட்ட சிலைகளை வணங்குவதற்கு இந்துக்கள் அனுமதிக்கப்படவேண்டும் என்ற கோரிக்கையை இந்து அமைப்புகளும் ஆளுக்கொருபக்கமாக நின்று எழுப்பிக் கொண்டிருந்தனர்.

இதுவிஷயமாக வழக்குகளும் தொடரப்பட்டிருந்தன. அந்த வழக்கு விசாரணைகள் அயோத்தி - பாபர் மசூதி விவகாரத்தில் ஏற்படுத்திய குளறுபடிகளும் குழப்பங்களும் அநேகம். உண்மையில், காந்தி கொலைக்குப் பிறகு தனது அரசியல் நடவடிக்கைகளை நிறுத்தியிருப்பதாக அறிவித்திருந்த இந்து மகா சபை, அயோத்தி - பாபர் மசூதி விவகாரத்தின் வழியாக மீண்டும் அரசியல் களத்துக்கு வந்தது.

மசூதி அத்துமீறல் நடந்த இரண்டே நாள்களில் இந்து மகா சபாவின் மாநாடு ஒன்றுக்கு அழைப்பு விடுக்கப்பட்டது. அதில் கலந்துகொண்ட இந்து மகா சபாவின் தலைவர் என்.பி. காரே உற்சாகமாக அறிவிப்பு ஒன்றை வெளியிட்டார்.

அரசியல் நடவடிக்கைகளைத் தாற்காலிகமாக நிறுத்தி வைத்திருந்த நம்முடைய கட்சி, தற்போது பண்பாட்டு அடிப்படையில் இந்து ராஷ்டிரம் என்னும் கொள்கையை மேற்கொள்வதற்காக மீண்டும் அரசியல் களத்தில் இறங்குகிறது என்று பேசிய காரே, கூடுதலாக ஒரு கருத்தையும் பகிரங்கமாகப் பதிவுசெய்தார்.

'இந்தியா மதச்சார்பற்ற நாடு என்ற கொள்கையைக் கைவிட வேண்டும்... இந்துக்களின் மக்கள்தொகை 85 விழுக்காடாக இருக்கும் நிலையில், அவர்களின் பண்பாடு மட்டுமே நாட்டின் அல்லது ராஷ்டிரத்தின் பண்பாடாக இருக்கவேண்டும்... முஸ்லீம்கள் இரண்டாம் தரக் குடிமக்களாகக் கருதப்படவேண்டும். அதற்கேற்ற வகையில் அரசியலமைப்புச் சட்டத்தை மாற்றியமைக்கவேண்டும்.' - இதுதான் காரேவின் பதிவு.

இந்து மகா சபா தலைவர்களின் பேச்சுகளும் செயல்பாடுகளும் வீரியத்துடன் இருந்தன. இந்து மகா சபா ஆட்சிக்கு வந்தால் ஐந்து அல்லது பத்து ஆண்டுகளுக்கு முஸ்லீம்களுக்கு வாக்குரிமை தரப்படாது என்று பேசினார் இந்து மகா சபாவின் பொதுச்செயலாளர் திக் விஜயநாத். இத்தனைத் தீவிரத்துடன் இந்து மகா சபா செயல்படத் தொடங்கிய சமயத்தில் அந்தக் கட்சியின் முன்னணித் தலைவரும் மத்திய அமைச்சருமான டாக்டர் சியாமா பிரசாத் முகர்ஜி புதிய அறிவிப்பு ஒன்றை வெளியிட்டார். அதுதான், பாரதிய ஜனசங்கம் என்ற அரசியல் கட்சிக்கான ஆரம்பப்புள்ளி!

36

உருவானது ஜனசங்கம், பின்னணியில் ஆர்.எஸ்.எஸ்

சுதந்தர இந்தியாவின் முதல் அமைச்சரவையில் காங்கிரஸ் உறுப்பினர்கள் மட்டுமே இடம்பெற வேண்டும் என்பதுதான் நேரு உள்ளிட்ட தலைவர்களின் விருப்பம். ஆனால் மாற்றுச் சிந்தனையாளர்களுக்கும் இடம்தரவேண்டும் என்றார் காந்தி. அந்த அடிப்படையில்தான் இந்து மகா சபாவைச் சேர்ந்த டாக்டர் சியாமா பிரசாத் முகர்ஜி அமைச்சரவையில் இடம்பெற்றிருந்தார்.

காந்தியின் நேரடி சிபாரிசுடன் அமைச்சரவையில் இடம்பெற்ற முகர்ஜிக்கு தொழில்துறை என்ற முக்கியத்துவம் வாய்ந்த இலாகா தரப்பட்டது. ஆரம்பம் முதலே அவருக்குச் சின்னச்சின்ன சிக்கல்கள். முக்கியமாக, காந்தி கொலையைத் தொடர்ந்து ஆர்.எஸ்.எஸ், இந்து மகாசபா மீது அரசு தீவிர நடவடிக்கைகளை எடுத்தது. அப்போது அவற்றைத் தடுக்கவோ, எதிர்க்கவோ முகர்ஜியால் முடியவில்லை. தர்மசங்கடத்தில் நெளிந்தார். அதேசமயம், அரசின் நடவடிக்கைகளுக்கு எதிர்ப்பு தெரிவித்து அமைச்சரவையிலிருந்து விலகவும் அவர் விரும்பவில்லை.

இந்த நிலையில் ஆர்.எஸ்.எஸ் மீதான தடை பகீரத முயற்சிகளுக்குப் பிறகு நீக்கப்பட்டது. இந்து மகா சபாவும் தனது அரசியல் நடவடிக்கைகளை மீண்டும் பகிரங்கமாகத் தொடங்கியிருந்தது. அப்போது புதிய விவகாரம் ஒன்றைக் கையிலெடுத்தார் முகர்ஜி. அது, பாகிஸ்தான் பிரதமர் லியாகத் அலிகானுடன் இந்தியப் பிரதமர் நேரு செய்து கொண்ட ஒப்பந்தம் பற்றியது. டெல்லி ஒப்பந்தம் என்பது அதன் பெயர்.

டாக்டர் முகர்ஜி

இந்தியப் பிரிவினை நடந்தது முதலே பாகிஸ்தானில் இருந்த இந்துக்களுக்கும் முஸ்லீம்களுக்கும் இடையே உரசல்கள் உருவாகியவண்ணம் இருந்தன. குறிப்பாக, **1950** பிப்ரவரியில் இந்துக்கள் பெருமளவில் தாக்குத லுக்கு ஆளாகினர். பத்தாயிரத்துக்கும் அதிகமானார் கொல்லப்பட்டதாக செய்திகள் வந்தன. விளைவு, கிழக்கு வங்காளத்திலிருந்து லட்சக்கணக்கான இந்துக்கள் அகதிகளாக இந்தியாவுக்குள் நுழைந்தனர்.

இந்தப் பிரச்னையை எதிர்கொள்வதற்கு ஏதுவாக நேரு - லியாகத் அலிகான் இடையே ஒப்பந்தம் ஒன்று கையெழுத்தானது. இருநாடுகளிலும் உள்ள மதச் சிறுபான்மையினரைப் பாதுகாக்கவும் அகதிகள் வெளியேறுவதைத் தடுக்கவும் அந்த ஒப்பந்தத்தில் சில வழிவகைகள் செய்யப்பட்டன. ஆனால் அந்த ஒப்பந்த அம்சங்களில் டாக்டர் முகர்ஜிக்குக் கருத்து வேறுபாடுகள் ஏற்பட்டன.

அந்த ஒப்பந்தம் பாகிஸ்தானில் வசிக்கும் இந்துக்களுக்கு எதிரானது என்றும் இந்துக்களைப் பாதுகாக்கும் விஷயத்தில் நேரு அரசு தவறிழைத்துவிட்டது என்றும் சரணாகதி ஒப்பந்தம் என்றும் விமரிசித்தார் டாக்டர் முகர்ஜி. இதுவிஷயமாக நாடாளுமன்றத்தில் பேசிய டாக்டர் முகர்ஜி, 'பாகிஸ்தான் தொடர்பான நமது (இந்தியா) அணுகுமுறை மகிழ்ச்சி தருவதாக இருக்க வில்லை. நம்முடைய அணுகுமுறை பலவீனமானது. தயங்கி நிற்கும் போக்கு கொண்டது, உறுதியற்றது. நமது செயலற்ற நிலையை பாகிஸ்தான் நமது பலவீனமாகக் கருதுகிறது. அதுதான் அவர்களை அத்துமீறச் செய்கிறது' என்றார்.

நமது அணுகுமுறை மகிழ்ச்சி தருவதாக இருக்கவில்லை. நம்முடைய அணுகுமுறை பலவீனமானது. தயங்கி நிற்கும் போக்கு கொண்டது, உறுதியற்றது.

வெறுமனே விமரிசித்ததோடு நிற்காமல், தனது அதிருப்தியை வெளிப்படுத்தும் வகையில் மத்திய அமைச்சரவையில் இருந்தும் விலகுவதாகவும் அறிவித்தார். இந்து மகா சபையுடன் அதிருப்தியில் இருந்த அவர், அங்கிருந்து முழுமையாக வெளியேறி னார். ஆகவே, அவருடைய அடுத்தகட்ட நடவடிக்கை ஆவலுடன் கவனிக்கப்பட்டது.

அந்தச் சமயத்தில் ஆர்.எஸ்.எஸ்ஸின் முன்னணித் தலைவர்களான வசந்த் ராவ் ஓக், பால்ராஜ் மதோக் உள்ளிட்டோருடன் டாக்டர் முகர்ஜி ஆலோசித்தார். சரியாகச் சொல்லவேண்டும் என்றால் மத்திய அமைச்சரவையிலிருந்து விலகுவதற்கு

முன்பிருந்தே கோல்வால்கர் உள்ளிட்ட தலைவர்களுடன் பூர்வாங்கமாகப் பேசிக்கொண்டிருந்தார் முகர்ஜி.

1950 ஆம் ஆண்டின் இறுதியில் இந்துத்வ இயக்கங்களின் முன்னணித் தலைவர்கள் பலரை உள்ளடக்கிய ஆலோசனைக் கூட்டம் ஒன்றுக்கு அழைப்புவிடுத்தார் டாக்டர் முகர்ஜி. அந்தக் கூட்டத்தில் ஆர்.எஸ்.எஸ் சார்பில் வசந்த்ராவ் ஓக், பால்ராஜ் மதோக், பாய் மகாவீர் போன்றோரும், ஆரிய சமாஜம் சார்பில் லாலா யோத்ராஜ், பால்ராஜ் பல்லா, மகஷி கிருஷ்ணன் ஆகியோரும், எம்.சி. சர்மா போன்ற இந்துத்வ செயற்பாட்டாளர்களும் கலந்துகொண்டனர்.

அதன் தொடர்ச்சியாக டாக்டர் முகர்ஜி ஆர்.எஸ்.எஸ். தலைவர் கோல்வால்கர் உள்ளிட்ட மூத்த தலைவர்கள் பலருடனும் ஆலோசித்தார். ஆக, அவர் ஓர் அரசியல் கட்சியைத் தொடங்கப் போவது உறுதியானது. தனது புதிய அரசியல் கட்சிக்கு கோல்வால்கரும் ஆர்.எஸ்.எஸ்ஸூம் பரிபூரண ஆதரவு கொடுக்கவேண்டும் என்பது டாக்டர் முகர்ஜியின் கோரிக்கை.

ஆர்.எஸ்.எஸ் நேரடி அரசியலில் ஈடுபடப்போவதில்லை என்று இந்திய அரசுக்கு உறுதிமொழி கொடுத்திருந்த சூழ்நிலையில், தங்களுடைய ஆதரவில் ஓர் அரசியல் கட்சி உருவாவது அவசியம் என்ற எண்ணம் ஆர்.எஸ்.எஸ் தலைவர்கள் பலருக்கும் உருவாகியிருந்தது. அத்தகைய முயற்சியை மேற்கொண்டிருக்கும் டாக்டர் முகர்ஜி மீது கோல்வால்கர் உள்ளிட்ட தலைவர்கள் பலருக்கும் நம்பிக்கை இருந்தது. காரணம், டாக்டர் முகர்ஜியின் சித்தாந்தப் பின்னணியும் அரசியல் செயல்பாடுகளும் அப்படியானவை.

வங்காளத்தைச் சேர்ந்தவரான டாக்டர் சியாமா பிரசாத் முகர்ஜி 6 ஜூலை 1901 அன்று பிறந்தவர். பெற்றோர், அசுதோஷ் முகர்ஜி - ஜோகமயா தேவி. தந்தை நீதிபதியாக இருந்தவர். கல்கத்தா பல்கலைக்கழகத்தில் பட்டப்படிப்பு முடித்த முகர்ஜி, சட்டம் படித்து, வழக்கறிஞராகப் பணியாற்றிக் கொண்டிருந்தார். பின்னர் இங்கிலாந்து சென்று பாரிஸ்டர் பட்டம் பெற்றுவந்தார். முப்பத்து மூன்று வயதில் கல்கத்தா பல்கலைக்கழகத்தின் துணைவேந்தராக நியமிக்கப்பட்டார்.

சட்டம், படிப்பு, வேலை என்று இருந்தபோதும் அரசியல் ஆர்வம் பால்ய காலத்திலேயே வந்து விட்டது முகர்ஜிக்கு. அவருடைய அதிகாரபூர்வ அரசியல் நுழைவு 1929 ஆம் ஆண்டில்தான் நடந்தது. காங்கிரஸ் கட்சி உறுப்பினராக வங்காள சட்டமன்றத்துக்குள் நுழைந்தார் முகர்ஜி. காங்கிரஸில் இருந்தபோதும் அவருக்கு இந்துத்வ சிந்தனைகள் மீதுதான் ஈர்ப்பு இருந்தது. ஒத்த சிந்தனை கொண்ட தலைவர்களுடனேயே பழகினார்.

பிறகு சுயேட்சை உறுப்பினராகத் தேர்தலில் போட்டியிட்டு வென்று வங்காள மாகாண நிதி அமைச்சர் பொறுப்பையும் வகித்தார். பின்னர் இந்து மகா சபாவில் தன்னை இணைத்துக் கொண்ட முகர்ஜி, கட்சியில் மெல்ல மெல்ல வளரத் தொடங்கினார். அவருடைய பேச்சும் செயலும் அவருடைய இந்துத்வ சிந்தனைகளை வெளிப்படுத்தின. சொந்தக்கட்சித் தலைவர்கள் மத்தியில் மட்டுமின்றி, மாற்றுக்கட்சி முக்கியத் தலைவர்களின் மதிப்பையும் பெற்றிருந்தார். குறிப்பாக, காந்தி, பட்டேல் போன்றோருக்கு முகர்ஜி மீது நம்பிக்கை இருந்தது.

ஒருமுறை டாக்டர் முகர்ஜியை வாழ்த்திய காந்தி, 'பட்டேல் இந்து மனப்பான்மை கொண்ட காங்கிரஸ்காரர். நீ காங்கிரஸ் மனப்பான்மை கொண்ட இந்துமகா சபா பிரதிநிதி' என்றார். அதன் காரணமாகவே சுதந்தர இந்தியாவின் முதல் அமைச்சரவையில் டாக்டர் முகர்ஜியை இணைத்துக் கொண்டார் பிரதமர் நேரு. ஆக, இந்துத்வக் கொள்கைகளில் தீவிரம் காட்டக் கூடிய ஒருவரை பின்னணியில் இருந்து ஆதரிப்பது சரியான காரியம் என்ற முடிவுக்கு வந்தார் கோல்வால்கர்.

'பட்டேல் இந்து மனப்பான்மை கொண்ட காங்கிரஸ்காரர். நீ காங்கிரஸ் மனப்பான்மை கொண்ட இந்துமகா சபா பிரதிநிதி' என்றார் காந்தி.

அப்போது கோல்வால்கரிடம் அதிமுக்கிய உதவி ஒன்றைக் கோரினார் டாக்டர் முகர்ஜி. ஆம், புதிய அரசியல் கட்சியை உருவாக்கவும் அதை மேற்கொண்டு வளர்த்தெடுக்கவும் வசதியாகத் தளகர்த்தர்கள் சிலரை ஆர்.எஸ்.எஸ்ஸில் இருந்து அனுப்பிவைக்க வேண்டும் என்பதுதான் முகர்ஜியின் கோரிக்கை. ஆதரவு கொடுப்பது என்று தீர்மானித்துவிட்ட கோல்வால்கர், தனது தளபதிகளையும் அனுப்பிவைக்கத் தயாரானார்.

டாக்டர் முகர்ஜிக்கு ஒத்தாசையாக இருக்கும் என்று கோல்வால்கர் அனுப்பிவைத்த தளபதிகளின் பட்டியலைப் பார்த்தால் ஜன சங்கத்தின்உருவாக்கத்தில்ஆர்.எஸ்.எஸ்ஸின் பங்களிப்பு எத்தனை முக்கியமானது

என்பதைப் புரிந்துகொள்ளமுடியும். ஆம், ஜனசங்கம், ஜனதா, பாரதிய ஜனதா கட்சிகளின் முன்னணித் தலைவர்களாகப் பின்னாளில் வளர்ந்த தீனதயாள் உபாத்யாயா, வாஜ்பாய், அத்வானி, சுந்தர் சிங் பண்டாரி, நானாஜி தேஷ்முக் போன்ற ஸ்வயம்சேவக்குகள் பலரும் கோல்வால்கரின் ஆசியோடு ஜனசங்கத்துக்கு அனுப்பிவைக்கப்பட்டவர்களே.

கோல்வால்கரின் தார்மீக ஆதரவு கிடைத்துவிட்டது; தளபதிகளும் வந்துசேர்ந்துவிட்டார்கள். இனி கட்சியைத் தொடங்கவேண்டியது மட்டும்தான் பாக்கி. ஆனால் அதற்கு முன்னதாக வேறொரு பணி காத்திருந்தது. அது, கட்சியின் கொள்கை மற்றும் செயல்திட்டங்களை வரைவு செய்வது. தனது கனவுகளை எல்லாம் கொள்கைகளாகவும், செயல்திட்டங்களாகவும் வகுத்த முகர்ஜி, அவற்றை மூத்த தலைவர்கள் பலருக்கும் அனுப்பிவைத்தார்.

அடுத்து, கட்சியைத் தொடங்கவேண்டும். ஒரே நாளில் தேசிய அளவிலான கட்சியைத் தொடங்குவது சாத்தியமில்லை என்று கருதினார் டாக்டர் முகர்ஜி. ஆகவே, 23 ஏப்ரல் 1951 அன்று முதல் கட்டமாகத் தனது சொந்த மாகாணமான வங்காளத்தில் பாரதிய ஜனசங்கம் என்ற பெயரில் புதிய அரசியல் கட்சியைத் தொடங்குவதாக அறிவித்தார்.

அதுவொரு ஆரம்பம்தான். அதன்பிறகு மற்ற மாநிலங்களுக்கெல்லாம் நேரில் சென்றார். ஆர்.எஸ்.எஸ் தலைவர்கள் பலரையும் நேரில் சந்தித்துப் பேசினார். அவர்களுடைய ஒத்துழைப்பின் பேரில் பஞ்சாப், டெல்லி, உத்தரப் பிரதேசம், பீகார், ராஜஸ்தான், ஒரிசா, மத்தியப் பிரதேசம் உள்ளிட்ட மாகாணங்களில் பாரதிய ஜனசங்கத்தின் கிளைகள் ஒவ்வொன்றாக உருவாக்கப்பட்டன.

21 அக்டோபர் 1951 அன்று டெல்லியில் வைத்து பாரதிய ஜனசங்கம் என்ற புதிய அரசியல் கட்சி தேசிய அளவில் அதிகாரபூர்வமாகத் தொடங்கப்பட்டது. கட்சியின் தலைவராக டாக்டர் சியாமா பிரசாத் முகர்ஜி தேர்ந்தெடுக்கப்பட்டார். பாய் மகாவீர், எம்.சி. சர்மா இருவரும் கட்சியின் பொதுச்செயலாளர்கள். இவர்களில் பாய் மகாவீர் தீவிர ஆர்.எஸ்.எஸ் தொண்டர். பால்ராஜ் மதோக், தீனதயாள் உபாத்யாயா உள்ளிட்டோர் கட்சியின் ஆட்சிமன்றக்குழு உறுப்பினர்களாக நியமிக்கப்பட்டனர்.

உண்மையில், டாக்டர் முகர்ஜி தேசிய அளவில் செல்வாக்கு பெற்றவர் அல்ல. வங்காளம் உள்ளிட்ட சில மாநிலங்களில் மட்டுமே செல்வாக்கு உள்ளவர். முதல் மற்றும் இரண்டாம் கட்டத் தலைவர்கள் மத்தியில் மட்டுமே பரவலாக அறிமுகமானவர். என்றாலும், இத்தனைக் குறுகிய காலத்தில் இந்தியாவின் பல மாநிலங்களில் கட்சிக் கிளைகளை உருவாக்க முடிந்ததற்கு ஒரே காரணம், ஆர்.எஸ்.எஸ்ஸின் ஆதரவு மட்டுமே.

இந்த இடத்தில் இன்னொரு கருத்தும் இருக்கிறது. அதாவது, பாரதிய ஜனசங்கத்துக்கு ஆதரவு கொடுக்கும் விஷயத்தில் கோல்வால்கர் சற்றே காலதாமதம் செய்தபோது, அதிரடியாகக் கட்சி தொடங்கி, ஆர்.எஸ்.எஸ் தொண்டர்களை ஈர்க்கத் தொடங்கினார் முகர்ஜி. அது ஆர்.எஸ்.எஸ்ஸை பலவீனப்படுத்தும் என்று கணித்த கோல்வால்கர், உடனடியாக முகர்ஜியை அழைத்து, தனது ஆதரவை உறுதிசெய்தார் என்ற தகவலும் உண்டு.

எப்படிப் பார்த்தாலும், தன்மீதான தடையை விலக்கிக் கொள்வதற்கு 'அரசியல் நடவடிக்கைகளில் ஈடுபடமாட்டோம்' என்று அரசாங்கத்துக்கு வாக்குறுதி கொடுத்த ஆர்.எஸ்.எஸ், தற்போது தன்னுடைய ஆதரவைக் கொண்டு வேறொரு அரசியல் கட்சியை உருவாக்கியிருந்தது என்பது தான் உண்மை.

அதுமட்டுமல்ல, ஆர்.எஸ்.எஸ்ஸில் இருந்து பாரதிய ஜனசங்கத்துக்குச் சென்றவர்கள் தங்களுடைய ஆர்.எஸ்.எஸ் அடையாளத்தைக் கைவிடவேண்டிய அவசியமில்லை என்றும் சொல்லிவிட்டது ஆர்.எஸ்.எஸ் தலைமை. அதாவது, அவர்கள் ஒரே சமயத்தில் பாரதிய ஜனசங்கம், ஆர்.எஸ்.எஸ் என்ற இரண்டு அமைப்புகளிலும் உறுப்பினராக நீடிக்கலாம். அதற்கு வசதியாகவே கட்சியின் சாசனத்தில் சில வழிகளை ஏற்கெனவே உருவாக்கியிருந்தார் கோல்வால்கர். அதைத்தான் எதிர்கட்சிகள் அப்போதே விமரிசனம் செய்தன.

ஆக, இந்திய அரசியல் களத்தில் இந்து மகா சபாவோடு இன்னொரு இந்துத்வ அரசியல் கட்சி உருவாகியிருந்தது. சுதந்தர இந்தியாவின் முதல் பொதுத் தேர்தலில் ஒரு கொடியில் பூத்த இரு மலர்களான இந்து மகா சபாவும் பாரதிய ஜனசங்கமும் ஓரணியில் நிற்கப்போகின்றனவா, அல்லது எதிரெதிர் துருவங்களாக நிற்கப்போகின்றனவா என்பதுதான் அன்றைய அரசியல் களத்தில் இருந்த ஆகப்பெரிய கேள்வி!

37

ஜனசங்கத்தின் தேர்தல் கனவு

சுதந்தர இந்தியாவின் முதல் பொதுத்தேர்தலை விரைந்து நடத்தவேண்டும் என்பதில் பிரதமர் நேரு அதிகபட்ச ஆர்வம் செலுத்தினார். நேற்றுவரை பிரிட்டிஷ் ஆட்சியாளர்கள் மட்டுமே செய்த இந்தப் பணிகளை இனி இந்தியர்களைக் கொண்டே நடத்தவேண்டிய சூழல். கடுமையான உழைப்பையும் தீவிரமான திட்டமிடலையும் கோருகின்ற இந்தப் பணிகளைச் செய்வதற்காக சுகுமார் சென் என்ற மூத்த ஐ.சி.எஸ் அதிகாரியைத் தேர்தல் ஆணைய ராக்கியிருந்தார் நேரு.

மொத்தம் 489 மக்களவைத் தொகுதிகள் மற்றும் நான்காயிரத்து ஐந்நூறுக்கும் அதிகமான சட்டமன்றத் தொகுதிகளுக்குத் தேர்தல் நடத்தவேண்டும் என்பதால் 1951 அக்டோபர் மாதம் தொடங்கிய பொதுத்தேர்தல் 1952 தொடக்கம் வரைக்கும் நீடித்தது. தேசியக் கட்சிகள், பிராந்தியக் கட்சிகள் என்று ஏராளமான கட்சிகள் தேர்தல் களத்தில் இருந்தாலும் பத்து கட்சிகளை மட்டுமே பிரதானமாகச் சொல்லமுடியும்.

இந்தியாவுக்குச் சுதந்தரம் வாங்கிக்கொடுத்த கட்சி என்ற ஹோதாவில் களமிறங்கிய நேரு தலைமையிலான காங்கிரஸ்தான் தேர்தல் களத்தில் முன்னணியில் இருந்தது. அடுத்து, கம்யூனிஸ்ட் கட்சி. பொதுவுடைமைச் சித்தாந்தத்தை முன்வைத்து இயங்கிய அந்தக் கட்சிக்கு நாடு தழுவிய அளவில் செல்வாக்கு இல்லை என்றபோதும் கணிசமான இடங்களில் பலத்துடன் இருந்தது.

ஜெயப்ரகாஷ் நாராயணன்

இவை தவிர, ஜெயப்ரகாஷ் நாராயணனின் சோஷலிஸ்ட் கட்சி, ஆச்சார்ய க்ருபளானியின் கிஸான் மஸ்தூர் பிரஜா கட்சி, டாக்டர் அம்பேத்கரின் அகில இந்திய தாழ்த்தப் பட்டோர் சம்மேளனம், காயிதே மில்லத்தின் இந்திய யூனியன் முஸ்லீம் லீக் ஆகிய கட்சிகளும் களத்தில் இருந்தன. மேற்கண்ட கட்சிகள் எல்லாம் இடதுசாரி, சோஷலிச சிந்தனைகளில் இயங்கிய நிலையில், தீவிர வலதுசாரிச் சித்தாந்தத்தைப் பின்பற்றும் கட்சிகளாக இந்து மகா சபா, பாரதிய ஜனசங்கம், ராமராஜ்ய பரிஷத் ஆகிய மூன்றும் இருந்தன.

மேற்கண்ட முன்றுமே இந்தியாவின் பெரும்பான்மை யினரான இந்துக்களின் பிரதிநிதிகளாகத் தங்களை அடையாளப்படுத்திக் கொண்டவை. இந்து மகா சபாவின் பெயரில் இருக்கும் 'இந்து' என்ற பதத்துக்குப் பதிலாக 'பாரதிய' என்பதை ஜனசங்கம் முன்னொட்டாக வைத்துக்கொண்டது. 'பாரதியர்' என்றால் 'இந்துக்கள்' என்கிறார் கோல்வால்கர். ராமராஜ்ஜிய பரிஷத்தின் கொள்கையான ராம ராஜ்ஜியம் அமைப்பதில் மூன்று கட்சிகளுக்குமே மாற்றுக் கருத்தில்லை. இத்தனை ஒற்றுமைகள் இருந்தபோதும், இந்த மூன்று கட்சிகளும் தேர்தல் களத்தில் தனித்தனியாகவே செயல்பட்டன.

தேர்தல் அறிவிப்புக்கு முன்பிருந்தே தேர்தல் பணிகளைத் தொடங்கிவிட்டது இந்து மகா சபா. ஜெய்பூரில் ஒரு சிறப்பு மாநாட்டைக் கூட்டி தொண்டர்களைத் தேர்தலுக்குத் தயார்படுத்தியது. மதச்சார்பற்ற அரசு என்ற நேரு முழங்கிய சமயத்தில், ஜனநாயக இந்து அரசை அமைப்பதும் அகண்ட பாரதத்தைக் கட்டமைப்பதுமே எங்கள் இலக்கு என்று பிரகடனம் செய்துவிட்டுத்தான் தேர்தல் களத்தில் இறங்கியது இந்து மகா சபா.

'இந்து' என்ற பதத்துக்குப் பதிலாக 'பாரதிய' என்பதை ஜனசங்கம் முன்னொட்டாக வைத்துக்கொண்டது. 'பாரதியர்' என்றால் 'இந்துக்கள்' என்கிறார் கோல்வால்கர்.

சுதந்தரத்துக்கு முன்பிருந்தே தேர்தலைச் சந்தித்த அனுபவம் பெற்ற கட்சி இந்து மகா சபா. ஆனால் புதிய கட்சியான பாரதிய ஜனசங்கத்துக்குத் தேர்தல் அனுபவம் துளியும் கிடையாது. என்ன ஒன்று, தேர்தல் களம் கண்ட பலர் அந்தக் கட்சியின் அங்கமாக இருந்தனர். ஜனசங்கத்துக்கு இன்னொரு சாதக அம்சம் இருந்தது. அது, ஆர்.எஸ்.எஸ்ஸின் பரிபூரண ஆதரவு. ஸ்வயம் சேவகர்களின் களப்பணிகள் புதிய கட்சிக்கு மிகப் பெரிய பலமாக இருந்தன.

ஆளுங்கட்சியான காங்கிரஸ் பெரும்பாலான தொகுதி களில் வேட்பாளர்களை நிறுத்தியிருந்தது. ஆனால்

டாக்டர் அம்பேத்கர்

கம்யூனிஸ்ட் கட்சியோ ஐம்பது சதவிகித இடங்களில் மட்டுமே களமிறங்கியது. மற்ற கட்சிகள் எல்லாம் அவரவர் செல்வாக்குக்கு ஏற்ற அளவில் வேட்பாளர்களை நிறுத்தியிருந்தனர். அநேகமாகக் கூட்டணியமைத்துப் போட்டியிடுவார்கள் என்று எதிர்பார்க்கப்பட்ட இந்து மகா சபாவும் பாரதிய ஜனசங்கமும் தனித்தனியாகவே போட்டியிட்டனர்.

இந்து மகா சபா என்றும் ஜனசங்கம் என்றும் சுருக்கமான பெயர்களால் நாடு தழுவிய அளவில் அறிமுகமாகியிருந்த இந்தக் கட்சிகளுக்கும் தேர்தல் ஆணைய ஆவணங்களில் விரிவான பெயர் இருந்தது. இந்து மகா சபாவின் முழுப்பெயர், அகில பாரதிய இந்து மகா சபா. அதேபோல, ஜனசங்கத்தின் முழுப்பெயர், அகில இந்திய பாரதிய ஜனசங்கம். இறுதியாக, ராமராஜ்ய பரிஷத்தின் முழுப்பெயர், அகில பாரதிய ராமராஜ்ய பரிஷத்.

ஆளுங்கட்சியான காங்கிரஸ் கட்சி இருபத்தைந்து மாகாணங்களிலும் போட்டியிட்டது. ஆனால் இந்து மகா சபா தனக்குச் செல்வாக்கு இருக்கின்ற பத்து மாகாணங்களை மட்டும் தேர்வு செய்து, 31 இடங்களில் வேட்பாளர்களைக் களமிறக்கியிருந்தது. உத்தரப் பிரதேசத்தில் 12, மேற்கு வங்கத்தில் 6, சௌராஷ்ட்ராவில் 4 என்ற அளவில் வேட்பாளர்கள் நிறுத்தப்பட்டிருந்தனர். இந்து மகா சார்பில் அதன் பொதுச்செயலாளர் வி.ஜி. தேஷ்பாண்டே இரண்டு தொகுதிகளில் போட்டியிட்டார்.

அதேபோல, பதினைந்து மாகாணங்களைத் தேர்வு செய்து, 94 இடங்களில் வேட்பாளர்களை நிறுத்தியது ஜனசங்கம். உத்தரப் பிரதேசத்தில் 41, பஞ்சாப்பில் 9,

மத்தியப் பிரதேசத்தில் 8, மேற்குவங்கத்தில் 6 என்ற அளவில் வேட்பாளர்கள் களமிறக்கப் பட்டிருந்தனர். ஜனசங்கத்தின் சார்பில் அதன் நிறுவனரும் தலைவருமான டாக்டர் சியாமா பிரசாத் முகர்ஜி தனது சொந்த மாநிலமான மேற்குவங்கத்தின் கல்கத்தா தென்கிழக்குத் தொகுதியில் இருந்து போட்டியிட்டார்.

தேர்தல் பிரசாரம் பலமாக இருந்தது. எங்கெல்லாம் வெற்றிவாய்ப்பு கூடுதலாக இருக்கிறதோ அங்கெல்லாம் இந்து மகா சபாவும் ஜனசங்கமும் தீவிரமான பிரசாரத்தில் ஈடுபட்டன. இந்து மகா சபாவின் சார்பில் பெரிய அளவில் பிரசார பீரங்கிகள் இல்லை. ஆனால் ஜனசங்கத்துக்கு அதன் தலைவர் டாக்டர் முகர்ஜியும் அவருடைய தளபதிகளான தீனதயாள் உபாத்யாயா போன்றோரும் தீவிரமான களப்பணியிலும் பிரசாரப் பணியிலும் ஈடுபட்டனர். முக்கியமாக, ஆர்.எஸ்.எஸ் தொண்டர்களின் பங்களிப்பு பிரதானமாக இருந்தது.

இந்து மகா சபா தேர்தல் அறிக்கை வெளியிட்டுப் பிரசாரத்தில் ஈடுபட்டது. பிராந்திய மொழிகளுக்கு முக்கியத்துவம் உண்டு என்றாலும் சமஸ்கிருதமயமாக்கப்பட்ட இந்தியை தேசிய மொழியாகக் கொண்டுவருவோம் என்பது இந்து மகா சபாவின் முக்கியமான தேர்தல் வாக்குறுதி. அதுமட்டுமல்ல, சுயாட்சியுடன் கூடிய மாநிலங்களைக் கொண்ட நெகிழ்வுத் தன்மை கொண்ட அமைப்பாக அல்லாமல், ஒரு வலுவான மத்திய அரசு பாரதத்தில் (இந்தியாவில்) அமையும் வகையில் அரசியலமைப்புச் சட்டம் திருத்தப்படும் என்றது இந்து மகா சபா. இந்து ராஷ்ட்ரம் அமைக்கவேண்டியதன் அவசியத்தை மேடைக்கு மேடை சொன்னது.

பாரதிய ஜனசங்கமும் மிகுந்த உற்சாகத்துடன் தேர்தலை எதிர்கொண்டது. முக்கியமாக, காங்கிரஸையும் கம்யூனிஸ்டுகளையும் தனது பிரதான எதிரிகளாக வரித்துக்கொண்டு பிரசாரத்தில் ஈடுபட்டது. இஸ்லாமியர் ஆதரவு என்ற பெயரில் பெரும்பான்மை இந்துக்களின் நலன்களை காங்கிரஸ் கட்சி உதாசீனம் செய்கிறது என்பதுதான் காங்கிரஸ் மீது ஜனசங்கம் வைத்த முக்கியமான விமரிசனம். அதுதான் பெரும்பான்மை இந்துக்களைக் கவர்வதற்காக ஜனசங்கம் பயன்படுத்திய உத்தி.

கம்யூனிஸ்டுகள்தான் இந்தியாவின் ஆகப்பெரிய அபாய சக்திகள் என்பது கோல்வால்கரின் கருத்து. அந்தக் கருத்தைத் தேர்தல் களத்தில் தீவிரமாக முன்வைத்தது ஜனசங்கம். குறிப்பாக, கம்யூனிஸ்டுகள் செல்வாக்குள்ள பகுதிகளில் எல்லாம் அவர்களைக் குறிவைத்து விமரிசித்தது. நேருவின் வெளியுறவுக் கொள்கை, பாகிஸ்தானை அணுகும் விதம், கிழக்கு வங்காள அகதிகள் விவகாரம் ஆகியன பற்றியும் விரிவான பிரசாரத்தை முன்வைத்தது.

என்னுடைய இறுதி மூச்சு இருக்கும் வரை பிரதமர் என்ற பொறுப்பில் இருந்த படியோ அல்லது ஆட்சிக்கு வெளியில் இருந்தோ அவர்களை எதிர்த்துப் போராடுவேன் என்றார் நேரு.

அதன் காரணமாக பிரதமர் நேருவின் எதிர்வினை காட்டமாகவே இருந்தது. 'இந்து மகா சபாவும் ஜனசங்கமும் மத வாதக் கிருமிகள். அத்தகைய தீய சக்திகள் ஆட்சிக்கு வந்தால் நாட்டுக்குக் கேட்டையும் அழிவையுமே கொண்டுவருவார்கள்' என்றார் நேரு. 'யாரேனும் ஒருவர் மதத்தின் பெயரால் அடுத்தவரைத் தாக்குவதற்குக்

கை ஓங்கினால், என்னுடைய இறுதி மூச்சு இருக்கும் வரை பிரதமர் என்ற பொறுப்பில் இருந்த படியோ அல்லது ஆட்சிக்கு வெளியில் இருந்தோ அவர்களை எதிர்த்துப் போராடுவேன்' என்றார். மத அரசியலை மூர்க்கமாக எதிர்த்தார் நேரு.

நேருவின் விமரிசனத்தைக் கண்டு ஆத்திரமடைந்த ஜனசங்கத்தினர், நேருவின் கூட்டங்களுக்குச் சென்று கோஷமெழுப்பினர். மாட்டுக்கறி சாப்பிடும் நேருவின் பேச்சை நம்பாதீர்கள் என்று குரலெழுப்பினர். உடனே நேரு, 'ஆர்.எஸ்.எஸ்ஸுக்கும் இந்து மகா சபைக்கும் சட்டத்துக்குப் புறம்பாகப் பிறந்த குழந்தைதான் ஜனசங்கம்' என்று விமரிசித்தார். இப்படி, எதிரும் புதிருமான கருத்துகளால் தேர்தல் களத்தில் அனல் பறந்தது.

நேரு

பலத்த எதிர்பார்ப்புகளுக்கு மத்தியில் தேர்தல்கள் நடந்து முடிந்தன. வாக்கு எண்ணிக்கை நடந்து முடிவுகள் அறிவிக்கப் பட்டபோது எதிர்பார்த்த நிகழ்வுகள் பல நடந்தன. அதேசமயம், ஆச்சரியங்களுக்கும் அதிர்ச்சிகளுக்கும் பஞ்ச மில்லை.

காங்கிரஸ் கட்சி 364 இடங்களைக் கைப்பற்றி, ஆட்சியைத் தக்கவைத்துக்கொண்டது. மக்களவையின் இரண்டாவது பெரிய கட்சியாக வெறும் 16 இடங்களை மட்டுமே கைப் பற்றிய கம்யூனிஸ்ட் கட்சி வந்தது. சோஷலிஸ்ட் கட்சி 12 இடங்களைப் பிடித்து மூன்றாமிடத்துக்கு வந்தது. கிஸான் மஸ்தூர் பிரஜா கட்சி 9 இடங்களைப் பிடித்தது. மற்ற உதிரிக்கட்சிகள் ஒன்று, இரண்டு என்ற எண்ணிக்கையில் தொகுதிகளைக் கைப்பற்றியிருந்தனர். சுயேட்சைகளுக்கும் வெற்றிகள் கிடைத்திருந்தன.

பெரும்பான்மை இந்துக்கள் தம்வசம் இருப்பதாக எண்ணிக்கொண்டு தேர்தலைச் சந்தித்த இந்து மகா சபா வெறும் நான்கு இடங்களில் மட்டுமே வெற்றிபெற்றது. அந்த நான்கு தொகுதிகளில் மத்திய பிரதேசத்தின் குணா, குவாலியர் ஆகிய இரண்டிலும் அந்தக் கட்சியின் பொதுச்செயலாளர் வி.ஜி. தேஷ்பாண்டேவே வெற்றிபெற்றிருந்தார்.

மேலும், உத்தரப் பிரதேசத்தின் மேற்கு கோண்டா தொகுதியில் சகுந்தலா நாயர் வெற்றி பெற்றிருந்தார். இவர் 1949 ஆம் ஆண்டு பாபர் மசூதிக்குள் ராமர் சிலை வைக்கப்பட்ட சமயத்தில் பிரபலமானவர். அப்போது சாமியார் ஒருவரை அழைத்துவந்து மசூதிக்கு வெளியே ராமாயண சொற்பொழிவை நடத்த ஏற்பாடு செய்தவர் சகுந்தலா நாயர்.

அடுத்து, மேற்கு வங்கத்தின் ஹூக்ளி தொகுதியில் இந்து மகா சபாவின் நட்சத்திரப் பேச்சாளர் என்.சி. சாட்டர்ஜி வெற்றிபெற்றிருந்தார். இவருடைய மகன்தான் பிரபல இடது சாரித் தலைவரும் பின்னாளில் மக்களவை சபாநாயகராகச் செயல்பட்டவருமான சோம்நாத் சாட்டர்ஜி.

மிகப்பெரிய கனவுகளுடன் களம் கண்ட முதல் பொதுத் தேர்தலிலேயே அதிக எண்ணிக்கையில் போட்டியிட்ட பாரதிய ஜனசங்கத்துக்கு மூன்று தொகுதிகளில் வெற்றி கிடைத்திருந்தது. மேற்குவங்கத்தின் மிட்னாபூர் ஜார்க்ரம் தொகுதியில் துர்காசரண் பண்டோபாத்தியாயாவும் கல்கத்தா தென் கிழக்கு தொகுதியில் டாக்டர் சியாமா பிரசாத் முகர்ஜியும் ராஜஸ்தானின் சித்தூர் தொகுதியில் உமாசங்கரும் வெற்றிபெற்றிருந்தனர்.

தேர்தல் முடிவுகளை ஆராய்ந்தபோது தேர்தல் அரசியலின் மூத்த கட்சியான இந்து மகா சபாவைக் காட்டிலும் அதிக வாக்கு சதவிகிதத்தைப் பெற்றிருந்தது புதிய கட்சியான ஜனசங்கம். மேலும், இந்திய கம்யூனிஸ்ட் கட்சிக்கு இணையான வாக்கு சதவிகிதத்தைப் பெற்றிருந்தது ஜனசங்கம். ஆம், ஜனசங்கம் 3.1%, இந்திய கம்யூனிஸ்ட் 3.3%. வித்தியாசம், 0.2% மட்டுமே. சொற்ப எண்ணிக்கையில் இடங்கள் கிடைத்திருந்தாலும், இந்த வாக்கு சதவிகிதம் ஜனசங்கத் தலைவர்களுக்குக் கூடுதல் நம்பிக்கையைக் கொடுத்தது.

நேரு தலைமையில் புதிய அரசு உருவாகியிருந்த சூழலில், ஆளுங்கட்சிக்கு எதிரான எதிர்க்கட்சி அரசியலை மிகத் தீவிரமாக முன்னெடுக்க விரும்பினார் ஜனசங்கத்தின் தலைவர் டாக்டர் சியாமா பிரசாத் முகர்ஜி. அதற்காக அவர் வகுத்த வியூகம்தான் ஒருவகையில் தொண்ணூறுகளில் உருவான தேசிய ஜனநாயகக் கூட்டணியின் ஆரம்பப்புள்ளி!

38

மதமாற்றத்தைத் தடுக்க ஆர்.எஸ்.எஸ்ஸின் ஆயுதம்

பெருங்கனவுகளுடன் தொடங்கப்பட்ட பாரதிய ஜனசங்கம், தான் சந்தித்த முதல் தேர்தலிலேயே மூன்று இடங்களைக் கைப்பற்றி நாடாளுமன்றத்தில் தன்னுடைய கணக்கைத் தொடங்கி இருந்தது. அந்தக் கட்சியின் நாடாளுமன்றக் குழுவின் தலைவராக டாக்டர் சியாமா பிரசாத் முகர்ஜி தேர்ந்தெடுக்கப்பட்டார். அந்த வெற்றிக்கு முதன்மையான காரணமாக இருந்தோம் என்பதில் ஆர்.எஸ்.எஸ். தலைவர் கோல்வால்கர் மற்றும் ஸ்வயம்சேவகர்கள் அனைவருக்குமே மகிழ்ச்சி.

தேர்தலின்போது மூன்று சதவிகிதத்துக்கும் அதிகமான வாக்குகளைப் பெற்ற அரசியல் கட்சிகளை தேசியக் கட்சிகளாக அங்கீகரித்தது இந்தியத் தேர்தல் ஆணையம். அந்த வகையில் இந்திய தேசிய காங்கிரஸ், பிரஜா சோஷலிஸ்ட், இந்திய கம்யூனிஸ்ட் ஆகிய கட்சிகளோடு பாரதிய ஜனசங்கத்துக்கும் தேர்தல் ஆணையத்தின் அங்கீகாரம் கிடைத்தது. அந்த விஷயத்தில் ஆர்.எஸ்.எஸ் தலைவர்களுக்கு அளவற்ற மகிழ்ச்சி.

அதேசமயம், ஜனசங்கத்தைக் காட்டிலும் கூடுதல் இடங்களைக் கைப்பற்றிய இந்து மகாசபாவுக்கு தேர்தல் ஆணையத்தின் அங்கீகாரம் கிடைக்கவில்லை. காரணம், அதன் வாக்கு சதவிகிதம் வெகு சொற்பம். இவர்கள் தவிர, ராமராஜ்ய பரிஷத் என்ற இன்னொரு இந்துத்வ இயக்கமும் தேர்தல் களத்தில் இருந்ததைப் பார்த்தோம். சுவாமி கர்பாத்ரஜி என்பவர் தலைமையில் இயங்கிய அந்தக்

டாக்டர் சியாமா பிரசாத் முகர்ஜி

கட்சிக்கு சமஸ்தான மன்னர்கள், நிலப்பிரபுக்களின் பரிபூரண ஆதரவு இருந்தது.

மற்ற இரண்டு கட்சிகளும் இந்துத்வ சிந்தனை என்று சொல்லிக்கொண்டிருந்த சமயத்தில், எங்களுடையது பாரதிய சிந்தனை என்று சொன்னது ராமராஜ்ய பரிஷத். சில நுணுக்கமான விஷயங்களில் இந்து மகா சபா, ஆர்.எஸ்.எஸ், ஜனசங்கம் ஆகியோருடனும் கருத்து வேறுபாடுகள் கொண்டிருந்த கட்சி. என்றாலும், சில மாநிலங்களில் இருந்த வலுவான ஆதரவுத் தளத்தின் காரணமாக அந்தக் கட்சிக்குக் கணிசமான அளவில் வெற்றி கிடைத்திருந்தது. அந்தத் தேர்தலில் ஜன சங்கத்தைப் போலவே ராமராஜ்ய பரிஷத்துக்கும் மூன்று இடங்கள் கிடைத்திருந்தன.

குறிப்பாக, மத்தியப் பிரதேசம், ராஜஸ்தான் ஆகிய மாகாணங்களில் கணிசமான வெற்றியைப் பெற்றிருந் தது ராமராஜ்ய பரிஷத். மூன்று எம்.பிக்கள் மட்டுமல்ல, 32 சட்டமன்ற உறுப்பினர்களும் கிடைத்திருந்தனர். அவர்களில் 24 பேர் ராஜஸ்தானைச் சேர்ந்தவர்கள். என்ன ஒன்று, அந்தக் கட்சி பெற்ற வாக்கு சதவிகிதம் வெறும் 2.1% மட்டுமே. அதன் காரணமாக, தேர்தல் ஆணையத்தின் அங்கீகாரம் கிடைக்கவில்லை.

தேர்தல் முடிவுகளை ஒட்டுமொத்தமாகப் பார்த்தபோது, இந்து மகா சபா, பாரதிய ஜனசங்கம், ராமராஜ்ய பரிஷத் என்ற மூன்று கட்சிகளும் பெயர் சொல்லும் அளவுக்கான வெற்றிகளைப் பெற்றிருந்தன. அந்தக் கட்சிகளுக்கு எந்தெந்த மாநிலங்களில் எல்லாம் செல்வாக்கு இருக்கிறது என்பதும் ஓரளவுக்குத் தெரிய வந்தது. எங்கெங்கெல்லாம் கூடுதல் கவனம் செலுத்த வேண்டும் என்பது குறித்த புரிதலுக்கும் வாய்ப்பு ஏற்பட்டது.

இந்த இரண்டு கட்சிகளும் தேர்தலின்போது திராவிட முன்னேற்றக் கழகத்தின் ஆதரவுடன் வெற்றிபெற்ற கட்சிகள்

தேர்தல் முடிவுகளைத் தொடர்ந்து ஆளுங்கட்சியான காங்கிரஸ் கட்சிக்கு எதிராக நாடாளுமன்றத்துக்கு உள்ளும் புறமும் செயல்படுவதற்கு ஏதுவாக சில காரியங்களைச் செய்ய விரும்பியது ஜனசங்கம். அதற்காக கம்யூனிஸ்டுகள், முஸ்லீம் லீக் தவிர்த்த இதர காங்கிரஸ் எதிர்ப்பு சக்திகளை ஓரணியில் திரட்ட முயற்சி யெடுத்தார் ஜனசங்கத்தின் தலைவர் டாக்டர் சியாமா பிரசாத் முகர்ஜி.

தான் உருவாக்கப்போகும் அணியின் அங்கத்தினர்கள் ஒத்த சிந்தனை கொண்டவர்களாக இருக்க வேண்டும்

கோல்வால்கர்

என்பதால் அதற்கேற்ற தொனியில் பேச்சுவார்த்தைகளை நடத்தினார். முதலில் சித்தாந்த ஒற்றுமை கொண்ட இந்து மகா சபையுடன் பேச்சுவார்த்தை நடத்தினார். பிறகு ஒரிசாவைச் சேர்ந்த கணதந்திர பரிஷத், பஞ்சாப்பை பிராந்தியத்தைச் சேர்ந்த அகாலிதளம், லோக் சேவா சங்கம் ஆகிய கட்சிகள் அவருடைய அணியில் வந்து சேர்ந்தன.

பிறகு சென்னை மாகாணத்தைச் சேர்ந்த உழைப்பாளர் கட்சி, காமன்வீல் கட்சி ஆகியவற்றை அழைத்துவந்தார் டாக்டர் முகர்ஜி. இந்த இரண்டு கட்சிகளும் தேர்தலின்போது திராவிட முன்னேற்றக் கழகத்தின் ஆதரவுடன் வெற்றிபெற்ற கட்சிகள். திமுகவின் உயிர்நாடிக் கொள்கையான திராவிட நாடு கோரிக்கைக்கு ஆதரவு தெரிவிக்கும் ஒப்பந்தத்தில் கையெழுத் திட்டுக் கொடுத்துவிட்டு, அந்த அடிப்படையில் திமுகவின் ஆதரவைப் பெற்று வெற்றி பெற்றவர்கள்.

அதன்பிறகு அந்த ஒப்பந்தத்தை எல்லாம் அவர்கள் ஒரு பொருட்டாகவே மதிக்கவில்லை. அந்த ஒப்பந்தம் எங்களை எந்த வகையிலும் கட்டுப்படுத்தாது என்று சொன்னதோடு, சென்னை மாகாணத்தில் ராஜாஜி ஆட்சி அமைக்க காங்கிரஸ் கட்சிக்கும் ஆதரவு கொடுத்து விட்டார்கள். இந்திய அளவில் காங்கிரஸ் கட்சிக்கு நேர் எதிரான ஜனசங்கத்துடன் கைகுலுக்கிக் கொண்டார்கள்.

விநோதம் என்னவென்றால், அகண்ட பாரதத்தை அமைப்போம் என்று கொள்கை முழக்கம் செய்த ஜனசங்கத்தின் டாக்டர் முகர்ஜி, அந்தக் கொள்கைக்கு நேர் எதிரான திராவிட நாடு

கொள்கைக்கு ஆதரவளித்த கட்சிகளைத் தன்னுடைய அணியில் சேர்த்துக்கொண்டதுதான். இவர்களோடு, மேலும் சில சுயேட்சைகளும் டாக்டர் முகர்ஜியுடன் கைகோத்தனர்.

அதன் தொடர்ச்சியாக, எல்லோரையும் ஒன்று சேர்த்து 32 நாடாளுமன்ற உறுப்பினர்களைக் கொண்ட கூட்டமைப்பை உருவாக்கினார் டாக்டர் முகர்ஜி. அந்த அமைப்பு தேசிய ஜனநாயக் கட்சி என்ற பெயரில் நாடாளுமன்றத்துக்குள் காங்கிரஸ் கட்சிக்கு எதிராகச் செயல்படத் தொடங்கியது. இந்தக் கூட்டமைப்புதான் பின்னாளில் பாரதிய ஜனதா தலைமையில் உருவான தேசிய ஜனநாயகக் கூட்டணியின் பாட்டனார்.

நேரு அரசைக் கண்காணிக்கவும் விமரிசிக்கவும் ஏதுவாக கம்யூனிஸ்ட் கட்சியும் ஒரு கூட்டணியை உருவாக்கியிருந்தது. அந்த அமைப்பிலும் முப்பதுக்கும் மேற்பட்ட நாடாளுமன்ற உறுப்பினர்கள் இருந்தனர். ஆக, நேரு தலைமையில் உருவாகியிருக்கும் புதிய அரசுக்கு கம்யூனிஸ்டுகள், தேசிய ஜனநாயகக் கட்சி என்ற இரண்டு முனைகளில் இருந்தும் எதிர்க்குரல்கள் வந்து கொண்டிருந்தன.

தேர்தலைத் தொடர்ந்து இந்து மகா சபை, பாரதிய ஜனசங்கம் உள்ளிட்ட இந்துத்வ அரசியல் கட்சிகள் அதன் போக்கில் சென்றுகொண்டிருந்த சமயத்தில், ஆர்.எஸ்.எஸ்ஸை மேலும் வளர்த்தெடுக்கும் பணியில் ஈடுபடத் தொடங்கினார் அதன் தலைவர் கோல்வால்கர். அதற்காக அவர் வகுத்த செயல்திட்டங்களுள் முக்கியமானது, வனவாசி கல்யாண் ஆஸ்ரம்.

ஆர்.எஸ்.எஸ் வழிகாட்டுதலின்படி தொடங்கப்பட்ட இந்தச் செயல்திட்டம், பின்னாளில் தனியானதொரு அமைப்பாகவே செயல்படத் தொடங்கியது. 1952 ஆம் ஆண்டில் ஜஸ்பூர் என்ற ஊரில் வைத்து வனவாசி கல்யாண் ஆஸ்ரமத்தைத் தொடங்கியது ஆர்.எஸ்.எஸ். நாடு தழுவிய அளவில் நடந்துகொண்டிருக்கும் மதமாற்றத்தைத் தடுத்து நிறுத்துவதற்காகவே தொடங்கப்பட்ட அமைப்பு இது.

அந்தச் சமயத்தில் பீகார், ஒரிசா, மத்தியப் பிரதேசம், உத்தரப் பிரதேசம் உள்ளிட்ட மாநிலங்களைச் சேர்ந்த ஆதிவாசிகள் மத்தியில் மதமாற்றச் சம்பவங்கள் பெருமளவு நடப்பதாக ஆர்.எஸ்.எஸ் குற்றம்சாட்டியது. வெளிநாடுகளைச் சேர்ந்த கிறித்தவ மிஷனரிகள் இத்தகைய மதமாற்ற நடவடிக்கைகளைத் தீவிரமாக முன்னெடுக்கின்றனர் என்பதும் வெளி நாட்டில் இருந்து கொண்டுவரப்பட்ட நிதியைப் பயன்படுத்தி, ஆதிவாசிகளுக்குப் பெருமளவில் உதவிசெய்து, அவர்களைக் கிறித்தவ மதத்துக்கு மாற்றும் காரியத்தில் ஈடுபடுகின்றனர் என்பதும் அவர்களுடைய வாதம்.

மதம் மாறவேண்டும் என்ற எண்ணத்தில் மதில் மேல் பூனையாக இருக்கும் ஆதிவாசிகளை அழைத்துப் பேசி, அவர்களை மனமாற்றம் செய்து, மதமாற்றத்தைத் தடுக்கும் காரியத்தில் ஈடுபட்டனர்.

அந்த மதமாற்றத்தைத் தடுத்து நிறுத்த வேண்டும் என்றால், கிறித்தவ இயக்கங்கள் செல்லுகின்ற பாதையிலேயே சென்று, ஆதிவாசிகளிடம் பேசி, அவர்களைப்

ஆதிவாசிகள்

பக்குவமாக அணுகி, அவர்களைத் தங்கள் பக்கம் வசப்படுத்தவேண்டும். அதன் மூலம், அவர்களுடைய மதமாற்றத்தைத் தடுத்து நிறுத்துவதோடு, ஏற்கெனவே கிறித்தவ மதத்துக்கு மாறியவர்களை மீண்டும் தாய் மதத்துக்கே திரும்பச் செய்வதற்குத் தேவையான நடவடிக்கைகளை எடுக்கவேண்டும் என்று தீர்மானித்தது ஆர்.எஸ்.எஸ் தலைமை.

கிறித்தவ மிஷனரிகள் ஆதிவாசிகளை எப்படிக் கவர்ந்திழுக்கின்றன? பள்ளிக்கூடங்கள் கட்டித் தருகிறார்களா? சரி. அதேபோன்ற பள்ளிக்கூடங்களை ஆர்.எஸ்.எஸ்ஸே கட்டித்தரும். மருத்துவ மனைகள் உருவாக்குகிறார்கள் என்றால் அதே காரியத்தை இனி ஆர்.எஸ்.எஸ்ஸும் செய்யும். ஆதிவாசிகள் தங்கிக்கொள்வதற்கு வசதியாகக் குடியிருப்புகள் அமைத்துக் கொடுக்கிறார்களா, இனி ஆர்.எஸ்.எஸ்ஸும் அந்தப் பணிகளைச் செய்யும். இன்னும் இன்னும் ஆதிவாசிகளுக்கு என்னென்ன தேவைகள் இருக்கின்றனவோ, அவற்றையெல்லாம் ஆர்.எஸ்.எஸ் செய்யும் என்றனர்.

வெறுமனே சொன்னதோடு நிறுத்திக்கொள்ளாமல், ஆதிவாசிகளின் தேவைகளை உணர்ந்து, அவற்றை நிறைவேற்றிக்கொடுக்கும் காரியத்தில் ஈடுபட்டனர். அவர்களிடம் பேசினர். இந்து மதத்தின் முக்கியத்துவம், இந்து மதத்தின் பெருமைகள் ஆகியன குறித்து மென்மையான பிரசாரத்தில் ஈடுபட்டனர். கிறித்தவ மதத்துக்கு ஏன் மாறக்கூடாது என்பதற்கான விளக்கங்களைப் பக்குவமான மொழியில் எடுத்துக்கூறினர். மதம் மாறவேண்டும் என்ற எண்ணத்தில் மதில் மேல் பூனையாக இருக்கும் ஆதிவாசிகளை அழைத்துப் பேசி, அவர்களை மனமாற்றம் செய்து, மதமாற்றத்தைத் தடுக்கும் காரியத்தில் ஈடுபட்டனர்.

ஆதிவாசிகளின் தேவைகளை நிறைவேற்றுவதற்குத் தேவையான நிதியைத் திரட்டும் பணியில் ஸ்வயம்சேவகர்கள் தீவிரமாக இறங்கினர். சமஸ்தான மன்னர்கள், ராணிகள், நிலச்சுவான் தார்கள், பெருநிலக்கிழார்கள் போன்றோர் ஆர்.எஸ்.எஸ்ஸின் முயற்சிகளுக்குத் தார்மிக ரீதியாக மட்டுமின்றி, பொருளாதார ரீதியாகவும் உதவிசெய்தனர். அதன் காரணமாக, வனவாசி கல்யாண் ஆஸ்ரம் இயக்கத்தின் பணிகள் வேகமெடுத்தன.

இந்துக்கள் மத்தியில் மட்டுமே செல்வாக்கு நிரம்பிய ஆர்.எஸ்.எஸ் இயக்கத்துக்கு இந்த வனவாசி கல்யாண் ஆஸ்ரம் இயக்கம் புதிய முகத்தைக் கொடுத்தது. அவர்களுக்கான ஆதரவுத் தளம் விரிவடைவதற்கான வாய்ப்புகள் உருவாகின. அதைப் புரிந்துகொண்ட ஆர்.எஸ்.எஸ்

தலைவர்கள் ஏராளமான ஸ்வயம்சேவகர்களை அந்த இயக்கத்துக்கு அனுப்பிவைத்தனர். நினைத்தது போலவே, ஆர்.எஸ்.எஸ் இயக்கத்துக்கு ஆதிவாசிகள் மத்தியில் ஆதரவு வட்டம் உருவாகத் தொடங்கியது.

இந்தச் சமயத்தில்தான் இந்துத்வ இயக்கங்களை உத்வேகத்துடன் போராட்டக்களத்துக்கு அழைத்துச் செல்வதற்கு ஏதுவாக ஒரு பிரச்னை வலுக்கத் தொடங்கியது. ஆர்.எஸ்.எஸ் மட்டுமல்ல, அரசியல் கட்சிகளான பாரதிய ஜனசங்கம், இந்து மகா சபை ஆகியனவற்றையும் அந்தப் பிரச்னை போராட்டக் களத்துக்கு இழுத்துக்கொண்டு வந்தது. அது, காஷ்மீர் விவகாரம்.

39

காஷ்மீர் பிரச்னையும் முகர்ஜியின் மரணமும்

இந்தியா, பாகிஸ்தான் இடையே நடந்த முதல் யுத்தத்தை முன்வைத்து காஷ்மீர் மன்னர் ஹரிசிங்குக்கும் இந்திய அரசுக்கும் ஓர் ஒப்பந்தம் கையெழுத்தானது நினைவிருக்கும். அதன்மூலம் காஷ்மீர் சமஸ்தானம் அதிகாரபூர்வமாக இந்தியாவுடன் இணைக்கப்பட்டது. அதுவும்கூட, தாற்காலிக இணைப்புதான். பின்னர் காஷ்மீர் மக்களிடையே வாக்கெடுப்பு நடத்தி, அந்த இணைப்பின் எதிர்காலம் குறித்து முடிவுசெய்துகொள்ளலாம் என்றே தீர்மானிக்கப்பட்டது.

யுத்தம் முடிவுக்கு வந்ததைத் தொடர்ந்து காஷ்மீர் மன்னர் ஹரிசிங் பதவிநீக்கம் செய்யப்பட்டார். அதன்மூலம் மன்னராட்சி முடிவுக்குக் கொண்டுவரப்பட்டு, காஷ்மீர் முஸ்லீம் தேசிய முற்போக்கு இயக்கத்தின் தலைவரும் தேசிய மாநாட்டுக் கட்சியின் தலைவருமான ஷேக் அப்துல்லாவின் தலைமையில் புதிய மக்கள் அரசு அமைக்கப் பட்டது. என்றாலும், இந்திய அரசியலமைப்புச் சட்டத்தின்படி காஷ்மீரை இந்தியாவுடன் இணைத்துக்கொள்வதற்கு வசதியாக காஷ்மீருக்கென்று பிரத்யேகமாக சட்டப்பிரிவு *370* உருவாக்கப் பட்டது. அதன் முந்தைய பெயர், *306 (அ)*.

மற்ற சமஸ்தானங்களுடன் ஒப்பிடும்போது காஷ்மீர் அரசியல் மற்றும் பூகோள ரீதியாக நெருக்கடியான நிலையில் இருந்தது. யுத்தம் நடந்து ஓய்ந்திருந்தாலும் அதற்கான தடயங்கள் முற்றிலு மாக அழிந்துவிடவில்லை. யுத்த நெருப்பு முற்றிலுமாக அணைந்து

ஷேக் அப்துல்லா

விடவில்லை. ஆக்கிரமிப்பாளர்கள் எப்போது வேண்டுமானாலும் குழப்பம் விளைவிக்கமுடியும் என்ற நிலை இருந்தது. தவிரவும், காஷ்மீர் விவகாரம் ஐக்கிய நாடுகள் சபைக்கும் கொண்டுசெல்லப்பட்டிருந்தது. அதன் காரணமாகவே, சிறப்பு அந்தஸ்து வழங்கி காஷ்மீர் இந்தியாவுடன் இணைக்கப்பட்டிருந்தது.

அந்தச் சட்டப்பிரிவை உருவாக்கியதில் அதிக பங்களிப்பைச் செய்தவர் நேரு அமைச்சரவையில் இடம் பெற்ற என். கோபாலசாமி அய்யங்கார். மன்னர் ஹரிசிங்கின் திவானாக இருந்தவரும் சட்ட வல்லுநருமான அவர், நேரு, பட்டேல், ஹரிசிங், ஷேக் அப்துல்லா ஆகியோருடன் தீவிரமான கருத்துப் பரிமாற்றங்களையும் கருத்து யுத்தங்களையும் நடத்தியபிறகே அந்தச் சட்டப்பிரிவின் அம்சங்களை வடிவமைத்தார்.

அதன்படி, ராணுவம், வெளியுறவு, தகவல் தொடர்பு ஆகிய துறைகள் தவிர்த்து ஏனைய துறைகளை நிர்வகிக்கும் அரசை உருவாக்குவதற்கு ஏதுவாக அரசியல் நிர்ணய சபையை உருவாக்கிக்கொள்ளலாம். முக்கியமாக, இந்தியா முழுக்கப் பொருந்தக்கூடிய சில அரசியல் சட்ட ஷரத்துகள் காஷ்மீர் மாநிலத்துக்குப் பொருந்தாது. ஒருவேளை, மத்திய அரசு ஒரு சட்டத்தை காஷ்மீரில் அமல்படுத்த விரும்பினால், அதற்கு காஷ்மீர் மாநில அரசின் ஒப்புதலைப் பெறவேண்டும். இப்படி இன்னும் சில அம்சங்கள்.

370 வது பிரிவின்படியே 1951 அக்டோபர் மாதம் காஷ்மீர் மாநில அரசியல் நிர்ணய சபைக்குத் தேர்தல் நடந்தது. அந்தத் தேர்தலில் ஷேக் அப்துல்லாவின் தேசிய மாநாட்டுக் கட்சியோடு இன்னொரு கட்சியும் போட்டியிட்டது. அதன் பெயர், பிரஜா பரிஷத். 1949ல் பிரஜா பரிஷத் என்ற கட்சியைத் தொடங்கியவர் பிரேம்நாத் டோக்ரா. அதன் பொதுச்செயலாளர், பால்ராஜ் மதோக்.

இவர்கள் இருவருமே தீவிர ஸ்வயம்சேவக்குகள். நாடறிந்த ஆர்.எஸ்.எஸ் தலைவர்கள். ஆக, இந்தியாவுக்கு ஜனசங்கம் என்ற அரசியல் கட்சியைத் தொடங்கியது போல காஷ்மீருக்காக பிரஜா பரிஷத் என்ற மாநிலக் கட்சியைத் தொடங்கி இருந்தது ஆர்.எஸ்.எஸ். அந்தக் கட்சிக்குத் தன்னுடைய தார்மிக ஆதரவைக் கொடுத்திருந்தது. அந்த உற்சாகத்தில் ஜம்முவில்

> காஷ்மீருக்கென்று தனியான சிறப்பு அந்தஸ்து எதுவும் தேவையில்லை. சுதந்தர இந்தியாவின் ஓர் அங்கம்தான் காஷ்மீர். பாரதத்தின் பிரிக்கமுடியாத பகுதிதான் காஷ்மீர்.

மன்னர் ஹரிசிங்

இருக்கும் இந்துக்களின் பிரதிநிதியாகத் தன்னை அடையாளப்படுத்திக்கொண்டு வளர்ந்தது பிரஜா பரிஷத்.

அரசியல் நிர்ணய சபைக்கு நடந்த தேர்தல் களத்தில் ஷேக் அப்துல்லாவின் தேசிய மாநாட்டுக் கட்சியே ஆதிக்கம் செலுத்தியது. ஆர்.எஸ்.எஸ் ஆதரவுடன் பிரஜா பரிஷத் நிறுத்திய சில வேட்பாளர்களின் மனுக்கள் நிராகரிக்கப்பட்டன. அதற்கு எதிர்ப்பு தெரிவிக்கும் வகையில் பிரஜா பரிஷத் தேர்தலையே ஒட்டுமொத்தமாகப் புறக்கணித்தது பிரஜா பரிஷத். விளைவு, மொத்தமுள்ள 75 இடங்களையும் தேசிய மாநாட்டுக் கட்சியே கைப்பற்றியது.

அதன்மூலம் ஜம்மு - காஷ்மீர் மக்களின் ஏகோபித்த பிரதிநிதியாக தேசிய மாநாட்டுக் கட்சி உருவானது. அதன் அர்த்தம், அந்த மாநிலத்தில் இருக்கும் இந்துக்கள், முஸ்லீம்கள் உள்ளிட்ட அனைத்து மதத்தினருக்குமான தலைவராக ஷேக் அப்துல்லா உருவாகிவிட்டார் என்பதுதான். அது ஆர்.எஸ்.எஸ், ஜனசங்கம், பிரஜா பரிஷத் உள்ளிட்ட இந்துத்வ ஆதரவு இயக்கங்களுக்கும் அரசியல் கட்சிகளுக்கும் பதற்றத்தைக் கொடுத்தது.

போதாக்குறைக்கு, ஜம்மு - காஷ்மீர் மாநிலத்துக்கென்று பிரத்யேக அரசியல் சட்டம் உருவாக்கும் பணிகள் தொடங்கின. காஷ்மீருக்கென்று பிரத்யேக கொடி உருவாக்கப்பட்டது. அது இந்திய தேசியக் கொடியுடன் சேர்த்தே பறக்கவிடப்பட்டது. முக்கியமாக, மாநில முதல்வரை பிரதமர் என்றே அழைத்தனர். அதனை ஆர்.எஸ்.எஸ் தீவிரமாக எதிர்த்தது. ஒரு நாட்டுக்கு ஏன் இரண்டு அரசியலமைப்புச் சட்டங்கள், இரண்டு ஆட்சியாளர்கள், இரண்டு கொடிகள் என்று கேள்வி எழுப்பியது பிரஜா பரிஷத்.

வெறுமனே கேள்வி எழுப்பியதோடு நிற்காமல், அந்த விவகாரத்தை அரசியல் பிரச்னையாக மாற்றி, போராட்டத்தில் ஈடுபடத் தயாரானது. குறிப்பாக, காஷ்மீருக்கென்று தனியான சிறப்பு அந்தஸ்து எதுவும் தேவையில்லை. சுதந்தர இந்தியாவின் ஓர் அங்கம்தான் காஷ்மீர். பாரதத்தின் பிரிக்கமுடியாத பகுதிதான் காஷ்மீர். ஆகவே, சிறப்பு அந்தஸ்து என்ற பெயரில் காஷ்மீரை மற்ற மாநிலங்களிலிருந்து பிரித்தோ, வேறுபடுத்தியோ காட்டுவது இந்தியாவின் ஒற்றுமைக்கு எதிரான காரியம். ஆகவே, அதற்கு எதிராக பிரஜா பரிஷத் போராடும் என்றது.

அந்தக் கருத்தை ஆதரித்த ஆர்.எஸ்.எஸ், பிரஜா பரிஷத் நடத்தவிருக்கும் போராட்டங்களுக்குத் தன்னுடைய பரிபூரண ஆதரவைக் கொடுத்தது. அரசியல் கட்சியான ஜனசங்கத்தின் தலைவர் டாக்டர் முகர்ஜியும் பிரஜா பரிஷத்தின் போராட்ட முயற்சிகளுக்குத் தோள் கொடுப்பதாக அறிவித்தார். தேசிய அளவிலான இயக்கங்கள் கொடுத்த உற்சாகத்தில் மாணவர் போராட்டத் துக்கு அழைப்பு விடுத்தது பிரஜா பரிஷத்.

1952 பிப்ரவரியில் போராட்டங்கள் வலுக்கத் தொடங்கின. மாணவர்கள் நடத்திய போராட்டத் தின் உக்கிரம் ஷேக் அப்துல்லாவைக் கலவரமடையச் செய்தது. பிரஜா பரிஷத் தலைவர் பிரேம்நாத் டோக்ராவைக் கைதுசெய்தார். நிலைமையைக் கண்டு பதறிய நேரு, உடனடியாக ஷேக் அப்துல்லாவை அழைத்துப் பேசினார். அதன் தொடர்ச்சியாக நேருவுக்கும் அப்துல்லா வுக்கும் இடையே டெல்லி ஒப்பந்தம் என்ற புதிய ஒப்பந்தம் கையெழுத்தானது.

அதன்படி, காஷ்மீருக்குக் கூடுதல் சலுகைகள் தரப்பட்டன. முக்கியமாக, மாநிலத்தில் உள்நாட்டுக் கிளர்ச்சிகள் ஏதும் உருவாகும் பட்சத்தில் அவற்றை அடக்குவதற்கு காஷ்மீர் அரசின் சம்மதமின்றி இந்திய ராணுவம் களமிறங்காது, மற்ற மாநில மக்கள் ஜம்மு - காஷ்மீரில் சொத்து வாங்க முடியாது, இந்தியாவின் மற்ற மாநிலத்தவர் மாநில அரசின் அனுமதி பெற்றே ஜம்மு - காஷ்மீருக்குள் நுழையலாம், சட்டம் ஒழுங்கு சீர்குலைந்த மாநில அரசைக் கலைக்க உதவும் இந்திய அரசியல் சட்டப்பிரிவு 356 காஷ்மீருக்குப் பொருந்தாது.

மற்ற மாநில மக்கள் ஜம்மு – காஷ்மீரில் சொத்து வாங்க முடியாது, இந்தியாவின் மற்ற மாநிலத்தவர் மாநில அரசின் அனுமதி பெற்றே ஜம்மு – காஷ்மீருக்குள் நுழையலாம்.

இத்தனைச் சலுகைகளைக் கொடுத்த இந்திய அரசு, ஷேக் அப்துல்லாவிடம் ஒரு கோரிக்கையை முன்வைத்தது. காஷ்மீர் அரசுக்கென்று பிரத்யேக நிர்வாகத் தலைவரை நியமித்துக்கொள்ள மாநில சட்டமன்றத்துக்கு அதிகாரம் இருக்கிறது அல்லவா, அதைக்கொண்டு, மன்னர் ஹரிசிங்கின் மகன் கரண் சிங்கை காஷ்மீர் மாநில நிர்வாகத் தலைவராக (ஸதார் இ ரியாஸத்) நியமிக்கவேண்டும்!

ஷேக் அப்துல்லாவின் பரம வைரி மன்னர் ஹரிசிங். அவருக்கு எதிராக அரசியல் கட்சி யைத் தொடங்கியவர் ஷேக் அப்துல்லா. இப்போது ஹரிசிங்கின் மகனையே நிர்வாகத் தலைவராக ஆக்குவது சரியாக இருக்குமா என்று யோசித்தார். ஆனாலும் நேருவும் இந்திய அரசும் காட்டிய சலுகை களைக் கணக்கில் கொண்டு, ஆகட்டும்

என்று சொல்லிவிட்டார். அதேசமயம், அவருடைய தந்தையைப் போல கலவரக்காரர்களுடன் தொடர்பு வைத்துக்கொண்டால், கரண் சிங் பதவி நீக்கம் செய்யப் படுவார் என்று எச்சரிக்கையும் விடுத்திருந்தார்.

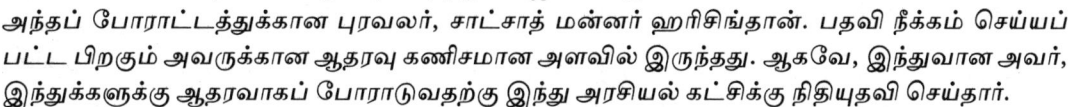

கரண் சிங்

கலவரக்காரர்கள் என்று ஷேக் அப்துல்லா சொல்வது பிரஜா பரிஷத்காரர்களை. காரணம், ஜம்மு - காஷ்மீர் மாநிலத்தில் ஷேக் அப்துல்லா எடுத்த நிலச்சீர்திருத்த நடவடிக்கைகள் அங்கிருந்த டோக்ராக்களுக்கு கடும் நட்டத்தை உருவாக்கியது. புதிய சட்டங்களின் எதிரொலி யாக ஏராளமான இந்துக்களின் நிலங்கள் அரசாங்கத்தால் பறித்துக்கொள்ளப்பட்டன.

இந்துக்களுக்கு இழைக்கப்பட்ட அநீதிக்கு எதிராகப் போராடப்போகிறோம் என்று அறிவித்தது பிரஜா பரிஷத். அந்தப் போராட்டத்துக்கான புரவலர், சாட்சாத் மன்னர் ஹரிசிங்தான். பதவி நீக்கம் செய்யப் பட்ட பிறகும் அவருக்கான ஆதரவு கணிசமான அளவில் இருந்தது. ஆகவே, இந்துவான அவர், இந்துக்களுக்கு ஆதரவாகப் போராடுவதற்கு இந்து அரசியல் கட்சிக்கு நிதியுதவி செய்தார்.

இத்தகைய பதற்றம் தோய்ந்த பின்னணியில்தான் ஜம்மு காஷ்மீர் விவகாரத்தைக் கையிலெடுத் தார் ஜனசங்கத் தலைவர் டாக்டர் சியாமா பிரசாத் முகர்ஜி. காஷ்மீருக்குத் தரப்பட்டிருக்கும் சிறப்பு அந்தஸ்து குறித்து நாடாளுமன்றத்தில் பேசினார். பரிபூரண இறையாண்மை கொண்ட ஒரு நாட்டில் இரண்டு அரசியலமைப்புச் சட்டங்கள் இருப்பது யாரை திருப்திப்படுத்துவ தற்காக? என்று கேள்வி எழுப்பினார்.

மேலும், பிரஜா பரிஷத் முன்வைக்கும் கோரிக்கைகளை நிறைவேற்றுவதற்கு மத்திய அரசு உரிய நடவடிக்கைகளை எடுக்கவேண்டும் என்று வலியுறுத்தினார். அதாவது, காஷ்மீருக்கான சிறப்பு அந்தஸ்தை ரத்துசெய்யவேண்டும் என்பது அந்தக் கட்சியின் முக்கியமான கோரிக்கை. அதற்கு முகர்ஜி ஆதரவாளித்தார். ஆனால் அதனை பிரதமர் நேரு கண்டுகொள்ளவில்லை. ஆகவே, தான் உருவாக்கிய தேசிய ஜனநாயகக் கட்சியின் வழியே எதிர்ப்பைத் தீவிரப்படுத்தினார் முகர்ஜி.

ஒருகட்டத்தில் ஜம்மு - காஷ்மீருக்கு நேரில் சென்று ஏராளமான பொதுக்கூட்டங்களில் பேசினார். தங்கள் மாநில மக்களின் பிரச்னையை டாக்டர் முகர்ஜி போன்ற தலைவர்கள் வந்து பார்த்து, நாடு தழுவிய அளவில் பிரசாரம் செய்வது நல்லது என்பதால் அவரை வரவேற்றது பிரஜா பரிஷத். அப்போது ஸ்ரீநகர் சென்று ஷேக் அப்துல்லாவிடம் பேச்சுவார்த்தை நடத்தினார் டாக்டர் முகர்ஜி.

பிறகு டெல்லி திரும்பிய அவர், காஷ்மீர் பிரச்னைக்காகப் போராட்ட அறிவிப்பை வெளியிட்டார். அதில் ஜனசங்கம், இந்து மகா சபா, ராமராஜ்ய பரிஷத் ஆகிய கட்சிகளைச் சேர்ந்த தொண்டர் கள் பெருமளவில் கலந்துகொண்டனர். அவர்களை எல்லாம் இந்திய அரசு அதிரடியாகக் கைது செய்து, சிறையில் அடைத்து, போராட்டத்தின் தீவிரத்தை அடியோடு குறைத்தது.

அதனைத் தொடர்ந்து மீண்டும் ஜம்மு - காஷ்மீர் செல்லத் தயாரானார் டாக்டர் முகர்ஜி. அவர் வருவது பிராந்தியத்தில் சட்டம், ஒழுங்குச் சிக்கலை உருவாக்கும் என்று கருதிய அரசு, அவரது

வருகைக்குத் தடை போட்டது. அதையும் மீறி ஜம்முவை நோக்கி ரயில் மார்க்கமாகப் புறப்பட்டார் டாக்டர் முகர்ஜி. அவரை 11 மே 1953 அன்று மாநில அரசு தடுத்து நிறுத்தி, உடனடியாகத் திரும்பிச்செல்லுமாறு உத்தரவிட்டது.

அதற்கு முகர்ஜி மறுக்கவே, அவரைக் கைதுசெய்து ஸ்ரீநகர் சிறையில் அடைத்தது. சில நாள்களில் அவருடைய ஒரு காலில் வலி ஏற்பட்டு, காய்ச்சல் தாக்கியது. மருத்துவர்கள் சோதனை செய்து பார்த்தபோது, நுரையீரல் ஜவ்வில் அழற்சி ஏற்பட்டுள்ளதைக் கண்டறிந்தனர். தொடர்ந்து சிகிச்சைகள் தரப்பட்டன. என்றாலும், அவருடைய உடல்நிலையில் எந்த முன்னேற்றமும் இல்லை. 23 ஜூன் 1953 அன்று மார்பில் வலி ஏற்பட்டது. அன்றைய தினமே மரணத்தைத் தழுவினார் முகர்ஜி.

அந்த மரணம் நாடு தழுவிய அளவில் பெரும் சர்ச்சைகளைக் கிளப்பியது. இயற்கையான மரணம் என்றது அரசு. இல்லை, ஷேக் அப்துல்லா அரசு டாக்டர் முகர்ஜியை விஷ ஊசி செலுத்திக் கொன்றுவிட்டது என்றது ஜனசங்கம். பின்னர் நடந்த விசாரணைகள் முகர்ஜியின் மரணம் இயற்கையானது என்றே கூறின. ஆனாலும் அதனை ஜனசங்கத்தினர் ஏற்கவில்லை. அந்த மரணமத்தை இன்றளவும் மர்ம மரணமாகவே கருதுகின்றனர்.

எப்படிப் பார்த்தாலும், டாக்டர் முகர்ஜியின் மரணம் புதிதாகத் தொடங்கப்பட்ட ஜனசங்கத்துக்குப் பேரிழப்பு. முன்னேற்றப் பாதையில் விழுந்த முட்டுக்கட்டை. அதை யாரைக் கொண்டு அகற்றுவது? இனிமேல் ஜனசங்கத்தை வழிநடத்தப்போவது யார்?

40

வாஜ்பாயின் வழிகாட்டி; அத்வானியின் ஆசிரியர்

நாட்டை ஆளும் காங்கிரஸ் கட்சிக்கு எதிராக சண்டமாருதம் செய்யக்கூடிய அளவுக்கு வலுவான எதிர்க்கட்சியை உருவாக்கவேண்டும் என்ற கனவோடு பாரதிய ஜனசங்கம் என்ற கட்சியைத் தொடங்கியவர் டாக்டர் சியாமா பிரசாத் முகர்ஜி. அந்தக் கனவை நோக்கிய முதல் படியாகத்தான் 1951 மக்களவைத் தேர்தலில் வெற்றி பெற்றது ஜனசங்கம்.

நாடாளுமன்றத்துக்கு உள்ளும் புறமும் உத்வேகத்துடன் செயல்பட வேண்டியதன் அவசியத்தை உணர்ந்த டாக்டர் முகர்ஜி, காஷ்மீர் சிக்கலை முன்வைத்து நேருவுக்கும் அவரது அரசுக்கும் கடும் நெருக்கடியைக் கொடுக்கத் தொடங்கினார். அந்தச் சமயத்தில்தான் அவருடைய அகால மரணம் நடந்தது. அது, ஜனசங்கத்தை உலுக்கி யெடுத்துவிட்டது.

டாக்டர் முகர்ஜியின் மரணத்தால் ஏற்பட்ட வெற்றிடத்தை நிரப்பப் போவது யார் என்ற கேள்வி எழுந்தது. அப்போது ஜனசங்கத்தில் பல தலைவர்கள் முன்னணியில் இருந்தனர். மௌலி சந்திர சர்மா என்கிற எம்.சி. சர்மா, தீனதயாள் உபாத்யாயா, பாபு சாஹேப் சோஹ்னி, பாய் மஹாவீர், பால்ராஜ் மதோக் ஆகிய முன்னணித் தலைவர்களில் ஒருவர் தலைவராகலாம் என்ற நிலை. அவர்களில் முதல் இருவருக்கும் அதிக வாய்ப்புகள் இருந்தன.

இளம் தலைவர்களாக இருந்த அடல் பிஹாரி வாஜ்பாய், சுந்தர் சிங் பண்டாரி, பைரோன் சிங் ஷெகாவத், நானாஜி தேஷ்முக், அத்வானி

சுந்தர் சிங் பண்டாரி

போன்றோரும் இருந்தனர். என்றாலும், பொதுச் செயலாளர் என்கிற கட்சியின் இரண்டாவது பெரிய பதவியில் இருக்கும் தீனதயாள் உபாத்யாயாவுக்கே அதிக வாய்ப்புகள் இருக்கின்றன; அவருக்கே ஆர்.எஸ்.எஸ்ஸின் ஆதரவு இருக்கிறது என்ற செய்திகள் வந்தன.

அதுமட்டுமல்ல, மௌலி சந்திர சர்மா - ஆர்.எஸ்.எஸ் இடையே நல்லுறவு இல்லை. ஆகவே அவருக்கான வாய்ப்புகள் குறைவு என்ற செய்தியும் கசிந்தது. ஆனால் அனைத்தையும் மீறி மௌலி சந்திர சர்மாவே பாரதிய ஜனசங்கத்தின் தலைவர் பதவிக்கு வந்தார். தீனதயாள் உபாத்யாயா கட்சியின் பொதுச்செயலாளராகவே நீடித்தார்.

புதிய தலைவரின் வழிகாட்டுதலில் பாரதிய ஜன சங்கம் தொடர்ந்து இயங்கும் என்ற எதிர்பார்ப்பு வெகு விரைவிலேயே பொய்த்துப் போனது. அவருக்கும் ஆர்.எஸ்.எஸ் தலைமைக்கும் இடையிலான கருத்து வேறுபாடுகள் அதிகரித்தன. விரிசல்கள் விரிவடைந் தன. ஒருகட்டத்தில் ஜனசங்கத்தை ஆர்.எஸ்.எஸ் கட்டுப்படுத்த முயல்கிறது என்று சொல்லி, தலைவர் பதவியிலிருந்து விலகினார் எம்.சி. சர்மா. பிறகு தமது நண்பர்கள் சகிதம் தாய்க்கட்சியான காங்கிரஸிலேயே சேர்ந்துவிட்டார்.

சர்மாவின் விலகலைத் தொடர்ந்து ஜனசங்கத்தின் புதிய தலைவராக பிரேம்நாத் டோக்ரா தேர்வுசெய்யப் பட்டார். இவரைத் தெரிகிறது அல்லவா, காஷ்மீரில் ஆர்.எஸ்.எஸ்ஸின் பரிபூரண ஆதரவுடன் தொடங்கப் பட்ட பிரஜா பரிஷத் கட்சியின் தலைவர். அரசியல் வட்டாரத்தில் நன்கு அறியப்பட்ட ஆர்.எஸ்.எஸ் தலைவர். அத்தகைய மனிதர் தற்போது ஜனசங்கம் என்ற அரசியல் கட்சியின் தலைமைப் பொறுப்புக்கு வந்திருந்தார். உபயம்: ஆர்.எஸ்.எஸ்.

ஜனசங்கத்தை
ஆர்.எஸ்.எஸ் கட்டுப்படுத்த
முயல்கிறது என்று சொல்லி,
தலைவர் பதவியிலிருந்து
விலகினார்
எம்.சி. சர்மா.

ஜனசங்கத்தில் சக்திவாய்ந்த இன்னொரு பதவி, பொதுச் செயலாளர். ஆம், தலைவர் பதவியின் ஆயுட்காலம் ஓர் ஆண்டு. ஆனால் பொதுச்செயலாளரின் பதவிக்காலம் அப்படியல்ல. ஆகவே, அந்தப் பதவியில் ஏற்கெனவே இருந்த தீனதயாள் உபாத்யாயாவே தொடர்ந்து பல ஆண்டுகளுக்கு நீடித்தார்.

அதன் அர்த்தம், பாரதிய ஜனசங்கம் என்பது ஆண்டுக்கு ஆண்டு மாறுகின்ற தலைவரின் கட்டுபாட்டில்

வாஜ்பாய், பைரோன் சிங் ஷெகாவத், அத்வானி

அல்லாமல், எப்போதும் நிலையாக இருக்கும் பொதுச்செயலாளர் தீனதயாள் உபாத்யாயாவின் கட்டுப்பாட்டிலேயே இருந்தது. ஆகவே, அத்தகைய சக்திவாய்ந்த மனிதரின் பின்னணி பற்றி சற்றே விரிவாகப் பார்ப்பது அவசியம்.

25 செப்டெம்பர் 1916 அன்று உத்தரபிரதேச மாநிலம் மதுராவுக்கு அருகிலுள்ள சந்திரபன் கிராமத்தில் பிறந்தவர் தீனதயாள் உபாத்யாயா. தந்தை பெயர், பகவதி பிரசாத். கிராமத்து ஜோதிடராக இருந்தார். தாயார் பெயர், ராம்ப்யாரி. தீனதயாளுக்கு படிப்பில் கட்டுக்கடங்காத ஆர்வம். நன்றாகப் படிக்கக்கூடியவராகவும் இருந்ததால் பள்ளிப்படிப்பு முடிந்ததும் பிலானியில் உள்ள பிர்லா கல்லூரியில் இடைநிலைப் படிப்பில் சேர்ந்தார்.

மேல்படிப்பு படிக்க விரும்பினார் தீனதயாள். ஆகவே, கான்பூரில் உள்ள சனாதன தர்மக் கல்லூரியில் இளங்கலை படிப்பில் சேர்த்துவிட்டார் அவருடைய உறவினர் ஒருவர். பிறகு ஆங்கில இலக்கியம் படிக்க விரும்பினார். அப்போதும் அந்த உறவினரே உதவிக்கு வந்தார். ஆக்ராவில் உள்ள புனித ஜார்ஜ் கல்லூரியில் முதுகலைப்பட்டம் பெற்றார் தீனதயாள். அப்போது அவருக்கு அறை நண்பராக இருந்தவர்தான் பின்னாளில் ஜனசங்கத்தின் முக்கியத் தலைவராக உருவான நானாஜி தேஷ்முக்.

தந்தை பகவதி பிரசாத் இருக்கும்போது ஏன் தீனதயாளின் மேல் படிப்புக்கு அவருடைய உறவினர் உதவிசெய்யவேண்டும்? வறுமையா? அதைக்காட்டிலும் ஒரு பெரிய காரணம் இருந்தது. தீனதயாள் உபாத்யாயா பெற்றோரை தனது இளம் வயதிலேயே இழந்து விட்டார். ஆகவே, அவரை வளர்த்துப் படிக்கவைத்தவர் அவருடைய உறவினர் ஒருவர்தான்.

இத்தனைத் தீவிரமாகப் படித்தும் உரிய வேலையைத் தேடிக்கொள்வதைக் காட்டிலும் தேசத் தொண்டிலும் அரசியல் பணியிலும் ஈடுபடுவதே இலக்கு என்று சொல்லி, அதற்கான தேடலைத் தொடங்கினார் தீனதயாள் உபாத்யாயா. அப்போது அவரை ஆர்.எஸ்.எஸ் இயக்கம் வரவேற்றது. ஸ்வயம்சேவகராக ஆர்.எஸ்.எஸ்ஸில் அடியெடுத்து வைத்தபோது அவருக்கு வயது 21.

ஆரம்பத்தில் ஷாகாவுக்கு வருவதும் போவதுமாக இருந்த அவர், சில ஆண்டுகளில் முழுநேர ஆர்.எஸ்.எஸ் ஊழியராகச் செயல்படத் தொடங்கினார். அப்போது அவருடைய கல்லூரி நண்பர்களான நானாஜி தேஷ்முக், சுந்தர் சிங் பண்டாரி போன்றோரும் உபாத்யாயாவுடன் இணைந்து செயல்பட்டனர்.

ஸ்வயம்சேவக், பிரசாரக், பிராந்திய பிரசாரக் என்று ஆர்.எஸ்.எஸ் இயக்கத்தின் படிநிலை ஏணியில் படிப்படியாக முன்னேறிவந்தார். தவிரவும், பொருளாதாரம், கல்வி, எழுத்து, பத்திரிகை என்று பல்வேறு துறைகளில் அவருக்கு இருந்த ஆர்வமும் அறிவும் ஆர்.எஸ்.எஸ் தலைவர்களைக் கவர்ந்தன. ஆகவே, அவரை அடுத்தடுத்த கட்டங்களுக்கு நகர்த்திச் செல்வதில் தலைவர்கள் ஆர்வம் செலுத்தினர்.

தலைவர்களின் ஆசியுடன் ராஷ்ட்ர தர்மா என்ற பெயரில் மாத இதழ் ஒன்றைத் தொடங்கி ஆர்.எஸ்.எஸ்ஸின் கொள்கைப் பிரசாரத்தைத் தீவிரப்படுத்தினார் உபாத்யாயா. அந்தப் பத்திரிகை வெளிவருவதில் உள்ளடக்கம் தொடங்கி நிர்வாகம் வரை பல்வேறு பணிகளைச் செய்தபோதும், அதன் ஆசிரியர் என்று தன்னுடைய பெயரைக் குறிப்பிடவில்லை. ராஷ்ட்ர தர்மாவுக்குக் கிடைத்த வரவேற்பைத் தொடர்ந்து ஆர்.எஸ்.எஸ் தலைவர்களின் உதவியுடன் பாஞ்சஜன்யா என்ற வார இதழையும் சுதேசி என்கிற நாளிதழையும் தொடங்கினார்.

ஹெட்கேவார், கோல்வால்கர் உள்ளிட்ட ஆர்.எஸ்.எஸ் தலைவர்களுடன் நெருங்கிப் பழகி, ஆர்.எஸ்.எஸ்ஸில் மெல்ல மெல்ல வளர்ந்துகொண்டிருந்தார் உபாத்யாயா. காந்தி கொலையைத் தொடர்ந்து ஆர்.எஸ்.எஸ் இயக்கம் தடை செய்யப்பட்ட தருணத்தில், அந்தத் தடையை நீக்க ஆர்.எஸ்.எஸ்ஸுக்கு சட்டதிட்டங்கள் வகுக்கப்படவேண்டிய சூழல் உருவான போது அதற்கான குழுவில் இடம்பெற்றவர் தீனதயாள் உபாத்யாயா.

'இன்னும் இரண்டு அல்லது மூன்று தீனதயாள் உபாத்யாயாக்களைப் பெறமுடியுமென்றால், ஒட்டுமொத்த இந்தியாவின் அரசியல் வரைபடத்தையே என்னால் மாற்றிக்காட்ட முடியும்'

இந்தத் தருணத்தில்தான் உபாத்யாயாவின் அரசியல் வாழ்வில் ஒரு முக்கியமான திருப்புமுனை வந்தது. தேர்ந்த நிர்வாகியும் சிறந்த செயல்வீரருமாக விளங்கிய அவருக்கு புதிய பணி ஒன்றைக் கொடுத்தார் கோல்வால்கர். அது, பாரதிய ஜனசங்கம் என்ற பெயரில் புதிய கட்சி தொடங்க இருக்கும் டாக்டர் சியாமா பிரசாத் முகர்ஜிக்கு உதவிகரமாக இருப்பது. ஓர் உதாரண ஸ்வயம் சேவகரான உபாத்யாயா, டாக்டர் முகர்ஜியின் செயல்பாடுகளுக்கு உறுதுணையாக இருப்பார் என்பது கோல்வால்கரின் கணிப்பு.

தன்னுடைய நம்பிக்கைக்குப் பாத்திரமான தீனதயாள் உபாத்யாயாவை 1953 ஜனவரி

மாதம் லக்னோவில் நடந்த ஜனசங்க மாநாட்டில் கட்சியின் பொதுச்செயலாளராக நியமித்தார் டாக்டர் முகர்ஜி. அப்போது பேசிய டாக்டர் முகர்ஜி, 'இன்னும் இரண்டு அல்லது மூன்று தீனதயாள் உபாத்யாயாக்களைப் பெறமுடியுமென்றால், ஒட்டுமொத்த இந்தியாவின் அரசியல் வரைபடத்தையே என்னால் மாற்றிக்காட்ட முடியும்' என்றார்.

நாங்கள் வித்தியாசமான கட்சி என்று இன்றைய பாஜக தலைவர்கள் மேடைகளில் அடிக்கடி சொல்கிறார்கள் அல்லவா, அதற்கு ஆரம்பப்புள்ளி வைத்தவர் சாட்சாத் தீனதயாள் உபாத்யாயா தான். ஜனசங்கத்தின் பொதுச்செயலாளர் பொறுப்பை ஏற்றதும் பிரசாரப் பணிகளில் ஈடுபட்ட அவர், சித்தாந்தம் - செயல்பாடு ரீதியாக காங்கிரஸ், கம்யூனிஸ்ட், சோஷலிஸ்ட் கட்சி களில் இருந்து ஜனசங்கம் முற்றிலுமாக வேறுபட்டுச் செயல்படும், மக்கள் பிரச்னைகளைக் கையாளுவதில் வித்தியாசமான அணுகுமுறையைப் பின்பற்றும் என்றார் உபாத்யாயா.

டாக்டர் முகர்ஜி மரணம் அடைந்துவிட்ட நிலையில், பாரதிய ஜனசங்கம் துவண்டுவிடாமல் தூக்கி நிறுத்தும் பொறுப்பு தீனதயாள் உபாத்யாயா வசம் வந்தது. 1953ல் ஜனசங்கத்தின் பொதுச்செயலாளராகத் தேர்ந்தெடுக்கப்பட்ட தீனதயாள் உபாத்யாயா, தன்னுடைய இறுதிக் காலம் (1967) வரைக்கும் அதே பதவியில் நீடித்தார்.

தீனதயாள் உபாத்யாயா

ஜனசங்கத்தை அடுத்தடுத்த கட்டங்களுக்கு நகர்த்திச் சென்றதில் உபாத்யாயாவின் பங்களிப்பு அபரிமிதமானது. அவரை அடியொற்றி ஏராளமான தலைவர்கள் ஜனசங்கத்துக்குள் உருவாகினர். குறிப்பாக, வாஜ்பாயின் வழிகாட்டியாக விளங்கியவர் உபாத்யாயா. அத்வானியின் மானசீக ஆசிரியர் அவர். ஆக, ஜனசங்கம் தீனதயாள் உபாத்யாயாவின் முழுமையான வழிகாட்டுதலில் இயங்கத் தொடங்கியது.

அப்போது இன்னொரு இந்துத்வ அரசியல் கட்சியான இந்து மகா சபா, தனது அரசியல் நடவடிக்கைகளைத் தீவிரப் படுத்தியிருந்தது. முக்கியமாக, சுத்தி இயக்கத்தில் தீவிரமாக ஈடுபடுவதற்குத் தன்னைத் தயார்ப்படுத்திக் கொண்டிருந் தது. சுத்தி இயக்கம் பற்றி தொடக்கத்தில் விரிவாகப் பார்த்தோம். ஆரிய சமாஜத்தின் நிறுவனர் சுவாமி தயானந்த சரஸ்வதி தொடங்கி சுவாமி சிரத்தானந்தா, விநாயக் தாமோதர் சாவர்க்கர் வரை பலரும் சுத்தி இயக்கத்தில் ஈடுபட்டனர்.

தற்போது அந்த இயக்கத்தை மீண்டும் கையிலெடுத்தது இந்து மகா சபா. வெளிநாடுகளில் இருந்து வந்த கிறித்தவ மிஷனரிகள் இந்தியாவில் இருக்கக்கூடிய தாழ்த்தப்பட்ட, மலைவாழ், பழங்குடி மக்களை கிறித்தவ மதத்துக்கு மாற்றும் நடவடிக்கைகளில் தீவிரம் காட்டுவதைத் தடுத்து நிறுத்தவே சுத்தி இயக்கம் மீண்டும் தொடங்கப்படுவதாகச் சொன்னது இந்து மகா சபா.

அதற்காக இந்து மகா சபாவின் நாடாளுமன்ற உறுப்பினர் எம்.சி. சாட்டர்ஜி தலைமையில் ஒரு குழு உருவாக்கப்பட்டது. கிறித்தவ மதத்துக்கு மாறியவர்களைச் சடங்குகள் வழியாக மீண்டும் தாய் மதமான இந்து மதத்துக்கு அழைத்துவரும் காரியத்தைச் செய்வதற்கு உரிய வழிகாட்டுதல் நடைமுறைகளை அந்தக் குழுவினர் உருவாக்கினர்.

அரசியல் கட்சிகளான ஜனசங்கமும் இந்து மகா சபாவும் தனித்தனியே செயல்பட்டுக் கொண்டிருந்த சமயத்தில், சமூக இயக்கமான ஆர்.எஸ்.எஸ் பசு பாதுகாப்பு விவகாரத்தை மீண்டும் கையில் எடுத்திருந்தது. 'பசு பாதுகாப்பு என்பது பொருளாதாரம் சார்ந்த பிரச்னை அல்ல; கலாசார புனிதம் தொடர்பானது' என்று சொன்ன ஆர்.எஸ்.எஸ், பசுவதைத் தடுப்புச் சட்டத்தைக் கொண்டுவர இந்திய அரசை வலியுறுத்தி கையெழுத்து இயக்கம் நடத்தியது. ஒன்றே முக்கால் கோடி கையெழுத்துகளைப் பெற்று, அந்தப் படிவங்களை எல்லாம் மாட்டு வண்டிகளில் வைத்தே எடுத்துச்சென்று அரசாங்கத்திடம் ஒப்படைத்தது.

ஆர்.எஸ்.எஸ், இந்து மகா சபா, பாரதிய ஜனசங்கம் என்ற மூன்று அமைப்புகளும் தனித் தனியே நிகழ்ச்சி நிரல்களை வகுத்துச் செயல்பட்டுக் கொண்டிருந்த சமயத்தில், அவர்கள் மூவரையும் ஒரே புள்ளியில் குவிக்கும் வகையில் இந்திய அரசியல் களத்தில் இரண்டு முக்கியமான பிரச்னைகள் எழுந்தன. ஒன்று, இந்து சட்ட மசோதா. மற்றொன்று, மொழிவாரி மாகாணப் பிரிவினை! இரண்டுமே அவர்களுக்கு வேப்பங்காய்கள்!

41

இந்து மசோதா என்றொரு அணுகுண்டு

இந்தியாவில் இந்துக்களே பெரும்பான்மையினர் என்பதால், இந்தியாவில் இருக்கும் இந்துக்களுக்கு மட்டும் பொருந்தக்கூடிய வகையில் இந்து சட்ட மசோதாவை (Hindu Code Bill) உருவாக்க வேண்டும் என்ற கருத்து உருவானபோது இந்திய அரசியல் நிர்ணய சபையில் ஆதரவும் எதிர்ப்பும் பரவலாகவே எழுந்தன.

இருநூறு ஆண்டுகள் ஆட்சிசெய்த பிரிட்டிஷார் தனிமனித சட்டங் களில் தலையிடாத நிலையில், ஏன் நேரு அரசு அதற்கான நடவடிக்கைகளை எடுக்கிறது என்ற கேள்வியை எழுப்பினர். ஆனால் அந்தக் கருத்தை டாக்டர் அம்பேத்கர் அடியோடு நிராகரித்தார். தனிமனிதச் சட்டங்கள் காக்கப்பட வேண்டும் என்றால் நாம் சமூக விவகாரத்தில் ஒருவித தேக்கநிலையை எட்டிவிடுவோம் என்றார்.

உண்மையில், பிரிட்டிஷார் ஆட்சியில் இருந்தபோதே இந்து சட்டங்களில் செய்யவேண்டிய திருத்தங்கள் குறித்த விவாதங்கள் தொடங்கிவிட்டன. அதன் அடிப்படையில் 1941 ஆம் ஆண்டு சர். பி.என். ராவ் தலைமையில் ஆய்வுக் குழு ஒன்று அமைக்கப் பட்டது. அதன் நோக்கம் இந்தியா முழுமைக்கும் உள்ள இந்துக்களுக்கு என்று பிரத்யேக சிவில் சட்டத்தை உருவாக்கவேண்டும் என்பதுதான்.

அதற்காக அந்தக் குழுவினர் இந்தியா முழுக்கப் பயணம் செய்து, பலதரப்பட்ட மக்களிடமும் கருத்துகளைக் கேட்டனர்.

அம்பேத்கர் - டாக்டர் முகர்ஜி

கல்வியாளர்கள், பண்டிதர்கள், பொதுமக்கள் என்று பலரும் அந்தக் குழுவினரிடம் தங்கள் கருத்துகளைப் பதிவுசெய்தனர். சேகரித்த தகவல்களையும் கருத்துகளையும் கொண்டு, இந்து தனிநபர் சட்ட மசோதா ஒன்றை 1946ல் உருவாக்கிக் கொடுத்தது சர். பி.என். ராவ் தலைமையிலான குழு.

என்றாலும், அந்தக் கமிட்டி உருவாக்கிய மசோதாவைச் சரிபார்க்க அரசியல் நிர்ணய சபை ஓர் குழுவை நியமித்தது. அந்தக் குழுவின் தலைவர் டாக்டர் அம்பேத்கர். அந்த மசோதாவைத் தீவிர ஆய்வுக்கு உட்படுத்திய அம்பேத்கர், அவற்றில் செய்யவேண்டிய திருத்தங்களைக் கண்டறிந்தார். இறுதியாக, 5 பிப்ரவரி 1951 அன்று இந்திய நாடாளுமன்றத்தில் இந்து சட்ட மசோதாவை இந்திய சட்ட அமைச்சர் என்ற முறையில் தாக்கல் செய்தார் டாக்டர் அம்பேத்கர்.

இந்து சட்ட மசோதா என்று அழைக்கப்பட்டபோதும் அது சீக்கியர்கள், பவுத்தர்கள், ஜைனர்கள் ஆகியோருக்கும் பொருந்தும். அதேபோல, இந்து மதத்தின் அங்கமாக இருக்கும் அனைத்து சாதிப் பிரிவுகளுக்கும் இந்த மசோதா பொருந்தும். இந்து சட்ட மசோதா பற்றிய பூர்வாங்கப் பேச்சுகள் தொடங்கியது முதலே இந்து அமைப்புகளும் ஆர்.எஸ்.எஸ், இந்து மகா சபா போன்றோரும் பலத்த எதிர்ப்புகளைப் பதிவு செய்து கொண்டிருந்தனர்.

மசோதா தாக்கலான பிறகு அதில் இடம்பெற்ற சில அம்சங்கள் தீவிர இந்து சிந்தனை கொண்ட தலைவர்கள் மற்றும் மக்களிடையே சர்ச்சைகளை ஏற்படுத்தியது. சில அம்சங்களை மட்டும் இங்கே பார்க்கலாம்:

1. ஓர் இந்து ஆண் மரணம் அடைந்தால், அவரது ஆண் வாரிசுகளுக்கு மட்டுமே சொத்தில் பங்கு என்பது முன்னர் இருந்த நடைமுறை. ஆனால் புதிய மசோதாவின்படி, அவரது விதவை மனைவிக்கும் பெண் வாரிசுகளுக்கும் சொத்தில் பங்குண்டு.

2. பலதார மணங்கள் பரவலாகப் புழக்கத்தில் இருந்த சூழ்நிலையில், ஒருவனுக்கு ஒருத்தி; ஒருத்திக்கு ஒருவன் என்ற அடிப்படையில் ஒரு தார மணத்தைக் கட்டாயமாக்கியது புதிய மசோதா.

> இறுதியாக, 5 பிப்ரவரி 1951 அன்று இந்திய நாடாளுமன்றத்தில் இந்து சட்ட மசோதாவை இந்திய சட்ட அமைச்சர் என்ற முறையில் தாக்கல் செய்தார் டாக்டர் அம்பேத்கர்.

டாக்டர் ராஜேந்திர பிரசாத்

3. கணவன் கொடுமையான வியாதிக்காரனாகவோ, கொடுமை செய்பவனாகவோ, மனைவியைத் தாண்டி வேறொரு பெண்ணுடன் தாம்பத்ய உறவை வைத்துக் கொண்டிருப்பவனாகவே இருந்தால், அவனை சட்டரீதியாக விவாகரத்து செய்துவிட்டு, தனியாக வாழலாம். அந்த மனைவிக்குக் கணவன் ஜீவனாம்சம் தரவேண்டும்.

4. கலப்புத் திருமணத்தின்போது கணவன் அல்லது மனைவியின் இன முறைப்படியோ அல்லது சட்டரீதியாகவோ நடத்தப்படும் திருமணங்கள் அங்கீகரிப்பட்ட திருமணங்கள்.

5. குழந்தை இல்லாத தம்பதிகள் வேறு சாதியிலிருந்தும் தத்தெடுத்துக்கொள்ளலாம்.

இப்படி இன்னும் பல புதுமைகளையும் புரட்சிகளையும் உள்ளடக்கிய இந்தச் சட்ட மசோதாவுக்குப் பழமைவாதிகள் மத்தியிலிருந்து கடுமையான எதிர்ப்பு எழுந்தது. முக்கியமாக, அரசியல் நிர்ணய சபையின் தலைவர் டாக்டர் ராஜேந்திர பிரசாத் அதன் முதன்மையான எதிர்ப்பாளராக இருந்தார். அத்தோடு, இந்து அமைப்புகள் பலவற்றில் இருந்தும் எதிர்ப்புக் குரல்கள் எழுந்தன.

நாடாளுமன்றத்தில் இந்து சட்ட மசோதாவுக்கு பலத்த எதிர்ப்பு கிளம்பியது. மூன்று நாள்களுக்கு நடந்த வாதப்பிரதிவாதங்களுக்குப் பிறகு மசோதா மீதான வாக்கெடுப்பை செப்டெம்பர் மாதத்துக்குத் தள்ளிவைத்தது நாடாளுமன்றம். அதன்பிறகும் எதிர்ப்புக்குரல்கள் அடங்கவில்லை.

சுவாமி கற்பாத்ரி

இந்துக்களுக்கு எதிராக வீசப்பட்டுள்ள அணுகுண்டு என்று இந்து சட்ட மசோதாவை விமரிசித்தது ஆர்.எஸ்.எஸ்.

இந்து சட்ட மசோதா பற்றிய பேச்சுகள் எழுந்தவுடனேயே அகில இந்திய இந்து சட்ட மசோதா எதிர்ப்புக்குழு என்ற பெயரில் போராட்டக் குழு ஒன்று உருவாக்கப்பட்டது. அதன் தலைவராகத் தேர்வானவர் சுவாமி கற்பாத்ரி மகராஜ். இவர் ராமராஜ்ய பரிஷத் கட்சியின் நிறுவனர். இந்துக்களின் தர்ம சாஸ்திர அடிப்படையில் உருவான இந்து உரிமைச் சட்டங்களில் தலையிட இந்திய அரசியல் நிர்ணய சபைக்கு அதிகாரமில்லை என்றனர் எதிர்ப்புப் போராட்டக்குழுவினர்.

மதம் என்பது உயரிய நோக்கின் ஒளிவிளக்கு; அதுவொரு உள்ளுணர்வுத் தூண்டல்; மனிதனுக்கு உள்ள ஆதரவு. அதைப் பாதுகாப்பதுதான் அரசின் கடமை என்றார் துவாரகை சங்கராச்சாரியார். இந்து சட்ட மசோதாவுக்கான எதிர்ப்பை நாடு தழுவிய அளவில் திரட்டும் நடவடிக்கைகளை இந்து மகா சபா, ஆர்.எஸ்.எஸ், ராமராஜ்ய பரிஷத் போன்ற அமைப்புகளும் கட்சிகளும் தீவிரப்படுத்தின. மசோதா எதிர்ப்புக் கூட்டங்கள் பெருமளவில் நடத்தப்பட்டன.

11 டிசம்பர் 1949 அன்று டெல்லி ராம்லீலா மைதானத்தில் பிரம்மாண்டப் பொதுக்கூட்டத் துக்கு ஏற்பாடு செய்தது ஆர்.எஸ்.எஸ். அந்தக் கூட்டத்தில் இந்து சட்ட மசோதாவை பிரிட்டிஷார் காலத்தில் அமலில் இருந்த ரௌலட் சட்டத்துடன் ஒப்பீடு செய்து விமரிசனம் செய்தனர். ரௌலட் சட்ட எதிர்ப்புப் போராட்டங்கள் பிரிட்டிஷ் ஆட்சிக்கு முடிவுகட்டியது போல, இந்து சட்ட மசோதா நேரு ஆட்சிக்கு முடிவுகட்டும் என்றனர் ஆர்.எஸ்.எஸ் முன்னணித் தலைவர்கள்.

நேரு, அம்பேத்கரின் உருவ பொம்மையை எரிப்பது, நாடாளுமன்றம் நோக்கி அணி வகுத்துச் செல்வது என்று நாளுக்கு நாள் எதிர்ப்புப் போராட்டங்கள் வலுவடைந்துகொண்டே சென்றன. விவாகரத்து என்பது இந்து மரபில் இல்லாத ஒன்று, மாற்று சாதிக் குழந்தைகளைத் தத்தெடுப்பது சாஸ்திர விரோதம் என்ற கருத்தை எதிர்ப்பாளர்கள் தீவிரமாக முன்வைத்தனர்.

மதம் என்பது உயரிய நோக்கின் ஒளிவிளக்கு; அதுவொரு உள்ளுணர்வுத் தூண்டல்; மனிதனுக்கு உள்ள ஆதரவு. அதைப் பாதுகாப்பதுதான் அரசின் கடமை என்றார் துவாரகை சங்கராச்சாரியார்.

எதிர்ப்பின் வீரியம் மசோதாவையும் அதை உருவாக்கிய டாக்டர் அம்பேத்கரின் சாதியையும் இணைத்து விமரி சிக்கும் அளவுக்கு உச்சம் தொட்டது. தீண்டத் தகாதவரான அம்பேத்கருக்கு இந்து சட்டங் களில் திருத்தம் செய்ய உரிமை இல்லை என்றார் இந்து சட்ட மசோதா எதிர்ப்புக் குழுவின் தலைவர் சுவாமி கற்பாத்திரி மகராஜ்.

நேரு - ராஜாஜி - பட்டேல்... பின்வரிசையில் அம்பேத்கருடன் டாக்டர் முகர்ஜி.

இந்து சட்ட மசோதாவுக்கான எதிர்ப்புகள் தீவிரமாக நடந்துகொண்டிருந்த காலகட்டத்தில் உருவான புதிய அரசியல் கட்சியான பாரதிய ஜனசங்கமும் இந்து சட்ட மசோதா எதிர்ப்புப் போராட்டத்தில் தன்னை ஈடுபடுத்திக்கொண்டது. டெல்லியில் பல எதிர்ப்புக்கூட்டங் களை நடத்தியது ஜனசங்கம்.

எதிர்ப்புகளுக்கு மத்தியில் இந்து சட்ட மசோதாவை முழுமையாகக் கைவிடாமல் மசோதாவில் இருக்கும் திருமணம், விவாகரத்து பற்றிய அம்சங்ளைத் தனி மசோதாவாகக் கொண்டுவரலாம் என்று யோசனை கூறினார் நேரு. அந்த யோசனை ஏற்றுக்கொள்ளப் படவே, இந்து திருமண மசோதா என்ற பெயரில் புதிய மசோதாவை நிறைவேற்றுவதற்கான முயற்சிகள் தொடங்கின.

அதில் அமைச்சர் அம்பேத்கருக்கு திருப்தியில்லை. போதாக்குறைக்கு, மசோதாவை முழுமையாக நிறைவேற்றுவதிலும் சிக்கல்கள் எழுந்தன. அதன் காரணமாக அதிருப்தியின் உச்சத்துக்குச் சென்ற அம்பேத்கர், 'பிரதமர் நேரு அதிகபட்ச அக்கறையைச் செலுத்தியிருந்தால் இந்து சட்ட மசோதா நிச்சயம் நிறைவேறியிருக்கும்' என்ற தனது ஆதங்கத்தை வெளிப்படுத்தி விட்டு, அமைச்சரவையிலிருந்து விலகிக்கொண்டார்.

அதேசமயம், அம்பேத்கரின் இந்து சட்ட மசோதா கனவை விரைவில் நனவாக்கவேண்டும் என்ற எண்ணம் பிரதமர் நேருவுக்கு நிரம்பவே இருந்தது. அதன் காரணமாகவே, முதல் பொதுத் தேர்தலில் வெற்றிபெற்று, ஆட்சிக்கு வந்ததும் இந்து சட்ட மசோதா விவகாரங்களை மீண்டும் கையிலெடுத்தார். இந்து திருமணம் - விவாகரத்து, இந்து மைனர் மற்றும் காப்பாளர் விவகாரம்,

இந்து தத்தெடுக்கும் உரிமைகள், இந்துப் பெண்களுக்கான சொத்துரிமை ஆகியவற்றைத் தனித்தனி மசோதாக்களாக நிறைவேற்ற நடவடிக்கைகள் எடுத்தார்.

நாடாளுமன்றத்தில் பேசிய இந்து மகா சபா உறுப்பினர் என்.சி.சாட்டர்ஜி, 'இந்தியா மதச் சார்பற்ற நாடு என்றால் இந்துக்களுக்கு மட்டும் ஏன் தனிமசோதா?' என்று கேட்டார். 'இந்து சட்ட மசோதா இந்து மதத்தின் கலாசாரம், நாகரிகம், பண்பாடு ஆகியவற்றை அடியோடு தகர்த்தெறியக்கூடியது' என்று விமரிசித்தர் டாக்டர் சியாமா பிரசாத் முகர்ஜி. இன்னும் இன்னும் பலரும் எதிர்த்தனர். அதேசமயம், காங்கிரஸ் தரப்பில் இருந்து பெருவாரியான ஆதரவு மசோதாவுக்கு இருந்தது என்பதையும் கவனிக்கவேண்டும்.

இத்தனை எதிர்ப்புகள் இருந்தபோதும் நாடாளுமன்றத்தில் காங்கிரஸுக்கு இருந்த பலம், கம்யூனிஸ்ட் கட்சியின் ஆதரவு ஆகியவற்றின் காரணமாக இந்து மசோதாக்கள் சீரான கால இடைவெளியில் தனித்தனியே நிறைவேற்றப்பட்டன. அதன்மூலம் அம்பேத்கரின் கனவைப் பகுதிபகுதியாகப் பூர்த்திசெய்தார் பிரதமர் நேரு.

என்ன ஒன்று, அந்தச் சட்டங்கள் அமைதியான முறையில் நிறைவேறிவிடவில்லை. இந்து மகா சபா, ஜனசங்கம், ராமராஜ்ய பரிஷத் உள்ளிட்ட அமைப்புகளின் பலம்பொருந்திய எதிர்ப்புகளுக்கு மத்தியில்தான் நிறைவேறியது. ஆம், டாக்டர் முகர்ஜியின் மரணத்தைத் தொடர்ந்து தீனதயாள் உபாத்யாயாவின் வழிகாட்டுதலில் இயங்கியபோதும், எதிர்ப்புக்குரலைக் கொஞ்சமும் குறைத்துக் கொள்ளாமல் இருந்தது ஜனசங்கம்.

இப்போது இந்துத்வ இயக்கங்களை உசுப்பேற்றும் வகையில் இன்னொரு விவகாரத்தைக் கையிலெடுத்தது நேரு தலைமையிலான மத்திய அரசு. அது, மொழிவாரி மாகாணப் பிரிவினை!

42

ஆர்.எஸ்.எஸ் Vs கம்யூனிஸ்டுகள்

பிரிட்டிஷார் ஆட்சிக்காலத்தில் இந்தியா பல்வேறு மாகாணங்களாகப் பிரிக்கப்பட்டிருந்தது. ஒவ்வொரு மாகாணமும் அளவில் பெரியவை; பல மொழிகளைப் பேசுகின்ற மக்களை உள்ளடக்கியவை. என்றாலும், நிர்வாக வசதிக்காக மாகாணங்களாகப் பிரித்து ஆட்சிசெய்து கொண்டிருந்தனர் பிரிட்டிஷார். அப்படியும் சில சமயங்களில் மாகாணங்களைப் பிரிக்க முயன்றபோது அதற்கு எதிர்ப்புகள் எழுந்தன. உதாரணம்: வங்கப் பிரிவினை.

சுதந்தரம் அடைந்த பிறகும்கூட மாகாண அமைப்பு முறையில் எவ்வித மாற்றத்தையும் செய்ய பிரதமர் நேரு விரும்பவில்லை. குறிப்பாக, மாநிலப் பிரிவினைக் கோரிக்கைகள் எழுந்தபோது அதை அடியோடு நிராகரித்தார். சமஸ்தானங்களை அரும்பாடுபட்டு இணைத்து, வலுவான இந்தியாவைக் கட்டமைத்துக் கொண்டிருக்கும் நிலையில், மாநிலப் பிரிவினை இந்திய ஒருங்கிணைப்புக்கு ஊறு செய்துவிடுமோ என்று அஞ்சினார்.

ஆனால் மொழிவழி தேசிய இனங்கள் தங்களுக்கென்று தனி மாநிலம் வேண்டும் என்ற கோரிக்கையை அழுத்தமாக முன்வைக்கத் தொடங்கின. ஐம்பதுகளின் தொடக்கத்தில் அந்த மொழிவாரி மாநிலப் புயலைத் தொடங்கிவைத்தவர்கள் சாட்சாத் தெலுங்கர்கள்தாம். ஆம், சென்னை மாகாணத்தில் வசித்த தெலுங்கர்கள், தாங்கள் வசிக்கக்கூடிய பூர்விகப் பகுதிகளைப் பிரித்து, ஆந்திரா என்ற பெயரில் தனி மாநிலமாகத் தரவேண்டும் என்று குரலெழுப்பினர்.

பொட்டி ஸ்ரீராமுலு

இதேபோன்ற மொழிவழி மாநில கோரிக்கையை தெலுங்கர்கள் மட்டுமல்ல, பஞ்சாபி மொழி பேசுகின்ற சீக்கியர்களும் கோரினர். இவர்களைப் போல வேறு சிலரும் தனி மாநில கோரிக்கைகளை எழுப்பினர். சிலர் மென்மையாக; சிலர் வன்மையாக. ஆனால் தெலுங்கர்கள் தங்கள் கோரிக்கையை வலுவான போராட்டமாக மாற்றி, மக்களைத் திரட்டிப் நாடு தழுவிய கவன ஈர்ப்பை ஏற்படுத்தினர்.

ஆந்திரா மாநில கோரிக்கையை வலியுறுத்தி ஆந்திரப் பகுதியின் முக்கியத் தலைவர்களுள் ஒருவரான பொட்டி ஸ்ரீராமுலு உண்ணாவிரதப் போராட்டம் தொடங்கினார். தொடக்கத்தில் அந்தப் போராட்டத்தை பிரதமர் நேரு அலட்சியப்படுத்திவிட்டார். உண்ணா விரதங்களின் உதவியுடன் மாநிலத்தை உருவாக்கி விட முடியாது என்று கறாராகச் சொல்லிவிட்டார். ஓரிரு நாளில் உலந்துபோய்விடக்கூடிய உத்தி உண்ணா விரதம் என்பது நேருவின் கணிப்பு. இத்தனைக்கும் காந்தியின் உண்ணாவிரத வெற்றிகளைக் கண்கூடப் பார்த்தவர் அவர்.

ஆனால் நேருவின் கணிப்பைத் தன்னுடைய உறுதியான மனத்தின் மூலம் உடைத்தெறிந்தார் பொட்டி ஸ்ரீராமுலு. அவருடைய போராட்டத்துக்குத் தெலுங்கர்கள் மத்தியில் ஆதரவு பெருகியது. இளைஞர்கள், மாணவர் கள் பலரும் ஆந்திரக் கோரிக்கைக்கு ஆதரவாகக் கள மிறங்கினர். சென்னை மாகாண முன்னாள் முதல்வர் டி. பிரகாசம் போன்ற மூத்த தலைவர்கள் பலரும் ஆந்திர கோரிக்கைக்கு ஆதரவுக்குரல் கொடுத்தார்கள்.

பிரதமர் நேரு, சென்னை முதல்வர் ராஜாஜி போன்றோர் ஆந்திர கோரிக்கையை முற்றிலுமாக நிராகரித்தார்கள். விளைவு, போராட்டம் வலுப்பெறத் தொடங்கியது. நிலைமை கட்டுக் கடங்காமல் சென்றுகொண்டிருந்த தால், கோரிக்கையைப் பரிசீலிப்பது குறித்து நேரு, ராஜாஜி உள்ளிட்டோர் கடிதப் பரிவர்த்தனைகளில் ஈடு பட்டிருந்தனர். அப்போது பொட்டி ஸ்ரீராமுலுவின் போராட்டம் ஆறு வார காலத்தைத் தாண்டி நீடித்துக் கொண்டிருந்தது.

மத்திய அரசிடம் இருந்து எவ்வித சலனமோ, சமிக்ஞையோ வரவில்லை. போதாக்குறைக்கு, உண்ணாவிரதம் இருந்த பொட்டி ஸ்ரீராமுலு மரணம் அடைந்தார். அவ்வளவுதான். தெலுங்கர்கள்

'ஆந்திரத்தை உருவாக்கியதன் மூலம் நாம் குளவிக்கூட்டில் கைவைத்து விட்டோம்' என்று தனது ஆதங்கத்தையும் வெளிப்படுத்தினார் நேரு.

தத்தோ பந்த் தெங்கடி

கொந்தளித்தனர். ஆந்திரப் பகுதிகளில் வன்முறை வெடித்தது. கலவரங்கள் உருவாகின. சாலை மறியல், பேருந்து எரிப்பு, அரசு அலுவலகத் தாக்குதல் என்று எங்கு பார்த்தாலும் கலவர நெடி.

இனியும் சமாளிக்க முடியாது என்ற நிலையில், ஆந்திர மாநில உருவாக்கத்துக்குச் சம்மதித்தார் பிரதமர் நேரு. கூடவே, 'ஆந்திரத்தை உருவாக்கியதன் மூலம் நாம் குளவிக்கூட்டில் கைவைத்து விட்டோம்' என்று தனது ஆதங்கத்தையும் வெளிப்படுத்தினார். அதன் அர்த்தம், ஆந்திர விவகாரத்தோடு மாநிலப் பிரிவினை முடிந்துவிடப் போவதில்லை, அடுத்தடுத்த கட்டத்துக்கு நகரப் போகிறது என்பதுதான்.

நேரு கணித்தது போலவே, ஆந்திர உருவாக்கத்தால் உத்வேகம் பெற்ற பல மொழிவழி தேசிய இனங்கள் தனி மாநில கோரிக்கையைத் தீவிரப்படுத்தின. அவர்களுடைய கோரிக்கைகளுக்குச் செவிசாய்க்கும் விதமாக மாநில சீரமைப்பு ஆணையத்தை உருவாக்க உத்தரவிட்டார் பிரதமர் நேரு. அந்தக் குழுவின் தலைவராக நீதியரசர் ஃபாஸல் அலியும், கே.எம். பணிக்கர், ஹிருதயநாத் குன்ஸ்ரு என்ற இரண்டு நிபுணர்கள் குழுவின் உறுப்பினர்களாகவும் நியமிக்கப்பட்டனர்.

காங்கிரஸ் உள்ளிட்ட நாட்டின் பெரும்பாலான கட்சிகள் மாநிலப் பிரிவினையை முழு மனத்துடனோ, அரைமனத்துடனோ ஆதரித்த நிலையில், ஆர்.எஸ்.எஸ், ஜனசங்கம், இந்து மகா சபா உள்ளிட்ட இந்துத்வ இயக்கங்கள் மாநிலப் பிரிவினையைக் கடுமையாக எதிர்த்தன. குறிப்பாக, ஆர்.எஸ்.எஸ் அமைப்பின் அதிகாரபூர்வப் பத்திரிகையான ஆர்கனைசர் மாநிலப் பிரிவினையை விமரிசனம் செய்தது.

'பிரிவினை என்ற அபாயத்தைத் தாங்கியிருக்கக்கூடிய, பிராந்தியவாதத்துக்கு அழுத்தம் தருகின்ற, சுயாட்சியுடன் கூடிய மொழிவாரி மாநிலம் என்பதை ஒழிக்கவேண்டும். அதனிடத்தில் கிராம, மாவட்ட, பகுதிவாரி அளவிலான ஜனநாயக நிறுவனங்களை மீண்டும் உருவாக்க வேண்டும். பகுதிவாரி ஜனபதா என்பது தற்போதைய மாநில அரசுகளைவிட மக்களோடு மேலும் நெருங்கியதாக இருக்கும்' என்றார் ஆர்.எஸ்.எஸ் தலைவர் கோல்வால்கர்.

ஜனசங்கப் பொதுச்செயலாளர் தீனதயாள் உபாத்யாயாவின் கருத்தும் மாநிலப் பிரிவினைக்கு எதிரானதாகவே இருந்தது. இந்தியாவில் உள்ள மாநில எல்லைகளை அழித்துவிட்டு, நிர்வாக வசதியை மட்டுமே முன்னிறுத்தி, ஒன்றுக்கு மேற்பட்ட மாவட்டங்களை இணைத்து, ஜனபதா அமைப்பை உருவாக்கவேண்டும். இந்தியா முழுக்க 100 ஜனபாத அமைப்புகளை உருவாக்கி, அவற்றை மத்திய அரசின் நேரடி ஆளுகையின்கீழ் இயங்கச்செய்ய வேண்டும். அதன்மூலம் மாநில அரசுகள் ஒழிக்கப்படும் என்பது உபாத்யாயா முன்வைத்த கருத்து.

ஆதரவும் எதிர்ப்பும் கலவையாக வந்துகொண்டிருந்த நிலையில், ஃபாஸல் அலி குழுவினர் நாடு தழுவிய அளவில் சுற்றுப்பயணம் செய்து, அரசியல் கட்சிகள் உள்ளிட்ட அனைத்து தரப்பினரிடமும் கருத்துகளைக் கேட்டறிந்தனர். நீண்ட நெடிய ஆய்வுப்பணிகளின் முடிவில் 1955 அக்டோபரில் விரிவான அறிக்கையைத் தாக்கல் செய்தனர். அந்த அறிக்கை குறித்தும் வாதப் பிரதிவாதங்கள் நடந்தன. ராஜஸ்தான் போன்ற சில மாநிலக் கோரிக்கைகள் ஏற்கப்பட்டதும், பஞ்சாப் போன்ற சில மாநில கோரிக்கைகள் நிராகரிக்கப்பட்டதும் சர்ச்சையைக் கிளப்பின.

என்றாலும், அந்த ஆணையம் கொடுத்த பரிந்துரைகளின் அடிப்படையில் பிரிக்கப்பட்ட மாகாணங்களில் சென்னை முக்கியமானது. ஏற்கெனவே பிரிக்கப்பட்ட ஆந்திரா மட்டுமின்றி, கேரளா, கர்நாடகா ஆகிய மாநிலங்கள் புதிதாக உருவாகின. தமிழ் வழங்கும் பகுதிகள் மட்டும் சென்னை மாநிலமாக நீடித்தது.

உத்தரப் பிரதேசம், பீகார், மத்தியப் பிரதேசம், ராஜஸ்தான் ஆகிய புதிய இந்தி பேசும் மாநிலங்கள் சீரமைக்கப்பட்டு, உருவாக்கப்பட்டன. சில மாநிலங்களின் எல்லைகள் பிரிக்கப்படுவதில் சின்னச்சின்ன சிக்கல்கள் இருந்தன. அவற்றை மெல்ல மெல்ல பேசித்தீர்த்துக்கொள்வது என்று தீர்மானிக்கப்பட்டது.

ஆர்.எஸ்.எஸ் தலைவர் கோல்வால்கர் தான் எழுதிய ஞான கங்கை என்ற நூலின் 12 ஆம் பிரிவில் உள்நாட்டு அபாயங்கள் என்று மூன்றைக் குறிப்பிடுகிறார். அவை, முஸ்லீம்கள், கிறித்தவர்கள் மற்றும் கம்யூனிஸ்டுகள்.

எதிர்ப்புகளைத் தாண்டி மாநிலங்கள் உருவாகிவிட்டதில் ஆர்.எஸ்.எஸ், பாரதிய ஜனசங்கம், இந்து மகா சபா உள்ளிட்ட இயக்கங்களுக்கு பலத்த அதிருப்தி. ஆகவே, மாநிலப் பிரிவினையின் அபாயங்கள் குறித்து நாடாளுமன்ற, சட்டமன்றங்களில் மட்டுமல்லாமல், பொதுமக்கள் மத்தியிலும் விளக்கிப் பேசினர்.

இதில் விநோதம் என்னவென்றால், ஆரம்ப காலத்தில் மாநிலப் பிரிவினைக்கு எதிரான நிலைப்பாட்டை எடுத்த ஜனசங்கத்தின் முன்னணித் தலைவர்களான வாஜ்பாய், அத்வானி போன்றோர் பின்னாளில் பாஜகவைத் தொடங்கி, ஆட்சியில்

அமர்ந்தபிறகு உத்தரப் பிரதேசத்தைப் பிரித்து உத்தரகண்ட் மாநிலத்தையும் பீகாரைப் பிரித்து ஜார்கண்ட் மாநிலத்தையும் உருவாக்கியதுதான்.

கோல்வால்கர்

இந்து சட்ட மசோதா, மொழிவாரி மாகாணப் பிரிவினை என்று நேரு அரசு மிகவேகமாகச் சென்று கொண்டிருந்த சமயத்தில், ஆர்.எஸ்.எஸ்ஸும் பாரதிய ஜனசங்கம் முக்கியமான பணி ஒன்றில் கவனம் செலுத்திக்கொண்டிருந்தன. அது, தங்களுக்கென்று பிரத்யேகத் தொழிலாளர் அமைப்பைக் கட்டமைப்பது.

அடிப்படையில் கம்யூனிஸ்ட் கட்சியையும் அதன் கொள்கைகளையும் அடியோடு நிராகரிப்பவர்கள் இந்துத்வ இயக்கத்தினர். ஆர்.எஸ்.எஸ் தலைவர் கோல்வால்கர் தான் எழுதிய ஞான கங்கை என்ற நூலின் 12 ஆம் பிரிவில் உள்நாட்டு (இந்தியாவின்) அபாயங்கள் என்று மூன்றைக் குறிப்பிடுகிறார். அவை, முஸ்லீம்கள், கிறித்தவர்கள் மற்றும் கம்யூனிஸ்டுகள்.

பக்தி தகர்க்கப்பட்ட இடத்தில் கம்யூனிஸம் நுழைகிறது; வேரூன்றுகிறது என்று எழுதிய கோல்வால்கர், கம்யூனிஸத்தின் அச்சுறுத்தல் வேறொரு முனையிலிருந்து உண்மையாகவே இருந்துகொண்டிருக்கிறது. அதுதான் நமது அரசாங்கத்தின் இன்றைய கொள்கை. அவர்கள் சோஷலிசமே தமது கொள்கை என்று அறிவித்திருக்கிறார்கள். சோஷலிசமும் கம்யூனிஸமும் உட்பொருளில் ஒன்றே என்கிறார்.

அதுமட்டுமல்ல, காந்தி கொலையை முன்னிட்டு ஆர்.எஸ்.எஸ் மீது தடை விதிக்கப்பட்டிருந்த சூழ்நிலையில், தடையை நீக்கக்கோரி நேரு அரசாங்கத்துக்குக் கடிதம் எழுதிக்கொண்டிருந்தார் கோல்வால்கர். அப்படியொரு கடிதத்தில், 'உங்களிடம் (நேரு / காங்கிரஸ்) அதிகார சக்தி இருக்கிறது. எங்களிடம் (ஆர்.எஸ்.எஸ்) கலாசார சக்தி இருக்கிறது. இரண்டையும் இணைத்தால் கம்யூனிஸ்டுகளை அழித்துவிடலாம்' என்று குறிப்பிட்டிருந்தார் கோல்வால்கர். அந்த அளவுக்கு கம்யூனிஸ்டுகளைப் பரம வைரியாக வரித்துக்கொண்டிருந்தனர் இந்துத்வ இயக்கத்தினர்.

அத்தகைய கம்யூனிஸ்ட் கட்சியோ மக்களவையில் இரண்டாவது பெரிய கட்சியாக இருந்தது. அதற்குக் காரணம், அதன் தொழிலாளர் அமைப்பு பலமாக இருப்பதுதான் என்பது ஆர்.எஸ்.எஸ், ஜனசங்கத்தின் கணிப்பு. ஆகவே, தங்களுக்கென்று தனியே தொழிலாளர் அமைப்பை உருவாக்கி, கம்யூனிஸ்ட் தொழிற்சங்கத்தைப் பலவீனப்படுத்தவேண்டியது காலத்தின் கட்டாயம் என்று கருதினர். அதுகுறித்த தங்கள் விருப்பத்தை கோல்வால்கரும் தீனதயாள் உபாத்யாயாவும் வெளிப்படுத்தினர்.

தொழிலாளர் அமைப்பு உருவாக்கம் சவால் நிறைந்த காரியத்தைச் செய்யும் பெரும் பொறுப்பை மூத்த ஸ்வயம்சேவகர்களுள் ஒருவரான தத்தோ பந்த் தெங்கடி ஏற்றுக் கொண்டார். நாடு தழுவிய அளவிலான ஆர்.எஸ்.எஸ், ஜனசங்கத் தொண்டர்களின் உதவியுடன் 23 ஜூலை 1955 அன்று பாரதிய மஸ்தூர் சங்கம் என்ற தொழிலாளர் அமைப்பை உருவாக்கினார். அந்த நாள், இந்துத்வ இயக்கங்களின் வழிகாட்டிகளில் ஒருவரான பால கங்காதர திலகரின் பிறந்தநாள்.

புதிய தொழிற்சங்கத்தின் முதல் மாநாடு போபாலில் நடந்தபோது பேசிய தத்தோ பந்த் தெங்கடி ஒரு முக்கியமான பிரகடனத்தைச் செய்தார்:

கம்யூனிஸ்டுகளே நம்முடைய முதன்மையான எதிரிகள்!

காங்கிரஸ், கம்யூனிஸ்ட் என்ற இருபெரும் எதிரிகளுக்கு எதிராக ஆர்.எஸ்.எஸ்ஸும் ஜனசங்கமும் கொள்கை ரீதியாகவும் அமைப்பு ரீதியாகவும் தங்களைத் தயார்ப்படுத்திக் கொண்டிருந்த சமயத்தில் சுதந்தர இந்தியாவின் இரண்டாவது பொதுத் தேர்தலுக்கான சமிக்ஞைகள் தெரியத் தொடங்கின.

முதல் பொதுத்தேர்தலை டாக்டர் சியாமா பிரசாத் முகர்ஜியின் தலைமையில் எதிர்கொண்ட பாரதிய ஜனசங்கம், தற்போது தீனதயாள் உபாத்யாயாவின் வழிகாட்டுதலுடன் தேர்தலை எதிர்கொள்ளத் தயாரானது. அந்தத் தேர்தலில் ஜனசங்கத்தின் ஒரு வேட்பாளர் மூன்று தொகுதிகளில் போட்டியிட்டார். அவர், அடல் பிஹாரி வாஜ்பாய்!

43

வாஜ்பாயின் இரட்டைத் தோல்வியும் ஒற்றை வெற்றியும்

சுதந்தர இந்தியாவின் இரண்டாவது பொதுத்தேர்தலை 1957 பிப்ரவரி மாதத்தில் நடத்துவது என முடிவுசெய்தது இந்திய அரசு. சுமார் இருபது கோடி பேர் வாக்களிக்கத் தயாராக இருந்த அந்தத் தேர்தலில் ஆளுங்கட்சியான காங்கிரஸ் மட்டுமின்றி, இந்திய கம்யூனிஸ்டு, பாரதிய ஜனசங்கம், இந்து மகா சபா, கிஸான் மஸ்தூர் பிரஜா கட்சி உள்ளிட்ட கட்சிகள் தேர்தல் களத்தில் இருந்தன. தேசியக் கட்சிகள் மட்டுமின்றி, புதிய மாநிலக் கட்சிகளும் தேர்தலுக்குத் தயாராக இருந்தன.

கடந்த முறை இந்து மகாசபாவும் பாரதிய ஜனசங்கமும் தனித்தனியாகத் தேர்தலைச் சந்தித்தது போல அல்லாமல், இம்முறை இரண்டு கட்சி களையும் ஒன்றாக இணைத்துத் தேர்தலைச் சந்திக்க சில மூத்த தலைவர்கள் முயற்சி செய்தனர். அவர்களது விருப்பம், இரு கட்சி களின் கூட்டணி அல்ல. இரு கட்சிகளின் இணைப்பு. ஆனால் அந்த முயற்சியில் ஆர்.எஸ்.எஸ் தலைமை ஆர்வம் செலுத்தாதால், இணைப்பு முயற்சிகள் எடுபடவில்லை. இரு கட்சிகளும் தனித் தனியே தேர்தல் களத்துக்கு வந்தன.

அதிகபட்ச உற்சாகத்துடன் தேர்தலை எதிர்கொள்ளத் தயாரான இந்து மகா சபா, தேர்தல் அறிக்கையை வெளியிட்டு களத்தில் குதித்தது. ‘எங்கள் கொள்கைக்கு எதிரான நில உச்சவரம்புச் சட்டத்தை நாங்கள் ஆட்சிக்கு வந்த கையோடு நீக்குவோம்’ என்றது. மேலும், ‘தற்போது

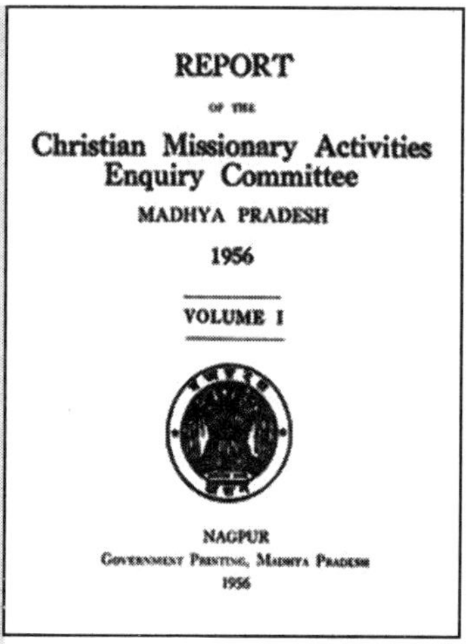

நியோகி குழுவின் அறிக்கை

REPORT
OF THE
Christian Missionary Activities
Enquiry Committee
MADHYA PRADESH
1956
VOLUME I

NAGPUR
GOVERNMENT PRINTING, MADHYA PRADESH
1956

அமலில் இருக்கும் இந்து திருமணச் சட்டம், இந்து சொத்துரிமைச் சட்டம், இந்து தத்தெடுப்புச் சட்டம் ஆகியவற்றை ரத்து செய்வோம்' என்றும் வாக்குறுதி கொடுத்தது.

அதற்குச் சற்றும் சளைக்காத வகையில் பாரதிய ஜன சங்கத்தின் தேர்தல் அறிக்கை இருந்தது. அனைத்து இந்து அல்லாதோரிடமும் பாரதிய கலாசாரத்தைப் புகுத்துவதன் வழியாக அவர்களை தேசியமாக்க வேண்டும் என்ற தனது விருப்பத்தைத் தேர்தல் அறிக்கையில் பதிவுசெய்த ஜனசங்கம், வெளிநாட்டு மிஷனரிகளின் தேசவிரோதச் செல்வாக்கில் இருந்து பாரதிய கிறித்தவர்களை விடுவிக்க நியோகி குழு, ரெஜ் குழுவின் பரிந்துரைகள் அமல் செய்யப்படும் என்றது. சரி, அது என்ன நியோகி, ரெஜ் குழுக்களின் பரிந்துரைகள்?

வெளிநாட்டு மிஷனரிகளுக்கு எதிராக ஜனசங்கம், இந்து மகா சபா, ஆர்.எஸ்.எஸ் ஆகியன பெரிய அளவில் போராடிக்கொண்டிருந்தனர். அதன் ஒருபகுதியாகவே, வனவாசி கல்யாண் ஆஸ்ரம் என்ற அமைப்பைத் தொடங்கியிருந்தது ஆர்.எஸ்.எஸ். சுத்தி இயக்கத்தை மீண்டும் தீவிரப்படுத்தியிருந்தது இந்து மகா சபா. அதன் நீட்சியாக அந்நிய மிஷனரிகள் எதிர்ப்பு வாரம் ஒன்றைக் கடைப்பிடித்தது ஜனசங்கம். அப்போது அந்த மிஷனரிகள் மதமாற்றம் என்ற பெயரில் தேச விரோதச் செயல்களில் ஈடுபடுவதாகக் குற்றம்சாட்டியது.

அதனைத் தொடர்ந்து உயர்நீதிமன்ற நீதிபதி நியோகி தலைமையில் கிறித்தவ மிஷனரிகள் குறித்து ஆய்வு செய்வதற்காக கமிட்டி ஒன்றை அமைத்தது மத்தியப் பிரதேசமாநில அரசு. அந்தகமிட்டியின் அறிக்கை கிறித்தவ மிஷனரிகளுக்கு எதிராக வந்துசேர்ந்தது. மதமாற்றத்தில் ஈடுபடுவோரை அவரவர் சொந்தநாட்டுக்குத் திருப்பி அனுப்பவேண்டும், புதிதாக வந்து மதமாற்றத்தில் ஈடுபடுவோரைக் கட்டுப்படுத்தவும், அவர்களுடைய பிரசுரங்களைத் தடை செய்யவும் நடவடிக்கை எடுக்கவேண்டும் என பல பரிந்துரைகளைச் செய்தது நியோகி கமிட்டி.

> வெளிநாட்டு மிஷனரிகளுக்கு எதிராக ஜனசங்கம், இந்து மகா சபா, ஆர்.எஸ்.எஸ் ஆகியன பெரிய அளவில் போராடிக் கொண்டிருந்தன.

இதேபோன்று இன்னொரு மாநிலத்தில் இதே விவகாரம் பற்றி ரெஜ் தலைமையில் ஒரு கமிட்டி உருவாக்கப்பட்டது. அந்தக் கமிட்டியும் நியோகி கமிட்டி செய்த பரிந்துரைகளை ஒட்டியே தனது பரிந்துரைகளைச் செய்தது. ஆகவே, அந்தக் கமிட்டிகளின் பரிந்துரைகளை

272

ஈ.எம்.எஸ். நம்பூதிரிபாட்

ஆர்.எஸ்.எஸ் உள்ளிட்ட இந்துத்வ இயக்கங்கள் வெகுவாக வரவேற்றன. அந்தப் பரிந்துரை களை உடனே அமல்படுத்தி, சம்பந்தப்பட்ட மிஷனரிகள் மீது கடும் நடவடிக்கையை எடுக்க வேண்டும் என்று ஜனசங்கப் பொதுச்செயலாளர் தீனதயாள் உபாத்யாயா வலியுறுத்தினார்.

அரசுக்கு மேடை வழியே வேண்டுகோள் விடுத்த ஜனசங்கம், அதே வேண்டுகோளைத் தேர்தல் அறிக்கையிலும் வெளியிட்டு, கிறித்தவ மிஷனரிகள் விவகாரத்தைத் தேர்தல் பிரச்னையாக மாற்றியது. அது மட்டுமல்ல, தான் தீவிரமாக எதிர்த்த மாநிலப் பிரிவினை விவகாரத்தையும் தேர்தல் பிரச்னையாக முன்வைத்தது. தேச ஒற்றுமைக்குக் குந்தகம் விளைவிக்கும் மாநிலப் பிரிவினையை ரத்து செய்யும் வகையில் இந்திய அரசியலமைப்புச்சட்டம் திருத்தப்படும் என்றும் பாரதத்தில் ஒற்றை ஆட்சி அமைவதற்கு ஜனசங்கம் பாடுபடும் என்றும் அறிவித்தது.

முக்கியமாக, தங்களுடைய அதிமுக்கியக் கொள்கையான பசுவதை எதிர்ப்பையும் தேர்தல் அறிக்கையில் கொண்டுவந்தது. ஜனசங்கம் ஆட்சிக்கு வந்தால் தேசம் முழுக்க பசுவதை எதிர்ப்புச் சட்டம் அமல்படுத்தப்படும் என்றது. இப்படி, தங்களுடைய அடையாளங்கள் என்று கருதுகின்ற உயிர்நாடிக் கொள்கைகள் ஒவ்வொன்றையும் தேர்தல் அறிக்கையில் முன்வைத்து, தேர்தல் பிரசாரத்தைத் தீவிரப்படுத்தியது ஜனசங்கம்.

மொத்தமுள்ள 494 இடங்களில் 490 இடங்களுக்கு வேட்பாளர்களைக் களமிறக்கியது காங்கிரஸ் கட்சி. அதற்கு அடுத்தபடியாக இந்திய கம்யூனிஸ்ட் கட்சி 110 தொகுதிகளிலும் பிரஜா சோஷலிஸ்ட் கட்சி 189 தொகுதிகளிலும் போட்டியிட்டது.

'நாங்கள் ஆட்சிக்கு வந்தால்..' என்ற தலைப்பில் தேர்தல் அறிக்கை வெளியிட்டபோதும் பாரதிய ஜனசங்கம் தனது பலத்தை நன்றாகவே உணர்ந்திருந்தது. ஆகவே, நாடு தழுவிய வேட்பாளர்களை நிறுத்தி, அகலக்கால் வைக்காமல் வெற்றி வாய்ப்பு இருக்கிறது அல்லது கணிசமான செல்வாக்கு இருக்கிறது என்று தாங்கள் நம்புகின்ற 130 தொகுதிகளைத் தேர்வு செய்து, அந்தத் தொகுதிகளில் மட்டும் வேட்பாளர்களைக் களமிறக்கியிருந்தது.

வெறும் பதினோரு மாநிலங்களில் :மட்டும் வேட்பாளர்களை நிறுத்திய ஜனசங்கம், உத்தரப் பிரதேசத்தில் 61 தொகுதிகளிலும், மத்தியப்பிரதேசத்தில் 21 தொகுதிகளிலும் பஞ்சாபில் 16 தொகுதிகளிலும் போட்டியிட்டது. ஏனைய ஆந்திரா, பீகார், பம்பாய், ராஜஸ்தான் உள்ளிட்ட மாநிலங்களில் ஒற்றை இலக்கத்தில் மட்டுமே போட்டியிட்டது. மேற்கண்ட மாநிலங்களில் சட்டமன்றத் தேர்தல்களிலும் ஜனசங்கம் வேட்பாளர்களை நிறுத்தியிருந்தது.

மக்களவைத் தேர்தலில் ஜனசங்கம் சார்பில் நிறுத்தப்பட்ட வேட்பாளர்களில் அடல் பிகாரி வாஜ்பாய் முக்கியமானவர். அவர் மூன்று தொகுதிகளில் போட்டியிட்டார். ஆம், அப்போது ஒரு வேட்பாளர் இரண்டு தொகுதிகளுக்கு மேல் போட்டியிடக்கூடாது என்ற விதிமுறைகள் எல்லாம் அமலுக்கு வரவில்லை. ஆகவே, உத்தரப் பிரதேசத்தின் மதுரா, பல்ராம்பூர், லக்னோ ஆகிய மூன்று தொகுதிகளிலும் வாஜ்பாய் போட்டியிட்டார்.

இந்து மகா சபையும் தேர்தல் களத்தில் இருந்தது. ஆனால் கடந்த தேர்தலைப் போல அல்லாமல் வெகு சொற்பான மாநிலங்களைத் தேர்வுசெய்து, குறைவான எண்ணிக்கையில் மட்டுமே வேட்பாளர்களை நிறுத்தியது. பம்பாய், மத்தியப் பிரதேசம், மேற்கு வங்கம் என்ற மூன்று மாநிலங்களில் முறையே 5, 7 ,7 என்று மொத்தம் 19 தொகுதிகளில் மட்டும் போட்டியிட்டது. சுவாமி கற்பாத்ரி மகராஜின் ராமராஜ்ய பரிஷத் நான்கு மாநிலங்களைத் தேர்வுசெய்து, பதினைந்து தொகுதிகளில் போட்டியிட்டது.

ஆளுங்கட்சியான காங்கிரஸ் தேர்தல் களத்தில் ஆதிக்கம் செலுத்தியது. நாடு தழுவிய அளவில் வேட்பாளர்களை நிறுத்தி, சக்திவாய்ந்த தலைவர்களைக் கொண்டு தேர்தல் பிரசாரத்தில் ஈடுபட்டது. 'கம்யூனிஸ்டுகள், மதவாதக் கட்சிகளால் இந்தியாவுக்கு எவ்வித நன்மையும் ஏற்பட்டு விடாது. காங்கிரஸால் மட்டுமே நிலையான, நேர்மையான, நல்லாட்சியைக் கொடுக்க முடியும்' என்றார் நேரு. அவர், 'ஜனசங்கத்தை எல்லாம் மக்கள் பொருட் படுத்தவே கூடாது' என்றார்.

நாட்டின் அனைத்து மக்களையும் ஒன்றுபோல நடத்தத் தவறிய காங்கிரஸ் அரசுக்கு இந்தத் தேர்தலின் மூலம் பாடம் புகட்டுங்கள் என்று வாக்காளர்களைக் கேட்டுக் கொண்டது.

ஆகவே, நேருவின் பிரசாரத்துக்குப் பதிலடி கொடுக்கும் வகையில் பிரசாரத்தை முடுக்கி விட்டது ஜனசங்கம். காஷ்மீர் விஷயத்தில் தோற்றுப்போன காங்கிரஸ் அரசை வீட்டுக்கு அனுப்புங்கள்; நாட்டின் அனைத்து மக்களையும் ஒன்றுபோல நடத்தத் தவறிய காங்கிரஸ் அரசுக்கு இந்தத் தேர்தலின் மூலம் பாடம் புகட்டுங்கள் என்று வாக்காளர் களைக் கேட்டுக் கொண்டது. இந்தியா ஒற்றுமையாக இருக்கவும், மேற்கொண்டு பிளவுபடாமல் இருக்கவும் இந்துக்கள்

ஜனசங்கத்துக்கு வாக்களியுங்கள்; ஜனசங்க வேட்பாளர்களை அதிக அளவில் நாடாளுமன்றத் துக்கு அனுப்புங்கள் என்று கேட்டுக்கொண்டார் தீனதயாள் உபாத்யாயா.

உபாத்யாயா மட்டுமின்றி, இளந்தலைவர்களான வாஜ்பாய், சுந்தர் சிங் பண்டாரி, நானாஜி தேஷ்முக் போன்ற பலரும் ஜனசங்கத்துக்காகத் தேர்தல் பணிகளில் ஈடுபட்டனர். முக்கியமாக, ஆர்.எஸ்.எஸ் தொண்டர்கள் ஜனசங்கத்துக்கு ஆதரவாக முழுமூச்சுடன் பணியாற்றினர். ஆனால் அவர்கள் இந்து மகா சபையினருக்கோ, ராமராஜ்ய பரிஷத்தினருக்கோ வேலைசெய்ய வில்லை. அதன்மூலம் ஆர்.எஸ்.எஸ்ஸின் முழுநம்பிக்கையைப் பெற்ற கட்சியாக ஜனசங்கம் இருந்தது.

தேர்தல் முடிவுகள் கடந்த முறையைப் போல காங்கிரஸ் கட்சிக்குச் சாதகமாகவே வந்தன. சற்றேறக்குறைய நாற்பத்தியெட்டு சதவிகித வாக்குகளைப் பெற்ற காங்கிரஸ் கட்சி 371 தொகுதிகளைக் கைப்பற்றி, ஆட்சியைத் தக்கவைத்துக்கொண்டது. இது கடந்த தேர்தலைக் காட்டிலும் ஏழு தொகுதிகள் அதிகம். ஆனால் கடந்தமுறை மொத்த தொகுதிகள் 489. இம்முறை 494. நேருவின் தலைமையில் மீண்டும் காங்கிரஸ் ஆட்சி அமைந்தது.

தீனதயாள் உபாத்யாயா, வாஜ்பாய்

வட மாநிலங்களில் பெருவெற்றி பெற்ற காங்கிரஸ் கட்சி, தெற்கில் பரவலான தோல்வியைச் சந்தித்தது. குறிப்பாக, கேரளத்தில் அந்தக் கட்சி படுதோல்வியைச் சந்தித்து, ஆட்சியைக் கம்யூனிஸ்ட் கட்சியிடம் பறிகொடுத்தது. சுதந்தர இந்தியாவின் முதல் கம்யூனிஸ்ட் முதல்வர் என்ற பெருமையை ஈ.எம்.எஸ். நம்பூதிரிபாட் பெற்றார். இந்திய அளவிலும் காங்கிரஸ் கட்சிக்கு அடுத்தபடியாக கம்யூனிஸ்ட் கட்சி 27 தொகுதிகளில் வெற்றிபெற்றிருந் தது. மூன்றாவது இடம், 19 இடங்களைப் பிடித்த பிரஜா சோஷலிஸ்ட் கட்சிக்குக் கிடைத்தது.

1957 தேர்தல் களம் இந்துத்வ இயக்கங்களுக்கு வித்தியாச மான அனுபவத்தைக் கொடுத்தது. தேர்தல் போட்டி, பிரசாரம் எல்லாம் அதிதீவிரத்துடன் நடந்தன. ஆனால் தேர்தல் முடிவுகள் வெளியானபோது ஆச்சரியங்களும் அதிர்ச்சிகளும் கலவையாக வந்துசேர்ந்தன. கடந்த முறை வெறும் மூன்றே தொகுதிகளில் வெற்றிபெற்றிருந்த ஜனசங்கத்துக்கு இம்முறை ஒரு தொகுதி கூடுதலாகக் கிடைத்திருந்தது. வாக்கு சதவிகிதமும் ஏறக்குறைய இரு மடங்காக உயர்ந்திருந்தது. ஆம், கடந்த முறை 3.1%. இம்முறை, 5.9%.

பம்பாயின் ரத்னகிரி, துலியா, உத்தரப் பிரதேசத்தின் பல்ராம்பூர், ஹர்தோய் ஆகிய நான்கு தொகுதிகளில் ஜனசங்கம் வெற்றிபெற்றது. வெற்றிபெற்றவர்களுள் வாஜ்பாயும் ஒருவர். ஆம், அவர் போட்டியிட்ட தொகுதிகள் மூன்று. அவற்றில் மதுராவில் டெபாசிட் தொகையை இழந்தார்; லக்னோவில் 12000 வாக்குகள் வித்தியாசத்தில் தோற்றார்; பல்ராம்பூரில் காங்கிரஸ் வேட்பாளர் ஹைதர் ஹுசைனைவிட 10000 வாக்குகள் அதிகம் பெற்று வெற்றி பெற்றார் வாஜ்பாய்.

இந்து மகா சார்பில் மத்திய பிரதேசத்தின் ஷிவ்பூரி தொகுதியில் போட்டியிட்ட பிரிஜ்நாராயண் வெற்றிபெற்றார். அந்தக் கட்சிக்கு ஒரு சதவிகிதத்துக்கும் குறைவான வாக்குகளே கிடைத்தன.

ராமராஜ்ய பரிஷத்துக்கு ஒற்றைத் தொகுதியில்கூட வெற்றி கிடைக்கவில்லை. அரை சத விகிதத்துக்கும் குறைவான வாக்குகளே அந்தக் கட்சிக்குக் கிடைத்திருந்தன. அதன்மூலம் பாரதிய ஜனசங்கம் இந்துத்வ அரசியல் கட்சிகளில் தனிப்பெருங்கட்சியாக உருவெடுத்தது.

ஜனசங்கத்தின் கதை முடிந்துவிட்டது என்று சொன்னார்கள். இல்லையில்லை, ஜனசங்கம் உயிர்ப்புடன் இருக்கிறது, வளர்ந்துகொண்டும் இருக்கிறது என்பதை தேர்தல் களம் உறுதி செய்திருக்கிறது என்று உற்சாகமாகப் பேசினார் ஜனசங்கத்தின் பொதுச்செயலாளர் தீனதயாள் உபாத்யாயா. அப்போது ஜனசங்க மக்களவை உறுப்பினர்களுக்கு உதவியாகச் செயல்படுவ தற்கு ராஜஸ்தானில் இருந்து ஓர் இளம் ஸ்வயம் சேவக்கை அழைத்து வந்தார் உபாத்யாயா. அந்த இளைஞர், லால் கிருஷ்ண அத்வானி.

44

வெற்றிப் பாதையில் ஆர்.எஸ்.எஸ்

1957 பொதுத்தேர்தலில் பாரதிய ஜனசங்கம் சார்பில் வாஜ்பாய் உள்ளிட்ட நான்கு பேர் வெற்றி பெற்றிருந்தனர். மக்களவைக்குப் புதியவர்களான அவர்களுக்கு உதவி செய்வதற்காக ராஜஸ்தானில் கட்சிப் பணி செய்துகொண்டிருந்த லால் கிருஷ்ண அத்வானியை டெல்லிக்கு அழைத்து வந்தார் அந்தக் கட்சியின் பொதுச்செயலாளர் தீனதயாள் உபாத்யாயா.

டெல்லிக்கு வந்த அத்வானிக்கு உபாத்யாயா கொடுத்தது அடிப்படையான பணிகள்தான். கட்சியின் மக்களவை உறுப்பினர்கள் நால்வருக்கும் அறிக்கைகள் தயார் செய்து கொடுக்க வேண்டும். மக்களவையில் கேட்கவேண்டிய கேள்விகளை எழுதித்தர வேண்டும். முக்கியமாக, ஜனசங்கக் கொள்கை விளக்கப் பிரசுரங் களுக்கு உள்ளடக்கச் செய்திகளை உருவாக்கித் தரவேண்டும்.

டெல்லியில் இருந்த வாஜ்பாயின் அறையிலேயே அத்வானியும் தங்கிக்கொண்டார். அந்த அறையில்தான் மராட்டியத்தைச் சேர்ந்த ஜனசங்க மக்களவை உறுப்பினர் பிரேம்ஜி பாஸ் அஸாரும் தங்கியிருந்தார். அப்போது அத்வானிக்கு ஒரு முக்கியத்துவம் வாய்ந்த பணியைக் கூடுதலாகக் கொடுத்தார் உபாத்யாயா. அது, டெல்லி மாநில ஜனசங்க நிர்வாகத்தைக் கவனித்துக்கொள்வது. தொண்டர்கள் நிர்வாகம் தொடங்கி கட்சி வளர்ச்சிப் பணிகள் வரை அனைத்துக்கும் அத்வானியே பொறுப்பு.

அருணா ஆஸப் அலி

இளம் வயதில் இத்தனை பெரிய பொறுப்பு தனக்குக் கிடைத்ததில் அத்வானிக்கு ஏக மகிழ்ச்சி. அந்தச் சமயத்தில் டெல்லி மாநகராட்சிக்குத் தேர்தல் வந்திருந்தது. அதில் காங்கிரஸ், பாரதிய ஜனசங்கம், இந்திய கம்யூனிஸ்ட் உள்ளிட்ட கட்சிகள் போட்டி யிட்டன. அங்கே காங்கிரஸ் கட்சிக்கு இணையாக ஜனசங்கம் செல்வாக்குடன் இருந்தது. ஆகவே, அந்தத் தேர்தலில் டெல்லி மாநகராட்சியை ஜனசங்கம் கைப்பற்றுவதற்கான செயல்திட்டம் அத்வானியிடம் தரப்பட்டது.

பலத்த எதிர்பார்ப்புகளுக்கு மத்தியில் தேர்தல்கள் நடந்து முடிந்தன. ஜனசங்கத் தலைமையும் அத்வானியும் எதிர்பார்த்தபடியே மொத்தமுள்ள 80 இடங்களில் 25 இடங்களைக் கைப்பற்றியது ஜனசங்கம். ஆனால் அதைவிட அதிக இடங்களைப் பிடித்த காங்கிரஸ் கட்சி இந்திய கம்யூனிஸ்ட் கட்சியுடன் கூட்டணி அமைத்துக்கொண்டது. ஆனால் மேயர் பொறுப்பு இந்திய கம்யூனிஸ்டுக்கு வந்தது. அந்தக் கட்சியின் சார்பில் சுதந்தரப் போராட்ட வீராங்கணை அருணா ஆஸப் அலி மேயரானார்.

இதற்கிடையே கேரள மாநில கம்யூனிஸ்ட் அரசு கலைக்கப்பட்டதைத் தொடர்ந்து காங்கிரஸ் - கம்யூ னிஸ்ட் உறவு முறிந்தது. ஆகவே, மீண்டும் ஒருமுறை டெல்லி மாநகராட்சியைக் கைப்பற்றும் வாய்ப்பு ஜனசங்கத்துக்குக் கிடைத்தது. ஆனால் அதற்காக இந்திய கம்யூனிஸ்ட் கட்சியுடன் கூட்டணி சேர வேண்டிய நிலை. சித்தாந்த ரீதியாக இருபெரும் துருவங்களாக இருந்த இந்த இரு கட்சிகளும் காங்கிரஸ் என்ற கட்சியைப் பொது எதிரியாக வரித்துக்கொண்டு, கரம்கோக்கத் தயாராகின.

தீனதயாள் உபாத்யாயாவின் சம்மதத்தின் பேரில் அதற்கான முயற்சிகளை எடுத்தார் அத்வானி. இந்து மகா சபா மற்றும் சில சுயேட்சைகளின் ஆதரவைத் திரட்டினார். பெரும்பான்மை திரண்டதும் மேயர், துணை மேயர் பதவிகளை முறையே இந்திய கம்யூனிஸ்டும் ஜனசங்கமும் சுழற்சி முறையில் வகுத்துக்கொள்வது என்று தீர்மானிக்கப்பட்டது. அதன்படி மீண்டும் அருணா ஆஸப் அலி மேயரானார். ஜனசங்கத்தைச் சேர்ந்தவர் கேதார் நாத் சகானி துணை மேயரானார்.

அதற்கடுத்த ஆண்டு கேதார் நாத் சகானி மேயராகவும், இந்திய கம்யூனிஸ்ட் உறுப்பினர் துணை மேயராகவும்

> பசுவதை எதிர்ப்புப் போராட்டம் என்பது முழுக்க முழுக்க ஆர்.எஸ்.எஸ்ஸின் அரசியல் போராட்டம், மதவன்முறைக்கு வித்திடும் போராட்டம் என்பது நேருவின் கணிப்பு.

புருஷோத்தம தாஸ் தாண்டன்

பதவியேற்பது என்று ஒப்பந்தம் கையெழுத்தானது. சித்தாந்த முரண்களைக் கடந்து, பதவிக்காக இரு அரசியல் கட்சிகளை ஒருங்கிணைத்ததில் அத்வானியின் பங்கு முக்கியமானது. இந்த நிகழ்வைத் தன்னுடைய சுயசரிதையில் பெருமிதத்துடன் நினைவுகூர்ந்திருக்கிறார் அத்வானி.

அரசியல் கட்சிகளான பாரதிய ஜனசங்கமும் இந்து மகா சபாவும் அவற்றின் போக்கில் சென்று கொண்டிருந்த சமயத்தில், ஆர்.எஸ்.எஸ் தனது சொந்த நிகழ்ச்சி நிரல்களில் தீவிரமாகக் கவனம் செலுத்தத் தொடங்கியது. குறிப்பாக, இரண்டு விஷயங்களைச் சொல்லவேண்டும். முதலாவது, பசுவதை எதிர்ப்புப் போராட்டம் தொடர்பானது. மற்றொன்று, இந்தியாவின் மொழிக் கொள்கை தொடர்பானது.

பசுவதைக்கு எதிரான போராட்டத்தை ஆர்.எஸ்.எஸ் மட்டுமல்ல, அதன் முன்னோடி இயக்கமான ஆரிய சமாஜம் உள்ளிட்ட இயக்கங்கள் பல்வேறு கால கட்டங்களில் தொடர்ச்சியாக முன்னெடுத்துள்ளன. சாதுக்களை வைத்து அடையாள ஊர்வலங்களையும் பேரணிகளையும் நடத்தியுள்ளன. பசுப்பாதுகாப்பை வலியுறுத்தும் வகையில் பிரத்யேக அமைப்புகளையும் கட்டமைத்துள்ளன.

அந்த வகையில் 1957 பொதுத்தேர்தலைத் தொடர்ந்து மீண்டும் அந்தப் போராட்டங்களை மீண்டும் தொடங்கின. அக்டோபர் 26 ஆம் நாளை பசுவதை எதிர்ப்பு தினமாக அனுசரித்ததோடு, பசுவதைக்கு எதிரான சட்டத்தை நிறைவேற்றக்கோரி தீர்மானம் நிறைவேற்றியது ஆர்.எஸ்.எஸ். சட்டமன்றங்களிலும் நாடாளுமன்றத்திலும் தன்னுடைய ஆதரவாளர்களைக்

கொண்டு குரலெழுப்பியது. தொடர்ச்சியான வலியுறுத்தலுக்குப் பிறகும் இந்திய அரசு உரிய நடவடிக்கை எதையும் எடுக்கவில்லை.

என்ன காரணம்? பசுவதை எதிர்ப்புப் போராட்டம் என்பது முழுக்க முழுக்க ஆர்.எஸ்.எஸ்ஸின் அரசியல் போராட்டம், மதவன்முறைக்கு வித்திடும் போராட்டம் என்பதுநேருவின் கணிப்பு. அதை அவர் பகிரங்கமாகப் பதிவு செய்திருக்கிறார். ஆகவே, அதுவிஷயத்தில் அவர் துளியும் கவனம் செலுத்தவில்லை. அதனால் பிரதமர் நேரு ஆர்.எஸ். எஸ்ஸின் கடுமையான கண்டனத்துக்கு ஆளானார்.

இந்தச் சூழ்நிலையில் திடீர் திருப்பமாக உத்தரப் பிரதேச மாநில முதல்வர் டாக்டர் சம்பூர்ணானந்த் தனது மாநிலத்தில் பசுவதை செய்யப்படுவதற்குத் தடை விதித்தார். அதற்கான காரணம் கேட்டபோது, இந்திய அரசியலமைப்புச் சட்டத்தில் அதற்கான வழிகாட்டும் நெறிமுறைகள் இருப்பதைச் சுட்டிக்காட்டினார். அந்த முடிவுக்கு பிரதமர் நேரு அதிருப்தி வெளியிட்டார். தவறான நடவடிக்கை என்று எதிர்வினை ஆற்றினார்.

காங்கிரஸ் கட்சியைச் சேர்ந்த முதலமைச்சரான டாக்டர் சம்பூர்ணானந்த் எப்படி பிரதமர் நேருவின் விருப்பத்தை மீறிச் செயல்பட முடிந்தது என்ற கேள்வி எழக்கூடும். இந்த இடத்தில் டாக்டர் சம்பூர்ணானந்த்தின் பின்னணி பற்றித் தெரிந்துகொள்வது அவசியம்.

வாரணாசியைப் பூர்விகமாகக் கொண்ட டாக்டர் சம்பூர்ணானந்த் அடிப்படையில் காங்கிரஸ்காரர். சுதந்தரப் போராட்டத்தில் ஈடுபட்டவர். சமஸ்கிருதப் பண்டிதர். காந்தி கிலாஃபத் இயக்கத்தை முன்னெடுத்ததால் அதிருப்தியடைந்து, இந்து மகா சபையில் தீவிரமாகச் செயல்படத் தொடங்கினார். இந்து மதம், இந்து கலாசாம், இந்து பண்பாடு என்று பேசினார். ஆரியர்களின் தாயகம் இந்தியா, இங்கிருந்தே கிழக்கு, மேற்கு பகுதிகளுக்குப் பரவினர் என்று பேசினார்.

காங்கிரஸ் கட்சியில் இருந்த மதன் மோகன் மாளவியா, புருஷோத்தம தாஸ் தாண்டன் போன்ற இந்துத்வ ஆதரவுப்போக்கு கொண்ட தலைவர்களை வழிகாட்டிகளாக ஏற்றுக்கொண்டவர் சம்பூரணானந்த். இவர்களின் மதன் மோகன் மாளவியாவைப் பற்றி இந்தப் புத்தகத்தில் விரிவாகப் பார்த்திருக்கிறோம். பி.டி. தாண்டனின் பின்னணியும் முக்கியமானது.

> ''காங்கிரஸ் கட்சிக்குள் காந்தியிசம், நேருயிசம் தாண்டி பட்டேலிசம் தொடங்கி விட்டது'' என்று சிலாகித்து மகிழ்ந்தது ஆர்.எஸ்.எஸ்.

ஐம்பதுகளின் தொடக்கத்தில் புருஷோத்தம தாஸ் தாண்டன் காங்கிரஸ் கட்சியின் தலைவர் தேர்தலில் போட்டியிட்டபோது அவரைஆதரித்தவர்வல்லபபாய் பட்டேல். அவரைஎதிர்த்துப் போட்டியிட்ட ஆச்சாரிய க்ருபளானி நேரு ஆதரவாளர். அவரைத் தோற்கடித்து, காங்கிரஸ்தலைவர்பதவியை தாண்டன் கைப்பற்றியபோது, 'காங்கிரஸ் கட்சிக்குள் காந்தியிசம், நேருயிசம் தாண்டி பட்டேலிசம் தொடங்கி விட்டது'' என்று சில்ாகித்து மகிழ்ந்தது ஆர்.எஸ்.எஸ். அத்தகைய பி.டி. தாண்டனுடைய சீடர்தான் டாக்டர் சம்பூர்ணானந்த்.

காலப்போக்கில் காங்கிரஸ் கட்சியின் முக்கியத்தலைவர்களுள் ஒருவராக மாறிப்போனார். உத்தரப் பிரதேச மாநில முதல்வராகவும் தேர்ந்தெடுக்கப்பட்டார். பிரதமர் நேருவின் எதிர்ப்பையும் மீறி பசுவதைத் தடுப்புச் சட்டம் கொண்டுவந்த டாக்டர் சம்பூர்ணானந்தை ஆர்.எஸ்.எஸ்ஸும் ஜனசங்கமும் வெகுவாகப் பாராட்டின.

அவருடைய செயல் அடுத்தடுத்த மாநில முதல்வர்களுக்கும் ஊக்கத்தையும் தைரியத்தையும் கொடுத்தது. மத்தியப் பிரதேசம், பீகார், ராஜஸ்தான் மாநில அரசுகளும் பசுவதைத் தடுப்புச் சட்டங்களைக் கொண்டு வந்தன. அந்த நடவடிக்கைகளை எல்லாம் வரவேற்ற ஆர்.எஸ்.எஸ் தலைவர்கள், தங்கள் போராட்டம் மெல்ல மெல்ல வெற்றிப் பாதையில் சென்று கொண்டிருப்பதாக மகிழ்ந்தனர்.

அந்த உற்சாகத்தில் கோகத்ய நிரோத் சமிதி என்ற புதிய அமைப்பைத் தொடங்கி, பசுவதைத் தடுப்புச் சட்டத்தை நாட்டின் அனைத்து மாநில அரசுகளும் நிறைவேற்றவேண்டும் என்று பிரசாரம் செய்தது ஆர்.எஸ்.எஸ். அதற்கேற்ப இந்திய அரசியலமைப்புச் சட்டத்தில் தேவையான திருத்தங்களைச் செய்யவேண்டும் என்று தீர்மானம் நிறைவேற்றியது.

இத்தகைய போராட்டங்களும் பிரசாரங்களும் பசு மாமிசம் சாப்பிடக்கூடிய மக்கள் மத்தியில் பலத்த அதிருப்தியை உருவாக்கியது. தங்களைக் குறிவைத்தே ஆர்.எஸ்.எஸ்ஸும் சில மாநில அரசுகளும் செயல்படுவதாக முஸ்லீம்களும் தாழ்த்தப்பட்ட மக்களும் குற்றம் சாட்டினர். அதன் காரணமாக பசுவதைத் தடுப்புச் சட்டம் நிறைவேற்றப்பட்ட மாநிலங்களில் ஆங்காங்கே மத மோதல்களும் வன்முறைகளும் நடந்தன.

பசுவதைத் தடுப்புச் சட்டத்தின் அடிப்படையில் சம்பந்தப்பட்டவர்கள் மீது நடவடிக்கை எடுக்க ஆர்.எஸ்.எஸ், ஜனசங்க உறுப்பினர்கள் வலியுறுத்தியபோது விரும்பத்தகாத சம்பவங்கள் நடந்தன. அப்படியொரு சூழல் வந்துவிடக்கூடாது என்பதற்காகத்தான் மத்திய அரசு பசுவதைத் தடுப்பு விவகாரத்தில் மிகுந்த எச்சரிக்கையுடன் இருந்தது.

பசுவதை எதிர்ப்புப் போராட்டத்தை நடத்திக்கொண்டிருந்த அதே சமயத்தில், இந்தியாவின் மொழிக்கொள்கை விவகாரத்திலும் தன்னுடைய நிலைப்பாட்டை அழுத்தந்திருத்தமாக வெளிப்படுத்திக் கொண்டிருந்தது ஆர்.எஸ்.எஸ். ஏற்கெனவே மொழிவாரி மாநிலப் பிரிவினைக்கு எதிரான நிலைப்பாட்டை எடுத்திருந்த ஆர்.எஸ்.எஸ், இந்தியாவின் இணைப்பு மொழி பற்றி கறாரான முடிவை எடுத்து, அதனைத் தீர்மானமாகவும் நிறைவேற்றியது. அதன் சாரம் இதுதான்:

மாநிலங்களுக்கு இடையிலான தொடர்பு மொழியாக சமீபகாலமாக இந்தி உருவாகி விட்டது. ஆகவே, அந்த மொழியையே அலுவல் நோக்கங்களுக்கும் பயன்படுத்தவேண்டும். பிராந்திய மொழிகளை எல்லாம் அந்தந்த பிராந்திய அளவில் பயன்படுத்தினால் மட்டும் போதுமானது.

உண்மையில், ஆர்.எஸ்.எஸ் தீர்மானம் சொன்னபடி இந்தியாவின் இணைப்பு மொழியாக இந்தி மாறிவிடவில்லை. ஆங்கிலமே அந்த இடத்தில் இருந்தது. ஆனால் அதனை ஆர்.எஸ்.எஸ் ஏற்கவில்லை என்பதை இந்தத் தீர்மானம் வெளிப்படுத்தியது, தவிரவும், இந்தியாவின் ஆட்சி மொழியாக, இணைப்பு மொழியாக இந்தியே இருக்கவேண்டும்; தமிழ், தெலுங்கு உள்ளிட்ட வேறெந்த மொழிக்கும் தேசிய முக்கியத்துவம் தரப்படவேண்டிய அவசியமில்லை என்ற ஆர்.எஸ்.எஸ்ஸின் அடிப்படை நோக்கத்தை இந்தத் தீர்மானம் துலக்கமாக எடுத்துச்சொன்னது.

இப்படி, கொள்கை ரீதியான போராட்டங்களை ஆர்.எஸ்.எஸ் ஒருபக்கம் நடத்திக் கொண்டிருக்க, இந்துத்வ அரசியல் கட்சிகளான இந்து மகா சபாவும் ராமராஜ்ய பரிஷத்தும் மெல்ல மெல்ல வீழ்ச்சிப் பாதையில் நகர்ந்துகொண்டிருந்தன. அதற்கு மூன்று முக்கியமான காரணங்களைச் சொல்லலாம்.

முதல் காரணம், சமீபத்திய தேர்தல் தோல்வி. விரக்தியடைந்த தொண்டர்கள் தாய்க் கட்சியிலிருந்து விலகும் மனநிலைக்கு வந்திருந்தனர். அடிமட்டத் தொண்டர்கள் தொடங்கி உயர்மட்ட நிர்வாகிகள் வரைக்கும் இப்படியொரு மனநிலை உருவாகியிருந்தது.

இரண்டாவது காரணம், நேருவுடன் ஏற்பட்ட சித்தாந்த முரண்பாடு காரணமாக காங்கிரஸில் இருந்து விலகிய ராஜாஜி, சுதந்தரா கட்சியைத் தொடங்கியது. இந்து மகா சபா, ராமராஜ்ய பரிஷத் போன்ற கட்சிகளை ஆதரித்த முன்னாள் சமஸ்தான மன்னர்கள், ஜமீன்தார்கள், நிலக்கிழார்கள் தற்போது ராஜாஜியை ஆதரித்தனர். ஆகவே, அவர்களுடைய ஆதரவாளர்களும் சுதந்தராவில் சேரத் தொடங்கினர்.

மூன்றாவது காரணம், பாரதிய ஜனசங்கத்தின் வளர்ச்சி. கட்சி தொடங்கிய ஆறேழு ஆண்டுகளில் கணிசமான வளர்ச்சியைக் கண்டிருந்த ஜனசங்கத்தின் மீது இந்து மகா சபா, ராமராஜ்ய பரிஷத் தொண்டர்களுக்கு ஈர்ப்பு உருவானது. இனி தங்கள் கட்சியில் நீடிப்பதில் லாபமில்லை என்பதால், வளர்ந்துவரும் ஜனசங்கத்தை நோக்கி நகரத் தொடங்கினர்.

இந்துத்வத் தளத்தில் ஆர்.எஸ்.எஸ்ஸின் பரிபூரண ஆதரவோடு பாரதிய ஜனசங்கத்தின் கைகள் ஓங்கத் தொடங்கிய சூழ்நிலையில் மத்தியப் பிரதேச மாநிலம் ஜபல்பூரில் கலவர மேகங்கள் சூழத் தொடங்கின!

45

அதிரவைத்த ஜபல்பூர் படுகொலைகள்

ஐம்பதுகளின் இறுதியில் டெல்லி மாநகராட்சியைக் கைப்பற்றுவதற்காக இந்திய கம்யூனிஸ்ட் கட்சியுடன் பாரதிய ஜனசங்கம் கூட்டணி அமைத்தபோது அரசியல் அரங்கில் ஆச்சரிய அலைகள். கூடவே, அதிர்ச்சி அலைகளும். காரணம், ஜனசங்கத்துக்கு மட்டுமல்ல, அதன் முன்னோடியான ஆர்.எஸ்.எஸ்ஸுக்கும்கூட, கம்யூனிஸ்டுகள்தாம் முதன்மையான எதிரிகள்.

இந்தக் கருத்தை ஆர்.எஸ்.எஸ் தலைவர் கோல்வல்கர், இந்து மகா சபாவின் தலைவர் சாவர்க்கர், பாரதிய ஜனசங்கத்தின் நிறுவனர் ஹெட்கேவர் என்று பலரும் பகிரங்கமாகப் பதிவுசெய்துள்ளனர். குறிப்பாக, கோல்வல்கர் எழுதிய ஞான கங்கை நூலில் இந்தியாவின் அபாய சக்திகள் பட்டியலில் இஸ்லாமியர்கள், கிறித்தவர்களுக்கு அடுத்து கம்யூனிஸ்டுகளைத்தான் குறிப்பிட்டார். அந்தக் கருத்தைத் தான் மேடைக்கு மேடை பேசினர் இந்துத்வ இயக்கத்தினர்.

கம்யூனிஸ்டுகளை ஒழிக்க அரசு அதிகாரத்தில் இருக்கும் காங்கிரஸ் கட்சியுடன்கூட கைகுலுக்கத் தயார் என்ற நிலைப்பாட்டில் இருந்தது ஆர்.எஸ்.எஸ். அவர்களுடைய கம்யூனிச எதிர்ப்பு என்பது எந்த அளவுக்குச் சென்றது என்றால் சுதந்தர இந்தியாவின் சர்ச்சைக்குரிய நிகழ்வுகளுள் ஒன்றான கேரள கம்யூனிஸ்ட் அரசு கலைக்கப்பட்டதை ஆர்.எஸ்.எஸ்ஸும் ஜனசங்கமும் ஆரவாரத்துடன் வரவேற்றன.

முன்னதாக கேரளத்தில் இருந்த ஈ.எம்.எஸ். நம்பூதிரிபாட் அரசுக்கு எதிராக காங்கிரஸும் வேறு சில கட்சிகளும் அமைப்புகளும் நடத்திய

அஜித் பிரசாத் ஜெயின்

போராட்டங்களுக்கு ஆர்.எஸ்.எஸ்ஸும் ஜனசங்கமும் தார்மீக ஆதரவைக் கொடுத்தன. 1959 ஜூலை மாதம் புனேவில் கூடிய ஜனசங்கத்தின் தேசியப் பொதுக்குழு, 'கம்யூனிஸ்டுகளின் மோசமான ஆட்சிக்கு எதிராகக் கேரளத்தில் எழுந்துள்ள வெகுஜனப் போராட்டத்தை கட்சி ஆதரிக்கிறது' என்று தீர்மானம் நிறைவேற்றியது.

கூட்டாட்சித் தத்துவத்துக்கும் ஜனநாயக நெறி முறைக்கும் எதிரான தாக்குதல் என்று இந்தியாவில் இருக்கும் பல்வேறு எதிர்க்கட்சிகளும் கண்டனக் கணைகளைப் பாய்ச்சிக் கொண்டிருந்த சமயத்தில், ஆட்சிக் கலைப்பை அகமகிழ்ந்து வரவேற்ற கட்சி பாரதிய ஜனசங்கம். சித்தாந்த ரீதியாக மாறுபட்ட துருவத்தில் இருந்த கம்யூனிஸ்டுகளை இத்தனைத் தீவிரத்துடன் எதிர்த்த அதே ஜனசங்கம்தான் டெல்லி மேயர் பதவிக்காக கம்யூனிஸ்டுகளுடன் கூட்டணி அமைத்தது.

மேயர் பதவிக்காக பாரதிய ஜனசங்கம் போட்டிருக்கும் இரட்டை வேடம் இது என்று காங்கிரஸ் கடுமையாக விமரிசித்தது. அதேசமயம், கம்யூனிஸ்டுகள் ஜனசங்கத்துடன் கூட்டணி அமைத்ததும் பலத்த விமரிசனத்துக்கும் ஆளானது. ஆனால் அதுவொரு அரசியல் விபத்து என்று இரண்டு கட்சிகளுமே சொல்லிவிட்டார்கள்.

விஷயம் என்னவென்றால், அந்த அரசியல் விபத்து அப்போது மட்டுமே நடக்கவில்லை. சில ஆண்டு களுக்குப் பிறகும் ஒருமுறை நடந்தது. 1967ல் பீகார் மாநிலச் சட்டமன்றத் தேர்தல் நடந்தபோது பாரதிய ஜனசங்கமும் இந்திய கம்யூனிஸ்ட் கட்சியும் மீண்டும் ஒருமுறை கூட்டணி அமைத்துக் கொண்டன.

அவர்கள் பார்வையில் சொல்லவேண்டும் என்றால் மீண்டும் ஒரு விபத்து. என்ன ஒன்று, இரண்டு கட்சி களும் தாமாக விரும்பிச்சென்று ஏற்படுத்திக்கொண்ட அரசியல் விபத்து. அதைப் பற்றி பின்னர் விரிவாகப் பார்க்கப் போகிறோம். ஜனசங்கம் - கம்யூனிஸ்டுகள் கூட்டணி களைகட்டியிருந்த சூழ்நிலையில் இந்தியா வின் வட மாநிலங்கள் சிலவற்றில் மதக்கலவர மேகங்கள் சூழ்ந்திருந்தன.

மத்தியப் பிரதேசம் உள்ளிட்ட சில மாநிலங்களில் மத மோதல்களும் மத வன்முறைகளும் நடந்து வரு கின்றன, அவற்றின் பின்னணியில் ஆர்.எஸ்.எஸ், ஜனசங்கம் உள்ளிட்ட அமைப்புகளின் கரங்கள்

> 'கம்யூனிஸ்ட்கள் ஜனசங்கத்துடன் கூட்டணி அமைத்தது பலத்த விமரிசனத்துக்கு ஆளானது.'

நீதிபதி ஷிவ் தயாள் ஸ்ரீவத்சவா

இருப்பதாக செய்திகள் வெளிவந்துகொண்டிருந்தன. அதனை ஆர்.எஸ்.எஸ் அடியோடு மறுத்தது.

மத்திய பிரதேசத்தின் முக்கிய நகரங்களுள் ஒன்று, ஜபல்பூர். இந்துக்களும் முஸ்லீம்களும் அதிக அளவில் வசிக்கக்கூடிய பகுதி. அங்கே பெரும்பான்மை மக்கள் இந்துக்கள்தான். இஸ்லாமியர்கள் உள்ளிட்ட இதர பிரிவினர் சிறுபான்மையினரே. அதன் காரணமாகவோ, என்னவோ, அந்தப் பகுதியில் அவ்வப்போது கலவரங்கள் உருவாவதும் காவல்துறையின் தலையீட்டுக்கும் நடவடிக்கைக்கும் பிறகு அடங்குவதும் இயல்பான நிகழ்வாக மாறிக் கொண்டிருந்தன.

அப்படியொரு கலவரத்துக்கான முஸ்தீபுகள் 1961 பிப்ரவரி மாத முதல் வாரத்தில் தொடங்கின. அதை ஆரம்பித்து வைத்தது ஓர் இந்துப் பெண்ணின் தற்கொலை.

ஜபல்பூரில் வசிக்கும் அந்த இளம்பெண்ணுக்கு பதினெட்டு அல்லது இருபது வயது இருக்கும். மணமாகாதவர். தனியாக வீட்டில் இருந்த அவரை இஸ்லாமிய இளைஞர்கள் இருவர் சேர்ந்து பாலியல் பலாத்காரம் செய்துவிட்டனர் என்றும் அதனால் மனமுடைந்த அந்தப் பெண் உடலில் மண்ணெண்ணெய் ஊற்றி, தீ வைத்துக்கொண்டு தற்கொலை செய்து கொண்டார் என்றும் 3 பிப்ரவரி 1961 அன்று நகருக்குள் செய்தி பரவியது.

அந்தச் செய்தியை அதிகாலையிலேயே வெளியிட்டுப் பரபரப்பை ஏற்படுத்தியது யுக தர்மா என்கிற உள்ளூர் இந்திப் பத்திரிகை. அந்தச் செய்திக்கான தலைப்பு என்ன தெரியுமா?

'இந்துப் பெண்ணைக் கற்பழித்த முஸ்லீம் பொறுக்கி; உதவிக்கு ஆளற்ற அந்தப்பெண் தீக்குளித்து மரணம்!'

எப்போதும் இந்து - முஸ்லீம் பதற்றம் இருக்கும் அந்தப் பகுதியில் இப்படியொரு தலைப்புடன் கூடிய செய்தி கசிந்தால், இயல்பாக எவையெல்லாம் நடக்குமோ அவை யெல்லாம் வரிசையாக நடக்கத் தொடங்கின. அந்த இஸ்லாமிய இளைஞர்களைக் கைது செய்யக் கோரினர். உண்மையில், மருத்துவமனையில் அனுமதிக்கப்பட்ட அந்தப் பெண்ணின் மரண வாக்குமூலத்தின் அடிப்படையில், அந்த இளைஞர்களைக் கைதுசெய்துவிட்டது காவல்துறை.

என்றாலும், சம்பந்தப்பட்ட இளைஞர்கள் வசிக்கும் பகுதிக்குச் சென்ற இந்து இளைஞர்கள் முஸ்லீம்களுடன் வாக்குவாதம் செய்தனர். அந்தப் பெண்ணின் தற்கொலைக்கும் எங்களுக்கும் எந்தத் தொடர்பும் இல்லை என்று முஸ்லீம்கள் மறுப்பு தெரிவித்தனர். இரு தரப்பினருக்கும் இடையில் பேச்சுவார்த்தைகள் முற்றின. வார்த்தைகள் தடித்தன. விவகாரம் விபரீத கட்டத்தை நோக்கி மெல்ல மெல்ல நகரத் தொடங்கியது.

விஷயம் கேள்விப்பட்ட அகில பாரதிய வித்யார்த்தி பரிஷத் அமைப்பு களத்தில் குதித்தது. இந்த அமைப்பு ஆர்.எஸ்.எஸ்ஸின் மாணவர் அமைப்பு. இந்து மாணவர்கள் மற்றும் இளைஞர் களின் அணி திரட்சிக்காக உருவாக்கப்பட்ட அமைப்பு.

பாலியல் குற்றத்தில் ஈடுபட்ட அந்த இரண்டு இஸ்லாமிய இளைஞர்கள் மீது கடுமையான நடவடிக்கை எடுக்கவேண்டும். அதற்கு அரசையும் காவல்துறையையும் நிர்பந்தம் செய்யும் வகையில் பிரம்மாண்டப் பேரணி ஒன்றை நடத்தவேண்டும். இதுதான் அகில பாரத வித்யார்த்தி பரிஷத் எடுத்த முடிவு. திட்டமிட்டபடியே ஆர்.எஸ்.எஸ், ஜனசங்கம், ஏ.பி.வி.பி இளைஞர்கள் அதிக எண்ணிக்கையில் அணி திரண்டனர்.

ஏ.பி.வி.பி தலைமையில் தொடங்கிய அந்த ஊர்வலம் ஆரம்பத்தில் அமைதியாகத்தான் சென்றுகொண்டிருந்தது. ஆனால் அஞ்சுமான் இஸ்லாமியப் பள்ளிக்கு அருகில் சென்றபோது பதற்ற நெருப்பு பற்றிக்கொள்ளத் தொடங்கியது. அந்தப் பள்ளியைச் சேர்ந்த இஸ்லாமிய மாணவர்களும் ஊர்வலத்தில் கலந்துகொண்டு, நடந்த சம்பவத்துக்கு எதிர்ப்பு தெரிவிக்க வேண்டும் என்று ஏ.பி.வி.பி இளைஞர்கள் வற்புறுத்தினர்.

மிகப்பெரிய மதக்கலவரத்தின் பின்னணியில் ஆர்.எஸ்.எஸ், ஜனசங்கம், அகில பாரத வித்யார்த்தி பரிஷத், இஸ்லாமிய மாணவர்கள், இஸ்லாமிய வன்முறையாளர்கள் என்று பல தரப்பினரின் பங்களிப்பு இருப்பதால், அவர்கள் மீது உறுதியான நடவடிக்கை எடுக்கவேண்டும்

அதற்கு அந்தப் பள்ளி மாணவர்கள் மறுத்தனர். போதாது? இருதரப்புக்கும் இடையே மோதல் ஏற்பட்டது. பள்ளியின் மீது கற்கள் வீசப்பட்டன. பதிலுக்கு மாணவர்கள் எதிர்த்தாக்குதல் நடத்தினர். அருகிலிருந்த பகுதியில் இருந்து மாணவர்களுக்கு கம்பு களும் லத்திகளும் தரப்பட்டதாகச் சொல்லப் பட்டது. விளைவு, வன்முறை வெடித்தது. மாணவர் கைகலப்பு என்பதில் தொடங்கிய மோதல் விவகாரம், இந்து - முஸ்லீம் இடையிலான மதக்கலவரமாகப் பரிணாம வளர்ச்சி பெற்றது.

நிலைமையைக் கட்டுக்குள் கொண்டுவர மத்தியப் பிரதேச மாநில அரசு நடவடிக்கைகள் எடுத்தது. அப்போது அந்த மாநிலத்தின் முதலமைச்சராக இருந்தவர் கே.என். கட்ஜூ. காங்கிரஸ் கட்சியைச் சேர்ந்தவர். ஆனாலும் மாநில காவல்துறையால் கலவரத்தைக் கட்டுப்படுத்த முடியவில்லை. தினம் தினம் வன்முறைச் சம்பவங்கள் தொடர்ந்தன. அவ்வப்போது கொலைகளும் நடந்தன.

நிலைமையைக் கட்டுக்குள் கொண்டுவர ராணுவம் வரவழைக்கப்பட்டது. வந்த வேகத்தில் அதிரடி நடவடிக்கைகளை எடுத்தது. அதன்பிறகே கலவரம் முடிவுக்கு வந்தது. என்றாலும், கலவர நெருப்பு எப்போது வேண்டுமானாலும், எவரால் வேண்டுமானாலும் விசிறி விடப் படலாம் என்பதால் ராணுவத்தை சில தினங்களுக்கு அங்கேயே வைத்திருந்து, நிலைமையைக் கண்காணிப்பது என்று முடிவுசெய்யப்பட்டது.

ஜபல்பூரில் இரண்டு நாள்கள் தங்கியிருந்த ராணுவம், நிலைமை கட்டுக்குள் இருப்பதை உறுதி செய்தபிறகு அங்கிருந்து வெளியேறியது. எப்போது ராணுவம் வெளியேறும் என்று காத்துக் கொண்டிருந்தது போல மீண்டும் கலவரம் வெடித்தது. இம்முறை சற்றே வீரியத்துடன் இருந்தது. சம்பந்தப்பட்ட இஸ்லாமிய இளைஞர்கள் வசிக்கும் பகுதிக்குச் சென்ற இந்து இளைஞர்கள் அவர்கள் மீது ஆவேசத் தாக்குதல் நிகழ்த்தினர்.

முஸ்லீம்களுடைய வீடுகள் சூறையாடப்பட்டன. அவர்களுடைய வாகனங்கள் உள்ளிட்ட சொத்து கள் அடித்து நொறுக்கப்பட்டன. திடீர்த் தாக்குதலால் நிலைகுலைந்து போன இஸ்லாமியர்கள், பிறகு சுதாரித்துக்கொண்டு எதிர்த்தாக்குதலில் ஈடுபட்டனர். கலவரச் செய்திகள் பத்திரிகைகள் வழியாக அக்கம்பக்கத்து ஊர்களுக்கும் சென்றன.

அதன் விளைவாக, ஜபல்பூர் மதக்கலவரம் அருகிலுள்ள சாகர், தமோ, நரசிங்பூர் உள்ளிட்ட பகுதிகளுக்கும் பரவியது. எல்லா ஊர்களிலும் தாக்குதல்கள் இருந்தன. ஆகவே, எல்லா ஊர்களிலும் உயிர்ப்பலிகள் இருந்தன.

இதுவரைக்கும் ஐம்பத்தைந்து உயிர்கள் பலியாகியுள்ளன என்று சொன்னது அரசாங்கம். ஆனால் இருநூறுக்கும் மேற்பட்டோர் கொல்லப்பட்டனர், ஆனால் அவற்றை அரசாங்கமும் காவல் துறையும் மறைத்து விட்டனர் என்று ஊடகங்கள் செய்தி வெளியிட்டன. உயிர்ப்பலிகள் இன்னும் கூட அதிகம் இருக்கலாம் என்ற கருத்தும் எழுந்தது.

மீண்டும் ராணுவம் வந்துதான் கலவரத்தை முற்றிலுமாக அடக்கி, ஒடுக்கியது. ராணுவத்தின் துப்பாக்கிச் சூட்டுக்கும் சிலர் பலியாகினர் என்பதும் உண்மை. உயிர் மற்றும் உடைமைகளின் சேதங்களை வைத்து மதிப்பீடு செய்து பார்த்தபோது ஜபல்பூர் சந்தித்த மிகப்பெரிய மதக்கலவரம் இதுதான் என்றன ஊடகங்கள்.

இந்தக் கலவரத்தின் பின்னணி குறித்து வேறொரு கோணத்திலும் விவாதங்கள் எழுந்தன. பாலியல் பலாத்காரத்துக்கு உள்ளான அந்தப் பெண் ஓர் இந்து தொழிலதிபரின் மகள். பீடி உற்பத்தித் தொழிலில் ஈடுபட்டிருப்பவர் அவர். சம்பந்தப்பட்ட இரு இளைஞர்களில் ஒருவர் முஸ்லீம் தொழிலதிபரின் மகன். இரண்டு தொழிலதிபர்களுக்கு இடையிலான தொழில் சார்ந்த மோதலே இவ்வளவு பெரிய மதக்கலவரத்துக்கு வித்திட்டது என்றொரு செய்தியும் விவாதிக்கப்பட்டது.

இத்தகைய மிகப்பெரிய மதக்கலவரத்தின் பின்னணியில் ஆர்.எஸ்.எஸ், ஜனசங்கம், அகில பாரத வித்யார்த்தி பரிஷத், இஸ்லாமிய மாணவர்கள், இஸ்லாமிய வன்முறையாளர்கள் என்று பல

தரப்பினரின் பங்களிப்பு இருப்பதால், அவர்கள் மீது உறுதியான நடவடிக்கை எடுக்கவேண்டும் என்ற கோரிக்கையை அரசியல் கட்சிகள் முன்வைத்தன. தொடர்ச்சியான வலியுறுத்தலுக்கும் போராட்டத்துக்கும் பிறகு நீதிபதி ஷிவ் தயாள் ஸ்ரீவத்சவா தலைமையில் விசாரணை ஆணையம் அமைக்கப்பட்டது. அந்த ஆணையம்தான் கலவரத்தின் பின்னணி குறித்த பல செய்திகளை வெளிக்கொண்டுவந்தது.

இந்த மாதிரியான மதக்கலவரங்கள் மத்தியப் பிரதேசத்தில் மட்டுமல்ல, உத்தரப் பிரதேசத்தின் அலிகார் உள்ளிட்ட வேறு சில பகுதிகளிலும் நடந்தன. உயிருக்கு உலை வைக்கக்கூடிய, சமூக அமைதிக்குப் பங்கம் விளைவிக்கக்கூடிய மதக்கலவரங்கள் இந்தியாவின் ஒற்றுமைக்கே ஆபத்தை ஏற்படுத்துவது குறித்து விவாதங்கள் நாடு தழுவிய அளவில் எழுந்தன. அதன் எதிரொலியாக, வகுப்புவாதம் பேசுகின்ற அரசியல் கட்சிகளைத் தடை செய்வது குறித்து ஆய்வு செய்ய அஜித் பிரசாத் ஜெயின் என்பவர் தலைமையில் ஒரு குழுவை அமைத்தது காங்கிரஸ் கட்சி.

நீண்ட ஆய்வுக்குப் பிறகு அந்தக் குழு முன்வைத்த முக்கியமான பரிந்துரை, வகுப்புவாதக் கட்சிகளைத் தடை செய்ய ஏதுவாக உரிய சட்டங்கள் உருவாக்கப்படவேண்டும் என்பதுதான். தவிரவும், ஒரு கட்சியின் பெயரை மட்டும் வைத்துக்கொண்டு, அது ஆபத்தானதா, அமைதியானதா என்று முடிவுசெய்யக்கூடாது. ஏனெனில், பெயரை அதிரடியாக வைத்துக் கொண்டு, அமைதியாகச் செயல்படும் இயக்கங்களும் இருக்கின்றன; சாத்வீகப் பெயருடன் சச்சரவில் ஈடுபடும் இயக்கங்களும் இருக்கின்றன என்றது அந்தக் குழு.

முழுக்க முழுக்க ஆர்.எஸ்.எஸ்ஸையும் ஜனசங்கத்தையும் குறிவைத்துச் சொல்லப்பட்ட விமரிசனம் அது என்றபோதும் அதைப்பற்றி அலட்டிக்கொள்ளாமல், அந்த இரண்டு அமைப்புகளும் களப்பணியில் கவனம் கலையாமல் ஈடுபட்டிருந்தன. காரணம், மக்களவைக்குத் தேர்தல் நெருங்கிக்கொண்டிருந்தது!

46

ராஜாஜியின் சுதந்தரா; கோவாவின் விடுதலை

ஆர்.எஸ்.எஸ், ஜனசங்கம் உள்ளிட்ட இயக்கங்களை இந்துத்வச் சிமிழுக்குள் அடைத்துப் பேசுவதுதான் பொதுவான வழக்கம். ஆனால் இந்த இயக்கங்களுக்கு இன்னொரு அடைமொழியும் உண்டு. அதன் பெயர், வலதுசாரிகள். அந்தக் கோணத்தில் பார்த்தால், இவர்களுக்குத் துணையாக இன்னொரு தலைவர் இப்போது அரசியல் களத்துக்கு வந்திருந்தார். அதுவும் தனிமனிதராக அல்ல, நாடு தழுவிய அளவிலான தனிக்கட்சியைத் தொடங்கி. அவர், ராஜாஜி என்கிற சி. ராஜகோபாலாச்சாரி.

தன்முனைப்பு, தனிமனித மோதல், பதவி மோகம் என்பன போன்ற காரணங்களுக்காக கட்சிகள் உடைபடுவதே வழக்கம். ஆனால் சித்தாந்தச் சிக்கல் காரணமாக தனிக்கட்சி தொடங்கியவர் ராஜாஜி. நேருவின் சோஷலிசம் ராஜாஜிக்கு வேப்பங்காய். நேருவின் பொருளாதாரக் கொள்கைகள் பிடிக்கவில்லை.

ஐந்தாண்டுத் திட்டங்கள் என்ற பெயரில் அனைத்து அதிகாரங்களையும் மத்திய அரசு தம்பக்கம் குவிப்பதாகக் குறைபட்டார் ராஜாஜி. நிலம் உள்ளிட்ட எதையும் அரசுடைமை ஆக்குவதில் அவருக்கு உடன்பாடில்லை. ஆக, அடிப்படைக் கொள்கைகளே ஆகாது என்கிறபோது கட்சியில் எதற்கு நீடிக்கவேண்டும்?

1959 ஆகஸ்டு மாதம் பம்பாயில் வைத்து சுதந்தராக் கட்சியைத் தொடங்கினார் ராஜாஜி. அப்போது அவருக்கு வயது எண்பது.

கோவா புரட்சி

தமிழகம்தான் அவருடைய தளம் என்றபோதும் இந்திய அளவில் செல்வாக்கு செலுத்தக் கூடியவராக இருந்தார். ஆகவே, அவருடைய கட்சி இந்தியாவின் பல மாநிலங்களிலும் செயல்படத் தொடங்கியது. தமிழகத்தைக் காட்டிலும் ராஜஸ்தான் உள்ளிட்ட வேறு சில மாநிலங்களிலும் அந்தக் கட்சி தீவிரமாகவும் வெற்றிகரமாகவும் இயங்கியது.

அந்தக் கட்சியின் பிரதான முகமாக ராஜாஜி இருந்த போதும், மினு மசானி, என்.ஜி. ரங்கா, கே.எம்.முன்ஷி போன்ற நாடறிந்த பல தலைவர்கள் சுதந்தரா கட்சியில் இருந்தனர். ஜனசங்கத்துக்கும் ராமராஜ்ய பரிஷத்துக்கும் கடந்த காலங்களில் ஆதரவளித்த முன்னாள் சமஸ்தான மன்னர்கள், நிலக்கிழார்கள், ஜமீன்தார்கள் உள்ளிட்ட செல்வச் சீமான்கள் பலரும் இப்போது சுதந்தராவின் பக்கம் வந்தார்கள். முக்கியமாக, ஜெய்பூர் மகாராணி காயத்ரி தேவி. அவரைப் போன்ற வேறு சிலர் எப்போது சுதந்தரா கட்சிக்குள் வரலாம் என்று தருணம் பார்த்துக் கொண்டிருந்தார்கள்.

அந்தக் கட்சி அறிவித்த கொள்கைத் திட்டத்தின் பல அம்சங்களில் வலதுசாரி வாடைதான் வீசியது. சாதி, மதம் என்ற வித்தியாசமின்றி எல்லோருக்கு சமவாய்ப்பு என்றது சுதந்தரா. அதன் அர்த்தம், தாழ்த்தப்பட்ட - பிற்படுத்தப்பட்ட மக்கள் என்றெல்லாம் வித்தியாசம் பார்த்து, பின்தங்கிய நிலையில் இருப்போரைக் கைத் தூக்கிவிடும் சமநீதி, சமூகநீதி, இத்யாதிகளில் எல்லாம் அவருக்கு விருப்பமில்லை என்பதுதான்.

அவரவர் நிலம், அவரவருக்கு. அவரவர் வேலை அவரவருக்கு. இதுதான் ராஜாஜியின் நிலை.

யார், எவ்வளவு நிலத்தை வைத்துக்கொள்வது என்பதெல்லாம் தனிமனித உரிமை என்றது அதன் இன்னொரு அம்சம். நில உச்சவரம்பு, நிலச்சீர்திருத்தம் என்றெல்லாம் பேசி, நிலக்கிழார்களிடமிருந்து நிலங்களைப் பிரித்து நிலமில்லாத ஏழை விவசாயிகளுக்குத் தருவதெல்லாம் தேவையில்லை. அவரவர் நிலம், அவரவர்க்கு. அவரவர் வேலை அவரவருக்கு. இதுதான் ராஜாஜியின் நிலை.

இதுபோல இருபத்தியோரு அம்சங்கள் கொண்ட கொள்கைத்திட்டத்தை வெளியிட்டார் ராஜாஜி. அவற்றில் இந்துத்வச் சித்தாந்தத்தின் இன்றியமையாத பல கூறுகள் தென்பட்டன. ஆனால் அவற்றில் மதம் என்ற அம்சம் மட்டும் பகிரங்கமாகத் தொனிக்க வில்லை. தவிரவும், ஆர்.எஸ்.எஸ் - சுதந்தரா இடையே எவ்விதத் தொடர்பும் இருந்திருக்கவில்லை. இந்த

ராஜாஜி

இரண்டும் இருந்திருந்தால் சுதந்தரா கட்சி இந்துத்வப் பட்டியலுக்குள் வந்திருக்கும். வரவில்லை என்பதால் வலதுசாரி என்ற அளவில் நின்றுகொண்டது.

ராஜாஜியின் சுதந்தராவுக்கும் இதர இந்து வலதுசாரி இயக்கங்களும் ஓர் ஒற்றுமை இருந்தது. அது கம்யூனிஸ்டுகளைக் கண்டால் ராஜாஜிக்குப் பிடிக்காது. காங்கிரஸையும் அதன் வழியாக நாட்டையும் கம்யூனிசப் பாதையில் நகர்த்திச்செல்ல கம்யூனிஸ்டுகள் முயற்சி செய்கிறார்கள். அது அபாயகரமான பாதை என்பதை அழுத்தந்திருத்தமாகச் சொல்லவே தனிக்கட்சி தொடங்கியிருக்கிறேன் என்றார் அந்த ஆயிரம் பிறைகண்ட தலைவரான ராஜாஜி.

சுதந்தர இந்தியாவில் அரசியல் கட்சிகள் பிரிந்தும் விரிந்தும் வளர்ந்துகொண்டிருந்த சமயத்தில் இந்துத்வ இயக்கங்களை உத்வேகப்படுத்தும் வகையில் ஓர் அரசியல் நிகழ்வு நடந்தேறியது. அது, கோவா மீட்பு விவகாரம். அதைப் புரிந்துகொள்ள வரலாற்றுப் பக்கங்கள் சிலவற்றைக் கொஞ்சம் வேகமாகப் புரட்டவேண்டும்.

இன்று இந்தியா வசம் இருக்கும் டையூ, டாமன், தாத்ரா, நாகர் ஹவேலி உள்ளிட்ட பகுதிகள் கோவா என்ற பொதுப்பெயரில் போர்த்துகீசிய காலனியாக இருந்தன. அவையெல்லாம் ஒருகாலத்தில் இந்தியப் பகுதிகளாக இருந்தவை. மராட்டிய மன்னர்களால் போர்த்துகீசியர்களுக்கு எழுதிக்கொடுக்கப்பட்டதாக சில வரலாற்றுக்குறிப்புகள் சொல்கின்றன. இவை நடந்தது ஆயிரத்து எழுநூறுகளில்.

கால ஓட்டத்தில் இந்தியா சுதந்தரம் பெற்றுவிட்டது அல்லது பிரிட்டிஷார் சுதந்தரம் கொடுத்து விட்டனர். இந்திய யூனியனைக் கட்டமைக்கும் பொருட்டு சமஸ்தானங்கள் இணைக்கப் பட்டன. ஆனால் அப்போதும் கோவா உள்ளிட்ட பகுதிகள் போர்த்துகீசியர் வசமே இருந்தன. அந்தப் பகுதிகளையும் நம்முடன் இணைக்கவேண்டும் என்ற கோரிக்கையை சில இயக்கங்கள் எழுப்பின. அவற்றில் முக்கியமானது ஆர்.எஸ்.எஸ்.

இந்தியாவில் மட்டுமல்ல, கோவா மக்களுக்கு மத்தியிலும் இதேபோன்ற குரல்கள் கேட்டுக் கொண்டிருந்தன. போர்த்துகீசியரின் பிடியில் இருந்து விலகவேண்டும், இந்தியாவுடன் இணைய வேண்டும் என்பதை வலியுறுத்தி சில அமைப்புகள் விடுதலைக்குரல் எழுப்பிக் கொண்டிருந்தன. முக்கியமாக, ஆசாத் கொமாந்தக் தள், நேஷனல் மூவ்மெண்ட் லிபரேஷன் ஆர்கனைசேஷன் என்ற இரண்டு அமைப்புகளைச் சொல்லவேண்டும். பெயரைப் படித்தாலே போதும், நோக்கையும் போக்கையும் புரிந்துகொள்ள முடியும்.

அந்தக் குழுக்களோடு ஆர்.எஸ்.எஸ் தொடர்புகொண்டு பேசியது. காரணம், அங்கே வாழும் மக்களில் 61 சதவிகிதம் பேர் இந்துக்கள். எஞ்சிய சதவிகிதத்தை கிறித்தவர்களும் இதர மதத்தினரும் பிடித்திருந்தனர். இந்துக்கள் பெரும்பான்மையாக வசிக்கும் பகுதி ஒன்று இந்தியர்களிடம் இல்லாமல், அடிமை தேசமாக, காலனிப் பகுதியாக இன்னொரு நாட்டிடம் இருப்பதில் ஆர்.எஸ்.எஸ்ஸுக்குத் தாங்க முடியாத நெருடல்.

எங்களிடம் பயிற்சி பெற்ற வீரர்கள் இருக்கிறார்கள். அவர்களை அனுப்பிவைக்கிறோம். ஆயுதங்களுக்கும் ஏற்பாடு செய்துகொள்ளலாம். இரு தரப்புமாகச் சேர்ந்து போர்த்துகீசிய காவல் நிலையத்தைக் கைப்பற்றிவிடலாம். காவலர்களை எல்லாம் கைது செய்து, நம்முடைய கட்டுப்பாட்டுக்குள் கொண்டுவந்து விடலாம். அதன் தொடர்ச்சியாக கோவா விடுதலை பெற்று விட்டதாக அறிவித்து விடலாம். இதுதான் ஆர்.எஸ்.எஸ் வகுத்துக் கொடுத்த திட்டம்.

அதிரடிச் செயலுக்கு கோவா குழுக்களும் தலையசைத்தன. தேதி குறிக்கப்பட்டது. 21 ஜூலை 1954. அன்றைய தினம் நள்ளிரவு நேரம் கோவா காவல் நிலையம் அதிரடி தாக்குதலுக்கு உள்ளானது. அதிரடித் தாக்குதலை அணுவளவும் எதிர்பாராத கோவா காவலர்கள் நிலைகுலைந்தனர். சுதாரிப்பதற்குக்கூட அவகாசமில்லை. இடைவிடாத தாக்குதல். காவல் நிலையம் கைக்கு வந்ததும், கோவா விடுதலை என்று அறிவித்துவிட்டார்கள் போராளிகள்.

கண்டனமெல்லாம் போதாது. ராணுவ வீரர்களைக் கொண்டு கடுமையான நடவடிக்கை வேண்டும் என்றது ஆர்.எஸ்.எஸ்.

கோவா காவல்துறையினர் வீழ்ந்த விதம் கோவா விடுதலை விரும்பிகளுக்குப் புதிய தெம்பைக் கொடுத்தது. அந்த உத்வேகத்தில் சில்வாஸா, நரோலி, பிபாரி என்று பல நகரங்களுக்கும் நீட்டித்தனர். அதன்மூலம் ஒட்டுமொத்த கோவாவும் தங்கள் பக்கம் வந்துவிட்டதாக அறிவித்தனர்.

ஆனால் உள்ளூர்ப் போராளி இயக்கங்களின் உதவியுடன் இந்திய அரசு கோவாவை ஆக்கிரமிப்பு செய்திருப்பதாக சர்வதேச நீதிமன்றத்தில் புகார் கொடுத்தது போர்த்துகீசிய அரசு. நீண்ட விசாரணைக்குப் பிறகு ஆக்கிரமிப்புக்கு உள்ளான பகுதிகள் அனைத்திலும் போர்த்துகீசிய அரசுக்கு மட்டுமே இறையாண்மை இருக்கிறது என்று தீர்ப்பளித்துவிட்டது சர்வதேச நீதிமன்றம்.

என்றாலும், கோவாவை மீட்டெடுக்கும் விஷயத்தை இந்திய அரசு இத்துடன் நிறுத்திவிடக் கூடாது. இனிமேல்தான் மிகத்தீவிரமாக நடவடிக்கை எடுக்கவேண்டும் என்று சொன்னது ஆர்.எஸ்.எஸ். அந்தக் கோரிக்கையை வலியுறுத்தி கோவாவில் சத்தியாகிரகப் போராட்டம் தொடங்கினார் ஆர்.எஸ்.எஸ் தலைவர்களுள் ஒருவரான ஜெகன்னாத் ராவ் ஜோஷி.

அவரை போர்த்துகீசியக் காவல்துறை கைது செய்தது. தலைவரின் கைதை எதிர்த்து தொண்டர்கள் சிலர் சத்தியாக்கிரகப் போராட்டத்தில் இறங்க, கோவா காவல்துறை துப்பாக்கி களைத் தூக்கிவிட்டது. விளைவு, முப்பது உயிர்கள். அந்த முப்பது பேரின் மரண ஓலம் இந்திய நாடாளுமன்றத்தில் எதிரொலித்தது.

காட்டுமிராண்டித்தனம் என்று போர்த்துகீசிய ஆட்சியாளர்களைக் கண்டித்தார் இந்தியப் பிரதமர் நேரு. கண்டனமெல்லாம் போதாது. கடுமையான நடவடிக்கை வேண்டும். அதுவும் ராணுவ வீரர்களைக் கொண்டு என்றது ஆர்.எஸ்.எஸ். யுத்தமா, இத்தனைச் சிறிய நிலப்பகுதிக்காகவா, வாய்ப்பே இல்லை என்று சொல்லிவிட்டார் நேரு.

அதேசமயம், கோவா உள்ளிட்ட சில போர்த்துகீசியக் காலனிப் பகுதிகள் இந்தியாவுக்குச் சொந்தமானவை என்பதில் நேருவுக்குக் கருத்து வேறுபாடில்லை. அவற்றைத் திரும்பப்பெற வேண்டும் என்பதிலும் அவருக்கு மாற்றுக்கருத்து இல்லை. ஆனால் அவற்றை யுத்த மார்க்கமாக அல்லாமல், அமைதி மார்க்கமாகச் செய்யவேண்டும் என்று விரும்பினார்.

உரிய முறையில் பேச்சுவார்த்தை நடத்தியது இந்திய அரசு. ஆனால் போர்த்துகீசிய அரசு அசைந்து கொடுப்பதாகத் தெரியவில்லை. ஆகவே, அசைத்துப் பார்க்க முடிவு செய்தது நேரு அரசு. ராணுவ நடவடிக்கைதான் சரியாக இருக்கும் என்ற முடிவுக்கு வந்தது. அந்த முடிவு கோவா மக்களை மட்டுமல்ல, இங்குள்ள ஆர்.எஸ்.எஸ் உள்ளிட்ட கோவா விரும்பிகளை உற்சாகம் கொள்ளச் செய்தது.

1961 டிசம்பர் மூன்றாம் வாரத்தில் இந்திய ராணுவம் கோவா எல்லைக்கு வந்து நின்றது. அந்த நொடியில் போர் மேகங்கள் கருகருக்கத் தொடங்கின. கிழக்கு முனையான பெல்காம், தெற்கு முனையான கார்வார், வடக்கு முனையான சாவந்த்வார்டி என்று மூன்று பகுதிகளின் வழியாக நுழைந்த இந்திய ராணுவம் மும்முனைத் தாக்குதலை நடத்தியது. அந்த நடவடிக்கைக்கு இந்திய ராணுவம் வைத்த பெயர், ஆபரேஷன் விஜய்.

இந்திய ராணுவத்தின் நுணுக்கமான, அதேசமயம் வீரியமான தாக்குதலில் போர்த்துகீசியப் படைகள் சுருண்டு விழுந்தன. 18 டிசம்பர் 1961 அன்று காலை தாக்குதல் தொடங்கியது. வெறும் பத்து மணி நேரத் தாக்குதலில் கோவாவின் தலைநகர் பஞ்சிம் இந்தியப் படைகள் வசம் வந்ததுவிட்டது. வெறும் முப்பத்தியாறு மணி நேரத்தில் ஒட்டுமொத்த கோவாவும் இந்தியாவின் கரங்களில் தஞ்சம் புகுந்தது.

முப்பது போர்த்துகீசிய வீரர்கள் மரணம் அடைந்தனர். அதற்குச் சரிபாதி அளவில் இந்திய வீரர்கள் உயிரிழந்திருந்தனர். இறுதிவெற்றி இந்தியாவுக்கே. போர்த்துகீசிய கவர்னர் ஜெனரல்

இந்திய ராணுவத்திடம் சரணடைந்தார். வெற்றி என்பதில் சந்தேகமில்லை. தங்கள் கோரிக்கை வெற்றி பெற்றதில் ஆர்.எஸ்.எஸ் உள்ளிட்ட இந்துத்வ இயக்கங்களுக்கு எல்லையில்லாத மகிழ்ச்சி.

ஆனால் வெற்றிக்கான யுத்தத்தைத் தொடங்கிய காலம்தான் பலரையும் சந்தேகப்படச் செய்தது. ஐம்பதுகளில் இருந்தே கோவா கோரிக்கை எழுப்பப்பட்டு வருகிறது. அப்போதெல்லாம் அமைதி வழி, அகிம்சைப் பாதை என்றெல்லாம் சொல்லிக்கொண்டிருந்த நேருவும் அவருடைய ராணுவ அமைச்சர் கிருஷ்ண மேனனும் திடுதிப்பென ராணுவத்தைக் களமிறக்கி, கோவாவைக் கைப்பற்றியதன் பின்னணி என்ன என்ற கேள்வியை சில எதிர்க்கட்சிகள் எழுப்பின. அந்தக் கேள்விக்கான பதில் நுட்பமானது!

47
வளர்ச்சிப் பாதையில் வலதுசாரிகள்

ஐம்பதுகளில் இருந்து விவாதத்தில் இருப்பதுதான் கோவா விவகாரம். ஆனால் அமைதியாக அணுகலாம், அகிம்சையுடன் தீர்க்கலாம், அவசரம் வேண்டாம் என்றெல்லாம் ஆலோசனை சொல்லிவிட்டு, திடீரென ராணுவ நடவடிக்கை எடுத்தது நேரு அரசு. அதுதான் எதிர்க்கட்சிகளின் சந்தேகத்தைக் கூர்மைப்படுத்தியது. அப்போது கிடைத்த துப்பு, தேர்தல்!

ஆம், இன்னும் ஓரிரு மாதங்களில் பொதுத்தேர்தல். அந்தச் சமயத்தில் அதிரடியாக கோவாவை மீட்டெடுத்தால், அது தேர்தல் நேரத்தில் காங்கிரஸின் செல்வாக்கை உயர்த்தும் விஷயமாக இருக்கும் என்று நேரு அரசு திட்டமிட்டுக் காய் நகர்த்தியிருக்கிறதோ என்ற சந்தேகம் எதிர்க்கட்சிகளுக்கு எழுந்தது. அதேசமயம், ராணுவ நடவடிக்கையின் பின்னணியில் நேருதான் இருப்பார் என்பதையும் அவர்கள் முழுமையாக நம்பவில்லை.

ராணுவ அமைச்சர் கிருஷ்ண மேனனின் பங்களிப்புதான் பிரதானமாக இருந்திருக்கும் என்பது எதிர்க்கட்சிகளின் நம்பிக்கை. அதற்காக கோவா இணைப்பு நடவடிக்கையை முழுமையாக எதிர்க்கவும் முடியாமல், விமரிசிக்கவும் முடியாமல் திணறினர் இந்துத்வ இயக்கத்தினர். இடதுசாரிகளுக்கும் இதுதான் நிலைமை. ஆம், கோவாவிஷயத்தில் வலது, இடது என்ற இருபெரும் துருவங்களுக்கும் ஒரேநிலைப்பாடுதான்.

கிருஷ்ண மேனன்

கோவா இந்தியாவுடன் இணையவேண்டும் அல்லது இணைக்கவேண்டும் என்ற கோரிக்கையை ஐம்பது களில் இருந்து முன்வைத்து வருகின்ற இயக்கம் ஆர்.எஸ்.எஸ். அதை அப்படியே வழிமொழிந்தது ஜனசங்கம். ஆகவே, ராணுவ நடவடிக்கை மூலம் கோவா இந்தியாவுடன் இணைந்ததில் அவர்களுக்கு ஏகமகிழ்ச்சி. தங்கள் போராட்டங்களுக்குக் கிடைத்த வெற்றி அது என்று கருதினர். அதன்மூலம் கிடைக்கும் மக்கள் ஆதரவைத் தங்கள் பக்கம் திருப்ப விரும்பினர்.

இடதுசாரிகளுக்கும் கோவா இணைப்பில் ஆர்வம் இருந்தது. நேரு அரசுக்குத் தொடர்ச்சியாக கோரிக்கை விடுத்துக்கொண்டிருந்தனர். இறுதியாக, ராணுவ நடவடிக்கை மூலம் கோவா இணைப்பு நடந்ததில் அவர்களுக்கு அளவற்ற மகிழ்ச்சி. அதேசமயம், தேர்தல் நோக்கத்துக்காக மத்திய அரசு நடந்துகொண்டதை அவர்களால் விமரிசிக்காமலும் இருக்க முடியவில்லை.

பட்டும் படாமலும் விமரிசனக் கணைகளை வீசிக் கொண்டிருந்த தருணத்தில்தான் எல்லோரும் எதிர் பார்த்தபடி பொதுத்தேர்தல் அறிவிப்பு வெளியானது. 19 பிப்ரவரி 1962, 19 பிப்ரவரி 1962, 21 பிப்ரவரி 1962 மற்றும் 25 பிப்ரவரி 1962 என்று நான்கு கட்டங்களாகத் தேர்தல்கள் நடத்தப்படும் என்றது அந்த அறிவிப்பு. ஆளுங்கட்சி தொடங்கி புதிய கட்சிகள் வரை எல்லோருமே தேர்தல் களத்துக்கு ஆயத்தமாகத் தொடங் கினர்.

இரண்டு பொதுத்தேர்தல்களில் இமாலய வெற்றிபெற்ற கட்சி என்ற மிதப்புடன் களமிறங்கியது காங்கிரஸ். தங்கள் கட்சியின் தன்னிகரற்ற தலைவராக விளங்கிய நேருவையே பிரதமர் வேட்பாளராக முன்னிறுத்தியது காங்கிரஸ். பகிரங்கமாக அல்ல, சற்றே மறைமுகமாக. ஆனால் பச்சைக் குழந்தைக்கும் பரிச்சயமான செய்தி, காங்கிரஸ் வென்றால் நேருதான் பிரதமர் என்பது.

கோவா இந்தியாவுடன் இணையவேண்டும் அல்லது இணைக்கவேண்டும் என்ற கோரிக்கையை ஐம்பதுகளில் இருந்து முன்வைத்து வருகின்ற இயக்கம் ஆர்.எஸ்.எஸ்.

ஆட்சிக்கால சாதனைகளும் பலவீனமான எதிர்க்கட்சி களுமே தங்கள் வெற்றியை உறுதி செய்துவிடும் என்ற நம்பிக்கை காங்கிரஸ் தலைவர்களிடம் நிரம்பவே இருந்தது. ஆகவே, எந்தக் கட்சியுடனும் கூட்டணி, தொகுதி உடன்பாடு என்பன போன்ற அரசியல் உறவுகளை ஏற்படுத்திக்கொள்ள காங்கிரஸ் விரும்ப வில்லை. எல்லா மாநிலங்களிலும் தனித்தே களமிறங் கியது. செல்வாக்கு நிரம்பிய தலைவர்கள் ஏராளம் இருந்ததால் அது எளிதாகவும் சாத்தியமானது.

பால்ராஜ் மதோக்

அந்தத் தேர்தலில் மொத்தத் தொகுதிகளின் எண்ணிக்கை 494. அவற்றில் காங்கிரஸ் கட்சி மொத்தமுள்ள 18 மாநிலங்களில் ஆறு தொகுதிகளைத் தவிர்த்து 488 தொகுதிகளில் போட்டியிட்டது. உத்தரப் பிரதேசத்தின் புல்பூரில் நேருவும், அலகாபாத்தில் லால் பகதூர் சாஸ்திரியும், குஜராத்தின் சபர்கந்தாவில் குல்சாரி லால் நந்தாவும், வடக்கு பம்பாயில் ராணுவ அமைச்சர் கிருஷ்ண மேனனும், குஜராத்தின் சூரத்தில் மொரார்ஜி தேசாயும் போட்டியிட்டனர்.

காங்கிரஸ் கட்சிக்கு அடுத்து அதிக இடங்களில் போட்டியிட்ட கட்சி பாரதிய ஜனசங்கம் தான். வெற்றிவாய்ப்பு இருக்கும் தொகுதிகள், கணிசமாக வாக்குவங்கி இருக்கும் தொகுதிகள், எதிர்த்துக் களமிறங்கியே தீரவேண்டிய தொகுதிகள் என்று பார்த்துப் பார்த்து தொகுதிகளைத் தேர்வுசெய்தார் ஜனசங்கத்தின் பொதுச்செயலாளர் தீனதயாள் உபாத்யாயா. அதன்படி, பதினான்கு மாநிலங்களில் 196 தொகுதிகளில் ஜனசங்க வேட்பாளர்கள் களமிறங்கினர். இது கடந்த தேர்தலைக் காட்டிலும் 66 தொகுதிகள் அதிகம்.

அதிகபட்சமாக உத்தரப் பிரதேசத்தில் 74 தொகுதிகளில் போட்டியிட்டது ஜனசங்கம், மற்றபடி, மத்தியப் பிரதேசத்தில் 28, மகாராஷ்ட்ராவில் 17, பிகாரில் 13, ராஜஸ்தானில் 11, ஆந்திராவில் 8, மைசூரில் 7, குஜராத்திலும் டெல்லியிலும் தலா 5 என்ற அளவில் வேட்பாளர்களை நிறுத்தியது. இந்த முறைதான் முதன்முறையாக சென்னை மாநிலத்தில் வேட்பாளரை நிறுத்தியது ஜனசங்கம். சேலம் மக்களவைத் தொகுதியில் சீனிவாசன் என்பவர் ஜனசங்கத்தின் சார்பில் போட்டியிட்டார்.

ஜனசங்க வேட்பாளர்களில் முக்கியமானவர் அடல் பிஹாரி வாஜ்பாய்தான். கடந்த முறையைப் போல அல்லாமல் இம்முறை இரண்டு தொகுதிகளில் மட்டும் போட்டியிட்டார். அதாவது, கடந்த முறை வெற்றிபெற்ற பல்ராம்பூரிலும் நூலிழையில் வெற்றி பறிபோன லக்னோவிலும் போட்டியிட்ட வாஜ்பாய், டெபாசிட் தொகையை இழந்த மதுராவைக் கைவிட்டுவிட்டார். புதுடெல்லியில் ஜனசங்கத்தின் முக்கியத் தலைவர் பால்ராஜ் மதோக் போட்டியிட்டார்.

காங்கிரஸ், ஜனசங்கத்துக்கு அடுத்தபடியாக ராஜாஜியின் சுதந்தரா கட்சி பதினான்கு மாநிலங்களில் 173 தொகுதிகளில் போட்டியிட்டது. பீகாரில் அதிகபட்சமாக 43 தொகுதிகளில் வேட்பாளர்களைக் களமிறக்கியிருந்தார் ராஜாஜி. உத்தரப் பிரதேசம், ஆந்திரா, சென்னை உள்ளிட்ட மாநிலங்களில் எல்லாம் கணிசமான எண்ணிக்கையில் களமிறங்கியிருந்தது சுதந்தரா. அந்தக் கட்சியின் பிரபலமான வேட்பாளர் ஜெய்பூரில் போட்டியிட்ட மகாராணி காயத்ரி தேவி.

கடந்த காலத்தைப் போல அல்லாமல் இம்முறை இந்து மகா சபா சற்று பலவீனமாகவே இருந்தது. ஆகவே, 8 மாநிலங்களில் 39 வேட்பாளர்களைக் களமிறக்கியிருந்தது. அதேபோல, ராமராஜ்ய பரிஷத் 6 மாநிலங்களில் 40 தொகுதிகளில் போட்டியிட்டது. இந்தக் கட்சிகளுக்கு ஏற்பட்ட சிக்கல் என்னவென்றால், கடந்த காலங்களில் போட்டியிட்ட செல்வாக்கு மிக்க தலைவர்கள் பலரும் இம்முறை ஜனசங்கத்துக்கும் சுதந்தராவுக்கும் நகர்ந்திருந்ததுதான்.

காங்கிரஸ் மற்றும் வலதுசாரி இயக்கங்களைத் தவிர்த்து பிரஜா சோஷலிஸ்ட் கட்சி 168, சோஷலிஸ்ட் கட்சி 107, இந்திய கம்யூனிஸ்ட் கட்சி 137 என்ற அளவில் போட்டியிட்டன. இந்திய கம்யூனிஸ்ட் கட்சியின் ஏ.கே. கோபாலன், இந்திரஜித் குப்தா, முஸ்லீம் லீக்கின் காயிதே மில்லத் இஸ்மாயில் சாஹிப் ஆகியோர் இந்தத் தேர்தலில் போட்டியிட்ட முக்கியமான தலைவர்கள்.

தொகுதிகள் ஒதுக்கீடு, வேட்பாளர்கள் அறிவிப்பு எல்லாம் முடிந்ததும் பிரசாரம் தொடங்கியது. கடந்த காலங்களில் எல்லாம் தேர்தல் களத்தில் முழுமையான ஆதிக்கம் செலுத்திய ஒரே கட்சி காங்கிரஸ். ஆளுங்கட்சி ஹோதாவில் தேர்தல் பிரசாரத்தை சர்வ சாதாரணமாக எதிர்கொண்டது. தேர்தல் களத்தில் எதிர்க் கட்சிகளை எல்லாம் அநாயாசமாகத் தோற்கடித்தது.

பசுவதைத் தடுப்புச் சட்டம், இந்திக்கு முக்கியத்துவம் உள்ளிட்ட பல்வேறு விஷயங்களைத் தேர்தல் பிரச்னையாக முன்வைத்த ஜனசங்கம், நேரு அரசை சிக்கலில் ஆழ்த்திய முந்த்ரா ஊழல் விவகாரத்தைத் தீவிரமாகப் பேசியது.

ஆனால் இம்முறை நிலைமை அத்தனை சுமூகமானதாக இருக்கவில்லை. அந்தக் கட்சிக்கு வடக்கு, தெற்கு உள்ளிட்ட பல முனைகளில் இருந்தும் எதிர்ப்புகள் முளைத்திருந்தன. காங்கிரஸ் எதிர்ப்பை மையமாக வைத்தும், சித்தாந்த வேறுபாட்டின் அடிப்படையிலும் தேசிய மற்றும் மாநில அளவில் வலிமை பொருந்திய அரசியல் கட்சிகள் தேர்தல் களத்துக்கு வந்திருந்தன.

வட மாநிலங்களில் காங்கிரஸ் கட்சிக்கு இரட்டைச் சவால்கள் வந்திருந்தன. ஒன்று,

ஏற்கெனவே களத்தில் இருந்த ஜனசங்கம், சோஷலிஸ்ட், பிரஜா சோஷலிஸ்ட் போன்ற கட்சிகள். மற்றொன்று, புதிதாக வந்திருந்த சுதந்தரா. இந்தி பேசும் மாநிலங்களில் வலுவான செல்வாக்கைப் பெற்றிருந்த காங்கிரஸ் கட்சிக்கு இந்தக் கட்சிகள் சிம்ம சொப்பனமாக மாறிக்கொண்டிருந்தன.

தென் மாநிலங்களில் திமுகவும் இடதுசாரிகளும் காங்கிரஸுக்குச் சவாலாக உருவாகியிருந்தன. குறிப்பாக, சென்னை மாநிலத்தில் காங்கிரஸின் செல்வாக்கைக் குறைக்கும் வகையில் வேகவேகமாக வளர்ந்திருந்தது திமுக. அதேபோல, ஆந்திரா, கேரளா உள்ளிட்ட மாநிலங்களில் இந்திய கம்யூனிஸ்ட் கட்சி காங்கிரஸைப் பதம் பார்க்கத் தயாராக இருந்தது. ஆகவே, அவற்றை எதிர்கொள்ளும் வகையில் காங்கிரஸ் கட்சி தன்னுடைய பிரசாரத் திட்டத்தை வகுத்திருந்தது.

வலதுசாரிச் சிந்தனையும் மதவாதமும் இந்தியாவின் மிகப்பெரிய எதிரிகள் என்று சுட்டிக் காட்டிப் பேசிய நேரு, ஐந்தாண்டுத் திட்டங்களால் இந்தியாவுக்கு ஏற்பட்டுள்ள நன்மைகளைப் பட்டியல் போட்டுப் பிரசாரம் செய்தார். கம்யூனிஸ்டுகளும் சோஷலிஸ்டுகளும் காங்கிரஸைக் கடுமையாக எதிர்த்தனர். உள்நாட்டுப் பொருளாதாரக் கொள்கை முதல் அயல்நாட்டு உறவு வரை அனைத்திலும் நேரு அரசு தவறான பாதையில் செல்வதாக விமரிசித்தனர்.

ஆனால் ஜனசங்கமோ தனது கொள்கைகளின் அடிப்படையிலேயே தேர்தல் பிரசாரத்தைச் செய்தது. காரணம், மக்களவைத் தேர்தலில் மட்டுமின்றி, தான் செல்வாக்குடன் இருக்கும் மாநில சட்டமன்றங்களிலும் தம்முடைய இருப்பைப் பரவலாக்கும் முயற்சியில் அந்தக் கட்சிக்கு ஆதரவாக ஆர்.எஸ்.எஸ் தொண்டர்கள் பல மாநிலங்களிலும் களப்பணி செய்தனர்.

பசுவதைத் தடுப்புச் சட்டம், இந்திக்கு முக்கியத்துவம் உள்ளிட்ட பல்வேறு விஷயங்களைத் தேர்தல் பிரச்னையாக முன்வைத்த ஜனசங்கம், நேரு அரசை சிக்கலில் ஆழ்த்திய முந்த்ரா ஊழல் விவகாரத்தைத் தீவிரமாகப் பேசியது. திபெத்தை முன்வைத்து சீனாவுடன் உருவாகியிருக்கும் மோதல் போக்கு குறித்தும் விமரிசித்தது. அதன் காரணமாக, மக்கள் மத்தியில் காங்கிரஸ் கட்சிக்கு எதிரான மனநிலையை உருவாக்கும் முயற்சிகளில் கணிசமான வெற்றியை ஈட்டியது ஜனசங்கம்.

தேர்தல்கள் நடந்து முடிந்து, முடிவுகள் வெளியானபோது காங்கிரஸ் கட்சிதான் வெற்றி பெற்றது. *361* தொகுதிகள் கிடைத்திருந்தன. இது கடந்த தேர்தலைவிட பத்து இடங்கள் குறைவு. பிரதமர் நாற்காலி நேருவின் வசமே தங்கிவிட்டது. தேர்தலுக்கு முன்னர் பரபரப்பாகப் பேசப்பட்ட கோவா விவகாரம் இந்தத் தேர்தலில் கணிசமான பங்களிப்பைச் செய்திருந்தது. பம்பாய் வடக்கில் போட்டியிட்ட ராணுவ அமைச்சர் வி.கே. கிருஷ்ண மேனன் தன்னை எதிர்த்துப் போட்டியிட்ட ஆச்சார்ய க்ருபளானியை சுமார் ஒன்றரை லட்சம் வாக்குகள் வித்தியாசத்தில் தோற்கடித்தார்.

இந்திய கம்யூனிஸ்ட் *29* இடங்களைப் பிடித்தது. சுதந்தரா கட்சி *18* தொகுதிகளைக் கைப்பற்றி மூன்றாம் இடத்துக்கு வந்திருந்தது. பீகாரில் *7*, குஜராத்தில் *4*, ராஜஸ்தான், உத்தரப் பிரதேசத்தில் தலா *3*, ஆந்திராவில் *1* என்ற அளவில் சுதந்தரா கட்சி வெற்றி பெற்றிருந்தது.

பதினான்கு தொகுதிகளைக் கைப்பற்றிய ஜனசங்கத்துக்கு நான்காவது இடம்தான் கிடைத்தது. அந்தக்கட்சி சார்பில் இரு தொகுதிகளில் போட்டியிட்ட வாஜ்பாய் இரண்டிலுமே தோற்றார். என்றாலும், அந்தக் கட்சி சார்பில் மத்தியப் பிரதேசத்தின் தீவாஸ் தொகுதியில் வெற்றிபெற்ற

ஹுக்கும்சந்த் முக்கியமானவர். பின்னாளில் கச்சத்தீவு விவகாரம் மக்களவையில் எழுந்த போது, அந்த ஒப்பந்தத்துக்கு எதிராகவும் தமிழக மீனவர்களுக்கு ஆதரவாகவும் குரலெழுப்பி, கையிலிருந்த காகிதங்களை எல்லாம் கிழித்தெறிந்து, உணர்வுகளை வெளிப்படுத்தியவர் இவர்தான்.

ஜனசங்கத்தைப் பொறுத்தவரை 1962 தேர்தல் களம் வெற்றிகரமாக அமைந்தது. கடந்த முறை வெறும் நான்கே தொகுதிகளில் வெற்றிபெற்ற அந்தக் கட்சிக்கு இம்முறை பத்து இடங்கள் கூடுதலாகக் கிடைத்திருந்தன. ஆனால் கடந்த முறை ஆறு சதவிகித வாக்குகளைப் பெற்றிருந்த ஜனசங்கத்துக்கு இம்முறை அரை சதவிகித வாக்குகளே அதிகம் கிடைத்திருந்தன. ஆனால் புதிய கட்சியான சுதந்தரா எட்டு சதவிகித வாக்குகளை எடுத்த எடுப்பிலேயே பெற்றிருந்தது.

மேற்கண்ட கட்சிகளுக்கு அடுத்தபடியாக பிரஜா சோஷலிஸ்ட் 12 தொகுதிகளையும் சோஷலிஸ்ட் 6 தொகுதிகளையும் கைப்பற்றியிருந்தன. ராமராஜ்ய பரிஷத் 2 இடங்களையும் இந்து மகா சபா இரு இடத்தையும் வென்றிருந்தது. மொத்தத்தில், இந்திய மக்களவையில் வலதுசாரி, இந்துத்வக் கட்சிகளின் செல்வாக்கு கணிசமான அளவுக்கு உயர்ந்து 35 என்ற எண்ணிக்கையைத் தொட்டிருந்தது. இது காங்கிரஸ் கட்சிக்குக் கடுமையான சவாலாக மாறியது. அது சீனா விவகாரத்தில் அப்பட்டமாக வெளிப்பட்டது!

48

இந்தியாவின் 'இந்து' பிரதமர் சாஸ்திரி

வலதுசாரிகளின் வளர்ச்சிக்கு மத்தியில் மூன்றாவது முறையாகப் பிரதமர் பதவியை ஏற்றிருந்தார் நேரு. கடந்த மக்களவையைக் காட்டிலும் இம்முறை காங்கிரஸ் உறுப்பினர்களின் எண்ணிக்கை சற்று குறைவுதான். ஆனாலும் அறுதிப் பெரும்பான்மையைக் காட்டிலும் அதிக உறுப்பினர்கள் இருப்பதால் எத்தனை எதிர்ப்புகள் வந்தாலும் சமாளிக்க முடியும் என்று நம்பினார் நேரு.

உண்மையில் உள்நாட்டுச் சிக்கல்கள் வந்திருந்தால் அவர் நிச்சயம் சுலபமாகச் சமாளித்திருப்பார். ஆனால் எதிர்ப்பு வந்ததோ வெளி நாட்டில் இருந்து. அதுவும் காலம் காலமாக எந்த நாட்டை நட்பு நாடு என்று நேரு கொண்டாடிக்கொண்டிருந்தாரோ அந்தச் சீனா, தற்போது நேருவுக்குச் சிம்ம சொப்பனமாக மாறியிருந்தது. அதுவும் சாதாரணச் சிக்கலை சீனா உருவாக்கவில்லை. யுத்தம்.

1962 ஜூலை மாதத்திலேயே இந்திய, சீன எல்லைப் பகுதியில் பதற்றம் பரவத் தொடங்கிவிட்டது. முதலில் லடாக்கில் ஆரம்பித்த சிறு மோதல், மூன்றே மாதங்களில் பெரிய அளவிலான யுத்தமாகப் பரிணாம வளர்ச்சி பெற்றது. 19 அக்டோபர் 1962 அன்று கிழக்கே மக்மோகன் எல்லைப் பகுதியில் இருந்தும் மேற்கே லடாக் பகுதியிலிருந்தும் அதிரடியாகத் தாக்குதல் நடத்தியது சீனா.

இந்தியாவும் சீனாவும் இணையற்ற நண்பர்கள் என்று சொல்லிக்கொண்டிருந்த பிரதமர் நேருவுக்கு சீனாவின் போக்கு

குல்சாரி லால் நந்தா

பேரதிர்ச்சியைக் கொடுத்தது. அதைவிட அதிர்ச்சியான விஷயம், சீனாவின் சீற்றமிகு தாக்குதலை எதிர்கொள்ளும் நிலையில் இந்திய ராணுவம் இல்லை என்பதுதான். ஆம், அப்போது இந்தியாவின் ராணுவத்தைப் போல ஐந்து மடங்கு பலம் பொருந்தியதாக இருந்தது சீன ராணுவம்.

சீனாவின் தாக்குதலை எதிர்கொள்ள முடியாமல் இந்திய ராணுவம் திணறியது. காரணம், கடந்த சில ஆண்டுகளாக இந்திய ராணுவம் விரிவுபடுத்தப்பட வில்லை. ஆயுதக்கொள்முதல் எதுவும் விரிவான அளவில் மேற்கொள்ளப்படவில்லை. மிக முக்கியமாக, சீனாவிடமிருந்து யுத்தம் வரக்கூடும் என்று நினைத்துக் கூடப் பார்க்கவில்லை. அதுதான் பெருஞ்சிக்கலைக் கொடுத்தது.

இந்தியா வசமிருந்த பல முகாம்கள் சீனாவின் கட்டுப் பாட்டுக்குள் சென்றன. நிலைமையைச் சமாளிப்பது எப்படி என்று தெரியாமல் பிரதமர் நேருவும் ராணுவ அமைச்சர் கிருஷ்ணமேனனும் தவித்தனர். ஆரம்பத்தில், 'சீனர்களைத் தூக்கி வெளியே வீசச் சொல்லி ராணுவத்துக்குக் கட்டளையிட்டிருக்கிறேன்' என்றுதான் தொடக்கத்தில் சொன்னார் நேரு. பின்னர் நிலைமை மோசமாகியிருப்பது தெரிந்ததும் சுதாரித்துக் கொண்ட அவர், உலக நாடுகளின் உதவியைக் கோரத் தயாரானார்.

இங்கிலாந்து, அமெரிக்கா, ஃபிரான்ஸ், கனடா ஆகிய நாடுகளிடம் ஆயுத உதவிகள் கோரியது இந்தியா. அதற்காகவே காத்துக்கொண்டிருந்த நாடுகள் ஆகட்டும் என்று கூறின. அவர்களுக்கென்ன, ஆயுதத்துக்கு ஆயுதம், பணத்துக்குப் பணம், உறவுக்கு உறவு. போர் அபாயத்திலிருந்து மீண்டுவிட முடியும் என்ற நம்பிக்கைக்கீற்று தென்பட்ட அதே நேரம், நண்பன் சீனா முதுகில் குத்தியது நேருவை சோர்வடையச் செய்தது. மக்களவையில் பேசும்போது தனது ஆதங்கத்தை வெளிப்படுத்தினார்.

'இந்தியாவின் நல்லெண்ண நடவடிக்கைகளை, நட்புறவு நோக்கங்களை எல்லாம் நிராகரித்து, நம்பிக்கை துரோகம் செய்துவிட்டது சீனா. தவிரவும், நாடு பிடிக்கும் ஆசையும் ஏகாதிபத்திய மனப்போக்கும் கொண்ட நாடு என்பதையும் சீனா வெளிப்படுத்திவிட்டது.'

> கம்யூனிஸ சீனாவை நண்பனாக ஏற்றுக்கொண்டது மாபெரும் தவறு. அதற்கான விலையை தற்போது நேரு கொடுத்துக் கொண்டிருக்கிறார்.

லால் பகதூர் சாஸ்திரி

உங்களுடைய இன்றைய புரிதலைத்தான் ஐம்பதுகளிலேயே வெளிப்படையாகச் சொல்லி விட்டாரே வல்லபபாய் பட்டேல், அப்போது முதல் என்ன செய்துகொண்டிருந்தீர்கள்? என்றொரு கேள்வி எழுந்தது. உபயம்: ஆர்.எஸ்.எஸ்.

தனிநாடாக இருந்த திபெத்தை ஐம்பதுகளில் சீனா ஆக்கிரமித்தபோதே இந்தியா இனி எச்சரிக்கையுடன் இருக்கவேண்டும்; இந்தியாவின் வாசல் வரை வந்திருக்கும் சீனா, நாளை இந்தியா மீதும் தன்னுடைய ஆக்கிரமிப்புக் கரங்களை நீட்டலாம் என்பது பட்டேலின் எச்சரிக்கை.

அந்த எச்சரிக்கையை நினைவூட்டிப் பேசிய ஆர்.எஸ்.எஸ். தலைவர் கோல்வல்கர், 'கம்யூனிஸம் என்பது ஆக்கிரமிப்பு எண்ணம், விஸ்தரிப்புக் கொள்கை, ஏகாதிபத்திய சிந்தனை கலந்த கோட்பாடு. அத்தகைய கம்யூனிஸ சீனாவை நண்பனாக ஏற்றுக்கொண்டது மாபெரும் தவறு. அதற்கான விலையை தற்போது நேரு கொடுத்துக் கொண்டிருக்கிறார்' என்று ஒரே கல்லில் கம்யூனிஸ்டுகளையும் நேருவையும் சேர்த்து விமரிசித்தார்.

ஆர்.எஸ்.எஸ்ஸின் அதிகாரபூர்வ பத்திரிகையான ஆர்கனைசரில் திபெத் விவகாரம், சீனாவுடனான உறவுகள் பற்றியெல்லாம் விரிவான கட்டுரைகள் வெளியாகின. அதேசமயம், சீனா எழுப்பியுள்ள அபாயத்திலிருந்து இந்தியாவை மீட்டெடுக்கத் தேவையான அத்தனைத் தார்மீகக் கடமைகளையும் ஆர்.எஸ்.எஸ் ஆற்றும் என்று வாக்குறுதி கொடுத்தார் கோல்வல்கர்.

அதுபோலவே, ஆர்.எஸ்.எஸ் ஊழியர்கள் யுத்தத்துக்கான பின்னணி, சீனாவின் ஆக்கிரமிப்பு முயற்சிகள், பொதுமக்கள் இந்திய அரசுக்கு ஆதரவு கொடுக்க வேண்டியதன் அவசியம் ஆகியன குறித்து மக்கள் மத்தியில் பிரசாரம் செய்தனர். தேசிய ஒருமைப்பாட்டுச் சொற்பொழிவுகளை நாடு தழுவிய அளவில் நடத்தியது ஆர்.எஸ்.எஸ்.

ஆர்.எஸ்.எஸ் மட்டுமல்ல, இந்து மகா சபா, ஜனசங்கம், ராமராஜ்ய பரிஷத் உள்ளிட்ட இந்துத்வ இயக்கங்கள் அனைத்தும் சீனாவுடனான இந்தியாவின் உறவுகளை விமரிசித்த அதே வேளையில், நெருக்கடி மிகுந்த இந்தத் தருணத்தில் இந்திய அரசுக்குத் தோள் கொடுப்போம் என்று உத்தரவாதம் கொடுத்தன. முக்கியமாக, பாரதிய மஸ்தூர் சங்கம்.

நினைவிருக்கிறது அல்லவா, ஐம்பதுகளின் மத்தியில் ஆர்.எஸ்.எஸ்ஸின் முன்னணித் தலைவர் தத்தோபந்த் தெங்கடியால் உருவாக்கப்பட்ட தொழிலாளர் அமைப்பு. கம்யூனிஸ்டு கட்சியின் தொழிற்சங்கங்களுக்குப் போட்டியாக உருவானது. மெல்ல மெல்ல வளர்ந்து, நாட்டின் முக்கியத் தொழிற்சங்கங்களுள் ஒன்றாக மாறியிருந்த பாரதிய மஸ்தூர் சங்கம் நாடு தழுவிய அளவில் பல்வேறு கோரிக்கைகளை முன்வைத்துப் போராட்டங்கள் நடத்திக் கொண்டிருந்தது.

இந்திய, சீன யுத்தம் மூண்டதைத் தொடர்ந்து தான் நடத்திக்கொண்டிருந்த அத்தனைப் போராட்டங்களையும் ஒத்திவைப்பதாக அறிவித்தது பாரதிய மஸ்தூர் சங்கம். ஆயுதங்கள் தயாரிக்கும் பிரிவில் பணியாற்றும் எங்கள் சங்க ஊழியர்கள் தற்செயல் விடுப்பைக்கூட எடுக்காமல் தொடர்ந்து உற்பத்திப் பணியில் ஈடுபடுவார்கள் என்று அறிவித்தது பி.எம்.எஸ்.

போர் அபாயத்தில் சிக்கியிருக்கும் இந்தியாவுக்கு மேற்கத்திய வல்லரசு நாடுகளிடமிருந்து உதவிகள் வரக்கூடும் என்ற செய்திகள் வரத் தொடங்கின. அது சீனாவை யோசனையில் ஆழ்த்தவே, 22 நவம்பர் 1962 அன்று போர் நிறுத்தம் செய்வதாக அறிவித்தது. என்றாலும், திடீர் யுத்தத்தின் காரணமாக இந்தியாவுக்குப் பலத்த சேதங்கள். ஏராளமான உயிர்களை இழந்திருந்தது இந்தியா. அதன்மூலம், ராணுவ ரீதியாவும் தார்மீக ரீதியாகவும் மிகப்பெரிய தோல்வியைச் சந்தித்திருந்தது நேரு அரசு.

அதில் கலந்துகொண்ட குழுக்களில் ஓர் ஆச்சரியம் காத்திருந்தது. அந்த அணிவகுப்பில் முதன்முறையாக ஆர்.எஸ்.எஸ்ஸின் ஸ்வயம் சேவகர்கள் பங்கேற்றிருந்தனர்.

அதிருப்தி தோய்ந்த சூழ்நிலையில் 26 ஜனவரி 1963 அன்று குடியரசு தினத்தைக் கொண்டாடியது இந்திய அரசு. டெல்லியில் நடந்த அணிவகுப்பு மரியாதையை ஏற்றுக் கொண்டார் பிரதமர் நேரு. அந்த அணிவகுப்பில் கலந்துகொண்ட குழுக்களில் ஓர் ஆச்சரியம் காத்திருந்தது. அந்த அணிவகுப்பில் முதன்முறையாக ஆர்.எஸ்.எஸ்ஸின் ஸ்வயம்சேவகர்கள் பங்கேற்றிருந்தனர். உபயம்: அமைச்சர் லால் பகதூர் சாஸ்திரி.

ஆர்.எஸ்.எஸ் மீது அபிமானமும் அனுதாபமும் கொண்ட பல தலைவர்கள் காங்கிரஸில் இருந்தனர். வல்லபபாய் பட்டேலின் ஆர்.எஸ்.எஸ் ஆதரவு நிலைப்பாடு குறித்து ஏற்கெனவே விரிவாகப்

பார்த்திருக்கிறோம். அவர் மட்டுமல்ல, நேருவின் அமைச்சரவையில் இடம்பெற்றிருந்த குல்சாரி லால் நந்தா, லால் பகதூர் சாஸ்திரி உள்ளிட்ட வேறு சிலரும் ஆர்.எஸ்.எஸ் ஆதரவாளர்களாகவே இருந்தனர்.

காங்கிரஸுும் ஆர்.எஸ்.எஸ்ஸுும் நட்புறவுடன் இருக்கவேண்டும் என்று விரும்பியவர் லால் பகதூர் சாஸ்திரி. அதற்காக கடந்த காலங்களில் சில முயற்சிகளையும் எடுத்தவர். இந்திய, சீன யுத்தத்தின்போது இந்திய அரசுக்கு ஆதரவாக ஆர்.எஸ்.எஸ் கடைப்பிடித்த அணுகுமுறைகளும் அந்த அமைப்பு நடத்திய விழிப்புணர்வுப் பிரசாரங்களும் தேசபக்திச் சொற்பொழிவுகளும் சாஸ்திரியை வெகுவாகக் கவர்ந்தன.

அதற்காக ஆர்.எஸ்.எஸ்ஸைக் கௌரவிக்க நினைத்த சாஸ்திரி, தன்னுடைய செல்வாக்கைப் பயன்படுத்தி 1963 குடியரசு தின அணிவகுப்பில் அதன் தொண்டர்கள் பங்கேற்க அனுமதித்தார். அனுமதி கிடைத்த இரண்டே தினங்களில் சுமார் மூவாயிரத்து ஐந்நூறு ஸ்வயம் சேவகர்களைத் திரட்டி அணிவகுப்பில் கலந்துகொண்டது ஆர்.எஸ்.எஸ்.

அந்த நிகழ்வை ஆர்.எஸ்.எஸ் இன்றும் பெருமிதத்துடன் சொல்கிறது. அதுபற்றிய புகைப்படங்களைத் தங்கள் இணையதளங்களில் பகிர்ந்துள்ளது. ஆனால் அடுத்தடுத்த ஆண்டுகளில் நடந்த அணிவகுப்புகளில் ஆர்.எஸ்.எஸ் அனுமதிக்கப்படவில்லை. உபயம்: எதிர்க்கட்சிகளின் கண்டனக் கணைகள்.

சீனாவுடனான யுத்த விஷயத்தில் மட்டுமே ஆர்.எஸ்.எஸ், ஜனசங்கம் உள்ளிட்ட இயக்கங்கள் இந்திய அரசுக்கு ஆதரவாக இருந்தன. மற்றபடி, நேரு அரசின் ஒவ்வொரு நடவடிக்கையையும் கூர்ந்து கவனித்து, தொடர்ச்சியான விமரிசனங்களை வைத்துக்கொண்டே இருந்தன.

ஒருமுறை மக்களவையில் பேசிய பிரதமர் நேரு, ‘நான் ஜனசங்கத்தை நசுக்குவேன்’ என்றார். எனில், உங்களுடைய நசுக்கும் எண்ணத்தை நாங்கள் நசுக்குவோம் என்று பதில் கொடுத்தார் ஜனசங்கத்தின் அப்போதைய தலைவர் டாக்டர் சியாமா பிரசாத் முகர்ஜி. அந்தக் கருத்துக்கு உயிர் கொடுக்கும் வகையில் செயல்படத் தொடங்கியது ஜனசங்கம். அதற்கான அனைத்து தார்மீக உதவிகளையும் செய்து கொடுப்பதற்கு ஆர்.எஸ்.எஸ் தயாராக இருந்தது.

நேரு அரசுக்கு எதிராக தீவிரமான எதிர்க்கட்சி அரசியலை முன்னெடுக்க ஜனசங்கம் தயாராகிக் கொண்டிருந்த சூழ்நிலையில் நாடு ஒரு மிகப்பெரிய நெருக்கடியைச் சந்தித்தது. அது, பிரதமர் நேருவின் மரணம்.

சீனாவுடனான தோல்விக்குப் பிறகு மனரீதியாகப் பலவீனமடைந்தார் பிரதமர் நேரு. பிறகு உடல் உபாதைகளும் சேர்ந்துகொண்டன. மருத்துவ சிகிச்சைகள் தொடர்ச்சியாகத் தரப்பட்டபோதும் அவருடைய உடல்நிலையில் முன்னேற்றமில்லை. 27 மே 1964 அன்று சுதந்தர இந்தியாவின் முதல் பிரதமரான நேரு மரணம் அடைந்தார்.

ஆட்சியின் உச்சாணிக் கொம்பில் இருந்தவர் நேரு என்பதால் உடனடியாக மாற்று ஏற்பாடு செய்ய வேண்டிய நிர்பந்தம் உருவானது. தாற்காலிக ஏற்பாடாக நேருவின் அமைச்சரவையில் வயதிலும் அனுபவத்திலும் மூத்தவரான குல்சாரி லால் நந்தா பிரதமராகத் தேர்வுசெய்யப்பட்டார். நிரந்தர ஏற்பாட்டைச் செய்யத் தொடங்கியபோது கட்சிக்குள் போட்டி ஏற்பட்டது.

அகில இந்திய காங்கிரஸ் கமிட்டியின் தலைவராக இருந்த காமராஜருக்கு முன்னால் மூன்று வாய்ப்புகள் இருந்தன. லால் பகதூர் சாஸ்திரி, மொரார்ஜி தேசாய் மற்றும் இந்திரா காந்தி.

ஆற்றல், அனுபவம், பக்குவம் என்ற மூன்று அம்சங்களின் அடிப்படையில் லால் பகதூர் சாஸ்திரியைத் தேர்வுசெய்தார் காமராஜர். அந்த முடிவை எடுப்பதற்கு காமராஜர் எடுத்துக் கொண்ட கால அவகாசம், ஆறு நாள்கள்.

2 ஜூன் 1964 அன்று இந்தியாவின் பிரதமராகப் பொறுப்பேற்றுக்கொண்டார் லால் பகதூர் சாஸ்திரி. புதிய பிரதமரின் பின்னணி, சிந்தனை, செயல்பாடு குறித்த புரிதலுக்காக நாடறிந்த ஸ்வயம்சேவகரான லால் கிருஷ்ண அத்வானியின் பதிவிலிருந்து ஒரு பகுதி மட்டும் இங்கே:

'நேருவைப் போல ஜனசங்கம், ஆர்.எஸ்.எஸ்ஸுக்கு எதிரான கொள்கை விரோத நிலைபாட்டைக் கொண்டவர் அல்ல லால் பகதூர் சாஸ்திரி. தேசிய பிரச்னைகள் பற்றி ஆலோசிக்க அவர் அடிக்கடி குருஜியை (கோல்வல்கரை) அழைப்பார். ஆர்கனைசர் பத்திரிகையின் பிரதிநிதி என்ற அடிப்படையில் சாஸ்திரியை அவருடைய அலுவலகத்திலோ அல்லது வீட்டிலோ பலமுறை சந்தித்திருக்கிறேன்.'

அத்வானி மட்டுமல்ல, ஆர்.எஸ்.எஸ்ஸும்கூட சாஸ்திரி பிரதமரானதை உற்சாகம் பொங்க வரவேற்றது. எப்படி தெரியுமா?

இந்தியாவின் முதல் இந்து பிரதமர் லால் பகதூர் சாஸ்திரிதான்!

ஆனால் அதே இந்து பிரதமர் சாஸ்திரியை எதிர்த்து சில மாதங்களிலேயே போராட்ட அறிவிப்பு வெளியிட்டது ஆர்.எஸ்.எஸ்ஸின் வழித்தோன்றலான ஜனசங்கம். அதன் பின்னணியில் இருந்தது ஓர் ஒப்பந்தம்!

49

விஸ்வ ஹிந்து பரிஷத்தின் வருகை

நேருவின் மரணத்தைத் தொடர்ந்து லால் பகதூர் சாஸ்திரி பிரதமராகியிருந்தார். அவருடைய வருகையை ஆர்.எஸ்.எஸ் உள்ளிட்ட இந்துத்வ அமைப்புகள் உற்சாகம் பொங்க வரவேற்றன. தங்கள் இயக்கத்துக்கான வளர்ச்சிப்பாதை தெளிவாகிவிட்டதாகக் கணித்தன. அதே உற்சாகத்தோடு புதிய அமைப்பு ஒன்றைத் தொடங்கத் தயாரானார் ஆர்.எஸ்.எஸ் தலைவர் கோல்வல்கர். அந்த அமைப்பின் பெயர், விஸ்வ ஹிந்து பரிஷத்!

உண்மையில், அப்படியொரு அமைப்பை உருவாக்கவேண்டும் என்ற எண்ணம் ஓராண்டுக்கு முன்பே கோல்வல்கருக்கு உருவாகி யிருந்தது. அதற்கான பின்னணியாக அமைந்தது, நாகாலாந்து, ஜார்கண்ட் உள்ளிட்ட மாநிலங்களில் வசிக்கும் மலைவாழ் மக்களின் தனிமாநில கோரிக்கை. வெறும் கோரிக்கை மட்டும் எழுப்பியிருந்தால் பிரச்னையில்லை, போராடுகிறார்கள். அந்தப் போராட்டங்களுக்குப் பின்னணியில் இருப்பது கிறித்தவ மிஷனரிகள் என்பது ஆர்.எஸ்.எஸ்ஸின் சந்தேகம்.

அகண்ட பாரதக் கனவைச் சிதைக்க முயலும் அத்தகைய மிஷனரி களுக்கு எதிரான போராட்டத்தைச் சற்றே வீரியத்துடன் நடத்த புதிய அமைப்புக்கான தேவை உருவாகி இருப்பதாகக் கணித்தார் கோல்வால்கர். அதற்கான பொறுப்பை சுவாமி சின்மயானந்தா என்ற சாமியாரிடம் ஒப்படைத்தார்.

சுவாமி சின்மயானந்தா

அடிப்படையில் பத்திரிகையாளராக இருந்து சாமியாராக மாறியவர் சுவாமி சின்மயானந்தா. இந்துத்வச் சிந்தனைகள் மீது தீராக்காதல் கொண்டவர். நாகா மலைவாழ் மக்கள் விஷயத்தில் கிறித்தவ மிஷனரிகளுக்கு எதிரான கண்டனக்குரல்களை உரத்து எழுப்பியவர். பொறுப்பை ஏற்றுக்கொண்ட சுவாமி சின்மயானந்தா, புதிய அமைப்பின் உருவாக்கப் பணிகளைச் சற்றே வித்தியாசமான கோணத்தில் செய்வதென்று தீர்மானித்தார்.

முதல் கட்டமாக உலக இந்து மாநாடு என்ற பெயரில் மாநாடு ஒன்றைக் கூட்ட விரும்பினார் சிவாமி சின்மயானந்தா. அதற்காக பல தலைவர்களுடன் பேசினார். அப்போது அவருடைய விருப்பத்தைப் பூர்த்தி செய்ய ஒருவர் முன்வந்தார். அவர், சிவராம் சங்கர் ஆப்தே. பம்பாயில் பிரபல வழக்கறிஞராக இருந்தவர். இருவரும் இணைந்து ஆர்.எஸ்.எஸ் தலைவர் கோல்வல்கரைச் சந்தித்து ஆலோசனை நடத்தினர்.

அவருடைய ஆசியோடும் ஆலோசனையோடும் உலக இந்து மாநாட்டுக்கான ஏற்பாடுகளைச் செய்தார் சுவாமி சின்மயானந்தா. அவருக்குத் துணையாக எஸ்.எஸ். ஆப்தே. இருவரும் நாடு தழுவிய அளவில் சுற்றுப் பயணம் செய்தனர். இந்தியா முழுக்க இருக்கும் இந்து இயக்கத் தலைவர்கள், சாமியார்கள், இந்துமத ஆர்வலர்கள், முன்னாள் சமஸ்தான மன்னர்கள் உள்ளிட்ட பலரையும் சந்தித்துப் பேசினர். மாநாட்டுக்குப் பல தரப்பிலிருந்தும் ஆதரவு கிடைத்தது.

இந்தியா
முழுக்க இருக்கும் இந்து
இயக்கத் தலைவர்கள்,
சாமியார்கள், இந்துமத
ஆர்வலர்கள், முன்னாள்
சமஸ்தான மன்னர்கள்
உள்ளிட்ட பலரையும்
சந்தித்துப் பேசினர்.

அதன் பலனாக 29 ஆகஸ்டு 1964 அன்று பம்பாயில் கூடிய உலக இந்து மாநாட்டில் 150 பிரதிநிதிகள் (Delegates) கலந்துகொண்டனர். கிருஷ்ண ஜென்மாஷ்டமி தினத்தன்று கூடிய அந்த மாநாட்டில் ஆர்.எஸ்.எஸ். தலைவர் கோல்வல்கர், சுவாமி சின்மயானந்தா, மூத்த காங்கிரஸ் தலைவரும் பாரதீய வித்யா பவனின் நிறுவனருமான கே.எம். முன்ஷி, இந்து மகா சபாவின் மூத்த தலைவர் வி.ஜி. தேஷ்பாண்டே, குஜராத்தைச் சேர்ந்த கேசவராம் காசிராம் சாஸ்திரி, பஞ்சாப்பைச் சேர்ந்த அகாலிதளம் கட்சியின் தலைவர் மாஸ்டர் தாராசிங், ஷிரோமனி குருத்வார பிரபந்தக் கமிட்டியின் தலைவர் கியானி குபேந்திர சிங், நம்தாரி சீக்கியப் பிரிவின் தலைவர் ஜக்ஜித் சிங் உள்ளிட்ட பலரும் பங்கேற்றனர்.

கே.எம். முன்ஷி

எல்லாம் சரி, இந்து மாநாடு என்று சொல்லிவிட்டு எதற்காக சீக்கியர்களை அழைக்கவேண்டும்? இந்துக்களை மட்டுமல்லாது, இந்துக்கள் என்ற பட்டியலுக்குள் வராத, ஆனால் இந்துமத வாசனை வீசக்கூடிய சீக்கிய, புத்த, ஜைன மதத்தினரையும் தம்முடன் இணைத்துக்கொண்டு கிறித்தவ மிஷனரிகளுக்கு எதிரான போராட்டத்தை முன்னெடுப்பதுதான் வி.ஹெச்.பியின் நோக்கம்.

உலக இந்து மாநாடு என்ற பெயரில் கூடினாலும் அது புதிய இயக்கத்தின் தொடக்கவிழாவாக அமைந்தது. ஆம், அன்றைய தினம் விஸ்வ ஹிந்து பரிஷத் என்ற அமைப்பு தொடங்கப்பட்டது. ஏற்கெனவே, அகில பாரதிய வித்யார்த்தி பரிஷத், பாரதிய ஜனசங்கம், பாரதிய மஸ்தூர் சங்கம் என்று பல விழுதுகளை வெளியிட்டிருந்த ஆர்.எஸ்.எஸ்ஸின் புதிய விழுது வி.ஹெச்.பி.

சுவாமி சின்மயானந்தாவை நிறுவனராகக் கொண்ட அந்த அமைப்பின் முதல் பொதுச் செயலாளராக சிவராம் சங்கர் ஆப்தே என்கிற எஸ்.எஸ். ஆப்தே தேர்ந்தெடுக்கப்பட்டார். பொறுப்பேற்ற கையோடு மாநாட்டில் உரையாற்றிய ஆப்தே வி.ஹெச்.பி என்ற அமைப்பு அரசியல் சார்பற்ற அமைப்பு என்று சொன்னதோடு, அமைப்பு உருவாக்கப்பட்டதன் நோக்கத்தையும் தெளிவுபடுத்தினார்.

உலகத்தைக் கிறித்தவமயமாக்கவேண்டும் என்பது கிறித்தவ மதத்தின் விருப்பம். உலகத்தையே பாகிஸ்தானாக மாற்றவேண்டும் என்பதி இஸ்லாத்தின் நோக்கம். இந்த இரண்டைத் தவிர்த்த மூன்றாவது மதமாக கம்யூனிசம் உலகத்தையே விழுங்கக் காத்துக் கொண்டிருக்கிறது. ஆக,

கிறித்தவம், இஸ்லாம், கம்யூனிசம் என்று இன்றைய உலகம் மூன்றாகப் பிளவுபட்டுக் கிடக்கிறது. இந்து சமுதாயத்தைச் சிறந்த உணவாக நினைத்து, மேலே இருக்கும் மூவரும் அவற்றை உண்டு விழுங்கிச் செரித்துவிடத் துடிக்கின்றனர். எனவே, போட்டியும் பொறாமையும் மோதல்களும் மலிந்துள்ள இந்த யுகத்தில் மேற்கண்ட மூன்று தீய விஷயங்களில் இருந்தும் இந்து சமுதாயத்தைப் பாதுகாத்து, வழிநடத்திச் செல்ல வேண்டிய பொறுப்பு நமக்கு முன்னால் உள்ளது.

ஆப்தே ஒன்றும் புதிய விஷயத்தைச் சொல்லவில்லை. ஆர்.எஸ்.எஸ் தலைவர் கோல்வால்கர் தன்னுடைய சிந்தனைக்கொத்து நூலில் என்னவெல்லாம் சொல்லியிருந்தாரோ அவற்றைத் தான் வேறு வார்த்தைகளைக் கொண்டு விவரித்திருந்தார் ஆப்தே. மேடையில் அதைச் சொன்னாலும், விஸ்வ ஹிந்து பரிஷத்தின் பிரதான இலக்குகள் இந்து சமூகத்தை ஒருங்கிணைப்பது, இந்து சமூகத்துக்குச் சேவை செய்வது, இந்து தர்மத்தைப் பாதுகாப்பது என்ற மூன்றும்தான் என்று எழுத்துபூர்வமாக அறிவிக்கபட்டது.

அந்த மாநாட்டில் எடுக்கப்பட்ட முடிவுகளுள் முக்கியமானது, விஸ்வ ஹிந்து பரிஷத்தின் முதல் மாநாட்டை பிரயாக்கில் வைத்து நடத்துவது என்பதுதான். அலகாபாத் நகரை இந்துத்வ வாதிகள் சமஸ்கிருத மொழியில் பிரயாக் என்றே அழைப்பார்கள்.

அந்த மாநாட்டில் சங்கராச்சாரியார்கள், மடாதிபதிகள், துறவிகள் உள்ளிட்ட அனைவரையும் சங்கமிக்கச் செய்ய வேண்டும் என்பது அவர்களுடைய உப திட்டம். அதற்காக தர்ம சன்சத் என்ற பெயரிலான குழு ஒன்று உருவாக்கப்பட்டது. அந்தக் குழுவுக்கு ஒரு வழி காட்டும் நிர்வாகக்குழு அமைக்கப்பட்டது. அதன் பெயர், மார்க் தர்ஷக் மண்டல். அந்தக் குழுவினரின் வழிகாட்டுதலின்படியே வி.ஹெச்.பியின் முதல் மாநாட்டு ஏற்பாடுகள் எல்லாம் நடந்தன.

திட்டமிட்டபடி விஸ்வ ஹிந்து பரிஷத்தின் முதல் மாநாடு அலகாபாத் நகரில் தொடங்கியது. 22 ஜனவரி 1966 முதல் 24 ஜனவரி 1966 வரை மூன்று நாள்கள் நடந்த அந்த மாநாட்டில் பத்ரிநாத், சிருங்கேரி தவிர ஏனைய சங்கராச்சாரியார்கள் அனைவரும் கலந்துகொண்டனர். நாட்டின் பல்வேறு பகுதிகளில் இருந்தும் ஏராளமான இந்துக்கள் பிரதி நிதிகளாகக் கலந்து கொண்ட அந்த மாநாட்டில் சுமார் இருபத்தைந்தாயிரம் பேர் கலந்து கொண்டதாக பத்திரிகைகள் எழுதின.

மாற்று மதத்தினரின் கட்டுப்பாட்டுக்குள் இருக்கும் இந்து கோயில்களை மீட்டெடுக்கும் பணியில் தீவிர கவனம் செலுத்தத் தயாராக இருப்பதாகச் சொன்னது வி.ஹெச்.பி.

அந்த மாநாட்டில் கலந்துகொண்டவர்களில் முக்கியமானவர் பிரபுதத் பிரம்மச்சாரி. 1952 மக்களவைத் தேர்தலில் நேருவை எதிர்த்து அலகாபாத் கிழக்கு - ஜான்பூர் மேற்கு தொகுதியில் போட்டியிட்டவர். அவருக்கு ஆர்.எஸ்.எஸ்ஸின் பரிபூரண ஆதரவு இருந்தது. அந்தத் தொகுதியில் இந்து மகாசபா சார்பில் தட்டே லட்சுமண் கணேஷ் என்பவர் போட்டியிட்டார். அவரை ஆர்.எஸ்.எஸ் ஆதரிக்கவில்லை. பாரதிய ஜனசங்கமும் வேட்பாளரை நிறுத்தவில்லை.

இந்து சட்ட மசோதா, பசு வதைத் தடுப்புச் சட்டம் போன்ற விவகாரங்களில் நேருவின் நிலைப்பாடு குறித்து அவருடைய தொகுதியிலேயே தீவிர பிரசாரத்தில் ஈடுபட்டார் பிரபுதத் பிரம்மச்சாரி. அதன் பலனாக அவருக்கு ஐம்பதாயிரத்துக்கும் அதிகமான வாக்குகள் கிடைத்தன. அத்தகைய மனிதர் தற்போது வி.ஹெச்.பியின் முக்கிய ஆதரவாளராக மாறியிருந்தார்.

பிரம்மாண்டமாக நடந்து முடிந்த வி.ஹெச்.பி தொடக்கவிழா மாநாட்டை ஆர்.எஸ்.எஸ்ஸின் அதிகாரபூர்வ பத்திரிகையான ஆர்கனைசர் கொண்டாடி மகிழ்ந்தது. ஏழாம் நூற்றாண்டில் ஹர்ஷரின் ஆட்சிக்காலத்துக்குப் பிறகு இந்து மதத்தின் அனைத்து பிரிவினரையும் உள்ளடக்கி நடத்தப்பட்ட முதல் மாநாடு இதுதான் என்பது ஆர்கனைசரின் மதிப்பீடு.

புதிய இந்து கோயில்களைக் கட்டுவது, சிதிலமடைந்த இந்து கோயில்களைப் புனரமைப்பது என்ற இரண்டு பணிகளையும் முன்னெடுக்க விரும்பிய வி.ஹெச்.பி, மாற்று மதத்தினரின் கட்டுப்பாட்டுக்குள் இருக்கும் இந்து கோயில்களை மீட்டெடுக்கும் பணியில் தீவிர கவனம் செலுத்தத் தயாராக இருப்பதாகச் சொன்னது. அதை பாபர் மசூதி விவகாரத்தில் பார்க்கப் போகிறோம்.

சாதி ஒழிப்பே எங்கள் முக்கியமான இலக்கு என்று சொன்ன வி.ஹெச்.பி, மதமாற்றத்தைத் தடுத்து நிறுத்தப் போராடுவோம் என்று அறிவித்தது. இந்து மதத்தில் எத்தனைக் குறைகள் இருந்தாலும், அவற்றைத் தீர்த்துக்கொள்ளவோ, எதிர்கொள்ளவோ தயாராக இருக்க வேண்டுமே தவிர, பணம், பொருள் உள்ளிட்ட எவற்றுக்காகவும் மாற்று மதங்களுக்கு மாறக் கூடாது என்று பிரசாரம் செய்தது வி.ஹெச்.பி.

அனைத்து பிரிவு இந்துக்களையும் ஓரணியில் திரட்டும் தங்கள் இலக்கை வெளிப்படுத்தும் வகையில் தங்கள் அமைப்பின் சின்னமாக ஆலமரத்தைத் தேர்வுசெய்தது. பல விழுதுகள் இருந்தாலும் ஒற்றை மரம், ஆலமரம். பல பிரிவுகள் இருந்தாலும் ஒற்றை மதம், இந்து மதம்.

பிரம்மாண்டமான திட்டத்துடன் உருவாக்கப்பட்ட விஸ்வ ஹிந்து பரிஷத்தை வளர்த்தெடுக்க விரும்பியபோது அதில் சின்னச்சின்ன சிக்கல்கள் வந்தன. ஏற்கெனவே ஆர்.எஸ்.எஸ்ஸின் அங்கங்களாக பல அமைப்புகள் உருவாகி, அதில் ஏராளமான உறுப்பினர்கள் தீவிரமாக இயங்கிக் கொண்டிருந்ததால் புதிய அமைப்பின் வளர்ச்சிப்பாதை சற்றே சிரமமானதாக இருந்தது.

அந்தச் சிரமங்களும் சில ஆண்டுகளுக்கு மட்டுமே நீடித்தன. வெகுவிரைவிலேயே விஸ்வரூபம் எடுத்து வளரத் தொடங்கிவிட்டது வி.ஹெச்.பி. அதன் உச்சம்தான் பாபர் மசூதி இடிப்பு விவகாரம். அவற்றைப் பற்றியெல்லாம் பொருத்தமான தருணத்தில் விரிவாகப் பார்க்கலாம். இடைப்பட்ட இரண்டு ஆண்டுகளில் *(1964-1966)* காலத்தில் புதிய பிரதமர் லால் பகதூர் சாஸ்திரி இரண்டு விதமான நெருக்கடிகளுக்கு ஆளாகியிருந்தார்.

ஒன்று, உள்நாட்டு நெருக்கடி. தென்னிந்தியாவில் நடந்த இந்தித் திணிப்புக்கு எதிரான போராட்டம். மற்றொன்று, வெளிநாட்டு நெருக்கடி. அண்டை நாடான பாகிஸ்தான் இந்தியப் பகுதிக்குள் நடத்திய அத்துமீறல் நடவடிக்கைகள். இரண்டுமே உடனடி கவனம் செலுத்த வேண்டிய விஷயங்கள்.

மொழிக்கொள்கை விஷயத்திலும் சரி, பாகிஸ்தானுடனான உறவு விஷயத்திலும் சரி, ஆர்.எஸ்.எஸ், பாரதிய ஜனசங்கம் உள்ளிட்ட இந்துத்வ இயக்கங்களுக்குத் தெளிவான

பார்வையும் துல்லியமான பாதையும் இருந்தன. அவற்றை அடியொற்றியே அரசை ஆதரிக்கவும் விமரிக்கவும் செய்தனர்.

ஆம், இந்தி விவகாரத்தில் இந்திய அரசுக்கு ஆதரவான நிலைப்பாட்டை எடுத்து சாஸ்திரிக்குத் தோள் கொடுத்த இந்துத்வ இயக்கத்தினர், சில விஷயங்களில் இந்திய அரசு கறாராக நடந்து கொள்ளவேண்டும் என்று நிர்பந்தம் செய்தனர். ஆனால், பாகிஸ்தான் விவகாரத்தில் யுத்தத்தை ஆதரித்த இந்துத்வ இயக்கத்தினர், யுத்தத்தின் இறுதியில் இந்திய அரசு எடுத்த ஒப்பந்தம் தொடர்பான நிலைப்பாட்டைக் கடுமையாக விமரிசித்தனர். பிரதமர் சாஸ்திரியின் முடிவுக்கு எதிராகப் போராட்ட அறிவிப்பையும் வெளியிட்டது ஜனசங்கம்!

50

பாகிஸ்தானை எதிர்க்க பரிபூரண ஆதரவு

1950 ஆம் ஆண்டு இந்திய அரசியலமைப்புச் சட்டம் அமலுக்கு வந்தபோது இந்திய அரசுக்கு இரண்டு மொழிகள்தான் அதிகாரப்பூர்வ மொழிகள். ஆட்சி மொழிகள். ஆங்கிலம், இந்தி. ஆனால் 1965ல் இருந்து இந்தி மட்டுமே ஆட்சிமொழி. இதுதான் அரசியலமைப்புச் சட்டம் சொன்ன விஷயம். அந்த அறிவிப்பை ஆரம்பகாலத்தில் இருந்தே இந்தி பேசாத மக்களும், குறிப்பாக தமிழகம் உள்ளிட்ட தென்னிந்தியர்கள் எதிர்த்தனர்.

இந்தி மட்டுமே ஆட்சிமொழியாக வந்தால், அது இந்தி பேசாத மக்களுக்கு மிகப்பெரிய இழப்பாக ஆகிவிடும். கல்வி, வேலை வாய்ப்பு உள்ளிட்ட பல்வேறு விஷயங்களில் இந்தி பேசாத மக்கள் இரண்டாம் தரக் குடிமக்களாக மாறிவிடுவதற்கான அபாயம் இருக்கிறது என்று எச்சரித்தது தென்னிந்தியா. அந்த எதிர்ப்பிலும் எச்சரிக்கையிலும் இருக்கும் நியாயத்தைப் புரிந்துகொண்ட அப்போதைய பிரதமர் நேரு, இந்தி பேசாத மக்களுக்குத் தெள்ளத் தெளிவான வாக்குறுதி ஒன்றைக் கொடுத்தார்.

‘நான் இரண்டு செயல்நோக்கங்களை யோசனைகளாகக் கூற விரும்புகிறேன். முதலாவது, இந்தித் திணிப்பு இருக்கவே கூடாது. இரண்டாவது, முடிவில்லாதகால அளவுக்கு - எத்தனைக்காலம் என்பது எனக்குத் தெரியாது - அரசுப் பணிகளுக்குப் பயன் படுத்துவதற்காக ஆங்கிலத்தை நான் ஒரு கூடுதல் இணைமொழியாக (Associate Additional Language) இருக்கச் செய்வேன்... மக்கள் எவ்வளவு காலம் அதனைத்

தேவையெனக் கருதுகிறார்களோ, அதுவரையும் நான் ஆங்கிலத்தை ஒரு மாற்றுமொழியாக (Alternate Language) இருக்கச்செய்வேன்... அதனைப் பற்றி முடிவெடுப்பதை இந்தி பேசும் மக்களிடம் நான் விடமாட்டேன்; இந்தி பேசாத மக்களிடமே விடுவேன்.'

நேரு

ஆனால் இந்தி, ஆங்கிலம் விஷயத்தில் பிரதமர் நேருவின் கருத்தை ஆர்.எஸ்.எஸ் துளியும் ஏற்கவில்லை. தொடர்பு மொழிக்கான தீர்வு என்ற வகையில் சமஸ்கிருதம் அந்த இடத்தைப் பிடிக்கும் காலம் வரையிலும், வசதியின் பொருட்டு இந்திக்கே நாம் முன்னுரிமை கொடுக்க வேண்டும் என்பதுதான் ஆர்.எஸ்.எஸ் தலைவர் கோல்வல்கரின் கருத்து.

தவிரவும், மாகாணங்களுக்கு இடையிலான தொடர்புக் கான பொதுமொழியாக சமீபகாலத்தில் இந்தி உருவாகி விட்டது. ஆகவே, அனைத்து அலுவல் நோக்கங் களுக்கும் இந்தியையே பயன்படுத்த வேண்டும். பிராந்திய மொழிகளை அந்தந்த பிராந்திய அளவில் பயன்படுத்த வேண்டும். சமஸ்கிருதத்தின் அடிப் படையிலேயே அனைத்து மொழிகளையும் வளர்க்க முடியும் என்பதால் அதன் படிப்பு கட்டாயமாக்கப் படவேண்டும் என்றது ஆர்.எஸ்.எஸ்.

ஆக, ஆர்.எஸ்.எஸ்ஸின் பார்வையில் இந்தியாவின் அதிகாரபூர்வ மொழிகள் இரண்டு மட்டுமே. ஒன்று, சமஸ்கிருதம். மற்றொன்று, சமஸ்கிருதத்தின் தாற்காலிக பதிலி மொழியான இந்தி. மற்ற அனைத்தும் பிராந்திய மொழிகள் அல்லது வட்டார மொழிகள். அவற்றுக்கு தேசிய அளவிலான அங்கீகாரமோ, முக்கியத்துவமோ தரத் தேவையில்லை. அவ்வளவுதான்.

> சமஸ்கிருதத்தின் அடிப்படையிலேயே அனைத்து மொழிகளையும் வளர்க்கமுடியும் என்பதால் அதன் படிப்பு கட்டாயமாக்கப் படவேண்டும் என்றது ஆர்.எஸ்.எஸ்.

ஆனால் பிரதமர் நேரு 1965க்குப் பிறகும் தொடர்பு மொழியாக ஆங்கிலத்தை நீட்டிக்கப் போகிறார் என்று தெரிந்தும் தென்னிந்தியா நிம்மதிப் பெருமூச்சு விட்டது. மாறாக, இந்தி பேசும் மக்களோ சற்றே நெற்றியைச் சுருக்கினர். நிலைமையைப் புரிந்து கொண்ட ஆர்.எஸ்.எஸ் உடனடியாகக் கூடி தீர்மானம் ஒன்றை நிறைவேற்றியது.

'ஆங்கிலத்தை ஒரு துணை அலுவல் மொழியாக ஆக்கவும், அப்படியாக நிர்வாகத்தில் அதைத் தொடர்ந்து எப்போதுமே பயன்படுத்தவும் வழிவகை செய்யும் மசோதா ஒன்றை முன்மொழியப் போவதாக அறிவித்திருக்கிறார்கள். இந்த முடிவு கொள்கை

ஜெகஜீவன் ராமும் சாஸ்திரியும்

அளவிலும் நடைமுறை அளவிலும் பொருத்தமற்ற ஒன்று. தவறானதும்கூட. ஓர் அந்நிய மொழியை ஒரு துணை அலுவல் மொழியாகக்கூட ஏற்றுக்கொள்வது தேசிய உணர்வுக்கு முற்றிலும் மாறான ஒன்றாகும்.'

எதிர்ப்புக்கும் ஆதரவுக்கும் மத்தியில் நேரு அரசு புதிய சட்ட மசோதா ஒன்றை நாடாளுமன்றத்தில் கொண்டுவந்தது. அதன் பெயர், ஆட்சிமொழி மசோதா *1963*. அதைத் தாக்கல் செய்தவர் அப்போதைய உள்துறை அமைச்சர் லால் பகதூர் சாஸ்திரி. அந்த மசோதாவின் சாரம் எளிமையானது: *26* ஜனவரி *1965* முதல் இந்தி மொழி மட்டுமே இந்தியாவின் ஆட்சிமொழியாக இருக்கும். இந்திக்குத் துணையாக ஆங்கிலத்தைப் பயன்படுத்தலாம்.

ஆனால் அதன் அர்த்தம் சற்றே அபாயகரமானது. இனி இந்தியாவின் ஒரே ஆட்சி மொழியாக இந்தி மட்டுமே இருக்கும். இணை ஆட்சி மொழியாக ஆங்கிலம் பயன்படுத்தப்படலாம் அல்லது பயன்படுத்தப்படாமலும் போகலாம். அதன்மூலம் இந்தியைத் தவிர மற்ற மொழிகளின் எதிர்காலத்துக்கு எந்தவித உத்தரவாதமும் இல்லை என்ற சூழல் உருவாக்கப்பட்டது.

எதிர்ப்புகள் எழுந்துகொண்டிருந்த சமயத்தில்தான் பிரதமர் நேரு மரணம் அடைந்தார். அவருக்குப் பதிலாக லால் பகதூர் சாஸ்திரி பிரதமராகியிருந்தார். ஆம், ஆட்சிமொழி மசோதாவைக் கொண்டுவந்த அதே சாஸ்திரி. ஆகவே, *1965* ஜனவரி *26* முதல் இந்தியே இந்தியாவின் ஆட்சிமொழி என்ற கருத்து வலுப்பெற்றது. ஆகவே, இந்தித் திணிப்புக்கு எதிரான போராட்டமும் வலுப்பெற்றது.

ஆங்கிலத்தை அகற்றிவிட்டு, இந்தியை மட்டும் ஆட்சிமொழியாக அறிவிப்பது இந்தி பேசாத மக்களுக்குச் செய்யும் அநீதி என்று சொன்ன திமுக, 1965 ஜனவரி 26ஐ துக்கநாளாக அனுசரித்தது. அதற்கு முந்தைய நாள் தமிழக மாணவர்கள் இந்தித் திணிப்புக்கு எதிரான போராட்டத்தைத் தொடங்கினர். பேரணி, ஆர்ப்பாட்டம், கண்டன ஊர்வலம், தற்கொலை என்று போராட்டம் நாளுக்கு நாள் வலுத்துக்கொண்டே போனது.

அந்த மாணவர்களின் போராட்டத்தை மத்திய அரசு கையாண்ட விதமே அலாதியானது. ஏராளமான காவலர்களைக் கொண்டு மாணவர்கள் மீது நடவடிக்கை எடுத்தது. ராணுவத்தை ஏவி மாணவர்களின் மீது வன்முறையைப் பிரயோகம் செய்தது. ஐம்பது நாள்களைக் கடந்தும் நீடித்தது மாணவர் போராட்டம். இந்தி விஷயத்தில் இந்திய அரசு எவ்வித சமரசத்தையும் செய்துகொள்ளத் தேவையில்லை என்றது ஆர்.எஸ்.எஸ்.

ஆனாலும் நாட்டின் அமைதி கருதி மத்திய அரசு சற்றே இறங்கிவரத் தயாரானது. 'இந்தி பேசாத மாநிலங்களின் சம்மதம் இல்லாமல் ஆட்சி மொழி விஷயத்தில் மத்திய அரசு எந்தவித முடிவையும் எடுக்காது; ஆங்கிலம் இணை ஆட்சிமொழியாக நீடிக்கும் என்ற நேருவின் உறுதி மொழி காப்பாற்றப்படும் என்று பிரதமர் சாஸ்திரி உறுதி கொடுத்துள்ளார். அதை நிறைவேற்ற என்னால் ஆனதைச் செய்வேன்.' என்றார் தமிழக முதலமைச்சர் பக்தவத்சலம்.

அந்த அறிவிப்பு வெளியான பிறகு போராட்டம் மெல்ல மெல்ல முடிவுக்கு வந்தது. இந்த இடத்தில் ஆர்.எஸ்.எஸ்ஸின் நிலைப்பாடு என்ன என்பது பற்றிப் பார்த்தோம். ஆனால் பாரதிய ஜனசங்கத்தின் பார்வை சற்றே வேறு மாதிரியாக இருந்தது.

பாரதிய ஜனசங்கம் இந்தி பேசாத மாநிலங்களில் மெல்ல மெல்ல பலம்பெற்றுக்கொண்டு வந்தது. இந்தி பேசாத மாநிலங்களிலும் பலம் பெற விரும்பியது. ஆகவே, ஒரு வளரும் அரசியல் கட்சியாக இந்தி விஷயத்தில் முடிவெடுத்தது ஜனசங்கம். அதற்கு வழிகாட்டியவர் அதன் பொதுச் செயலாளரான தீனதயாள் உபாத்யாயா. ஆர்.எஸ்.எஸ் போல இந்தியைத் தவிர்த்த ஏனைய மொழிகள் அனைத்தையும் அப்படியே உதாசீனம் செய்யாமல் நாசூக்குடன் நடக்கத் தயாரானார்.

பல்வேறு மாநிலங்களையும் ஒன்றிணைக்கும் அம்சத்தின் காரணமாக இந்திக்கு தேசிய மொழிக்கான அந்தஸ்தைப் பெறுவதற்கான தகுதி உண்டு என்று சொன்ன ஜனசங்கம், இந்தி பேசாத மக்களின் உணர்வுகளையும் கருத்தில் கொள்ளவேண்டும் என்றது. இந்தி மொழியை வளர்ப்பதில் ஆர்வம் காட்டுவது, மற்ற அனைத்து இந்திய மொழிகளையும் மதிப்பது, ஆங்கிலத்தின் முக்கியத்துவத்தையும் மதிப்பது என்ற யாரையும் பகைத்துக்கொள்ளாத, அதே சமயம் எல்லோரையும் அரவணைத்துச் செல்லும் கொள்கை நிலைப்பாட்டை எடுத்தது.

> இந்தி பேசாத மாநிலங்களிலும் பலம் பெற விரும்பியது. ஆகவே, ஒரு வளரும் அரசியல் கட்சியாக இந்தி விஷயத்தில் முடிவெடுத்தது ஜனசங்கம்.

இடைப்பட்ட காலத்தில் இந்தியாவுக்கும் பாகிஸ்தானுக்கும் இடையே இரண்டாவது யுத்தம் உருவாகியிருந்தது. ஆம், 1965 ஆம் ஆண்டில் ஏப்ரல் மாதத்தில் இந்தியாவின் கட்ச் பகுதிக்குள் அத்துமீறி ஊடுருவிய பாகிஸ்தான் ராணுவம், அந்தப் பகுதியைக் கைப்பற்றியது. யுத்தம் பெரிதாகிவிடுமோ என்று அஞ்சிய பிரிட்டிஷ் அரசு, இந்தியாவுடன் பேசியது. சர்வதேச அமைப்பிடம் விஷயத்தைக் கொண்டுசென்று பேசித் தீர்த்துக்கொள்ளலாம் என்றது.

ஆனால் அப்படிக் கொண்டுசெல்வது இந்தியாவுக்குப் பாதகமான விஷயம் என்றது ஜனசங்கம். அப்படிச் செய்தால், கட்ச் பகுதி சர்ச்சைக்குரிய பகுதி என்பதை இந்தியாவே ஒப்புக் கொண்டது போல ஆகிவிடும் என்றது. அரசின் முடிவுக்கு எதிராகப் போராட்டம் நடத்தத் தயாரானது.

லட்சக்கணக்கான தொண்டர்களைத் திரட்டி நாடாளுமன்றம் நோக்கிப் பேரணியாகச் செல்வது என்பதுதான் ஜனசங்கத்தின் திட்டம். அதற்கான பணிகளைச் செய்தவர் அப்போதைய டெல்லி மாநகர ஜனசங்கத்தின் செயலாளராக இருந்த லால் கிருஷ்ண அத்வானி. தன்னுடைய பலத்தை வெளிப்படுத்தும் வகையில் மிகப்பிரம்மாண்டமான பேரணியை நடத்தியது ஜனசங்கம். பின்னர் போட் க்ளப் மைதானத்தில் பொதுக்கூட்டம் ஒன்றுக்கும் ஏற்பாடு செய்திருந்தது.

உண்மையில் கட்ச் அத்துமீறல் என்பது சில மாதங்கள் கழித்து நடக்கவிருந்த பெரிய அளவிலான போருக்கான ஒத்திகை போன்றதுதான். 1965 ஆகஸ்டு இறுதியில் தீவிரவாதிகள் சிலரை காஷ்மீருக்குள் அனுப்பியது பாகிஸ்தான். ஆபரேஷன் ஜிப்ரால்டர் என்ற பெயரில், இந்தியாவின் போர் நிறுத்தக் கோட்டைத் தாண்டி இந்தியப் பகுதிக்குள் நுழைந்து, பாலங்களைத் தகர்த்து, இந்திய நிலையங்களின்மீது வெடிகுண்டு வீசுவதுதான் தீவிரவாதிகளுக்குத் தரப்பட்ட பணி. ஆனால் அது இந்திய ராணுவத்திடம் எடுபடவில்லை.

ஆனாலும் அசராத பாகிஸ்தான் ராணுவம் ஆபரேஷன் க்ராண்ட்ஸ்லாம் என்ற பெயரில் சற்றே விரிவான திட்டத்துடனும் வீரியமான ஆயுதங்களுடனும் களத்தில் இறங்கியது. ஆரம்பத் தாக்குதலில் நிலைகுலைந்த இந்திய ராணுவத்தை உற்சாகப்படுத்தியது பிரதமர் சாஸ்திரியின் உத்தரவு. இந்திய ராணுவம் லாகூரை நோக்கி முன்னேறட்டும்! அந்த உத்தரவால் ஊக்கம்பெற்ற இந்திய ராணுவம் பாகிஸ்தான் ராணுவத்தைப் பந்தாடியது.

ஜெய் ஜவான், ஜெய் கிஸான் என்று பிரதமர் சாஸ்திரி எழுப்பிய முழக்கம், ஒட்டுமொத்த இந்தியாவையும் ராணுவத்தின் பக்கம் திரட்டியது. மக்கள் தாமாக முன்வந்து யுத்த நிதியைக் கொடுத்தனர். எல்லாம் சரி, போர் நடந்துகொண்டிருந்த சமயத்தில் ஆர்.எஸ்.எஸ்ஸும் ஜனசங்கமும் என்ன செய்துகொண்டிருந்தன?

உண்மையில், இந்தியா, பாகிஸ்தான் இடையிலான யுத்தத்தைத் தொடங்குவதற்கு முன்னர் இந்திய அரசியல் கட்சிகள் மற்றும் முக்கியத் தலைவர்கள் பலரிடமும் ஆலோசனை நடத்தினார் பிரதமர் லால் பகதூர் சாஸ்திரி. அப்போது அவரைச் சந்தித்தவர்களுள் ஆர்.எஸ்.எஸ் தலைவர் கோல்வால்கரும் ஒருவர்.

பாகிஸ்தான் மீதான யுத்தத்துக்குத் தன்னுடைய பரிபூரண ஆதரவைக் கொடுத்தார். யுத்தம் நடந்து கொண்டிருந்த சமயத்தில் டெல்லி போக்குவரத்துப் பணிகளைச் செய்தவர்கள் ஆர்.எஸ்.எஸ்

தொண்டர்கள்தாம். ஆர்.எஸ்.எஸ் மட்டுமல்ல, பாரதிய ஜனசங்கமும் சாஸ்திரி அரசுக்கு ஆதரவான நிலைப்பாட்டையே எடுத்திருந்தது. நாடும் நாட்டின் பாதுகாப்புமே முக்கியம்; பேச்சாலும், எழுத்தாலும், செயலாலும் இந்திய அரசுக்கு ஆதரவாகச் செயல்படுவோம் என்றது.

யுத்தம் உச்சகட்டத்தை நெருங்கியது. இந்தியா வெற்றிபெறுவதற்கான எல்லா சாத்தியக் கூறுகளும் தென்பட்ட நிலையில் உலக நாடுகள் அமைதிக்குரல் எழுப்பின. ஐக்கிய நாடுகள் சபையின் பொதுச்செயலாளர் தாண்ட் களமிறங்கினார். இந்திய, பாகிஸ்தான் ஆட்சியாளர்களிடம் பேசினார். 22 செப்டெம்பர் 1965 அன்று யுத்தம் முடிவுக்கு வந்தது. உண்மையில், இருதரப்புக்கும் சேதம்தான். ஆனால் பாகிஸ்தானுக்குப் பெருமளவு சேதம். அந்த வகையில் 1965 யுத்த முடிவு இந்தியாவுக்குச் சாதகமானதே. நிற்க.

51

காமராஜர் மீது கொலை முயற்சி

சர்வதேச் தலையீட்டின் காரணமாக இந்திய, பாகிஸ்தான் யுத்தம் பாதியில் நிறுத்தப்பட்டது. இருநாடுகளுக்கும் இடையில் அமைதி ஒப்பந்தம் ஏற்படுவதற்கு முயற்சிகள் மேற்கொண்டார் சோவியத் பிரதமர் அலெக்ஸி கோஸிஜின். அதன்படி, 1966 ஜனவரி முதல் வாரத்தில் இந்தியப் பிரதமர் சாஸ்திரியும் பாகிஸ்தான் பிரதமர் அயூப்கானும் சோவியத்தின் தாஷ்கண்ட் சென்றனர்.

ஒருவார காலப் பேச்சுவார்த்தைக்குப் பிறகு 10 ஜனவரி 1966 அன்று இந்திய - பாகிஸ்தான் இடையே ஒப்பந்தம் கையெழுத்தானது. அதன் பெயர், தாஷ்கண்ட் பிரகடனம். ஒப்பந்தம் கையெழுத்தான தினத்தன்று இரவு இந்தியப் பிரதமர் சாஸ்திரி நெஞ்சு வலி காரணமாக மரணம் அடைந்தார். சாஸ்திரியின் உடல் விமானம் மூலம் டெல்லி கொண்டு வரப்பட்டது.

சாஸ்திரியின் மரணம் ஒட்டுமொத்த இந்தியாவையும் அதிர்ச்சியில் ஆழ்த்தியது. சாஸ்திரியின் மரணத்தில் சந்தேகம் இருப்பதாகச் சொன்ன அவரது குடும்பத்தினர், உடனடியாக விசாரணை நடத்தவேண்டும் என்றனர். ஜனதா ஆட்சியில் விசாரணை நடந்தபோதும் உண்மைகள் ஊர்ஜிதமாகவில்லை. இன்னமும் சாஸ்திரியின் மரணம் மர்மமாகவே நீடிக்கிறது.

இந்தியாவின் இந்து பிரதமர் என்று ஆர்.எஸ்.எஸ்ஸால் சிலாகிக்கப்பட்ட சாஸ்திரியின் அகால மரணம் இந்துத்வ இயக்கங்களுக்குக் கிடைத்த

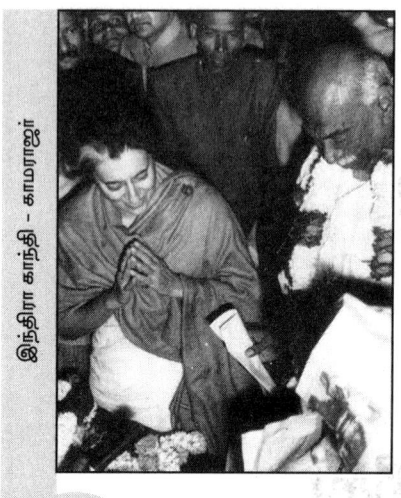

முக்கியமான பின்னடைவாகக் கருதப்பட்டது. எஞ்சியிருந்த ஒரே நம்பிக்கை குல்சாரிலால் நந்தா.

இந்திரா காந்தி - காமராஜர்

உண்மையில், குல்சாரி லால் நந்தாவின் மீது ஆர்.எஸ்.எஸ்ஸுக்கு தனி மரியாதை உண்டு. டாக்டர் ராஜேந்திர பிரசாத், சர்தார் வல்லபபாய் பட்டேல், புருஷோத்தம தாஸ் தாண்டன், லால் பகதூர் சாஸ்திரி வரிசையில் குல்சாரிலால் நந்தாவுக்கும் ஆர்.எஸ்.எஸ் உள்ளிட்ட இந்துத்வ இயக்கங்களின்மீது ஒருவித ஈர்ப்பு இருந்தது. நந்தாவுக்கும் அவர்கள் மீது நாட்டமிருந்தது.

நேருவின் மரணத்துக்குப் பிறகு ஆர்.எஸ்.எஸ்ஸுடன் அதிக நெருக்கம் காட்டியவர் நந்தா. அதன் காரணமாகவே ஆர்.எஸ்.எஸ்ஸின் அதிகாரபூர்வ பத்திரிகையான ஆர்கனைசருக்குப் பேட்டிகள் கொடுத்தார். அதே காலகட்டத்தில் சதாச்சர் சமிதி என்றொரு இயக்கத்தைத் தொடங்கினார் நந்தா. நல்லொழுக்கத்துக்கான சங்கம் என்பது அதன் பொருள்.

மத அமைப்புகள் அனைத்தையும் ஒற்றைக்குடையின் கீழ் ஒன்றுசேர்ப்பதே சதாச்சர் சமிதியின் லட்சியம் என்று சொன்ன நந்தா, அந்தப் பணியைச் செய்ய ஆர்.எஸ்.எஸ்ஸும் ஆர்கனைசர் பத்திரிகையும் பிரத்யேகப் பங்களிப்பைச் செய்யவேண்டும் என்று பகிரங்க அழைப்பு விடுத்தார். அரசு ஊழியர்கள் ஆர்.எஸ்.எஸ் உறுப்பினராக இருக்கக்கூடாது என்று எதிர்க்கட்சிகள் பிரச்னை எழுப்பியபோது, 'ஆர்.எஸ்.எஸ் ஓர் அரசியல் கட்சியல்ல, கலாசார அமைப்பு' என்று ஆர்.எஸ்.எஸ்ஸுக்கு சான்றிதழ் வழங்கியவர் நந்தா.

பசுவதையை முழுமையாகத் தடுக்க அரசியலமைப்புச் சட்டத்தைத் திருத்தம் செய்யவேண்டியது அவசியம்.

அத்தகைய மனிதர் பிரதமராக வரவேண்டும் என்பது ஆர்.எஸ்.எஸ்ஸின் விருப்பம். அதற்கேற்ப நந்தாவே தாற்காலிகப் பிரதமரானார். இம்முறையும் நிரந்தர ஏற்பாடு என்ற பெயரில் நந்தாவை மாற்றிவிட்டு, புதிய பிரதமரைத் தேர்வுசெய்யும் நடவடிக்கைகளைத் தொடங்கினார் காமராஜர். அப்போதும் ஆர்.எஸ்.எஸ்ஸுக்கு ஒரு நம்பிக்கை கீற்று தெரிந்தது. மொரார்ஜி தேசாய். அவரும் ஆர்.எஸ்.எஸ் அனுதாபியே. ஆனால் அந்த நம்பிக்கைக் கீற்று மின்னலாக மாறி மறைந்து போனது. நேருவின் மகள் இந்திராவைப் பிரதமராக்கியிருந்தார் காமராஜர்.

புதிய பிரதமராகப் பொறுப்பேற்ற இந்திராவுக்கு இந்துத்வ இயக்கங்களிடம் இருந்து வந்த முதல் சவால் பசுவதைக்கு எதிரான போராட்டங்கள்தான். ஆரிய சமாஜம் தொடங்கி

மொரார்ஜி தேசாய்

ஆர்.எஸ்.எஸ் வரையிலான இந்துத்வ அமைப்புகள் அனைத்தும் காலம் காலமாக முன்னெடுக்கும் விஷயம், பசுவதை எதிர்ப்பு இயக்கம்.

பசுவதைக்கு எதிராகச் சட்டம் கொண்டுவரவேண்டும் என்பது அவர்களுடைய ஆகப்பெரிய கோரிக்கை. அதனை நேரு ஏற்கவில்லை. ஆனாலும் கோரிக்கை எழுப்புவதை இந்துத்வர்கள் நிறுத்திக்கொள்ளவில்லை. தற்போது இளம் தலைவரான இந்திரா பிரதமர் பொறுப்புக்கு வந்திருப்பதாலும், நந்தா போன்ற பசுவதை எதிர்ப்பாளர்கள் கட்சியிலும் ஆட்சியிலும் செல்வாக்குடன் இருப்பதாலும் தங்கள் கோரிக்கையை அழுத்தமாக எழுப்பத் தயாராகினர்.

இந்தியா முழுமைக்கும் பொருந்தக்கூடிய வகையில் பசுவதைத் தடுப்புச் சட்டம் இயற்றப்பட வேண்டும் என்ற ஒற்றைக் கோரிக்கையை முன்வைத்து 7 நவம்பர் 1966 அன்று டெல்லியில் பேரணி ஒன்றை நடத்தப்போவதாக அறிவித்தன இந்து அமைப்புகள். பாரதிய ஜனசங்கம், இந்து மகா சபா, ஆரிய சமாஜம், சனாதன தர்மம், விஸ்வ ஹிந்து பரிஷத் உள்ளிட்ட பல்வேறு அமைப்புகளின் கூட்டு அறிவிப்பு அது.

அந்தப் பேரணிக்கு பாரதிய ஜனசங்கத்தின் மத்திய நிர்வாகக்குழு தன்னுடைய பரிபூரண ஆதரவைத் கொடுத்தது. 'பசுவதையை முழுமையாகத் தடுக்க அரசியலமைப்புச் சட்டத்தைத் திருத்தம் செய்யவேண்டியது அவசியம். பசு பக்தர்கள் அனைவரையும் பாரதிய ஜனசங்கம் வணங்குகிறது. பசுப் பாதுகாப்புக்கான சர்வ கட்சிக் குழுவுக்கு தனது முழு ஒத்துழைப்பையும் அது உறுதி செய்கிறது' என்று பிரத்யேக தீர்மானம் ஒன்றையும் நிறைவேற்றியது ஜனசங்கம்.

பேரணிக்காக உருவாக்கப்பட்ட உயர்மட்டக் குழுவில் ஜனசங்கப் பொதுச்செயலாளர் தீனதயாள் உபாத்யாயா, ராமராஜ்ய பரிஷத்தின் சுவாமி கரபாத்ரஜி, பூரி சங்கராச்சாரியார், முனி சுசில்குமார், டெல்லி ஆர்.எஸ்.எஸ்ஸின் ஹன்ஸ்ராஜ் குப்தா, பாரத் சாது சமாஜத்தின் சுவாமி குர்சரண் தாஸ், டெல்லி ஜனசங்கத்தின் வி.பி. ஜோஷி, காங்கிரஸின் சேத் கோவிந்ததாஸ், ஆரிய சமாஜத்தின் ராம்கோபால் சல்வாலே உள்ளிட்டோர் இடம்பெற்றனர்.

பேரணியில் கலந்துகொள்வதற்காக ஏராளமான ஸ்வயம்சேவக்குகள், தொண்டர்கள், சாமியார்கள், இந்து அமைப்பினர், ஆன்மிக பக்தாகள் பலரையும் டெல்லிக்கு அழைத்துவரும் பணியில் சம்பந்தப்பட்ட அமைப்புகளின் தொண்டர்கள் தீவிரமாக இறங்கினர். பேரணி தினத்தன்று சுமார் ஒன்றரை லட்சம் பேர் டெல்லியில் குழுமியிருந்தனர். அவர்களில் பலரும் உத்தரப் பிரதேசம், மத்தியப் பிரதேசம், பீகார், ராஜஸ்தான், டெல்லி, பஞ்சாப் உள்ளிட்ட மாநிலங்களில் இருந்து திரட்டப்பட்டிருந்தனர்.

பேரணி செல்வதற்கு டெல்லி காவல்துறை அனுமதி கொடுத்திருந்தது. அதற்கு முன்னர் பல தலைவர்கள் பேசினர். அவர்களில் சுவாமி கரபாத்ரியும் சுவாமி ராமேஷ்வரானந்தும் முக்கிய மானவர்கள். இவர்களில் ராமேஷ்வரானந்த் ஜனசங்க எம். பி. சில மாதங்களுக்குமுன் பசுவதைத் தடுப்புச் சட்டத்தை நிறைவேற்றக்கோரி நாடாளுமன்றத்தில் பேசியதோடு, கோமாதாகி ஜே என்று கோஷமெழுப்பி அவையின் ஒட்டுமொத்த கவனத்தையும் கலைத்தவர்.

இப்போதும் அவர்தான் பேரணியில் பங்கேற்க வந்தவர்களை உசுப்பேற்றினார். 'இப்படி அமைதியாக இருப்பதால் என்ன பயன்? புறப்படுங்கள், நாடாளுமன்றக் கட்டடத்தைச் சூழ்ந்து கொள்ளுங்கள். அங்கிருந்து வெளியேற மந்திரிகளை அனுமதிக்காதீர்கள்.' என்றார்.

போதாது? பேரணியில் பங்கேற்றவர்கள் நாடாளுமன்றத்துக்குள் நுழைய எத்தனித்தனர். அதைத் தடுக்கும் பணியில் காவலர்கள் ஈடுபட்டனர். உடனே தங்களிடமிருந்த சூலாயுதம் போன்ற ஆயுதங்களைக் கொண்டு காவலர்களைத் தாக்கிவிட்டு நாடாளுமன்றத்துக்கு நுழைய முயன்றனர் சாமியார்கள். நிலைமை எல்லை மீறிச் சென்றதைத் தொடர்ந்து காவலர்கள் துப்பாக்கிச்சூடு நடத்தினர். அதில் சாமியார்கள் பலர் உயிரிழந்தனர்.

> 'இப்படி அமைதியாக இருப்பதால் என்ன பயன்? புறப்படுங்கள், நாடாளுமன்றக் கட்டடத்தைச் சூழ்ந்து கொள்ளுங்கள். அங்கிருந்து வெளியேற மந்திரிகளை அனுமதிக்காதீர்கள்.'

அதைத் தொடர்ந்து சாமியார்கள் கூட்டம் கலையத் தொடங்கியது. பயந்துபோய் அல்ல, பயங்கர ஆத்திரத்துடன். அதற்கான விலையை அருகில் இருந்த அமைச்சர் ரகுராமையாவின் வீடு கொடுத்தது. ஆம், ஆவேசமடைந்த சாமியார்களும் பேரணியில் பங்கேற்றவர்களும் அமைச்சரின் வீட்டை அடித்து நொறுக்கினர்.

உண்மையில், அவர்கள் தாக்க விரும்பியது காமராஜரின் வீட்டைத்தான். காங்கிரஸ் கட்சியில் அகில இந்தியத் தலைவராக இருந்த காமராஜர் பசுவதைத் தடுப்புச் சட்டத்துக்கு எதிரான பார்வை கொண்டவர். பசுவதைத் தடுப்புச் சட்டம் பற்றிய ஜனசங்கத்தின் கோரிக்கை குறித்து

காமராஜரிடம் பத்திரிகையாளர்கள் கேள்வி எழுப்பியபோது அவருடைய பதில் சற்றே காட்டமான தொனியில் வந்தது.

பசுவுக்காக இவர்கள் மிகவும் வருத்தப்படுகிறார்கள். மனிதர்கள் வசிக்க ஒழுங்கான குடிசை இல்லை. உடுத்தத் துணியில்லை. அடுத்தவேளை சோற்றுக்கு வழியில்லை. ஆனால் இவர்கள் பசுவை வைத்து அரசியல் செய்கிறார்கள்... இவர்களுடைய பூர்வீகக் கதையெல்லாம் நமக்குத் தெரியாதா? இந்த வன்முறைக் கும்பல்தானே தேசப்பிதா காந்தியடிகளின் உயிரைக் குடித்தது? இன்னும் யார், யார் உயிரையெல்லாம் குடிக்க அலைகிறார்கள் இவர்கள்? மீண்டும் மீண்டும் நாட்டில் நவகாளி நடக்கவேண்டுமா?

பசுவதைக்கு எதிராகப் புதிய சட்டம் கொண்டுவருவது பற்றி காங்கிரஸ் கட்சியின் தேசிய செயற்குழுவில் விவாதம் நடந்தபோது, அதை எதிர்த்துப் பேசினார் காமராஜர். மேலும், செயற் குழுவில் பசுவதைத் தடுப்புச் சட்டத்துக்கு ஆதரவாகத் தீர்மானம் கொண்டுவந்தால், அதை தான் ஏற்கப்போவதில்லை என்றார்.

அந்தப் பேச்சுகள் எல்லாம் இந்துத்வ இயக்கத் தலைவர்களின் கவனத்துக்கு வந்தன. அவர்கள் வழியே இரண்டாம் கட்டத்தலைவர்களுக்கும் கடைநிலைத் தொண்டர்களுக்கும் வந்திருந் தன. காமராஜர் மீது தாள முடியாத ஆத்திரத்தில் இருந்த அவர்கள், அதை வெளிப்படுத்தத் தீர்மானித்த போதுதான் அமைச்சர் ரகுராமையாவின் வீடு அவர்கள் பார்வையில் பட்டது. அடித்து நொறுக்கியது அந்த ஆவேசக்கும்பல்.

சட்டென்று சுதாரித்துக்கொண்ட ஒருவர், 'நாம் செல்லவேண்டிய வீடு இதுவல்ல, பக்கத்துத் தெருவில் இருக்கிறது' என்று சொல்ல, அடித்து நொறுக்கும் பணியை அரைகுறையாக நிறுத்தி விட்டு, அடுத்த தெருவில் இருக்கும் காமராஜரின் வீட்டை நெருங்கினர்.

ஜந்தர் மந்தர் சாலையில் உள்ள நான்காம் எண் கட்டடமான தன்னுடைய வீட்டில் ஓய்வெடுத்துக் கொண்டிருந்தார் காமராஜர். அந்த வீட்டுக்குள் அத்துமீறி நுழையப் பார்த்தனர் கலவரக்காரர்கள். ஆனால் காமராஜரின் உதவியாளர் நிரஞ்சன் வாலுவும் பாதுகாவலர் பகதூர் சிங்கும் அவர்களை வீட்டுக்குள் நுழைய விடாமல் தடுத்தனர்.

ஆத்திரமடைந்த கும்பல் வீட்டின் மீது கல்வீச்சு நடத்தியது. கையோடு கொண்டுவந்திருந்த பெட்ரோலை ஜன்னல்கள் வழியே வீட்டின் அறைகளுக்குள் ஊற்றி, நெருப்பை மூட்டினர். அதற்குள் காமராஜர் இருந்த அறையை உள்பக்கமாகத் தாழ்ப்பாள் போட்டுக்கொண்டார் அவருடைய உதவியாளர். அப்போது அந்த அறையில் மூத்த பத்திரிகையாளர் இந்தியன் எக்ஸ்பிரஸ் ரங்கராஜனும் இருந்தார்.

கலவரக்காரர்கள் பாதுகாவலர்களை நெட்டித்தள்ளிவிட்டு வீட்டுக்குள் நுழைந்தனர். வீட்டில் இருந்த குளிர்சாதனப் பெட்டி உள்ளிட்ட பொருள்களை உடைத்தெறிந்தனர். காமராஜர் வீட்டுப் பணியாளரான அம்பியை மண்ணெண்ணெய் ஊற்றி எரிக்க முயன்றனர். கோமாதா கீ ஜே என்ற கோஷத்தை உரத்து எழுப்பியபடியே காமராஜர் இருந்த அறையின் கதவை உடைக்கத் தயாராகினர்.

நிலைமையின் விபரீதத்தைப் புரிந்துகொண்ட காமராஜர், தானே நேரில் சென்று கலவரக்காரர் களிடம் பேசி, அவர்களை அமைதிப்படுத்துவதாகச் சொன்னார். ஆனால் அவருடைய உதவி யாளருக்கு அதில் விருப்பமில்லை. வெறிகொண்ட மனிதர்கள் உங்கள் உயிரைக் குடித்து விடுவார்கள் என்று எச்சரித்தார்.

அதற்குள் வீட்டிலிருந்து கிளம்பிய புகை அக்கம்பக்கத்தில் இருப்பவர்களின் கவனத்தைக் கலைத்தது. உடனடியாகக் காவல்துறைக்குத் தகவல் கொடுத்தனர். விரைந்து வந்த காவலர்கள், காமராஜரின் வீட்டுக்குள் நுழைந்திருந்த கலவரக்காரர்களை அடித்துவிரட்டினர். காவலர்கள் வருவதற்குச் சற்று தாமதமாகியிருந்தாலும் காமராஜருக்கு ஆபத்து ஏற்பட்டிருக்கும்.

விவகாரம் அத்தோடு முடியவில்லை. காமராஜர் மீதான கொலைமுயற்சி விவகாரம் நாடாளு மன்றத்திலும் காங்கிரஸ் செயற்குழுவிலும் கடும் கொந்தளிப்பை ஏற்படுத்தியது. ஜனசங்க எம்.பி. ராமேஷ்வரானந்த் பேசிய பேச்சு உண்மைதான் என்பதை உள்துறை அமைச்சர் குல்சாரிலால் நந்தா உறுதிசெய்தார். அந்தப் பேச்சுக்கான ஒலிநாடா ஆதாரம் இருப்பதாகச் சொன்னார் செய்தி, ஒலிபரப்புத்துறை அமைச்சர் ராஷ் பகதூர்.

அதனைத் தொடர்ந்து உள்துறை அமைச்சர் குல்சாரி லால் நந்தா கடுமையான கண்டனத்துக்கு ஆளானார். நடந்த சம்பவத்துக்குப் பொறுப்பேற்கும் வகையில் தன்னுடைய அமைச்சர் பதவியை ராஜினாமா செய்ய முன்வந்தார் குல்சாரிலால் நந்தா. கொஞ்சமும் தாமதிக்காமல் அந்த ராஜினாமாவை ஏற்றுக் கொண்டார் பிரதமர் இந்திரா.

52

பசுவதை வழியே தேர்தல் பாதை

பசுவதைத் தடைச் சட்டத்தைக் கொண்டுவரவேண்டும் என்று மத்திய அரசை வலியுறுத்தி பேரணி ஒன்றை நடத்தவேண்டும் என்பதுதான் ஆரிய சமாஜம், ஆர்.எஸ்.எஸ், ஜனசங்கம் உள்ளிட்ட அமைப்புகளின் நோக்கம். அதன் காரணமாகவே ஏராளமான சாதுக் களும் ஸ்வயம் சேவகர்களும் பசுவின் பக்தர்களும் டெல்லிக்கு அழைத்து வரப்பட்டிருந்தனர். ஆனால் வந்தவர்கள் பலரும் வன்முறைப் பாதைக்குத் திரும்பியதுதான் பெருஞ்சிக்கலை வரவழைத்தது.

அதற்குக் காரணம் ஜனசங்க நாடாளுமன்ற உறுப்பினர் பேசிய உசுப்பேற்றும் உரைதான் என்பதை அமைச்சர் குல்சாரிலால் நந்தாவே நாடாளுமன்றத்தில் உறுதிசெய்திருந்தார். அதன் தொடர்ச்சி யாகவே பேரணியில் ஈடுபட்டவர்கள் கண்ணில் பட்ட கடைகள் தொடங்கி வழியில் வந்த வாகனங்கள் வரை அனைத்தையும் சகட்டு மேனிக்குத் தாக்கத் தொடங்கினர். சாத்வீகம் பேசும் சாதுக்கள் சண்ட மாருதத்துக்குத் தயாராகியிருந்தனர்.

டெல்லியில் இருக்கும் பஞ்சாப் நேஷனல் வங்கிக் கிளையின் வாசலில் நிறுத்தப்பட்டிருந்த கார், ஸ்கூட்டர், சைக்கிள் உள்ளிட்ட வாகனங்கள் பேரணியில் பங்கேற்றவர்களால் கொளுத்தப்பட்டன. தலைமைத் தபால் நிலையத்துக்குச் சொந்தமான அஞ்சல் வாகனம் எரியூட்டப்பட்டது. இர்வின் மருத்துவமனை கல்வீச்சுக்கு இரையானது. அகில இந்திய வானொலி அலுவலகமும் தாக்கப் பட்டது.

சுவாமி பிரபுதத் பிரம்மச்சாரி

ஓடியன், ரிவோலி, ரீகல் திரையரங்குகள் தாக்கப் பட்டன. அங்கே நிறுத்திவைக்கப்பட்டிருந்த வாகனங் களும் தாக்குதலுக்குத் தப்பவில்லை. கமலா நகர், சக்தி நகர், வித்யா பூங்கா உள்ளிட்ட இடங்களில் உள்ள குடியிருப்புப் பகுதிகள் சேதமாகின. வீட்டுக் கதவுகள் நொறுக்கப்பட்டன. கண்ணாடிப் பொருள்கள் தூள் தூளாகின. பால் வழங்கும் நிலையம் ஒன்று சூறை யாடப்பட்டது.

வன்முறையை அடக்கவந்த காவல்துறையினரின் ரோந்து வாகனம் ஒன்றும் சேதமடைந்தது. டெல்லி நகரமே வன்முறைக்காடாக மாறிக்கொண்டிருந்தது. அத்தகைய அபாயம் நிறைந்த தொடர் தாக்குதல்களின் உச்சமாகத்தான் காமராஜர் கொலை முயற்சி நடந் தேறியது. அது அமைச்சர் குல்சாரி லால் நந்தாவின் ராஜினாமாவில் வந்து முடிந்தது.

கலவரத்தை அடக்கும் நோக்கத்துடன் அதில் ஈடுபட்ட சாமியார்கள் உள்ளிட்ட பலரையும் கைது செய்தது காவல்துறை. அவர்களில் ராமராஜ்ய பரிஷத்தின் தலைவர் சுவாமி கர்பாத்ரி மகராஜூம் அடக்கம். கலவரத்திலும், வன்முறையிலும் ஈடுபடுவோரைக் கையோடு கைதுசெய்து சிறையில் அடைத்தது அரசு. அதன் காரணமாகவே கலவரங்கள் மெல்ல மெல்ல ஓய்ந்தன. டெல்லி இயல்பு நிலைக்குத் திரும்பியது.

ஆனால் விவகாரத்தை அத்தோடு முடித்துவிட பூரி சங்கராச்சாரியார் நிரஞ்சன் தேவ் தீர்த்தர் விரும்ப வில்லை. போராட்டத்தைத் தொய்வின்றித் தொடரும் வகையில் உண்ணாவிரத அறிவிப்பை வெளியிட்டார். பசுவதைத் தடுப்புச்சட்டத்தைக் கொண்டுவர வேண்டும் என்பதை வலியுறுத்துவதே எங்கள் உண்ணாவிரதத்தின் ஒரே நோக்கம் என்றார். அவருக்குத் துணையாக சுவாமி பிரபுதத் பிரம்மச்சாரியும் முனி சுசில்குமாரும் இணைந்துகொண்டனர்.

பசுவதைத் தடுப்புச் சட்டத்தைக் கொண்டுவர வேண்டும் என்பதை வலியுறுத்துவதே எங்கள் உண்ணாவிரதத்தின் ஒரே நோக்கம் என்றார்.

21 நவம்பர் 1966 அன்று டெல்லியின் யமுனை நதிக்கரையில் உள்ள ஒரு கோயிலில் உண்ணாவிரதம் தொடங்கினார் பூரி சங்கராச்சாரியார். கிட்டத்தட்ட அதே சமயத்தில் வாரணாசி, நாக்பூர், அலகாபாத், கான்பூர் உள்ளிட்ட பல்வேறு நகரங்களிலும் அவருக்கு ஆதரவு கொடுக்கும் வகையில் உண்ணாவிரதப் போராட்டங்கள் நடத்தப்பட்டன. உபயம்: இந்துத்வ அமைப்புகள்.

இந்திரா காந்தி

டெல்லி கலவரம் நடந்து பதினைந்து நாள்கள் கூட ஆகியிருக்காத நிலையில் இன்னொரு கலவரம் ஏற்படுவதை பிரதமர் இந்திரா துளியும் விரும்பவில்லை. உடனடி நடவடிக்கைக்குத் தயாரானார். அதுவும் அதிரடி நடவடிக்கை. கோயிலுக்குள் நுழைந்த காவலர்கள் உண்ணா விரதம் மேற்கொண்டிருந்த பூரி சங்கராச்சாரியாரைத் தடுப்புக்காவல் சட்டத்தின்கீழ் கைது செய்தனர்.

தொடர்ந்து அவரை டெல்லியில் வைத்திருப்பது சிக்கலைப் பெரிதாக்கும் என்பதால் விமான மார்க்கமாக புதுச்சேரிக்கு அழைத்துச் சென்றனர். அங்கும் உண்ணாவிரதத்தைத் தொடர்ந்தார் பூரி சங்கராச்சாரியார். அவருடைய கைதுக்கு பாரதிய ஜனசங்கம் உள்ளிட்ட அரசியல் கட்சிகளும் அமைப்புகளும் பலத்த எதிர்ப்புகளைப் பதிவுசெய்தன.

பூரி சங்கராச்சாரியார் கைது செய்யப்பட்ட விவகாரத்தை நாடாளுமன்றத்தில் இரண்டு அவை களிலும் எழுப்பியது ஜனசங்கம். 22 நவம்பர் 1966 அன்று ஜனசங்க உறுப்பினர் ஹுக்கும்சந்த் கச்சாவியா உள்ளிட்டோர் சங்கராச்சாரியாரின் கைதுக்கு எதிர்ப்பு தெரிவித்தனர். அவர்களுடைய செயல்பாடுகளும் கூச்சல்களும் அவையின் நடவடிக்கைகளைப் பாதித்தன.

நாடாளுமன்றத்தில் பிரச்னை எழுப்பும் உறுப்பினரை வெளியேற்றுவது மரபு இல்லை. ஆனால் ஹுக்கும் சந்தின் நடவடிக்கைகள் எல்லை மீறியதைத் தொடர்ந்து அவரை மக்களவையில் இருந்து வெளியேற்ற உத்தரவிட்டார் சபாநாயகர். அந்தச் செயலைக் கண்டித்து மற்ற ஜனசங்க உறுப்பினர்களும் மக்களவையில் இருந்து வெளிநடப்பு செய்தனர்.

மக்களவையில் மட்டுமல்ல, மாநிலங்களவையிலும் கைது விவகாரத்தை எடுத்தது ஜனசங்கம். அங்கே அதுபற்றிப் பேசியவர் அடல் பிகாரி வாஜ்பாய். ஆம், கடந்த மக்களவைத் தேர்தலில் இரண்டு தொகுதிகளிலும் தோல்வியைத் தழுவிய அவரை மாநிலங்களவைக்குத் தேர்வு செய்து அனுப்பியிருந்தது பாரதிய ஜனசங்கம்.

சத்தியாகிரக முறையில் உண்ணாவிரதம் இருந்த பூரி சங்கராச்சாரியாரைக் கைது செய்தது தவறு. அதிலும் கோயிலுக்குள் நுழைந்து கைது செய்தது மாபெரும் தவறு. அதன்மூலம் அந்தக் கோயிலின் புனிதத்தை அரசு மாசுபடுத்திவிட்டது என்பது வாஜ்பாயின் வாதம். கைதுக்கும் கைது செய்யப்பட்ட முறைக்கும் கண்டனம் தெரிவித்து மாநிலங்களவையில் இருந்து வெளி நடப்பு செய்தது பாரதிய ஜனசங்கம்.

பூரி சங்கராச்சாரியார் கைது குறித்து கருத்து தெரிவித்த ஜனசங்கத் தலைவர் தீனதயாள் உபாத்யாயா, 'அந்நியர்களின் ஆதிக்கத்தில் நாடு இருந்தபோதுகூட இந்தியாவின் உயர்ந்த மதத்தலைவர்கள் யாரும் கைதுசெய்யப்படவில்லை.ஔரங்கசீப்கூட அத்தகைய காரியத்தைச் செய்வதற்குத் துணியவில்லை. ஆனால் இந்த அரசு அவர்களைக் கைதுசெய்துவிட்டது. இத்தனைக்கும் மக்கள் அமைதிகாக்கவேண்டும் என்பதுதான் சங்கராச்சாரியாரின் கோரிக்கை யாக இருந்தது. ஆனாலும் அவர் கைது செய்யப்பட்டிருக்கிறார். இது மக்களுக்கு அரசு விடுத்திருக்கும் சவால். அதை மக்கள் உரிய முறையில் எதிர்கொள்வர்' என்றார்.

டெல்லியில் சாதுக்கள் மீது நடந்த துப்பாக்கிச் சூட்டுக்கும் பூரி சங்கராச்சாரியாரின் கைதுக்கும் எதிராக பாரதிய ஜனசங்கம் நாடாளுமன்றத்துக்கு உள்ளும் புறமும் போராட்டங்களைத் தீவிர மாக நடத்திக்கொண்டிருந்த சமயத்தில் ஆர்.எஸ்.எஸ்ஸின் அதிகாரபூர்வ நிலைபாடு என்ன?

பேரணிக்கு ஆதரவு கொடுத்ததோடு மட்டுமல்லாமல், அரசு நடத்திய துப்பாக்கிச்சூடு உள்ளிட்ட அடக்குமுறை நடவடிக்கைகள், சாதுக்கள் மீதான கைது நடவடிக்கைகள் அனைத்தையும் தங்களுடைய கேந்த்ரிய கார்யகாரி மண்டலைக் கூட்டி, விவாதித்து, விரிவான தீர்மானம் ஒன்றை நிறைவேற்றியிருந்தது.

அந்நியர்களின் ஆதிக்கத்தில் நாடு இருந்தபோதுகூட இந்தியாவின் உயர்ந்த மதத்தலைவர்கள் யாரும் கைதுசெய்யப்படவில்லை. ஔரங்கசீப்கூட அத்தகைய காரியத்தைச் செய்வதற்குத் துணியவில்லை.

'பசுவதைத் தடைக்கான மத்திய சட்டத்தைக் கொண்டுவரும் வகையில் அரசியலமைப்புச் சட்டத்தைத் திருத்தவேண்டும் எனும் மக்களின் ஏகோபித்த கோரிக்கையை அரசு ஏற்க வேண்டும். இந்த நியாயமான, புனிதமான கோரிக்கைக்காக சர்வதலிய கோரக்ஷா மகா அபியான் சமிதி நடத்தி வரும் அமைதியான, வன்முறையற்ற இயக்கத்தைத் தொடர்ந்து ஆதரிக்க வேண்டும் என்று மக்களை நாம் அறைகூவி அழைக்கிறோம்.'

இந்தத் தீர்மானத்தின் வழியாக இரண்டு விஷயங்களை வலியுறுத்த விரும்பியது ஆர்.எஸ்.எஸ். ஒன்று, பசுவதைத் தடைச் சட்டம் என்பது 'மக்களின் ஏகோபித்த கோரிக்கை' என்று சொல்லி, இந்த

விஷயத்தில் இந்தியா முழுமையும் ஒத்த கருத்துடன் இருக்கிறது என்றது. ஆனால் உண்மை அதுவன்று. ஆளுங்கட்சியான காங்கிரஸ் தொடங்கி பல கட்சிகளும் அந்தக் கோரிக்கையை எதிர்த்தனர்.

அடுத்து, நடைபெற்றுவரும் போராட்டங்கள் 'அமைதியான, வன்முறையற்ற போராட்டங்கள்' என்று சொன்னதன்மூலம் டெல்லி பேரணியில் கலந்துகொண்டோரால் எவ்வித வன்முறையும் ஏற்படவில்லை என்றது. இதுவும் உண்மையன்று. காவல்துறையும் ஊடகங்களும் கலவரத்தின் காரணகர்த்தாக்களை ஆதாரங்களுடன் அம்பலப்படுத்தியிருந்தனர். நிற்க.

ஒருவார காலம் புதுச்சேரியில் அடைத்துவைக்கப்பட்டிருந்த பூரி சங்கராச்சாரியாரை 28 நவம்பர் 1966 அன்று அவருக்குச் சொந்தமான கோவர்தன் மடத்துக்கு அழைத்துச்சென்று விடுதலை செய்தது அரசு. அங்கும் உண்ணாவிரதத்தைத் தொடர்ந்தார் பூரி சங்கராச்சாரியார். காரணம் ஒன்றுதான். பசுவதைத் தடைச் சட்டத்தைக் கொண்டுவந்தே தீரவேண்டும்!

அப்போது ஒரு காங்கிரஸ் தலைவர் பூரி சங்கராச்சாரியாரைச் சந்திக்கச் சென்றார். உண்ணா விரதத்தைக் கைவிடும்படி கனிவோடு கேட்டுக்கொண்டார். ஆனால் பூரி சங்கராச்சாரியாரோ, 'கோரிக்கை வெற்றிபெறாமல் போராட்டத்தைத் திரும்பப்பெறுவதற்கு வாய்ப்பில்லை' என்று திட்டவட்டமாகச் சொல்லிவிட்டார். சமாதானம் செய்யமுடியும் என்ற நம்பிக்கையுடன் வந்து ஏமாற்றத்துடன் திரும்பிய அந்த காங்கிரஸ் தலைவர், குல்சாரிலால் நந்தா.

பசுவதைத் தடைச் சட்டம் வேண்டும் என்ற கோரிக்கையை பிரதமர் இந்திரா துளியும் சட்டைசெய்யவில்லை. உண்ணாவிரதப் போராட்டம் பற்றியும் அவர் கவலைப்பட வில்லை. அப்படியொரு சட்டத்துக்கெல்லாம் வாய்ப்பே இல்லை என்று தீர்மானமாகச் சொல்லி விட்டார். அரசு இறங்கி வரும் வரைக்கும் உண்ணாவிரதம் தொடரும் என்று சொல்லிவிட்டார் பூரி சங்கராச்சாரியார்.

எழுபது நாள்களைக் கடந்தும் நீடித்தது உண்ணாவிரதம். இனியும் நீடித்தால் அவருடைய உயிருக்கே ஆபத்து ஏற்படும் என்பதால் உடனடியாக உண்ணாவிரதத்தைக் கைவிடவேண்டும் என்று கேட்டுக்கொண்டது கோரக்சா மகா அபியான் சமிதி. அந்த அமைப்பு மட்டுமல்ல, பாரதிய ஜனசங்கமும் பூரி சங்கராச்சாரியாருக்கு வேண்டுகோள் ஒன்றை விடுத்தது.

'பசுவதைத் தடைச்சட்டம் என்பது அரசியலமைப்புச்சட்டம் தொடர்பானது. விரைவில் தேர்தல் வரவிருக்கும் நிலையில் அதைத் தேர்தல் பிரச்னையாக மாற்றி, மக்கள் மத்தியில் கொண்டு செல்வோம். அதற்குத் துணையாக நீங்கள் உண்ணாவிரதத்தை முடித்துக்கொள்ள வேண்டும்.'

அந்தக் கோரிக்கைகளை ஏற்று 31 ஜனவரி 1967 அன்று தனது 73 நாள் உண்ணாவிரதத்தை முடித்துக்கொண்டார் பூரி சங்கராச்சாரியார். அதற்கு முதல்நாள் சுவாமி பிரபுதத் பிரம்மச்சாரியும் தன்னுடைய உண்ணாவிரதத்தை முடித்துக்கொண்டிருந்தார். ஆம், பசுவதைத் தடுப்பைத் தேர்தல் பிரச்னையாக மாற்ற பூரி சங்கராச்சாரியார் உள்ளிட்ட அனைவரும் தயாராகினர்.

அதற்கான கருத்துருக்களை ஜனசங்கம் உருவாக்கிக்கொண்டிருந்த சமயத்தில் விநோதமான அறிவிப்பு ஒன்றை வெளியிட்டு, ஜனசங்கத்துக்கு அதிர்ச்சி வைத்தியம் கொடுத்தார் சுவாமி பிரபுதத் பிரம்மாச்சாரி. அந்த அறிவிப்பு இதுதான்:

'தேசிய முன்னணி என்ற பெயரில் புதிய கட்சியைத் தொடங்கவேண்டும். அதன் ஒற்றைக் கொள்கையாக பசுவதைத் தடுப்புச்சட்டம் இருக்கும். அந்தக் கோரிக்கையை முன்வைத்து நாடு

முழுக்க 150 மக்களவைத் தொகுதிகளிலும் சுமார் 2000 சட்டமன்றத் தொகுதிகளிலும் தேசிய முன்னணி சார்பில் வேட்பாளர்கள் நிறுத்தவேண்டும். அந்த வேட்பாளர்களுக்கு பசுவதைத் தடைச்சட்ட ஆதரவாளர்கள் ஆதரவளிக்கவேண்டும்.'

பசுவதைத் தடையின் வழியே தேர்தல் பாதையை வகுக்கலாம் என்று திட்டமிட்டிருந்த பாரதிய ஜனசங்கத்துக்கு இதுவொரு அபாய அறிவிப்பு. பசுவதைத் தடைச் சட்ட விவகாரத்தைத் தேர்தல் பிரச்னையாக மாற்றவேண்டும் என்பதுதான் அவர்களுடைய நோக்கம். ஆனால் அதன் பலன் வேறு யாருக்கேனும் சென்று சேர்வதை அந்தக் கட்சியால் எப்படி ஏற்கமுடியும்?

அதற்காகவா நாடாளுமன்றத்தில் பிரச்னை எழுப்பியது? அதற்காகவா அவைத்தலைவரின் கண்டனத்துக்கு ஆளாகி இடைநீக்கத்துக்கு உள்ளானார் அந்தக் கட்சியின் எம்.பி? அதற்காகவா கலவரத்தின் காரணகர்த்தா என்ற அவப்பெயரை ஏற்றுக்கொண்டது ஜனசங்கம்? நிச்சயமாக இல்லை.

அதேசமயம், ஆர்.எஸ்.எஸ்ஸின் அனுசரணை இல்லாமல் தேசிய முன்னணி தேர்தல் களத்தில் வெற்றிபெற முடியாது. அதற்கு இந்து மகா சபாவின் தேர்தல் தோல்விகள் முக்கியமான சாட்சி. ஆகவே, ஆர்.எஸ்.எஸ்ஸின் அனுசரணை தங்களுக்கு மட்டுமே கிடைக்கும் என்ற நம்பிக்கை ஜனசங்கத்துக்கு நிரம்பவே இருந்தது. அதன் காரணமாகவே 1967 தேர்தலை உற்சாகத்துடன் எதிர்கொள்ளத் தயாரானது.

அப்போது ஆர்.எஸ்.எஸ், ஜனசங்கம் உள்ளிட்ட கட்சிகளுக்கு ஓர் இன்ப அதிர்ச்சி மாற்று முகாமில் இருந்து வந்தது. காங்கிரஸ் கட்சியின் தேர்தல் பொறுப்பாளராக நியமிக்கப்பட்டார் மூத்த காங்கிரஸ் தலைவரான குல்சாரிலால் நந்தா!

53

இந்திராவைத் தாக்கிய சுதந்தரா

பசுவதைக்கு எதிராக டெல்லியில் நடத்திய பேரணி, அதையொட்டி உருவான வன்முறை, காமராஜர் மீதான கொலைமுயற்சி, பூரி சங்கராச்சாரியார் நடத்திய உண்ணாவிரதம், அவருடைய கைதும் விடுதலையும் என்று இந்துத்வ இயக்கங்கள் ஒருபக்கம் மிகத்தீவிரமாக இயங்கிக் கொண்டிருக்க, இன்னொரு பக்கம் 15 பிப்ரவரி 1967 தொடங்கி 21 பிப்ரவரி 1967 வரை மூன்று கட்டங்களாகத் தேர்தல் நடத்தப்படும் என்று அறிவித்தது மத்திய அரசு.

அதற்காகவே காத்துக்கொண்டிருந்த பாரதிய ஜனசங்கம் உள்ளிட்ட அரசியல் கட்சிகள் அனைத்தும் தேர்தலுக்கு ஆயத்தமாகத் தொடங்கின. ஆளுங்கட்சியான காங்கிரஸ் கட்சிக்கு இது வித்தியாசமான தேர்தல். நேருவின் மறைவுக்குப் பிறகு நடக்கப்போகும் முதல் தேர்தல். இளம் தலைவர் இந்திரா காந்தியை முன்னிறுத்தி காங்கிரஸ் சந்திக்கும் முதல் தேர்தல்.

தேர்தலை எதிர்கொள்ளவும் வாக்குகளை வசீகரிக்கவும் கவர்ச்சிகரமான முகம் தேவை என்ற காரணத்தால்தான் மூத்த தலைவர் மொரார்ஜி உள்ளிட்டோரைத் தவிர்த்துவிட்டு இந்திராவை முன்னணிக்குக் கொண்டுவந்திருந்தார் காமராஜர். ஆகவே, அதிக நம்பிக்கையுடன் தேர்தலை எதிர்கொள்ளத் தயாரானது காங்கிரஸ். தேர்தல் பொறுப்புகளை எல்லாம் குல்சாரிலால் நந்தாவின் வசம் ஒப்படைத்திருந்தார் காமராஜர்.

மினு மசானி

மொத்தமுள்ள 520 தொகுதிகளில் நான்கு தொகுதிகளைத் தவிர்த்துவிட்டு, அனைத்து இடங்களிலும் களமிறங்கியது காங்கிரஸ். கட்சியின் ஒற்றைமுகமாக முன்னிறுத்தப்பட்டவர் இந்திரா. ஆக, அவரே காங்கிரஸ் கட்சியின் அறிவிக்கப்படாத பிரதமர் வேட்பாளர். தன்னுடைய கணவர் ஃபெரோஸ் காந்தி போட்டியிட்ட ரேபரேலியில் களமிறங்கினார் இந்திரா. நேரு போட்டியிடும் புல்பூரில் அவருடைய சகோதரி விஜயலட்சுமி பண்டிட் போட்டியிட்டார்.

கடந்த தேர்தலின்போது காங்கிரஸுக்குச் சவாலாக உருவெடுத்தவர்கள் வலதுசாரிக் கட்சிகள். ஜனசங்கமும் சுதந்தராவும் வட மாநிலங்கள் பலவற்றில் காங்கிரஸின் கோட்டையில் ஓட்டையை உருவாக்கியிருந்தனர். அது அவர்களை உற்சாகப்படுத்தியிருந்தது. அதன் காரணமாக இம்முறை தனித்தனியே போட்டியிடாமல், இணைந்து செயல்பட்டு, காங்கிரஸ் கட்சிக்குக் கூடுதல் நெருக்கடியைக் கொடுக்க விரும்பினர். அதனைத் தொடர்ந்து செல்வாக்குள்ள இடங்களில் தொகுதி உடன்பாடு செய்துகொள்ளத் தயாராகினர்.

அந்த வகையில் பத்தொன்பது மாநிலங்களில் களமிறங்கிய ஜனசங்கம் 249 தொகுதிகளில் வேட்பாளர்களை நிறுத்தியது. அவற்றில் நான்கு மாநிலங்களில் மட்டுமே தீவிர கவனம் செலுத்தியது. உத்தரப் பிரதேசத்தில் 77, பீகாரில் 48, மத்தியப் பிரதேசத்தில் 32, மகாராஷ்ட்ராவில் 26 என்ற அளவில் போட்டியிட்டது. எஞ்சிய 15 மாநிலங்களிலும் ஒற்றை இலக்கத்தில் போட்டியிட்டது. சென்னையில் நான்கு தொகுதிகளில் போட்டியிட்டது ஜனசங்கம்.

பசு நம்முடைய தேசிய கௌரவத்தின் அடையாளம்; இந்திய விவசாயத்தின் ஆதாரசக்தி.

சுதந்தரா கட்சி 19 மாநிலங்களில் 178 தொகுதிகளில் போட்டியிட்டது. உத்தரப் பிரதேசத்தில் 38, பீகாரில் 25, குஜராத்தில் 21, ஆந்திராவில் 19, ஒரிசாவில் 17, ராஜஸ்தானில் 14 என்ற அளவில் வேட்பாளர்களைக் களமிறங்கியது. எஞ்சிய மாநிலங்களில் ஒற்றை இலக்கத்தில் போட்டியிட்டது. சென்னையில் எட்டு தொகுதிகளில் போட்டியிட்டது சுதந்தரா.

பாரதிய ஜனசங்கத்தின் சார்பில் போட்டியிட்டவர்களில் தெற்கு டெல்லியில் போட்டியிட்ட பால்ராஜ் மதோக், பல்ராம்பூரில் போட்டியிட்ட வாஜ்பாய், மத்தியப் பிரதேசத்தின் உஜ்ஜயினியில் போட்டியிட்ட ஹுக்கும் சந்த் ஆகியோர் முக்கியமானவர்கள்.

தலையில் கட்டுடன் இந்திரா காந்தி

அதேபோல, சுதந்தரா கட்சியின் சார்பில் குஜராத் மாநிலம் ராஜ்கோட்டில் போட்டியிட்டவர் அதன் நிறுவனர்களுள் ஒருவரான மினு மசானி. குஜராத்தின் கோத்ரா தொகுதியில் பிலு மோடியும் ராஜஸ்தானின் ஜெய்பூரில் காயத்ரி தேவியும் போட்டியிட்டனர். ஜனசங்கம் மற்றும் சுதந்தரா கட்சிகளின் வேட்பாளர்கள் பல மாநிலங்களில் காங்கிரஸ் வேட்பாளர்களுக்குக் கடுமையான சவாலைக் கொடுத்தனர்.

காங்கிரஸை எதிர்த்துக் களமாடுவதற்கு ஜனசங்கம் தயாராகிவிட்ட நிலையில், காங்கிரஸின் மற்றொரு வைரியான கம்யூனிஸ்ட் கட்சி இந்திய கம்யூனிஸ்ட், மார்க்சிஸ்ட் கம்யூனிஸ்ட் என்று இரண்டாகப் பிளவுபட்டிருந்தது. சித்தாந்த ரீதியிலான பிளவு. இந்திய கம்யூனிஸ்ட் 104 இடங்களிலும் மார்க்சிஸ்ட் கம்யூனிஸ்ட் 63 இடங்களிலும் போட்டியிட்டன. சம்யுக்த சோஷலிஸ்ட் 123 இடங்களிலும் பிரஜா சோஷலிஸ்ட் 110 இடங்களிலும் களமிறங்கின.

கடந்த மூன்று தேர்தல்களிலும் இந்து மகா சபா, ராமராஜிய பரிஷத் போன்ற இந்துத்வ அரசியல் கட்சிகள் களத்தில் இருந்தன. ஆனால் இம்முறை அவையெல்லாம் கரைந்து போயிருந்தன. இந்துக்களின் ஏகபோக பிரதிநிதியாகத் தன்னை முன்னிறுத்திக்கொண்டது பாரதிய ஜனசங்கம். அவர்களுடைய வாக்குகளை முழுமையாகக் கவரும் வகையில் தேர்தல் அறிக்கை ஒன்றையும் வடிவமைத்திருந்தது.

தேர்தல் அறிவிப்பு வெளியாவதற்கு முன்னர் நடந்த பசுப்பாதுகாப்பு விவகாரத்தைத் தேர்தல் பிரச்னையாகவே முன்வைத்தது ஜனசங்கம். பசு நம்முடைய தேசிய கௌரவத்தின்

அடையாளம்; இந்திய விவசாயத்தின் ஆதாரசக்தி. அத்தகைய பசுக்களையும் கன்றுகளையும் வதைக்கும் காரியத்தை சட்டரீதியாகத் தடுக்க பாரதிய ஜனசங்கம் உரிய நடவடிக்கைகளை எடுக்கும், அதற்காக அரசியலமைப்புச் சட்டத்தைத் திருத்தவும் முயலும் என்று வாக்குறுதி கொடுத்தது.

நாங்கள் ஆட்சிக்கு வந்தால் பொது சிவில் சட்டத்தைக் கொண்டுவருவோம் என்று சொன்ன ஜனசங்கம், பின்தங்கிய வகுப்பினர் அனுபவிக்கும் அனைத்து சலுகைகளும் பொருளாதார ரீதியாகப் பின்தங்கிய பிரிவினருக்கும் தரப்படும் என்றது. சீனாவும் பாகிஸ்தானும் ஆக்கிரமித்த இந்தியப் பகுதிகளை மீட்டெடுப்போம் என்று சொன்னது நல்ல அதிர்வுகளை ஏற்படுத்தியது.

மேல்நிலைப் படிப்பு வரை தாய்மொழி, இந்தி, சமஸ்கிருதம் எனும் மும்மொழித் திட்டத்தைக் அமல்படுத்துவோம், நாட்டின் தேசிய மொழியாக சமஸ்கிருதத்தை அறிவிப்போம், நாட்டின் முக்கியத்துவம் வாய்ந்த நிகழ்வுகளில் சமஸ்கிருதமே பயன்படுத்தப்படும், தேசிய அளவில் இந்திக்கு முக்கியத்துவம் தரப்படும். இன்னமும் இந்தி கற்காதவர்கள் பத்து ஆண்டுகளுக்கு ஆங்கிலத்தைப் பயன்படுத்திக் கொள்ளலாம் என்றது ஜனசங்கத்தின் தேர்தல் அறிக்கை.

சித்தாந்த ரீதியான பிரச்னைகளை முன்வைத்தே தேர்தல் அறிக்கையைத் தயார் செய்த ஜனசங்கம், பிரசாரக் களத்தில் காங்கிரஸ் அரசின் கொள்கைகளையும் செயல்பாடுகளையும் கடுமையாக விமரிசித்தது. அந்தக் கட்சியின் சார்பில் பொதுச்செயலாளர் தீனதயாள் உபாத்யாயா, பால்ராஜ் மதோக், வாஜ்பாய் உள்ளிட்ட மூத்த தலைவர்கள் தீவிரமான பிரசாரத்தில் ஈடுபட்டனர்.

ஜனசங்கத்தின் ஆகப்பெரிய பலம் ஆர்.எஸ்.எஸ். அந்த வகையில் தேர்தல் பணிகளில் ஜனசங்கத்தினர் அதிகம் நம்பியது ஸ்வயம்சேவகர்களைத்தான். அந்த நம்பிக்கையைப் பூர்த்தி செய்யும் வகையில் ஆர்.எஸ்.எஸ் தொண்டர்கள் களப்பணியில் ஈடுபட்டனர். தேர்தல் களத்தில் பிரபலமாக இருந்த வாசகம் இது:

ஜன் சங் கோ வோட் தோ, பீடி பினா சோட் தோ!
பீடி மே தம்பாகு ஹை, காங்கிரஸ் வாலா டாகு ஜை!

அதன் அர்த்தம் இதுதான்:

ஜனசங்கத்துக்கு வாக்கிடு, பீடி குடிப்பதை நிறுத்திடு!

பீடியில சுருட்டுவது புகையிலை, காங்கிரஸ்காரன் சுருட்டுவது புதையலை!

ஜனசங்கம், சுதந்தரா, சிபிஎம் உள்ளிட்ட பெரும்பாலான கட்சிகள் காங்கிரஸை விமரிசித்தே தேர்தல் பிரசாரத்தில் ஈடுபட்டன. ஆகவே, அத்தனைக் கட்சிகளுக்கும் ஈடுகொடுத்துப் பிரசாரம் செய்ய வேண்டிய நிர்பந்தம் இந்திரா காந்திக்கு உருவாகியிருந்தது. அவரும் சலிக்காமலும் சளைக்காமலும் பிரசாரத்தில் ஈடுபட்டார்.

நாட்டின் தேசிய மொழியாக சமஸ்கிருதத்தை அறிவிப்போம், நாட்டின் முக்கியத்துவம் வாய்ந்த நிகழ்வுகளில் சமஸ்கிருதமே பயன்படுத்தப்படும், தேசிய அளவில் இந்திக்கு முக்கியத்துவம் தரப்படும்.

புவனேஸ்வரத்தில் நடந்த பிரசாரக் கூட்டத்தில் சுதந்தரா கட்சியினரால் தாக்குதலுக்கு ஆளானார். அவரைப் பேசவிடாமல் கற்களை வீசித் தாக்கினர். பலத்த காயமடைந்தாலும் தலையில் கட்டு, முகத்தில் பிளாஸ்திரி சகிதம் பிரசாரத்தில் ஈடுபட்டார் இந்திரா. அவருக்குத் துணையாக காமராஜர், மொரார்ஜி உள்ளிட்ட பலரும் பிரசாரத்தில் ஈடுபட்டனர். மதவாதி களையும் மார்க்சிஸ்டுகளையும் நிராகரியுங்கள் என்பதுதான் இந்திராவின் பிரதான தேர்தல் கோஷம்.

தேர்தலுக்கு முன்னர் வந்து சில கருத்துக்கணிப்புகள் காங்கிரஸ் கட்சி தோல்வியைச் சந்திக்கும் என்றும் எதிர்க்கட்சிகள் பல மாநிலங்களில் பலம் பெறும் என்றும் பல மாநிலங்கள் காங்கிரஸிடம் இருந்து கைநழுவிப் போய்விடும் என்றும் கூறின. அந்தக் கணிப்புகள் ஜனசங்கம், சுதந்தரா உள்ளிட்ட கட்சிகளை உற்சாகப்படுத்தியிருந்தன. தேர்தல் முடிவுகள் வெளியானபோது அந்தக் கருத்துக் கணிப்புகள் கணிசமான அளவுக்கு உண்மையாகியிருந்தன.

ஆம், இந்திரா காந்தியை முன்னிலைப்படுத்தி காங்கிரஸ் எதிர்கொண்ட முதல் தேர்தல் அந்தக் கட்சிக்குக் கடுமையான சரிவைக் கொடுத்திருந்தது. மொத்தமுள்ள 520 இடங்களில் 283 இடங்கள் காங்கிரஸுக்குக் கிடைத்திருந்தன. இது 1962 தேர்தலில் காங்கிரஸ் வென்றதைக் காட்டிலும் எண்பது இடங்கள் குறைவு. ஆனாலும் ஆட்சி அதிகாரம் காங்கிரஸ் வசமே இருந்தது.

கருத்துக்கணிப்புகள் சொன்னதுபோலவே எதிர்க்கட்சிகளுக்கு 1967 தேர்தல் பெருத்த லாபத்தைத் தந்திருந்தது. ராஜாஜியின் சுதந்தரா கட்சி 44 இடங்களைப் பிடித்து மக்களவையின் இரண்டாவது பெரிய கட்சியாக உருவெடுத்தது. இந்திய கம்யூனிஸ்ட் 23, மார்க்சிஸ்ட் கம்யூனிஸ்ட் 19, பிரஜா சோஷலிஸ்ட் 23, சம்யுக்த சோஷலிஸ்ட் 13 என்ற அளவில் வெற்றிகளைப் பெற்றிருந்தன.

சுதந்தரா கட்சியுடன் தொகுதி உடன்பாடு கண்ட பாரதிய ஜனசங்கம் 35 தொகுதிகளைக் கைப்பற்றியது. கடந்த தேர்தலில் 14 தொகுதிகளை வென்றிருந்த ஜனசங்கம், இம்முறை இரண்டரை மடங்கு தொகுதிகளை அதிகம் பெற்றிருந்தது. அந்தக் கட்சியின் சார்பில் வெற்றி பெற்றவர்களுள் வாஜ்பாய், பால்ராஜ் மதோக் உள்ளிட்டோர் முக்கியமானவர்கள்.

அந்தக் கட்சிக்கு உத்தரப் பிரதேசத்தில் 12 இடங்களும் மத்தியப் பிரதேசத்தில் 10 இடங்களும் டெல்லியில் 6 இடங்களும் ராஜஸ்தானில் 3 இடங்களும் கிடைத்தன. பீகார், ஹரியானா, பஞ்சாப், சண்டிகர் ஆகிய மாநிலங்களில் தலா ஒரு தொகுதியில் வெற்றிபெற்றிருந்தது. அதன்மூலம் மக்களவையில் காத்திரமான இடத்தைப் பிடித்திருந்தது ஜனசங்கம்.

கூட்டிக்கழித்துப் பார்த்தபோது காங்கிரஸ் நாற்பது சதவிகித வாக்குகளைப் பெற்றிருந்தது. பாரதிய ஜனசங்கம் 9.31% வாக்குகளைப் பெற்றிருந்தது. இது கடந்த தேர்தலைக் காட்டிலும் மூன்று சதவிகிதம் அதிகம். சுதந்தரா 8.67% வாக்குகளையும் பெற்றிருந்தது. இது கடந்த தேர்தலைக் காட்டிலும் அரை சதவிகிதம் அதிகம். இரண்டு கம்யூனிஸ்ட் கட்சிகளும் சேர்ந்து 9.39% வாக்குகளைப் பெற்றிருந்தனர்.

மக்களவைத் தேர்தலில் மட்டுமல்ல, மாநில சட்டமன்றங்களிலும் ஜனசங்கம் கணிசமான வெற்றியைப் பெற்று முன்னணிக்கு வந்திருந்தது. குறிப்பாக, உத்தரப் பிரதேசத்தில் 98 தொகுதிகளையும் மத்தியப் பிரதேசத்தில் 78 தொகுதிகளையும் பீகாரில் 26 தொகுதிகளையும் ராஜஸ்தானில் 22 தொகுதிகளையும் ஹரியானாவில் 12 தொகுதிகளையும் கைப்பற்றி, அந்த மாநிலங்களில் காங்கிரஸ் கட்சிக்குக் கடுமையான சரிவை ஏற்படுத்தியிருந்தது ஜனசங்கம்.

காங்கிரஸின் ஆளுகையில் இருந்த பல மாநிலங்களில் அந்தக் கட்சி தோல்வியடைந்தது. அதன் காரணமாக எதிர்க்கட்சிகள் கூட்டணி அமைச்சரவையை உருவாக்கின. இதில் என்ன விநோதம் என்றால், சித்தாந்த முரண்பாடுகள் கொண்ட வலதுசாரிகளும் இடதுசாரிகளும் காங்கிரஸ் எதிர்ப்பு என்ற ஒற்றைப்புள்ளியில் ஒன்றிணைந்து, ஆட்சி அதிகாரத்தைக் கைப்பற்றி யிருந்தனர். அதன்மூலம் ஜனசங்கம் அதிகாரத்தின் தாழ்வாரத்தில் உற்சாகமாக நடைபயிலத் தொடங்கியது. அதற்காகவே இடதுசாரிகளுடன் சில விஷயங்களில் சமரசம் காட்டியிருந்தது.

ஆட்சியதிகாரத்தில் பங்கேற்கும்போது சில கொள்கை சமரசங்கள் தவிர்க்க முடியாதவை என்பதில் ஜனசங்கத்துக்கு மட்டுமல்ல, ஆர்.எஸ்.எஸ்ஸுக்கும் நம்பிக்கை இருந்தது. அதனால் தான் சித்தாந்த மாறுபாடுகள் கொண்ட கட்சிகளுடன் சேர்ந்து ஜனசங்கம் ஆட்சி அமைத்ததை தீர்மானம் போட்டு வரவேற்றது ஆர்.எஸ்.எஸ். அந்தத் தீர்மானத்தின் முக்கியமான வாசகம் இது:

பல்வேறு கட்சிகள் இப்படி ஒன்றுபட்டு வந்திருப்பது சங்கம் (ஆர்.எஸ்.எஸ்) விரும்புவதுபோல ஒருவரை ஒருவர் நெருக்கமாக அறிந்துகொள்ள உதவும், அரசியல் தீண்டாமையையும் பகைமையையும் அகற்றும், பல அரசியல் குழுக்களிடையே சமாதானம், ஒற்றுமையைக் கொண்டுவரும்.

மக்களவையிலும் மாநில சட்டமன்றங்களிலும் கணிசமான இடங்களைப் பிடித்து, வளர்ச்சிப் பாதையில் வேகமாகப் பயணிக்கத் தொடங்கியிருந்தது ஜனசங்கம். அப்போது அந்தக் கட்சிக்கு ஓர் அதிர்ச்சி காத்திருந்தது. அது, தீனதயாள் உபாத்யாயாவின் மரணம்!

54

உபாத்யாயாவின் மரணம், வாஜ்பாயின் வருகை

1967 ஆம் ஆண்டு நடந்த பொதுத்தேர்தலில் பாரதிய ஜன சங்கம் பிரம்மாண்டமான வெற்றியைப் பெற்று, நாடாளுமன்றத்தில் முக்கியமான இடத்தைப் பிடித்திருந்தது. அதுமட்டுமின்றி, மாநில சட்டமன்றங்களிலும் அதிக அளவிலான இடங்களைப் பிடித்து, ஆட்சியதிகாரத்துக்கும் வந்திருந்தது.

பல மாநிலங்களில் பிரதான எதிர்க்கட்சியாகவும் உருவெடுத்து, காங்கிரஸ் கட்சிக்குச் சவால் விடுக்கத் தொடங்கியிருந்தது. ஒன்பது மாநிலங்களில் காங்கிரஸ் அரசை அப்புறப்படுத்தியதன் மூலம் நாட்டு மக்கள் புரட்சிக்குத் தயாராகிவிட்டனர் என்பது உறுதிப் படுத்தப்பட்டுள்ளது என்றது பாரதிய ஜனசங்கம்.

இத்தனைக்கும் மதவாதம் பேசும் அரசியல் கட்சி என்ற விமரி சனத்தைத்தான் ஜனசங்கத்தின் மீது காங்கிரஸும் கம்யூனிஸ்டுகளும் தொடர்ச்சியாக முன்வைத்துக்கொண்டிருந்தனர். முக்கியமாக, இந்திரா காந்தியும் இடதுசாரிகளும் இந்துத்வ இயக்கங்களை நிராகரியுங்கள் என்றே தேர்தல் களத்தில் பேசினர். ஆனால், அத்தகைய விமரிசனங் களை எல்லாம் வெகு சாமர்த்தியாமாகத் தங்களுக்குச் சாதகமாகப் பயன்படுத்திக்கொண்டு, வெற்றிகளைப் பெற்று, வளர்ச்சிப் பாதையில் பயணம் செய்யத் தொடங்கியிருந்தது ஜனசங்கம்.

அத்தனைக்கும் காரணம் தீனதயாள் உபாத்யாயா. பாரதிய ஜனசங்கத்தின் பொதுச்செயலாளர். கட்சியின் தலைவர் பதவிக்குப்

தீனதயாள் உபாத்யாயா

பலரும் பல்வேறு காலகட்டங்களில் வந்திருந்தாலும், உபாத்யாயாவின் வசமே சர்வ அதிகாரங்களும் இருந்தன. அவரே அந்தக் கட்சியின் நிரந்தர வழி காட்டியாக, ஆசானாக, பிரசார பீரங்கியாகச் செயல்பட்டுக்கொண்டிருந்தார். 1953 ஆம் ஆண்டு பொதுச்செயலாளராகப் பொறுப்பேற்றது முதல் 1967 தேர்தலில் வெற்றிபெறும் வரைக்கும் அவர் மட்டுமே அந்தப் பதவியில் நீடித்துக்கொண்டிருந்தார்.

ஆனால் அந்த ஆண்டின் இறுதியில் கட்சியின் தலைமைப் பொறுப்பில் மாற்றம் கொண்டுவர வேண்டும் என்ற கோரிக்கை கட்சிக்குள் எழுந்தது. அப்போதைய ஜனசங்கத்தின் தலைவர் பால்ராஜ் மதோக்குக்குப் பதிலாக வேறொருவரைக் கொண்டு வரவேண்டும் என்றனர் கட்சியின் முன்னணித் தலைவர்கள்.

உண்மையில், ஜனசங்கம் இந்திய கம்யூனிஸ்ட் கட்சியுடன் சேர்ந்து கூட்டணி அரசில் பங்கேற்றது கட்சிக்குள் கருத்துவேறுபாடுகளை ஏற்படுத்தி யிருந்தது. ஆட்சி அதிகாரத்தைப் பிடிப்பதற்காக சித்தாந்த ரீதியாக வேறொரு துருவத்தில் இருக்கும் கம்யூனிஸ்டுகளுடன் கரம் கோப்பது கட்சியின் எதிர்காலத்தைச் சிதைத்துவிடும், கட்சியின் மீது மக்கள் மத்தியில் திரண்டு வரும் நம்பிக்கையைக் குலைத்துவிடும், இன்னும் சொல்லப் போனால், கட்சி யின் கொள்கைகளை நீர்த்துபோகச் செய்வதற்கான அபாயங்களும் அதில் புதைந்துகிடக்கின்றன என்பது அவர்களுடைய வாதம்.

ஆனால் ஜனசங்கத் தலைமையோ அதனை வேறு கோணத்தில் அணுகியது. தேர்தல் அரசியலில் இறங்கிய பிறகு அரசியல் தீண்டாமையைக் கடைப்பிடிக்க வேண்டிய அவசியம் ஏதுமில்லை. கம்யூனிஸ்டுகளின் கொள்கைகளை, சித்தாந்தத்தை, செயல்முறைகளை ஜனசங்கம் ஏற்கவில்லை. ஆனாலும், ஒரு குறிப்பிட்ட இலக்கை அடைவதற்காக பொதுவான செயல் திட்டம் ஒன்றை உருவாக்கி, அதன் அடிப்படையில் எதிரிகளுடன்அரசியல்உறவு பேணுவதில்எந்தத் தவறும் இல்லை. அப்படிச் செய்வது அரசியல் தீண்டாமையை அகற்றுவதற்கான முதல் படி. அதன்மூலம் ஜனநாயகம் வலுப்படும் என்றது.

'எதிரிகளுடன் அரசியல் உறவு பேணுவதில் எந்தத் தவறும் இல்லை.'

ஆனாலும் மாற்றுக் கருத்தாளர்கள் கட்சித் தலைமையின் கருத்தை ஏற்கவில்லை. வாதப் பிரதிவாதங்கள் நீடித்தன.

அடல் பிஹாரி வாஜ்பாய்

கிட்டத்தட்ட அந்தச் சமயத்தில்தான் கட்சியின் தலைமையில் மாற்றம் கொண்டுவரவேண்டும் என்ற கோரிக்கை வலுப்பெற்றது. அப்போது பல முன்னணித் தலைவர்களும் விரும்பியது தீனதயாள் உபாத்யாயாவைத்தான். தலைவருக்குப் பின்னால் இருந்துகொண்டு கட்சியை இயக்குவதைவிட, நேரடியாகத் தலைமைப் பதவிக்கு வருவது கட்சி வளர்ச்சியை ஊக்கப் படுத்தும் என்பது அவர்களது கணிப்பு.

தலைவர் பொறுப்பை உபாத்யாயா ஏற்கவேண்டும் என்பது ஜனசங்கத்தின் முன்னணித் தலைவர்கள் கருத்து மட்டுமல்ல. அந்தக் கட்சியின் வழிகாட்டியான ஆர்.எஸ்.எஸ்ஸும் அதையே விரும்பியது. கட்சி வளர்ச்சிப் பாதையில் சென்றுகொண்டிருக்கும் சூழலில் உபாத்யாயா உச்சப் பதவிக்கு வருவது காலத்தின் கட்டாயம் என்பது ஆர்.எஸ்.எஸ் தலைவர் கோல்வல்கரின் கருத்து. ஜனசங்கத்தின் உருவாக்கத்துக்கு வித்திட்டவர் என்ற முறையில் அந்தக் கருத்தை உரிமையுடன் சொன்னார் கோல்வல்கர்.

ஆனால் தலைமைப் பதவியை ஏற்றுக்கொள்ள உபாத்யாயா முதலில் தயக்கம் காட்டினார். பிறகு கோல்வால்கரின் தலையீட்டுக்குப் பிறகு தலைவர் பதவியை ஏற்றுக்கொண்டார். 1967 டிசம்பர் மாதம் கேரள மாநிலம் காளிகட்டில் பாரதிய ஜனசங்கத்தின் தேசிய மாநாடு கூடியது. அந்த மாநாட்டில் தீனதயாள் உபாத்யாயாவைத் தங்களுடைய தலைவராகத் தேர்ந்தெடுத்தனர் ஜனசங்கத் தொண்டர்கள்.

இன்னும் இரண்டு அல்லது மூன்று தீனதயாள் உபாத்யாயாக்கள் என்னிடம் இருந்தால் இந்திய அரசியல் வரைபடத்தை அடியோடு மாற்றிக்காட்டுவேன் என்று ஒருகாலத்தில் சொன்னார்

பாரதிய ஜனசங்கத்தின் நிறுவனர் டாக்டர் சியாமா பிரசாத் முகர்ஜி. அத்தகைய உபாத்யாயா தற்போது கட்சியின் தலைமைப் பொறுப்புக்கு வந்திருப்பது ஜனசங்கத்தின் அரசியல் பயணத்தில் ஒரு முக்கியமான திருப்புமுனையாக இருக்கும் என்ற எதிர்பார்ப்பு கட்சிக்குள் உருவாகியிருந்தது.

ஆனால் இரண்டே மாதங்களில் அந்தக் கனவைச் சிதைக்கும் சம்பவம் ஒன்று நடந்தேறியது. கட்சியின் தலைமைப் பொறுப்பை ஏற்ற கையோடு நாடு தழுவிய அளவில் சுற்றுப்பயணம் செய்து, கட்சி வளர்ச்சிப் பணியில் ஈடுபடத் தொடங்கினார் தீனதயாள் உபாத்யாயா. அதன் ஒரு பகுதியாக, பீகார் மாநிலம் பாட்னாவுக்குச் செல்லத் திட்டமிட்டார். 11 பிப்ரவரி 1968 அன்று லக்னோவில் இருந்து பாட்னாவுக்கு ரயில் மார்க்கமாகப் புறப்பட்டார்.

அன்று இரவே சில அடையாளம் தெரியாத நபர்களால் கொடூரமான முறையில் படுகொலை செய்யப்பட்டார் தீனதயாள் உபாத்யாயா. அவருடைய உயிரற்ற உடல் மொகல்சராய் என்ற இடத்தில் ரயில் தண்டவாளங்களுக்கு அருகே கிடத்தப்பட்டிருந்தது. யார் அந்தக் கொலையைச் செய்தனர்? ஏன் அவரைக் கொலை செய்யவேண்டும்? ஜனசங்கத்தினர் அதிர்ச்சியில் உறைந்து போயினர்.

அதிர்ச்சி ஒருபக்கம் இருந்தாலும் அரசிடம் நியாயம் கேட்கவேண்டும் என்பதில் தெளிவாக இருந்தனர் ஜனசங்கத்தினர். மரணத்தின் மர்மம் குறித்து உரிய முறையில் விசாரணை செய்து, குற்றவாளிகளைத் தண்டிக்கவேண்டும் என்று கோரினர். அவர்கள் மட்டுமல்ல, பல கட்சிகளும் உபாத்யாயாவின் படுகொலைக்கு நீதி விசாரணை கோரின.

கோரிக்கையில் இருக்கும் நியாயத்தைப் புரிந்துகொண்ட மத்திய அரசு நீதிபதி ஒய்.வி. சந்திரசூட் தலைமையிலான விசாரணை ஆணையம் ஒன்றை அமைத்தது. விசாரணையில் இறுதியில், தீனதயாள் உபாத்யாயாவின் கொலைக்கு அரசியல் பின்னணி ஏதுமில்லை என்றும் அது சாதாரண குற்றவழக்கு என்றும் சொல்லிவிட்டது சந்திரசூட்டின் விசாரணை அறிக்கை. உபாத்யாயாவின் கொலையைக் காட்டிலும் சந்திரசூட்டின் விசாரணை கமிஷன் அறிக்கைதான் ஜனசங்கத்தினருக்கு அதிக அதிர்ச்சியைக் கொடுத்தது.

மத்திய அரசின் பல்வேறு கொள்கை முடிவுகள் குறித்தும், நிர்வாகச் செயல்பாடுகள் குறித்தும் நாடாளுமன்றத்துக்கு உள்ளும் புறமும் பேசியவர் வாஜ்பாய். அவருடைய பேச்சின் பிரதான ரசிகர்களுள் ஒருவர் ஜவாஹர்லால் நேரு.

உண்மையில், பாரதிய ஜனசங்கத்துக்கு இது முதல் இழப்பல்ல. சில ஆண்டுகளுக்கு முன்புதான் கட்சியின் நிறுவனர் டாக்டர் சியாமா பிரசாத் முகர்ஜி மர்மமான முறையில் மரணம் அடைந்து பேரதிர்ச்சியைக் கொடுத்திருந்தார். அந்த மரணத்தின் பின்னணி முழுமையாக வெளியாகவில்லை என்ற வருத்தம் ஜனசங்கத் தலைவர்கள் முதல் தொண்டர்கள் வரை பலருக்கும் இன்னமும்கூட இருக்கிறது. அந்த மரணம் கட்சியின் வளர்ச்சி வேகத்தைச் சற்றே மட்டுப்படுத்திவிட்டது என்ற வருத்தமும் ஜனசங்கத்தினருக்கு உண்டு.

இந்நிலையில் கட்சியின் வழிகாட்டியும் தலைவருமான தீனதயாள் உபாத்யாயாவின் மரணம் ஜனசங்கத்தினரை சோகக்கடலில்

ஆழ்த்தியது. கட்சியின் நிர்வாக மட்டத்தில் இருக்கும் பலரும் வயதில் இளையவர்களாக இருக்கும் சூழ்நிலையில் மூத்த தலைவர்களான டாக்டர் சியாமா பிரசாத் முகர்ஜி, தீனதயாள் உபாத்யாயா போன்றோரின் இழப்பு ஜனசங்கத்துக்குப் பெரும் நெருக்கடியைக் கொடுத்தது.

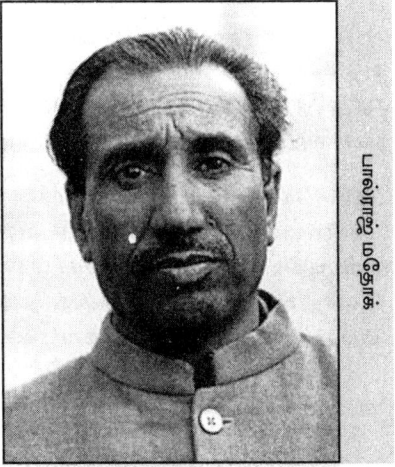

பால்ராஜ் மதோக்

ஜனசங்கத்தின் அடுத்த தலைவரைத் தேர்ந்தெடுக்கவேண்டிய தருணம் உருவாகியிருந்தது. பால்ராஜ் மதோக் போன்ற மூத்த தலைவர்கள் பலர் இருந்தாலும், கட்சியைத் துடிதுடிப்புடன் வளர்த்தெடுக்கத் தகுதியான தலைவரை அடையாளும் காணும் முயற்சியில் ஜனசங்கம் இறங்கியது. ஆர்.எஸ்.எஸ் தலைவர் கோல்வால்கர் உள்ளிட்ட தலைவர்கள் பலரிடமும் ஆலோசனை கோரியது.

அப்போது எல்லோருடைய கவனமும் ஒற்றை நபர் மீதுதான் குவிந்துகிடந்தது. அவர், அடல் பிஹாரி வாஜ்பாய். தீவிரமான ஆர்.எஸ்.எஸ் தொண்டர். கோல்வால்கர் உள்ளிட்ட தலைவர்களின் அன்புக்குப் பாத்திரமானவர். இன்னும் சொல்லப்போனால், பாரதிய ஜனசங்கம் என்ற அரசியல் கட்சியைத் தொடங்கியபோது கோல்வால்கரால் அனுப்பிவைக்கப்பட்ட தளகர்த்தர்களுள் அடல் பிஹாரி வாஜ்பாயும் ஒருவர்.

ஆர்.எஸ்.எஸ் உறுப்பினராக இருந்துகொண்டே ஜனசங்கத்தில் இணைந்து, மூத்த தலைவர்கள் பலருடனும் பழகி, கட்சியின் நிர்வாக அடுக்கில் மெல்ல மெல்ல முன்னேறிவந்த வாஜ்பாய், கட்சியின் பிரசார பீரங்கியாகவும் நாடாளுமன்றத்தில் ஜனசங்கத்தின் செல்வாக்கு நிரம்பிய பிரதிநிதியாகவும் வலம்வந்தவர். மத்திய அரசின் பல்வேறு கொள்கை முடிவுகள் குறித்தும், நிர்வாகச் செயல்பாடுகள் குறித்தும் நாடாளுமன்றத்துக்கு உள்ளும் புறமும் பேசியவர் வாஜ்பாய். அவருடைய பேச்சின் பிரதான ரசிகர்களுள் ஒருவர் ஜவாஹர்லால் நேரு.

தொண்டர்கள் மத்தியிலும் விரிவான ஆதரவு தளத்தைப் பெற்றிருக்கும் அவரையே தலைவர் பதவிக்குக் கொண்டுவருவது என்று முடிவெடுத்தனர் ஜனசங்கத்தின் முன்னணித் தலைவர்கள். அந்த முடிவுக்கு கோல்வால்கரின் பரிபூரண ஆசிர்வாதமும் இருந்தது. ஆகவே, எவ்வித எதிர்ப்பும் இல்லாமல் பாரதிய ஜனசங்கத்தின் புதிய தலைவராக அடல் பிஹாரி வாஜ்பாய் பொறுப்பேற்றார்.

இந்த இடத்தில் வாஜ்பாயின் பூர்விகம் பற்றிய சில தகவல்களைப் பார்த்துவிடுவது பொருத்தமாக இருக்கும். மத்தியப் பிரதேச மாநிலம் குவாலியரைச் சேர்ந்தவர் கிருஷ்ண பிஹாரி வாஜ்பாய். பள்ளி ஆசிரியராக வேலை பார்த்துக்கொண்டிருந்தார். கவிஞரும்கூட. அவருடைய மனைவி பெயர், கிருஷ்ண தேவி. பிராமண வகுப்பைச் சேர்ந்த அந்தத் தம்பதிக்கு 24 டிசம்பர் 1924 அன்று பிறந்தவர் அடல் பிஹாரி வாஜ்பாய்.

மாணவப் பருவத்தில் இருந்தே அரசியல் ஆர்வம் இருந்தது. அதுதான் அவரை ஆர்.எஸ்.எஸ்ஸை நோக்கி அழைத்துவந்தது. ஸ்வயம்சேவகராகக் களப்பணியாற்றிக்கொண்டிருந்த அவருக்கு ஆர்.எஸ்.எஸ்ஸின் மூத்த மற்றும் முன்னணித் தலைவர்கள் பலருடனும் நெருக்கமான தொடர்பு இருந்தது. அப்போது ஆர்யகுமார் சபாவின் உறுப்பினராகவும் செயல்பட்டுக் கொண்டிருந்தார் வாஜ்பாய். இந்த அமைப்பு நாம் தொடக்கத்தில் பார்த்த ஆரிய சமாஜத்தின் இளைஞர் பிரிவு.

ஸ்வயம்சேவகராக இருந்துகொண்டே கல்வியிலும் கவனம் செலுத்தினார் வாஜ்பாய். அதன் பலனாக அரசியல் துறையில் முதுகலைப் பட்டம் பெற்றார். பிறகு ஆர்.எஸ்.எஸ்ஸின் முழுநேரத் தொண்டராகச் செயல்படத் தொடங்கினார். கோல்வால்கர், தீனதயாள் உபாத்யாயா போன்ற தலைவர்களுடன் நெருக்கமானார்.

ஆர்.எஸ்.எஸ் ஆதரவுப் பத்திரிகைகளான ராஷ்ட்ரதர்மா என்கிற இந்தி மாத இதழ், பாஞ்சஜன்யா என்கிற இந்தி வார இதழ் மற்றும் ஸ்வதேஷ், வீர அர்ஜுன் ஆகிய நாளிதழ்கள் ஆகியவற்றில் தீவிரமாகப் பணியாற்றினார். ஒருகட்டத்தில் பாஞ்சஜன்யாவின் ஆசிரியர் பொறுப்பு வாஜ்பாய்க்குத் தரப்பட்டது. இந்தப் பத்திரிகைகள் எல்லாம் தீனதயாள் உபாத்யாயாவால் நடத்தப்பட்டவை. ஆர்.எஸ்.எஸ்ஸின் பிரசார பீரங்கிகளாகச் செயல்பட்டவை. ஆர்.எஸ்.எஸ்ஸின் முன்னணித் தலைவர்கள் பலரும் அந்தப் பத்திரிகைகளில் கட்டுரைகளை எழுதிக்கொண்டிருந்தனர்.

ஆர்.எஸ்.எஸ்ஸை வளர்த்தெடுக்கும் பணிக்காக நாட்டின் முக்கியமான மாநிலங்களுக்குச் சென்று பிரசாரத்தில் ஈடுபட்டார் வாஜ்பாய். அப்போது அவருடைய துடிதுடிப்பும் செயல் வேகமும் பலரையும் கவர்ந்தன. அதைப் பார்த்தபிறகுதான் ஜனசங்கம் தொடங்கப்பட்ட போது வாஜ்பாயை டாக்டர் முகர்ஜியுடன் அனுப்பிவைத்தார் கோல்வால்கர். அதன்பிறகு ஜனசங்கத்தின் முக்கியத் தலைவராகப் பரிணாம வளர்ச்சி பெற்று, இப்போது அதிகார அடுக்கின் உச்சத்துக்கு வந்துசேர்ந்திருந்தார் வாஜ்பாய்.

இளம் தலைவரான இந்திரா இந்தியாவுக்கே தலைமைப் பொறுப்பை ஏற்றிருந்த நிலையில், அவருடைய பிரதான எதிரியான ஜனசங்கத்துக்கும் இளம் தலைவர் வாஜ்பாய் பொறுப்புக்கு வந்திருந்தார். புதிய தலைவருக்குப் பல்வேறு சவால்கள் காத்திருந்தன!

55

வாஜ்பாய் Vs இந்திரா

இளம் தலைவராகப் பொறுப்பேற்றிருந்த வாஜ்பாய்க்கு இருந்த ஆகப்பெரிய சவால்கள் இரண்டு. முதல் சவால், உபாத்யாயாவின் மரணத்தால் மனரீதியாகச் சோர்ந்துபோயிருந்த கட்சியின் முன்னணித் தலைவர்கள் முதல் முக்கியத் தொண்டர்கள் வரை பலருக்கும் மனரீதியான தெம்பைக் கொடுப்பது. இரண்டாவது சவால், இந்திராவின் அரசை நுணுக்கமாகக் கவனித்து, எதிர்க்கட்சி பாத்திரத்தை எவ்வித சுணக்கமும் இல்லாமல் நிறைவேற்றுவது.

அந்த இரண்டு சவால்களையும் சாமர்த்தியமாக எதிர்கொள்வதற்கு வாஜ்பாய்க்கு உதவியாக ஜனசங்கத் தலைவர்கள் பலரும் தயாராக இருந்தனர். முன்னாள் தலைவர் பால்ராஜ் மதோக் உள்ளிட்ட தலைவர்கள் பலரும் வாஜ்பாய்க்குத் தோள்கொடுத்தனர். முக்கிய மாக, அத்வானி. கட்சியின் நிர்வாக அடுக்குகளில் முன்னேறி வந்து கொண்டிருந்த அத்வானி போன்ற பலரும் வாஜ்பாய்க்கு ஆதரவாக இருந்தனர். இத்தகைய பின்னணியில் ஜனசங்கம் வீரியத்துடன் களமிறங்குவதற்கான வாய்ப்புகள் தாமாகவே வந்துசேர்ந்தன. உபயம்: பிரதமர் இந்திரா.

இந்தியாவின் இளம் பிரதமராகப் பதவியேற்றிருந்த இந்திரா காந்திக்கு ஏகப்பட்ட கனவுகள். ஒவ்வொன்றையும் வரிசையாக நனவாக்க விரும்பினார். ஆனால் அவற்றில் தெரிந்த முற்போக்குத் தன்மை காங்கிரஸ் மூத்த தலைவர்கள் பலரையும் முகம் சுளிக்கச் செய்தது. முக்கியமாக, வங்கிகள் தேசியமயத்தையும் மன்னர் மானிய

ஒழிப்பையும் சொல்ல வேண்டும். முதலில் வங்கிகள் தேசிய மயமாதல் பற்றிப் பார்த்துவிடலாம்.

வாஜ்பாய்

இந்துத்வ இயக்கங்களைப் பொறுத்தவரை பொது வுடைமை என்பது வேப்பங்காய்க்கு ஒப்பானது. அந்த வகையில் வங்கிகளை எல்லாம் தேசிய மயமாக்கவேண்டும் என்ற முடிவை இந்திரா காந்தி அரசு எடுத்தபோது ஆரம்ப நிலையிலேயே எதிர்க்குரல் எழுப்பியது ஜனசங்கம். முக்கியமாக, வாஜ்பாயின் குரல் நாடாளுமன்றத்தில் ஓங்கி ஒலித்தது. வங்கிகள் நாட்டுடைமை குறித்து அரசு அவசரச்சட்டம் கொண்டு வந்தபோது மக்களவையில் உரிமைப்பிரச்னை எழுப்பினார் வாஜ்பாய்.

அரசின் முடிவுக்கு எதிராக வங்கி முதலாளிகள் வழக்கு தொடுத்திருந்தனர். எதிர்ப்பை வலுப்படுத்தும் வகையில் சுதந்தரா கட்சியுடன் இணைந்து கையெழுத்து இயக்கம் நடத்தியது ஜனசங்கம். ஐம்பதுக்கும் மேற்பட்ட நாடாளுமன்ற உறுப்பினர்களின் கையெழுத்துகளுடன் கூடிய கடிதம் ஒன்று பிரதமர் இந்திராகாந்திக்கு அனுப்பப் பட்டது. முதலாளிகளுக்கு ஆதரவாக ஜனசங்கமும் சுதந்தராவும் கைகோத்துக் களமிறங்கியிருந்தன.

அத்தனை எதிர்ப்புகளையும் நிராகரித்துவிட்டு வங்கிகளை நாட்டுடைமையாக்கும் மசோதாவை நாடாளுமன்றத்தில் கொண்டுவந்தது இந்திரா அரசு. வங்கிகளை நாட்டுடைமை ஆக்குவதால் மட்டுமே சோஷலிச இலக்குகளை அடைந்துவிடமுடியாது என்று விமரிசித்த வாஜ்பாய், மக்களவையில் இருந்து வெளி நடப்பு செய்தார். இறுதியாக, பதினான்கு வங்கிகள் தேசியமயமாகின. அந்த விஷயத்தில் ஜனசங்கத்துக்குப் பின்னடைவுதான். என்றாலும், அடுத்த சிக்கல் அதைவிட மோசமானதாக வந்துசேர்ந்தது. அது, மன்னர் மானிய ஒழிப்பு விவகாரம்.

இந்துத்வ இயக்கங்களைப் பொறுத்தவரை பொதுவுடைமை என்பது வேப்பங்காய்க்கு ஒப்பானது.

இந்தியா சுதந்தரம் அடைந்தபோது ஐந்நூறுக்கும் மேற் பட்ட சமஸ்தானங்களுக்கும் சுதந்தரம் தரப்பட்டிருந்தது. அவற்றை இந்திய யூனியனுடன் இணைத்து, வலுவான இந்திய ஒன்றியத்தைக் கட்டமைத்தார் வல்லபபாய் பட்டேல். அப்போது தங்களுடைய ஆளுகைக்கு உட்பட்ட நிலப்பகுதியையும் அதிகாரத்தையும் விட்டுக்கொடுத்த சமஸ்தான மன்னர்களுக்கு இந்திய அரசு பிரம்மாண்ட அளவிலான மானியத்தைக் கொடுத்தது.

அரசு கொடுத்த தொகை ஒன்றும் சின்னஞ்சிறு தொகையல்ல. காலம் முழுமைக்கும் சுகபோகமாக

குவாலியர் மகாராணி ராஜ்மாதா விஜயராஜே சிந்தியா

வாழ்வதற்கு ஏதுவான பெருந்தொகை. அதுவும் தொடர்ச்சியாகக் கிடைக்கும் வகையிலான ஏற்பாடு. ஆண்டுக்கு ஆண்டு மானிய உயர்வு அறிவிப்புகள் வேறு வந்துகொண்டிருந்தன. அதன்மூலம் கோடிக்கணக்கான ரூபாயைச் செலவழித்துக் கொண்டிருந்தது இந்திய அரசு.

நேரு காலத்தில் இருந்து பின்பற்றப்படும் நடைமுறை பிரதமர் இந்திரா காந்தியை யோசிக்க வைத்தது. எல்லோரும் இந்நாட்டு மன்னர்கள் என்று ஆகிவிட்டநிலையில் இவர்களுக்கு மட்டும் ஏன் சிறப்பு கவனிப்பு? எதற்காக அரசாங்கம் இவ்வளவு பெரிய தொகையைச் செலவிட வேண்டும்? நலத்திட்டங்கள் பலவும் நிதிச்சிக்கல் காரணமாக முடங்கியிருக்கும் நிலையில் எதற்காக இந்த ஆடம்பரச் செலவு? புதுமை விரும்பியான இந்திராவுக்குப் பழைமை மீது துளியும் பிடித்தம் கிடையாது. விளைவு, மானியங்களை எல்லாம் மரிக்கச் செய்துவிட முடிவெடுத்தார்.

அந்த முடிவுக்குப் பின்னால் வெறும் முற்போக்கு மட்டுமே காரணமாக இருந்தது என்று திட்ட வட்டமாகச் சொல்லிவிடமுடியாது. இன்னொரு அரசியல் கணக்கும் இருந்தது. ஆம், இந்திய அரசிடம் மானியம் வாங்கிக்கொண்டிருந்த சமஸ்தான மன்னர்கள் பலரும் அங்கம் வகித்தது காங்கிரஸ் கட்சியில் அல்ல, அதற்கு நேர் எதிரான வலதுசாரிக் கட்சிகளான ஜனசங்கத்திலும் சுதந்தராவிலும்தான் நிறைந்திருந்தனர். காங்கிரஸ் கட்சியிலும் இருந்தனர். ஆனால் சொற்ப எண்ணிக்கையில்.

தங்களுக்குக் கிடைத்த மானியத்தின் கணிசமான பகுதிகளை ஜனசங்கம், சுதந்தரா உள்ளிட்ட கட்சிகளுக்கு வளர்ச்சி நிதியாக வழங்கிக் கொண்டிருந்தனர் சமஸ்தான மன்னர்கள். அதன்

அர்த்தம், காங்கிரஸ் எதிர்ப்பு சக்திகளுக்குப் புரவலர்களாக அவர்கள் இயங்கிக்கொண்டிருந்தனர் என்பதுதான். அதனை அனுமதிக்க பிரதமர் இந்திரா விரும்பவில்லை. என்ன செய்யலாம் என்று யோசித்தபோது உதவிக்கு வந்தார் சந்திரசேகர். ஆம், பின்னாளில் பிரதமரான அதே சந்திரசேகர்தான்.

இந்திராவைச் சுற்றி இவரைப் போன்ற இளம் ரத்தங்கள் பலர் இயங்கிக்கொண்டிருந்தனர். சந்திரசேகர், மோகன் தாரியா, ராம்தன் என்று பலர். இளம் துருக்கியர்கள் என்பது அவர்களுடைய அடைமொழி. புரட்சிகர சிந்தனையாளர்கள். முற்போக்குக் கருத்துகளைப் பேசக் கூடியவர்கள். அதைச் செயல்வடிவத்துக்கும் கொண்டுவர விரும்பியவர்கள். மன்னர் மானிய ஒழிப்பை ஆதரித்து உரத்த குரல் எழுப்பினார் சந்திரசேகர். அவரை அடியொற்றி பலரும் திரண்டுவந்தனர்.

மன்னர் மானியம் காலாவதியாவதற்கான காலம் கனியத் தொடங்கிவிட்டது என்பது கண்கூடாகத் தெரிந்தது. அது ஜனசங்கம், சுதந்தரா கட்சியினரைப் பதறச் செய்தது. புரவலர்களுக்கு வந்திருக்கும் ஆபத்து தங்களையும் பாதிக்கும் என்று கணித்த தலைவர்கள், உடனடியாக எதிர்வினை ஆற்றத் தயாராகினர்.

அதேசமயம், அந்த எதிர்வினையை நேரடியாகச் செய்வதில் அவர்களுக்குத் தயக்கம் இருந்தது. பணக்காரர்களுக்காகப் பகிரங்கமாகப் பரிந்துபேசுவது பொதுவான மக்கள் மத்தியில் அசூயையை உருவாக்கிவிடுமோ என்ற அச்சம் அவர்களுக்குள் இருந்தது. சமஸ்தான மன்னர்களுக்காக சாமானியர்களின் ஆதரவை இழக்க அவர்கள் தயாராக இல்லை. ஆகவே மன்னர் மானிய விஷயத்தில் சாமர்த்தியமாகச் செயல்பட்டனர். எப்படி?

சமஸ்தான மன்னர்கள் தாங்களாகவே விரும்பி மானியங்களைக் கைவிடவேண்டும் என்று நாசூக்காகக் காய் நகர்த்தினர். குறிப்பாக, ஜனசங்கத் தலைவர்களின் கோரிக்கை அதுவாகவே இருந்தது. ஆனால் சுகபோகத்தில் திளைத்த சமஸ்தான மன்னர்களுக்கு மானியத்தை இழப்பதற்கு மனம் ஒப்பவில்லை. அதெல்லாம் முடியாது என்றனர் திட்டவட்டமாக. எனில், பிடுங்கிக் கொள்வதைத் தவிர வேறு வழியில்லை என்ற முடிவுக்கு வந்தார் பிரதமர் இந்திரா காந்தி.

மன்னர் மானியம் காலாவதியாவதற்கான காலம் கனியத் தொடங்கிவிட்டது என்பது கண்கூடாகத் தெரிந்தது. அது ஜனசங்கம், சுதந்தரா கட்சியினரைப் பதறச் செய்தது.

2 செப்டெம்பர் 1970 அன்று மன்னர் மானிய ஒழிப்பு சட்டத்திருத்த மசோதா கொண்டு வரப்பட்டது. மக்களவையில் நடந்த வாக்கெடுப்பில் மசோதாவுக்கு ஆதரவாக 339, எதிராக 154 வாக்குகள் விழுந்தன. மக்களவையில் நிறைவேறிய மசோதா, மாநிலங்களவையில் ஏமாற்றியது. மசோதாவின் மீது மாநிலங்களவையில் நடந்த வாக்கெடுப்பில் ஒற்றை வாக்கு கூடுதலாகக் கிடைத்திருந்தால் மசோதா நிறைவேறியிருக்கும். ஆனால் அது நடக்கவில்லை. உபயம்: திமுக மாநிலங்களவை உறுப்பினராக இருந்த நடிகர் எஸ்.எஸ். ராஜேந்திரன் வயிற்றுப்போக்கு

காரணமாக வாக்களிக்க வரவில்லை. இத்தனைக்கும் அந்த மசோதாவுக்கு ஆதரவான நிலைப்பாட்டையே திமுக எடுத்திருந்தது.

பானு பிரகாஷ் சிங்

மாநிலங்களவையில் மட்டும் இத்தகைய சம்பவம் நடைபெறவில்லை. மக்களவையிலும் நடந்தது. அதுவும் காங்கிரஸ் முகாமில். ஆம், மன்னர் மானிய ஒழிப்பு மசோதாவுக்கு எதிராக வாக்களிக்க தனக்கு அனுமதி கொடுக்கவேண்டும் என்று பிரதமர் இந்திராவிடம் கோரிக்கை விடுத்தார் அவருடைய அமைச்சரவையில் இடம்பெற்றிருந்த பானு பிரகாஷ் சிங். இவரும் ஒரு சமஸ்தான மன்னர். காங்கிரஸில் இருந்த சமஸ்தான மன்னர்களுள் இவரும் ஒருவர். அமைச்சரின் கோரிக்கை அநாவசிய கோரிக்கை என்று கருதிய இந்திரா அதனை அடியோடு நிராகரித்துவிட்டார். அதிருப்தியடைந்த பானு பிரகாஷ் சிங் அமைச்சர் பதவியை ராஜினாமா செய்துவிட்டார். பிறகு ஜனசங்கத்தில் தன்னை இணைத்துக்கொண்டார்.

மசோதா நிறைவேறாமல் போனது இந்திராவுக்கு மனவருத்தத்தைக் கொடுத்தது. மாற்று ஏற்பாடு செய்யத் தொடங்கினார். அதற்கு ஒத்தாசைக்கு வந்தார் புதிய குடியரசுத் தலைவர் வி.வி.கிரி. மன்னர் மானிய ஒழிப்பை ரத்து செய்யும் வகையில் அவசரச் சட்டம் ஒன்றைக் கொண்டு வந்தார். அதன்மூலம் கொல்லைப்புற வழியாக மன்னர் மானியங்கள் ரத்து செய்யப்பட்டன.

ஆனாலும் எதிர்ப்பைக் கைவிட முன்னாள் சமஸ்தான மன்னர்கள் விரும்பவில்லை. மன்னர்கள் தங்களுடைய உரிமைக்காகச் சட்டரீதியான போராட்டத்தை முன்னெடுப்பார்கள் என்று அறிவித்தார் குவாலியர் மகாராணி ராஜ்மாதா விஜயராஜே சிந்தியா. இவர் சமஸ்தான மகாராணி மட்டுமல்ல, மத்தியப் பிரதேச மாநில ஜனசங்கத்தின் தலைவரும்கூட.

சட்டரீதியாக எதிர்ப்பு தெரிவிக்க விரும்பிய மன்னர்கள் பலரும் ஓரணியில் திரண்டனர். தங்களுக்கென்று பிரத்யேகக் கூட்டமைப்பு ஒன்றை உருவாக்கினர். மானிய ஒழிப்புக்கு எதிராக நீதிமன்றத்தில் வழக்கு தொடர்ந்தனர். கைமேல் பலன் கிடைத்தது. நீதிமன்றத் தீர்ப்பு மன்னர் மானிய ஒழிப்புக்கு எதிராக வந்தது. அதன்மூலம் பிரதமர் இந்திராவின் முற்போக்குத் திட்டத்துக்கு முட்டுக்கட்டை போடப்பட்டது.

அதிருப்தியின் உச்சத்துக்குச் சென்றுவிட்டார் பிரதமர் இந்திரா. விளைவு, நாடாளுமன்றத்தைக் கலைத்துவிட்டுப் புதிய தேர்தலைச் சந்திக்கத் தயாரானார். மைனாரிட்டி அரசாக இருப்பதால் தானே நினைத்ததை எல்லாம் நடத்திப்பார்க்க முடியவில்லை. அடுத்தடுத்து முட்டுக் கட்டை போடுகிறார்கள். மாறாக, மக்களைச் சந்தித்து, தேர்தலில் வெற்றிபெற்று விட்டால், பெரும்பான்மை பலத்துடன் பெருங்காரியங்களைச் செய்யலாம் அல்லவா, நடக்கட்டும் தேர்தல் என்று சொல்லிவிட்டார்.

பிரதமர் இந்திராவின் முடிவு ஒருவகையில் ஜனசங்கம் உள்ளிட்ட கட்சிகளுக்கு உவப்பான செய்திதான். தேர்தலின் வழியாகத் தங்களை முன்பைக் காட்டிலும் வலுப்படுத்திக்கொள்ள முடியும், ஆதரவுத் தளத்தை விரிவுபடுத்திக்கொள்ள முடியும் என்பது அவர்களது கணிப்பு.

காரணம், கடந்த காலங்களில் எல்லாம் ஒன்றுபட்ட காங்கிரஸ் கட்சியை எதிர்த்துக் களம் காணவேண்டிய நிலை இருந்தது. ஆனால் இம்முறை பிளவுபட்ட காங்கிரஸைத்தான் எதிர்க்க வேண்டும். மொரார்ஜி, காமராஜர் தலைமையிலான ஸ்தாபன காங்கிரஸ் மற்றும் இந்திரா காங்கிரஸ். போதாக்குறைக்கு, ராஜாஜியின் சுதந்தரா வேறு.

அதுமட்டுமல்ல, பாரதிய ஜனசங்கம், ஸ்தாபன காங்கிரஸ், சுதந்தரா கட்சி ஆகிய முப்பெரும் கட்சிகளும் ஓரணியில் திரண்டு நின்று இந்திரா காந்தியை எதிர்க்கத் தயாராகியிருந்தன. அந்த ஒருங்கிணைப்பை ஆர்.எஸ்.எஸ் உவகை ததும்ப வரவேற்றது. ஆம், இந்துத்வ இயக்கத்துக்கு ஒளிமயமான எதிர்காலம் காத்திருப்பதாகக் கணித்தது ஆர்.எஸ்.எஸ் தலைமை. ஆனால் சிக்கல் வேறு வடிவில் வந்தது!

56

வாஜ்பாய் எழுப்பிய முழக்கம்

பாரதிய ஜனசங்கத்தின் புதிய தலைவராகப் பொறுப்பேற்ற குறுகிய கால அவகாசத்தில் பொதுத் தேர்தலைச் சந்திக்கவேண்டிய நிர்ப்பந்தம் அடல் பிஹாரி வாஜ்பாய்க்கு உருவாகியிருந்தது. அதற்கான காரணங்களுள் ஜனசங்கமும் ஒன்று. பிரதமர் இந்திரா காந்தி கொண்டுவந்த வங்கி தேசிய மயமாக்கல், மன்னர் மானிய ஒழிப்பு போன்ற திட்டங்களுக்குக் காட்டிய கடுமையான எதிர்ப்புதான் இந்திராவைத் தேர்தலை நோக்கி வலுக்கட்டாயமாக நகர்த்தியிருந்தது.

தேர்தலைச் சந்திக்கவேண்டும் என்ற தன்னுடைய முடிவு குறித்து வானொலி வழியே விளக்கம் கொடுத்துப் பேசிய பிரதமர் இந்திரா. 'நம்முடைய மக்களில் பெரும்பாலானோருக்குத் தரமான வாழ்க்கையை உறுதிசெய்து, நியாயமான சமுதாய அமைப்புக்கான அவர்களது ஆசையை நிறைவேற்றும் முயற்சியில் இந்திய அரசு ஈடுபட்டாலும், பிற்போக்குச் சக்திகள் அனைத்து வழிகளிலும் அவற்றைத் தடைசெய்யத் தயங்கவில்லை' என்றார். அவர் சுட்டிக் காட்டியது ஜனசங்கம், ஸ்தாபன காங்கிரஸ், சுதந்தரா கட்சிகளைத் தான்.

உண்மையில், பிரதமர் இந்திரா மிகச்சாதுரியமாக ஒரு காரியத்தைச் செய்திருந்தார். பதவிக்காலம் முடிவதற்குப் பதினான்கு மாதங்களுக்கு முன்பே மக்களவையைக் கலைத்துவிட்டு, தேர்தலைச் சந்திக்கத் தயாராகியிருந்தார். அதன்மூலம் மக்களவைத் தேர்தலையும் மாநில

ராம்நாத் கோயங்கா

சட்டமன்றத் தேர்தல்களையும் தனித்தனியே பிரித்திருந் தார். அதுநாள்வரை மக்களவை, மாநில சட்டமன்றத் தேர்தல்கள் பெரும்பாலும் ஒரே சமயத்தில்தான் நடக்கும். இடையில் கலைக்கப்பட்ட கேரளா போன்ற சில மாநிலங்கள் மட்டுமே விதிவிலக்கு.

இம்முறை மக்களவைக்கு மட்டுமே தேர்தல். அதே சமயம், இந்திரா காங்கிரஸ் வலுவான கூட்டணி அமைத்த தமிழ்நாடு உள்ளிட்ட சில மாநிலங்களில் மட்டும் மாநில சட்டமன்றத் தேர்தல் நடந்தது. அவருடைய நோக்கம், மாநிலப் பிரச்னைகள் எதுவும் மக்களவைத் தேர்தலைப் பாதிக்காத வகையில், முழுக்க முழுக்க தேசியப் பிரச்னையைப் பற்றி மட்டுமே பேசுகின்ற வகையில் தேர்தல் களத்தை வடிவமைக்கவேண்டும் என்பதுதான்.

ஒரு பாதகமும் இல்லை, துணிச்சலுடன் தேர்தலைச் சந்திப்போம் என்று சொல்லிவிட்டார் அடல் பிஹாரி வாஜ்பாய். அவர் அப்படிச் சொன்னதற்கு வலுவான காரணம் இருந்தது. அது, கூட்டணி. மொரார்ஜி தேசாய், நிஜலிங்கப்பா உள்ளிட்ட தலைவர்கள் வழி நடத்திய ஸ்தாபன காங்கிரஸ், ராஜாஜியின் சுதந்தரா, வாஜ்பாயின் ஜனசங்கம் போன்ற கட்சிகளைக் கொண்ட கிராண்ட் அலையன்ஸ் என்கிற மகா கூட்டணியை உருவாக்கும் முயற்சிகள் அந்தத் தலைவர்களால் மிகத் தீவிரமாக நடந்திருந்தன.

இந்திராவை வீழ்த்துவோம் என்ற ஒற்றை முழக்கத்துடன் உருவாகியிருந்த இந்த மகா கூட்டணியில் பல்வேறு கட்சிகள் இடம்பெற்றிருந்தபோதும் ஸ்தாபன காங்கிரஸ், சுதந்தரா, ஜனசங்கம் ஆகிய மூன்றும்தான் பிரதானமானவை. கட்சிகளின் செல்வாக்கு, வாக்கு வங்கி, வெற்றிவாய்ப்பு, எதிரியை எதிர்கொள்ளும் வலிமை ஆகிய நான்கு அம்சங்களின் அடிப்படையில் தொகுதிகளைப் பகிர்ந்துகொண்டு, கூட்டணியின் வெற்றிக்குப் பாடுபடுவது என்று மகா கூட்டணியின் உறுப்புக் கட்சிகள் முடிவுசெய்தன.

இந்திராவை வீழ்த்துவோம் என்ற ஒற்றை முழக்கத்துடன் உருவாகியிருந்த இந்த மகா கூட்டணியில் ஸ்தாபன காங்கிரஸ், சுதந்தரா, ஜனசங்கம் ஆகிய மூன்றும்தான் பிரதானமானவை.

அதை நடைமுறைப்படுத்தும்போது சில சிக்கல்கள் வந்தன. ஒரு குறிப்பிட்ட தொகுதியில் ஸ்தாபன காங்கிரஸும் பாரதிய ஜனசங்கமும் எதிர்த்துப் போட்டியிட வேண்டிய நிலை இருந்தது. இன்னும் சொல்லப் போனால், தமிழ்நாட்டில் காமராஜர் தலைமையிலான ஸ்தாபன காங்கிரஸுக்கும் ஜனசங்கத்துக்கும் இடையே எந்தவொரு கூட்டணியும் கிடையாது.

பைரோன்சிங் ஷெகாவத்

ஓர் உதாரணம் சொன்னால் புரியும். சேலம் மக்களவைத் தொகுதியில் ஸ்தாபன காங்கிரஸ் வேட்பாளராக எம்.பி. சுப்பிரமணியம் போட்டியிட்டார். அவரை எதிர்த்து பாரதிய ஜனசங்கம் சார்பில் கே.என். லட்சுமணன் களமிறங்கியிருந்தார். அதேபோல, தமிழ்நாடு சட்டமன்றத்துக் கான தேர்தலில் ஐந்து தொகுதிகளுக்கு வேட்பாளர்களை நிறுத்தியது பாரதிய ஜனசங்கம். அந்த ஐந்திலுமே காமராஜர் தலைமையிலான ஸ்தாபன காங்கிரஸ் போட்டியிட்டது.

மூன்று கட்சிகளில் பெரிய கட்சி ஸ்தாபன காங்கிரஸ். இந்தியாவின் பல மாநிலங்களிலும் செல்வாக்கு நிரம்பிய கட்சி. இந்திரா காங்கிரஸுக்கு இந்தியா முழுக்க சவால் விடக்கூடிய கட்சி என்றும் ஸ்தாபன காங்கிரஸைச் சொல்லலாம். ராஜாஜியின் சுதந்தராவுக்கு எல்லா மாநிலங்களிலும் செல்வாக்கு இல்லை என்றாலும் வடக்கிலும் தெற்கிலும் கணிசமான வாக்கு வங்கி இருந்தது. இந்தி பேசும் மாநிலங்கள் பலவற்றில் பாரதிய ஜனசங்கம் வலுவானதாக இருந்தது. அந்த வகையில் ஸ்தாபன காங்கிரஸ் 238, ஜனசங்கம் 157, சுதந்தரா 59 என்ற அளவில் போட்டியிட்டன.

மொத்தம் இருபது மாநிலங்களில் களமிறங்கியது பாரதிய ஜனசங்கம். உத்தரப் பிரதேசத்தில் 37 தொகுதிகளிலும் மத்தியப் பிரதேசம் மற்றும் பீகாரில் தலா 28 தொகுதிகளிலும் மகாராஷ்ட்ராவில் 13 தொகுதிகளிலும் மற்ற மாநிலங்களில் ஒற்றை இலக்கத்திலும் போட்டியிட்டது. கடந்த தேர்தல்களின்போது மேற்கண்ட மாநிலங்களில் எல்லாம் அதிக இடங்களில் போட்டியிட்ட பாரதிய ஜனசங்கம், இம்முறை கூட்டணிக் கட்சிகளுக்காகக் கொஞ்சம் இறங்கி வந்திருந்தது.

மத்தியப் பிரதேச மாநிலம் குவாலியரில் வாஜ்பாயும் பிந்த் தொகுதியில் ராஜமாதா விஜயராஜே சிந்தியாவும் ராஜஸ்தானின் பார்மரில் பைரோன்சிங் ஷெகாவத்தும் விதிஷாவில் ராம்நாத் கோயங்காவும் ஹரியானாவின் அம்பாலாவில் சூரஜ்பானும் தெற்கு டெல்லியில் பால்ராஜ் மதோக்கும் போட்டியிட்டனர்.

ஜனசங்க வேட்பாளர்களில் மூவர் முக்கியமானவர்கள். ஒருவர், குணாவில் போட்டியிட்ட மாதவராவ் சிந்தியா. ஆம், அரசியல் வாழ்க்கையை பாரதிய ஜனசங்கத்தில் தொடங்கி, பின்னாளில் காங்கிரஸில் சேர்ந்தவர் சிந்தியா. பின்னர் ராஜீவ் காலத்தில் நடந்த மக்களவைத் தேர்தலில் வாஜ்பாயை எதிர்த்துப் போட்டியிட்டு வெற்றி பெற்றவர்.

அடுத்தவர், பானு பிரகாஷ் சிங். வங்கிகள் தேசிய மயமாக்கலுக்கு எதிராக இந்திரா காந்தியின் அமைச்சரவையிலிருந்தும் காங்கிரஸ் கட்சியிலிருந்தும் விலகியவர். அதே வேகத்தில் ஜன சங்கத்தில் சேர்ந்துவிட்டார். இப்போது அந்தக் கட்சி சார்பில் போபாலில் போட்டியிட்டார். மூன்றாமவர், டெல்லியில் நடந்த கலவரத்துக்குத் தன்னுடைய பேச்சால் விதைபோட்ட ஜனசங்க எம்.பி ராமேஷ்வரானந்த்.

ஸ்தாபன காங்கிரஸைப் பொறுத்தவரை உத்தரப் பிரதேசத்தில் 44, மேற்கு வங்கத்தில் 34, தமிழ்நாட்டில் 29, பீகாரில் 24, குஜராத்தில் 19, மைசூரில் 17, ஆந்திராவில் 12, அசாமில் 10 என்ற அளவில் வேட்பாளர்களைக் களமிறக்கியிருந்தது. பல மாநிலங்களில் ஒற்றை இலக்கத்திலும் போட்டியிட்டது. ஆம், தெற்கு, வடக்கு, மேற்கு, கிழக்கு என்ற எவ்வித பிராந்தியப் பாகுபாடும் இல்லாமல் எல்லா பகுதிகளிலும் பரவலாகப் போட்டியிட்டது ஸ்தாபன காங்கிரஸ்.

சுதந்தரா கட்சி தன்னுடைய எல்லைகளை வெகு லாகவமாக வகுத்துக்கொண்டிருந்தது. வாக்கு வங்கி இருக்கும் மாநிலங்களைக் கவனமாகக் கணித்து, வெற்றிவாய்ப்புள்ள தொகுதிகளை மட்டும் நுணுக்கமாகத் தேர்ந்தெடுத்து, செல்வாக்கான வேட்பாளர்களைக் களமிறக்கியிருந்தது. ஒரிசாவில் 13, ஆந்திரா மற்றும் தமிழ்நாட்டில் தலா 9, ராஜஸ்தான் 8 என்ற அளவில் போட்டியிட்ட சுதந்தரா, வேறுசில மாநிலங்களிலும் போட்டியில் இருந்தது.

> **இந்திரா காந்தியை வெளியேற்றுவோம் என்று சொல்லி, ஓரணியில் திரண்டு நின்றுத் தேர்தலைச் சந்தித்த மகா கூட்டணிக்குத் தோல்வியே மிஞ்சியது. அந்தக் கட்சிகள் செல்வாக்குடன் இருந்த பல மாநிலங்களிலும் பலத்த வீழ்ச்சி ஏற்பட்டிருந்தது.**

பெரும் பிளவுக்குப் பிறகு சந்திக்கும் முதல் பொதுத்தேர்தல் என்பது இந்திரா காந்திக்குச் சற்றே சவாலான விஷயம்தான். ஆகவே, தனித்துத் தேர்தலைச் சந்திப்பதைக் காட்டிலும் தேசிய, மாநில அளவில் செல்வாக்குடன் இருக்கும் கட்சிகளைக் கூட்டணிக்குள் கொண்டுவந்து தேர்தலை எதிர்கொள்வதே சாதுரியமான செயல் என்ற முடிவுக்கு வந்திருந்தார் இந்திரா. அதற்கேற்ப இந்திய கம்யூனிஸ்ட் கட்சி, தமிழ்நாட்டின் திமுக உள்ளிட்ட கட்சி களுடன் அணி அமைத்திருந்தார்.

அந்தக் கூட்டணியில் இந்திரா காங்கிரஸ் 441 தொகுதிகளில் களமிறங்கியது. இந்திய கம்யூனிஸ்ட் கட்சி 87 தொகுதிகளில் போட்டியிட்டது. இந்தக் கட்சிகள் தவிர்த்து

மார்க்சிஸ்ட் கம்யூனிஸ்ட் கட்சி 85, பிரஜா சோஷலிஸ்ட் கட்சி 63, சம்யுக்த சோஷலிஸ்ட் கட்சி 93 என்ற அளவில் வேட்பாளர்களை நிறுத்தியிருந்தன. அனைத்துக் கட்சிகளும் வேட்பாளர்களைக் களமிறக்கியிருந்த நிலையில் தேர்தல் பிரசாரம் வேகம் பிடித்தது.

கடந்த காலங்களில் பசுவதைத் தடுப்புச் சட்டத்தைக் கொண்டுவருவோம், இந்தியா முழுக்க பொதுசிவில் சட்டத்தை அமல்படுத்துவோம், காஷ்மீருக்குத் தரப்பட்டுள்ள சிறப்பு அந்தஸ்தை ரத்து செய்வோம் என்பன போன்ற கொள்கைகளை அழுத்தம் திருத்தமாக முன்வைத்த பாரதிய ஜனசங்கம், இம்முறை கூடுதலாக இன்னொரு அம்சத்தையும் சேர்த்துக் கொண்டது. அது, நாட்டில் நிலவிய வறுமை.

இந்திராவின் தவறான பொருளாதாரக் கொள்கை மற்றும் நிர்வாகச் சீர்கேடு காரணமாக நாட்டில் உருவாகியிருக்கும் வறுமையை வேரறுக்கத் தேவையான எல்லாவிதமான நடவடிக்கைகளையும் ஜனசங்கம் எடுக்கும் என்று சொன்ன வாஜ்பாய், நாட்டில் நடமாடும் வறுமை என்ற அரக்கனின் மீது ஜனசங்கம் போர் தொடுக்கும் என்றார். அந்தக் கோஷத்தை நாடு முழுக்கக் கொண்டு செல்லும் காரியத்தை ஜனசங்கத் தொண்டர்களும் ஸ்வயம்சேவகர்களும் கொண்டு சென்றனர்.

ஆனால் அதே அணியில் இடம்பெற்ற சுதந்தரா கட்சியின் தலைவர் ராஜாஜியோ இந்திராவை வெளியேற்றுவதே பிரதான கொள்கை முழக்கமாக இருக்கவேண்டும் என்றார். இந்திரா ஹடாவோ என்பதுதான் அவர் முன்வைத்த கோஷம். அதன் அர்த்தம், இந்திரா காந்தியை விரட்டுவோம் என்பது. அதன் தொடர்ச்சியாக மகா கூட்டணியினர் இந்திரா காங்கிரஸுக்கு எதிரான பிரசாரத்தைத் தீவிரப்படுத்தினர். இந்திராவுக்குப் பதவியே இலக்கு, அதிகாரமே பிரதானம் என்று பிரசாரம் மேடைகளில் முழங்கினார் வாஜ்பாய்.

ஆனால் இந்திரா காந்தியோ மிகச்சாதுரியமாகக் காய் நகர்த்தினர். அதுவும், ஜனசங்கம் முன்வைத்த அதே கொள்கை முழக்கத்தைச் சட்டென்று தன்வயப்படுத்திக்கொண்டார். எதிர்க் கட்சிகள் இந்திராவை வெளியேற்றுவோம் என்கிறார்கள். ஆனால் நானோ ஏழைமையை வெளியேற்றுவோம் என்று சொல்கிறேன். இறுதி முடிவை எடுக்கவேண்டியது வாக்காளர்கள் தாம் என்றார். ஜனநாயக, சோஷலிச நோக்கங்களைச் சிதைக்க முயலும் பிற்போக்கு, வலதுசாரிச் சக்திகளைப் புறக்கணியுங்கள் என்று கேட்டுக்கொண்டார்.

1 மார்ச் 1971 தொடங்கி மூன்று கட்டங்களாகப் பொதுத்தேர்தல்கள் நடந்துமுடிந்தன. முடிவுகள் வெளியானபோது இந்திராவுக்கும் எதிர்க்கட்சிகளுக்கும் நடந்த நேரடிப் போட்டியில் இந்திரா பிரம்மாண்ட வெற்றியைப் பெற்றிருந்தார். ஆம், களமிறங்கிய 441 தொகுதிகளில் 352 தொகுதிகளைக் கைப்பற்றி, மக்களவையில் மூன்றில் இரண்டு பங்கு இடங்களைப் பிடித்து ஆட்சியைத் தக்கவைத்துக்கொண்டது இந்திரா காங்கிரஸ். அதன் கூட்டணிக் கட்சிகளான இந்திய கம்யூனிஸ்டும் திமுகவும் நல்ல அளவிலான வெற்றியைப் பெற்றிருந்தன.

இந்திரா காந்தியை வெளியேற்றுவோம் என்று சொல்லி, ஓரணியில் திரண்டு நின்றுத் தேர்தலைச் சந்தித்த மகா கூட்டணிக்குத் தோல்வியே மிஞ்சியது. அந்தக் கட்சிகள் செல்வாக்குடன் இருந்த பல மாநிலங்களிலும் பலத்த வீழ்ச்சி ஏற்பட்டிருந்தது. அந்த அணியில் இடம்பெற்ற ஜனசங்கம் 22 தொகுதிகளையும் ஸ்தாபன காங்கிரஸ் 16 தொகுதிகளையும் சுதந்தரா 8 தொகுதிகளையும் மட்டுமே கைப்பற்றியிருந்தன.

தேர்தலுக்கு முன்னால் மகா கூட்டணியில் பெரிய கட்சியாக இருந்தது ஸ்தாபன காங்கிரஸ். ஆனால் இப்போதோ பாரதிய ஜனசங்கமே பெரிய கட்சியாக உருவெடுத்திருந்தது. அந்தக் கட்சி

மத்தியப் பிரதேசத்தில் 11 தொகுதிகளையும் ராஜஸ்தான் மற்றும் உத்தரப் பிரதேசத்தில் தலா நான்கு தொகுதிகளையும் பீகாரில் இரண்டு தொகுதிகளையும் ஹரியானாவில் ஒற்றைத் தொகுதியையும் கைப்பற்றியிருந்தது.

உண்மையில், கடந்த தேர்தலில் ஜனசங்கமும் சுதந்தராவும் சேர்ந்து பெற்ற இடங்கள் 79. ஆனால் இம்முறை ஸ்தாபன காங்கிரஸ் என்ற பெரிய கட்சியோடு கூட்டணி வைத்தும் 46 இடங்களே மொத்தமாகக் கிடைத்திருந்தன. அந்த வகையில் இந்துத்வ மற்றும் வலதுசாரிக் கட்சிகளுக்குப் பலத்த தோல்வி கிட்டியிருந்தது. கடந்த மக்களவையில் மிகப்பெரிய அளவில் அணி திரண்டிருந்த எதிர்க்கட்சிகள் இம்முறை மிகவும் பலவீனமாகக் காட்சியளித்தனர்.

அதேசமயம், இடதுசாரிகளுக்கும் பெரிய அளவிலான வெற்றிகிடைக்கவில்லை. இருபத்தைந்து இடங்களைக் கைப்பற்றி எதிர்க்கட்சிகளில் முதலிடம் பிடித்தது மார்க்சிஸ்ட் கம்யூனிஸ்ட் கட்சி. இந்திரா காங்கிரஸுடன் கூட்டணி அமைத்த இந்திய கம்யூனிஸ்டுக்கு 23 இடங்கள் கிடைத்திருந்தன. சம்யுக்த சோஷலிஸ்ட் கட்சி 3 தொகுதிகளையும் பிரஜா சோஷலிஸ்ட் கட்சி 2 தொகுதிகளையும் கைப்பற்றியிருந்தன.

57

விவேகானந்தர் Vs புனித சேவியர்

கட்சி, அரசியல், தேர்தல் என்று பாரதிய ஜனசங்கம் ஓர் அரசியல் கட்சிக்கே உரித்தான பாதையில் உத்வேகம் குறையாமல் சென்று கொண்டிருக்க, அதன் தாய் அமைப்பான ராஷ்ட்ரிய ஸ்வயம் சேவக் சங்கம் தன்னுடைய சொந்த நிகழ்ச்சி நிரலில் துளியும் சமரசமின்றி இயங்கிக் கொண்டிருந்தது. அதற்கு மிகச்சரியான உதாரணமாக, விவேகானந்தர் நினைவுச் சின்ன விவகாரத்தைச் சொல்லவேண்டும்.

தென்னிந்தியாவில் சுற்றுப்பயணம் செய்த சுவாமி விவேகானந்தர் 1892 டிசம்பர் மாதம் கன்னியாகுமரிக் கடலுக்கு மத்தியில் இருக்கும் பாறை ஒன்றின் மீது அமர்ந்து மூன்று நாள்கள் தியானம் செய்தார் என்பது இந்துக்களின் நம்பிக்கை. அதன் காரணமாக அந்தப் பாறையை விவேகானந்தர் பாறை என்றே அழைத்தனர். விவேகானந்தரின் நூற்றாண்டை முன்னிட்டு அந்தப் பாறையில் நினைவுச்சின்னம் ஒன்றை எழுப்ப கன்னியாகுமரி மக்கள் முடிவு செய்தனர். மேலும், பாறையைச் சென்று பார்ப்பதற்கு ஏதுவாகப் பாலம் ஒன்றை நிர்மாணிக்க விரும்பினர்.

அதற்காக கன்னியாகுமரி பிராந்தியத்தின் பிரபலங்களுள் ஒருவரான வேலாயுதம் பிள்ளை தலைமையில் கமிட்டி ஒன்று உருவாக்கப் பட்டது. கிட்டத்தட்ட அதே சமயத்தில் சென்னை ராமகிருஷ்ண மடமும் அப்படியொரு நினைவுச் சின்னத்தை உருவாக்க விரும்பியது. அதன்மூலம் உள்ளூர் கமிட்டியும் ராமகிருஷ்ண

மடமும் இணைந்து நினைவுச் சின்ன உருவாக்கத்தில் ஈடுபடுவதற்கான சூழல் உருவானது.

இது கன்னியாகுமரி பகுதியில் வசிக்கும் கிறித்தவர்கள் மத்தியில் சர்ச்சைகளை ஏற்படுத்தியது. இந்துக்கள் எப்படி அந்தப் பாறையை விவேகானந்தர் பாறை என்று நம்புகிறார்களோ, அதுபோல, கிறித்தவர்கள் அந்தப் பாறையை புனித சேவியர் பாறையாகக் கருதினர். பதினான்காம் நூற்றாண்டில் ஸ்பெயினில் இருந்து வந்த புனித சேவியர், அந்தப் பாறையில் அமர்ந்து ஜெபம் செய்தார் என்பது அவர்களுடைய நம்பிக்கை.

விவேகானந்தர் பாறை

அந்தப் பாறையில் விவேகானந்தர் நினைவுச் சின்னத்தை உருவாக்கும் முயற்சிகள் தொடங்கப்பட்ட செய்தி அந்தப்பகுதி கிறித்தவர்களைக் கவலைகொள்ளச் செய்தது. தங்களுடைய அடையாளம் சிதைக்கப்பட்டு விடுமோ என்ற அச்சம் அவர்களுக்குள் எழுந்தது. என்ன செய்வது என்று ஆளாளுக்கு யோசிக்கத் தொடங்கினர்.

சில தீவிர சிந்தனை கொண்ட கிறித்தவர்கள் சற்றே விநோதமாகச் சிந்தித்து, மிகப்பெரிய சிலுவை ஒன்றைத் தயாரித்து, அந்தப் பாறையின் மீது வைத்தனர். கரையில் இருந்து பார்த்தாலே சிலுவை தெரியும் அளவுக்கான பிரம்மாண்டமான சிலுவை. திடீரென முளைத்த அந்தச் சிலுவை இந்துக்கள் மத்தியில் பதற்றத்தை ஏற்படுத்தியது.

> இந்துக்கள் எப்படி அந்தப் பாறையை விவேகானந்தர் பாறை என்று நம்புகிறார்களோ, அதுபோல, கிறித்தவர்கள் அந்தப் பாறையை புனித சேவியர் பாறையாகக் கருதினர்.

இந்துக்களின் நம்பிக்கைக்குரிய அந்த இடத்தில் வைக்கப்பட்ட திடீர் சிலுவையை அகற்ற வேண்டும் என்று இந்துக்களும் விவேகானந்தரின் பக்தர்களும் மத்திய, மாநில அரசுகளுக்கும் அரசு உயரதிகாரிகளுக்கும் கடிதங்களையும் தந்திகளையும் தொடர்ச்சியாக அனுப்பினர். அதன்மூலம் கன்னியாகுமரியில் இருக்கும் இந்துக்களுக்கும் கிறித்தவர்களுக்கும் இடையே கலவரம் வெடிக்கும் அபாயம் உருவானது.

இந்தச்சமயம் பார்த்து தேவி கன்னியாகுமரி ஆலயத்தின் நிர்வாகம் அந்தப் பாறை கோவிலுக்குச் சொந்தமானது என்று அறிவித்தது. அந்த அறிவிப்பு விவேகானந்தர் நினைவுச்சின்னஉருவாக்கக்குழுவினருக்குஉற்சாகத்தைக் கொடுத்தது. உடனடியாக ஆலய நிர்வாகத்துக்குக் கடிதம் எழுதினர். விவேகானந்தருக்கு நினைவுச் சின்னமும் பாறைக்குச் செல்வதற்கான பயணிகள் பாலமும் அமைக்கப் போகிறோம், அனுமதி கொடுங்கள் என்றனர். ஆகட்டும் என்று சொன்னது ஆலய நிர்வாகம்.

பக்தவத்சலம்

ஆலய நிர்வாகத்தின் முடிவுக்கு எதிராக கிறித்தவ அமைப்புகள் போர்க்கொடி உயர்த்தின. அது சேவியர் பாறைதான். அங்கே வேறெந்த நினைவுச் சின்னமும் அமைக்கக்கூடாது என்றனர். விவகாரம் பெரிதானது. நிலைமையின் தீவிரத்தை உணர்ந்த அப்போதைய தமிழக முதலமைச்சர் பக்தவத்சலம், உடனடியாக விசாரணைக் கமிஷன் ஒன்றை அமைத்தார்.

தீவிர ஆய்வுக்குப் பிறகு பாறையில் வைக்கப்பட்ட திடீர் சிலுவை அகற்றப்பட்டது. அங்கு விவேகானந்தருக்கோ, சேவியருக்கோ நினைவுச்சின்னம் ஏதும் அமைக்க அனுமதியில்லை. வெறும் பாறையாக மட்டுமே இருக்கும் என்று அறிவித்தார் முதலமைச்சர் பக்தவத்சலம். இந்துக்களைச் சற்றே ஆசுவாசப்படுத்தும் வகையில் இது விவேகானந்தர் தியானம் செய்த பாறை என்ற பெயர்ப்பலகையை வைப்பதற்கு மட்டும் அனுமதி கொடுத்தார்.

ஆனால் பெயர்ப்பலகை மட்டும் இந்துக்களை திருப்திப்படுத்தவில்லை. நினைவுச் சின்னம் ஒன்றை உருவாக்கியே தீரவேண்டும் என்று தீர்மானமாக முடிவெடுத்தனர். ஆனால் அந்தக் காரியத்தை உள்ளூரில் இருப்பவர்களைக் கொண்டு மட்டுமே செய்துவிட முடியாது என்பதையும் உணர்ந்திருந்தனர். அந்த இடத்தில்தான் ஆர்.எஸ்.எஸ். களமிறங்கியது.

கன்னியகுமரி மாவட்ட நினைவுச்சின்ன அமைப்புக் குழுவில் இடம்பெற்றிருந்த ஆர்.எஸ்.எஸ் தொண்டர்கள் தங்கள் அமைப்பின் தேசியத் தலைமைக்குத் தகவல் கொடுத்தனர். விஷயத்தின் வீரியத்தைப் புரிந்துகொண்ட ஆர்.எஸ்.எஸ் தலைவர் கோல்வால்கர் தனது சகாக்களை அழைத்துப் பேசினார். நினைவுச் சின்ன உருவாக்கத்தில் ஆர்.எஸ்.எஸ் தலையிட வேண்டியதன் அவசியம் பற்றி விவாதித்தார்.

ஏக்நாத் ராமகிருஷ்ண ரானடே

எல்லோரிடமிருந்தும் சாதகமான பதில்கள் வந்தன. அதனைத் தொடர்ந்து விவேகானந்தர் நினைவுச் சின்ன உருவாக்கத்துக்காக பிரத்யேகக் கமிட்டி ஒன்றை உருவாக்கினார். விவேகானந்தா ராக் மெமோரியல் கமிட்டி என்பது அதன் பெயர். அந்தக் குழுவின் அமைப்புச் செயலாளர் பொறுப்பு ஆர்.எஸ்.எஸ்ஸின் முக்கியத் தலைவர்களுள் ஒருவரான ஏக்நாத் ராமகிருஷ்ண ரானடேவின் வசம் தரப்பட்டது.

மூத்த ஆர்.எஸ்.எஸ் தலைவர். ஆர்.எஸ்.எஸ்ஸின் கொள்கைத் திட்டங்களை வடிவமைத்த குழுவின் பிரதான உறுப்பினர். பல மாநிலங்களிலும் நல்ல தொடர்பு வட்டத்தைக் கொண்டவர். கடுமையான உழைப்பைக் கோரும் அந்தப் பணியைச் செய்வதற்கு ரானடேவே பொருத்தமான நபர் என்று முடிவுசெய்தார் கோல்வால்கர். நான் தயாராக இருக்கிறேன் என்று சொல்லிவிட்டார் ரானடே.

தனியொரு நபரோ, அல்லது குழுவோ செய்துவிடக்கூடிய பணி அல்ல என்பதால் நாடு தழுவிய அளவில் அதற்கான பணிகளைச் செய்வதற்கு வசதியாக அந்தக் குழுவுக்கு நாட்டின் பல மாநிலங்களிலும் கிளைகளை உருவாக்கினார் ரானடே. அந்த வகையில் டெல்லிக்கென்று ஒரு கிளை உருவானது. அதன் அமைப்புச் செயலாளர் பொறுப்பை ஏற்றவர் லால் கிருஷ்ண அத்வானி.

பாரதிய ஜனசங்க உறுப்பினரான அத்வானி ஆர்.எஸ்.எஸ் உருவாக்கிய கமிட்டியின் தலைமைப் பொறுப்பில் இடம்பெற்றிருந்தார். அதன் அர்த்தம், விவேகானந்தர் நினைவுச்சின்ன உருவாக்கப் பணியில் ஆர்.எஸ்.எஸ் மட்டுமல்ல, ஜனசங்கம் உள்ளிட்ட அனைத்து இந்துத்வ அமைப்புகளும் தங்களைத் தீவிரமாக ஈடுபடுத்திக்கொண்டன என்பதுதான்.

கன்னியாகுமரியில் கடலுக்கு உள்ளே இருக்கும் பாறையில் எந்தவொரு கட்டடத்தையும் எழுப்பக்கூடாது. அப்படிச் செய்வது முக்கடலும் சங்கமிக்கும் இடத்தின் அழகைச் சிதைத்து விடும் என்பது மத்திய அமைச்சரின் கருத்து.

நினைவுச் சின்னம் எழுப்புதலின் முக்கியப் பணியாக மத்திய அரசுக்குக் கடிதம் எழுதினார் ஏக்னாத் ரானடே. நினைவுச் சின்னம் எழுப்புவதற்கு அனுமதி அளிக்க வேண்டும் என்பதுதான் கடிதத்தின் சாரம். அந்தக் கடிதத்தை மத்திய கல்வி மற்றும் கலாசாரத் துறை அமைச்சர் ஹுமாயூன் கபீருக்கு அனுப்பிவைத்தார் பிரதமர் இந்திரா. அந்தக் கடிதம் மற்றும் அதன் உள்ளடக்கத்தில் அமைச்சருக்கு உடன்பாடில்லை.

கன்னியாகுமரியில் கடலுக்கு உள்ளே இருக்கும் பாறையில் எந்தவொரு கட்டடத்தையும் எழுப்பக்கூடாது. அப்படிச் செய்வது முக்கடலும் சங்கமிக்கும் இடத்தின் அழகைச் சிதைத்து விடும் என்பது மத்திய

அமைச்சரின் கருத்து. அதையே காரணமாகச் சொல்லி நினைவுச் சின்னத்துக்கு அனுமதி மறுத்துவிட்டார் அமைச்சர் ஹுமாயூன் கபீர். அந்த வகையில், விவேகானந்தர் நினைவுச் சின்னத் திட்டத்துக்கு மத்திய அரசிடம் இருந்து வந்த முதல் எதிர்ப்பு அதுதான்.

மத்திய அமைச்சர் ஓர் இஸ்லாமியர். நினைவுச் சின்னம் எழுப்பப்போவது ஓர் இந்து தலைவரின் நினைவுக்காக. அனுமதி மறுக்கப்படவே, முன்பைக் காட்டிலும் தீவிரமாகக் களத்தில் இறங்க முடிவுசெய்தார் ஏக்நாத் ரானடே. அவருக்குத் துணையாக ஆர்.எஸ்.எஸ். தலைவர்கள் பலரும் இருந்தனர். அடுத்து என்ன செய்வது என்று ஆலோசனை செய்தனர். ஆளுக்கொரு யோசனை. ஆளுக்கொரு திட்டம். அப்படி ஒரு யோசனை அத்வானியிடம் இருந்து வந்துசேர்ந்தது.

'விவேகானந்தர் நினைவுச் சின்னத்துக்கு ஆதரவு தரவேண்டும் என்று கோரி நாடாளுமன்ற உறுப்பினர்களிடம் கையெழுத்து இயக்கம் நடத்தலாமே?'

பலன் கொடுக்கும் யோசனை என்பது பார்த்த மாத்திரத்திலேயே தெரிந்தது. ஆகட்டும் என்று சொல்லிவிட்டார் ரானடே. ஆகவேண்டிய காரியங்களை அத்வானி உள்ளிட்டோர் தொடங்கினர். பல கட்சிகளின் தலைவர்களையும் நேரில் சந்தித்து நினைவுச் சின்னத்தின் அவசியம் குறித்துப் பேசினர். அவர்களின் ஆதரவைப் பெற்றுவிட்டால், அவர்கள் சார்ந்த கட்சிகளின் எம்.பிக்கள் ஆதரவைப் பெற்றுவிடுவது சுலபம் என்பது கமிட்டியினரின் கணிப்பு.

விவேகானந்தர் வங்கத்தைச் சேர்ந்தவர் என்பதால் அவருடைய நினைவுச் சின்னத்துக்கு மேற்கு வங்கத்து அரசியல் கட்சிகளிடம் ஆதரவு கோருவது சுலபமான ஒன்றாக இருந்தது. முக்கியமாக, மேற்கு வங்கத்தைச் சேர்ந்த எம்.பியான அமைச்சர் கபீரின் முடிவுக்கு எதிராக ஆதரவு திரட்டுவது இன்னும் சுலபமாக இருந்தது. அதே பாதையில் இன்னும் பலரைச் சந்தித்துப் பேசினார்கள்.

அந்த முயற்சிக்குக் கணிசமான வெற்றிகிடைத்தது. முந்நூறுக்கும் மேற்பட்ட நாடாளுமன்ற உறுப்பினர்களின் ஆதரவு கிடைத்தது. எம்.பிக்களின் கையெழுத்துகளுடன் கூடிய புதிய கடிதம் ஒன்று பிரதமர் இந்திராவிடம் தரப்பட்டது. விவேகானந்தர் நினைவுச் சின்ன உருவாக்கம் ஓர் வலுவான இயக்கமாக உருவாகிவிட்டதை உணர்ந்துகொண்டார் பிரதமர் இந்திரா காந்தி. உடனடியாக அனுமதியும் கொடுத்துவிட்டார்.

பலகட்டப் போராட்டத்துக்குப் பிறகு மத்திய அரசின் அனுமதி கிடைத்தது ஏக்னாத் ரானடேவை உற்சாகப்படுத்தியது. அதே வேகத்தில் நினைவுச் சின்னத்தை உருவாக்கத்துக்குத் தேவையான நிதியைத் திரட்டும் வகையில் நன்கொடை சேகரிக்கத் தொடங்கினார். சுமார் ஒன்றே கால் கோடி ரூபாய் தேவைப்படும் என்று கணக்கிடப்பட்டது.

இந்து நம்பிக்கை கொண்டவர்களிடம் மட்டுமல்ல, பல கட்சிகளைச் சேர்ந்தவர்களிடமும் நன்கொடை சேகரிக்கும் பணிகள் தீவிரமாக நடந்தன. சாதாரண மக்களிடம் இருந்து மட்டுமல்ல, மத்திய, மாநில அரசுகளிடமும் நிதியுதவி கோரினார் ஏக்நாத் ரானடே. இந்திய அரசிடம் இருந்து பத்து லட்சம் ரூபாய் நன்கொடையாகக் கிடைத்தது. பல மாநில அரசுகளும் அரசியல் கட்சி களும்கூட நினைவுச் சின்னம் கட்டுவதற்கு நிதியுதவி செய்தனர்.

நிலச்சுவான்தார்கள், முன்னாள் சமஸ்தான மன்னர்கள், தொழிலதிபர்கள் என்று பல தரப்பினரை யும் ஏக்னாத் ரானடேவும் அவரது குழுவினரும் சந்தித்துப் பேசினர். விவேகானந்தருக்கான நினைவுச்சின்னம் இந்தியாவின் அடையாளங்களுள் ஒன்றாக இருக்கும் என்பதை விளக்கிக் கூறினர். அதன் பலனாக பலரும் காத்திரமான அளவில் நிதியுதவி செய்தனர். சாமானியர்கள் முதல் சமஸ்தான மன்னர்கள் வரை பலருடைய பங்களிப்பும் கிடைத்தது.

என்றாலும், ஒரு முக்கியமான தலைவர் ஏக்நாத் ரானடே சொல்வதை எல்லாம் கவனமாகக் கேட்டுக் கொண்டாரே தவிர தன்னுடைய தார்மீக, பொருளாதார ஆதரவு எதையும் தரவில்லை. அவர், கேரள மாநில முதல்வரும் மூத்த இடதுசாரித் தலைவருமான ஈ.எம்.எஸ். நம்பூதிரிபாட். அதுகுறித்த தன்னுடைய ஆதங்கத்தை ஏக்நாத் ரானடே பதிவும் செய்திருக்கிறார்.

ஏக்நாத் ரானடே உள்ளிட்ட தலைவர்கள், தொண்டர்கள் மற்றும் பொதுமக்களின் பங்களிப்போடு விவேகானந்தர் நினைவுச் சின்னம் கட்டியெழுப்பப்பட்டது. 2 செப்டெம்பர் 10970 அன்று அந்த நினைவுச் சின்னத்தை நாட்டுக்கு அர்ப்பணித்தார் இந்தியக் குடியரசுத் தலைவர் வி.வி. கிரி. தனியொரு கமிட்டியின் உழைப்பால் உருவாக்கப்பட்ட நினைவுச்சின்னம் என்றபோதும் அதில் ஆர்.எஸ்.எஸ் காட்டிய ஆர்வமும் பங்களிப்பும் அபரிமிதமானது.

அதே ஆர்வத்தையும் பங்களிப்பையும் மீண்டும் ஒருமுறை காட்டுவதற்கு ஏதுவாக ஒரு வாய்ப்பு உருவாகிக்கொண்டிருந்தது. அது, இந்திய - பாகிஸ்தான் யுத்தம்!

58

இந்திராவைப் புகழ்ந்த வாஜ்பாய்

இந்திராவை வெளியேற்றுவோம் என்று சொல்லி மக்களைச் சந்தித்த பாரதிய ஜனசங்கத்துக்கு 1971 மக்களவைத் தேர்தல் பலத்த சரிவைக் கொடுத்திருந்தது. கடந்த தேர்தலைக் காட்டிலும் மிகக்குறைவான இடங்களே கிடைத்திருந்தன. போதாக்குறைக்கு, மீண்டும் பிரதமராகியிருந்தார் இந்திரா. Brutal Majority என்கிற மிருக பலத்துடன் அவர் ஆட்சியைப் பிடித்திருப்பது ஜனநாயகத்துக்கு ஆபத்தாக அமைந்துவிடக்கூடும் என்பது ஜனசங்கத்தின் கணிப்பு. அதைத் தன்னுடைய தேசிய செயற்குழுவில் தீர்மானமாகவே நிறைவேற்றியது.

'இந்திரா காந்தியின் கட்சிக்கு தற்போது தரப்பட்டுள்ள அளவற்ற அதிகாரம் ஜனநாயக நெறிமுறைகள், விதிமுறைகளுக்கு எதிராக காங்கிரஸ் கட்சி காட்டிவரும் இழிவை அதிகரித்து விடக்கூடிய அபாயம் இருக்கிறது... பாராளுமன்றத்துக்கு உள்ளேயும் வெளியேயும் இருக்கும் ஜனநாயகவாதிகள் ஆளுங்கட்சியின் இந்தப் போக்கை விழிப்போடு கண்காணித்து, அம்மாதிரியான எல்லா முயற்சிகளையும் உறுதியாக எதிர்க்கவேண்டும்.'

இந்திராவின் அபாயகரமான செயல்பாடுகளை உறுதியாக எதிர்க்க வேண்டும் என்ற தீர்மானம் நிறைவேற்றிய நேரமோ என்னவோ, இந்திராவை ஒருங்கிணைந்து ஆதரிக்கவேண்டிய நிர்பந்தம் ஜன சங்கத்துக்கும் அதன் தலைவர் வாஜ்பாய்க்கும் உருவாகியிருந்தது. அதற்கு வித்திட்டது பாகிஸ்தானில் நடந்த அரசியல் மாற்றம்.

இந்திரா காந்தி - முஜிபுர் ரஹ்மான்

பாகிஸ்தானில் தேர்தல் மூலம் உருவாகியிருந்த ஆட்சியை அப்புறப்படுத்திவிட்டு அதன் ஆட்சியாளராக மாறியிருந்தார் ராணுவத் தளபதி ஜெனரல் யாஹ்யா கான். சர்வ அதிகாரங்களும் அவருடைய உள்ளங் கைக்குள் முடங்கியிருந்தன. சில காலம் ஆட்சி யதிகாரத்தில் இருந்த அவர், பின்னர் மனம் மாறி 1970 ஆம் ஆண்டு தேர்தலை நடத்தி முடித்திருந்தார். ஆனால் தேர்தல் முடிவுகள் விநோதமாக வந்து சேர்ந்திருந்தன.

ஷேக் முஜிபுர் ரஹ்மான் தலைமையிலான அவாமி லீக் கட்சி பெரும்பான்மை இடங்களைக் கைப்பற்றி யிருந்தது. என்ன ஒன்று, அந்தக் கட்சி கிழக்கு பாகிஸ் தானில் பெருவெற்றி பெற்றிருந்தது. ஆனால் மேற்கு பாகிஸ்தானில் அப்படியான நிலைமை இல்லை. ஆகவே, முஜிபுர் ரஹ்மான் பிரதமர் பதவியை ஏற்பதற்கு ஜெனரல் யாஹ்யா கான் தடை போட்டார். விளைவு, கிழக்கு பாகிஸ்தானில் மக்கள் கொதிப்படைந்தனர்.

அதிபர் யாஹ்யா கானுக்கு எதிராக கலகக்குரல்கள் வெடித்தன. மக்கள் சாலையில் இறங்கிப் போராட்டங் களை நடத்தினர். அதிபருக்கு எதிராக கிழக்கு பாகிஸ் தானியர்கள் களமிறங்கியது அதிபரின் கவனத்துக்குச் சென்றது. உடனடியாக ராணுவத்தைக் களமிறக்கினார். கலவரத்தில் ஈடுபட்ட பொதுமக்கள் மீது ராணுவம் கொடூரத் தாக்குதலை நடத்தியது. ஏராளமான பொது மக்கள் கொல்லப்பட்டனர். அதிகாரப்பசியின் காரண மாக சொந்த நாட்டு மக்களையே அழித்தொழிக்கும் காரியத்தில் இறங்கியிருந்தார் ஜெனரல் யாஹ்யா கான்.

உரிமைக்குரலை உரத்து எழுப்பிய பொதுமக்கள், ஒருகட்டத்தில் உயிரைக் காப்பாற்றிக்கொள்ள உடைமை களை எல்லாம் அப்படியே விட்டுவிட்டு, சொந்த நாட்டில் இருந்து வெளியேறி, இந்தியாவுக்குள் இடம் பெயரத் தொடங்கினர். ஆம், இந்திய, பாகிஸ்தான் எல்லைப் பகுதிகளின் வழியாக ஏராளமான கிழக்கு பாகிஸ்தானியர்கள் அகதிகளாக இந்தியாவுக்குள் நுழைந்தனர்.

இந்திராவுக்குத் தார்மீக ஆதரவைக் கொடுத்தது வாஜ்பாய் தலைமையிலான பாரதிய ஜனசங்கம்.

இந்தியாவுக்குள் நடந்த திடீர் அகதிகள் பெருக்கம் இந்தியப் பிரதமர் இந்திராவைக் கவலை கொள்ளச் செய்தது. ஆம், சற்றேறக்குறைய ஒன்றரை கோடி கிழக்கு பாகிஸ்தானியர்கள் அபயம் தேடி இந்தியாவுக்குள் அடைக்கலம் புகுந்திருந்தனர். அதன்மூலம் இந்திய எல்லைப் பகுதியில் இட நெருக்கடி, உணவுப் பிரச்னை,

வாஜ்பாய்

சுகாதாரச் சிக்கல்கள் உள்ளிட்ட பல்வேறு பிரச்னைகள் உருவாகின. அவற்றைச் சமாளிக்க வேண்டிய நிர்பந்தம் இந்திரா காந்தி அரசின் மீது வலுக்கட்டாயமாகத் திணிக்கப்பட்டிருந்தது.

அகதிகள் வெளியேற்றம் ஒருபக்கம் நடந்துகொண்டிருக்க, இன்னொரு பக்கம் கிழக்கு பாகிஸ்தானைச் சேர்ந்த கெரில்லா அமைப்பான முக்தி பாஹினி அமைப்பு பாகிஸ்தான் ராணுவத்துக்கு எதிராகப் போராடிக்கொண்டிருந்தது. உண்மையில், அவர்கள் கிழக்கு பாகிஸ்தானியர்களின் ஆதரவுபெற்ற ராணுவத்தினரே. அவர்களுக்கு முஜிபுர் ரஹ்மானின் அவாமி லீக் கட்சியின் தார்மீக ஆதரவு உண்டு.

நாளுக்கு நாள் நிலைமை மோசமாகிக்கொண்டிருந்தது. பாகிஸ்தானில் நிலைமையை கட்டுக்குள் கொண்டுவரவேண்டும், அகதிகள் இடப்பெயர்ச்சியைத் தடுத்துநிறுத்த வேண்டும் என்று பாகிஸ்தான் அதிபர் ஜெனரல் யாஹ்யா கானுக்குக் கோரிக்கை விடுத்தார் இந்தியப் பிரதமர் இந்திரா. ஆனால் யாஹ்யா கானிடமிருந்து எவ்வித சலனமும் இல்லை. எனில், பாகிஸ்தான் அரசியல் விவகாரத்தில் இந்தியா தலையிடுவதைத் தவிர வேறு வழியில்லை என்றார் இந்திரா. அப்போதும் அலட்சியத்தையே வெளிப்படுத்தினார் யாஹ்யா கான்.

அப்படி ஒருவேளை பாகிஸ்தான் விவகாரத்தில் இந்தியா தலையிட்டால் அதனை இந்தியாவும் உலக நாடுகளும் எப்படி அணுகும் என்ற கேள்வி இந்திராவுக்கு எழுந்தது. அதற்கு உடனடியாக விடை கொடுத்தன இந்திய அரசியல் கட்சிகள். ஆளும் இந்திரா காங்கிரஸ் மட்டுமின்றி,

ஜெனரல் யாஹ்யா கான்

இந்தியாவின் முக்கியமான அனைத்து அரசியல் கட்சிகளும் பிரதமர் இந்திராவுக்குத் தார்மீக ஆதரவைக் கொடுத்தன. முக்கியமாக, வாஜ்பாய் தலைமையிலான பாரதிய ஜனசங்கம்.

பாகிஸ்தானில் நடந்துவரும் படுகொலைகளைத் தடுக்கவும் அண்டை நாடான பாகிஸ்தானில் அமைதியை மீட்டெடுக்கவும் இந்தியப் பிரதமர் இந்திரா எடுக்கும் ஆக்கப்பூர்வ நடவடிக்கைகள் அனைத்துக்கும் ஜன சங்கம் ஆதரவளிக்கும் என்றார். அதற்கு முக்கியக் காரணம், பாகிஸ்தானிய ராணுவத்தால் அதிகம் பாதிப்புக்கு உள்ளானது கிழக்கு பாகிஸ்தானில் வசித்த இந்துக்களே. அகதிகளாக வந்தவர்களில் அதிகமானோர் இந்துக்களே. பாலியல் வல்லுறவு உள்ளிட்ட கொடுமை களை அதிகம் அனுபவித்தவர்களும் இந்துக்களே.

போதாது? கிழக்கு பாகிஸ்தானைப் பிரித்து வங்கதேசம் என்ற தனிநாட்டை உருவாக்க வேண்டும் என்ற கிழக்கு பாகிஸ்தானியர்களின் கோரிக்கைக்குத் தனது தார்மீக ஆதரவைக் கொடுத்தது ஜனசங்கம். மேலும், கிழக்கு பாகிஸ்தான் விவகாரத்தில் பிரதமர் இந்திராவுக்கு ஆதரவாக நாடாளுமன்றத்தில் பேசினார் வாஜ்பாய். ஜனசங்கம் மட்டுமல்ல, ஆர்.எஸ்.எஸ் உள்ளிட்ட இந்துத்வ அமைப்புகள் பலவும் பாகிஸ்தான் விவகாரத்தில் இந்திராவுக்கு ஆதரவாக இருந்தன.

உள்நாட்டுக்குள் உருவான ஆதரவு இந்திராவை உற்சாகப்படுத்தியது. அதே வேகத்துடன் அயல்நாட்டு ஆட்சியாளர்களின் ஆதரவையும் திரட்டினார். எல்லாம் கூடிவருகிறது என்று தெரிந்ததும் அறிவிப்பை வெளியிட்டார் பிரதமர் இந்திரா. ஆம், பாகிஸ்தான் பிரதமராக முஜிபுர் ரஹ்மான் பதவியேற்பதற்கு இந்தியா உதவும் என்றார். இன்னொரு பக்கம் முக்தி பாஹினிக்கு ஆயுதப்பயிற்சி அளிக்கும் பணிகளில் இந்திய ராணுவமும் இந்திய உளவுத் துறையும் ஈடுபட்டன.

'இந்திரா அவர்களே, நாட்டை துணிச்சலுடன் வழிநடத்துங்கள். நாங்கள் உங்கள் பக்கம் இருக்கிறோம். வங்கதேச விடுதலைக்கு நீங்கள் உதவி செய்தால், எதிர்காலத் தலைமுறை உங்களை துர்காவாக நினைவுகூறும்'

இந்தியாவின் இத்தகைய நடவடிக்கைகள் ஜெனரல் யாஹ்யா கானை ஆத்திரப் படுத்தின. பாகிஸ்தானை உடைக்க இந்தியா முயற்சித்தால், இந்தியா மீது யுத்தம் தொடுப்பேன் என்றார். சொன்ன படியே செய்தார் யாஹ்யா கான். 3 டிசம்பர் 1971 அன்று இந்தியா - பாகிஸ்தான் இடையிலான மூன்றாவது யுத்தம் தொடங் கியது. இந்த யுத்தம் இந்தியாவுக்குத் தொடர்பானதே அல்ல. முழுக்க முழுக்க பாகிஸ்தானின் உள்நாட்டு விவகாரம் தான். ஆனால் அது ஒருகட்டத்தில் இந்தியாவையும் பாதிக்கத் தொடங் கியதுதான் யுத்தத்துக்கு வித்திட்டது.

கடந்த காலங்களில் நடந்த யுத்தங்கள் எல்லாம் எதிர்பாராத தருணத்தில் நடந்தவை. ஆனால் 1971 யுத்தம் எப்போது வேண்டுமானாலும் யுத்தம் மூளக்கூடும் என்பது எல்லோருக்குமே தெரிந்திருந்தது. ஆகவே, இந்திய ராணுவம் துல்லியமான திட்டமிடலுடன் இருந்தது. விளைவு, யுத்தத்தை பாகிஸ்தான் தொடங்கினாலும், அதில் இந்திய ராணுவமே ஆதிக்கம் செலுத்தியது. யுத்தம் தொடங்கிய 13 ஆம் நாள் பாகிஸ்தான் படுதோல்வியைச் சந்தித்தது.

சுமார் ஒருலட்சம் பாகிஸ்தான் ராணுவ வீரர்கள் சிறைபிடிக்கப்பட்டன. 16 டிசம்பர் 1971 அன்று பாகிஸ்தான் முற்றிலுமாகச் சரணடைந்தது. இந்திய ராணுவம் பெருவெற்றியைப் பெற்றிருந்தது. அதன் தொடர்ச்சியாக கிழக்கு பாகிஸ்தான் தனியே பிரிக்கப்பட்டு, வங்கதேசம் என்ற புதிய நாடு உருவாக்கப்பட்டது. உபயம்: இந்திரா காந்தி.

பாகிஸ்தானுடனான யுத்தத்தில் வெற்றி வீராங்கனையாக உருவெடுத்திருந்த பிரதமர் இந்திராவுக்கு இந்தியாவின் பெரும்பாலான அரசியல் கட்சிகளும் பாராட்டுகளைத் தெரிவித்தன. முக்கியமாக, பாரதிய ஜனசங்கம். நாடாளுமன்றத்தின் மைய மண்டபத்தில் நடந்த பாராட்டு விழாவில் பேசிய ஜனசங்கத்தின் தலைவர் வாஜ்பாய் பிரதமரின் இந்திராவின் தலைமைப் பண்பையும் துணிச்சலையும் வெகுவாகப் பாராட்டியதோடு, அவரை துர்கா தேவியுடன் ஒப்பிட்டுப் பேசினார். ஆனால் துர்கா தேவி - இந்திரா காந்தி ஒப்பீட்டுப் பேச்சைத் தன்னுடைய சுயசரிதையில் மறுத்திருக்கிறார் வாஜ்பாயின் அணுக்க நண்பர் எல்.கே. அத்வானி.

'என்னுடைய நினைவுக்கு எட்டியவரையில் அவர் (வாஜ்பாய்) அந்த வார்த்தையை ஒருபோதும் பயன்படுத்தவில்லை. உண்மையில் என்ன நடந்தது என்றால் 1971ல் காஸியாபாத் நகரில் நடந்த பாரதிய ஜனசங்கத்தின் தேசிய மாநாட்டில் பேசிய கட்சியின் செயற்குழு உறுப்பினர் பி.ஜி. தேஷ்பாண்டே, 'இந்திரா அவர்களே, நாட்டை துணிச்சலுடன் வழிநடத்துங்கள். நாங்கள் உங்கள் பக்கம் இருக்கிறோம். வங்கதேச விடுதலைக்கு நீங்கள் உதவி செய்தால், எதிர்காலத் தலைமுறை உங்களை துர்காவாக நினைவுகூறும்' என்றார்.

இந்திய, பாகிஸ்தான் யுத்தத்தின்போது இந்திய ராணுவமும் பிரதமர் இந்திரா காந்தியும் நடந்து கொண்ட விதத்துக்குத் தன்னுடைய தார்மீக ஆதரவை வழங்கிய பாரதிய ஜனசங்கம், யுத்தத்துக்குப் பிறகான அமைதி ஒப்பந்தம், பாகிஸ்தான் மற்றும் வங்கதேசத்தின் புதிய ஆட்சியாளர்களுடனான நல்லுறவு உள்ளிட்ட விவகாரங்களில் இந்திரா காந்தி அரசுக்குத் தேவையான ஆலோசனைகளைக் கொடுக்கவும் தவறவில்லை.

குறிப்பாக, பாகிஸ்தான் பகுதிகளில் இருந்து இந்திய ராணுவத்தைத் திரும்பப் பெறுவதற்கு முன்னர் சில விஷயங்களில் கறாரான முடிவுக்கு வந்துவிடவேண்டும் என்று இந்திராவுக்கு சில எச்சரிக்கைக் குறிப்புகளைக் கொடுத்தது பாரதிய ஜனசங்கம். ஆம், இந்தியா, பாகிஸ்தான் இடையே நிலுவையில் இருக்கக்கூடிய அனைத்து பிரச்னைகளையும் தீர்த்துக்கொள்ளாமல், இந்திய ராணுவம் வாபஸ் பெறப்படக்கூடாது என்பது ஜனசங்கத்தின் நிலைப்பாடு.

இந்தியா - பாகிஸ்தான் இடையேயான உறவுகள் குறித்து சிம்லாவில் ஒரு பேச்சுவார்த்தை நடந்தது. இந்தியப் பிரதமர் இந்திராவும் பாகிஸ்தான் பிரதமர் ஜுல்ஃபிகர் அலி புட்டோவும் கலந்துகொண்டனர். அப்போது இந்தியா நடந்துகொள்ளவேண்டிய விதம் குறித்து பிரதமர் இந்திராவை நேரில் சந்தித்துப் பேசினார் ஜனசங்கத் தலைவர் வாஜ்பாய்.

காஷ்மீர் விவகாரத்தில் ஒரு தெளிவான தீர்வு கிடைக்கும் வகையில் சிம்லா பேச்சுவார்த்தைகள் அமையவேண்டும் என்று கோரிய வாஜ்பாய், அதற்கு முன்னர் போர்க்கைதிகளை விடுவிக்கவோ,

ராணுவத்தைத் திரும்பப்பெறவோ வேண்டாம் என்று வலியுறுத்தினார். அவற்றை எல்லாம் அமைதியாக உள்வாங்கிக்கொண்டார் பிரதமர் இந்திரா. ஆனால் சிம்லா ஒப்பந்தமும் அதன் உள்ளடக்கமும் பாரதிய ஜனசங்கத்துக்கு அதிருப்தியையே கொடுத்தன.

சிம்லா ஒப்பந்தத்தின் தொடர்ச்சியாக ராணுவக் கைதிகளை விடுவிக்க உத்தரவிட்டார் இந்திரா. இந்திய ராணுவம் கைப்பற்றியிருந்த ஒன்பதாயிரம் சதுர கிலோமீட்டர் நிலப்பரப்பை பாகிஸ்தானிடமே ஒப்படைத்தார். இவற்றை எல்லாம் ஜனசங்கம் துளியும் ஏற்கவில்லை. அதை பகிரங்கமாக வெளிப்படுத்தியது. டெல்லியில் நடந்த பொதுக்கூட்டம் ஒன்றில் பேசிய ஜனசங்க நாடாளுமன்ற உறுப்பினரான எல்.கே. அத்வானி, 'வீண் வார்த்தைகளின் குவியலுக்காக ஓர் அற்புதமான வாய்ப்பை வீணடித்துவிட்டார் பிரதமர் இந்திரா' என்று விமரிசித்தார்.

59

வாஜ்பாயின் விலகல், அத்வானியின் வருகை

பாகிஸ்தானுடன் நடந்த யுத்தத்தில் வெற்றிபெற்று வங்கதேசம் என்ற புதிய தேசத்தை உருவாக்கியதன் மூலம் பிரதமர் இந்திரா காந்திக்கு உலக நாடுகள் மத்தியில் பலத்த செல்வாக்கு. அதற்கான உள்நாட்டு உரைகல்லாக அமையும் வகையில் 1972 மார்ச்சில் இந்தியாவின் பல மாநிலங்களுக்குச் சட்டமன்றத் தேர்தல்கள் நடந்தன. ஆம், இந்திராவின் கைங்கர்யத்தால் சட்டமன்றத் தேர்தல்களும் மக்களவைத் தேர்தல்களும் தனித்தனியே நடக்க ஆரம்பித்திருந்தன.

தேர்தல் நடந்த பல மாநிலங்களில் பல்வேறு உள்ளூர்ப் பிரச்னைகள் இருந்தபோதும் 1971 யுத்த வெற்றியே பிரதானமாகப் பேசப்பட்டது. இந்திராவின் வெற்றி நாயகி பிம்பமே முன்னிலைப் படுத்தப்பட்டது. விளைவு, ஜனசங்கம், சுதந்தரா உள்ளிட்ட எதிர்க்கட்சிகளை எல்லாம் அநாயாசமாக வீழ்த்தி, இந்திரா காங்கிரஸ் கட்சி அபார வெற்றியைப் பெற்றிருந்தது. பல மாநிலங்களில் ஆட்சியைப் பிடித்தது.

தங்களுடைய வளர்ச்சிப் பாதையில் விழுந்த முட்டுக்கட்டையாகவே சட்டமன்றத் தேர்தல் தோல்விகளைப் பார்த்தார் ஜனசங்கத் தலைவர் வாஜ்பாய். கட்சியின் தலைவர் தீனதயாள் உபாத்யாயாவின் அகால மரணத்தைத் தொடர்ந்து ஏற்பட்ட நெருக்கடியான தருணத்தில்தான் தலைமைப் பொறுப்புக்கு வந்திருந்தார் வாஜ்பாய். சற்றேறக்குறைய ஐந்தாண்டுகள் நிறைந்திருந்த நிலையில் மீண்டும் ஒரு நெருக்கடி. உபயம்: சட்டமன்றத் தேர்தல் தோல்விகள். உரத்த சிந்தனையில் ஆழ்ந்தார் வாஜ்பாய்.

சிறுவயதில் அத்வானி

தேர்தல் முடிவுகளுக்குப் பிறகு 1972 மே மாதம் பாரதிய ஜனசங்கத்தின் அகில இந்திய மாநாடு பகல்பூரில் கூடியது. அந்த மாநாட்டுக்குத் தலைமைப் பொறுப்பை ஏற்கவேண்டிய வாஜ்பாய், தனக்குப் பதில் கட்சியின் துணைத்தலைவர் பாய் மகாவீரைத் தலைமை வகிக்குமாறு கோரினார். காரணம், அந்த அளவுக்குத் தேர்தல் தோல்விகள் வாஜ்பாயைத் துவளச் செய்திருந் தன. அந்த மாநாட்டில் கட்சியின் தோல்வி குறித்து விரிவான விவாதங்கள் நடந்தன.

அதன் தொடர்ச்சியாக ஜனசங்கத்துக்குப் புதிய தலைவரைத் தேர்ந்தெடுக்க வேண்டும் என்ற கருத்தை முன்வைத்தார் வாஜ்பாய். அவர் விரும்பியது அத்வானியைத்தான். துடிப்பான ஸ்வயம்சேவக்காக, ஆரம்பகாலம் தொட்டு ஆர்.எஸ்.எஸ் மற்றும் ஜன சங்கத்தின் உறுப்பினராக, நிர்வாகப் படிக்கட்டுகளில் மெல்ல மெல்ல முன்னேறிக் கொண்டிருந்த அவரைத் தலைவராக்கும் முடிவுக்கு வந்திருந்தார் வாஜ்பாய்.

தேர்தல்கள் முடிந்த கையோடே அந்த முடிவை எடுத்து விட்டார் வாஜ்பாய். உடனடியாக அத்வானியை அழைத்துப் பேசினார். புதிய தலைமைக்கான தருணம் வந்துவிட்டது. நீங்கள்தான் அந்தப் பொறுப்புக்குத் தகுதியானவர் என்றார் வாஜ்பாய். ஆனால் அதில் அத்வானிக்கு ஆர்வம் இல்லை. முக்கியமாக, நிறைய தயக்கங்கள் இருந்தன.

கட்சியின் பொதுக்கூட்டத்தில் உரையாற்றுவதற்குக் கூட தயங்குபவர் அத்வானி. தொண்டர்களையும் தலைவர்களையும் ஒருங்கிணைக்கும் ஆற்றல் தனக்கு உண்டா என்பதில் அத்வானிக்குப் பலத்த சந்தேகம். நாடறிந்த தலைவர்கள் பலர் இருக்கும்போது தான் தலைவராக வருவது கட்சிக்கு நலன் பயக்குமா என்ற சந்தேகமும் அவருக்கு இருந்தது. தன்னுடைய நிலையை எடுத்துச்சொன்னார் அத்வானி. ஆனால் அதை ஏற்கும் மனநிலையில் வாஜ்பாய் இல்லை. மாறாக, அத்வானியைச் சம்மதிக்க வைக்கும் படலத்தைத் தொடங்கினார்.

> தலைவர் தீனதயாள் உபாத்யாயா ஒன்றும் தேர்ந்த சொற்பொழிவாளர் அல்ல, ஆனால் ஆற்றல் நிரம்பிய தலைவர்.

'நீங்கள் கட்சியின் நாடாளுமன்ற உறுப்பினர். பொறுப்பு வாய்ந்த அவையில் உரை நிகழ்த்துகிறீர்கள். கட்சி மற்றும் மக்கள் பணியைச் சிறப்பாகச் செய்துவருகிறீர் கள். ஆகவே, மேடையில் பேசத் தெரியாது என்பதை ஒரு தகுதிக்குறைவாக நினைக்கவேண்டிய

அத்வானி

தேவையில்லை. நம்முடைய தலைவர் தீனதயாள் உபாத்யாயா ஒன்றும் தேர்ந்த சொற்பொழிவாளர் அல்ல, ஆனால் ஆற்றல் நிரம்பிய தலைவர். ஆகவே, நீங்கள் கட்சியின் தலைவர் பதவியை ஏற்றுக் கொள்வதில் எந்தத் தவறும் இல்லை' என்றார் வாஜ்பாய்.

ஆனாலும் தன்னுடைய முடிவில் பிடிவாதம் காட்டினார் அத்வானி. பிறகு மாற்றுத் திட்டம் குறித்து இருவரும் பேசினர். அப்போது குவாலியர் மகாராணி ராஜமாதா விஜயராஜே சிந்தியாவை ஜனசங்கத்தின் தலைவராக்கலாம் என்ற தன்னுடைய விருப்பத்தைச் சொன்னார் அத்வானி. நல்ல யோசனையாகப் படவே, உடனே சென்று ராஜமாதாவைச் சந்தித்தார் வாஜ்பாய். கூடவே, அத்வானியையும் அழைத்துக்கொண்டார்.

கட்சியின் நிலைமையைச் சொல்லி, தலைமைப் பொறுப்பை ஏற்கவேண்டும் என்று கோரினர். பதவியை ஏற்பதில் ராஜமாதா விஜயராஜே சிந்தியாவுக்கு விருப்பம் இருந்தது. ஆனால் அந்த முடிவை தன்னுடைய குருவின் ஆலோசனையின் பெயரிலேயே எடுப்பேன் என்று சொன்னார். பிறகு, 'தலைவர் பதவியை ஏற்க வேண்டாம்' என்று தன்னுடைய குரு சொல்லிவிட்டதாகச் சொன்னார் ராஜமாதா.

பின்னர் கட்சியின் துணைத்தலைவர் பாய் மகாவீரைத் தலைவராக்கலாம் என்று முடிவுசெய்தார் வாஜ்பாய். அவரிடம் சென்று பேசினார். இப்போது அத்வானியும் ஜெகன்னாத் ராவ் ஜோஷியும் சென்றனர். அவருக்குத் தலைவர் பதவியில் விருப்பம் இருந்தது. ஆனால் அவருடைய மனைவி அதனை விரும்பவில்லை. இனி வேறு வழியில்லை என்ற நிலையில் அத்வானியைத் தலைவர் பதவிக்குக் கொண்டுவர முடிவெடுத்தார் வாஜ்பாய்.

அதைப் பற்றி கட்சியின் மற்ற தலைவர்களிடம் விவாதித்தார். கட்சியின் மூத்த தலைவர்கள் முதல் முக்கிய நிர்வாகிகள் வரை பலருக்கும் அத்வானியின் மீது நல்லெண்ணம் இருந்தது. முக்கியமாக, ஆர்.எஸ்.எஸ். தலைவர் கோல்வால்கருக்கு. உண்மையில், டாக்டர் சியாமா பிரசாத் முகர்ஜி ஜனசங்கம் என்ற புதிய அரசியல் கட்சியைத் தொடங்கியபோது கோல்வால்கர் தேர்வுசெய்து அனுப்பிய தளகர்த்தர்களுள் ஒருவர்தான் அத்வானி. ஆகவே, அவரைத் தேர்வு செய்வதில் பலருக்கும் மகிழ்ச்சியே.

எல்லோருக்கும் சம்மதம் என்ற நிலையில் 1972 டிசம்பர் மாதம் பாரதிய ஜனசங்கத்தில் அகில இந்தியத் தலைவர் பொறுப்புக்குத் தேர்ந்தெடுக்கப்பட்டார் லால் கிருஷ்ண அத்வானி என்கிற எல்.கே. அத்வானி. இத்தனைக்கும் அந்தக் கட்சியில் பல செல்வாக்குமிக்க தலைவர்கள் இருந்தனர். அத்வானியைக் காட்டிலும் அதிக அனுபவம் வாய்ந்த மூத்த தலைவர்கள் இருந்தனர்.

குறிப்பாக, பால்ராஜ் மதோக், சுந்தர் சிங் பண்டாரி, நானாஜி தேஷ்முக் போன்றோர் இருந்த நிலையிலும் அத்வானியைத் தலைமைப் பொறுப்புக்குக் கொண்டுவந்திருந்தார் வாஜ்பாய். அதற்குக் காரணம் அத்வானியின் பங்களிப்பும் திறமையும். இந்த இடத்தில் லால் கிருஷ்ண அத்வானியின் பூர்விகம் பற்றித் தெரிந்துகொள்வது பொருத்தமாக இருக்கும்.

சுதந்தரத்துக்கு முன் இந்தியாவின் ஓரங்கமாக இருந்த சிந்த் மாகாணத்தின் ஜம்ஷெட் காலனியைச் சேர்ந்தவர் கிஷன் சந்த் அத்வானி. மனைவி பெயர், க்யானி தேவி. அந்தத் தம்பதிக்கு 8 நவம்பர் 1927 அன்று ஆண் குழந்தை பிறந்தது. லால் கிஷன்சந்த் அத்வானி என்று பெயர் வைத்தனர். அந்தத் தம்பதிக்கு ஒரு பெண் குழந்தையும் உண்டு. பெயர், ஷீலா.

புனித பேட்ரிக் பள்ளியில் ஆரம்ப கட்டக் கல்வியைப் படித்த அத்வானிக்கு மாணவப் பருவத்திலேயே ஆர்.எஸ்.எஸ், ஷாகா, இந்துத்வம் என்பன போன்ற சங்கதிகள் எல்லாம் ஓரளவுக்கு அறிமுகம் ஆகியிருந்தன. உபயம்: முரளி என்கிற பால்ய நண்பர். அருகில் இருந்த மைதானம் ஒன்றில் நடக்கும் ஷாகாவுக்குச் சென்ற அத்வானிக்கு ஸ்ரீராம்பால்ஜி என்கிற ஆர்.எஸ்.எஸ் தலைவரின் அறிமுகம் கிடைத்தது.

கட்சித் தலைவராகப் பொறுப்பேற்ற கையோடு ஒரு முக்கியமான விஷயத்தில் முடிவெடுக்க வேண்டிய இக்கட்டான நிலை அத்வானிக்கு உருவாகியிருந்தது.

ஆர்.எஸ்.எஸ்ஸின் அடிப்படை தொடங்கி இந்துத்வத்தின் ஆழம் வரை அனைத்தையும் அத்வானிக்குச் சொல்லிக்கொடுத்தவர்களுள் ஸ்ரீராம்பால்ஜி முக்கியமானவர். ஷாகாக்கள் தவிர ஆர்.எஸ்.எஸ் நடத்தும் பல்வேறு பயிற்சி முகாம்களில் கலந்துகொண்டார். பல்வேறு நூல்களை வாசிக்கத் தொடங்கினார். தன்னை ஒரு தேர்ந்த ஸ்வயம்சேவக்காக வடிவமைத்துக்கொண்டார். அதற்கு ஸ்ரீராம்பால்ஜி மட்டுமல்லாமல் வேறுபல தலைவர்களும் சக ஸ்வயம் சேவக்குகளும் உதவி செய்தனர். பின்னர் பெற்றோருடன் சம்மதத்துடன் ஆர்.எஸ்.எஸ்ஸில் பரிபூரணமாக இணைந்துகொண்டார் அத்வானி.

காந்தி கொலையைத் தொடர்ந்து ஆர்.எஸ்.எஸ் மீது பலத்த விமரிசனங்கள் எழுந்தபோது கராச்சியில் இருந்தார் அத்வானி. அந்தப் பிராந்தியத்தில் அத்வானி நன்கு அறிமுகமானவர். அவருடைய ஆர்.எஸ்.எஸ் அடையாளம் அங்கே ஏகப்பிரசித்தம். காந்தி கொலையை முன்வைத்து ஆர்.எஸ்.எஸ் முக்கியஸ்தர்களை எல்லாம் காவல்துறையினர் தேடித்தேடிக் கைது செய்துகொண்டிருக்கும் நிலையில், அத்வானி அங்கே தொடர்ந்து தங்கியிருப்பது ஆபத்து என்று கருதிய அவருடைய நண்பர்கள் அவரை கராச்சியிலிருந்து டெல்லிக்கு அனுப்பி வைத்தனர்.

டெல்லி வந்ததும், அங்குள்ள ஆர்.எஸ்.எஸ் தலைவர்கள் பலருடனும் பழக்கம் ஏற்படுத்திக் கொண்டார் அத்வானி. முக்கியமாக, ஆர்.எஸ்.எஸ் தலைவர் கோல்வால்கருடன் நல்ல தொடர்பை ஏற்படுத்தியிருந்தார். பிரசாரம் செய்யவேண்டிய நேரத்தில் பிரசாரம் செய்தார். ஆர்.எஸ்.எஸ் நடத்திய போராட்டங்களில் பங்கேற்றார். சிறை செல்ல வேண்டிய அவசியம் நேரும்போது அதற்கும் தயாராக இருந்தார்.

ஆர்.எஸ்.எஸ்ஸின் சட்டதிட்டங்களை வடிவமைக்கும் குழுவுக்கு உதவியாளராக நியமிக்கப் பட்டது அத்வானியின் ஆர்.எஸ்.எஸ் வாழ்க்கையில் ஒரு முக்கியமான திருப்புமுனை. பின்னர் டாக்டர் சியாமா பிரசாத் முகர்ஜி தன்னுடைய தலைமையில் பாரதிய ஜனசங்கம் என்ற புதிய அரசியல் கட்சியைத் தொடங்கியபோது வாஜ்பாய் உள்ளிட்ட பலரோடு அத்வானியையும் ஜனசங்கத்துக்கு அனுப்பிவைத்தார் கோல்வால்கர்.

புதிய கட்சியில் அத்வானிக்குக் கிடைத்த முக்கியமான பொறுப்புகளுள் ஒன்று, ராஜஸ்தான் மாநில ஜனசங்கப் பொறுப்பாளர் பதவி. பூஜ்ஜியத்திலிருந்து தொடங்கவேண்டிய பெரும் பொறுப்பு. ராஜஸ்தானில் ஜனசங்கம் என்ற கட்சியின் அடிப்படைக் கட்டமைப்பை உருவாக்குவது தொடங்கி தொண்டர்களைச் சேர்ப்பது வரை அனைத்து காரியங்களிலும் கவனம் செலுத்தவேண்டிய பணி. ஆர்.எஸ்.எஸ்ஸில் இருந்தபோது செய்த களப்பணிகளும் பெற்ற அனுபவங்களும் அவருக்குப் பேருதவியாக இருந்தன.

சுதந்தர இந்தியாவின் முதல் பொதுத்தேர்தலின்போது ராஜஸ்தானில் எட்டு சட்டமன்றத் தொகுதிகளைக் கைப்பற்றியது ஜனசங்கம். அதில் அத்வானிக்கு ஏக மகிழ்ச்சி. அதன்பிறகு மெல்ல மெல்ல கட்சித் தொண்டர்கள், தலைவர்கள் மத்தியில் செல்வாக்கு பெறத் தொடங்கினார். 1957 மக்களவைத் தேர்தலுக்குப் பிறகு வெற்றிபெற்ற ஜனசங்க எம்.பிக்களுக்கு உதவியாளராக அத்வானியை டெல்லிக்கு அழைத்துக்கொண்டது கட்சித்தலைமை.

வாஜ்பாய் உள்ளிட்ட தலைவர்களுடன் நெருக்கமாகப் பழகத் தொடங்கிய அத்வானி, கட்சியின் அதிகார அடுக்குகளில் சீரான வேகத்தில் முன்னேறத் தொடங்கினார். ஆர்.எஸ்.எஸ்ஸின் அதிகாரபூர்வப் பத்திரிகையான ஆர்கனைசரில் உதவி ஆசிரியராகப் பணியாற்றினார். நிறைய கட்டுரைகள் எழுதினார். மெல்ல மெல்ல பிரபலமடையத் தொடங்கினார்.

முழுநேர அரசியல்வாதிதான். என்றாலும், மற்ற தலைவர்களைப் போல அல்லாமல் குடும்ப வாழ்க்கையிலும் கவனம் செலுத்தினார் அத்வானி. சகோதரி ஷீலாவின் வற்புறுத்தல் காரணமாகத் திருமணமும் செய்துகொண்டார். அதன்பிறகு அரசியலில் அவருடைய ஆர்வம் அதிகரிக்கவே செய்தது. முக்கியமாக, அவருடைய கட்சி வளர்ச்சிப் பணிகளுக்கான அங்கீகாரமாக நாடாளுமன்ற மேலவை உறுப்பினரானார். வெறும் தொண்டராகக் கட்சிக்குள் அறிமுகமான அத்வானி இப்போது கட்சிக்கே தலைவராக மாறியிருந்தார்.

கட்சித் தலைவராகப் பொறுப்பேற்ற கையோடு ஒரு முக்கியமான விஷயத்தில் முடிவெடுக்க வேண்டிய இக்கட்டான நிலை ஒன்று அத்வானிக்கு உருவாகியிருந்தது. அது, மூத்த தலைவர் பால்ராஜ் மதோக் மீது ஒழுங்கு நடவடிக்கை எடுக்கும் விவகாரம். கட்சிக் கொள்கைகள், கட்டுப்பாடுகளுக்கு எதிராகச் சில காரியங்களைத் தொடர்ச்சியாக செய்துவருகிறார் என்பது பால்ராஜ் மதோக் மீதான குற்றச்சாட்டு.

பேசித்தீர்க்கலாம் என்றனர் சிலர். இல்லையில்லை, விவகாரம் பெரிய அளவில் முற்றி விட்டது. அறுவை சிகிச்சைதான் பிரச்னைக்கான ஒரே தீர்வு என்றனர் வேறு சிலர். கட்சியின் நிறுவனர்களுள் ஒருவரான மதோக்கை நீக்குவது என்ற முடிவு அத்வானியை தர்மசங்கடத்தின் உச்சியில் சென்று உட்காரவைத்தது. முடிவெடுப்பதற்கு முன்னால் ஒருவரிடம் ஆலோசிக்க விரும்பினார் அத்வானி. அவர், கோல்வால்கர்!

60

மறைந்தார் மாதவ சதாசிவ கோல்வால்கர்

சமீபத்திய சட்டமன்றப் பொதுத் தேர்தல்களில் பாரதிய ஜன சங்கத்துக்குக் கிடைத்த தோல்விக்குக் காரணம் வாஜ்பாயின் தவறான அணுகுமுறை என்பது பால்ராஜ் மதோக் முன்வைத்த முதன்மையான குற்றச்சாட்டு. அரசியல் கட்சிகளுடனான உறவு விவகாரம் தொடங்கி மத்திய அரசை எதிர்த்து செய்த அரசியல் நிலைப்பாடுகள், கட்சி நடத்திய போராட்டங்கள் வரை பலவற்றிலும் அவருக்கு மாற்றுக் கருத்துகள். விளைவு, கருத்துவேறுபாடுகள் கரகமெடுத்தன.

முக்கியமாக, ஜனசங்கத்தின் அன்றாட, அத்தியாவசியச் செயல்பாடு களில் ஆர்.எஸ்.எஸ் தலைமையின் தலையீடு குறித்து கடுமையாக விமரிசித்தார் பால்ராஜ் மதோக். கட்சி நிர்வாகிகளையோ, நிர்வாகக் குழுக்களையோ நியமிக்கும், கட்டுப்படுத்தும் அதிகாரம் கட்சித் தலைமைக்குத்தான் உண்டே தவிர ஆர்.எஸ்.எஸ்ஸுக்கு அல்ல என்பது மதோக்கின் நிலைப்பாடு. அது ஆர்.எஸ்.எஸ் தலைவர் களை அதிர்ச்சியில் ஆழ்த்தியது.

அவ்வப்போது கட்சித்தலைமைக்கு எதிராக விமரிசனங்களை எழுப்பிய அவர், ஒருகட்டத்தில் தனது விமரிசனங்களைக் கட்சியின் செயற்குழுவுக்கே அனுப்பினார். அவை குறித்து கட்சிக்குள் வாதப் பிரதிவாதங்கள் நடந்தன. அந்தச் செய்திகள் எல்லாம் பத்திரிகைகளில் வழியே வெளியே கசிந்தன. விளைவு, கட்சிக்குள் கொந்தளிப்பு உருவானது.

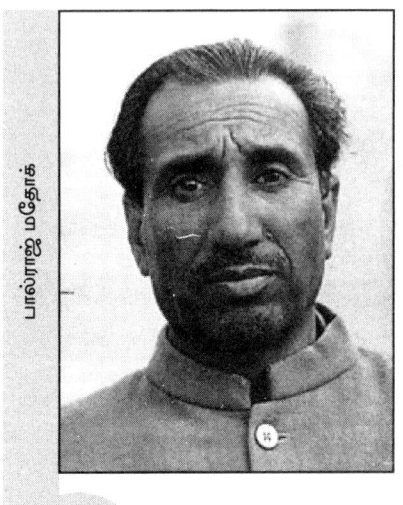

கட்சிக்குள் கலகக்குரல் எழுப்பும் பால்ராஜ் மதோக்கைக் கட்சியில் இருந்தே நீக்கவேண்டும் என்றனர் சிலர். இல்லையில்லை, விளக்கம் கேட்போம், விவாதிப்போம், தேவை எழுந்தால் நடவடிக்கை எடுக்கலாம் என்றனர் வேறு சிலர். பெரும்பான்மையோர் மதோக்குக்கு எதிராகவே இருந்தனர்.

பால்ராஜ் மதோக்

இதுவிஷயமாக ஆர்.எஸ்.எஸ் தலைவர் கோல்வல்கரைச் சந்தித்துப் பேசினார் அத்வானி. விஷயத்தின் தீவிரத்தை எடுத்துச் சொன்னார். கட்சிக்கட்டுப்பாடு விஷயத்தில் கட்சி நலனே முக்கியம். ஆகவே, மூத்த தலைவர், முன்னாள் தலைவர் என்ற வித்தியாசத்தை எல்லாம் பார்க்கத் தேவையில்லை என்பது கோல்வல்கர் கொடுத்த ஆலோசனை. அதனைத் தொடர்ந்து பால்ராஜ் மதோக்கை ஜனசங்கத்திலிருந்து மூன்றாண்டுகளுக்கு நீக்கி உத்தரவிட்டார் அத்வானி.

அதன்மூலம் கட்சிக்குள் நீண்ட நெடுநாள்களாக நிலவிக் கொண்டிருந்த புழுக்கம் அகன்றது. இனி புதிய தலைவர் அத்வானியின் தலைமையில் புதிய உத்வேகத்துடன் ஜனசங்கம் தன்னுடைய அரசியல் பாதையில் பயணம் செய்யும் என்ற எண்ணத்துக்கு வந்திருந்தனர் மதோக் எதிர்ப்பாளர்கள். ஆனால் அவர்கள் அத்தனை பேரையும் அதிர்ச்சிக்கு உள்ளாக்கும் வகையில் ஒரு சம்பவம் நடந்தேறியது. அது, ஆர்.எஸ்.எஸ். தலைவர் கோல்வால்கரின் மரணம்.

அகால மரணம் என்று சொல்வதற்கில்லை. ஆனால் அது அதிர்ச்சியூட்டும் மரணம். ஸ்வயம் சேவகர்களை நிலைகுலையச் செய்த மரணம்.

ஆர்.எஸ்.எஸ்ஸின் அதிகாரம் நிரம்பிய தலைவராக, வழிகாட்டியாக, தத்துவ ஆசிரியராக விளங்கியவர் கோல்வால்கர். ஆர்.எஸ்.எஸ் என்ற அமைப்பு உறுதியாகவும் அழுத்தமாகவும் வளர்வதற்குத் தேவையான எல்லாவிதமான குணாம்சங்களையும் கொண்டுவந்து சேர்த்தவர். முக்கியமாக, சிந்தனைக் கொத்து அல்லது ஞான கங்கை என்பன போன்ற வழிகாட்டும் நூல்களை எழுதி, ஆர்.எஸ்.எஸ் அமைப்புக்கென பிரத்யேக சித்தாந்தப் பின்னணியை உருவாக்கியவர். அதன் அரசியல் பார்வையை நிர்மாணித்தவர்.

காந்தி கொலையைத் தொடர்ந்து ஆர்.எஸ்.எஸ்ஸுக்கு அரசியல் மற்றும் சட்ட நெருக்கடிகள் முற்றியபோது அவற்றில் இருந்து ஆர்.எஸ்.எஸ்ஸைக் காப்பாற்றிக் கரைசேர்த்தவர். அமைப்புக்கான கொள்கைத் திட்டங் களைவடிவமைத்தவர். முக்கியமாக, இந்துக்களுக்கென்று

சிம்மன்பாய் பட்டேல்

ஓர் அரசியல் கட்சியின் அவசியத்தை உணர்ந்து பாரதிய ஜனசங்கம் என்ற கட்சியை உருவாக்கத் துணைசெய்தவர். அதற்காகத் தன்னுடைய தளபதிகள் படையையே டாக்டர் சியாமா பிரசாத் முகர்ஜியுடன் அனுப்பிவைத்தவர்.

ஆர்.எஸ்.எஸ் என்ற அமைப்பைக் கட்டுக்கோப்புடனும் கவனம் கலையாமலும் ஒருபக்கம் வளர்த்துக்கொண்டே, இன்னொரு பக்கம் ஜனசங்கம், விஸ்வ ஹிந்து பரிஷத், அகில பாரதிய வித்யார்த்தி பரிஷத், பாரதிய மஸ்தூர் சங்கம், வனவாசி கல்யாண் ஆஸ்ரம் போன்ற மற்ற அமைப்புகளையும் வழிநடத்திக்கொண்டிருந்தவர் கோல்வால்கர்.

புற்றுநோயால் பீடிக்கப்பட்டிருந்த அவருக்குப் பல்வேறு விதமான மருத்துவ சிகிச்சைகள் தரப்பட்டன. ஆனால் எதுவும் பலன் கொடுக்கவில்லை. 5 ஜூன் 1973 அன்று ஆர்.எஸ்.எஸ்ஸின் தலைவர் மாதவ சதாசிவ கோல்வல்கர் மரணம் அடைந்தார்.

அகால மரணம் என்று சொல்வதற்கில்லை. ஆனால் அது அதிர்ச்சியூட்டும் மரணம். ஸ்வயம் சேவர்களை நிலைகுலையச் செய்த மரணம். ஆர்.எஸ்.எஸ்ஸும் அதன் சார்பு அமைப்புகளும் தங்களுடைய வலிமை பொருந்திய வழிகாட்டியை இழந்திருந்தன. என்றாலும், மூத்த ஆர்.எஸ்.எஸ் தலைவர்களுள் ஒருவரான தேவரஸ் தலைவர் பொறுப்பை ஏற்றுக்கொண்டார்.

ஆக, ஆர்.எஸ்.எஸ், பாரதிய ஜனசங்கம் என்ற இரு பெரும் அமைப்புகளுக்கும் புதிய தலைவர்கள் வந்திருந்தனர். அப்போது ஒரு முக்கியமான விவகாரம் பெரிய அளவில் வெடித்துக் கிளம்பியது.

அதில் இந்த இரண்டு அமைப்புகளும் மிகத்தீவிரமாகப் பங்கெடுத்தன. அது, குஜராத்தில் நடந்த மாணவர் எழுச்சி.

1972 மார்ச் மாதம் நடந்த குஜராத் மாநில சட்டமன்றத் தேர்தலில் இந்திரா காங்கிரஸ் கட்சி வெற்றிபெற்று ஆட்சியைப் பிடித்திருந்தது. அந்தக் கட்சியின் சார்பில் ஞான் ஷ்யாம் ஓசாவை முதலமைச்சராக்கியிருந்தார் பிரதமர் இந்திரா காந்தி. ஆனால் உள்கட்சிக் குழப்பங்கள் காரணமாக, ஓசாவை நீக்கிவிட்டு சிம்மன்பாய் பட்டேலை முதல்வராக்கினார் இந்திரா.

குளறுபடிகளின் சங்கமமாக இருந்தது சிம்மன்பாயின் அரசு. நிர்வாகச் சிக்கல்கள். ஊழல். லஞ்சம். விலைவாசி உயர்வு. இனியும் சகித்துக்கொள்ள முடியாது என்ற சூழ்நிலையில் 20 டிசம்பர் 1973 அன்று அகமதாபாத் எல்.டி. பொறியியல் கல்லூரி மாணவர்கள் விலைவாசி உயர்வை எதிர்த்து வெடித்துக் கிளம்பினர். சாலைக்கு வந்த மாணவர்களைக் காவல்துறையினர் கட்டுப்படுத்தினர். விளைவு, இருதரப்புக்கும் இடையே பலத்த மோதல் உருவானது. மாணவர்கள் பலத்த தாக்குதலுக்கு உள்ளாகினர்.

விவகாரம் அடுத்தடுத்த பகுதிகளுக்கும் பரவியது. மாநிலத்தில் உள்ள கல்லூரி மாணவர்கள் எல்.டி. கல்லூரி மாணவர்களுக்கு ஆதரவுக்கரம் நீட்டினர். அவர்களுக்குத் துணையாக இந்திரா காங்கிரஸ் அல்லாத அரசியல் கட்சிகளும் களமிறங்கின. பொதுமக்கள், தொழிலாளர்கள், சமூக ஆர்வலர்கள் பலரும் அரசுக்கு எதிராகவும் மாணவர்களுக்கு ஆதரவாகவும் போராடத் தொடங்கினர். உச்சகட்டமாக, 25 ஜனவரி 1974 அன்று மாநிலம் தழுவிய முழு அடைப்பு நடத்தப்பட்டது. அது நாடு முழுக்கப் பரவலான கவனத்தை ஈர்த்தது.

நாளுக்கு நாள் போராட்டத்துக்கான ஆதரவு பெருகத் தொடங்கியது. மாணவர்கள், ஆசிரியர்கள், தொழிலாளர்கள், வழக்கறிஞர்கள், பொதுமக்கள், அரசியல் தலைவர்கள் உள்ளிட்டோரின் விரிவான பங்களிப்புடன் நவ நிர்மாண் அந்தோலன் என்ற அமைப்பு உருவாக்கப்பட்டது.

பொதுமக்கள், தொழிலாளர்கள், சமூக ஆர்வலர்கள் பலரும் அரசுக்கு எதிராகவும் மாணவர்களுக்கு ஆதரவாகவும் போராடத் தொடங்கினர்.

அந்த அமைப்புக்கு அத்வானியின் பாரதிய ஜனசங்கம், மொரார்ஜி தேசாயின் ஸ்தாபன காங்கிரஸ் உள்ளிட்ட பல்வேறு அரசியல் கட்சிகளும் ஆதரவளித்தன. முக்கியமாக, அந்தப் போராட்டங்களில் ஆர்.எஸ்.எஸ்ஸின் மாணவர் அமைப்பான அகில பாரதிய வித்யார்த்தி பரிஷத்தும் கலந்துகொண்டது.

நவ நிர்மாண் அந்தோலன் அமைப்பின் ஒற்றைக் கோரிக்கை, சிம்மன் பாய் பட்டேலைப் பதவி நீக்கம் செய்யவேண்டும் என்பதுதான். மக்களும் மாணவர்களும் கைகோத்து நடத்திய போராட்டங்கள் கலவரங்களாக உருமாறின. அவற்றைக் காவல்துறையால் கட்டுப்படுத்த முடியவில்லை. பிறகு ராணுவத்தை அனுப்பினார் பிரதமர் இந்திரா.

இனியும் சமாளிக்க முடியாது என்ற சூழ்நிலை உருவானபோது சிம்மன் பாய் பட்டேலைப் பதவி நீக்கம் செய்தார். ஆனால் குஜராத் மாநில சட்டமன்றம் கலைக்கப்படவில்லை. சட்டமன்றத்தைக் கலைத்துவிட்டுத் தேர்தலை நடத்தவேண்டும் என்றன எதிர்க்கட்சிகள். ஆனால் இந்திராவிடம் இருந்து எவ்வித சலனமும் இல்லை.

மத்திய அரசுக்கு அதிர்ச்சி வைத்தியம் கொடுக்கும் வகையில் தங்கள் கட்சியின் சட்டமன்ற உறுப்பினர்களை ராஜினாமா செய்யச் சொல்லி உத்தரவிட்டது பாரதிய ஜனசங்கம். அதன்படியே மூன்று ஜனசங்க சட்டமன்ற உறுப்பினர்களும் ராஜினாமா செய்தனர். ஸ்தாபன காங்கிரஸின் 15 சட்டமன்ற உறுப்பினர்களும் பதவி விலகினர். இன்னும் ஒருபடி மேலே சென்று உண்ணாவிரதம் இருக்கத் தொடங்கினார் மொரார்ஜி தேசாய்.

ராஜினாமா செய்தது என்னவோ ஜனசங்கம் உள்ளிட்ட எதிர்க்கட்சி சட்டமன்ற உறுப்பினர்கள். ஆனால் பதறிப்போனது ஆளுங்கட்சி உறுப்பினர்கள். மக்களுக்கு ஆதரவாக நிற்காமல், பதவியில் ஒட்டிக்கொண்டிருந்தால், எதிர்வரும் தேர்தலில் தோற்கடிக்கப்பட்டுவிடுவோமோ என்ற அச்சம் காரணமாக அவர்களும் பதவி விலகத் தொடங்கினர். தர்மசங்கடத்தைத் தவிர்க்கும் வகையில் 16 மார்ச் 1974 அன்று குஜராத் மாநில சட்டமன்றத்தைக் கலைத்து மறுதேர்தல் நடத்த உத்தரவிட்டார் பிரதமர் இந்திரா.

மொரார்ஜி தேசாய் - அத்வானி

10 ஜூன் 1974 அன்று சட்டமன்றத் தேர்தல்கள் நடந்து முடிந்தன. தேர்தல் பிரசாரத்தில் ஜனசங்கத் தலைவர் அத்வானி, வாஜ்பாய், ஸ்தாபன காங்கிரஸ் தலைவர் மொரார்ஜி தேசாய் உள்ளிட்ட பலரும் தீவிரப் பிரசாரத்தில் ஈடுபட்டனர். ஆனால் தேர்தல் முடிவுகள் தொங்கு சட்டமன்றத்தையே கொண்டுவந்தன.

எதிர்பார்த்தது போலவே இந்திரா காங்கிரஸ் கட்சி வெறும் 75 இடங்களை மட்டுமே கைப்பற்றி ஆட்சியை இழந்தது. அதேசமயம், எதிர்க்கட்சிகளாலும் ஆட்சி அமைக்க முடியாத சூழல். மாற்று ஏற்பாடாக, 56 இடங்களைப் பெற்ற ஸ்தாபன காங்கிரஸ், 18 இடங்களைப் பெற்ற பாரதிய ஜனசங்கம் மற்றும் பாரதிய லோக் தளம் ஆகிய கட்சிகள் சேர்ந்து ஜன மோர்ச்சா என்ற புதிய கூட்டணியை உருவாக்கின. இதுதான் பின்னாளில் உருவான ஜனதாவுக்கான ஆரம்பப்புள்ளி. ஒருவழியாகப் பெரும்பான்மையைத் திரட்டி ஆட்சியைப் பிடித்தன இந்திரா காங்கிரஸ் அல்லாத அரசியல் கட்சிகள்.

இதில் நகைமுரண் என்னவென்றால், அந்த அரசை அமைப்பதற்கு ஆதரவு கொடுத்தவர்களுள் முக்கியமானவர் முன்னாள் முதல்வர் சிம்மன் பாய் பட்டேல். எந்த சிம்மன் பாய் பட்டேல் அரசுக்கு எதிராகப் போராட்டம் நடத்தினார்களோ அதே சிம்மன்பாய் பட்டேலின் ஆதரவைப் பெற்றுக் கொண்டு ஆட்சியைப் பிடித்தன எதிர்க்கட்சிகள். காரணம், தனிக்கட்சி தொடங்கிய சிம்மன்பாய் பட்டேல் கணிசமான எம்.எல்.ஏக்களைக் கைவசம் வைத்திருந்தார். அவருடைய ஆதரவுடன் ஸ்தாபன காங்கிரஸைச் சேர்ந்த பாபுபாய் பட்டேல் முதல்வரானார்.

எதிர்க்கட்சிகள் அமைத்த அரசு அதிக காலம் நீடிக்கவில்லை என்றபோதும் ஜனசங்கத்தின் பங்களிப்புடன் குஜராத்தில் நடந்த ஆட்சி மாற்றம் அத்வானி உள்ளிட்ட தலைவர்கள் பலருக்கும்

உற்சாகத்தைக் கொடுத்தது. முக்கியமாக, அந்தப் போராட்டம் பீகார் மாநில மாணவர்களுக்கு உத்வேகத்தைக் கொடுத்தது.

காரணம், அங்கே ஆட்சியில் இருந்த முதலமைச்சர் அப்துல் கஃபூர் மீது மக்களுக்கு பலத்த அதிருப்தி உருவாகியிருந்தது. அதே ஊழல். அதே முறைகேடு. அவருக்கு எதிராகப் பொதுமக்களும் மாணவர்களும் போராட்டத்தில் இறங்கினர். அவர்களுடைய கோரிக்கை: முதல்வர் அப்துல் கஃபூரை பதவிநீக்கம் செய்ய வேண்டும். சட்டமன்றத்தைக் கலைத்துவிட்டுத் தேர்தலை நடத்தவேண்டும். அப்போது அவர்களுக்கு ஆதரவுக்கரம் நீட்டினர் ஒரு மூத்த அரசியல் தலைவர். அவர், ஜெயப்ரகாஷ் நாராயண்!

61

ஜே.பி.யின் மறுபிரவேசம்

பீகார் மாநில காங்கிரஸ் அரசு ஊழலின் பேருருவமாகக் காட்சியளித்துக் கொண்டிருந்தது. நிர்வாகக் குளறுபடிகள் உச்சத்தில் இருந்தன. கட்சித்தாவல், கவிழ்ப்பு அரசியல், விலைவாசி உயர்வு உள்ளிட்ட பல்வேறு பிரச்னைகள் உருவாகியிருந்தன. எல்லாவற்றையும் தீர்க்கவேண்டும் என்றால் முதல்வர் அப்துல் கஃபூர் ஆட்சி நீக்கப்பட வேண்டும் என்ற கருத்து பொதுமக்கள் மத்தியில் எழுந்தது.

சின்னதும் பெரியதுமாகப் போராட்டங்கள் நடந்துகொண்டிருந்த சமயத்தில், இந்திய கம்யூனிஸ்ட் சார்பில் முதன்முறையாக அமைப்பு ரீதியான போராட்டக்குழு ஒன்று உருவாக்கப்பட்டது. அந்தக் குழுவினரின் சார்பில் அரசுக்கு எதிராக நடத்தப்பட்ட தொடர் போராட்டங்கள் மாநிலம் தழுவிய கவனத்தை ஈர்த்தன.

அந்தப் போராட்டங்களின் வேகத்தை அதிகரிக்கும் வகையில் இந்துத்வ மாணவர் அமைப்பான அகில பாரதிய வித்யார்த்தி பரிஷத்தும் போராட்டக் களத்துக்கு வந்தது. அந்த அமைப்புடன் வேறுபல மாணவர் அமைப்புகளும் சேர்ந்துகொண்டன. அதனைத் தொடர்ந்து சாத்ர சங்கர்ஷ் சமிதி என்ற பெயரில் அரசுக்கு எதிரான பிரத்யேகப் போராட்டக்குழு ஒன்று உருவாக்கப்பட்டது.

சாதாரண போராட்ட அமைப்பாக ஆரம்பிக்கப்பட்ட சாத்ர சங்கர்ஷ் சமிதிக்கு மாநிலம் நெடுக மின்னல் வேகத்தில் கிளைகள்

அப்துல் கஃபூர்

தொடங்கப்பட்டன. அவற்றின் பின்னணியில் இருந்தது ஆர்.எஸ்.எஸ். பல்வேறு அமைப்புகளைச் சேர்ந்த மாணவர்கள் பலரும் தங்களை சமிதியில் இணைத்துக்கொண்டனர். ஓரளவுக்கு செல்வாக்கு உருவானதும் 18 மார்ச் 1974 அன்று பாட்னா உயர்நீதி மன்றத்தை நோக்கி ஊர்வலம் செல்லத் தயாரானது சாத்ர சங்கர்ஷ் சமிதி.

ஊர்வலத்துக்கெல்லாம் அனுமதி இல்லை என்று சொல்லி கெடுபிடி காட்டியது காவல்துறை. பொங்கி எழுந்த போராட்டக்காரர்கள் வன்முறைப் பாதைக்குத் திரும்பினர். அரசு அலுவலகங்கள் தொடங்கி பல இடங்கள் தாக்குதலுக்கு உள்ளாகின. போதாக்குறைக்கு ஓரிரு பத்திரிகை அலுவலகங்களும் தீக்கிரையாகின. நிலைமையைக் கட்டுப்படுத்த காவல்துறை களமிறங்கியது. விளைவு, போராட்டம் அடுத்தகட்டத்தை நோக்கி நகர்ந்தது.

மாணவர்களுக்கும் காவல்துறையினருக்கும் இடையே மோதல் வெடித்தது. உச்சகட்டமாக, மூன்று மாணவர்கள் கொல்லப்பட்டனர். அது போராட்ட நெருப்பை அடுத்தடுத்த பகுதிகளுக்கும் பரவச்செய்தது. அதற்கேற்ப அடக்குமுறை நடவடிக்கைகளும் தீவிரமடைந்தன. அவற்றைச்சமாளிக்க முடியாமல் மாணவர்அமைப்புகள் திணறின.

போராட்டத்தில் ஈடுபட்ட அகில பாரதிய வித்யார்த்தி பரிஷத் உள்ளிட்ட மாணவர் அமைப்புகளைச் சேர்ந்தவர்கள் தங்களுக்கு வழிகாட்ட ஒரு நல்ல, அனுபவம் வாய்ந்த தலைவரின் தேவையை உணர்ந்தனர். அந்தத் தலைவர் தற்போதுள்ள கட்சிகளில் இல்லை என்பதையும் அவர்கள் உணர்ந்தே இருந்தனர். அப்போது அவர்களுக்கு நினைவுக்கு வந்தவர், ஜெயப்ரகாஷ் நாராயணன்.

ஒன்று,
போராட்டங்களில்
வன்முறை கூடாது.
மற்றொன்று,
போராட்டங்கள் பீகாருடன்
சுருங்கிவிடக்கூடாது.

ஒருகாலத்தில் அரசியல் களத்தில் மிகத்தீவிரமாக இயங்கியவர் ஜே.பி. பிரதமர் நேருவுக்கு எதிராகக் களமாடியவர். சோஷலிச கொள்கையை முன்வைத்து அரசியல் கட்சி நடத்தியவர். பின்னர் நேரடி அரசியலில் இருந்து முற்றிலுமாக விலகியிருந்தார். அதேசமயம், நாட்டில் நிலவும் அரசியலை அங்குலம் அங்குலமாகக் கவனித்துக்கொண்டிருந்தார். பீகார் அரசியலை மட்டுமல்ல, தேசிய அரசியல், இந்திராவின் அரசியல், இந்துத்வ அரசியல் உள்ளிட்ட அனைத்து அரசியல் அசைவுகளையும் அவதானித்துக் கொண்டிருந்தார்.

ஜெயப்ரகாஷ் நாராயணன்

மாணவர்கள் வந்து வழிகாட்டுதலைக் கோரியபோது நிறைய யோசித்தார் ஜே.பி. போராட்டத்தின் அவசியம் பற்றி ஆற அமர விவாதித்தார். இறுதியாக அவர்களிடம் இரண்டு நிபந்தனைகளை விதித்தார். ஒன்று, போராட்டங்களில் வன்முறை கூடாது. மற்றொன்று, போராட்டங்கள் பீகாருடன் சுருங்கிவிடக்கூடாது.

அதன் அர்த்தம் எளிமையானது. தேவை ஏற்பட்டால் இந்திரா தலைமையிலான மத்திய அரசுக்கு எதிராகவும் போராட்டம் நடத்தவேண்டும் என்பதுதான். ஆகட்டும் என்று சொல்லிவிட்டனர் மாணவர்கள். ஊழல் எங்கெல்லாம் இருக்கிறதோ அங்கெல்லாம் நாம் போராட்டத்தை முன்னெடுக்கவேண்டும் என்று சொன்ன ஜே.பி, அந்த வகையில் நமக்கு பாட்னா, புதுடெல்லி எல்லாம் ஒன்றுதான் என்றார்.

பீகார் அரசுக்கு எதிரான மாணவர்களின் போராட்டம் ஜே.பியின் அரசியல் மறுபிரவேசத்துக்குப் பிறகு தீவிரம் பெற்றது. மாணவர்கள் தங்கள் வகுப்புகளைப் புறக்கணித்து, போராட்டக்களத்துக்கு வரவேண்டும் என்றார் ஜே.பி. அந்த அழைப்பை ஏற்று மாணவர்கள் பெருமளவில் சாலைக்கு வந்தனர். பொதுமக்களிடம் இருந்து போராட்டத்துக்கு ஆதரவுக்குரல்கள் எழுந்தன.

பீகார் மாநில காங்கிரஸ் அரசைக் கலைக்கவேண்டும் என்ற கோரிக்கையை ஜே.பியின் இயக்கம் முன்வைத்தது. ஆம், ஜே.பியின் வருகைக்குப் பிறகு பீகார் இயக்கம், மாணவர் இயக்கம், சாத்ர சங்கர்ஷ் சமிதி என்பன போன்ற பதங்களெல்லாம் போய் ஜே.பி இயக்கம் என்ற பெயர் வந்து

சேர்ந்திருந்தது. அதனைத் தொடர்ந்து, போராட்டக் களத்தைத் தேசிய அளவில் விரிவுபடுத்தத் தொடங்கினார் ஜே.பி. அதற்கான அவசியமும் இருந்தது.

ஆம், குஜராத், பீகார் போன்ற மாநிலங்களில் மட்டுமல்ல, இந்தியாவின் பெரும்பாலான மாநிலங்களிலும் ஊழலும் முறைகேடுகளும் லஞ்சலாவண்யங்களும் நீக்கமற நிறைந்திருந்தன. மத்திய அரசில் இடம்பெற்றிருந்த பலர் மீதும் ஊழல் கறை படிந்திருந்தது. அதிகார அத்து மீறல்களும் அதிகரித்திருந்தன. அவற்றை ஊடகங்கள் அவ்வப்போது வெளிப்படுத்திக்கொண்டே இருந்தன. ஆக, மாநில அரசுகளை மட்டுமின்றி, மத்திய அரசையும் எதிர்த்துப் போராட்டம் நடத்தவேண்டிய அவசியம் உருவாகியிருக்கிறது என்றார் ஜே.பி.

அதற்காக அவர் பயன்படுத்திய பதம், முழுப்புரட்சி. அரசியல், சமூகம், பொருளாதாரம், கல்வி, கலாசாரம், அறிவு, ஒழுக்கம் என்ற ஏழு முக்கியத் துறைகளிலும் புரட்சியைக் கொண்டுவர வேண்டிய தருணம் உருவாகிவிட்டது என்று முழங்கிய ஜே.பி, அதற்காக மாணவர்கள் நிறைய தியாகங்களைச் செய்யத் தயாராக இருக்க வேண்டும் என்றார். நாம் தேர்வுசெய்திருக்கும் பாதை கரடுமுரடானது என்று ஒன்றுக்குப் பலமுறை எச்சரித்தார் ஜே.பி. அதன்பிறகும் அவருடைய ஆதரவுத்தளம் விரிவடைந்துகொண்டே போனது.

நடப்பதை எல்லாம் உன்னிப்பாகக் கவனித்துக்கொண்டிருந்தார் பிரதமர் இந்திரா. உண்மையில் பீகாரை முன்வைத்துப் போராட்டங்கள் நடந்துகொண்டிருந்தாலும்கூட, அது எதிர்காலத்தில் தன்னை நோக்கியே திரண்டெழும் என்பது அவருடைய கணிப்பு. அப்படியொரு சூழல் உருவாகும் பட்சத்தில், அதைச் சமாளிப்பதற்கு ஏதுவாகச் சில காரியங்களைச் செய்தார். அவற்றில் ஒன்றுதான் 1974 மே மாதத்தில் நடத்தப்பட்ட பொக்ரான் அணுகுண்டுச் சோதனை. இந்தியாவின் பாதுகாப்பைப் பலப்படுத்தும் நோக்கத்துடன் செய்த அந்த அணுகுண்டுச் சோதனை நாட்டு மக்கள் மத்தியில் இந்திரா காந்தியின் செல்வாக்கை உயர்த்தியது.

ஆனாலும் ஜே.பி இயக்கம் தன்னுடைய செயல்பாடுகளைத் தொடர்ச்சியாக முன்னெடுத்துக் கொண்டிருந்தது. அந்த இயக்கத்துக்கு அகில பாரதிய வித்யார்த்தி பரிஷத் மட்டுமல்ல, வேறுபல இயக்கங்களும் அமைப்புகளும் கட்சிகளும்கூட ஆதரவுக்கரம் நீட்டின. முக்கியமாக, அத்வானி தலைமையிலான பாரதிய ஜனசங்கம்.

உண்மையில், ஜே.பியின் போராட்டத்துக்கு எடுத்த எடுப்பிலேயே ஜனசங்கம் ஆதரவுக்கரம் நீட்டிவிடவில்லை. அந்தப் போராட்டத்தையும் அதன் போக்கையும் அமைதியாகக் கவனித்து உள்வாங்கிக் கொண்டிருந்தது. ஒருகட்டத்தில் ஜே.பியிடம் இருந்தே ஜனசங்கத்துக்கு அழைப்பு வந்தது. தாங்கள் நடத்தும் மக்கள் போராட்டத்தில் ஜனசங்கம் போன்ற கட்சிகள் இணைவது கூடுதல் பலத்தைக் கொடுக்கும் என்பது ஜே.பியின் கணிப்பு.

அந்த அழைப்பு குறித்து அத்வானி, வாஜ்பாய், நானாஜி தேஷ்முக் உள்ளிட்ட ஜனசங்கத் தலைவர்கள் ஆலோசனை நடத்தினர்.

> இந்திரா காங்கிரஸின் அலங்கோல அரசை அப்புறப்படுத்தும் காரியத்தை தனியொரு கட்சியால் செய்யமுடியாது. ஒத்த சிந்தனை கொண்ட பலர் ஒன்றிணைவதன்மூலமே அது சாத்தியப்படும்.

ஜே.பியின் போராட்டம் பீகாரைத் தாண்டி தேசிய அளவில் விரிவடைந்துவரும் சூழலில், அந்த இயக்கத்தில் ஜனசங்கம் இணைவது அரசியல் ரீதியாக நல்ல பலனைக் கொடுக்கும் என்பது அத்வானியின் கணிப்பு.

'இந்திரா காங்கிரஸின் அலங்கோல அரசை அப்புறப்படுத்தும் காரியத்தை தனியொரு கட்சியால் செய்யமுடியாது. ஒத்த சிந்தனை கொண்ட பலர் ஒன்றிணைவதன்மூலமே அது சாத்தியப்படும். அப்படிச் செய்வதன்மூலம் ஜனசங்கத்தையும் தேசிய அளவில் வளர்த் தெடுக்கவும் வாய்ப்புகள் உருவாகும். ஆகவே, இந்திராவுக்கு எதிரான போராட்டத்தில் இணைந்துகொள்ளுமாறு ஜே.பி விடுத்த அழைப்பை ஏற்றுக்கொள்ளவேண்டும்' என்று ஹைதராபாத்தின் நடந்த ஜனசங்கத்தின் பிரத்யேக ஆலோசனைக் கூட்டத்தில் பேசினார் அத்வானி.

அத்வானி முன்வைக்கும் விஷயத்துக்கான சாத்தியக்கூறுகளை வாஜ்பாய் உள்ளிட்ட மற்ற முன்னணித் தலைவர்களும் உணர்ந்தே இருந்தனர். ஆகவே, ஜே.பியின் போராட்டத்தில் ஜனசங்கத்தையும் இணைத்துக்கொள்ளச் சம்மதித்தனர். விளைவு, ஜே.பியின் போராட்டம் வீரியமடைந்தது.

இந்நிலையில் ஜே.பிக்கும் பிரதமர் இந்திராவுக்கும் இடையே நிறைய கடிதப் பரிவர்த்தனைகள் நடந்தன. ஆனால் அவற்றால் பலனேதும் கிட்டவில்லை. மாறாக, இருவருக்கும் இடையே நிலவி வந்த சுமூக உறவுக்குச் சேதம் ஏற்பட்டது. இனி போராட்டத்தைத் தீவிரப்படுத்துவதைத் தவிர வேறு வழியில்லை என்ற நிலையில் நாடு தழுவிய சுற்றுப்பயணத்தைத் தொடங்கினார் ஜே.பி. குறிப்பாக, வட இந்திய மாநிலங்களில் அவருக்குக் கணிசமான அளவில் ஆதரவு உருவானது. ஜனசங்கம், ஸ்தாபன காங்கிரஸ் போன்ற கட்சிகளின் நேரடி, மறைமுக ஆதரவு கிடைத்ததால் இந்திராவுக்கு எதிரான சிந்தனை நாடு தழுவிய அளவில் உருவானது.

ஊழல், சர்வாதிகாரம் என்ற இருபெரும் ஆபத்தான ஆயுதங்களைக் கொண்டு இந்தியாவை நாசப் படுத்துகிறார் இந்திரா காந்தி என்று விமரிசித்தார் ஜே.பி. அரசுக்கு எதிராகப் போராட அனைத்து எதிர்க்கட்சிகளையும் ஓரணியில் திரட்ட முயற்சியெடுத்தார். அந்த முயற்சிக்கு மார்க்சிஸ்ட் கம்யூனிஸ்ட் கட்சியிடமிருந்து எதிர்ப்பு வந்தது.

இந்திரா அரசுக்கு எதிரான இயக்கத்தில் ஜனசங்கத்தைச் சேர்த்துக்கொண்டதை அந்தக் கட்சி ரசிக்கவில்லை. இதுவிஷயமாக ஈ.எம்.எஸ். நம்பூதிரிபாட் - ஜே.பி இடையே சில வாதப் பிரதிவாதங்களும் நடந்தன. ஆனால் இந்திய கம்யூனிஸ்ட் கட்சியோ ஜே.பியின் போராட்டத்தை வேறொரு கோணத்திலிருந்து பார்த்தது. இந்திய அரசுக்கு எதிராக அமெரிக்க ஏகாதிபத்தியம் நடத்தும் மறைமுக யுத்தமே ஜே.பியின் போராட்டம் என்பது இந்திய கம்யூனிஸ்ட் கட்சியின் மதிப்பீடு.

ஆனாலும் இந்திராவுக்கு எதிரான போராட்டத்தில் ஜனசங்கத்தின் பங்களிப்பு வெகு அவசியம் என்பதில் ஜே.பி அசாத்திய உறுதியைக் காட்டினார். ஆம், ஜனசங்கத்தின் தேசிய மாநாட்டில் சிறப்பு விருந்தினராகக் கலந்துகொள்ளும் அளவுக்கு அவருடைய உறுதிப்பாடு இருந்தது. வாஜ்பாய், அத்வானி ஆகியோரின் அழைப்பின் பேரில் அந்த மாநாட்டில் கலந்துகொண்டு பேசிய ஜே.பி, மற்ற கட்சிகள் விமரிசிப்பது போல ஜனசங்கம் ஒன்றும் பாசிசக்கட்சி அல்ல என்றும் ஒருவேளை ஜனசங்கம் பாசிஸ்ட் இயக்கம் என்றால் ஜே.பியாகிய நானும் ஒரு பாசிஸ்டுதான் என்றார்.

உண்மையில், பாரதிய ஜனசங்கத்தின் அரசியல் வரலாற்றில் அதிமுக்கியத் திருப்புமுனையாக ஜே.பியின் பேச்சைச் சொல்லலாம். ஆர்.எஸ்.எஸ் முகாம்களை காந்தி பாராட்டினார் என்பதை ஆர்.எஸ்.எஸ் எந்த அளவுக்குச் சிலாகித்து மகிழ்கிறதோ, அதே அளவுக்கு ஜனசங்கத்தின் மீதான ஜே.பியின் மதிப்பீட்டை அகமகிழ்ந்து கொண்டாடியது ஜனசங்கம்.

இந்திய அரசியலின் மைய நீரோட்டத்தில் கலக்கவேண்டும் என்பது ஜனசங்கத்தின் பெரு விருப்பம். ஆனால் அதற்கு மதவாதம் என்ற அம்சம் தகர்க்க முடியாத தடைக்கல்லாக இருந்தது. அந்தத் தடையை ஜே.பியின் உதவியுடன் நகர்த்திவிடலாம் என்ற நம்பிக்கை ஜனசங்கத் தலைவர்களுக்குள் துளிர்த்தது. ஆகவே, ஜே.பி நடத்திய போராட்டத்தில் ஜனசங்கம் உற்சாகத்துடனும் உத்வேகத்துடனும் பங்கேற்கத் தொடங்கியது. போதாக்குறைக்கு, பிரதமர் இந்திரா காந்திக்கு எதிராக சட்ட நெருக்கடி ஒன்று உருவாகிக் கொண்டிருந்தது. அது, ரேபரேலி தேர்தல் வழக்கு!

62

எதிர்ப்பை எதிர்கொள்ள எமர்ஜென்ஸி

முழுமையான புரட்சி என்ற பெயரில் ஜெயப்ரகாஷ் நாராயண் நடத்திய மக்கள் போராட்டத்துக்கு பாரதிய ஜனசங்கம் உள்ளிட்ட இந்தியாவின் பெரும்பாலான எதிர்க்கட்சிகள் ஆதரவுக்கரம் நீட்டி யிருந்தன. அதன் காரணமாக குஜராத்தில் தொடங்கிய போராட்டம் பீகாரில் மிகத்தீவிரமாக உருவெடுத்திருந்தது. லோக் நாயக் என்கிற பெருமைக்குரிய அடையாளத்துடன் நாடு தழுவிய அளவில் அதிர் வலைகளை ஏற்படுத்திக் கொண்டிருந்தார் ஜே.பி.

பீகார் அரசைக் கலைக்கவேண்டும் என்ற கோரிக்கையை வலியுறுத்திப் பேரணிகளையும் ஊர்வலங்களையும் நடத்தினார் ஜே.பி. முக்கிய மாக, 1974 அக்டோபர் முதல் வாரத்தில் மூன்று நாள்களுக்குத் தொடர் மறியல் நடத்த அழைப்புவிடுத்தார். எதிர்க்கட்சிகள் ஓரணியில் ஒன்று திரள்கின்ற காரியத்தை மத்திய அரசு உன்னிப்பாகக் கவனித்தது. என்றாலும், திட்டமிட்டபடி எதிர்க்கட்சிகள் உறுதியுடன் மறியலை நடத்தி முடித்தன.

அந்த உற்சாகத்தில் அடுத்த மாதமே பிரம்மாண்டப் பொதுக்கூட்டத்துக்கு ஏற்பாடு செய்தார் ஜே.பி. பீகார் மாநில காங்கிரஸ் அரசை மட்டுமல்ல, மத்தியில் இருக்கும் இந்திரா காந்தி அரசின் செயல்பாடுகள், முறைகேடுகள் குறித்தும் விரிவான பிரசாரத்தைச் செய்யவேண்டும் என்பதுதான் ஜே.பி வகுத்த திட்டம். ஆகவே, அந்தக் கூட்டத்தில் கலந்து கொள்பவர்களுக்குப் பல்வேறு சிக்கல்களை நேரடியாகவும்

ஜெயப்ரகாஷ் நாராயணன்

மறைமுகமாகவும் கொடுத்தது மத்திய அரசு. அனைத்தையும் மீறி அந்தக் கூட்டத்துக்குப் பெருத்த ஆதரவு கிடைத்தது.

திடீரெனத் திரண்ட பெருங்கூட்டத்தில் சின்னச் சின்ன பிரச்னைகள் உருவாகின. அதற்காகவே காத்துக் கொண்டிருந்த காவல்துறை, உடனடியாகக் களத்தில் குதித்தது. கூட்டத்துக்கு மத்தியில் கண்ணீர்ப் புகைக் குண்டுகளை வீசியது. தடியடி உத்தரவு பிறப்பிக்கப் பட்டது. அப்போது பொதுக்கூட்டத்தில் கலந்துகொண்ட ஜே.பி காவல்துறையினரால் தாக்கப்பட்டார். அவரைக் காப்பாற்ற ஜனசங்கத்தின் முக்கியத் தலைவர்களுள் ஒருவரான நானாஜி தேஷ்முக் பெருமுயற்சி எடுத்தார். அப்போது அவரும் தாக்குதலுக்கு உள்ளானார்.

ஜே.பி தாக்கப்பட்ட செய்தி பெரும் பரபரப்பை ஏற்படுத்தியது. ஆனால் பெரிய தாக்குதல் எதுவும் நிகழ வில்லை என்று விளக்கம் கொடுத்தது பீகார் மாநில அரசு. பின்னர் அந்தத் தாக்குதல் பற்றிய புகைப்படங்கள் பத்திரிகைகளில் வெளியாகி சர்ச்சையை மேலும் தீவிரப்படுத்தின. ஆனால் அதன்பிறகும் எதிர்க்கட்சி களை ஒடுக்குவதில் பீகார் மாநில அரசும் மத்திய அரசும் தங்களுடைய தீவிரத்தைக் குறைத்துக்கொள்ளவில்லை.

ஜே.பியின் தலைமையில் நடந்த போராட்டங்களை பிரதமர் இந்திரா துளியும் ரசிக்கவில்லை. அதனை டெல்லியின் ராம் லீலா மைதானத்தில் நடந்த பொதுக்கூட்டத்தில் வெளிப்படுத்தினார். ஜேபியின் போராட்டங்கள் மக்களுக்கு எதிரானவை என்றும் மாநில அரசுகளின் செயல்பாடுகள் திருப்தியளிக்க வில்லை என்றால் அதன் ஆயுட்காலம் முடியும் வரை காத்திருப்பதுதான் ஜனநாயகமே தவிர அவற்றை அற்ப ஆயுளில் முடிப்பதல்ல, அது ஜனநாயக விரோத செயலும்கூட என்று விமரிசித்தார்.

மாநில அரசுகளின் செயல்பாடுகள் திருப்தியளிக்கவில்லை என்றால் அதன் ஆயுட்காலம் முடியும் வரை காத்திருப்பதுதான் ஜனநாயகம்.

ஆனாலும் தன்னுடைய போராட்டங்களை நிறுத்திக் கொள்ள ஜே.பி தயாராக இல்லை. மாறாக, போராட்டங் களை உத்தரப் பிரதேசம், மத்தியப் பிரதேசம், மேற்கு வங்கம், ஹரியானா ஆகிய மாநிலங்களிலும் விரிவுபடுத்தும் வகையில் பிரசாரத்தில் ஈடுபடத் தொடங்கினார். ஆட்சிக்கு எதிரான விமரிசனங்களைக் கூர்மைப்படுத்தினார். அப்போது ஜே.பியின் போராட்டத்துக்குச் சாதகமாக மூன்று சம்பவங்கள் அரங்கேறின.

நீதிபதி ஜக்மோகன்லால் சின்ஹா

முதல் சம்பவம், மத்தியப் பிரதேசத்தின் போபால் சட்டமன்றத் தொகுதிக்கு நடந்த இடைத்தேர்தல். இந்திரா காங்கிரஸ் வெற்றி பெற்றிருந்த தொகுதிக்கு நடந்த இடைத்தேர்தலில் கம்யூனிஸ்டுகள் அல்லாத எதிர்க்கட்சிகள் அனைத்தும் தனித்தனியே வேட்பாளர்களை நிறுத்தி, வாக்குகளை வீணடிக்காமல் பொது வேட்பாளரை நிறுத்தவேண்டும் என்ற யோசனையை முன்வைத்தது ஜனசங்கம். அதன்படியே, அந்தக் கட்சியின் வேட்பாளருக்கு பெரும்பாலான எதிர்க்கட்சிகள் ஆதரவளித்தன. அதற்கான பலனை ஜனசங்கம் அறுவடை செய்தது. இந்திரா காங்கிரஸ் வேட்பாளர் தோல்வியடைந்தார்.

கிட்டத்தட்ட அதே பாணியில் இன்னொரு இடைத்தேர்தலையும் கம்யூனிஸ்ட் அல்லாத எதிர்க்கட்சிகள் அணுகின. அது, மத்தியப் பிரதேசத்தின் ஜபல்பூர் மக்களவைத் தொகுதிக்கு நடந்த இடைத்தேர்தல். அதில் சோஷலிஸ்ட் கட்சியைச் சேர்ந்த சரத் யாதவ் என்ற மாணவர் தலைவரைப் பொது வேட்பாளராக நிறுத்தினார் ஜே.பி. ஜனசங்கம், ஸ்தாபன காங்கிரஸ், சோஷலிஸ்ட் கட்சிகளின் ஆதரவுடன் போட்டியிட்ட சரத்யாதவ், இந்திரா காங்கிரஸ் வேட்பாளரைத் தோற்கடித்தார். சரத் யாதவைப் போலவே லாலு பிரசாத் யாதவ், நிதீஷ் குமார், ராம் விலாஸ் பாஸ்வான் போன்றோரும் ஜே.பியின் இயக்கத்தில் இடம் பெற்றிருந்தவர்களே.

போபால், ஜபல்பூரில் கிடைத்த இரண்டு சிறு வெற்றிகளும் மூன்றாவது பெரிய வெற்றிக்குத் தூண்டுகோலாக அமைந்தன. ஆம், நீண்ட நெடிய போராட்டத்துக்குப் பிறகு குஜராத் மாநில சட்டமன்றத்துக்குத் தேர்தல் அறிவிக்கப்பட்டிருந்தது. அந்தத் தேர்தலை தன்னுடைய போராட்டத்துக்கான உரைகல்லாகப் பார்த்தார் ஜே.பி. ஆகவே, அந்தத் தேர்தலை போபால்,

லாலு, சரத்யாதவ், பாஸ்வான்

ஜபல்பூர் பாணியில் எதிர்கொள்வதுதான் சரியான முடிவாக இருக்கும் என்று கணித்தார். அதற்காக எதிர்க்கட்சிகள் அனைத்தையும் ஓரணியில் திரட்ட விரும்பினார்.

ஸ்தாபன காங்கிரஸ், ஜனசங்கம், சம்யுக்த சோஷலிஸ்ட், சுதந்தரா, லோக்தளம் ஆகிய கட்சிகளை எல்லாம் உள்ளடக்கிய ஜனமோர்ச்சா என்ற அணியை உருவாக்கி, அதன் சார்பில் வேட்பாளர்கள் நிறுத்தப் பட்டனர். உண்மையில், அனைத்து எதிர்க்கட்சி களும் ஒரே கட்சியாக இணைய வேண்டும் என்ற கோரிக்கை எழுந்தது. அதனை ஜனசங்கம் முழுமையாக நிராகரித்தது.

இப்போதுள்ள அரசியல் சூழ்நிலை என்பது இந்திரா எதிர்ப்பு. அந்த ஒற்றை அம்சத்தை மட்டுமே வைத்துக்கொண்டு பல்வேறு கொள்கை மற்றும் செயல்திட்டங்களை வைத்துள்ள பல கட்சிகள் ஒரே கட்சியாக இணைவது சாத்தியமில்லை என்று சொன்ன ஜனசங்கத் தலைவர் அத்வானி, கூட்டணி அமைத்துப் போட்டியிடுவது மட்டுமே உடனடியாகச் சாத்தியமாகக்கூடிய சங்கதி என்று சொல்லிவிட்டார்.

அதுதான் நடைமுறைக்கும் சாத்தியம் என்பதால் முக்கிய எதிர்க்கட்சிகள் பலவும் கூட்டணி அமைத்துக்கொள்ள முடிவுசெய்தன. ஜனதா மோர்ச்சா என்ற பெயரில் உருவான கூட்டணி யில் இடம்பெற்ற கட்சிகள் தத்தமது செல்வாக்குக்கு ஏற்ப இடங்களைப் பகிர்ந்துகொண்டன. குஜராத்தில் ஸ்தாபான காங்கிரஸ் கட்சிக்கே அதிக செல்வாக்கு என்பதால் அந்தக் கட்சியே அதிக இடங்களில் போட்டியிட்டது. இதுவிஷயமாக நடந்த பேச்சுவார்த்தையின் ஜனசங்கத் தலைவர் அத்வானியே மொரார்ஜியுடம் பேச்சுவார்த்தை நடத்தினார்.

பிரதமர் இந்திரா உடனடியாகத் தன்னுடைய மக்களவை உறுப்பினர் பதவியில் இருந்து ராஜினாமா செய்யவேண்டும்.

மொத்தமுள்ள 182 இடங்களில் ஸ்தாபன காங்கிரஸ் 101, பாரதிய ஜனசங்கம் 40, பாரதிய லோக் தளம் 11, சோஷலிஸ்ட் கட்சி 3 என்ற அளவில் போட்டியிட்டன. பல கட்சிகளைச் சேர்ந்தவர்களாக இருந்தாலும், ஜனதா மோர்ச்சாவின் பொதுவேட்பாளர் என்றே தங்களை அழைத்துக் கொண்டனர். அதுதான் கூட்டணியின் ஒற்றுமையையும் வெற்றியையும் உறுதி செய்யும் என்றார் அத்வானி. அதன்படியே ஜனதா மோர்ச்சா வேட்பாளர்கள் நடந்துகொண்டனர்.

குஜராத்தில் ஆட்சியில் இருந்த இந்திரா காங்கிரஸ் அரசின் செயல்பாடுகள்தான் தேர்தல் பிரசாரத்தின் மையப்புள்ளி என்றபோதும் இந்திராகாந்தி அரசின் நடவடிக்கைகளும் பிரசார

மேடைகளில் பேசப்பட்டன. மக்கள் அளிக்கும் தீர்ப்பு குஜராத் மாநிலத்துக்கு மட்டுமானதாக அல்லாமல், ஒட்டுமொத்த இந்தியாவின் மனச்சாட்சியாக அமையவேண்டும் என்று கோரினார் ஜே.பி. கம்யூனிஸ்டுகள் அல்லாத எதிர்க்கட்சிகள் பலவும் பெரிய அளவில் பிரசாரம் செய்தன.

மொத்தமுள்ள 181 இடங்களில் 86 இடங்கள் ஜனதா மோர்ச்சாவுக்குக் கிடைத்தன. அந்த அணியில் ஸ்தாபன காங்கிரஸ் 56 இடங்களைக் கைப்பற்றியிருந்தது. மேலும், பாரதிய ஜனசங்கம் 18, பாரதிய லோக் தளம் 2, சோஷலிஸ்ட் கட்சி 2 என்ற அளவில் வெற்றிபெற்றிருந்தன. இந்திரா காங்கிரஸ் கட்சி 75 இடங்களைக் கைப்பற்றி தனிப்பெருங்கட்சியாக உருவெடுத்திருந்தது.

ஆனாலும் எந்தக் கட்சிக்கும் ஆட்சி அமைக்கும் வாய்ப்பு கிடைக்கவில்லை. ஆகவே, சுயேட்சை உறுப்பினர்களின் ஆதரவோடு ஜனதா மோர்ச்சா ஆட்சி அமைத்தது. ஜனசங்கம், ஸ்தாபன காங்கிரஸ் ஆகியோரின் பங்களிப்புடன் பாபுபாய் பட்டேல் குஜராத்தின் முதலமைச்சராகப் பொறுப்பேற்றார். அந்த வகையில் ஜே.பியின் போராட்டத்துக்குக் கிடைத்த முக்கிய வெற்றி இது.

இடைத்தேர்தல் தோல்விகள் பற்றி அதிகம் கவலைப்படாத இந்திராவுக்கு குஜராத் சட்டமன்றத் தேர்தல் கௌரவப் பிரச்னையாக இருந்தது. அங்கே வெற்றிபெறவேண்டியது அரசியல் ரீதியாக மிக முக்கியமான விஷயமாகக் கருதினார். ஆனால் அங்கே கிடைத்த தோல்வி அவரை அதிருப்தியில் ஆழ்த்தியது. ஆனால் அதைக்காட்டிலும் அதிகபட்ச அதிருப்தியைக் கொடுக்கும் வகையில் இன்னொரு செய்தி இந்திராவை வந்தடைந்தது. அது, அலகாபாத் உயர்நீதிமன்றத் தீர்ப்பு.

1971 மக்களவைத் தேர்தலில் உத்தரப் பிரதேச மாநிலம் ரேபரேலி தொகுதியில் போட்டியிட்டு வெற்றிபெற்றிருந்தார் இந்திரா. அவரை எதிர்த்துப் போட்டியிட்டவர் சம்யுக்த சோஷலிஸ்ட் கட்சியைச் சேர்ந்த ராஜ் நாராயண். தேர்தல் முடிவு வெளியான கையோடு நீதிமன்றத்தில் வழக்கு ஒன்றைத் தொடுத்திருந்தார் தோல்வியடைந்த ராஜ் நாராயண்.

அனுமதிக்கப்பட்ட தொகைக்கும் அதிகமாகத் தேர்தல் செலவு செய்தது, அரசு எந்திரத்தைத் தேர்தல் பணிகளுக்குப் பயன்படுத்தியது, அரசு அதிகாரியைத் தேர்தல் முகவராக நியமித்தது உள்ளிட்ட பல்வேறு விதிமீறல்களைச் செய்தே இந்திரா காந்தி வெற்றிபெற்றார். ஆகவே அவருடைய வெற்றி செல்லாது என்று அறிவிக்கவேண்டும் என்பதுதான் ராஜ் நாராயணின் கோரிக்கை. அந்தக் கோரிக்கைக்குச் சாதகமாகப் பல்வேறு சாட்சியங்களை முன்வைத்தார்.

கிட்டத்தட்ட நான்காண்டு காலத்தைத் தாண்டி நடந்த அந்த வழக்கை அலகாபாத் உயர் நீதிமன்ற நீதிபதி ஜக்மோகன் லால் சின்ஹா விசாரித்தார். பிரதமர் இந்திராவே நேரில் வந்து ஐந்து மணி நேரத்துக்கும் அதிகமாக சாட்சியம் அளித்திருந்தார். இந்தியாவில் மட்டுமல்ல, உலகம் தழுவிய அளவில் உன்னிப்பாகக் கவனிக்கப்பட்ட அந்த வழக்கின் தீர்ப்பு 12 ஜூன் 1975 அன்று வெளியானது. அதன் ஒற்றைவரிச் சாரம் இதுதான்:

மக்கள் பிரதிநிதித்துவ சட்டம் 1951, பிரிவு 123, விதி 7ன் படி இந்திரா தேர்தல் விதிகளை மீறியுள்ளது நிரூபிக்கப்பட்டுள்ளதால், ரேபரேலி தொகுதியில் இருந்து அவர் மக்களவை உறுப்பினராகத் தேர்வானது செல்லாது. அதன் அர்த்தம், பிரதமர் இந்திரா உடனடியாகத் தன்னுடைய மக்களவை உறுப்பினர் பதவியில் இருந்து ராஜினாமா செய்யவேண்டும் என்பதுதான். மேலும், அடுத்த ஆறு ஆண்டுகளுக்குத் தேர்தலில் போட்டியிட முடியாத சூழலும் உருவானது.

சின்னஞ்சிறு விவகாரம் என்று இந்திரா கணித்த தேர்தல் வழக்கு அவருடைய பதவிக்கே வேட்டு வைக்கக்கூடியதாக அமைந்திருந்தது. அந்தத் தீர்ப்பின் எதிரொலியாக ஆட்சியாளர்கள் அதிர்ச்சியில் உறைந்திருந்த சமயத்தில், எதிர்க்கட்சிகள் இந்திரா காந்திக்கு எதிரான போராட்டங்களைத் தீவிரப்படுத்தின. இந்திரா காந்திக்கு நெருக்கடிகள் அதிகரித்தன.

பாரதிய ஜனசங்கம், ஸ்தாபன காங்கிரஸ் உள்ளிட்ட எதிர்க்கட்சிகள் டெல்லி ராம் லீலா மைதானத்தில் பிரம்மாண்டமான பொதுக்கூட்டத்தை நடத்தி இந்திரா காந்தி பிரதமர் பதவியிலிருந்தே விலகவேண்டும் என்று வலியுறுத்தின. அதே கோரிக்கையை முன்வைத்து வரிகொடா இயக்கம் உள்ளிட்ட அனைத்து சத்தியாகிரகப் போராட்டங்களையும் நடத்துவோம் என்று அறிவித்தார் ஜே.பி.

ஆனால் பிரதமர் இந்திராவோ பிரதமர் பதவியை ராஜினாமா செய்வதற்குத் தயாரில்லை. சட்ட ரீதியாக ஏற்பட்ட நெருக்கடிகளைச் சமாளிக்க அதே சட்டத்தைத் துணைக்கு அழைக்க முடிவுசெய்தார். அப்போது அவர் எடுத்த அதிரடியான முடிவுதான், நெருக்கடி நிலை என்கிற எமர்ஜென்ஸி! அந்த ஆயுதத்தைக் கொண்டு இரண்டு நெருக்கடிகளையும் சமாளிக்கத் தயாரானார் பிரதமர் இந்திரா. ஆம், புதிய சட்டத் திருத்தங்களைக் கொண்டுவருவதன் மூலம் தன்னுடைய பதவிக்கு ஏற்பட்டுள்ள ஆபத்தை அகற்றுவது என்பது பிரதான திட்டம். கூடவே, தனக்கு எதிராக மக்களைத் திரட்டிக்கொண்டிருக்கும் ஜே.பி உள்ளிட்டோருக்குக் கடிவாளம் போடுவது துணைத் திட்டம். இரண்டு திட்டங்களுக்கும் எமர்ஜென்ஸி என்ற ஆயுதம் ஏகபோக உதவிகளைச் செய்தது!

63

தடை செய்யப்பட்ட ஆர்.எஸ்.எஸ்

அலகாபாத் உயர்நீதிமன்றத் தீர்ப்பின் மூலம் தனக்கு ஏற்பட்ட நெருக்கடியை ஒட்டுமொத்த இந்தியாவுக்கே ஏற்பட்ட நெருக்கடியாக நினைத்தார் பிரதமர் இந்திரா காந்தி. அதிலிருந்து மீளவேண்டும் என்றால் இந்திய அரசியலமைப்புச் சட்டம் அனுமதித்திருக்கும் ஓர் அபாயகரமான ஆயுதத்தைப் பயன்படுத்துவதைத் தவிர வேறு வழியில்லை என்றனர் அவருக்கு அணுக்கமாக இருந்த அரசியல் தலைவர்கள். அவர்கள் குறிப்பிட்ட அந்த ஆயுதம், எமர்ஜென்ஸி.

நமக்கு ஏற்பட்டிருக்கும் அசாதாரண பிரச்னைக்கு அசாதாரண முறையில் தீர்வுகாண்பதே விவேகமான காரியமாக இருக்கும் என்ற யோசனையை மூத்த தலைவர் சித்தார்த்த சங்கர் ரே தொடங்கி இந்திராவின் இளைய மகன் சஞ்சய் காந்தி வரை பலரும் அழுத்தமாகச் சொன்னார்கள். ஆகட்டும் என்று தலையசைத்தார் இந்திரா. ஆகவேண்டிய காரியங்கள் அடுத்தடுத்து நடந்தன. குடியரசுத் தலைவர் பக்ருதீன் அலி அகமதுவுக்கு விஷயம் நாசூக்காக எடுத்துச் சொல்லப்பட்டது.

இந்திரா காந்தியின் ஏகோபித்த ஆதரவுடன் குடியரசுத் தலைவர் பதவிக்கு வந்திருந்தவர் ஃபக்ருதீன் அலி அகமது. நன்றிக்கடன் தீர்க்கவேண்டிய தருணம் இது என்பது அவருக்குக் குறிப்பால் உணர்த்தப்பட்டது. 25 ஜூன் 1975 அன்று நள்ளிரவு குடியரசுத் தலைவரைச் சந்தித்துப் பேசினார் பிரதமர் இந்திரா. அதன் தொடர்ச்சியாக அறிவிப்பு வெளியானது.

சஞ்சய் காந்தி

'உள்நாட்டு சக்திகளால் நாட்டின் பாதுகாப்புக்கு அச்சுறுத்தல் ஏற்பட்டிருப்பதால், இந்திய அரசியலமைப்புச் சட்டம் 352வது பிரிவின்படி, நாடு முழுவதும் நெருக்கடி நிலையை இன்றுமுதல் அமலுக்குக் கொண்டுவர உத்தரவிடுகிறேன்.'

ஒட்டுமொத்த இந்தியாவும் இந்திரா காந்தியின் செயல் பாடுகளைப் பார்த்து அதிர்ச்சியில் உறைந்துபோன நாள் அது. எமர்ஜென்ஸி என்பதற்குப் பல்வேறு அர்த்தங்கள் சட்ட ரீதியாகச் சொல்லப்பட்டாலும் அரசியல் ரீதியாக ஒரே அர்த்தம்தான்: சர்வ அதிகாரங் களும் இனி இந்திரா காந்தியின் வசமே! இனி அவர் வரைந்ததுதான் வட்டம், அவர் போட்டதுதான் சட்டம். எதிர்த்து எவர் பேசினாலும்.. அல்ல அல்ல, எதிர்த்துப் பேச எத்தனித்தாலே போதும், வாய்ப்பூட்டு வந்து சேரும், கூடவே, சிறைக்கதவுகளும் திறக்கும்!

உள்நாட்டு சக்திகளால் ஆபத்து என்று குடியரசுத் தலைவர் மட்டுமல்ல, பிரதமர் இந்திராவும் வானொலி வழியே கூறியிருந்தார். அவர்கள் சுட்டிக்காட்டியது வேறு எவரையுமல்ல, இந்தியாவில் உள்ள எதிர்க்கட்சி களைத்தான். இந்திராவைப் பதவி விலகக்கோரிய அத்தனைத் தலைவர்களும் பதைபதைத்து நின்றனர். ஒட்டுமொத்த அதிகாரங்களையும் தன்னுடைய உள்ளங்கைக்குள் அடக்கிவைத்திருக்கும் இந்திரா அடுத்து என்ன செய்யப்போகிறாரோ என்ற அச்சம் ஒவ்வொருவரையும் ஆக்கிரமித்திருந்தது.

இரண்டு முக்கியத் தலைவர்கள் மட்டும் டெல்லி காவல்துறையின் பிடியில் சிக்கவில்லை. அவர்கள் ஜனசங்கத் தலைவர்கள் வாஜ்பாயும் அத்வானியும் தான்.

முழுப்புரட்சி என்ற பெயரில் இந்திராவுக்கு எதிராகக் குரல் எழுப்பிய அத்தனை பேரையும் சிறையில் அடைக்கத் தேவையான உத்தரவுகள் உரியவர்களால் பிறப்பிக்கப்பட்டன. உரியவர்கள் என்றால் இந்திராவில் தொடங்கி சஞ்சயில் முடியும் அதிகார மையம் என்று பொருள். எதிர்க்கட்சிகளின் முன்னணித் தலைவர்கள் தொடங்கி முக்கியத் தொண்டர்கள் வரை பலரும் தேடித்தேடி கைதுசெய்யப்பட்டனர். அவர்களைக் காவல்துறையினருக்கு அடையாளம் காட்டும் காரியத்தை இந்திரா காங்கிரஸார் கண்ணும் கருத்து மாகச் செய்துகொண்டிருந்தனர்.

இந்திரா காந்தி அரசின் முக்கியமான இலக்கு ஜெயப்ரகாஷ் நாராயணன், மொரார்ஜி தேசாய், வாஜ்பாய், அத்வானி போன்ற தலைவர்கள்தாம். திட்டமிட்டபடியே முதலில் ஜே.பியைக் கைதுசெய்தது காவல்துறை.

ஃபக்ருதீன் அலி அகமது

பிறகு மொரார்ஜியைக் கைதுசெய்தனர். ஜார்ஜ் ஃபெர்னாண்டஸைக் கைது செய்தனர். அவர்கள் மட்டுமல்ல, ஸ்தாபன காங்கிரஸ், பாரதிய ஜனசங்கம், மார்க்சிஸ்ட் கம்யூனிஸ்ட் கட்சி, சோஷலிஸ்ட் கட்சி உள்ளிட்ட இந்திரா காந்தி எதிர்ப்பாளர்கள் பலரும் கைதுசெய்யப்பட்டனர்.

இன்னும் சொல்லப்போனால், இந்திரா காந்தியின் சமீபத்திய அதிரடி செயல்பாடுகளை விமரிசித்த சிலபல இந்திரா காங்கிரஸ் தலைவர்களும்கூட கைதுக்குத் தப்பவில்லை. ஆம், ஆளுங்கட்சி, எதிர்க்கட்சி, கூட்டணிக் கட்சி என்ற எவ்வித பாரபட்சமும் இல்லாமல் சர்வகட்சித் தலைவர்களும் சகட்டுமேனிக்குக் கைது செய்யப்பட்டனர். காரணம், இந்திரா எதிர்ப்பாளர்கள் என்ற பெயரில் எவர் வெளியில் இருந்தாலும் அது ஆபத்தை வரவழைக்கும், ஆகவே, அடைத்து வையுங்கள் என்பதே காவல்துறைக்குத் தரப்பட்டிருந்த வாய்மொழி உத்தரவு.

அப்போது இரண்டு முக்கியத் தலைவர்கள் மட்டும் டெல்லி காவல்துறையின் பிடியில் சிக்கவில்லை. அவர்கள் ஜனசங்கத் தலைவர்கள் வாஜ்பாயும் அத்வானியும்தான். கட்சித் தாவல் தடைச்சட்டம் கொண்டுவருவது பற்றி ஆய்வுசெய்ய அமைக்கப்பட்டிருந்த நாடாளுமன்றக் கூட்டுக்குழுவில் வாஜ்பாய், அத்வானி உள்ளிட்ட பலரும் இடம்பெற்றிருந்தனர். ஆளுங்கட்சி, எதிர்க்கட்சி என பலரும் பங்கேற்றிருந்த குழு அது.

அது தொடர்பான பணிகளுக்காக பெங்களூர் சென்றிருந்தார் வாஜ்பாய். பிறகு ஸ்தாபன காங்கிரஸ் தலைவர்களுள் ஒருவரான ஷியாம் நந்தன் மிஸ்ரா சகிதம் பெங்களூர் சென்றார் அத்வானி.

ஆக, எமர்ஜென்ஸி அமல்படுத்தப்பட்டபோது ஜனசங்கத்தின் இரண்டு பிரதான தலைவர்களும் தலைநகரான டெல்லியில் இல்லை, பெங்களூரில் இருந்தனர்.

எமர்ஜென்ஸி பற்றிய அறிவிப்பு, ஜே.பி, மொரார்ஜி உள்ளிட்ட தலைவர்களின் கைது உள்ளிட்ட செய்திகள் அனைத்தும் வாஜ்பாய், அத்வானியின் கவனத்துக்குச் சென்றிருந்தன. அவர்களும் கைது செய்யப்படுவர் என்றே எதிர்பார்க்கப்பட்டது. அதன்படி அவர்கள் இருவரையும் கைதுசெய்த கர்நாடக காவல்துறை, அவர்களை பெங்களூர் மத்திய சிறையில் ஒரே அறையில் அடைத்தது. அவர்களுடன் வந்திருந்த ஷியாம் நந்தன் மிஸ்ரா, மது தண்டவதே ஆகிய இருவரையும் ஒன்றாக அடைத்தனர்.

எதிர்க்கட்சித் தலைவர்களைச் சிறையில் அடைத்து முடக்கிப் போடுவதன் மூலம் அந்தக் கட்சிகளைச் செயலிழக்கம் செய்ய முடியும் என்பதுதான் இந்திரா காந்தியின் கணிப்பு. அதற்கேற்ப மிசா சட்டம் கையில் எடுத்துக்கொள்ளப்பட்டது. ஆள்தூக்கிச் சட்டம் என்று எதிர்க்கட்சிகளால் விமரிசிக்கப்படும் அந்தச் சட்டத்தைக் கொண்டுதான் பெரும்பாலான எதிர்க்கட்சித் தலைவர்கள், தொண்டர்கள் சிறையில் அடைக்கப்பட்டனர்.

பத்திரிகைகளும் அடக்குமுறைக்குத் தப்பவில்லை. இந்திராவையோ, இந்திராவின் எமர் ஜென்ஸியையோ, அவருடைய தேர்தல் வழக்கையோ விமரிசித்து எந்தவொரு பத்திரிகையும் எழுதக்கூடாது, செய்தியைக்கூட அரசின் சம்மதம் பெற்றபிறகே வெளியிட வேண்டும் என்ற நிபந்தனை விதிக்கப்பட்டது. பத்திரிகைகளுக்குக் கடுமையான தணிக்கை விதிமுறைமுறைகள் அமல்படுத்தப்பட்டன. மூச்சுத்திணறியது பத்திரிகை சுதந்தரம்.

அரசியல் கட்சிகள், பத்திரிகைகளைத் தாண்டி வேறு சில அமைப்புகள் மீதும் இந்திரா அரசின் பார்வைகள் குவிந்தன. அவற்றில் முக்கியமானது, ஆர்.எஸ்.எஸ். ஆரம்பம் முதலே இந்திரா காந்தி அரசைத் தீவிரமாக விமரிசித்துக்கொண்டிருந்த இயக்கம் ஆர்.எஸ்.எஸ். குறிப்பாக, குஜராத், பீகார் போன்ற மாநிலங்களில் இந்திரா காங்கிரஸ் அரசுக்கு எதிராக நடந்த போராட்டங்களில் ஆர்.எஸ்.எஸ் ஸ்வயம் சேவகர்களின் பங்களிப்பு கணிசமான அளவுக்கு இருந்தது.

தற்போது உருவாகியிருக்கும் அரசியல் சூழ்நிலையில் காத்திரமான தொண்டர் பலத்தைக் கொண்டுள்ள ஆர்.எஸ்.எஸ் தொடர்ந்து செயல்படுவது பிரச்னையைப் பெரிதாக்கும், போராட்டக் களத்தைத் தீவிரப்படுத்தும் என்று கணித்த இந்திரா அரசு, ஆர்.எஸ்.எஸ்ஸுக்குச் சட்ட ரீதியிலான தடையைக் கொண்டுவரத் தயாரானது.

ஆர்.எஸ்.எஸ் தொடர்ந்து செயல்படுவது பிரச்னையைப் பெரிதாக்கும், போராட்டக் களத்தைத் தீவிரப்படுத்தும் என்று கணித்த இந்திரா அரசு, ஆர்.எஸ்.எஸ்ஸுக்குச் சட்ட ரீதியிலான தடையைக் கொண்டுவரத் தயாரானது.

அந்தச் சமயத்தில் ஆர்.எஸ்.எஸ் அளவுக்கு வீரியமாக இல்லை என்றாலும், சின்னதும் பெரியதுமாகச் சில இயக்கங்கள் அரசுக்கு எதிராகச் செயல்பட்டுக் கொண்டிருந்தன. அவர்களை எல்லாம் ஒரே பட்டியில் அடைத்து,

அவர்களை முடக்கிப் போட முடிவுசெய்தது இந்திரா அரசு. அதன் தொடர்ச்சியாக ஆர்.எஸ்.எஸ், ஜமாத் இ இஸ்லாமி, ஆனந்தமார்க் உள்ளிட்ட 25 இயக்கங்களும் அமைப்புகளும் தடை செய்யப்பட்டவையாக அறிவிக்கப்பட்டன.

ஆர்.எஸ்.எஸ்ஸின் ஐம்பதாண்டுகால வரலாற்றில் அந்த அமைப்பு பெற்றிருக்கும் இரண்டாவது தடை இது. காந்தி கொலையைத் தொடர்ந்து ஆர்.எஸ்.எஸ் முதன்முறையாகத் தடை செய்யப்பட்டது. அந்தத் தடையைக் காட்டிலும் இது மிக முக்கியமானது. ஏனெனில், இப்போது நடந்து கொண்டிருப்பது எமர்ஜென்ஸி. கொஞ்சம் அசந்தாலும் அமைப்பை அடியோடு அழித்தொழித்துவிடக்கூடிய அபாயம் இருந்தது.

அதிகாரபூர்வத் தடையைத் தொடர்ந்து ஆர்.எஸ்.எஸ் தன்னுடைய நடவடிக்கைகளைப் பகிரங்கமாகச் செய்வதற்கு இயலாத சூழல் உருவாக்கப்பட்டது. அதன் முக்கியத் தலைவர்கள் பலரும் தலைமறைவாகச் செயல்பட வேண்டிய நிர்பந்தம் ஏற்பட்டது. ஆர்.எஸ்.எஸ் தலைவர் தேவரஸ் உள்ளிட்ட முக்கியத் தலைவர்கள் பலரும் கைதுசெய்யப்பட்டனர்.

காவல்துறையின் கடுமையான கண்காணிப்பு காரணமாக ஆர்.எஸ்.எஸ் தொண்டர்களால் போராட்டங்களில் ஈடுபட முடியவில்லை. மேலும், காவல்துறையின் கழுகுக் கண்களில் சிக்கிய ஸ்வயம்சேவகர்கள் சிறையில் பலத்த தாக்குதலுக்கு உள்ளாகினர். சிறைவாசங்கள் அவர்களை அச்சமூட்டின.

அரசின் தொடர் நடவடிக்கைகளாலும் காவல்துறையினரின் மூர்க்கமான தாக்குதல்களாலும் சோர்ந்துபோன ஸ்வயம்சேவர்களைத் தட்டிக்கொடுத்து உற்சாகப்படுத்தும் பொறுப்பு கைதுக்கு தப்பி வெளியில் பதுங்கியிருக்கும் தத்தோபந்த் தெங்கடி போன்ற தலைவர்கள் வசம் இருந்தது. எமர்ஜென்ஸிக்கு எதிரான போராட்ட நெருப்பு அணைந்துவிடாமல் தடுப்பதில் ஆர்.எஸ்.எஸ் மற்றும் ஜனசங்கத் தலைவர்கள் தீவிர முனைப்பு காட்டினர்.

ஆர்.எஸ்.எஸ் மீது விதிக்கப்பட்ட தடை அந்த அமைப்பை உருக்குலைத்துவிடுமோ என்ற அச்சம் அதன் தலைவர் தேவரஸ் உள்ளிட்ட தலைவர்கள் பலருக்கும் இருந்தது. ஆகவே, தங்கள் மீதான தடையை நீக்கத் தேவையான சாத்வீக நடவடிக்கைகள் சிலவற்றை எடுத்தது ஆர்.எஸ்.எஸ். அதன் ஒரு பகுதியே, பிரதமர் இந்திரா காந்திக்கு தேவரஸ் எழுதிய கடிதங்கள்.

இது ஒன்றும் புதிய பாணியல்ல. ஏற்கெனவே தடைவிதிக்கப்பட்ட சமயத்தில் அதிலிருந்து மீள்வதற்கு கோல்வால்கர் பயன்படுத்திய பாணிதான். அன்று அவர் பட்டேலுக்குக் கடிதம் எழுதினார். இன்று தேவரஸ் இந்திராவுக்கு எழுதினார்.

25 ஆகஸ்டு 1975 அன்று எழுதிய கடிதத்தில், ஆர்.எஸ்.எஸ் அமைப்பின் கடந்த கால செயல் பாடுகள் குறித்த செய்திகளை நினைவூட்டி, ஆர்.எஸ்.எஸ் எந்த வகையிலும் அபாயகரமான அமைப்பு அல்ல என்பதை விளக்கியதோடு, பிரதமர் இந்திராவின் சமீபத்திய ஆகஸ்டு 15 உரையில் பல நேர்மறை அம்சங்கள் தெரிவதாகக் குறிப்பிட்டிருந்தார்.

அந்தக் கடிதத்துக்கு பிரதமர் இந்திராவிடம் இருந்து எவ்வித நேர்மறையான சலனமும் இல்லை. ஆனாலும் தன்னுடைய முயற்சிகளைக் கைவிட விரும்பாத தேவரஸ் 10 நவம்பர் 1975 அன்று இன்னொரு கடிதத்தை எழுதினார். அதில் ஆர்.எஸ்.எஸ் அமைப்பின் மீதான தடையை விலக்கக் கோரிய அவர், இந்திரா அரசு அமல்படுத்தியிருக்கும் வளர்ச்சித் திட்டங்களைச் செயல்படுத்தும் பணியில் ஸ்வயம்சேவகர்களை ஈடுபடுத்தத் தயாராக இருப்பதாகச் சொன்னார்.

அத்தகைய வாக்குறுதிகளைக் கொடுப்பதன்மூலம் இந்திராவின் நம்பிக்கையை வென்று, தங்கள் மீதான தடையை நீக்கிவிடலாம் என்பது தேவரஸின் கணிப்பு. ஆனால் பிரதமர் இந்திராவோ தடை விஷயத்தில் எவ்வித சமரசத்தையும் செய்துகொள்ளத் தயாராக இல்லை. அதுமட்டுமல்ல, கைது, அடக்குமுறை உள்ளிட்ட நடவடிக்கைகளில் எவ்வித சுணக்கமும் காட்டப்படவில்லை. மாறாக, முன்பைக் காட்டிலும் அரசின் அடக்குமுறை அதிகமாகவே இருந்தது.

அதிருப்தியடைந்த தேவரஸ், எமர்ஜென்ஸிக்கு எதிராக ஆர்.எஸ்.எஸ் தொடர்ந்து வீரியத்துடன் போராடும் என்று அறிவித்தார். அது அரசின் அடக்குமுறையை அடுத்தகட்டத்துக்கு அழைத்துச் சென்றது!

64

உதயமாகும் ஜனதா கட்சி

ஆர்.எஸ்.எஸ் மீது விதிக்கப்பட்ட தடையை நீக்கவேண்டும் என்பதை வலியுறுத்தி பிரதமர் இந்திரா காந்திக்கு இரண்டு கடிதங்களை எழுதினார் ஆர்.எஸ்.எஸ் தலைவர் தேவரஸ். இயக்கத்தை மீட்டெடுக்கத் தன்னால் இயன்ற அளவுக்கு இறங்கிவரத் தயாராகியிருந்தார் தேவரஸ் என்பதற்கான அடையாளம்தான் அந்தக் கடிதங்கள்.

ஆனால் அந்தக் கோரிக்கைக் கடிதங்களை பிரதமர் இந்திரா காந்தி துளியும் லட்சியம் செய்யவில்லை. அதற்கான காரணம் மிக வலுவானது. தனக்கும் தன்னுடைய அரசுக்கும் எதிரான போராட்டங்களை ஜே.பி மிகத்தீவிரமாக முன்னெடுத்த சமயத்தில், அதற்குத் தன்னுடைய வலுவான ஆதரவைப் பொதுமக்களை சாட்சிக்கு வைத்துக்கொண்டு கொடுத்தவர் தேவரஸ்.

காந்தி, வினோபா பாவே, கோல்வால்கர் ஆகியோரின் உன்னதமான பணிகளை அவர்களின் பாதையில் நிறைவேற்றும் முயற்சியில் ஜெயப்ரகாஷ் நாராயண் ஈடுபட்டிருக்கிறார். ஆதிகால முனிவர்கள் மக்களிடம் இருந்து விலகி, தனித்து நின்று தவம் செய்துகொண்டிருந்தாலும், அரசர்கள் வழிதவறும் தருணங்களில் மக்களுக்கு வழிகாட்டத் தவறியதில்லை. அத்தகைய முனிவர்களுக்கு இணையானவர் ஜே.பி.

- இது இந்திரா காந்தி அரசுக்கு எதிராக ஜே.பி நடத்திய போராட்டத்துக்கு தேவரஸ் கொடுத்த நற்சான்றிதழ். அதன் காரணமாகவே

தேவரஸ்

அத்வானி, வாஜ்பாய், நானாஜி தேஷ்முக் உள்ளிட்ட ஜனசங்கத் தலைவர்கள் பலரும் ஜே.பியின் மீது நம்பிக்கை வைத்ததற்கு முக்கியமான காரணம்.

தேவரஸின் பகிரங்க ஆதரவை பிரதமர் இந்திரா காந்தி துளியும் ரசிக்கவில்லை. இந்தியாவின் பெரும்பாலான மாநிலங்களில் கட்டமைப்பு ரீதியாகப் பலம் பொருந்திய அமைப்பாகக் கருதப்படும் ஆர்.எஸ்.எஸ்ஸின் ஆதரவு ஆட்சி நிர்வாகத்துக்குப் பெருஞ்சிக்கலை ஏற்படுத்தும் என்று கணித்தார் இந்திரா. அப்போது முதலே அவருடைய சந்தேகப் பார்வை ஆர்.எஸ்.எஸ் மீது அழுத்தந்திருத்தமாகப் பதிந்துவிட்டது. அதுதான் எமர்ஜென்ஸி காலத்தில் அப்பட்டமாக வெளிப்பட்டது.

தங்கள் மீதான தடையை அரசு நீக்கப்போவதில்லை என்பது தேவரஸுக்குத் தெளிவாகப் புரியத் தொடங்கியது. ஆனாலும் இறுதி முயற்சியாக பூமிதான இயக்கத் தலைவர் வினோபா பாவேவுக்குக் கடிதம் எழுதினார் தேவரஸ். அதில் ஆர்.எஸ்.எஸ் மீதான தடையை நீக்க இயன்ற உதவியைச் செய்யவேண்டும் என்று கோரிக்கை விடுத்தார். ஆனால் அதற்கும் எவ்வித பலனும் கிட்டவில்லை.

அதிருப்தியின் உச்சத்துக்குச் சென்ற தேவரஸ், இனி போராட்டத்தைத் தீவிரப்படுத்துவதைத் தவிர வேறு வழியில்லை என்ற நிலைக்கு வந்து சேர்ந்தார். அதை தொண்டர்களுக்குக் கடிதம் வழியே வெளிப்படுத்தவும் செய்தார். அவர்கொடுத்த அறிவுரையின் முக்கியப்பகுதி இங்கே:

வெளியே இருக்கும் சக ஊழியர்களான நீங்கள் சூழ்நிலையைப் புரிந்துகொண்டு, ஆய்வுசெய்து, அதற்கேற்ப முடிவெடுப்பதில் வல்லவர்கள். நீங்கள் எடுக்கும் முடிவுகளுக்கு என்னுடைய பரிபூரண ஆதரவு உண்டு. அந்த முடிவுகள் என்னுடைய முடிவுகள் என்றே கருதி, மேற்கொண்டு முன்னேறிச் செல்லுங்கள்.

> இயன்றவரை பகிரங்கமாக, இயலாதபோது மறைமுகமாக. ஆனால் போராட்டம் நடத்தியே தீரவேண்டும் என்பது காலத்தின் கட்டாயம்

தேவரஸ் கொடுத்த அறிவுரையின் உள்ளார்ந்த அர்த்தத்தைப் புரிந்துகொண்ட ஸ்வயம்சேவகர்கள் அதற்கேற்ப தங்களுடைய நடவடிக்கைகளையும் வியூகங்களையும் வகுக்கத் தொடங்கினர். இயன்றவரை பகிரங்கமாக, இயலாதபோது மறைமுகமாக. ஆனால்

இந்திரா காந்தி

போராட்டம் நடத்தியே தீரவேண்டும் என்பது காலத்தின் கட்டாயம் என்ற முடிவுக்கு வந்திருந்தனர்.

ஸ்வயம்சேவகர்களுக்குப் பொதுவான அறிவுரையைக் கூறியிருந்தாலும்கூட சங்கத்துக்கென்று சில கட்டளைகளையும் பிறப்பித்திருந்தார் தேவரஸ். தனக்குப் பதிலாக சங்கத்தின் பொதுச் செயலாளர் மாதவராவ்ஜி முளே அல்லது அவரால் நியமிக்கப்படுபவரின் கட்டளைக்கு ஏற்பவே ஸ்வயம்சேவகர்கள் நடந்துகொள்ளவேண்டும் என்று அறிவுறுத்தியிருந்தார்.

உண்மையில் மாதவராவ்ஜி முளேவின் வழிகாட்டுதல்களை ஏற்க ஆர்.எஸ்.எஸ்ஸின் மூத்த தலைவர்கள் தொடங்கி முக்கியத் தொண்டர்கள் வரை அனைவரும் தயார் என்றபோதும் அவருடைய உடல்நிலை தீவிரமான செயல்பாடுகளுக்கு ஒத்துழைக்கவில்லை. ஆகவே, மற்றொரு மூத்த தலைவரான மோரேபந்த் பிங்களேவின் வழிகாட்டுதலின்படி ஆர்.எஸ்.எஸ் செயல்படத் தொடங்கியது.

இந்திரா காந்தி அரசின் அத்துமீறல்களுக்கு எதிராக மக்களைத் திரட்டும் வகையில் தலைமறைவுப் பிரசாரத்தில் ஈடுபட்டனர் ஸ்வயம்சேவகர்கள். அவர்களோடு ஜனசங்கத்தினரும் சேர்ந்து கொண்டனர். அப்போது ஆர்.எஸ்.எஸ் பத்திரிகைகளான ஆர்கனைசரும் பாஞ்சஜன்யாவும் திடீரென முடக்கப்பட்டன. மாற்று ஏற்பாடாக ஸ்ட்ரகிள் என்ற ஆங்கிலப் பத்திரிகையைத் தொடங்கியது ஆர்.எஸ்.எஸ். போராட்டம், எரிமலை என்ற தமிழ் பத்திரிகைகளும் தொடங்கப் பட்டன.

பிரசாரமும் போராட்டமும் தீவிரமடையவே அடக்குமுறைகளும் தீவிரம்பெற்றன. ஸ்வயம் சேவகர்களும் ஜனசங்கத்தினரும் நாடு தழுவிய அளவில் கொத்துக்கொத்தாகக் கைது செய்யப்பட்டனர். சிறைக்குள் அவர்களுக்குக் கடுமையான தண்டனைகள் தரப்பட்டதாகப் பின்னாளில் ஜனசங்கம், ஆர்.எஸ்.எஸ் தலைவர்களும் புத்தகங்கள் வழியே பதிவு செய்தனர்.

பூட்ஸ் கால்களால் எட்டி உதைக்கப்படுவதும், தொடைகளின் மீது இரும்பு உருளைகளை உருட்டுவதும், இரண்டு கால்களின் மீதும் பலகை ஒன்றை போட்டு அதில் ஏறி அமர்ந்து கொள்வதும் சிறுநீரைக் குடிக்கச்சொல்லி கட்டாயப்படுத்துவதும் இயல்பானவையாக மாறிப் போயின. அவர்களை அரசியல் கைதிகளாக அணுகாமல், கிரிமினல் குற்றவாளிகளாகவே கருதினர் காவல்துறை அதிகாரிகள்.

சுமார் பத்தொன்பது மாதங்களுக்கு அரசின் அடக்குமுறைகள் நீடித்துக்கொண்டிருந்தன. அதன் காரணமாக ஆர்.எஸ்.எஸ், ஜனசங்கம், ஸ்தாபன காங்கிரஸ், மார்க்சிஸ்ட் கம்யூனிஸ்ட் கட்சி போன்ற தேசியக் கட்சிகள், அமைப்புகள் மட்டுமின்றி திமுக போன்ற எமர்ஜென்ஸியை எதிர்த்த மாநிலக் கட்சிகள் வரை பலவும் பலத்த தாக்குதலுக்கு உள்ளாகின. அரசியல் கட்சிகளின் முக்கியத் தலைவர்கள் பலரும் சிறைபட்டிருந்ததால் அந்தக் கட்சிகள் முடக்கப் பட்டிருந்தன.

இதற்கிடையே பிரதமர், சபாநாயகர், குடியரசுத் தலைவர், குடியரசுத் துணைத்தலைவர் ஆகியோருக்கு எதிரான தேர்தல் வழக்குகளை விசாரித்துத் தீர்ப்பளிக்கும் அதிகாரம் நீதி மன்றத்துக்கு இல்லை; அவற்றை நாடாளுமன்றம் நியமிக்கும் அமைப்பு மட்டுமே விசாரிக்க முடியும் என்ற புதிய சட்டத்திருத்தம் முன்தேதியிட்டு கொண்டுவரப்பட்டது. அதன்மூலம் அலகாபாத் உயர்நீதிமன்றத் தீர்ப்பு செயலிழக்கம் செய்யப்பட்டது.

பதவிக்கு ஏற்பட்ட நெருக்கடிகள் முடிவுக்கு வந்ததும் தேர்தலை நடத்தத் தயாரானார் பிரதமர் இந்திரா. முன்னதாக, சிறையில் அடைக்கப்பட்டிருந்த ஜே.பி உடல்நிலை பலவீனம் காரணமாக விடுதலை செய்யப்பட்டிருந்தார். வந்த கையோடு எதிர்க்கட்சித் தலைவர்கள் பலரையும் சந்தித்து, தேர்தலை எதிர்கொள்வதற்கான வியூகங்கள் குறித்து ஆலோசனை நடத்தியிருந்தார்.

பிரதமர், சபாநாயகர், குடியரசுத் தலைவர், குடியரசுத் துணைத்தலைவர் ஆகியோருக்கு எதிரான தேர்தல் வழக்குகளை விசாரித்துத் தீர்ப்பளிக்கும் அதிகாரம் நீதி மன்றத்துக்கு இல்லை.

சிறைக்கு வெளியே மட்டுமல்ல, சிறைக்கு உள்ளேயும் இதேபோன்ற ஆலோசனைகள் ரகசியமாக நடந்துகொண்டிருந்தன. அத்வானி, அசோக் மேத்தா, பிலுமோடி, மது தண்டவதே போன்றோர் ஒருபக்கம் ஆலோசனை நடத்தியிருந்தனர். இன்னொரு பக்கம் சரண் சிங், நானாஜி தேஷ்முக் போன்ற தலைவர்கள் எதிர்கால வியூகங்கள் குறித்த விவாதங்களில் ஈடுபட்டிருந்தனர்.

சிறையில் அடைபட்டிருந்த தலைவர்களுக்குள் எத்தகைய சங்கேத உரையாடல்கள் எல்லாம் நடந்தன என்பதற்கு உதாரணமாக மது தண்டவதே - அத்வானி இடையிலான ஒரு தந்தி பரிவர்த்தனையைச் சொல்லலாம்.

புதிய இல்லத்துக்குக் குடிபுகுவது பற்றிப் பேசுவதற்காகக் கூட்டுக் குடும்பத்தின் முக்கிய உறுப்பினர்களைச் சந்தித்தேன். தாத்தாவைச் சந்திக்க இன்று சென்றுகொண்டிருக்கிறேன்.

- இப்படிக்கு மதுபாலா அத்வானி.

இந்தக் கடிதத்தில் புதிய இல்லம் என்பது புதிய கட்சியையும், முக்கிய உறுப்பினர்கள் என்பது எதிர்க்கட்சித் தலைவர்களையும் தாத்தா என்பது ஜே.பியையும் மதுபாலா என்பது மது தண்டவதேயையும் குறிக்கும். இப்படித்தான் சிறையிலிருந்த அரசியல் தலைவர்கள் தங்களுக்குள் கருத்துப் பரிமாற்றம் செய்துகொண்டனர்.

பல்வேறு முனைகளில் இருந்தும் ஆலோசனைகள் நடத்தப்பட்டபோதும் அனைத்திலும் ஒரே அம்சம்தான் உரத்த குரலில் விவாதிக்கப்பட்டது. அது, எதிர்க்கட்சிகளின் ஒருங்கிணைப்பு. அதிகாரத்தின் சகல அம்சங்களையும் தன்பிடியில் வைத்திருக்கும் இந்திராவை எதிர்க்க தனி ஆவர்த்தனங்கள் உதவாது என்பதை ஏறக்குறைய எல்லா தலைவர்களுமே உணர்ந்திருந்தனர். ஆனால் அத்தகைய ஒருங்கிணைப்பை எப்படிச் செய்வது என்பதுதான் பிரதான கேள்வி.

ஆளுக்கொரு யோசனை சொன்னார்கள். இந்திரா எதிர்ப்பு சக்திகள் அனைத்தையும் உள்ளடக்கிய பிரம்மாண்டமான அரசியல் கூட்டணியை உருவாக்கலாம் என்றனர் சிலர். முதல் கட்டமாக, ஒத்த கொள்கை கொண்ட கட்சிகளை ஒன்றாக இணைத்து புதிய கட்சியை உருவாக்கிவிடலாம். பிறகு அந்தக் கட்சியை வேறு சில கட்சிகளைக் கொண்ட கூட்டணியில் இணைக்கலாம் என்றனர் வேறு சிலர். சாதகங்களும் பாதகங்களும் சம அளவில் விவாதிக்கப்பட்டன.

இன்னொரு விநோத யோசனையும் வந்தது. அது, கட்டமைப்பு ரீதியாகப் பலம்பொருந்திய அமைப்புகளான ஸ்தாபன காங்கிரஸின் சேவா தளத்தையும் ஆர்.எஸ்.எஸ்ஸையும் ஒன்றாக இணைத்துவிடலாம் என்பது அந்த யோசனை. அந்த யோசனையை ஆர்.எஸ்.எஸ் அடியோடு நிராகரித்துவிட்டது. அதேபோல, புதிய கட்சியில் ஆர்.எஸ்.எஸ் உறுப்பினர்களைச் சேர்க்கக் கூடாது என்ற கருத்தை சோஷலிஸ்ட் கட்சியினர் முன்வைத்தனர்.

ஆனால் ஜனசங்கத் தலைவர்களுக்கோ புதிய இணைப்பில் ஆர்வம் இருந்தது. ஜே.பி தொடங்கிய இயக்கத்தில் தங்களை இணைத்துக்கொள்வதன் வழியாக நாடு தழுவிய அளவில் செல்வாக்கு பெற முடியும் என்பது ஜனசங்கத் தலைவர் அத்வானியின் கணிப்பு. அதன் காரணமாகவே ஜே.பியில் இயக்கத்துக்கு ஜனசங்கத்தின் ஆதரவைக் கொடுத்தார். அது நல்ல பலன்களைக் கொடுத்தது.

பிறகு குஜராத் சட்டமன்றத் தேர்தலின்போது ஜனதா மோர்ச்சா என்ற கூட்டணி உருவானபோது அதில் ஜனசங்கத்தை இணைத்துக்கொண்டார் அத்வானி. அதற்கு கைமேல் பலன் கிடைத்தது. முக்கியமாக, ஜனசங்கத்துக்குக் கிடைத்த தேர்தல் வெற்றி. அதைவிட முக்கியமாக, மதவாதம் என்ற அடையாளத்தின் மூலம் அரசியல் தீண்டாமையில் அவதிப்பட்டுக் கொண்டிருந்த ஜனசங்கத்துக்கு ஜே.பியுடன் ஏற்பட்ட தொடர்புகள் பேருதவியாக இருந்தன. அந்தக் கட்சியை மைய நீரோட்டத்துக்கு அழைத்துச் சென்றன.

ஆகவே, எதிர்காலத்தில் அமையும் அரசியல் கூட்டணியில் தங்களை இணைத்துக் கொள்வதற்கு ஆர்வம் செலுத்தினார் அத்வானி. அவருடைய முயற்சிகளுக்கு ஜே.பியின் ஆதரவு அபரிமிதமாக இருந்தது. ஆர்.எஸ்.எஸ்ஸும் ஜனசங்கமும் பாசிஸ்டுகள் அல்ல என்று சமீபத்தில் சான்றிதழ் கொடுத்த ஜே.பி, தற்போது அவர்களை வகுப்புவாதிகள் அல்ல என்றார். அதன்மூலம் புதிய கூட்டணியில் ஜனசங்கத்தின் பங்களிப்பை ஜே.பி விரும்பியது வெளிப்படையாகத் தெரிந்தது.

இத்தனைக்கும் கடந்த காலங்களில் ஜனசங்கம், ஆர்.எஸ்.எஸ் இயக்கங்கள் மீது ஜே.பிக்கு நல்ல மதிப்பீடுகள் இருந்ததில்லை. ஆர்.எஸ்.எஸ்ஸுடனான தொடர்பைத் துண்டித்துக் கொள்ளும்வரை மதச்சார்பின்மை விஷயத்தில் ஜனசங்கத்தை யாரும் நம்ப மாட்டார்கள் என்றும் அரசியல் கட்சியின் ஆலோசகராக இருக்கும்வரை ஆர்.எஸ்.எஸ்ஸை யாரும் கலாசார அமைப்பாகக் கருத மாட்டார்கள் என்றும் அறுபதுகளின் இறுதியில் கட்டுரைகள் எழுதியவர் ஜே.பி.

ஆனால் சமீபத்திய அரசியல் நிகழ்வுகள் அவருடைய மதிப்பீட்டில் மாற்றத்தை ஏற்படுத்தி இருந்தன. ஆர்.எஸ்.எஸ், ஜனசங்கம் போன்ற அமைப்பு ரீதியில் வலுவாக இருப்பவர்களைத் தவிர்த்துவிட்டு இந்திரா காந்தியை எதிர்கொள்ள முடியாது என்ற முடிவுக்கு வந்திருந்தார். ஆனால் ஜனசங்கத்தைச் சேர்த்துக்கொள்வதில் சோஷலிஸ்ட் கட்சி உள்ளிட்ட சிலர் தயக்கம் காட்டினர். அவர்களை எல்லாம் சமாதானம் செய்யும் பொறுப்பை ஜே.பியே ஏற்றுக் கொண்டார்.

சில ஆண்டுகளுக்கு முன்பு ஜனதா மோர்ச்சா என்ற பெயரில் குஜராத் சட்டமன்றத் தேர்தலை எதிர்கொண்டு பெற்ற வெற்றியின் வீரியத்தை விவரித்துச் சொன்ன அவர், தற்போது அதைக் காட்டிலும் வலுவான ஒருங்கிணைப்பு அவசியம், அதற்கு ஜனசங்கம் அத்தியாவசியம் என்றார். அதற்காக அவர் சொன்ன திட்டம்தான் ஜனதா என்ற புதிய அரசியல் கட்சி.

65

ஜனதாவில் கரைந்தது ஜனசங்கம்

ஒற்றைக் கட்சி. ஒற்றைச் சின்னம். ஒற்றை எதிரி. இதுதான் பிரதமர் இந்திரா காந்தியைத் தேர்தல் களத்தில் வீழ்த்த ஜே.பி வகுத்த வியூகம். அதைச் செயல்படுத்தவே கொள்கை, சித்தாந்தம், செயல்பாட்டு, கட்டமைப்பு ரீதியாக வெவ்வேறு துருவங்களில் இயங்கிக்கொண்டிருந்த அரசியல் கட்சிகளை ஜனதா என்ற பெயரில் ஒன்றுதிரட்டினார். ஜனதா கட்சி என்றால் மக்கள் கட்சி என்று பொருள்.

பாரதிய ஜனசங்கம், ஸ்தாபன காங்கிரஸ், சோஷலிஸ்ட் கட்சி, லோக் தளம் உள்ளிட்ட கட்சிகள் ஜனதா என்ற பெயரில் ஒன்றாக இணைந்தன. அந்த இணைப்பில் ஜனசங்கத் தலைவர்கள் அத்வானிக்கும் வாஜ்பாய்க்கும் பலத்த உற்சாகம். வளமான எதிர்காலம் காத்திருக்கிறது என்று மனப்பூர்வமாக நம்பினர். ஆனால் ஆர்.எஸ்.எஸ் தலைமைக்கு அந்த இணைப்பில் முழுமையான விருப்பம் இல்லை.

எதிர்க்கட்சிகளின் கூட்டணியில் பாரதிய ஜனசங்கம் ஒரு கட்சியாக, தன்னுடைய அடையாளத்தை இழக்காமல் இணைந்து செயல் படுவதை வரவேற்ற அளவுக்கு புதிய கட்சியில் ஜனசங்கத்தை இணைத்துவிடுவதை வரவேற்கவில்லை. அது ஜனசங்கத்தின் எதிர் காலத்தைப் பாதித்துவிடுமோ என்ற அச்சம் அவர்களுக்கு இருந்தது. ஒரு தாயின் இடத்திலிருந்து அந்த இணைப்பைக் கண்காணித்தது ஆர்.எஸ்.எஸ். ஆனாலும், இணைப்பைத் தடுக்கவில்லை.

ஜெகஜீவன் ராம், சரண்சிங், மொரார்ஜி

அதற்கு இரண்டு காரணங்கள். ஒன்று, ஆர்.எஸ். எஸ் மீது அரசு விதித்திருக்கும் தடையை நீக்க வேண்டும். மற்றொன்று, இந்திராவை ஆட்சியில் இருந்து அப்புறப்படுத்தியே தீரவேண்டும். மேற்கண்ட இரண்டும் ஒன்றோடொன்று தொடர்புடையவை. ஆகவே, அந்த இணைப்பை ஏற்றுக்கொள்ள அரை மனத்துடன் தயாரானது ஆர்.எஸ்.எஸ். ஆரம்பத்தில் சற்று தயங்கினாலும், தேர்தல் களத்தில் ஜனதாவின் வெற்றிக்குத் தன்னுடைய பரிபூரண பங்களிப்பைச் செய்தது.

சம்பந்தப்பட்ட கட்சிகளின் தலைவர்கள் இணைப்புக்குத் தயார் என்று அறிவித்துவிட்ட நிலையில் 23 ஜனவரி 1977 அன்று ஜனதா கட்சி அதிகாரபூர்வமாக உருவாக்கப் பட்டது. அதன் தலைவராக ஜே.பியின் ஒப்புதலுடன் ஸ்தாபன காங்கிரஸின் தலைவராக இருந்த மொரார்ஜி தேசாயும் துணைத் தலைவராக பாரதிய லோக் தளத்தின் தலைவராக இருந்த சரண் சிங்கும் தேர்ந்தெடுக்கப்பட்டனர். கட்சியின் ராஜகுருவாக, வழிகாட்டியாக ஜே.பி செயல்பட்டார்.

ஜனதா கட்சியின் பொதுச்செயலாளர்களாக அத்வானி, மது லிமாயி, ராம்தன், சுரேந்திர மோகன் ஆகியோர் தேர்வுசெய்யப்பட்டனர். 28 உறுப்பினர்களைக் கொண்ட தேசிய செயற்குழு ஒன்றும் உருவாக்கப்பட்டது. அந்தக் குழுவில் ஜனதாவில் இணைந்த அனைத்து கட்சிகளுக்கும் உரிய பிரதிநிதித்துவம் தரப்பட்டது.

ஆர்.எஸ்.எஸ் அடையாளத்தை முன்வைத்து பின்னாளில் அத்வானி, வாஜ்பாய் உள்ளிட்டோருக்குப் பெரும் அரசியல் நெருக்கடியை உருவாக்கியவர்.

கட்சியின் பொதுச்செயலாளர்களில் ஒருவரான ராம்தன் இளம் துருக்கியர்களுள் ஒருவராகக் கருதப்பட்டவர். இந்திரா காந்தியின் தீவிர ஆதரவாளராக இருந்து கடுமையான விமரிசகராக அடையாளம் பெற்றவர். அடுத்தவர், மது லிமாயி. சிறந்த நாடாளுமன்றவாதி களுள் ஒருவர். ஜே.பி உள்ளிட்ட பெருந்தலைவர் களுக்கு அணுக்கமாகச் செயல்பட்டவர். ஆர்.எஸ்.எஸ் அடையாளத்தை முன்வைத்து பின்னாளில் அத்வானி, வாஜ்பாய் உள்ளிட்டோருக்குப் பெரும் அரசியல் நெருக்கடியை உருவாக்கியவர். அந்த சர்ச்சைக்குரிய அத்தியாயங்களைப் பின்னர் பார்க்கலாம். இப்போது ஜனதா கட்சியின் கொடி, சின்னம் பற்றிய சங்கதிகளுக்கு வந்துவிடலாம்.

புதிய கட்சி தயார் என்ற நிலையில் அதன் கொடி, சின்னம் குறித்த விவாதங்கள் கட்சிக்குள் எழுந்தன.

மது லிமாயி

பலரும் பலவித யோசனைகளுடன் வந்திருந்தனர். கட்சியின் துணைத் தலைவர் சரண் சிங்கின் விருப்பம் பச்சை நிறக்கொடி. அவர் விவசாய ஆர்வலர். விவசாயிகள் மத்தியில் அபரிமிதமான செல்வாக்கு கொண்டவர். அவருடைய கட்சிக்கான ஆதரவுத்தளத்தில் கணிசமானோர் விவசாயிகள். ஆகவே, விவசாயிகளுக்குப் பிடித்த பச்சைமீது ஆர்வம் செலுத்தினார்.

ஆனால் அத்வானிக்கோ காவி நிறக்கொடியின் மீதுதான் ஈர்ப்பு. அது இயற்கையான ஒன்றுதான். ஆர்.எஸ்.எஸ் தொடங்கி பெரும்பாலான இந்துத்வ அமைப்புகளுக்குக் காவிக் கொடிதான் அடையாளம். சுதந்தரா கட்சியின் மூத்த தலைவர்களுள் ஒருவராக விளங்கிய பிலுமோடியின் விருப்பமோ நீலநிறக் கொடி.

விருப்பத்தைச் சொன்னது போலவே தங்கள் மறுப்பையும் சில தலைவர்கள் பதிவுசெய்தனர். உதாரணமாக, பாகிஸ்தானின் பச்சைக்கொடியை நம்முடைய கட்சிக்கு வைக்கக் கூடாது என்றனர் சிலர். ஜனசங்க எதிர்ப்புத் தலைவர்களுக்கு காவி என்பது வேப்பங்காயக் கசந்தது. வாதப் பிரதிவாதங்கள் நீண்டதால் முடிவெடுக்கவேண்டிய பொறுப்பை கட்சியின் தலைவர் மொரார்ஜி தேசாய் ஏற்றுக்கொண்டார்.

நீண்ட ஆலோசனைக்குப் பிறகு மூன்றில் இருபங்கு காவி, ஒரு பங்கு பச்சை நிறம் கொண்ட கொடியை உருவாக்கிவிடலாம் என்றார் மொரார்ஜி. அதனை எல்லோரும் ஏற்றுக்கொண்டனர். அடுத்து இன்னொரு முக்கியமான சவால் காத்திருந்தது. அது, கட்சியின் சின்னம்.

பல கட்சிகளின் கூட்டுக் கலவைதான் ஜனதா கட்சி என்றாலும், தேர்தல் களத்தில் தனித்தனி சின்னங்களில் போட்டியிடுவதில்தான் பல தலைவர்களுக்கும் ஆர்வம் இருந்தது. அதன்மூலம் தேர்தலுக்குப் பிறகும் தங்கள் அடையாளத்தைத் தக்கவைத்துக்கொள்ள முடியும் அல்லவா! ஆனால் இந்திரா காந்திக்கு எதிரான வாக்குகளை எல்லாம் சிந்தாமல் சிதறாமல் சேகரிக்க வேண்டும் என்றால் தனித்தனி சின்னங்களில் போட்டியிடுவதைத் தவிர்த்து, ஒற்றைச் சின்னத்தில் போட்டியிடுவதுதான் சாதுரியமான செயல் என்பது ஜே.பியின் வாதம்.

வாதத்தில் இருந்த நியாயம், வெற்றிவாய்ப்பு, வளமான எதிர்காலம் என அனைத்து அம்சங்களையும் கணக்கிட்ட தலைவர்கள் ஒரே சின்னத்தில் போட்டியிடச் சம்மதித்தனர். எனில், எந்தச் சின்னத்தைத் தேர்ந்தெடுப்பது? கட்சியின் பெயர் புதிதாக இருந்தாலும்கூட அதன் சின்னம் மக்கள் மத்தியில் நன்கு பிரபலமாகியிருக்கவேண்டும், அதுதான் வெற்றியைச் சுலபமாக்கும் என்ற யோசனை முன்வைக்கப்பட்டது.

அப்போது ஜே.பியின் நினைவுக்கு வந்த சின்னம் ஏர் உழவன். பாரதிய லோக் தளம் கட்சியின் சின்னம். சமீபத்திய தேர்தல்களில் குறிப்பாக, இந்தி பேசும் மாநிலங்களைச் சேர்ந்த மக்களுக்குக் கணிசமான அளவுக்கு அறிமுகம் ஆகியிருந்த சின்னம். ஆகவே, அந்தச் சின்னத்தை எல்லோரும் ஏற்றுக்கொண்டனர். அதன்மூலம் ஒரு விநோதம் அரங்கேறியிருந்தது.

ஜனதா கட்சியின் வேட்பாளர்களாகத் தங்களை அறிவித்துக் கொண்ட வேட்பாளர்கள் அனைவரும் அதிகாரபூர்வமாக பாரதிய லோக் தளம் கட்சியின் வேட்பாளர்களே. தேர்தல் ஆணைய ஆவணங்களில் மொரார்ஜி முதல் அத்வானி வரை அத்தனை பேருமே பாரதிய லோக் தளத்தின் வேட்பாளர்களாகவே குறிப்பிடப்பட்டனர். இந்த இடத்தில் ஒரு வரலாற்றுக் குறிப்பைப் பதிவுசெய்யவேண்டும்.

பல கட்சிகளை உள்ளடக்கிய ஒற்றைக்கட்சியை உருவாக்கும் பாணி என்பது ஜே.பியின் கண்டுபிடிப்பு அல்ல. அவருக்கு முன்பே சரண் சிங் அந்தப் பாணியைப் பின்பற்றியிருந்தார். ஆம், பாரதிய லோக் தளம் என்பதே பல கட்சிகளின் ஒருங்கிணைப்புதான். தன்னுடைய தலைமையில் இயங்கிய பாரதிய கிராந்தி தள், ராஜாஜியின் மறைவுக்குப் பிறகான சுதந்தரா, உத்கல் காங்கிரஸ், ராஷ்ட்ரீய லோக் தந்திரிக் தள், கிஸான் மஸ்தூர் கட்சி, சம்யுக்த சோஷலிஸ்ட் கட்சி ஆகிய கட்சிகளை பாரதீய லோக்தள் என்ற பெயரில் ஒரே கட்சியாக இணைத்திருந்தார்.

தனிக்கட்சியைத் தொடங்கியது முதலே இந்திரா காந்திக்கு ஆதரவான நிலைப்பாட்டையே எடுத்திருந்தார் எம்.ஜி.ஆர்.

அந்த முயற்சியின் நீட்சிதான் ஜே.பி உருவாக்கிய ஜனதா. ஆக, ஜனதா கட்சியின் பெயரில் எதிர்க்கட்சிகளின் பலம் பொருந்திய ஒருங்கிணைப்பு உருவாகியிருந்த சூழலில், பிரதமர் இந்திரா காந்தியை அதிர்ச்சிக்குள்ளாக்கும் வகையில் ஒரு காரியத்தைச் செய்தார் இந்திரா காங்கிரஸின் மூத்த தலைவர் ஜெகஜீவன் ராம். கட்சியின் தலித் முகமாக அறியப்பட்டவர். மத்திய அரசில் பல முக்கியத் துறைகளுக்கு

அமைச்சராக இருந்தவர். பிரதமர் இந்திராவின் நம்பிக்கைக்குரிய தலைவர்களுள் முக்கிய மானவர்.

ஆனாலும் இந்திராவுக்கு எதிரான எதிர்க்கட்சிகளின் அணிவகுப்பு அவருடைய மனத்துக்குள் சலனத்தை ஏற்படுத்தியது. இந்திரா காங்கிரஸில் ஜனநாயகம் இல்லை என்று சொல்லி, கட்சியிலிருந்து வெளியேறிய அவர், ஜனநாயகத்துக்கான காங்கிரஸ் (Congress For Democracy) என்ற பெயரில் தனிக்கட்சி ஒன்றைத் தொடங்கினார்.

இத்தனைக்கும் இந்திரா அறிவித்த எமர்ஜென்ஸிக்கு நாடாளுமன்றத்தின் அங்கீகாரத்தைப் பெறுவதற்கான தீர்மானத்தைக் கொண்டுவந்தவர் ஜெகஜீவன் ராம். அப்போது எதிர்க்கட்சி களின் பலத்த விமரிசனத்துக்கும் ஆளானார். இப்போது காற்றடிக்கும் திசையைக் கணித்த அவர், ஜனதா கட்சியுடன் கூட்டணி அமைத்துக்கொண்டார். அதன்மூலம் இந்திரா காந்திக்குப் பலத்த பின்னடைவு ஏற்பட்டது. ஜனதா கட்சியின் பலம் அதிகரித்திருந்தது.

போதாக்குறைக்கு, எமர்ஜென்ஸி எதிர்ப்பு என்ற அம்சத்தை அடிப்படையாகக் கொண்டு மார்க்சிஸ்ட் கம்யூனிஸ்ட் கட்சியின் ஆதரவும் ஜனதா கூட்டணிக்குக் கிடைத்திருந்தது. மேலும், மாநிலக் கட்சிகளான பஞ்சாப்பின் அகாலிதளம், தமிழகத்தின் திராவிட முன்னேற்றக் கழகம் உள்ளிட்ட கட்சிகளின் ஆதரவும் ஜனதா கட்சிக்கு இருந்தது. அதன்மூலம் எதிர்க் கட்சிகள் எல்லாம் பெரும்பாலும் ஓரணியில் ஒன்று திரண்டிருந்தன.

அதன் விளைவாக, இந்திரா காங்கிரஸ் கட்சிக்குக் கடுமையான நெருக்கடி உருவானது. அப்போது அவர்களுக்கு அனுசரணையாக இருந்த கட்சிகள் என்று இரண்டைச் சொல்லலாம். ஒன்று, இந்திய கம்யூனிஸ்ட் கட்சி. எமர்ஜென்ஸி அமல்படுத்துவதற்கு முன்பிருந்தே இந்திரா காங்கிரஸ் பக்கமே நின்றிருந்தது இந்திய கம்யூனிஸ்ட். குறிப்பாக, அந்தக் கட்சி பிளவுபட்ட பிறகு சிபிஎம் இந்திரா காங்கிரஸுக்கு எதிராகவும் சிபிஐ இந்திரா காங்கிரஸுக்கு ஆதரவாகவும் இருந்தனர்.

அடுத்து, தமிழகத்தில் இருந்த அனைத்திந்திய அண்ணா திமுக. தனது தாய்க்கட்சியான திமுகவில் இருந்து பிரிந்து, தனிக்கட்சியைத் தொடங்கியது முதலே இந்திரா காந்திக்கு ஆதரவான நிலைப்பாட்டையே எடுத்திருந்தார் எம்.ஜி.ஆர். எமர்ஜென்ஸியை ஆதரித்து அதிமுக தீர்மானம் ஒன்றையே நிறைவேற்றியிருந்தது. அதன் நீட்சியாக, மக்களவைத் தேர்தலில் இந்திரா காங்கிரஸுடனேயே கூட்டணி அமைத்திருந்தது. ஆக, கூட்டணிகள் எல்லாம் தயார். இனி தேர்தல் நடத்தவேண்டியது மட்டும்தான் பாக்கி.

அந்தச் சமயத்தில் ஜனதாவுக்குள் சிறு சலனம் ஏற்பட்டது. உபயம்: ஜார்ஜ் ஃபெர்னாண்டஸ். சோஷலிஸ்ட் சிந்தனையாளரான ஃபெர்னாண்டஸ் எமர்ஜென்ஸியின் போது அதிக அவதிக்கு ஆளானவர். பல எதிர்க்கட்சித் தலைவர்களையும் இந்திரா அரசு விரட்டி விரட்டிக் கைதுசெய்த சமயத்தில், அவர்களுடைய பார்வையில் படாமல் தப்பியவர். பின்னர் அவரைக் கைது செய்த காவலர்கள், அவருடைய கைகளில் பெரிய சங்கிலியைக் கொண்ட விலங்கைப் போட்டு அழைத்துச் சென்றனர். அந்தப் புகைப்படங்கள் அந்நாளில் ஏகப்பிரபலம்.

அத்தகைய தலைவருக்கு இந்திராவை எதிர்த்துத் தேர்தலை எதிர்கொள்வதில் சிறு தயக்கம் ஏற்பட்டது. சகல அதிகாரங்களையும் தன்னுடைய உள்ளங்கையில் குவித்து வைத்திருக்கும் இந்திரா காந்தி, தேர்தலின் போது அதிகார அத்துமீறலில் ஈடுபடுவார். ஏராளமான தேர்தல் முறைகேடுகள் நிகழும். வன்முறைச் சம்பவங்கள் வெடிக்கும். ஆகவே, தேர்தலில் போட்டியிட வேண்டாம் என்ற விநோதமான நிலைப்பாட்டை எடுத்தார் ஃபெர்னாண்டஸ்.

தன்னுடைய விருப்பத்துக்கு ஆதரவு திரட்டும் முயற்சியிலும் இறங்கினார். அப்போது அவருக்குத் துணையாக மூத்த தலைவர்களுள் ஒருவரான மது லிமாயியும் வந்திருந்தார். விஷயம் கேள்விப்பட்ட ஆர்.எஸ்.எஸ் தலைவர் தேவரஸ் அவர்களை அழைத்துப் பேசினார்.

ஜனதா கட்சி தேர்தலில் போட்டியிட்டு, இந்திரா காந்திக்கு எதிராகக் கடுமையான போட்டி யிடுவது காலத்தின் கட்டாயம் என்று எடுத்துச்சொன்ன அவர், ஒருவேளை நாம் தேர்தலைப் புறக்கணித்தால் அது இந்திராவுக்குச் சாதகமான ஒன்றாகவே அமைந்துவிடும், ஒட்டுமொத்த இந்தியாவே இந்திராவின் பக்கம் திரண்டு நிற்பதாகப் பிரசாரம் செய்யப்படும், அது இந்தியாவை அபாய கட்டத்துக்கே அழைத்துச் செல்லும் என்று எச்சரித்தார். அதன் பிறகே மது லிமாயி, ஃபெர்னாண்டஸ் உள்ளிட்ட தலைவர்கள் தேர்தலில் போட்டியிடத் தயாராகினர்.

1977 மக்களவைத் தேர்தலை சர்வாதிகாரத்துக்கு எதிரான யுத்தம் என்று வர்ணித்தார் ஜே.பி, அந்த யுத்தத்தில் பங்கேற்க இருக்கும் வீரர்கள் பட்டியல் விரைவில் அறிவிக்கப்படும் என்றார். அவர் சொன்னது, ஜனதா கட்சியின் வேட்பாளர் பட்டியலை!

66

இந்திராவை வீழ்த்திய ஜனதா கட்சி

எமர்ஜென்ஸி அமலில் இருந்த சமயத்தில் பிரதமர் இந்திரா காந்தி நடந்துகொண்ட விதத்தை வைத்துப் பார்த்தபோது தேர்தல் அறிவிப்பு என்ற ஒன்று வெளிவரும் என்று எதிர்க்கட்சியினர் எவருமே கணித்திருக்கவில்லை. அத்தகைய சூழலில் வந்த திடீர் தேர்தல் அறிவிப்பு அவர்களை இன்ப அதிர்ச்சியில் ஆழ்த்தியது. அதிலிருந்து மீள்வதற்கே சில நாள்கள் பிடித்தன. அதன்பிறகு மெல்ல சுதாரித்துக்கொண்டு தேர்தலுக்கு ஆயத்தமாகத் தொடங்கினர்.

பல கட்சிகளின் கதம்பமாக ஜனதா கட்சி உருவாகியிருந்த போதிலும், அதிலிருந்த கட்சிகள் எல்லா மாநிலங்களிலும் பலம் பெற்றவர்களாக இருக்கவில்லை. இந்தி பேசும் மாநிலங்களில் மட்டுமே செல்வாக்குடன் இருந்தனர். உதாரணமாக, உத்தரப் பிரதேசத்தில் ஸ்தாபன காங்கிரஸ் பலமாக இருந்தது என்றால் ராஜஸ்தானில் பாரதிய ஜனசங்கம் பலமாக இருந்தது. ஆகவே, அவர்களுடைய பலத்துக்கு ஏற்ப தொகுதிகள் பகிர்ந்துகொள்ளப்பட்டன. ஒரே கட்சிக்குள் ஏன் தொகுதிப்பகிர்வு? பதில் எளிமையானது. கூட்டணியின் மினியேச்சர் வடிவமே ஜனதா கட்சி.

அதேசமயம், அந்தக் கட்சியுடன் சில கட்சிகள் கூட்டணியும் சில கட்சிகள் தொகுதி உடன்பாடும் செய்துகொண்டன. உதாரணமாக, ஜெகஜீவன் ராமின் ஜனநாயகத்துக்கான காங்கிரஸ், அகாலிதளம் போன்றவை ஜனதா கட்சியுடன் கூட்டணி அமைத்துக்கொண்டன.

சரண் சிங், சந்திரசேகர்

ஆனால் மார்க்சிஸ்ட் கம்யூனிஸ்ட் கட்சியும் ஜனதாவும் தொகுதி உடன்பாடு மட்டும் செய்துகொண்டன.

தமிழகத்தில் திமுக, ஜனதா, சிபிஎம் என்ற மூன்று கட்சிகளும் எமர்ஜென்ஸி எதிர்ப்பு என்ற அடிப்படையில் ஒரே அணியில் இடம்பெற்றன. தவிரவும், தமிழ்நாட்டில் ஜனதா என்ற பெயரில் போட்டியிடாமல், ஸ்தாபன காங்கிரஸ் என்ற பெயரிலேயே அந்தக் கட்சி போட்டியிட்டது. ஜனதா கட்சியின் ஏனைய வேட்பாளர்கள் ஏர் உழவன் சின்னத்தில் போட்டியிட, தமிழகத்தைச் சேர்ந்தவர்கள் ராட்டையில் நூல் நூற்கும் பெண் சின்னத்தில் போட்டியிட்டனர்.

உண்மையில், ஜனதா கட்சியை மேலும் பலப்படுத்த அகாலிதளம், திமுக, ஜனநாயகத்துக்கான காங்கிரஸ் போன்ற வேறு சில கட்சிகள் தங்களுடைய அமைப்பை முழுமையாகக் கலைத்துவிட்டு, ஜனதா கட்சியில் இணைந்து, தேசிய அளவில் பலம் பொருந்திய கட்சியாகத் தேர்தல் களத்தைச் சந்திக்க வேண்டும் என்ற கோரிக்கை ஜனதா கட்சித் தலைவர்களிடம் இருந்து எழுந்தது. ஆனால் அந்தக் கோரிக்கையை அடியோடு நிராகரித்த மற்ற கட்சிகள், தங்கள் சொந்த அடையாளத்துடனேயே இந்திரா காந்தியை எதிர்க்கப் போவதாக அறிவித்தன.

இப்போது தொகுதி ஒதுக்கீட்டுப் பணிகள் வேகமெடுத்தன. தலைவர்கள் நிரம்பிய கட்சியாக ஜனதா இருந்ததால் பல விஷயங்களில் கருத்துவேறுபாடுகள் முளைத்தன. அவற்றையெல்லாம் கவனமாகக் கண்காணித்து, சரிசெய்யும் அதிமுக்கியப் பொறுப்பை ஜே.பி ஏற்றிருந்தார். குறிப்பாக, மொரார்ஜி தேசாய், சரண் சிங், ஜெகஜீவன்ராம் ஆகிய முப்பெரும் தலைவர்களுக்கு இடையிலான அகந்தை யுத்தத்தைச் சமாளிப்பதே ஜே.பிக்குப் பெரும் சவாலாக இருந்தது.

‘எமர்ஜென்ஸி என்பது முடிந்துபோன கதை. தேர்தல் என்பது எதிர்காலத்துக்கான பாதை. ஆகவே, பழைய விஷயங்களைப் பேசவேண்டாம்.’

இருப்பினும், மொத்தமுள்ள 542 தொகுதிகளில் ஜனதா 391 தொகுதிகளில் போட்டியிட்டது. அதன் கூட்டணிக் கட்சிகளான ஜனநாயகத்துக்கான காங்கிரஸ் 28, திமுக 19, அகாலிதளம் 8 என்ற அளவில் போட்டியிட்டன. அந்தக் கட்சிகளின் ஆதரவோடு மார்க்சிஸ்ட் கம்யூனிஸ்ட் 53 தொகுதிகளில் போட்டியிட்டது. குறிப்பாக, உத்தரப் பிரதேசம், மத்தியப் பிரதேசம், ராஜஸ்தான், பீகார், குஜராத், ஒரிசா உள்ளிட்ட மாநிலங்களில் ஜனதா பலம் பொருந்தியதாக இருந்தது.

வல்லபபாய் பட்டேலின் மகள் மணிபென்

ஜனதா வேட்பாளர்களில் மொரார்ஜி (சூரத்), சரண் சிங் (பக்பத்), ஜெகஜீவன் ராம் (சாசரம்), நீலம் சஞ்சீவ ரெட்டி (நந்தியால்), வாஜ்பாய் (புதுடெல்லி), மது லிமாயி (பங்கா), சந்திரசேகர் (பலியா), ராஜ் நாராயண் (ரேபரேலி), ஜார்ஜ் ஃபெர்னாண்டஸ் (முஸாஃபர்பூர்), லாலு பிரசாத் யாதவ் (சாப்ரா), ராம்விலாஸ் பாஸ்வான் (ஹாஜிபூர்) ஆகியோர் முக்கியமானவர்கள். மேசானா தொகுதியில் வல்லபபாய் பட்டேலின் மகள் மனிபென் ஜனதா சார்பில் போட்டியிட்டார்.

எதிர்க்கட்சிகள் நாடு தழுவிய அளவில் பலம் பொருந்திய கூட்டணியை அமைத்துவிட்டதால், அவர்களை எதிர்கொள்வதற்காக இந்திய அளவில் இந்திய கம்யூனிஸ்ட் கட்சியுடனும் தமிழக அளவில் எம்.ஜி.ஆர் தலைமையிலான அனைத்திந்திய அதிமுகவுடனும் கூட்டணி அமைத்துக் கொண்டது இந்திரா காங்கிரஸ். குறிப்பாக, எமர்ஜென்ஸி அமலில் இருந்தபோதே இந்த இரு கட்சிகளும் இந்திரா காந்தியுடன் நல்லுறவில் இருந்தன.

தேர்தலுக்கு முன்பு இருந்த நல்லுறவு தேர்தல் காலத்திலும் தொடர்ந்தது. அந்த வகையில் இந்திரா காங்கிரஸ் 492 தொகுதிகளில் போட்டியிட்டது. அந்தக் கூட்டணியில் இடம்பெற்ற இந்திய கம்யூனிஸ்ட் 91 தொகுதிகளிலும் அனைத்திந்திய அதிமுக இருபது தொகுதிகளிலும் களமிறங்கின. இவற்றில் இந்திய கம்யூனிஸ்ட் கட்சி சில மாநிலங்களில் இந்திரா காங்கிரஸுடன் கூட்டணி அமைத்தும், சில மாநிலங்களில் தனித்தும் போட்டியிட்டது.

உண்மையில், இந்தத் தேர்தலின் அதிமுக்கியப் பிரச்னையாக இருந்தது எமர்ஜென்ஸிதான். இந்திரா காந்தி கொண்டுவந்த எமர்ஜென்ஸி, அப்போது நடந்த அத்துமீறல்கள், சட்ட மீறல்கள்,

அதிகார துஷ்பிரயோகம் ஆகியனவற்றையே தேர்தல் பிரச்னையாக முன்வைத்தது ஜனதா கட்சி. அதை வலியுறுத்தி ஜே.பி தொடங்கி ஜனதா கட்சித் தலைவர்கள் அத்தனை பேரும் தீவிரமான பிரசாரத்தில் ஈடுபட்டனர்.

உங்களுக்கு முன்னால் இரண்டே வாய்ப்புகள்தான் இருக்கின்றன. ஜனநாயகம் மற்றும் சர்வாதிகாரம். ஜனதா கட்சி ஜனநாயகத்தை முன்வைக்கிறது; இந்திரா காங்கிரஸ் சர்வாதிகாரத்தை முன்வைக்கிறது. இரண்டில் எதைத் தேர்ந்தெடுக்கவேண்டும் என்பதை வாக்காளர்களாகிய நீங்களே முடிவுசெய்யுங்கள் என்று அறைகூவல் விடுத்தார் ஜே.பி. அந்த அறைகூவலை மொரார்ஜி, சரண் சிங், ஜெகஜீவன் ராம் தொடங்கி வாஜ்பாய், அத்வானி, ஜார்ஜ் ஃபெர்னாண்டஸ் வரை அத்தனைத் தலைவர்களும் வழிமொழிந்தனர்.

இந்திரா காந்தியை மீண்டும் ஆட்சியில் அமர்த்தினால் அதுவே இந்தியாவின் கடைசி தேர்தலாக இருக்கும் என்ற எச்சரிக்கையை மேடைக்கு மேடை வலியுறுத்திப் பேசிய ஜனதா கட்சித் தலைவர்கள், இந்தியாவை அதிகார துஷ்பிரயோகங்களில் இருந்து மீட்டெடுக்கவேண்டும் என்றால் அதற்கு இந்திரா காந்தியை அதிகாரத்தின் தாழ்வாரத்தில் இருந்து அப்புறப்படுத்துவது மட்டும்தான் ஒரே வழி என்றனர்.

ஆனால் இந்திரா காந்தியோ ஜனதா கட்சித் தலைவர்களின் பிரசாரத்தை அடியோடு நிராகரித்தார். எமர்ஜென்ஸி என்பது அன்றைய சூழலில் எடுக்கப்பட்ட அத்தியாவசியமான நடவடிக்கை. இனி அதுபோன்ற நடவடிக்கைகள் எடுக்கப்பட மாட்டாது. அதற்கான தேவைகளும் எழவில்லை என்றார். அதைவிட ஒருபடி மேலே சென்ற இந்திராவின் தனயன் சஞ்சய் காந்தி, 'எமர்ஜென்ஸி என்பது முடிந்துபோன கதை. தேர்தல் என்பது எதிர்காலத்துக்கான பாதை. ஆகவே, பழைய விஷயங்களைப் பேசவேண்டாம்.' என்றார்.

தேர்தல் பிரசாரத்தில் முன்னாள் ஜனசங்கத்தினருக்கு ஆதரவாக ஓர் அமைப்பு தீவிரமான களப்பணியில் ஈடுபட்டது. அது ஆர்.எஸ்.எஸ். உண்மையில், ஜனதாவில் ஜனசங்கம் இணைந்ததை ஆர்.எஸ்.எஸ் முழுமனத்துடன் ஏற்கவில்லை என்றபோதும், தேர்தல் களத்தில் முன்னாள் ஜனசங்கத்தினர் பெருமளவு வெற்றிபெறவேண்டும் என்பதில் உறுதியாக இருந்தனர். அதன் காரணமாக, ஸ்வயம்சேவகர்கள் தீவிரமான பிரசாரத்தில் ஈடுபட்டனர்.

'ஜனதாவில் ஜனசங்கம் இணைந்ததை ஆர்.எஸ்.எஸ் முழுமனத்துடன் ஏற்கவில்லை'

எமர்ஜென்ஸி காலத்தில் சிறையில் அடைக்கப்பட்டு, தற்போது விடுதலை செய்யப்பட்டிருக்கும் ஆர்.எஸ்.எஸ் தொண்டர்கள் தங்கள் வீடுகளுக்குச் சென்றுவிடாமல், முழுமனத்துடன் தேர்தல் பணியில் ஈடுபடவேண்டும் என்று பகிரங்க கோரிக்கை விடுத்திருந்தார் ஆர்.எஸ்.எஸ். தலைவர் தேவரஸ். அந்த அழைப்பை ஏற்று, ஏராளமான ஸ்வயம்சேவகர்கள் ஜனதா வேட்பாளர்களுக்கு, குறிப்பாக, முன்னாள் ஜனசங்கத்தினருக்கு ஆதரவான பிரசாரத்தில் ஈடுபட்டனர்.

நெருக்கடி நிலை என்ற நெருப்பாற்றில் நீந்திய எதிர்க்கட்சிகள், அதிலிருந்து

மீளக்கிடைத்த பொன்னான வாய்ப்பாக இந்தப் பொதுத்தேர்தலைக் கருதினர். அதற்கேற்ப பிரசார வியூகங்களை வகுத்தனர். உண்மையில், ஜனதாவில் இடம்பெற்ற கட்சிகளில் சில மக்கள் செல்வாக்குடனும் (ஸ்தாபன காங்கிரஸ்), சில கட்சிகள் தலைவர்களின் தனிப்பட்ட செல்வாக்கை நம்பியும் (பாரதிய லோக் தளம்), சில கட்சிகள் தொண்டர் பலத்தை நம்பியும் (ஜனசங்கம் - ஆர்.எஸ்.எஸ்) இருந்தன. ஆகவே, ஒருவருவருக்கொருவர் தோள்கொடுத்தே தேர்தலைச் சந்தித்தனர்.

அத்தகைய முயற்சிகளுக்குக் கைமேல் பலன் கிடைத்தது. ஆம், தேர்தலின் முடிவில் இந்திரா காங்கிரஸ் கட்சி அடியோடு வீழ்த்தப்பட்டது. இந்திராவை வெளியேற்றுவோம் என்று ஜனதா கட்சி முன்வைத்த கோஷம் வாக்காளர்கள் மத்தியில் நல்ல தாக்கத்தை ஏற்படுத்தி யிருந்தது. மிகப்பெரிய எதிர்பார்ப்புடன் தொடங்கப்பட்ட ஜனதா கட்சி தான் சந்தித்த முதல் தேர்தலிலேயே அதிக அளவிலான இடங்களைக் கைப்பற்றியிருந்தது.

தேர்தலின் முடிவில் ஜனதா கட்சிக்கு 295 இடங்கள் கிடைத்திருந்தன. மேலும், ஜனதாவுடன் தொகுதி உடன்பாடு கொண்டு தேர்தலைச் சந்தித்த மார்க்சிஸ்ட் கம்யூனிஸ்ட் கட்சி 22 இடங் களில் வெற்றிபெற்றிருந்தது. மேலும், அகாலிதளம் கட்சிக்கு 8 இடங்களும் திமுகவுக்கு 1 இடமும் கிடைத்திருந்தது. அதுமட்டுமின்றி, தமிழ்நாட்டில் ஸ்தாபன காங்கிரஸ் என்ற பெயரில் போட்டியிட்ட மூவரும் வெற்றிபெற்றிருந்தனர்.

இன்னொரு பக்கம், இந்திரா காங்கிரஸ் கட்சி படுதோல்வியைச் சந்தித்திருந்தது. அந்தக் கட்சிக்கு வெறும் 154 இடங்களே கிடைத்திருந்தன. சுதந்தர இந்தியாவின் தேர்தல் வரலாற்றில் காங்கிரஸ் அல்லது இந்திரா காங்கிரஸ் பெற்ற மிகக்குறைந்த எண்ணிக்கை இதுவே, அப்போதைக்கு. இந்திராவுடன் கூட்டணி அமைத்துப் போட்டியிட்ட இந்திய கம்யூனிஸ்ட் 7 இடங்களையும் அனைத்திந்திய அதிமுக 18 இடங்களையும் கைப்பற்றியிருந்தன.

அறுதிப்பெரும்பான்மையைக் காட்டிலும் அதிக இடங்களைக் கைப்பற்றிய கட்சி என்ற அடிப்படையில் ஜனதா ஆட்சி அமைப்பதற்கான எல்லா வாய்ப்புகளும் உருவாகியிருந்தன. அப்போது ஒரு முக்கியமான கேள்வி எழுந்தது. அடுத்த பிரதமர் யார்? தேர்தலுக்கு முன்னர் ஜனதா கட்சியின் தலைவர் பொறுப்பு மொரார்ஜி தேசாயிடமே இருந்தது. ஆகவே, அவர்தான் பிரதமர் பதவிக்கு வருவார் என்று எதிர்பார்க்கப்பட்டது. ஆனால் அந்த எதிர்பார்ப்பு சட்டென்று மாறத் தொடங்கியது. தேர்தல் முடிவுகளுக்குப் பிறகு கட்சிக்குள் பல குரல்கள் கேட்கத் தொடங்கின.

சரண் சிங் ஒருபக்கம் ஆதரவைத் திரட்டத் தொடங்கினார். ஜெகஜீவன் ராம் இன்னொரு பக்கம் முயற்சிகளை முடுக்கிவிட்டார். தானே பிரதமர் என்பதில் எந்த மாற்றமும் இல்லை என்றார் மொரார்ஜி. ஆனால் அந்தக் கட்சியில் அதிக இடங்களைப் பெற்றிருந்த (முன்னாள்) ஜனசங்கமோ அனைத்தையும் அமைதியாக அவதானித்துக்கொண்டிருந்தது.

ஜனதா சார்பில் போட்டியிட்டு வெற்றிபெற்றவர்களில் 93 பேர் முன்னாள் ஜனசங்கத்தினர். எழுபதுக்கும் மேற்பட்ட எம்.பிக்கள் சரண் சிங்கின் பக்கம் இருந்தனர். ஜெகஜீவன் ராமின் ஆதரவாளர்கள் 28 பேர் வெற்றிபெற்றிருந்தனர். முன்னாள் சோஷலிஸ்டுகள் 16 பேர் வெற்றி பெற்றிருந்தனர். எஞ்சிய ஐம்பதுக்கும் குறைவான எம்.பிக்களே முன்னாள் ஸ்தாபன காங்கிரஸார்.

ஜனதா கட்சியின் சார்பில் வெற்றிபெற்றவர்களை இவர்கள் ஜனசங்கத்தினர், அவர்கள் ஸ்தாபன காங்கிரஸார் என்று வகைப்படுத்தினாலும்கூட, அவர்கள் எல்லோரும் பொதுவில் ஜனதா கட்சி

எம்.பிக்கள். ஆகவே, தனிப்பட்ட செல்வாக்கைத் தவிர்த்துவிட்டு, ஒரு நல்ல தலைவரைப் பிரதமர் என்ற பொறுப்பு வாய்ந்த பதவிக்குத் தேர்ந்தெடுக்கவேண்டும் என்ற கருத்து எழுந்தது.

ஆனால் ஜனதா கட்சிக்குள்ளோ பலத்த குழப்பங்கள் குடி கொண்டிருந்தன. எல்லோருக்கும் பிரதமர் பதவியின் மீதே கனவு. ஆனால் ஒருவரை ஒருவர் ஏற்கமாட்டார்கள் என்பதால் இறுதி முடிவை எடுக்கவேண்டிய பொறுப்பு கூட்டணியின் பிதாமகனான ஜே.பியிடம் தரப்பட்டது. நடப்பதை எல்லாம் உன்னிப்பாகக் கவனித்துக் கொண்டிருந்த ஜே.பி, அனைத்து ஜனதா எம்.பிக்களுக்கும் ஓர் அழைப்பை விடுத்தார். எல்லோரும் ராஜ்காட் காந்தி நினைவாலயத்துக்கு வாருங்கள்!

67

அமைச்சரவையில் அத்வானி - வாஜ்பாய்

இந்திரா காந்தியை வெளியேற்றுவோம் என்று சொல்லி பொதுத்தேர்தலைச் சந்தித்த ஜனதா கட்சிக்கு தமிழ்நாடு உள்ளிட்ட சில மாநிலங்கள் தவிர்த்து, பெரும்பாலான மாநிலங்களில் மக்கள் அபரிமிதமான ஆதரவைக் கொடுத்திருந்தனர். அதன்மூலம் அபார வெற்றியைப் பெற்று, ஆட்சியைப் பிடித்திருந்தது ஜனதா. அதன் முக்கியத் தலைவர்கள் பலரும் தேர்தல் களத்தில் வெற்றி பெற்றிருந்தனர்.

அடுத்த பிரதமர் யார் என்பதுதான் அப்போதைய ஆகப்பெரிய கேள்வியாக இருந்தது. மொரார்ஜி, சரண் சிங், ஜெகஜீவன் ராம் உள்ளிட்ட மூத்த தலைவர்கள் பலரும் பிரதமர் பதவிக்கான போட்டியில் அணிவகுத்து நின்றனர். கட்சியின் தலைவர் என்ற முறையில் தாமே பிரதமர் பதவிக்கு வருவோம் என்பதில் மொரார்ஜி நம்பிக்கையுடன் இருந்தார். ஆனால் அவருக்கு ஆதரவாக வெகு சொற்ப எம்.பிக்களே இருந்தனர்.

மாறாக, சரண் சிங்குக்கும் ஜெகஜீவன் ராமுக்கும் கணிசமான ஆதர வாளர்கள் இருந்தனர். பிரதமர் என்ற சுமையை மக்களுக்காகச் சுமக்கத் தயாராக இருப்பதாகச் சொன்னார் ஜெகஜீவன் ராம். இன்னொரு பக்கம், சரண் சிங்கும் தனது வியூகத்தை விதவிதமாக வகுத்துக் கொண்டிருந்தார். அவருக்கு பாரதிய லோக் தள எம்.பிக்கள் மட்டுமின்றி, ஜனசங்கத்தினரின் ஆதரவும் கணிசமாக எண்ணிக்கை யில் இருந்ததாகச் சொல்லப்பட்டது.

சரண் சிங்

நடப்பதை எல்லாம் உன்னிப்பாகக் கவனித்துக் கொண்டிருந்த ஜே.பி, நிலைமையை நாசூக்காகக் கையாண்டார். 24 மார்ச் 1977 அன்று அனைத்து ஜனதா எம்.பிக்களையும் ராஜ்காட்டில் உள்ள காந்தி நினைவகத்துக்கு வரவழைத்தார். தேர்ந்தெடுக்கப் பட்ட எம்.பிக்கள் அனைவரும் கட்சிக்கு விசுவாசமாகச் செயல்படுவோம் என்று உறுதிமொழி எடுக்குமாறு கேட்டுக்கொண்டார் ஜே.பி.

மாறுபட்ட சிந்தனைகள் கொண்ட தலைவர்களால் உருவான கட்சி என்பதால் எதிர்காலத்தில் எவ்வித சிக்கலும் நேர்ந்துவிடக்கூடாது என்பதற்காகவே அப்படியொரு உறுதிமொழியை எடுக்கச் சொன்னார் ஜே.பி. அதை ஏற்று அனைத்து எம்.பிக்களும் உறுதி மொழி எடுத்துக்கொண்டனர். ஒருவரைத் தவிர. அவர், மூத்த தலைவர் சரண் சிங். அவர் அந்தக் கூட்டத்துக்கே வரவில்லை. உடல்நிலை சரியில்லை என்று காரணம் சொல்லப்பட்டது. அவர்தான் பின்னாளில் ஜனதா அரசின் வீழ்ச்சிக்குக் கர்த்தாவாக இருந்தார்.

ஜெகஜீவன் ராமை ஆதரிக்கப் பல எம்.பிக்கள் தயாராக இருக்கின்ற செய்தி சரண் சிங்கின் கவனத்துக்குச் சென்றது. சட்டென்று சுதாரித்துக்கொண்ட அவர், தனது பிரதமர் பதவிக் கனவைச் சற்றே தள்ளிவைத்துக் கொண்டு, தன்னுடைய ஆதரவை மொரார்ஜிக்குத் தெரிவித்தார். அதை ஒரு கடிதமாகவே எழுதி ஜே.பிக்கு அனுப்பிவைத்தார். ஆம், தான் பிரதமராகாவிட்டாலும், ஜெகஜீவன் ராம் பிரதமராகிவிடக்கூடாது என்பது அவருடைய எண்ணம். அதைக் கச்சிதமாக நிறைவேற்றி யிருந்தார்.

'அனைத்து சாதக, பாதக அம்சங்களையும் ஆய்வுசெய்தபிறகு இன்றைய சூழலில் பிரதமர் பதவிக்குத் தகுதியானவர் மொரார்ஜி தேசாய்தான் என்ற முடிவுக்கு வந்துள்ளோம்.' என்றார் ஆச்சாரிய க்ருபளானி.

முன்னாள் ஜனசங்கத்தினர் பலரும் மொரார்ஜியின் பக்கமே இருந்தனர். அதற்கு வலுவான காரணமும் இருந்தது. ஜெகஜீவன் ராம் காங்கிரஸ் கட்சியின் தலித் முகமாக அறியப்பட்டவர். அவருக்கும் முன்னாள் ஜன சங்கத்தினருக்கும் இடையே எப்போதுமே நல்லுறவு இருந்ததில்லை. ஸ்வயம்சேவகர்கள் பற்றிய உயர் மதிப்பீடு எதுவும் ஜெகஜீவன் ராமுக்குக் கிடையாது. ஒருவேளை அவர் பிரதமராகும் பட்சத்தில், அது எதிர் காலத்தில் தங்களுக்கு ஆபத்தாகக்கூட முடியலாம் என்ற சந்தேகம் முன்னாள் ஜனசங்கத்தினருக்கு இருந்தது.

மாறாக, மொரார்ஜி ஜனசங்கத்தின் சித்தாந்தத்துக்கு நெருக்கமானவர். காங்கிரஸில் இருந்தபோதே

ஜெயபிரகாஷ் நாராயணன்

ஆர்.எஸ்.எஸ் ஆதரவு மனப்போக்கு கொண்டவர். அவர்கள் மீது கரிசனம் காட்டியவர். பசுவதை எதிர்ப்பு, இந்தி ஆதரவு உள்ளிட்ட பல விவகாரங்களில் ஆர்.எஸ்.எஸ் ஆதரவு நிலைப்பாட்டை எடுத்தவர். அத்வானி, வாஜ்பாய் போன்ற முன்னாள் ஜனசங்கத்தினருக்கு அவர் மீது ஒருவித ஈர்ப்பு இருந்தது. மொரார்ஜியும் அவர்களுடன் அணுக்கமாகவே இருந்தார்.

அப்போது பிரதமர் பதவி விவகாரத்தில் முடிவெடுக்கும் அதிகாரம் இரண்டு தலைவர்களிடம் தரப்பட்டிருந்தது. ஜே.பி மற்றும் ஆச்சாரிய க்ருபளானி. இரு தலைவர்களுமே ஒருகாலத்தில் காங்கிரஸ் கட்சியில் தீவிரமாக இயங்கி, பின்னாளில் அதன் தீவிர விமரிசகர்களாக மாறியவர்கள். தற்போது காங்கிரஸ் அல்லாத பிரதமரைத் தேர்வுசெய்யும் பொறுப்பை காலம் அவர்களிடமே ஒப்படைத்திருந்தது. தங்களுக்கு முன்னால் இருக்கும் வாய்ப்புகளைக் கொண்டு பொருத்தமான நபரைப் பிரதமர் பதவிக்குத் தேர்ந்தெடுக்கும் பெரும் பொறுப்பு அது.

நீண்ட நெடிய ஆலோசனைகளுக்குப் பிறகு பிரதமர் பதவிக்கு மொரார்ஜி தேசாயின் பெயரை அவர்கள் முன்மொழிந்தனர். ‘அனைத்து சாதக, பாதக அம்சங்களையும் ஆய்வுசெய்தபிறகு இன்றைய சூழலில் பிரதமர் பதவிக்குத் தகுதியானவர் மொரார்ஜி தேசாய்தான் என்ற முடிவுக்கு வந்துள்ளோம்.’ என்றார் ஆச்சாரிய க்ருபளானி.

அந்த முடிவை ஜனதா எம்.பிக்கள் அனைவரும் ஏற்றுக்கொண்டனர். என்ன ஒன்று, சிலர் முக மலர்ச்சியுடன் சம்மதித்தனர். சிலர் முணுமுணுப்புகளுடன் தலையசைத்தனர். அவ்வளவே. அன்றைய தினமே இந்தியாவின் பிரதமராகப் பதவியேற்றார் மொரார்ஜி தேசாய்.

நேரு மறைந்த நாள் முதல் மொரார்ஜி தேசாய் கண்ட கனவு, பிரதமர் பதவி. முதலில் லால் பகதூர் சாஸ்திரியிடமும் பிறகு இந்திராகாந்தியிடமும் தொலைத்துவிட்ட கனவு. தற்போது அதே இந்திரா காந்தியை வீழ்த்தி, அந்தக் கனவை நனவாக்கியிருந்தார் மொரார்ஜி. ஆம், எமர்ஜென்ஸியையும் ஜனதா கட்சியையும் மிகச் சாதுரியமாகப் பயன்படுத்திச் சாதித்திருந்தார்.

இப்போது அமைச்சர்களைத் தேர்வுசெய்யவேண்டிய அதிமுக்கியமான கட்டம் வந்திருந்தது. பிரதமர் பதவிக்கே மும்முனைப் போட்டி என்றால், அமைச்சர் பதவிக்குக் கேட்கவேண்டுமா என்ன... பன்முனைப் போட்டி பலமாக இருந்தது. உண்மையில், ஜனதா கட்சி சார்பில் வெற்றி பெற்று வந்திருந்த பல எம்.பிக்களுக்கு அமைச்சர் பதவியை ஏற்பதற்கான அத்தனைத் தகுதிகளும் இருந்தன.

பல கட்சிகளின் சங்கமமாக ஜனதா கட்சி இருந்ததால், அவர்கள் அனைவருக்கும் பிரதிநிதித்துவம் கொடுக்க வேண்டிய நிர்பந்தம் இருந்தது. முக்கியமாக, நெருக்கடி நிலைக்கு எதிரான போராட்டத்தில் தீவிரமாக ஈடுபட்ட பலருக்கும் உரிய அங்கீகாரம் கொடுக்க வேண்டிய நிர்பந்தம் இருந்தது. ஆகவே, அதற்கேற்ப அமைச்சரவைப் பட்டியலைத் தயாரிக்க வேண்டிய நிலை.

ஆனால் பிரதமர் மொரார்ஜி தேசாயோ அளவில் சிறிய, கச்சிதமான அமைச்சரவையை அமைக்க விரும்பினார். அமைச்சர்களின் எண்ணிக்கை 13 ஆக இருக்கவேண்டும் என்றுதான் முதலில் ஜனதா கட்சித் தலைவர்கள் திட்டமிட்டார்கள். ஆனால் சில அவசியமான பரிந்துரைகள், அத்தியாவசியமான பரிசீலனைகள் காரணமாக அந்த எண்ணிக்கை 19 ஆக உயர்ந்திருந்தது.

அந்தப் பத்தொன்பது அமைச்சர்களையும் பார்த்துப் பார்த்துத் தேர்வுசெய்யவேண்டிய நிர்பந்தத்தில் இருந்தார் பிரதமர் மொரார்ஜி. அதன் காரணமாகவே, முதலில் பிரதமர் மட்டுமே பதவிப்பிரமாணம் எடுத்துக் கொண்டார். பிறகுதான் முழுமையான அமைச்சரவை பதவியேற்றுக் கொண்டது. ஆம், 24 மார்ச் 1977 அன்று பிரதமர் பதவியை ஏற்ற பிறகு இரண்டு நாள்களுக்கு அமைச்சரவையே உருவாக்கப்படவில்லை. ஒற்றை நபர் அமைச்சரவையாகவே மொரார்ஜி அமைச்சரவை இருந்தது. 26 ஆம் தேதிதான் மற்ற அமைச்சர்கள் இணைத்துக்கொள்ளப்பட்டனர்.

முன்னாள் ஜனசங்கத்தைச் சேர்ந்த மூன்று முக்கியத் தலைவர்கள் மட்டுமே அமைச்சரவையில் இடம்பெற்றனர்.

அந்த அமைச்சரவையில் முன்னாள் ஸ்தாபன காங்கிரஸாருக்கு 5 இடங்களும் முன்னாள் பாரதிய லோக் தளத்தினருக்கு 4 இடங்களும் முன்னாள் சோஷலிஸ்டுகளுக்கும் முன்னாள் ஜனசங்கத்தினருக்கு தலா 3 இடங்களும் ஜனநாயகத்துக்கான காங்கிரஸ் கட்சிக்கு 2 இடங்களும் போட்டி காங்கிரஸுக்கும் அகாலிதளத்துக்கும் தலா 1 இடமும் தரப்பட்டது. இங்கே போட்டி காங்கிரஸ் என்பது காங்கிரஸ் அதிருப்தியாளர்களான சந்திரசேகர், மோகன் தாரியா, ராம்தன் போன்ற இந்திரா விமரிசிகர்களின் பிரிவைக் குறிக்கும்.

முன்னாள் ஸ்தாபன காங்கிரஸ் சார்பில் சிக்கந்தர் பக்த் (வீட்டுவசதி), பா. ராமச்சந்திரன் (மின்சாரம்), பி.சி. சுந்தர் (கல்வி), ரவீந்திர வர்மா (தொழிலாளர் நலன்), சாந்தி பூஷன் (சட்டம், நீதி) ஆகிய ஐந்து பேர் அமைச்சர்களாகப் பதவியேற்றனர். முன்னாள் பாரதிய லோக் தளம் சார்பில் சரண் சிங் (உள்துறை), ராஜ் நாராயண் (சுகாதாரம்), பிஜு பட்நாயக் (எஃகு, சுரங்கம்), ஹெச்.எம். பாட்டீல் (நிதி) ஆகிய முன்னணித் தலைவர்கள் அமைச்சர்களாக்கப்பட்டிருந்தனர்.

அதிக அளவிலான எம்.பிக்களைப் பெற்றிருந்தாலும் முன்னாள் ஜனசங்கத்தைச் சேர்ந்த மூன்று முக்கியத் தலைவர்கள் மட்டுமே அமைச்சரவையில் இடம்பெற்றனர். அவர்கள், அடல் பிஹாரி வாஜ்பாய் (வெளியுறவு), லால் கிருஷ்ண அத்வானி (தகவல், ஒலிபரப்பு), நானாஜி தேஷ்முக் (தொழில்). மேலும், சோஷலிஸ்ட் கட்சியைச் சேர்ந்த மது தண்டவதே (ரயில்வே), ஜார்ஜ் ஃபெர்னாண்டஸ் (தொலைத்தொடர்பு), புருஷோத்தம் கௌசிக் (விமானப் போக்குவரத்து) ஆகியோரும் அமைச்சரவையில் சேர்த்துக்கொள்ளப்பட்டிருந்தனர்.

ஜனநாயகத்துக்கான காங்கிரஸின் ஜெகஜீவன் ராம் ராணுவ அமைச்சராகவும், ஹெச்.என். பகுகுணா பெட்ரோலியத்துறை அமைச்சராகவும் அகாலிதளத்தின் பிரகாஷ் சிங் பாதல் விவசாயத்துறை அமைச்சராகவும் போட்டி காங்கிரஸின் மோகன் தாரியா வர்த்தகத் துறை அமைச்சராகவும் பதவியேற்றனர். ஆக, திறமையும் அனுபவமும் நிரம்பிய தலைவர்களால் உருவாக்கப்பட்டிருந்தது மொரார்ஜி அமைச்சரவை.

பிரதமர் பதவியை விரும்பிய சரண் சிங்குக்குத் துணைப் பிரதமர் பதவியும் ஜெகஜீவன் ராமுக்கு அவை முன்னவர் பதவியும் தரப்பட்டது. அதன்மூலம் அதிகாரப்போட்டி அதிக அளவில் எழும்பாமல் பார்த்துக்கொள்ளப்பட்டது. அதேபோல, கட்சியைப் பலமாக வைத்திருக்கும் வகையில், ஜனதா கட்சியின் தலைவர் பொறுப்பை துடிப்புமிக்க தலைவர்களுள் ஒருவராக இருந்த சந்திரசேகர் வசம் ஒப்படைத்தனர். உண்மையில், அமைச்சர் பதவியை ஏற்பதற்கான சகல தகுதிகளும் கொண்டவராக இருந்தவர் சந்திரசேகர்.

ஜார்ஜ் ஃபெர்னாண்டஸ்

அமைச்சர்களும் இலாகாக்களும் முடிவுசெய்யப்பட்ட பிறகும்கூட சிக்கல்கள் நீடித்துக்கொண்டே இருந்தன. முக்கியமாக, 16 அமைச்சர்கள் மட்டுமே இடம்பெற வேண்டும் என்ற ஜனதா கட்சியின் வழிகாட்டும் குழு வழங்கிய பரிந்துரையை பிரதமர் மொரார்ஜி மீறி விட்டார் என்று மூத்த தலைவர்கள் சிலர் குற்றம் சாட்டினர். ஆனால் பலருக்கும் பிரதிநிதித்துவம் தரவேண்டிய சூழலில் எண்ணிக்கையை அதிகரித்தேன். தவிரவும், அமைச்சர்களின் எண்ணிக்கையை முடிவு செய்வது பிரதமரின் பிரத்யேக உரிமை என்று சொல்லி விட்டார் மொரார்ஜி. அதுதான் சட்டமும்கூட.

அதேபோல, மூத்த தலைவர்களான ஜெகஜீவன் ராமும் ஹெச்.என். பகுகுணாவும் ஆரம்பத்தில் பதவியேற்க வில்லை. முரண்டு பிடித்தனர். பிறகு ஜே.பியின் சமாதானத் துக்குப் பிறகே பதவியேற்றுக் கொண்டனர். அதேபோல, தனக்கு அமைச்சராகும் தகுதி இல்லை என்று சொல்லி அமைச்சரவையில் சேர்வதற்குத் தயக்கம் காட்டினார் ஜார்ஜ் ஃபெர்னாண்டஸ். பிறகு ஜே.பியின் சமாதானத்தைத் தொடர்ந்து அமைச்சரவையில் நீடித்தார்.

அடுத்து, முன்னாள் ஜனசங்கத் தலைவர்களுள் ஒருவரான நானாஜி தேஷ்முக்குக்கும் அமைச்சரவையில் அங்கம் வகிக்க விருப்பமில்லை. கட்சிப் பணியே போதும் என்று சொல்லி ஒதுங்கிக்கொண்டார். ஆகவே, அவருக்குப் பதிலாக பிரிஜ்லால் வர்மா அமைச்சரவையில் இணைந்தார். அவருக்குத் தொழில்துறை ஒதுக்கீடு செய்யப்பட்டது.

அமைச்சரவை, பதவியேற்பு, இலாகா ஒதுக்கீடு என்ற இத்தனைக் களேபரங்களுக்கு மத்தியில் இரண்டு முக்கியமான காரியங்கள் நடந்தேறின. ஒன்று, ஆர்.எஸ்.எஸ் தலைவர் தேவரஸின் விடுதலை. மற்றொன்று, ஆர்.எஸ்.எஸ் மீதான தடை நீக்கம். அதைத் தொடர்ந்து பல அதிர்வூட்டும் நிகழ்வுகள் அடுத்தடுத்து நடக்கத் தொடங்கின!

68

ஜனதா நிழலில் ஆர்.எஸ்.எஸ் வளர்கிறது

பலத்த எதிர்பார்ப்புகளுக்கு மத்தியில்தான் மொரார்ஜி தேசாய் தலைமையிலான ஜனதா கட்சி அரசு பதவியேற்றது. முக்கியமாக, எமர்ஜென்ஸி காலத்தில் நடந்த அத்துமீறல்கள் என்று எவற்றை எல்லாம் தேர்தல் காலத்தில் பேசினார்களோ, அவற்றை எல்லாம் சரிசெய்யவேண்டும் என்று பொதுமக்கள் எதிர்பார்த்தனர். அதனைக் கண்டிப்பாகப் பூர்த்திசெய்வோம் என்று வாக்குறுதி கொடுத்தார் பிரதமர் மொரார்ஜி.

வெறுமனே சொன்னதோடு நிறுத்திக்கொள்ளாமல், அவற்றைச் செயல் வடிவத்துக்குக் கொண்டுவரும் நடவடிக்கைகளையும் முன்னெடுத்தார். முக்கியமாக, மத்திய சட்ட அமைச்சர் சாந்தி பூஷனைக் கொண்டு மிசா சட்டத்தை ரத்து செய்ததைச் சொல்லவேண்டும். அடுத்து, பத்திரிகைகளுக்கு விதிக்கப்பட்டிருந்த சர்ச்சைக்குரிய தடைகளை மத்திய அமைச்சர் அத்வானியைக் கொண்டே நீக்கினார்.

எல்லாவற்றுக்கும் சிகரம் வைப்பது போல எமர்ஜென்ஸி கால அத்துமீறல்கள் குறித்து விரிவான விசாரணையை நடத்துவதற்காக ஓய்வுபெற்ற உச்சநீதிமன்ற நீதிபதி ஷா தலைமையில் விசாரணை ஆணையம் அமைக்கப்பட்டது. முன்னாள் பிரதமர் இந்திரா, முன்னாள் மத்திய அமைச்சர்கள் சி. சுப்பிரமணியம், ஹெச்.ஆர். கோகலே, மேற்குவங்க மாநில முதல்வர் சித்தார்த்த சங்கர் ரே உள்ளிட்ட பலரும் விசாரணை ஆணையத்துக்கு முன்னால் ஆஜராகினர்.

மொரார்ஜி தேசாய், அத்வானி

விசாரணையின் இறுதியில் அறிக்கை வெளியானது. அதில் இந்திரா, சஞ்சய், வி.சி. சுக்லா, ஓம் மேத்தா, நவீன் சாவ்லா உள்ளிட்டோர் மீது கடுமையான கிரிமினல் நடவடிக்கை எடுக்க ஷா கமிஷன் பரிந்துரைத்தது. அதற்கு வசதியாக சிறப்பு நீதிமன்றங்கள் அமைக்கப்பட்டன. ஆனால் உரிய நடவடிக்கைகளை எடுப்பதற்குள் ஜனதா அரசுக்குள் பூகம்பம் வெடித்திருந்தது. அதற்குள் நுழைவதற்கு முன்னால் இரண்டு முக்கியத் தலைவர்கள்பற்றிப் பார்த்துவிடலாம். வாஜ்பாய் மற்றும் அத்வானி.

பாரதிய ஜனசங்கம் என்ற அரசியல் கட்சி இயங்கிய போது அதன் பிரதான முகங்களாக இருந்தவர்கள். சொந்தக் கட்சியைக் கலைத்துவிட்டு ஜனதா என்ற புதிய கட்சியில் சேர வேண்டும் என்ற அதிமுக்கியமான முடிவை எடுத்தவர்கள். அவர்கள் போட்ட அரசியல் கணக்குகள் அத்தனைக்கும் விடைகள் சரியாக வந்திருந்தன. தேர்தலில் வென்றனர். ஆட்சியைப் பிடித்தனர். தற்போது மொரார்ஜி அரசில் அவர்கள் இருவருக்கும் முக்கியத் துறைகள் தரப்பட்டன.

அண்டை நாடுகளுடனான உறவு, சர்வதேச விவகாரம் போன்றவற்றில் அதிக நாட்டம் கொண்ட அடல் பிஹாரி வாஜ்பாயை அயலுறவுத் துறைக்கு அமைச்சர் ஆக்கியிருந்தார் பிரதமர் மொரார்ஜி. அதேபோல, அத்வானிக்கு அவர் விரும்பிய தகவல், ஒலிபரப்புத் துறை தரப்பட்டிருந்தது. மூன்றாமவர், பிரிஜ்லால் வர்மா. அவருக்குத் தொழில்துறை தரப்பட்டிருந்தது. இந்த பிரிஜ்லால் வர்மா அடிப்படையில் ஒரு சோஷலிஸ்ட். 1973 ஆம் ஆண்டில்தான் ஜனசங்கத்தில் இணைந்திருந்தார். நான்கே ஆண்டுகளில் மத்திய அமைச்சராகி யிருந்தார்.

நேரு தலைமையிலான இடைக்கால அமைச்சரவையில் பாரதிய ஜனசங்கத்தின் நிறுவனர் டாக்டர் சியாமா பிரசாத் முகர்ஜிக்குத் தரப்பட்டதும் இதே தொழில்துறை தான். இதனை பாரம்பரியத்தின் நீட்சி என்று சொல்லலாம். விட்ட குறை, தொட்ட குறை என்றும் சொல்லலாம். எப்படியோ, மத்திய அரசின் முக்கியமான துறை களுக்கு மூவரும் அமைச்சர்களாகியிருந்தனர்.

புதிய அமைச்சர்களாகப் பொறுப்பேற்ற வாஜ்பாயும் அத்வானியும் செய்த ஒவ்வொரு காரியமும் உன்னிப்பாகக் கவனிக்கப்பட்டது. எதிர்க்கட்சிகளால் அல்ல, சொந்தக்

> சொந்தக் கட்சியைக் கலைத்துவிட்டு ஜனதா என்ற புதிய கட்சியில் சேர வேண்டும் என்ற அதிமுக்கியமான முடிவை எடுத்தவர்கள்.

மொரார்ஜி தேசாய், வாஜ்பாய்

கட்சியினரால். ஜனதா கட்சியின் முக்கியத் தலைவர்கள் பலருக்கும் முன்னாள் ஜனசங்கத்தினர் மீது ஏதோவொரு சந்தேகம் இருந்துகொண்டே இருந்தது. குறிப்பாக, அவர்களுடைய ஆர்.எஸ்.எஸ் தொடர்புகள் பற்றிய நெருடல் நீடித்துக்கொண்டே இருந்தது. அதை உறுதிசெய்யும் வகையில் சில காரியங்கள் சீரான இடைவெளியில் நடந்துகொண்டிருந்தன. முக்கியமாக, ஆர்.எஸ்.எஸ் மீதான தடை நீக்கம்.

எமர்ஜென்ஸி அமலில் இருந்த காலகட்டத்தில் தடை செய்யப்பட்ட அமைப்புகளுள் முக்கியமானது ஆர்.எஸ்.எஸ். அதன் தலைவர் தேவரஸ்ும் கைது செய்யப்பட்டு, சிறையில் அடைக்கப்பட்டிருந்தார். அதன்மூலம் ஆர்.எஸ்.எஸ் அதிகாரபூர்வமாக செயல்பட முடியாத சூழல் உருவாக்கப்பட்டிருந்தது. ஆனால் மறைமுகமாகச் செயல்பட்டது என்பது ஊரறிந்த ரகசியம்.

பொதுத்தேர்தல் முடிவுகள் ஜனதாவுக்குச் சாதகமாக வரத்தொடங்கிய சமயத்திலேயே ஆர்.எஸ்.எஸ் மீதான தடை நீக்கப்படும் என்ற எதிர்பார்ப்பு எழுந்தது. அதற்கேற்ப ஆர்.எஸ்.எஸ் மீதான தடை நீக்கப்பட்டது. தேவரஸும் விடுதலை செய்யப்பட்டார்.

அந்த இரண்டிலும் ஓரளவுக்கு நியாயம் இருப்பதாகக் கருதிய ஜனதா கட்சியின் முக்கியத் தலைவர்கள், இதையே சாக்காக வைத்துக்கொண்டு அத்வானியும் வாஜ்பாயும் அரசை ஆர்.எஸ்.எஸ் ஆதரவு நிலைப்பாட்டுக்கு அழைத்துச்சென்று விடுவார்களோ என்ற அச்சப்பட்டனர். பதற்றம் என்ற பதமே பொருத்தமானதும்கூட. அதன் காரணமாகவே அவர்களுடைய நடவடிக்கைகளை உன்னிப்பாகக் கவனித்தனர்.

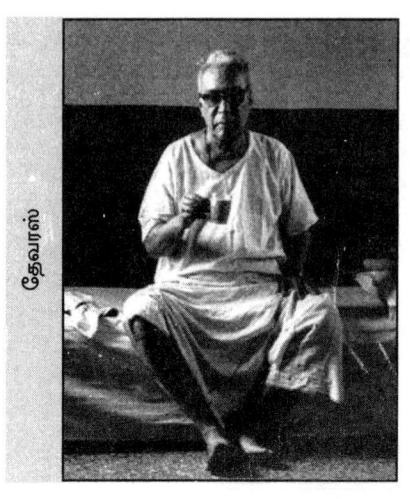

தேவரஸ்

உண்மையில், ஜனதாகட்சி தலைமையிலான அரசு மத்தியில் அமைந்தது, ஆர்.எஸ்.எஸ் ஆதரவு மனப்போக்கைக் கொண்ட மொரார்ஜி தேசாய் பிரதமரானது, பரிபூரண ஸ்வயம்சேவகர்களான வாஜ்பாய், அத்வானி இருவரும் மத்திய அமைச்சர்களானது என்ற மூன்று சம்பவங்களையும் ஆர்.எஸ்.எஸ் தனக்கான வெற்றியாகவே கருதியது.

ஆட்சி மாற்றத்தில் ஆர்.எஸ்.எஸ்ஸின் பங்களிப்பு அபரிமிதமானது என்பது தேவரஸின் நம்பிக்கை. அதன் காரணமாகவே, 'ஜனதா அரசு நம்முடைய அரசு' என்று ஆர்.எஸ்.எஸ் மேடைகளில் பகிரங்கமாக வர்ணித்தார் தேவரஸ். அதற்கு முன்னதாக நேருவின் மரணத்துக்குப் பிறகு சாஸ்திரி பிரதமரானபோது, 'இந்தியாவின் முதல் இந்து பிரதமர்' என்று ஆர்.எஸ்.எஸ் பாராட்டியதைப் பார்த்தோம்.

நீண்ட சிறைவாசத்துக்குப் பிறகு விடுதலையான தேவரஸ், விரிவான பிரசாரப் பயணம் ஒன்றை மேற்கொண்டார். அப்போது புதிய ஜனதா அரசுக்கு ஆர்.எஸ்.எஸ் அனுசரணையாகச் செயல்படும் என்று அறிவித்தார். முக்கியமாக, சர்ச்சைக்குரிய விஷயங்களில் பேச்சுவார்த்தை மூலமாகத் தீர்வு காண முயற்சிக்குமே தவிர மத்திய அரசை எதிர்த்து போராட்டம் எதையும் ஆர்.எஸ்.எஸ் நடத்தாது என்றும் அறிவித்தார்.

அத்தகைய வாக்குறுதிகள் மூலம் பிரதமர் மொரார்ஜியின் மனம் கவர்ந்த தேவரஸ், அதே உற்சாகத்தில் ஆர்.எஸ்.எஸ்ஸை அபிவிருத்தி செய்யும் நடவடிக்கைகளைத் தீவிரப்படுத்தத் தொடங்கினார். தன்னுடைய திட்டங்களுக்கு மொரார்ஜி அரசு உதவிக்கரம் நீட்டாமல் இருந்தாலும் சரி, உபத்திரவம் செய்யாது என்ற நம்பிக்கையும் தேவரஸுக்கு இருந்தது. ஆனால் அவருக்கு ஓர் இன்ப அதிர்ச்சி காத்திருந்தது. அது, மொரார்ஜி அரசு காட்டிய நேசக்கரம். உபயம்: முதியோர் கல்வித் திட்டம்.

சர்ச்சைக்குரிய விஷயங்களில் பேச்சுவார்த்தை மூலமாகத் தீர்வு காண முயற்சிக்குமே தவிர மத்திய அரசை எதிர்த்து போராட்டம் எதையும் ஆர்.எஸ். எஸ் நடத்தாது என்றும் அறிவித்தார் தேவரஸ்.

ஜனதா கட்சி அரசு பதவியேற்ற பிறகு தீவிர கவனம் செலுத்திய திட்டங்களுள் ஒன்று, முதியோர் கல்வி. பால்ய காலத்தில் கல்வி கற்க வாய்ப்பு கிடைக்காத பலருக்கும் கல்விக்கண் கொடுக்க விரும்பியது ஜனதா அரசு. அந்தத் திட்டத்துக்கு தன்னார்வத் தொண்டு நிறுவனங்கள் உள்ளிட்ட பலருடைய ஆதரவும் தேவைப்பட்டது. அப்போது மத்திய அரசு ஆர்.எஸ்.எஸ் அமைப்புக்கும் அழைப்பு விடுத்தது.

15 முதல் 35 வயது நிரம்பிய கல்வி கற்காத மக்களுக்குப் பலனளிக்கும் இந்தத் திட்டத்தை வெகுவாக வரவேற்ற ஆர்.எஸ்.எஸ், அரசு நடத்திய ஆலோசனைக் கூட்டத்துக்கு தேவரஸையும்

ராஜேந்திர சிங்கையும் அனுப்பிவைத்தது. அந்தக் கூட்டத்தில் அரசின் இலக்கைப் பூர்த்தி செய்யத் தேவையான எல்லாவிதமான உதவிகளையும் செய்து தருவதற்குத் தயாராக இருப்பதாக ஆர்.எஸ்.எஸ் தலைவர் தேவரஸ் வாக்குறுதி கொடுத்தார். அதன்மூலம், ஆர்.எஸ்.எஸ் அமைப்பை அரசாங்கத்தின் உதவியுடன் தேசிய நீரோட்டத்தில் கலக்கச் செய்யமுடியும் என்பது தேவரஸின் கணிப்பு.

ஆனால் மொரார்ஜி தேசாய் அரசின் இந்த முடிவுக்கு ஜனதா கட்சிக்குள் எதிர்ப்பு கிளம்பியது. குறிப்பாக, மது லிமாயி போன்ற ஆர்.எஸ்.எஸ் விமரிசகர்கள் மத்திய அரசின் திட்டத்தில் மதவாத அமைப்பான ஆர்.எஸ்.எஸ்ஸை நுழைக்கக்கூடாது என்று எதிர்க்குரல் எழுப்பினர். அவருக்குத் துணையாக மேலும் சில தலைவர்களும் சேர்ந்துகொண்டனர். வலுவான எதிர்ப்பைத் தொடர்ந்து தன்னுடைய நிலைப்பாட்டை மாற்றிக்கொண்டார் பிரதமர் மொரார்ஜி.

ஆர்.எஸ்.எஸ்ஸுக்கு அழைப்புவிடுத்துவிட்டு, திடீரென பின்வாங்கியதில் ஆர்.எஸ்.எஸ் தலைவர் தேவரஸுக்குச் சற்று வருத்தம்தான். என்றாலும், அதற்காகச் சோர்ந்து முடங்க அவர் தயாராக இல்லை. வித்யா பாரதி என்ற புதிய அமைப்பைத் தொடங்கினார். நாடு முழுக்க ஆரம்பிக்கப்பட்ட சரஸ்வதி சிசு மந்திர் பள்ளிகளின் ஒருங்கிணைந்த உருவமே இந்த வித்யா பாரதி. ஆர்.எஸ்.எஸ்ஸின் வழித்தோன்றலாக உருவாக்கப்பட்ட இந்த அமைப்பு மாணவர்களுக்குக் கல்வி கற்பித்தலைப் பிரதானமான பணியாகச் செய்தது.

ஏராளமான ஸ்வயம்சேவகர்கள் லாப நோக்கமின்றி ஆசிரியர் பணியில் தங்களை ஈடுபடுத்திக் கொண்டனர். கூடவே, இந்துத்வச் சிந்தனைகளைப் பரப்புவதும் வளர்ப்பதும் வித்யா பாரதியின் கூடுதல் இலக்கு என்று அதிகாரபூர்வமாக அறிவிக்கப்பட்டது. அதன் காரணமாக, மாணவர் களுக்கு மட்டுமின்றி, பெற்றோர்களுக்கும் பாடங்கள் சொல்லித் தரப்பட்டன. ஆம், பள்ளியில் வைத்து மாணவர்களுக்கும் அவர்களுடைய வீடுகளுக்கே நேரில் சென்று பெற்றோர்களுக்கும் பாடம் சொல்லித் தந்தனர்.

வித்யா பாரதியைத் தொடர்ந்து ஆர்.எஸ்.எஸ் ஆர்வம் செலுத்திய இன்னொரு விஷயம், வனவாசி கல்யாண் ஆசிரமம். இதுவொன்றும் புதிய அமைப்பு அல்ல. நாடு தழுவிய அளவிலான மத மாற்றத்தைத் தடுத்து நிறுத்தும் நோக்கத்துடன் 1952ல் ஆர்.எஸ்.எஸ். தலைவர் கோல்வல்கர் காலத்தில் ஆரம்பிக்கப்பட்ட அமைப்பு. குறிப்பாக, பீகார், ஒரிசா, மத்தியப் பிரதேசம், உத்தரப் பிரதேசம் உள்ளிட்ட மாநிலங்களில் இருந்த ஆதிவாசிகளை கிறித்தவ மிஷனரிகள் மதமாற்றம் செய்வதைத் தடுக்க வனவாசி கல்யாண் ஆசிரமம் தீவிரமாகப் பணியாற்றியது.

எமர்ஜென்ஸி அமலில் இருந்த காலகட்டத்தில் செயல்படாமல் முடக்கப்பட்டிருந்த வனவாசி கல்யாண் ஆசிரமத்தை மீண்டும் புனரமைக்கத் தயாரானது ஆர்.எஸ்.எஸ். முதல் கட்டமாக அதன் பெயரை பாரதிய வனவாசி கல்யாண் ஆசிரமம் என்று மாற்றியது. கூடவே, ஆர்.எஸ். எஸ்ஸின் இதர கிளை அமைப்புகளில் இருந்த வனவாசிகள் பிரிவினரையும் பாரதிய வனவாசி கல்யாண் ஆசிரமத்துடன் இணைத்துக்கொண்டது. அடுத்து, அந்த அமைப்பை விரிவுபடுத்த நாடு தழுவிய அளவில் நிதி திரட்டும் நடவடிக்கைகள் முடுக்கிவிடப்பட்டன.

வித்யா பாரதி, வனவாசி கல்யாண் ஆசிரமம், பாரதிய மஸ்தூர் சங்கம், அகில பாரதிய வித்யார்த்தி பரிஷத், விஸ்வ ஹிந்து பரிஷத் உள்ளிட்ட கிளை அமைப்புகளை மட்டுமல்ல, தாய் அமைப்பான ராஷ்ட்ரிய ஸ்வயம் சேவக் சங்கத்தையும் வளர்ச்சிப் பாதையில் செலுத்தத் தயாரானார் தேவரஸ். ஆம், ஜனதா அரசின் நிழலில் ஆர்.எஸ்.எஸ் அமைப்பை வளர்க்கும் முயற்சிகள் வேகம் பிடித்தன.

நாடு தழுவிய அளவில் ஷாகாக்களின் எண்ணிக்கை மெல்ல மெல்ல உயர்த்தப்பட்டது. அதற்கேற்ப பிரசாரப் பணிகள் விரிவுபடுத்தப்பட்டன. ஜனதா அரசு அமைந்தபோது வெறும் பத்தாயிரமாக இருந்த ஷாகாக்களின் எண்ணிக்கை ஒரே ஆண்டில் பதினைந்து சதவிகிதம் உயர்ந்தது. அதேபோல, ஸ்வயம்சேவகர்களின் எண்ணிக்கையும் 25 சதவிகிதம் உயர்ந்தது. கூடவே, சர்ச்சைகளும் வரத் தொடங்கின.

முக்கியமாக, முன்னாள் ஜனசங்கத்தினர் முழுமையாக ஜனதா கட்சியில் சேரவில்லை என்றும் ஆர்.எஸ்.எஸ் நடத்தும் ஷாகா உள்ளிட்ட நிகழ்ச்சிகளில் முன்னாள் ஜனசங்கத்தினர் பகிரங்கமாகப் பங்கேற்பதாகவும் சர்ச்சைகள் எழுந்தன. மேலும், அத்வானி, வாஜ்பாய் உள்ளிட்டோர் மத்திய அமைச்சரவையில் இடம்பெற்றுள்ளதைச் சாதகமாகப் பயன்படுத்தி, ஆர்.எஸ்.எஸ் அதிக அளவில் வளர்ச்சி நிதி திரட்டுவதாக ஜனதா தலைவர்கள் குற்றச்சாட்டினர். ஆம், ஆர்.எஸ்.எஸ்ஸை முன்வைத்து ஜனதா அரசுக்குள் புகைச்சல்கள் உருவாகத் தொடங்கின. அவற்றைச் சரிசெய்ய ஜே.பி ஓர் அதிரடி யோசனையை முன்வைத்தார்!

69

அன்னை தெரசா Vs ஆர்.எஸ்.எஸ்

அத்வானி, வாஜ்பாய் உள்ளிட்ட அமைச்சர்கள் அங்கம் வகிக்கும் ஜனதா அரசு அமைந்திருப்பது ஆர்.எஸ்.எஸ்ஸுக்கு அளவுகடந்த உத்வேகத்தைக் கொடுத்திருந்தது. கிடைத்த வாய்ப்பைக் கச்சிதமாகப் பயன்படுத்தி, தன்னுடைய நீண்டகால லட்சியங்களை நோக்கி அரசை நகர்த்திச் செல்லும் முயற்சியில் இறங்கியது. முக்கியமாக இரண்டு விவகாரங்களைச் சொல்லவேண்டும். ஒன்று, இந்திய வரலாற்று நூல்கள் சார்ந்தது. மற்றொன்று, மதமாற்ற விவகாரம்.

இந்திய வரலாறு பற்றிய நூல்கள் உள்நோக்கத்துடனும் ஓர வஞ்சனையுடனும் எழுதப்பட்டுள்ளன, முகலாய ஆட்சியாளர்கள் பற்றிய உண்மைச் செய்திகள் வேண்டுமென்றே மறைக்கப்பட்டு, அவர்களைப் புகழ்ந்து மட்டுமே எழுதப்பட்டுள்ளன. குறிப்பாக, அவர்கள் இந்து மத ஆலயங்களை இடித்த செய்திகளை எல்லாம் திட்டமிட்டே மறைத்துவிட்டனர். ஆகவே, இந்திய வரலாறு திருத்தப்பட்டு எழுதப்படவேண்டும் என்ற கருத்தைத் தன்னுடைய ஆர்கனைசர் பத்திரிகையில் ஆர்.எஸ்.எஸ் தலைவர்கள் தொடர்ச்சியாக எழுதிக்கொண்டிருந்தனர்.

தற்போது அதை செயல்வடிவத்துக்குக் கொண்டுவரும் வகையில் சில அரசியல் ரீதியான முயற்சிகளை ஆர்.எஸ்.எஸ் எடுத்தது. அதன் தொடர்ச்சியாக இந்திய வரலாறு சார்ந்த நான்கு புத்தகங்களைப் பாடத்திட்டத்தில் இருந்து திரும்பப்பெறப்பட்டதாக சர்ச்சை எழுந்தது. ரொமிலா தாப்பரின் இடைக்கால இந்தியா, பிபன்

பிபன் சந்திரா

சந்திராவின் நவீன கால இந்தியா, ஏ. திரிபாதி, பருண் டே, பிபன் சந்திரா எழுதிய சுதந்தரப் போராட்டம், ரொமிலா தாப்பர், ஹர்பன்ஸ் முகியா, பிபன் சந்திரா எழுதிய மதவாதமும் இந்திய வரலாற்றுப் பதிவுகளும் ஆகியனவே அந்த நான்கு நூல்கள்.

அதுதொடர்பாகத் தரப்பட்ட அரசின் ரகசிய உத்தரவுகள் சம்பந்தப்பட்ட நூலாசிரியர்களின் கவனத்துக்கு வந்தன. அவர்கள் அரசின் நடவடிக்கைக்குக் கடுமையான கண்டனத்தைத் தெரிவித்ததோடு, விரிவான எதிர்ப்புப் போராட்டங்களையும் நடத்தினர். ஆனால் அதன்பிறகும் ராம் சரண் சர்மா எழுதிய பண்டைய இந்தியா என்ற புத்தகமும் திரும்பப் பெறப்பட்டது.

ஆனால் அந்த நூல்கள் அதிகாரப்பூர்வமாகத் திரும்பப் பெறப்படவில்லை என்றும் வாய்மொழி உத்தரவு மூலம் அந்த நூல்கள் மறுபதிப்பு செய்யப்படாமல், மறைமுகத் தடைக்கு உள்ளாகின என்றும் பின்னாளில் செய்திகள் வந்தன. என்றாலும், ஜே.பியின் முகத்தைக் காட்டி வாக்குகளைப் பெற்று ஆட்சியைக் கைப்பற்றியவர்கள், தற்போது ஆர்.எஸ்.எஸ்ஸின் முகத்தைக் காட்டத் தொடங்கிவிட்டதாக விமரிசனங்கள் எழுந்தன.

அடுத்த விவகாரம், மதமாற்றம் தொடர்பானது. கிறித்தவ மிஷனரிகளால் இந்துக்கள் பெருமளவில் மதமாற்றம் செய்யப்பட்டுவருகின்றனர் என்பதும் அதற்காக வெளிநாடுகளில் இருந்து பெரிய அளவில் நிதி இறக்குமதி நடக்கிறது என்பதும் ஆர்.எஸ்.எஸ்ஸின் முக்கியமான குற்றச்சாட்டுகள். குறிப்பாக, மலைவாழ் மக்களை மதமாற்றம் செய்வதில் கிறித்தவ மிஷனரிகள் ஈடுபடுவதைத் தடுக்கவே வனவாசி கல்யாண் ஆசிரமத்தைத் தொடங்கியிருந்தது ஆர்.எஸ்.எஸ்.

மதமாற்றத் தடை மசோதா என்ற நேரடிப் பெயரில் அல்ல, மதச்சுதந்தர மசோதா என்ற மறைமுகப் பெயரில்.

உண்மையில், அந்த விவகாரத்தில் ஆர்.எஸ்.எஸ்ஸின் ஆகப்பெரிய இலக்காக இருந்தது அன்னை தெரசா நடத்திய அறக்கட்டளைகள்தாம். சேவை, பிரசாரம் என்ற இரண்டு வார்த்தைகளைப் பயன்படுத்தி இந்தியாவில் மிகப்பெரிய அளவில் மதமாற்றத்தில் ஈடுபடுகிறது தெரசாவின் அறக்கட்டளை என்றது ஆர்.எஸ்.எஸ். அந்த மதமாற்றத் தடுக்கத் தன்னால் ஆன அனைத்து களப்பணிகளிலும் ஈடுபட்டது.

தற்போது தங்களுக்கு அனுசரணையாக இருக்கும் ஜனதா அரசு அமைந்திருக்கும் நிலையில், தெரசாவின்

அன்னை தெரசா

மதமாற்ற விவகாரத்தைச் சற்றே சட்டபூர்வமாக அணுகத் தயாரானது ஆர்.எஸ்.எஸ். அதற்கு ஆளுங்கட்சியில் இருக்கும் ஸ்வயம்சேவகர்களைப் பயன்படுத்திக்கொண்டது. ஜனசங்கத்தின் முக்கியத் தலைவராக விளங்கி, தற்போது ஜனதாவில் இருக்கும் ஓம் பிரகாஷ் தியாகி இந்திய நாடாளுமன்றத்தில் தனிநபர் மசோதா ஒன்றைக் கொண்டுவந்தார். ஆனால் மதமாற்றத் தடை மசோதா என்ற நேரடிப் பெயரில் அல்ல, மதச்சுதந்தர மசோதா என்ற மறைமுகப் பெயரில்.

பணம், பொருள் உள்ளிட்டவற்றைத் தருகிறோம் என்று ஆசை வார்த்தைகள் சொல்லியோ, வஞ்சகமான வாக்குறுதி கொடுத்தோ, பலவந்தமாக மிரட்டியோ அடுத்தவர்களை மதமாற்றத்தில் ஈடுபடுத்துவோர் மீது சட்டரீதியான நடவடிக்கை எடுத்து, அவர்களுக்குச் சிறைவாசமோ அல்லது அபராதமோ விதிக்கவேண்டும் என்பதுதான் அந்த மசோதாவின் உள்ளடக்கம்.

கட்டாய மதமாற்றத்துக்கு எதிரான சட்டங்கள் ஏற்கெனவே அமலில் இருக்க, இந்தப் புதிய மசோதாவின் நோக்கம் குறித்து சர்ச்சைகள் எழுந்தன. கிறித்தவர்கள், இஸ்லாமியர்களுக்கு எதிராக ஆர்.எஸ்.எஸ் நடத்தும் சட்டரீதியான காய் நகர்த்தல் என்ற விமரிசனமும் எழுந்தது. அப்போது அந்த மசோதாவுக்கு எதிராகக் குரல் எழுப்பியவர்களுள் முக்கியமானவர், அன்னை தெரசா.

2 டிசம்பர் 1978 அன்று மதச்சுதந்தர மசோதாவைக் கொண்டுவந்தார் ஜனத கட்சியின் ஓம் பிரகாஷ் தியாகி. அதனை எதிர்த்து கிறித்தவர்களும் இஸ்லாமியர்களும் மட்டுமின்றி, அரசியல் கட்சிகளும் போராட்டத்தில் இறங்கின. அப்படியொரு மசோதா தங்களுடைய இயற்கையான

செயல்பாடுகளைக்கூடத் தடுத்து நிறுத்திவிடும் என்பது அவர்களுடைய அச்சம். அதற்காக அவர்கள் அருணாச்சல பிரதேசத்தில் நடந்த சம்பவங்களை உதாரணமாகக் காட்டினர்.

ரொமிலா தாப்பர்

ஆம், முன்னதாக அருணாச்சல பிரதேச சட்டமன்றத்தில் இதேபோன்ற மசோதா ஒன்று நிறைவேற்றப்பட்டிருந்தது. அதன் காரணமாக, எந்தவொரு கிறித்தவ மிஷனரிகளும் அந்த மாநிலத்துக்குள் நுழைய முடியாத நிலை உருவாக்கப்பட்டது. அது அன்னை தெரசாவை அதிருப்தியடையச் செய்தது. அதை அரசுக்கு வெளிப் படுத்தும் வகையில், திப்ருகர் பிஷப் சகிதம் அருணாச்சல பிரதேசத்துக்குச் செல்ல முயன்றார் தெரசா.

மாநில எல்லையில் அவருக்கு அனுமதி மறுக்கப் பட்டது. அவர்களைக் காவலர்கள் தடுத்து நிறுத்தினர். ஆனால் அதே அருணாச்சல பிரதேசத்துக்குள் ராமகிருஷ்ணா மிஷனைச் சேர்ந்தவர் கள் வெகு இயல்பாகச் சென்றுவர முடிந்தது. ஆகவே, இது ஓரவஞ்சனையாகவே பார்க்கப்பட்டது. அருணாச்சலப் பிரதேச விவகாரமே அடங்கியிருக்காத நிலையில், அடுத்த அதிரடியாக ஓம் பிரகாஷ் தியாகி கொண்டுவந்த மதச்சுதந்தர மசோதா விவகாரம் வெடித்துக் கிளம்பியது.

இனியும் அமைதியாக இருப்பது ஆபத்தில் முடிந்துவிடும் என்று கருதிய அன்னை தெரசா, 25 மார்ச் 1979 அன்று நீண்ட நெடிய கடிதம் ஒன்றை பிரதமர் மொரார்ஜி தேசாய்க்கு எழுதினார். அந்தக் கடிதத்தில் புதிய மசோதா, அருணாச்சலப் பிரதேச விவகாரம், சிறுபான்மை மக்களின் உரிமை, மதமாற்றம், மதப்பிரசாரம், கடவுள் வழிபாடு உள்ளிட்ட அனைத்து விவகாரங்கள் பற்றியும் விரிவாகப் பேசியிருந்தார் தெரசா.

நமது மக்கள் கடவுளுக்குப் பயப்படுபவர்கள். இன்று அவர்கள் தங்கள் மனசாட்சியின் இயல்புப்படி வசதியாக வாழ இயலாமல், ஒவ்வொருவரும் பாதுகாப்பற்றத் தன்மையோடு வாழ்வதாக உணர்கிறார்கள்.

அநேகப் பிரார்த்தனைகளுக்கும் தியாகங் களுக்கும் பிறகு நான் எழுதுவது:

நீங்கள் நடவடிக்கை எடுக்கும் முன்பு, அதனால் மக்களின் மகிழ்ச்சியும் சுதந்தரமும் பறி போவதற்கு முன்னர், வழிபாட்டில் ஆண்டவரை நேருக்குநேர் சந்திக்குமாறு உங்களைக் கேட்டுக்கொள்கிறேன். நமது மக்கள் கடவுளுக்குப் பயப்படுபவர்கள். இன்று அவர்கள் தங்கள் மனசாட்சியின் இயல்புப்படி வசதியாக வாழ இயலாமல், ஒவ்வொருவரும் பாதுகாப்பற்றத் தன்மை யோடு வாழ்வதாக உணர்கிறார்கள்.

மதம் என்பது நீங்களோ நானோ தொடு வதற்கான விஷயம் கிடையாது. அது வழி படுவதற்கான வழி. அதாவது, மனசாட்சி யின் குரலை எதிரொலிப்பது. எனக்கான

மதம் எது என்பதை நானே தீர்மானிப்பேன். அதுபோலவே, உங்களுக்கான மதத்தை நீங்களே முடிவு செய்யலாம். ஆகவே, எந்த மனிதனுக்கோ, எத்தகைய சட்டத்துக்கோ, ஏன் அரசாங்கத்துக்கேகூட, வழிபாடு செய்வதில் உள்ள என் விருப்பத்தை நீக்கவோ, என்னைத் தடுக்கவோ, அல்லது வேறொரு விஷயத்தில் என்னைத் திணிக்கவோ, கட்டாயப்படுத்தவோ உரிமை கிடையாது.

'கிறித்தவர்கள், கர்த்தர் பைபிளில் சொன்ன கட்டளைகளை அப்படியே அடியொற்றி வாழும் பட்சத்தில், இந்தியாவில் இந்துக்களே இருக்க மாட்டார்கள்' என்று காந்திஜி கூறியுள்ளார். உங்களிடம் இல்லாததை நீங்கள் எங்களுக்கு வழங்க முடியாது.

மதச் சுதந்தரம் என்கிறப் பெயரால் நீங்கள், நாடாளுமன்றத்தில் செய்ய இருக்கும் காரியம் அபாயகரமானது. இந்தப் புதிய நகர்வு தவறானதும்கூட. தனது மனசாட்சி சொன்னதைக் கேட்டு, ஒருவன் தனக்கான மதத்தைத் தேர்ந்தெடுக்கும் உரிமையற்றுப் போனால், இந்தியாவில் சுதந்தரம் இல்லை என்றே அர்த்தம்.

ராம் சரண் சர்மா

ஏற்கனவே அருணாச்சலப் பிரதேசத்தில் மத ரீதியாக மக்கள் பெரும் அவஸ்தைப்படுகிறார்கள். இந்தியாவில் 87 இடங்களில் நாங்கள் இருக்கிறோம். ஆனால் அருணாச்சல பிரதேசத்தில் உள்ள ஏழைகளுடன் இருக்கமுடியவில்லை. அதேசமயம், ராமகிருஷ்ணா மிஷனைச் சேர்ந்த பலரும் அங்கே சுதந்தரமாகச் சென்றுவர முடிகிறது.

இத்தனை ஆண்டுகள் இந்தியர்கள் அமைதியாகவும் ஒற்றுமையாகவும் வாழ்ந்து வருகிறார்கள். இப்போது மதத்தை, வெட்டும் கோடாலியாகப் பயன்படுத்துவதன் மூலம், மக்களின் அன்பை அழிக்காதீர்கள்.

நீங்கள் இறைவனுக்குப் பயப்பட மாட்டீர்களா என்ன? நீங்கள் கடவுளை ஈஸ்வரன் என்கிறீர்கள், சிலர் அல்லா என்கிறார்கள், இன்னும் சிலர் கடவுள் என்று பொதுவாகச் சொல்கிறார்கள். ஆனால் நாம் அனைவரும் ஒப்புக்கொண்ட விஷயம் ஒன்றுதான். நாம் நேசிக்கவும் நேசிக்கப்படவும் கடவுளால் படைக்கப்பட்டவர்கள். கடவுள் தேர்வு பற்றிய ஒருவருடைய முடிவைத் தடுப்பதற்கு நமக்கு யார் அதிகாரம் கொடுத்தது?

தயவுசெய்து இந்துக்களைக் குறைத்து மதிப்பிடாதீர்கள். கேவலம், ஒரு தட்டுச் சோற்றுக்காக அவர்கள் தங்கள் மதத்தைக் கைவிட்டுவிடுவார்கள் என்று எண்ணாதீர்கள்.'

நீண்ட கடிதத்தை வாசித்த பிரதமர் மொரார்ஜி, அதற்கு நுட்பமான எதிர்வினையை ஆற்றினார். குறிப்பாக, அறக்கட்டளையும் மதப்பிரசாரமும் ஒன்றாகச் செல்வதில் எந்தத் தவறும் இல்லை. அதற்கு எந்தத் தடையும் இல்லை. ஆனால் அறக்கட்டளையும் மதமாற்றமும் ஒன்றாகப் பயணிப்பதுதான் சிக்கலை ஏற்படுத்துகிறது என்றார் பிரதமர் மொரார்ஜி.

இன்னும் சொல்லப்போனால், நீங்கள் குறிப்பிடுகின்ற மசோதா ஒன்றும் மதப்பிரசாரத்தையோ, மதமாற்றத்தையோ தடை செய்யவில்லை. மாறாக, இந்தியாவில் இருக்கக்கூடிய ஏழைகளும் கல்வியறிவு இல்லாதவர்களும் தங்களுக்கான மதத்தைச் சுதந்தரமாகப் பின்பற்ற வழிவகை செய்கிறது. ஆகவே, நீங்கள் அச்சப்படுவதற்கு ஏதுமில்லை என்று விளக்கம் கொடுத்தார்.

முக்கியமாக, அருணாச்சல பிரதேச மாநிலத்தில் தங்களுடைய அறக்கட்டளை நுழைவதற்கு விதிக்கப்பட்டுள்ள தடை குறித்த தெரசாவின் கேள்விக்குப் பதிலளித்த பிரதமர் மொரார்ஜி, ‘உங்கள் சேவை அந்த மாநிலத்துக்குத் தேவையில்லை என்று அவர்கள் நினைக்கும்போது, நீங்கள் ஏன் வலுக்கட்டாயமாக அங்கே செல்லவேண்டும்?’ என்று எதிர்க்கேள்வி எழுப்பினார்.

ஆனால் விவகாரம் அத்துடன் முடிந்துவிடவில்லை. மதச்சுதந்தர மசோதாவுக்கு எதிரான சிறுபான்மை மக்களின் போராட்டங்கள் தொடர்ந்து வலுவடைந்துகொண்டே சென்றன. இனியும் மசோதாவைக் கொண்டுவருவது ஜனதா அரசுக்குத் தேவையற்ற கெட்ட பெயரைக் கொண்டு வந்து சேர்க்கும் என்ற குரல் ஜனதா கட்சிக்குள் எழுந்தது. அதனைத் தொடர்ந்து மதச் சுதந்தர மசோதாவைக் கைவிட்டது ஜனதா அரசு.

ஜனதா ஆட்சியின் தொடக்க காலத்தில் உருவான இந்த இருபெரும் சர்ச்சைகளுக்குப் பின்னால் ஆர்.எஸ்.எஸ்ஸும் முன்னாள் ஜனசங்கத்தினரும் இருந்தது ஜனதா கட்சியில் இருந்த ஆர்.எஸ்.எஸ் எதிர்ப்பாளர்களை முணுமுணுக்கச் செய்தது. அந்த நேரம் பார்த்து அமைச்சர் அத்வானி மீது ஒரு குற்றச்சாட்டு முன்வைக்கப்பட்டது.

ஆர்.எஸ்.எஸ் சித்தாந்தத்தையும் கொள்கைகளையும் மக்கள் மத்தியில் பரப்பும் முயற்சியில் அரசு ஊடகங்களைப் பயன்படுத்துகிறார் தகவல், ஒலிபரப்புத் துறை அமைச்சர் அத்வானி என்பதுதான் புகார். ஆனால் அதனை முட்டாள்தனமானது என்று ஒற்றை வார்த்தையில் ஒதுக்கித்தள்ளினார் மொரார்ஜி. அதேபோல, அமைச்சர் வாஜ்பாய் மீதான நிர்வாக ரீதியிலான குற்றச்சாட்டையும் பிரதமர் மொரார்ஜி அலட்சியமாக நிராகரித்தார். அது சந்தேகச் செடிகளை வளர்த்தது.

ஆர்.எஸ்.எஸ்ஸின் ஆசியுடன் அத்வானியும் வாஜ்பாயும் பிரதமர் மொரார்ஜி தேசாயை மெல்ல மெல்ல தங்கள் கட்டுப்பாட்டுக்குள் கொண்டுசெல்வதாகக் கருதத் தொடங்கினர். அதற்கேற்பவே முன்னாள் ஜனசங்கத்தினர் கொண்டுவரும் விவகாரங்களும் அதற்கு மொரார்ஜி காட்டும் கரிசனப்பார்வைகளும் அமைந்தன. இனியும் அமைதி காப்பது ஆட்சிக்கே உலை வைத்துவிடும் என்று கருதிய அவர்கள் மிக முக்கிய ஆயுதத்தைக் கையில் எடுத்தனர். அது, இரட்டை உறுப்பினர் விவகாரம்!

70

உடைந்தது ஜனதா, வீழ்ந்தார் மொரார்ஜி

அரசியல் தீண்டாமையில் இருந்து வெளியேறி, தேசிய அரசியல் நீரோட்டத்தில் இணைய வேண்டும் என்றால் ஜனதாவில் இணைவதைத் தவிர்க்க முடியாது என்பதாலேயே அத்வானியும் வாஜ்பாயும் ஜனசங்கத்தைக் கலைத்திருந்தனர். ஆனால் ஆட்சி அதிகாரத்துக்கு வந்தபிறகு அவர்களுடைய கவனம் முழுக்க இந்துத்வ சித்தாந்தத்தின் மீதே நிலைகுத்தி நின்றது.

தங்கள் சக்திக்கு உட்பட்டுச் செய்ய முடிந்த காரியங்களை எல்லாம் செய்து கொண்டிருந்தனர். மதச்சுதந்தர மசோதா உள்ளிட்ட முயற்சிகள் எல்லாம் அந்தக் கணக்கில் வரக்கூடியவையே. அதன்மூலம், ஜனதாவில் இணைந்துவிட்டாலும்கூட, நாங்கள் அடிப்படையில் ஆர்.எஸ்.எஸ் காரர்களே என்பதை வாய்ப்பு கிடைக்கும்போதெல்லாம் நிரூபித்துக்கொண்டிருந்தனர்.

குறிப்பாக, 1978 நவம்பரில் லக்னோவில் நடந்த ஆர்.எஸ்.எஸ் கூட்டத்தில் ஜனதா கட்சியில் இருக்கும் அமைச்சர்கள் உள்ளிட்ட முன்னாள் ஜனசங்கத்தினர் பலரும் பங்கேற்றனர். ஆர்.எஸ்.எஸ் சீருடை சகிதம் அவர்கள் அமர்ந்திருந்த காட்சி ஜனதா கட்சிக்குள் சலசலப்புகளை ஏற்படுத்தியது. அதன் தொடர்ச்சியாக 1979 மார்ச்சில் டெல்லியில் நடந்த ஆர்.எஸ்.எஸ் ஆண்டு விழாவில் அமைச்சர் வாஜ்பாய் உள்ளிட்ட முன்னாள் ஜனசங்கத்தினர் பலரும் பங்கேற்றனர்.

மது லிமாயி

சலசலப்புகள் சர்ச்சைகளாக மாறத் தொடங்கிய சூழ்நிலையில் 1979 ஏப்ரல் மாதம் ஜாம்ஷெட்பூரில் மதக்கலவரம் ஒன்று வெடித்தது. இந்து - முஸ்லீம் கலவரம். அதில் கொல்லப்பட்ட 108 பேரில் 79 பேர் முஸ்லீம்கள். இந்தியாவை உலுக்கியெடுத்த அந்தக் கலவரம் குறித்து விசாரிக்க விசாரணை ஆணையம் ஒன்று அமைக்கப்பட்டது.

அந்த ஆணைய விசாரணை அறிக்கை வி.என். பாண்டே என்பவரைக் குற்றவாளியாக அடையாளம் காட்டியது. அவர், ஜனதா கட்சியின் சட்டமன்ற உறுப்பினர். முன்னாள் ஜனசங்க உறுப்பினரும்கூட. போதாது? ஜனதாவில் இருந்த முன்னாள் ஜனசங்கத்தினருக்கு நெருக்கடிகள் முற்றத் தொடங்கின. அவர்களுடைய ஆர்.எஸ்.எஸ் அடையாளம் கேள்விக்கு உள்ளானது.

ஜனதாவின் இடைக்கால அமைப்புச் சட்டத்தில் கட்சியின் உறுப்பினர்கள் வேறெந்த அரசியல் கட்சியிலோ, அமைப்பிலோ உறுப்பினராக இருக்கக்கூடாது என்று எழுதப்பட்ட விதியைச் சுட்டிக் காட்டிய கட்சியின் நிர்வாகக்குழு உறுப்பினர் சத்யநாராயண் சின்ஹா, முன்னாள் ஜனசங்கத்தினர் தங்கள் ஆர்.எஸ்.எஸ் அடையாளத்தைத் துறக்க வேண்டும் என்று நெருக்கடி கொடுத்தார். ஒரே சமயத்தில் இரண்டு வெவ்வேறு அமைப்புகளில் உறுப்பினராக இருக்கமுடியாது என்றார் அவர்.

ஆனால் பிரதமர் மொரார்ஜியோ முன்னாள் ஜன சங்கத்தினருக்கு ஆதரவான நிலைப்பாட்டையே எடுத்தார். ஆர்.எஸ்.எஸ் ஒன்றும் மதவாத அமைப்பு அல்ல, கலாசார அமைப்பு என்று சான்றிதழ் கொடுத்தார். ஆனால் ஜனதா கட்சியின் மூத்த தலைவர்களான மது லிமாயி, ராஜ் நாராயண் போன்றவர்கள் முன்னாள் ஜனசங்கத்தினரின் ஆர்.எஸ்.எஸ் தொடர்பைக் கண்டித்தனர். அவர்கள் ஜனதாவில் நீடிக்கவேண்டும் என்றால் ஆர்.எஸ்.எஸ்ஸில் இருந்து விலகவேண்டும் என்றனர்.

உச்சகட்டமாக, ஆர்.எஸ்.எஸ் கூட்டங்களில் பங்கேற்கும் அமைச்சர்களைப் பதவி நீக்கம் செய்ய வேண்டும் என்றார் ராஜ் நாராயண். அவர் குறிவைத்தது அத்வானி, வாஜ்பாய் இருவரையும்தான். ஆனால் பிரதமர் மொரார்ஜி தேசாயோ ஆர்.எஸ்.எஸ் ஒரு கலாசார அமைப்பு என்ற கருத்தையே திரும்பத் திரும்ப வலியுறுத்தினார்.

> ஆர்.எஸ்.எஸ் ஒன்றும் மதவாத அமைப்பு அல்ல, கலாசார அமைப்பு என்று சான்றிதழ் கொடுத்தார்.

சஞ்சய் காந்தி

அப்படிச் சொல்வதன்மூலம் அந்த அமைப்பினர் செய்யும் மூர்க்கமான காரியங்களுக்கு அங்கீகாரம் தருகிறீர்கள் என்று மொரார்ஜியிடம் ஆவேசம் காட்டினர் ராஜ் நாராயண். அதனை மது லிமாயி உள்ளிட்டோர் வழிமொழிந்தனர். ஆனால் அதுகுறித்து வாஜ்பாய் உள்ளிட்ட முன்னாள் ஜனசங்கத்தினர் எவ்வித எதிர்க்குரலையும் எழுப்பவில்லை. மொரார்ஜி இருக்க பயமேன்!

ஒருபக்கம், இரட்டை உறுப்பினர் என்ற அம்சத்தை மையமாக வைத்து சர்ச்சைகள் வெடித்திருக்க, இன்னொரு பக்கம் மொரார்ஜி தேசாய்க்கு எதிராக சரண் சிங், ராஜ் நாராயண் உள்ளிட்ட தலைவர்கள் போர்க்கொடி தூக்கியிருந்தனர். மொரார்ஜி, சரண்சிங், ஜெகஜீவன் ராம் என்ற முப்பெரும் தலைவர்களுக்கிடையே அதிகாரப்போட்டியும் அகந்தை யுத்தமும் கொழுந்துவிட்டு எரிந்துகொண்டிருந்தது. இப்போதல்ல, ஆட்சிக்கு வந்த நொடியில் இருந்தே.

மொரார்ஜியைவிட தனக்கே செல்வாக்கு அதிகம் என்பதை அடிக்கடி வலியுறுத்திக் கொண்டிருந் தார் சரண் சிங். ஆனால் அவர்கள் இருவருக்கும் அப்பால் தன்னுடைய ஆதரவுத் தளத்தை விரிவுபடுத்திக்கொண்டிருந்தார் ஜெகஜீவன் ராம். ஆனால் பிரதமர் என்ற உச்சபட்சநாற்காலியில் அமர்ந்தபடி பக்குவமாகக் காய் நகர்த்திக்கொண்டிருந்தார் மொரார்ஜி. அவருக்குத் துணையாக முன்னாள் ஜனசங்கத்தினர் திரண்டு நின்றனர்.

இந்நிலையில் மொரார்ஜியின் மகன் காந்தி தேசாயை முன்வைத்து கட்சிக்குள் கலகம் வெடித் தது. பிரதமரின் மகன் என்ற முறையில் காந்தி தேசாய் அரசின் நிர்வாக நடவடிக்கைகளில்

சரண் சிங்

தலையிடுகிறார் என்றனர் சில மூத்த தலைவர்கள். அரசுப் பயணம் மேற்கொள்ளும் பிரதமருடன் காந்தி தேசாயும் செல்கிறார் என்றும் பிரதமர் மகன் என்ற ஹோதாவில் வெளிநாடுகளில் தனது வர்த்தகக் காரியங்களைச் சாதித்துக் கொள்கிறார் என்றும் விமரிசனங்கள் எழுந்தன.

உச்சபட்சமாக, காந்தி தேசாயின் செயல்பாடுகள் குறித்து பிரதமர் மொரார்ஜிக்கு மூன்று கடிதங்களை எழுதினார் உள்துறை அமைச்சர் சரண் சிங். அந்தக் கடிதங்களில் பிரதமரின் மகனாக காந்தி தேசாய் செய்துவரும் அதிகார அத்துமீறல்கள் குறித்து எழுதியிருந்தார். ஆனால் பிரதமர் மொரார்ஜியோ, 'என்னுடைய பணிகளில் காந்தி தேசாய் உள்ளிட்ட எவரும் குறுக்கிடாமல் பார்த்துக்கொள்ள வேண்டியது என் பொறுப்பு' என்று சொல்லிவிட்டார்.

ஆனாலும் கடிதப்பரிமாற்ற விவகாரத்தை முன்வைத்து நாடாளுமன்றத்தில் ஜனதா அரசுக்கு எதிரான குரல்கள் கேட்கத் தொடங்கின. மாநிலங்களவையில் இந்திரா காங்கிரஸ் பலமாகவும் ஜனதா பலவீனமாகவும் இருந்த காரணத்தால், மாநிலங்களவை முடக்கப்பட்டது. அது கட்சியின் மாநிலங்களவைக் குழுத் தலைவர் அத்வானிக்கு நெருக்கடியை ஏற்படுத்தியது.

மொரார்ஜி - சரண் சிங் இடையிலான கடிதப் பரிமாற்றங்களைப் பகிரங்கப்படுத்த வேண்டும் என்பது இந்திரா காங்கிரஸின் கோரிக்கை. அதைச் செய்வதில் பிரதமர் மொரார்ஜிக்குத் தயக்கம் இருந்தது. ஆனால் அத்வானியோ, 'கடிதங்களையும் பகிரங்கப்படுத்துவோம், அதற்கான பதில்களையும் பகிரங்கப்படுத்துவோம்' என்றார். அதற்கு மொரார்ஜி சம்மதிக்கவில்லை.

நாடாளுமன்ற உறுப்பினர்களின் நியாயமான கோரிக்கையை ஏற்க பிரதமர் மொரார்ஜி தயக்கம் காட்டுகிறாரே என்று அதிருப்தியடைந்த அத்வானி, ஜனதாவின் மாநிலங்களவைக் குழுவின் தலைவர் என்ற தனது பதவியை ராஜினாமா செய்தார். பின்னர் நடந்த பேச்சுவார்த்தைகளைத் தொடர்ந்து தன்னுடைய ராஜினாமாவைத் திரும்பப்பெற்றார் அத்வானி.

பதவி, அகந்தை என்று வெவ்வேறு குழப்பங்கள் கட்சிக்குள் இருந்தாலும், அவர்கள் வெளிப்படையாகச் சொன்னது ஆர்.எஸ்.எஸ் அடையாளத்தைத்தான்.

மொரார்ஜி - சரண்சிங் இடையிலான அகந்தை யுத்தம் அடுத்த கட்டமாக, சரண் சிங்கை அமைச்சரவையிலிருந்து வெளியேறச் சொன்னார் மொரார்ஜி. ஆனால் தன்னுடைய ஆதரவுத் தளம் வலுவானது என்பது சரண் சிங்குக்கு நன்றாகவே தெரியும் என்பதால், பதவியை ராஜினாமா செய்துவிட்டு, தன்னுடைய ஆதரவாளர்களை ஒன்றுதிரட்டத் தொடங்கினார். அதன்மூலம் பிரதமர் மொரார்ஜியின் ஆட்சிக்கு உலை வைக்கும் காரியங்கள் ஆரம்பமாகின.

நிலைமை சிக்கலானதைத் தொடர்ந்து கட்சியின் மூத்த தலைவர்கள் சமாதான

நடவடிக்கைகளை எடுக்கத் தொடங்கினர். சரண் சிங் விலகினால் ஆட்சி கவிழும் என்பதை உணர்ந்துகொண்ட பிரதமர் மொரார்ஜி, வேறு வழியின்றி சரண் சிங்கை மீண்டும் அமைச்சரவையில் இணைத்துக் கொண்டார். அப்போது அரசுக்கு இரண்டு துணைப் பிரதமர்கள் கிடைத்திருந்தனர்.

சரண் சிங், ஜெகஜீவன் ராம் என்ற இருவருக்குமே துணைப் பிரதமர் பதவி தரப்பட்டிருந்தது. அகந்தை யுத்தத்தைச் சமாளிக்க மொரார்ஜி கண்டுபிடித்த புதிய உத்தி. அதிகாரப்பரவல் என்று அதனைச் சொல்லமுடியாது. அதிகாரத்தைத் தக்கவைத்துக்கொள்ளக் கையாளப்பட்ட அரசியல் உத்தி அது.

ஆனால் அதுவும்கூட அதிக நாள்களுக்குப் பலன் கொடுக்கவில்லை. காரணம், யுத்த நிறுத்த காலம் என்பது ஆயுதங்கள் சேகரிப்பதற்கான கால அவகாசம் என்று சொல்லப்படுவதைப் போல துணைப் பிரதமர் பதவியை ஒருபக்கம் ஏற்றுக்கொண்டு, இன்னொரு பக்கம் ஆட்சியைக் கைப்பற்றுவதற்கான மாற்று முயற்சிகளைத் தொடங்கியிருந்தார் துணைப் பிரதமர் சரண் சிங்.

அவருடைய ஆசியுடன் இந்திரா காந்தியின் இளைய மகன் சஞ்சய் காந்தியைச் சந்தித்துப் பேசினார் ராஜ் நாராயண். ஆம், இந்திராவின் அரசியல் வீழ்ச்சிக்குக் காரணமான ரேபரேலி வழக்கின் நாயகனே அவர்தான். அரசியல் சக்கரம் அதிவேகமாகச் சுழன்றிருந்தது. நேற்று இந்திராவின் எதிர்முகாமில் இருந்த ராஜ் நாராயண், இன்று இந்திராவின் பக்கம் சென்றிருந்தார். அதனைத் தொடர்ந்து அரசியல் காட்சிகள் அதிவேகமாக நகரத் தொடங்கின.

ராஜ் நாராயண்

9 ஜூலை 1979 அன்று ஜனதா கட்சியின் 27 மக்களவை உறுப்பினர்கள் ஜனதா கட்சியில் இருந்து விலகி, எதிர்க்கட்சி வரிசையில் அமர்ந்தனர். அத்தனை பேரும் சரண் சிங்கின் ஆதரவாளர்கள். அந்த எம்.பிக்களுக்குத் தலைமை ஏற்றவர் ராஜ் நாராயண். கட்சியில் இருந்து வெளியேறிய அவர்களுடைய முக்கியமான கோரிக்கை என்ன தெரியுமா?

ஜனதாவில் இருக்கும் முன்னாள் ஜனசங்கத்தினர் தங்கள் ஆர்.எஸ்.எஸ் அடையாளத்தைத் துறக்க வேண்டும் என்பதுதான். பதவி, அகந்தை என்று வெவ்வேறு குழப்பங்கள் கட்சிக்குள் இருந்தாலும், அவர்கள் வெளிப்படையாகச் சொன்னது ஆர்.எஸ்.எஸ் அடையாளத்தைத்தான். ஆனால் மெய்யான காரணம் பிரதமர் பதவிக்கான காய் நகர்த்தல்தான் என்பது கண்கூடு.

அதன்மூலம் இந்திரா காங்கிரஸ் - சரண் சிங் இடையே அரசியல் உடன்பாடு ஏற்பட்டிருப்ப தற்கான சமிக்ஞைகள் தெரிந்தன. மொரார்ஜியின் நாற்காலி ஆடும் சத்தம் தெளிவாகக் கேட்டது. பின்னர் மேலும் 17 எம்.பிக்கள் ஜனதா கட்சியில் இருந்து விலகி, தன்னுடன் சேர்ந் திருப்பதாக குடியரசுத் தலைவர் சஞ்சீவ ரெட்டிக்குத் தகவல் கொடுத்தார் ராஜ் நாராயண். ஆக மொத்தம் 44 எம்.பிக்கள் ஜனதா கட்சியில் இருந்து வெளியேறியிருந்தனர்.

ஜனதா கட்சிக்குள் பிளவு ஏற்பட்டுள்ளது தெளிவாகத் தெரியவந்த நிலையில், மொரார்ஜி அரசின் மீது நம்பிக்கையில்லாத் தீர்மானம் கொண்டுவரப்பட்டது. இன்னொரு பக்கம் சரண்.

சிங் போன்றவர்கள் ஜனதா அரசைக் காப்பாற்ற வேண்டும் என்றால் மொரார்ஜி பதவி விலக வேண்டும் என்று கோரிக்கை விடுத்தனர். ஆனால் அந்தக் கோரிக்கையை அடியோடு நிராகரித்து விட்டார் மொரார்ஜி. அதன்மூலம் ஜனதா கட்சிக்குள் ஏற்பட்ட குழப்பங்கள் மேலும் அதிகரித்தன.

குழம்பிய குட்டையில் மீன்பிடிக்கத் தயாராக இருந்த இந்திரா காந்தி, தற்போதுள்ள ஜனதா அரசு கவிழ்ந்து, சரண் சிங் ஆட்சி அமைக்க உரிமை கோரும் பட்சத்தில், அவருக்கு ஆதரவாக இந்திரா காங்கிரஸ் செயல்படும் என்று அறிவித்தார். அதன்மூலம் மொரார்ஜிக்குப் பலத்த நெருக்கடி உருவானது. அரசியல் கட்சிகளின் நிலைப்பாடுகள் குறித்து தீவிரமாக ஆய்வுசெய்து பார்த்தார்.

அப்போது ரபி ரே, பகுகுணா, பிஜு பட்நாயக், ஜார்ஜ் ஃபெர்னாண்டஸ் போன்ற முக்கியத் தலைவர்கள் பலரும் தனக்கு எதிரான நிலைப்பாட்டை எடுத்திருப்பது தெரிந்தது. சிபிஎம் போன்ற சில கட்சிகளும் மொரார்ஜி எதிர்ப்பு நிலைப்பாட்டிலேயே இருந்தன. கூடவே இருந்தவர்கள் முன்னாள் ஜனசங்கத்தினர் மட்டுமே. என்ன ஆனாலும் சரி, மொரார்ஜி பக்கமே நிற்பது என்பது அவர்களுடைய முடிவு. தவிரவும், அவர்களைச் சேர்த்துக்கொள்ள எதிரணியும் தயாராக இல்லை. அவர்கள் பக்கம் செல்ல இவர்களுக்கும் வாய்ப்பில்லை.

நிலைமை விபரீதமாகிவிட்டதை உணர்ந்துகொண்ட மொரார்ஜி, நாடாளுமன்றத்தில் நம்பிக்கையில்லாத் தீர்மானத்தை எதிர்கொண்டு தோல்வியைச் சந்திக்க விரும்பவில்லை. 15 ஜூலை 1979 அன்று பிரதமர் பதவியை ராஜினாமா செய்தார். நெடுங்காலக் கனவு நனவாகும் மகிழ்ச்சியோடு மாற்று அரசை அமைக்கும் முயற்சிகளைத் தொடங்கினார் சரண் சிங். அப்போது புதிய அரசியல் கட்சி ஒன்று உருவாகியிருந்தது!

71

ஜனதாவில் இருந்து மதச்சார்பற்ற ஜனதா

இந்திரா காந்தி என்ற ஒற்றைத் தலைவரை எதிர்த்து பல கட்சிகளைக் கொண்ட ஜனதா கட்சி உருவானது. மக்கள் மத்தியில் எமர்ஜென்ஸிக்கு எதிராக இருந்த மனநிலையை வாக்குகளாக மாற்றி ஆட்சியையும் பிடித்தது. மொரார்ஜி தேசாய் பிரதமரானார். ஆனால் கட்சித் தலைவர்களுக்குள் நிலவிய அகந்தை யுத்தம் ஆட்சியை அற்ப ஆயுளில் வீழ்த்தியது.

நாடாளுமன்றத்தில் நம்பிக்கை வாக்கெடுப்பு கோருவதற்கு முன்பே தன்னுடைய பிரதமர் பதவியை ராஜினாமா செய்திருந்தார் மொரார்ஜி தேசாய். அத்தோடு அவர் நின்றுவிடவில்லை. விரக்தியின் விளிம்புக்கே சென்ற அவர், தான் அரசியலில் இருந்து முற்றிலுமாக விலகிக் கொள்வதாகவும் இனி தேர்தலில் போட்டியிடப் போவதில்லை என்றும் திட்டவட்டமாக அறிவித்தார்.

மொரார்ஜியின் முடிவில் அதிகம் அதிர்ச்சியடைந்தது முன்னாள் ஜனசங்கத்தினர்தான். புதிய குருநாதரான மொரார்ஜியின் அரசியல் விலகல் அவர்களைத் தனிமைப்படுத்தியிருந்தது. ஜனதா கட்சியின் நாடாளுமன்றக் குழுவின் தலைவராக ஜெகஜீவன் ராம் தேர்ந்தெடுக்கப்பட்டார். அவரும்கூட முன்னாள் ஜனசங்கத்தினருக்கு முழுமையாக ஆதரவு தரக்கூடியவர் அல்லர்.

இதற்கிடையே, மாற்று அரசை அமைக்கப்போவது யார் என்ற கேள்விக்கான விடையாக சரண் சிங் இருந்தார். அவருக்குப் பின்னால்

சஞ்சீவ ரெட்டி

ஏராளமான எம்.பிக்கள் திரண்டிருந்தனர். அவர்தான் ஆட்சியமைக்கப் போகிறார் என்று தெரிந்ததும் பல இடப்பெயர்ச்சிகள் நடந்தன. முக்கியமாக, சஞ்சய் காந்தி - ராஜ் நாராயண் ரகசியப் பேச்சுவார்த்தைகள் வேலை செய்திருந்தன. மொரார்ஜி ஆட்சி கவிழ்ந்தால் சரண் சிங் பிரதமராக ஆதரவளிப்போம் என்று வெளிப்படையாகவே அறிவித்திருந்தார் இந்திரா.

தன் பக்கம் திரண்டிருக்கும் தொண்ணூற்று சொச்ச எம்.பிக்களுக்குத் தனி அடையாளம் கொடுக்கும் வகையில் மதச்சார்பற்ற ஜனதா என்ற புதிய கட்சியைத் தொடங்கினார் சரண் சிங். நேரடியாக அல்ல. ராஜ் நாராயணைத் தலைவராகக் கொண்டு தனிக்கட்சி. அந்தக் கட்சியின் நாடாளுமன்றக் குழுத் தலைவராக சரண் சிங் தேர்ந்தெடுக்கப்பட்டார். பிரதமர் பதவியை ஏற்பதற்கான முஸ்தீபு அது.

ஜனதா என்ற பெயருக்கு முன்னொட்டாக 'மதச்சார்பற்ற' என்று வைத்ததற்கு முக்கியமான அரசியல் காரணம் இருந்தது. ஜனசங்கத்தினர் இல்லாத ஜனதா கட்சி என்ற அடையாளத்தை உருவாக்குவதுதான் அவர்களுடைய முக்கியமான இலக்காக இருந்தது. மதச்சார்பு அரசியல், மதச்சார்பின்மை அரசியல் என்ற பதங்கள் இந்திய அரசியல் களத்தில் மிகத் தீவிரமாகப் புழக்கத்துக்கு வந்தது இதன்பிறகுதான். இன்று இதுதான் அரசியலின் தீர்மானிக்கும் சக்தி. நிற்க.

சரண் சிங்குக்கு இந்திரா காங்கிரஸ், மார்க்சிஸ்ட் கம்யூனிஸ்ட் கட்சி, எம்.ஜி.ஆர் தலைமையிலான அனைத்திந்திய அண்ணா திமுக மற்றும் சுயேட்சைகளின் ஆதரவு கணிசமான எண்ணிக்கையில் இருந்தது. ஆகவே, அவர்கள் அனைவருடைய ஆதரவுடனும் ஆட்சியமைத்து, தன்னுடைய பல்லாண்டு காலக் கனவை நிறைவேற்றத் தயாராகியிருந்தார் சரண் சிங்.

ஜனதா என்ற பெயருக்கு முன்னொட்டாக 'மதச்சார்பற்ற' என்று வைத்ததற்கு முக்கியமான அரசியல் காரணம் இருந்தது.

ஆனால்அப்போதும்கூடஅந்தக்கட்சிக்குஆட்சியமைக்கத் தேவையான அளவுக்குப் பெரும்பான்மை கிடைக்கவில்லை. அப்போது ஒரு விநோதமான அரசியல் மாற்றம் நடந்திருந்தது. அது, காங்கிரஸுக்குள் ஏற்பட்ட மாற்றத்தின் நீட்சி.

எமர்ஜென்ஸிக்கு முன்பே காங்கிரஸ் கட்சி ஸ்தாபன காங்கிரஸ், இந்திரா காங்கிரஸ் என்று இரண்டு பிரிவுகளாகப் பிரிந்திருந்தது. இப்போது இந்திரா காங்கிரஸ் கட்சிக்குள் மீண்டும் ஒரு பிளவு. அதுவும்,

ஒய்.பி. சவான்

இந்திரா காந்திக்கு எதிர்ப்பு தெரிவிக்கும் வகையில் நடந்ததுதான். மூத்த தலைவர் யஷ்வந்த் ராவ் சவான் என்கிற ஒய்.பி. சவான் தலைமையில் இந்திரா காங்கிரஸ் எம்.பிக்களில் கணிசமானோர் தனியாகப் பிரிந்து செயல்பட்டுக் கொண்டிருந்தனர்.

இங்கே விநோதம் என்னவென்றால், சரண் சிங் ஆட்சியமைக்க இந்திரா ஆதரவளித்த அதே வேளையில், சவான் காங்கிரஸும் சரண் சிங்குக்கு ஆதரவு கொடுத்தது. அதை மனமகிழ்வுடன் ஏற்றுக்கொண்ட சரண் சிங், அவர்களுக்கும் அமைச்சரவையில் இடமளிக்கச் சம்மதித்தார். அந்த முடிவை இந்திரா காந்தி துளியும் ரசிக்கவில்லை. கூடவே கூடாது என்று முரண்டு பிடித்தார். நிலைமை சிக்கலானது.

ஆனால் தன்னுடைய கையறு நிலையை இந்திராவிடம் எடுத்துச்சொன்னார் சரண் சிங். அந்தச் சமயத்தில் மொரார்ஜியை ஆட்சியில் இருந்து அப்புறப்படுத்துவது மட்டும்தான் இந்திரா மற்றும் சஞ்சய் காந்தியின் பிரதான இலக்காக இருந்தது. தவிரவும், சரண் சிங்கைப் பயன்படுத்தி ஷா கமிஷன் உள்ளிட்ட தனக்கு எதிரான சட்டப்பூர்வ நடவடிக்கைகளின் வேகத்தைச் சற்றே மட்டுப்படுத்திவிடலாம் என்று கணக்கு போட்டார் இந்திரா. ஆகவே, ஆகட்டும் என்று சொல்லி விட்டார் இந்திரா காந்தி.

எல்லாம் கூடிவந்ததும் 16 ஜூலை 1979 அன்று குடியரசுத் தலைவர் சஞ்சீவ ரெட்டியைச் சந்தித்த சரண் சிங், மாற்று அரசை அமைக்க விருப்பம் தெரிவித்தார். அப்போது தன்னை ஆதரிக்கும் எம்.பிக்களின் பட்டியல் ஒன்றையும் கொடுத்தார். அதனை ஏற்றுக்கொண்ட சஞ்சீவ ரெட்டி,

இந்திரா காந்தி, சஞ்சய் காந்தி

28 ஜூலை 1979 அன்று சரண் சிங்குக்குப் பிரதமராகப் பதவிப் பிரமாணம் செய்துவைத்தார். கடந்த ஜனதா அமைச்சரவையைப் போலவே இந்த அமைச்சரவையும் பல கட்சிகளின் கலவையாக இருந்தது.

பிரதமர் சரண் சிங்குக்கு அடுத்த இடத்தில் ஒய்.பி. சவான் இருந்தார். அவருக்கு உள்துறையை ஒதுக்கிய சரண் சிங், துணைப் பிரதமர் என்ற கூடுதல் பதவியையும் கொடுத்திருந்தார். அதன்மூலம் ஒய்.பி. சவான் அரசின் இரண்டாவது அதிகார மையமாக இருப்பார் என்கிற தோற்றம் உருவாகியிருந்தது. அதில் இந்திரா காந்திக்கு சற்றே அதிர்ச்சிதான். பிஜூ பட்நாயக், ஹெச். என். பகுகுணா, புருஷோத்தம் கௌசிக், எஸ்.என். மிஸ்ரா, ரபி ரே ஆகியோருக்கும் அமைச்சரவையில் இடம்தரப்பட்டிருந்தது.

ஆனால் மதச்சார்பற்ற ஜனதாவின் முக்கியத் தூண்களான ராஜ் நாராயண், ஜார்ஜ் ஃபெர்னாண்டஸ், மது லிமாயி போன்றவர்கள் அமைச்சரவையில் இடம்பெறவில்லை. கட்சிப் பணியிலேயே கவனம் செலுத்தப் போவதாக அறிவித்துவிட்டனர். அதன்மூலம் இலாகா ஒதுக்கீட்டில் சரண் சிங்குக்கு இருந்த பெரும் சுமைகள் குறைந்தன. ஆனால் வேறுபல நெருக்கடிகளை எதிர்கொள்ள வேண்டிய நிர்பந்தங்கள் மெல்ல மெல்ல உருவெடுத்தன.

முக்கியமாக, சவான் காங்கிரஸைச் சேர்ந்த பிரம்மானந்த ரெட்டி, சி. சுப்ரமணியம், கரண் சிங், கே.சி. பந்த், ஹிதேந்திர தேசாய், டி.ஏ. பாய் ஆகியோரும் சரண் சிங்கின் அமைச்சரவையில் இடம்பெறவேண்டும் என்பது ஒய்.பி. சவானின் விருப்பம். ஆனால் அந்த விருப்பத்தைப் பூர்த்தி செய்ய முடியாத நிலையில் இருந்தார் சரண் சிங். உபயம்: இந்திரா கொடுத்த நெருக்கடி.

‘எனக்கும் சஞ்சய் காந்திக்கும் தலைவர்களுக்கும் எதிராக ஷா கமிஷனுக்கு முன்னால் வாக்குமூலம் அளித்தவர்கள் இடம் பெறுகின்ற ஓர் அமைச்சரவைக்கு நாங்கள் ஆதரவு தருவது பொருத்தமாக இருக்காது’

‘எனக்கும் சஞ்சய் காந்திக்கும் இன்னபிற தலைவர்களுக்கும் எதிராக ஷா கமிஷனுக்கு முன்னால் வாக்குமூலம் அளித்தவர்கள் இடம்பெறுகின்ற ஓர் அமைச்சரவைக்கு நாங்கள் ஆதரவு தருவது பொருத்தமாக இருக்காது’ என்றார் இந்திரா காந்தி. அதை நீங்கள் ஏற்றுக்கொள்வதாக இருந்தால், நாங்களும் உங்கள் பக்கம் நிற்கப் போவதில்லை என்று சரண் சிங்கிடம் சீறினார் சவான்.

வேதாளம் மீண்டும் முருங்கை மரம் ஏறியது. ஆகவே, இந்திராவைச் சமாதானப்படுத்த வேறு சில வாக்குறுதிகளை வழங்கினார் சரண்சிங். அவை நம்பிக்கைஊட்டுவதாகவும்

திருப்திகரமானதாகவும் இருந்ததால் சவான் காங்கிரஸார் அமைச்சரவையில் இடம்பெறுவதற்குத் தெரிவித்துக்கொண்டிருந்த எதிர்ப்பைத் திரும்பப் பெற்றார் இந்திரா காந்தி.

ஒருவழியாகப் பெருமூச்சு விட்ட சரண் சிங், மேலே சொல்லப்பட்ட சவான் ஆதரவாளர்கள் மட்டுமின்றி, ஹெச்.ஆர். கன்னா, எம்.எஸ். குரேஷி ஆகியோருக்கும் கூடுதலாக அமைச்சர் பதவிகளைக் கொடுத்தார். நீண்ட நெடிய முயற்சிகளுக்கும் சர்ச்சைக்குரிய சமரசங்களுக்குப் பிறகும் சரண் சிங் தலைமையிலான மத்திய அமைச்சரவை முழுமை பெற்றது.

என்றாலும், இன்னும் ஒரு கடலைத் தாண்ட வேண்டியிருந்தது. அது, ஆட்சிக்கான பெரும்பான்மையை நிரூபிப்பது. ஆட்சிக்கு ஆதரவளிக்கும் எம்.பிக்களின் பெயர் பட்டியலை குடியரசுத் தலைவர் சஞ்சீவ ரெட்டியிடம் ஏற்கெனவே ஒப்படைத்திருந்தார் சரண் சிங். அதனையொட்டி, 20 ஆகஸ்டு 1979 அன்று நாடாளுமன்ற மக்களவையில் நம்பிக்கை வாக்கெடுப்பு நடத்தி, அரசின் பெரும்பான்மையை நிரூபிக்கவேண்டும் என்று கேட்டுக் கொண்டிருந்தார் குடியரசுத் தலைவர்.

இப்போது அரசியல் அரங்கில் அதிமுக்கியமான காட்சி மாற்றம் ஒன்று நடந்தது. அது, இந்திரா காந்திக்கு எதிராக இருந்ததால் சர்ச்சைகள் வெடித்தன. ஆம், எமர்ஜென்ஸியின் போது நடந்த அதிகார அத்துமீறல்கள் குறித்து விசாரிப்பதற்காக நீதிபதிகள் எஸ்.எம். ஜோஷி, எம்.எல். ஜெயின் ஆகியோர் தலைமையில் ஜனதா அரசு நிறுவிய சிறப்பு நீதிமன்றங்கள் தங்கள் செயல்பாட்டைத் துரிதப்படுத்தின. அதன் பின்னணியில் ஒய்.பி. சவானின் பங்களிப்பு இருந்தது. அது இந்திரா காந்தியை அதிர்ச்சியில் ஆழ்த்தியது.

சரண் சிங்கின் அரசுக்கு ஆதரவளிப்பதன் நோக்கமே தன் மீதான சட்டச்சிக்கல்களை எல்லாம் களைந்து, தன்னுடைய அரசியல் மறுமலர்ச்சிக்கு அடித்தளம் போடுவதுதான். ஆனால் முதலுக்கே மோசம் ஏற்படுத்தும் நடவடிக்கைகள் தொடங்கியிருப்பது அவரை ஆத்திரப்படுத்தியது. அதிலும், ஆட்சியின் மீதான நம்பிக்கை வாக்கெடுப்பு நடப்பதற்கு முன்பே இவ்வளவு வேகமான எதிர்நடவடிக்கைகளை மேற்கொண்டது இந்திராவைக் கலவரப்படுத்தியது.

ஆனால் பிரதமர் சரண் சிங்கோ தர்மசங்கடத்தின் உச்சத்தில் இருந்தார். தனக்கு எதிரான விசாரணைகளை நடத்தும் சிறப்பு நீதிமன்றங்களைக் கலைக்க வேண்டும் என்ற கோரிக்கையை மறைமுகமாக வலியுறுத்தத் தொடங்கினார். சிறப்பு நீதிமன்றத்தைக் கலைத்தால் சவான் பிரச்னை எழுப்புவார்; கலைக்காமல் விட்டால் இந்திரா ஆதரவைத் திரும்பப்பெற்று விடுவார். இருதலைக்கொள்ளி எறும்பின் நிலை. ஆனால் ஒரு விஷயத்தில் அவர் தெளிவாக இருந்தார். என்ன ஆனாலும் சரி, சிறப்பு நீதிமன்றங்களைக் கலைப்பதில்லை. எனில், நீங்கள் வீட்டுக்குப் போகப்போவதைத் தவிர வேறு வழியில்லை என்ற நிலைப்பாட்டுக்கு வந்திருந்தார் இந்திரா.

பிரதமராகப் பதவியேற்ற இருபது நாள்களுக்குள் இமாலய சிக்கல்கள் அடுத்தடுத்து வந்தது சரண் சிங்கைக் கவலையில் ஆழ்த்தியது. எதிர்காலம் அத்தனை சுவாரஸ்யமானதாக இருக்காது என்பது அவருக்குப் புரிந்தது. மாறாக, சுமைகள் ஒவ்வொன்றும் பிரம்மாண்டமாக இருக்கும் என்பதும் தெளிவாகத் தெரிந்தது. இருபது நாளோ, இருபது நிமிடங்களோ, இந்தியாவின் பிரதமராக ஆகிவிட்டோம். இதுபோதும். இத்தோடு ஆட்டத்தை முடித்துக்கொள்ளலாம் என்ற முடிவுக்கு வந்தார் சரண் சிங்.

நம்பிக்கை வாக்கெடுப்புக்காக நாடாளுமன்றத்தைச் சந்திப்பதற்கு முன்பே 20 ஆகஸ்டு 1979 அன்று தன்னுடைய ராஜினாமா கடிதத்தைக் குடியரசுத் தலைவரிடம் கொடுத்தார். அதன்மூலம்

அவருடைய அரசும் அற்ப ஆயுளில் முடிவுக்கு வந்தது. ஆக, இந்திரா காந்தியை வீழ்த்திய கட்சிகள் தலைமையிலான இரண்டு அரசுகள் அற்ப ஆயுளில் வீழ்ந்திருந்தன. நடக்கும் அரசியல் மாற்றங்களை எல்லாம் ஊடகங்கள் டெல்லி தமாஷா என்று கேலிசெய்து கொண்டிருந்தன.

அந்த அரசியல் நகைச்சுவை நாடகத்தின் அடுத்த காட்சியாக இப்போது ஜெகஜீவன் ராம் களமிறங்கினார். ஜனதா கட்சியின் நாடாளுமன்றக் குழுவின் தலைவரான அவர் தன்னுடைய பிரதமர் பதவிக் கனவை நிறைவேற்ற காய்களை நகர்த்தத் தொடங்கினார்!

72

வாஜ்பாய்க்கு எம்.ஜி.ஆர் கொடுத்த வாக்குறுதி

இந்திராவை காந்தியை வெளியேற்றி, ஆட்சி மாற்றத்தை ஏற்படுத்துவோம் என்று சொல்லிப் பதவிக்கு வந்த மொரார்ஜி தேசாய் தலைமையிலான ஜனதா அரசு அற்ப ஆயுளில் முடிந்து போனது. கவிழ்க்கப்பட்டது என்பதுதான் பொருத்தமாக இருக்கும். மதச்சார்பற்ற ஜனதா என்ற பெயரில் ஆட்சிக்கு வந்த சரண் சிங்கும் அதிக நாள்கள் தாக்குப்பிடிக்கவில்லை. அடுத்தது என்ன என்று எல்லோரும் யோசிக்கத் தொடங்கியபோது, நான் மாற்று அரசை அமைக்கிறேன் என்றார் ஜனதா கட்சியின் நாடாளுமன்றக் குழுத் தலைவர் ஜெகஜீவன் ராம்.

ஆட்சிக்குத் தேவையான பெரும்பான்மையைத் திரட்டும் முயற்சியில் ஜெகஜீவன் ராம், ஜனதா கட்சித் தலைவர் சந்திரசேகர், வாஜ்பாய், அத்வானி உள்ளிட்ட பலரும் தீவிரமாக இறங்கினர். அதன் பலனாக அர்ஸ் காங்கிரஸ் பிரிவினர் ஜெகஜீவன் ராம் தலைமையிலான அரசுக்கு ஆதரவளிக்கத் தயாராகினர். அந்த உற்சாகத்தில் அடுத்த காயை நகர்த்தினார் அடல் பிஹாரி வாஜ்பாய். தமிழக முதல்வர் எம்.ஜி.ஆரைத் தொடர்புகொண்டு அதிமுக எம்.பிக்களின் ஆதரவைக் கோரினார்.

அந்தச் சமயத்தில் சரண் சிங் தலைமையிலான காபந்து அரசில் அதிமுகவைச் சேர்ந்த சத்தியவாணி முத்து, பாலா பழனூர் இருவரும் அமைச்சர்களாக இடம்பெற்றிருந்தனர். ஆனால் அதைப்பற்றி அதிகம் அலட்டிக்கொள்ள எம்.ஜி.ஆர் தயாராக இல்லை. புதிதாக

எம்.ஜி.ஆர்

ஜெகஜீவன் ராம் அரசு அமைந்தால் தங்கள் கட்சியின் 18 எம்.பிக்களுக்கும் அவருக்கு ஆதரவளிப்பர் என்று வாஜ்பாய்க்கு வாக்குறுதி கொடுத்தார். அது ஜனதா கட்சியினருக்கு நம்பிக்கையைக் கொடுத்தது.

ஆதரவு திரட்டும் படலம் அதிவிரைவாக நடந்து கொண்டிருந்த சமயத்தில் அதிர்ச்சி அறிவிப்பை வெளியிட்டார் குடியரசுத் தலைவர் நீலம் சஞ்சீவ ரெட்டி. இனி ஆட்சி அமைக்கும் வாய்ப்பு எந்தக் கட்சிக்கும் இருப்பதாகத் தெரியவில்லை என்று சொல்லி, மக்களவையைக் கலைத்து உத்தரவிட்டார். அது ஆட்சி அமைக்கப் பெருமுயற்சி எடுத்துக் கொண்டிருந்த ஜனதா கட்சித் தலைவர்களுக்கு அதிர்ச்சியைக் கொடுத்தது.

காரணம், ஜனதா கட்சித் தலைவர் சந்திரசேகர் குடியரசுத் தலைவர் சஞ்சீவ ரெட்டியை நேரில் சந்தித்து ஜனதா ஆட்சி அமைக்கும் வாய்ப்புகள் பற்றி விளக்கம் கொடுத்தார். மேலும், அரசுக்கு ஆதரவளிக்கும் எம்.பிக்களின் கையெழுத்துகளோடு கூடிய பட்டியலை விரைவில் கொண்டுவந்து தருவதாகவும் வாக்குறுதி கொடுத்தார். அப்போது மறுப்பேதும் சொல்லாத சஞ்சீவ ரெட்டி, திடீரென மக்களவைக் கலைப்பு உத்தரவைப் பிறப்பித்தது ஜனதா தலைவர்களுக்குச் சந்தேகத்தை ஏற்படுத்தியது.

எது எப்படியோ, மக்களவை கலைக்கப்பட்டுவிட்டது. தேர்தல் நடத்துவதைத் தவிர வேறு வழியில்லை என்ற நிலை உருவானது அல்லது உருவாக்கப்பட்டுவிட்டது. ஆனால் இந்தியத் தலைமைத் தேர்தல் ஆணையமோ உடனடியாகத் தேர்தல் நடத்துவது சாத்தியம் இல்லை, சற்று கால அவகாசம் தேவை என்று சொல்லிவிட்டது. ஆகவே, சரண் சிங்கே காபந்து பிரதமராக நீடிக்க வேண்டும் என்று கேட்டுக்கொண்டார் குடியரசுத் தலைவர்.

ஜனதா, ஜனசங்கம், பாரதிய லோக் தளம், சோஷலிஸ்டுகள் போன்ற கட்சிகளால் உருவான கிச்சடிக் கூட்டணி அரசால் இந்தியாவுக்கு எந்த லாபமும் இல்லை.

3 ஜனவரி 1980 தொடங்கி 6 ஜனவரி 1980 வரை தேர்தல்கள் நடத்தப்படும் என்று அறிவிப்பு வெளியானது. அந்த அறிவிப்பைக் கண்டு வேறெந்த தலைவரைக் காட்டிலும் அதிகம் உற்சாகம் அடைந்தது இந்திரா காந்திதான். ஜனசங்கத்தை உள்ளடக்கிய ஜனதா, ஜனசங்கம் இல்லாத மதச்சார்பற்ற ஜனதா உள்ளிட்ட தன்னுடைய அத்தனை அரசியல் எதிரிகளையும் வீழ்த்தக் கிடைத்த பொன்னான வாய்ப்பாகக் கருதித் தேர்தல் களத்துக்குத் தயாரானார் இந்திரா.

ஜெகஜீவன் ராம்

முக்கியமாக, தமிழகம் மற்றும் கேரளாவில் வலுவான கூட்டணியை உருவாக்கினார். தமிழ்நாட்டில் திமுகவும் இந்திரா காங்கிரஸும் பழைய பகைகளை எல்லாம் மறந்துவிட்டு, தேர்தல் நோக்கத்துக்காக கரம்கோத்திருந்தன. அதன் காரணமாக, தமிழ்நாட்டில் அதிமுக சந்திரசேகர் தலைமையிலான ஜனதாவுடன் கூட்டணி அமைத்துக்கொண்டது.

இந்திய அளவில் ஜனதா (சந்திரசேகர்) கட்சி பெரிய அளவில் தேர்தல் கூட்டணி எதையும் உருவாக்கவில்லை. அதிமுக போட்டியிட்ட தொகுதிகள் போக எஞ்சியிருந்தவற்றில் கணிசமான இடங்களை சில சிறுகட்சிகளுக்குக் கொடுத்துவிட்டு, 433 தொகுதிகளில் அந்தக் கட்சி போட்டியிட்டது. அந்தக் கட்சியின் சார்பில் புதுடில்லியில் வாஜ்பாயும் பம்பாய் வடகிழக்கில் சுப்ரமணியன் சுவாமியும் பம்பாய் வடமேற்கில் ராம் ஜெத்மலானியும் போட்டியிட்டனர்.

இன்னொரு பக்கம், சரண் சிங் தலைமையிலான மதச்சார்பற்ற ஜனதாவும் அர்ஸ் காங்கிரஸும் கூட்டணி அமைத்துப் போட்டியிட்டன. அதில் மதச்சார்பற்ற ஜனதா 293 இடங்களிலும் அர்ஸ் காங்கிரஸ் 212 இடங்களிலும் போட்டியிட்டன. மேலும், இடதுசாரிக் கட்சிகளான இந்திய கம்யூனிஸ்ட் கட்சியும் மார்க்சிஸ்ட் கம்யூனிஸ்ட் கட்சியும் தங்களுக்குச் செல்வாக்குள்ள பகுதிகளில் கணிசமான எண்ணிக்கையில் வேட்பாளர்களை நிறுத்தியிருந்தனர். குறிப்பாக, சி.பி.எம் 64 தொகுதிகளிலும் சி.பி.ஐ 47 தொகுதிகளிலும் போட்டியிட்டது.

கூட்டணி உருவாக்கம், தொகுதிப் பங்கீடு, வேட்பாளர் அறிவிப்பு உள்ளிட்ட அனைத்து நடவடிக்கைகளையும் எல்லா கட்சிகளும் முடித்துவிட்ட நிலையில் தேர்தல் பிரசாரம்

சுப்ரமணியன் சுவாமி, ராம் ஜெத்மலானி

சூடுபிடிக்கத் தொடங்கியது. ஜனதா அரசு அற்ப ஆயுளில் கவிழ்ந்துவிட்டதையும் அதன்பிறகு சரண் சிங் அரசு வீழ்ந்ததையும் எடுத்துச்சொல்லி, நிலையான ஆட்சி என்ற கோஷத்தைத் தேர்தல் கோஷமாக முன்வைத்தது இந்திரா தலைமையிலான காங்கிரஸ்.

ஜனதா, ஜனசங்கம், பாரதிய லோக் தளம், சோஷலிஸ்டுகள் போன்ற கட்சிகளால் உருவான கிச்சடிக் கூட்டணி அரசால் இந்தியாவுக்கு எந்த லாபமும் இல்லை. இந்தியாவின் இன்றைய தேவை நல்லாட்சி மட்டுமல்ல, நிலையான ஆட்சியும்கூட. அதை எங்களால் மட்டுமே தரமுடியும் என்று பிரசாரம் செய்தார் இந்திரா காந்தி. பதவி ஆசை பிடித்த பெரிய மனிதர்களை இனியும் நம்பாதீர்கள் என்று இந்திரா காந்தி செய்த பிரசாரம் மக்கள் மத்தியில் தீவிரமடைந்தது.

கடந்த காலங்களில் எல்லாம் ஜனசங்கமோ அல்லது ஜனதாவோ சந்தித்திராத பெரும் நெருக்கடியை இந்தத் தேர்தலின்போது சந்தித்தனர். முக்கியமாக, நல்லாட்சி பற்றியோ, நிலையான ஆட்சி பற்றியோ தார்மீக ரீதியாக எவ்வித வாக்குறுதியையும் கொடுக்கமுடியாத நிலையில் இருந்தனர். தவிரவும், அரசியல், செல்வாக்கு மற்றும் அமைப்பு ரீதியாக அவர்கள் மிகவும் பலவீனமான நிலையில் இருந்தனர்.

முக்கியமாக, முன்னாள் ஜனசங்கத்தினரைப் பற்றிச் சொல்லவேண்டும். கடந்த காலங்களில் ஜனசங்கமாக இயங்கியபோது தங்களுடைய சித்தாந்த ரீதியான வாக்குறுதிகளையும் செயல் திட்டங்களையும் வெளிப்படையாகவே முன்வைத்துத் தேர்தலைச் சந்தித்தனர். பின்னர் ஜனதாவின் அங்கமாக ஜனசங்கத்தை இணைத்தபோது, அத்தகைய வாக்குறுதிகளை வழங்கித் தேர்தலைச் சந்திக்கவில்லை. அதற்கான தேவையும் அப்போது பெரிய அளவில் எழவில்லை. எமர்ஜென்ஸி என்கிற ஒற்றை மந்திரமே அவர்களுக்குத் தேவையான வெற்றியைப் பெற்றுக் கொடுத்துவிட்டது.

செல்வாக்கு ரீதியாகப் பலவீனப்பட்டிருக்கும் ஜனதாவைத் தூக்கி நிறுத்தவேண்டும் என்றால் அமைப்பு ரீதியாகப் பலமாக இருக்கும் ஆர்.எஸ்.எஸ் தோள் கொடுப்பதைத் தவிர வேறு வழியில்லை என்ற நிலை.

ஆனால் இன்று நிலைமை தலைகீழாக மாறியிருந்தது. ஜனதா கட்சியும் இருகூறுகளாகப் பிரிந்து கிடந்தது. ஆகவே, மூன்றாண்டு கால ஜனதா ஆட்சியில் நடந்த ஒவ்வொரு விஷயத்தையும் தங்களுடைய சாதனையாக முன்வைத்தனர். ஆம், இங்கே 'முன்வைத்தனர்' என்ற பன்மைச் சொல்லைப் பயன்படுத்தக் காரணம், ஜனதா அரசின் சாதனைகளை ஜனதா, மதச் சார்பற்ற ஜனதா என்ற இரண்டு கட்சிகளுமே சொந்தம் கொண்டாடினர்.

குறிப்பாக, எமர்ஜென்ஸி காலத்தில் பறிபோன ஜனநாயக உரிமைகள் மீட்டெடுப்பு தொடங்கி விலைவாசிக்

குறைப்பு, தொழில்துறை வளர்ச்சி வரை தங்கள் ஆட்சிக் காலத்தில் நடந்த பல விஷயங்களையும் இரண்டு ஜனதா கட்சிகளும் தங்கள் மேடைகளில் விரிவாகப் பேசினர். கிடைத்த வாய்ப்பைச் சரியாகப் பயன்படுத்திக் கொள்ளவில்லை என்றபோதும், இன்னொரு வாய்ப்பு கிடைத்தால் நிச்சயம் நல்லாட்சி தருவோம் என்று இருவருமே தனித்தனி மேடைகளில் வாக்குறுதி கொடுத்தனர்.

அதேசமயம், இந்துத்வ சித்தாந்தத்தை அடிப்படையாகக் கொண்ட வாக்குறுதிகளையும் செயல் திட்டங்களையும் தேர்தல் பிரசாரத்தின்போது பெரிய அளவில் பேசுவதற்கு ஜனதா கட்சிக்குத் தயக்கங்கள் இருந்தன. அது தேர்தலில் எதிர்வினையை நிகழ்த்திவிடுமோ என்ற அச்சம்தான் தயக்கத்தின் பின்னணி.

அப்போது முன்னாள் ஜனசங்கத்தினருக்கு இருந்த ஒரே ஆறுதல் அல்லது பலம், ஆர்.எஸ்.எஸ் மட்டுமே. செல்வாக்கு ரீதியாகப் பலவீனப்பட்டிருக்கும் ஜனதாவைத் தூக்கி நிறுத்தவேண்டும் என்றால் அமைப்பு ரீதியாகப் பலமாக இருக்கும் ஆர்.எஸ்.எஸ் தோள் கொடுப்பதைத் தவிர வேறு வழியில்லை என்ற நிலை.

நடக்கும் அரசியல் காட்சி மாற்றங்களை எல்லாம் உன்னிப்பாகக் கவனித்துக்கொண்டிருந்தது ஆர்.எஸ்.எஸ் தலைமை. உருவாகியிருக்கும் சூழலைப் பயன்படுத்திக்கொண்டு இந்திரா காந்தி மீண்டும் ஆட்சிக்கு வருவது தங்களுக்கு நல்லதல்ல என்பதை ஆர்.எஸ்.எஸ் நன்றாகவே உணர்ந்திருந்தது. அதேசமயம், வருகின்ற தேர்தலில் சரண் சிங் தலைமையிலான மதச்சார்பற்ற ஜனதா கட்சி - தேவராஜ் அர்ஸ் தலைமையிலான காங்கிரஸ் கூட்டணி லாபமடைவதையும் ஆர்.எஸ்.எஸ் விரும்பவில்லை.

கூட்டிக் கழித்துப் பார்த்தபோது வாஜ்பாய், அத்வானி உள்ளிட்ட தலைவர்கள் அங்கம் வகிக்கும் ஜனதா கட்சியை எப்பாடு பட்டாவது தூக்கி நிறுத்துவதுதான் சரியான அணுகுமுறையாக இருக்கும் என்ற முடிவுக்கு வந்தது ஆர்.எஸ்.எஸ். ஆகவே, ஸ்வயம்சேவகர்கள் அதிக அளவில் தேர்தல் வேலைகளில் ஈடுபட்டனர். குறிப்பாக, முன்னாள் ஜனசங்கத்தினர் செல்வாக்குடன் இருக்கும் இந்தி பேசும் மாநிலங்களில் அவர்கள் அதிகபட்ச உழைப்பைச் செலுத்தினர்.

பலத்த எதிர்பார்ப்புக்கும் தீவிரமான பிரசாரத்துக்கும் மத்தியில் மக்களவைத் தேர்தல்கள் நடந்து முடிந்தன. தேர்தல் முடிவுகள் வெளியானபோது வாக்காளர்கள் ஜனதா, மதச்சார்பற்ற ஜனதா உள்ளிட்ட கட்சிகளை நிராகரித்துவிட்டு, இந்திரா காந்தி தலைமையிலான காங்கிரஸ் கட்சிக்கு மீண்டும் வெற்றிவாய்ப்பை வழங்கியிருந்தனர்.

இந்திரா காங்கிரஸ் கட்சி 353 தொகுதிகளை வென்று அறுதிப்பெரும்பான்மையைக் காட்டிலும் அதிக இடங்களைப் பெற்று ஆட்சியைப் பிடித்தது. இந்திரா காந்தி மீண்டும் பிரதமராகி யிருந்தார். மாறாக, அவரை எதிர்த்துப் போட்டியிட்ட ஜனதா கட்சி 31 இடங்களையும் மதச் சார்பற்ற ஜனதா 41 இடங்களையும் அர்ஸ் காங்கிரஸ் 13 இடங்களையும் மட்டுமே பிடித்தன. இடதுசாரிகளான சிபிஎம் 37 தொகுதிகளையும் சிபிஐ 10 தொகுதிகளையும் கைப்பற்றின.

தேர்தல் முடிவுகளைச் சற்று உன்னிப்பாகக் கவனித்துப் பார்த்தபோது முன்னாள் ஜனசங்கத்தினர் பலரும் படுதோல்வியை அடைந்திருப்பது தெரிந்தது. ஆம், கடந்த தேர்தலின்போது ஜனதா சார்பில் போட்டியிட்டு வெற்றிபெற்றவர்களில் 93 பேர் முன்னாள் ஜனசங்கத்தினர். ஆனால் இம்முறை ஜனதா சார்பில் வெற்றிபெற்றவர்களின் வெறும் பதினாறு பேர் மட்டுமே முன்னாள் ஜனசங்கத்தினர். அதன்மூலம், ஜனசங்கத்தின் பலம் அதளபாதாளத்துக்குப் போயிருந்தது வெளிப்படையாகத் தெரியவந்தது.

தேர்தலுக்கு முன்பு ஜனதா கட்சிக்குள் வெடித்த முக்கியமான பிரச்னைகளுள் ஒன்று இரட்டை உறுப்பினர் விவகாரம். அதாவது, முன்னாள் ஜனசங்கத்தினரின் ஆர்.எஸ்.எஸ் தொடர்புகள் கட்சிக்குள் பலத்த கொந்தளிப்பை ஏற்படுத்தின. ஆனால் காந்தி தேசாய் விவகாரம், சரண் சிங் - மொரார்ஜி தேசாய் மோதல், இந்திரா - சஞ்சய் அரசியல் காய் நகர்த்தல்கள் போன்றவை மேலெழுந்துவிட்டதால் இரட்டை உறுப்பினர் விவகாரம் பெரிய அளவில் எழுப்பப்பட வில்லை.

தற்போது தேர்தல் முடிந்து, ஜனதா கட்சி படுதோல்வியை அடைந்திருந்த சூழ்நிலையில், முன்னாள் ஜனசங்கத்தினரைக் குறிவைத்து, மீண்டும் இரட்டை உறுப்பினர் விவகாரம் தலைதூக்கியது. உபயம்: *சந்திரசேகருக்கு ஜெகஜீவன் ராம் எழுதிய கடிதம்!*

73

உருவானது பாரதிய ஜனதா

எண்பதுகளின் தொடக்கம் இந்துத்வ இயக்க வரலாற்றில் ஒரு முக்கியமான திருப்புமுனையை உருவாக்கிக்கொடுத்தது. ஒரு புதிய அரசியல் கட்சிக்கான அடித்தளம் உருவானதும் அப்போதுதான். உண்மையில், ஜனதா கட்சி 1980 தேர்தலில் தோல்வி அடைவதற்கு முன்னரே ஒரு பெரும் பிளவைச் சந்தித்திருந்தது.

சந்திரசேகர் தலைமையில் ஒரு பிரிவும் சரண் சிங் தலைமையில் மதச்சார்பற்ற ஜனதா என்ற பெயரில் இன்னொரு பிரிவும் உருவாகி யிருந்ததை முன்னரே விரிவாகப் பார்த்தோம். போதாக்குறைக்கு, மக்களவைத் தேர்தலில் இரண்டு ஜனதா கட்சிகளுக்குமே படு தோல்வி கிடைக்கவே, ஜனதா கட்சியின் அடித்தளம் அளவுக்கு மீறி ஆட்டம் கண்டது. அதை மேலும் பலமாக அசைத்துப் பார்க்க கட்சிக்கு உள்ளேயே பல தலைவர்கள் தயார் நிலையில் இருந்தனர்.

கடந்த மக்களவைத் தேர்தலில் ஜனதா கட்சி அடைந்த படுதோல்விக்குக் காரணம் முன்னாள் ஜனசங்கத்தினர்தான். நாடு தழுவிய அளவில் உருவான பல மதக்கலவரங்களுக்குப் பின்னணியில் இருந்தது ஆர்.எஸ்.எஸ். அந்த ஆர்.எஸ்.எஸ்ஸின் பிரதிநிதிகள்தான் வாஜ்பாய், அத்வானி உள்ளிட்டோர். அந்த மதக்கலவரங்கள்தான் கட்சியின் மீது மக்களுக்கு இருந்த நம்பகத்தன்மையைக் குலைத்தது. அதுதான் தோல்விக்கான முழுமுதற் காரணம் என்றனர். ஆக, ஜனதா கட்சிக்குள் இருக்கும் முன்னாள் ஜனசங்கத்தினர் முற்றிலுமாக வெளியேறவேண்டும் அல்லது வெளியேற்றப்பட வேண்டும் என்றனர்.

சூரஜ்பான்

இந்தமுறை பிரச்னையை அதிகாரபூர்வமாக ஆரம்பித்து வைத்தவர் முன்னாள் துணைப் பிரதமர் ஜெகஜீவன் ராம்தான். தன்னுடைய கட்சியான ஜனநாயகத்துக்கான காங்கிரஸைக் கலைத்துவிட்டு, முழுவதுமாக ஜனதா கட்சியில் இணைந்திருந்தவர் அவர். ஆகவே, அவர் ஜனதா கட்சியின் உள்விவகாரத்தை உரிமையுடன் எழுப்பினார்.

25 பிப்ரவரி 1980 அன்று ஜனதா கட்சித் தலைவர் சந்திரசேகருக்குக் கடிதம் ஒன்றை எழுதிய அவர், வாஜ்பாய், அத்வானி உள்ளிட்ட முன்னாள் ஜன சங்கத்தினரின் ஆர்.எஸ்.எஸ் தொடர்புகள் குறித்தும் இரட்டை உறுப்பினர் முறை குறித்தும் விரிவாக விவாதிக்கவேண்டிய அவசியம் உருவாகியிருப்பதாகக் குறிப்பிட்டிருந்தார். கட்சியில் உள்ள இதர தலைவர்களும் இதே மன உணர்வில்தான் இருக்கின்றனர் என்பது அவருடைய வாதம்.

மீண்டும் மீண்டும் ஆர்.எஸ்.எஸ்ஸுடன் தொடர்பு படுத்தித் தங்களைத் தனிமைப்படுத்த முயற்சிப்பதையும் விமரிசிப்பதையும் முன்னாள் ஜனசங்கத்தினர் துளியும் விரும்பவில்லை. காழ்ப்புணர்வுடனும் உள்நோக்கத்துடனும் செய்யப்படும் விமரிசனங்கள் கட்சியை மேலும் பலவீனப்படுத்தும் என்றனர். மேலும், தாங்கள் ஆர்.எஸ்.எஸ் உறுப்பினராக இருந்தாலும், ஜனதா கட்சிக்கே விசுவாசமானவர்கள் என்பதைத் திரும்பத்திரும்ப வலியுறுத்தினர்.

பாரதிய ஜனசங்கத்தினர் ஹரிஜனங்களுக்கு ஒப்பானவர்கள். குடும்பத்தில் ஒருவராக ஹரிஜனங்களைச் சேர்த்தபோது எல்லோருமே மகிழ்ச்சியடைந்தனர்.

அதேசமயம், ஆர்.எஸ்.எஸ் மீது அப்போது வைக்கப்பட்ட தீவிரமான விமரிசனங்களுக்கு சில விளக்கங்களையும் கொடுத்தனர். நாட்டில் நடக்கும் மதக்கலவரங்களுக்கும் ஆர்.எஸ்.எஸ்ஸுக்கும் எந்தத் தொடர்பும் இல்லை என்றும் ஆர்.எஸ்.எஸ் ஆட்சியைப் பிடிக்கத் திட்டமிடுகிறது என்ற குற்றச்சாட்டு அடிப்படையற்றது என்றும் கூறினர். இன்னும் ஒருபடி மேலே சென்ற வாஜ்பாய், தாய் அமைப்பான ஆர்.எஸ்.எஸ்ஸுக்குச் சில தற்காப்பு யோசனைகளையும் முன்வைத்தார்.

ஆர்.எஸ்.எஸ் ஆதரவு ஆர்கனைசர் உள்ளிட்ட பத்திரிகைகள் ஆட்சி, அதிகாரம் தொடர்பான விவகாரங்களில் எவ்வித சார்பு நிலையையும் எடுக்கவேண்டாம் என்றும் அரசியல் கட்சிகளின் இளைஞர் அமைப்புகளிலோ அல்லது தொழிற்சங்கங்களிலோ ஆர்.எஸ்.எஸ் தொண்டர்கள் சேரவேண்டாம் என்றும் கோரிக்கை

சிக்கந்தர் பக்த்

விடுத்தார். முக்கியமாக, இந்து ராஷ்ட்ரம் என்றால் அது பாரத ராஷ்ட்ரமே என்பதை ஆர்.எஸ்.எஸ் வெளிப்படையாகத் தெரிவிக்கவேண்டும் என்றும் கேட்டுக் கொண்டார். அந்தக் கோரிக்கைக்குச் செவிமடுப்பதன்மூலம் ஆர்.எஸ்.எஸ் மீதும் முன்னாள் ஜனசங்கத்தினர் மீதும் சொல்லப் படுகின்ற விமரிசினங்கள் குறையும் என்பது வாஜ்பாயின் எதிர்பார்ப்பு.

ஆனால் அத்தகைய யோசனைகளும் கருத்துகளும் ஜனதா கட்சியின் மூத்த மற்றும் முக்கியத் தலைவர்களை எந்த வகையிலும் திருப்திப்படுத்தவில்லை. சில தருணங்களில் முன்னாள் ஜனசங்கத்தினரை விட்டு ஒதுங்க ஆரம்பித்தனர். பல தருணங்களில் அவர்களை ஒதுக்க ஆரம்பித்தனர். எல்லாம் திட்டமிட்டு நடக்கிறது என்று அதிருப்தி வெளியிட்ட அத்வானி, 'எங்களை ஹரிஜனங்களைப் போல ஒதுக்குகிறார்கள்' என்று ஒரு பொதுக்கூட்டத்தில் பொங்கி எழுந்தார். அவர் மேலும் பேசியதன் சுருக்கம் கீழே:

'ஸ்தாபன காங்கிரஸ், பாரதிய லோக் தளம், சோஷலிஸ்டு, ஜனநாயக காங்கிரஸ், ஜனசங்கம் என்ற ஐந்து அமைப்புகளைக் கொண்டு உருவாக்கப்பட்ட அரசியல் கட்சிதான் ஜனதா. இவற்றில் முதல் நான்கு அமைப்புகள் த்வாஜா எனப்படும் உயர் பிரிவைச் சார்ந்தவர்கள். ஐந்தாவது அமைப்பான பாரதிய ஜனசங்கம் ஹரிஜனங்களுக்கு ஒப்பானவர்கள். குடும்பத்தில் ஒருவராக ஹரிஜனங்களைச் சேர்த்தபோது எல்லோருமே மகிழ்ச்சியடைந்தனர். பின்னர் ஹரிஜனங்களை முன்வைத்து குழப்பங்கள் ஏற்பட்டன. இப்போது ஹரிஜனங்களை நீக்கினால்தான் நாங்கள் குடும்பத்தில் இருப்போம் என்கிறார்கள் மற்றவர்கள். என்ன செய்வது?'

இந்தக் கேள்வியை எழுப்பியபோதே முன்னாள் ஜனசங்கத்தினர் ஒரு முடிவுக்கு வந்துவிட்டனர். ஆம், இனியும் ஜனதாவில் நீடித்திருப்பதில் அர்த்தமில்லை. மேலும் ஜனதாவில் நீடிப்பது முன்னாள் ஜனசங்கத்தினரை மேன்மேலும் பலவீனப்படுத்தவே செய்யும். ஆக, ஜனதாவில் இருந்து வெளியேறுவது ஒன்றே எல்லா பிரச்னைகளுக்குமான தீர்வு என்று பேசத் தொடங்கினர்.

தங்கள் முயற்சியில் மனம் தளராத ஜனதா தலைவர்கள் ஆர்.எஸ்.எஸ்ஸில் அங்கம் வகிக்கும் வாஜ்பாய், அத்வானி உள்ளிட்ட அத்தனை ஜனசங்கத்தினரையும் கட்சியை விட்டு நீக்குவதாக அறிவித்தனர்.

ஆனால் அதை எடுத்தோம், கவிழ்த்தோம் என்று செய்யாமல், நாடு தழுவிய அளவில் சுற்றுப்பயணம் செய்து, தொண்டர்களின் எண்ணவோட்டத்தைத் புரிந்துகொண்டு, அதற்கேற்ப செயல்பட விரும்பினர். உடனடியாக கருத்துக்கேட்பு படலத்தைத் தொடங்கினர். அதைச் செய்ய வேண்டிய பொறுப்பு அத்வானியிடமும் சுந்தர் சிங் பண்டாரியிடமும் ஒப்படைக்கப்பட்டது.

சுமார் இரண்டு மாத காலம் சுற்றுப்பயணம் செய்த இரண்டு தலைவர்களும் தொண்டர்களின் நாடி பிடித்துப் பார்த்தனர். அப்போது ஜனதா கட்சிக்குள் முன்னாள் ஜனசங்கத்தினர் நடத்தப்படும் விதம் குறித்து தொண்டர்களிடம் எடுத்துக் கூறினர். எதிர் காலத்தில் செல்லவேண்டிய பாதை குறித்து விவாதித்தனர். அந்த விவாதங்கள் தொண்டர்கள் மனத்தில் நேர்மறையான தாக்கத்தை ஏற்படுத்தத் தொடங்கியது.

முன்னாள் ஜனசங்கத்தினர் ஒரு முடிவை நோக்கி நகரத் தொடங்கிவிட்டனர் என்ற செய்தி ஜனதா கட்சியின் முக்கியத் தலைவர்களுக்கு மன மகிழ்ச்சியைக் கொடுத்தது. இலக்கு நெருங்கிக் கொண்டிருப்பதை உணர்ந்தனர். ஆனாலும் தங்கள் முயற்சியைத் தொய்வில்லாமல் தொடர்ந்தனர். முன்னாள் ஜனசங்கத்தினர் தொடர்ந்து ஜனதாவில் நீடிக்கவேண்டும் என்றால் அவர்கள் ஆர்.எஸ்.எஸ்ஸிலிருந்து விலகவேண்டும், தவறும் பட்சத்தில், அவர்களைக் கட்சியிலிருந்தே நீக்கவேண்டும் என்று விடாமல் எதிர்க்குரல் எழுப்பிக் கொண்டிருந்தனர்.

1980 ஏப்ரல் மாதம் கூடிய ஜனதா கட்சியின் தேசிய செயற்குழு கூட்டத்தில் முன்னாள் ஜனசங்கத்தினர் குறித்து இறுதியான, உறுதியான முடிவை எடுக்கவேண்டும் என்று தொடர்ந்து வலியுறுத்தினர். ஜெகஜீவன் ராம் போன்ற மூத்த தலைவர்கள் பலரும் முன்னாள் ஜனசங்கத்தினரின் நீக்கத்துக்கு ஆதரவான நிலைப்பாட்டில் இருந்தனர். அதற்கான ஆதரவைத் திரட்டும் முயற்சியிலும் தீவிரமாக ஈடுபட்டிருந்தனர்.

ஆனால் முன்னாள் பிரதமர் மொரார்ஜி தேசாயோ தன்னுடைய தார்மீக ஆதரவை முன்னாள் ஜனசங்கத்தினருக்கே வழங்கியிருந்தார். அதுமட்டுமல்ல, கட்சியின் தேசிய செயற்குழு உறுப்பினர்களை முன்னாள் ஜனசங்கத்தினருக்கு ஆதரவாகத் திருப்பும் முயற்சியில் தீவிரமாக ஈடுபட்டிருந்தார். மொரார்ஜியின் முயற்சிகள் ஜெகஜீவன் ராமை அதிருப்தி அடையச் செய்தன.

முன்னாள் ஜனசங்கத்தினரின் வெளியேற்றத்துக்காகக் கட்சிக்குள் போராடிக் கொண்டிருந்த அவர், திடீரென ஜனதா கட்சியிலிருந்து விலகி, தேவராஜ் அர்ஸ் தலைமையில் இயங்கிவந்த காங்கிரஸ் பிரிவில் தன்னை இணைத்துக்கொண்டார். காற்றுவீசும் திசை நோக்கி நகரக்கூடிய அவர், இம்முறை காற்றுப்புகாத கட்சியை நோக்கி நகர்ந்திருந்தார். ஜனதா கட்சிக்குள் ஏற்பட்ட எதிர்பாராத திருப்புமுனை அது. என்றாலும், தங்கள் முயற்சியில் மனம் தளராத ஜனதா தலைவர்கள் ஆர்.எஸ்.எஸ்ஸில் அங்கம் வகிக்கும் வாஜ்பாய், அத்வானி உள்ளிட்ட அத்தனை ஜனசங்கத்தினரையும் கட்சியை விட்டு நீக்குவதாக அறிவித்தனர்.

இதுதான் நடக்கும் என்பதை முன்னாள் ஜனசங்கத்தினர் ஏற்கெனவே உணர்ந்திருந்தனர். அதனால் அதிகம் அலட்டிக்கொள்ளாமல் ஆகவேண்டிய காரியங்களைச் செய்யத் தயாராகினர். முதல் கட்டமாக மாநாடு ஒன்றுக்கு அழைப்புவிடுத்தனர். அந்த மாநாட்டில் அடுத்து என்ன செய்வது என்பது பற்றி விரிவாக விவாதித்து முடிவெடுப்பது என்று தீர்மானித்தனர். முன்னதாக, ஆர்.எஸ்.எஸ் தலைமையுடன் விரிவான ஆலோசனைகளையும் நடத்தி முடித்திருந்தனர்.

டெல்லி ஃபெரோஷ் ஷா கோட்லா மைதானத்தில் 5 ஏப்ரல் 1980 தொடங்கி இரண்டு நாள்களுக்கு மாநாடு நடத்தப்பட்டது. நாடு தழுவிய அளவில் இருந்து ஏராளமான ஸ்வயம்சேவகர்கள் மாநாட்டுக்கு வந்திருந்தனர். சுமார் நான்காயிரம் பேர் திரண்டிருந்த மாநாட்டின் இறுதி நாளன்று புதிய கட்சியைத் தொடங்குவது என்று முடிவுசெய்யப்பட்டது. அன்றைய தினமே கட்சியின் பெயரும் அறிவிக்கப்பட்டது. பாரதிய ஜனதா கட்சி!

தேவராஜ் அர்ஸ், ஜெகஜீவன் ராம்

மிக எளிமையான பெயர் ஜனதாவின் முன்னொட்டாகத் தங்கள் பாரம்பரியத்தைப் பறை சாற்றும் 'பாரதிய' என்ற பதத்தைச் சேர்த்திருந்தனர். இதே முன்னொட்டைத்தான் முன்பு ஜனசங்கத்துக்கும் வைத்திருந்தனர். இன்னும் சொல்லப் போனால், பாரதிய ஜனசங்கம் என்ற பழைய பெயரையே மீண்டும் சூட்டிவிடலாம் என்று பலரும் யோசனை கூறினர். ஆனால் புதிய ரத்தம் பாய்ச்சவேண்டிய சூழலில், கட்சியின் பெயரும் புதியதாக இருக்கவேண்டும் என்று தீர்மானித்தனர். ஆக, பாரதிய மக்களின் கட்சியாக புதிய கட்சி உருவானது.

புதிய கட்சியின் தலைவராக அடல் பிஹாரி வாஜ்பாய் தேர்ந்தெடுக்கப்பட்டார். பொதுச் செயலாளர்களாக லால் கிருஷ்ண அத்வானி, சிக்கந்தர் பக்த், சூரஜ்பான் ஆகிய மூவரும் தேர்வு செய்யப்பட்டனர். ஜனதாவில் இருந்த முன்னணித் தலைவர்கள் பலரும் கட்சியின் முக்கியப் பொறுப்புகளுக்கு நியமிக்கப்பட்டனர். கடந்த மக்களவைத் தேர்தலில் வெற்றி பெற்ற முன்னாள் ஜனசங்கத்தினர் பலரும் பாரதிய ஜனதா கட்சியில் இணைந்தனர். 93 எம்.பிக்களுடன் ஜனதாவுக்குள் இருந்தவர்கள் வெறும் 16 எம்.பிக்களுடன் அங்கிருந்து வெளியேறி, தனிக்கட்சியைத் தொடங்கியிருந்தனர்.

கட்சித் தொண்டர்களுக்கு நம்பிக்கையூட்டும் வகையில் மாநாட்டில் பேசிய வாஜ்பாய், நாங்கள் ஜனசங்கத்தைப் போல அல்லாமல் இன்னும் தீவிரமாகவும் சிறப்பாகவும் செயல்படுவோம் என்று வாக்குறுதி கொடுத்தார். அதேசமயம், பழைய ஜனதா கட்சியையும் அதன் செயல்பாடு களையும் விமரிசிக்கவில்லை. மாறாக, ஜனதா கட்சியின் இருந்ததன் மூலமும் அரசில் பங்கேற்றதன் மூலமும் பெற்ற அரசியல் அனுபவங்களைக் கொண்டு புதிய கட்சியை சரியான பாதையில் செலுத்துவோம் என்றார்.

ஜனசங்கத்தின் மீது மதச்சாயம் இருந்தது. ஜனதாவின் மீது குழப்ப அடையாளம் இருந்தது. ஆகவே, அந்த இரண்டிலிருந்தும் விலகி, தமக்கென்று தனியான பிம்பத்தைக் கட்டமைக்க விரும்பினர் பாஜகவின் தலைவர்கள். அதன் காரணமாகவே, ஜனசங்கத்தைத் போலவும் அல்லாமல், ஜனதாவைப் போலவும் அல்லாமல், புதிய பாதையில் நடைபோடுவோம் என்று பேசினார் வாஜ்பாய். ஜனசங்கத்தின் நிறுவனர்களான டாக்டர் சியாமா பிரசாத் முகர்ஜி மற்றும் தீனதயாள் உபாத்யாயாவின் படங்களைத்தான் மாநாட்டு மேடையில் வைத்திருந்தனர்.

புதிய நம்பிக்கையுடன் தொடங்கப்பட்ட கட்சிக்குச் சின்னம், கொடி ஆகியவற்றைத் தேர்வு செய்யும் பணிகள் தொடங்கின. அதற்காக இந்தியத் தலைமைத் தேர்தல் ஆணையரைப் பார்க்கச் சென்றார் அத்வானி. அங்கே அவருக்கு ஓர் அதிசயம் காத்திருந்தது!

74

காவிக்கொடி; தாமரைச் சின்னம்

காந்தி கொலையைத் தொடர்ந்து ஆர்.எஸ்.எஸ் மீதான அரசாங்கத்தின் தடை உள்ளிட்ட அனைத்து நெருக்கடிகளையும் எதிர் கொள்ளவேண்டும் என்றால் அதற்கு ஓர் அரசியல் கட்சி அவசியம் தேவை என்ற அடிப்படையில்தான் ஐம்பதுகளின் தொடக்கத்தில் பாரதிய ஜனசங்கம் என்ற புதிய அரசியல் கட்சியைத் தொடங்கினார் டாக்டர் சியாமா பிரசாத் முகர்ஜி.

அந்தக் கட்சிக்குத் தேவையான உதவிகள் அனைத்தையும் ஆர்.எஸ்.எஸ் செய்துகொடுத்தது. அதன் அரவணைப்பில் ஜனசங்கம் அங்குலம் அங்குலமாக வளர்ந்தது. ஸ்வயம்சேவகர்களின் பெரும் உழைப்பைப் பயன்படுத்தி தேர்தல் களத்தில் கணிசமான வெற்றிகளைப் பெற்றது. இந்தி பேசும் மாநிலங்களில் வலுவாகக் காலூன்றியது. விளைவு, இந்திய அரசியல் களத்தில் காங்கிரஸ் கட்சிக்கு எதிரான காத்திரமான இடத்தைப் பிடித்தது ஜனசங்கம்.

பின்னாளில் எமர்ஜென்ஸி அமலுக்கு வந்தபோது இரண்டு விதமான நெருக்கடிகள் பாரதிய ஜனசங்கத்துக்கு வந்தன. ஒன்று, இந்திரா காந்தி அரசின் அடக்குமுறையில் இருந்து தப்பிக்க வேண்டும். இரண்டாவது, தங்கள் மீது படிந்திருக்கும் மதவாத பிம்பத்தைக் கலைத்து, மைய நீரோட்டத்தில் கலக்கவேண்டும். அந்த இரண்டு பிரச்னைகளையும் சமாளிக்க கட்சியைக் கலைத்துவிட்டு, ஜனதா கட்சியில் ஐக்கியமாகினர் ஜனசங்கத்தினர். அதன் பலனாக ஆட்சியதிகாரத்திலும் அமர்ந்தனர்.

சாந்தி பூஷன்

ஆனால் அந்தச் சங்கமமும் அதிக காலம் நீடிக்கவில்லை. ஆர்.எஸ்.எஸ்ஸை முன்வைத்தே மீண்டும் பிரச்னைகள் முளைத்தன. அபயம் தேடியபோது அடைக்கலம் கொடுத்த ஜனதா கட்சியில் இருந்து முற்றிலுமாக விலகவேண்டிய சூழல் உருவானது அல்லது உருவாக்கப் பட்டது. நீண்ட ஆய்வுக்கும் ஆலோசனைக்கும் பிறகு பாரதிய ஜனதா கட்சி என்ற புதிய அரசியல் கட்சியைத் தொடங்கிவிட்டனர். அந்த வகையில் இந்துத்வ இயக்க அரசியல் வரலாற்றில் பாஜகவின் உருவாக்கம் முக்கியமான திருப்புமுனை.

பாரதிய ஜனசங்கம், ஜனதா கட்சிகளின் பாதையில் நாங்கள் வந்திருந்தாலும் எங்கள் கட்சி புதிய சிந்தனை யுடன், புதிய பாதையில் தன்னுடைய அரசியல் பயணத்தைத் தொடரும் என்று அறிவித்தார் பாஜக தலைவர் வாஜ்பாய். ஆனால் அது வாய் வார்த்தையாக இருந்ததே தவிர நடைமுறையில் அப்படி இல்லை. பாரதிய ஜனசங்கமும் ஜனதா கட்சியும் கடந்த காலங் களில் பின்பற்றிய சித்தாந்தங்களையும் நடைமுறை களையும்தான் பாஜக பின்பற்றியது.

முதலில் பாஜக என்பது ஜனசங்கத்தின் வழித்தோன்றல் கட்சிதான் என்பதை வெளிப்படுத்தும் வகையில் ஜனசங்கத்தின் நிறுவனர்களான டாக்டர் சியாமா பிரசாத் முகர்ஜியையும் தீனதயாள் உபாத்யாயாவும் தான் கட்சியின் தங்கள் வழிகாட்டிகளாகச் சித்திரிக்கும் வகையில் மாநாட்டு மேடையில் அவர்கள் இருவருடைய புகைப்படங்களைப் பிரதானமாக வைத்திருந்தனர். ஆனால் மைய நீரோட்டத்தில் இருந்து விலகிவிடக் கூடாது என்பதற்காக ஜே.பியின் படத்துக்கும் மேடையில் இடம்கொடுத்திருந்தனர்.

ஜனதா கட்சியின் பாதையில் நாங்கள் வந்திருந்தாலும் எங்கள் கட்சி புதிய சிந்தனையுடன், புதிய பாதையில் தன்னுடைய அரசியல் பயணத்தைத் தொடரும் – வாஜ்பாய்.

அடுத்து, பாஜகவின் கொடி மற்றும் சின்னம் குறித்த விவாதங்கள் தொடங்கின. கட்சியின் கொடியில் மூன்றில் இரண்டு பங்கு காவி நிறமும் ஒரு பங்கு பச்சை நிறமும் இருக்கும் வகையில் பிரத்யேகக் கொடி வடிவமைக்கப்பட்டது. இது ஜனசங்கம், ஜனதா ஆகிய கட்சிகளின் கொடியை ஓரளவுக்கு ஒத்தே இருந்தது. முக்கியமான வித்தியாசம், கொடியின் நடுவில் தாமரை பொறிக்கப்பட்டிருந்தது. ஏனென்றால், தங்களுடைய சின்னமாக தாமரையைக் கொண்டுவரவேண்டும் என்பது கட்சியினரின் விருப்பம்.

அடுத்து கட்சிக்கான சின்னத்தைத் தேர்வுசெய்ய விரும்பினர். மக்களவைத் தேர்தல் எதுவும்

நானாஜி தேஷ்முக்

கண்ணுக்கெட்டிய தூரத்துக்கு இல்லை என்றபோதும் மாநில சட்டமன்றத் தேர்தல்கள் எதுவும் வந்தால் அவற்றை எதிர்கொள்வதற்கு ஏதுவாக, கட்சிக்கென்று பிரத்யேக சின்னத்தைப் பெற முடிவுசெய்தனர். அதற்காக இந்தியத் தலைமைத் தேர்தல் ஆணையர் எஸ்.எல். ஷக்தரைச் சந்தித்துப் பேச அத்வானி தலைமையில் ஒரு குழு சென்றது.

உண்மையில் ஏர் உழவனைப் போன்ற தோற்றத்தில் ஒரு சின்னத்தைத் தேர்ந்தெடுப்பதுதான் அத்வானியின் நோக்கம். அதுதான் மக்கள் மத்தியில் நன்கு அறிமுகம் பெற்றிருந்த சின்னம். ஆனால் தேர்தல் ஆணையத்தில் பதிவுசெய்யப்படாத கட்சி என்பதால் சுயேட்சை சின்னங்களில் இருந்து ஒன்றைத்தான் தர முடியும் என்று சொல்லிவிட்டது தலைமைத் தேர்தல் ஆணையம்.

அந்தச் சின்னங்களைப் பார்த்தபோது அதிலிருந்த தாமரைச் சின்னம் அத்வானியின் கவனத்தைக் கவர்ந்தது. கேட்டார். கொடுத்து விட்டார்கள். ஆனாலும் அத்வானிக்கு ஒரேயொரு குறை. சுயேட்சை சின்னங்கள் பட்டியலில் ரோஜாவும் ஒரு சின்னமாக இடம்பெற்றிருந்தது. சட்டென்று பார்க்கும்போது அது தாமரையை நினைவூட்டியது.

தேர்தல் சமயத்தில் யாருக்கேனும் ரோஜா சின்னம் ஒதுக்கீடு செய்யப்பட்டால், அது தங்கள் வேட்பாளருக்குச் சிக்கலை ஏற்படுத்தக்கூடும் என்று பயந்தார் அத்வானி. ஆகவே, ரோஜா சின்னத்தைப் பட்டியலில் இருந்து நீக்குமாறு தேர்தல் ஆணையரிடம் கோரினார் அத்வானி.

எம்.சி. சாக்ளா

தேர்தல் ஆணையர் ஆகட்டும் என்று சொல்லிவிட்டார். இன்று இதுவெல்லாம் சாத்தியமா என்று தெரியவில்லை. ஆனால் அப்போது சாத்தியப்பட்டிருக்கிறது.

புதிய கட்சியை மக்களிடம் கொண்டுசெல்ல வேண்டிய பெரும் பொறுப்பை வாஜ்பாய், அத்வானி, சுந்தர் சிங் பண்டாரி உள்ளிட்ட தலைவர்கள் ஏற்றுக்கொண்டு நாடு தழுவிய அளவில் சுற்றுப்பயணம் மேற்கொண்டனர். அவர்களுக்குத் துணையாக ஆர்.எஸ்.எஸ் தலைவர்கள் பலரும் இருந்தனர். கூடவே, ஜனதாவிலிருந்து விலகிய மக்களவை மற்றும் சட்டமன்ற உறுப்பினர்களும் சேர்ந்து கொண்டனர். பிரபல வழக்கறிஞர்கள் ராம் ஜெத்மலானி, மொரார்ஜி தேசாய் அமைச்சரவையில் இடம்பெற்ற சாந்தி பூஷன் போன்றோர் பாஜகவில் சேர்ந்தனர். ஜே.டி. சேத்தி, அசோக் மேத்தா போன்ற பிரபல முகங்களும் பாஜகவில் இணைந்தனர்.

இத்தனைப் புதியவர்கள் பாஜகவில் சேர்ந்த போதும் ஜனசங்கத்திலும் ஜனதாவிலும் முக்கியத் தலைவர்களுள் ஒருவராக விளங்கிய நானாஜி தேஷ்முக் ஏனோ புதிய கட்சியிலிருந்து விலகியே இருந்தார். போதாக்குறைக்கு, தீவிர அரசியலில் இருந்தும் விலகியிருந்தார். இத்தனைக்கும் அவரை முன்வைத்தே ஜனதாவுக்குள் பெரும் கலகம் நடந்திருந்தது. ஜனதா கட்சி அமைச்சரவையில்கூட அவர் சேரவில்லை, கட்சிப்பணியே போதும் என்று சொல்லி ஒதுங்கிக் கொண்டார் என்பது இங்கே கவனிக்கத் தக்கது.

கட்சியை நிர்வகிப்பதற்கு வசதியாக தேசிய செயற்குழுவும் சிறப்பு அழைப்பாளர்கள் குழுவும் உருவாக்கப்பட்டன. ஜனசங்கத்தைப் போலவே பாஜகவையும் கூடவே இருந்து இயக்க விரும்பியது ஆர்.எஸ்.எஸ். அந்த அடிப்படையில் பாஜகவின் தேசிய செயற்குழுவில் இடம் பெற்ற 51 பேரில் 31 பேர் ஆர்.எஸ்.எஸ்ஸைச் சேர்ந்தவர்களாக இருந்தனர். பதினான்கு சிறப்பு அழைப்பாளர்களில் இரண்டு பேரைத் தவிர ஏனைய அனைவருமே ஆர்.எஸ்.எஸ்ஸைப் பின்புலமாகக் கொண்டவர்கள்.

தேசிய ஒருங்கிணைப்பு, ஒருங்கிணைந்த மனிதநேயம், ஜனநாயகம், ஆக்கப்பூர்வமான மதச்சார்பின்மை, மதிப்பு ரீதியான அரசியல் என்ற ஐந்தும்தான் பாரதிய ஜனதாவின் அடிப்படைத் தத்துவங்கள்.

1980 ஏப்ரல் மாதத்தில் நடந்த மாநாட்டில் பாரதிய ஜனதா என்ற புதிய கட்சியைப் பூர்வாங்கமாகத் தொடங்கிவிட்டாலும்கூட, அந்த ஆண்டு இறுதியில் நடக்கவுள்ள மாநாட்டில்தான் கட்சியானது அதிகாரபூர்வ மாகத் தொடங்கப்படும் என்று அறிவிக்கப் பட்டது. அதற்கு ஏதுவாக மராட்டியத் தலைநகர் பம்பாயில் 28 டிசம்பர் 1980 தொடங்கி மூன்று நாள்களுக்கு கட்சியின் முதல் அதிகாரபூர்வ மாநாடு நடந்தது.

சுமார் ஐம்பதாயிரத்துக்கும் அதிகமான தொண்டர்கள் கலந்துகொண்ட அந்த மாநாட்டில்தான் பாரதிய ஜனதா கட்சியின்

கொள்கைகளை அறிவித்தார் அதன் தலைவர் வாஜ்பாய். காந்திய வழி சோஷலிசம்தான் எங்கள் கட்சியின் வழிகாட்டும் கொள்கை என்றும் தேசிய ஒருங்கிணைப்பு, ஒருங்கிணைந்த மனிதநேயம், ஜனநாயகம், ஆக்கப்பூர்வமான மதச்சார்பின்மை, மதிப்பு ரீதியான அரசியல் என்ற ஐந்தும்தான் பாரதிய ஜனதாவின் அடிப்படைத் தத்துவங்கள் என்றும் சொன்னார். அவை எல்லாம் ஏற்கெனவே பாரதிய ஜனசங்கம் சொன்ன, பின்பற்றிய அம்சங்கள்தான். ஆனால் அவற்றை இப்போது சற்று விரிவுபடுத்தியும் நவீனப்படுத்தியும் இருந்தனர்.

ஜனதா கட்சி கடைப்பிடித்த பொருளாதாரக் கொள்கையின் முக்கியக் கூறு என்பது சிறுதொழில் பிரிவினர் உற்பத்தி செய்யும் பொருள்களை நடுத்தரத் தொழில் பிரிவினர் உற்பத்தி செய்யக் கூடாது; நடுத்தரத் தொழில் பிரிவினர் உற்பத்தி செய்யும் பொருள்களை பெருந்தொழில் பிரிவினர் உற்பத்தி செய்யக்கூடாது; பெருந்தொழில் பிரிவினர் உற்பத்தி செய்யும் பொருள்களைப் பன்னாட்டு நிறுவனத்தினர் உற்பத்தி செய்யக்கூடாது என்பதுதான்.

அந்தப் பொருளாதாரக் கொள்கையை பாரதிய ஜனதா கட்சி அப்படியே பின்பற்றப் போவதாக அறிவித்தார் வாஜ்பாய். ஆக, பாரதிய ஜனதா கட்சி என்பது பாரதிய ஜனசங்கத்தின் நீட்சியாகவும், ஜனதா கட்சியின் தொடர்ச்சியாகவும் பார்க்கப்பட்டது. நடைமுறை ரீதியாகவும் அப்படித்தான் செயல்பட்டது. அதனைத் தன்னுடைய மாநாட்டு உரையில் வெளிப்படுத்தினார் வாஜ்பாய்.

ஜனதா கட்சியை விட்டு நாங்கள் விலகிவந்துவிட்டாலும்கூட, அதை நிர்மாணிக்கப் பாடுபட்ட ஜெயப்ரகாஷ் நாராயணன் சுமந்த கனவு எங்கள் வசமே உள்ளது. ஒளிமயமான இந்தியாவை உருவாக்கி, அவருடைய கனவை நனவாக்குவோம் என்று சொன்ன வாஜ்பாய், ஜனநாயக மீட்பு, சமூகநீதிப் பாதுகாப்பு என்ற இரண்டு ஆயுதங்களையும் ஏந்தியபடி போராட்டக் களம் புகுவோம், வாருங்கள் என்று கட்சித் தொண்டர்களுக்கு அழைப்புவிடுத்தார்.

இந்தியாவைச் சூழ்ந்திருக்கும் (இந்திரா) இருள் அகலும், சூரியன் (தேர்தல்) உதிக்கும், தாமரை (பாஜக) மலரும் என்று அவர் பேசியது மாநாட்டில் திரண்டிருந்த தொண்டர்களை உற்சாக வெள்ளத்தில் மிதக்கவைத்தது. அந்த மாநாட்டில் பாஜக தலைவர்களுக்கு ஓர் இன்ப அதிர்ச்சி காத்திருந்தது. அது நேருவின் அமைச்சரவையில் இடம்பெற்றவரும் நீதியரசருமான முகமது கரீம் சாக்ளா என்கிற எம்.சி. சாக்ளாவின் வருகை. முக்கியமாக அவருடைய பேச்சு.

‘நான் பாரதிய ஜனதா கட்சியைக் காங்கிரஸ் கட்சிக்கான மாற்று சக்தியாகப் பார்க்கிறேன். இந்திராவுக்கு நிகரான தலைவர் வாஜ்பாய்’ என்றார் எம்.சி. சாக்ளா. மேலும், பாஜகவை மதவாதக் கட்சி என்று பிரதமர் இந்திரா காந்தி விமரிசிப்பதை நிராகரித்த அவர், அத்தகைய விமரிசனத்தைக் கண்டிக்கவும் செய்தார். முக்கியமாக, ‘வாஜ்பாய் எதிர்காலத்தில் பிரதமராவதற்கான வாய்ப்புகள் அதிகம் இருக்கின்றன’ என்றார்.

முரளி மனோகர் ஜோஷி

நீதிபதி சாக்ளாவின் மேற்கண்ட உரையை இன்னமும்கூட பாஜக மூத்த தலைவர்கள் பலரும் மேடைகளில் சொல்லிப் பெருமிதம் அடைவதுண்டு. தீர்க்கதரிசி என்று கொண்டாடுகிறார்கள். அதற்கு அவர் மூத்த மற்றும் முன்னாள் காங்கிரஸ் தலைவர் என்பது மட்டும்

காரணமல்ல, அவர் ஒரு நாடறிந்த நல்ல இஸ்லாமியரும்கூட. ஆகவே, அவரது கருத்து தங்களுடைய மைய நீரோட்டத்தை நோக்கிய பயணத்துக்குப் பயன்படும் என்பது பாஜகவினரின் கணிப்பு.

கட்சியின் சட்ட நெறிமுறை வகுப்பதற்காகப் பிரத்யேகக் குழு ஒன்று உருவாக்கப்பட்டது. அதில் அத்வானி, விஜயராஜே சிந்தியா, முரளி மனோகர் ஜோஷி உள்ளிட்டோர் இடம்பெற்றனர். முக்கியத்துவம் வாய்ந்த இந்தக் குழுவில் அத்வானி இடம்பெற்றதற்குப் பின்னால் ஒரு விரிவான வரலாற்றுப் பின்னணி இருந்தது.

காந்தி கொலைக்குப் பிறகு ஆர்.எஸ்.எஸ்ஸுக்கான சட்டத்திட்டங்களை வடிவமைக்க அமைக்கப்பட்ட குழுவுக்கு அத்வானி ஓர் உதவியாளராக நியமிக்கப்பட்டிருந்தார். பின்னர் ஜனசங்கத்தின் விதிமுறைகளை உருவாக்கும் பணியிலும் அத்வானியின் பங்களிப்பு கணிசமாக இருந்தது. இப்போது பாஜகவின் சட்ட நெறிமுறைகளை வகுப்பதிலும் அத்வானி இடம் பெற்றிருந்தார். அந்த வகையில் இந்துத்வ இயக்க அரசியல் வரலாற்றில் அத்வானியின் பங்களிப்பு அபரிமிதமானது என்பதில் சந்தேகமில்லை.

புதிய கட்சியான பாரதிய ஜனதாவுக்குக் கொடி, சின்னம் தயார். கொள்கைக் கோட்பாடுகள் தயார். தலைவர்கள், தொண்டர்கள் எல்லாம் தயார். அடுத்து, மக்கள் மனங்களில் ஊடுருவவேண்டும். அதற்கு சரியான பிரச்னையைக் கையிலெடுத்துக் களத்தில் இறங்கவேண்டும். சவால் நிறைந்த அந்தக் காரியத்தைக் கச்சிதமாகச் செய்துகொடுத்தது தமிழகத்தில் உள்ள சின்னஞ்சிறு ஊரான மீனாட்சிபுரம்!

75

மீனாட்சிபுரம் மதமாற்றமும் வாஜ்பாயின் வருகையும்

ஆரிய சமாஜம் தொடங்கி இந்தியாவில் உருவான இந்துத்வ இயக்கங்கள் ஒவ்வொன்றுமே மதமாற்றத்துக்கு எதிரான தங்களுடைய போராட்டத்தை மிகத் தீவிரமாக எதிர்த்துப் போராடியுள்ளன. இந்து மதத்தில் இருந்து இஸ்லாத்துக்குக்கோ, கிறித்தவத்துக்கோ அல்லது வேறு மதத்துக்கோ, தனியாகவோ, கும்பலாகவோ மாறுவதை எதிர்த்தும், ஒருவேளை மாறிவிட்டால், அவர்களை மீண்டும் தாய் மதத்துக்குத் திரும்ப அழைக்கவும் சுத்தி இயக்கம் போன்ற இயக்கங்கள் இந்துத்வ இயக்கங்களால் வெவ்வேறு காலகட்டங்களில் நடந்துள்ளன.

சுவாமி சிரத்தானந்தர் நடத்திய சுத்தி இயக்கம், அந்தமான் சிறைச் சாலைக்கு உள்ளேயே தாய் மதத்துக்குத் திரும்ப சடங்கு நடத்திய சாவர்க்கர், கிறித்தவர்கள் நடத்தும் மதமாற்றத்தைத் தடுக்க வனவாசி கல்யாண் ஆஸ்ரம் என்ற பிரத்யேக அமைப்பை ஆர்.எஸ்.எஸ் ஆரம்பித்தது, இந்து மகா சபாவின் பிரசாரங்கள், ராம ராஜ்ஜிய பரிஷத்தின் நடவடிக்கைகள் என்று மதமாற்றத்துக்கு எதிராக இந்துத்வ இயக்கங்களின் அநேகச் செயல்பாடுகளையும் இந்தப் புத்தகத்தில் விரிவாகவே பார்த்திருக்கிறோம். இப்போது அந்தச் செயல்பாடுகளுக்கு ஒரு புதிய மைல்கல்லாக அமைந்தது மீனாட்சிபுரம் மதமாற்றம்.

தமிழகத்தின் திருநெல்வேலி மாவட்டம் செங்கோட்டைக்கு அருகில் இருக்கும் சின்னஞ்சிறு கிராமம் மீனாட்சிபுரம். இந்து, முஸ்லீம், கிறித்தவர் என்ற முப்பெரும் மதங்களைச் சேர்ந்தவர்கள்

வாஜ்பாய்

பலரும் ஒன்றாக வசிக்கும் எண்ணற்ற கிராமங்களுள் அதுவும் ஒன்று. வெறும் 1300 பேரை மட்டுமே மக்கள் தொகையாகக் கொண்ட அந்தக் கிராமத்தில் அதிகம் வசிப்பவர்கள் என்று பார்த்தால் தாழ்த்தப்பட்ட மக்களே.

அதுநாள்வரைக்கும் அதிகம் கவனத்துக்கு வராத கிராமம், 19 பிப்ரவரி 1981 அன்று நடந்த ஒரு சம்பவத்தின் காரணமாக ஒட்டுமொத்த இந்தியாவின் கவனத்தையும் ஈர்த்துவிட்டது. காரணம், அந்தக் கிராமத்தில் வசித்த முந்நூறு குடும்பங்களில் 210 குடும்பங்களைச் சேர்ந்த சுமார் ஆயிரம் பேர் திடீரென இஸ்லாம் மதத்துக்கு மாறினார். அவர்கள் அத்தனை பேரும் இந்து மதத்தைச் சேர்ந்தவர்கள். தங்கள் பெயர்களை எல்லாம் இஸ்லாமியப் பெயர்களாக மாற்றிக்கொண்ட அவர்கள், தங்கள் ஊரின் பெயரையும் மீனாட்சிபுரம் என்பதிலிருந்து ரஹ்மத் நகராக மாற்றிக் கொண்டார்கள். போதாது? பற்றிக்கொண்டு எரியத் தொடங்கியது பதற்ற நெருப்பு.

இந்து மதத்தில் தங்களுக்கு உரிய மரியாதை இல்லை, ஒதுக்கப்படுகிறோம், ஒடுக்கப்படுகிறோம், எங்களுடைய சுயமரியாதை சோதனைக்கு உள்ளாக்கப்படுகிறது என்று ஒரு கிராமமே ஒட்டுமொத்தமாக மதம் மாறியது மத்திய, மாநில அரசுகளைப் பதறச் செய்தது. இந்து மதத்துக்கு எதிராக நடந்திருக்கும் மிகப்பெரிய சதித் திட்டம் இது என்று ஆர்.எஸ்.எஸ், வி.ஹெச்.பி, பாஜக உள்ளிட்ட இயக்கங்கள் கடுமையாக விமரிசித்தன.

பணத்துக்காகவோ, பிரியாணிக்காகவோ, பொருளுக்காகவோ நாங்கள் மதம் மாறவில்லை. சுயமரியாதையைத் தேடியே இஸ்லாத்துக்கு மாறினோம்.

மதம் மாறியவர்கள் அனைவரும் தாழ்த்தப்பட்ட சமுதாயத்தைச் சார்ந்தவர்கள். ஏழை எளியவர்கள். ஆகவே, வறுமையைக் காரணம் காட்டி அவர்களை வளைத்துப்போடுவதற்காக வளைகுடா நாடுகளில் இருந்து பெருமளவு பணப்பரிமாற்றம் நடந்திருக்கிறது. அதுதான் ஏழை இந்துக்களை மதமாற்றத்துக்கு இட்டுச் சென்றுள்ளது என்று இந்து அமைப்புகள் குற்றம் சாட்டின.

இதுநாள் வரைக்கும் இந்து மதத்தில் கிடைக்கப்பெறாத சமூகநீதி கிடைக்கவும், இந்து மதத்தில் கிடைத்துவரும் தீண்டாமைக் கொடுமைகள் அகலவும் இஸ்லாம் மதத்துக்கு மாறுங்கள் என்று கட்டாயப்படுத்தியும் காசு கொடுத்தும் மதமாற்றம் செய்திருக்கிறார்கள் என்று

யோகேந்திர மக்வானா

சொன்ன அவர்கள், இந்துமதத்துக்கு ஏற்பட்டிருக்கும் ஆகப்பெரிய அச்சுறுத்தல் இது என்றும் போர்க்குரல் எழுப்பினர்.

என்ன, ஏதென்று விசாரிக்க மத்திய உள்துறை அமைச்சர் யோகேந்திர மக்வானா உடனடியாக மீனாட்சிபுரம் வந்தார். மதம் மாறிய மக்களைச் சந்தித்துப் பேசினார். இந்து மதத்தில் நிலவும் சாதிய ஒடுக்குதலும் ஒதுக்குதலுமே எங்களை மதமாற்றத்துக்கு இட்டுச்சென்றன என்று பத்திரிகையாளர்களிடமும் அரசியல்தலைவர்களிடமும் சம்பந்தப்பட்டவர்கள் வாக்குமூலம் கொடுத்தனர். அவர்கள் கொடுத்த வாக்குமூலங்களின் ஒட்டுமொத்தத் தொகுப்பு இதுதான்:

நாங்கள் தாழ்த்தப்பட்ட சாதியைச் சேர்ந்தவர்கள் என்பதால் எங்களுக்கு ஊருக்குள் மரியாதை இல்லை. நன்கு படித்திருந்தாலும் இதே நிலைமைதான். டீக்கடையில்கூட ஓரவஞ்சனைதான். பாரபட்சம்தான். ஊருக்குள் செருப்பு போட்டுக்கொண்டு நடக்கமுடியாது. தோளில் துண்டு போட்டு உலவ முடியாது. உயர்சாதி மக்களுக்கு டம்ளரில் டீ கொடுக்கும் டீக்கடைக்காரர், எங்களுக்கு வாழைத் தொன்னையில் கொடுப்பார் அல்லது கொட்டாங்கச்சியில் ஊற்றுவார். இந்து மதம் என்று சொல்லிக் கொள்கிறோம். ஆனால், அதே மதத்தைச் சேர்ந்தவர்கள் நம்மை மதிப்பதில்லை. மாறாக, இஸ்லாமிய மதத்துக்கு மாறினால் இந்த இழிவில் இருந்து மீண்டு விடலாம் என்று நினைத்தோம். இதற்கு முன்னர் மதம் மாறிய பலரும் வாழும் வாழ்க்கை எங்களுக்கு நம்பிக்கையைக் கொடுத்தது. நேற்றுவரை வாடா என்றும் போடா என்றும் ஏக வசனத்தில் அழைக்கப்பட்ட எங்கள் உறவினர்களே இப்போது, 'வாங்க பாய், உட்காருங்க பாய்'

என்று விளிக்கப்படுவதைப் பார்த்தோம். அது எங்களுக்கு உத்வேகத்தைக் கொடுத்தது. ஆக, பணத்துக்காகவோ, பிரியாணிக்காகவோ, பொருளுக்காகவோ நாங்கள் மதம் மாறவில்லை. சுயமரியாதையைத் தேடியே இஸ்லாத்துக்கு மாறினோம். யாரும் எங்களைக் கட்டாயப் படுத்தவோ, மிரட்டவோ இல்லை. நாங்களாக விரும்பியே இஸ்லாத்தைத் தழுவினோம். எங்கள் தலைமுறை அவமானங்களால் கூனிக் குறுகினாலும், எங்கள் நாளைய தலைமுறை இழிவின் சுவடிகளில் இருந்து தப்பியிருக்கும். எங்களுக்கு அதுபோதும்.

உண்மையில் மீனாட்சிபுரத்தில் நடந்த மதமாற்றம்தான் அந்தப் பிராந்தியத்தில் நடத்த முதன் மதமாற்றம் அல்ல. வெவ்வேறு காலகட்டங்களில் அங்கொன்றும் இங்கொன்றுமாகவும் தொடர்ச்சியாகவும் மதமாற்றம் நடந்துகொண்டுதான் இருந்தது. இந்துக்கள் கிறித்தவ மதத்துக்கும் இஸ்லாம் மதத்துக்கும் அவ்வப்போது மாறிக்கொண்டுதான் இருந்தனர். அவர்களில் பெரும்பாலானோர் ஏழைகளாகவும் தாழ்த்தப்பட்ட மக்களாகவுமே இருந்தனர்.

ஆனால் அவையெல்லாம் சிறிய அளவில் நடந்தவை என்பதால் இந்து அமைப்புகள் அதற்கேற்ற அளவில் எதிர்ப்புகளைத் தெரிவித்துக்கொண்டிருதந்தன. அப்படி மதம் மாறியவர்களைத் தனிப்பட்ட முறையில் சந்தித்து, மீண்டும் தாய் மதத்துக்குத் திரும்புமாறு கேட்டுக்கொண்டனர். மேலும், மதமாற்றங்கள் நடக்காமல் தடுக்கத் தேவையான பிரசார நடவடிக்கைகளை எடுத்தனர்.

ஆனால் இம்முறை ஒரே சமயத்தில் ஆயிரம் பேர் மதம் மாறியதுதான் இந்து அமைப்புகளைப் பதற்றம் கொள்ளச் செய்தது. 14 அக்டோபர் 1956 அன்று அம்பேத்கர் தலைமையில் லட்சக் கணக்கானோர் இந்து மதத்தில் இருந்து பௌத்த மதத்துக்கு மாறினர். அது நாடு தழுவிய அளவில் பெரும் பதற்றத்தை ஏற்படுத்தியது. அதன்பிறகு அதிக கவனம் பெற்ற மதமாற்றமாக மீனாட்சிபுரம் சம்பவம் அமைந்தது.

உண்மையில், இந்து அமைப்புகளுக்கு வந்ததைப் பதற்றம் என்றுகூட சொல்லமுடியாது. ஆவேசம். ஆத்திரம். ஆர்.எஸ்.எஸ், வி.ஹெச்.பி, இந்து முன்னணி, பாஜக என்று எந்தெந்த வழிகளில் எல்லாம் இந்துக்களை ஓரணியில் திரட்டலாம் என்று யோசித்து, திட்டங்களைச் செயல்படுத்திக்கொண்டிருந்த சமயத்தில், இப்படியொரு மதமாற்ற நிகழ்வு அவர்களைச் சீற்றம்கொள்ளச் செய்தது.

இந்து மதத்தில் தாழ்த்தப்பட்ட மக்களுக்கு எவ்வித பாகுபாடும் காட்டப்படாது என்றும் அனைத்து இந்துக்களும் சரிசமமாக நடத்தப்படத் தேவையான நடவடிக்கைகளை நாங்கள் எடுப்போம்.

போதாக்குறைக்கு, அந்த மதமாற்றம் பற்றிய செய்திகளை தமிழ், ஆங்கில ஊடகங்கள் பெரிய அளவிலான கட்டுரைகளாக வெளி யிட்டன. நடந்த மதமாற்றத்துக்கு எதிர் வினை ஆற்றவும் இனியும் மதமாற்றங்கள் நடக்காமல் தடுக்கவும் ஆகவேண்டிய காரியங்களைச் செய்ய அத்தனை இந்துத்வ அமைப்புகளும் ஓரணியில் ஒன்று திரண்டு எதிர்ப்புக்குரல் எழுப்பத் தயாராகின.

குறிப்பாக, ஆர்.எஸ்.எஸ், விஸ்வ ஹிந்து பரிஷத், ஆரிய சமாஜம், இந்து முன்னணி, பாரதிய ஜனதா கட்சி, இந்து மகா சபா, இந்து சமுதாய வளர்ச்சி மன்றம், இந்து

ஆலயங்கள் பாதுகாப்புக் கமிட்டி உள்ளிட்ட அமைப்புகள் மீனாட்சிபுரத்துக்கு நேரில் சென்று இந்துக்களைச் சந்தித்துப் பிரசாரம் செய்து, மதமாற்றத் தடுப்பு நடவடிக்கைகளில் ஈடுபடுவ தென்று தீர்மானித்தனர். குறிப்பாக, மதம் மாறிய குடும்பங்களைத் தாய் மதத்துக்கு அழைக்கவும் முடிவுசெய்தனர்.

மதமாற்றம் தொடர்பாக செய்திகளில் அடிபட்டது என்னவோ மீனாட்சிபுரம் கிராமம்தான். ஆனால் அந்தக் கிராமத்தைச் சுற்றிலும் பல கிராமங்களில் இத்தகைய மதமாற்றங்கள் சின்னதும் பெரியதுமாக நிகழ்ந்திருந்தன. ஆகவே, அதுபற்றிய விவரங்களை எல்லாம் இந்து அமைப்புகள் திரட்டின. அதன் தொடர்ச்சியாக அந்தப் பகுதியில் பெரிய அளவிலான இந்து மாநாடு ஒன்றை நடத்தி, இந்துக்களிடம் விழிப்புணர்வையும் ஒற்றுமையையும் ஏற்படுத்த முடிவுசெய்தனர்.

அராபியப் பணம் விளையாடும் இதுபோன்ற கட்டாய மதமாற்றங்களைத் தடுக்க புதிய சட்டங்களைக் கொண்டுவந்து, அதன் அடிப்படையில் கிறித்தவ மிஷனரிகளையும் தன்னார்வத் தொண்டு நிறுவனங்களையும் கண்காணிப்பு வளையத்துக்குள் கொண்டுவரவேண்டும், அவர்கள் சட்ட விரோதமாகவோ, கட்டாயப்படுத்தியோ மதமாற்றத்தில் ஈடுபடும் பட்சத்தில், அவர்கள் மீது கடுமையான நடவடிக்கை எடுக்கவேண்டும் என்று விஸ்வ ஹிந்து பரிஷத் கோரிக்கை விடுத்தது.

பாரதிய ஜனதா என்ற கட்சி தொடங்கி ஓரிரு மாதங்களே ஆகியிருந்த சூழ்நிலையில் நடந்த மாபெரும் நிகழ்வு இது என்பதால் மீனாட்சிபுரம் விவகாரத்தைக் கையிலெடுத்துக்கொண்டு போராடத் தயாரானது பாஜக. இந்து மதத்தில் தாழ்த்தப்பட்ட மக்களுக்கு எவ்வித பாகுபாடும் காட்டப்படாது என்றும் அனைத்து இந்துக்களும் சரிசமமாக நடத்தப்படத் தேவையான நடவடிக்கைகளை நாங்கள் எடுப்போம் என்றும் வாக்குறுதி கொடுத்தது பாஜக.

டாக்டர் சுப்ரமணியன் சுவாமி போன்ற இந்து அரசியல் தலைவர்கள் பலரும் மீனாட்சிபுரத்துக்கு வந்து மக்களைச் சந்தித்துப்பேசி, இந்து மதத்தின் பெருமைகளை எடுத்துச் சொல்லி, இந்து மதத்தில் நீடிக்கவேண்டியதன் அவசியம் பற்றிப் பிரசாரம் செய்தனர். முக்கியமாக, மதம் மாறியவர்கள் தங்கள் தாய் மதத்துக்குத் திரும்பவேண்டும் என்றும் அழைப்பு விடுத்தனர். ஆனால் அவர்களோ தங்கள் நிலைப்பாட்டில் அசாத்திய உறுதியைக் காட்டினர்.

மத்திய, மாநில அமைச்சர்களும் மீனாட்சிபுரத்துக்கு நேரில் சென்று மக்களிடம் பேசினர். குறிப்பாக, அமைச்சர் ஆர்.எம். வீரப்பன் சம்பந்தப்பட்ட பகுதியில் இருக்கும் சாதியக் கொடுமை கள், மதமாற்றம் நடைபெறுவதற்கான சூழ்நிலை, சட்டம் ஒழுங்கு விவகாரம் ஆகியன குறித்து விரிவான ஆய்வுகளை மேற்கொண்டார். எக்காரணம் கொண்டும் பதற்றம் ஏற்பட்டு, கலவரங்கள் மூண்டுவிடாமல் தடுப்பதற்குத் தேவையான முன்னெச்சரிக்கை நடவடிக்கைகள் மேற்கொள்ளப்பட்டன.

நூறு கோடி மக்கள் தொகை கொண்ட நாட்டில் ஆயிரம் பேர் மதம் மாறினாலும் அதைச் சாதாரண நிகழ்வாக எடுத்துக்கொள்ள இந்து அமைப்புகள் தயாராக இல்லை. ஆகவே, திட்டமிட்டபடி ஜூலை மாதம் இந்து ஒற்றுமை மாநாட்டைக் கூட்டினர். ஏராளமான இந்து தலைவர்கள், அரசியல் தலைவர்கள் அந்த மாநாட்டில் கலந்துகொண்டனர். மதமாற்றத்துக்கு எதிரான கருத்துகள் மேடைகளில் முழங்கின. முக்கியமாக, சம்பந்தப்பட்ட மதமாற்றச் சம்பவத்தில் இஸ்லாமியர்கள் பங்களிப்பு குறித்தும் வளைகுடாப் பணப் பரிவர்த்தனை குறித்தும் கடுமையாக விமரிசிக்கப்பட்டன.

15 ஜூலை 1981 அன்று மீனாட்சிபுரத்தில் நடந்த இந்து ஒற்றுமை மாநாட்டில் உடுப்பி பெஜாவர் மடத்து சுவாமிகள், மதுரை ஆதீனகர்த்தர், தஞ்சை சுவாமி அன்புக்கரசு, ஸ்ரீராமகிருஷ்ண தபோவனத்தின் சுவாமி குகானந்தா, மலேசியாவைச் சேர்ந்த சுவாமி ராமதாசர் உள்ளிட்ட பலரும் பங்கேற்றனர். மாநாட்டில் பேசிய பாரதிய ஜனதா தலைவர் வாஜ்பாய், ‘நான் இந்து மதத்தில் இருப்பதில் பெருமை கொள்கிறேன். இந்துக்கள் தங்கள் ஒற்றுமையின் வழியாக இந்து தர்மத்தைப் பாதுகாப்பார்கள்’ என்று நம்பிக்கையுடன் பேசினார்.

மதமாற்றத்துக்கு எதிரான பிரசாரங்களும் விமரிசனங்களும் பெரிய அளவில் வெடித்துக் கிளம்பி யிருந்த சூழ்நிலையில், இந்த விவகாரம் தொடர்பாக ஆர்.எஸ்.எஸ் அவசர ஆலோசனைகளில் இறங்கியது. அப்போது ஆர்.எஸ்.எஸ் நிறைவேற்றிய தீர்மானம் நாடு தழுவிய அளவிலான இந்து அமைப்புகள் மீனாட்சிபுரம் விவகாரத்தை எப்படி அணுகவேண்டும் என்பதற்கு ஒரு வழிகாட்டியாக அமைந்தது. குறிப்பாக, மதமாற்றத்தின் விளைவு குறித்து ஆர்.எஸ்.எஸ் பயன்படுத்திய சொல்லாடல்கள்!

76

ஆர்.எஸ்.எஸ்ஸும் காங்கிரஸும் ஒரே புள்ளியில்

எண்பதுகளின் தொடக்கத்தில் திருநெல்வேலி மாவட்டம் மீனாட்சிபுரத்தில் நடந்த மதமாற்றம் நாடு தழுவிய அளவில் பதற்றத்தையும் விவாதத்தையும் ஒருங்கே கிளப்பியிருந்தது. பொதுவாக வட இந்திய, வட கிழக்குப் பிராந்தியங்களில் இருந்தும் தான் மதமாற்றங்கள் தொடர்பான பரபரப்பூட்டும் செய்திகள் வருவது வழக்கம். ஆனால் இம்முறை தென்னிந்தியாவில் இருந்து, குறிப்பாக, தமிழ்நாட்டில் இருந்து வந்ததுதான் பலரையும் வியக்கச் செய்தது.

ஆனால் அந்தச் செய்திகளைப் பார்த்து ஆர்.எஸ்.எஸ் இயக்கம் அதிருப்தியும் ஆத்திரமும் கொண்டது. மதமாற்றத்துக்கு எதிராக வீறுகொண்டு வீதிக்கு வருவதற்குத் தயாராகியிருந்தது. அந்த முயற்சி களுக்குத் துணையாக விஷ்வ ஹிந்து பரிஷத், ராம. கோபாலன் போன்றோரின் வழிகாட்டுதலில் இயங்கிய இந்து முன்னணி போன்ற அமைப்புகள் மிகத்தீவிரமாக இறங்கியிருந்தன.

இந்தப் பின்னணியில் 11 ஜூலை 1981 அன்று கூடிய ஆர்.எஸ்.எஸ்ஸின் அகில பாரதிய கார்யகாரி மண்டல் கூடி (அகில இந்திய தேசிய செயற்குழு) இரண்டு நாள்களுக்கு விவாதித்தது.

சமீபத்திய மதமாற்றம் இந்து மதத்துக்கு மிகப்பெரிய ஆபத்தை ஏற்படுத்தியுள்ளதாகக் கணித்த கார்யகாரி மண்டல், மதமாற்றத்துக்கு எதிராகச் சட்டம் கொண்டுவரவேண்டியதன் அவசியம் குறித்துப் பேசியது.

கி. வீரமணி

உண்மையில், எந்தவொரு தனிமனிதனும் தான் விரும்பும் மதத்தைத் தேர்வுசெய்துகொள்ளும் உரிமையை இந்திய அரசியலமைப்புச் சட்டம் கொடுத்திருந்தது. அதேசமயம், பணம், பொருளைக் காட்டி, எவரையும் கட்டாய மதமாற்றத்துக்கு உட்படுத்தக் கூடாது என்றும் அப்படிச் செய்தால் அது தண்டனைக்குரியது என்றும் சொல்லப்பட்டிருந்தது. என்றாலும், அந்தக் கூட்டத்தில் நுணுக்கமான தீர்மானம் ஒன்றும் நிறைவேற்றப்பட்டது.

'மதமாற்றங்கள் வழிபடும் முறையில் மட்டுமே மாற்றத்தைக் கொண்டுவருவதில்லை. மாறாக, தேசிய கலாசாரத்தையும் தேசிய உணர்வையும் சிதைத்து விடுகின்றன. பிரிவினைவாதப் போக்கை வளர்க்கின்றன. அந்நியர் மீதான பாசத்தையும் வகுப்புவாத மோதல்களையும் பதற்றத்தையும் உருவாக்குகின்றன. அதன் காரணமாக தேச ஒற்றுமையும் தேசப் பாதுகாப்பும் ஆபத்துக்கு உள்ளாகின்றன.'

மீனாட்சிபுரத்தைச் சேர்ந்த தாழ்த்தப்பட்ட மக்கள் தங்களுடைய சுயமரியாதையைத் தேடியே மாற்று மதத்துக்கு மாறினர் என்பதுதான் அவர்கள் கொடுத்த வாக்குமூலம். தமிழ்நாட்டில் அண்மையில் இஸ்லாத்துக்கு மாறியவர்கள் ஹரிஜனங்கள் என்பதால் தங்களுக்குள்ள சில சிரமங்களை நினைத்தே மாறியிருக்கிறார்கள் என்று காஞ்சி சங்காராச்சார்களுள் ஒருவரான ஜெயேந்திரர் பேட்டி கொடுத்திருந்தார்.

மேலும், மதம் மாறிய மக்களை பல்வேறு தரப்பினரும் நேரில் சென்று சந்தித்துப் பேசினர். திராவிட இயக்கத்தினரும் இடதுசாரிகளும் சென்று அவர்களிடம் பேட்டி எடுத்தனர். திராவிடர்கழகப் பொதுச்செயலாளர் கி. வீரமணியிடம் பேசிய உமர் ஷெரீப் என்பவர், தான் மதம் மாறியதற்காகச் சொன்ன காரணம் முக்கியமானது:

> **இந்து மதம் அனைத்து மதங்களுக்கும் தாய்; வேற்றுமையில் ஒற்றுமை என்ற சகோதரதுவத்தைப் இந்து மதம் போதிக்கிறது; பின்பற்றுகிறது.**

'(இட ஒதுக்கீடு அடிப்படையிலான) சலுகை கிடைக்காவிட்டாலும் பரவாயில்லை, தாழ்த்தப்பட்டவன் என்கிற முத்திரையில்லாமல் இருந்தால் போதும் என்றுதான் மதம் மாறினோம். நாங்கள் கொடுமை அனுபவித்தாலும் பரவாயில்லை, வருங்கால சந்ததியாவது மற்றவர்களோடு சரிசமமாக, மானத்தோடு இருக்கவேண்டும் என்பதற்காகவே இந்த முடிவுக்கு வந்தோம்.'

ஆனால் ஆர்.எஸ்.எஸ் அமைப்போ அத்தகைய மத மாற்றங்கள் தேச ஒற்றுமைக்கும் தேசப் பாதுகாப்புக்கும்

காஞ்சி சங்கராச்சாரியார்

அச்சுறுத்தல் என்று எச்சரித்தது. இந்து ஆதரவுப் பிரசாரத்திலும் மதமாற்றத்துக்கு எதிரான பிரசாரத்திலும் தன்னைத் தீவிரமாக ஈடுபடுத்திக்கொண்டது. மதம் மாறாதே, மதம் மாறாதே, அரபு நாட்டுப் பணத்துக்கு அடிமையாகாதே என்பன போன்ற கோஷங்கள் மீனாட்சிபுரம் மற்றும் அதைச் சுற்றியுள்ள கிராமங்களில் தெருவுக்குத் தெரு ஒலிக்கத் தொடங்கின.

மீனாட்சிபுரத்தில் நடந்த இந்து ஒற்றுமை மாநாட்டைத் தொடர்ந்து ராமநாதபுரத்திலும் ஓர் இந்து ஒற்றுமை மாநாட்டுக்கு அழைப்பு விடுக்கப்பட்டது. 27 ஜூலை 1981 அன்று தொடங்கிய அந்த மாநாட்டில் ஸ்ரீபெரும்புதூர் ஜீயர் சுவாமிகள், மதுரை ஆதீனம் ஸ்ரீ ஞான சம்பந்த பரமாச்சாரியார், தருமபுரம் ஆதினகர்த்தர், திருப்பனந்தாள் ஆதீனகர்த்தர், குன்றக்குடி அடிகளார், வடலூரான் அடிகள், மலேசியா ராமதாஸ் சுவாமிகள், சுந்தர சுவாமிகள் உள்ளிட்ட பலரும் பங்கேற்றனர்.

தவிர்க்க முடியாத காரணங்களால் அந்த மாநாட்டுக்கு வரமுடியாமல் போன இரண்டு பிரதான சங்கராச்சாரியார்கள் வாழ்த்துச் செய்திகளை அனுப்பிவைத்து, தங்களுடைய தார்மிக ரீதியிலான ஆதரவைக் கொடுத்திருந்தனர். அடிப்படையில் காஞ்சி சங்கராச்சாரியாருக்கு வி.ஹெச்.பி மற்றும் அதன் செயல்பாடுகள் மீது நல்லெண்ணம் உண்டு. அந்த வகையில் மாநாட்டுக்கு அனுப்பிய வாழ்த்துச் செய்தியில், இந்து மதம் அனைத்து மதங்களுக்கும் தாய்; வேற்றுமையில் ஒற்றுமை என்ற சகோதரத்துவத்தைப் இந்து மதம் போதிக்கிறது, பின்பற்றுகிறது என்று குறிப்பிட்டிருந்தார். மாநாடு மற்றும் பிரசாரப் பணிகளுக்காக இரண்டாயிரம் ரூபாயை நன்கொடையாக அனுப்பியிருந்தார்.

சிருங்கேரி மடத்து சங்கராச்சாரியார் அனுப்பிய வாழ்த்துச் செய்தியில், இந்துக்கள் புத்தெழுச்சி காண்பதையும் இந்து தர்மம் மறுமலர்ச்சி காண்பதையும் வரவேற்பதாகச் சொன்ன அவர், இந்து மதத்தில் இருந்து விலகிச் சென்றவர்களை மீண்டும் தாய் மதத்துக்கு அழைத்து வருகின்ற பணியில் ஒவ்வொரு இந்துவும் ஈடுபடவேண்டும் என்று கேட்டுக்கொண்டார். அவர் நேரில் வரவில்லை என்றாலும், அவருடைய பிரதிநிதியை மாநாட்டுக்கு அனுப்பி வைத்திருந்தார். நன்கொடையும் கொடுத்திருந்தார். அந்த அளவுக்கு மதமாற்ற விவகாரம் ஆன்மீகத் தலைவர்களைப் பதற்றத்துக்கு உட்படுத்தியிருந்தது.

ஆன்மீகத் தலைவர்கள் மட்டுமல்ல, அரசியல் கட்சித் தலைவர்கள், அரசு அதிகாரிகள் உள்ளிட்ட சிலரும்கூட மாநாட்டுக்கு வந்திருந்தனர். ஆரிய சமாஜத்தின் மாநிலத் தலைவர் கல்யாண சுந்தரம், முன்னாள் சட்டமன்ற உறுப்பினர் இளையபெருமாள், இந்து அறநிலையத் துறை ஆணையர் வி. சுப்ரமணியம் மற்றும் இந்து பக்தர்கள், இந்து மத ஆர்வலர்கள் பலரும் பங்கேற்ற மாநாடாக அது அமைந்தது.

அந்த மாநாட்டில் இந்து ஒற்றுமையை வலியுறுத்திப் பேசியவர்கள், மாற்று மதத்தினரின் தாக்குதலில் இருந்து இந்து மதத்தைக் காப்பாற்றவேண்டிய கடப்பாடு ஒவ்வொரு இந்துவுக்கும் உள்ளது என்று வலியுறுத்தினர். இதே ரீதியிலான மாநாடுகளை நாடு தழுவிய அளவில் நடத்த ஆர்.எஸ்.எஸ், விஷ்வ ஹிந்து பரிஷத் உள்ளிட்ட இந்து அமைப்புகள் முடிவுசெய்தன.

இந்து ஆன்மிக மாநாடு, இந்து ஒற்றுமை மாநாடு, இந்து ஒற்றுமை மகோற்சவம் என்பன போன்ற பெயர்களில் தெற்கு, வடக்கு, வடகிழக்கு மாநிலங்களில் மாநாடுகள் நடத்தப்பட்டன. குறிப்பாக, கர்நாடக மாநிலத்தில் சுவாமி விஷ்வேஷ் தீர்த்தரின் முயற்சியால் இந்து ஒற்றுமை மாநாடுகள் தொடர்ச்சியாக நடத்தப்பட்டன. அவற்றில் மதமாற்றம் எந்தெந்த வகையிலெல்லாம் இந்து மதத்துக்கு ஆபத்தை விளைவிக்கிறது என்பது குறித்துப் பேசப்பட்டது.

தென்னிந்தியாவின் ஏதோவொரு பெயர் தெரியாத கிராமத்தில் நடந்த சின்னஞ்சிறு மதமாற்றச் சம்பவமாக மீனாட்சிபுரம் மதமாற்றச் சம்பவம் புதைந்துபோய்விடக்கூடாது என்பதில் விஷ்வ ஹிந்து பரிஷத் கூடுதல் கவனத்தைச் செலுத்தியது. அந்த வகையில் 1981 செப்டெம்பரில் இந்து ஐக்கிய மாநாட்டுக்கு அழைப்பு விடுத்தது விஸ்வ ஹிந்து பரிஷத்.

டாக்டர் கரண் சிங்

டெல்லியில் நடந்த அந்த மாநாட்டுக்குத் தலைமை வகித்தவர் டாக்டர் கரண் சிங். ஆம், காஷ்மீர் சமஸ்தான மன்னராக இருந்த ஹரிசிங்கின் மகன். நாடறிந்த இந்து தலைவர். இந்திரா காந்தி அமைச்சரவையில் அங்கம் வகித்தவர். இந்துக்கள் மத்தியில் அபிமானமும் மதிப்பும் செல்வாக்கும் கொண்டவர். ஆகவே, அவரை முன்வைத்து ஓர் ஒருங்கிணைப்புக்குத் தயாராகியிருந்தது விஷ்வ ஹிந்து பரிஷத். ஆம், வீரட் ஹிந்து சமாஜ் என்ற பெயரில் ஒரு புதிய அமைப்பு உருவாக்கப்பட்டது. அதன் பின்னணியில் ஆர்.எஸ்.எஸ், விஷ்வ ஹிந்து பரிஷத் உள்ளிட்ட அமைப்புகள் இருந்தன. அந்த அமைப்பின் தலைவர் டாக்டர் கரண் சிங் தேர்ந்தெடுக்கப்பட்டார். அந்த அமைப்பின் அவசியம் குறித்து டாக்டர் கரண் சிங் தெரிவித்த கருத்துகள் முக்கியமானவை:

‘வீரட் ஹிந்து சமாஜ் ஒரு சமூக சீர்திருத்த இயக்கம். மீனாட்சிபுரம் மதமாற்றத்துக்கான காரணங்கள் குறித்து நமக்கு நாமே சிந்திக்கவேண்டியது அவசியம். இந்து மதத்துக்குள் தாழ்த்தப்பட்டவர்கள் இன்னமும் பாரபட்சத்துடன்தான் கருதப்படுகிறார்களா என்ற கேள்விக்கு ஆர்.எஸ்.எஸ் பரிவாரங்கள் இல்லை என்று பதில் சொல்கின்றன. ஆனால் காங்கிரஸ் தலைவர்களோ ஆம் என்று ஆமோதிக்கின்றனர். காங்கிரஸார் தங்களை இந்துக்கள் என்று அழைத்துக் கொள்ளாவிட்டாலும், அவர்கள் நல்ல இந்துக்களே. அந்த வகையில், ஆர்.எஸ்.எஸ் - காங்கிரஸ் இடையே வீரட் ஹிந்து சமாஜ் நல்லதொரு பாலமாக இயங்கும்.’

இந்து மதத்துக்குள் தாழ்த்தப்பட்டவர்கள் இன்னமும் பாரபட்சத்துடன்தான் கருதப்படுகிறார்களா என்ற கேள்விக்கு ஆர்.எஸ்.எஸ் பரிவாரங்கள் இல்லை என்று பதில் சொல்கின்றன.

புதிய அமைப்பின் துணைத்தலைவர்களாக ஹன்ஸ்ராஜ் குப்தாவும் ஓம் பிரகாஷ் தியாகியும் தேர்ந்தெடுக்கப்பட்டனர். இவர்களில் ஓம் பிரகாஷ் தியாகி தீவிரமான ஆர்.எஸ்.எஸ் தொண்டர். பாரதிய ஜனசங்கம், ஜனதா கட்சிகளில் அங்கம் வகித்தவர். மொரார்ஜி தேசாய் ஆட்சிக்காலத்தில் மதச்சுதந்தர மசோதா என்ற பெயரில் நாடாளுமன்றத்தில் தனிநபர் மசோதாவைக் கொண்டுவந்து சர்ச்சையை ஏற்படுத்தியவர். பின்னர் அன்னை தெரசா உள்ளிட்டோரின் தீவிரமான எதிர்ப்பைத் தொடர்ந்து மசோதா கைவிடப்பட்டது.

வீரட் ஹிந்து சமாஜின் பொருளாளர் பொறுப்பு வி.ஹெச். டால்மியாவுக்கும் பொதுச்செயலாளர் பொறுப்பு அசோக் சிங்காலுக்கும் வழங்கப்பட்டது. அதன்மூலம் ஆர்.எஸ்.எஸ், காங்கிரஸ் என்ற இருபெரும் அமைப்புகளில் இருந்தும் நிர்வாகிகள் திட்டமிட்டுத் தேர்ந்தெடுக்கப்பட்டிருப்பது தெளிவாகத் தெரிந்தது. ஆக, ஆர்.எஸ்.எஸ், காங்கிரஸ் என்ற இரு துருவங்களையும் இந்து மதம் என்ற அம்சம் ஒற்றைப் புள்ளியில் இணைத்து, அற்புதமான அரசியல் கலவையை உருவாக்கியிருந்தன இந்து அமைப்புகள்.

ஆர்.எஸ்.எஸ், விஸ்வ ஹிந்து பரிஷத் மட்டுமின்றி விராட் ஹிந்து சமாஜ் என்ற புதிய அமைப்பும் மதமாற்றத்துக்கு எதிரான போராட்டங்களில் களமிறங்கியது. உண்மையில், காங்கிரஸில் உள்ள தீவிர இந்துத்துவர்களை அடையாளம் கண்டு, அவர்களைத் தனியே பிரித்துக்கொண்டு வருகின்ற முயற்சியின் ஓர் அங்கம்தான் இந்த விராட் ஹிந்து சமாஜ் என்ற விமரிசனமும் எழுந்தது. அந்த விமரிசனத்தை அப்படியே ஏற்காவிட்டாலும்கூட, இரண்டு அமைப்புகளுக்குமான பாலம் என்று சொல்லியிருந்தார் கரண் சிங் என்பது இங்கே கவனிக்கத்தக்க அம்சம்.

டெல்லி, மதுரா, பாட்னா, ஜோத்பூர் என்று இந்தியாவின் அனைத்து திசைகளிலும் மாநாடு நடத்தும் பணியில் விராட் ஹிந்து சமாஜ் தீவிரமாக ஈடுபட்டிருந்த நிலையில், தன் சார்பிலான நிகழ்ச்சி நிரலைத் தீவிரப்படுத்தியது விஷ்வ ஹிந்து பரிஷத். முக்கியமாக, மதத்தை முன் வைத்து நாட்டில் நிலவும் ஐந்து அதிமுக்கிய பிரச்னைகள் குறித்து ஆழமாக விவாதித்தது.

இந்து ஒற்றுமை, தீண்டாமை ஒழிப்பு, மதமாற்றத் தடை, மதமாற்றத்துக்காக வெளிநாடுகளில் இருந்து தருவிக்கப்படும் பணத்துக்குத் தடை, மதம் மாறிய இந்துக்களைத் தாய் மதத்துக்குத்

திரும்பவும் அழைத்துவருதல் ஆகிய ஐந்து பொருள்கள் தொடர்பாகத் தொடர்ந்து விவாதிக்கவும் செயல்படவும் தீர்மானித்தது. முக்கியமாக, மதமாற்றத்தை ஊக்குவிக்கின்ற கிறித்தவ, இஸ்லாமிய மதத்தினருக்குக் கடுமையான கண்டனங்களைப் பதிவுசெய்ததோடு, பொது சிவில் சட்டத்தைக் கொண்டுவர வேண்டும் என்பதையும் வலியுறுத்தியது.

ஆக, மதமாற்றத்தை முன்வைத்து மீனாட்சிபுரம் என்ற கிராமம் தேசிய கவனத்தைப் பெற்றிருந்த நிலையில் மற்றொரு தமிழக கிராமத்தில் மதம் தொடர்பான நெருப்பு மூண்டுகொண்டிருந்தது. இம்முறை இஸ்லாமிய மதம் அல்ல, கிறித்தவம். அந்த நெருப்பு மாபெரும் கலவரத்துக்கும் காரணகர்த்தாவாக மாறியது. மண்டைக்காடு!

77

மண்டைக்காட்டில் வெடித்த மதக்கலவரம்

மீனாட்சிபுரம் மதமாற்றத்தைத் தொடர்ந்து தமிழகத்தில் தன்னுடைய தடத்தை அழுத்தம் திருத்தமாகப் பதிக்க விரும்பியது ராஷ்ட்ரிய ஸ்வயம் சேவக் சங்கம் என்கிற ஆர்.எஸ்.எஸ். அந்த நோக்கத்தின் அடிப்படையில்தான் மீனாட்சிபுரம், ராமநாதபுரம் உள்ளிட்ட இடங்களில் இந்து ஒற்றுமை மாநாடுகள் நடத்தப்பட்டன. அவற்றில் மதமாற்றத்துக்கு எதிரான பிரசாரங்கள் தீவிரமாக முன்வைக்கப்பட்டன.

அந்த மாநாடுகளில் கிறித்தவ, இஸ்லாமிய அமைப்புகள் செய்யும் மதமாற்றங்களையும் அதற்காக வளைகுடா மற்றும் மேற்கத்திய நாடுகளில் இருந்து தருவிக்கப்படும் பணம் பற்றியும் கடுமையாக விமரிசித்த அதே வேளையில், இந்துமதத்தில் நீடிக்கவேண்டியதன் அவசியம் குறித்தும் விரிவாக விளக்கப்பட்டது.

அத்தகைய மாநாடுகளுக்குக் கூடிய கூட்டம் ஆர்.எஸ்.எஸ் தலைவர்களுக்குப் புத்துணர்வைக் கொடுத்தது. முக்கியமாக, மதமாற்றம் என்ற ஒற்றை அம்சத்தைக் கொண்டு மக்கள் மத்தியில் எழுந்திருக்கும் அலையைச் சிந்தாமல் சிதறாமல் பயன்படுத்தி, இந்துக்களை இயன்றவரைக்கும் ஓரணியில் திரட்டவேண்டும் என்று தீர்மானித்தனர்.

உண்மையில், மீனாட்சிபுரம் விவகாரம் பெரிய அளவில் எழுவதற்கு முன்பிருந்தே வேறுசில பிரச்னைகளும் இந்துக்கள் மத்தியில்

சூரியநாராயண ராவ்

தீவிரமாக விவாதிக்கப்பட்டு வந்தன. முக்கியமாக மூன்று விஷயங்களைச் சொல்லவேண்டும்.

- கன்னியாகுமரி மாவட்டத்தை கன்னிமேரி மாவட்டமாக மாற்றுவதற்கான முயற்சியில் கிறித்தவர்கள் ஈடுபட்டுள்ளதாக இந்துக்கள் மத்தியில் விவாதிக்கப்பட்டு வந்தது.

- ஒரு லட்சம் இந்துக்களை இஸ்லாத்துக்கு மத மாற்றம் செய்வதற்கான முயற்சிகளில் சிலர் ஈடுபட்டுள்ளனர் என்ற விவகாரம் பலத்த சர்ச்சைகளைக் கிளப்பியிருந்தது.

- திராவிடர் கழகம் நடத்திய பகுத்தறிவுப் பிரசாரங்கள். இந்து மதக் கடவுளர்களையும் இந்து மதத்தில் இருக்கும் மூட நம்பிக்கைகளையும் விமரிசித்து பல்வேறு பிரசார நடவடிக்கைகளில் திராவிடர் கழகம் ஈடுபட்டிருந்தது.

இந்த மூன்று பிரச்னைகளையும் எதிர்கொள்ள ஏதுவாக 1980 பிப்ரவரி மாதத்தில் கரூரில் ஆலோசனைக்கூட்டம் ஒன்றுக்கு ஏற்பாடு செய்யப்பட்டிருந்தது. அந்தக் கூட்டத்தில் ஆர்.எஸ்.எஸ் தலைவர்களான யாதவ ராவ் ஜோஷி, சேஷாத்ரி, சூரியநாராயண ராவ் உள்ளிட்ட இந்து தலைவர்கள் பலரும் பங்கேற்றனர். அப்போது இந்துக்களை ஓரணியில் ஒன்று திரட்ட வேண்டியதன் அவசியம் பற்றியும் அதற்கான உத்திகள் பற்றியும் விவாதிக்கப்பட்டன.

அப்போது ராஷ்ட்ரியம், பரிஷத் போன்ற தமிழர்களுக்கு அந்நியமான பதங்களைப் பயன்படுத்துவதைக் காட்டிலும், 'இந்து' போன்ற அணுக்கமான பதங்களைக் கொண்டு அவர்களை ஈர்ப்பது தொடர்பான ஆலோசனைக் கூட்டங்கள் நடந்தன. அந்த வகையில் இந்து முன்னணி என்ற பெயரில் புதிய இயக்கத்தைத் தொடங்குவது என்று தீர்மானிக்கப்பட்டது.

அதன் முதல் அமைப்பாளர் பொறுப்பு ராம. கோபாலன் வசம் ஒப்படைக்கப்பட்டது. இவர் ஆர்.எஸ்.எஸ்ஸின் மாநில இணை அமைப்பாளராகச் செயல்பட்டு வந்தவர். நன்கு பேச, எழுதக்கூடியவர். தீவிரமான செயற்பாட்டாளர். ஆகவே, அவரை அமைப்பாளராக்கினர். இன்னமும்கூட இந்து முன்னணி இவருடைய தலைமையின்கீழ்தான் இயங்கிவருகிறது. இந்து அமைப்புகளின் முக்கியமான

> 'இந்து' போன்ற அணுக்கமான பதங்களைக் கொண்டு அவர்களை ஈர்ப்பது தொடர்பான ஆலோசனைக் கூட்டங்கள் நடந்தன.

ராம.கோபாலன்

முகங்களுள் ஒருவராகச் செயல்பட்டுவரும் ராம.கோபாலன் பற்றி இந்த இடத்தில் பார்த்து விடலாம்.

சீர்காழிக்கு அருகில் உள்ள சட்டநாதபுரத்தில் பிறந்தவர் கோபாலன். பெற்றோர் ராமசாமி - செல்லம்மாள். 19 செப்டெம்பர் 1927 அன்று பிறந்த கோபாலனுடன் பிறந்தவர்கள் 11 பேர். சீர்காழியில் உள்ள லூத்தரன் மிஷன் கிறித்தவப் பள்ளியில் ஆரம்பக் கல்வியை முடித்தார். சென்னை வேப்பேரியில் இருந்த சி.என்.டி பாலிடெக்னிக்கில் மின்னணுப் பொறியியல் பட்டயப்படிப்பு முடித்த அவருக்கு அப்போதே ஆர்.எஸ்.எஸ் மீதான ஆர்வம் வந்துவிட்டது.

ஆர்.எஸ்.எஸ் நடத்திய ஷாகாக்களில் தீவிரமாகப் பங்கேற்ற அவர், பணியில் இருந்து கொண்டே ஷாகாக்களை நடத்தினார். பின்னர் பணியிலிருந்து விலகி ஆர்.எஸ்.எஸ்ஸின் முழுநேரத் தொண்டராகச் செயல்படத் தொடங்கினார். அவருடைய உழைப்பின் பலனாக ஆர்.எஸ்.எஸ்ஸில் பல பதவிகள் வந்தன. தமிழகத்தின் வெவ்வேறு பகுதிகளில் ஆர்.எஸ்.எஸ் அமைப்பாளராகச் செயல்பட்ட அவர், எழுபதுகளில் மத்தியில் மாநில ஆர்.எஸ்.எஸ் அமைப்பாளராக ஆனார்.

அந்தச்சமயத்தில்தான் எமர்ஜென்ஸி அமல்படுத்தப்பட்டது. அப்போது திராவிடர்கழகம், திமுக, மார்க்சிஸ்ட் கம்யூனிஸ்ட் கட்சிகளைப் போலவே கடுமையான அடக்குமுறைக்கு ஆளானது ஆர்.எஸ்.எஸ். ஆம், எப்படி இந்தியா முழுக்க ஆர்.எஸ்.எஸ் நெருக்கடிகளைச் சந்தித்ததோ, அதற்குச் சற்றும் குறையாத வகையிலான நெருக்கடிகளைத் தமிழகத்திலும் சந்தித்தது.

தமிழகத்தில் இருந்த ஆர்.எஸ்.எஸ் தலைவர்கள் பலரும் கைதுசெய்யப்பட்டு சிறையில் அடைக்கப்பட்டனர். சிறைக்குள் பலத்த தாக்குதலுக்கு உள்ளாகினர். அப்போது காவல் துறையால் வதை செய்யப்பட்ட விதம் குறித்து விரிவான புத்தகம் ஒன்றை எழுதியிருக்கிறார் ராம. கோபாலன். தமிழகத்தில் எமர்ஜென்சி எந்த அளவுக்குத் தாக்கத்தை ஏற்படுத்தியது என்பதற்கு அந்தப் புத்தகம் முக்கியமான சாட்சியம்.

இந்து முன்னணியின் மாநில அமைப்பாளராக நியமிக்கப்பட்ட கையோடு அவர் சென்ற இடம் கன்னியாகுமரி. அங்குள்ள பகவதி அம்மன் கோவிலுக்குச் சென்ற அவர், அங்குள்ள இந்து மத ஆர்வலர்கள், ஸ்வயம் சேவகர்கள் பலருடனும் ஆலோசனை நடத்தினார். குறிப்பாக, அப்போது விவாதத்தில் இருந்த கன்னியாகுமரி - கன்னிமேரி மாவட்டப் பிரச்னை குறித்து விவாதித்தார்.

அந்தச் சமயத்தில் அவருடைய ஆலோசனையின் பேரில் 'கன்னியாகுமரி மாவட்டமா?, கன்னிமேரி மாவட்டமா?' என்று அச்சிடப்பட்டு, ஒட்டப்பட்ட சுவரொட்டிகள் பலத்த சர்ச்சையைக் கிளப்பின. பின்னர் கன்னியாகுமரி மாவட்டம் முழுக்கச் சுற்றுப்பயணம் செய்தார். இந்துக்கள் மத்தியில் தீவிரமான பிரசாரத்தில் ஈடுபட்டார். ஆனால் கன்னிமேரி மாவட்டம் என்பன போன்ற கோரிக்கையை எவரும் எழுப்பவில்லை என்றும் முழுக்க முழுக்க கற்பனையாக உருவாக்கப்பட்ட சர்ச்சை இது என்றும் கிறித்தவர்கள் தரப்பில் விளக்கம் தரப்பட்டது.

அப்போதுதான் மீனாட்சிபுரம் மதமாற்றச் சம்பவம் நாடு தழுவிய அளவில் விவாதத்தைக் கிளப்பியது. அப்போது மதமாற்றத்துக்கு எதிராக ஆர்.எஸ்.எஸ், வி.ஹெச்.பி உள்ளிட்ட அமைப்புகளோடு இந்து முன்னணியும் இணைந்து தீவிரமான பிரசாரத்தில் ஈடுபட்டது. மீனாட்சிபுரம் விவகாரத்தை ஆர்.எஸ்.எஸ்ஸின் கவனத்துக்குக் கொண்டுசென்றவர்களுள் ராம. கோபாலன் முக்கியமானவர். நிலைமையை நேரில் சென்று ஆய்வு செய்து, ஆர்.எஸ்.எஸ் களமிறங்கவேண்டியதன் அவசியம் பற்றி எடுத்துச் சொன்னார்.

அவருடைய வழிகாட்டுதலில் நாகர்கோவிலில் பிரம்மாண்டமான இந்து ஒற்றுமை மாநாட்டுக்கு அழைப்பு விடுக்கப்பட்டது. அந்த மாநாட்டில் பங்கேற்க வரும் இந்துக்கள் அனைவரும் விபூதி, சந்தனம், குங்குமம் போன்ற மதச்சின்னங்களை அணிந்துகொண்டு வரவேண்டும் என்று கேட்டுக்கொள்ளப்பட்டது. அந்த மாநாட்டில் ஆர்.எஸ்.எஸ் மாநிலத் தலைவர் ரங்கசாமி தேவர், ஆர்.எஸ்.எஸ் மாநில அமைப்பாளர் சூரியநாராயண ராவ், முன்னாள் நாடாளுமன்ற (காங்கிரஸ்) உறுப்பினர் தாணுலிங்க நாடார் உள்ளிட்ட தலைவர்கள் பலரும் பங்கேற்றனர்.

'களப்பணியாற்ற குமரி விரைந்தேன், பலநூறு கிராமங்களுக்கு ஜோல்னா பையுடன் சென்று ஷாகாக்களை உருவாக்கினேன்' என்று இல. கணேசன் பின்னாளில் பதிவுசெய்திருக்கிறார்.

அதன்பிறகு கன்னியாகுமரி மாவட்டத்தைச் சுற்றியுள்ள பகுதிகளில் இந்து முன்னணி தீவிரமாகக் கவனம் செலுத்திக் கொண்டிருந்தது. இந்து முன்னணியோடு ஆர்.எஸ்.எஸ்ஸுªம் வேறு சில இந்து அமைப்புகளும் பிரசாரத்தில் ஈடுபட்டிருந்தன. 'களப் பணியாற்ற குமரி விரைந்தேன், பலநூறு

கிராமங்களுக்கு ஜோல்னா பையுடன் சென்று ஷாகாக்களை உருவாக்கினேன்' என்று இன்றைய பாஜக முன்னணித் தலைவரும் தீவிர ஆர்.எஸ்.எஸ் தொண்டருமான இல. கணேசன் பின்னாளில் பதிவுசெய்திருக்கிறார். குறிப்பாக, மதமாற்றத்தைத் தடுக்கும் முயற்சிகளில் இந்து அமைப்புகள் தீவிரமாக ஈடுபட்டிருந்தன.

இல. கணேசன்

அந்தச் சமயத்தில்தான் மண்டைக்காடு கிராமத்தில் மதக் கலவரம் வெடித்தது. மண்டைக்காட்டில் உள்ள பகவதி அம்மன் கோயிலில் ஆண்டுதோறும் மாசி மாத கோடைத் திருவிழா நடத்தப்படுவது வழக்கம். வெகு விமரிசையாக நடத்தப்படும் அந்தத் திருவிழாவில் பங்கேற்க அக்கம்பக்கத்தில் உள்ளவர்கள் தொடங்கி பல பகுதிகளில் இருந்தும் பக்தர்கள் வருவார்கள். அந்தக் குறிப்பிட்ட நாள்களில் அந்தப் பிராந்தியமே பரபரப்பாகவும் பக்தி மயமாகவும் இயங்கும்.

அந்த வகையில் 28 பிப்ரவரி 1982 அன்று பகவதி அம்மன் கோயில் கோடைத் திருவிழா கொடி யேற்றத்துடன் தொடங்கியது. அந்தக் கோவிலுக்கு அருகில் சகாய மாதா கோவிலும் உள்ளது. அங்கே ஒலிப்பெருக்கி வைத்து பாடல்கள் ஒலிபரப்பு செய்யப்படுவது வழக்கம். கோடைத் திருவிழாவின்போதும் அதேபோன்ற பாடல்கள் ஒலிபரப்பாகின. ஆனால் அந்தப் பாடல்கள் இந்துக்களின் வழிபாட்டுக்கு இடையூறாக இருப்பதாகக் கூறி இந்து அமைப்பினர் காவல்துறை அதிகாரிகளிடம் சென்று புகார் கொடுத்தனர்.

உண்மையில், தேவாலயத்தின் ஒலிப்பெருக்கு பகவதி அம்மன் ஆலயத்தை நோக்கி இருப்பது வழக்கமில்லை, இப்போது திருவிழா நேரத்தில் வேண்டுமென்றே ஆலயத்தை நோக்கி வைத்துள்ளனர் என்பது இந்து அமைப்பினரின் குற்றச்சாட்டு. தேவாலய நிர்வாகத்திடம் சென்று ஒலிப்பெருக்கிகளைப் பயன்படுத்த வேண்டாம் என்று கேட்டுக்கொண்டனர் காவல்துறை அதிகாரிகள். அதற்கு தேவாலயம் நிர்வாகம் மறுக்கவே, இந்துக்கள் மத்தியில் பலத்த அதிருப்தி. இதற்கிடையே அடுத்த சர்ச்சை கிளம்பியது. அதுவும் பெண்களை முன்வைத்து வெடித்திருந்தது.

திருவிழாவில் கலந்துகொள்ள வரும் பெண்கள் கடலில் நீராடிவிட்டுக் கோயிலுக்குச் செல்வது வழக்கம். அப்படிக் குளித்துவிட்டு, ஈர ஆடையுடன் வரும் பெண்களை அந்தப் பகுதியில் வசிக்கும் கிறித்தவ மீனவர்கள் சிலர் வம்புக்கு இழுத்தனர் என்றும் பாலியல் ரீதியாகத் தொல்லை கொடுத்தனர் என்றும் சர்ச்சை எழுந்தது.

இந்தச் செய்தி காற்றில் கலந்து பக்தர்களின் காதுகளில் கலந்தது. எங்கு பார்த்தாலும் அதைப் பற்றியே பேசினர். ஆனால் அந்தப் பகுதி கிறித்தவ மீனவர்களோ அப்படியொரு சம்பவம் நடக்கவே இல்லை என்று திட்டவட்டமாக மறுத்தனர். இந்து அமைப்பினரோ அந்த மீனவர்கள் மீது தொடர்ந்து குற்றச்சாட்டுகளை முன்வைத்தனர்.

அமைதியாக நடந்துவரும் கோயில் திருவிழாவைச் சீர்குலைப்பதுதான் கிறித்தவ மீனவர்களின் நோக்கம் என்பது இந்து அமைப்புகளின் குற்றச்சாட்டு. அந்தக் குற்றச்சாட்டுகளை கிறித்தவ

மீனவர்கள் திட்டவட்டமாக மறுத்தனர். அப்போது இருதரப்பினருக்கும் இடையே மோதல் முற்றியதைத் தொடர்ந்து காவல்துறை தடியடிப் பிரயோகம் நடத்தியது.

அணைய வேண்டிய கலவர நெருப்பு தடியடிக்குப் பிறகு மேலும் அதிகரித்தது. ஆகவே, தடிகளுக்குப் பதிலாகத் துப்பாக்கிகளைத் தூக்கினர் காவலர்கள். அவர்கள் பாய்ச்சிய தோட்டாக்கள் ஆறு பேரின் உயிரைக் குடித்தன. அத்தனைபேரும் கிறித்தவ மீனவர்கள். சுமார் இருபதுக்கும் மேற்பட்டோர் படுகாயம் அடைந்தனர். இன்னும் பலபேருக்கு லேசான காயங்கள்.

தங்களைக் குறிவைத்துத் தாக்கிய காவலர்கள் மற்றும் அதற்குக் காரணகர்த்தாக்களாக விளங்கிய இந்து அமைப்பினர் ஆகியோருக்கு எதிராகக் கிறித்தவர்கள் போராட்டத்தில் ஈடுபட்டனர். இவர்கள் வீடுகளை அவர்கள் சூறையாடுவதும், அவர்களுடைய கடைகளை இவர்கள் அடித்து நொறுக்குவதும் அந்தப் பிராந்தியத்தின் அன்றாட நிகழ்வுகளாக மாறின.

மண்டைக்காட்டில் தொடங்கிய மதக்கலவரம் அடுத்தடுத்த பகுதிகளுக்கும் பரவியது. ஈத்தாமொழி, மேல மணக்குடி, பள்ளம், ராஜாக்கமங்கலம் உள்ளிட்ட ஏராளமான கிராமங்கள் பலத்த சேதத்துக்கு உள்ளாகின. குறிப்பாக, பள்ளம் என்கிற கிறித்தவ கிராமம் முற்றிலுமாக நாசப்படுத்தப்பட்டது. அதற்குப் பதிலடியாக இந்துக்கள் அதிகம் வசிக்கும் கிராமம் ஒன்று கடுமையான தாக்குதலுக்கு உள்ளானது.

குறிப்பாக, போலீஸாரின் துப்பாக்கிச் சூட்டுக்கு இரையான கிறித்தவ மீனவர்களின் உடல்களை ஊர்வலமாக எடுத்துச் செல்ல அவர்களுடைய உறவினர்களும் ஊர்க்காரர்களும் விரும்பினர். பதற்றம் பற்றிக்கொண்டு எரியும் சூழ்நிலையில் அத்தகைய ஊர்வலங்களுக்கு அனுமதி தரக் கூடாது என்றனர் இந்து அமைப்பினர். அதையும் மீறி ஊர்வலத்துக்குக் காவல்துறை அனுமதி கொடுத்தது. அதன் காரணமாகவும் இருதரப்பினருக்கு இடையிலான மோதல் வலுத்தது.

பதற்றத்தைத் தணிப்பதற்கான நடவடிக்கைகளை எடுக்க முடியாமல் மாநில அரசு தடுமாறிக் கொண்டிருந்த சமயத்தில் அமைதி முயற்சிகளில் மூன்று பேர் இறங்கினர்!

78

குன்றக்குடி அடிகளும் வேணுகோபால் கமிஷனும்

1982 மார்ச் மாதத்தில் நடந்த மண்டைக்காடு மதக்கலவரம் கன்னியாகுமரி மாவட்டத்தைப் பதற்றம் நிறைந்த பிராந்தியமாக மாற்றியிருந்தது. ஓர் ஊரில் பதற்றம் தணிந்தால், இன்னொரு ஊரில் பதற்றம் பற்றிக்கொண்டிருந்தது. இந்து அமைப்பினரும் கிறித்தவ அமைப்பினரும் பரஸ்பரம் குற்றம்சாட்டிக் கொண்டிருந்தனரே தவிர பிரச்னைக்குத் தீர்வு கண்டபாடில்லை.

பதற்றத்தைத் தணித்து, அமைதியைக் கொண்டுவர வேண்டிய பொறுப்பு மாநில அரசுக்கே அதிகம் இருந்தது. என்றாலும், இந்து, இஸ்லாம், கிறித்தவம் என்ற மும்மதத்தினரும் நிரம்பிய மாவட்டமாக அது இருந்ததால், பதற்றத்தைத் தணிக்கவேண்டிய பொறுப்பை சம்பந்தப்பட்ட மதங்களைச் சேர்ந்த முக்கியத் தலைவர்கள் ஏற்றுக்கொண்டனர்.

அரசு எடுக்கும் அடக்குமுறை நடவடிக்கைகளுக்குப் பதிலாக அமைதி வழியில் நடவடிக்கை எடுக்க ஒரு முக்கியமான தலைவர் களமிறங்கினார். அவர், குன்றக்குடி அடிகளார். கலவர நெருப்பு கொழுந்துவிட்டு எரிந்துகொண்டிருந்த கன்னியாகுமரி மாவட்டத்துக்கு நேரில் சென்ற அவர், அங்குள்ள மதத்தலைவர்கள், ஆன்மீக ஆர்வலர்கள், அரசியல் தலைவர்கள், அமைதி விரும்பிகள் பலரையும் சந்தித்துப் பேசினார்.

அமைதிக்குழுவை அமைக்கவேண்டிய அவசியத்தை அவர் எடுத்துச் சொன்னது நல்ல பலனைக் கொடுத்தது. குன்றக்குடி அடிகள்,

எம்.ஜி.ஆர்

குமரி மாவட்ட பேராயர் ஆரோக்கியசாமி, முன்னாள் அமைச்சர் லூர்தம்மாள் சைமன், சி.எஸ்.ஐ பேராயர் கிறிஸ்துதாஸ், சரவணபுரம் அடிகள், பேரூர் அடிகள், நீலகிரி அடிகள், ஹாஜி முகமது யூசுஃப், அகமது கான், அருமனை ஸ்ரீகுமார், முத்துகிருஷ்ணம் பிள்ளை ஆகியோரைக் கொண்ட அமைதிக்குழு உருவாக்கப் பட்டது.

இந்துக்கள், கிறித்தவர்கள் மற்றும் அந்தப் பிராந்தியத் தில் உள்ள இஸ்லாமியர்கள் உள்ளிட்ட இன்ன பிறருடன் பேச்சுவார்த்தை நடத்தி, அமைதியை நிலைநாட்டுவதுதான் அந்த அமைதிக் குழுவினரின் நோக்கம். ஆனால் அவர்கள் தொடர்பாகவும் சில சர்ச்சைகள் எழுந்தன.

குன்றக்குடி அடிகள் மட்டும்தான் இந்துக்களின் பிரதிநிதியா என்றொரு கேள்வி எழுந்தது. அது எப்படி ஆரோக்கியசாமியை அமைதிக்குழுவில் சேர்க்கலாம் என்று இன்னொரு சர்ச்சை எழுந்தது. இந்து மத துரோகியே, வெளியே போ என்ற கோஷம் குன்றக்குடி அடிகளுக்கு எதிராக எழுப்பப்பட்டது.

ஆனாலும் அவற்றை எல்லாம் தாண்டி, அந்தப் பிராந்தியத்தில் அமைதியை ஏற்படுத்தும் நடவடிக்கை களில் குன்றக்குடி அடிகள் உள்ளிட்ட அமைதிக் குழுவினர் ஈடுபட்டனர். அமைதி ஊர்வலங்கள் நடத்தப் பட்டன. ஒவ்வொரு வீட்டுக்கும் சென்று அமைதி காக்கவேண்டும் என்று அமைதிக்குழுவினர் சார்பில் கோரிக்கைகள் விடுக்கப்பட்டன. மத மாச்சரியங் களைக் கடந்து மக்கள் இயங்கவேண்டியதன் அவசியம் குறித்தும் மத நல்லிணக்கம் குறித்தும் அவர்களுக்கு விளக்கப்பட்டன.

மண்டைக்காடு
உள்ளிட்ட பகுதிகளில்
அமைதி திரும்புவதற்கான
நிரந்தர நடவடிக்கைகளைச்
சட்டபூர்வமாக
எடுக்கவேண்டும்

கன்னியாகுமரி மாவட்டத்தில் ஊரடங்கு உத்தரவு பிறப்பிக்கப்பட்டிருந்த சூழ்நிலையிலும் மாவட்ட ஆட்சியரின் சிறப்பு அனுமதி பெற்று சர்ச்சைக்குரிய கடற்கரைக்கு சென்று நீராடிவிட்டு, தலையில் நீர் சுமந்துவந்து பகவதி அம்மன் கோவிலில் சிறப்பு வழிபாடு செய்தார் குன்றக்குடி அடிகள். கோட்டாறு சவேரியார் ஆலயத்தில் திரண்டிருந்த மக்களிடம் உருக்கமான உரை ஒன்றையும் நிகழ்த்தினார். இம்மாதிரியான ஆன்மீக ரீதியிலான அமைதி முயற்சி கள் பிற மதத்தினராலும் செய்யப்பட்டன.

உண்மையில் மண்டைக்காடு மதக்கலவரமும் அதையொட்டி எழுந்த பதற்றமான சூழ்நிலையும்

குன்றக்குடி அடிகள்

தமிழகத்தில் ஆட்சியில் இருந்த எம்.ஜி.ஆர் தலைமையிலான அண்ணா திமுக அரசுக்குக் கடுமையான தர்மசங்கடத்தைக் கொடுத்தன. அமைச்சர்கள், அதிகாரிகளிடம் அவ்வப்போது தகவல்களைக் கேட்டு, உரிய உத்தரவுகளைப் பிறப்பித்துக் கொண்டிருந்தார். ஒருகட்டத்தில், நிலைமையை நேரில் சென்று பார்ப்பதற்காக சம்பந்தப்பட்ட பகுதிக்கே வந்தார் முதலமைச்சர் எம்.ஜி.ஆர். அப்போது இருதரப்பினரும் தங்கள் பக்க நியாயங்களை எடுத்துச்சொன்னார்கள்.

குறிப்பாக, துப்பாக்கிச் சூடு, மீனவர் படுகொலை, வீடுகள் எரிப்பு, சொத்துகள் சூறையாடல் உள்ளிட்ட விவகாரங்கள் தொடர்பாக அரசு விசாரணை நடத்தி, பாதிக்கப்பட்டவர்களுக்கு உரிய நியாயம் செய்யவேண்டும், மண்டைக்காடு உள்ளிட்ட பகுதிகளில் அமைதி திரும்புவதற்கான நிரந்தர நடவடிக்கைகளைச் சட்டபூர்வமாக எடுக்கவேண்டும் என்ற கோரிக்கை தொடர்ந்து எழுப்பப்பட்டது. அந்தக் கோரிக்கையை இந்து அமைப்புகளும் வைத்தன; கிறித்தவ அமைப்புகளும் வைத்தன.

பிரச்னைக்கு அடிப்படையான கட்டாய மதமாற்றம் உள்ளிட்ட விவகாரங்கள் மீது முறையான நடவடிக்கைகளை எடுக்கவேண்டும், வளைகுடாப் பணப்பரிவர்த்தனை தொடர்பான கண்காணிப்பு நடவடிக்கைகளைத் தீவிரப்படுத்தவேண்டும், மதமாற்றத் தடைச்சட்டம் கொண்டுவரவேண்டும் என்பன போன்ற கோரிக்கைகளை மையப்படுத்தி இந்து அமைப்புகள் கோரிக்கை விடுத்தன. அதேபோல, இந்து அமைப்புகளின் சிறுபான்மை எதிர்ப்புப்

பிரசாரம், ஆர்.எஸ்.எஸ்ஸின் ஷாகாக்களில் தரப்படும் ஆயுதப் பயிற்சிகள், இந்து அமைப்புகளால் அமைதிக்கு ஏற்பட்டிருக்கும் அச்சுறுத்தல் ஆகியனவற்றை மையப்படுத்தி சிறுபான்மை அமைப்புகள் விசாரணை கோரின.

கோரிக்கைகள் வலுத்ததைத் தொடர்ந்து ஓய்வுபெற்ற நீதியரசர் பி. வேணுகோபால் தலைமையில் விசாரணை ஆணையம் ஒன்றை அமைத்தது எம்.ஜி.ஆர் அரசு. அந்த விசாரணையின் வரையறை குறித்து தமிழக அரசின் அறிவிக்கை சொன்னது இதுதான்:

கன்னியாகுமரி மாவட்டத்தில் கடந்த ஓராண்டு காலமாக கிறித்தவர்களுக்கும் இந்துக்களுக்கும் இடையே பதற்ற நிலை வளர்ந்து உருவாவதற்கான சூழ்நிலைகள் மற்றும் சம்பவங்கள் பற்றியும், அந்த மாவட்டத்தில் 1982 மார்ச் முதல் நாளன்று கன்னியாகுமரி மாவட்டம் மண்டைக்காட்டில் ஆறு பேர் உயிரிழக்கும்படி காவல்துறையால் நடத்தப்பட்ட துப்பாக்கிச்சூடு, 1982 மார்ச் 15 அன்று மேல் மணல்குடியில் இருவர் உயிரிழக்கும்படி காவல்துறையால் நடத்தப்பட்ட துப்பாக்கிச்சூடு, கோவளத்திலும் மற்ற இடங்களிலும் 1982 மார்ச் 2 தொடங்கி 1982 மார்ச் 14க்கு இடையே கிறித்தவர்களுக்கும் இந்துக்களுக்கும் இடையே ஏற்பட்ட மோதல்கள் ஆகியவற்றுக்கான சூழ்நிலைகள் மற்றும் சம்பவங்கள் பற்றி விசாரணை செய்வதற்காகவும் அத்தகைய மோதல்கள் மீண்டும் ஏற்படாமல் தடுப்பதற்கான தகுந்த வழிமுறைகளையும் நடவடிக்கைகளையும் பரிந்துரைக்கவும் ஓய்வுபெற்ற உயர்நீதிமன்ற நீதிபதி பி.வேணுகோபால் தலைமையில் விசாரணை கமிஷன் நியமிக்கப்படுகிறது.

கன்னியாகுமரி மாவட்டத்தைச் சேர்ந்த இந்து - கிறித்தவத் தலைவர்கள், பிரமுகர்கள் உள்ளிட்ட பலரிடமும் விவாதிக்கவும் கருத்துகளைப் பெறவும், சாட்சியங்களைப் பதிவுசெய்து கொள்ளவும் சம்பந்தப்பட்ட பகுதிகளை நேரில் சென்று பார்வையிடவும் விசாரணை கமிஷனுக்கு அனுமதி தரப்பட்டிருந்தது. நீண்ட நெடிய விசாரணைகளுக்குப் பிறகு அந்த ஆணையம் கன்னியாகுமரி மாவட்டத்தை மத உணர்வு நுட்பம் (Religious Sensitive) கொண்ட மாவட்டமாக அறிவித்தது.

மதக்கலவரத்தின்போது துப்பாக்கிச்சூடு நடத்தியது சரியான நடவடிக்கைதான் என்று சொன்ன ஆணையம், சட்டம் ஒழுங்கைக் காப்பாற்ற இம்மாதிரியான நடவடிக்கைகள் அவசியம் என்றும் அறிவித்தது. அத்தோடு, கலவரத்துக்குக் காரணங்களாக ஆர்.எஸ்.எஸ் உள்ளிட்ட இந்து அமைப்புகளின் பங்களிப்புகளையும் கிறித்தவர்கள் உள்ளிட்ட சிறுபான்மை மக்களின் செயல்பாடுகளையும் குறிப்பிட்டிருந்தது வேணுகோபால் ஆணையம்.

‘இந்துக்களின் உரிமைகளைக் காப்பாற்றும் வீரனாகத் தன்னைத் தானே கருதிக்கொண்டு வன்முறையைக் கையில் எடுத்தது ஆர்.எஸ்.எஸ், அதன்மூலம் கிறித்தவர்களுக்குப் பாடம் புகட்ட முயற்சி செய்தது.’

‘1980 ஆம் ஆண்டு மக்கள்தொகைக் கணக்கெடுப்பின்படி கன்னியாகுமரி மாவட்டத்தில் கிறித்தவர்களே பெரும்பான்மையாக வசித்தனர். அந்த இடத்தில்தான் பிரச்னையே தொடங்கியது. எந்தவொரு இடத்திலும் சிறுபான்மை மக்கள் எண்ணிக்கை ரீதியாகப் பெரும்பான்மை மக்களாக மாறும்போது துணிவும் ஆக்ரோஷமும் கொண்டவர்களாக

ஆகிவிடுகிறார்கள். இந்தப் பொதுவான நடைமுறைக்கு கன்னியாகுமரியும் விதி விலக்கல்ல. கன்னியாகுமரியில் ரோமன் கத்தோலிக்க கிறிஸ்தவர்கள் எண்ணிக்கை ரீதியாக பெரும்பான்மை மக்களாக உருவாகத் தொடங்கியதால், அந்த ஆர்வம் காரணமாக கன்னியாகுமரி மாவட்டத்துக்குக் கன்னிமேரி மாவட்டம் என்றும் நாகர்கோவிலுக்கு நாதர்கோவில் என்றும் பெயர் மாற்றம் செய்யவேண்டும் என்று பேசத் தயாரானார்கள். இது இந்துக்களிடையே குமுறலை ஏற்படுத்தியது.' என்று கிறித்தவர்களின் நிலைகுறித்துப் பேசியது ஆணையத்தின் அறிக்கை.

முக்கியமாக, மண்டைக்காட்டு மதக்கலவரத்தில் தொடர்புடைய ஆர்.எஸ்.எஸ்ஸின் செயல்பாடுகள் குறித்துப் பேசிய ஆணையம், 'இந்துக்களின் உரிமைகளைக் காப்பாற்றும் வீரனாகத் தன்னைத் தானே கருதிக்கொண்டு வன்முறையைக் கையில் எடுத்தது ஆர்.எஸ்.எஸ், அதன் மூலம் கிறித்தவர்களுக்குப் பாடம் புகட்ட முயற்சி செய்தது' என்று குறிப்பிட்டது. மேலும், ஆர்.எஸ்.எஸ் எந்தெந்த வகைகளில் எல்லாம் தொண்டர்களைத் தயார்ப்படுத்தியது என்று ஆணையம் சில கண்டுபிடிப்புகளைப் பதிவுசெய்தது.

- கிறித்தவர்கள் எல்லாம் இந்தியாவின் விசுவாசமான குடிமக்கள் அல்ல என்ற பிரசாரத்தைத் தீவிரமாகச் செய்தது ஆர்.எஸ்.எஸ்.
- சிறுபான்மை மக்களின் எண்ணிக்கை உயர்ந்துகொண்டே வருகிறது; பெரும்பான்மை இந்துக்களின் எண்ணிக்கை சரிந்துகொண்டே போகிறது என்ற தொடர் பிரசாரத்தில் ஈடுபட்டது ஆர்.எஸ்.எஸ்.
- அரசு, நிர்வாகம், காவல்துறை உள்ளிட்ட பதவிகளில் ஆர்.எஸ்.எஸ் தொண்டர்களை ஊடுருவச் செய்து, மதரீதியான செயல்பாடுகளில் அவர்களை ஈடுபடச் செய்தது.
- பெரும்பான்மை மக்களான இந்து இளைஞர்களுக்கு கம்பு, வாள், கோடரி போன்ற ஆயுதங்களைக் கொண்டு பயிற்சிகொடுத்தது.
- சாதாரண சம்பவங்களுக்குக்கூட மதச்சாயம் பூசி, மத உணர்வுகளைத் தூண்டி, மதப் பிளவை விரிவுபடுத்தும் காரியங்களில் ஈடுபட்டது.

மதக்கலவரத்தில் ஈடுபட்ட இருதரப்பு மக்களையும் விமரிசிக்கவும் குற்றம்சாட்டவும் செய்த நீதிபதி வேணுகோபால் ஆணையம், இதுமாதிரியான மத மோதல்களும், வகுப்புக்கலவரங்களும் எதிர்காலத்தில் நடக்காமல் இருப்பதை உறுதிசெய்யும் வகையில் தமிழக அரசுக்குச் சில முக்கியமான பரிந்துரைகளை வழங்கியது. அதனை ஏற்றுக்கொண்ட எம்.ஜி.ஆர் அரசு சில அரசாணைகளை வெளியிட்டது.

- வெவ்வேறு மதத்தினர் வழிபடும் ஆலயங்கள் மற்றும் பொதுவழிபாட்டுத் தளங்கள் அருகருகே உருவாவதைத் தடை செய்யலாம்.
- மத்தியப் பிரதேசம், ஒரிஸ்ஸா, அருணாச்சல பிரதேசம், திரிபுரா ஆகிய மாநிலங்களில் வன்முறை, ஏமாற்றுதல் அல்லது பொருளுதவி என்ற போர்வையில் மதமாற்றத்தை தூண்டுதல் என்பன போன்ற காரணங்களால் செய்யப்படும் மதமாற்றத்தைத் தடை செய்து சட்டம் இயற்றியுள்ளது போல, தமிழகத்தில் ஒரு சட்டம் இயற்றலாம்.
- இனக்கலவரங்களின் போது நடுநிலைமை வகித்தும், சார்பற்ற முறையிலும் நடந்து கொள்ளப் போதுமான அனுபவமிக்க பொதுமக்களின் ஒத்துழைப்பை நாடும் அதிகாரிகளை பதற்றம் நிறைந்த பகுதிகளில் நியமிக்கலாம்.

- இருதரப்பட்ட மத வழிபாடு ஆலயங்களில் ஒலிபெருக்கி அமைப்பதை கட்டுப்படுத்த வேண்டும். இதற்காக காவல்துறைச் சட்டத்தில் சட்டத் திருத்தம் கொண்டுவரலாம்.

மண்டைக்காடு கலவரம் முடிந்து பல ஆண்டுகள் கழித்தே இந்த ஆணையத்தின் பரிந்துரைகள் வெளியாகின. இடைப்பட்ட காலத்தில் ஒரு சட்டமன்றத் தேர்தலே முடிந்து, மீண்டும் எம்.ஜி.ஆரே தமிழகத்தின் முதலமைச்சராகப் பொறுப்பேற்றிருந்தார். நீதிபதி வேணுகோபாலின் பரிந்துரைகளை ஏற்றுக்கொள்ளும் விதமாக தமிழக அரசின் சார்பில் அரசாணைகள் பிறப்பிக்கப்பட்டபோதும், எதுவும் செயல்வடிவம் பெறவில்லை.

எப்போதெல்லாம் குமரிப் பகுதிகளில் மதம் தொடர்பான பதற்றம் ஏற்படுகிறதோ, அப்போதெல்லாம் வேணுகோபால் கமிஷனின் பரிந்துரைகளை அரசு அமல்படுத்தவேண்டும் என்ற கோஷங்கள் எழும்பும். பிறகு பதற்றம் தணிந்ததும் கோஷங்களும் நின்றுவிடும்.

மீனாட்சிபுரம், மண்டைக்காடு என்று தமிழகத்தில் மத அரசியல் முளைவிட்டுக்கொண்டிருந்த சமயத்தில், ஆர்.எஸ்.எஸ்ஸும் விஸ்வ ஹிந்து பரிஷத்தும் ஒரு முக்கியமான காரியத்தில் ஈடுபட்டிருந்தன. அதன் பெயர், ஏகாத்மதா யாத்ரா!

79

யாத்திரை தொடங்கிய வி.ஹெச்.பி

அறுபதுகளின் மத்தியில் மாதவ சதாசிவ கோல்வல்கரின் ஆசியுடன் சுவாமி சின்மயானந்தா நிறுவிய அமைப்பு விஸ்வ ஹிந்து பரிஷத். இந்த அமைப்பு ஆர்.எஸ்.எஸ்ஸின் மாற்று அமைப்பு அல்ல. அதன் வழித்தோன்றல்தான். ஒருவகையில், சங் பரிவார் இயக்கங்கள் தங்களுக்குள் செய்துகொண்ட வேலைப்பிரிவுதான் இம்மாதிரியான தனி அமைப்புகள். இப்படித்தான் விஸ்வ ஹிந்து பரிஷத்தும் வனவாசி கல்யாண் ஆசிரமமும் பாரதீய மஸ்தூர் சங்கமும் அகில பாரதிய வித்யார்த்தி பரிஷத்தும் இன்னபிறவும் உருவாகின.

தொடங்கப்பட்ட புதிதில் அதிகம் ஆர்பாட்டமில்லாமல் செயல் பட்டுக்கொண்டிருந்த வி.ஹெச்.பி விஸ்வரூபம் அடையத் தொடங்கியது எண்பதுகளுக்குப் பிறகுதான். குறிப்பாக, மீனாட்சிபுரம் மதமாற்றம், மண்டைக்காடு மதக்கலவரம் போன்ற சம்பவங்களுக்குப் பிறகு வி.ஹெச்.பி தீவிரமாகக் களப்பணியாற்றத் தொடங்கியது. அதற்குத் தோதாக இயக்கத்தின் நிர்வாக அமைப்பு மற்றும் கட்டமைப்புகளில் சில முக்கியமான மாற்றங்களைக் கொண்டுவந்தது வி.ஹெச்.பி.

1982 ஆம் ஆண்டு மத்திய மார்க் தர்ஷக் மண்டல் என்ற பிரத்யேகக் குழுவை உருவாக்கியது. இந்தப் பெயரை வாசகர்களாகிய நீங்கள் சமீபகாலமாகக் கேட்டிருக்கலாம். ஆம், 2014ல் நரேந்திர மோடி அரசு பதவியேற்ற பிறகு பாஜகவின் அகில இந்தியத் தலைவராக அமித் ஷா நியமிக்கப்பட்டார். அதன்பிறகு வாஜ்பாய், அத்வானி,

ஆச்சாரிய கிரிராஜ் கிஷோர்

முரளி மனோகர் ஜோஷி போன்ற மூத்த தலைவர்களுக்குக் கட்சியின் மேல்மட்டத்தில் எவ்விதமான பதவியும் தரப்படவில்லை.

மூத்த தலைவர்களை ஓரங்கட்டுகிறார் மோடி என்ற குற்றச்சாட்டு எழுந்தபோது மோடி, அமித் ஷா, ராஜ்நாத் சிங் உள்ளிட்ட தலைவர்களுடைய சிந்தனையில் உதித்த குழுதான் மார்க் தர்ஷக் மண்டல். அதற்கு வழிகாட்டுதல் குழு என்று பொருள். அந்தப் புதிய வழிகாட்டுதல் வாஜ்பாய், அத்வானி, ஜோஷி உள்ளிட்ட மூத்த தலைவர்கள் பலரையும் இணைத்தது பாஜக தலைமை. இந்தக் குழுவுக்கு முடிவெடுக்கும் அதிகாரங்கள் ஏதுமில்லை. வெறுமனே அறிவுரை சொல்வதும் ஆலோசனைகள் சொல்வதும்தான் இந்தக் குழுவின் பணிகள்.

ஆனால் எண்பதுகளில் விஸ்வ ஹிந்து பரிஷத் உருவாக்கிய மத்திய மார்க் தர்ஷக் மண்டல் என்பது சற்றே அதிகாரம் நிரம்பியது. வி.ஹெச்.பியின் எதிர்காலத் திட்டங்களை வடிவமைக்கவும் அவற்றைச் செயல்படுத்தவும் உருவாக்கப்பட்ட முக்கியமான அறிவுஜீவிகளின் குழு இது. இந்து மதத்தின் வெவ்வேறு பிரிவுகளைச் சேர்ந்த 39 பேரைக் கொண்ட விரிவான குழுவாக அது உருவாக்கப்பட்டது. ஆண்டுக்கு இருமுறை ஆலோசனைக்கூட்டம் நடத்தி, வி.ஹெச்.பிக்கு ஆலோசனை சொல்வதுதான் அந்தக் குழுவுக்கு இடப்பட்ட முக்கியமான பணி.

மோடி, அமித் ஷா, ராஜ்நாத் சிங் உள்ளிட்ட தலைவர்களுடைய சிந்தனையில் உதித்த குழுதான் மார்க் தர்ஷக் மண்டல்.

கூடவே, சாது சன்சத் என்ற சாமியார்கள் குழு ஒன்றையும் உருவாக்கியது வி.ஹெச்.பி. சாமியார்கள் அவை அல்லது சாமியார்கள் சங்கம் என்பது இதன் பொருள். சாமியார்களின் நாடாளுமன்றம் என்றும் சிலர் சொல்கிறார்கள். மொத்தம் பதினேழு சாமியார்கள் இடம் பெற்ற இந்த சாது சன்சத் அமைப்புதான் மத்திய மார்க் தர்ஷக் மண்டல் உறுப்பினர்களை நிர்வாகம் செய்தது.

சமூகம், மதம், ஆன்மிகம் உள்ளிட்ட விவகாரங்களில் வி.ஹெச்.பிக்குத் தேவையான ஆலோசனைகளையும் வழிகாட்டுதல்களையும் கொடுக்கவேண்டிய பொறுப்பை சாமியார்களிடம் ஒப்படைத்தன் மூலம் ஏராளமான பாமர இந்துக்களைத் தங்கள் அமைப்புக்குள் கொண்டுவரமுடியும் என்பதுதான் இந்தக் குழுவின் உருவாக்கத்தில் இருந்த முக்கியமான கணக்கீடு.

சுவாமி சின்மயானந்தா

மேலும், தங்களுக்கென்று பிரத்யேக பிரசாரகர்களை உருவாக்கிக்கொண்டது மத்திய மார்க் தர்ஷக் மண்டல். இதே வி.ஹெச்.பி தொடக்க காலத்தில் ஆர்.எஸ்.எஸ்ஸிடம் இருந்துதான் பிரசாரகர்களைப் பெற்றுக்கொண்டது. ஆனால் இன்று நிலைமை அடியோடு மாறியிருந்தது. தங்கள் அமைப்பில் இருந்தே தேர்ந்த பிரசாரகர்களைத் தேர்ந்தெடுத்துக்கொண்டது வி.ஹெச்.பி. அந்தப் பிரசாரக் குழுவினர் மாவட்ட, மாநில, பிராந்திய ரீதியாகப் பயணம் செய்து பிரசாரத்தில் ஈடுபட்டனர்.

அதன் தொடர்ச்சியாக 1983 நவம்பர் மாதத்தில் தேசிய அளவிலான பிரம்மாண்டமான பிரசாரத் திட்டம் ஒன்றைச் செயல்படுத்தத் தயாரானது வி.ஹெச்.பி. அதுதான், ஏகாத்மதா யாத்ரா. அகண்ட பாரதம் என்பதே தங்களுடைய ஆகப்பெரிய இலக்கு என்பதை வலியுறுத்தும் வகையில் அந்த யாத்திரையின் பாதையை வகுத்தது வி.ஹெச்.பி. அதற்கு மத்திய மார்க் தர்ஷக் மண்டல் அங்கீகாரம் கொடுத்தது.

எண்பதுகளின் இறுதியிலும் தொண்ணூறுகளில் தொடக்கத்திலும் லால் கிருஷ்ண அத்வானியால் பிரபலமடைந்த அரசியல் ரத யாத்திரைகளின் ஆரம்பப்புள்ளி இந்த ஏகாத்மதா யாத்திரைதான். அதற்காக மூன்று விதமான யாத்திரைக் குழுக்கள் தயார் செய்யப்பட்டன. மூன்றுக்கும் தனித் தனியே பாதைகளும் வகுக்கப்பட்டன.

முதல் குழு நேபாளத்தின் தலைநகர் காத்மாண்டுவில் இருந்து தமிழ்நாட்டின் ராமேஸ்வரம் வரைக்கும் செல்லும். இரண்டாம் குழு வங்கத்தின் கங்கா சாகரில் தொடங்கி சோமநாதபுரம்

வரைக்கும் செல்லும். மூன்றாம் குழு உத்தரப் பிரதேச மாநிலம் ஹரித்துவாரில் இருந்து தமிழ்நாட்டின் கன்னியாகுமரி வரைக்கும் செல்லும்.

யாத்திரை தொடங்கி நிறைவடையும் இடங்களின் தேர்வு உன்னிப்பாகக் கவனிக்கத் தக்கது. நேபாளம் என்பது இந்தியாவின் ஒரு பகுதி அல்ல. ஆனால் இந்து மதத்துக்கு அணுக்கமான நாடு. அகண்ட பாரதமே தங்கள் ஆகப்பெரிய லட்சியம் என்பதைப் பூடகமாகச் சொல்வதற்கு ஏதுவாக நேபாளத் தலைநகர் காத்மாண்டுவைத் தேர்வு செய்திருந்தது வி.ஹெச்.பி.

அடுத்து ராமேஸ்வரம். இந்துக்களின் புண்ணிய பூமிகளுள் ஒன்றாகச் சொல்லப்படும் பகுதி. ஹரித்வாரும் அதே வகைமாதிரியில் வரும் பகுதிதான். கடவுளின் காலடி என்று ஹரித்வாரைச் சொல்வார்கள். மேற்கண்ட இரண்டு பகுதிகளுக்கும் வாழ்வில் ஒருமுறையேனும் சென்றுவிட வேண்டும் என்பது இந்துக்களின் ஆயுட்கால விருப்பம்.

கன்னியாகுமரி - சமீபகாலமாக இந்துத்வ இயக்கங்களின் செயல்பாட்டு வரைபடத்துக்குள் வந்துவிட்ட பகுதி. ஆகவே, அதனைக் கண்டிப்பாகச் சேர்த்துக்கொண்டார்கள். அதைவிட முக்கியமாக, சோமநாதபுரத்தைச் சொல்லவேண்டும். ஜுனாகத் சமஸ்தானத்தின் ஓரங்கமாக இருந்த சோமநாதபுரத்தில் உள்ள சோமநாதர் ஆலயத்தை கஜினி முகம்மது இடித்துவிட்டார்; அதனை மறுநிர்மாணம் செய்யவேண்டும் என்பதுதான் நாற்பதுகளின் இறுதியில் ஆர்.எஸ்.எஸ் உள்ளிட்ட இந்துத்வ இயக்கத்தினர் முன்வைத்த முக்கியமான கோரிக்கை.

அதுவிஷயமாக சர்தார் வல்லபபாய் பட்டேலுக்கும் நேருவுக்கும் ஏற்பட்ட கருத்துவேறுபாடுகள் பற்றி ஏற்கெனவே விரிவாகவே பார்த்திருக்கிறோம். ஆக, ஆரம்ப காலம் முதலே ஆர்.எஸ்.எஸ் உள்ளிட்ட இந்துத்வ இயக்கத்தினருக்கு நெருக்கமாக இருக்கும் சோமநாதபுரத்தை யாத்திரைப் பாதையில் இணைத்திருந்தது வி.ஹெச்.பி.

யாத்திரை தொடங்குமிடம், முடிவடையும் இடம் மட்டுமின்றி, யாத்திரை செல்லும் பாதையும்கூட மிக நுணுக்கமாகவும் கவனமாகவும் திட்டமிடப்பட்டிருந்தது. எங்கெல்லாம் ஆர்.எஸ்.எஸ் செல்வாக்கு இருக்கிறதோ, எங்கெல்லாம் மத ரீதியான ஒருங்கிணைப்பு சாத்தியமாக வேண்டுமோ, அங்கெல்லாம் பயணம் செய்து பரப்புரையில் ஈடுபடுவதற்குத் தோதாகப் பயணத் திட்டம் வகுக்கப்பட்டிருந்தது.

இந்துக்களின் ஒருங்கிணைப்புதான் யாத்திரையின் அடிப்படை இலக்கு என்றபோதும் தாழ்த்தப்பட்ட மக்கள் இஸ்லாம், கிறித்தவம் போன்ற மாற்று மதங்களுக்குத் தடம் புரண்டு விடாமல் தடுக்கும் பணியைச் செய்யவேண்டும்

85 மார்க்க தர்ஷிகளின் ஆசியுடன் நடந்த யாத்திரைக்கான ஏற்பாட்டுப் பணிகளில் ஐம்பதாயிரத்துக்கும் அதிகமான ஸ்வயம் சேவகர்கள் ஈடுபட்டிருந்தனர். எங்கெல்லாம் யாத்திரை செல்கிறதோ அங்கெல்லாம் சங்பரிவார் தொண்டர்கள் தங்கள் தார்மீக ஆதரவை வழங்கினர்.

யாத்திரை செல்வதற்கான மூன்று குழுக் களும் ஆர்.எஸ்.எஸ்ஸின் தலைமையகம் இயங்கும் நாகபுரியில் ஒன்றாகச் சந்தித்துக் கொண்டன. பின்னர் அங்கிருந்து முறைப்படி மூன்று பகுதிகளில் இருந்தும் யாத்திரை செல்லத் தொடங்கின. யாத்திரைக் குழுவினர்

ஜோஷி, அத்வானி, வாஜ்பாய்

கங்கா தேவி, பாரத மாதா படங்களை தங்களுடன் எடுத்துச் சென்றனர். யாத்திரையைப் பார்க்க வரும் பக்தர்கள் கங்கா தேவியையும் பாரத மாதாவையும் வணங்கிச் சென்றனர்.

இந்த இரண்டு படங்களும் யாத்திரையில் பயணம் செய்யவேண்டும் என்ற முடிவை எடுத்தவர்கள் சுவாமி சின்மயானந்தாவும் ஆச்சாரிய கிரிராஜ் கிஷோரும்தான். யாத்திரையின் வழிநெடுக கங்கா தேவி, பாரத மாதா படங்கள் விற்பனையாகின. காத்மாண்டுவில் இருந்து ராமேஸ்வரம் யாத்திரையில் மட்டும் மூன்றே நாள்களில் ஆறாயிரம் பாரத மாதா படங்கள் விற்பனையாகின என்கிறது ஒரு புள்ளிவிவரம். ஒரு படத்தின் விலை ஐம்பது பைசா.

முக்கியமாக, கங்கை நீரை சின்னஞ்சிறு கமண்டலங்களில் நிரப்பி, அவற்றை வழிநெடுகப் பிரசாதமாக விநியோகித்தனர். ஆம், ஒரு கமண்டலம் கங்கை நீர் பத்து ரூபாய்க்கு விற்பனை செய்யப்பட்டது. கங்கையில் நீரில் குளித்தால் வாழும் வழிக்குப் புண்ணியம், கங்கையில் இறந்தால் போகும் வழிக்குப் புண்ணியம், குறைந்தபட்சம், இறந்தவரின் உடலில் கங்கை நீரைத் தெளித்தால் அதுவும் போகும் வழிக்குப் புண்ணியம் என்பது இந்துக்களின் நம்பிக்கை.

அந்த வகையில் குப்பியில் அடைக்கப்பட்ட கங்கை நீரை மக்கள் பெருமளவில் வாங்கிச் சென்றனர். சுமார் எழுபதாயிரம் புட்டிகள் விற்பனையானதாகச் சொல்கிறது ஒரு புள்ளி விவரம். அதன்மூலம் வி.ஹெச்.பிக்குப் பெருமளவில் நிதி திரண்டது. அந்தத் தொகை யாத்திரைக்குச் செலவிடப்பட்ட தொகையைக் காட்டிலும் மிக அதிகம்.

உண்மையில், இந்துக்களின் ஒருங்கிணைப்புதான் யாத்திரையின் அடிப்படை இலக்கு என்றபோதும் தாழ்த்தப்பட்ட மக்கள் இஸ்லாம், கிறித்தவம் போன்ற மாற்று மதங்களுக்குத் தடம் புரண்டு விடாமல் தடுக்கும் பணியைச் செய்யவேண்டும் என்பதுதான் அந்த யாத்திரையின் பிரதான நோக்கமாக இருந்தது. அவர்களுடைய பிரசாரமும் அதையொட்டியே இருந்தது.

நாடு முழுக்க ஐந்நூறுக்கும் அதிகமான மாவட்டங்களைக் கடந்துசெல்லவேண்டும் என்ற நோக்கத்துடன் வடிவமைக்கட்ட யாத்திரை, மதரீதியாகப் பதற்றம் நிறைந்த பகுதிகளில் பலத்த வரவேற்பைப் பெற்றது. குறிப்பாக, உத்தரப் பிரதேசம், பஞ்சாப் உள்ளிட்ட வட மாநிலங்கள் மற்றும் அசாம் உள்ளிட்ட வட கிழக்கு மாநிலங்களில் கணிசமான வரவேற்பைப் பெற்றது.

யாத்திரை வெற்றிகரமாக நிறைவடைந்ததைத் தொடர்ந்து ஆர்.எஸ்.எஸ் தலைவர் தேவரஸ் தென்னிந்தியச் சுற்றுப்பயணத்தில் ஈடுபட்டார். முக்கியமாக, தமிழகத்தில் பிரசாரத்தில் ஈடுபட்ட அவர், பல இடங்களில் ஏற்பாடு செய்யப்பட்ட கூட்டங்களில் பேசினார். அப்போது வி.ஹெச்.பி நடத்திய ஏகாத்மதா யாத்திரையில் ஆர்.எஸ்.எஸ்ஸின் பங்களிப்பு குறித்து தன்னிலை விளக்கம் ஒன்றைக் கொடுத்தார்.

'ஆம், நாங்கள்தான் நடத்திக்கொடுத்தோம். விஸ்வ ஹிந்து பரிஷத் எங்கள் ஒத்துழைப்பை நாடியது. இது ஹிந்து நலனுக்கு உகந்த பணி. ஆதலால், அவர்களுடன் ஒத்துழைத்து வெற்றிபெறச் செய்தோம்.' - இது தேவரஸ் கொடுத்த வாக்குமூலம்.

இந்தச் சமயத்தில் இரண்டு விதமான பிரச்னைகள் இந்திய அரசியல் களத்தில் உச்சத்துக்கு வந்தன. தெற்கே ஈழத்தமிழர் விவகாரம். இது அயல்நாட்டு உறவு தொடர்பானது. வடக்கே பஞ்சாப் விவகாரம். இது உள்நாட்டு உரிமை தொடர்பானது. இந்த இரண்டு பிரச்னைகளையும் தாண்டி மூன்றாவதாக ஒரு பிரச்னையை ஆர்.எஸ்.எஸ், வி.ஹெச்.பி உள்ளிட்ட இந்துத்வ இயக்கங்கள் கையில் எடுத்துக்கொண்டன. அது, அயோத்தி விவகாரம்!

80

அயோத்தி விவகாரம் ஆரம்பம்

இந்துக்களை ஓரணியில் ஒன்று திரட்டும் காரியத்தில் ஆர்.எஸ்.எஸ், வி.ஹெச்.பி, பாரதிய ஜனதா உள்ளிட்டவை தீவிரம் காட்டிய காலகட்டத்தில் எழுந்த முக்கியமான விவகாரம், அயோத்தியில் ராமருக்குக் கோயில் கட்டுதல் விவகாரம். பசு வதை எதிர்ப்பு, மதமாற்றத் தடை என்பதையெல்லாம் தாண்டி, இந்துக்களை ஒருங்கிணைக்கும் மந்திரமாக 'அயோத்தியில் ராமர் கோவில்' இருக்கும் என்று இந்துத்வ இயக்கங்கள் அடையாளம் கண்டுகொண்டது எண்பதுகளுக்குப் பிறகுதான்.

1983 ஆம் ஆண்டு தொடக்கத்தில் உத்தரப் பிரதேச மாநிலம் முசாஃபர் நகரில் பொதுக்கூட்டம் ஒன்றுக்கு ஏற்பாடு செய்யப்பட்டது. மூத்த காங்கிரஸ் தலைவர் குல்சாரிலால் நந்தா, ஆர்.எஸ்.எஸ் தலைவர் ராஜேந்திர சிங், முன்னாள் அமைச்சர் தௌதயாள் கன்னா உள்ளிட்ட பலரும் பங்கேற்ற அந்தக் கூட்டத்தில்தான் அயோத்தியில் ராமர் கோவிலை எழுப்பும் விவகாரத்தை ஒரு மக்கள் இயக்கமாக நடத்தவேண்டும் என்பது குறித்த பூர்வாங்கப் பேச்சுவார்த்தைகள் தொடங்கின.

அதன் தொடர்ச்சியாக ஸ்ரீராம் ஜன்மோத்சவ சமிதி என்ற புதிய அமைப்பு தொடங்கப்பட்டது. அயோத்தியில் இருக்கும் ராமர் பிறந்த இடம் இந்துக்களுக்குச் சொந்தமானது. அதனை இந்துக்கள் வசமே ஒப்படைக்கவேண்டும் என்ற ஒற்றைக் கோரிக்கையை வலியுறுத்தித் தொடங்கப்பட்ட அந்த இயக்கத்தை நிறுவியவர்

டாக்டர் கரண் சிங்

குல்சாரி லால் நந்தா. ஆம், இந்தியாவின் இடைக்காலப் பிரதமராக இரண்டு முறை பதவி வகித்த அதே நந்தாதான்.

என்னதான் காங்கிரஸ் கட்சியின் முக்கியத் தலைவர் என்றபோதும் அடிப்படையில் அவர் ஓர் இந்துத்வ சிந்தனையாளராக, இந்துத்வ ஆதரவு மனப்போக்கு கொண்டவராக விளங்கினார். குறிப்பாக, பசுவதை விவகாரத்தில் அவருடைய சிந்தனை, நிலைப்பாடு, செயல்பாடுகள் தீவிரமானவை. தற்போது இந்து ஆதரவு நிலைப்பாட்டை வெளிப்படையாகவே எடுத்திருந்தார் நந்தா. விஷ்வ ஹிந்து பரிஷத்தின் விசுவாசிகளுள் ஒருவராகவே அவர் மாறிப் போயிருந்தார்.

ஸ்ரீராம நவமியை முன்னிட்டு அனைத்து இந்து அமைப்புகளின் ஆலோசனைக் கூட்டத்துக்கு அழைப்பு விடுத்தார் நந்தா. அந்தக் கூட்டத்துக்கு டாக்டர் கரண் சிங், தௌதயாள் கன்னா, அசோக் சிங்கால் உள்ளிட்ட பல முக்கியத் தலைவர்கள் வந்திருந்தனர். இவர்களில் கரண் சிங் வீராட் ஹிந்து சமாஜ் அமைப்பின் தலைவர்; காங்கிரஸ் கட்சியின் முன்னணித் தலைவர்களுள் ஒருவர். தௌதயாள் கன்னாவும் அடிப்படையில் காங்கிரஸ் தலைவர். இந்துத்வ சிந்தனை கொண்டவர். அடுத்தவர், அசோக் சிங்கால். வி.ஹெச்.பியின் துடிப்பான தலைவர்களுள் முக்கியமானவர்.

பூர்வாங்கப் பணிகள் திருப்திகரமாக இருக்கவே, அயோத்தி விவகாரத்தை மேலும் தீவிரமாக முன்னெடுக்கத் தயாரானது ஆர்.எஸ்.எஸ். அதற்கு வசதியாக வி.ஹெச்.பி உருவாக்கியிருந்த சாது சன்சாத் என்கிற சாமியார்களின் அவை தர்ம சன்சாத் என்று பெயர் மாற்றம் செய்யப்பட்டது. அந்த அமைப்பைச் சேர்ந்த ஐந்நூறு சாதுக்கள் டெல்லியில் கூடி ஆலோசனை நடத்தினர். அதன் தொடர்ச்சியாக தர்ம சன்சாத் அமைப்பு ராமர் பிறந்த இடத்தை 'விடுவிக்கும்' போராட்டத்தில் அமைதியான முறையில் ஈடுபடும் என்று அறிவிக்கப்பட்டது.

ராம ஜென்ம பூமி முக்தி யக்ஞ சமிதி என்ற அமைப்பு தொடங்கப்பட்டது. அதற்கு ராமன் பிறந்த நிலத்தை விடுவிக்கும் அமைப்பு என்று பொருள்.

இங்கே 'திரும்பத் தரவேண்டும்', 'விடுவிக்கும் போராட்டம்' என்பன போன்ற பதங்கள் இந்து அமைப்புகளால் தொடர்ச்சியாகப் பயன்படுத்தப் படுகிறது அல்லவா. அதன் அர்த்தம் என்ன?

ஜர்னைல் சிங் பிந்த்ரன்வாலே

உத்தரப் பிரதேச மாநிலத்தில் உள்ள பாபர் மசூதியானது இந்துக்களுக்குச் சொந்தமான இடத்தில் கட்டப்பட்டுள்ளது. அந்த இடத்தில்தான் ராமர் பிறந்தார் என்பது இந்துக்களின் நம்பிக்கை. அந்த இடத்தை முகலாய மன்னர்கள் அபகரித்து, பாபர் மசூதியைக் கட்டி விட்டார்கள். ஆகவே, ராமர் பிறந்த இடத்தில் அவருக்குக் கோயில் எழுப்ப ஏதுவாக அந்த இடத்தை மீண்டும் இந்துக்களிடம் ஒப்படைக்க வேண்டும் என்பது இந்து அமைப்புகளின் கோரிக்கை.

நேரு, பட்டேல் காலத்தில் மென்மையாக எழுப்பப்பட்ட இந்தக் கோரிக்கை, தற்போது வலுப்பெறத் தொடங்கியது. ராம ஜென்ம பூமி முக்தி யக்ஞ சமிதி என்ற அமைப்பு தொடங்கப்பட்டது. அதற்கு ராமன் பிறந்த நிலத்தை விடுவிக்கும் அமைப்பு என்று பொருள். ஏன், சமீபத்தில் குல்சாரிலால் நந்தா தொடங்கிய அமைப்பு என்ன ஆயிற்று? இந்துத்வ அமைப்புகள் தங்கள் இலக்குகளை அடைய ஏதுவாக அவ்வப்போது பிரத்யேக அமைப்புகளை உருவாக்குவது வழக்கம். அந்த வகையில்தான் புதிய சமிதி உருவாக்கப்பட்டிருந்தது.

பின்னர் அந்த அமைப்புக்கான நிர்வாகிகள் முறைப்படி அறிவிக்கப்பட்டனர். தலைவர் பொறுப்பு மஹந்த் அவைத்யநாத் வசம் தரப்பட்டது. புதிய அமைப்பின் அவசியம் பற்றி ஆரம்பம் முதலே பேசிவந்த தௌதயாள் கன்னா பொதுச்செயலாளராகவும் மஹந்த் நிருத்ய கோபால் தாஸ், பரமஹம்ஸ ராமச்சந்திர தாஸ் என்ற இருவரும் துணைத் தலைவர்களாகவும், ஓங்கார் பவே, மகேஷ் நாராயண் சிங், தினேஷ் தியாகி மூவரும் செயலாளர்களாகவும் பொறுப்பேற்றனர்.

பொற்கோவில் வாசலில் இந்திய ராணுவத்தினர்

ராமர் பிறந்த இடத்தை மீட்பது குறித்தும் அங்கே ராமருக்குக் கோயில் எழுப்பவேண்டியதன் அவசியம் குறித்தும் ராம ஜென்ம பூமி முக்தி யக்ஞ சமிதியின் சார்பில் பிரசார இயக்கங்கள் நடத்துவது என்று முடிவுசெய்யப்பட்டது. அதற்கான களப்பணிகளில் ஆர்.எஸ்.எஸ், வி.ஹெச்.பி உள்ளிட்ட அமைப்புகளின் தொண்டர்கள் பெருமளவில் ஈடுபடுத்திக் கொண்டனர்.

அந்தப் பிரசாரங்களை வெறுமனே பொதுக்கூட்டமாக அல்லாமல் யாத்திரை பாணியில் அமைத்துக்கொள்ள சமிதி நிர்வாகிகள் முடிவுசெய்தனர். அதன்மூலமே மக்களின் ஆதரவை விரிவான அளவில் திரட்ட முடியும் என்பது அவர்களுடைய கணிப்பு. அதற்கான பணிகளில் ராம பக்தர்கள் தீவிரமாக ஈடுபட்டுக்கொண்டிருந்த சமயத்தில் பஞ்சாப்பில் ஒரு பயங்கரமான சம்பவம் நடந்தேறியது. அது, ஆபரேஷன் ப்ளூஸ்டார்.

அந்த ராணுவ நடவடிக்கையைப் பற்றிப் பார்ப்பதற்கு முன்னால் பஞ்சாப் விவகாரத்தின் சிக்கல் பற்றிச் சுருக்கமாகப் பார்த்துவிடுவது புரிதலைக் கொடுக்கும்.

20 ஆகஸ்டு 1944 அன்று அமிர்தசரஸில் கூடிய சீக்கியர்கள், 'நாங்கள் தனி தேசிய இனம்' என்று அறிவித்து, மொழி, இன அடிப்படையில் தனித்து விளங்கக்கூடிய எங்களுக்குத் தனி மாநிலம் வேண்டும் என்ற கோரிக்கையை முன்வைத்துப் போராடத் தொடங்கினர். அதன் பின்னணியில் ஷிரோமணி அகாலிதளம் என்ற பெயரில் புதிய அரசியல் கட்சி உருவானது.

இந்துக்களுக்கு இந்துஸ்தான், முஸ்லிம்களுக்குப் பாகிஸ்தான் போல சீக்கியர்களுக்குக் காலிஸ்தான் என்ற பிரசாரத்தைத் தீவிரப்படுத்தினார். ஏராளமான வன்முறைச் சம்பவங்கள் அடுத்தடுத்து நடந்தன.

ஐம்பதுகளின் மத்தியில் மொழிவாரி மாநிலங்கள் பிரிக்கப்பட்டபோது பஞ்சாப் உருவாகும் என்ற எதிர்பார்ப்பு சீக்கியர்கள் மத்தியில் இருந்தது. ஆனால் அப்போது அந்தக் கனவு நனவாகவில்லை. ஆனாலும் தங்கள் போராட்டத்தைத் தொய்வின்றித் தொடர்ந்தனர் சீக்கியர்கள். அதற்கான பலன் அறுபதுகளின் மத்தியில் கிடைத்தது. பிரதமர் இந்திரா காந்தி காலத்தில் பஞ்சாப் என்ற புதிய மாநிலம் உருவாக்கப்பட்டது.

அதன்பிறகு பஞ்சாப் மாநில அரசியல் என்பது காங்கிரஸ், ஷிரோமணி அகாலி தளம் என்ற இரண்டு கட்சிகளுக்கு இடையிலான மோதலாகவே இருந்தது. அப்போது காங்கிரஸ்

கட்சிக்கு எதிராக அகாலிதளம் நடத்திய அரசியலுக்குத் தோள் கொடுத்த கட்சி பாஜகவின் பாட்டனாரான பாரதிய ஜனசங்கம்தான். அப்போது அந்தக் கூட்டணியை எதிர்த்துக் களம் காண இந்திராவுக்கு சீக்கிய மதத்தைச் சேர்ந்த ஒரு தலைவர் தேவைப்பட்டார். அப்போது அவருடைய கவனத்துக்கு வந்தவர் ஜர்னைல் சிங் பிந்த்ரன்வாலே.

மத போதகரான பிந்த்ரன்வாலேவுக்கு சீக்கிய மக்கள் மத்தியில் வலுவான செல்வாக்கு இருந்தது. அவருடைய ஆளுமை மீது இளைஞர்களுக்கு ஈர்ப்பு இருந்தது. புகை, மதுவுக்கு எதிரான அவருடைய நிலைப்பாடு பலரையும் கவர்ந்தது. ஆகவே, அவரைக் கொண்டு அகாலிதளத்துக்கு நெருக்கடி கொடுக்க முடியும் என்று கணித்தார் இந்திரா. பின்னர் கியானி ஜெயில் சிங்கின் வழியாக பிரதமர் இந்திரா காந்தியுடன் கைகுலுக்கினார் பிந்த்ரன்வாலே. வெறும் நட்பு ரீதியான கைகுலுக்கல் அல்ல, அரசியல் கைகுலுக்கல். அன்று முதல் இந்திராவின் செல்லப் பிள்ளையாக மாறி செயல்படத் தொடங்கினார் பிந்த்ரன்வாலே.

1980ல் நடந்த பஞ்சாப் சட்டமன்றத் தேர்தலில் இந்திரா காங்கிரஸ் கட்சிக்கு ஆதரவாகத் தேர்தல் பிரசாரத்தில் ஈடுபட்டார். அப்போது இந்திரா காங்கிரஸ் வெற்றி பெற்று, மீண்டும் ஆட்சியைப் பிடித்தது. அது பிந்த்ரன்வாலேவுக்குக் கூடுதல் உற்சாகத்தைக் கொடுத்தது. இந்திராவின் வெற்றிக்கு தானே காரணம் என்ற எண்ணம் அவருக்குள் முளைத்தது. அந்த போதையில் இந்திராவையும் மீறி செயல்படத் தயாரானார். கைப்பாவை கையை மீறிப் போகத் தொடங்கியது இந்திரா காந்தியைக் கவலைப்படச் செய்தது.

இந்துக்களுக்கு இந்துஸ்தான், முஸ்லிம்களுக்குப் பாகிஸ்தான் போல சீக்கியர்களுக்குக் காலிஸ்தான் என்ற பிரசாரத்தைத் தீவிரப்படுத்தினார். ஏராளமான வன்முறைச் சம்பவங்கள் அடுத்தடுத்து நடந்தன. அகாலிதளத்தைச் சேர்ந்தவர்கள் உள்ளிட்ட பலரையும் பிந்த்ரன்வாலேவின் ஆதரவாளர்கள் கொடூரமான முறையில் கொலை செய்தனர். பிந்த்ரன்வாலேவைக் கைது செய்து அடக்கிவிடலாம் என்று நினைத்தார் இந்திரா. முடியவில்லை. ஒருகட்டத்தில் அமிர்தசரஸ் பொற்கோவிலுக்குள் ஆயுதங்கள் சகிதம் அடைக்கலம் புகுந்து கொண்டார் பிந்த்ரன்வாலே.

பொற்கோவிலுக்கு எவ்வித சேதமும் இல்லாமல் காலிஸ்தான் தீவிரவாதிகளை வெளியேற்ற வேண்டிய நிர்பந்தம் மத்திய அரசுக்கு உருவானது. பிரதமர் இந்திரா முப்படைத் தளபதிகளுடனும் மூத்த, முக்கிய அதிகாரிகளுடனும் தீவிர ஆலோசனையில் ஈடுபட்டனர். தீவிரவாதிகளுடன் நடந்த பேச்சுவார்த்தைகள் பலன் தரவே இல்லை. போதாக்குறைக்கு, பாஜக உள்ளிட்ட அரசியல் கட்சிகள் மத்திய அரசுக்குப் பலத்த நெருக்கடியைக் கொடுத்தன.

பிந்த்ரன்வாலே விவகாரத்தில் இந்திரா அரசு விரைந்து செயல்பட வேண்டும் என்பதை வலியுறுத்திப் போராட்டக்களத்துக்கு வந்தது பாஜக. 1984 மே முதல் வாரத்தில் சுமார் பத்து நாள்களுக்குத் தொடர் போராட்டத்தில் ஈடுபட்டது. குறிப்பாக, 3 மே 1984 அன்று வாஜ்பாய் தலைமையில் சுமார் பதினைந்தாயிரம் பாஜக தொண்டர்கள் மறியலில் ஈடுபட்டுக் கைதாகினர். பாஜக என்ற கட்சி தொடங்கப்பட்ட பிறகு நடந்த பெரிய அளவிலான போராட்டம் இது.

போதாக்குறைக்கு, பிந்த்ரன்வாலே விஷயத்தில் இந்திரா அரசு சரணாகதி அடைந்து விட்டதாகக் கடுமையான விமரிசனத்தை முன்வைத்தது பாஜக. நிலைமையின் தீவிரத்தை உணர்ந்த பிரதமர் இந்திரா, ராணுவ நடவடிக்கைக்குத் தயாரானர். 1984 ஜூலை முதல் வாரத்தில் ஆபரேஷன் ப்ளூஸ்டார் தொடங்கியது. பொற்கோவிலுக்குள் நுழைந்து தாக்குதல் நடத்தியது இந்திய ராணுவம். இருதரப்புக்கும் இடையே கடுமையான யுத்தம். இருதரப்பிலும் பலத்த

உயிர்ச்சேதம். உச்சகட்டமாக, பிந்த்ரன்வாலே கொல்லப்பட்டார். சுமார் 600 தீவிரவாதிகள் கொல்லப்பட்டனர்.

நீண்ட நெடிய ராணுவ நடவடிக்கைக்குப் பிறகு பொற்கோவில் மீட்கப்பட்டது, ஆனால் பத்திரமாக அல்ல. பலத்த சேதாரங்களுடன். பொற்கோவிலுக்குள் இருந்த சீக்கிய குருமார்களின் தலைமைப் பீடமான அகல்தக்த் மீது தோட்டாக்களின் தடயங்கள் பதிந்துபோயிருந்தன. தாக்குதல்கள் எல்லாம் முடிந்தபிறகு பிந்த்ரன்வாலே குழுவினர் எப்படியெல்லாம் கோவிலை அசுத்தப்படுத்தியுள்ளனர் என்பதை விளக்கும் புகைப் படங்கள் வெளியாகின. கூடவே, ராணுவம் தாக்குதல் நடத்தியது தொடர்பான படங்களும் வெளியாகின. அவையெல்லாம் சீக்கியர்கள் மத்தியில் பலத்த கொந்தளிப்புகளை ஏற்படுத்தின.

உண்மையில், ஜர்னைல் சிங் பிந்த்ரன்வாலே குழுவினரிடம் இருந்து பொற்கோவில் மீட்கப்பட்டதே பெரிய விஷயம். ஆனால் சீக்கியர்களோ அதை அப்படிப் பார்க்கவில்லை. மாறாக, தங்களுடைய பொற்கோவில் அவமதிக்கப்பட்டுவிட்டதாகவே கருதினர். அதற்குக் காரணமான பிரதமர் இந்திரா காந்தி மீதும் அவருடைய கட்சியின் மீதும் தீராக்கோபம் கொண்டனர். அது அக்டோபர் 31 அன்று ஆகப்பெரிய அபாயத்தில் சென்று முடிந்தது!

81

இந்துத்வக் குடையில் சிவசேனா

ஆபரேஷன் ப்ளூஸ்டார் என்ற பெயரில் அமிர்தசரஸ் பொற்கோவிலுக்குள் அரசாங்கம் நடத்திய ராணுவ நடவடிக்கை ஒட்டுமொத்த இந்தியாவையும் உலுக்கியெடுத்துவிட்டது. சீக்கியர்களோ தாளமுடியாத மனவருத்தத்துக்கு ஆளாகியிருந்தனர். இந்திரா காந்தி அரசு தங்கள் புனிதச் சின்னமான பொற்கோவிலைச் சேதப்படுத்தி, சீக்கிய மதத்தையே அவமதித்து விட்டதாகக் கொந்தளித்துக் கொண்டிருந்தனர்.

குறிப்பாக, சீக்கிய இளைஞர்கள் மத்தியில் இந்திரா மீது அளவிட முடியாத அளவுக்கு வெறுப்புணர்வு உருவாகியிருந்தது. அவர்களது ஆத்திரம் எந்த வடிவத்தில், எப்போது வேண்டுமானாலும் வெடிக்கலாம் என்ற சந்தேகம் எல்லோருக்குமே உருவாகியிருந்தது. அதன் காரணமாகவே பாதுகாப்புக் கெடுபிடிகள் அதிகரித்தன.

இந்திராவின் பாதுகாப்புப் பணியில் சீக்கியர்கள் எவரும் இல்லாமல் பார்த்துக்கொள்ளவேண்டும் என்பது அவருடைய பாதுகாப்பு அதிகாரிகளின் விருப்பம். ஆனால் அதனை இந்திரா நிராகரித்து விட்டார். அப்படிச் செய்வது சீக்கியர்களை அவமதிக்கும் செயல் என்று சொல்லிவிட்டார். அந்தப் பெருந்தன்மையை பியாந்த் சிங், சத்வந்த் சிங் என்ற இரு சீக்கியர்களும் கச்சிதமாகப் பயன்படுத்திக் கொண்டனர்.

தங்கள் மதத்தை அவமதித்த குற்றத்துக்குப் பிரதமர் இந்திரா காந்தி கொடுக்கவேண்டிய விலை அவருடைய உயிர் என்று தீர்மானித்த

இந்திரா காந்தி படுகொலை

அவர்கள், அதற்காகத் திட்டமிடத் தொடங்கினர். இரண்டு சீக்கியர்கள் ஒரே சமயத்தில் பாதுகாப்புப் பணியில் ஈடுபடக்கூடாது என்கிற உளவுத்துறை, பாதுகாப்புத்துறையினரின் எச்சரிக்கைகளையும் மீறி, அவர்கள் இருவரும் ஒரே நாளில் பாதுகாப்புப் பணியில் ஈடுபடுவதற்கு ஏதுவாகச் சில காரியங்களைச் செய்தனர்.

31 அக்டோபர் 1984 அன்று அவர்களுக்கு எல்லாம் கூடிவந்தது. வெளிநாட்டுப் பத்திரிகை ஒன்றுக்குப் பேட்டி தருவதற்காக வீட்டை விட்டு வெளியே வந்த பிரதமர் இந்திரா காந்தியை அந்த இரண்டு சீக்கியப் பாதுகாவலர்களும் துப்பாக்கித் தோட்டாக்களால் துளைத்தெடுத்தனர். சம்பவ இடத்திலேயே சரிந்து விழுந்து உயிரை விட்டார் இந்திரா. அவருடைய இறுதி நிமிடங்கள் ஒட்டுமொத்த இந்தியாவையும் அதிர்ச்சியில் உறையவைத்த தருணங்களாக மாறின.

இந்திராவைக் கொன்றவர்கள் சீக்கியப் பாதுகாவலர்கள் என்ற செய்தி கசிந்த நொடியில் இருந்தே சீக்கியர்கள் மீதான தாக்குதல்கள் தொடங்கிவிட்டன. பஞ்சாப், டெல்லி என்று எங்கெல்லாம் சீக்கியர்கள் அதிகம் வசித்தார்களோ அங்கெல்லாம் கொலைவெறித் தாக்குதலுக்கு உள்ளாகினர். நாடு முழுக்கப் பதற்றம் சூழ்ந்தியிருந்த நிலையில் மறைந்த பிரதமர் இந்திரா காந்தியின் மகன் ராஜீவ் காந்தி இந்தியப் பிரதமராகப் பொறுப்பேற்றுக்கொண்டார்.

அரசியல் காட்சிகள் அதிவேகத்தில் மாறத் தொடங்கின. பசுவதை எதிர்ப்பு, ராம ஜென்ம பூமி, ரத யாத்திரை என்று வளர்ச்சிப்பாதையில் பயணித்துக் கொண்டிருந்த பாரதிய ஜனதா உள்ளிட்ட இந்துத்வ இயக்கத்தினருக்கு இந்திரா காந்தியின் படுகொலை மிகப்பெரிய தடைக்கல்லாக மாறியது. இந்து வாக்குவங்கியை ஒருங்கிணைக்கும் மந்திரமாக ராம கோஷத்தை மாற்றும் முயற்சிகளுக்கு இந்திராவின் படுகொலை முட்டுக்கட்டை போட்டது.

வளர்ச்சிப்பாதையில் பயணித்துக் கொண்டிருந்த பாரதிய ஜனதா உள்ளிட்ட இந்துத்வ இயக்கத்தினருக்கு இந்திரா காந்தியின் படுகொலை மிகப்பெரிய தடைக்கல்லாக மாறியது.

போதாக்குறைக்கு, பாஜக உள்ளிட்ட கட்சிகளுக்கு அதிர்ச்சி வைத்தியம் கொடுக்கும் வகையில் மக்களவைத் தேர்தலைச் சந்திக்கத் தயாரானார் பிரதமர் ராஜீவ் காந்தி. ஆம், இந்திராவின் மரணத்தால் 'தாயில்லாப் பிள்ளை' ராஜீவுக்கு ஆதரவாக அனுதாப அலை பெருகியிருக்கும் சூழ்நிலையில் தேர்தல் களம் நிச்சயம் காங்கிரஸுக்குச் சாதகமாகவே இருக்கும், தங்களுடைய எதிர்காலக்

ராஜீவ் காந்தி, ராகுல் காந்தி

கனவுகள் எல்லாம் அடியோடு அழிக்கப்படும் என்பது அவர்களுக்குத் துல்லியமாகத் தெரிந்தது. ஆனாலும் தேர்தலைச் சந்திப்பதைத் தவிர வேறு வழியில்லை என்ற நிலை.

மக்களவை முன்கூட்டியே கலைக்கப்பட்டது. தேர்தல் அறிவிக்கப்பட்டது. 24 டிசம்பர் 1984 தொடங்கி மூன்று கட்டங்களாகத் தேர்தலை நடத்துவது என்று தீர்மானிக்கப்பட்டது. 514 தொகுதிகள் தேர்தலுக்குத் தயாராகியிருந்தன. அவற்றில் காங்கிரஸ் கட்சி 491 தொகுதிகளில் போட்டியிட்டது. அமேதி தொகுதியில் வேட்பாளராகக் களமிறங்கினார் ராஜீவ்.

உண்மையில், காங்கிரஸ் கட்சி நாடு தழுவிய அளவில் தனித்தே போட்டியிட விரும்பியது. ஆனால் தமிழ்நாட்டில் மட்டும் ஆளும் அண்ணா திமுகவுடன் கூட்டணி அமைத்துப் போட்டி யிட்டது. முக்கியமாக, தமிழ்நாட்டிலும் ஒருவித அனுதாப அலை உருவாகியிருந்தது. அதற்குக் காரணம் எம்.ஜி.ஆர். உடல்நிலை பாதிக்கப்பட்ட அவர் அமெரிக்காவில் மருத்துவ சிகிச்சை எடுத்துக்கொண்டிருந்தார்.

பிரகாசமான வெற்றிவாய்ப்புடன் ராஜீவ் காந்தியும் அவருடைய காங்கிரஸும் தேர்தல் களத்துக்கு வந்திருந்த நிலையில் பாரதிய ஜனதா கட்சி தன்னுடைய முதல் தேர்தலை எதிர் கொள்ளத் தயாரானது. பாரதிய ஜனசங்கமாக, ஜனதாவாகக் கடந்த காலங்களில் தேர்தலைச் சந்தித்த அனுபவம் இருந்தபோதும், பாரதிய ஜனதா கட்சியாக அவர்கள் சந்திக்கும் முதல் மக்களவைப் பொதுத்தேர்தல் இது. என்ன ஒன்று, முதல் களமே மூச்சுவாங்க வைத்துவிட்டது. உபயம்: இந்திரா படுகொலை.

பாரதிய ஜனசங்கம், ஜனதா என்ற இருபெரும் கட்சிகளின் பரிணாம வளர்ச்சியாக பாரதிய ஜனதா கட்சி உருவாகியிருக்கிறது என்பது உண்மையே. ஆனால் எங்கள் கட்சி புதிய சிந்தனையுடன், புதிய பாதையில் தன்னுடைய அரசியல் பயணத்தைத் தொடரும் என்று அறிவித்திருந்தார் பாஜகவின் தலைவராகப் பொறுப்பேற்ற வாஜ்பாய். கட்சி ஆரம்பித்த புதிதில் சொன்ன விஷயத்தை இப்போது தேர்தல் களத்தில் செயல்படுத்த வேண்டிய கட்டாயம் உருவாகி யிருந்தது.

அதற்கேற்பவே தன்னுடைய தேர்தல் அறிக்கை, கூட்டணி உருவாக்கம், வேட்பாளர் தேர்வு, பிரசாரத் திட்டம் உள்ளிட்ட அனைத்தையும் வடிவமைக்க வேண்டியிருந்தது. முதலில் தேர்தல் கூட்டணி குறித்துச் சொல்லவேண்டும். 1984 மக்களவைத் தேர்தலில் பாரதிய ஜனதாவுக்குக் கிடைத்த முக்கியமான கூட்டணிக் கட்சி, சிவசேனா.

மராட்டிய மாநிலத்தின் தவிர்க்கமுடியாத அரசியல் சக்தியாக இருக்கும் சிவசேனாவுக்கும் பாரதிய ஜனதாவுக்கும் இடையில் அரிதிலும் அரிதான வேறுபாடுகள் இருந்தாலும், அடிப்படையில் இரண்டுமே இந்துத்வ சித்தாந்தத்தைப் பின்பற்றக்கூடிய கட்சிகள். அந்தப் புள்ளிதான் அவர்கள் இருவரையும் தேர்தல் களத்திலும் இணைந்து செயல்படச் செய்தது.

இந்த இடத்தில் சிவசேனாவின் பூர்வ கதையைத் தெரிந்துகொள்வது அவசியமான ஒன்று. இங்கே சிவசேனாவின் கதை என்றால் அது பால் தாக்கரேவின் அரசியல் கதை என்றும் பொருள் கொள்ளலாம்.

23 ஜனவரி 1926 அன்று பிறந்த மராட்டிய மாநிலத்தில் பிறந்தவர் பால் தாக்கரே. பால்ய காலத்தில் அவருக்கு மிகவும் பிடித்த விஷயம் கேலிச்சித்திரம் வரைவது. அதற்கான வாய்ப்பை ஃப்ரீ ப்ரஸ் ஜர்னல் என்ற பத்திரிகை கொடுத்தது. கார்டூனிஸ்ட் என்கிற மனத்துக்கு நெருக்கமான வேலை கிடைத்ததில் தாக்கரேவுக்கு மகிழ்ச்சி. ஆனால் அந்த உற்சாகம் நீடிக்கவில்லை.

நிர்வாகத்துடன் முரண்பாடு ஏற்படவே, மர்மிக் (நையாண்டி) என்ற பெயரில் சொந்தப் பத்திரிகை ஒன்றைத் தொடங்கினார். தனக்குப் பிடித்த காரியத்தைச் செய்யத் தனிப்பத்திரிகை. அப்போது அவருடைய மனத்துக்குள் ஒரு கேள்வி. ஏன் மராட்டிய மாநிலத்தில் உள்ள முக்கியப் பதவிகள், முக்கியத் தொழில்களில் எல்லாம் மராத்தியர் அல்லாதவர்களான தமிழர்களும் மலையாளிகளும் குஜராத்திகளும் மார்வாடிகளும் நிரம்பிக்கிடக்கிறார்கள்?

‘நீங்கள் தேசத்துக்கு உண்மையாக இருந்தால் யாரும் உங்களைத் தொட மாட்டார்கள். இங்கே இருந்து கொண்டே, உங்கள் கர்வத்தைக் காட்டினீர்கள் என்றால், இஸ்லாத்தைப் போதித்தீர்கள் என்றால் உங்கள் கைகளை வெட்டுவதற்கும் தயங்கமாட்டார்கள்.’

அந்தக் கேள்வியில் ஓரளவுக்கு உண்மையும் இருந்தது. தூண்டா விளக்காக இருந்த மராட்டிய இளைஞர்களை தாக்கரே எழுப்பிய கேள்வி தூண்டிவிட்டது. ஆத்திரப் பட்டனர். ஆவேசப்பட்டனர். தாக்கரே என்ன எழுதுகிறார் என்பதை உன்னிப்பாகக் கவனிக்கத் தொடங்கினர்.

டெலிபோன் டைரக்டரிகளைப் புரட்டிய போது அதிலுள்ள மராட்டியர் அல்லாத

நபர்களின் பெயர்கள் தாக்கரேவின் மனத்துக்குள் பொறி கிளப்பியது. நிருபர்களின் உதவியுடன் பெரிய பட்டியல் ஒன்றைத் தயாரித்தார். அதில் பம்பாயில் மராட்டியர் அல்லாதவர்கள் எந்தெந்த தொழில்களில், எந்தெந்த அலுவலகங்களில், எந்தெந்தப் பதவிகளில் இருக்கிறார்கள் என்பதைப் பகிரங்கமாக வெளியிட்டார். 1500 பேர் கொண்ட பட்டியலுக்கான தலைப்பு: 'படியுங்கள், அமைதியாக இருங்கள்' என்பது. அவர் சொன்ன அமைதியின் அர்த்தம் வெளிப்படையானது.

கார்ட்டூனிஸ்ட் பால் தாக்கரே

பட்டியல் வெளியானதன் உடனடி விளைவுகள் இரண்டு. மராட்டியர்களின் பிராந்திய உணர்வு மெல்ல மெல்ல வலுக்கத் தொடங்கியது. பால் தாக்கரேவின் ஆதரவுத்தளம் விரிவடையத் தொடங்கியது. தாக்கரேவுக்கு உற்சாகம் தொற்றிக்கொண்டது. 19 ஜூன் 1966 அன்று சிவசேனா என்ற பெயரில் புதிய அரசியல் கட்சி ஒன்றைத் தொடங்கினார்.

உடுப்பி ஹோட்டல்களைத் தவிர்ப்போம்; மராட்டியர் அல்லாதார் கடைகளைப் புறக்கணிப்போம்; இந்தி பேசும் மக்களை நிராகரிப்போம் என்பன போன்ற கோஷங்களை உருவாக்கினார். இதேபோன்ற பதினோரு உறுதிமொழிகளைக் கட்சியினர் எடுத்துக்கொள்ள வேண்டும் என்றார். மொத்தத்தில், மண்ணின் மைந்தருக்கே எல்லா உரிமையும் என்பதுதான் சிவசேனாவின் ஒற்றைக்கோஷம். ஒற்றைக்கோரிக்கை. ஒற்றை இலக்கு.

வெறுமனே கோஷம் எழுப்புவதாலும் உறுதிமொழி எடுத்துக்கொள்வதாலும் மராட்டியம் மராட்டியர்களுக்கு எல்லாவற்றையும் தந்துவிடாது. மராட்டியர் அல்லாதவர்கள் அங்கிருந்து அப்புறப்படுத்தப்படவேண்டும். அதுதான் எல்லாவற்றையும் சாத்தியப்படுத்தும் என்று கணித்தார் பால் தாக்கரே. அதற்காக அவர் எடுக்க விரும்பியது அதிரடி ஆயுதத்தை. தேர்வு செய்தது வன்முறைப் பாதையை.

பம்பாய் பகுதிகளில் உள்ள தென்னிந்தியர்களின் உணவகங்கள் உள்ளிட்ட கடைகள் அடிக்கடி சிவசேனைகளால் தாக்கப்பட்டன. கற்களும் கழிகளும் களமாடின. வெளிமாநிலத்தவரின் வாழ்வாதாரங்களைக் குறிவைத்து அழித்தொழிப்பதன் வழியாக அவர்களை அந்த இடத்தை விட்டு நிரந்தரமாக விரட்டமுடியும் என்பதுதான் தாக்கரேவின் தீர்க்கமான நம்பிக்கை. விளைவு, மராட்டியர் அல்லாத மக்களுக்கு அங்கே நித்திய கண்டம் பூரண ஆயுசுதான்.

தாக்கரேவுக்கு வெளிமாநில மக்கள் வேப்பங்காய் என்றால் கம்யூனிஸ்டுகள் பாகற்காய். கம்யூனிஸ்டு தலைவர்களும் சிந்தனையாளர்களும் பால் தாக்கரேவின் பார்வையில் பிசாசுகள். தொழிலாளர்களைத் தவறான பாதைக்குத் திசைதிருப்பி விடுவதுதான் கம்யூனிஸ்டுகளின் பிழைப்பு என்பது அவருடைய வாதம். பம்பாயில் இருக்கும் கம்யூனிஸ்ட் அலுவலகங்கள் சிவசேனைகளால் அடிக்கடி தாக்குதலுக்கு உள்ளாகின.

தாக்கரேவும் சிவசேனாவும் கிளப்பிய பிராந்திய உணர்வு, மராட்டிய உணர்வு மெல்ல மெல்ல வலுத்துக் கொண்டே வந்தது. அதற்கான சாட்சி, 1968 பம்பாய் மாநகராட்சித் தேர்தலில் சிவசேனா பெற்ற வெற்றியில் கிடைத்தது. மண்ணின் மைந்தன் கோஷம் அந்தக் கட்சியின் வளர்ச்சிக்குப் பேருதவி செய்தது. அதற்கடுத்த இரண்டாவது ஆண்டில் மராட்டிய

சட்டமன்றத்துக்குள் நுழைந்தது சிவசேனா. இடைத்தேர்தல் வழியாகக் கிடைத்த இடத்தை இன்னும் பல பகுதிகளுக்கும் விரிவுபடுத்தத் தயாரானது.

பிராந்திய உணர்வைக் கிளப்பிய தாக்கரே எடுத்த அடுத்த ஆயுதம் இஸ்லாமிய எதிர்ப்பு. மராட்டிய மக்களுக்கு வெளிமாநிலத்தவர்கள் எப்படி அந்நியர்களோ, அதைப்போலவே இஸ்லாமியர்களும் அந்நியர்கள்தான் என்று போதிக்கத் தொடங்கினார் தாக்கரே. இஸ்லாமியர்களுக்கு அவர் விடுத்த எச்சரிக்கைகள் கவனிக்கத்தக்கவை.

'நீங்கள் தேசத்துக்கு உண்மையாக இருந்தால் யாரும் உங்களைத் தொடமாட்டார்கள். இங்கே இருந்துகொண்டே, உங்கள் கர்வத்தைக் காட்டினீர்கள் என்றால், இஸ்லாத்தைப் போதித்தீர்கள் என்றால் உங்கள் கைகளை வெட்டுவதற்கும் தயங்கமாட்டார்கள்.'

அனல் பறக்கும் அதிரடிப் பேச்சுகள் மூலம் மராட்டிய உணர்வாளர் என்பதோடு இந்துத்வ அடையாளத்தையும் வலுக்கட்டாயமாக உருவாக்கிக்கொண்டார் தாக்கரே. அதில் அவர் அடைந்த பெருமிதம் அபரிமிதமானது. தொடர்ந்து அதே பாதையில் பயணம் செய்யத் தொடங்கினார். அந்தப் பாதையில் தாக்கரேவுக்குக் கிடைத்த தங்கமான தோழன்தான் பாரதிய ஜனதா கட்சி!

82

வளர்ச்சிப் பாதையில் சிவசேனா

மண்ணின் மைந்தனுக்கு மட்டுமே மண்ணில் உரிமை என்று சிவசேனா எழுப்பிய கோஷம் மராட்டிய மக்கள் மத்தியில் பலத்த வரவேற்பைப் பெற்றது. வேலைவாய்ப்பு, வர்த்தகம் உள்ளிட்ட விவகாரங்களில் வெளி மாநிலத்தவரால் பாதிக்கப்பட்ட மராட்டிய இளைஞர்களை சிவசேனா வசீகரித்தது. குறிப்பாக, இளைஞர்கள் பலரும் பால் தாக்கரேவை தங்களுடைய மீட்பராகப் பார்க்கத் தொடங்கினர்.

அந்தச் சமயத்தில் மராட்டிய மாநிலம் தானேவுக்கு அருகில் உள்ள கல்யாணி என்ற பகுதியில் உள்ள கோட்டையில் ஒரு வழிபாட்டுத் தலம் இருந்தது. அது யாருக்குச் சொந்தம் என்பதில் அங்கே பல ஆண்டுகளாக ஒரு சர்ச்சை இருந்தது. இந்துக்கள் தங்களுக்குச் சொந்தமானது என்றனர். ஆனால் அந்தக் கோட்டை எங்களுக்கு உரித்தானது என்றனர் இஸ்லாமியர்கள். இதுவிஷயமாக இருதரப்புக்கும் இடையே அடிக்கடி வாதப்பிரதிவாதங்களும் வன்முறை மோதல்களும் நடந்தன.

கல்யாணி கோட்டை விவகாரம் பால் தாக்கரேவின் கவனத்தைக் கவர்ந்தது. அந்தக் கோட்டை துர்கா தேவியின் கோட்டை. அது இந்துக்களுக்கே சொந்தம் என்று அறிவித்த தாக்கரே, அந்தக் கோட்டைக்குள் காவிக்கொடியை ஏற்றப்போவதாக அறிவித்தார். அது அந்தப் பிராந்தியத்தில் பெரும் பதற்றத்தை உருவாக்கியது. திட்டமிட்டபடி 8 செப்டெம்பர் 1967 அன்று பால் தாக்கரே

கல்யாணி கோட்டை

கொடியேற்ற வந்தால், அந்தப் பகுதியில் இந்து - முஸ்லீம் கலவரம் மூளக்கூடும் என்ற நிலை.

பதற்றம் தோய்ந்த சூழ்நிலையில் பால் தாக்கரே பேசினார். அந்தப் பேச்சு முஸ்லீம்களை மட்டும் அச்சுறுத்தவில்லை. மாநில அரசாங்கத்தையும் மிரட்டும் வகையில் அமைந்தது.

'நான் இஸ்லாமியர்களிடம் ஒரு விஷயத்தை உறுதியாகச் சொல்லிவிடுகிறேன். மதம் தொடர்பான பிரச்னைகளைக் கையிலெடுக்க நான் விரும்பவில்லை. கல்யாணி கோட்டை இந்துக்களுக்குச் சொந்தமானது என்பதற்கு ஏராளமான ஆதாரங்கள் உள்ளன. ஓம், ஸ்வஸ்திக், கணபதி போன்ற அடையாளங்கள் அங்கே உள்ளன. விரைவில் நவராத்திரி விழா வரப் போகிறது. அப்போது அங்கே பூஜை நடத்த முதல்வர் வி.பி. நாயக் தடை விதித்துள்ளார். அத்தகைய தடைகள் எதுவும் எடுபடப்போவதில்லை. அந்தப் பூஜையில் கலந்துகொள்ள நானும் என் மனைவியும் செல்லப்போகிறோம். துணிச்சல் இருந்தால் எங்களைக் கைதுசெய்து பார்க்கட்டும்.'

அறிவித்தபடியே, மனோகர் ஜோஷி, தத்தாஜி சால்வி ஆகியோர் சகிதம் கல்யாண் கோட்டை பகுதிக்கு வந்தார் பால் தாக்கரே. ஏராளமான இந்துக்கள் அந்தப் பகுதியில் திரண்டிருந்தனர். தேங்காய் உடைத்து துர்கா தேவியை வழிபடத் தயாராகினர். ஆனால் அந்தப் பகுதியில் 144 தடை உத்தரவு பிறப்பித்தது அரசு. அந்தத் தடையை மீறப்போவதாக அறிவித்தார் தாக்கரே. நடப்பதை எல்லாம் காவல்துறை வேடிக்கைப் பார்த்துக்கொண்டிருந்தது.

திரண்டிருந்த இந்துக்களுக்கு மத்தியில் பேசிய சிவசேனா மூத்த தலைவர் மனோகர் ஜோஷி, 'தென்னிந்திய மக்களும் இஸ்லாமிய மக்களும் நம் மக்கள் மத்தியில் அடக்க ஒடுக்கமாக வாழ வேண்டும். தவறினால், இங்குள்ள இஸ்லாமியர்களைப் பாகிஸ்தானுக்கு விரட்டி அடிப்போம்' என்று உரத்த குரலில் முழங்கினார். அந்தப் பேச்சு ஏற்படுத்திய உஷ்ணம் அடங்குவதற்குள் அடுத்த அதிரடியைத் தன்னுடைய பேச்சால் நிகழ்த்தினார் பால் தாக்கரே.

'நம்முடைய கொடிகள் இயல்பாக நான்கு முதல் ஐந்து அடிகள் நீளம் கொண்டவை. ஆனால் காவல்துறையோ நம்முடைய கொடியின் நீளம் இரண்டரை அடி நீளம்

> நான் இஸ்லாமியர்களிடம் ஒரு விஷயத்தை உறுதியாகச் சொல்லிவிடுகிறேன். மதம் தொடர்பான பிரச்னைகளைக் கையிலெடுக்க நான் விரும்பவில்லை.

பால் தாக்கரே

கொண்ட கம்பில்தான் கட்டவேண்டும் என்று கட்டுப்பாடு விதிக்கிறார்கள். ஏன்? கல்யாணி கோட்டை பகுதியில் கம்புகளுக்கும் சுன்னத் செய்யப்படுகிறதா?'

அரசாங்கம் கூடாது என்றது. காவல்துறை தடை உத்தரவு பிறப்பித்தது. ஆனால் எதையும் தாக்கரே லட்சியம் செய்யவில்லை. தன்னுடைய ஆதரவாளர்கள் சகிதம் கல்யாண் கோட்டைக்குள் நுழைந்தார். தான் ஏற்கெனவே அறிவித்தபடி அங்கே காவிக்கொடியை ஏற்றி, 'இந்தக் கோட்டை இப்போது மட்டுமல்ல, இனி எப்போதுமே இந்துக்களுக்குச் சொந்தமானது தான்' என்று திட்டவட்டமாகச் சொல்லிவிட்டுப் புறப்பட்டார்.

மிகச்சரியாக ஓராண்டு கழித்து அதே இடத்தில் பிரம்மாண்டமான பேரணி ஒன்றை நடத்தியது சிவசேனா. அப்போதும் மாநில அரசு தடை விதித்தது. காவல்துறையினர் குவிக்கப்பட்டனர். ஆனால் வழக்கம்போல தாக்கரேவை எதுவும் தடுத்துவிடவில்லை. கடந்த ஆண்டு பேசியதைக் காட்டிலும் சற்றே மூர்க்கமான தொனியில்தான் பேசினார்.

'நீங்கள் தேசத்துக்கு உண்மையானவராக இருந்தால் உங்களை யாரும் தொட மாட்டார்கள். மாறாக, இங்கே இருந்துகொண்டே உங்களுடைய அகந்தையை வெளிப்படுத்துவீர்களேயானால், இஸ்லாத்தைப் போதிப்பீர்களேயானால், உங்களுடைய கைகளை வெட்டத் தயங்க மாட்டோம்.'

அந்தப் பேச்சுகள் மூலம் தன்னை இஸ்லாமிய எதிர்ப்பாளராக அடையாளம் காட்டிக்கொண்டார் தாக்கரே. அது இந்துக்கள் மத்தியில் சிவசேனாவின் ஆதரவுத் தளத்தை விரிவுபடுத்த உதவியது.

அதே உற்சாகத்தில் மராட்டிய மாநிலம் கொங்கன் பகுதியில் உள்ள சர்ச்சைக்குரிய மகத் கோட்டை விவகாரத்தையும் தன் கையில் எடுத்துக்கொண்டார் பால் தாக்கரே. அங்கும் அதே வழிப்பாட்டுத்தல விவகாரம்தான்.

'மகத்தில் இருப்பது மஹிகாவதி ஆலயம். இந்து ஆலயம். அதை இந்துக்கள் வசமே மீட்டுத் தரப் போகிறது சிவசேனா. அதற்காக அந்த ஆலயத்தில் தேங்காய் உடைத்து வழிபடப் போகிறேன். அதை யாரேனும் தடுத்தால், அவர்களுடைய தலை மீதுதான் தேங்காய்கள் உடைக்கப்படும்.'

வன்முறைப் பாதையின் வழியாக அரசியல் ஆன்மீக அணி திரட்டலைத் தொடங்கியிருந்தார் பால் தாக்கரே. அவருடைய அறிவிப்பும் பேச்சும் ஏராளமான இந்து பக்தர்களை அவர் பக்கம் அழைத்துவந்தன. சொன்னதுபோலவே 1970 ஜனவரி மாதம் தன்னுடைய தொண்டர்கள் சகிதம் மகத்தில் உள்ள வழிபாட்டுத் தலத்துக்குத் தடையை மீறி நுழைந்தார் தாக்கரே. ஆனால் அவரை அரசாங்கம் தடுத்து நிறுத்தவில்லை.

காரணம், அவருக்குப் பின்னால் திரண்டிருந்த இந்துக்களின் ஆதரவு. அவரைக் கைது செய்தால் வன்முறை வெடிக்கக்கூடும், மாநிலத்தின் சட்டம் ஒழுங்கு சீர்கெடும் என்பதால் மாநில அரசு அமைதி காத்தது. ஆகவே, ஆவேசப் பயணத்தைத் தொடர்ந்தார் தாக்கரே. அது ஆகப்பெரிய அதிரடியில் சென்று முடிந்தது. அதன் பெயர், பிவண்டி மதக்கலவரம்.

சிவசேனாவின் செயல்பாடுகளைக் கண்டு கம்யூனிஸ்டுகளும் காங்கிரஸாரும் கவலைப்பட ஆரம்பித்தனர். ஆனால் பாரதிய ஜனசங்கமோ தன்னுடைய அடிப்படைக் கூறுகள் சிவசேனாவிடம் தட்டுப்படுவதாகக் கணித்தது.

பிவண்டி என்பது மகாராஷ்ட்ரத்தில் உள்ள மதப்பதற்றம் நிறைந்த பகுதி. இந்துக்களும் இஸ்லாமியர்களும் அதிகம் வசித்த பகுதி. அவ்வப்போது மதச் சலசலப்புகள் சின்னச் சின்னதாக நடைபெறுவது வழக்கமே தவிர பெரிய அளவிலான மதக்கலவரங்கள் ஏதும் 1896க்குப் பிறகு அங்கு நிகழ்ந் திருக்கவில்லை. அத்தகைய சூழலில்தான் 1970 மே மாதம் அந்த ஊரில் சிவாஜி ஜெயந்தியைக் கொண்டாடியது சிவசேனா.

7 மே 1970 அன்று இ''வு சுமார் பத்தாயிரம் பேர் பங்கேற்ற பிரம்மாண்டப் பேரணி ஒன்று புறப்பட்டது. அப்போது பேரணியில் பங்கேற்ற இந்து இளைஞர்களுக்கும் இஸ்லாமியர்களுக்கும் இடையே உருவான லேசான சலசலப்பு மெல்ல மெல்ல கலவரமாக உருவெடுத்தது. இருதரப்புக்கும் இடையே மூர்க்கத்தனமான மோதல்கள் நடந்தேறின. பிவண்டியில் தொடங்கிய கலவரம் ஜலகான், மகத் ஆகிய பகுதிகளுக்கும் பரவியது. ஏற்கெனவே மகத் பகுதி தாக்கரேவின் பேச்சுகளால் அதிர்ந்துபோயிருந்தது. போதாக்குறைக்கு, மதக்கலவரமும் சேர்ந்து கொண்டது.

சுமார் நான்கு நாள்களுக்கு நீடித்த அந்தக் கலவரத்தின் காரணமாக சுமார் எண்பத்தைந்து பேர் பலியாகியிருந்தனர். அவர்களில் பிவண்டி பகுதியில் மட்டும் 43 பேர். ஜலகானில் 39 பேர்.

கலவரம் நடந்த பகுதிகளில் நூற்றுக்கணக்கான பேர் பலத்த காயத்துக்கு உள்ளாகியிருந்தனர். ஏராளமானோர் தங்கள் உறைவிடங்களை, உடைமைகளை இழந்து நிர்க்கதியாக நின்றனர்.

சிவாஜி

பிவண்டி கலவரம் சிவசேனாவில் அரசியல் வளர்ச்சிப் பாதையில் முக்கியமான மைல்கல்லாகப் பார்க்கப் பட்டது. ஆர்.எஸ்.எஸ், பாரதிய ஜனசங்கம், இந்து மகாசபா போல இந்துக்களுக்கு ஆதரவான இன்னொரு கட்சியாக சிவசேனா உருமாறத் தொடங்கியிருந்தது பிவண்டி கலவரத்துக்குப் பிறகுதான்.

சிவசேனா செல்லும் பாதை சில அரசியல் கட்சிகளின் கவனத்தை கலைத்தது; சில கட்சிகளின் கவனத்தைக் கவர்ந்தது. சிவசேனாவின் செயல்பாடுகளைக் கண்டு கம்யூனிஸ்டுகளும் காங்கிரஸாரும் கவலைப்பட ஆரம்பித்தனர். ஆனால் பாரதிய ஜனசங்கமோ தன்னுடைய அடிப்படைக் கூறுகள் சிவசேனாவிடம் தட்டுப்படுவதாகக் கணித்தது. ஆகவே, சிவசேனாவுடன் நட்பு பாராட்ட விரும்பியது.

பூர்வாங்கமாக 1970 அக்டோபர் மாதம் மகாராஷ்ட்ராவில் நடந்த இடைத்தேர்தலில் சிவசேனா வேட்பாளருக்கு ஆதரவு கொடுத்தது பாரதிய ஜனசங்கம். அதன்மூலம் எதிர் காலத்தில் இந்த இரண்டு கட்சிகளும் கூட்டணி அமைத்துப் போட்டியிடக்கூடும் என்ற எதிர்பார்ப்பு அரசியல் களத்தில் எழுந்தது. ஆனால் 1971 தேர்தலில் அப்படியான அரசியல் கூட்டணி எதுவும் உருவாகவில்லை. காரணம், தொகுதிப் பங்கீட்டில் ஏற்பட்ட சிக்கல்கள். ஆகவே, இரு கட்சிகளும் இரு கூறாகப் பிரிந்து நின்றே தேர்தலைச் சந்தித்தன.

அந்தத் தேர்தலில் மிகப்பெரிய வெற்றி எதையும் சிவசேனா பெறவில்லை. என்றாலும், மகாராஷ்ட்ர அரசியல் களத்தில் ஒரு தவிர்க்க முடியாத சக்தியாகத் தன்னை அடையாளம் காட்டிக் கொண்டது. தீவிரமான கொள்கை முரண்பாடு கொண்ட கட்சிகள்கூட சிவசேனா வுடன் கரம் குலுக்கத் தயாராகின. முக்கியமாக, இந்திய குடியரசுக் கட்சியைச் சொல்ல வேண்டும்.

அம்பேத்கரின் ஆதரவாளர்களால் நடத்தப்பட்ட இந்திய குடியரசுக் கட்சிக்கு மகாராஷ்ட்ராவில் கணிசமான செல்வாக்கு இருந்தது. ஆனால் அந்தக் கட்சிக்கு வலுவான தேர்தல் தோழர்கள் எவரும் கிடைக்கவில்லை. அப்போதுதான் சிவசேனாவுக்கும் இந்திய குடியரசுக் கட்சிக்கும் இடையே நட்பு உருவானது. 1973ல் நடந்த பம்பாய் மாநகராட்சித் தேர்தலில் சிவசேனா - இந்திய குடியரசுக் கட்சி இரண்டும் கூட்டணி அமைத்துக் களமிறங்கின.

சித்தாந்த முரண்கள் எல்லாம் பெரும்பாலும் தேர்தல் களத்தில் எடுபடுவதில்லை என்ற விதி இந்தக் கூட்டணிக்கும் பொருந்தியது. இருவரும் இணைந்த கரங்களுடன் தேர்தலைச் சந்தித்தனர். உண்மையில், இந்தத் தேர்தலில் மிக முக்கியமான பிரச்னையாக சிவசேனையால் முன்னெடுக்கப்பட்டது வந்தே மாதரம் விவகாரம்.

பம்பாய் மாநகராட்சிக் கூட்டத்தில் வந்தே மாதரம் பாடலைப் பாடுவதற்கு காங்கிரஸ் கட்சி எதிர்ப்பு தெரிவித்தது. அதற்குத் துணையாக முஸ்லீம் லீக் இருந்தது. ஆனால் அதனை

சிவசேனா வன்மையாகக் கண்டித்தது. மன்றத்தில் எழுந்த பிரச்னையை மக்கள் மத்தியில் எழுப்பியது. இந்திய நாட்டில் வந்தே மாதரம் பாடுவதற்குத் தடையா என்று தேர்தல் மேடைகளில் கேள்வி எழுப்பியது சிவசேனா. அது சிவசேனா கூட்டணிக்குச் சாதகமாக அமைந்தது.

தேர்தலின் முடிவில் சிவசேனா காத்திரமான வெற்றியைப் பெற்றது. ஆனால் இந்திய குடியரசுக் கட்சிக்கு ஒற்றை இடம் மட்டுமே கிடைத்தது. நாற்பது இடங்களை வென்ற சிவசேனா, ஸ்தாபன காங்கிரஸின் ஆதரவுடன் பம்பாய் மாநகராட்சி மேயர் பதவியைக் கைப்பற்றியது. இது சிவசேனாவின் அரசியல் பரிணாம வளர்ச்சியில் மிக முக்கியமான திருப்புமுனை.

சிவசேனாவின் அடுத்த அதிரடி என்னவாக இருக்கும் என்று மகாராஷ்ட்ர அரசியல் களம் ஆவலுடன் காத்துக்கொண்டிருந்த சமயத்தில் திடீரென இந்திரா காந்திக்கு நேசக்கரம் நீட்டினார் பால் தாக்கரே. அது இந்துத்வ இயக்கத்தினரை அதிர்ச்சியில் ஆழ்த்தியது!

83

இந்திரா காந்தி - தாக்கரே கூட்டணி

எழுபதுகளின் மத்தியில் பிரதமர் இந்திரா காந்தி எமர்ஜென்ஸியை அமல்படுத்தியபோது ஆர்.எஸ்.எஸ், பாரதிய ஜனசங்கம் உள்ளிட்ட இந்துத்வ இயக்கங்கள் அனுபவித்த இம்சைகள் அநேகம். ஆனால் அதே சித்தாந்தத்தைப் பின்பற்றும் அரசியல் கட்சியாக அறியப்பட்ட சிவசேனா அரசின் அடக்குமுறைகளுக்கு ஆளாகவில்லை. நெருக்கடிகளை எதிர்கொள்ளவில்லை. காரணம், எமர்ஜென்ஸியை ஏகபோகமாக ஆதரித்தவர்களுள் முக்கியமானவர் பால் தாக்கரே.

உண்மையில், எமர்ஜென்ஸிக்குச் சில மாதங்களுக்கு முன்பு ஓர் இடைத்தேர்தலை முன்வைத்து இந்திரா காங்கிரஸ் கட்சியுடன் நட்பு பாராட்டியிருந்தது சிவசேனா. 1974 ஜனவரி மாதம் மத்திய பம்பாய் தொகுதிக்கு இடைத்தேர்தல் அறிவிக்கப்பட்டது. அதில் இந்திய கம்யூனிஸ்ட் கட்சியின் சார்பில் ரோஸா தேஷ்பாண்டே நிறுத்தப் பட்டார். இவர் மூத்த இடதுசாரித் தலைவர் எஸ்.ஏ. டாங்கேவின் மகள்.

ஏற்கெனவே கம்யூனிஸ்டுகள் என்றால் தாக்கரேவுக்கு ஆகாது. நாட்டை அழிவுப்பாதையில் அழைத்துச் செல்லக்கூடியவர்கள் அவர்கள் என்பது அவருடைய நிலைப்பாடு. இதில் எஸ்.ஏ. டாங்கேவின் மகள் தேர்தலில் நிற்கிறார் என்றால் கேட்கவேண்டுமா? பார்த்தார். எதிரியின் எதிரி நண்பன் என்ற தத்துவத்தின்படி இந்திரா காங்கிரஸ் வேட்பாளருக்கு ஆதரவு தருவதாக அறிவித்துவிட்டார் பால் தாக்கரே.

வசுந்தரா ராஜே சிந்தியா

மராட்டிய மாநில அரசியலில் இது முக்கியமான திருப்பமாகப் பார்க்கப்பட்டது. இணையக்கூடாத அல்லது இணையவே வாய்ப்பில்லாத இரு துருவங்கள் ஒன்று சேர்ந்துவிட்டதாக அரசியல் வல்லுநர்கள் ஆச்சரியம் அடைந்தனர். ஆனால் அந்த இடைத்தேர்தல் முடிவு சிவசேனாவுக்கு அதிருப்தியைக் கொடுத்து விட்டது. ஆம், தாக்கரே ஆதரித்த இந்திரா காங்கிரஸ் வேட்பாளர் தோற்றுப்போனார். டாங்கேவின் மகள் வெற்றிபெற்றுவிட்டார்.

இத்தகைய அரசியல் சூழலில்தான் பிரதமர் இந்திரா காந்தி எமர்ஜென்ஸியை அமல்படுத்தினார். ஆர்.எஸ்.எஸ், இந்து மகா சபா, பாரதிய ஜனசங்கம் உள்ளிட்ட கட்சிகள் பலத்த தாக்குதலுக்கு உள்ளாகிக் கொண்டிருந்த நிலையில் சிவசேனா தலைவர் பால் தாக்கரே எமர்ஜென்ஸி ஆதரவு நிலைப்பாட்டை எடுத்து எல்லோருக்கும் அதிர்ச்சிவைத்தியம் கொடுத்தார்.

தற்போது இந்திய நாடு இருக்கும் சூழ்நிலையில் பிரதமர் இந்திரா காந்தி எமர்ஜென்ஸியை அமல்படுத்தியது மிகச் சரியான நடவடிக்கை, அவர் எடுத்த அதிரடி முடிவுகள் நாட்டின் பாதுகாப்புக்கு அத்தியாவசியமானவை என்றார் தாக்கரே. இந்திராவைப் புகழ்ந்தது போதாதென்று, அவருடைய இளைய மகன் சஞ்சய் காந்தியின் செயல்பாடுகளையும் சிலாகித்துப் பேசினார்.

நாடு தழுவிய அளவில் எமர்ஜென்ஸிக்கு எதிரான குரல்கள் உரத்து ஒலித்தபோது, இந்திராவுக்கு ஆதரவாகப் பேசிய இருவர் முக்கியமானவர்கள். ஒருவர், பால் தாக்கரே. மற்றொருவர், எம்.ஜி.ஆர்.

இந்திரா காந்தி எமர்ஜென்ஸியை அமல்படுத்தியது மிகச் சரியான நடவடிக்கை, அவர் எடுத்த அதிரடி முடிவுகள் நாட்டின் பாதுகாப்புக்கு அத்தியாவசியமானவை என்றார் தாக்கரே.

சகோதர இயக்கங்கள் எமர்ஜென்ஸியால் பலத்த தாக்குதலுக்கு உள்ளாகிக்கொண்டிருந்த சூழலில், தனக் கென்று தனி நிகழ்ச்சி நிரல்களை வகுத்து, அதற்கேற்ப செயல்பட்டுக் கொண்டிருந்தார் பால் தாக்கரே. அதன் காரணமாக தாக்கரேவின் இந்துத்வ ஆதரவோ அல்லது இஸ்லாமிய எதிர்ப்போ கொஞ்சமும் குறையவில்லை. மாறாக, முன்பைக் காட்டிலும் மேலும் தீவிரமாகவே செயல்பட்டார்.

மராட்டியம் மராட்டியர்களுக்கே, மும்பை மும்பைகர் களுக்கே என்ற கோஷங்கள் ஒருபக்கமும் இந்தியா இந்துக்களுக்கே என்ற கோஷம் இன்னொரு பக்கமுமாக இரட்டைக் குதிரைச்சவாரியை வெற்றிகரமாகச்

சுஷ்மா ஸ்வராஜ்

செய்துகொண்டிருந்தார் தாக்கரே. அந்தச் சமயத்தில்தான் 1977 மக்களவைத் தேர்தல் வந்தது. அப்போதும் இந்திரா காங்கிரஸுடனேயே கூட்டணி அமைத்தது சிவசேனா. தாக்கரேவுக்கு இருக்கும் செல்வாக்கு தன் பக்கம் வந்துசேரும் என்பது இந்திராவின் கணிப்பு. அதே கணக்கைத் தான் தாக்கரேவும் போட்டிருந்தார்.

தேர்தல் பிரசாரத்தின்போது மாநிலம் தழுவிய அளவில் விரிவான பிரசாரப் பயணம் மேற்கொண்டார் பால் தாக்கரே. அந்தப் பிரசார மேடைகளில் எல்லாம் இந்திரா காந்தியின் அதிரடி நடவடிக்கைகளை ஆதரித்துப் பேசினார். அவற்றின் அவசியம் குறித்து விளக்கம் கொடுத்தார். இந்திராவின் இருபது அம்சத் திட்டத்தையும் சஞ்சய் காந்தியின் செயல்பாடு களையும் நியாயப்படுத்தி தாக்கரே பேசியது தேர்தல் களத்தில் பரபரப்பைக் கிளப்பியது.

ஆனால் அப்போதும் சிவசேனைக்கு லாபம் கிடைக்கவில்லை. எமர்ஜென்ஸிக்கு எதிரான அலையில் இந்திரா காங்கிரஸும் அதன் கூட்டணிக் கட்சிகளும் முற்றிலுமாக அடித்துக் கொண்டு போயின, சிவசேனா உட்பட. இங்கே கவனிக்கத்தக்க விஷயம் என்னவென்றால், இந்திராவின் எமர்ஜென்ஸிக்கு ஆதரவளித்த தாக்கரே தோற்றுப்போனார், தமிழகத்தில் எம்.ஜி.ஆர் பெரு வெற்றிபெற்றார். வடக்கே வீசிய எதிர்ப்பலை தெற்கே வீசவில்லை. குறிப்பாக, தமிழகத்தில்.

மக்களவைத் தேர்தலில் கைவிட்டுப்போன வெற்றியை மாநில சட்டமன்றத் தேர்தலின் போது பிடித்துவிடலாம் என்ற நம்பிக்கையில் இருந்தார் தாக்கரே. ஆனால் அப்போதும்

அவருக்குத் தோல்விமுகமே எஞ்சியது. ஒற்றை இடத்தில்கூட வெற்றி கிடைக்கவில்லை. அவருடைய கோட்டையாகக் கருதப்பட்ட பம்பாயிலும் இதுதான் நிலைமை.

இனியும் இந்திரா காங்கிரஸ் கட்சியுடன் தேர்தல் கூட்டணி வைத்திருப்பதில் அர்த்தமில்லை என்ற முடிவுக்கு வந்த பால் தாக்கரே, 'இனி மாரட்டியத் தேர்தல் களத்தில் சிவசேனா தனித்தே செயல்படும்' என்று அறிவித்தார். பத்தாண்டு கால உறவு முடிவுக்கு வந்திருந்தது. அதே வேகத்தில் கட்சியின் மாநாட்டைப் பிரம்மாண்டமாக நடத்தி, தொண்டர்களை உற்சாகப்படுத்தினார். கட்சியை மேலும் பலமுள்ளதாக மாற்றுவதற்கு ஏதுவாக இஸ்லாமிய எதிர்ப்பை இன்னும் தீவிரமாகச் செயல்படுத்தினார்.

இஸ்லாமியர்களின் பழக்க வழக்கங்களைக் கேலி செய்தார். அவர்கள் அதிக அளவில் குழந்தைகள் பெற்றுக்கொள்வதாக விமரிசித்தார். முகமது நபியை விமரிசித்தார். பசுவதைத் தடையை இஸ்லாமியர்கள் ஏற்க வேண்டும் என்றார். இந்து ராஷ்ட்ரத்தை ஏற்கும் இஸ்லாமியருக்கே இந்தியாவில் இடம் என்றார். முக்கியமாக, இந்து அமைப்புகளை ஓரணியில் ஒன்று திரட்டி, தனியான கூட்டமைப்பை உருவாக்கப்போவதாக அறிவித்தார் தாக்கரே.

இத்தகைய பரபரப்பான பின்னணியில் 1984 மே மாத இறுதியில் சிவாஜி ஜெயந்தி விழாவைக் கொண்டாடப்போவதாக அறிவித்தார் தாக்கரே. அந்த நொடியில் இருந்தே மகாராஷ்ட்ராவில் பதற்றம் பற்றிக்கொண்டது. குறிப்பாக, பிவண்டி பிராந்தியத்தில் எந்த நேரத்தில் வேண்டுமானாலும் கலவரம் வெடிக்கக்கூடும் என்ற நிலை. காவல்துறையும் உஷாராகத்தான் இருந்தது. ஆனால் சிவசேனைகளின் சீற்றத்துக்கு முன்னால் எதுவும் எடுபடவில்லை.

சாதாரண சலசலப்பாகத் தொடங்கிய மோதல் மெல்ல மெல்ல இந்து - முஸ்லீம் கலவரமாக உருமாறியது. பிவண்டி, பம்பாய், தானே, தானே புறநகர், கல்யாண் உள்ளிட்ட பல பகுதிகளிலும் வன்முறைச் சம்பவங்கள் விடாமல் நடந்தன. இருதரப்பினரும் மூர்க்கமான மோதல்களில் ஈடுபட்டனர். ஏராளமான வீடுகளும் கடைகளும் சூறையாடப்பட்டன. முக்கியமாக, உயிர்ப் பலிகளைச் சொல்லவேண்டும்.

> முகமது நபியை விமரிசித்தார். பசுவதைத் தடையை இஸ்லாமியர்கள் ஏற்க வேண்டும் என்றார். இந்து ராஷ்ட்ரத்தை ஏற்கும் இஸ்லாமியருக்கே இந்தியாவில் இடம் என்றார் பால் தாக்கரே.

பிவண்டியில் 109, பம்பாயில் 87, தானே மற்றும் தானே புறநகரில் 52, கல்யாணில் 10 என்று மொத்தத்தில் இருநூற்றைம்பதுக்கும் அதிகமான அளவில் உயிர்ப்பலிகள் நடந்திருந்தன. கலவரத்தைத் தடுக்கிறோம் என்று சொல்லி காவல்துறையும் தடியடி, கண்ணீர்ப்புகை, துப்பாக்கிப் பிரயோகம் என அனைத்தையும் வரிசைக் கிரமமாக நடத்தியது. இந்தக் கலவரம் சிவசேனாவுக்கான அதிரடி பிம்பத்தைக் கட்டமைப்பதில் முக்கியப்பங்கு வகித்தது.

பால் தாக்கரேவின் நீடித்த, நிலையான இஸ்லாமியஎதிர்ப்புபுதிதாகஉருவாகியிருந்த பாரதிய ஜனதா கட்சித் தலைவர்களை வெகுவாகக் கவர்ந்திழுத்தது. அதிலும், சிவசேனாவின் மூத்த மற்றும் முன்னணித்

தலைவர்களின் படைவரிசை என்பது கவர்ச்சிகரமானதாக இருந்தது. பால் தாக்கரே, மனோகர் ஜோஷி, ஷியாம் தேஷ்முக், விஜய் பர்வட்கர், சுதிர் ஜோஷி என்று பலரும் உயர்சாதிப் பின்னணியும் வலுவான பொருளாதாரப் பின்புலமும் கொண்டவர்களாக இருந்தனர். அதேசமயம், அந்தக் கட்சிக்கு இடைநிலை சாதிகள் மத்தியில் பலத்த செல்வாக்கு இருந்தது.

பிரமோத் மகாஜன்

முக்கியமாக, சிவசேனாவின் சித்தாந்தத்திலும் செயல் பாடுகளிலும் இருந்த இந்துத்வத்தின் கூறுகள் பாரதிய ஜனதாவை உன்னிப்பாகக் கவனிக்கவைத்தன. அந்தக் கட்சியுடன் கூட்டணி அமைப்பது தங்களுக்குச் சாதகமாக இருக்கும் என்று கணித்தது பாஜக. அதற்குத் தோதாக கடந்த பத்தாண்டு காலமாகக் கூட்டணி வைத்திருந்த இந்திரா காங்கிரஸிடம் இருந்து முற்றிலுமாக விலகியிருந்தது சிவசேனா.

எல்லாம் கூடிவந்ததைத் தொடர்ந்து தேர்தல் களத்தில் சிவசேனாவுடன் கைகுலுக்கும் விருப்பத்தை வெளிப்படுத்தியது பாஜக. குறிப்பாக, பிரமோத் மகாஜன் போன்ற தலைவர்கள் அதற்கான முயற்சிகளில் தீவிரமாக ஈடுபட்டனர். தொடர்ச்சியான தேர்தல் தோல்விகளால் துவண்டு போயிருந்த சிவசேனாவுக்கும் பாஜக போன்றதொரு கட்சியுடன் கூட்டணி அமைக்க வேண்டிய நிர்பந்தம் இருந்தது. ஆகவே, ஆகட்டும் என்று சொல்லிவிட்டார் தாக்கரே. 1984 மக்களவைப் பொதுத்தேர்தலில் பாஜக - சிவசேனா கூட்டணி உருவானது.

தேர்தல் நடந்த 514 தொகுதிகளில் 224ல் மட்டுமே வேட்பாளர்களைக் களமிறக்கியது பாரதிய ஜனதா. சரியாகச் சொல்லவேண்டும் என்றால் மொத்தமுள்ள 28 மாநிலங்களில் 20 மாநிலங்களை மட்டும் தேர்ந்தெடுத்து வேட்பாளர்களை நிறுத்தியிருந்தது. உத்தரப் பிரதேசத்தில் 50, மத்தியப் பிரதேசத்தில் 40, பீகாரில் 32, ராஜஸ்தானில் 24, மகாராஷ்ட்ராவில் 20, குஜராத்தில் 11 என்ற அளவில் வேட்பாளர்களை நிறுத்தியது பாஜக. ஏனைய மாநிலங்களில் எல்லாம் ஒற்றை இலக்கத்திலேயே போட்டியிட்டது.

பாரதிய ஜனதா கட்சியின் மூத்த தலைவர்களில் அடல் பிஹாரி வாஜ்பாய் மத்தியப் பிரதேசத்தின் குவாலியரிலும், முரளி மனோகர் ஜோஷி உத்தரப் பிரதேசத்தின் அல்மோராவிலும் சூரஜ் பான் ஹரியானாவின் அம்பாலாவிலும் ஜஸ்வந்த் சிங் ஹரியானாவின் சிஸ்ராவிலும் போட்டியிட்டனர்.

பின்னாளில் பாரதிய ஜனதாவின் முக்கியத் தலைவர்களாக மாறிய கரிய முண்டா (பீகார் - குந்தி), ஓ. ராஜகோபால் (கேரளா - மஞ்சேரி), பிரமோத் மகாஜன் (பம்பாய் வடகிழக்கு), ராம் ஜெத்மலானி (பம்பாய் வடமேற்கு), ராஜ்நாத் சிங் (உத்தரப் பிரதேசம் - மிர்சாபூர்) விஜய்குமார் மல்ஹோத்ரா (தெற்கு டெல்லி), மதன் லால் குரானா (டெல்லி சதர்) ஆகியோர் தேர்தல் களத்தில் இருந்தனர்.

இன்று பாரதிய ஜனதாவில் செல்வாக்கு நிரம்பிய பெண் தலைவர்களாக இருக்கும் சுஷ்மா ஸ்வராஜ் (ஹரியானா - கர்னால்), வசுந்தரா ராஜே சிந்தியா (மத்தியப் பிரதேசம் - பிந்த்), உமா பாரதி (மத்தியப் பிரதேசம் - கஜுராஹோ) போன்றோர் இந்தத் தேர்தலில் பாஜக வேட்பாளர்களாகக் களத்தில் இறங்கினார்கள்.

கூட்டணி பலமாக அமைந்துவிட்டதாகக் கணித்த பாரதிய ஜனதாவின் முக்கியத் தலைவர்கள் அதே உற்சாகத்துடன் தேர்தல் அறிக்கையையும் வடிவமைக்கத் தொடங்கினர். முக்கியமாக, ஜனதாவில் ஜனசங்கம் இணைவதற்கு முன்னர் என்னென்ன மாதிரியான கொள்கைகளை, வாக்குறுதிகளை முன்வைத்ததோ அத்தகைய அம்சங்களை எல்லாம் மீண்டும் தேர்தல் களத்தில் முன்வைத்தது.

மதமாற்றத்துக்குத் தடை விதிக்கவேண்டும், பசுவதையைத் தடுக்கவேண்டும், பொது சிவில் சட்டம் கொண்டுவர வேண்டும் என்பன போன்ற தங்களுடைய அடிப்படைச் சித்தாந்தங் களை ஒட்டியே தேர்தல் வாக்குறுதிகளைக் கொடுத்தது பாரதிய ஜனதா. முக்கியமாக, ராம ஜென்ம பூமியில் ராமருக்குக் கோவில் எழுப்பவேண்டும் என்றால் இந்துக்கள் தங்களுடைய ஒருங்கிணைந்த ஆதரவை பாரதிய ஜனதாவுக்குத் தரவேண்டும் என்று கோரிக்கை எழுப்பினர்.

இப்போது பாரதிய ஜனதாவுக்கு மிகப்பெரிய ஆதரவுக்குரல் எழுந்தது. அது, ஆர்.எஸ். எஸ். ஆம், ஜனதா கட்சிக்குள் பாரதிய ஜனசங்கத்தை இணைக்கவேண்டும் என்பதில் ஆர்.எஸ்.எஸ்ஸுக்கு பரிபூரண விருப்பம் இருந்திருக்கவில்லை. ஆனால் அன்றைக்கு இருந்த அரசியல் சூழ்நிலையில், இந்திரா காந்தியை வீழ்த்த அப்படியொரு இணைப்புக்குச் சம்மதம் தெரிவித்திருந்தது ஆர்.எஸ்.எஸ்.

ஆனால் தற்போது அந்தக் கூட்டிலிருந்து விலகிய சுதந்தரப் பறவையாக பாரதிய ஜனதாவைப் பார்த்தது. அதனுடைய தேர்தல் வெற்றிக்குத் தன்னால் ஆன உதவியைச் செய்வதற்குத் தயாரானது. அந்தச் சமயத்தில் பிரதமர் ராஜீவ் காந்தி ஆடிய அரசியல் விளையாட்டு ஒன்று பாரதிய ஜனதாவை அதிர்ச்சியில் ஆழ்த்தியது!

84

பாஜக: முதல் தோல்வியும் புதிய தரிசனமும்

ஆளுங்கட்சியான இந்திரா காங்கிரஸ் வயதில் இளையவரான ராஜீவ் காந்தியின் தலைமையில் தேர்தலைச் சந்திக்க, எதிர்க் கட்சியான பாரதிய ஜனதாவோ பழுத்த அனுபவசாலியான வாஜ்பாயின் தலைமையில் தனது முதல் மக்களவைத் தேர்தலை எதிர்கொண்டிருந்தது. ஒருவேளை பாஜக வெற்றிபெறும் பட்சத்தில், அவர்தான் பிரதமர் வேட்பாளர் என்ற நிலை. அந்தக் கட்சியின் பிரசார பீரங்கியாகச் செயல்பட்டவரும் அவரே. ஆகவே, அவருக்கு எதிரான தேர்தல் வியூகம் ஒன்றை வகுத்தது காங்கிரஸ்.

1980 மக்களவைத் தேர்தலில் புதுடெல்லி தொகுதியிலிருந்து வெற்றி பெற்றிருந்தார் வாஜ்பாய். ஆகவே, இம்முறையும் அங்கிருந்துதான் போட்டியிடுவார் என்று எதிர்பார்க்கப்பட்டது. ஆனால் இந்திரா படுகொலைக்குப் பிறகு நாடு தழுவிய அளவில் உருவாகியிருந்த அனுதாப அலை வாஜ்பாயை வீழ்த்திவிடக்கூடும் என்ற அபாயம் இருந்தது. ஆகவே, டெல்லிக்குப் பதிலாக வாஜ்பாயின் சொந்தத் தொகுதியான குவாலியர் பாதுகாப்பாக இருக்கும் தீர்மானிக்கப் பட்டது.

அங்கே வேட்புமனுவைத் தாக்கல் செய்துவிட்டு தேர்தல் பிரசாரத்துக்குக் கிளம்பிவிட்டார் வாஜ்பாய். அப்போது அவருக்கு ஓர் அதிர்ச்சியூட்டும் செய்தி வந்துசேர்ந்தது. குவாலியர் தொகுதியில் இளவரசர் மாதவராவ் சிந்தியா இந்திரா காங்கிரஸ் வேட்பாளராகப் போட்டியிடுகிறார். உண்மையில், சிந்தியாவின் சொந்தத் தொகுதி

வாஜ்பாய்

குணா. அங்குதான் அவர் வேட்புமனு செய்திருந்தார். ஆனால் திடீர் திருப்பமாக குவாலியருக்கு வந்திருந்தார் சிந்தியா.

திருப்பத்தின் காரணகர்த்தாக்கள் இருவர். ராஜீவ் மற்றும் சிந்தியா. நாடு தழுவிய அளவில் பிரசாரம் செய்யப் போகும் வாஜ்பாயை ஒற்றைத் தொகுதியில் முடக்க வேண்டும். அதற்காக அவர் போட்டியிடும் தொகுதியில் செல்வாக்கு நிரம்பிய ஒருவரை நிறுத்தவேண்டும். அந்த வேட்பாளர் ஏன் தாமாக இருக்கக்கூடாது? ராஜீவ் காந்தியிடம் சென்று வியூகத்தை விவரித்தார் சிந்தியா. ஆகட்டும் என்று சொல்லிவிட்டார் ராஜீவ்.

அனுமதி கிடைத்த பிறகும் அவசரம் காட்டாமல் சுமார் மூன்று நாள்களுக்கு அமைதியாக இருந்த மாதவராவ் சிந்தியா, வேட்புமனுத் தாக்கலுக்கான கடைசி நாள் அன்று காரியத்தில் இறங்கினார். வேட்பு மனு தாக்கல் செய்ய இன்னும் அரை மணி நேரமே எஞ்சியிருக்கும் நிலையில் குவாலியர் விரைந்த அவர், மின்னல் வேகத்தில் தனது வேட்புமனுவைத் தாக்கல் செய்தார்.

இந்திரா காங்கிரஸின் தேர்தல் நாடகம் தொடர்பான செய்திகள் வாஜ்பாயை அடைவதற்குள் காலம் கடந் திருந்தது. மாற்று ஏற்பாடு எதையும் செய்வதற்குக்கூட வாய்ப்பில்லாமல் போனது வாஜ்பாய்க்கு வருத்தத்தைக் கொடுத்தது. மாதவராவ் சிந்தியா போட்டியிடுவதாக இருந்திருந்தால் நான் அந்தத் தொகுதியைப் பற்றி நினைத்துக்கூட பார்த்திருக்க மாட்டேன் என்று சொன்னார் வாஜ்பாய். இங்கே ஒரு கூடுதல் தகவல்: மாதவராவ் சிந்தியாவின் அரசியல் ஆரம்பித்தது ஜன சங்கத்தில் இருந்துதான். தீட்டிய மரத்தில் கூர் பார்த்திருந்தார் சிந்தியா.

இந்துக்களின் வாக்குகளை ஓரணியில் திரட்டும் வகையில் அயோத்தியில் ராமருக்குக் கோயில் எழுப்பும் வாக்குறுதியைப் பிரதானமாக முன்வைத்தது பாஜக.

1984 மக்களவைத் தேர்தலின்போது பாரதிய ஜனதாவின் முன்னணித் தலைவர்கள் பலருக்கும் எதிராக வலுவான வேட்பாளர்களை நிறுத்தியிருந்தது இந்திரா காங்கிரஸ். ராம் ஜெத்மலானியை எதிர்த்து நடிகர் சுனில் தத்தைக் களமிறக்கினார் ராஜீவ் காந்தி. ஏற்கெனவே இந்திரா காந்தியின் படுகொலையால் இந்திரா காங்கிரஸ் பக்கம் அனுதாப அலை வீசிக்கொண்டிருந்த நிலையில், ராஜீவ் வகுத்த தேர்தல் வியூகங்கள் பாஜக தலைவர்களைப் பதற்றம் கொள்ளச் செய்தன.

வாஜ்பாய், அத்வானி உள்ளிட்ட தலைவர்கள் நாடு தழுவிய அளவில் தீவிரமான தேர்தல் பிரசாரத்தில்

இளவரசர் மாதவராவ் சிந்தியா

ஈடுபட்டனர். பசுவதைத் தடைச் சட்டம், பொதுசிவில் சட்டம் என்பன போன்ற வாக்குறுதிகளோடு, இந்துக்களின் வாக்குகளை ஓரணியில் திரட்டும் வகையில் அயோத்தியில் ராமருக்குக் கோயில் எழுப்பும் வாக்குறுதியைப் பிரதானமாக முன்வைத்தது பாஜக. குறிப்பாக, தங்களுக்குச் செல்வாக்குள்ள இந்தி பேசும் மாநிலங்களில் அதிகபட்ச உழைப்பைச் செலுத்தியது.

கூட்டணிக் கட்சியான சிவசேனாவின் தலைவர் பால் தாக்கரேவுடன் ஒரே மேடையில் பங்கேற்றுப் பேசிய வாஜ்பாய், இந்தக் கூட்டணி வெற்றிக்கூட்டணி என்று வர்ணித்தார். இன்னும் ஒருபடி மேலே சென்று பேசிய பால் தாக்கரே, ‘சிவசேனா - பாரதிய ஜனதா கூட்டணி இரண்டு இதயங்களின் கூட்டணி’ என்று சிலாகித்தார். பாஜகவின் இளம் தலைவர்களான பிரமோத் மகாஜன், உமா பாரதி உள்ளிட்டோர் தீவிரமான தேர்தல் பிரசாரத்தில் ஈடுபட்டனர்.

கடந்த இந்திரா காங்கிரஸ் ஆட்சிக்காலத்தில் நடந்த பல்வேறு ஊழல்களையும் வன்முறைச் சம்பவங்களையும் விரிவாகப் பட்டியலிட்டுப் பிரசாரம் செய்தது பாரதிய ஜனதா. அசாம் மாநிலத்தில் நடந்த படுகொலை, பஹவல்பூரில் நடந்த கண்பார்வை இழப்பு விவகாரம் ஆகியன இந்திரா காங்கிரஸ் ஆட்சியின் நிர்வாகச் சீர்கேட்டுக்கு உதாரணங்கள் என்றது பாரதிய ஜனதா. முக்கியமாக, இந்திரா காங்கிரஸின் சீக்கிய விரோதப் போக்கும் தேர்தல் பிரச்னையாக மாறியது.

இந்திரா காந்தி ஆட்சிக்காலத்தில் நடந்த குவோ எண்ணெய் நிறுவன ஊழல், நீர்மூழ்கிக் கப்பல் ஊழல், சிமெண்ட் கொள்முதல் ஊழல், அறக்கட்டளை ஊழல் என்று ஏராளமான ஊழல் விவகாரங்களைத் தேர்தல் பிரசார மேடைகளில் எதிரொலிக்கச் செய்தது பாரதிய ஜனதா. ஆம், ராஜீவ் தலைமையிலான இந்திரா காங்கிரஸை எதிர்கொள்ள சாம, பேத, தான, தண்ட முறைகள் அனைத்தையும் பயன்படுத்தியது.

ஆனால் தேர்தல் பிரசாரக் களத்தில் இந்திரா காங்கிரஸின் கரங்களே ஓங்கியிருந்தன. உபயம்: இந்திரா அனுதாப அலை. தாயை இழந்த தனயனுக்கு ஆதரவாக ஒட்டுமொத்த இந்தியாவும் திரண்டிருந்தது போன்ற உணர்வு உருவாகியிருந்தது. அப்படி உருவாகாத இடங்களில் சுவரொட்டி, புகைப்படம் ஆகியவற்றின் வழியாக அனுதாப உணர்வு வலுக்கட்டாயமாக உருவாக்கப்பட்டிருந்தது. ராஜீவ் காந்தி ஆட்சிக்கு வந்தால் நாட்டில் ஊழல் இருக்காது; மதவாத அரசியல் தலையெடுக்காது என்பன போன்ற வாக்குறுதிகள் தாராளமாகத் தரப்பட்டன.

உண்மையில், பாரதிய ஜனதா உள்ளிட்ட எதிர்க்கட்சிகளுக்கு இன்னொரு முக்கியமான நெருக்கடியும் இருந்தது. அது ராஜீவை எதிர்த்து நேரடியாக விமரிசிக்க முடியாத சூழல். தாயில்லாப் பிள்ளையைத் தொடர்ச்சியாக விமரிசிப்பது எதிர்விளைவுகளை ஏற்படுத்தி விடுமோ என்ற சந்தேகம் அவர்களுக்கு இருந்தது. தவிரவும், அவர் ஆட்சிக்குப் புதியவர் என்பதால் அவரை நேரடியாகக் குற்றம்சாட்டுவதற்கு வாய்ப்புகள் ஏதுமில்லை.

இந்திரா அனுதாப அலை தங்களுடைய தோல்விக்குப் பிரதானமான காரணம் என்பதை அவர்கள் உணர்ந்தே இருந்தனர். அதேசமயம், இத்தனை மோசமான தோல்வி கிட்டும் என்று எதிர்பார்த்திருக்க வில்லை.

பலத்த எதிர்பார்ப்புகளுக்கு மத்தியில் 1984 டிசம்பர் 24, 27, 28 ஆகிய மூன்று தேதிகளில் மக்களவைப் பொதுத்தேர்தல்கள் நடந்து முடிந்தன. வாக்குகள் எண்ணப்பட்டு முடிவுகள் வெளியானபோது பாரதிய ஜனதா, சிவசேனா உள்ளிட்ட இந்துத்வ அரசியல் கட்சிகள் படுதோல்வியைச் சந்தித்திருந்தன. இந்திரா அனுதாப அலை ஆவேசம் பொங்க வீசியிருப்பதை தேர்தல் முடிவுகள் வெளிப்படுத்தின.

ராஜீவ் காந்தி தலைமையில் போட்டியிட்ட இந்திரா காங்கிரஸ் கட்சி 404 இடங்களைக் கைப்பற்றி பிரம்மாண்டமான வெற்றியைப் பெற்றிருந்தது. இவ்வளவு பெரிய வெற்றியை நேரு காலத்திலும் பெறவில்லை, நேருவின் மகள் இந்திரா காலத்திலும் பெறவில்லை. அந்த வகையில் ராஜீவ் பெற்ற வெற்றி இந்தியத் தேர்தல் வரலாற்றின் உச்சம் என்று சொல்லலாம். 2014 தேர்தல் வரையிலும்கூட எந்தவொரு கட்சியும் இவ்வளவு பெரிய வெற்றியைப் பெற்றுவிடவில்லை.

அமேதி தொகுதியில் போட்டியிட்ட ராஜீவ் காந்தி சுமார் மூன்று லட்சத்துக்கு அறுபத்தைந்தாயிரம் வாக்குகளைப் பெற்று அபார வெற்றியைப் பெற்றிருந்தார். அவரை எதிர்த்துப் போட்டியிட்ட மேனகா காந்தி உள்ளிட்ட அனைத்து வேட்பாளர்களும் டெபாசிட் தொகையைப் பறிகொடுத்துப் படுதோல்வியைச் சந்தித்திருந்தனர். முக்கியமாக, குவாலியரில் போட்டியிட்ட வாஜ்பாய் அவரை எதிர்த்துப் போட்டியிட்ட மாதவராவ் சிந்தியாவிடம் படுதோல்வி அடைந்திருந்தார்.

மிருகபலம் என்கிற அளவுக்கு பிரம்மாண்ட வெற்றியை இந்திரா காங்கிரஸ் பெற்றிருந்த நிலையில் எதிர்க்கட்சிகள் சொற்ப எண்ணிக்கையை மட்டுமே கைப்பற்றி, மக்களவையில் பெயரளவிலான எதிர்க்கட்சிகளாக அமரவேண்டிய சூழ்நிலை. மார்க்சிஸ்ட் கம்யூனிஸ்ட் கட்சி 22, ஜனதா 10, இந்திய கம்யூனிஸ்ட் கட்சி 6 என்ற அளவில் தொகுதிகளைக் கைப்பற்றி யிருந்தன.

வாஜ்பாய் தலைமையில் போட்டியிட்ட பாரதிய ஜனதா கட்சி வெறும் இரண்டே தொகுதிகளைக் கைப்பற்றியிருந்தது. (பாரதிய ஜனசங்கம் சந்தித்த முதல் பொதுத்தேர்தலில் மூன்று இடங்கள் கிடைத்திருந்தன) ஆந்திராவின் ஹனம்கொண்டா தொகுதியில் சந்துபத்ல ஜங்கா ரெட்டியும் குஜராத்தின் மேஹ்சானா தொகுதியில் ஏ.கே. பாட்டீலும் பாஜக சார்பில் வெற்றி பெற்றிருந்தனர். மற்றபடி, பாஜகவுக்கு வலுவான ஆதரவுத்தளம் உள்ள அனைத்து மாநிலங்களிலும் தோல்விதான் மிஞ்சியது. மராட்டியத்திலும் சிவசேனா - பாஜக கூட்டணிக்குப் பூஜ்ஜியமே கிடைத்தது.

கட்சிக்குக் கிடைத்த தோல்வி அதன் தலைவர்களை உரத்த சிந்தனையில் ஆழ்த்தியது. உண்மையில், இந்திரா அனுதாப அலை தங்களுடைய தோல்விக்குப் பிரதானமான காரணம் என்பதை அவர்கள் உணர்ந்தே இருந்தனர். அதேசமயம், இத்தனை மோசமான தோல்வி கிட்டும் என்று அவர்கள் எதிர்பார்த்திருக்கவில்லை. ஆகவே, கட்சியின் தோல்வி குறித்து ஆய்வு செய்ய மூத்த தலைவர் கிருஷ்ணலால் சர்மாவின் தலைமையில் ஒரு குழு நியமிக்கப்பட்டது.

கட்சியின் வாக்கு சதவிகிதம் வெறும் ஏழரை என்பது அபாயகரமான ஒன்றாகக் கருதப்பட்டது. ஆனால் சர்மா தலைமையிலான குழுவோ அதை ஒரு பிரச்னையாகப் பார்க்கத் தேவையில்லை என்றது. காரணம், அந்தத் தேர்தலில் பாஜக இரண்டு தொகுதிகளில் மட்டும் வெற்றிபெற்றிருந்த போதிலும், சுமார் நூற்றுக்கும் அதிகமான தொகுதிகளில் இரண்டாம் இடத்துக்கு வந்திருந்தது. ஆக, அனுதாப அலை என்ற ஒன்றைக் கழித்துவிட்டுப் பார்த்தால், கணிசமான வெற்றியை பாஜக பெற்றிருக்கும் என்பது சர்மா குழுவின் கருத்து.

தோல்விகள் தொடராமல் தடுக்கவேண்டும் என்றால் கட்சியின் சித்தாந்த விஷயத்தில் சின்னச் சின்ன மாறுதல்களைச் செய்யவேண்டும் என்ற பரிந்துரையை அந்தக் குழு செய்தது. அதற்கு முன்புவரை காந்திய சோஷலிசம் என்பதைத்தான் தன்னுடைய வழிகாட்டும் கருத்தியலாக வைத்திருந்தது பாஜக. ஆனால் தேர்தல் தோல்விகளைத் தொடர்ந்து தீனதயாள் உபாத்யாயா வடிவமைத்த ஒருங்கிணைந்த மனிதநேயம் என்பதைக் கைக்கொள்ள முடிவுசெய்தது.

முக்கியமாக, பாஜகவின் எதிர்காலத்தைச் சிறப்பாக வடிவமைப்பதற்கு ஏதுவாக ஐந்து விதமான கொள்கைகளைப் பின்பற்றவேண்டும் என்று முடிவுசெய்யப்பட்டது.

1. தேசியவாதமும் தேசிய ஒருமைப்பாடும்
2. ஜனநாயகம்
3. சமூக, பொருளாதார அமைப்புக்கு காந்திய சோஷலிசத்தின் அணுகுமுறை
4. நேர்மறையான மதச்சார்பற்ற தன்மை
5. உயர்ந்த நெறிகளை ஆதாரமாகக் கொண்ட அரசியல்

அடுத்தக்கட்ட நகர்வாக, பாரதிய ஜனதா கட்சியை வெகுஜன ஆதரவு கொண்ட கட்சியாக மாற்றவேண்டும் என்பது குறித்த விவாதங்கள் எழுந்தன. அடிப்படையில் பாஜகவும் சரி, பாரதிய

ஜனசங்கமும் சரி, சித்தாந்தத்தைப் பின்பற்றக்கூடியவர்கள் நிரம்பிய கட்சியாகவே அடையாளம் பெற்றிருந்தது. ஆனால் அது கட்சியின் நிர்வாகக் கட்டமைப்பை வலுப்படுத்துமே தவிர வெற்றியைப் பெற்றுத்தராது என்பது போன்ற விவாதம் கட்சிக்குள் எழுந்தன.

கட்சிக்கென்று தனியான தொண்டர் பலம் அவசியம். கூடவே, பொதுமக்கள் மத்தியிலும் பாஜக ஊடுருவவேண்டும். அதற்கு ஏதுவாகக் கட்சியை தொண்டர் பலம் கொண்ட வெகுஜனக் கட்சியாக மாற்றவேண்டும் என்ற கோரிக்கை வலுக்கத் தொடங்கியது. அதுதான் கட்சியை வெற்றியை நோக்கி அழைத்துச்செல்லும் என்பது அவர்களுடைய கணிப்பு. அந்தத் தருணத்தில் கட்சித் தலைமையில் ஓர் அதிரடி மாற்றம் நிகழ்ந்தது!

85

ஷா பானு வழக்கும் சிவசேனாவின் சீற்றமும்

நானூறுக்கும் அதிகமான இடங்களைக் கைப்பற்றி நாடாளு மன்றத்தில் அசுரபலத்துடன் செயல்படத் தொடங்கியிருந்தது இந்திரா காங்கிரஸ். கடந்த காலங்களில் ஆளுங்கட்சிக்குச் சிம்ம சொப்பனமாக விளங்கிய வாஜ்பாய் உள்ளிட்டோர் நாடாளு மன்றத்துக்குத் தேர்வுபெறாத நிலையில், கட்சியை மக்கள் மன்றத்தில் கட்டியெழுப்பும் முயற்சியில் தீவிரம் காட்டத் தொடங்கினர் பாரதிய ஜனதா தலைவர்கள்.

அதன் ஒருபகுதியாகவே கட்சியை தொண்டர் பலம் கொண்ட கட்சி என்ற நிலையிலிருந்து தொண்டர் பலம் கொண்ட வெகுஜனக் கட்சியாக (Cadre - based Popular Party) மாற்றும் முயற்சியில் இறங்கினர். உண்மையில், பாரதிய ஜனதா கட்சி என்பது இந்துக்களுக்கான கட்சியாகவும் அதிலும் குறிப்பாக, உயர்சாதி இந்துக்களுக்கான கட்சி யாகவுமே நாடு தழுவிய அளவில் அறிமுகமாகியிருந்தது.

அந்தப் பிம்பத்தை மாற்றி, கட்சிக்குள் பல மதத்தைச் சார்ந்தவர் களையும் கொண்டுவந்து சேர்க்கவேண்டும். குறிப்பாக, இடைநிலை சாதியினர், தாழ்த்தப்பட்ட மக்கள் என அனைத்து தரப்பு மக்களின் சங்கமமாக பாஜகவை மாற்ற வேண்டும் என்பதுதான் பாஜக தலைமையின் இலக்கு.

அதற்கேற்ப கட்சியின் தலைமையில் மாற்றம் செய்யவும் தயாராகினர். ஆம், ஆரம்பித்த நாள் முதல் பாரதிய ஜனதாவின் தலைவராக

அருண் ஜேட்லி

இருந்த வாஜ்பாய் பதவி விலக விருப்பம் தெரிவித்தார். ஏற்கெனவே ஜனசங்கம் தேர்தலில் தோல்வியடைந்த போதும் அந்தத் தோல்விக்குப் பொறுப்பேற்றுப் பதவி விலகினார் வாஜ்பாய். அப்போது அவரது இடத்துக்கு வந்தவர் அத்வானி. இம்முறையும் தேர்தல் தோல்விக்குப் பிறகு பதவி விலகினார் வாஜ்பாய். அவருக்குப் பதிலாக கட்சியின் நிறுவனர்களுள் ஒருவரான லால் கிருஷ்ண அத்வானி தலைவராகத் தேர்ந்தெடுக்கப்பட்டார்.

பாரதிய ஜனதா கட்சி தேர்தல் களத்தில் வெவ்வேறு காரணங்களுக்காகத் தோற்றுப்போனது என்னவோ உண்மைதான். ஆனால் பாஜகவே இந்தியாவின் வித்தியாசமான கட்சி. காங்கிரஸ் கட்சியின் ஒரே வலிமைவாய்ந்த மாற்றுக்கட்சி. ஒற்றைக் குடும்பத்தின் தலைமையிலேயே இயங்கும் கட்சிகளுக்கு மத்தியில் பாஜக உண்மையிலேயே மாறுபட்ட கட்சி என்ற பிம்பத்தை உருவாக்கும் முயற்சிகளில் அத்வானி, வாஜ்பாய் உள்ளிட்ட தலைவர்கள் ஈடுபட்டனர்.

முதல் கட்டமாக கட்சியின் நிர்வாகப் பொறுப்பில் பல இளம் தலைவர்களைக் கொண்டுவந்தார் அத்வானி. முக்கியமாக, முரளி மனோகர் ஜோஷி, கேதார்நாத் சகானி, கிருஷ்ணலால் சர்மா ஆகியோரோடு 37 வயதே நிரம்பிய பிரமோத் மகாஜனையும் கட்சியின் பொதுச்செயலாளர்களுள் ஒருவராக ஆக்கினார் அத்வானி. அவரைப் போன்றவர்களே மராட்டியம் போன்ற மாநிலங்களில் பாஜக வலுப்பெறுதற்குக் காரண கர்த்தாக்களாக விளங்கினார்கள்.

மேலும், கோவிந்தாச்சாரியா, வெங்கையா நாயுடு, அருண் ஜேட்லி, ராஜ்நாத் சிங், நரேந்திர மோடி, சுஷ்மா ஸ்வராஜ் உள்ளிட்ட ஆர்.எஸ்.எஸ் அபிமானிகள் பலரும் கட்சியின் முக்கியப் பொறுப்புகளுக்கு வந்தனர். ஆர்.எஸ்.எஸ் பின்புலம் இல்லாத ஜஸ்வந்த் சிங் போன்றோருக்கும் கட்சியில் முக்கிய இடம் இருந்தது. ராஜீவ் அரசின் ஒவ்வொரு அசைவையும் விமரிசித்து, ஒரு திடமான எதிர்க்கட்சியாக மாறுவதற்குத் தருணம் பார்த்துக் கொண்டிருந்தது பாஜக. அந்தத் தருணத்தை பிரதமர் ராஜீவ் காந்தியேஏற்படுத்திக் கொடுத்தார். உபயம்: ஷா பானு விவகாரம்.

பாஜக உண்மையிலேயே மாறுபட்ட கட்சி என்ற பிம்பத்தை உருவாக்கும் முயற்சிகளில் அத்வானி, வாஜ்பாய் உள்ளிட்ட தலைவர்கள் ஈடுபட்டனர்.

ராஜீவ் காந்தி பிரதமராகப் பொறுப்பேற்ற பிறகு எழுந்த அதிமுக்கியமான சட்டப்பிரச்னைக்கு 23 ஏப்ரல் 1985 அன்று வெளியான உச்சநீதிமன்றத் தீர்ப்பு வழியமைத்துக் கொடுத்தது.

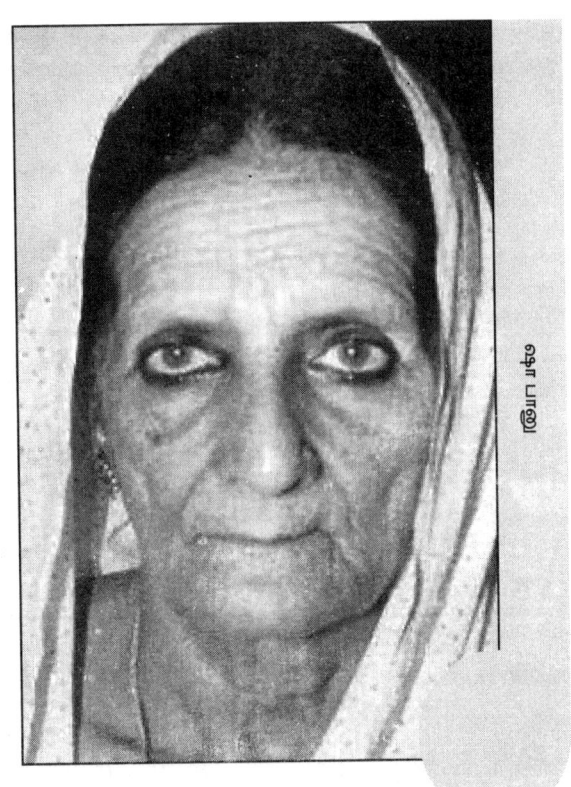

ஷா பானு

மத்தியப் பிரதேச மாநிலம் இந்தூரைச் சேர்ந்த இஸ்லாமியப் பெண் ஷா பானு. வயது 62. ஐந்து குழந்தைகளுக்குத் தாயாரான ஷா பானுவை அவரது கணவர் முகமது அகமது கான் இஸ்லாமிய முறைப்படி விவாகரத்து (தலாக்) செய்திருந்தார். அதனைத் தொடர்ந்து இந்தியக் குற்றவியல் நடைமுறைச் சட்டத்தின்படி நீதிமன்றத்தில் வழக்கு தொடர்ந்தார் ஷா பானு. ஜீவனாம்சமாக மாதம் 500 ரூபாயை முகமது அகமது கான் தரவேண்டும் என்பதுதான் ஷாபானுவின் கோரிக்கை.

விவாகரத்து செய்யப்பட்ட பெண்ணின் கணவன் மறுமணம் செய்து, அந்தப் பெண் மறுமணம் செய்துகொள்ளாமல் இருக்கும் பட்சத்தில், அந்தப் பெண் தன்னைப் பராமரித்துக் கொள்ள வேறுவழி இல்லாத பட்சத்தில், அவருக்கு முன்னாள் கணவர் பரிகாரம் அளிக்கவேண்டும் என்பதுதான் அந்தச் சட்டப்பிரிவின் சாரம்.

ஆனால் முகமது அகமது கானோ, 'இந்தியக் குற்றவியல் நடைமுறைச் சட்டம் 125 ஆம் பிரிவு முஸ்லீமாகிய எனக்குப் பொருந்தாது. ஷரியத் சட்டமே எனக்குப் பொருந்தும். அதன்படி தலாக் செய்யப்பட்ட என் மனைவிக்குச் செலுத்தவேண்டிய மஹர் பணத்தையும் இத்தாத் என்று சொல்லப்படும் மூன்று மாத காலத்துக்கான பராமரிப்புத் தொகையான மூவாயிரம் ரூபாயையும் ஏற்கெனவே நீதிமன்றத்தில் ஷா பானுவின் பெயரில் செலுத்திவிட்டேன்' என்றார்.

முகமது அகமது கான் சொல்வது ஒருவகையில் சரியானதே. அதாவது, இந்தியாவில் இஸ்லாமியர்களின் திருமணம், விவாகரத்து, சொத்துரிமை உள்ளிட்ட விவகாரங்களுக்கு இந்திய

அரசியலமைப்புச் சட்டம் பொருந்தாது. அவர்களுக்கென்று இஸ்லாமிய விதிமுறைகளின் அடிப்படையில் உருவாக்கப்பட்ட ஷரியத் சட்டம்தான் பொருந்தும்.

அதன்படி, 1937 ஆம் ஆண்டே முஸ்லிம் தனிநபர் விவகார (ஷரியத்) பொருத்தப்பாடு சட்டம் என்ற பெயரில் தனிச் சட்டம் போடப்பட்டிருந்தது. அதன்படியே முஸ்லிம்கள் தங்களுக்கான சிவில் வழக்குகளைத் தீர்த்துக்கொள்வர்.

இதற்கிடையே இந்தியக் குற்றவியல் நடைமுறைச் சட்டம் 125ன்படி ஜீவனாம்சம் கோரும் உரிமை மனைவிக்குத் தரப்பட்டது. ஆனால் அது முஸ்லிம்களுக்கும் பொருந்துமா? என்ற கேள்வி எழுந்தது. பொருந்தாது என்று சொல்லும் வகையில் அந்தப் பிரிவில் சில திருத்தங்கள் செய்யப்பட்டன. அதன் அடிப்படையிலேயே ஷா பானுவுக்கு ஜீவனாம்சம் தரவேண்டிய அவசியம் தனக்கில்லை என்று வாதிட்டார் முகமது அகமது கான்.

> தங்களைத் தாங்களே பாதுகாத்துக்கொள்ள முடியாத மக்களின் பாதுகாப்புக்காகவே இந்தியக் குற்றவியல் நடைமுறைச் சட்டத்தின் 125 ஆம் பிரிவு இயற்றப்பட்டுள்ளது.

ஆனால் வழக்கை விசாரித்த மாஜிஸ்திரேட் நீதிபதியோ, இந்தியக் குற்றவியல் நடைமுறைச் சட்டம் என்பது இந்து, முஸ்லிம் என்று எல்லோருக்கும் பொது வானது. இஸ்லாமியர்களின் ஷரியத் சட்டம் இந்தியக் குற்றவியல் நடைமுறைச் சட்டத்தைப் பாதிக்காது. ஆகவே, குற்றவியல் நடைமுறைச் சட்டத்தின் படி ஷா பானுவுக்கு மாதம் 25 ரூபாய் ஜீவனாம்சம் வழங்கவேண்டும் என்று முகமது அகமது கானுக்கு உத்தரவிட்டார்.

1979 ஆம் ஆண்டு தரப்பட்ட இந்தத் தீர்ப்பைத் தொடர்ந்து மத்தியப் பிரதேச உயர்நீதிமன்றத்தில் மறு ஆய்வு மனு ஒன்றைத் தாக்கல் செய்தார் ஷா பானு. அதில் தனக்கு அறிவிக்கப்பட்டுள்ள 25 ரூபாய் ஜீவனாம்சம் போதாது என்று கூறியிருந்தார். மனுவை விசாரித்த உயர்நீதிமன்ற நீதிபதி ஜீவனாம்சமாக ரூபாய் 179.20 என்ற விநோதமான தொகையை நிர்ணயித்து உத்தரவிட்டார். உடனே முகமது அகமது கான் உச்சநீதிமன்றத்தில் மேல்முறையீடு செய்தார்.

கீழமை நீதிமன்றத்தில் தொடங்கிய வழக்கு, மெல்ல மெல்ல முன்னேறி, எண்பதுகளின் தொடக்கத்தில் உச்சநீதிமன்றத்தை வந்தடைந்தது. அதற்கான தீர்ப்பு 1985 ஏப்ரல் மாதத்தில் வெளியானது. உச்சநீதிமன்ற தலைமை நீதிபதி ஒய்.வி. சந்திரசூட் தலைமையிலான ஐந்து நீதிபதிகள் கொண்ட அமர்வு தீர்ப்பு வழங்கியது. அந்த அமர்வில் டி.ஏ. தேசாய், ஓ. சின்னப்ப ரெட்டி, இ.எஸ்.வெங்கட்ராமய்யா, ரங்கநாத் மிஸ்ரா ஆகியோர் இடம்பெற்றிருந்தனர்.

'தங்களைத் தாங்களே பாதுகாத்துக்கொள்ள முடியாத மக்களின் பாதுகாப்புக்காகவே இந்தியக் குற்றவியல் நடைமுறைச் சட்டத்தின் 125 ஆம் பிரிவு இயற்றப்பட்டுள்ளது. இந்த இடத்தில் கைவிடப்பட்ட மனைவி, குழந்தை அல்லது பெற்றோர் ஆகியோரின் மதம் முக்கியமே அல்ல. தனிச்சட்டம், பொதுச்சட்டத்தோடு மாறுபடும் பட்சத்தில்,

பொதுச்சட்டமே எடுத்துக் கொள்ளப்படும். அந்த வகையில் இந்தியக் குற்றவியல் நடைமுறைச் சட்டம் 125ன் கீழ் ஜீவனாம்சம் பெறும் உரிமை ஷா பானுவுக்கு உண்டு. ஆகவே, உயர்நீதி மன்றம் வழங்கிய தீர்ப்பு சரியானதுதான். முகமது அகமது கானின் மேல் முறையீட்டு மனு தள்ளுபடி செய்யப்படுகிறது.'

ஷா பானுவுக்கு ஜீவனாம்சம் தரப்படவேண்டும் என்று சொன்னதோடு, மேலும் சில கருத்து களையும் முன்வைத்தனர். குறிப்பாக, இந்திய அரசியலமைப்புச் சட்டத்தின் 44 ஆம் பிரிவு, பொது சிவில் சட்டம் கொண்டுவரப்படவேண்டும் என்று சொன்னது. ஆனால் அந்தக் கருத்து கிணற்றில் போட்ட கல்லாகவே கிடக்கிறது என்ற கருத்தை முன்வைத்தனர்.

தவிரவும், தங்கள் தனிப்பட்ட சட்டங்களைச் சீர்திருத்தும் முயற்சியில் முஸ்லிம் சமுதாயம் தான் இறங்கவேண்டும் என்ற நம்பிக்கை வலுப்பெற்று வருகிறது. ஆனால், பொதுசிவில் சட்டம் நாட்டின் ஒருமைப்பாட்டுக்கு உதவும். பல்வேறு மதங்களின் தனிச்சட்டங்களில் உள்ள பரஸ்பரம் முரண்படும் மாறுபட்ட சித்தாந்தங்கள் களையப்பட இது உதவும் என்றும் கூறினர்.

உச்சநீதிமன்றத் தீர்ப்பும் நீதிபதிகளின் கருத்துகளும் பரபரப்பைக் கிளப்பின. இந்த விஷயத்தில் இருவிதக் கருத்துகள் எழுந்தன. அறுபது வயதைத் தாண்டிய ஒரு மூதாட்டிக்கு ஜீவனாம்சம் தரக்கூடாது என்று சொல்லும் ஷரியத் சட்டத்துக்கு சரியான மூக்குடைப்பு என்ற கருத்து ஒருபக்கம். இஸ்லாமியர்களின் சிவில் விவகாரங்களைத் தீர்த்துக்கொள்ளக் கொண்டு வரப்பட்ட ஷரியத் சட்டத்தையே கேள்விக்குறியாக்கும் தீர்ப்பு இது என்ற கருத்து இன்னொரு பக்கம்.

இந்துத்வவாதிகள், இஸ்லாமிய அமைப்புகள், இஸ்லாமிய அடிப்படைவாதிகள், இந்து அடிப்படைவாதிகள், மனித உரிமை ஆர்வலர்கள், சட்ட வல்லுநர்கள், அரசியல் வல்லுநர்கள், பழைமைவாதச் சிந்தனையாளர்கள், முற்போக்குச் சிந்தனையாளர்கள் என்று பல தரப்பினர் மத்தியிலும் பலத்த சர்ச்சைகளையும் விவாதங்களையும் கிளப்பியது இந்தத் தீர்ப்பு.

இஸ்லாமியர்களின் உரிமைகளைப் பறித்தெடுத்துவிட்ட தீர்ப்பு இது என்று இஸ்லாமிய அமைப்பினரும் சிறுபான்மையினர் ஆதரவாளர்களும் குரலெழுப்பினர். முல்லாக்களும் மௌல்விகளும் ஷா பானுவுக்கும் உச்சநீதிமன்றத்துக்கும் எதிராகக் கண்டனக் குரல்கள் எழுப்பினர். தனிப்பட்ட வழக்கின் தன்மையையும் தாண்டி, பொதுசிவில் சட்டம் பற்றி யெல்லாம் நீதிமன்றம் பேசியிருப்பது இஸ்லாமியர்களின் உரிமைகள் மீதான தாக்குதல் என்று விமரிசித்தனர் இஸ்லாமியத் தலைவர்கள்.

இன்னொரு பக்கம், பொது சிவில் சட்டம் கொண்டுவரவேண்டும் என்பதற்கான முதல் படி இது என்று சிலாகித்தனர் இந்துத்வ ஆதரவாளர்கள். தீர்ப்பை விமரிசிக்கும் இஸ்லாமியர் களைக் கண்டிக்கவும் இந்துத்வத் தலைவர்கள் தயங்கவில்லை. சிவசேனைக் கட்சியின் தலைவர் பால் தாக்கரே தன்னுடைய மர்மிக் பத்திரிகையில் ஆற்றிய எதிர்வினை அனலைக் கிளப்பியது.

'இந்தியாவின் தலைக்கு மேலே ஒரு இஸ்லாமிய வெடிகுண்டு தொங்கிக்கொண்டிருக்கிறது' என்று கடுமையான மொழியில் விமரிசித்த பால் தாக்கரே, 'முஸ்லிம் தனிநபர் விவகாரச் சட்டம் இந்தியாவில் இருந்தாலும், எந்தச்சட்டமும் அரசியல் சாசனம் வகுத்துள்ள சட்டங்களுக்கு மேலானது அல்ல. எனவே, அரசியல் சாசனக் கோட்பாட்டுக்கு ஏற்ப ஷாபானுவுக்கு ஆதரவாக

உச்சநீதிமன்றம் தந்துள்ள தீர்ப்பை முஸ்லிம்கள் ஏற்க வேண்டும். தீர்ப்பை எதிர்ப்பவர்கள் இந்திய அரசியல் சாசனத்தின் எதிரிகளாகக் கருதப்படவேண்டும் அல்லது சிறையில் தள்ளப்படவோ, இந்தியாவின் எல்லைகளுக்கு அப்பால் தூக்கி எறியப்படவோ வேண்டும். இந்தியாவில் உள்ள முஸ்லிம்கள் தங்கள் சொந்த மதத்தைப் பற்றித்தான் சிந்திப்பார்கள், இந்திய நீதிமுறையை வெறுப்பார்கள் என்றால், முஸ்லிம் தனிநபர் விவகாரச் சட்டத்தை ஒரு கேடயமாகப் பயன்படுத்துவார்கள் என்றால், அந்தச் சட்டத்தையே நீக்கவேண்டும். ஒரு நாடு, ஒரு சட்டம் இங்கே அமல்படுத்தப்படாதவரை இந்த விஷமம் நடக்கவே செய்யும்.' என்று எச்சரித்தார்.

தாக்கரேவின் எழுத்துகள் அரசியல் களத்தில் பலத்த அதிர்வுகளை ஏற்படுத்தின. சிவசேனாவைத் தொடர்ந்து ஆர்.எஸ்.எஸ், பாரதிய ஜனதா உள்ளிட்ட இந்துத்வ அமைப்புகளும் களத்தில் இறங்கின. விளைவு, பிரதமர் ராஜீவ் காந்திக்கு நெருக்கடிகள் அதிகரித்தன. அவற்றைச் சமாளிக்க அவர் எடுத்த முடிவு வேறு பல விமரிசனங்களையும் சிக்கல்களையும் கிளப்பியது!

86

ராஜீவை எச்சரித்த அத்வானி

14 ஜூன் 1985 அன்று ரமலான் மாதத்தின் கடைசி வெள்ளிக்கிழமை ஷரியத் சட்டப் பாதுகாப்பு தினத்தை அனுசரிக்க இஸ்லாமிய அமைப்பினர் முடிவுசெய்தனர். அன்றைய தினம் பெருந்திரளான பேரணிகளும் ஊர்வலங்களும் பல மாநிலங்களில் நடந்தன. அகில இந்திய முஸ்லிம் தனிநபர் விவகார சட்ட வாரியம் என்ற அமைப்பு திடீரென போராட்டக் களத்துக்கு வந்தது.

அறுபதுகளில் உருவாக்கப்பட்ட இஸ்லாமிய அமைப்பு அது. பல ஆண்டுகளாக அதிகம் செயல்படாமல் முடங்கியிருந்த அந்த அமைப்பு தற்போது புதுப்பிக்கப்பட்டது. ஷா பானு தீர்ப்பை முன்வைத்து மீண்டும் களத்தில் இறங்கியது. அந்த அமைப்போடு 275 உலமாக்களும் சேர்ந்துகொண்டன. இந்தியக் குற்றவியல் நடைமுறைச் சட்டப்பிரிவு 125ல் திருத்தங்கள் செய்யவேண்டும் என்ற கோரிக்கையை வலியுறுத்தும் போராட்டங்கள் தீவிரமடைந்தன.

சுமார் மூன்று மாதங்களுக்கு ஷா பானு வழக்கு பற்றிய விவாதங்கள் நாடு தழுவிய நடந்து கொண்டிருந்த சமயத்தில் இதுபற்றி தனி நபர் மசோதா ஒன்றை நாடாளுமன்றத்தில் கொண்டுவந்தார் இந்திய யூனியன் முஸ்லிம் லீக் கட்சியின் பொதுச்செயலாளர் ஜி.எம். பனாத்வாலா. இந்தியக் குற்றவியல் நடைமுறைச் சட்டம் 125ன் அதிகார வரம்பில் இருந்து முஸ்லிம்களுக்கு விலக்களிக்க வேண்டும் என்பதுதான் மசோதாவின் நோக்கம்.

ஆரிஃப் முகமது கான்

ஆனால் பிரதமர் ராஜீவ் காந்தியோ உச்சநீதிமன்றத்தின் தீர்ப்புக்கு ஆதரவான நிலைப்பாட்டில் இருந்தார். ஆகவே, பனாத்வாலா கொண்டுவந்த மசோதாவுக்கு எதிராகப் பேசினார் மத்திய அமைச்சர் ஆரிஃப் முகமது கான். 'ஒவ்வொரு சூழ்நிலையிலும் விவகாரத்துக்கு உள்ளான பெண்ணுக்குச் சரியான சலுகை காட்டப் படவேண்டும்' என்று மௌலானா அபுல் கலாம் ஆசாத் சொன்னதை நாடாளுமன்றத்தில் மேற்கோள் காட்டிப் பேசினார்.

அவருடைய குரல் பிரதமர் ராஜீவ் காந்தியின் குரலாகவே பார்க்கப்பட்டது. காரணம், ஆரிஃப் முகமது கான் ராஜீவின் நெருக்கமான நண்பர். ராஜீவின் அமைச்சரவை சகா. மத்திய அரசின் நிலைப்பாடு காரணமாக பனாத்வாலாவின் மசோதா நாடாளுமன்றத்தில் தோற்கடிக்கப் பட்டது. ஆனாலும் ஷா பானு விவகாரமும் உச்சநீதி மன்றத் தீர்ப்பும் நாடு தழுவிய அளவில் பரபரப்பாக விவாதிக்கப்பட்டன.

ஷா பானுவின் வீட்டுக்கு முன்னால் முற்றுகைப் போராட்டங்கள் நடந்தன. சொந்த மதத்துக்கு எதிரானவ ராகச் சித்திரிக்கப்பட்டா ஷா பானு. அவரை முஸ்லீம் சமூகத்தை விட்டே விலக்கி வைக்கவேண்டும் என்று இஸ்லாமிய அடிப்படைவாதிகள் பிரசாரம் செய்தனர். விளைவு, ஷா பானுவுக்கு நாளுக்கு நாள் நெருக்கடி முற்றியது.

ஒருகட்டத்தில் தனக்குத் தரப்படும் ஜீவனாம்சத் தொகையை அறச்செயலுக்குக் கொடுத்து விடுவதாக வும் இஸ்லாமியர்களின் தனிநபர் சட்ட விவகாரத்தில் இந்திய நீதித்துறை குறுக்கிடுவதையே தான் எதிர்ப்ப தாகவும் அறிக்கை வெளியிட்டார். அல்லது அப்படி அறிக்கை வெளியிட வேண்டும் என்ற நிர்ப்பந்தத்துக்கு உள்ளானார்.

'ஒவ்வொரு சூழ்நிலையிலும் விவகாரத்துக்கு உள்ளான பெண்ணுக்குச் சரியான சலுகை காட்டப்படவேண்டும்'

இதற்கிடையே பிகாரில் நடைபெற்ற இடைத்தேர்தல் ஒன்றில் ஷா பானு தீர்ப்பு தேர்தல் பிரச்னையாக உருவெடுத்தது. அந்தத் தொகுதியில் போட்டியிட்ட இந்திரா காங்கிரஸ் வேட்பாளரை ஜனதா கட்சி வேட்பாளர் சையத் சஹாபுதீன் தோற்கடித்தார். தோல்விக்கு வித்திட்டது இஸ்லாமியர்களின் அதிருப்தி என்பது வெளிப்படையாகத் தெரிந்தது.

யோசிக்கத் தொடங்கினார் பிரதமர் ராஜீவ் காந்தி. இனியும் அமைதியாக இருந்தால் இஸ்லாமியர்களின்

ராஜீவ் காந்தி

வாக்குவங்கி இந்திரா காங்கிரஸை பலவீனப்படுத்திவிடும் என்பது கண்கூடாகத் தெரிந்தது. சற்றே பின்னோக்கி நகரத் தயாரானார் ராஜீவ்.

அதனைத் தொடர்ந்து முஸ்லிம் அமைப்புகளைச் சேர்ந்த 17 உறுப்பினர்களைக் கொண்ட குழு ஒன்று பிரதமர் ராஜீவைச் சந்தித்துப் பேசியது. அகில இந்திய முஸ்லிம் தனிநபர் விவகார சட்ட வாரியத்தின் தலைவர் அப்துல் ஹசன் நவ்பு தலைமையிலான குழுவில் நஜ்மா ஹெப்துல்லா, முஸ்லிம் லீக் தலைவர் சுலைமான் சேட் உள்ளிட்ட தலைவர்கள் இடம்பெற்றிருந்தனர்.

உச்சநீதிமன்றத் தீர்ப்பு காரணமாக ஷரியத் சட்டத்துக்கு ஏற்பட்டுள்ள ஆபத்தைச் சரிசெய்யும் வகையிலும் முஸ்லிம்களுக்கு மனரீதியாக எழுந்துள்ள பிரச்னைகளைத் தீர்க்கும் வகையிலும் இந்தியக் குற்ற நடைமுறைச் சட்டம் பிரிவு 125ல் திருத்தங்கள் செய்யவேண்டும் என்பது தான் அந்தக் குழுவினரின் கோரிக்கை. சமீபத்திய தேர்தல் தோல்வி, இஸ்லாமியர்களின் ஒருங்கிணைந்த எதிர்ப்பு, எதிர்கால அரசியல் கணக்கு என பல்வேறு அம்சங்கள் பிரதமர் ராஜீவை யோசனையில் ஆழ்த்தின.

தன்னுடைய கட்சியின் மூத்த, முன்னணித் தலைவர்கள், ஆலோசகர்களைத் தாண்டி எதிர்க்கட்சியின் முக்கியத் தலைவர்களிடமும் ஆலோசனை நடத்தினார் பிரதமர் ராஜீவ். அந்த வகையில் 1986 ஜனவரியில் பாரதிய ஜனதா கட்சியின் தலைவர் எல்.கே. அத்வானியைச் சந்தித்தார். ஷா பானு விவகாரத்தில் அரசு எடுக்கவேண்டிய நிலைப்பாடு குறித்து ஆலோசித்தார்.

சுலைமான் சேட்

ஷா பானு விவகாரத்தில் ராஜீவ் அரசு ஏற்கெனவே எடுத்த நிலைப்பாடு சரியானது என்று சொன்ன அத்வானி, அதைத் தொடர்வதே நல்லது என்றார். ஆனால் பிரதமர் ராஜீவோ மாற்று யோசனைக்கு வந்திருந்தார். இஸ்லாமியர்களின் எதிர்ப்பு நாளுக்கு நாள் தீவிரமடைந்து வரும் சூழலில், அதைச் சரிசெய்ய ஏதேனும் செய்ய வேண்டியுள்ளது என்றார் பிரதமர் ராஜீவ்.

அதன் அர்த்தம், உச்சநீதிமன்றம் வழங்கிய தீர்ப்பைச் செயலிழக்கம் செய்யும் வகையில் சட்டத் திருத்தம் ஒன்றைச் செய்வதற்கு பிரதமர் ராஜீவ் தயாராகிவிட்டார் என்பதுதான். அதை அத்வானி புரிந்துகொண்டார். மத அடிப்படைவாதிகளின் கோரிக்கையை ஏற்று நீங்கள் அதைச் செய்தால், அதுவே இந்தியாவுக்குச் செய்யும் மிகப் பெரிய தீமையாக இருக்கமுடியும் என்று எச்சரித்தார்.

அதிருப்தியில் இருக்கும் முஸ்லிம்களை ஆற்றுப்படுத்தவும் எழுந்துள்ள சர்ச்சைகளை அடக்கவும் அது ஒன்றுதான் சரியாக இருக்கும் என்ற முடிவுக்கு வந்தார் பிரதமர் ராஜீவ். 1986 பிப்ரவரி மாதம் முஸ்லிம் பெண்கள் (விவாகரத்தின்போது உரிமைப் பாதுகாப்பு) மசோதா ஒன்று நாடாளுமன்றத்தில் முன்மொழியப்பட்டது. உச்சநீதிமன்றத் தீர்ப்பை வரவேற்றுப் பேசியவர் ஆரிஃப் முகமது கான். இப்போது அவர் நாசூக்காக நகர்த்தப்பட்டிருந்தார். கட்சியின் மூத்த எம்.பி ஓ.இஸட். அன்சாரி துணைக்கு அழைக்கப்பட்டார்.

உச்சநீதிமன்றத் தீர்ப்பு குறித்து விமரிசித்துப் பேசிய அன்சாரி, 'பாரபட்சமான, முரண்பாடுகள் கொண்ட தீர்ப்பு' என்றார். மேலும், இஸ்லாமியச் சட்டம் பற்றி விளக்கம் கொடுப்பதற்குத் தகுதியற்ற அற்ப மனிதர்கள் என்று நீதிபதிகளை விமரிசித்தார். ஆளுங்கட்சி எம்.பி ஒருவர் உச்சநீதிமன்றத்தின் தீர்ப்பையும் நீதிபதிகளையும் விமரிசித்த செயல் மேன்மேலும் சர்ச்சைக்கு உள்ளானது. அரசியல் கட்சித் தலைவர்களும் சட்ட வல்லுநர்களும் ஆளும்கட்சி உறுப்பினர்களின் விமரிசனக் கருத்துகளைக் கடுமையாகக் கண்டித்தனர். ஆனால் ராஜீவ் அரசோ எதையும் சந்திக்கத் தயாராகியிருந்தது.

ஷா பானு விவகாரத்தில் மத்திய அரசு பின்வாங்கியது மிகுந்த வேதனையைத் தருகிறது. இந்திய அரசியலமைப்புச் சட்டத்தின் மீது நடத்தப்பட்ட மன்னிக்க முடியாத தாக்குதல் இது – அத்வானி

பின்னர் மசோதாவின் மீது வாக்கெடுப்பு நடந்தபோது, இந்திரா காங்கிரஸ் உறுப்பினர்கள் அனைவரும் தவறாமல் கலந்துகொண்டு, மசோதாவுக்கு ஆதரவாக வாக்களிக்கவேண்டும் என்று கொறடா உத்தரவு பிறப்பிக்கப்பட்டது. ஆம், அது பிரதமர் ராஜீவ் காந்தியின் கௌரவப் பிரச்னையாகவும் பார்க்கப்பட்டது.

அந்தப் புதிய சட்ட மசோதா இந்தியக் குற்றவியல் நடைமுறைச் சட்டப்பிரிவு 125ல் இருந்து முஸ்லிம் பெண்களுக்கு விலக்கு அளித்தது. தவிரவும், இத்தாத் காலத்துக்கு மட்டும் கணவன் பராமரிப்புப்

பணம் தரவேண்டும். அதன்பிறகு அந்தப் பெண்ணை அவளுடைய குடும்பத்தினரே பார்த்துக்கொள்ள வேண்டும். அவர்களால் பார்த்துக்கொள்ள முடியாத பட்சத்தில் உள்ளூர் வக்ஃப் வாரியம் அந்தப் பெண்ணைப் பராமரிக்கவேண்டும் என்றும் கூறியிருந்தது.

அரசியல் ரீதியாகவோ, மத ரீதியாகவோ எந்தவிதமான சிக்கலும் ஏற்படாத வகையில் நுணுக்கமாகச் சிந்தித்துப் புதிய மசோதாவைக் கொண்டுவந்திருந்தது மத்திய அரசு. அதன்மூலம் ஷரியத்துக்கு நேரவிருந்த ஆபத்தும் தவிர்க்கப்பட்டது; ஆதரவற்ற பெண்களைப் பாதுகாப்பதற்கும் புதுவழி பிறந்தது. அந்த மசோதா மே மாதத்தில் சட்டமாக மாறியது.

ஷா பானு விவகாரத்தில் பிரதமர் ராஜீவ் எடுத்த முந்தைய நிலைப்பாட்டை வெகுவாக வரவேற்ற பாரதிய ஜனதா, பின்னர் அவர் எடுத்த மாறுபட்ட நிலைப்பாட்டைக் கடுமையாக விமரிசனம் செய்தது. குறிப்பாக, 1986 மே மாதம் டெல்லியில் நடந்த பாரதிய ஜனதா கட்சியின் தேசிய ஆலோசனைக்கூட்டத்தில் பங்கேற்றுப் பேசிய அத்வானி, 'ஷா பானு விவகாரத்தில் மத்திய அரசு பின்வாங்கியது மிகுந்த வேதனையைத் தருகிறது. இந்திய அரசியலமைப்புச் சட்டத்தின் மீது நடத்தப்பட்ட மன்னிக்க முடியாத தாக்குதல் இது' என்றார்.

வெறும் இரண்டே மக்களவை உறுப்பினர்களை வைத்துக்கொண்டு நாடாளுமன்றத்துக் குள்ளே எதுவும் செய்ய முடியாத நிலையில், நாடாளுமன்றத்துக்கு வெளியே தன்னாலான அனைத்தையும் செய்துகொண்டிருந்தது பாஜக. குறிப்பாக, தனது உயிர்நாடிக் கோரிக்கைகளுள் ஒன்றான பொதுசிவில் சட்டத்தைக் கொண்டுவருவது பற்றிப் பேசினார் அத்வானி.

'நமது அரசியலமைப்புச் சட்டம் பொது சிவில் சட்டத்தை நோக்கிச் செல்லும் பணியை அரசுக்குத் தந்திருக்கிறது. ஆனால் அந்தச் சட்டம் எம்மாதிரியான வகையில் இருக்கும் என்பது தொடர்பான எவ்வித விவாதமும் இங்கே இன்னமும் ஆரம்பமாகவில்லை என்பது துரதிருஷ்டவசமானது. இந்தியச் சட்ட ஆணையம் இதுவிஷயமாகச் சிறப்பு கவனத்தைச் செலுத்தவேண்டும்' என்பது அத்வானி முன்வைத்த வாதம்.

மேலும், இந்தியாவில் பொது சிவில் சட்டத்தைக் கொண்டு வருவதற்குத் தன்னால் ஆன சில யோசனை ஒன்றையும் முன்வைத்தார் அத்வானி. நாட்டில் தனித்தனியாக இருக்கும் சட்டங்களை, அதாவது, இந்து சட்டம், இஸ்லாமியர் சட்டம், கிறித்தவர்கள் சட்டம், பார்ஸிகள் சட்டம், சிவில் சட்டம் ஆகிய அனைத்தையும் இந்தியச் சட்ட ஆணையம் முழுமையாக ஆய்வு செய்து, அவற்றில் இருந்து பொதுவான அம்சங்களைத் தேர்வுசெய்து, அவற்றின் அடிப்படையில் பொது சிவில் சட்ட மாதிரியைத் தயாரிக்கவேண்டும். அந்தச் சட்ட மாதிரியைப் பொதுத் தளத்தில் வைத்து விவாதிக்க வேண்டும் என்பது அத்வானி முன்வைத்த ஆலோசனை.

எப்படிப் பார்த்தாலும் இஸ்லாமியர்களைத் தாஜா செய்யும் முயற்சியாகவே ராஜீவ் அரசின் முடிவைப் பார்த்தது பாரதிய ஜனதா. ஆகவே, அதனை இந்துக்கள் மத்தியில் கொண்டு செல்லத் தயாரானது. அதை பிரதமர் ராஜீவ் காந்தியும் நன்றாகவே உணர்ந்திருந்தார். ஷா பானு

விவகாரத்தில் தன்னுடைய அரசு எடுத்த நடவடிக்கைகள் இஸ்லாமியர்களுக்குச் சாதகமாக இருந்தது என்பதையும் அதன் காரணமாகச் சில குறிப்பிட்ட பகுதி இந்துக்களிடம் தங்கள் கட்சியின் மீது அதிருப்தி உருவாகியிருப்பதையும் அவர் நன்றாகவே புரிந்துகொண்டிருந்தார்.

என்ன செய்து அதிருப்தி இந்துக்களைச் சமாதானம் செய்யலாம் என்று யோசித்துக் கொண்டிருந்த சமயத்தில்தான் அயோத்தி விவகாரம் மீண்டும் சூடுபிடித்தது.

87

அயோத்திக்கு ஆதரவாக ராஜீவ்

அயோத்தி விவகாரம் என்பது நாற்பதுகளின் இறுதியில் இந்தியாவின் அதிமுக்கிய அரசியல் பிரச்னையாக உருமாறத் தொடங்கியது என்றாலும், அது பேருருவம் கொண்டது எண்பது களுக்குப் பிறகுதான். குறிப்பாக, இந்திரா காந்தி படுகொலைக்கு முன்பே அயோத்தியில் பாபர் மசூதி இருக்கும் இடத்தில் ராமருக்குக் கோயில் எழுப்புவது தொடர்பான முன்னெடுப்புகளை வி.ஹெச்.பி உள்ளிட்ட அமைப்புகள் தீவிரப்படுத்த ஆரம்பித்துவிட்டன.

ராம ஜென்ம பூமி முக்தி யக்ஞ சமிதி என்ற பிரத்யேக அமைப்பு தொடங்கப்பட்டு நாடு தழுவிய அளவில் பிரசாரங்கள் சூடுபிடித்தன. அதே கோரிக்கையை வலியுறுத்தி யாத்திரை ஒன்றும் நடத்தப்பட்டது. பசுவதை எதிர்ப்புப் போராட்டங்களைக் காட்டிலும் அயோத்தி ராமர் கோயில் விவகாரம் பெரிய அளவில் வெடித்துக் கிளம்பும் என்ற எதிர்பார்ப்பு அரசியல் அரங்கில் எழுந்தது. ஆனால் பஞ்சாப்பில் நடந்த ஆபரேஷன் ப்ளூஸ்டாரும் அதன் எதிரொலியாக நடந்த இந்திரா காந்தி படுகொலையும் அயோத்தி விவகாரத்தை சற்றே அமுத்திவிட்டன.

எண்பதுகளின் மத்தியில் அயோத்தி விவகாரத்தை மீண்டும் கையிலெடுக்க இந்துத்வ அமைப்புகள் தயாராகின. அந்தச் சமயத்தில் உத்தரப் பிரதேசத்தில் காங்கிரஸ் கட்சி ஆட்சியில் இருந்தது. முதலமைச்சராக இருந்தவர் வீர் பகதூர் சிங். அப்போது அயோத்தியில் வைக்கப்பட்ட ராமர் சிலையைப்

வீர பகதூர் சிங்

பக்தர்கள் வணங்குவதற்கு ஏதுவாக அங்கு பூட்டப் பட்டிருக்கும் கதவுகளைத் திறந்துவிடவேண்டும் என்ற கோரிக்கை இந்துக்கள் மத்தியில் தீவிரமாக எழுந்தது. அப்போது இந்து தலைவர்களின் மனநிலை குறித்து பாரதிய ஜனதாகட்சியின் தலைவர் அத்வானியின் பதிவு முக்கியமானது.

சச்சரவின் வடிவத்தை மூன்று அம்சங்கள் திடீரென்று மாற்றி அமைத்தன. முதல் அம்சம் சர்ச்சைக்குரிய கட்டடம் (பாபர் மசூதி) அமைந்த இடத்தின் மீதான வழக்கு முடிவுக்கு வராமல் தொடர்ந்து கொண்டிருந்ததில் இந்து தலைவர்கள் ஆத்திரமும் விரக்தியும் அடைந் தனர். இரண்டாவது அம்சம், உத்தரப் பிரதேசம் மற்றும் இந்தியாவின் பிற பகுதிகளில் இருந்து ராம ஜென்ம பூமிக்குப் புனிதப் பயணம் மேற்கொண்டுவந்த இந்து மதத்தினருக்கு ராம ஜென்ம பூமியின்மீது மசூதியின் கட்டடம் தொடர்ந்துகொண்டிருந்தது எரிச்சலைத் தந்தது. திறக்கப்பட்ட வாயிலின் வழியாக ஓர் அர்ச்சகர் மட்டுமே உள்ளே சென்று அர்ச்சனை செய்ய லாம் என்ற நிலை ஏற்கெனவே இருந்த கோபத்தை அதிகப்படுத்தியது.

ராம ஜென்ம பூமி இயக்கத்தைச் சேர்ந்த முக்கியத் தலைவர்களுள் ஒருவரான பரமஹம்ஸ ராமச்சந்திர தாஸ் என்பவர் வெளியிட்ட அறிக்கை பெரும் பரபரப்பைக் கிளப்பியது. 'அடுத்த சிவராத்திரிக்குள் பாபர் மசூதியின் கதவுகளைத் திறக்கவேண்டும், தவறினால், தற்கொலை செய்துகொள்வேன்.'

எரியத் தொடங்கியுள்ள நெருப்பை எதை ஊற்றி அணைப்பது என்று எல்லோரும் கவலைப்பட்டுக் கொண்டிருந்த சமயத்தில், நெருப்புக்கு நெய் வார்க்கத் தயாராகினர் ராம ஜென்ம பூமி இயக்கத்தினர். ஆம், சிவராத்திரிக்குள் பாபர் மசூதியைத் திறக்காவிட்டால், பூட்டை உடைத்து உள்ளேநுழைவோம் என்று எச்சரிக்கை விடுத்தனர்.

இந்தப் பின்னணியில் 1986 ஜனவரியில் உத்தரப் பிரதேசத்தைச் சேர்ந்த உமேஷ் பாண்டே என்ற வழக்கறிஞர் பைசாபாத் மாவட்ட நீதிமன்றத்தில் வழக்கு ஒன்றைத் தொடுத்திருந்தார். அயோத்தியில் உள்ள ராமர் சிலையை வணங்குவதற்கு ஏதுவாக அங்குள்ள பூட்டப்பட்ட கதவுகளைத் திறந்துவிட

'அடுத்த சிவராத்திரிக்குள் பாபர் மசூதியின் கதவுகளைத் திறக்கவேண்டும், தவறினால், தற்கொலை செய்துகொள்வேன்.'

ராஜீவ் காந்தி

வேண்டும் என்பதுதான் அவருடைய கோரிக்கை. ஆனால் அந்தக் கோரிக்கையை பைசாபாத் மாவட்ட நீதிமன்றம் நிராகரித்துவிட்டது.

உடனடியாக மாநில உயர்நீதிமன்றத்தில் மேல் முறையீடு செய்யப்பட்டது. கீழமை நீதி மன்றம் நிராகரித்த கோரிக்கையை உயர்நீதிமன்றம் ஏற்றுக்கொண்டது. ஆம், 28 ஜனவரி 1986 அன்று உயர்நீதிமன்றத்தில் மேல்முறையீடு செய்தார் உமேஷ் பாண்டே. அதற்கடுத்த மூன்றாவது நாளே, அதாவது 1 பிப்ரவரி 1986 அன்றே தீர்ப்பு வெளியானது. அந்தத் தீர்ப்பில் பாபர் மசூதியைத் திறந்து, வழிபாட்டுக்கு வழிவகை செய்யவேண்டும் என்று உத்தர விடப்பட்டது.

இங்கே நுணுக்கமாகக் கவனிக்கவேண்டிய விஷயம், திறக்க வேண்டியது பாபர் மசூதியை. ஆனால் வழிபாட்டில் ஈடுபடப் போகிறவர்கள் இந்துக்கள். ஆம், உள்ளே வைக்கப்பட்ட ராமர் சிலையை வணங்க இந்துக்களுக்கு அனுமதி கிடைத்திருந்தது. ஆனால் பாபர் மசூதியில் இஸ்லாமியர்கள் தொழுகை செய்வது தொடர்பாகத் துல்லியமான உத்தரவு ஏதும் வரவில்லை. உபயம்: உயர்நீதிமன்றத் தீர்ப்பு.

சுமார் முப்பத்தைந்து ஆண்டுகளாகப் பூட்டப்பட்டிருந்த பாபர் மசூதி திறக்கப்பட்டது உண்மையில் இந்து அமைப்புகளுக்குப் பெருத்த மகிழ்ச்சியைக் கொடுத்தது. இனி ராமருக்குத் தினமும் பூஜையும் செய்யலாம், பக்தர்கள் சென்று வழிபடவும் செய்யலாம். அதன்மூலம் அவர்களுடைய இரண்டு கோரிக்கைகளுள் ஒன்று சட்டப்பூர்வமாக நிறைவேறியிருந்தது.

அருண் நேரு

இத்தனை ஆண்டுகளாக இழுபறியில் இருந்த விவகாரத்தில் எப்படி திடீர் முடிவு ஏற்பட்டது என்ற சந்தேகம் பொதுத் தளத்தில் எழுந்தது. அப்போது அனைவருடைய சந்தேக முள்முனைகளும் ஒற்றை நபரை நோக்கியே திரும்பி யிருந்தன. அவர், பிரதமர் ராஜீவ்.

சில மாதங்களுக்கு முன்னால் ஷா பானு விவகாரத்தில் இஸ்லாமியர்களுக்கு ஆதரவான நிலைப்பாட்டை எடுத்து, இந்துக்களின் ஒருபகுதியினர் மத்தியில் பலத்த விமரிசனத்துக்கு உள்ளாகியிருந்தவர் பிரதமர் ராஜீவ். அந்தச் சரிவைச் சரிசெய்யவும், அதிருப்தி இந்துக்களை ஆற்றுப்படுத்தவும், அவர்களுடைய நம்பிக்கையை வென்றெடுக்கவும் இப்படியொரு தீர்ப்பு வருவதற்கு மறைமுகமாகச் சில காரியங்களைச் செய்துவிட்டாரோ என்ற சந்தேகம் எழுந்தது.

குறிப்பாக, விஸ்வ ஹிந்து பரிஷத் அமைப்பினரையும் மாவட்ட ஆட்சியர் உள்ளிட்ட அதிகாரிகளையும் அழைத்து முதலமைச்சர் வீர் பகதூர் சிங் ஆலோசனை நடத்தியிருக்கிறார் என்ற செய்திகள் பின்னாளில் வரத் தொடங்கின. குறிப்பாக, கிறிஸ்டோபி ஜாப்ரிலாட், கொயன்ராட் எல்ஸ்ட் போன்ற ஆய்வாளர்கள் இந்த ஆலோசனைகள் நடந்தது குறித்துப் புத்தகங்களில் பதிவுசெய்துள்ளனர்.

அந்தச் சந்தேகத்தை உறுதிசெய்யும் வகையிலேயே அரசின் அடுத்தடுத்த செயல்பாடுகள் இருந்தன. முக்கியமாக, உயர்நீதிமன்றத்தின் தீர்ப்பு வெளியான நாற்பதாவது நிமிடத்தில் பாபர் மசூதியின் பூட்டுகள் திறக்கப்பட்டன. வாசலில் திரண்டிருந்த ஏராளமான ராம பக்தர்கள் உள்ளே சென்று ராமர் சிலையைப் பார்ப்பதற்கு ஏதுவாகத் துரித கதியில் ஏற்பாடுகள் செய்யப்பட்டன. பாபர் மசூதியைத் திறந்துவிடுவதால் எவ்வித சட்டம் ஒழுங்குச் சிக்கல்களும் உருவாகாது என்ற உத்தரவாதத்தையும் மாநில காங்கிரஸ் அரசு உயர்நீதி மன்றத்துக்குக் கொடுத்திருந்தது.

உயர்நீதிமன்றத்தின் தீர்ப்பு வெளியான நாற்பதாவது நிமிடத்தில் பாபர் மசூதியின் பூட்டுகள் திறக்கப்பட்டன.

பாபர் மசூதி திறக்கப்படுவதும், பக்தர்கள் உள்ளே சென்று வழிபடுவதும் அரசுக்குச் சொந்தமான தூர்தர்ஷன் தொலைக் காட்சியில் நேரலையாக ஒளிபரப்பு செய்யப்பட்டன. தீர்ப்பு வெளியான கையோடே தூர்தர்ஷன் பத்திரிகை யாளர்கள் கேமரா சகிதம் பாபர் மசூதிக்கு முன்னால் ஆஜராகியிருந்தனர்.

மசூதி திறக்கப்படும் காட்சி தொடங்கி பக்தர்கள் வழிபடுவது வரை அனைத்து காட்சிகளையும் சிந்தாமல் சிதறாமல் தங்கள்

கேமராவுக்குள் சிறைப்பிடித்து, அதை மக்களின் பார்வைக்குக் சுடச்சுடக் கொண்டு சென்றனர். அதற்கான முன்னேற்பாடுகள் அனைத்தையும் அரசு கனக்கச்சிதமாகச் செய்திருந்தது.

அதன்மூலம் ராஜீவ் அரசு இந்துக்களுக்கு எதிரான நிலைப்பாட்டைக் கொண்டதல்ல என்பதையும் முஸ்லீம்கள் மீது மட்டுமே அக்கறை கொண்ட அரசு அல்ல என்பதையும் மக்களுக்கு நிரூபிக்கும் முயற்சியில் மிகத் தீவிரமாக இறங்கியிருப்பது வெளிப்படையாகத் தெரிந்தது. அதனைப் பின்னாளில் பத்திரிகை ஒன்றுக்குப் பேட்டியளித்த அருண் நேருவும் ஒப்புக்கொண்டிருந்தார். இந்த அருண் நேரு பிரதமர் ராஜீவின் வலதுகரமாகச் செயல்பட்டவர்.

பிரதமர் ராஜீவ் தனது செல்வாக்கை நிலைநிறுத்திக்கொள்வதற்காகச் செய்திருந்தாலும்கூட, பாபர் மசூதி பூட்டுகள் திறக்கப்பட்ட விவகாரம் ஆர்.எஸ்.எஸ், பாஜக, வி.ஹெச்.பி உள்ளிட்ட இந்துத்வ அமைப்புகளுக்குக் கிடைத்த வெற்றியாகவே பார்க்கப்பட்டது. தங்களுடைய கோரிக்கையின் முதல் பகுதி வெற்றிகரமாக நிறைவேறிவிட்டதால், இரண்டாம் பகுதியில் கவனம் செலுத்தப் போவதாக அறிவித்தனர்.

பூட்டி வைக்கப்பட்டிருந்த பாபர் மசூதியைத் திறந்து, அங்குள்ள ராமர் சிலையை வழிபட வகை செய்வது முதல் பகுதி என்றால், பாபர் மசூதியையே தரைமட்டமாகத் தகர்த்துவிட்டு, அங்கு நிரந்தரமாக ராமருக்குக் கோயில் எழுப்புவதுதான் அவர்களுடைய கோரிக்கையின் இரண்டாம் பகுதி. அந்த இரண்டாம் பகுதியை செயல்வடிவத்துக்குக் கொண்டுவர இரட்டை உத்வேகத்துடன் களமிறங்கத் தயாராக இருப்பதாக அறிவித்தன.

பாபர் மசூதி திறக்கப்பட்ட ஓரிரு தினங்களில் ராம ஜென்ம பூமி அறக்கட்டளை என்ற பெயரில் புதிய அமைப்பு தொடங்கப்பட்டது. அந்த அறக்கட்டளையின் தலைவராக

ராமானந்தாச்சாரியா ஸ்ரீ சிவராமாச்சாரியா என்பவர் தேர்ந்தெடுக்கப்பட்டார். இவர் வாரணாசியைச் சார்ந்தவர். வைணவப் பிரிவுகளுள் ஒன்றான ராமானந்திகளுக்குத் தலைவராக இருந்தவர்.

அந்த அறக்கட்டளையில் ஜி.பி. பிர்லா, ஜி.ஹெச். சிங்கானியா, ராம்நாத் கோயங்கா போன்ற தொழிலதிபர்கள் முதல் விஜயராஜே சிந்தியா போன்ற இந்து ஆதரவு அரசியல் தலைவர்கள் வரை பலரும் உறுப்பினர்களாக இடம்பெற்றனர். பாபர் மசூதி இருக்கும் இடத்தில் உலகின் மிகப்பெரிய கோயிலை எழுப்புவதுதான் தங்கள் அறக்கட்டளையும் ஒரே இலக்கு என்று அறிவிக்கப்பட்டது.

இத்தகைய உற்சாகக் கொண்டாட்டங்களும் ஆவேச அறிவிப்புகளும் இந்துக்களின் ஒருபகுதியினருக்கு ஊக்கத்தையும் உற்சாகத்தையும் கொடுத்த அதே வேளையில், இஸ்லாமியர்களுக்கும் பயத்தையும் பதற்றத்தையும் கொடுத்தன. பாபர் மசூதியைத் திறந்து விடும் விஷயத்தில் இந்திய அரசும் இந்திய நீதித்துறையும் இந்துக்களுக்கு ஆதரவான நிலைப்பாட்டை எடுத்தது அவர்களுக்கு அதிர்ச்சியைக் கொடுத்திருந்தது.

கூடவே, பாபர் மசூதியைத் தகர்க்கும் இந்துத்வ அமைப்புகளின் முயற்சிகளுக்கும் அதே போன்ற ஆதரவை இந்திய அரசும் இந்திய நீதித்துறையும் கொடுத்துவிடுமோ என்ற அச்சம் அவர்களுக்கு எழுந்தது. அதில் நியாயங்கள் இருக்கவே செய்தன. எனில், பாபர் மசூதியை எப்படித்தான் காப்பாற்றுவது? அனைத்து இஸ்லாமியர்களும் ஓரணியில் ஒன்று திரண்டு, சட்டத்தின் கதவுகளை ஓங்கித் தட்டுவதுதான் சரியான செயலாக இருக்கும் என்ற முடிவுக்கு வந்தனர்.

அதற்கு ஏதுவாக அகில இந்திய பாபர் மசூதி செயல்பாட்டுக் குழு (Babri Masjid Action Committee) என்ற பிரத்யேக அமைப்பை இஸ்லாமியர்கள் தொடங்கினார்கள். சுருக்கமாக, BMAC. இந்துக்களுக்கு ஆதரவாக பாபர் மசூதி திறக்கப்பட்டதற்கு எதிர்ப்பு தெரிவிக்கும் வகையில் ஒருநாள் துக்க தினம் அனுசரித்த முஸ்லீம்கள், உயர்நீதிமன்றத் தீர்ப்புக்கு எதிராக வழக்கு ஒன்றைத் தொடர்ந்தனர். அந்த வழக்கை நடத்தும் பொறுப்பு BMAC வசம் தரப்பட்டது.

மேலும், பாபர் மசூதியைப் காப்பாற்றும் வகையில் பேரணிகள், ஊர்வலங்கள், மறியல்கள் நடத்துவது என்று இஸ்லாமிய அமைப்புகள் முடிவுசெய்து அறிவிப்புகளை வெளியிடத் தொடங்கின. அந்த அறிவிப்புகளுக்குப் போட்டியாக இந்து அமைப்புகளும் அறிவிப்புகள் வெளியிடவே, நிலைமையைச் சரிசெய்ய ராஜீவ் அரசு முக்கியமான தலைவர் ஒருவரைக் களத்தில் இறக்கியது. அவர், நரசிம்மராவ்!

44

அயோத்தி - மோதிக்கொண்ட மதங்கள்

பாபர் மசூதி இருக்கும் இடத்தில் ராமருக்குக் கோயில் கட்டியே தீருவோம் என்று கங்கணம் கட்டிக்கொண்டு களத்தில் இறங்கியிருந்தன விஸ்வ ஹிந்து பரிஷத் உள்ளிட்ட இந்துத்வ அமைப்புகள். அதற்கான எதிர்வினையாக, எப்பாடு பட்டாவது பாபர் மசூதியைக் காப்பாற்றியே தீருவோம் என்று உரத்த குரலெழுப்பினர் இஸ்லாமிய அமைப்பினர். இந்த இருதரப்புக்கும் இடையே எதிர்காலத்தில் மூளவிருக்கும் மோதல்களைத் தடுத்து நிறுத்த வேண்டிய ராஜீவ் அரசோ மர்ம மௌனம் சாதித்துக் கொண்டிருந்தது.

உண்மையில், மசூதியைத் திறந்துவிட்டதன் மூலம் அதிருப்தி இந்துக்களை அமைதிப்படுத்தி விட்டதாகவே நினைத்தார் பிரதமர் ராஜீவ் காந்தி. அதுவும்கூட ஒருவகையில் சரிதான். ஆனால் இப்போது இஸ்லாமியர்கள் பக்கத்தில் இருந்து கொந்தளிப்புக் குரல்கள் கேட்கத் தொடங்கியிருந்தன. ஆக, இப்போது யாரைச் சமாதானம் செய்வது? இன்று கொந்தளிக்கும் இஸ்லாமியர்களையா? அல்லது நாளை கொந்தளிக்கப்போகும் இந்துக்களையா?

இரு தரப்பிலிருந்தும் போட்டிக்குப் போட்டியான போராட்ட அறிவிப்புகள் தொடர்ச்சியாக வந்ததைத் தொடர்ந்து இருதரப்பையும் அழைத்துப் பேசுவதற்கு வசதியாக அமைச்சரவைக் குழு ஒன்றை உருவாக்கினார் பிரதமர் ராஜீவ் காந்தி. அதன் தலைவராக மூத்த அமைச்சர் பி.வி. நரசிம்மராவ் நியமிக்கப்பட்டார். அந்தக்

ராஜீவ் காந்தி

குழுவினர் இந்துக்கள், முஸ்லீம்கள் என்ற இரண்டு தரப்புப் பிரதிநிதிகளுடனும் தொடர்ச்சியான பேச்சு வார்த்தைகளில் ஈடுபட்டனர்.

ஒருபக்கம் பேச்சுவார்த்தைகள் நடந்துகொண்டிருக்க, இன்னொரு பக்கம், இரு தரப்பினருமே தங்களுடைய நிலையையும் நினைப்பையும் உறுதிசெய்து கொள்ளும் வகையில் பரஸ்பரம் போராட்ட அறிவிப்பு களை வெளியிட்டுக் கொண்டிருந்தனர். அவ்வப்போது போராட்டங்களும் நடந்தவண்ணம் இருந்தன.

உதாரணமாக, 14 அக்டோபர் 1988 அன்று அயோத்தி நகரை நோக்கிப் பேரணி ஒன்றை நடத்தப் போவதாக அகில இந்திய பாபர் மசூதி நடவடிக்கைக் குழு அறிவித்தது. அதற்காகவே காத்துக் கொண்டிருந்த விஸ்வ ஹிந்து பரிஷத் அமைப்பு, 11 அக்டோபர் 1988 தொடங்கி 15 அக்டோபர் 1988 வரை ஐந்து நாள்களுக்கு ஸ்ரீராம் மகா யோகம் என்ற பெயரில் யாகம் ஒன்றை நடத்தப் போவதாக அறிவித்தது.

இரண்டுமே பெரிய அளவிலான போராட்டங்கள். இரண்டில் எது நடந்தாலும் இருதரப்பினர் இடையே மோதல்கள் வெடிப்பதைத் தவிர்க்கமுடியாது. அந்த மோதல் சாதாரண கைகலப்பாக இருக்கப்போவ தில்லை. மதக்கலவரமாக மாறுவதற்கான எல்லா விதமான வாய்ப்புகளும் உள்ளன என்பதை மத்திய அரசு நன்றாகவே உணர்ந்திருந்தது.

ஆகவே, அவற்றைத் தடுக்கும் வகையில் மத்திய அமைச்சர் பூட்டா சிங்கைக் களமிறக்கினார் பிரதமர் ராஜீவ் காந்தி. உள்துறை அமைச்சரான அவர் முதலில் சந்தித்தது இஸ்லாமியப் பிரதிநிதிகளைத்தான். ஆம், இந்துப் பிரதிநிதிகளைக் காட்டிலும் இஸ்லாமியப் பிரதிநிதிகளைச் சந்தித்துச் சாந்தப்படுத்துவது சுலபம் என்பது அவருடைய கணக்கு. அனுபவம் அவருக்கு அப்படித்தான் சொல்லிக்கொடுத்திருந்தது.

> இந்துப் பிரதிநிதிகளைக் காட்டிலும் இஸ்லாமியப் பிரதிநிதிகளைச் சந்தித்துச் சாந்தப்படுத்துவது சுலபம் என்பது அவருடைய கணக்கு.

அந்த வகையில், 'பேரணியைக் கைவிடுங்கள், பேச்சு வார்த்தை நடத்திக்கொள்ளலாம்' என்றார் அமைச்சர் பூட்டா சிங். ஆனால் இஸ்லாமியப் பிரதிநிதிகளோ அரசுத் தரப்பில் இருந்து உறுதிமொழி ஒன்றைக் கேட்டார்கள். ஆகட்டும் என்று சொன்ன அமைச்சர் பூட்டா சிங், பாபர் மசூதி - ராமர் கோயில் விவகாரத்தின் மொத்தத்தையும் அலகாபாத் உயர்நீதிமன்றத்துக்குக் கொண்டு செல்வதாக உறுதியளித்தார். ஆனால் அந்த

பி.வி. நரசிம்மராவ்

முடிவை ஏற்றுக்கொள்வதில் இஸ்லாமியப் பிரதிநிதிகள் மத்தியில் இருவேறு கருத்துகள் ஏற்பட்டன.

இமாம் புகாரி தலைமையிலானவர்கள் அந்த உறுதிமொழியை ஏற்க மறுத்துவிட்டனர். ஆனால் சையத் சஹாபுதீன் தலைமையிலான பிரதிநிதிகள் அமைச்சர் பூட்டா சிங்கின் உறுதிமொழியை ஏற்று, பேரணியைக் கைவிடுவதாக அறிவித்தனர். விளைவு, இஸ்லாமியப் பிரதிநிதிகள் இரண்டு கூறுகளாகப் பிரிந்தனர்.

பாபர் மசூதி ஒருங்கிணைப்புக் குழு என்ற புதிய குழு சையத் சஹாபுதீன் தலைமையில் உருவானது. ஆக, மத்திய அமைச்சர் பூட்டா சிங்கின் தலையீட்டுக்குப் பிறகு இஸ்லாமியர்கள் மத்தியில் பிளவு உருவாகியிருந்தது. ஆனால் இந்துக்கள் துளியும் சிராய்ப்பின்றி களத்தில் ஒன்றாக நின்றிருந்தனர்.

அதன் தொடர்ச்சியாக, 1989 பிப்ரவரியில் சாது சன்சத் அமைப்பு கூடியது. விஸ்வ ஹிந்து பரிஷத் அமைப்பு உருவாக்கிய சாமியார்களின் சங்கம் அல்லது சாமியார்களின் நாடாளுமன்றம். இதுபற்றி நாம் ஏற்கெனவே பார்த்திருக்கிறோம். அந்தச் சங்கம் இப்போது மீண்டும் கூடி அயோத்தி விவகாரம் குறித்து விவாதித்தது.

அந்த மாநாட்டில் கோயில் போன்றதொரு மாதிரி வடிவம் ஒன்றைத் தயாரித்துக் காட்டினார்கள். அதன் அர்த்தம், விரைவில் ராமர் கோயில் கட்டப்படும் என்பதுதான். அதையே தீர்மானமாகவும்

நிறைவேற்றினர். அயோத்தியில் ராமர் கோயிலைக் கட்டுவதற்கான நிதியை இந்துக்களிடம் இருந்தே திரட்டுவது என்றும் ஒவ்வொருவரிடமிருந்தும் ஒன்றே கால் ரூபாயை வசூலிக்க வேண்டும் என்றும் முடிவானது.

ஒவ்வொரு ஊரிலும் ராமர் பெயர் பொறிக்கப்பட்ட செங்கற்களைத் தயார்செய்து, அவற்றுக்குப் பூஜை செய்து, அயோத்திக்கு அனுப்பிவைக்கவேண்டும் என்றும் தீர்மானிக்கப்பட்டது. எல்லாவற்றையும் விட முக்கியமாக, ஜோதிடர்கள் குறித்துக்கொடுத்த 9 நவம்பர் 1989 அன்று ராமர் கோயிலைக் கட்டுவதற்கான பூர்வாங்கப் பணிகளைத் தொடங்குவது என்று முடிவானது.

அந்த அறிவிப்புகள் இந்துக்கள் மத்தியில் ஆரவாரத்தைக் கிளப்பியது. அயோத்தியில் ராமர் கோயில் இருந்ததாக நம்பும் இந்துக்கள் தொடங்கி பாபர் மசூதி இருக்கும் இடத்தில் ராமருக்குக் கோயில் எழுப்பவேண்டும் என்று விரும்பும் இந்துக்கள் வரை பலரும் நிதி சேகரிப்பிலும், செங்கல் சேகரிப்பிலும் ஈடுபடத் தொடங்கினர்.

> சர்ச்சைக்குரிய கட்டடத்தை (பாபர் மசூதி) அயோத்திக்கு வெளியே மரியாதைக்குரிய முறையில் இடமாற்றம் செய்து, மசூதியாகக் கட்டிக் கொள்ளச் செய்யலாம்.

பெருகி வருகின்ற ஆதரவு பாரதிய ஜனதா கட்சியை யோசிக்கவைத்தது. ஆம், அதுநாள்வரை அயோத்தி விவகாரத்தில் பட்டும் படாமல்தான் பேசவோ, செயல் படவோ செய்தது பாரதிய ஜனதா. குறிப்பாக, ராம ஜென்ம பூமி ஆதரவுக் கூட்டங்களில்கூட விஜயராஜே சிந்தியா, வினய் கட்டியார் போன்றவர்களை மட்டும் மரியாதை நிமித்தம் அனுப்பிவைத்துக் கொண்டிருந்தது. தனிப்பட்ட விருப்பத்தின் அடிப்படையில் அவர்கள் செல்கிறார்கள் என்றுதான் பாஜக தலைமை சொன்னது.

ஆனால் இனியும் அப்படி தாமரை இலைத் தண்ணீராக இருப்பதில் லாபமில்லை என்ற முடிவுக்கு பாரதிய ஜனதா வந்து சேர்ந்தது. ராம ஜென்ம பூமி இயக்கத்துக்கு நேரடியாகவே ஆதரவு தருவது என்று முடிவுசெய்தது. அந்த முடிவை அதிகார பூர்வமாக எடுப்பதற்கு வசதியாக 1989 ஜூன் மாதத்தில் பாரதிய ஜனதாவின் தேசிய செயற்குழு கூடியது.

இமாச்சலப் பிரதேசம் பலம்பூரில் கூடிய அந்தச் செயற்குழுவில் நீண்ட ஆய்வுக்கும் விரிவான விவாதத்துக்குப் பிறகு நிறைவேற்றப்பட்ட பிரதான தீர்மானத்தில் மூன்று முக்கியமான அம்சங்கள் இடம்பெற்றிருந்தன.

- மாற்று மதத்தின் வழிபாட்டுத் தலத்தின் மீது மசூதியைக் கட்டுவது இஸ்லாமிய நெறிமுறை களுக்கு எதிரானது என்பதால் சர்ச்சைக்குரிய இடத்தை இந்துக்களிடமே ஒப்படைத்துவிட்டு, வேறொரு இடத்தில் மசூதியைக் கட்டிக்கொள்ள இஸ்லாமியர்கள் முன்வரவேண்டும் என்று சொல்வதோடு, அதற்கான செயலிலும் இறங்கியிருக்கும் ஷியா பிரிவு இஸ்லாமியத் தலைவர்களுக்குப் பாராட்டுகள்.

- சோமநாதர் ஆலய விவகாரத்தில் நேரு அரசு நடந்துகொண்டதைப் போலவே அயோத்தி விவகாரத்தில் ராஜீவ் காந்தி அரசு நடந்துகொள்ளவேண்டும்.

- பேச்சுவார்த்தை வழியாகவோ அல்லது சட்டத்தை இயற்றியோ ராம ஜென்ம பூமியை இந்துக்களிடம் ஒப்படைக்கவேண்டும். வழக்கு நிலுவையில் இருக்கிறது என்பது போன்ற சமாதான விளக்கங்கள் தேவையில்லை.

இங்கே சோமநாதர் ஆலய விவகாரமும் பாபர் மசூதி விவகாரமும் ஒன்றுபோலப் பார்க்கப் பட்டுள்ளது. ஆனால் உண்மையில் இந்த இரண்டும் அடிப்படையிலேயே மாறுபட்டவை. சோமநாதர் ஆலயம் என்பது சிதிலமடைந்த ஆலயம். அங்கே மாற்று மதத்தினரின் வழிபாட்டுத் தலமோ அல்லது வேறு எதுவுமோ இல்லை.

தவிரவும், சோமநாதர் ஆலய விவகாரத்தில் இந்துக்கள் மற்றும் இந்து அமைப்புகளின் கோரிக்கை என்பது சிதிலமடைந்த ஆலயத்தைப் புனரமைத்துத் தரவேண்டும் என்பதுதான். அந்தக் காரியத்தில் அமைச்சர் வல்லபபாய் பட்டேல், கே.எம். முன்ஷி போன்றோர் ஈடுபட்டனர். ஆனால் அதில் பிரதமர் நேருவுக்கு உடன்பாடில்லை. இந்தியா ஒரு மதச்சார்பற்ற அரசு. ஆகவே, இந்திய அமைச்சர்கள் மத விஷயத்தில் தலையிடத் தேவையில்லை என்பது அவருடைய வாதம்.

என்றாலும், சோமநாதர் ஆலயம் புனரமைக்கப்பட்டது. அதனுடைய குடமுழுக்கு விழாவில் இந்தியக் குடியரசுத் தலைவராக இருந்த டாக்டர் ராஜேந்திர பிரசாத் கலந்துகொண்டார். ஆக, அப்படியொரு நிலைப்பாட்டைத்தான் மாற்று மதத்தினரின் வழிபாட்டுத் தலம் தொடர்பான விவகாரத்திலும் பிரதமர் ராஜீவ் காந்தி எடுக்கவேண்டும் என்று சொன்னது பாரதிய ஜனதா.

அடுத்து, பேச்சுவார்த்தை வழியாகவோ அல்லது சட்டத்தை இயற்றியோ ராம ஜென்ம பூமியை இந்துக்களிடம் ஒப்படைக்கவேண்டும் என்று சொன்னதும் விவாதத்தைக் கிளப்பியது. ஏற்கெனவே வழக்கு நிலுவையில் இருக்கும் நிலையில், நீதிமன்றத்தின் இறுதித் தீர்ப்புக்குக் கட்டுப்படுவோம் என்று சொல்லாமல், இரண்டு விதமான மாற்று வழிகளைச் சொன்னது பாஜக. அந்த இரண்டின் முடிவும் தங்களுக்கு மட்டுமே சாதகமாக இருக்கவேண்டும் என்றது.

அதாவது, இரு தரப்பையும் அழைத்து, பேசி, யார் பக்கம் நியாயம் என்று பார்த்து முடிவு சொல்வதில் பாஜகவுக்கு விருப்பமில்லை. மாறாக, அழைத்து, பேசி, இடத்தை இந்துக்களிடம் ஒப்படைக்கவேண்டும். அல்லது பாபர் மசூதி இருக்கும் இடத்தை இந்துக்களுக்குச் சொந்தமானது என்று சொல்லும் வகையில் சட்டத்தைக் கொண்டுவரவேண்டும். எந்த வகையில் என்றாலும் சரி, இடம் இந்துக்களுக்கு. இதுதான் பாரதிய ஜனதாவின் ஒற்றைக் கோரிக்கை.

வினய் கட்டியார்

ஆனால் இதையும்கூட மிகவும் நாசூக்காகச் சொன்னார் பாரதிய ஜனதா கட்சித் தலைவர் அத்வானி. 'ராமர் கோயிலை எழுப்பவேண்டும். ஆனால் அதன் காரணமாக இஸ்லாமிய மக்கள் மனம் புண்படாத வகையில் செயல் படவேண்டும். தவிரவும், சர்ச்சைக்குரிய கட்டடத்தை

(பாபர் மசூதி) அயோத்திக்கு வெளியே மரியாதைக்குரிய முறையில் இடமாற்றம் செய்து, மசூதியாகக் கட்டிக்கொள்ளச் செய்யலாம்.'

ஆக, அயோத்தியில் ராமருக்குக் கோயில் எழுப்பியே தீருவது என்று ஆர்.எஸ்.எஸ், வி.ஹெச்.பி, பாரதிய ஜனதா உள்ளிட்ட பெரும்பாலான அமைப்புகள் தயாராகிவிட்டிருந்தன. ஆனால் ஆளும் ராஜீவ் அரசோ பல்வேறு விதமான சிக்கல்களில் மாட்டிக்கொண்டு தவித்துக் கொண்டிருந்தது. ஆட்சிக்கு வந்த கையோடு பல்வேறு பிரச்னைகளைத் தீர்க்கும் வகையில் சில ஒப்பந்தங்களில் கையெழுத்திட்டிருந்தார் பிரதமர் ராஜீவ்.

அசாம் ஒப்பந்தம், ராஜீவ் - லோங்கோவால் ஒப்பந்தம், ராஜீவ் - ஜெயவர்த்தனே ஒப்பந்தம் என்று அடுத்தடுத்து ஒப்பந்தங்களில் கையெழுத்திட்டு ஒப்பந்த நாயகனாக வலம்வந்து கொண்டிருந்தார். ஆனால் அந்த உற்சாகப் பயணத்துக்கு உலை வைக்கும் வகையில் ஒரு விவகாரம் வெடித்துக் கிளம்பியது. அது, போஃபர்ஸ் பீரங்கி பேர ஊழல்!

89

பாஜக நடத்திய சத்தியாக்கிரகம்

திருவாளர் பரிசுத்தம் (Mr. Clean) என்ற கவர்ச்சிகரமான பிம்பத்துடன் ஆட்சியை நடத்தத் தொடங்கியிருந்த பிரதமர் ராஜீவ் காந்திக்கு நாடாளுமன்றத்துக்கு உள்ளே பெரிய சவால்கள் ஏதும் இருக்கவில்லை. காரணம், அவரது அரசுக்கு மிருகபலத்துடன் கூடிய பெரும்பான்மை இருந்தது. எந்தவொரு சட்டத்தைக் கொண்டு வரவும் திருத்தம் செய்யவும் அவருக்கு அனைத்து வாய்ப்புகளும் இருந்தன.

அதன் காரணமாகவே, அவருடைய அரசால் கட்சித்தாவல் தடைச் சட்டம் என்கிற முற்போக்கான சட்டத்தையும் கொண்டு வர முடிந்தது. அவதூறு எதிர்ப்பு மசோதா (Anti Defamation Bill) என்கிற சர்ச்சைக்குரிய மசோதாவையும் கொண்டுவர முடிந்தது. உள்நாட்டுச் சிக்கல்களைத் தீர்ப்பதற்கான ஒப்பந்தங்களையும் (ராஜீவ் - லோங்கோவால் - பஞ்சாப்) செய்ய முடிந்தது. அயல்நாட்டுப் பிரச்னைகளைத் தீர்ப்பதற்கான ஒப்பந்தத்திலும் (ராஜீவ் - ஜெயவர்த்தனே - இலங்கை) கையெழுத்திட முடிந்தது.

ஆனால் அவருக்கு நாடாளுமன்றத்துக்கு வெளியே வேறுபல சிக்கல்கள் வந்தன. அதிலும், அவருடைய திருவாளர் பரிசுத்தம் பிம்பத்துக்குச் சவால் விடும் வகையில் ஊழல் விவகாரங்கள் ஒவ்வொன்றாக வெடித்துக் கிளம்பின. அவற்றில் நீர்மூழ்கிக் கப்பல் பேர முறைகேட்டையும் போஃபர்ஸ் பீரங்கி பேர ஊழலையும்

முக்கியமாகச் சொல்லவேண்டும். அந்த இரண்டும் ராஜீவ் மற்றும் அவருடைய கட்சியின் அடித்தளத்தையே அசைத்துப் போட்ட நிகழ்வுகள்.

என். ராம்

மேற்கு ஜெர்மனியின் Howaldtswerke Deutsche Werft நிறுவனத்திடம் இருந்து நான்கு நீர்மூழ்கிக் கப்பல்களை வாங்கியிருந்தது இந்தியா. பிறகு மேலும் இரண்டு நீர்மூழ்கிக் கப்பல்களை வாங்குவதற்குப் பேரம் செய்தது. விற்பனையில் எப்படியும் ஏழு சதவிகிதம் கமிஷன் தரவேண்டியுள்ள நிலையில் மேற்கொண்டு தள்ளுபடி எதுவும் தரமுடியாது என்று அந்த நிறுவனம் சொல்லிவிட்டதாகச் செய்தி வெளியானது.

இங்கே கமிஷன் என்பதன் அர்த்தம் லஞ்சம். நான்கு நீர்மூழ்கிக் கப்பல்களை வாங்கியதற்காக முப்பது கோடி ரூபாய் லஞ்சம் தரப்பட்டுள்ளது என்ற செய்தி பலத்த சர்ச்சையைக் கிளப்பியது. யார், யாருக்கெல்லாம் கமிஷன் சென்றது என்பது குறித்து பாரதிய ஜனதா உள்ளிட்ட எதிர்க்கட்சிகளும் ஊடகங்களும் தொடர்ச்சியாகக் கேள்வி எழுப்பின.

நிலைமை சிக்கலானதைத் தொடர்ந்து பணப் பரிவர்த்தனை பற்றி விசாரிக்க உத்தரவிட்டார் ராஜீவ் அமைச்சரவையில் ராணுவ அமைச்சராக இருந்த விஸ்வநாத் பிரதாப் சிங் என்கிற வி.பி.சிங். இதுபற்றி விரிவான அறிக்கை ஒன்றையும் அவர் வெளியிட்டார். இது அரசுக்குப் பெரும் சிக்கலை ஏற்படுத்தியது. தர்மசங்கடத்தில் நெளியத் தொடங்கினார் பிரதமர் ராஜீவ்.

மேற்கண்ட விவகாரம் ஆளுங்கட்சிக்கு உள்ளிருந்தே எழுப்பப்பட்டது என்றால் காங்கிரஸ் கட்சிக்கு வெளியிலிருந்து வேறொரு விவகாரம் கிளப்பப் பட்டது. அது, போஃபர்ஸ் விவகாரம்.

லோட்டஸ் என்றால் தாமரை. அதாவது, ராஜீவ் என்கிற சமஸ்கிருத சொல்லின் அர்த்தம் தாமரை.

இந்திய ராணுவத் தேவைகளுக்காக ஸ்வீடன் நாட்டு நிறுவனத்திடம் இருந்து பீரங்கிகள் வாங்கியதில் 64 கோடி ரூபாய் கமிஷன் தொகை காங்கிரஸ் தலைவர் களுக்கும் இந்திய அதிகாரிகளுக்கும் தரப்பட்டுள்ளது; அந்தப் பணம் ஸ்விஸ் வங்கியின் நான்கு கணக்குகளில் போடப்பட்டுள்ளது என்று அந்த நாட்டு வானொலி பரபரப்பான செய்தியை வெளியிட்டது. குறிப்பாக, லோட்டஸ் என்ற ரகசியக் கணக்கைப் பற்றிச் சொன்னது அந்த வானொலி.

விஸ்வநாத் பிரதாப் சிங்

லோட்டஸ் என்றால் தாமரை. அதாவது, ராஜீவ் என்கிற சமஸ்கிருத சொல்லின் அர்த்தம் தாமரை. போதாக்குறைக்கு, அந்த ஒப்பந்தம் கையெழுத்தானபோது ராணுவத்துறை பிரதமர் ராஜீவ் காந்தியின் பொறுப்பில் இருந்தது. போதாது? அந்த நொடியில் ராஜீவ் காந்தியின் திருவாளர் பரிசுத்தம் பிம்பம் சுக்குநூறாக உடைந்து போனது. ஊழல் அரசு எனவும், லஞ்சம் வாங்கிய பிரதமர் எனவும் ராஜீவை எதிர்க்கட்சிகள் விமரிசிக்கத் தொடங்கின.

ஆனால் லஞ்சம் வாங்கியோரின் பெயர்களை ஸ்வீடன் வானொலியோ அல்லது வேறு யாருமே வெளியிடவில்லை. அந்தச் சமயத்தில் போஃபர்ஸ் விவகாரத்தின்மீது இந்தியாவின் முன்னணிப் பத்திரிகைகள் அதிகபட்ச ஆர்வத்தைச் செலுத்தின. குறிப்பாக, இந்து பத்திரிகையில் என். ராமும், இண்டியன் எக்ஸ்பிரஸில் அருண் ஷோரியும் வெளியிட்ட ஆவணங்களும் கட்டுரைகளும் இந்திய அரசியல் களத்தில் அதிர்வுகளை ஏற்படுத்தின. அவை இந்திய அரசியல்வாதிகள், ஆட்சியாளர்களை பலத்த நெருக்கடிக்கு இட்டுச்சென்றன.

இப்போது இந்த விவகாரத்தை பாரதிய ஜனதா கட்சியின் தலைவர் அத்வானி கையில் எடுத்துக் கொண்டார். ஸ்வீடன் வானொலி சொல்லும் குற்றச்சாட்டு பொய்யாக இருக்கும் பட்சத்தில், அவதூறு என்னும் சேற்றை வாரி இந்தியா மீது வீசிய குற்றத்துக்கு ஸ்வீடன் அரசு பொறுப்பேற்க வேண்டும். ஆகவே, ஸ்வீடன் அரசு உண்மையைக் கண்டறிய உடனடி நடவடிக்கை எடுக்க வேண்டும். அதேசமயம், ஸ்வீடன் வானொலி வெளியிட்ட செய்தியில் துளியளவு உண்மை இருந்தாலும், பிரதமர் ராஜீவ் காந்தி உடனே விசாரணைக்கு உத்தரவிட வேண்டும். அவர் பிரதமர் பதவியில் இருந்தும் விலகவேண்டும் என்றார் அத்வானி.

அருண் ஷோரி

அவர் சொல்வதில் நியாயம் இருந்தது. ஏனெனில், பிரதமர் என்ற தார்மீக உரிமையைத் தாண்டி, சம்பந்தப்பட்ட துறைக்கும் பொறுப்பேற்றிருந்தவர் என்ற முறையில் பிரதமர் ராஜீவ் எதிர்க்கட்சிகளின் கேள்விகளுக்குப் பதில் சொல்லவேண்டிய கட்டாயத்தில் இருந்தார். போதாக் குறைக்கு, ராஜீவ் அமைச்சரவையில் இருந்தபடியே அவருக்குக் கடுமையான நெருக்கடி கொடுத்த வி.பி. சிங் முதலில் அமைச்சரவையில் இருந்தும், பிறகு கட்சி யில் இருந்து விலகினார். அதே வேகத்தில் ஜன மோர்ச்சா என்ற பெயரில் புதிய கட்சியைத் தொடங்கினார்.

ஊழலுக்கு எதிரான போராளியாக அடையாளம் காணப் பட்ட வி.பி. சிங்குக்கு ஆதரவு பெருகியது. குறிப்பாக, போஃபர்ஸ் விவகாரத்தில் தொடர்புடைய நடிகர் அமிதாப் பச்சன் ராஜினாமா செய்ததால் காலியாகியிருந்த அலகாபாத் மக்களவைத் தொகுதிக்கு நடந்த இடைத்தேர்தலில் வி.பி.சிங் போட்டியிட்டு வெற்றிபெற்றிருந்தார். அதன்மூலம் ராஜீவ் காந்தியின் செல்வாக்கு சரிவுப் பாதையில் செல்லத் தொடங்கியிருப்பது உறுதியானது.

அந்த நெருக்கடியைப் புரிந்துகொண்ட பாரதிய ஜனதா தலைவர்கள் காங்கிரஸ் கட்சி காய மடைந்திருந்த இடத்திலேயே ஓங்கி அடிக்க முடிவுசெய்தனர். ஊழலுக்குப் பொறுப்பேற்று பிரதமர் ராஜீவ் ராஜினாமா செய்யவேண்டும் என்றும், மக்களவையைக் கலைத்துவிட்டு, உடனடியாகத் தேர்தல் நடத்தவேண்டும் என்றும் கோரி சத்தியாகிரகப் போராட்டத்தை நடத்தியது பாஜக. கட்சியின் இருபெரும் தலைவர்களான அத்வானியும் வாஜ்பாயும் ஆளுக்கொரு பக்கமாகப் போராட்டத்தில் ஈடுபட்டனர்.

உடனடியாகத் தேர்தல் நடத்தவேண்டும் என்றும் கோரி சத்தியாகிரகப் போராட்டத்தை நடத்தியது பாஜக. கட்சியின் இருபெரும் தலைவர்களான அத்வானியும் வாஜ்பாயும் ஆளுக்கொரு பக்கமாகப் போராட்டத்தில் ஈடுபட்டனர்.

எதிர்க்கட்சிகள் மத்தியில் அணி திரள்வுகள் வேறு நடக்கத் தொடங்கின. வி.பி.சிங்கின் ஜன மோர்ச்சாவும் சந்திரசேகரின் ஜனதாவும் இணைந்து ஜனதா தளம் என்ற புதிய கட்சி உருவானது. லோக்தளம் கட்சியும் அதனுடன் இணைந்தது. ஜனதா தளத்துடன் வேறுபல பிராந்தியக் கட்சிகளும் கூட்டணி அமைத்துக் கொண்டன. தமிழகத்தின் திமுக, ஆந்திரத்தின் தெலுங்கு தேசம், அசாமின் அசாம் கன பரிஷத் ஆகியவை சேர்ந்து தேசிய முன்னணி என்ற பெயரில் எதிர்க்கட்சிகளின் படைவரிசை தயாரானது.

போஃபர்ஸ் விவகாரத்தில் நாடாளுமன்றக் கூட்டுக்குழுவின் விசாரணை வேண்டும் என்று எதிர்க்கட்சிகள் கோரின. பாஜக உள்ளிட்ட எதிர்க்கட்சி மக்களவை உறுப்பினர் கள் தங்கள் பதவிகளை ராஜினாமா செய்து

பிரதமர் ராஜீவுக்கு அரசியல் நெருக்கடியைக் கொடுத்தனர். பிறகு வேறு வழியின்றி நாடாளுமன்றக் கூட்டுக்குழு விசாரணைக்குச் சம்மதித்தார் பிரதமர் ராஜீவ். நெருக்கடிகள் முற்றியதைத் தொடர்ந்து தேர்தலைச் சந்திக்கவும் தயாரானார்.

ஆனால் அவர் தயாராவதற்கு முன்பே எதிர்க்கட்சிகள் தங்களுக்கிடையே இயன்ற அளவுக்கு ஒற்றுமையை ஏற்படுத்தும் முயற்சியில் இறங்கியிருந்தனர். முக்கியமாக, ராஜீவ் காந்தி எதிர்ப்பு வாக்குகள் சிதறிவிடாமல் இருப்பதற்கு ஏதுவாக ஜனதா தளமும் பாரதிய ஜனதாவும் தேர்தல் கூட்டணி அமைத்துக்கொள்ளவேண்டும் என்ற கருத்து எழுந்தது.

அந்தக் கருத்தில் பாரதிய ஜனதாவுக்கு உடன்பாடு இருந்தது. இந்திரா காந்திக்கு எதிரான அலையைப் பயன்படுத்தி வளர்வதற்கு ஜனதா என்ற உத்தி பயன்பட்டது போல, தற்போது ராஜீவ் காந்திக்கு எதிரான அலையைத் தங்களுக்குச் சாதகமாகப் பயன்படுத்திக்கொள்வதற்கு இந்தக் கூட்டணி முயற்சிகள் உதவும் என்பது பாஜகவின் கணிப்பு. அத்தகைய கூட்டணி முயற்சிகளில் ஜனதா தளம் உள்ளிட்ட கட்சிகளுக்கும் ஆர்வம் இருந்தது, ஒருவரைத் தவிர. அவர், வி. பி. சிங்.

இடதுசாரிகளுடன் இணைந்து செயல்படுவதில் ஆர்வம் செலுத்திய வி. பி. சிங்குக்கு மதவாதம் பேசும் பாரதிய ஜனதாவுடன் தேர்தல் கூட்டணி அமைத்துக்கொள்வதில் நிறைய தயக்கங்கள் இருந்தன. ஊழலுக்கு எதிரான இயக்கமாக தேசிய முன்னணியைக் கட்டமைத்து மக்கள் மத்தியில் சென்றுகொண்டிருக்கும் சமயத்தில், பாஜகவுடனான கைகுலுக்கல் எதிர்மறை விளைவுகளை ஏற்படுத்திவிடும் என்பது வி.பி.சிங்கின் கணிப்பு.

இந்நிலையில் தேர்தல் வியூகங்கள், நிலைப்பாடுகள், உத்திகள் குறித்து விவாதிப்பதற்காக பாரதிய ஜனதா கட்சியின் தேசிய செயற்குழு 25 செப்டெம்பர் 1989 அன்று மராட்டிய மாநிலம் பம்பாயில் கூடியது. அதில் பேசிய அத்வானி, ஜனதா தளத்துடன் தேர்தல் கூட்டணி குறித்த தனது விருப்பத்தைத் தெரிவித்த அதேசமயம், கூட்டணி அமையாவிட்டாலும் ராஜீவுக்கு எதிரான போராட்டம் தேர்தல் களத்திலும் தொடரும் என்றார்.

முக்கியத்துவம் வாய்ந்த இந்தச் செயற்குழு கூட்டத்தில் பாரதிய ஜனதாவின் கூட்டணிக் கட்சியான சிவசேனாவின் தலைவர் பால் தாக்கரே சிறப்பு விருந்தினராகக் கலந்துகொண்டார். அதற்கு முந்தைய செயற்குழுவில்தான் சிவசேனாவுடன் கூட்டணி அமைப்பது பற்றிய முடிவை பாஜக அதிகாரபூர்வமாக எடுத்திருந்தது. இடைப்பட்ட காலங்களில் சிவசேனா மராட்டிய அரசியல் களத்தில் பலத்த அதிர்வுகளை ஏற்படுத்தி, ஒரு முக்கியமான அரசியல் சக்தியாகத் தன்னை வார்த்தெடுத்திருந்தது.

முக்கியமாக, தன்னை ஓர் இந்துத்வ அரசியல் கட்சியாக அடையாளப்படுத்திக் கொண்டிருந்தது. எனது சேனைகள் மராட்டியத்தில் மராட்டியர்கள், இந்துஸ்தானத்தில் இந்துக்கள் என்றார் பால் தாக்கரே. உச்சகட்டமாக, இந்தியாவுக்கு இந்துஸ்தான் என்று பெயர் வைக்கவேண்டும் என்று கட்சியின் முக்கியமான மாநாடு ஒன்றில் தீர்மானம் ஒன்றையும் நிறைவேற்றியிருந்தது சிவசேனா.

இத்தகைய செயல்பாடுகள்தான் சிவசேனாவின் மீதான பாரதிய ஜனதாவின் ஈர்ப்புக்கு முக்கியமான காரணம். இந்த இரு கட்சிகளுக்கும் இடையே தேர்தல் கூட்டணியை உருவாக்கும் முயற்சியில் பாரதிய ஜனதாவின் இளம் தலைவர்களுள் ஒருவரான பிரமோத் மகாஜன் இறங்கினார். சிவசேனாவுக்கும் பாஜக போன்ற அரசியல் கட்சியின் துணை தேவைப்பட்டது. ஆகவே, இருவரும் இணைந்து கூட்டணி அமைத்துத் தேர்தலைச் சந்திக்கத் தயாராகினர்.

இதற்கிடையே எதிர்க்கட்சிகளுக்கு இடையே கூட்டணி அமைப்பதில் லேசான முன்னேற்றம் ஏற்பட்டது. பாஜகவுடன் கூட்டணி அமைப்பதைவிட வெற்றி வாய்ப்புள்ள மாநிலங்களில் தொகுதி உடன்பாடு செய்துகொண்டு போட்டியிடுவது என்று முடிவானது. எதுவுமே இல்லாத நிலையில், தொகுதி உடன்பாடு என்ற பெயரில் ஏதோவொரு ஒருங்கிணைப்பு எதிர்காலத்துக்கு நல்லது என்று நினைத்த பாஜக, அந்த ஏற்பாட்டை ஏற்றுக்கொண்டது.

இப்போது இன்னொரு அதிமுக்கியமான வேலை ஒன்று பாக்கியிருந்தது. அது, தொகுதிப் பிரிப்பு. யாருக்கு எத்தனைத் தொகுதிகள் என்பது முதல் கட்டம். யார், யாருக்கு எந்தெந்தத் தொகுதிகள் என்பது இரண்டாம் கட்டம். அந்த இடத்தில்தான் சவால் தொடங்கியது!

90

பாஜகவுடன் கைகுலுக்கிய தேசிய முன்னணி

ராஜீவ் காந்தி அரசின் மீதான எதிர்ப்பலை நாடு தழுவிய அளவில் ஆவேசமாக வீசிக்கொண்டிருந்ததைத் தங்களுக்குச் சாதகமாகப் பயன்படுத்திக்கொள்ள தேசியக் கட்சிகள் முதல் பிராந்தியக் கட்சிகள் வரை அனைத்துமே ஆவலுடன் இருந்தன. குறிப்பாக, தேசியக் கட்சிகளான பாரதிய ஜனதா, ஜனதா தளம் மற்றும் இடதுசாரிகள் மூவரும் முன்னணியில் இருந்தனர். ஆனால் இந்த மூவரையும் இணைக்கும் புள்ளி எதுவென்று தெரியவில்லை.

அதைக் கண்டுபிடிக்கும் முயற்சியின் ஒருபகுதியாக ஆர்.எஸ்.எஸ் தலைவர் பாபுராவ் தேவரஸை ஜனதா தளத் தலைவர்கள் சந்தித்துப் பேசினர். பாஜக - ஜனதா தளம் கூட்டணி ஏற்பட்டால் மட்டுமே ராஜீவ் தலைமையிலான காங்கிரஸ் கட்சியை ஆட்சியிலிருந்து அகற்ற முடியும் என்பதை அவரிடம் விளக்கிச் சொன்னார்கள். அவரும் அதற்கான முயற்சிகளில் இறங்கினார். ஆனால் வி.பி. சிங்கின் 'பாஜக ஒவ்வாமைக் குணம்' கூட்டணி அமைவதைத் தடுத்தது.

எல்லா மாநிலங்களிலும் தேசிய முன்னணியுடன் கூட்டணி அமைத்துப் போட்டியிட வேண்டும் என்பது பாரதிய ஜனதா கட்சியின் விருப்பம். ஆனால் அதில் வி.பி. சிங்குக்கு உடன்பாடில்லை. பின்னர் சில மாநிலங்களில் மட்டும் தேர்தல் உடன்பாடு செய்து கொள்ளலாம் என்று சற்றே இறங்கிவந்தார். எஞ்சிக்கிடந்த

சுமித்ரா மகாஜன்

முட்டுக்கட்டைகளை அகற்றும் பணியை மூத்த தலைவர்கள் சிலர் செய்தனர். அதன் பலனாக இரு கட்சிகளுக்கும் இடையே தொகுதி உடன்பாடுகள் ஏற்பட்டன.

உத்தரப் பிரதேசம், மத்தியப் பிரதேசம், ராஜஸ்தான், பீகார், குஜராத், மகாராஷ்ட்ரா உள்ளிட்ட இந்தி பேசும் வட மாநிலங்கள் பலவற்றில் ஜனதா தளம், பாரதிய ஜனதா இடையே தொகுதி உடன்பாடுகள் ஏற்பட்டன. குறிப்பிட்ட தொகுதியில் செல்வாக்கு அதிகம் இருக்கும் கட்சி அந்தத் தொகுதியில் வேட்பாளரை நிறுத்துவது என்றும், மற்ற கட்சி அதற்கு ஆதரவளிப்பது என்றும் முடிவுசெய்யப்பட்டது.

பாஜக - ஜனதா தளம் இடையில் ஏற்பட்ட தொகுதி உடன்பாட்டைப் போலவே ஜனதா தளம் - இடதுசாரிகள் இடையிலும் தொகுதி உடன்பாடுகள் செய்து கொள்ளப்பட்டன. என்ன ஒன்று, முந்தைய உடன்பாடு இறுக்கமான ஒன்றாக இருந்தது. ஆனால் பிந்தைய உடன்பாடு சற்றே இளகிய நிலையில் இருந்தது. காரணம், இடதுசாரிகளும் ஜனதா தளமும் ஒத்த சிந்தனையில் இருந்தனர்.

சின்னச்சின்ன உரசல்களும் சிராய்ப்புகளும் இருக்கவே செய்தன. அவற்றைச் சரிகட்டும் பணியை சம்பந்தப்பட்ட பிராந்தியத் தலைவர்கள் சிறப்பாகவே செய்தனர். அதனைத் தொடர்ந்து எதிரணியின் தொகுதிப் பங்கீடு முடிவுக்கு வந்தது. தேசியக் கட்சிகள், மாநிலக் கட்சிகள் என பலவற்றுக்கான விரிவான தொகுதிப் பங்கீடாக அது அமைந்தது.

அயோத்தியில் ராமருக்குக் கோயில் எழுப்புவதைத் தன்னுடைய பிரதான செயல்திட்டங்களுள் ஒன்றாக பாஜக வைத்திருந்தது.

அதன்படி, பாரதிய ஜனதா 225 தொகுதிகளில் போட்டியிட்டது. ஜனதா தளம் 244 தொகுதிகளிலும் மார்க்சிஸ்ட் கம்யூனிஸ்ட் கட்சி 64 தொகுதிகளிலும் இந்திய கம்யூனிஸ்ட் கட்சி 50 தொகுதிகளிலும் போட்டியிட்டன. மேலும், தேசிய முன்னணியில் இடம்பெற்ற தெலுங்கு தேசம், திமுக உள்ளிட்ட கட்சிகளும் தங்கள் பலத்துக்குத் தக்கவாறு வேட்பாளர்களைக் களமிறக்கியிருந்தன.

பாரதிய ஜனதா கட்சியைப் பொறுத்தவரை 21 மாநிலங்களில் தன்னுடைய வேட்பாளர்களை நிறுத்தியிருந்தது. குறிப்பாக, மகாராஷ்ட்ரா, மத்தியப் பிரதேசத்தில் தலா 33, உத்தரப் பிரதேசத்தில் 31, பீகாரில் 24, கேரளாவில் 20, மேற்கு வங்கத்தில் 19, ராஜஸ்தானில் 17, குஜராத்தில் 12 என்ற அளவில் வேட்பாளர்களை

நாராயண் தத் திவாரி

நிறுத்தியிருந்தது. மற்ற மாநிலங்களில் ஒற்றை இலக்கத்திலேயே போட்டியிட்டது பாஜக. தமிழ்நாட்டில் நாகர்கோவில், மத்திய சென்னை, கோயம்புத்தூர் ஆகிய மூன்று தொகுதிகளில் போட்டியிட்டது பாஜக.

பாரதிய ஜனதா கட்சியின் வேட்பாளர்களில் புதுடெல்லியில் போட்டியிட்ட அத்வானி பிரதானமானவர். அவரைத் தவிர்த்து, ஆந்திராவின் பபட்லாவில் வெங்கையா நாயுடு, பீகாரின் குந்தியில் கரியமுண்டா, ஹரியானாவின் கர்னாலில் சுஷ்மா ஸ்வராஜ், மத்தியப் பிரதேசத்தின் குணாவில் விஜய ராஜே சிந்தியா, கஜுராஹோவில் உமா பாரதி, இந்தூரில் சுமித்ரா மகாஜன், மகாராஷ்ட்ராவின் பம்பாய் வடக்கில் ராம் நாயக், ராஜஸ்தானின் ஜலாவரில் வசுந்தரா ராஜே சிந்தியா, தெற்கு டெல்லியில் மதன்லால் குரானா ஆகியோர் போட்டியிட்டனர்.

இந்தியாவின் பல மாநிலங்களில் செல்வாக்குடன் இருக்கும் பிரதான அரசியல் கட்சிகளுடன் தொகுதி உடன்பாடு ஏற்படுத்திவிட்ட உற்சாகத்துடன் தேர்தலை எதிர்கொள்ளத் தயாரானது பாரதிய ஜனதா. கடந்த முறை தேர்தலைச் சந்தித்தபோது இந்திரா அனுதாப அலை பாஜகவின் முன்னேற்றத்துக்குப் பெருந்தடையாக இருந்தது. ஆனால் இம்முறை ராஜீவ் எதிர்ப்பு அலை. ஆகவே, கைக்கெட்டிய வாய்ப்பைக் கெட்டியாகப் பிடித்துக்கொள்ளத் தயாரானது.

அயோத்தியில் ராமருக்குக் கோயில் எழுப்புவதைத் தன்னுடைய பிரதான செயல்திட்டங்களுள் ஒன்றாக பாஜக வைத்திருந்தது. அதற்காகக் கடந்த காலங்களில் செய்யப்பட்ட பிரசாரங்கள் தேர்தல் களத்தில் கைகொடுக்கும் என்பது பாஜக தலைவர்களின் அசைக்க முடியாத நம்பிக்கை.

பால் தாக்கரே, பிரமோத் மகாஜன்

அத்தோடு, தங்கள் பாரம்பரிய செயல்திட்டங்கள் எதையும் இம்முறை விட்டுக் கொடுக்க வில்லை.

மதமாற்றத்தடைச்சட்டம் கொண்டு வரவேண்டும் என்பதையும் அதற்காகப் பயன்படுத்தப்படும் சட்ட விரோதப் பணப்பரிமாற் றத்தைத் தடைசெய்யவேண்டும் என்பதையும் விரிவாகப் பேசியது பாஜக. பசுவதையைத் தடுக்க வேண்டும் என்றதோடு, பொது சிவில் சட்டம் கொண்டுவர வேண்டும் என்று மேடைக்கு மேடை வலியுறுத்தியது. முக்கியமாக, ராம ஜென்ம பூமியில் ராமருக்குக் கோவில் எழுப்ப வேண்டும் என்று இந்துக்கள் உண்மையிலேயே விரும்பும் பட்சத்தில், அவர்கள் தங்களுடைய ஒருங்கிணைந்த ஆதரவை பாரதிய ஜனதாவுக்குத் தரவேண்டும் என்றது.

மகாராஷ்ட்ராவில் பால் தாக்கரேவும் பிரமோத் மகாஜனும் ஒரே மேடையில் கூட்டுப் பிரச ாரம் செய்தனர். ‘எங்கள் கூட்டணி வெறும் தேர்தல் கூட்டணி அல்ல, இரண்டு இதயங்களின் கூட்டணி. இந்து லட்சியத்துக்குச் சேவை செய்யும் கூட்டணி’ என்றார் பிரமோத் மகாஜன். அதை அப்படியே வழிமொழிந்துப் பேசிய பால் தாக்கரே, மேலும் சில கருத்துகளை முன்வைத்தார். அது பலத்த சர்ச்சைகளை எழுப்பியது.

‘உங்கள் மதச்சார்பின்மை நாசமாகப் போகட்டும். இந்த நாட்டில் இந்துக்களும் இந்து மதமும் முதலில் மதிக்கப்படவேண்டும். அது எங்களுடைய பிறப்புரிமை. அதைத் தருவதற்கு அரசாங்கம் மறுத்தால், அதை எப்படிப் பெறுவது என்கிற வழிமுறை எங்களுக்குத் தெரியும்’ என்றார். அதன்மூலம் மகாராஷ்ட்ராவில் இந்து வாக்குவங்கியை ஒருங்கிணைக்கும் முயற்சிகள் தீவிரம் பெற்றன. தவிரவும், ஜனதா தளத்துடன் தொகுதி உடன்பாடு செய்துகொண்டிருந்ததால் அந்தக் கட்சி க்குப் புதிய வாக்காளர்கள் பலரும் வந்துசே ர்ந்திருந்தனர்.

உங்கள் மதச்சார்பின்மை நாசமாகப் போகட்டும். இந்த நாட்டில் இந்துக்களும் இந்து மதமும் முதலில் மதிக்கப் படவேண்டும். அது எங்களுடைய பிறப்புரிமை. அதைத் தருவதற்கு அரசாங்கம் மறுத்தால்...

பாஜக ஒருபக்கம் எதிர்ப்பிரசாரம் செய்து கொண்டிருந்தது என்றால் வி.பி. சிங் உள்ளிட்ட தேசிய முன்னணித் தலைவர்கள் ராஜீவ் அரசுக்கு எதிரான போஃபர்ஸ் ஊழல் விவகாரம் பற்றி மேடைக்கு மேடை பேசிக்கொண்டிருந்தனர். அரசின் ஒவ்வொரு துறையிலும் ஊழல் மலிந்து கிடக்கிறது. இனியும் காங்கிரஸ் கட்சியினரை ஆளவிட்டால் நாடு

திவாலாகிவிடும் என்று எச்சரித்தனர். தேசிய முன்னணியில் தேசியக் கட்சிகளின் தலைவர்கள் மட்டுமின்றி, மாநில அளவில் செல்வாக்கு நிரம்பிய தலைவர்களும் தீவிரமான பிரசாரத்தில் ஈடுபட்டனர்.

எதிர்க்கட்சிகள் இருமுனைகளில் இருந்து எதிர்ப்பிரசாரத்தில் ஈடுபட்டிருந்த நிலையில், அவற்றை எதிர்கொள்ள காங்கிரஸ் கட்சியும் கச்சிதமாகத் திட்டமிட்டிருந்தது. குறிப்பாக, பாஜகவின் வியூகத்தை உடைக்கும் வகையிலான எதிர்வியூகத்தை வகுத்திருந்தது. இந்துக்களின் வாக்கு வங்கியைத் தங்கள் பக்கம் திருப்பும் வகையில் பாஜக செயல்பட்டுக் கொண்டிருந்தது அல்லவா, அந்தத் திட்டத்தை முறியடிக்கும் வகையில் சில காரியங்களைச் செய்திருந்தது ராஜீவ் அரசு.

அதில் முக்கியமானது, பாபர் மசூதியில் செங்கல் பூஜைக்கு அனுமதி கொடுத்த விவகாரம். பாபர் மசூதியை இடித்துவிட்டு, அந்த இடத்தில் ராமருக்குக் கோயில் கட்டுவதற்கு ஏதுவாக சிலன்யாஸ் என்கிற செங்கல் பூஜையை நடத்த அனுமதிக்கவேண்டும் என்று விஷ்வ ஹிந்து பரிஷத் உள்ளிட்ட இந்து அமைப்புகள் பலவும் தொடர்ச்சியாக கோரிக்கை விடுத்துக் கொண்டிருந்தன.

அதற்குச் சம்மதித்தால் பாபர் மசூதியை இடித்துக்கொள்ள அரசே அனுமதி கொடுத்துவிட்டது என்றுதான் அர்த்தம். ஆனாலும் ராஜீவ் அரசு செங்கல் பூஜைக்கு அனுமதி கொடுக்கத் தயாரானது. உரிய உத்தரவுகள் உத்தரப் பிரதேச மாநில அரசுக்குச் சென்று சேர்ந்தன. அதனைத் தொடர்ந்து சிலன்யாஸ் பூஜையை நடத்துவதற்கு அனுமதி கொடுத்தார் மாநில முதல்வர் நாராயண தத் திவாரி. அந்த பூஜை அமைதியாக நடந்து முடிந்ததில் ராஜீவ் அரசுக்கு மிகுந்த மகிழ்ச்சி.

ராஜீவ் காந்தியின் அதிரடி முடிவு பாஜகவை அதிர்ச்சியில் ஆழ்த்தியது. அதிலிருந்து அவர்கள் மீள்வதற்குள் அடுத்த அதிரடியை நிகழ்த்தினார் ராஜீவ். தன்னுடைய தேர்தல் பிரசாரப் பயணத்தையே அயோத்தியில் இருந்து தொடங்கினார். ராமனின் பூமியில் இருந்து, புனித பூமியில் இருந்து பிரசாரத்தைத் தொடங்குவதில் தான் பெருமிதம் கொள்வதாக ராஜீவ் சொன்னது இந்திய அளவில் ஆச்சரிய ரேகைகளைப் பரப்பியது.

பாஜகவுக்கு எதிராகத் தன்னுடைய பிரசாரத்தை மேலும் முடுக்கிவிட்டது காங்கிரஸ். நாட்டின் ஒருமைப்பாட்டுக்கு வந்துள்ள ஆபத்து, அந்த நெருப்பில் எண்ணெய் ஊற்றும் மதவாத எதிர்க்கட்சிகள், அவற்றைத் தடுக்க முடிந்த ஒரே சக்தி நாங்கள் மட்டுமே என்று பிரசாரம் செய்தது காங்கிரஸ் கட்சி. அதேசமயம், காங்கிரஸை முழுமுதல் எதிரியாக வரித்துக்கொண்டு செயல்படும் தேசிய முன்னணிக்கு எதிராகவும் தீவிரமான பிரசாரத்தை முன்னெடுத்தது காங்கிரஸ்.

நிலையான ஆட்சியை எங்களால் மட்டுமே தரமுடியும். ஜனதா என்கிற கிச்சடி அரசின் கதி என்ன ஆனது என்பது உங்களுக்கே தெரியும் என்று சொன்னது காங்கிரஸ். ஆனால் தேசிய முன்னணியோ, நிலையான ஆட்சியைக் காட்டிலும் நல்லாட்சியே முக்கியம். அதை நாங்கள் தருவோம் என்றனர். மதவாதம் பேசும் அமைப்புகளால் இந்திய ஒற்றுமைக்கே ஆபத்து என்றது காங்கிரஸ். ஊழலற்ற நிர்வாகம்தான் இந்தியாவை உயிர்ப்புடன் வைத்திருக்கும் என்றது பாஜக.

கடந்த தேர்தல் பிரசாரத்தின்போது காங்கிரஸின் கையே ஓங்கியிருந்தது. ஆனால் இம்முறை தேசிய முன்னணியும் பாரதிய ஜனதாவும்தான் தேர்தல் களத்தில் முன்னணியில் இருந்தன. காங்கிரஸ்

மிகுந்த பலவீனத்துடன் காட்சியளித்தது. தேர்தல் முடிவுகள் வெளியானபோது பல ஆச்சரிய முடிவுகள் வந்து அதிர்ச்சியளித்தன. முக்கியமாக, காங்கிரஸ் ஆட்சியை இழந்திருந்தது.

மொத்தம் 510 தொகுதிகளில் போட்டியிட்ட காங்கிரஸ் கட்சி வெறும் 197 இடங்களில் மட்டுமே வெற்றிபெற்றிருந்தது. காங்கிரஸ் கட்சி பெற்ற மிகக்குறைந்த எண்ணிக்கை இதுதான். ஆனால் எதிர்க்கட்சிகளோ எதிர்பார்ப்புகளை எல்லாம் மீறி காத்திரமான வெற்றியைப் பெற்றிருந்தன. காங்கிரஸ் கட்சிக்கு அடுத்தபடியாக ஜனதா தளம் 143 இடங்களைக் கைப்பற்றி யிருந்தது.

85 இடங்களைப் பிடித்து மூன்றாம் இடத்துக்கு வந்திருந்தது பாரதிய ஜனதா. மார்க்சிஸ்ட் கம்யூனிஸ்ட் கட்சி 33 இடங்களையும் இந்திய கம்யூனிஸ்ட் கட்சி 12 இடங்களையும் பிடித்தன. கூட்டிக்கழித்துப் பார்த்ததில் காங்கிரஸ், ஜனதா தளம், பாஜக உள்ளிட்ட எந்தவொரு கட்சிக்கும் ஆட்சி அமைக்கும் அளவுக்குப் பெரும்பான்மை இல்லை. தேசிய முன்னணியினர் பெற்ற இடங்களைக் கூட்டிப்பார்த்தபோதும் பெரும்பான்மை கிடைக்கவில்லை.

அப்போது ஒரேயொரு நம்பிக்கைக் கீற்று தெரிந்தது. அது, பாஜக வசம் இருக்கும் 85 உறுப்பினர்கள். அவர்களுடைய ஆதரவு கிடைக்கும் பட்சத்தில் ஜனதா தளம் தலைமையிலான தேசிய முன்னணி அரசை அமைக்க முடியும். ஆனால் பாஜக ஒவ்வாமையில் இருக்கும் வி.பி.சிங் பாஜகவின் ஆதரவைக் கோருவாரா? அல்லது அவருக்கு பாஜக ஆதரவளிக்குமா?

91

வி.பி. சிங்கை ஆதரித்த பாஜக

மதவாதம் பேசும் கட்சி, தீண்டத்தகாத கட்சி, பாசிசக் கட்சி என்றெல்லாம் சக அரசியல் கட்சிகளால் கடுமையான விமரிசனத்துக்கு ஆளாகிக் கொண்டிருந்த பாரதிய ஜனதா கட்சிக்கு 1989 மிகப்பெரிய திருப்புமுனை ஆண்டு. உருவாகி ஒன்பதே ஆண்டுகளில் ஆளும் காங்கிரஸ் கட்சியின் சிம்ம சொப்பனமாக மாறியிருந்தது அந்தக் கட்சி.

இன்னும் சொல்லப் போனால், பாஜகவின் தீவிரமான விமரிசகர்களான ஜனதா தளம் உள்ளிட்ட கட்சிகள் அங்கம் வகிக்கும் தேசிய முன்னணியுடன் பல மாநிலங்களில் தேர்தல் தொகுதி உடன்பாடுகளைச் செய்துகொண்டிருந்தது. அந்த அளவுக்கு தேர்தல் அரசியலில் தவிர்க்க முடியாத சக்தியாக முக்கியத்துவம் பெற்றிருந்தது பாரதிய ஜனதா.

போதாக்குறைக்கு, மக்களவைத் தேர்தலிலும் அந்தக் கட்சி இதுவரை பெற்றிராத பெரிய வெற்றியைப் பெற்றிருந்தது. மொத்தம் 244 தொகுதிகளில் போட்டியிட்ட அந்தக்கட்சி 85 தொகுதிகளைக் கைப்பற்றியிருந்தது. கடந்த மக்களவைத் தேர்தலில் வெறும் இரண்டே தொகுதிகளில் வெற்றி பெற்றிருந்த பாஜகவுக்கு இது சர்வ நிச்சயமாகப் பிரம்மாண்ட வெற்றி. மேலும், அடுத்த ஆட்சியாளர் யார் என்பதைத் தீர்மானிக்கும் சக்தியாகவும் பாரதிய ஜனதா உருமாறியிருந்தது.

சங்கர் சிங் வகேலா

அதிகபட்சமாக மத்தியப் பிரதேசத்தில் மட்டும் 19 பேர் பாஜக சார்பில் வெற்றிபெற்றிருந்தனர். குஜராத்தில் 11, மகாராஷ்ட்ரா, ராஜஸ்தானில் தலா 9, பீகாரில் 7, உத்தரப் பிரதேசத்தில் 6, ஹிமாச்சலப் பிரதேசம் மற்றும் டெல்லியில் தலா 3 என்ற அளவில் பாஜக வெற்றிபெற்றிருந்தது. அந்தக் கட்சியின் சார்பில் வெற்றிபெற்றவர்களில் கரிய முண்டா, சங்கர் சிங் வகேலா, காஷிராம் ரானா, சத்ய நாராயண் ஜாட்டியா, ராம் நாயக், விஜய்குமார் மல்கோத்ரா ஆகியோர் முக்கியமானவர்கள்.

தேர்தல் முடிவுகள் அறிவிக்கப்பட்டபோது எந்தவொரு கட்சிக்கோ அல்லது கூட்டணிக்கோ ஆட்சி அமைக்கும் அளவுக்கான பெரும்பான்மை இல்லை. தனிப்பெருங்கட்சியாக உருவெடுத்திருந்த காங்கிரஸ் ஆட்சி அமைக்க ஆர்வம் செலுத்தவில்லை. அதற்கான வாய்ப்பும் இல்லை. ஆனால் காங்கிரஸுக்கு அடுத்த இடத்தில் இருந்த ஜனதா தளம் கட்சிக்கு ஆட்சி அமைப்பதில் அதிகபட்ச ஆர்வம்.

ஜனதா தளத்துக்குக் கிடைத்த இடங்களின் எண்ணிக்கை 143 மட்டுமே. அவற்றில் உத்தரப் பிரதேசத்தில் இருந்து 54, பீகாரிலிருந்து 32, ஒரிசாவிலிருந்து 16, ராஜஸ்தான் மற்றும் குஜராத்திலிருந்து தலா 11 என்று வெறும் ஐந்தாறு மாநிலங்களில் இருந்து மட்டுமே பிரதிநிதிகள் கிடைத்திருந்தனர். அது ஆட்சியமைக்கப் போதுமானதன்று. எனில் யாரிடமிருந்து ஆதரவைப் பெறுவது?

அப்போது காங்கிரஸ், ஜனதா தளம் என்ற இரண்டு கட்சிகளைத் தாண்டி மூன்றாவது சக்தியாக பாரதிய ஜனதா உருவெடுத்திருந்தது. அந்தக் கட்சியின் ஆதரவு கிடைத்தால் மட்டுமே தேசிய முன்னணி ஆட்சி அமைக்க முடியும் என்ற நிலை. தேர்தலுக்கு முன்னால் தொகுதி உடன்பாடு செய்துகொண்ட கட்சி என்ற முறையில் பாரதிய ஜனதாவின் ஆதரவை கேட்டுப் பெறுவது என முடிவுசெய்தது தேசிய முன்னணி.

பிரசார மேடையில்கூட பாஜகவின் காவிக்கொடி இடம்பெறுவதை வி.பி. சிங் விரும்பவில்லை

உண்மையில், அப்படியான ஆதரவைக் கோருவதில் வி.பி. சிங்குத் தயக்கம் இருந்தது. பிரசார மேடையில் கூட பாஜகவின் காவிக்கொடி இடம்பெறுவதை வி.பி. சிங் விரும்பவில்லை என்றும் அந்தக் கொடிகளை அகற்றிய பிறகே மேடையில் பேசினார் என்றும் பாஜக தரப்பிலிருந்து அதிருப்திக் குரல்கள் தேர்தலுக்கு முன்பே வந்திருந்தன.

பதவியேற்கும் வி.பி. சிங்

என்றாலும், வேறு வழியின்றி பாஜகவின் ஆதரவைக் கோரி அதன் தலைவர் அத்வானிக்குக் கடிதம் எழுதினார் தேசிய முன்னணியின் தலைவர் என்.டி. ராமாராவ். அதை வழிமொழிந்து வி.பி.சிங்கும் அத்வானிக்குக் கடிதம் எழுதினார். அப்படியான கடிதங்கள் வந்ததில் பாஜகவுக்கு அளவற்ற மகிழ்ச்சி. தேசிய அரசியலில் தீர்மானிக்கக்கூடிய சக்தி என்பது சாதாரண அந்தஸ்து அல்லவே!

இருதரப்புக்கும் இடையே முறைப்படியான பேச்சுவார்த்தைகள் தொடங்கின. முக்கியமாக, அயோத்தி விவகாரம் பற்றிப் பேசப்பட்டது. அப்போது அயோத்தி விஷயத்தில் தன்னுடைய அரசு தார்மீக ரீதியிலும் நியாயமான முறையிலும் செயல்படும் என்று வாக்குறுதி கொடுத்தார் வி.பி. சிங். அதன் அர்த்தம் என்ன என்பது பாஜக தலைவர்களுக்குத் தெரியாததல்ல.

என்றாலும், கையில் கிடைத்த லகானைக் கொண்டு அரசியலின் அடுத்த கட்டத்துக்கு நகரத் தயாரானது பாஜக. ஆகவே, தேசிய முன்னணி அரசுக்கு வெளியில் இருந்து ஆதரவளிக்க முடிவு செய்தது. அந்த முடிவை எழுத்துப்பூர்வமாகவே குடியரசுத் தலைவர் ஆர். வெங்கட்ராமனிடம் கொடுத்தது பாஜக. அதன்பிறகே வி.பி. சிங்கை ஆட்சியமைக்க அழைத்தார் குடியரசுத் தலைவர்.

மக்கள் வாக்களித்தது காங்கிரஸின் ஊழலாட்சிக்கு எதிராகத்தானே தவிர தேசிய முன்னணிக்கு ஆதரவாக அல்ல. தற்போது ஆட்சியமைக்க ஆதரவு கோரும் வி.பி.சிங்குக்கு பாரதிய ஜனதா பற்றி இருக்கும் கருத்தோட்டம் மோசமானது. மதவாதக் கட்சி என்ற அவருடைய கருத்தை

அத்வானி, தேவிலால்

மாற்றிக்கொள்ளவேண்டும். அதேசமயம், நாங்கள் கொடுக்கும் ஆதரவு ஒருபோதும் நிரந்தரமானதல்ல. வி.பி.சிங்கின் எதிர்காலச் செயல்பாடுகளைப் பொறுத்தது என்பதையும் பாஜக தெளிவுபடுத்தியிருந்தது. அதன் அர்த்தம் என்ன என்பது வி.பி.சிங்குக்குத் தெரியாததல்ல.

இப்போது தேசிய முன்னனிக்குள் லேசான குழப்பம். வேறென்ன, யார் பிரதமர் என்பதுதான். உண்மையில், தேசிய முன்னணியின் பிரதமர் வேட்பாளர் என்று வி.பி.சிங்கை அதிகாரபூர்வமாக அறிவிக்கவில்லையே தவிர அவர்தான் அந்த அணியின் ஆதாரப்புள்ளி. நம்பிக்கை நட்சத்திரம். பிரசார பீரங்கி. ஆனால் தேர்தல் முடிவுகள் வந்தபிறகு பிரதமர் நாற்காலியை வேறு சிலரும் குறிவைத்தனர். அவர்களில் இருவர் முக்கிய மானவர்கள். தேவிலால் மற்றும் சந்திரசேகர்.

கூட்டணிக் கட்சிகளிடம் ஒருபக்கம் ஆதரவு திரட்டிய தேவிலால், இன்னொரு பக்கம் ஆட்சிக்கு ஆதரவளிக்க முன்வந்த பாஜகவின் ஆதரவையும் கோரினார். பாஜக தலைவர் அத்வானியை நேரில் சந்தித்துப் பேசினார். அதேபோல, சந்திரசேகரும் பாஜக தலைவர்கள் அத்வானி, வாஜ்பாய் ஆகியோரைச் சந்தித்து அவர்களுடைய ஆதரவைக் கோரினார். ஆனால் அவர்களுக்கு பாஜக தரப்பில் இருந்து எவ்வித உறுதிமொழியும் தரப்படவில்லை.

பின்னர் என்.டி. ராமராவ் உள்ளிட்ட தேசிய முன்னணித் தலைவர்களின் சமாதான முயற்சி களைத் தொடர்ந்து தேவிலாலும் சந்திரசேகரும் அரைமனத்துடன் போட்டியிலிருந்து விலகிக் கொண்டனர். பின்னர் வி.பி. சிங் பிரதமராகப் பொறுப்பேற்றுக் கொண்டார். அயோத்தியில் ராமர் கோயில், பொதுசிவில் சட்டம் உள்ளிட்ட அம்சங்களில் உரிய ஒத்துழைப்பைக் கொடுக்க வேண்டும் என்று பிரதமர் வி.பி. சிங்கைக் கேட்டுக்கொண்டது பாஜக.

முக்கியமாக, பிரதமர் வி.பி. சிங்குடன் அரசுக்கு ஆதரவளிக்கும் பாஜகவின் பிரதிநிதிகளும் இடதுசாரிகளின் பிரதிநிதிகளும் அவ்வப்போதும் அவசியம் ஏற்படும்போதும் நேரில் சந்தித்து ஆலோசனை செய்வது என்று தீர்மானித்துக் கொண்டனர். அந்த ஆலோசனைக் கூட்டங்களில் பாரதிய ஜனதா சார்பில் அத்வானியோ, வாஜ்பாயோ அல்லது இருவருமோ கலந்து கொண்டனர். இடதுசாரிகள் சார்பில் ஹர்கிஷன் சுர்ஜீத், ஜோதிபாசு உள்ளிட்டோர் பங்கேற்றனர்.

உண்மையில் இதுவொரு வித்தியாசமான ஒருங்கிணைப்பு. பாஜகவுக்கும் வி.பி.சிங்குக்கும் ஆகாது; இடதுசாரி களுக்கும் பாஜகவுக்கும் ஒத்துவராது. ஆனால் இவர்கள் மூவருக்கும் காங்கிரஸைப் பிடிக்காது. அந்த ஒற்றை இழையைக்

> தயவுசெய்து முஸ்லீம்களைத் தாஜா செய்யாதீர்கள், உங்களை இருகரம் கூப்பிக் கேட்டுக் கொள்கிறேன். ஒருவேளை இந்த வேண்டுகோளுக்கு நீங்கள் செவிமடுக்க மறுக்கும் பட்சத்தில், நாங்கள் இந்துக்களைத் தட்டி எழுப்புவோம்.

கொண்டு பின்னப்பட்ட அரசியல் வலை என்றுகூட அதைச் சொல்லலாம். என்றாலும், ஊழல் நிரம்பிய ராஜீவ் அரசை வீழ்த்தி, ஆட்சி மாற்றத்தைக் கொண்டுவந்துவிட்டோம் என்பதில் மூன்று தரப்புக்குமே மட்டற்ற மகிழ்ச்சி.

அந்தச் சமயத்தில் வி.பி. சிங்குக்கு ஒரு மூத்த அரசியல் தலைவரிடமிருந்து எச்சரிக்கை ஒன்று வந்து சேர்ந்தது.

'புதிய பிரதமர் வி.பி.சிங் அவர்களே, தயவுசெய்து முஸ்லீம்களைத் தாஜா செய்யாதீர்கள், உங்களை இருகரம் கூப்பிக் கேட்டுக்கொள்கிறேன். ஒருவேளை இந்த வேண்டுகோளுக்கு நீங்கள் செவிமடுக்க மறுக்கும் பட்சத்தில், நாங்கள் இந்துக்களைத் தட்டி எழுப்புவோம்.'

இத்தனைத் துணிச்சலான அறிக்கையை வேறு யார் வெளியிட முடியும்... சாட்சாத் சிவசேனா கட்சியின் தலைவர் பால் தாக்கரேதான். உண்மையில், அவர் அத்தனை வீரியத்துடன் பேசுவதற்கு வலுவான காரணம் ஒன்றும் இருந்தது. அது, விரைவில் வரவிருந்த மகாராஷ்ட்ரா மாநில சட்டமன்றத் தேர்தல்.

சமீபத்தில் நடந்து முடிந்த மக்களவைத் தேர்தலில் நான்கு இடங்களை சிவசேனா வென்றிருந்ததால் சட்டமன்றத் தேர்தலிலும் வெற்றிபெற வேண்டும் என்ற முனைப்புடன் செயல்படத் தொடங்கியது. அதற்கு பாரதிய ஜனதாவுடனான கூட்டணி தொடரவேண்டும் என்று விரும்பியது சிவசேனா. அதை பாஜகவும் ஆமோதித்தது. ஆகவே, இரண்டு கட்சிகளும் கூட்டணி அமைத்துத் தேர்தலைச் சந்தித்தன.

விஜய்குமார் மல்ஹோத்ரா

கடந்த மக்களவைத் தேர்தலில் பாஜக அதிக இடங்களில் போட்டியிட்டதால் சட்டமன்றத் தேர்தலில் சிவசேனா அதிக இடங்களில் போட்டியிடும் வகையில் தொகுதிப் பங்கீடு செய்யப்பட்டது. மொத்தமுள்ள 288 தொகுதிகளில் 183 தொகுதிகளில் சிவசேனாவும் பாரதிய ஜனதா 104 தொகுதிகளிலும் போட்டியிட்டனர்.

இத்தனைக்கும் அப்போது பாஜக தேர்தல் ஆணையத்தால் அங்கீகரிக்கப்பட்ட தேசியக் கட்சி. சிவசேனாவோ அங்கீகரிக்கப்பட்ட கட்சி அல்ல. வெறுமனே தேர்தல் ஆணையத்தில் பதிவு செய்யப்பட்ட, ஆனால் அங்கீகரிக்கப்படாத கட்சி மட்டுமே. ஆனாலும் சிவசேனாவுக்கு அதிக அளவிலான முக்கியத்துவம் தரப்பட்டதன் காரணம், சிவசேனாவின் காத்திரமான களப்பணி.

மராட்டியம் மராட்டியர்களுக்கே, மும்பை மும்பைகர்களுக்கே என்று ஒருபக்கமும் இந்துஸ்தானம் இந்துக்களுக்கே என்று இன்னொரு பக்கமும் பிரசாரம் செய்துகொண்டிருந்தது சிவசேனா. இந்த கோஷங்களில் மூன்றாவதில் மட்டும் பாஜகவுக்கு நம்பிக்கை இருந்தது. ஆகவே, தன்னுடைய தேர்தல் பிரசாரத்தில் அதை மட்டும் பிரதானப்படுத்திக்கொண்டது. மற்றவை பற்றி மௌனமாகவே இருந்துவிட்டது.

ஆனால் சிவசேனாவோ பாரதிய ஜனதா பாத்தியதை கொண்டாடும் பல விஷயங்களைத் தம்வசப்படுத்திக்கொண்டு தேர்தல் பிரசாரத்தில் ஈடுபட்டது. முக்கியமாக, இஸ்லாமிய எதிர்ப்புப் பிரசாரத்தில் பாஜகவைவிட சிவசேனாவே வீரியமாகச் செயல்பட்டது. 'இந்தியாவில்

வாழ்ந்து கொண்டு, பாகிஸ்தானை ஆதரிக்கும் முஸ்லீம்களுக்கு இங்கே வேலை இல்லை. அவர்கள் இந்த நாட்டை விட்டு வெளியேறவேண்டும். அதற்கான போக்குவரத்துச் செலவைத் தருவதற்கு நாங்கள் தயார்' என்று பேசினார் பால் தாக்கரே.

உண்மையில், சிவசேனாவின் பிரசாரம் பாஜகவுக்கு மகிழ்ச்சியைக் கொடுத்தது. தகுதியான தோழனைக் கண்டுபிடித்துவிட்ட உற்சாகம் அவர்களுடைய பிரசாரத்தில் தெரிந்தது. இரு கட்சிகளும் இரண்டறக் கலந்து தேர்தலைச் சந்தித்தன. அதற்கான பலன் கைமேல் கிடைத்தது. கடந்த சட்டமன்றத்தில் ஒற்றை உறுப்பினரை மட்டுமே கொண்டிருந்த சிவசேனா இம்முறை 52 உறுப்பினர்களைப் பெற்றிருந்தது. அதேபோல, கடந்த முறை 16 உறுப்பினர்களை வைத்திருந்த பாஜகவுக்கு இம்முறை 42 உறுப்பினர்கள் கிடைத்திருந்தனர்.

விளைவு, மகாராஷ்ட்ரா சட்டமன்றத்தில் பிரதான எதிர்க்கட்சியாக சிவசேனா உருவெடுத்தது. எதிர்க்கட்சித் தலைவராக மனோகர் ஜோஷி தேர்ந்தெடுக்கப்பட்டார். மூன்றாம் இடத்துக்கு பாரதிய ஜனதா வந்துசேர்ந்திருந்தது. அதன்மூலம் மகாராஷ்ட்ர மாநில அரசியலில் இந்துத்வ அரசியல் கட்சிகளின் ஆதிக்கம் வளரத் தொடங்கியது. அதை அடுத்தடுத்த மாநிலங்களுக்கும் எடுத்துச்செல்லும் வகையில் அடுத்தடுத்து பல காரியங்கள் நடக்கத் தொடங்கின. அவற்றில் முக்கியமானது, விஷ்வ ஹிந்து பரிஷத்தின் கரசேவை அறிவிப்பு!

92

மண்டல் கிளப்பிய புயல்

கரசேவை. தொண்ணூறுகளின் தொடக்கத்தில் இந்தியா முழுக்க அதிகம் புழங்கிய வார்த்தைகளுள் முக்கியமானது. இந்துக்கள் மத்தியில் மட்டுமல்ல, சீக்கியர்கள் மத்தியிலும் இந்த வார்த்தைக்கு மதிப்பு அதிகம். இந்துக் கோயில்களையோ, அல்லது சீக்கிய குருத்வாராக்களையோ புதிதாகக் கட்டுவதற்காக அல்லது புனரமைப்பு செய்வதற்காக பக்தர்கள் தாமாக முன்வந்து தருகின்ற உடலுழைப்புக்கு இன்னொரு பெயர், கரசேவை (கர்சேவா). அதைச் செய்பவர்களுக்கு கரசேவகர்கள் (கர்சேவக்) என்று பெயர்.

1989 மக்களவைத் தேர்தலுக்கு முன்பே அயோத்தியில் ராமருக்குக் கோயில் கட்டவேண்டும் என்ற கோரிக்கையை விஷ்வ ஹிந்து பரிஷத் உள்ளிட்ட அமைப்புகள் தீவிரப்படுத்தியிருந்தன. அதற்கான வலுவான அரசியல் ஆதரவை உருவாக்கி வைத்திருந்தது பாரதிய ஜனதா. அதன்மூலம் வலுவான தேர்தல் வெற்றியையும் அந்தக் கட்சி பெற்றிருந்தது.

இப்போது அந்தக் கட்சியின் ஆதரவுடன் கூடிய புதிய ஆட்சி மத்தியில் அமைந்திருக்கும் சூழ்நிலையில், தங்கள் கோரிக்கையை அடுத்த கட்டத்துக்கு நகர்த்திச் செல்ல இந்து அமைப்புகள் ஆயத்தமாகின. அது இந்து வாக்கு வங்கியை வளர்த்துக்கொள்வதற்கும் திரட்டிக் கொள்வதற்கும் அற்புதமான ஆயுதமாக இருக்கும் என்பது பாஜகவின் கணிப்பு.

பிந்தேஸ்வரி பிரசாத் மண்டல்

1990 பிப்ரவரியில் ராமருக்குக் கோயில் கட்டுவதற்கான கரசேவையைத் தொடங்கப் போவதாக அறிவித்தது விஷ்வ ஹிந்து பரிஷத். வேறெந்த அமைப்பைக் காட்டிலும் வி.ஹெச்.பியின் செயல்பாடுகள் சற்றே மூர்க்கமானவை. ஆகவே, அந்த அமைப்பின் அறிவிப்பு சட்டம் ஒழுங்குச்சிக்கலை உருவாக்கும் என்று கருதியது வி.பி. சிங் அரசு. அயோத்தி விவகாரத்தில் அரசுக்கு எவ்வித சங்கடத்தையும் ஏற்படுத்தாத வகையில் செயல்படத் தீர்மானித்தது.

உடனடியாக இந்து அமைப்புகளின் தலைவர்களை அழைத்துப் பேசினார் வி.பி. சிங். அயோத்தி விவகாரத்தில் சரியான நிலைப்பாட்டை எடுப்பதற்கு ஏதுவாகத் தனக்கு நான்கு மாத கால அவகாசம் வேண்டும் என்று கோரினார். அதை ஏற்றுக்கொண்ட இந்து அமைப்புகள் தங்கள் போராட்டத்தை ஒத்தி வைத்துக்கொண்டன.

என்றாலும் அவர்களுடைய போராட்டம் தேர்தல் களத்தை நோக்கி நகர்ந்தது. குறிப்பாக, மத்தியப் பிரதேசம், இமாச்சல பிரதேசம், ராஜஸ்தான் என்ற மூன்று முக்கிய மாநிலங்களுக்குச் சட்டமன்றத் தேர்தல் அறிவிக்கப்பட்டிருந்தது. அவை மூன்றுமே இந்து அமைப்புகள் செல்வாக்காக இருக்கும் மாநிலங்கள்.

இந்துக்கள் அதிகம் வசிக்கும் இந்தி பேசும் மாநிலங்களில் ஆட்சியதிகாரத்துக்கு வருவது தங்கள் பலத்தை தேசிய அளவில் அதிகரிக்கச் செய்யும், வளர்ச்சியை வேகப்படுத்துவதற்கு உதவும் என்பது பாரதிய ஜனதாவின் கணக்கு. அதற்கேற்ப அங்கே தேர்தல் வியூகத்தை வகுக்கத் தொடங்கினர் அத்வானி, வாஜ்பாய் உள்ளிட்ட தலைவர்கள். இளம் தலைவர்கள் பலரையும் சம்பந்தப்பட்ட மாநிலங்களில் தேர்தல் பணிகளைக் கவனித்துக்கொள்ள அனுப்பி வைத்தார்கள்.

ராஜஸ்தானில் மொத்தமுள்ள 200 தொகுதிகளில் 128 தொகுதிகளில் பாஜக போட்டியிட்டது. தீவிரமான பிரசாரத்தின் பலனாக அவற்றில் 85 தொகுதிகளில் வெற்றிபெற்றது. அப்போது காங்கிரஸ் பெற்ற தொகுதிகளின் எண்ணிக்கை வெறும் ஐம்பது மட்டுமே. மற்ற கட்சிகள் எல்லாம் சொற்ப எண்ணிக்கையில் மட்டுமே வெற்றிபெற்றன. அதன்

இந்தியாவின் மூன்று முக்கியமான மாநிலங்களில் பாஜக தன்னுடைய தடங்களை அழுத்தந்திருத்தமாகப் பதித்திருந்தது.

வாஜ்பாய்

மூலம் ராஜஸ்தானில் காங்கிரஸ் கட்சியின் தவிர்க்க முடியாத மாற்றாக பாஜக உருவெடுத்தது. அதைத்தான் பாஜகவும் விரும்பியது.

ராஜஸ்தான் வெற்றியிலாவது லேசான பழுது இருந்தது. அதாவது, அந்தக் கட்சிக்கு ஆட்சி அமைக்கும் அளவுக்கான பெரும்பான்மை கிடைக்கவில்லை. வேறு சில கட்சிகளின் ஆதரவு பெற்று ஆட்சியமைக்க வேண்டிய நிலை. ஆனால் மத்தியப் பிரதேசத்தில் திடகாத்திரமான வெற்றியைப் பெற்று ஆட்சியைக் கைப்பற்றியிருந்தது பாரதிய ஜனதா. மொத்தமுள்ள 320 தொகுதிகளில் 269 தொகுதிகளில் போட்டியிட்ட பாஜக 220 தொகுதிகளைக் கைப்பற்றி அசுர பலத்துடன் ஆட்சியில் அமர்ந்தது.

தீவிர ஸ்வயம்சேவகராக அரசியல் களத்துக்கு வந்து ஜனசங்கம், ஜனதா வழியே பாஜகவுக்கு வந்த மூத்த உறுப்பினரும் 1980ல் மத்தியப் பிரதேச முதல்வராக இருந்தவருமான சுந்தர்லால் பத்வா மீண்டும் முதலமைச்சர் பொறுப்பை ஏற்றார். மத்தியப் பிரதேசத்தில் ஆட்சியில் இருந்த காங்கிரஸ் கட்சி நுணுக்கமாகப் பார்த்தபோது பாஜக சட்டமன்ற உறுப்பினர்களில் நூற்றுக்கும் அதிகமானவர்கள் ஆர்.எஸ்.எஸ் பின்புலம் கொண்டவர்கள். அந்த வகையில் பாஜகவுக்கு அது இரட்டை வெற்றி.

அடுத்து, இமாச்சல பிரதேசம். சின்னஞ்சிறு மாநிலம்தான். வெறும் 68 சட்டமன்றத் தொகுதிகளைக் கொண்ட மாநிலம். அதில் 51 தொகுதிகளில் போட்டியிட்டது பாஜக. அவற்றில் ஐந்தைத் தவிர அனைத்தையும் கைப்பற்றி ஆட்சியில் அமர்ந்தது பாஜக. பாஜகவின் சாந்தகுமார்

முதலமைச்சர் பொறுப்பை ஏற்றுக்கொண்டார். ஒன்பது தொகுதிகளைக் கைப்பற்றி ஒற்றை இலக்கத்தில் சுருண்டுபோனது காங்கிரஸ் கட்சி. ஆக, இந்தியாவின் மூன்று முக்கியமான மாநிலங்களில் பாஜக தன்னுடைய தடங்களை அழுத்தந்திருத்தமாகப் பதித்திருந்தது.

மாநில ஆளுங்கட்சியை எதிர்த்தும் மத்திய ஆளுங்கட்சியை எதிர்த்தும் பாரதிய ஜனதா பெற்ற இந்த வெற்றிகள் அந்தக் கட்சியினரை உற்சாத்தின் உச்சத்துக்கே கொண்டு சென்றது. கூடவே, ராமர் கோயில் ஆதரவாளர்கள் மத்தியிலும் உத்வேகம் ஊற்றெடுத்தது. பிரதமர் வி.பி. சிங்கின் அடுத்த அரசியல் நகர்வு என்னவாக இருக்கும் என்று மிகுந்த ஆர்வத்துடன் காத்திருந்தனர்.

ஆனால் பிரதமர் வி.பி. சிங்கின் நகர்வோ எல்லா அரசியல் கட்சிகளுக்கும் வியப்பைக் கொடுக்கும் வகையில் அமைந்தது. அது, அவருடைய அதிமுக்கியமான தேர்தல் வாக்குறுதியான மண்டல் கமிஷன் பரிந்துரை அமலாக்கம்.

மண்டல் கமிஷன் என்பது இந்தியாவில் உள்ள பிற்படுத்தப்பட்ட மக்களுக்கு கல்வி, வேலை வாய்ப்பில் இட ஒதுக்கீடு தொடர்பாக ஆய்வுசெய்து, பரிந்துரை செய்ய பிந்தேஸ்வரி பிரசாத் மண்டல் என்பவர் தலைமையில் 20 டிசம்பர் 1978 அன்று அப்போதைய பிரதமர் மொரார்ஜி தேசாய் அமைத்த ஆணையம். அந்த ஆணையத்தின் பணிகள் முடிவடைந்த சமயத்தில் இந்தியாவில் ஆட்சி மாற்றம் நடந்திருந்தது.

மத்திய அரசு மற்றும் மத்திய அரசு சார்புடைய நிறுவனங்களில் பிற்படுத்தப்பட்ட வகுப்பினருக்கு 27 சதவிகித இட ஒதுக்கீடு செய்யவேண்டும் என்பது அந்த ஆணையத்தின் பிரதான பரிந்துரை.

ஜனதா அரசுக்குப் பதிலாக இந்திரா காந்தி தலைமையிலான காங்கிரஸ் அரசு ஆட்சிக்கு வந்திருந்தது. என்றாலும், தன்னுடைய ஆணையத்தின் பரிந்துரைகளை அரசிடம் ஒப்படைத்தார் பிந்தேஸ்வரி பிரசாத் மண்டல். ஆனால் அந்தப் பரிந்துரைகள் எதுவும் செயல்வடிவத்துக்குக் கொண்டுவரப்படவில்லை. தொடர்ந்து கிடப்பிலேயே போடப்பட்டுவந்தது.

பத்து ஆண்டுகளுக்கும் மேலாகக் கிடப்பில் போடப்பட்டிருந்த மண்டல் பரிந்துரைகளை அமலுக்குக் கொண்டுவந்து பிற்படுத்தப்பட்ட மக்களின் வாழ்க்கையில் முன்னேற்றத்தை ஏற்படுத்த உதவ வேண்டும் என்று தேசிய அரசியல் கட்சிகள் தொடங்கி பிராந்தியக் கட்சிகள் வரை பலரும் கோரிக்கை விடுத்துக்கொண்டிருந்தனர். பல கட்சிகள் அந்தக் கோரிக்கையைத் தங்களுடைய தேர்தல் அறிக்கைகளிலும் இடம் பெறச் செய்து, பிரசாரம் செய்திருந்தனர்.

அந்தக் கோரிக்கை மீது கவனம் செலுத்திய தேசிய அளவிலான தலைவர்களுள் வி.பி. சிங்கும் முக்கியமானவர். தன்னுடைய தேர்தல் பிரசாரத்தின்போதும் அதுபற்றிப் பேசியிருந்தார். ஆகவே, இப்போது அதை நிறைவேற்றுவதற்கான தருணம் வந்திருப்பதாகக் கணித்தார். அதேவேகத்தில் களத்திலும் இறங்கினார். அந்தச் சமயத்தில் வி.பி. சிங் மீது இரண்டு விதமான விமரிசனங்கள் இருந்தன.

தேவிலால், வி.பி.சிங்

அயோத்தி விவகாரத்தைத் திசை திருப்புவதற்காகவே திடீரென மண்டல் கமிஷன் விவகாரத்தைக் கையிலெடுத்துக் கொண்டார் பிரதமர் வி.பி. சிங் என்பது எதிர்க்கட்சிகளின் முதல் விமரிசனம். அடுத்து, ஜனதா தளம் கட்சிக்குள் துணைப் பிரதமர் தேவிலாலுக்கும் பிரதமர் வி.பி.சிங்குக்கும் இடையே பலத்த மோதல்கள் நடந்துகொண்டிருந்தன.

வி.பி. சிங்குக்கு எதிராக தன்னுடைய செல்வாக்கை நிரூபித்துக் காட்ட விவசாயிகள் பேரணி ஒன்றுக்கு ஏற்பாடு செய்தார் தேவிலால். விவசாயிகள் மத்தியில் செல்வாக்கு நிரம்பிய தலைவர் என்பதால் அவருடைய பேரணிக்கு அதிக அளவில் ஆதரவு இருந்தது. அதன்மூலம் தனக்கு ஏற்பட்டுள்ள அரசியல் நெருக்கடியைச் சமாளிக்கவே மண்டல் கமிஷன் விவகாரத்தைக் கையிலெடுத்துள்ளார் என்பது எதிர்க்கட்சிகளின் விமரிசனம்.

ஆனால் அத்தகைய விமரிசனங்களை எல்லாம் வி.பி.சிங் துளியும் சட்டைசெய்யவில்லை. மண்டல் அறிக்கையைத் தூசிதட்டி எடுத்தார். மத்திய அரசு மற்றும் மத்திய அரசு சார்புடைய நிறுவனங்களில் பிற்படுத்தப்பட்ட வகுப்பினருக்கு 27 சதவிகித இட ஒதுக்கீடு செய்யவேண்டும் என்பது அந்த ஆணையத்தின் பிரதான பரிந்துரை. அதற்கு உயிர்கொடுக்கத் தயாரானார்.

மாநில அரசுகளுக்குக் கடிதம் எழுதி, அவர்களுடைய கருத்தைக் கோரிய வி.பி. சிங், 7 ஆகஸ்டு 1990 அன்று மண்டல் கமிஷன் பரிந்துரை அடிப்படையில் 27 சதவிகித இட ஒதுக்கீட்டை அறிவித்தார். அந்த அறிவிப்பு தமிழகம் உள்ளிட்ட பல மாநிலங்களில் பலத்த வரவேற்பைப் பெற்றது. சமூகநீதி வரலாற்றில் பிரதமர் வி.பி.சிங்கின் அறிவிப்பு மிகப்பெரிய திருப்புமுனை என்று சிலாகிக்கப்பட்டது.

அதேசமயத்தில், வட மாநிலங்கள் சிலவற்றில் மண்டல் பரிந்துரை அமலாக்கத்துக்குப் பலத்த எதிர்ப்பலைகள் கிளம்பின. உத்தர பிரதேசம், குஜராத், பிகார், ஹரியானா, டெல்லி, உள்ளிட்ட மாநிலங்களில் மத்திய அரசின் அறிவிப்புக்கு எதிரான போராட்டத்தில் மாணவர்கள் இறங்கினர். டெல்லியைச் சேர்ந்த ராஜீவ் கோஸ்வாமி, சுரீந்தர் சௌகான் என்ற இரண்டு பேர் மத்திய அரசின் உத்தரவுக்கு எதிர்ப்பு தெரிவித்து, தீக்குளித்து இறந்தனர். அதன் காரணமாக மண்டல் பரிந்துரை எதிர்ப்புப் போராட்டம் தீவிரமடைந்தது.

மண்டல் கமிஷன் பரிந்துரையை அமல்படுத்தும் விவகாரத்தில் அரசுக்கு ஆதரவு கொடுத்து வரும் எங்களிடம் பிரதமர் வி.பி.சிங் ஆலோசனை நடத்தவில்லை என்று குற்றம்சாட்டினார்

பாஜக தலைவர் அத்வானி. நாடு முழுக்க சாதி வன்முறையைப் பற்றவைத்து விட்டீர்கள் என்று பிரதமர் வி.பி. சிங்கை விமரிசித்தார் எதிர்க்கட்சித் தலைவர் ராஜீவ் காந்தி. அரசுக்கு ஆதரவளித்த கட்சி, பிரதான எதிர்க்கட்சி, சொந்தக் கட்சியில் இருந்த எதிர்ப்பாளர்கள் என்று மும்முனைத் தாக்குதலில் சிக்கினார் பிரதமர் வி.பி. சிங்.

நாடு முழுக்க பதற்றம் ஏற்பட்டது. எந்த நேரத்திலும் ஆட்சிக்கு ஆபத்து ஏற்படலாம் என்ற சூழல் உருவானது. அநேகமாக மண்டல் விவகாரத்தை முன்வைத்து பாரதிய ஜனதா வி.பி. சிங் அரசின் ஆதரவுக்குக் கொடுத்துவரும் ஆதரவைத் திரும்பப் பெறும் என்ற எதிர்பார்ப்பு எழுந்தது. ஆனால் பாரதிய ஜனதாவோ மண்டல் விவகாரத்துக்குப் பதிலாக வேறொரு விவகாரத்தைக் கையில் எடுத்தது. அது, அயோத்தி.

அயோத்தி விவகாரத்தைத் திசைதிருப்பவே மண்டலை எடுத்தார் வி.பி. சிங் என்று ஒருபக்கம் விமரிசனம் வந்துகொண்டிருக்க, அயோத்தி போராட்டத்தைத் தீவிரப்படுத்தியது பாரதிய ஜனதா. நீங்கள் மண்டலைத் தூக்கினீர்கள். ஆகவே, நாங்கள் கமண்டலைத் தூக்கினோம் என்ற தொனியில் இருந்தது பாரதிய ஜனதாவின் செயல்பாடுகள். அடுத்த அதிரடி நடவடிக்கையாக நாடு தழுவிய ரதயாத்திரை நடத்தப்படும் என்று அறிவித்தார் பாஜக தலைவர் அத்வானி. அந்த அறிவிப்பின் வழியாக ஆட்சிக் கவிழ்ப்புக்குத் தேதி குறிக்கப்பட்டது.

93
தொடங்கியது ரத யாத்திரை

மண்டல் கமிஷன் பரிந்துரைகளை அமல்படுத்தி பிரதமர் வி.பி. சிங் வெளியிட்ட உத்தரவு நாடு முழுக்க கலவையான உணர்வுகளை உருவாக்கியிருந்தது. தென் மாநில மக்களும் சமூகநீதி ஆர்வலர்களும் அரசாங்க அறிவிப்பை உற்சாகக் குரலில் வரவேற்றனர். ஆனால் இட ஒதுக்கீட்டு எதிர்ப்பாளர்களும் இட ஒதுக்கீட்டால் தாங்கள் பாதிக்கப்படுவதாக நம்புபவர்களும் பலத்த எதிர்க்குரலை எழுப்பினர். அதன் உச்சம்தான் ராஜீவ் கோஸ்வாமியின் தற்கொலை.

அரசின் அறிவிப்பைத் திரும்பப்பெறக்கோரி போராட்டங்கள் வலுக்கத் தொடங்கின. அத்தகைய எதிர்க்குரல்கள் குறித்து அத்வானியின் பதிவு முக்கியமானது.

மண்டல் விவகாரம் என் மனத்துக்குள் பெரும் அழுத்தத்தை ஏற்படுத்தியது. குறிப்பாக, என்னுடைய டெல்லி தொகுதியில் தீக்குளிப்புகள் நடந்தன. பல பெற்றோர்கள் என் வீட்டைத் தேடி வந்தார்கள். இந்த அரசுக்கு எதற்காக ஆதரவு தருகிறீர்கள்? ஆதரவைத் திரும்பப் பெறுங்கள்' என்றனர். மண்டல் விவகாரத்தை முன்வைத்து ஆட்சிக்குத் தந்துவருகின்ற ஆதரவைத் திரும்பப் பெறுவது அந்த அரசுக்கே லாபமாக முடிந்துவிடும் என்பதை நான் உணர்ந்தேன். 'இந்த அரசு மோசமாக நடக்கிறது என்பதில் நான் உங்களோடு ஒத்துப்போகிறேன். ஆனால் உரிய நேரத்தில் நடவடிக்கை எடுப்போம்' என்று அவர்களிடம் சொன்னேன்.

நரேந்திர மோடி

அத்வானியின் மேற்கண்ட கூற்றில் மூன்று முக்கியமான விஷயங்கள் பொதிந்து கிடக்கின்றன. ஒன்று, மண்டல் கமிஷன் பரிந்துரைகள் தொடர்பான வி.பி. சிங் அரசின் முடிவில் அத்வானிக்கும் பாரதிய ஜனதாவுக்கும் உடன்பாடில்லை. ஆகவே, அதை அமல்படுத்திய ஒரே காரணத்துக்காக வி.பி. சிங் அரசு மோசமான அரசு என்ற முடிவுக்கு வந்திருந்தார் அத்வானி.

இரண்டாவது, தற்போது ஆட்சிக்குத் தந்துவருகின்ற ஆதரவை மண்டல் கமிஷனைக் காரணமாகக் காட்டித் திரும்பப் பெற்றால் அது வி.பி. சிங்குக்குச் சாதகமாக முடிகின்ற அதே வேளையில், பாஜகவுக்கு எதிராகவும் முடிந்துவிடக்கூடிய அபாயம் இருந்தததை பாஜகவும் அத்வானியும் நன்றாக உணர்ந்திருந்தனர்.

மூன்றாவது, 'உரிய நேரத்தில் நடவடிக்கை எடுப்போம்' என்று சொன்னதன்மூலம் தனக்குச் சாதகமான ஒரு தருணத்தை எதிர்பார்த்துக் காத்திருந்தது பாஜக தலைமை. அப்படியொரு தருணம் வாய்த்தால், ஆதரவைத் திரும்பப் பெறத் தயாராகவும் இருந்தது. அந்தச் சந்தர்ப்பத்தை அமைத்துக்கொடுத்தது ரத யாத்திரை விவகாரம்.

அயோத்தியில் ராமர் கோயிலைக் கட்டுவதற்காக கரசேவைக்கு ஆதரவுக்கரம் நீட்டியிருந்த பாரதிய ஜனதா, அந்தக் கரங்களை மேலும் வலுப்படுத்த விரும்பியது. அதற்காக அத்வானியின் மனத்தில் ஒரு திட்டம் உருவாகியிருந்தது. அது, நாடு தழுவிய நடைபயணம். அதற்கான தேதியைக்கூட அவர் முடிவு செய்து வைத்திருந்தார்.

மண்டல் கமிஷன் பரிந்துரைகள் தொடர்பான வி.பி. சிங் அரசின் முடிவில் அத்வானிக்கும் பாரதிய ஜனதாவுக்கும் உடன்பாடில்லை.

காந்தி பிறந்த நாளான அக்டோபர் 2 அல்லது ஜன சங்கத்தின் நிறுவனர்களுள் ஒருவரான தீனதயாள் உபாத்யாயாவின் நினைவு நாளான செப்டெம்பர் 25 என்ற இரண்டு தினங்களில் ஒன்றைத் தேர்வுசெய்து, அன்றைய தினம் நாடு தழுவிய நடைபயணத்தைத் தொடங்கத் தயாரானார் அத்வானி.

ஆனால் இளம் தலைவர் பிரமோத் மகாஜனோ, 'நடைபயணத்தால் அதிக இடங்களுக்குச் செல்ல முடியாது. ஆகவே, ரத யாத்திரை செல்லுங்கள்' என்று யோசனை கொடுத்தார். கூடவே, ராம ரத யாத்திரை என்று அந்த யாத்திரைக்குப் பெயரையும் கொடுத்தார் பிரமோத் மகாஜன். இரண்டு யோசனைகளுமே அத்வானிக்குப் பிடித்துப்போயின. ஆகட்டும் என்று சொல்லிவிட்டார்.

ரதயாத்திரையின் போது அத்வானி

அது தொடர்பாக ஆலோசனை நடத்த 12 செப்டெம்பர் 1990 அன்று கட்சியின் உயர்மட்டக்குழு கூடியது. அதன் முடிவில் 14 செப்டெம்பர் 1990 தொடங்கி இரு நாள்களுக்குக் கட்சியின் தேசிய செயற்குழுவைக்கூட்டி, அதிகாரபூர்வ முடிவை எடுக்கத் தயாரானது பாஜக.

அந்தக் கூட்டம் அடிப்படையில் பாஜக மூத்த தலைவர்கள், நிர்வாகிகள், தேசிய அளவிலான செயற்குழு உறுப்பினர்கள் பங்கேற்கும் வகையிலான கூட்டம் என்றாலும், ஆர்.எஸ்.எஸ் தலைவர்கள் மற்றும் இதர சங்கப் பரிவார அமைப்புகளின் முக்கியத் தலைவர்கள் சிலரும் பங்கேற்றனர். காரணம், ரத யாத்திரை என்பது பாஜகவினர் மட்டும் தன்னந்தனியாக நடத்தி விடக்கூடியது அல்ல. இந்துத்வ அமைப்புகள் பலரது பங்களிப்புடன் நடத்தப்பட வேண்டிய ஒன்று.

போபால் நகரில் கூடிய பாஜக தேசிய செயற்குழுக் கூட்டத்தில் அயோத்தியில் ராமருக்குக் கோயில் கட்டுவதை வலியுறுத்தும் வகையில் நாடு தழுவிய ரதயாத்திரையை மேற்கொள்வது என்று அதிகாரபூர்வமாக முடிவெடுக்கப்பட்டது. அதற்கான ஏற்பாடுகளை பிரமோத் மகாஜன், நரேந்திர மோடி உள்ளிட்ட இளம் தலைவர்கள் செய்யத் தொடங்கினர். பலத்த யோசனைக்குப் பிறகு விரிவான பயணத் திட்டம் ஒன்றும் வகுக்கப்பட்டது.

இந்துத்வர்கள் பெரிதும் நேசிக்கின்ற, அவர்கள் அதிக அளவில் வசிக்கின்ற, இந்து வாக்கு வங்கியை அதிகரிக்க வாய்ப்புகள் இருக்கின்ற பகுதிகளாகப் பார்த்துப் பார்த்து இடங்கள் தேர்வு

செய்யப்பட்டன. ரதயாத்திரை தொடங்குகின்ற, நிறைவடைகின்ற இடங்களைச் சொன்னாலே அந்த ரதயாத்திரையின் இலக்கும் திட்டமும் எளிதில் புலப்படும்.

சோமநாதபுரத்தில் இருந்து தொடங்கும் ரதயாத்திரை அயோத்தியில் நிறைவுபெறும். அங்கே கரசேவையை அத்வானி தொடங்கிவைப்பார் என்று அறிவிப்பு வெளியாகியிருந்தது. அது பாஜக தொண்டர்களை மட்டுமல்ல, இந்தியா முழுக்க விரவில் கிடக்கும் ஸ்வயம்சேவகர்களை, ராம பக்தர்களை உற்சாகப்படுத்தியது. யாத்திரை தொடங்குகின்ற, நிறைவடைகின்ற இடங்கள் மட்டுமல்ல, ரதம் செல்லும் பாதையும் நுணுக்கமாகத் திட்டமிடப்பட்டிருந்தது.

சோமநாதபுரத்தில் இருந்து ராஜ்கோட், அகமதாபாத், வதோதரா, சூரத், பம்பாய், தானே, நாக்பூர், சோலாபூர், ஹைதராபாத், அடிலாபாத், ஜபல்பூர், போபால், இந்தூர், மந்த்சௌர், உதய்பூர், பயாவார், கேத்ரி, ரோட்டக் ஆகிய நகரங்களின் வழியே சென்று அயோத்தியை அடையும் வகையில் பயணத்திட்டம் வகுக்கப்பட்டிருந்தது.

குறிப்பாக, குஜராத், மகாராஷ்ட்ரா, ஆந்திரா, மத்தியப் பிரதேசம், ராஜஸ்தான், ஹரியானா உள்ளிட்ட மாநிலங்களைக் கடந்து செல்லவேண்டும் என்பதுதான் திட்டம். இன்னும் சரியாகச் சொல்வதென்றால் ஏழு மாநிலங்களையும் இருநூறு மக்களவைத் தொகுதிகளையும் கடந்து சுமார் பத்தாயிரம் கிலோமீட்டர் தரை மார்க்கமான பயணத்தை மேற்கொள்வதுதான் பயண வியூகம்.

ரதயாத்திரை அரசியல் நோக்கம் கொண்டது அல்ல, முழுக்க முழுக்க ஆன்மீக நோக்கம் கொண்டது, இந்துக்களின் உள்ளார்ந்த கோரிக்கை தொடர்பானது என்பது அத்வானியின் வாக்குமூலம். ஆனால் அவர் பயணம் செய்யவிருந்த ரதம் போன்று வடிவமைக்கப்பட்ட மோட்டார் வாகனத்தைச் சுற்றி பாஜகவின் தேர்தல் சின்னமான தாமரையும் ஓம் என்ற வார்த்தையும் பொறிக்கப்பட்டிருந்தன.

ரதயாத்திரையின்போது அத்வானியுடன் சேர்ந்து பயணம் செய்வதற்காக இளம் தலைவர்கள் மகாராஷ்ட்ராவைச் சேர்ந்த பிரமோத் மகாஜன், குஜராத்தைச் சேர்ந்த நரேந்திர மோடி மற்றும் வேறு சில மாநிலங்களைச் சேர்ந்த பாஜக தலைவர்களும் வந்திருந்தனர். முக்கியமாக, அத்வானியின் குடும்பத்தினர் சிலரும் வந்திருந்தனர்.

சில ஸ்வயம்சேவகர்களும் தொண்டர்களும் காவி உடை தரித்து ரதத்தில் ஏறிக் கொண்டனர். அத்வானி உள்ளிட்ட சிலருக்கு உதவியாக இருப்பதற்காக அவர்கள் பணிக்கப் பட்டிருந்தனர். அவர்களில் சிலர் அனுமன் உருவத்தை முகத்தில் தீட்டியிருந்தனர்.

25 செப்டெம்பர் 1990 அன்று காலை சோமநாதர் ஆலயத்தில் உள்ள ஜோதிர் லிங்கத்தை வழிபட்ட அத்வானி, ஆலயத்துக்கு வெளியில் இருந்த

> ஏழு மாநிலங்களையும் இருநூறு மக்களவைத் தொகுதிகளையும் கடந்து சுமார் பத்தாயிரம் கிலோமீட்டர் தரை மார்க்கமான பயணத்தை மேற்கொள்வதுதான் பயண வியூகம்.

வல்லபபாய் பட்டேலின் சிலைக்கு மாலை அணிவித்து மரியாதை செய்தார். ரதயாத்திரையைக் கொடியசைத்துத் தொடங்கி வைப்பதற்காக மூத்த தலைவர்கள் விஜயராஜே சிந்தியா, சிக்கந்தர் பக்த் இருவரும் வந்திருந்தனர்.

எல்லாம் தயார் என்றதும் ராம கோஷம் முழங்க ரதத்தில் ஏறினார் அத்வானி. ரதம் புறப்படும் போது முதலில் சங்கொலி எழுப்பப்பட்டது. வழிநெடுக ராமனைப் புகழும் பக்திப் பாடல்கள் ஒலிபரப்பட்டன. அவ்வப்போது ரதத்தை நிறுத்தி, திரண்டிருந்த மக்களிடம் உரை நிகழ்த்தினார் அத்வானி. அந்த உரைகள் மக்களைச் சென்று சேரும் வகையில் ஒலிப்பெருக்கிகள் ஏற்பாடு செய்யப்பட்டிருந்தன.

ஆன்மீக யாத்திரை என்று அதிகாரபூர்வமாக அறிவிக்கப்பட்டிருந்தாலும்கூட, அதன் அரசியல் தாக்கம் முக்கியமானது. அதை பாரதிய ஜனதா மட்டுமல்ல, ஆளுங்கட்சியான ஜனதா தளம், பிரதான எதிர்க்கட்சியான காங்கிரஸ் உள்ளிட்ட அனைத்து கட்சிகளுமே நன்கு உணர்ந்திருந்தன. முக்கியமாக, பிரதமர் வி.பி. சிங். அவருக்கு வேறு விதமான கவலைகள். ஆட்சியாளர்களுக்கே உரித்தான சட்டம் ஒழுங்கு தொடர்பான கவலைகள்.

ரத யாத்திரையானது எவ்வித மத வன்முறைச்சம்பவங்களுக்கும் வித்திட்டு விடக்கூடாது என்பதில் பிரதமர் வி.பி. சிங் அதிகபட்ச கவனத்தைச் செலுத்தினார். ஆகவே, பாஜகவின் மூத்த தலைவர் வாஜ்பாயைத் தொடர்புகொண்டு பேசினார். அயோத்தி விவகாரத்தில் அரசு விரைவில் உரிய நடவடிக்கை எடுக்க இருப்பதால் ரதயாத்திரையைக் கைவிடவேண்டும் என்று கோரினார்.

ஆனால் கட்சியின் தேசிய செயற்குழு எடுத்த முடிவு என்பதால் அதில் உடனடியாகச் செய் வதற்கு எதுவுமில்லை என்பது வாஜ்பாயின் பதில். பின்னர் அனைத்துக் கட்சிக் கூட்டத்தைக் கூட்டினார் பிரதமர் வி.பி. சிங். ஆனால் அந்தக் கூட்டத்தை பாஜக புறக்கணித்துவிட்டது. காஞ்சி சங்கராச்சாரியாரைக் கொண்டும் சமாதான நடவடிக்கைகளை எடுத்தார் வி.பி. சிங். ஆனால் எதுவும் பலன் கொடுக்கவில்லை.

அரசின் சமாதான முயற்சிகள் ஒருபக்கம் நடந்துகொண்டிருக்க, அத்வானியின் ரத யாத்திரை குஜராத்தில் ஜெகஜ்ஜோதியாகச் சென்றுகொண்டிருந்தது. ஜெய்ராம் ஸ்ரீராம் கோஷத்துக்கு மத்தியில் அத்வானி எழுச்சி உரை நிகழ்த்திக்கொண்டிருந்தார். அயோத்தியில் ராமர் கோயில் கட்டவேண்டியதன் காரண காரியங்கள் குறித்து வரலாறு மற்றும் அரசியல் ரீதியான விளக்கங்களைக் கொடுத்தார். அவருடைய உரையில் அனல் பறந்தது.

குஜராத்தில் மட்டும் அறுநூறுக்கும் மேற்பட்ட கிராமங்களுக்குச் சென்றார் அத்வானி. சுமார் ஐம்பதுக்கும் மேற்பட்ட பொதுக்கூட்டங்களில் பேசினார். அந்தக் கூட்டங்களுக்கெல்லாம் மக்கள் அதிக அளவில் குழுமியிருந்தனர். அத்வானியையும் அவருடைய ரதத்தையும் பார்ப்பதற்காக பெண்களும் ஆண்களும் அதிக அளவில் திரண்டது அத்வானிக்கு அளவற்ற மகிழ்ச்சியைக் கொடுத்தது.

அதே உற்சாகத்தில் மகாராஷ்ட்ராவுக்கும் பயணம் செய்தார் அத்வானி. அங்கே அவருக்குத் துணையாக இன்னொரு தலைவரும் சேர்ந்துகொண்டார். அவர் சிவசேனாவின் தலைவர் பால் தாக்கரே. அவரும் அத்வானியும் இணைந்து பல கூட்டங்களில் பேசினர். அங்கும் அவருக்கான ஆதரவு பலமாக இருந்தது. அடுத்து, இந்து அமைப்புகள் அதிகம் செல்வாக்கு இல்லாத ஆந்திர மாநிலத்துக்குச் சென்றார் அத்வானி.

அங்கெல்லாம் அத்வானி ஆற்றிய உரைகள் பற்றிய செய்திகள் பத்திரிகைகளில் வெளியாகின. கூடவே, அத்வானியின் கூட்டங்கள் சமூக அமைதியைக் கெடுக்கும் வகையில் இருப்பதாகவும்

அத்வானியின் தொண்டர்கள் அதிகம் உணர்ச்சிவசப்படுவதாகவும் ஆங்காங்கே வன்முறைச் சம்பவங்கள் நடப்பதாகவும் செய்திகள் வந்தவண்ணம் இருந்தன.

முக்கியமாக, இஸ்லாமியர்கள் அதிகம் வசிக்கும் பகுதிகளின் வழியாக ரதம் செல்லும் பட்சத்தில், அங்கே மத ரீதியான பதற்றம் அதிகம் இருப்பதாகவும் வன்முறை வெடிக்கக்கூடிய அபாயம் இருப்பதாகவும் உளவுத்துறைச் செய்திகள் வந்தன. ஒருவேளை, உத்தரப் பிரதேசம், பீகார் போன்ற மாநிலங்களுக்குள் ரதம் நுழையும் பட்சத்தில், அது அபாயகரமான விளைவுகளை ஏற்படுத்தக்கூடுமோ என்று அஞ்சியது மத்திய அரசு.

அபாயத்தைத் தவிர்க்க அத்வானியின் ரத யாத்திரையை நிறுத்த விரும்பிய பிரதமர் வி.பி. சிங், அதற்காக சாம, பேத, தான, தண்ட முறைகள் அனைத்தையும் கையாண்டு பார்த்தார். ஆனால் எதுவும் எடுபடவில்லை. கடைசி ஆயுதத்தைக் கையில் எடுத்தார். அது அவருடைய ஆட்சியையே காவு கேட்டது!

94

அத்வானியை எச்சரித்த வி.பி. சிங்

சுதந்தரம் அடைந்த காலத்தில் இருந்து எத்தனையோ தேர்தல் பிரசாரங்களைச் செய்திருக்கிறார் அத்வானி. இந்தியாவின் குறுக்காகவும் நெடுக்காகவும் பயணம் செய்து ஏராளமான மக்கள் சந்திப்புகளை நடத்தியிருக்கிறார். திண்ணைப் பிரசாரம் செய்திருக்கிறார். ஆனாலும் இந்த ரத யாத்திரை மட்டும் அவருக்குள் மிகுந்த நம்பிக்கையை உருவாக்கிக் கொடுத்திருந்தது. அவரைப் பார்ப்பதற்காக வந்த மக்கள் திரள் அவருக்குள் மனமகிழ்ச்சியை ஏற்படுத்தியது. அந்த உற்சாகத்தில் ராமபக்தியையும் தேசபக்தியையும் ஒப்பீடு செய்து உரை நிகழ்த்தினார்.

மதத்தின் (இந்து) மீது மக்கள் நம்பிக்கை வைப்பதன் வழியாக நம்முடைய சமூகத்திலும் நம்முடைய தேசத்தின் கட்டமைப்பிலும் பெரிய அளவிலான மாற்றத்தைக் கொண்டுவரமுடியும் என்றார் அத்வானி. ராம பக்தியைக் கொண்டு மக்கள் சக்தியைத் திரட்டமுடியும் என்று பேசினார். ஆக, ராமனின் பெயரைச் சொல்லி மக்கள் சக்தி என்கிற வாக்கு வங்கியைத் தங்கள் பக்கம் திரட்டுவதற்கான வேலையில் அத்வானி இறங்கியிருப்பது வெளிப்படையாகத் தெரிந்தது.

அந்த யாத்திரைக்குக் கிடைத்த மக்கள் ஆதரவு மூத்த தலைவர் அடல் பிஹாரி வாஜ்பாய்க்கு மிகுந்த மகிழ்ச்சியைக் கொடுத்தது. காந்தி நடத்திய உப்பு சத்தியாகிரகப் போராட்டத்துக்கு இணையானது அத்வானி நடத்தும் ரதயாத்திரை என்றார். மூத்த தலைவரே

ரதயாத்திரை

முன்னணிக்கு வந்து பாராட்டு மழை பொழியும்போது இளைய தலைவர்கள் அமைதியாக இருப்பார்களா என்ன... இன்னும் கூடுதலாக உற்சாகம் அடைந்தனர். குறிப்பாக, அத்வானியின் யாத்திரையின் சூத்திரதாரி யான பிரமோத் மகாஜனின் பேச்சுகள் அதிர்ச்சியின் உச்சம்.

'நீங்கள் பாபரின் பிள்ளைகளா, அல்லது ராமரின் பிள்ளைகளா? நீங்கள் அக்பரின் பிள்ளைகளா, அல்லது ரானா பிரதாப்பின் பிள்ளைகளா? நீங்கள் ஔரங்கசீப்பின் பிள்ளைகளா, அல்லது வீர சிவாஜியின் பிள்ளைகளா? இந்தக் கேள்விகளுக்கு சரியாகப் பதிலளிக்காதவர்கள் இந்த நாட்டில் வாழ உரிமையற்றவர்கள்.'

இதுதான் மகாஜன் பேசிய பேச்சின் பிரதான அம்சம். அதன்மூலம் ரதயாத்திரையை ஆன்மீக யாத்திரையாக அல்லாமல், இந்து, முஸ்லிம் இடையிலான வித்தி யாசத்தை விரிவுபடுத்தும் ஆயுதமாக அத்வானி பயன்படுத்துகிறார் என்ற விமரிசனங்கள் எழுந்தன. போதாக்குறைக்கு, ரதயாத்திரையில் கலந்துகொண்ட தொண்டர்கள், 'இந்துக்களின் நன்மை குறித்துச் சிந்திப் பவர்களும் செயல்படுபவர்களுமே இந்தியாவை ஆளவேண்டும்' என்று கோஷமெழுப்பினர். அந்தக் கோஷத்தின் வீரியத்தைப் புரிந்துகொண்ட அத்வானி, 'இந்தியாவின் நன்மை குறித்துப் பேசுபவர்களே இந்தியாவை ஆளவேண்டும்' என்று திருத்தினார்.

ரதயாத்திரை பற்றிய நேர்மறை, எதிர்மறைச் செய்திகள் தொடர்ந்து பத்திரிகைகள் வந்தபோது அவருக்கான ஆதரவும் எதிர்ப்புகள் வளர்ந்துகொண்டே போனது. ரதத்தைப் பின்தொடர்ந்து வந்த ராம பக்தர்கள் அல்லது ஸ்வயம்சேவகர்கள் கைகளில் வில், அம்பு, கதாயுதம், சக்ராயுதம் போன்ற ஆயுதங்களைத் தூக்கிக்கொண்டு நடந்துவந்து தங்கள் உணர்வுகளை வெளிப்படுத்தினர்.

ரதயாத்திரையை ஆன்மீக யாத்திரையாக அல்லாமல், இந்து, முஸ்லிம் இடையிலான வித்தியாசத்தை விரிவுபடுத்தும் ஆயுதமாக அத்வானி பயன்படுத்துகிறார் என்ற விமரிசனங்கள் எழுந்தன.

சுதந்தரப் போராட்ட காலத்தில் காங்கிரஸ் கட்சிக்கு வானர சேனை என்ற பெயரில் தனி அமைப்பு ஒன்று இருந்தது. மாணவர்கள் அமைப்பு. கமலா நேரு போன்றவர்கள் அந்த அமைப்புக்கு ஆதரவாக இருந்தார்கள். இந்திரா காந்தியின் கணவர் ஃபெரோஸ் காந்தி அந்த வானர சேனையில் உறுப்பினராக இருந்தார். இது கடந்த காலம்.

தற்போது நிகழ்காலத்தில் புதிய வானர சேனை ஒன்று உருவாகியிருந்தது. இது ரதயாத்திரைக்காக

பிரமோத் மகாஜன்

உருவாக்கப்பட்டது. அனுமன் வேடமிட்ட ராம பக்தர்கள் அத்வானியின் ரதயாத்திரையைச் சுற்றிலும் ஆடிப்பாடிக்கொண்டும், ராம கோஷங்களை எழுப்பிக்கொண்டும் வழிநெடுக வந்தனர்.

அதன்மூலம் யாத்திரை செல்லும் பாதையில் ஒருவித உணர்ச்சிக்கொந்தளிப்பு உருவானது. ஆங்காங்கே வதந்திகள் வழியே வன்முறைச் சம்பவங்கள் உருவாக்கப்பட்டன. உதாரணமாக, பாஜக அலுவலக வாசலில் 14 பசுமாடுகள் செத்துக் கிடப்பதாக வதந்தி பரவியது. அதனால் அந்தப் பகுதியில் ஏராளமான இந்துக்கள் திரண்டார்கள். பதற்றம் பரவியது.

பசுக்கள் விஷம் கொடுத்துக் கொல்லப்பட்டுள்ளன என்றனர் அங்கிருந்த இந்துக்கள். ஆனால் காவல்துறையினர் முன்னிலையில் மருத்துவர்களைக் கொண்டு அவற்றைப் பரிசோதனை செய்து பார்த்தபோது அது உண்மையல்ல என்பது தெரியவந்தது. அதேபோல, இஸ்லாமியர் ஒருவர் குளம் ஒன்றில் விஷத்தைக் கலந்துவிட்டதாக செய்தி பரவியது.

விளைவு, இந்து - முஸ்லீம் இடையே ஆங்காங்கே கைகலப்புகளும் சச்சரவுகளும் மத மோதல்களும் நடந்தன. குறிப்பாக, உத்தரப் பிரதேச மாநிலத்தின் சில இடங்களில் வன்முறையின் தாக்கம் சற்றே அதிகமாக இருந்தது. அதுதொடர்பான செய்திகள் பத்திரிகைகளில் வெளியானபோது அவற்றை அத்வானி அடியோடு மறுத்தார். கலவரங்கள் நடந்தது உண்மை, ஆனால் அது ரதயாத்திரை சென்ற பாதையில் அல்ல, அதற்கு வேறு காரணங்கள் என்பது அவரது வாக்குமூலம்.

கள யதார்த்தமோ அத்வானியின் வாக்குமூலத்துக்கு நேர் எதிராக இருந்தது. அதை உணர்ந்த பிரதமர் வி.பி. சிங், ரதயாத்திரையைத் தடுத்து நிறுத்துவதற்கான முயற்சிகளில் தீவிரம் காட்டினார். முதலில் சற்றே காட்டமான மொழியில் எச்சரிக்கை விடுத்தார். அதாவது, அத்வானியின் ரதயாத்திரை வன்முறையை விதைக்கும் பட்சத்தில், அதை உத்தர பிரதேச மாநிலத்துக்குள் நுழைய மத்திய அரசு அனுமதிக்காது என்றார்.

லாலு பிரசாத் யாதவ்

அத்தகைய எச்சரிக்கை வி.பி.சிங் விடுத்தபோது மேடையில் உத்தரப் பிரதேச முதல்வர் முலாயம் சிங் யாதவும் இருந்தார். பிரதமரின் எச்சரிக்கையை அவரும் ஆமோதித்தார். ஆனால் அதைப் பற்றி அத்வானி அதிகம் அலட்டிக்கொள்ளவில்லை. ரதயாத்திரையைச் சற்றே நிறுத்தி விட்டு, டெல்லி சென்று ஓய்வெடுக்க முடிவுசெய்தார்.

ஆம், நீண்ட பயணக் களைப்பைப் போக்கிக் கொள்வதற்காக டெல்லி வந்தார் அத்வானி. உடனடியாகச் செயலில் இறங்கிய பிரதமர் வி.பி. சிங், ஆர்.எஸ்.எஸ் தலைவர் தேவரஸுக்குத் தூது அனுப்பினார். அவரைச் சமாதானம் செய்துவிட்டால், அவர் வழியாக அத்வானியை அமைதிப்படுத்திவிட முடியும் என்பது வி.பி. சிங்கின் கணிப்பு.

பிரதமரின் தூதர்களாக தேவரஸைச் சந்திக்கச் சென்றவர்கள் மூத்த தலைவர்களான ஜார்ஜ் ஃபெர்னாண்டஸும் தெலுங்கு தேசம் கட்சியின் உபேந்திராவும். ஆனால் பிரதமர் எதிர்பார்த்தது நடக்கவில்லை. அயோத்தியில் ராமர் கோயில் என்பதைத் தவிர வேறெந்தத் திட்டத்தையும் ஏற்கப்போவதில்லை என்று திட்டவட்டமாகச் சொல்லிவிட்டார் தேவரஸ். அதில் வி.பி. சிங்குக்கு ஏமாற்றம்.

‘ஒருவேளை ரதயாத்திரையை நீங்கள் தடுத்து நிறுத்தும் பட்சத்தில், மத்திய அரசுக்கு அளித்துவரும் ஆதரவை பாரதிய ஜனதா கட்சி திரும்பப் பெறும்’ என்று எச்சரிக்கை விடுத்தார்.

சாட்சிக்காரன் காலில் விழுவதைவிட சண்டைக்காரனைச் சந்தித்துப் பேசிவிடலாம் என்ற முடிவுக்கு வந்தார் பிரதமர் வி.பி. சிங். ஆம், 19 அக்டோபர் 1990 அன்று அத்வானியைச் சந்தித்துப் பேச முடிவுசெய்தார். அதற்கு அத்வானியும் சம்மதித்தார். பேச்சுவார்த்தைகள் தொடங்கின. ஆனால் இருவருமே தத்தமது நிலைப்பாட்டில் அசாத்திய உறுதியைக் காட்டினர். விளைவு, பேச்சுவார்த்தைகள் தேக்கமடைந்தன.

ஒருகட்டத்தில் ரதயாத்திரையைத் தொடர்ந்து நடத்தியே தீருவேன் என்று அத்வானி அழுத்தமாகச் சொன்னார். அப்படி என்றால், அந்த யாத்திரையைத் தடுத்து நிறுத்துவதைத் தவிர எனக்கு வேறு வழியில்லை என்றார்

பிரதமர் வி.பி. சிங். ஆவேசமடைந்த அத்வானி, 'ஒருவேளை ரதயாத்திரையை நீங்கள் தடுத்து நிறுத்தும் பட்சத்தில், மத்திய அரசுக்கு அளித்துவரும் ஆதரவை பாரதிய ஜனதா கட்சி திரும்பப் பெறும்' என்று எச்சரிக்கை விடுத்தார். அந்த நொடியில் பேச்சுவார்த்தைகள் முறிந்துபோயின. அத்வானி வெளியேறிவிட்டார்.

அதனைத் தொடர்ந்து அயோத்தி விவகாரத்தைத் தீர்ப்பது தொடர்பான மூன்று அம்சத் திட்டம் ஒன்றை வெளியிட்டார் பிரதமர் வி.பி. சிங்.

1. பிரச்னைக்குரிய பாபர் மசூதியையும் அதனைச் சுற்றியுள்ள இடங்களையும் மத்திய அரசே எடுத்துக்கொள்வது. அதற்காக குடியரசுத் தலைவரைக் கொண்டு அவசர ஆணை ஒன்றைப் பிறப்பிப்பது.

2. பிரச்னைக்குள் வராத இடத்தை ராமஜென்ம பூமி அமைப்பினரிடம் ஒப்படைப்பது. அங்கே அவர்கள் ராமருக்குக் கோயில் எழுப்புவதற்கு அனுமதி கொடுப்பது.

3. பாபர் மசூதி - ராமர் பிறந்த இடம் தொடர்பான பிரச்னைகளை விரைந்து தீர்த்துவைக்க வேண்டும் என்று இந்திய உச்சநீதிமன்றத்துக்குக் கோரிக்கை விடுப்பது.

ஜார்ஜ் ஃபெர்னாண்டஸ்

நீண்ட நெடிய ஆலோசனைகளுக்குப் பிறகே இந்த மூன்று அம்சத் திட்டத்தை முன்வைத்தது மத்திய அரசு. ஆனால் அந்தத் திட்டத்தை இஸ்லாமியர்கள் தரப்பு ஏற்றுக்கொள்ளவில்லை.

மத்திய அரசின் திட்டம் சரியானது அல்ல, அது எங்களை எந்த விதத்திலும் கட்டுப்படுத்தாது. பாபர் மசூதியையும் அதைச் சுற்றியுள்ள இடங்களையும் மத்திய அரசு எடுத்துக்கொள்வதை எந்தக் காரணத்தை முன்னிட்டும் அனுமதிக்க முடியாது. எங்களுக்கான உரிமைகள் எப்போதும் போல் தொடர்கின்றன என்றார் டெல்லி ஜும்மா மசூதி ஷாகி இமாம்.

கிட்டத்தட்ட இதே போன்ற எதிர்வினை விஷ்வ ஹிந்து பரிஷத் உள்ளிட்ட இந்து அமைப்புகளிடம் இருந்தும் வந்தது. அவர்கள் ஒருபடி மேலே சென்று, மத்திய அரசு தன்னுடைய மூன்று அம்சத் திட்டத்தை உடனடியாகத் திரும்பப் பெறவேண்டும் என்று வலியுறுத்தினர். மூன்று அம்சத் திட்டத்தை இரண்டு தரப்பினருமே ஏற்றுக்கொள்ள மறுத்துவிட்டதால் மத்திய அரசு என்ன செய்வதென்று தெரியாமல் கையைப் பிசைந்துகொண்டிருந்தது.

இதுதான் சமயம் என்று தன்னுடைய ரதயாத்திரையை மீண்டும் தொடங்கினார் அத்வானி. ஆம், சிலநாள் ஓய்வுக்குப் பிறகு 20 அக்டோபர் 1990 அன்று தன்பாத் என்ற ஊரிலிருந்து தொடங்கிய ரதயாத்திரை ராஞ்சி, கயா போன்ற முக்கிய இடங்களைக் கடந்து, 22 அக்டோபர் 1990 அன்று ஏற்பாடு செய்யப்பட்டிருந்த பிரம்மாண்டப் பொதுக்கூட்டத்தில் உணர்ச்சிமிகு உரை நிகழ்த்தினார் அத்வானி. அந்தக் கூட்டத்துக்கு ஏராளமான தொண்டர்கள் வந்திருந்தனர்.

அடுத்த நடவடிக்கையாக முதலமைச்சர்கள் சந்திப்புக்கு அழைப்பு விடுத்தார் பிரதமர் வி.பி. சிங். உத்தரப் பிரதேச முதல்வர் முலாயம் சிங் யாதவ், பீகார் முதல்வர் லாலு பிரசாத் யாதவ்,

மேற்கு வங்க முதல்வர் ஜோதிபாசு, கேரள முதல்வர் ஈ.கே. நாயனார் உள்ளிட்டோர் பங்கேற்ற அந்தக் கூட்டத்தில், 'வன்முறையை விதைக்கும் அத்வானியின் ரதயாத்திரையை மத்திய அரசு தடுத்தே தீரவேண்டும்' என்று வலியுறுத்தப்பட்டது.

அதனை ஏற்றுக்கொண்ட பிரதமர் வி.பி. சிங் உடனடியாக வானொலி மற்றும் தொலைக்காட்சி வழியே ஒரு முக்கியமான செய்தியைச் சொன்னார். இந்திய நாட்டின் இறையாண்மையைச் சிதைக்கும் ரத யாத்திரை இனியும் தொடரக்கூடாது, அது தொடரும் பட்சத்தில் அத்வானி கைது செய்யப்படுவார். அத்வானிக்கு பிரதமர் விடுத்த பகிரங்க எச்சரிக்கை அது. ஆனால் திட்டமிட்டபடி ரதயாத்திரை தொடரும் என்று அறிவித்தார் அத்வானி.

இப்போது இன்னொரு முக்கியமான தலைவர் களத்தில் இறங்கினார். பிரதமர் வி.பி. சிங்கின் வேண்டுகோளையும் மீறி எங்கள் மாநில எல்லைக்குள் அத்வானியின் ரதயாத்திரை நுழைந்தால் அவர் உடனடியாகக் கைது செய்யப்படுவார் என்று எச்சரித்தார். அவர் பீகார் முதல்வர் லாலு பிரசாத் யாதவ்!

95

அத்வானி கைதும் ஆட்சிக் கவிழ்ப்பும்

ரதயாத்திரயைத் தடுத்து நிறுத்தவேண்டும் என்றால் அத்வானியைக் கைது செய்வதைத் தவிர வேறு வழியில்லை என்ற நிலை மத்திய, மாநில அரசுகளுக்கு உருவானது. ஆனால் அந்தக் காரியத்தைச் செய்வது ஒன்றும் அத்தனைச் சுலபமான காரியம் இல்லை. ஏனென்றால், அத்வானி தலைமையிலான பாரதிய ஜனதா கட்சியின் ஆதரவுடன் தான் மத்தியில் வி.பி. சிங் அரசு நடந்து கொண்டிருக்கிறது. ஆகவே, அத்வானியைக் கைதுசெய்தால், அடுத்த நொடி ஆட்சியைக் கவிழ்த்து விடுவார்கள் பாரதிய ஜனதா கட்சியினர். கரணம் தப்பினால் மரணம் என்ற நிலை.

ஆனால் நடந்த வன்முறை, நடக்கப்போகும் வன்முறையை ஆகிய வற்றை எல்லாம் எடைபோட்டுப் பார்த்த பிரதமர் வி.பி. சிங், என்ன வேண்டுமானாலும் நடக்கட்டும், ஆனால் ரதயாத்திரை நடக்கக் கூடாது என்ற உறுதியான முடிவுக்கு வந்தார். உரிய உத்தரவுகளை பீகார் முதல்வர் லாலு பிரசாத் யாதவுக்கு அனுப்பிவைத்தார்.

பீகாரில் ஜனதா தளம் கட்சிதான் ஆட்சியில் இருந்தது. ஆனால் அங்கே ஆட்சிக்கு எந்தச் சிக்கலும் இல்லாத நிலை. ஆகவே, துணிச்சலோடு களத்தில் இறங்கத் தயாரானார் லாலு பிரசாத் யாதவ். உண்மையில், லாலு பிரசாத் யாதவ் தீவிரமான இந்துத்வ எதிர்ப்பாளர். அத்வானி, வாஜ்பாய் போன்றோரின் அதிதீவிர விமரிசகர்.

கைது நடவடிக்கையை நிர்வாக ரீதியாக எடுக்காமல், சட்ட ரீதியாக எடுத்தார் லாலு பிரசாத் யாதவ். உள்ளூர் மாவட்ட குற்றவியல்

வாஜ்பாய்

நீதிபதியின் வழியாக அத்வானியைக் கைது செய்ய பிடியாணை பிறப்பிக்கப்பட்டது. அது முறைப்படி அத்வானியிடம் தரப்பட்டது. அதற்காகவே காத்துக் கொண்டிருந்த அத்வானி, உடனடியாக குடியரசுத் தலைவர் ஆர். வெங்கடராமனுக்குக் கடிதம் ஒன்றை எழுதினார்.

வி.பி. சிங் தலைமையிலான தேசிய முன்னணி அரசுக்கு அளித்துவருகின்ற ஆதரவை பாரதிய ஜனதா கட்சி திரும்பப்பெற்றுக்கொள்கிறது என்பதுதான் அந்தக் கடிதத்தின் ஒற்றை வரி உள்ளடக்கம். அதன்மூலம் வி.பி. சிங் அரசுக்கான முடிவுரையின் முதல் பக்கம் எழுதி முடிக்கப்பட்டது.

பின்னர் தேசியப் பாதுகாப்புச் சட்டத்தின்கீழ் அத்வானியைக் கைது செய்த பீகார் காவல்துறை, அவரை ஆகாய மார்க்கமாக அழைத்துச்சென்று, பீகார் - மேற்கு வங்க எல்லையில் உள்ள மசஞ்ச்சோர் அரசு மாளிகையில் தங்கவைத்தது. அங்கே அவர் வீட்டுக் காவலில் வைக்கப்பட்டார்.

அத்வானியின் கடிதத்தைத் தொடர்ந்து பாரதிய ஜனதா கட்சியின் மூத்த தலைவர் வாஜ்பாய் தலைமையிலான குழுவினர் குடியரசுத் தலைவர் ஆர். வெங்கடராமனைச் சந்தித்து, வி.பி. சிங் அரசுக்கு அளித்துவரும் ஆதரவைத் திரும்பப் பெறுகிறோம் என்பதை அதிகாரபூர்வமாக அறிவித்தனர். அதனை குடியரசுத் தலைவரும் ஏற்றுக் கொண்டார். அதன்மூலம் வி.பி. சிங் அரசு பெரும் பான்மையை இழந்தது. எப்போது வேண்டுமானாலும் ஆட்சி கவிழும் என்ற நிலை.

சமூக ரீதியாகவும் கல்வி ரீதியாகவும் பின்தங்கிய வகுப்பினருக்கு இட ஒதுக்கீடு அளிப்பதை பாரதிய ஜனதா கட்சி ஆதரிக்கிறது.

அந்தச் சமயத்தில் பாஜக மீது ஒரு முக்கியமான குற்றச் சாட்டு இருந்தது. மண்டல் கமிஷன் பரிந்துரைகளை வி.பி. சிங் அரசு அமல்படுத்தியது பாஜகவுக்கு ஏற்புடையது அல்ல. ஆனால் அதனைக் காரணமாகச் சொல்லி, ஆட்சிக்கு அளித்துவரும் ஆதரவைத் திரும்பப் பெற்றால் சர்ச்சைகள் ஏற்படும் என்பதால், ரதயாத்திரை, அத்வானி கைது போன்றவற்றின் வழியாக ஆட்சியைக் கவிழ்க்கத் தயாராகிவிட்டது என்பதுதான் அந்தக் குற்றச்சாட்டு.

ஆனால் அந்தக் குற்றச்சாட்டை அடியோடு நிராகரித்த பாரதிய ஜனதா கட்சி, இதுவிஷயமாக விரிவான விளக்கம் ஒன்றையும் கொடுத்திருந்தது.

சந்திரசேகர்

சமூக ரீதியாகவும் கல்வி ரீதியாகவும் பின்தங்கிய வகுப்பினருக்கு இட ஒதுக்கீடு அளிப்பதை பாரதிய ஜனதா கட்சி ஆதரிக்கிறது. எனினும், தனக்கு ஆதரவு தரும் கட்சிகளுடன் ஆலோசனை செய்யாமல், பரிந்துரைகளில் பொருளாதார அளவுகோல்கள் எதையும் வகுக்காமல், மண்டல் கமிஷன் பரிந்துரைகளை ஏற்பதாக அரசு அறிவித்திருக்கும் முறை முற்றிலும் தவறானது. இந்த நடவடிக்கை பிற்படுத்தப்பட்ட வகுப்பினரின் நன்மையைக் கருத்தில் கொண்டு செய்யப்பட்டது அல்ல. அரசியல் ஆதாயத்தை எதிர்பார்த்துச் செய்யப்பட்ட ஒன்று. அரசின் இந்த முடிவு சாதிகளையும் அந்தச் சாதிகளின் உட்பிரிவுகளையும் மேலும் பிளவுபடுத்தவே செய்யும்.

எப்படிப் பார்த்தாலும் மண்டல் கமிஷன் பரிந்துரைகள் அமல்படுத்தப்பட்ட விஷயத்தில் பாஜகவுக்கு ஒருவித சங்கடம் ஏற்பட்டிருந்தது என்னவோ உண்மை. அப்போது ஏற்பட்ட சங்கடம், ரதயாத்திரையின் வழியாக வளர்ந்தது. இன்று தேசிய முன்னணி - பாரதிய ஜனதா இடையிலான உறவு முழுமையாக முடிவுக்கு வந்திருந்தது.

ஆட்சிக்கான பெரும்பான்மையை இழந்திருந்தபோதும் பதவியை ராஜினாமா செய்ய பிரதமர் வி.பி.சிங் விரும்பவில்லை. நாடாளுமன்றத்தில் நம்பிக்கை வாக்கெடுப்பு கோரப்போவதாக அறிவித்தார். அதை ஏற்றுக்கொண்ட குடியரசுத் தலைவர் ஆர். வெங்கடராமன், '7 நவம்பர் 1990 அன்று நம்பிக்கை வாக்கு கோரவேண்டும்' என்று உத்தரவிட்டார். ஆனால் நிலைமையோ முற்றிலும் கையைவிட்டுப் போயிருந்தது.

வி. பி. சிங்கின் பழைய எதிரிகள் இருவர் ஓரணியில் திரண்டிருந்தனர். ஜனதா தளத்தின் மூத்த தலைவரும் பிரதமர் கனவில் மிதந்துகொண்டிருந்தவருமான சந்திரசேகரும் காங்கிரஸ் தலைவர் ராஜீவ் காந்தியும் திடீரென கைகுலுக்கிக்கொண்டனர். விளைவு, ஜனதா தளம் இரண்டாக உடைந்தது.

சந்திரசேகர் தலைமையிலான பிரிவு ஆட்சியமைக்க விரும்பினால், அதற்கு ஆதரவளிக்கத் தயார் என்று அறிவித்தார் ராஜீவ் காந்தி. ஆனால், வி.பி. சிங்குக்குப் பதிலாக வேறு எவரை யேனும் முன்னிறுத்தினால் அவரை ஆதரிக்கத் தயார் என்ற நிலைப்பாட்டை பாஜக எடுக்க வில்லை.

அதன் எதிரொலி உடனடியாகக் கேட்டது. நம்பிக்கை வாக்கெடுப்பு கோரிய வி. பி. சிங் தோல்வி யடைந்தார். அதன்பிறகு பிரதமர் பதவியை ராஜினாமா செய்தார் வி.பி. சிங். பின்னர் ஏற்கெனவே திட்டமிட்டபடி காங்கிரஸ் ஆதரவுடன் பிரதமர் என்கிற கனவுப் பதவியை ஏற்றுக்கொண்டார் சந்திரசேகர்.

அதன்மூலம் தேசிய அரசியலில் ஒரு முக்கியமான திருப்புமுனை ஏற்பட்டது. நேற்றுவரை ஆட்சியைத் தீர்மானிக்கும் இடத்தில் இருந்த பாரதிய ஜனதா கட்சி இப்போது சாதாரண எதிர்க் கட்சியாக மாறியிருந்தது. ஆனால் நேற்றுவரை வெறும் எதிர்க்கட்சியாக இருந்த காங்கிரஸின் கரங்களில் இன்று ஆட்சிக்குதிரையின் லகான் இருந்தது. சந்திரசேகர் அரசைப் பின்னால் இருந்து இயக்கத் தொடங்கியிருந்தார் ராஜீவ் காந்தி.

வீட்டுக்காவலில் இருந்து விடுதலை செய்யப்பட்ட அத்வானி நேராக அயோத்தி நோக்கிப் புறப்பட்டார். அப்போது அவரை வரவேற்க வழிநெடுகத் திரண்டிருந்த மக்களைப் பார்த்ததும் அத்வானி உற்சாகம் ஊற்றெடுத்தது. இந்துக்களுக்கு எதிரான நிலையை எடுக்கின்ற, கடவுள் ராமரை அவமதிக்கின்ற எந்தவொரு ஆட்சியும் இந்தியாவில் நிலைத்திருக்கமுடியாது என்று எச்சரிக்கை விடுத்தார்.

> இந்துக்களுக்கு எதிரான நிலையை எடுக்கின்ற, கடவுள் ராமரை அவமதிக்கின்ற எந்தவொரு ஆட்சியும் இந்தியாவில் நிலைத்திருக்கமுடியாது என்று எச்சரிக்கை விடுத்தார்.

உண்மையில், சந்திரசேகர் அரசுக்கு பாஜக தரப்பில் இருந்து எவ்வித ஆதரவும் தரப்படவில்லை என்றாலும், அவருடைய அரசு அயோத்தி விவகாரத்தில் வேறு சில முக்கியமான முயற்சிகளை எடுத்தது. முக்கியமாக, விஷ்வ ஹிந்து பரிஷத் அமைப்பினருக்கும் அகில இந்திய பாபர் மசூதி நடவடிக்கைக் குழுவுக்கும் இடையே பேச்சுவார்த்தைகள் நடத்து வதற்கு ஏற்பாடுகள் செய்தார் பிரதமர் சந்திரசேகர்.

விஷ்வ ஹிந்து பரிஷத் தரப்பும் பாபர் மசூதி கமிட்டி தரப்பும் பலமுறை சந்தித்துப் பேச்சுவார்த்தை நடத்தினர். பரஸ்பரம் ஆதாரங்களையும் ஆவணங் களையும் பகிர்ந்துகொண்டனர். ராமர் கோயில் ஆதவாளர்கள் ஒரு ஆதாரத்தைக்

கொடுத்தால், அதற்கான மாற்று ஆதாரத்தை பாபர் மசூதி ஆதரவாளர்கள் முன்வைத்தனர். அதேபோல, பாபர் மசூதி ஆதரவாளர்கள் தரும் தகவல்களை ஆதாரபூர்வமாக மறுத்தனர் ராமர் கோயில் ஆதரவாளர்கள். வாதப்பிரதிவாதங்கள் பலமாக நடந்தன. விளைவு, பலகட்டப் பேச்சுவார்த்தைகள் நடந்தபோதும் இறுதி முடிவு எதுவும் எட்டப்படவில்லை. காரணம், இரு தரப்பினருமே தத்தமது நிலைப்பாட்டில் அசாத்திய உறுதியைக் காட்டியதுதான்.

இதற்கிடையே சந்திரசேகர் அரசுக்கும் ஆபத்து ஏற்படத் தொடங்கியது. பிரதமர் சந்திரசேகர் - ராஜீவ் காந்தி இடையே சின்னச்சின்ன கருத்துவேறுபாடுகள் முளைத்தன. உச்சகட்டமாக, ராஜீவின் வீட்டை சந்திரசேகர் அரசு உளவுபார்த்ததாக நாடாளுமன்றத்தில் பிரச்னை எழுப்பியது காங்கிரஸ் கட்சி. அதை எழுப்பியவர் தமிழ்நாட்டைச் சேர்ந்த காங்கிரஸ் எம்.பி. இரா. அன்பரசு.

ஆட்சியையே காவு வாங்கக்கூடிய ஆகப்பெரிய குற்றச்சாட்டு என்பதால் பிரதமர் சந்திரசேகர் அந்த விஷயத்தைக் கூடுதல் கவனத்துடன் கையாண்டார். ராஜீவ் காந்தியின் வீட்டை மத்திய அரசு உளவுபார்க்கவில்லை என்பதையும், ராஜீவ் வீட்டுக்கு அருகில் நின்றிருந்த ஹரியானா மாநில காவலர்களுக்கும் மத்திய அரசுக்கும் எவ்விதத் தொடர்பும் இல்லை என்பதையும் திட்டவட்டமாக எடுத்துச் சொன்னார் பிரதமர் சந்திரசேகர்.

ஆனால் அத்தகைய எவ்வித விளக்கத்தையும் ஏற்றுக்கொள்ள ராஜீவ் காந்தி தயாராக இல்லை. மத்திய அரசு செய்திருக்கும் காரியம் ஒரு நம்பிக்கை மோசடி என்று விமரிசித்தார் ராஜீவ். வேவு பார்க்கக் காரணமான ஜனதா தளம் (எஸ்) பிரிவின் பொதுச்செயலாளர் ஓம் பிரகாஷ் சௌதாலா, ஹரியானா முதல்வர் ஹுக்கும் சிங் ஆகிய இருவரையும் உடனடியாகப் பதவி நீக்கம் செய்யவேண்டும் என்பதுதான் ராஜீவ் காந்தியின் நிபந்தனை.

ஆனால் அவர்கள் இருவர் மீதும் நடவடிக்கை எடுத்தால் கட்சி உடையும்; நடவடிக்கை எடுக்கா விட்டால் ஆட்சிக்கு அளித்துவரும் ஆதரவை ராஜீவ் காந்தி திரும்பப் பெறுவார். இக்கட்டான நிலையில் சிக்கியிருந்தார் பிரதமர் சந்திரசேகர். உளவு பார்த்தது தொடர்பாக உயர்மட்ட விசாரணை நடத்தப்படும் என்று அறிவித்தார் பிரதமர் சந்திரசேகர். விசாரணைகள் எல்லாம் பிறகு, முதலில் அவர்களை விலக்குங்கள் என்று நெருக்கடி கொடுத்தார் ராஜீவ்.

'நம்பிக்கைதான் இங்கே கேள்விக்குறி ஆகியிருக்கிறது. நாங்கள் சந்திரசேகரை நம்பினோம். ஆட்சி அமைக்க ஆதரவு கொடுத்தோம். அதனால் எங்களுக்கு எந்தவிதமான பிரதிபலனும் இல்லை. ஆனாலும் அவர் எங்களை நம்பவில்லை என்றே தெரிகிறது. இரண்டு கான்ஸ்டபிள்களைக் கொண்டு என்னுடைய வீட்டை வேவு பார்க்கச் செய்துள்ளார். பிறகு அப்படிச் செய்ய உத்தரவிட்டவர் ஓம் பிரகாஷ் சௌதாலா என்பது தெரியவந்தது. ஆகவே, அவர்கள் மீது நடவடிக்கை எடுத்து, உங்களுக்கும் வேவு பார்த்ததற்கும் எந்தத் தொடர்பும் இல்லை என்பதை நிரூபியுங்கள் என்றோம். ஆனால் பிரதமர் தயக்கம் காட்டுகிறார்.' என்றார் ராஜீவ் காந்தி.

வேவு பார்க்கப்பட்ட விவகாரத்தில் உறுதியான நடவடிக்கை எடுக்கப்படும் வரைக்கும் நாடாளு மன்றத்தைப் புறக்கணிக்கப்போவதாக ராஜீவ் அறிவித்தார். நெருக்கடி முற்றியது. அதேசமயம், சந்திரசேகர் அரசுக்கு நாள் குறித்துவிட்டார் ராஜீவ் என்பதும் அப்பட்டமாகத் தெரிந்தது. இனியும் தனது வீழ்ச்சியைத் தடுக்கமுடியாது என்பதை உணர்ந்த சந்திரசேகர், 6 மார்ச் 1991 அன்று குடியரசுத் தலைவரைச் சந்தித்து, பதவியை ராஜினாமா செய்வதாக அறிவித்தார்.

உண்மையில், சந்திரசேகர் எடுத்த அதிரடி முடிவு ராஜீவ் காந்தியை அதிர்ச்சியில் ஆழ்த்தி விட்டது. சற்றே மிரட்டல் விடுத்துப் பார்க்கலாம் என்பதுதான் அவருடைய திட்டம். ஆனால் அதற்காக அத்தனை பெரிய முடிவை சந்திரசேகர் எடுப்பார் என்று ராஜீவ் துளியும் எதிர் பார்த்திருக்கவில்லை. ராஜினாமா முடிவைத் திரும்பப் பெறுங்கள் என்று சந்திரசேகருக்கு கோரிக்கை விடுத்தார். காங்கிரஸின் முழுமையான ஆதரவு உங்களுக்கு உண்டு என்ற உறுதி மொழியையும் கொடுத்தார். ஆனால் சந்திரசேகர் தான் எடுத்த முடிவில் உறுதியாக இருந்தார்.

விளைவு, மக்களவையைக் கலைத்து அறிவிப்பு வெளியிட்டார் குடியரசுத் தலைவர் ஆர். வெங்கட்ராமன். விரைவில் தேர்தல் நடத்தப்படுவதற்கான சூழல் உருவானது. நிமிர்ந்து உட்கார்ந்தது பாரதிய ஜனதா!

96

ராமர் கோயிலும் ராஜீவ் கொலையும்

தொண்ணூறுகளின் தொடக்கத்தில் இந்தியத் தலைமைத் தேர்தல் ஆணையராக இருந்தவர் திருவில்வக்கடவு நாராயணன் சேஷன் என்கிற டி.என்.சேஷன். நேர்மையும் துணிச்சலும் கொண்ட அதிகாரியாக அறியப்பட்டவர். குறிப்பாக, தேர்தல் நடத்தை விதிமுறைகள் முதல் தேர்தல் ஆணையருக்கான அதிகாரங்கள் வரை பல்வேறு விஷயங்களைப் பயன்பாட்டுக்குக் கொண்டுவந்தவர். அத்தகைய சேஷன் 20 மே 1991, 23 மே 1991 மற்றும் 26 மே 1991 ஆகிய தேதிகளில் மக்களவைத் தேர்தல்கள் நடத்தப்படும் என்று அதிகார பூர்வமாக அறிவித்தார்.

தேர்தல் அறிவிப்பு பாரதிய ஜனதா கட்சியினரை உற்சாகப்படுத்தியது. கடந்த தேர்தலுக்குப் பிறகு அமைந்த இரண்டு அரசுகளும் அற்ப ஆயுளில் வீழ்ந்துவிட்டதால், அதை வாக்காளர்கள் மத்தியில் கொண்டுசென்றால் நல்ல தாக்கம் ஏற்படும், அது தேர்தல் களத்தில் பாரதிய ஜனதாவுக்குச் சாதகமாக அமையும் என்பது அவர்களுடைய கணிப்பு.

தவிரவும், அயோத்தியில் ராமர் கோயில் கட்ட வேண்டும் என்ற கோரிக்கையை முன்வைத்து அத்வானி நடத்திய ரதயாத்திரை ஏராளமான இந்துக்களையும் ராமபக்தர்களையும் பாஜகவின் பக்கம் திரட்டியிருப்பதாக பாஜக கணித்தது. அதை வாக்குவங்கியாக மாற்றுவதற்கு இந்தப் பொதுத்தேர்தலைப் பயன்படுத்திக்

ராஜீவ் காந்தி

கொள்ளத் தயாரானது. அதற்கேற்க தேர்தல் கூட்டணி, பிரசார வியூகங்களை எல்லாம் வகுக்கத் தொடங்கியது.

கடந்தமுறை ஜனதா தளம் போன்ற மிகப்பெரிய கட்சியில் பல மாநிலங்களில் தேர்தல் உடன்பாடு செய்துகொண்டு தேர்தலைச் சந்தித்திருந்தது பாரதிய ஜனதா. ஆனால் இடைப்பட்ட காலங்களில் அந்த உறவு முற்றிலுமாகத் தகர்ந்துபோயிருந்தது. ஆகவே, சிவசேனா போன்ற நெருக்கமான கட்சிகளுடன் மட்டும் கூட்டணி அமைத்துக்கொள்ளவேண்டிய சூழல் பாஜகவுக்கு உருவாகியிருந்தது.

உண்மையில், அப்படியொரு சூழலைத்தான் பாரதிய ஜனதாவும் விரும்பியது. காரணம், அப்போதுதான் அதிக இடங்களிலும் போட்டியிடமுடியும், திரட்டி வைத்திருக்கும் ஆதரவைத் தங்கள் கட்சிக்கே முழுமையாகப் பயன்படுத்திக்கொள்ள முடியும். ஆகவே, அதற்கேற்ப கூட்டணி வியூகத்தை வகுத்துக் கொண்டது பாஜக. தவிரவும், தேர்தல் அறிக்கையில்கூட தமது அடிப்படைச் சித்தாந்தங்கள் தொடர்பான விஷயங்களைச் சேர்ப்பதற்கு எந்தவொரு கூட்டணிக் கட்சியும் தடையாக இருக்கக்கூடாது என்பதிலும் பாஜக கூடுதல் கவனம் செலுத்தியது.

இந்தியாவுக்குப் பொது சிவில் சட்டம் கொண்டுவர வேண்டியது அவசியம். அதை நாங்கள் ஆட்சிக்கு வந்தால் நிச்சயம் செய்வோம் என்றது பாஜக. முக்கியமாக, பசுவதைத் தடுப்புச் சட்டம் கொண்டுவரப்படும் என்றும், இந்திய அரசியலமைப்புச் சட்டம் 370 வது பிரிவின்படி ஜம்மு காஷ்மீர் மாநிலத்துக்கு வழங்கப் பட்டுள்ள சிறப்பு அந்தஸ்தை நாங்கள் ரத்து செய்வோம் என்று அழுத்தந்திருத்தமாகச் சொன்னது பாஜக.

கடந்த காலங்களில் பாரதிய ஜனசங்கமோ, அல்லது பாரதிய ஜனதா கட்சியோ தமிழ்நாட்டில் அதிக அளவில் போட்டியிட்டதில்லை.

கடந்த ஓரிரு ஆண்டுகளாக பாஜக கவனம் செலுத்திக் கொண்டிருந்த முக்கியமான விவகாரம், அயோத்தியில் ராமர்கோயில். அதைத்தன்னுடைய தேர்தல் அறிக்கையில் சொன்னதோடு, தேர்தல் பிரசாரத்தின்போது அதை இன்னும் தீவிரமாகக் கொண்டுசெல்லவேண்டும் என்று தீர்மானம் செய்திருந்தது. பாஜகவுக்கான தேர்தல் பணிகளைச் செய்துகொடுக்க ஆர்.எஸ்.எஸ், விஷ்வ ஹிந்து பரிஷத் உள்ளிட்ட பல்வேறு சகோதர இயக்கங் களும் அமைப்புகளும் தயாராக இருந்தன.

மக்களவைத் தேர்தலைப் பொறுத்தவரை தேர்தல் நடந்த 521 தொகுதிகளில் 468 தொகுதிகளைத் தேர்வு

திருநெல்லைக்கடவு நாராயணன் சேஷன்

செய்து வேட்பாளர்களைக் களமிறக்கியிருந்தது பாரதிய ஜனதா. அதிகபட்சமாக உத்தரப் பிரதேச மாநிலத்தில் 84 தொகுதிகளில் போட்டியிட்டது பாஜக. மேலும், பீகாரில் 51, மேற்கு வங்கத்தில் 42, ஆந்திரப் பிரதேசத்தில் 41, மத்தியப் பிரதேசத்தில் 40, மகாராஷ்ட்ராவில் 31, கர்நாடகத்தில் 28, குஜராத்தில் 26, ராஜஸ்தானில் 25, ஒரிசாவில் 21 என்ற அளவில் வேட்பாளர்களை நிறுத்தி யிருந்தது. ஏனைய மாநிலங்களில் சொற்ப தொகுதிகளில் மட்டுமே போட்டியிட்டது.

பாரதிய ஜனதாவின் வேட்பாளர்களில் மூத்த தலைவர் வாஜ்பாய் மத்தியப் பிரதேசத்தின் விதிஷா தொகுதியிலும் உத்தரப் பிரதேசத்தின் லக்னோ தொகுதியிலும் போட்டியிட்டார். அதேபோல, பாஜக தலைவரான அத்வானி குஜராத் மாநிலம் காந்தி நகர் தொகுதியில் டெல்லி மாநிலம் புதுடெல்லி தொகுதியிலும் போட்டியிட்டனர். ஆம், மூத்த தலைவர்கள் எல்லாம் இரண்டு தொகுதிகளில் போட்டியிடுவது அப்போதிலிருந்தே நடைமுறையில் இருந்த விஷயம்தான்.

மற்ற பாஜக வேட்பாளர்களில் விஜயராஜே சிந்தியா (மத்தியப் பிரதேசம் - குணா), உமா பாரதி (மத்தியப் பிரதேசம் - கஜுராஹோ), வசுந்தரா ராஜே சிந்தியா (ராஜஸ்தான் - ஜலாவர்), ஜஸ்வந்த் சிங் (ராஜஸ்தான் - சித்தோர்கர்), கரிய முண்டா (பீகார் - குந்தி), சங்கர் சிங் வகேலா (குஜராத் - கோத்ரா), சுமித்ரா மகாஜன் (மத்தியப் பிரதேசம் - இந்தூர்) ஆகியோர் முக்கியமானவர்கள்.

கடந்த காலங்களில் பாரதிய ஜனசங்கமோ, அல்லது பாரதிய ஜனதா கட்சியோ தமிழ்நாட்டில் அதிக அளவில் போட்டியிட்டதில்லை. சட்டமன்றத் தேர்தல்களில்கூட சொற்ப எண்ணிக்கையில்

> ஊழலையும் கவிழ்ப்பு அரசியலையும் செய்யும் காங்கிரஸ் கட்சியும், மத மோதல்களை உருவாக்கும் பாரதிய ஜனதாவும் இந்தியாவின் முன்னேற்றத்துக்கு முட்டுக்கட்டைகள்.

மட்டுமே வேட்பாளர்களை நிறுத்துவது வழக்கம். ஆனால் இம்முறை பதினைந்து தொகுதிகளில் வேட்பாளர்களை நிறுத்தி யிருந்தது பாரதிய ஜனதா. அவர்களில் நீலகிரியில் நின்ற மாஸ்டர் மாதனும் நாகர்கோவிலில் நின்ற பொன். ராதா கிருஷ்ணனும் முக்கியமானவர்கள்.

மற்ற கட்சிகளைப் பொறுத்தவரை பெரும் பாலான கட்சிகள் தனித்தனியாகவும் சில கட்சிகள் தனித்தும் போட்டியிட்டன. முக்கியமாக, காங்கிரஸ் கட்சி அதிக எண்ணிக்கையிலான தொகுதிகளில் போட்டியிட்டது. மொத்தமுள்ள 521 தொகுதிகளில் 487 தொகுதிகளில் வேட்பாளர்களை நிறுத்தியிருந்தது.

அதற்கு அடுத்தபடியாக, சந்திரசேகர் தலைமையிலான ஜனதா தளம் 349 தொகுதி களிலும் வி.பி. சிங்கின் வழிகாட்டுதலில் இயங்கிய ஜனதா தளம் 308 தொகுதிகளிலும் போட்டியிட்டன. இடதுசாரிக் கட்சிகளில் மார்க்சிஸ்ட் கம்யூனிஸ்ட் கட்சி 60 தொகுதிகளிலும் இந்திய கம்யூனிஸ்ட் கட்சி 42 தொகுதிகளிலும் போட்டியிட்டது.

அனைத்து அரசியல் கட்சிகளும் தேர்தல் அறிக்கை, தொகுதிகளை அடையாளம் காணுதல், வேட்பாளர்கள் அறிவிப்பு உள்ளிட்ட அனைத்து பூர்வாங்க ஏற்பாடுகளையும் செய்துவிட்டுத் தேர்தல் பிரசாரத்தில் இறங்கின. இரண்டு அற்ப ஆயுள் அரசுகள் அமைந்துவிட்டதால் நிலையான அரசைத் தங்களால் மட்டுமே கொடுக்கமுடியும் என்ற பிரசாரத்தைத் தீவிரமாக முன்னெடுத்தது காங்கிரஸ் கட்சி.

ஒருபக்கம், மண்டல் கமிஷன் பரிந்துரைகளை முன்வைத்து ஜனதா தளம் கட்சி தீவிரமான பிரசாரத்தில் ஈடுபட்டது. இன்னொரு பக்கம், அயோத்தி விவகாரத்தை முன்வைத்து தேர்தல் பிரசாரத்தை முடுக்கி விட்டிருந்தது பாரதிய ஜனதா. ஆகவே, ஜனதா தளம், பாரதிய ஜனதா என்ற இரண்டு முக்கியக் கட்சிகளையும் கடுமையாகத் தாக்கி விமரிசித்தது காங்கிரஸ் கட்சி.

பதவியாசை பிடித்த மனிதர்களின் கூடாரமாக இருக்கும் கட்சிகளால் நாட்டின் ஸ்திரத் தன்மைக்கும் முன்னேற்றத்துக்கும் பெரும் அபாயம் ஏற்பட்டுள்ளது என்று ஜனதா தளம் கட்சிகளை விமரிசித்தார் ராஜீவ். ஊழல் மலிந்த ஆட்சியைத் தருவதற்குப் பதிலாக, மக்கள் நலனை முன்னிலைப்படுத்தி ஆட்சி நடத்துவது நல்லது என்று எதிர்வினை ஆற்றியது வி. பி. சிங் தலைமையிலான ஜனதா தளம். மதவாத அரசியல் இந்தியாவின் ஒருமைப் பாட்டையே உருக்குலைத்துவிடும் என்றார் ராஜீவ். ஆனால் சிறுபான்மை மக்களை வாக்கு வங்கிக்காகப் பயன்படுத்துவது காங்கிரஸ் கட்சிதான் என்று பாரதிய ஜனதா கட்சி பதிலடி கொடுத்தது.

பாஜக சார்பில் வாஜ்பாய், அத்வானி உள்ளிட்ட தலைவர்கள் இந்தியாவின் குறுக்காகவும் நெடுக்காகவும் விரிவாகச் சுற்றுப்பயணம் செய்து தேர்தல் பிரசாரத்தில் தீவிரமாக ஈடுபட்டனர். ரதயாத்திரை நடந்தபோது கிடைத்த வரவேற்பைக் காட்டிலும் இம்முறை கூடுதலான

வரவேற்பு கிடைத்தது. குறிப்பாக, இந்தி பேசும் மாநிலங்களிலும் பாஜக வளர்ந்துவரும் மாநிலங்களிலும் பலத்த ஆதரவு திரண்டது. ஆகவே, அந்தப் பகுதிகளில் மேலும் கூடுதலாக கவனத்தைச் செலுத்தினர் பாஜக தலைவர்கள்.

வாஜ்பாய், அத்வானி

காங்கிரஸ், பாரதிய ஜனதா என்ற இரண்டு கட்சிகளையும் சம அளவில் வைத்து விமரிசனம் செய்து பிரசாரத்தில் ஈடுபட்டனர் இடதுசாரிகள். முக்கியமாக, ஊழலையும் கவிழ்ப்பு அரசியலையும் செய்யும் காங்கிரஸ் கட்சியும், மத மோதல்களை உருவாக்கும் பாரதிய ஜனதாவும் இந்தியாவின் முன்னேற்றத்துக்கு முட்டுக்கட்டைகள். ஆகவே, அந்த இரு கட்சிகளையும் புறக்கணித்து, மாற்று சக்தியான தங்களுக்கு வாக்களிக்கவேண்டும் என்று இரண்டு இடதுசாரிக் கட்சிகளும் பிரசாரம் செய்தனர்.

ஆக, காங்கிரஸ், பாரதிய ஜனதா, ஜனதா தளம், இடதுசாரிகள் என்று பல்முனைப் பிரசாரம் உச்சகட்டத்தை அடைந்துகொண்டிருந்த சமயத்தில், ஓர் அதிர்ச்சியூட்டும் சம்பவம் சென்னை அருகே திருப்பெரும்புதூரில் நடந்தேறியது.

தமிழ்நாட்டில் தேர்தல் பிரசாரம் செய்வதற்காக 21 மே 1991 அன்று இரவு 8.20க்கு சென்னை விமான நிலையம் வந்திறங்கிய காங்கிரஸ் தலைவர் ராஜீவ் காந்தி, போரூர், பூந்தமல்லி ஆகிய ஊர்களில் பிரசாரம் செய்தபடியே திருப்பெரும்புதூர் சென்றடைந்தார். அருகில் இருந்த இந்திரா காந்தி சிலைக்கு மாலை அணிவித்த அவர், பொதுக்கூட்ட மைதானத்தை நோக்கி நகரத் தொடங்கினார். அப்போது மணி இரவு 10.10.

ராஜீவைப் பார்க்கவும் வரவேற்கவும் ஏராளமான பொதுமக்கள் திரண்டிருந்தனர். மேடையை நோக்கிச் செல்லும் வழியில் பெண்கள் பகுதியில் காத்திருந்த சிறுமி கோகிலா ராஜீவுக்குக் கவிதை ஒன்றை வாசித்துக் காட்டினாள். அவளைத் தொடர்ந்து சல்வார் கம்மீஸ் அணிந்த பெண் ஒருவர் ராஜீவ் காந்திக்கு சந்தன மாலை அணிவித்துவிட்டுக் கீழே குனிந்தார். அடுத்த நொடி மைதானத்தையே உலுக்கியெடுத்தது அந்தப் பயங்கர வெடிச்சத்தம்.

ராஜீவ் படுகொலை

மைதானமெங்கும் மனித உடல்கள் சிதறிக்கிடந்தன. ராஜீவ் காந்தி, சிறுமி கோகிலா, சல்வார் கம்மீஸ் பெண், ராஜீவ் காந்தியின் பாதுகாப்பு அதிகாரிகள், காவலர்கள், பொது மக்கள் உள்ளிட்ட பலருடைய உடல்களும் சிதறிக்கிடந்தன. அந்தப் பிராந்தியமே ரத்தச் சிதறல்களால் நிரம்பியிருந்தது. ராஜீவ் காந்தியுடன் வந்த ஐக்கிய கம்யூனிஸ்ட் கட்சித் தலைவர் தா. பாண்டியன் உள்ளிட்ட பலரும் படுகாயம் அடைந்தனர்.

கூச்சலுக்கும் குழப்பத்துக்கும் மத்தியில் ராஜீவ் காந்தியின் உடலைத் தேடினார் காங்கிரஸ் மூத்த தலைவர் கருப்பையா மூப்பனார். கூடவே, ஜெயந்தி நடராஜனும் தேடலில் ஈடுபட்டார். ராஜீவ் அணிந்திருந்த லோட்டோ ஷூவைக்

கொண்டே அவருடைய உடலை அடையாளம் கண்டார் மூப்பனார். ஆம். ராஜீவின் உயிரற்ற உடல் அது. இந்தியாவை மட்டுமல்ல, ஒட்டுமொத்த உலகத்தையும் அதிர்ச்சியில் ஆழ்த்தியது அந்தப் படுகொலை.

காங்கிரஸ் கட்சி மட்டுமல்ல, அனைத்து அரசியல் கட்சிகளுமே அதிர்ச்சியில் உறைந்துபோய் நின்றன. நாடு தழுவிய அளவில் பதற்றம் இருப்பதால் அடுத்த கட்டத் தேர்தல்களைக் ஜூன் 12, 15 தேதிகளுக்கு ஒத்திவைத்தார் தலைமைத் தேர்தல் ஆணையர் டி.என். சேஷன். அந்த நொடியில் அனுதாப அலை வீசத் தொடங்கியது. அது பாரதிய ஜனதா கட்சியின் ஆட்சிக் கனவை அடித்து நொறுக்கியது!

97

எதிர்க்கட்சி அந்தஸ்தில் பா.ஜ.க

ராஜீவ் படுகொலைச் சம்பவம் காரணமாக நாடு முழுக்கப் பதற்ற நெருப்பு பற்றிக்கொண்டு எரிந்தது. குறிப்பாக, தமிழகத்தில் கொந்தளிப்பு சற்றே கூடுதல் வீரியத்துடன் இருந்தது. யார் அந்தக் காரியத்தைச் செய்திருப்பார்கள் என்ற கேள்விக்கு, அப்போது ஏகப்பட்ட ஊகத்தின் அடிப்படையிலான பதில்கள் வந்து கொண்டிருந்தன.

ஈழத்தமிழர் விவகாரத்தில் இந்திய அரசின் நடவடிக்கைகள் தொடர்பாக அப்போதைய பிரதமர் ராஜீவ் மீது விடுதலைப் புலிகள் பலத்த விமரிசனத்தை முன்வைத்துக் கொண்டிருந்தனர். அதேபோல, பஞ்சாபின் காலிஸ்தான் தீவிரவாதிகளுக்கும் ராஜீவ் காந்தி மீது அதிருப்திகள் இருந்தன. ஜம்மு காஷ்மீர் விடுதலை முன்னணி அமைப்புக்கும் ராஜீவின் செயல்பாடுகளில் பிடித்தம் இல்லை. மேலும் சில தீவிரவாத இயக்கங்களின் கொலைப்பட்டியலில் ராஜீவ் காந்தியின் பெயர் இருப்பதாக வெவ்வேறு காலகட்டங்களில் செய்திகள் வெளியாகிக்கொண்டே இருந்தன.

சர்ச்சைகள் பெரிய அளவில் வெடித்துக்கொண்டிருந்த நிலையில் லண்டன் நகரில் இருந்து அறிக்கை வெளியிட்ட விடுதலைப் புலிகள் இயக்கத்தின் முக்கியத் தலைவர்களுள் ஒருவரான கிருஷ்ணகுமார் சதாசிவம் என்கிற கிட்டு, ராஜீவ் கொலைக்கும் எங்களுக்கும் தொடர்பில்லை என்று அறிவித்தார். அதேபோல, ஜம்மு காஷ்மீர்

கிருஷ்ணகுமார் சதாசிவம் என்கிற கிட்டு

விடுதலைமுன்னணியின் அமானுல்லாகான், காலிஸ்தான் இயக்கத்தின் ஜக்ஜித் சிங் சௌகான் ஆகியோரும் ராஜீவ் காந்தி படுகொலைக்கும் தங்களுக்கும் எந்தவிதமான தொடர்பும் இல்லை என்று ஊடகங்கள் வழியாக மறுப்பு வெளியிட்டனர்.

ஆனாலும்கூட, ராஜீவ் காந்தி படுகொலை விவகாரத்தில் பெரும்பாலானோரின் சந்தேகக் கண்கள் தமிழீழ விடுதலைப் புலிகளின் மீதே நிலைகுத்தி நின்றன. இதனால் ராஜீவ் படுகொலை நிகழ்ந்த தமிழகத்தில் பதற்றம் சற்றே கூடுதலாக இருந்தது. ராஜீவ் காந்தி படுகொலைக்கு காங்கிரஸ், பாரதிய ஜனதா, இடதுசாரிகள் என்று கட்சி, சித்தாந்த வேறுபாடுகள் அனைத்தையும் தாண்டி அனைத்து தரப்பினரும் கண்டனங்களைப் பதிவுசெய்தனர்.

அந்தச் சமயத்தில் மற்ற எவரைக் காட்டிலும் அதிக பரபரப்பில் இருந்தவர் டி.என். சேஷன்தான். இந்தியத் தலைமைத் தேர்தல் ஆணையராக இருந்த அவர் அடுத்து தான் செய்ய வேண்டியது என்பது குறித்த ஆலோசனையில் மூழ்கினார். ராஜீவ் காந்தி படுகொலை நடப்பதற்கு முன்னரே முதல் கட்டத் தேர்தல்கள் நடந்துமுடிந்திருந்தன. மொத்தம் 204 தொகுதிகளுக்கு தேர்தல்கள் முடிந்திருந்த நிலையில் எஞ்சிய தொகுதிகளுக்கான தேர்தல்களை ஏற்கெனவே அறிவித்த தேதியிலேயே நடத்துவதா, தேர்தலைத் தள்ளிவைப்பதா என்ற சந்தேகம் எழுந்தது.

நாடு தழுவிய அளவில் பதற்றம் குடிகொண்டிருக்கும் நிலையில், ஏற்கெனவே அறிவித்த தேதியில் தேர்தல் நடத்துவது உசிதமாக இருக்காது என்ற முடிவுக்கு வந்த டி.என். சேஷன், அடுத்த இரண்டு கட்டத் தேர்தல்களையும் சில தினங்களுக்கு ஒத்திவைத்தார். அவருடைய அறிவிப்பின்படி 12 ஜூன் 1991 மற்றும் 15 ஜூன் 1991 ஆகிய தேதிகளில் எஞ்சியிருந்த தொகுதிகளுக்கான தேர்தல்களை நடத்துவது என்று முடிவெடுக்கப்பட்டது.

ராஜீவ் காந்தி படுகொலை செய்யப்பட்ட நொடியில் இருந்தே நாடு தழுவிய அளவில் அனுதாப அலை வீசத் தொடங்கிவிட்டது. அது அடுத்த கட்ட தேர்தல்களில் கணிசமான அளவுக்கு எதிரொலித்தது. சில மாநிலங்களில் முழுவீச்சுடனும் பல மாநிலங்களில் காத்திரமான அளவிலும் அனுதாப அலை வீசியது. முக்கியமாக,

> நாடு தழுவிய அளவில் ராமர் அலையை வீசச் செய்து, அதன்மூலம் ஆட்சியதிகாரத்தைப் பிடிக்க வேண்டும் என்பதுதான் பாரதிய ஜனதா கனவாக இருந்தது.

பமுலபார்த்தி வெங்கட்ட நரசிம்மராவ்

ராஜீவ் படுகொலை செய்யப்பட்ட தமிழ்நாட்டில் அனுதாப அலை ஆவேசமாக வீசியது. அந்த ஆவேச அலையில் காங்கிரஸ் எதிர்ப்பு அணி அந்த முழுமையாக அடித்துச் செல்லப் படுவதற்கான அத்தனை வாய்ப்புகளும் தெரிந்தன.

அனைத்து கட்ட தேர்தல்களும் முடிவடைந்து, 18 ஜூன் 1991 அன்று வாக்கு எண்ணிக்கை நடந்தது. முடிவுகள் அனைத்தும் முழுமையாக அறிவித்து முடிக்கப்பட்ட சமயத்தில் காங்கிரஸ் கட்சி தொடங்கி பாரதிய ஜனதா கட்சி வரையிலான அனைத்து அரசியல் கட்சிகளுக்கும் அதிர்ச்சி வைத்தியம் காத்திருந்தது. அனுதாப அலையில் ஆட்சியையே பிடித்துவிடும் என்று எதிர்பார்க்கப்பட்ட காங்கிரஸ் கட்சிக்கு அந்த அளவுக்கு அதிக அளவிலான இடங்கள் கிடைக்கவில்லை. அறுதிப் பெரும்பான்மைக்கே அடுத்த கட்சிகளின் ஆதரவைப் பெற வேண்டிய நிலை.

காங்கிரஸ் கட்சி மொத்தம் 232 இடங்களை மட்டுமே பிடித்திருந்தது. தனிப்பெருங்கட்சியாக உருவெடுத்திருந்த போதிலும் அறுதிப் பெரும்பான்மைக்கு இன்னும் நாற்பதுக்கும் மேற்பட்ட இடங்கள் தேவை என்ற நிலை. அதன்மூலம் மீண்டும் ஒரு தொங்கு மக்களவையையே இந்திய வாக்காளர்கள் உருவாக்கியிருந்தனர். அடுத்து ஆட்சியில் அமரப்போவது யார் என்ற கேள்வி பலமாக எழுந்திருந்தது.

காங்கிரஸ் கட்சிக்கு அடுத்தபடியாக பாரதிய ஜனதா கட்சி 120 இடங்களைப் பிடித்து மக்களவையில் இரண்டாவது பெரிய கட்சி என்ற அந்தஸ்தைப் பிடித்திருந்தது.

மதன்லால் குரானா

உண்மையில், நாடு தழுவிய அளவில் ராமர் அலையை வீசச் செய்து, அதன்மூலம் ஆட்சியதிகாரத்தைப் பிடிக்க வேண்டும் என்பதுதான் பாரதிய ஜனதா கட்சியின் ஆகப்பெரிய கனவாக இருந்தது.

வெறும் கனவோடு நின்றுவிடாமல், அதற்கான செயல்திட்டங்களையும் விரிவான அளவில் வகுத்துச் செயல்பட்டிருந்தது பாரதிய ஜனதா. குறிப்பாக, அத்வானி நடத்திய ரதயாத்திரை இந்தி பேசும் மாநிலங்களிலும் இந்துத்வ இயக்கங்கள் வேர்கொண்டுள்ள பகுதிகளிலும் வலுவான ஆதரவுத் தளத்தை உருவாக்கியிருந்தது. ஆர்.எஸ்.எஸ், விஷ்வ ஹிந்து பரிஷத் உள்ளிட்ட சங்கப் பரிவார அமைப்புகளுடன் அரவணைப்புடன் அந்தக் கட்சி தன்னுடைய வாக்கு வங்கியை விரிவுபடுத்தியிருந்தது.

ஆனால் ஆர்ப்பரித்து வீசிய ராஜீவ் அனுதாப அலைக்கு முன் ராமர் ஆதரவு அலை பெரிய அளவிலான தாக்கத்தை ஏற்படுத்த முடியவில்லை. என்றாலும், அந்தக் கட்சிக்கு கடந்த தேர்தலைவிட இம்முறை மிக அதிக அளவிலான இடங்கள் கிடைத்திருந்தன. கடந்த முறை 85 தொகுதிகளை மட்டுமே கைப்பற்றியிருந்தது பாரதிய ஜனதா. அதுவும்கூட தேசிய முன்னணியுடன் பல மாநிலங்களில் தொகுதி உடன்பாடு கண்டிருந்ததால் சாத்தியமான ஒன்று.

ஆனால், இந்தத் தேர்தலில் எந்தக் கட்சியுடனும் பெரிய அளவிலான கூட்டணியோ, தேர்தல் உடன்பாடோ வைக்காமல், சற்றேறக்குறைய தனித்துப் போட்டியிட்ட பாரதிய ஜனதா முப்பது இடங்களைக் கூடுதலாகக் கைப்பற்றியிருந்தது. ராஜீவ் அனுதாப அலை வீசிய நிலையிலும், பாஜக முதன்முறையாக மூன்று இலக்க இடங்களைப் பிடித்திருந்தது முக்கியமான சாதனையாகப் பார்க்கப்பட்டது.

அதிகபட்சமாக உத்தரப் பிரதேசத்தில் 51 இடங்களைப் பிடித்து அந்த மாநிலத்தின் மிகப்பெரிய அரசியல் சக்தியாக உருவெடுத்திருந்தது பாரதிய ஜனதா. அதற்கு அடுத்தபடியாக, குஜராத்தில் 20 தொகுதிகளையும் மத்தியப் பிரதேசத்திலும் ராஜஸ்தானிலும் தலா 12 தொகுதிகளையும் கைப்பற்றியது.

ராஜீவின் உயிரைப் பறித்த தீவிரவாதிகளின் செயலால், மற்ற எல்லோரரையும் போல பாஜகவைச் சேர்ந்த நாங்களும் கோபமும் துக்கமும் அடைந்திருந்தோம்.

பீகார், மகாராஷ்ட்ரா, டெல்லி ஆகிய மாநிலங்களில் தலா ஐந்து தொகுதிகளைக் கைப்பற்றியிருந்தது. மேலும், கர்நாடகாவில் 4, அசாம், இமாச்சல பிரதேசத்தில் தலா 2, ஆந்திரா மற்றும் டாமன் டையூவில் தலா 1 என்ற அளவில் வெற்றிகளைப் பெற்றிருந்தது. அதன்மூலம் இந்தி பேசும் வட இந்திய மாநிலங்களில் தன்னுடைய தடத்தை வலுவாகப் பதித்திருந்தது பாஜக.

அந்தக் கட்சியின் சார்பில் வெற்றிபெற்றவர்களில் அத்வானி, வாஜ்பாய், வினய் கட்டியார், மதன்லால் குரானா, ஜஸ்வந்த் சிங், உமா பாரதி, விஜயராஜே சிந்தியா, வசுந்தரா ராஜே சிந்தியா போன்றோர் முக்கியமானவர்கள். ஆக, பாரதிய ஜனதா தேர்தல் களத்தில் அகலமாக உழுவதை விட ஆழமாக உழுவதே நல்லது என்ற முடிவுக்கு வந்துவிட்டது வெளிப்படையாகத் தெரிந்தது. அதற்கான பலன் கணிசமாகக் கிடைத்திருந்தது.

இதில் கவனிக்கவேண்டிய விஷயம், கடந்த தேர்தலில் 85 தொகுதிகளை மட்டுமே கைப்பற்றி, ஆட்சியைத் தீர்மானிக்கும் சக்தியாக இருந்தது பாஜக. ஆனால் இம்முறை அதைவிட அதிக அளவிலான இடங்களைப் பிடித்தும் ஆட்சியைத் தீர்மானிக்கும் இடத்தில் அந்தக் கட்சி இல்லை. அந்த இடம் வேறு சில உதிரிக் கட்சிகளின் கைகளுக்குச் சென்றிருந்தது. இதுவொரு அந்தக் கட்சிக்கு நேர்ந்த சின்னஞ்சிறு சிராய்ப்பு மட்டுமே.

ராஜீவ் காந்தி படுகொலை பாரதிய ஜனதா கட்சியின் தேர்தல் வெற்றியைப் பாதிக்கும் என்பதை அந்தக் கட்சியின் தலைவர் எல்.கே. அத்வானி முன்கூட்டியே கணித்திருந்தார். அதைத் தன்னுடைய சுயசரிதையில் வெளிப்படையாகப் பதிவும் செய்திருக்கிறார்.

ஜஸ்வந்த் சிங்

'முன்னாள் பிரதமரின் 'தியாகத்தின் பெயரால்' உண்டான அனுதாப அலையைப் பயன்படுத்தி, அரசியல் லாபம் அடைய காங்கிரஸ் கட்சி முயன்றது. ராஜீவின் உயிரைப் பறித்த தீவிரவாதிகளின் செயலால், மற்ற எல்லோரையும் போல பாஜகவைச் சேர்ந்த நாங்களும் கோபமும் துக்கமும் அடைந்திருந்தோம். ஆனால் அவரது மரணத்தை 'தியாகம்' என்று புரிந்து கொள்வது எப்படி என்று தெரியவில்லை' - இது அத்வானியின் பதிவு.

காங்கிரஸ், பாரதிய ஜனதாவைத் தொடர்ந்து ஜனதா தளம் 59 தொகுதிகளையும் மார்க்சிஸ்ட் கம்யூனிஸ்ட் கட்சி 35 தொகுதிகளையும், இந்திய கம்யூனிஸ்ட் கட்சி 14 தொகுதிகளையும் ஜனதா கட்சி 5 தொகுதிகளையும் கைப்பற்றியிருந்தன. ஆட்சிக்கான பெரும்பான்மை கிடைக்கவில்லை என்றாலும்கூட அதிமுக உள்ளிட்ட வேறு சில கட்சிகளின் உதவியுடன் ஆட்சி அமைத்திருந்தது காங்கிரஸ்.

அந்தக் கட்சியின் மூத்த தலைவர்களுள் ஒருவரான பமுலபர்த்தி வெங்கட்ட நரசிம்மராவ் என்கிற பி.வி. நரசிம்மராவ் பிரதமராகப் பதவியேற்றுக்கொண்டார். அவருடைய அமைச்சரவையில் சரத் பவார், மன்மோகன் சிங், எஸ்.பி. சவான், அர்ஜுன் சிங் உள்ளிட்டோர் இடம் பெற்றனர். மைனாரிட்டி அரசாக இருந்தபோதிலும், எந்தவொரு கூட்டணிக் கட்சிக்கும் அமைச்சரவையில் இடமளிக்க நரசிம்மராவ் மறுத்துவிட்டார்.

பாரதிய ஜனதா சார்பில் மூத்த தலைவர்களான வாஜ்பாயும் அத்வானியும் தலா இரண்டு தொகுதிகளில் வெற்றி பெற்றிருந்தனர். அப்போது வாஜ்பாயின் விருப்பத்துக்கு இணங்க மக்களவை எதிர்க்கட்சித் தலைவர் பொறுப்பை அத்வானி ஏற்றுக்கொண்டார். அதன்மூலம் இந்திய நாடாளுமன்றத்தின் பிரதான எதிர்க்கட்சி என்ற அந்தஸ்தை பாரதிய ஜனதா முதன் முறையாகப் பெற்றது. அந்த வகையில் பாஜகவின் அரசியல் வரலாற்றில் 1991 தேர்தல் முக்கியமான திருப்புமுனை.

ஆனால் அதைவிட முக்கியமான திருப்புமுனை உத்தரப் பிரதேச மாநிலத்தில் அரங்கேறி இருந்தது. ஆம், ராமருக்குக் கோயில் கட்ட பாரதிய ஜனதா உள்ளிட்ட இந்துத்வ இயக்கங்கள் பெரு முயற்சி எடுத்துக்கொண்டிருக்கும் அயோத்தி நகரம் அமைந்திருக்கும் உத்தரப் பிரதேச மாநிலத்துக்கு நடந்த சட்டமன்றத் தேர்தலில் பாரதிய ஜனதா கட்சி பிரம்மாண்டமான வெற்றியைப் பெற்றிருந்தது. அந்த வெற்றிதான் பின்னாளில் நடக்கவிருந்த பல்வேறு விதமான சண்டைகள், சச்சரவுகள், சர்ச்சைகள் அனைத்துக்கும் கட்டியம் கூறியது. குறிப்பாக, பாபர் மசூதி இடிப்பு!

98

உ.பி.யைக் கைப்பற்றிய பா.ஜ.க

இந்தியாவின் ஆகப்பெரிய மாநிலம் உத்தரப் பிரதேசம். அங்கே ஒரு கட்சி தனது இடத்தை வலுப்படுத்திக்கொண்டுவிட்டது என்றால் தேசிய அரசியலில் தனியான செல்வாக்கை நடத்திட முடியும். இதற்கு சுதந்தர இந்தியாவின் அரசியல் வரலாற்றில் அநேக உதாரணங்கள் உள்ளன. அவற்றில் முக்கியமானது, 1991 ஆம் ஆண்டு நடந்த தேர்தலில் பாரதிய ஜனதா கட்சி பெற்ற பிரம்மாண்டமான வெற்றி. அதற்கு அடித்தளம் அமைத்துக் கொடுத்தது சாட்சாத் அயோத்தி விவகாரம்தான்.

பாபர் மசூதி இருக்கும் இடத்தில் ராமருக்குக் கோயில் எழுப்ப வேண்டும் என்பதை வலியுறுத்தி விஷ்வ ஹிந்து பரிஷத் உள்ளிட்ட இந்துத்வ அமைப்புகள் ஆற்றிய களப்பணிகள் அபரிமிதமானவை. அவர்களுக்கு பாரதிய ஜனதா கட்சி கொடுத்த உச்சபட்ச ஆதரவுதான் அத்வானி நடத்திய ரதயாத்திரை.

அது பாஜக உள்ளிட்டோர் எதிர்பார்த்ததைக் காட்டிலும் மிக அதிக அளவிலான தாக்கத்தை ஏற்படுத்தியிருந்தது. அதற்கான பலனாக உத்தரப் பிரதேசத்தில் பாரதிய ஜனதாவுக்குக் கிடைத்த வெற்றி அமைந்தது. அந்த மாநிலத்தில் மொத்தமுள்ள 84 மக்களவைத் தொகுதிகளில் 51 தொகுதிகளை பாஜக கைப்பற்றியிருந்தது. அந்தக் கட்சி பெற்ற மொத்த மக்களவை உறுப்பினர்களில் 40 சதவிகிதம் பேர் உத்தரப் பிரதேசத்தில் இருந்தே வெற்றி பெற்றிருந்தனர்.

கல்யாண் சிங்

அதைவிட முக்கியமானது, அந்த மாநிலத்துக்கு நடந்த சட்டமன்றத் தேர்தலில் பாஜக பெற்ற வெற்றி. மொத்தமுள்ள 419 தொகுதிகளில் பாரதிய ஜனதா 415 தொகுதிகளில் வேட்பாளர்களை நிறுத்தியிருந்தது. அவற்றில் 221 தொகுதிகளைக் கைப்பற்றிய அறுதிப் பெரும்பான்மையைக் காட்டிலும் அதிக இடங்களைப் பெற்று ஆட்சியைப் பிடித்தது பாஜக. வாக்கு சதவிகிதம் சுமார் 32. கிட்டத்தட்ட 53 சதவிகித இடங்களைக் கைப்பற்றியிருந்தது பாஜக.

இத்தனைக்கும் இரண்டு ஆண்டுகளுக்கு முன்பு நடந்த சட்டமன்றத் தேர்தலில் பாஜகவுக்கு 57 இடங்கள்தான் கிடைத்திருந்தன. வாக்கு சதவிகிதம் பத்தை நெருங்கி யிருந்தது. ஆனால் இம்முறை வாக்கு சதவிகிதம் மும்மடங்கு உயர்ந்திருந்தது. தொகுதிகளின் எண்ணிக்கை நான்கு மடங்கு அதிகரித்திருந்தது. ஆக, உத்தரப் பிரதேசத்தில் எவ்வித சந்தேகமின்றி அசுரப் பாய்ச்சலை நிகழ்த்தியிருந்தது பாஜக.

அதற்கு முக்கியமான காரணங்கள் என்று மூன்றைச் சொல்லலாம். ஒன்று, அயோத்தியை முன்வைத்துத் திரட்டப்பட்ட வாக்கு வங்கி. மக்களவைத் தேர்தலைக் காட்டிலும் மாநில சட்டமன்றத் தேர்தலில் அது கூடுதலாக எதிரொலித்திருந்தது. இரண்டாவது, மண்டல் கமிஷன் பரிந்துரைகளால் அதிருப்தியடைந்த பிராமணர்கள், ராஜபுத்திரர்கள் உள்ளிட்ட உயர்சாதி யினரின் ஆதரவு. இது இந்தி பேசும் பிற மாநிலங்களில் பாஜகவுக்குச் சாதகமாக இருந்தது. மூன்றாவதாக, ஜனதாளம் கட்சியில் ஏற்பட்ட பிளவுகள். இது இந்தி பேசும் மாநிலங்களில் அரசியல் ரீதியாக லாபம் கொடுத்தது.

''உத்தரப் பிரதேசத்தில் அசுரப் பாய்ச்சலை நிகழ்த்தியிருக்கிறது பாஜக''

உத்தரப் பிரதேசத்தில் சாதாரண கட்சியாக இருந்த பாஜக ஆளுங்கட்சியாக அவதாரம் எடுத்துவிட, அங்கே பழம் தின்றுக் கொட்டை போட்ட கட்சிகளான காங்கிரஸ், ஜனதா தளத்தில் வெவ்வேறு பிரிவுகள் சொற்ப எண்ணிக்கையிலான இடங்களை மட்டுமே கைப்பற்றி எதிர்க்கட்சி வரிசையில் அமர்ந்தன. ஜனதா தளத்துக்கு 92, காங்கிரஸுக்கு 46, ஜனதவுக்கு 34 என்ற அளவில் தொகுதிகள் கிடைத்திருந்தன. பகுஜன் சமாஜ் கட்சி வெறும் 12 தொகுதிகளை மட்டுமே கைப்பற்றியிருந்தது.

உத்தரப் பிரதேசத்தில் முதன்முறையாக ஆட்சியைப் பிடித்துவிட்டது பாஜக. அந்த ஆட்சியைத்

முரளி மனோகர் ஜோஷி

தலைமையேற்று வழிநடத்தப்போவது யார் என்ற கேள்வி எழுந்தபோது கட்சியின் மூத்த தலைவர்கள் முதல் முன்னணி நிர்வாகிகள் வரை பலருடைய பார்வையும் கல்யாண் சிங் மீதே குவிந்திருந்தது.

தீவிர இந்துத்வ செயற்பாட்டாளரான அவரால்தான் ஆட்சி, அரசியல் என்ற இரட்டைக் குதிரைகளையும் கொண்டு சாமர்த்தியமாகச் சவாரிசெய்ய முடியும் என்று கணித்தது பாஜகவின் தேசியத் தலைமை. ஆகவே, அவரையே முதலமைச்சராகத் தேர்ந்தெடுத்தது. பின்னாளில் நடக்கவிருந்த பாபர் மசூதி இடிப்பு விவகாரத்தில் இவருடைய பெயர்தான் அதிகம் சர்ச்சைக்கு உள்ளானது. இன்னமும் உள்ளாகிக்கொண்டிருக்கிறது.

மொத்தத்தில், இந்தியாவின் முக்கியமான இந்தி பேசும் மாநிலங்களான உத்தரப் பிரதேசம், மத்தியப் பிரதேசம், இமாச்சல பிரதேசம், ராஜஸ்தான் என்கிற நான்கிலும் பாஜக ஆட்சியைப் பிடித்திருந்தது. அதன்மூலம் ஆதரவுத் தளத்தை விரிவுபடுத்துவது என்பதிலிருந்து அதிகார மட்டத்தை விரிவுபடுத்துவதற்கு நகர்ந்திருந்தது பாஜக.

இப்போது பாஜகவின் தலைமைப் பொறுப்பில் ஒரு முக்கியமான மாற்றம் நிகழ்ந்தது. கட்சியின் தலைவராகச் செயல்பட்டுவந்த அத்வானி மக்களவை எதிர்க்கட்சித் தலைவராக ஆகிவிட்டதால், அவர் வகித்த கட்சித் தலைவர் பதவி காலியாகியிருந்தது. அநேகமாக அந்தப் பதவிக்கு மூத்த தலைவர் அடல் பிஹாரி வாஜ்பாய் வருவார் என்றுதான் எல்லோரும் எதிர்பார்த்தனர். ஆனால் அவருக்குப் பதிலாக மற்றொரு மூத்த தலைவரான முரளி மனோகர் ஜோஷி தலைவரானார்.

நரசிம்மராவ்

கட்சிக்குப் புதிய தலைவர் வந்திருந்தாலும், அதனுடைய செயல்பாடுகள் எல்லாம் பழைய நிகழ்ச்சி நிரல்களின் அடிப்படையிலேயே இருந்தன. முக்கியமாக, அயோத்தியில் ராமர் கோவில் கட்டுவது தொடர்பாகவும் மண்டக் கமிஷன் பரிந்துரைகள் தொடர்பாகவும் புதிய பிரதமர் நரசிம்மராவ் சில உறுதியான நடவடிக்கைகளை எடுப்பார் என்று பாஜக தலைமை நம்பியது.

ஆனால் நரசிம்மராவின் ஆரம்பப் பேச்சுகள் விநோதமாக இருந்தன. அவர் யார் பக்கம் இருக்கிறார் அல்லது இருக்கப்போகிறார் என்பதே தெரியாத வகையிலான சூசகம். குறிப்பாக, கடந்த மூன்றாண்டுகளில் மசூதி, கோயில் பற்றி ஒருவித சர்ச்சை உருவாகிவிட்டது என்றார் பிரதமர் நரசிம்மராவ். அதன்மூலம் இருக்கின்ற பாபர் மசூதியையும் இல்லாத ராமர் கோயிலையும் சமதட்டில் வைத்துப் பார்க்கிறாரா என்ற கேள்வி எழுந்தது.

அதேபோல, மண்டல் கமிஷன் பரிந்துரைகள் விவகாரத்தில் கருத்து சொன்ன பிரதமர் நரசிம்மராவ், 'சமூகநீதியை எட்டுவதற்காக சமூகப் பிளவை நாங்கள் விரும்பவில்லை' என்றார். இது அப்படியே ராஜீவ் காந்தியின் குரல்தான். மண்டல் கமிஷன் பரிந்துரைகளை அமல்படுத்தி அப்போதைய பிரதமர் வி.பி.சிங் அறிவிப்பு வெளியிட்டபோது, 'நாடு முழுக்க சாதி வன்முறையைப் பற்றவைத்துவிட்டீர்கள்' என்று நேரடியாக வி.பி. சிங்கைக் குற்றம் சாட்டினார் ராஜீவ் காந்தி. இப்போது நரசிம்மராவின் முறை. அவ்வளவுதான்.

முரளி மனோகர் ஜோஷி மேற்கொண்ட முக்கியமான முயற்சி ஏக்தா யாத்திரை. ஆனாலும் அத்வானியின் ரத யாத்திரைக்குக் கிடைத்த பிராபல்யமும் ஊடக வெளிச்சமும் ஜோஷியின் யாத்திரைக்குக் கிடைக்கவில்லை.

ஆக, இருதரப்புக்கும் பிடிகொடுக்காத வகையில்தான் பிரதமர் நரசிம்மராவின் பேச்சுகள் இருந்தன. ஆனால் அதிலும் தங்களுக்கு உள்ள சாதகமான அம்சங்களைத் தேடியெடுத்துப் பேசத் தொடங்கினர் பாஜகவினர். ஆம், பிரதமர் சொல்வது போல நாடு தழுவிய அளவில் சுமார் மூவாயிரத்து ஐந்நூறுக்கும் மேற்பட்ட இடங்களில் மசூதி - கோயில் பிரச்னைகள் உள்ளன. அவற்றை மத்திய அரசு தலையிட்டு, தீர்த்துவைக்கவேண்டும் என்று கோரிக்கை விடுத்தனர்.

ஆனால் பிரதமர் நரசிம்மராவோ இன்னொரு விநோதமான முடிவை எடுத்தார். 1991 செப்டெம்பரில் மத்திய அரசு புதிய சட்டம் ஒன்றைக் கொண்டு வந்தது. அதன் பெயர், வழிபாட்டுத் தலங்கள் (சிறப்பு பிரிவுகள்) சட்டம். புதிய சட்டத்தின்படி, 15 ஆகஸ்டு

1947 அன்று இந்தியாவின் வழிபாட்டுத் தலங்கள் எப்படி இருந்தனவோ, அப்படித்தான் இனியும் பராமரிக்கப்படவேண்டும். மாறாக, அதை மத மாற்றம் செய்வது சட்டப்படி குற்றம். அந்தக் குற்றத்தைச் செய்வோருக்கு மூன்றாண்டுகள் வரை சிறைத்தண்டனை கொடுக்கலாம். முக்கியமாக, இந்தக் குற்றத்துக்குச் சதி செய்தவர்களும் தண்டனை வட்டத்துக்குள் வருவார்கள். இந்தச் சட்டத்தில் ஒரேயொரு திட்டிவாசல் வைக்கப்பட்டிருந்தது. அது, ராமனுக்கானது. ஆம், மேற்கண்ட சட்டம் பாபர் மசூதிக்குப் பொருந்தாது!

இந்நிலையில் பாரதிய ஜனதாவின் தலைவர் முரளி மனோகர் ஜோஷி ஒரு முக்கியமான அறிவிப்பை வெளியிட்டார். ஏக்தா யாத்திரை என்ற பெயரில் புதிய யாத்திரையை மேற்கொள்ளப் போகிறேன். இது ஏற்கெனவே அத்வானி கையாண்ட அணுகுமுறைதான். ஆனால் இவர் கையில் எடுத்த விவகாரம் ராமர் கோயில் அல்ல. காஷ்மீர் விவகாரம்.

வாஜ்பாய், அத்வானி, ஜோஷி போன்றோரின் அரசியல் முன்னோடியாகக் கருதப்படும் சியாமா பிரசாத் முகர்ஜிதான் காஷ்மீர் விவகாரத்தில் அதிகபட்ச ஆர்வம் செலுத்தியவர். அதன்பிறகு அந்தப் பிரச்னையை மீண்டும் கையிலெடுத்தவர் ஜோஷி. இந்தியா முழுமைக்குமான பிராந்திய ஒற்றுமையை வலியுறுத்தி கன்னியாகுமரியிலிருந்து காஷ்மீர் வரை யாத்திரை அறிவிப்பை வெளியிட்டார் ஜோஷி. ஆனால் அவருடைய உள்ளார்ந்த நோக்கம், காஷ்மீருக்கு வழங்கப்பட்டுள்ள சிறப்பு அந்தஸ்தை ரத்து செய்வதற்கான ஆதரவைத் திரட்டுவதுதான்.

பதினான்கு மாநிலங்களைக் கடந்து சுமார் 15000 கிலோமீட்டர்கள் பயணம் செய்து பிரசாரத்தில் ஈடுபடுவதுதான் அவருடைய திட்டம். 11 டிசம்பர் 1991 அன்று கன்னியாகுமரியில் வைத்து யாத்திரையைத் தொடங்கினார் முரளி மனோஜர் ஜோஷி. தமிழ்நாட்டில் தொடங்கி கேரளா, கர்நாடகா, ஆந்திரா வழியாகச் சென்ற யாத்திரைக்குக் கணிசமான வரவேற்பு. மகாராஷ்ராவில் மட்டும் போதுமான ஆதரவு இல்லை. ஆனால் அதைத் தீர்த்து வைக்கும் வகையில் பாஜக ஆளும் மாநிலங்களான மத்தியப் பிரதேசம், உத்தரப் பிரதேசத்தில் காத்திரமான ஆதரவு கிட்டியது.

திட்டமிட்டபடி அனைத்து மாநிலங்களையும் கடந்து ஜம்முவுக்குச் சென்றார் முரளி மனோகர் ஜோஷி. அங்கே ஒரு பிரம்மாண்டப் பொதுக்கூட்டம் ஒன்றுக்கு ஏற்பாடு செய்யப் பட்டிருந்தது. அதில் மக்களவை எதிர்க்கட்சித் தலைவர் அத்வானி, பாஜகவின் மூத்த தலைவர் வாஜ்பாய் உள்ளிட்ட பலரும் பங்கேற்றனர். அப்போது பேசிய ஏக்தா யாத்திரை நாயகன் முரளி மனோகர் ஜோஷி, 'பத்தாயிரம் பேருடன் காஷ்மீர் சென்று ஸ்ரீநகரில் கொடியேற்றுவேன்' என்றார்.

தொண்டர்கள் மத்தியில் பகிரங்கமாகச் சொல்லிவிட்டாரே ஒழிய அதைச் செயல் வடிவத்துக்குக் கொண்டுவருவது அத்தனைச் சுலபமானதாக இருக்கவில்லை. யாத்திரையை காஷ்மீருக்கும் நகர்த்திச் செல்வதில் அவருக்குத் தயக்கம் ஏற்பட்டது. சாலை மார்க்கமான பயணம் பாதுகாப்பனதாக இருக்குமா?, அங்கே தீவிரவாதிகளால் ஏதேனும் ஆபத்து ஏற்படுமா? குமரியில் தொடங்கிய பயணத்தை காஷ்மீரில் நிறைவுசெய்வதுதானே பொருத்த மாக இருக்கும்? இப்போது என்ன செய்வது என்ற யோசனையில் அவர் மூழ்கியபோது அவருக்குக் கைகொடுத்தது மத்திய நரசிம்மராவ் அரசு.

மத்திய அரசு ஏற்பாடு செய்துகொடுத்த இந்திய விமானப் படைக்குச் சொந்தமான விமானத்தில் ஜோஷியும் அவருடைய தொண்டர்கள் 67 பேரும் ஏறிக்கொண்டனர். விமானம்

நேராக காஷ்மீர் தலைநகர் ஸ்ரீநகரில் சென்று இறங்கியது. அங்கே தேசியக் கொடியை ஏற்றி வைத்து விட்டு, மீண்டும் விமானத்தில் ஏறித் திரும்பவந்துவிட்டார் ஜோஷி. கூடவே, அவருடைய 67 தொண்டர்களும். ஆம், சாலை மார்க்கமாகத் தொடங்கிய பயணம் ஆகாய மார்க்கமாக முடிவுக்கு வந்தது.

கட்சித் தலைவர் என்ற முறையில் முரளி மனோகர் ஜோஷி மேற்கொண்ட முக்கியமான முயற்சி ஏக்தா யாத்திரை. ஆனாலும் அத்வானியின் ரத யாத்திரைக்குக் கிடைத்த பிராபல்யமும் ஊடக வெளிச்சமும் ஜோஷியின் யாத்திரைக்குக் கிடைக்கவில்லை. முக்கியமாக, அத்வானியின் ரத யாத்திரைக்கு மத்திய, மாநில அரசுகள் தடை விதித்தது போல ஜோஷியின் யாத்திரைக்குப் பெரிய அளவிலான முட்டுக்கட்டைகளோ, தடைகளோ, சர்ச்சைகளோ கிளம்பவில்லை. மாறாக, மத்திய அரசே தலையிட்டு ஏக்தா யாத்திரை எவ்வித பிரச்னையும் இல்லாமல் முடிவதற்கு வழிவகை செய்துகொடுத்தது.

ஆக, காஷ்மீரைக் காட்டிலும் அயோத்திதான் அடுத்த கட்டப் பாய்ச்சலுக்கு அனுசரணையாக இருக்கும் என்ற முடிவுக்கு பாரதிய ஜனதா தலைவர்கள் வந்தனர். அந்த நொடியில் அயோத்தி விவகாரம் மீண்டும் உயிர் பெற்றது!

99

கரசேவைக்குத் தயாராகிறார்கள்

அயோத்தியில் ராமருக்குக் கோயில் கட்டுவோம் என்பதுதான் உத்தரப் பிரதேச வாக்காளர்களுக்கு பாஜக கொடுத்த ஆகப்பெரிய தேர்தல் வாக்குறுதி. ஆகவே, அதை நிறைவேற்றும் முயற்சிகளில் தீவிரம் காட்டியது ஆட்சிக்கு வந்த கல்யாண் சிங் அரசு. ஆனால் அது அத்தனை சுலபமான சங்கதியல்ல என்பது தெரிந்திருந்ததால் விஷயத்தை நாசூக்காக நகர்த்திச் சென்றது.

பாபர் மசூதி இருக்கும் இடத்தில் ராமருக்குக் கோயில் கட்டுவது உடனடியாகச் சாத்தியமில்லை. ஏனெனில், அது தொடர்பான வழக்குகள் நிலுவையில் உள்ளன. மசூதி யாருக்குச் சொந்தம் என்பது இன்னமும் சட்டபூர்வமாகத் தெளிவடையாத நிலையில், மசூதி இருக்கும் இடத்தை விட்டுவிட்டு, அதற்கு அருகிலுள்ள இடத்தில் புதிதாக ராமருக்குக் கோயில் எழுப்பும் முயற்சியில் ராம ஜென்ம பூமி, வி.ஹெச்.பி, பஜ்ரங்தளம், பாஜக உள்ளிட்ட அமைப்பினர் இறங்கினர்.

முதல் கட்டமாக 1991 அக்டோபரில் பாபர் மசூதிக்கு அருகிலுள்ள 2.774 ஏக்கர் நிலத்தை உத்தரப் பிரதேச மாநில அரசு கையகப் படுத்தியது. அயோத்திக்கு வரும் பக்தர்கள் தங்குவதற்கான குடில் களையும் உணவுக் கூடங்களையும் உருவாக்கவும், அதன் வழியாக அந்த ஊரில் சுற்றுலாவை ஊக்குவிக்கவுமே அந்த நிலத்தைக் கையகப்படுத்தியுள்ளோம் என்றது கல்யாண் சிங் அரசு.

எஸ்.ஆர். பொம்மை

அதுதொடர்பாக 12 அக்டோபர் 1991 அன்று உத்தரப் பிரதேச மாநில அரசு அரசாணை ஒன்றையும் வெளியிட்டது. அதன்மூலம் ஏதோவொரு விபரீத காரியத்தை நடத்த முதல்வர் கல்யாண் சிங் தாயாராகிவிட்டார் என்பதை பாபர் மசூதி நடவடிக்கைக் குழு உள்ளிட்ட இஸ்லாமிய அமைப்பினர் உணர்ந்து கொண்டனர். அந்த நொடியில் சட்டத்தின் கதவுகளை ஓங்கித்தட்டுவது என்று முடிவுசெய்தனர்.

அரசின் நிலம் கையகப்படுத்தலை எதிர்த்து அலகாபாத் உயர்நீதிமன்றத்தில் 17 அக்டோபர் 1991 அன்று அலகாபாத் உயர்நீதிமன்றத்தில் ரிட் மனு ஒன்று தாக்கல் செய்யப்பட்டது. நிலத்தைக் கையகப்படுத்திய உ.பி. மாநில அரசின் ஆணை செல்லாது என்று அறிவிக்க வேண்டும் என்பதுதான் மனுவின் நோக்கம். அதே கோரிக்கையை வலியுறுத்தி இன்னொரு ரிட் மனுவும் தாக்கல் செய்யப்பட்டது.

அலகாபாத் நீதிமன்றத்தில் வழக்கு நிலுவையில் இருக்கும்போதே சம்பந்தப்பட்ட இரண்டே முக்கால் ஏக்கர் நிலத்தில் இருந்த சின்னச்சின்ன கோயில்கள் அகற்றப்பட்டன. அதற்கான பணிகள் எல்லாம் விஷ்வ ஹிந்து பரிஷத் தலைவர் அசோக் சிங்கால், பஜ்ரங்தள் அமைப்பின் தலைவர்களுள் ஒருவரான வினய் கட்டியார் ஆகியோரின் மேற்பார்வையில் நடந்தன. உச்ச கட்டமாக, 22 அக்டோபர் 1991 அன்றி ராமர் கோயிலுக்கான பிரதான வாயிலை உருவாக்குவதற்கான அடிக்கல் நாட்டு விழா நடந்தேறியது.

ரிட் மனுவின் மீதான விசாரணைகள் முடிந்து தீர்ப்பு வெளியாவதற்குள் ராமர் கோயிலையே கட்டி முடித்துவிட்டாலும் ஆச்சரியப்பட ஏதுமில்லை என்ற அளவுக்கு வி.ஹெச்.பி, பஜ்ரங்தள், ராம ஜென்ம பூமி உள்ளிட்டோரின் செயல்பாடுகள் துரித கதியில் இருந்தன. அவர்களுடைய செயல்பாடுகளைத் தடுக்கும் காரியத்தில் உத்தரப் பிரதேசத்தின் கல்யாண் சிங் அரசோ அல்லது நரசிம்மராவ் தலைமையிலான மத்திய அரசோ எவ்வித நடவடிக்கைகளையும் எடுக்கவில்லை.

இதற்கிடையே 25 அக்டோபர் 1991 அன்று அலகாபாத் உயர்நீதிமன்றம் முக்கியத்துவம் வாய்ந்த தீர்ப்பை வெளியிட்டது. பாபர் மசூதி - ராமர் கோயில் விவகாரத்தில் நீதிமன்றத்தில் இறுதித் தீர்ப்பு வெளியாகும் வரை

> சர்ச்சைக்குரிய இடத்தைத் தங்களுக்குச் சொந்தமானதாக மாற்றி, பெயர் மாற்றம் எதையும் செய்துவிடக்கூடாது என்று உத்தரவிட்டது உயர்நீதிமன்றம்.

எவரும் சர்ச்சைக்குரிய இடத்தைத் தங்களுக்குச் சொந்தமானதாக மாற்றி, பெயர் மாற்றம் எதையும் செய்துவிடக்கூடாது என்று உத்தரவிட்டது உயர்நீதிமன்றம்.

முக்கியமாக, அரசு கையகப்படுத்தியுள்ள நிலத்தில் எவ்விதமான கட்டடத்தையும் கட்டக் கூடாது. வேண்டுமானால், கூரை அமைப்பது, கூடாரம் அமைப்பது போன்றவற்றைத் தாற்காலிமாகச் செய்துகொள்ளலாம். ஆனால் கண்டிப்பாக கோயில், வழிபாட்டுத் தலம் போன்ற எதையும் கட்டக்கூடாது, தற்போது அப்படியான கட்டுமானப் பணிகள் எதுவும் நடந்தால் அவற்றை உடனடியாக நிறுத்திவிடவேண்டும் என்று உத்தரவிட்டது.

அந்த உத்தரவின் மூலம் அயோத்தி விவகாரம் அப்போதைக்கு அடங்கியது போலத் தோற்றம் கொடுத்தது. ஆனால் அடுத்த சில மாதங்களிலேயே அந்த விவகாரம் மீண்டும் சூடுபிடித்தது. இம்முறையும் களத்தில் இறங்கியது கல்யாண் சிங் அரசுதான். 1992 பிப்ரவரியில் அரசு கையகப்படுத்திய நிலத்தைச் சுற்றிலும் சுற்றுச்சுவர் ஒன்றை எழுப்பியது. இது உயர்நீதிமன்ற உத்தரவுக்கு எதிரானது என்ற குரல்கள் எழுந்தன.

ஆனால் அதைப் பற்றிக் கவலைப்படாமல் அடுத்த அதிரடியை நிகழ்த்தியது கல்யாண் சிங் அரசு. 1992 மார்சில் பாபர் மசூதியைச் சுற்றியுள்ள மேலும் 48 ஏக்கர் நிலத்தை ராம ஜென்ம பூமி இயக்கத்துக்குக் குத்தகைக்குக் கொடுத்தது. ராம காதையை மாணவர்களுக்கும் மக்களுக்கும் சொல்வதற்கான பூங்காவை உருவாக்கவே அந்த நிலம் தரப்பட்டுள்ளது என்றது மாநில அரசு.

பூங்கா அமைப்பதற்கு ஏதுவாக அந்தப் பகுதியில் இருந்த தனியார் கடைகள் உள்ளிட்ட சிறுசிறு கட்டடங்கள் இடிக்கப்பட்டன. அது விரைவில் ராமர் கோயில் கட்டுவதற்கான முக்கிய முஸ்தீபு என்பது வெளிப்படையாகத் தெரிந்தது. அதனைத் தொடர்ந்து மத்திய அரசுக்கு அழுத்தங்கள் அதிகரித்தன. உடனடியாக ஆய்வுக்குழு ஒன்றை மத்திய அரசு அயோத்திக்கு அனுப்பிவைத்தது.

அந்தக் குழுவில் காங்கிரஸ் உள்ளிட்ட கட்சிகளைச் சேர்ந்த நாடாளுமன்ற உறுப்பினர்கள், தேசிய ஒருமைப்பாட்டுக்குழு உறுப்பினர்கள் உள்ளிட்ட முப்பதுக்கும் மேற்பட்டோர் இடம் பெற்றிருந்தனர். அந்தக் குழுவுக்குத் தலைமை வகித்தவர் முன்னாள் முதலமைச்சரும் ஜனதா தளம் கட்சியின் மூத்த தலைவருமான எஸ்.ஆர். பொம்மை. அந்தக் குழுவினர் அயோத்தி சென்று அங்கு நடப்பனவற்றை நேரில் பார்வையிட்டனர்.

இறுதியாக அவர்கள் கொடுத்த அறிக்கையில், பாபர் மசூதி, அதைச் சுற்றியுள்ள பகுதிகளில் உயர்நீதிமன்ற ஆணைகள் அப்பட்டமாக மீறப்பட்டுள்ளன என்று தெரிவிக்கப்பட்டிருந்தது. அதை வாங்கிக்கொண்ட நரசிம்மராவ் அரசு, அதையொட்டி எவ்வித மேல் நடவடிக்கைக்கும் உத்தரவிடவில்லை. இது பிரதமர் நரசிம்மராவின் செயல்பாடுகள் மீது சந்தேகத்தை எழுப்பியது.

அதனைத் தொடர்ந்து ராம ஜென்ம பூமி அமைப்பினர் திடீரென ஒன்றுகூடி ஆலோசனை நடத்தினர். அதன் இறுதியில் அயோத்தியில் ராமருக்குக் கோயில் எழுப்புவதை வலியுறுத்தி 1992 ஜூலை மாதம் மீண்டும் கரசேவை நடத்தப்படும் என்று அறிவித்தனர். வெறுமனே சொன்னதோடு நிறுத்திக்கொள்ளாமல் அதற்கான பூர்வாங்க வேலைகளையும் தொடங்கினர். அது இஸ்லாமியர்கள் மத்தியில் பதற்றத்தை ஏற்படுத்தியது.

‘நீதிமன்ற ஆணைகளைப் பற்றிக் கவலைப்படாமல், 6 டிசம்பர் 1992 முதல் கரசேவை தொடங்கும். அது கர்ப்பக் கிரகத்தில் இருந்து தொடங்கும். அந்தக் கரசேவை ராமர் கோயில் கட்டி முடிக்கப்படும் வரைக்கும் தொடரும்’

அந்தச் சமயத்தில் அலகாபாத் உயர்நீதி மன்றமும் இந்திய உச்சநீதிமன்றமும் இரண்டு முக்கிய உத்தரவுகளைப் பிறப் பித்தன. இரண்டின் சாரமும் ஒன்றுதான்: பாபர் மசூதியைச் சுற்றியுள்ள பகுதிகளில் நடந்துவரும் அனைத்து விதமான கட்டுமானப் பணிகளையும் உடனடியாக நிறுத்திக் கொள்ளவேண்டும் என்பதுதான். அதனை ஏற்றுக்கொண்ட கல்யாண் சிங் அரசு, ‘நீதிமன்றத்தில் உத்தரவுகளை தாள் பணிந்து ஏற்றுக்கொள்கிறோம்’ என்று அறிவித்தது.

அதனைத் தொடர்ந்து ராம ஜென்ம பூமி இயக்க நிர்வாகிகளை அழைத்துப் பேச்சு வார்த்தை நடத்தினார் பிரதமர் நரசிம்ம ராவ். அந்தச் சந்திப்புக்கு முக்கியமான சாதுக்கள் அழைக்கப்பட்டிருந்தனர். அறிவித்திருக்கும் கரசேவையை உடனடியாகத் தள்ளி வைக்க வேண்டும் என்றும், பாபர் மசூதி - ராமர் கோயில் சர்ச்சையைத் தீர்க்கத் தனக்கு நான்கு மாத கால அவகாசம் வேண்டும் என்று கோரினார். முக்கியமாக, கரசேவையில் ஈடுபட்டோர் மீது காவல்துறை எவ்வித நடவடிக்கையையும் எடுக்காது என்று உறுதியளித்தார்.

முன்பு வி.பி. சிங் பிரதமராக இருந்த சமயத்திலும் இதேபோன்ற கால அவகாசத்தைக் கோரினார். ஆனாலும் அதன் காரணமாக அயோத்தி விவகாரத்தில் எவ்வித முன்னேற்றமும் ஏற்பட்டுவிடவில்லை. ஆகவே, சாமியார்கள் இப்போது பிடிகொடுக்க விரும்பவில்லை. அவர்களை வழிக்குக் கொண்டுவர பிரதமர் நரசிம்மராவ் இரண்டு முக்கியத் தலைவர்களைத் தொடர்புகொண்டார். அத்வானி மற்றும் வாஜ்பாய்.

விஷயத்தின் சாரத்தை அவர்களிடம் தனித்தனியே எடுத்துச் சொன்ன பிரதமர் நரசிம்மராவ், சாமியார்களிடம் சம்மதம் பெற்றுத்தரவேண்டும் என்று அவர்களிடம் கோரிக்கை விடுத்தார். அவர்கள் வழியாக விஷயம் சாமியார்களுக்குச் சென்றது. நிலைமையை உணர்ந்துகொண்ட சாமியார்களும் ராம ஜென்ம பூமி இயக்கத்தினரும் கரசேவையை மூன்று மாதங்களுக்கு ஒத்தி வைக்கச் சம்மதித்தனர்.

அதேசமயம், அயோத்தி விவகாரத்தில் அசைந்துகொடுக்க பிரதமர் நரசிம்மராவ் தயங்கினால், டிசம்பரில் கரசேவை நடத்துவது உறுதி என்று திட்டவட்டமாகச் சொல்லிவிட்டனர். என்றாலும், பகுதி அளவில் வெற்றிபெற்ற உற்சாகத்தில் பிரதமர் நரசிம்மராவ் நாடாளு மன்றத்தில் பேசினார்.

பாபர் மசூதி தொடர்பான அனைத்து வழக்குகளையும் உச்சநீதிமன்றத்தில் ஒப்படைக்கப் போகிறோம். அவற்றில் விரைவான நீதியை வழங்கவேண்டும் என்று உச்சநீதிமன்றத்திடம் வேண்டுகோள் வைக்கப்போகிறோம். முக்கியமாக, பாபர் மசூதி கட்டப்படுவதற்கு முன்னால் அந்த இடத்தில் கோயில் எதுவும் இடிக்கப்பட்டதா என்பதையும் உச்சநீதிமன்றத்தில் வினாவாக வைக்கப்போகிறோம். இதுவிஷயமாக ராம ஜென்ம பூமி இயக்கத்தினரிடமும் சாதுக்களிடமும் நான் விரிவாகப் பேசிவிட்டேன் - இதுதான் பிரதமர் வெளியிட்ட செய்திகளின் சாரம்.

பிரதமரின் பேச்சுகள் வெளியான அடுத்த இந்துக்கள், முஸ்லீம் களிடம் இருந்து ஒன்றுக்கொன்று முரண்பட்ட எதிர்வினைகள் வந்துசேர்ந்தன. பாபர் மசூதி விஷயத்தில் உச்சநீதிமன்றம் சொல்வதை ஏற்றுக்கொள்ள பாபர் மசூதி நடவடிக்கைக் குழு சம்மதம் தெரிவித்தது. ஆனால் ராம ஜென்ம பூமி இயக்கத்தினரும் சாதுக்களும் பிரதமரின் பேச்சுக்கு மறுப்பு தெரிவித்தனர்.

எங்களிடம் பேசிய பிரதமர் நீதிமன்ற விவகாரங்கள் பற்றி எதுவும் பேசவே இல்லை. ஆனால் அவர் அதுபற்றிப் பேசியதாகப் பொய் சொல்கிறார். ஆகவே, அவருக்குக் கொடுத்த வாக்குறுதி களில் இருந்து பின்வாங்கிக் கொள்கிறோம் என்றனர். மேலும், மத நம்பிக்கை என்பது நீதிமன்றத் தீர்ப்புகளுக்கு அப்பாற்பட்டது. ஆகவே, அயோத்தி விவகாரத்தில் நீதிமன்றத்தின் தீர்ப்பை ஏற்றுக்கொள்வதற்கில்லை என்று திட்டவட்டமாகச் சொல்லிவிட்டனர்.

உடனடியாக வி.ஹெச்.பியின் சாதுக்கள் நாடாளுமன்றம் (தர்ம சன்ஸாத்) 30 அக்டோபர் 1991 அன்று கூடி இரண்டு நாள்களுக்குத் தீவிரமான ஆலோசனைகளில் இறங்கியது. அதன் தொடர்ச்சியாக, ‘நீதிமன்ற ஆணைகளைப் பற்றிக் கவலைப்படாமல், 6 டிசம்பர் 1992 முதல் கரசேவை தொடங்கும். அது கர்ப்பக் கிரகத்தில் இருந்து தொடங்கும். அந்தக் கரசேவை ராமர் கோயில் கட்டி முடிக்கப்படும் வரைக்கும் தொடரும்’ என்று அறிவித்தது.

கரசேவை அறிவிப்பு நாட்டில் பல்வேறு விதமான பிரச்னைகளை உருவாக்கக்கூடும் என்ற சந்தேகம் மத்திய அரசுக்கு எழுந்தது. அதே கருத்தை எதிர்க்கட்சிகளும் வெளிப்படுத்தின. இந்நிலையில் கரசேவையை நடத்தவேண்டியதன் அவசியம் குறித்து இந்து இயக்கத்

தலைவர்களும் நீதிமன்றத் தீர்ப்பைப் பொறுத்து அடுத்த நடவடிக்கையை வைத்துக்கொள்வது குறித்து அரசுத் தரப்பும் பல மட்டங்களில் பேச்சுவார்த்தை நடத்திக்கொண்டிருந்தனர்.

2 நவம்பர் 1992 அன்று ஆர்.எஸ்.எஸ்ஸின் மூத்த தலைவர்கள் ராஜு பையா, மெரோபந்த் பிங்க்லே, ராஜஸ்தான் முதல்வர் பைரோன்சிங் ஷெகாவத் மூவரும் மத்திய அமைச்சர்கள் சரத் பவாரையும் ரங்கராஜன் குமாரமங்கலத்தையும் சந்தித்துப் பேசினர். சுவாமி சின்மயானந்தாவுடன் பிரதமர் நரசிம்மராவ் பேசினார். பிறகு ஆர்.எஸ்.எஸ். தலைவர் ராஜு பையா, ஸ்வாமி பரமஹம்ச ராமசந்திர தாஸ், நானாஜி தேஷ்முக், எல்.கே. அத்வானி ஆகியோர் பிரதமர் நரசிம்மராவை வெவ்வேறு தினங்களில் தனித்தனியே சந்தித்துப் பேசினர். அப்போது நரசிம்மராவிடம் ஆர்.எஸ். எஸ் தலைவர் ராஜு பையா எழுப்பிய கேள்வி முக்கியமானது.

‘நீதிமன்ற உத்தரவுக்கு உட்பட்டு கரசேவை நடத்த நாங்கள் விரிவான ஏற்பாடுகளைச் செய்திருக் கிறோம். ஆனால் அந்த உத்தரவு வராதபட்சத்தில், விரும்பத்தகாத சம்பவம் ஏதேனும் நடந்தால் என்ன செய்வது?’

அது கேள்வி அல்ல, எச்சரிக்கை!

100

தகர்க்கப்பட்ட பாபர் மசூதி

பிரதமர் நரசிம்மராவைப் பார்த்து ஆர்.எஸ்.எஸ் தலைவர் ராஜு பையா எழுப்பிய கேள்வி. அச்சமூட்டும் கேள்வி. அடுத்து நடக்கவிருக்கும் அபாயகரமான நிகழ்வுகளைப் பிரதிபலிக்கும் கேள்வி. ஆனால் பிரதமரோ துளியும் அலட்டிக் கொள்ளாமல், நிதானமாகப் பதில் சொன்னார்.

'உங்களிடத்தில் எல்லாம் கட்டுப்பாட்டுக்குள் இருக்கும். ஆகவே, அசம்பாவிதங்கள் எதுவும் நடக்காது என்றே நம்புகிறோம்.'

அயோத்தி ராம பக்தர்கள் மீதும், ஆர்.எஸ்.எஸ் உள்ளிட்ட இந்து அமைப்பினர் மீதும் பிரதமர் நரசிம்மராவ் வைத்திருந்த அசாத்திய நம்பிக்கையின் வெளிப்பாடு அது. ஆனால் அடுத்தடுத்து நடந்த காரியங்கள் எல்லாம் அதற்கு நேர் முரணாக இருந்தன. அவருடைய நம்பிக்கையை அடித்து நொறுக்குவதாக அமைந்தன. ஆம், டிசம்பர் ஆறை நோக்கிய ஒவ்வொரு காரியத்தையும் ராம ஜென்ம பூமி இயக்கத்தினரும் இதர இந்து அமைப்பினரும் திட்டமிட்டு வடிவமைத்தனர்.

அன்றைய தினம் அயோத்தி நகரில் ஆயிரக்கணக்கான மக்களை ஒன்று திரட்டவேண்டும் என்பது முக்கியமான பணி. அதற்காக சிறிய அளவிலான ரதயாத்திரையை நடத்தத் திட்டமிட்டனர். அந்தப் பணியை இரு முக்கியத் தலைவர்களிடம் ஒப்படைத்தது பாஜக தலைமை. ஆகட்டும் என்றனர் அவர்கள். அந்த இருவருமே

அத்வானி, அசோக் சிங்கால், ஜோஷி

ரதயாத்திரை நாயகர்கள். அத்வானி மற்றும் முரளி மனோகர் ஜோஷி.

கடந்த காலங்களில் பிரம்மாண்டமாக நடத்தியது போல அல்லாமல் இம்முறை சிறிய அளவிலான யாத்திரைகளை நடத்த இருவரும் தயாராகினர். ஆளுக்கொரு முனையில் இருந்து புறப்பட்டு, அயோத்தி என்ற ஒற்றை முனையில் சந்திப்பது. அதன்மூலம் இந்துக்கள் மத்தியில் எழுச்சியை ஏற்படுத்துவது. அவர்களை அயோத்தியை நோக்கி அணி திரட்டுவது.

3 டிசம்பர் 1992 அன்று வாரணாசியிலிருந்து அயோத்தி நோக்கிப் புறப்பட்டார் அத்வானி. அதேநாள் மதுராவிலிருந்து அயோத்தி நோக்கிப் புறப்பட்டார் ஜோஷி. பஜனை செய்யவோ, கீர்த்தனை பாடவோ அயோத்திக்குச் செல்லவில்லை. ராமனின் ஆலயம் இருந்த இடத்தில் மீண்டும் ஆலயம் எழுப்புவோம். செங்கல், மண்வெட்டி சகிதம் கரசேவை நடக்கும் என்று அத்வானி பேசியது ஆரவாரத்தைக் கிளப்பியது. அதே தொனியில் முரளி மனோகர் ஜோஷியும் பேசினார். அந்தப் பேச்சுகள் இந்துக்கள் மத்தியில் அதிகமான எழுச்சியை ஏற்படுத்தியது.

ஆயிரக்கணக்கு என்பதுதான் லட்சியமாக இருந்தது. ஆனால் லட்சக்கணக்கான பக்தர்கள் அயோத்தியில் குழுமினர். இந்தியாவின் பல்வேறு பகுதிகளில் இருந்தும் அயோத்தியை நோக்கி வந்த அவர்களுக்கு வழிநெடுக ஏராளமான ராம பக்தர்கள் ஆரத்தி எடுத்து வரவேற்றும் உணவு கொடுத்து உபசரித்தும் அனுப்பி வைத்தார்கள்.

பஜனை செய்யவோ, கீர்த்தனை பாடவோ அயோத்திக்குச் செல்லவில்லை. ராமனின் ஆலயம் இருந்த இடத்தில் மீண்டும் ஆலயம் எழுப்புவோம்.

பக்தர்கள் லட்சக்கணக்கில் திரண்டாலும் கரசேவகர்கள் விஷயத்தில் அதிகபட்ச கறார்த் தன்மையுடன் இருந்தனர் ராம ஜென்ம பூமி இயக்கத்தினர். நன்கு அறிமுகமான, அனுபவம் வாய்ந்த ஸ்வயம்சேவகர்களை மட்டுமே கரசேவகர்களாகச் சேர்த்துக் கொண்டனர். அவர்களது எண்ணிக்கை துரித கதியில் உயர்ந்துவருவது பதற்றத்தை உருவாக்கியது.

ஆனால் கல்யாண் சிங் அரசோ தன்னுடைய நிலைப்பாட்டில் உறுதியாக இருந்தது. அதாவது, 28 நவம்பர் 1992 அன்று உச்சநீதிமன்றத்தில் பிரமாணப் பத்திரம் ஒன்றைத் தாக்கல் செய்திருந்தது அல்லவா. அதில் எந்த மாற்றமும் இல்லை என்று திட்டவட்டமாகச் சொல்லிவிட்டது. அதாவது, அயோத்தியில் ராம

உமா பாரதி

பக்தர்கள் அடையாள கரசேவை மட்டுமே நடத்தப் போகிறார்கள். மற்றபடி கட்டுமான வேலைகள் எதுவும் நடக்காது. நீதிமன்ற ஆணைகள் எதுவும் மீறப்படாது. பிரச்னைக்குரிய கட்டடத்தின் பாதுகாப்பு உறுதிசெய்யப்படும் என்ற நான்கு அம்சங்களும் தொடர்ந்து பின்பற்றப்படும் என்று உறுதியளித்தது.

ஆனாலும் முஸ்லீம்கள் மத்தியில் நம்பிக்கை ஏற்படவில்லை. அரசியல் கட்சிகள் மத்தியிலும் அவநம்பிக்கையே குடிகொண்டிருந்தது. முக்கியமாக, மசூதி தாக்கப்படும் பட்சத்தில் அதை கல்யாண் சிங் அரசு கண்டுகொள்ளாமல் விட்டுவிடுமோ என்ற அச்சம் எழுந்தது. அப்போது, 'இந்தியா போன்ற மதச்சார்பற்ற குடியரசில் பாபர் மசூதிக்கு உறுதியாகப் பாதுகாப்பு தரப்படும்' என்று நாடாளுமன்றத்தில் உறுதிமொழி கொடுத்தார் பிரதமர் நரசிம்மராவ்.

அதனைத் தொடர்ந்து கரசேவகர்களின் பணிகள் வேகமெடுத்தன. ஆர்.எஸ்.எஸ், விஷ்வ ஹிந்து பரிஷத், பஜ்ரங்தள், பாரதிய ஜனதா, சிவசேனா உள்ளிட்ட கட்சிகள், அமைப்புகளின் தொண்டர்கள் அதிக அளவில் திரண்டனர். சில ஆயிரம் பேர் கூடினாலே நிறைந்துவிடக் கூடிய அயோத்தி லட்சம் பேரை உள்வாங்கியிருந்ததால் மூச்சுத் திணறிக் கொண்டிருந்தது.

அத்தனை பேர் கூடுவார்கள் என்பதை முன்கூட்டியே கணித்திருந்ததாலோ அயோத்தியில் காவல்துறை அதிக அளவில் குவிக்கப்பட்டிருந்தது. துணை ராணுவப் படை வீரர்களை அனுப்பி, பாதுகாப்பு ஏற்பாடுகளைப் பலப்படுத்தியிருந்தது மத்திய அரசு. கரசேவை என்ற பெயரில் செங்கற்களை மண்ணில் நட்டுவைத்துவிட்டுச் செல்வது மட்டும்தான் திட்டம்.

ஆனால் கரசேவகர்கள் அதையும் தாண்டி அடுத்த கட்டத்துக்கு நகர்ந்துசென்றுவிட்டால் என்ன ஆகுமோ என்ற பதற்றம் பொதுத்தளத்தில் இருந்தது.

5 டிசம்பர் 1992 அன்று லக்னோவில் நடந்த பொதுக்கூட்டத்தில் பேசினார் அத்வானி. கரசேவை நடத்தவேண்டியதன் அவசியம் குறித்து எழுச்சியூட்டும் உரையை நிகழ்த்திவிட்டு, நள்ளிரவுக்கு மேல் அயோத்திக்குப் புறப்பட்டார். சரயு நதியில் இருந்து கொண்டுவரப்பட்ட மணலைக் கையில் எடுத்துக்கொண்டு அயோத்திக்குள் நுழைந்ததாக எழுதியிருக்கிறார் அத்வானி. அவரைப் போலவே வேறு பல இந்து அமைப்புகளின் தலைவர்களும் அயோத்திக்கு வந்திருந்தனர். அதற்கும் முன்பே ஏராளமான கரசேவகர்கள் உணர்ச்சிக்கொந்தளிப்புடன் குழுமியிருந்தனர்.

மறுநாள் காலை. 6 டிசம்பர் 1992. ஞாயிற்றுக்கிழமை. அதிகாலை முதலே கரசேவகர்கள் மத்தியில் பரபரப்பு தொற்றிக்கொண்டுவிட்டது. தலைவர்கள் அமர்வதற்கு வசதியாக ராம் கதா குஞ்ச் என்கிற கட்டடத்தின் மொட்டை மாடியில் மேடை ஒன்று அமைக்கப் பட்டிருந்தது. அதில் பாஜக முன்னணித் தலைவர்கள் அத்வானி, ஜோஷி, வி.ஹெச்.பியின் அசோக் சிங்கால், ஆர்.எஸ்.எஸ்ஸின் கே.எஸ். சுதர்ஸன், ஹொ.வெ. சேஷாத்ரி உள்ளிட்ட தலைவர்கள், உமா பாரதி, பிரமோத் மஹாஜன் உள்ளிட்ட பலரும் அமர்ந்திருந்தனர்.

பின்னர் இளம் தலைவர்களான உமா பாரதி, சாத்வி ரிதம்பரா உள்ளிட்டோர் கரசேவகர்கள் மத்தியில் பேசத் தொடங்கினார்கள். அந்தப் பேச்சுகள் கரசேவகர்களை பாபர் மசூதியை நோக்கி உந்தித் தள்ளின. பச்சா பச்சா ராம்கா, ஜன்மபூமிகே காம் கா என்ற கோஷத்தை உச்சரித்தபடி மசூதியை நோக்கி முன்னேறினர். அந்த கோஷத்தின் பொருள், எல்லோருமே ராமனின் குழந்தைகள், அவர்கள் எல்லோரும் கோயில் கட்ட வருகிறார்கள் என்பது.

அவர்களுடைய வேகத்தைப் புரிந்துகொண்ட சில தலைவர்கள், எதுவும் அசம்பாவிதம் நடந்து விடக்கூடாது என்பதற்காக 'அமைதியாக இருங்கள்' என்று வேண்டுகோள் விடுத்தனர். ஆனால் அந்த வேண்டுகோள்கள் எல்லாம் அங்கே நிலவிய பரபரப்பிலும் கூச்சலிலும் கரைந்து போயின.

சுமார் 11 மணி அளவில் காவல்துறை, துணை ராணுவப் படை ஆகியோரின் கெடுபிடிகளை எல்லாம் மீறி பாபர் மசூதி வளாகத்துக்குள் நுழைந்தனர் சில துடிப்பு மிக்க கரசேவகர்கள். அவர்களுடைய நுழைவு ஆபத்தான ஒன்றாகப் பார்க்கப் பட்டது. காரணம், அந்தக் கரசேவகர்கள் கைகளில் அங்கே நட்டு வைப்பதற்கான ராமன் பெயர் பொறிக்கப்பட்ட செங்கற்கள் மட்டுமே இருக்கவில்லை. மாறாக, சுத்தியல், கடப்பாரை, இரும்புக் கம்பி போன்ற பயங்கர ஆயுதங்கள்.

கரசேவகர்கள் கைகளில் அங்கே நட்டு வைப்பதற்கான ராமன் பெயர் பொறிக்கப்பட்ட செங்கற்கள் மட்டுமே இருக்கவில்லை. மாறாக, சுத்தியல், கடப்பாரை, இரும்புக் கம்பி போன்ற பயங்கர ஆயுதங்கள்.

ஆக, அவற்றைக் கொண்டு பாபர் மசூதிக்கு சேதத்தை ஏற்படுத்தும் நோக்கத்துடன் கரசேவகர்கள் மசூதி வளாகத்துக்குள்

வந்துள்ளனர் என்பது வெளிப்படையாகத் தெரிந்தது. அதை உறுதி செய்வது போல மசூதி வளாகத்தில் இருந்த தடுப்புச்சுவர் வீழ்த்தப்பட்டது. திடீரென ஐம்பது கரசேவர்கள் ஒன்றாகச் சேர்ந்து மசூதி வளாகத்துக்குள் ஏறிக் குதித்தனர்.

ஆயுதங்கள் சகிதம் மசூதியை நோக்கி முன்னேறிய அவர்கள் ஆவேசமாக மசூதியைத் தாக்கினர். கைவசம் கொண்டுவந்திருந்த சுத்தியல்கள், கடப்பாரைகள், இரும்புத்தடிகள் ஆகியவற்றைக் கொண்டு மசூதியின் கும்மட்டங்ளை ஒன்றன்பின் ஒன்றாக அடித்து நொறுக்கினர். அரைகுறையாக இடிந்த கும்மட்டங்களின் செங்கற்களை ஆவேசமாகப் பிடுங்கி எறிந்தனர்.

மசூதிக்கு உச்சகட்ட ஆபத்து உருவாகியிருப்பதை உணர்ந்த தலைவர்கள் தொண்டர்களுக்கு உருக்கமான வேண்டுகோள்களை விடுத்தனர். குறிப்பாக, ஆவேசம் கொண்ட கரசேவர்களை ஆற்றுப்படுத்தும் நோக்கத்துடன் ஆர்.எஸ்.எஸ் சிந்தனையாளர் ஹொ.வெ. சேஷாத்ரி பல்வேறு மொழிகளில் வேண்டுகோள் விடுத்தார். உங்கள் தாயாரின் இடத்தில் இருந்து சொல்கிறேன், இப்படிச் செய்யாதீர்கள் என்று வேண்டுகோள் விடுத்தார் மூத்த தலைவர் விஜயராஜே சிந்தியா. ஆனால் எதுவும் எடுபடவில்லை.

தலைவர்களில் ஒருசிலர் கரசேவகர்களை அமைதிப்படுத்திக் கொண்டிருக்க, வேறு சிலரோ அவர்களைக் கரசேவைக்கு உந்தித்தள்ளிக் கொண்டிருந்தனர். உதாரணமாக, பாஜக முன்னணித் தலைவர்களில் ஒருவரான உமா பாரதி, ‘ராம் நாம் சத்ய ஹே, பாப்ரி மஸ்ஜித் தேவாஸ்த் ஹே’ என்று கோஷமெழுப்பியிருக்கிறார். அதேபோல, ‘ஏக் தக்க அவர் தோ, பாப்ரி மஸ்ஜித் தோத் தோ’ என்ற கோஷம் தொண்டர்களை உற்சாகப்படுத்தியிருக்கிறது. அந்தக் கோஷத்தின் பொருள்: இன்னும் ஒரு தள்ளு தள்ளு, பாபர் மசூதியை உடைத்துத் தள்ளு என்பது. அவற்றைக் கேட்டு கரசேவகர்கள் ஜெய் ஸ்ரீராம் என்ற கோஷமெழுப்பியபடியே தாக்குதலில் ஈடுபட்டுள்ளனர்.

கரசேவகர்கள் செய்யும் காரியங்களை எல்லாம் பார்த்துக்கொண்டிருந்த அத்வானி, அருகில் இருந்த உமா பாரதியை அழைத்த அத்வானி, ‘கரசேவகர்களுக்கு அருகில் சென்று அவர்களை அமைதிப்படுத்து’ என்று கூறியிருக்கிறார். ஆனால் உமா பாரதியோ, சுமார் முக்கால் மணி நேரம் கழித்து வந்து, ‘அவர்களை எதுவும் செய்யமுடியவில்லை, நாம் சொல்வதைக் கேட்கும் நிலையில் அவர்கள் இல்லை’ என்று கூறியிருக்கிறார்.

விஷ்வ ஹிந்து பரிஷத்தின் தலைவர் அசோக் சிங்காலும் அதேபோன்ற அமைதி முயற்சி ஒன்றை எடுத்திருக்கிறார். ஆனால் கரசேவகர்களின் உணர்ச்சிக்குவியலுக்கு முன்னால் எதுவும் எடுபடவில்லை. மேற்கண்ட இரண்டு செய்திகளும் அத்வானியின் பதிவுகள். கரசேவகர்களைக் கட்டுப்படுத்தவோ, இடிப்பு வேலைகளில் ஈடுபடுவதைத் தடுக்கவோ முடியாமல் தலைவர்கள் பலரும் அந்த மேடையிலேயே குழுமியிருந்தனர்.

ஒவ்வொரு கும்மட்டமாக உடைத்தெறிந்த கரசேவகர்கள், மூன்று கும்மட்டங்களையும் அடுத்தடுத்து அடித்து நொறுக்கிச் சாய்த்தனர். காலை பதினோரு மணிக்குத் தொடங்கிய தாக்குதல் மாலை சுமார் ஆறு மணிக்கு முடிவுக்கு வந்தது. இடைப்பட்ட நேரத்தில் ஒட்டு மொத்த மசூதியும் தரைமட்டமாக்கப்பட்டது. அதைத் தடுக்க வந்த காவலர்களும் ராணுவ வீரர்களும் மௌன சாட்சிகளாக மாறியிருந்தனர். நானூற்று அறுபத்து நான்கு வயது கொண்ட பாபர் மசூதி பழுத்த தலைவர்களுக்கு முன்னாலேயே பஸ்பமாக்கப்பட்டிருந்தது.

அப்போது மேடையை நோக்கி ஓடிவந்த ஒருவர் அத்வானி உள்ளிட்ட தலைவர்களுக்கு இனிப்பு விநியோகம் செய்திருக்கிறார். மகிழ்ச்சியின் வெளிப்பாடு. சாதித்து முடித்துவிட்ட சந்தோஷம். ஆனால் அந்த இனிப்பைத் தவிர்த்த அத்வானி, அவசரம் அவசரமாக உத்தரப் பிரதேச முதல்வர் கல்யாண் சிங்கைத் தொலைபேசியில் தொடர்புகொண்டு பேசினார். அந்தப் பேச்சைத் தொடர்ந்து இரண்டு முக்கிய சம்பவங்கள் நடந்தேறின.

ஒன்று, முதல்வர் கல்யாண் சிங்கின் பதவி விலகல். இது அத்வானியின் ஆலோசனையால் நடந்தது. மற்றொன்று, அத்வானியின் ராஜினாமா. மக்களவை எதிர்க்கட்சித் தலைவர் பதவியை ராஜினாமா செய்வதாக சபாநாயகருக்குக் கடிதம் எழுதினார் அத்வானி. இது அவருடைய உள்ளுணர்வின் உந்துதல் காரணமாக நடந்தது. ஆனால் அதன்பிறகு நடந்த காரியங்கள் ஒவ்வொன்றும் அதிர்ச்சியின் உச்சங்கள்!

101

பரவிய மதக்கலவரங்கள்

டிசம்பர் ஆறு. சுதந்தர இந்தியாவின் கருப்பு தினங்களுள் ஒன்றாக மாறிவிட்ட ஒன்று. நானூறு ஆண்டுகாலப் பாரம்பரியம் கொண்ட பாபர் மசூதி 6 டிசம்பர் 1992 அன்று ஆர்.எஸ்.எஸ், வி.ஹெச்.பி, பாரதிய ஜனதா, சிவசேனா உள்ளிட்ட அமைப்புகளைச் சேர்ந்த கரசேவகர்களால் தரைமட்டமாக்கப்பட்டது.

அந்தச் செய்தி தேசம் முழுக்க பல்வேறு விதமான உணர்வலைகளைக் கிளப்பிவிட்டிருந்தது. இந்துக்கள், இஸ்லாமியர்கள், கிறித்தவர்கள் என்று அனைத்து தரப்பு மக்கள் மத்தியிலும் பதற்றம் உருவாகியிருந்தது. ஆளுக்கொரு பதற்றம், ஆளுக்கொரு காரணம்.

பாபர் மசூதி இடிக்கப்பட்ட கையோடு உத்தரப் பிரதேச முதல்வர் கல்யாண் சிங்கைத் தொடர்பு கொண்டு பேசினார் பாஜக மூத்த தலைவர் அத்வானி. நீதிமன்றத்துக்குக் கொடுத்த வாக்குறுதி மீறப் பட்டுள்ளதால் உடனடியாகப் பதவி விலகுவதே சரியான முடிவாக இருக்கும் என்பது அத்வானியின் கணிப்பு. அதை அப்படியே ஏற்றுக்கொண்ட கல்யாண் சிங், உடனடியாகத் தனது முதல்வர் பதவியை ராஜினாமா செய்தார்.

பாபர் மசூதி இடிப்பின் கண்கண்ட சாட்சியமாகக் களத்தில் நின்றுகொண்டிருந்த அத்வானி, சம்பவத்துக்குத் தார்மிகப் பொறுப்பேற்றுத் தன்னுடைய மக்களவை எதிர்க்கட்சித் தலைவர் பதவியை ராஜினாமா செய்து சபாநாயகருக்குக் கடிதம் எழுதினார்.

முரளி மனோகர் ஜோஷி, உமாபாரதி

அதேசமயம், பாபர் மசூதி இடிப்பு மக்கள் மத்தியில், குறிப்பாக இந்து மக்கள் மத்தியில் எத்தகைய உணர்வுகளை ஏற்படுத்தியிருந்தது என்பது குறித்த அவருடைய பதிவு ஆழ்ந்து கவனிக்கத்தக்கது. அதன் முக்கியப் பகுதிகள் இங்கே புரிதலுக்காக:

எதிர்பாராத சம்பவங்களால் மேடையில் இருந்த அனைத்து தலைவர்களும் அதிர்ந்து போயிருந்தனர். ஆனால் மேடைக்குக் கீழே திரண்டிருந்த மக்களின் மனநிலையோ அதற்கு முற்றிலும் முரண்பட்டதாக இருந்தது. அவர்கள் எல்லோரும் ஒருவித திருப்தி மனோநிலையுடன் இருப்பது போலத் தெரிந்தது. அவர்களில் பலரும் உற்சாக மிகுதியால் சந்தோஷ மடைவது தெரிந்தது (…)

அயோத்தியிலிருந்து லக்னோ திரும்பிச் செல்லும் வழியில் நான் பயணித்த பாதை முழுமைக்கும் பலத்த பாதுகாப்பு ஏற்பாடுகள் செய்யப்பட்டிருந்தன. எங்கு பார்த்தாலும் மக்கள் கொண்டாட்டத்தில் ஈடுபட்டிருந்தனர். (…)

அயோத்தியில் நடந்தேறிய துயரச்சம்பவத்துக்குப் பிறகு பொதுமக்களின் மனநிலை மகிழ்ச்சி ததும்புவதாக இருந்தது என்பதைத் தெரிவிக்கவே இந்தச் சம்பவங்களை நினைவுகூர்கிறேன். (…)

டிசம்பர் 6 இந்தியாவின் வாழ்விலும் இந்துக்களின் வாழ்விலும் ஒரு பொன்னாளை குறிக்கிறது என்பதை மறுத்தால் நான் நேர்மை அற்றவன் என்பேன். நவீன இந்தியாவின் வரலாற்றில் அந்த நாள் தெளிவான அறிவிப்பைப் பதிவு செய்த நாள். தனது நியாயமான உணர்வுகள் அவமதிக்கப்படுவதை இந்து சமுதாயம் தொடர்ந்து சகித்துக் கொண்டிருக்காது என்று தெரிவிக்கப்பட்ட நாள் அது.

‘அயோத்தியில் ராமருக்குக் கோயில் கட்டுவதுதான் எங்கள் இலக்கே தவிர, மசூதியை இடிப்பதல்ல’ என்று அவர் கடந்த காலங்களில் சொன்னதெல்லாம் வெறும் வார்த்தைகள்.

மேற்கண்ட கூற்றுகளிலிருந்து இரண்டு முக்கிய விஷயங்களை உள்வாங்கிக் கொள்ள முடியும். ஒன்று, பாபர் மசூதி இடிப்பை இந்துக்கள் மிகுந்த மனமகிழ்ச்சியுடன் ஏற்றுக்கொண்டார்கள் என்பதை அத்வானி அழுத்தந்திருத்தமாகப் பதிவுசெய்ய விரும்புகிறார். இரண்டாவது, மசூதி இடிப்பு தினத்தை பொன்னாள் என்று வர்ணிப்பதன் மூலம், ‘அயோத்தியில் ராமருக்குக் கோயில் கட்டுவதுதான் எங்கள் இலக்கே தவிர, மசூதியை இடிப்பதல்ல’

கல்யாண் சிங்

என்று அவர் கடந்த காலங்களில் சொன்னதெல்லாம் வெறும் வார்த்தைகள் என்பதை உறுதிசெய்கிறார். நிற்க.

உத்தரப் பிரதேச முதல்வர் கல்யாண் சிங்கின் ராஜினாமாவைத் தொடர்ந்து மத்திய அரசு சில விஷயங்களில் மட்டும் அதிகபட்ச சுறுசுறுப்பைக் காட்டியது. முக்கியமாக, மாநில அரசு அவசர கதியில் கலைக்கப்பட்டு, குடியரசுத் தலைவர் ஆட்சி கொண்டுவரப்பட்டது. அதன் மூலம் உத்தரப் பிரதேசம் முழுமையாக மத்திய அரசின் கட்டுப்பாட்டுக்குள் வந்தது.

ஆனாலும் கரசேவகர்கள் தங்கள் பணிகளை நிறுத்தவில்லை. தொடர்ந்து விடிய விடிய களப்பணியில் ஈடுபட்டிருந்தனர். கட்டடச் சிதைவுகளையும் சிதறல்களையும் அப்புறப் படுத்திக் கொண்டிருந்தனர். அவற்றைத் தடுக்கும் நடவடிக்கைகளை மத்திய அரசும் எடுக்கவில்லை. குடியரசுத் தலைவரும் எடுக்கவில்லை. மாநில ஆளுநரும் அசைவற்று இருந்தார். சரி, மசூதியைத் தரைமட்டமாக்கிய பிறகும் கரசேவர்களுக்கு அங்கே என்ன வேலை?

மசூதி இருந்த இடத்தில் கிடந்த கட்டடச் சிதறல்களை எல்லாம் அப்புறப்படுத்திவிட்டு, அங்கே ஒரு தாற்காலிகக் கோயில் ஒன்றை எழுப்பும் முயற்சியில் இறங்கியிருந்தனர் கரசேவகர்கள். நள்ளிரவு நேரத்தில் கோயில் கட்டும் பணியைச் செய்துமுடித்த கரசேவகர்கள், அந்தக் கோயிலுக்குள் பால ராமர், சீதா, லட்சுமணன், அனுமன் ஆகிய நான்கு சிலைகளையும் வைத்து வழிபட்டனர். அதன்மூலம் நீதிமன்றம் அளித்த உத்தரவுகள் எல்லாம் காற்றில் பறந்து கொண்டிருந்தன. ஆனால்

நரசிம்மராவ்

அதைக் கண்டிக்கவும் தடுக்கவும் வேண்டிய மத்திய அரசோ மௌன மொழி பேசிக்கொண்டிருந்தது.

இப்போது அரசியல் கட்சிகள் களத்தில் இறங்கின. பாபர் மசூதி இடிப்புக்குக் கடுமையான கண்டனங்களைப் பதிவுசெய்தன. மசூதி இடிப்புக்கு மாநிலத்தில் ஆட்சியில் இருந்த கல்யாண் சிங் அரசு மட்டும் காரண மல்ல, மத்தியில் ஆட்சியில் இருந்த நரசிம்மராவ் அரசும் காரணம் என்றனர் எதிர்க்கட்சிகள். மேலும், மசூதி இருந்த இடத்தில் திரும்பவும் மசூதியைக் கட்டித் தருவது தான் புண்பட்ட இஸ்லாமியர்களின் மனங்களுக்கு அரசு போடக்கூடிய மருந்து என்றனர்.

எதிர்க்கட்சிகளின் தொடர்ச்சியான நெருக்குதலைத் தொடர்ந்து தொலைக்காட்சியில் உரை நிகழ்த்திய பிரதமர் நரசிம்மராவ், பாபர் மசூதி இடிக்கப்பட்ட நிகழ்வு தேசிய அவமானம் என்று சொன்னதோடு, இடிக்கப்பட்ட மசூதிக்குப் பதில் புதிய மசூதி அதே இடத்தில் கட்டித்தரப்படும் என்று வாக்குறுதி அளித்தார். இதே கருத்தை இந்திய நாடாளுமன்றத்திலும் பதிவுசெய்தார் பிரதமர் நரசிம்மராவ். ஆனால் அந்த வாக்குறுதி இன்றுவரைக்கும் நிறைவேற்றப்படவில்லை.

நேரம் செல்லச் செல்ல நாடு முழுக்க பதற்றம் பற்றிக்கொண்டு எரியத் தொடங்கியது. மசூதியைத் தகர்த்துவிட்ட மகிழ்ச்சியை கரசேவகர்களும் தீவிர சிந்தனை கொண்ட இந்துக்களும் ஒருபக்கம் கொண்டாடி மகிழ்ந்தனர். இன்னொரு பக்கம், தங்கள் மசூதியைத் தகர்த்து, தங்கள் மத உணர்வுகள் மீது தாக்குதல் நடத்திவிட்டார்களே என்ற ஆத்திரமும் ஆதங்கமும் மேலோங்கிய இஸ்லாமியர்கள் கொந்தளிப்பு மனநிலையில் இருந்தனர். ஆகவே, இருதரப்பும் இணைந்து வசிக்கும் இடங்களில் பதற்றம் உருவாகியிருந்தது.

நிலைமை மேலும் சிக்கலாவதைத் தடுக்க அயோத்தியில் திரண்டிருந்த கரசேவகர்களை அப்புறப்படுத்தும் காரியத்தில் கவனம் செலுத்தியது மத்திய அரசு. அப்புறப்படுத்துதல் என்றால் பலப்பிரயோகம் செய்து வெளியேற்றுதல் அல்ல, மிகுந்த பக்குவத்துடனும் கர்ம சிரத்தையுடனும் அவரவர் சொந்த ஊருக்கு அனுப்பிவைக்கவேண்டும் என்பதற்காக சிறப்பு ரயில்களை ஏற்பாடு செய்தது மத்திய அரசு. அத்தனையும் இலவசப் பயணம். அதற்காக மத்திய அரசுக்கு முந்நூறு கோடி ரூபாய் இழப்பு ஏற்பட்டதாக ரயில்வே துறை அறிவித்தது.

பாபர் மசூதி இடிப்புப் பணியில் தீவிரம் காட்டிய அமைப்புகளான ராஷ்ட்ரிய ஸ்வயம் சேவக் சங்கம், விஷ்வ ஹிந்து பரிஷத், பஜ்ரங்தளம் ஆகிய அமைப்புகளைத் தடை செய்வதாக அறிவித்தது மத்திய அரசு.

அடுத்து, அதிமுக்கியமான காரியம் ஒன்றில் மத்திய அரசு இறங்கியது. அது, பாபர் மசூதி இடிப்புப் பணியில் தீவிரம் காட்டிய அமைப்புகளான ராஷ்ட்ரிய ஸ்வயம் சேவக் சங்கம், விஷ்வ ஹிந்து பரிஷத், பஜ்ரங்தளம் ஆகிய அமைப்புகளைத் தடை செய்வதாக அறிவித்தது

மத்திய அரசு. அந்த அமைப்புகளின் அலுவலகங்கள் சீல் வைக்கப்பட்டன. முக்கியமாக, ஆர்.எஸ்.எஸ் நடத்திவரும் ஷாகாவுக்கும் தடை விதிக்கப்பட்டது.

7 டிசம்பர் 1992 அன்று வெளியான தடை அறிவிப்பில், மேற்கண்ட மூன்று அமைப்புகளும் மசூதி இடிப்பைத் தூண்டியதாகவும் கரசேவை என்ற பெயரில் மசூதி இடிப்பில் பங்கேற்ற தாகவும் குற்றச்சாட்டுகள் கூறப்பட்டிருந்தன. மற்ற இரண்டு அமைப்புகளும் முதன்முறை யாகத் தடை செய்யப்பட்டிருந்தன. ஆனால் ஆர்.எஸ்.எஸ்ஸுக்கு இது மூன்றாவது தடை.

ஆம், காந்தி கொலை செய்யப்பட்டதைத் தொடர்ந்து முதன்முறையாகத் தடைசெய்யப்பட்டது ஆர்.எஸ்.எஸ். பிறகு எழுபதுகளின் மத்தியில் நெருக்கடி நிலை அமலில் இருந்தபோது இரண்டாவது முறையாகத் தடைசெய்யப்பட்டது. தற்போது பாபர் மசூதி இடிப்பைத் தொடர்ந்து மூன்றாவது முறையாகத் தடைசெய்யப்பட்டிருந்தது ஆர்.எஸ்.எஸ்.

கரசேவையில் ஈடுபட்ட அமைப்புகளைத் தடைசெய்த மத்திய அரசு, அதற்கு தார்மிக ஆதரவு கொடுத்த, அதற்காகக் களத்தில் இறங்கி ரத யாத்திரை நிகழ்த்திய பாரதிய ஜனதா மீது எவ்வித நடவடிக்கையையும் எடுக்கவில்லை என்பது கவனிக்கத்தக்கது. கரசேவையில் களமிறங்கிய சிவசேனாவும் தடையில் இருந்து தப்பிப் பிழைத்திருந்தது. அதேசமயம், இந்து அமைப்புகள் மீது மட்டும் தடை விதிப்பது சர்ச்சையை எழுப்பும் என்பதால் ஜமாயத் இ இஸ்லாமி, இஸ்லாமிக் சேவக் சங் உள்ளிட்ட இஸ்லாமிய அமைப்புகளும் தடை செய்யப் பட்டன.

தடை செய்யப்பட்ட அமைப்புகளைச் சேர்ந்த சுமார் 4000 பேர் கைதுசெய்யப்பட்டனர். முக்கியமாக, பாஜக தலைவர்கள் அத்வானி, ஜோஷி, உமா பாரதி, வி.ஹெச்.பி தலைவர் அசோக் சிங்கால் உள்ளிட்ட தலைவர்கள் பலரும் கைது செய்யப்பட்டனர். மேற்கண்ட நடவடிக்கைகள் அனைத்துமே உருவாகப்போகும் மத வன்முறைச் சம்பவங்களையும் கலவரங்களையும் தடுக்கவேண்டும் என்பதுதான். ஆனால் கள யதார்த்தம் முற்றிலும் வேறு மாதிரியாக இருந்தது.

லாலு பிரசாத் யாதவ்

பாபர் மசூதி தாக்கப்பட்டதன் எதிரொலி உத்தரப் பிரதேசத்தில் அதிக அளவில் கேட்டது. இந்துக்களும் இஸ்லாமியர்களும் இணைந்து வசிக்கும் இடங்களில் மதப்பதற்றம் அதிக அளவில் இருந்தது. கலவரங்களும் மோதல்களும் மிகுதியாக இருந்தன. ஆகவே, படுகொலை களும் மிகுதியாக இருந்தன. மேலும், மகாராஷ்ட்ரா, குஜராத், மத்தியப்பிரதேசம், ராஜஸ்தான் உள்ளிட்ட மாநிலங்களில் மதமோதல்கள் அதிக அளவில் இருந்தன.

ஆனால் பீகாரில் மட்டும் மதக்கலவரங்களோ, வன்முறைகளோ பெரிய அளவில் இல்லை. காரணம், அந்த மாநிலத்தை ஆட்சி செய்தவர் லாலு பிரசாத் யாதவ். தன்னுடைய மாநிலத்தின் சட்டம் ஒழுங்கு விஷயத்தில் கூடுதல் கவனம் செலுத்தினார். அனைத்து மாவட்ட நிர்வாகங்களுக்கும் உரிய அதிகாரங்கள், உத்தரவுகளைக் கொடுத்து, கலவரங்களைக் கட்டுக்குள் வைத்திருந்தார். அதேசமயம், அவற்றை முற்றிலுமாகத் தவிர்த்துவிட முடியவில்லை.

மதக்கலவரங்கள் பொதுவாக பாஜக உள்ளிட்ட இந்துத்வ இயக்கங்கள் செல்வாக்குடன் இருக்கும் இந்தி பேசும் மாநிலங்களில்தான் அதிக அளவில் வெடிப்பது வழக்கம். ஆனால் இம்முறை அந்த வரையறை எல்லாம் உடைத்தெறியப்பட்டு, மேற்கு, தெற்கு மாநிலங்களிலும் கலவர ரேகைகள் விரிவடைந்திருந்தன. டெல்லி, மேற்கு வங்கம், அஸ்ஸாம், கேரளா, ஆந்திரா, கர்நாடகம், தமிழகம் உள்ளிட்ட மாநிலங்களில் கணிசமான அளவில் மதக்கலவரங்கள் வெடித்தன.

கலவரங்கள் சுமார் ஒருவார காலத்துக்குத் தொடர்ச்சியாக நடந்தன. அதன் காரணமாக மகாராஷ்ட்ராவில் 259 பேர் பலியாகினர். மேலும், குஜராத்தில் 246, உத்தரப் பிரதேசத்தில் 201, மத்தியப் பிரதேசத்தில் 161, அஸ்ஸாமில் 100, கர்நாடகத்தில் 73, ராஜஸ்தானில் 48, மேற்கு வங்கத்தில் 35, பீகாரில் 24, டில்லியில் 15, ஆந்திராவில் 12, தமிழகத்தில் 2 என்ற அளவில் பலி எண்ணிக்கை இருந்தது. ஏராளமான சொத்துகள் சேதப்படுத்தப்பட்டன.

பாபர் மசூதி இடிப்புக்கும் அதன் தொடர்ச்சியாக உருவான மதக்கலவரங்களுக்கும் காரணமான அரசியல் கட்சிகளுள் முக்கியமானது பாஜக. அதன் காரணமாக, அந்தக் கட்சியும் அதன் முக்கியத் தலைவர்களும் பலத்த கண்டனங்களுக்கு ஆளாகிக்கொண்டிருந்தனர். ஆனால் அவற்றைப் பற்றி அலட்டிக்கொள்ளாமல், எல்லோரையும் ஆச்சரியப்படுத்தும் வகையில் மத்திய காங்கிரஸ் அரசு மீது மக்களவையில் நம்பிக்கையில்லாத் தீர்மானம் கொண்டு வந்தார் வாஜ்பாய்!

102

ஆட்சிக்கலைப்புகளும் மும்பை கலவரமும்

நானூறு ஆண்டுகளுக்கும் மேலாக நின்று கொண்டிருந்த பாபர் மசூதியை சுக்கல் சுக்கலாகச் சிதைத்து முடித்திருந்தனர் கர சேவகர்கள். போதாக்குறைக்கு, அந்த இடத்தில் ராமருக்குத் தாற்காலிகக் கோயில் ஒன்றையும் எழுப்பியிருந்தனர். இது அப்பட்டமான சட்டமீறல் என்பதால் அந்தக் கோயிலைத் தனது பொறுப்பில் எடுத்துக் கொண்ட மத்திய அரசு, மசூதி இடிப்பு தொடர்பாக விசாரணை செய்யும் பொறுப்பை சிபிஐ வசம் ஒப்படைத்தது.

மசூதி இடிப்புக் காரியத்தைச் செய்த பாரதிய ஜனதா உள்ளிட்ட இந்துத்வ அமைப்புகள் மீது அனைத்து எதிர்க்கட்சிகளும் கடுமையான விமரிசனங்களை முன்வைத்துக்கொண்டிருந்த சமயத்தில், அந்தக் கட்சியின் மூத்த தலைவர் அடல் பிஹாரி வாஜ்பாய் மக்களவையில் அரசின் மீது நம்பிக்கையில்லாத் தீர்மானம் ஒன்றைக் கொண்டுவந்தார்.

அந்தத் தீர்மானத்தை முன்மொழிந்துப் பேசிய அவர், பாபர் மசூதி இடிப்பு மற்றும் அயோத்தி விவகாரத்தில் பாரதிய ஜனதாவின் செயல்பாடுகளுக்கு நியாயம் கற்பிக்கும் வகையிலும் மத்திய அரசின் செயல்பாடுகளை விமரிசிக்கும் வகையிலும் பல முக்கியக் கருத்துகளை முன்வைத்தார்.

பொதுமக்கள் கரசேவைக்கு மட்டும்தான் தயாராக வந்திருந்தார்கள். சரயூ நதியிலிருந்து எடுத்துவரப்பட்ட மணலைப் பள்ளங்களில்

வாஜ்பாய், ஜோஷி

கொட்டுவதும் மேடுகளில் தண்ணீரை ஊற்றுவதும் மட்டுமே அவர்களுடைய திட்டம். அதைத்தான் அவர்கள் செய்தார்கள். ஆனால் அவர்களுக்குள் இருந்த ஒரு குழு தன்னிச்சையாக முடிவுசெய்து, கட்டடத்தைத் தாக்கித் தகர்க்கத் தொடங்கி விட்டனர் என்பதுதான் மக்களவையில் வாஜ்பாய் கொடுத்த வாக்குமூலம்.

அதைவிட முக்கியமாக, 'மசூதியைத் தகர்க்க நாங்கள் விரும்பவில்லை. அந்த மசூதியை முழு மரியாதையுடன் இன்னொரு இடத்துக்கு மாற்றிவைக்கவே நாங்கள் விரும்பினோம். தற்போதுள்ள இடத்திலிருந்து சற்றுத் தொலைவில் அந்த மசூதி கட்டப்படலாம். அதற்குத் தேவையான நிதியுதவி மற்றும் கரசேவையைத் தருவதற்குத் தயாராகவே இருந்தோம். ஆனால் அவை நடக்காமலேயே போய்விட்டன' என்ற தன்னுடைய ஆதங்கத்தையும் பதிவுசெய்தார்.

மசூதி இடிப்பு குறித்த தங்களுடைய கருத்தைத் தெரிவிக்கும் வகையில் விரிவான வெள்ளை அறிக்கை ஒன்றை நரசிம்மராவ் அரசு வெளியிட்டது. அந்த அறிக்கையில் விஷ்வ ஹிந்து பரிஷத் மற்றும் பாரதிய ஜனதா உள்ளிட்ட சங்கப் பரிவார அமைப்புகள் மீது குற்றம்சாட்டப்பட்டிருந்தது.

குறிப்பாக, பாபர் மசூதி தொடர்பாக சாமியார்கள் உள்ளிட்ட இந்துக்களின் பிரதிநிதிகளும் பாபர் மசூதி நடவடிக்கைக் குழுவினர் உள்ளிட்ட இஸ்லாமியர்களின் பிரதிநிதிகளும் பரஸ்பரம் பேச்சுவார்த்தை நடத்திக்கொண்டிருந்த சமயத்தில், திடீரென கரசேவைத் தேதியை அறிவித்து வி.ஹெச்.பி உள்ளிட்ட அமைப்புகள் குழப்பத்தை ஏற்படுத்திவிட்டன என்பது மத்திய அரசு முன்வைத்த முக்கியமான குற்றச்சாட்டு.

மசூதியைத் தகர்க்க நாங்கள் விரும்பவில்லை. அந்த மசூதியை முழு மரியாதையுடன் இன்னொரு இடத்துக்கு மாற்றி வைக்கவே நாங்கள் விரும்பினோம்.

அடுத்து, லட்சக்கணக்கான கரசேவகர்கள் ஆயுதங்கள் சகிதம் அயோத்தியில் குவிந்துவிட்டதன் காரணமாக உருவாகப் போகும் அபாயங்களை உணர்ந்திருந்த கல்யாண் சிங் அரசு தனக்குத் தரப்பட்ட ராணுவம் உள்ளிட்ட அனைத்து பாதுகாப்பு வசதிகளையும் பயன்படுத்தி கரசேவகர்களைத் தடுத்து நிறுத்தி, பாபர் மசூதியைக் காப்பாற்றத் தவறிவிட்டது என்பது மத்திய அரசு சுமத்திய அழுத்தமான குற்றச்சாட்டு.

மசூதி இடிப்பில் ஈடுபட்ட கரசேவகர்கள் மீது அடையாளத் துப்பாக்கிச்சூடு நடத்துவோ, மசூதியை இடிக்கும் கரசேவகர்களைக் குறைந்தபட்சம் தடுத்து நிறுத்தவோ உத்தரப்

நரசிம்மராவ்

பிரதேச மாநில காவலர்கள் அனுமதிக்கப்படவில்லை. அதன்மூலம் பாபர் மசூதி இடிப்பை நடத்த கல்யாண் சிங் அரசு கரசேவகர்களுக்கு மனமுவந்து ஒத்துழைப்பு கொடுத்திருக்கிறது என்பதுதான் முக்கியமான குற்றச்சாட்டு.

அந்த வெள்ளை அறிக்கை பாஜக வட்டாரத்தில் பலத்த அதிர்வலைகளைக் கிளப்பியது. ஆம், பாபர் மசூதி இடிப்பில் ஆர்.எஸ்.எஸ், வி.ஹெச்.பி, பஜ்ரங்தளம், சிவசேனா, ராமஜென்ம பூமி அமைப்பினர் என்று பல தரப்பினரும் ஈடுபட்டிருந்தாலும், மத்திய அரசு பாஜகவையும் கல்யாண் சிங் அரசையும் மட்டுமே குற்றவாளியாகச் சித்திரிக்கிறது என்று நினைத்தது பாஜக தலைமை. ஆகவே, அந்த வெள்ளை அறிக்கைக்குக் கடுமையான எதிர் வினையாற்றத் தீர்மானித்தது.

நரசிம்மராவ் அரசின் வெள்ளை அறிக்கைக்கு எதிரான விரிவான மறுப்பறிக்கை ஒன்றை பாஜக வெளியிட்டது. அதில் மத்திய அரசை நோக்கிப் பல கேள்விகளை சரமாரியாக வீசியது. ஆவேசத்தின் வெளிப்பாடாக உருவான அந்தக் கேள்விகளின் வழியே பாபர் மசூதி இடிப்புக்குப் பின்னால் இருந்த பல உண்மைகள் அம்பலத்துக்கு வந்தன. அந்தக் கேள்விகள் சிலவற்றை மட்டும் இங்கே பார்க்கலாம்:

'மசூதி இடிப்பில் ஈடுபட்ட கரசேவகர்கள் மீது துப்பாக்கிச்சூடு எதுவும் நடத்தப்போவதில்லை என்று முதல்வர் கல்யாண் சிங் முடிவுசெய்துவிட்டார் என்பதை பிரதமர் நரசிம்மராவ் அறிந்திருக்கும் பட்சத்தில், ஏன் அவர் கல்யாண் சிங் அரசைக் கலைத்துவிட்டு, துப்பாக்கிச் சூட்டுக்கு உத்தரவு பிறப்பிக்கவில்லை?' என்பது முதல் கேள்வி.

‘பாபர் மசூதி இடிக்கப்பட்ட பிறகு அங்கே சிதறிக்கிடந்த கட்டடச் சிதைவுகளை எல்லாம் அப்புறப்படுத்திவிட்டு, தாற்காலிகக் கோயிலை எழுப்பி, மூன்று சிலைகளை அங்கே நிறுவியுள்ளனர் கரசேவகர்கள். அந்தச் சம்பவங்கள் நடந்தபோது அயோத்தி நகரம் மாநில அரசின் கட்டுப்பாட்டில் இல்லை, முழுக்க முழுக்க மத்திய அரசின் கட்டுப்பாட்டுக்குள் வந்து விட்டது. அதன்பிறகும் தாற்காலிகக் கோயில் எழுப்பப்படுவதை மத்திய அரசு தடுக்காமல் வேடிக்கை பார்த்தது ஏன்?’ என்பது இரண்டாவது கேள்வி.

ஆக, இந்த இரண்டு முக்கியக் கேள்விகள் மூலம் பாபர் மசூதி இடிப்பை சங்கப் பரிவார அமைப்புகள் வரிந்துகட்டிக்கொண்டு செய்தன என்பதும் அந்த இடிப்புக்கு நரசிம்மராவ் தலைமையிலான காங்கிரஸ் அரசு மறைமுகமாக உதவிசெய்தது என்பதும் அம்பலத்துக்கு வந்தன. விளைவு, பாஜகவோடு சேர்த்து காங்கிரஸ் கட்சியும் பலத்த விமரிசனத்துக்கு ஆளானது.

பாபர் மசூதி இடிக்கப்பட்ட பிறகு அங்கே சிதறிக்கிடந்த கட்டடச் சிதைவுகளை எல்லாம் அப்புறப்படுத்திவிட்டு, தாற்காலிகக் கோயிலை எழுப்பி, மூன்று சிலைகளை அங்கே நிறுவியுள்ளனர் கரசேவகர்கள்.

ஆனால் மசூதி இடிப்புப் பழியை பாரதிய ஜனதாவுடன் சேர்ந்து சுமப்பதற்கு நரசிம்ம ராவ் அரசு துளியும் விரும்பவில்லை. ஆகவே, பாரதிய ஜனதாவின் மீது அடுத்த அதிரடியை நிகழ்த்தி, தனக்கும் பாபர் மசூதி இடிப்புக்கும் எந்த விதமான தொடர்பும் இல்லை என்று நிரூபிக்க விரும்பியது. அதன் எதிரொலியாக ஆட்சிக் கலைப்பு அஸ்திரத்தைக் கையில் எடுத்தது.

பாபர் மசூதியைத் தொடர்ந்து ஏற்பட்ட மதக்கலவரங்களைத் தடுக்கத் தவறியதன் காரணமாக சட்டம் ஒழுங்கு சீர்குலைவுக்கு வழிவகுத்த ராஜஸ்தான், மத்தியப் பிரதேசம், இமாச்சல பிரதேசம் ஆகிய மூன்று மாநில அரசுகளையும் இந்திய அரசியலமைப்புச் சட்டம் 356வது பிரிவின் கீழ் கலைப்பதற்குப் பரிந்துரை செய்தது நரசிம்மராவ் அரசு. அதை ஏற்றுக்கொண்ட குடியரசுத் தலைவர், அந்த மூன்று மாநில அரசுகளையும் கலைப்பதாக 15 ஜனவரி 1993 அன்று உத்தரவு பிறப்பித்தார். அந்த மூன்று மாநிலங்களிலும் ஆட்சியில் இருந்தது பாஜக.

இந்த இடத்தில் இன்னொரு முக்கியமான செய்தியைப் பதிவுசெய்யவேண்டும். பாபர் மசூதி இடிப்பைத் தொடர்ந்து இந்தியாவின் பல மாநிலங்களிலும் மதக்கலவரங்கள் வெடித்தன. அவற்றில் அதிகம் பாதிக்கப்பட்டது மகாராஷ்ட்ர மாநிலம்தான். குறிப்பாக, மும்பையில் தான் அதிக மத மோதல்களும் மத வன்முறைகளும் நடந்தேறின. அவற்றின் பின்னணியில் சிவசேனா உள்ளிட்ட அமைப்புகளின் பங்களிப்பு அதிக அளவில் இருந்தன.

மசூதி இடிக்கப்பட்ட சோகத்தில் முஸ்லிம்கள் இருந்த சூழ்நிலையில், அந்த நிகழ்வை மகிழ்ச்சியாகக் கொண்டாடும் வகையில் மும்பையில் மிகப்பெரிய ஊர்வலம் ஒன்றுக்கு ஏற்பாடு செய்தது சிவசேனா. ஏகப்பட்ட தொண்டர்கள் ஓரிடத்தில் குழுமத் தொடங்கினர். நேரம் செல்லச் செல்ல எப்போது என்ன நடக்குமோ என்ற பதற்றம் அதிகரித்தது. அந்த

ஊர்வலத்தில் சிவசேனா மட்டுமின்றி பாஜக, பஜ்ரங்தள், விஹெச்பி உள்ளிட்ட பல்வேறு இந்து அமைப்புகளின் தலைவர்களும் பங்கேற்றனர்.

அதிக எண்ணிக்கையிலான தொண்டர்கள் திரண்டிருந்த அந்த ஊர்வலத்தில் கோஷங்கள் விண்ணைப் பிளக்கவில்லையே தவிர, இஸ்லாமியர்களின் மனத்தைப் பிளந்தன. தாங்கள் மிகுந்த சோகத்துக்கு ஆளாகியிருக்கும் சூழ்நிலையில், இப்படிப்பட்ட ஊர்வலத்தைத் தடுத்து நிறுத்தாமல் காவல்துறையினர் வெறுமனே கையைக் கட்டிக்கொண்டு பாதுகாப்பு கொடுத்ததை இஸ்லாமியர்களால் ஜீரணித்துக்கொள்ள முடியவில்லை.

மசூதிகளில் கூடி ஆலோசித்த அவர்கள், அமைதியான முறையில் தமது எதிர்ப்பினைப் பதிவு செய்யத் தயாராகினர். அதன் தொடர்ச்சியாக முஸ்லிம் அமைப்புகள் சார்பாக ஊர்வலம் ஒன்றுக்கு ஏற்பாடு செய்யப்பட்டது. அப்போதே இரு தரப்பினருக்கும் இடையே முட்டல்களும் மோதல்களும் தொடங்கிவிட்டன. போதாக்குறைக்கு, நிர்மல் நகர் பகுதியில் விநாயகர் சிலை ஒன்று உடைக்கப்பட்டதாக யாரோ ஒருவர் புரளியைக் கிளப்பிவிட, அது பிரச்னையின் உஷ்ணத்தை அதிகப்படுத்தியது.

கலவரம் தீவிரமடைய ஆரம்பித்தது. கிட்டத்தட்ட ஐந்து நாள்களுக்கு இதே நிலைமைதான் நீடித்தது. தடியடிகளும் துப்பாக்கிச்சூடுகளும் பஞ்சமில்லாமல் நடந்தன. சுமார் 72 இடங்களில் துப்பாக்கிச்சூடு நடத்தப்பட்டது. அவற்றில் 20 இந்துக்களும், 70 முஸ்லிம்களும் கொல்லப்பட்டனர். நூற்றுக்கணக்கான பொதுமக்களும் கலவரக்காரர்களும் பலியாகி இருந்தனர்.

இதே பதற்றத்துடன் புதுவருடம் (1993) பிறந்தது. ஜனவரி 5 அன்று இரவு தெற்கு மும்பை பகுதியைச் சேர்ந்த ஐந்து தொழிலாளர்கள் யாரோ சில விஷமிகளால் படுகொலை செய்யப்பட்டனர். கொலை செய்யப்பட்ட ஐவருமே அனைவருமே இந்துக்களாக இருந்தது பதற்றத்தை அதிகரித்தது. அவர்களைக் கொன்றது முஸ்லிம்கள் என்று அதிகாரப்பூர்வமாக யாரும் சொல்லி விடவில்லை. ஆனால் முஸ்லிம்கள்தான் இந்துக்களை மீண்டும் தாக்கத் தொடங்கி விட்டார்கள் என்று கிளப்பப்பட்ட புரளிகள் இந்துக்களைச் சென்றடைந்தன. விளைவு, முதல் கலவரம் ஓய்ந்த சில நாள்களிலேயே அடுத்த கலவரம் ஆரம்பித்தாகிவிட்டது.

மீண்டும் அதே தாக்குதல்கள், கத்திக்குத்துகள், வீட்டுக்குத் தீவைப்பு, அரசு அலுவலகங்கள் மற்றும் வாகனங்கள் மீதான தாக்குதல் எல்லாம் தொடர்ந்தன. அவற்றுக்கான எதிர்வினையாக, காவல்துறையின் தடியடிப் பிரயோகம், கண்ணீர்புகைக் குண்டு வீச்சு ஆகியன அரங்கேறின. ஏராளமான காவல்துறையினரும் பொதுமக்களும், கலவரக்காரர்களும் பலியாயினர்.

ஐந்து நாள்கள் வன்முறைச் சம்பவங்கள் கணக்கின்றித் தொடர்ந்தபின், ஜனவரி பத்தாம் தேதிக்கு மேல், கலவரத்தைக் கட்டுப்படுத்துவதற்கு, இந்திய ராணுவம் களமிறக்கப்பட்டது. அன்றைய தினமே துப்பாக்கிச்சூடு நடத்த காவல்துறைக்கு உத்தரவு பிறப்பிக்கப்பட்டது. அதில் ஐம்பதுக்கும் மேற்பட்டவர்கள் உயிரிழந்தார்கள். அதன்பின்னர், நிலைமை கொஞ்சம் கொஞ்சமாக கட்டுக்குள் வந்தது.

ஜனவரி 15-ம் தேதி, பிரதமர் நரசிம்மராவ் மும்பை வந்து, கலவரத்தால் பாதிக்கப்பட்ட பகுதிகளை நேரில் பார்வையிட்டார். அடுத்த ஒன்றிரண்டு நாள்களுக்குள், கலவரங்கள் முற்றிலுமாக ஒடுக்கப்பட்டன. 1992 டிசம்பரில் ஐந்து நாள்கள், 1993 ஜனவரியில் சுமார் 15 நாள்கள் தொடர்ந்த மும்பை கலவரங்கள், வன்முறைச் சம்பவங்கள், காவல்துறையினரின் துப்பாக்கிச் சூடு ஆகியவற்றால் உயிரிழந்தவர்களின் எண்ணிக்கை மொத்தம் 900.

இதில் 575 பேர் முஸ்லிம்கள், 275 பேர் இந்துக்கள். காயமடைந்தவர்கள் பட்டியல் கொஞ்சம் பெரியது. மொத்தம் 2036 பேர். இவர்களில் 1105 பேர் முஸ்லிம்கள், 893 பேர் இந்துக்கள்.

இதுதவிர, ஆயிரக்கணக்கானவர்கள் வீடுகளை இழந்து, சொத்துகளை இழந்து, வர்த்தக நிறுவனங்களை இழந்து நடுரோட்டில் தவித்துக் கொண்டிருந்தனர். குறிப்பாக, தோங்ரி, தாராவி, அக்ரிபடா, கம்தேவி, போய்வதா, டிராம்பே, நாக்படா, நேரு நகர், வகோலா, ஜோகேஸ்வரி உள்ளிட்ட இடங்களில் சேதம் கடுமையாக இருந்தன. அரசு மற்றும் என்.ஜி.ஓக்கள் அளித்த அறிக்கைகளின்படி 5080 குடிசைகள், 1711 கடைகள், 90 வீடுகள் ஆகியன சேதப்படுத்தப்பட்டன.

மும்பை கலவரங்கள், வன்முறைச் சம்பவங்கள் ஆகியன பற்றி விசாரித்து, உண்மை அறிவதற்காக, 1993 ஜனவரி 25-ம் தேதி, மத்திய அரசும் மஹாராஷ்டிர மாநில அரசும் நீதிபதி டாக்டர் பி.என். ஸ்ரீகிருஷ்ணா தலைமையில் விசாரணை கமிஷன் ஒன்றை அமைத்தன. இத்தனை வன்முறை வெறியாட்டங்களும் நடந்தேறிய மகாராஷ்ட்ரா அரசு மட்டும் கலைக்கப் படவில்லை. காரணம், அங்கே ஆட்சியில் இருந்தது காங்கிரஸ் கட்சி. முதலமைச்சராக இருந்தவர் சுதாகர் ராவ் நாயக்.

பாபர் மசூதி இடிப்பு விவகாரம் நாடு தழுவிய அளவில் சர்ச்சைகளைக் கிளப்பிக் கொண்டிருந்த சூழ்நிலையில் பாரதிய ஜனதா கட்சி தலைமை மாற்றத்துக்குத் தயாராகிக் கொண்டிருந்தது!

103

டெல்லியில் பாஜக ஆட்சி

பாபர் மசூதி இடிக்கப்பட்டதைத் தொடர்ந்து இந்தியாவின் வெவ்வேறு மாநிலங்களில் பல்வேறு மதவன்முறைகளும் கலவரங்களும் ஒருபக்கம் வெடித்துக்கொண்டிருந்தாலும், இன்னொரு பக்கம் மசூதி இடிப்புக்கு எதிரான சில சட்டரீதியான நடவடிக்கைகளும் மேற்கொள்ளப்பட்டன. அவற்றில் இரண்டு வழக்குகளை சொல்ல வேண்டும்.

ஒன்று, மசூதி இடிப்பு தொடர்பாக அத்வானி, உமா பாரதி உள்ளிட்ட தலைவர்கள் மீதான கிரிமினல் வழக்கு. இரண்டு, மசூதி இடிப்பு தொடர்பாக அடையாளம் தெரியாத கரசேவகர்கள் மீதான கிரிமினல் வழக்கு. இந்த இரண்டு வழக்குகளும் மிதமான வேகத்திலேயே நடைபெற்றன.

இந்த இரண்டு வழக்குகளையும் தாண்டி, விசாரணை கமிஷன் ஒன்றும் மத்திய அரசின் சார்பில் அமைக்கப்பட்டது. பாபர் மசூதி இடிப்புக்கான பின்னணி பற்றி முன்னாள் உயர்நீதிமன்ற நீதிபதி லிபரான் தலைமையிலான ஒரு நபர் ஆணையம் விசாரிக்கும் என்று அறிவித்தது நரசிம்மராவ் தலைமையிலான மத்திய அரசு. அந்த அறிவிப்பு வெளியானபோது பொதுத்தளத்திலும் இஸ்லாமியர்கள் மத்தியிலும் மிகப்பெரிய நம்பிக்கை உருவானது.

பாபர் மசூதி இடிப்பு தொடர்பான விசாரணைகள் அனைத்தும் துரித வேகத்தில் நடக்கும், குற்றவாளிகள் தண்டிக்கப்படுவார்கள்,

கோவிந்தாச்சார்யா

மசூதியைப் பறிகொடுத்த இஸ்லாமியர்களுக்கு உரிய நீதி கிடைக்கும் என்று பல்வேறு விதமான எதிர் பார்ப்புகள் எழுந்தன. ஆனால் அந்த ஆணையத்தின் செயல்பாடுகள் ஆமை வேகத்தில் நகர்ந்தன.

சற்றேறக்குறைய பதினேழு ஆண்டுகள் நிறுத்தி, நிதானமாக விசாரணையை நடத்தி, 2009 ஆம் ஆண்டில் தான் தன்னுடைய அறிக்கையைத் தாக்கல் செய்தார் முன்னாள் நீதிபதி லிபரான். அந்த அறிக்கையில் 68 பேர் குற்றவாளிகளாக அறிவிக்கப்பட்டனர்.

அந்தப் பட்டியலில் வாஜ்பாய், அத்வானி, முரளி மனோகர் ஜோஷி, உமா பாரதி, விஜயராஜே சிந்தியா, பால் தாக்கரே, கே.எஸ். சுதர்ஸன், அசோக் சிங்கால், கல்யாண் சிங், கோவிந்தாச்சார்யா, பிரமோத் மஹாஜன், ஹொ.வெ. சேஷாத்ரி, பிரவீன் தொகாடியா, ராம் விலாஸ் வேதாந்தி (ராமனை அவமதித்துப் பேசியதற்காக திமுக தலைவர் கருணாநிதியின் நாக்கை அறுப்பவருக்கு எடைக்கு எடை தங்கம் தருவதாகச் சொன்னவர்), சங்கர் சிங் வகேலா, சாத்வி ரிதம்பரா, சுந்தர் சிங் பண்டாரி, வினய் கட்டியார் உள்ளிட்டோர் இடம்பெற்றிருந்தனர்.

இந்துத்வ இயக்கத்தின் அரசியல் வரலாற்றில் பாபர் மசூதி இடிக்கப்பட்ட நிகழ்வு ஒரு மிகப்பெரிய திருப்புமுனை. குறிப்பாக, பாரதிய ஜனதா கட்சியின் எதிர்காலத் திசைவழிப் பாதையைத் தீர்மானித்த நிகழ்வு அது. பாரதிய ஜனதாவை ஆதரிப்பவர்களும் சரி, எதிர்ப்பவர்களும் சரி, அந்த மசூதி இடிப்பைத்தான் பிரதானமாகப் பேசுகின்றனர். எழுதுகின்றனர். விமரிசிக்கின்றனர். அன்று தொடங்கி இன்று வரை இதுதான் நிலைமை.

பாரதிய ஜனதாவை ஆதரிப்பவர்களும் சரி, எதிர்ப்பவர்களும் சரி, அந்த மசூதி இடிப்பைத்தான் பிரதானமாகப் பேசுகின்றனர். எழுதுகின்றனர். விமரிசிக்கின்றனர்.

அத்தனை முக்கியத்துவம் வாய்ந்த நிகழ்வு நடந்தேறிய போது அதன் தலைவராக இருந்தவர் முரளி மனோகர் ஜோஷி. அவருடைய பதவிக்காலம் நிறைவடைவதைத் தொடர்ந்து கட்சிக்குப் புதிய தலைவரைத் தேர்ந் தெடுக்கவேண்டிய சூழல் உருவானது.

இளைஞர் ஒருவரைத் தலைமைப் பதவிக்குக் கொண்டு வரவேண்டும் என்பது வாஜ்பாய், அத்வானியின் விருப்பம். ஆனால் கட்சியின் முக்கியத் தலைவர்கள் பலரும் அத்வானியே தலைவராக வேண்டும் என்றனர். அதனை ஏற்று, மீண்டும் தலைமைப் பொறுப்புக்கு

ராம் விலாஸ் வேதாந்தி

வந்தார் அத்வானி. அப்போது அவருக்கு ஒரு முக்கியமான சவால் காத்திருந்தது. அதை விடுத்தவர் பிரதமர் நரசிம்மராவ்.

காங்கிரஸ் தலைமையிலான மத்திய அரசு இரண்டு முக்கியமான மசோதாக்களைக் கொண்டு வந்தது. ஒன்று, அரசியல் சாசனத் திருத்த மசோதா. மற்றொன்று, மக்கள் பிரதிநிதித்துவ சட்டம் 1951ல் திருத்தம் கொண்டுவரும் மசோதா. அந்த இரண்டில் ஒன்றின் உள்ளடக்கம் பாரதிய ஜனதாவுக்கு உவப்பானதாக இருக்கவில்லை.

மதம், இனம், மொழி, சாதி, சமூகம் ஆகியவற்றின் அடிப்படையில் குடிமக்களின் பல்வேறு பகுதியினரிடையே பகைமை, வெறுப்பு அல்லது கெட்ட எண்ணத்தை ஏற்படுத்தும் வேட்பாளர்களைத் தகுதி இழக்கம் செய்யவேண்டும் என்பதுதான் அரசியல் சாசனத் திருத்த மசோதாவின் நோக்கம். இது பாரதிய ஜனதாவைக் குறிவைத்துக் கொண்டுவரப்பட்டுள்ள மசோதா என்ற விமரிசனம் எழுந்தது.

மதக்குழுவினர்களை ஈர்க்கும் வகையில் ஒரு மதப்பெயரைக் கொண்டிருக்கும் அரசியல் கட்சிகளைத் தடைசெய்யவேண்டும் என்பதுதான் மக்கள் பிரதிநிதித்துவ சட்டம் 1951ல் செய்ய விருந்த திருத்தம். அதன் மூலம் எந்தவொரு மதத்தின் பெயரையும் கட்சியின் பெயரில் சேர்க்க முடியாது. ஆக, இந்தத் திருத்தம் முஸ்லீம் லீக்கைக் குறிவைத்துக் கொண்டுவரப்பட்டுள்ளது என்ற விமரிசனம் இன்னொரு பக்கம் எழுந்தது. கூடவே, கட்சியின் பெயரில் மதத்தின் பெயரைத் தவிர்த்துவிட்டு, மதவாத அரசியல் பேசினால் அதுமட்டும் சரியா என்ற கேள்வியும் எழுந்தது.

வாஜ்பாய், அத்வானி, பால் தாக்கரே

அரசியலில் இருந்து மதத்தைப் பிரித்தெடுக்கவேண்டும் என்ற நோக்கத்துடன் கொண்டு வரப்பட்ட முதல் மசோதாவுக்கு எதிராகப் போராட்டத்தில் இறங்கியது பாரதிய ஜனதா. தங்கள் வழக்கமான பாணியிலான போராட்டம்தான். ரதயாத்திரை. இம்முறை நான்கு முனைகளில் இருந்து நான்கு தலைவர்கள் புறப்பட்டனர். அத்வானி, முரளி மனோகர் ஜோஷி என்ற தேசிய அளவிலான தலைவர்களும், கல்யாண் சிங், பைரோன் சிங் ஷெகாவத் என்ற பிராந்திய அளவிலான தலைவர்களும் களமிறங்கினர். அதற்கான ஆலோசனைகள் போபாலில் நடந்தன.

மதம் என்ற பதத்துக்கு தர்மம் என்று பொழிப்புரை கொடுத்த பாரதிய ஜனதா தலைவர்கள், அரசியலையும் தர்மத்தையும் பிரிக்கக்கூடாது என்றனர். அதைத்தான் தங்களுடைய ரத யாத்திரையிலும் பிரசாரமாக முன்வைத்தனர். அரசியலையும் தர்மத்தையும் பிரிப்பதைவிட அரசியலையும் அதர்மத்தையும்தான் பிரிக்கவேண்டும் என்றார் முரளி மனோகர் ஜோஷி. தேசத்தில் இருந்து அதன் ஆன்மாவைப் பிரிக்கும் முரட்டு முயற்சி, சதிவேலை என்று விமரிசித்தார் அத்வானி. இங்கே முரளி மனோகர் ஜோஷி தர்மம் என்று சொல்வதும், அத்வானி ஆன்மா என்று சொல்வதும் ஒன்றுதான். அது, இந்து மதம்.

பாபர் மசூதி இடிப்புக்குப் பிறகு மீண்டும் ஒருமுறை மக்களைச் சந்தித்துப் பிரசாரம் செய்வதற்குக் கிடைத்த வாய்ப்பாக மதம் - அரசியல் மசோதா விவகாரத்தைப் பயன்படுத்திக் கொண்டது பாஜக. கடந்த முறை நடத்தப்பட்ட யாத்திரைகள் அளவுக்கு இல்லாவிட்டாலும் கூட, இந்த நான்முனை யாத்திரைக்குக் கணிசமான அளவில் ஆதரவு கிடைத்திருந்தது. அந்தச் சமயம் பார்த்து ஐந்து மாநில சட்டமன்றங்களுக்குத் தேர்தல் அறிவிப்பு வெளியானது.

6 டிசம்பர் 1992 அன்று நடந்த பாபர் மசூதி இடிப்பைத் தொடர்ந்து சட்டம் ஒழுங்குச் சிக்கல் ஏற்பட்டுள்ளதாகச் சொல்லி உத்தரப் பிரதேசம், மத்தியப் பிரதேசம், இமாச்சலப் பிரதேசம், ராஜஸ்தான் ஆகிய நான்கு மாநில பாரதிய ஜனதா அரசுகள் கலைக்கப்பட்டன அல்லவா, அதற்குத்தான் இப்போது தேர்தல் அறிவிக்கப்பட்டிருந்தது. கூடவே, டெல்லி மாநில சட்ட மன்றத்துக்கும் தேர்தல் நடக்கவிருந்தது.

மீண்டும் அயோத்தி விவகாரத்தை வைத்தே ஐந்து மாநில சட்டமன்றத் தேர்தல்களைச் சந்திக்கத் தயாரானது பாரதிய ஜனதா. உத்தரப் பிரதேசம், மத்தியப் பிரதேசம், இமாச்சலப்

பிரதேசம், டெல்லி ஆகிய மாநிலங்களில் அனைத்து தொகுதிகளிலும் வேட்பாளர்களைக் களமிறக்கி இருந்தது அந்தக் கட்சி. உத்தரப் பிரதேசத்தில் 422, மத்தியப் பிரதேசத்தில் 320, இமாச்சலப் பிரதேசத்தில் 68, டெல்லியில் 70 என்ற அளவில் வேட்பாளர்களைக் களமிறக்கியிருந்தது பாஜக. ராஜஸ்தானில் மட்டும் மொத்தமுள்ள 199 தொகுதி களில் மூன்றைத் தவிர்த்து ஏனைய தொகுதிகளில் போட்டி யிட்டது.

மதன்லால் குரானா

அந்த மாநிலங்களில் எல்லாம் அயோத்தி விவகாரம் பாஜகவுக்குக் கடுமையான சவாலைக் கொடுத்தது. பாபர் மசூதி இடிப்பில் பாஜக காட்டிய ஆர்வம், அதைத் தொடர்ந்து உருவான மதக்கலவரங்கள் எல்லாம் தேர்தல் பிரசாரத்தில் பலத்த தாக்கத்தை ஏற்படுத்தின. அதைத் தங்களுக்குச் சாதகமாகப் பயன்படுத்திக்கொள்ளும் காரியத்தை காங்கிரஸ் உள்ளிட்ட பெரும்பாலான எதிர்க்கட்சிகள் கச்சிதமாகச் செய்தன. மண்டல் கமிஷன் விவகாரம் அந்தக் கட்சிகளுக்குச் சாதகமாக இருந்தன. அதன் விளைவு தேர்தல் முடிவுகளில் வெளிப்பட்டது.

ஆகப்பெரிய மாநிலமாகவும் பாஜக ஆட்சிசெய்த மாநிலமாகவும் இருந்த உத்தரப் பிரதேசத்தில் அந்தக் கட்சிக்கு அதிர்ச்சி வைத்தியம் கிடைத்தது. அங்கே முலாயம் சிங் யாதவின் சமாஜ்வாதி யும் கன்ஷிராமின் பகுஜன் சமாஜ் கட்சியும் கூட்டணி அமைத்துத் தேர்தலைச் சந்தித்தன. தேர்தலுக்குப் பிறகு காங்கிரஸ், ஜனதா தளம் கட்சிகளின் ஆதரவுடன் ஆட்சியைப் பிடித்தார் முலாயம் சிங் யாதவ். அதேசமயம், உத்தரப் பிரதேசத்தில் பாஜகவுக்கு 177 இடங்கள் கிடைத்திருந்தன. இது கடந்த தேர்தலைவிட 34 இடங்கள் குறைவு என்றாலும், பாஜகவின் வாக்கு சதவிகிதம் முன்பைக் காட்டிலும் இரண்டு கூடியிருந்தது.

மத்தியப் பிரதேசத்தில் மொத்தமுள்ள 320 இடங்களில் பாரதிய ஜனதாவுக்கு வெறும் 117 இடங்களே கிடைத்தன. இது கடந்த தேர்தலைக்காட்டிலும் சுமார் நூறு இடங்கள் குறைவு. அங்கே காங்கிரஸ் கட்சி 174 இடங்களைப் பிடித்து ஆட்சியைக் கைப்பற்றியது. அதேபோல, இமாச்சலப் பிரதேசத்தில் மொத்தமுள்ள 68 இடங்களில் பாஜகவுக்கு வெறும் எட்டு இடங்களே கிடைத்திருந்தன. கடந்த தேர்தலில் 46 இடங்களை வென்றிருந்தது பாஜக. அங்கு ஐம்பதுக்கும் அதிகமான இடங்களைப் பிடித்து ஆட்சிக்கு வந்திருந்தது காங்கிரஸ். இதுதான் பாஜக வுக்குக் கிடைத்த மாபெரும் தோல்வி.

முரளி மனோகர் ஜோஷி தர்மம் என்று சொல்வதும், அத்வானி ஆன்மா என்று சொல்வதும் ஒன்றுதான். அது, இந்து மதம்.

ஆனால் ராஜஸ்தானிலும் டெல்லியிலும் பாரதிய ஜனதாவுக்குச்சாதகமான முடிவுகள் வந்திருந்தன. குறிப்பாக, ராஜஸ்தானில் பாஜகவுக்குப் பெரும்பான்மை கிடைக்க வில்லை என்றாலும், போட்டியிட்ட 196 தொகுதிகளில் 95 இடங்களைக் கைப்பற்றி

தனிப்பெரும் கட்சியாக உருவெடுத்திருந்தது. அங்கே தேர்தலுக்கு முன்பே பைரோன்சிங் ஷெகாவத் என்ற மூத்த தலைவரை முதலமைச்சர் வேட்பாளராக முன்னிறுத்தியிருந்தது பாஜக. அது நல்ல பலனைக் கொடுத்திருந்தது. ஆகவே, ராஜஸ்தானில் பைரோன்சிங் ஷெகாவாத் தலைமையில் பாஜக ஆட்சி மீண்டும் அமைத்தது.

அதைக்காட்டிலும் உற்சாகம் தரும் வகையில் அந்தக் கட்சிக்கு டெல்லி யூனியன் பிரதேசத்தை ஆளும் வாய்ப்பு கிடைத்தது. டெல்லியில் மொத்தமுள்ள 70 தொகுதிகளில் 49 தொகுதிகளைக் கைப்பற்றி அசுர பலத்துடன் ஆட்சியில் அமர்ந்தது பாரதிய ஜனதா. அந்தக் கட்சிக்கு நாற்பது சதவிகிதத்துக்கும் அதிகமான வாக்குகள் கிடைத்திருந்தன. பாஜக சார்பில் வெற்றி பெற்றவர்களில் மதன்லால் குரானா, சாகிப் சிங் வர்மா, டாக்டர் ஹர்ஷவர்தன் உள்ளிட்டோர் முக்கியமானவர்கள். அவர்களில் மூத்த தலைவரான மதன்லால் குரானா முதலமைச்சரானார்.

பாரதிய ஜனதா கட்சியின் ஆதாரப்புள்ளிகளாகக் கருதப்படும் மாநிலங்களில் தோல்விகள் ஏற்பட்டுள்ளது என்னவோ உண்மைதான். என்றாலும், அந்தத் தோல்விகளைக் கண்டு துவண்டு விடாமல், டெல்லி போன்ற புதிய இடத்தில் கட்சி புத்தெழுச்சி பெற்றிருப்பது போல இந்தியாவின் இதர மாநிலங்களிலும் கட்சியைக் கொண்டுசெல்ல உத்வேகத்துடன் செயல்பட வாருங்கள் என்று கட்சியினருக்கு அழைப்பு விடுத்தார் அத்வானி. ஆனால் அவரே எதிர்பாராத வகையில் அவருக்கு ஒரு சங்கடம் உருவானது. ஹவாலா!

104

ஹவாலா சர்ச்சையில் அத்வானி

பாபர் மசூதி இடிப்புக்குப் பிறகு நடந்த ஐந்து மாநில சட்ட மன்றத் தேர்தல்களில் வெளியான முடிவுகள் பாரதிய ஜனதா கட்சிக்கு சரிவைக் கொடுத்திருந்தன. அது கட்சித் தலைவராக மீண்டும் பொறுப்பேற்றிருந்த அத்வானிக்கு சற்றே சங்கடத்தைக் கொடுத்திருந்தது. ஆனாலும் உத்வேகம் குறையாமல் அரசியல் களத்தில் ஈடுபடவேண்டும் என்று கட்சித் தொண்டர்களுக்கு உற்சாகம் கொடுத்தார் அத்வானி.

அப்போது அவருடைய தலைமைக்கான மற்றொரு சவாலாக ஆறு மாநிலங்களுக்கு அடுத்தடுத்து சட்டமன்றத் தேர்தல்கள் வந்தன. அவற்றில் மகாராஷ்ட்ரா, குஜராத் என்ற இரண்டு மாநிலங்களிலும் பாரதிய ஜனதா பலம் பொருந்திய கட்சியாக இருந்தது. பீகார், ஒரிசாவில் ஓரளவுக்குச் செல்வாக்கு இருந்தது. ஆந்திரம், கர்நாடகத்தில் அடித்தளம் ஏதுமில்லாத நிலை.

மொத்தத்தில், இந்தி பேசும் மாநிலங்களில் எல்லாம் பலமாகவும் இந்தி பேசாத மாநிலங்களில் பலவீனமாகவும் இருந்தது பாரதிய ஜனதா. அந்த நிலைமையை மாற்றுவதற்கு வரவிருக்கும் மாநில சட்டமன்றத் தேர்தல்களைப் பயன்படுத்திக்கொள்ளவேண்டும் என்பதில் பாரதிய ஜனதா தலைவர்கள் அதிகபட்ச ஆர்வத்தையும் முனைப்பையும் காட்டினர்.

தேர்தலைச் சந்திப்பதற்கு முன்னால் தங்களுக்கு ஆதரவான வாக்குவங்கியைத் திரட்டும் காரியத்தைச் செய்வது பாஜகவின் பாணி.

கேஷுபாய் பட்டேல்

அதற்காக ஒற்றைத் தலைவரோ அல்லது இரட்டைத் தலைவர்களோ ரதயாத்திரை மேற்கொள்வார்கள். சம்பந்தப்பட்ட பிராந்தியத்தில் பிரசாரம் செய்வார்கள். ஆனால் இம்முறை ஓரிருவர் களமிறங்காமல், இருபது முக்கியத் தலைவர்கள் ஒட்டுமொத்தமாகக் களத்தில் இறங்கினர்.

நாடு தழுவிய அளவில் நானூறுக்கும் அதிகமான மாவட்டங்களுக்குச் சுற்றுப்பயணம் செய்து, விரிவான பிரசாரத்தை மேற்கொள்வது என்பதுதான் அவர்களுடைய திட்டம். அதற்கு பாரத் பரிக்கிரமா என்று பெயர் வைத்துக்கொண்டனர். பாஜகவின் சுவடுகள் இல்லாத இடங்களில் எல்லாம் தடம் பதிக்கவேண்டும் என்பதுதான் அந்தப் பயணத்திட்டத்தின் பிரதான இலக்கு.

ஆகவே, அயோத்தி விவகாரத்தை மட்டுமே கையிலெடுத்துக்கொள்ளாமல், அந்தந்த மண்ணுக்கு ஏற்ற பிரச்னைகள் பற்றி தீவிரமாகப் பேசுவது, அந்தந்த மாநில மக்களின் நம்பிக்கையை வென்றெடுப்பது, அதன்மூலம் பாஜகவின் வாக்கு வங்கியை விரிவு படுத்திக்கொள்வது என்று தங்களுடைய திட்டத்தை வெகுநேர்த்தியாக வடிவமைத்துக்கொண்டனர்.

பாரத் பரிக்கிரமாவில் அவர்கள் காட்டிய ஆர்வமும் செலுத்திய உழைப்பும் அடுத்தடுத்து வந்த சட்டமன்றத் தேர்தல்களில் கணிசமான பலனைக் கொடுத்தது. குறிப்பாக, பாரதிய ஜனதாவால் நுழையவே முடியாது என்று கருதப்பட்ட தென்னிந்திய மாநிலமான கர்நாடகத்தில் அந்தக் கட்சி நாற்பது இடங்களைப் பிடித்து அபார வெற்றியைப் பெற்றிருந்தது.

பர்கா அணிந்த சிறுபான்மையினப் பெண்களை வாக்களிக்க தேர்தல் ஆணையம் அனுமதித்தால்...

ஆட்சி அமைத்தது என்னவோ ஜனதாதளம் கட்சி தான் என்றாலும், காங்கிரஸைக் காட்டிலும் நான்கு இடங்களை அதிகம் பெற்று, கர்நாடக சட்டமன்றத்தில் பிரதான எதிர்க்கட்சி என்ற அந்தஸ்தை பாரதிய ஜனதா முதன்முறையாகப் பிடித்தது. அன்று தொடங்கி இன்று வரை கர்நாடக அரசியலில் பாஜக தவிர்க்கமுடியாத கட்சியாகவே இருந்துவருகிறது.

அடுத்து, குஜராத்திலும் மகாராஷ்ட்ராவிலும் கூடுதல் பலன்கள் கிடைத்தன. குறிப்பாக, குஜராத்தில் மூன்றில் இரண்டு பங்கு பெரும்பான்மையுடன் ஆட்சியைப் பிடித்தது பாரதிய ஜனதா. அங்கே பாரதிய ஜனதாவின் முன்னணித் தலைவர்களான கேஷுபாய்

கோபிநாத் முண்டே

பட்டேலுக்கும் சங்கர் சிங் வகேலாவுக்கும் இடையே முதலமைச்சர் பதவிக்கான போட்டி தீவிரமாக இருந்தது. அப்போது அத்வானியின் ஆதரவோடு கேஷுபாய் பட்டேல் முதலமைச்சர் பதவிக்கு வந்தார். பின்னாளில் கேஷுபாயின் இடத்துக்கு அதே அத்வானியின் பரிபூரண ஆதரவோடு நரேந்திர மோடி வந்தார்.

மகாராஷ்ட்ராவில் சிவசேனாவும் பாஜகவும் கூட்டணி அமைத்துத் தேர்தலைச் சந்தித்தன. பாபர் மசூதி இடிப்பு விவகாரத்தில் இருகரம் பற்றிச் செயல்பட்ட இவர்கள் இருவரும் தேர்தல் பிரசாரக் களத்திலும் இணைபிரியாமல் செயல்பட்டனர். குறிப்பாக, தேர்தல் சமயத்தில் சிவசேனா தலைவர் பால் தாக்கரே விடுத்த பகிரங்க எச்சரிக்கை சிவசேனாவின் மெய்யான முகத்தை வெளிப்படுத்தியது. அந்த எச்சரிக்கை வாசகம் இதுதான்:

'வருகிற தேர்தலில் பர்கா அணிந்த சிறுபான்மையினப் பெண்களை வாக்களிக்க தேர்தல் ஆணையம் அனுமதித்தால் மகாராஷ்ட்ராவில் மட்டுமல்ல, ஒட்டுமொத்த இந்துஸ்தானத்திலும் (இந்தியாவிலும்) தேர்தல் நடத்த சிவசேனா அனுமதிக்காது.'

மகாராஷ்ட்ரா சட்டமன்றத் தேர்தலில் காங்கிரஸுடன் நடந்த கடுமையான போட்டியில் சிவசேனா - பாஜக கூட்டணி காத்திரமான வெற்றியைப் பெற்றிருந்தது. அந்தக் கூட்டணியில் சிவசேனா 73 தொகுதிகளும் பாஜகவுக்கு 65 தொகுதிகளும் கிடைத்திருந்தன. எண்பது இடங்களைப் பிடித்து தனிப்பெருங்கட்சியாக காங்கிரஸ் உருவெடுத்திருந்தது. ஆனால் ஆட்சி அமைக்கும் அளவுக்கு எந்தக்கட்சிக்கும் பெரும்பான்மை கிடைக்கவில்லை.

மனோகர் ஜோஷி

அப்போது ஆட்சியைத் தீர்மானிக்கும் வல்லமையுடன் நாற்பதுக்கும் மேற்பட்ட சுயேட்சைகள் வெற்றி பெற்றிருந்தனர். சுயேட்சைகளின் ஆதரவைத் திரட்டி காங்கிரஸ் கட்சியால் ஆட்சியமைக்க முடியவில்லை. காரணம், அவர்களில் பலரும் சிவசேனா - பாஜக ஆதர வாளர்கள். ஆகவே, அவர்களை எல்லாம் இயன்ற வரைக்கும்தங்கள்அணிக்குக்கொண்டுவந்து அவர்களுடைய ஆதரவுடன் கூட்டணி அமைச்சரவை அமைத்தது சிவசேனா - பாஜக கூட்டணி.

சிவசேனாவின் மூத்த தலைவரும் பால் தாக்கரேவின் நம்பிக்கைக்குரியவருமான மனோகர் ஜோஷி முதல்வ ரானார். பாஜகவின் கோபிநாத் முண்டே துணை முதல்வ ரானார். உண்மையில், இந்துத்வ அரசியலைத் தூக்கிப் பிடிக்கும் தேசியக் கட்சியான பாஜகவும் மாநிலக் கட்சியான சிவசேனாவும் இணைந்து மகாராஷ்ட்ராவில் ஆட்சியில் அமர்ந்தது அதுதான் முதன்முறை.

ஆக, இரண்டு முக்கிய மாநிலங்களில் ஆட்சியைப் பிடித்ததோடு, தடமில்லாத கர்நாடகத்தில் தடம் பதித்த திருப்தியோடு அடுத்த கட்டத்தை நோக்கி நகரத் தயாரானார் அத்வானி. அப்போதுதான் அவருக்குத் தர்ம சங்கடத்தைக் கொடுக்கும் வகையில் ஹவாலா விவகாரம் வெடித்துக் கிளம்பியது.

நரசிம்மராவ் தலைமையிலான காங்கிரஸ் அரசின் மீது பல்வேறு ஊழல் குற்றச்சாட்டுகள் அடுத்தடுத்து வெளியாகி அதிர்ச்சி அலைகளைப் பரப்பிக்கொண்டிருந்த சமயம் அது. குறிப்பாக, ஹர்ஷத் மேத்தா பங்குச் சந்தை ஊழல் பிரதமர் நரசிம்மராவை நேரடியாகவே பாதித்திருந்தது. தவிரவும், கல்பனாத் ராய், ஜாஃபர் ஷெரீஃப் உள்ளிட்டோர் மீது பல்வேறு ஊழல் குற்றச்சாட்டுகள் வெளியாகி பரபரப்பைக் கிளப்பியிருந்தன. அவற்றுக்கெல்லாம் சிகரம் போல ஹவாலா ஊழல் வெடித்தது.

ஒன்று, குற்றச்சாட்டு எழுந்துள்ளதால் உடனடியாக மக்களவை உறுப்பினர் பதவியை ராஜினாமா செய்துவிடுவது. இரண்டு, வழக்கில் இருந்து விடுதலை செய்யப்படும்வரை தேர்தலில் போட்டியிடப் போவதில்லை.

இந்தியாவின் முன்னணி அரசியல் தலைவர்கள் பலரும் தங்களுக்கான லஞ்சப் பணத்தை ஹவாலா மூலம் ரகசியமாகப் பெற்றுவருவதாக ஊடகங்களில் செய்திகள் கசிந்தன. அதனைத் தொடர்ந்து ஹவாலா முறைகேட்டில் ஈடுபட்ட சர்ச்சைக்குரிய தொழிலதிபர்களான எஸ்.கே. ஜெயின் மற்றும் ஜே.கே. ஜெயின் டைரிகள் இந்தியப் புலனாய்வுத் துறையால் கைப்பற்றப் பட்டன.

அவற்றில் சட்டத்துக்குப் புறம்பாக ஹவாலா பணப்பரிவர்த்தனையில் ஈடு பட்ட அரசியல்வாதிகளின் பெயர்கள் பலவும் இடம்பெற்றிருந்தன. ஆளுங்கட்சி, எதிர்க்கட்சி, சிறிய கட்சி, பெரிய கட்சி

என்ற அனைத்து வேறுபாடுகளும் தகர்த்தெறியப்பட்டு, காங்கிரஸ், ஜனதா தளம், பாரதிய ஜனதா என்று சர்வகட்சிகளைச் சேர்ந்த முக்கியத் தலைவர்கள் பெயர்களும் அந்த டைரியில் இடம்பெற்றிருந்தன.

காங்கிரஸின் மாதவராவ் சிந்தியா, பூட்டா சிங், ஜாஃபர் ஷெரீஃப், வித்யா சரண் சுக்லா, பல்ராம் ஜாக்கர், கமல்நாத், ஆர்.கே. தவான் ஆகியோரின் பெயர்கள் ஜெயின் டைரியில் இடம்பெற்றிருந்தன. இவர்கள் அனைவருமே நரசிம்மராவின் காபினட் அமைச்சர்கள். ஜனதா தளத்தின் சரத் யாதவ், எஸ்.ஆர். பொம்மை, ஆரிஃப் முகமது கான் மற்றும் பல்வேறு கட்சிகளைச் சேர்ந்த நாராயண தத் திவாரி, அர்ஜுன் சிங், தேவிலால், யஷ்வந்த் சின்ஹா, ரஞ்சித் சிங், கல்பனாத் ராய், நட்வர் சிங் உள்ளிட்ட பலரது பெயர்களும் இடம்பெற்றிருந்தன.

ஹவாலா முறைகேடு பற்றி நாடே பரபரப்பாக விவாதித்துக் கொண்டிருந்த சமயத்தில் பாரதிய ஜனதா தலைவர் அத்வானியைச் சந்திக்க வந்தார் அந்தக் கட்சியின் முன்னணிப் பிரமுகர்களுள் ஒருவரான சுஷ்மா ஸ்வராஜ். ஹவாலா மோசடி தொடர்பான ஜெயின் டைரியில் அத்வானியின் பெயரும் இடம்பெற்றுள்ளது என்றும் அவர் மீது லஞ்ச ஒழிப்புச் சட்டத்தின்கீழ் வழக்குகள் பதிவுசெய்யப்பட்டிருப்பதாகவும் சொன்னார்.

அத்வானி நாடாளுமன்ற உறுப்பினராக இருந்த காலத்தில் 25 லட்சம் ரூபாயையும், நாடாளுமன்ற உறுப்பினராக இல்லாத காலத்தில் 35 லட்சம் ரூபாயையும் ஹவாலா மூலம் லஞ்சமாகப் பெற்றதாக ஜெயின் டைரியை அடிப்படை ஆதாரமாக வைத்து அத்வானி மீது வழக்கு தொடரப்பட்டிருந்தது. முக்கியமாக, ஜெயின் உள்ளிட்டோருடன் இணைந்து குற்றச்சதியில் அத்வானி ஈடுபட்டார் என்ற குற்றச்சாட்டும் சுமத்தப்பட்டிருந்தது.

அதிர்ச்சியாக இருந்தது அத்வானிக்கு. ஆனாலும் ஆகவேண்டிய காரியங்களைச் செய்வதில் கூடுதல் கவனத்துடன் இருந்தார். பிரச்னை என்று வந்துவிட்ட பிறகு பதவியில் தொடர்ந்து நீடிப்பதில் அத்வானிக்கு ஆரம்பத்தில் இருந்தே உடன்பாடு இருந்ததில்லை. உதாரணமாக, பாபர் மசூதி இடிக்கப்பட்ட கையோடு தான் வகித்துவந்த மக்களவை எதிர்க்கட்சித் தலைவர் பதவியிலிருந்து விலகியிருக்கிறார். அவருடைய ஆலோசனையின் பெயரில்தான் உத்தரப் பிரதேச முதல்வர் பதவியில் இருந்து கல்யாண் சிங்கும் ராஜினாமா செய்தார்.

கல்பனாத் ராய்

அவையெல்லாம்கூட அரசியல் ரீதியிலான குற்றச்சாட்டுகள் அல்லது சர்ச்சைகள். ஆனால் இம்முறை வந்திருப்பது லஞ்சக்குற்றச்சாட்டு. ஆகவே, முன்பைக் காட்டிலும் தீவிரமாக எதிர்வினை ஆற்றத் தயாரானார் அத்வானி. அவருடைய எதிர்வினை இரண்டு கூறுகளாக இருந்தது.

ஒன்று, குற்றச்சாட்டு எழுந்துள்ளதால் உடனடியாக மக்களவை உறுப்பினர் பதவியை ராஜினாமா செய்துவிடுவது. இரண்டு, வழக்கில் இருந்து விடுதலை செய்யப்படும்வரை தேர்தலில் போட்டியிடப் போவதில்லை. இரண்டையும் வாஜ்பாய் உள்ளிட்ட தலைவர்களுக்குத் தெரிவிக்கவும் செய்தார்.

அத்வானி எடுத்த அதிரடி முடிவில் கட்சியின் மூத்த தலைவர் வாஜ்பாய் தொடங்கி முன்னணித் தலைவர்கள் வரை பலரும் அதிர்ச்சியடைந்தனர். கண்ணுக்கெட்டிய தூரத்தில் மக்களவைக்கான பொதுத்தேர்தல் கண்சிமிட்டிக்கொண்டிருக்கும் சமயத்தில் அத்வானி எடுத்திருக்கும் முடிவு கட்சியின் வெற்றி தோல்வியில் பாரதூரமான விளைவுகளை ஏற்படுத்தும் என்பது மூத்த தலைவர்களின் கணிப்பு. அதனை அத்வானியிடம் கவலையுடன் வெளிப்படுத்தினர். ஆனால் அத்வானி தன்னுடைய நிலைப்பாட்டில் அசாத்திய உறுதியைக் காட்டினார்.

'நான் எந்தத் தவறும் செய்யவில்லை. நிரபராதி. அதை மக்களுக்கு நிரூபிக்கவேண்டும் என்றால் இந்த இரண்டு முடிவுகளையும் எடுப்பதுதான் சரியானதாக இருக்கும். கட்சியின் வெற்றி தோல்வி பற்றியோ, பதவி பற்றியோ கவலைப்படாமல் வழக்கை நியாயமான முறையில் சந்தித்து, வெற்றி பெறுவேன். ' - இதுதான் அத்வானி வெளியிட்ட பகிரங்க அறிவிப்பு.

அத்வானி மீதான ஹவாலா வழக்கு தீவிரமாக நடந்துகொண்டிருந்த சமயத்தில் மக்களவைக்கான தேர்தல் அறிவிப்பு வெளியானது!

105

பிரதமர் வேட்பாளர் வாஜ்பாய்

மைனாரிட்டி அரசாக இருந்தாலும்கூட அது ஐந்தாண்டுகள் வரைக்கும் கவிழ்ந்துவிடாமல் காப்பாற்றி நடத்திச் சென்றதில் பிரதமர் நரசிம்மராவின் அரசியல் அனுபவம் காத்திரமான பங்களிப்பைச் செய்திருந்தது. அதற்காக ஜனதா தளம் கட்சிக்குள் ஏற்படுத்திய பிளவு உள்ளிட்ட சில காரியங்கள் அவர் மீது பலத்த விமரிசனங்களை எழுப்பியிருந்தன.

முக்கியமாக, தனது ஆட்சியின் மீதான நம்பிக்கையில்லாத் தீர்மானத்தைத் தோற்கடித்து, ஆட்சியைத் தக்கவைக்க சிபுசோரன் தலைமையிலான ஜார்கண்ட் முக்தி மோர்ச்சா கட்சி எம்.பிக்களுக்கு லஞ்சம் கொடுத்த விவகாரம் காங்கிரஸ் கட்சிக்கும் நரசிம்மராவுக்கும் பெரும் பின்னடைவாக மாறியது.

ஹர்ஷத் மேத்தா பங்களிப்புடன் நடந்த பங்குச்சந்தை ஊழல், சர்வகட்சிகளும் சம்பந்தப்பட்ட ஹவாலா ஊழல், இந்துத்வ இயக்கங்களின் பங்களிப்புடன் நடந்த பாபர் மசூதி இடிப்பு மற்றும் அதைத் தொடர்ந்து உருவான மதக்கலவரங்கள், தீவிரவாதிகள் நடத்திய பம்பாய் குண்டு வெடிப்பு, அதைத் தொடர்ந்து உருவான கலவரங்கள் என்று நரசிம்மராவ் அரசின் ஆட்சிக்காலம் முழுவதும் சர்ச்சைகளுடனேயே நகர்ந்துகொண்டிருந்த சமயத்தில்தான் மக்களவைக்குத் தேர்தல் அறிவிப்பு வெளியானது.

ஆட்சிக்கு எதிரான மனநிலை மக்கள் மத்தியில் பரவலாக உருவெடுத்திருக்கும் நிலையில் வரவிருக்கும் தேர்தலைத்

அத்வானி

தங்களுக்குச் சாதகமாகப் பயன்படுத்திக்கொள்ளும் முனைப்பில் இருந்தது பாரதிய ஜனதா. அதிலும், பாபர் மசூதி இடிப்புக்குப் பிறகு நடக்கும் இந்திய அளவிலான பொதுத்தேர்தல் என்பதால் பாரதிய ஜனதா அதிகபட்ச தன்னம்பிக்கையுடனும் உத்வேகத் துடனும் தேர்தல் பணிகளில் ஈடுபட்டது.

இந்தத் தேர்தலில்தான் பாரதிய ஜனதா கட்சி தன்னுடைய பிரதமர் வேட்பாளரைத் தேர்தலுக்கு முன்பே அறிவித்தது. வாஜ்பாயைப் பிரதமர் வேட்பாள ராக அறிவிக்கவேண்டும் என்ற முடிவை அத்வானி முன்கூட்டியே எடுத்திருந்தார். குறிப்பாக, தேர்தல் அறிவிப்புக்கு முன்பு நடந்த பாரதிய ஜனதாவின் தேசிய செயற்குழுக் கூட்டத்தில் பேசிய அத்வானி, வரவிருக்கும் மக்களவைத் தேர்தலை நாம் வாஜ்பாய் தலைமையில் சந்திப்போம் என்று கூறியிருந்தார்.

மேலும், 'அக்லிபாரி அடல் பிகாரி' என்பதுதான் மக்களின் கோஷமாக இருக்கிறது. அதாவது, அடுத்த பிரதமர் அடல் பிகாரி என்கிறார்கள். ஆகவே, மக்களின் கருத்தை வழிமொழியும் வகையில் வாஜ்பாயையே பிரதமர் வேட்பாளராக நிறுத்துவோம் என்றும் அறிவித்திருந்தார் அத்வானி. ஆனால் அதே மேடையில் பேசிய வாஜ்பாய், 'வரும் தேர்தலில் பாஜக வெற்றிபெறும். ஆட்சியைப் பிடிக்கும். அத்வானி பிரதமராவார்' என்றார்.

இப்படி, இருவரும் மாறிமாறி பரிந்துரைத்துக் கொண்டாலும், இறுதியில் வாஜ்பாயே பாஜகவின் அதிகாரபூர்வ பிரதமர் வேட்பாளராக அறிவிக்கப் பட்டார். அதை பத்திரிகையாளர்களை அழைத்து பகிரங்கமாகவே செய்தார் அத்வானி.

அந்தச் சமயத்தில் பாஜகவுடன் பஞ்சாபில் ஷிரோமணி அகாலிதளமும், மகாராஷ்டிராவில் சிவசேனாவும், பீகாரில் சமதா கட்சியும் கூட்டணி அமைத்திருந்தன. வேறு சில மாநிலங்களில் சிறிய அளவிலான கூட்டணி முயற்சிகளிலும் பாஜக ஈடுபட்டிருந்தது. அதன் பலனாக பாரதிய ஜனதா மொத்தமுள்ள 543 தொகுதி களில் 471 தொகுதிகளில் போட்டியிட்டது. அதிகபட்ச மாக உத்தரப் பிரதேசத்தில் 83 தொகுதிகளில் போட்டி யிட்டது.

மேற்கு வங்கத்தில் 42, மத்தியப் பிரதேசம், ஆந்திராவில் தலா 39, தமிழ்நாட்டில் 37, பீகாரில் 32,

> பாரதிய ஜனதாவின் தேசிய செயற்குழுக் கூட்டத்தில் பேசிய அத்வானி, வரவிருக்கும் மக்களவைத் தேர்தலை நாம் வாஜ்பாய் தலைமையில் சந்திப்போம் என்று கூறியிருந்தார்.

பொன். ராதாகிருஷ்ணன்

கர்நாடகாவில் 28, குஜராத்தில் 26, மகாராஷ்ட்ரா, ராஜஸ்தானில் தலா 25, ஒரிசாவில் 20, கேரளாவில் 18, அசாமில் 14, டெல்லியில் 7, பஞ்சாப், ஹரியானாவில் தலா 6, ஜம்மு காஷ்மீரில் 5, இமாச்சல பிரதேசத்தில் 4, அருணாச்சல பிரதேசம், கோவா, மணிப்பூர், மேகாலயா, திரிபுரா ஆகியவற்றில் தலா 2 என்ற அளவில் வேட்பாளர்களைக் களமிறக்கி யிருந்தது பாரதிய ஜனதா. இதர யூனியன் பிரதேச மாநிலங்களில் தலா ஓர் இடத்தில் போட்டி யிட்டது.

பாஜகவின் பிரதமர் வேட்பாளரான வாஜ்பாய் லக்னோ (உத்தரப் பிரதேசம்) மற்றும் வழக்கமாக அத்வானி போட்டியிடும் காந்தி நகர் (குஜராத்) என்ற இரண்டு தொகுதிகளில் போட்டியிட்டார். உத்தரப் பிரதேசத்தின் அலகாபாத்தில் முரளி மனோகர் ஜோஷி, மும்பை வடக்கில் ராம் நாயக், மும்பை வடகிழக்கில் பிரமோத் மஹாஜன், ஹரியானாவின் அம்பாலாவில் சூரஜ் பான், சித்தூர்கரில் ஜஸ்வந்த் சிங், புதுடெல்லியில் ஜக்மோகன், பெங்களூர் தெற்கில் அனந்த்குமார் ஆகியோர் போட்டியிட்டனர்.

மத்தியப் பிரதேசத்தின் குணாவில் விஜயராஜே சிந்தியா, கஜுராஹோவில் உமா பாரதி, ராஜஸ்தானின் ஜலாவரில் வசுந்தரா ராஜே சிந்தியா, தெற்கு டெல்லியில் சுஷ்மா ஸ்வராஜ் ஆகியோர் பாரதிய ஜனதா களமிறக்கிய பெண் தலைவர்களுள் முக்கியமானவர்கள். இவர்கள் தவிர, தீவிர ஆர்.எஸ்.எஸ் முகங்களாக அறியப்பட்ட வினய் கட்டியாரை உத்தரப் பிரதேசத்தின் ஃபைஸாபாத்திலும் ராம் விலாஸ் வேதாந்தியை மச்சில்சாரிலும் நிறுத்தியிருந்தது பாஜக.

சுரேஷ் பிரபு

தமிழ்நாட்டைப் பொறுத்தவரை மக்களவை, சட்டமன்றம் என்ற இரண்டுக்கும் தேர்தல் நடந்ததால் அவற்றுக்கும் வேட்பாளர்களைக் களமிறக்கியிருந்தது பாரதிய ஜனதா. மக்களவைத் தேர்தலைப் பொறுத்தவரை தென் சென்னையில் டாக்டர் மைத்ரேயன், சிதம்பரத்தில் எஸ்.பி. கிருபாநிதி, நீலகிரியில் மாஸ்டர் மாதன், சிவகாசியில் மோகன்ராஜூலு, நாகர்கோவிலில் பொன். ராதாகிருஷ்ணன் உள்ளிட்டோர் முக்கியமான வர்கள். சட்டமன்றத்தைப் பொறுத்தவரை சேலம் 2 தொகுதியில் போட்டியிட்ட வெண்ணிற ஆடை நிர்மலா மற்றும் பத்மநாபபுரத்தில் போட்டியிட்ட வேலாயுதன் ஆகிய இருவரும் முக்கியமானவர்கள்.

பாரதிய ஜனதாவின் கூட்டணிக் கட்சிகளான சிவசேனா மகாராஷ்ட்ராவில் 20 தொகுதிகளிலும், சமதா கட்சி பீகாரில் 20 தொகுதிகளிலும், ஷிரோமணி அகாலிதளம் பஞ்சாப்பில் 7 தொகுதிகளிலும் போட்டியிட்டது. சிவசேனா வேட்பாளர்களில் மகாராஷ்ட்ராவின் ராஜாபூரில் போட்டியிட்ட சுரேஷ் பிரபுவும் ரத்னகிரியில் போட்டியிட்ட ஆனந்த் கீதேவும் முக்கியமானவர்கள்.

ஷிரோமணி அகாலிதள வேட்பாளர்களில் பஞ்சாப்பின் சங்க்ரூரில் போட்டியிட்ட சுர்ஜித் சிங் பர்னாலாவும் ஃபரித்கோட்டில் போட்டியிட்ட சுக்பீர் சிங் பாதலும் முக்கியத் தலைவர்கள். சமதா கட்சி சார்பில் உத்தரப் பிரதேசத்தின் பலியா தொகுதியில் போட்டியிட்ட முன்னாள் பிரதமர் சந்திரசேகர், பீகாரின் பார் தொகுதியில் போட்டியிட்ட நிதீஷ் குமார், நாளந்தாவில் போட்டியிட்ட ஜார்ஜ் ஃபெர்னாண்டஸ் ஆகியோர் முக்கியமானவர்கள்.

ஆளுங்கட்சியான காங்கிரஸ் தமிழகத்தின் அதிமுக தவிர வேறெந்த கட்சியுடனும் பெரிய அளவில் கூட்டணி எதையும் அமைக்காததால் 529 தொகுதிகளில் வேட்பாளர்களைக் களமிறக்கியிருந்தது. இந்தத் தேர்தலில்தான் முதன்முறையாக நேரு குடும்பத்தைச் சேர்ந்த ஒருவர்கூட காங்கிரஸ் வேட்பாளராகப் போட்டியிடவில்லை. ஆனால் ஜனதா தளம் வேட்பாளராக பிலிபிட் தொகுதியில் மேனகாகாந்தி போட்டியிட்டார். காங்கிரஸ் தவிர, புதிதாக உருவாகியிருந்த அகில இந்திய இந்திரா காங்கிரஸ் (திவாரி) 321, ஜனதா தளம் 196, மார்க்சிஸ்ட் கம்யூனிஸ்ட் கட்சி 75, இந்திய கம்யூனிஸ்ட் கட்சி 43 என்ற அளவில் வேட்பாளர்களை நிறுத்தி யிருந்தன.

பாஜக தனது வழக்கமான பாணியில் தேர்தல் வாக்குறுதிகளைக் கொடுத்துத் தேர்தலைச் சந்தித்தது. இந்தியாவுக்குப் பொது சிவில் சட்டம் கொண்டுவரவேண்டியது அவசியம் என்று சொன்ன பாஜக, அதை நாங்கள் ஆட்சிக்கு வந்தால் நிச்சயம்

> இந்துக்கள் மத்தியில் காலம் காலமாகக் கோரிக்கை அளவில் மட்டுமே இருக்கும் பசுவதைத் தடுப்புச் சட்டத்தை நாங்கள் ஆட்சிக்கு வந்த கையோடு கொண்டு வருவோம்

கொண்டுவருவோம் என்று வாக்குறுதி கொடுத்தது. இந்திய அரசியமைப்புச் சட்டம் 370 வது பிரிவின்படி ஜம்மு காஷ்மீர் மாநிலத்துக்குத் தரப்பட்டுள்ள சிறப்பு அந்தஸ்தை ரத்து செய்வதற்கான நடவடிக்கைகளை எங்களுடைய அரசு எடுக்கும் என்ற உத்தரவாதத்தையும் கொடுத்தது.

இந்துக்கள் மத்தியில் காலம் காலமாகக் கோரிக்கை அளவில் மட்டுமே இருக்கும் பசுவதைத் தடுப்புச் சட்டத்தை நாங்கள் ஆட்சிக்கு வந்த கையோடு கொண்டுவருவோம் என்று சொன்னது. கடந்த காலங்களில் சொல்லப்பட்ட முக்கியமான விஷயம், அயோத்தியில் ராமருக்குக் கோயில் எழுப்புவது. பாபர் மசூதி இடிக்கப்பட்டுவிட்டதால் எஞ்சியிருப்பது நிரந்தரக் கோயில் எழுப்புவது மட்டுமே. அதை ஆட்சிக்கு வந்த கையோடு பாரதிய ஜனதா செய்துகொடுக்கும் என்றது.

டாக்டர் மைத்ரேயன்

இந்தி பேசும் மாநிலங்களைத் தாண்டி இந்தியாவின் வேறு பல மாநிலங்களுக்கும் கட்சியை நகர்த்திச் செல்ல வேண்டிய கட்டாயத்தில் இருந்த பாரதிய ஜனதா, அதற்காக அந்தந்த மாநில அத்தியாவசியப் பிரச்னைகள் குறித்தும் கவனம் செலுத்தியது. குறிப்பாக, ஆந்திரம், கர்நாடகம், கேரளம், தமிழகம் உள்ளிட்ட மாநிலங்களின் ஜீவாதாரப் பிரச்னைகள் பற்றி பிரசார மேடைகளில் பேசியது. அதன்மூலம் பாரதிய ஜனதா என்பது இந்தியா முழுமைக்குமான கட்சி என்பதையும் காங்கிரஸ் கட்சிக்கான சரியான மாற்றுக் கட்சி என்பதையும் மக்கள் மத்தியில் அழுத்தம் திருத்தமாகப் பதிவுசெய்ய விரும்பியது.

முக்கியமாக, காங்கிரஸ் அரசின் மீதான ஊழல் குற்றச்சாட்டுகளை எல்லாம் மக்கள் மத்தியில் எடுத்துச்சொல்லிப் பிரசாரம் செய்தது பாரதிய ஜனதா. அந்தப் பிரசாரம் பல மாநிலங்களிலும் நல்ல பலனைத் தந்தது. பாஜகவுக்குத் தளமில்லாத பிராந்தியங்களில் எல்லாம் சென்று சேர்வதற்கு ஊழல் எதிர்ப்புப் பிரசாரம் உதவிகரமாக இருந்தது. இந்தியா முழுக்க தேர்தல் பணிகளைத் தொய்வின்றிச் செய்துகொடுக்கும் காரியத்தை ஆர்.எஸ்.எஸ், விஷ்வ ஹிந்து பரிஷத் உள்ளிட்ட இந்துத்வ சகோதர அமைப்புகள் செய்து கொடுத்தன.

பிரசாரக் களத்தில் காங்கிரஸ், திவாரி காங்கிரஸ், இடதுசாரிகள், ஜனதா தளம் உள்ளிட்ட அனைத்து கட்சிகளும் மிகத்தீவிரமாக இறங்கியிருந்தன. மேற்கண்ட கட்சிகளில் காங்கிரஸ் மட்டுமே எல்லா மாநிலங்களிலும் ஊடுருவித் தடம் பதித்திருந்த கட்சி. மற்றவை எல்லாம் சில பிராந்தியத்தில் மட்டுமே செல்வாக்குடன் இருந்தவை. அந்த வகையில் 1996 மக்களவைப் பொதுத்தேர்தல் பலத்த எதிர்பார்ப்புகளை உருவாக்கியிருந்தது.

திட்டமிட்டபடி 27 ஏப்ரல் 1996 மற்றும் 2 மே 1996 ஆகிய இரண்டு நாள்களில் மக்களவை மற்றும் சில மாநிலங்களின் சட்டமன்றப் பொதுத்தேர்தல்கள் நடத்தி முடிக்கப்பட்டன. வாக்குகள் எண்ணப்பட்டு, முடிவுகள் அறிவிக்கப்பட்டபோது பல ஆச்சரியங்களும் அதிர்ச்சிகளும் வந்து சேர்ந்தன. முக்கியமாக, ஊழல் குற்றச்சாட்டுகளால் கடுமையான தாக்குதலுக்கு ஆளாகியிருந்த காங்கிரஸ் கட்சி படுதோல்வியைச் சந்தித்திருந்தது. அந்தக் கட்சிக்கு 140 தொகுதிகள் மட்டுமே கிடைத்திருந்தன.

அதைவிட ஆச்சரியம், மதவாதக் கட்சி என்று விமரிசிக்கப்பட்ட, அரசியலில் தீண்டத்தகாத கட்சி என்று இந்தியாவின் பெரும்பாலான கட்சிகளால் ஒதுக்கப்பட்ட பாரதிய ஜனதா கட்சி இருபது சதவிகித வாக்குகளுடன் இந்தியாவின் தனிப்பெருங்கட்சியாக உருவெடுத்திருந்தது. அந்தக் கட்சிக்கு 161 தொகுதிகள் கிடைத்திருந்தன.

1989 பொதுத்தேர்தலின் முடிவில் ஆட்சியைத் தீர்மானிக்கும் சக்தியாக இருந்த பாரதிய ஜனதா, தற்போது ஆட்சியை அமைக்கப்போகும் கட்சியாக உருவெடுத்திருந்தது. அதன் கூட்டணிக் கட்சிகளான சிவசேனா 15 தொகுதிகளிலும் சமதா கட்சியும் அகாலிதளமும் தலா 8 தொகுதி களிலும் வெற்றிபெற்றிருந்தன.

காங்கிரஸ், பாரதிய ஜனதா தவிர்த்து ஜனதா தளம் 46, சிபிஎம் 32, தமாகா 20, திமுகவும் சமாஜ்வாதியும் தலா 17, தெலுங்கு தேசம் கட்சி 16, சிபிஐ 12, பகுஜன் சமாஜ் கட்சி 11, திவாரி காங்கிரஸ் 4 என்ற அளவில் தொகுதிகளைக் கைப்பற்றியிருந்தன. மொத்தத்தில் எந்தவொரு கட்சிக்கும் ஆட்சி அமைக்கும் அளவுக்கான பெரும்பான்மை கிடைக்கவில்லை. மீண்டும் ஒரு தொங்கு நாடாளுமன்றத்தை உருவாக்கியிருந்தனர் இந்திய வாக்காளர்கள்.

அந்தச் சமயத்தில் அடுத்த ஆட்சியாளர் யார் என்பதைத் தீர்மானிக்கும் பொறுப்பு இந்தியக் குடியரசுத் தலைவர் டாக்டர் சங்கர் தயாள் சர்மாவின் கைகளில் இருந்தது. அவருக்கு முன்னால் மூன்று வாய்ப்புகள் இருந்தன.

ஒன்று, தனிப்பெருங்கட்சியை ஆட்சியமைக்க அழைக்கலாம். இரண்டாவது, தேர்தலுக்கு முன்பு அமைந்த கூட்டணிகளில் அதிக உறுப்பினர்களை வைத்திருக்கும் அணியை ஆட்சியமைக்க அழைக்கலாம். மூன்றாவது, தேர்தலுக்குப் பிறகு அறுதிப்பெரும்பான்மை கொண்ட ஓர் அணி உருவாகியிருக்கும் பட்சத்தில், அதை ஆட்சி அமைக்க அழைக்கலாம். அப்போது குடியரசுத் தலைவர் சங்கர் தயாள் சர்மா எடுத்த முடிவு பாரதிய ஜனதாவின் அரசியல் வரலாற்றில் அதிமுக்கியத் திருப்புமுனை!

106

பதிமூன்று நாள் ஆட்சி

எண்பதுகளின் தொடக்கத்தில் ஆரம்பிக்கப்பட்ட பாரதிய ஜனதா கட்சி சற்றேறக்குறைய பதினைந்து ஆண்டுகாலப் போராட்டத்துக்குப் பிறகு ஆட்சியில் அமர்வதற்கான வாய்ப்பு உருவாகியிருந்தது. உபயம்: 1996 மக்களவைத் தேர்தல் முடிவுகள். தங்களுடைய மக்களவை உறுப்பினர்களைத் தாண்டி சிவசேனா, அகாலிதளம், சமதா கட்சி என்று பல கட்சிகளின் ஆதரவையும் தேடிப்பெறும் முயற்சியில் பாரதிய ஜனதா தலைவர்கள் இறங்கியிருந்தனர்.

இன்னொரு பக்கம் காங்கிரஸ் கட்சியால் ஆட்சி அமைக்கமுடியாது என்ற சூழலில் ஜனதா தளம், இடதுசாரிகள் மற்றும் சில பிராந்தியக் கட்சிகளைக் கொண்ட தேர்தலுக்குப் பிந்தைய கூட்டணி ஒன்றை உருவாக்கும் முயற்சிகள் நடந்துகொண்டிருந்தன. மேற்கண்ட கட்சி களைக் கொண்ட கூட்டணிக்கு காங்கிரஸ் கட்சியும் ஆதரவளிக்கும் பட்சத்தில், அந்த அணியால் ஆட்சி அமைக்க முடியும் என்ற நிலை இருந்தது.

ஆனாலும் தனிப்பெருங்கட்சியான பாரதிய ஜனதாவைத்தான் ஆட்சி அமைக்க அழைப்பார் குடியரசுத் தலைவர் என்ற எதிர்பார்ப்பு ஒரு தரப்பினர் மத்தியில் இருந்தது. அதைத் தடுக்க வேண்டும் என்றால் புதிய கூட்டணிக்கு ஆதரவளிப்பது மட்டும்தான் சரியான வழியாக இருக்கும் என்ற முடிவுக்கு காங்கிரஸ் கட்சி வந்தது. அதனைத்

சங்கர் தயாள் சர்மா

தொடர்ந்து ஜனதா தளம், சமாஜ்வாதி, தமாகா, திமுக, தெலுங்குதேசம், அசாம் கன பரிஷத் உள்ளிட்ட கட்சிகளை உள்ளடக்கிய ஐக்கிய முன்னணி உருவாக்கப்பட்டது.

அதனைத் தொடர்ந்து ஐக்கிய முன்னணித் தலைவர்கள் குடியரசுத் தலைவர் டாக்டர் சர்மாவைச் சந்தித்துப் பேசினர். ஆனால் அவரோ அந்தக் கூட்டணிக்கு காங்கிரஸ் கட்சி ஆதரவளிக்கும் என்பதை உறுதி செய்யும் வகையில் காங்கிரஸ் காரியக் கமிட்டியிடமிருந்து கடிதம் வாங்கிவரும்படி ஆலோசனை கூறினார். அதன்மூலம் குடியரசுத் தலைவர் தனிப் பெரும் கட்சியான பாரதிய ஜனதா கட்சியை ஆட்சி அமைக்க அழைக்கப்போகிறார் என்பது தெளிவானது.

அதன்படியே பாஜகவின் பிரதமர் வேட்பாளர் வாஜ்பாயை ஆட்சி அமைக்க அழைப்பு விடுத்தார் குடியரசுத் தலைவர். அந்த அழைப்பு எதிர்க்கட்சிகளுக்கு, குறிப்பாக, ஐக்கிய முன்னணிக் கட்சிகளுக்கு அதிருப்தியைக் கொடுத்தது. அதிக அளவிலான உறுப்பினர்கள் இருக்கிறார்கள் என்பதை மட்டும் வைத்துக்கொண்டு வாஜ்பாயை ஆட்சி அமைக்க அழைத்தது தவறு. அவருக்கும் ஆட்சி அமைக்கும் அளவுக்குப் பெரும்பான்மை இல்லை என்றனர் எதிர்க்கட்சிகள்.

எங்களிடம் சொன்னதுபோல வாஜ்பாய்க்கு ஆதரவளிக்கும் கட்சிகளின் தலைமையிடம் இருந்து ஆதரவுக்கடிதம் வாங்கிவரும்படி ஏன் குடியரசுத் தலைவர் கோரவில்லை என்ற கேள்வியை எதிர்க்கட்சிகள் எழுப்பின. ஆனால் ஆட்சி அமைத்த பதினான்கு நாட்களுக்குள் தங்களுடைய அரசுக்கான பெரும்பான்மையை மக்களவையில் நிரூபிக்கவேண்டும் என்று வாஜ்பாய்க்கு நிபந்தனை விதித்ததோடு அடுத்த கட்டப் பணிகளுக்கு நகர்ந்துவிட்டார் குடியரசுத் தலைவர்.

அந்தச் சமயத்தில் பாரதிய ஜனதாவுக்கு ஆதரவாக சிவசேனா, அகாலிதளம், சமதா உள்ளிட்ட கட்சிகள் ஆதரவளித்தன. பாஜக நடத்திய பகிரத முயற்சிகளின் பலனாக அந்தக் கட்சிக்கு 194 மக்களவை உறுப்பினர்களின் ஆதரவு கிடைத்தது. அறுதிப்பெரும்பான்மைக்கு இன்னும் எண்பது இடங்கள் தேவை என்ற நிலை. ஆனாலும் 16 மே 1996 அன்று அடல் பிகாரி வாஜ்பாய் இந்தியாவின் பிரதமராகப் பதவியேற்றுக்கொண்டார்.

'நாங்கள் மீண்டும் வருவோம். எங்களுக்கு சக்கர வியூகத்துக்குள் நுழையவும் தெரியும். அதிலிருந்து மீண்டுவரவும் தெரியும்.'

பிரதமராக பதவியேற்றுக்கொண்ட வாஜ்பாய்

பாரதிய ஜனதா கட்சியின் முதல் அமைச்சரவையில் முரளி மனோகர் ஜோஷி (உள்துறை), ஜஸ்வந்த் சிங் (நிதி), சிக்கந்தர் பக்த் (வெளியுறவு), சூரஜ் பான் (விவசாயம்), ராம் ஜெத்மலானி (சட்டம், நீதி), தனஞ்செய் குமார் (சிவில் விமானப் போக்குவரத்து), பிரமோத் மகாஜன் (பாதுகாப்பு, நாடாளுமன்ற விவகாரம்), கரிய முண்டா (நலம்), சுஷ்மா சுவராஜ் (தகவல் ஒளிபரப்பு), சர்தஜ் சிங் (சுகாதாரம்) உள்ளிட்டோர் இடம்பெற்றனர். ஆனால் அந்தக் கட்சியின் நிறுவனர்களுள் ஒருவரான அத்வானி அமைச்சரவையில் இடம்பெறவில்லை. கூட்டணிக் கட்சியான சிவசேனாவின் சுரேஷ் பிரபுவுக்கு தொழில்துறை தரப்பட்டது.

ஆட்சிக்குத் தேவையான பெரும்பான்மையை எந்த வகையில் எல்லாம் திரட்ட முடியும் என்பது குறித்து பாரதிய ஜனதாவின் தலைவர்கள் ஒருபக்கம் சிந்தித்தும் செயலாற்றிக் கொண்டும் இருக்க, இன்னொரு பக்கம் எதிர்க்கட்சிகளின் விமரிசனங்களுக்கு பிரதமர் வாஜ்பாய் பதில் கொடுத்துக் கொண்டிருந்தார். குறிப்பாக, பாஜகவை ஆட்சி அமைக்க அழைத்தது தவறு என்ற எதிர்க்கட்சிகளின் விமரிசனத்துக்குப் பதிலளித்த அவர், ஏற்கெனவே நடைமுறையில் உள்ள ஜனநாயக மரபுகளைத்தான் குடியரசுத் தலைவர் பின்பற்றியுள்ளார் என்று விளக்கமளித்தார்.

மேலும், காங்கிரஸ் கட்சியின் ஆதரவுடன் உருவாகியிருக்கும் எதிர்க்கட்சிகளின் ஒருங் கிணைப்பு குறித்து தன்னுடைய தீவிரமான விமரிசனத்தை முன்வைத்தார் பிரதமர் வாஜ்பாய். அவருடைய உரையின் முக்கியப்பகுதிகள் மட்டும் இங்கே:

பல பிளவுகளைச் சந்தித்துச் சிதறிப் போனவர்கள் தற்போது தனித்தனித் துண்டுகளாக மீண்டும் சேர்ந்திருக்கிறார்கள். முரண்பட்ட கூட்டணிகளை உருவாக்கியும்கூட அவர்களால் பாஜகவின் எண்ணிக்கையைத் தொட முடியவில்லை. ஆனால் இப்போதும் எவ்வித வெட்கமும் இல்லாமல் மீண்டும் ஒன்றுசேரத் தயாராகியிருக்கிறர்கள். தேர்தல் நேரத்தில் யாரை மிகவும் கடுமையாக எதிர்த்துப் போட்டியிட்டார்களோ அவர்களுடனேயே கூட்டு சேர்வதற்குத் தயாராகிவிட்டார்கள். பதவியைப் பிடிக்க கொள்கையற்ற கூட்டணிக்குத் தயாராகிவிட்டார்கள்.

தேர்தலுக்குப் பிந்தைய எதிர்க்கட்சிகளின் கூட்டணியை விமரிசித்துக் கொண்டிருந்தாலும்கூட பாரதிய ஜனதாவும் அதே போன்ற முயற்சியில் மிகத்தீவிரமாக ஈடுபட்டிருந்தது. ஆனாலும் அந்த முயற்சிகள் எதுவும் பலனளிக்கவில்லை. ஆகவே, பிரதமர் பதவியில் இருந்து விலகிக் கொள்வது என்று முடிவுசெய்தார் வாஜ்பாய். அப்போது அவர் பதவியேற்று 13 நாள்கள் முடிந்திருந்தன.

மறுநாள் குடியரசுத் தலைவர் டாக்டர் சர்மாவைச் சந்தித்துப் பேசிய பிரதமர் வாஜ்பாய், தனது ராஜினாமா கடிதத்தைக் கொடுத்தார்.

'நாங்கள் மீண்டும் வருவோம். எங்களுக்கு சக்கர வியூகத்துக்குள் நுழையவும் தெரியும். அதிலிருந்து மீண்டுவரவும் தெரியும்.' - பிரதமர் பதவியை ராஜினாமா செய்வதற்கு முன்னர் வாஜ்பாய் உதிர்த்த வாசகம் இது.

13 நாள் ஆட்சி முடிவுக்கு வந்ததையடுத்து மாற்று அரசை அமைப்பதற்கான நடவடிக்கைகள் வேகம் பிடித்தன. அறுதிப்பெரும்பான்மை கிடைத்துவிட்டது. ஆனாலும் ஆட்சியாளர் யார் என்பதில் ஐக்கிய முன்னணிக்குள் பலத்த குழப்பம். முதலில் வி.பி. சிங்கைத் தேர்வுசெய்ய விரும்பினர். ஆனால் கடந்த கால கசப்புகள் காரணமாக அவர் பதவியேற்க மறுத்துவிட்டார்.

பின்னர் மார்க்சிஸ்ட் கம்யூனிஸ்ட் கட்சியின் மூத்த தலைவர் ஜோதிபாசுவைக் கொண்டுவர முயன்றனர். அவருக்கு விருப்பம் இருந்தது. ஆனால் கட்சித் தலைமைக்கு விருப்பமில்லை. பின்னர் மூப்பனாரின் பெயர் பரிசீலிக்கப்பட்டது. ஆனால் பிரதமர் பதவியில் தனக்கு ஆர்வமில்லை என்று மூப்பனார் மறுத்துவிட்டார். பிறகு கர்நாடகத்தின் முன்னாள் முதல்வரும் ஜனதாதளம் கட்சியின் முன்னணித் தலைவர்களுள் ஒருவருமான ஹெச்.டி. தேவே கௌடாவின் பெயர் இறுதி செய்யப்பட்டது.

தென்னிந்தியரான தேவே கௌடாவுக்கு இன்னொரு தென்னிந்தியரான காங்கிரஸ் தலைவர் நரசிம்மராவ் ஆதரவளித்தார். விளைவு, தேவேகௌடா தலைமையில் ஐக்கிய முன்னணி அமைச்சரவை உருவானது. அதில் பல பிராந்தியக் கட்சிகளுக்கும் இடம் தரப்பட்டது. வியப்பு என்னவென்றால், அந்த அமைச்சரவையில் இந்திய கம்யூனிஸ்ட் கட்சியின் இந்திரஜித் குப்தா உள்துறை அமைச்சராகியிருந்தார்.

> ஆட்சி மாற்றத்தை ஆபரேஷன் கணேஷ் என்று கேலி செய்தது பாரதிய ஜனதா. ஆம், பிள்ளையாரின் தலைக்குப் பதிலாக யானையின் தலையை வைத்தது போல கௌடாவை நீக்கிவிட்டு, அந்த இடத்துக்கு குஜ்ரால் வந்திருக்கிறார்.

அதன்மூலம் இந்திய அமைச்சரவையில் இடம்பெற்ற முதல் அதிகாரபூர்வ இடதுசாரி என்ற பெருமையைப் பெற்றார். இன்னொரு பக்கம், பிரதமராகக் கிடைத்த வாய்ப்பைப் பயன் படுத்திக்கொள்ளாமல் விட்டது வரலாற்றுப் பிழை என்று பின்னாளில் ஆதங்கப்பட்டார் ஜோதிபாசு.

தேவே கௌடா

புதிய அரசு தனக்கான நிகழ்ச்சி நிரலில் கவனம் செலுத்திக்கொண்டிருந்த சமயத்தில், பாஜக தலைவர் அத்வானி மீதான ஹவாலா வழக்கு விசாரணைகள் தீவிரமாக நடந்துகொண்டிருந்தன. கிட்டத்தட்ட 16 மாதங்களுக்கு நீடித்த அந்த வழக்கு விசாரணை ஒரு வழியாக முடிவுக்கு வந்து, *8 ஏப்ரல் 1997* அன்று தீர்ப்பு வெளியானது.

டெல்லி உயர்நீதிமன்ற நீதிபதி முகமது சமீம் வெளியிட்ட அந்தத் தீர்ப்பில், அத்வானிக்கு எதிரான ஹவாலா குற்றச்சாட்டுகளை நிராகரித்து, அத்வானியை வழக்கிலிருந்து விடுதலை செய்தார். எஸ்.கே.ஜெயின் மற்றும் ஜே.கே. ஜெயின் இருவரிடம் இருந்தும் மத்தியப் புலனாய்வுத் துறை கைப்பற்றிய டைரிகளிலோ, அவர்களுடைய பேரேடுகளிலோ, தினசரி கணக்குகளிலோ அத்வானியின் பெயர் இல்லை. அநேகமாக, கடைசியாகச் சேர்க்கப்பட்ட ஒற்றைத் தாளில் மட்டுமே அவருடைய பெயர் இருந்தது. அதையே காரணமாகச் சொல்லி அத்வானி விடுதலை செய்யப்பட்டிருந்தார்.

ஆனால் அந்தத் தீர்ப்பில் சிபிஐக்குத் திருப்தியில்லை. டெல்லி உயர்நீதிமன்றத் தீர்ப்பை எதிர்த்து உச்சநீதிமன்றத்தில் மேல்முறையீடு செய்தது. வழக்கு மூன்று நீதிபதிகள் அடங்கிய அமர்விடம் ஒப்படைக்கப்பட்டது. வழக்கு விசாரணைகள் தீவிரமடைந்துகொண்டிருந்த சமயத்தில், மத்திய அரசில் பல்வேறு காட்சி மாற்றங்கள் நடந்திருந்தன. அதன் விளைவாக ஆட்சி மாற்றம் ஒன்றும் அரங்கேறியிருந்தது.

இந்தர் குமார் குஜ்ரால்

புதிய பிரதமரான தேவே கௌடாவுக்கும் காங்கிரஸ் கட்சித் தலைமைக்கும் இடையிலான உறவு மிகவும் பலவீனமாக இருந்தது. குறிப்பாக, நரசிம்மராவுக்குப் பதிலாகத் தலைமைப் பொறுப்புக்கு வந்த சீதாராம் கேசரிக்கும் தேவே கௌடாவுக்கும் இடையே எப்போதுமே ஏழாம் பொருத்தமாக இருந்தது.

ஊகத்தின் அடிப்படையில் வெளியான சில செய்திகளும் பூடகமான முறையில் நடந்த சில காரியங்களும் தேவே கௌடா அரசுக்கான இறுதி அத்தியாயத்தை எழுதிக் கொண்டிருந்தன. குறிப்பாக, சீதாராம் கேசரியைத் தன் கைப்பிடிக்குள் வைத்துக்கொள்ளவேண்டும் என்பதற்காக அவர் மீதான பழைய கொலை வழக்கு ஒன்றைத் தற்போது தூசுதட்டி எடுத்திருக்கிறார் பிரதமர் தேவே கௌடா என்ற செய்தி கேசரியின் கவனத்துக்கு வந்தது.

அந்தச் சமயத்தில் போஃபர்ஸ் பீரங்கி பேர ஊழல் வழக்கையும் தேவே கௌடா அரசு துரிதப்படுத்த உத்தரவிட்டிருக்கிறார் என்ற செய்தியும் காற்றில் கலந்து, காங்கிரஸ் தலைவர்களின் மனத்தில் கலக்கத்தை உருவாக்கியது. இடைப்பட்ட காலத்தில் நிறைய கடிதப் பரிவர்த்தனைகள் நடந்தன. அவற்றின் பலனாக பிரச்னைகள் முற்றிக்கொண்டே சென்றனவே தவிர தீர்வு எதுவும் கிடைக்கவில்லை.

இந்நிலையில் 30 மார்ச் 1997 அன்று குடியரசுத் தலைவர் கே.ஆர். நாராயணனைச் சந்தித்து, ஐக்கிய முன்னணி அரசுக்கு அளிக்கும் ஆதரவைத் திரும்பப் பெறுவதாக அறிவித்தார் சீதாராம் கேசரி. நிலைமையின் தீவிரத்தை உணர்ந்துகொண்ட ஐக்கிய முன்னணித் தலைவர்கள், சமாதான நடவடிக்கைகளில் இறங்கினர். தேவே கௌடா தேவையில்லை என்பது கேசரியின் நிலைப்பாடு.

அப்படியே ஆகட்டும் என்று சொல்லி, அடுத்த பிரதமரைத் தேர்வுசெய்யும் பணியில் இறங்கினர் ஐக்கிய முன்னணித் தலைவர்கள். மீண்டும் மூப்பனார் பெயர் பரிசீலிக்கப்பட்டது. பிறகு முலாயம் சிங் யாதவின் பெயர் பரிந்துரைக்கப்பட்டது. இறுதியாக, மூத்த அமைச்சர் ஐ.கே.குஜ்ராலைப் பிரதமராக்குவது என முடிவுசெய்யப்பட்டது. அதனைத் தொடர்ந்து 21 ஏப்ரல் 1997 அன்று பிரதமர் பதவியை ஏற்றுக்கொண்டார் இந்தர் குமார் குஜ்ரால்.

அந்த ஆட்சி மாற்றத்தை ஆபரேஷன் கணேஷ் என்று கேலி செய்தது பாரதிய ஜனதா. ஆம், பிள்ளையாரின் தலைக்குப் பதிலாக யானையின் தலையை வைத்தது போல கௌடாவை நீக்கிவிட்டு, அந்த இடத்துக்கு குஜ்ரால் வந்திருக்கிறார் என்பது பாரதிய ஜனதாவின் விமரிசனம். உண்மையில், இந்த ஆட்சி மாற்றம் நிரந்தரமானது அல்ல, கூட்டணிச் சிக்கல்கள் காரணமாக எந்த நேரத்தில் வேண்டுமானாலும் ஐக்கிய முன்னணி அரசு கவிழும் என்பதுதான் பாரதிய ஜனதாவின் கணிப்பு.

ஆட்சி கவிழும் என்றால் தேர்தல்தான் ஒரே மாற்று. ஆகவே அதற்குத் தன்னைத் தயார்ப் படுத்திக் கொள்ளும் முயற்சியில் இறங்கியது பாஜக. அதற்குத் தோதாக இந்திய சுதந்தரப் பொன்விழா வந்துசேர்ந்தது. மீண்டும் ஒரு யாத்திரைக்குத் தயாரானார் அத்வானி!

107

காமராஜரைப் புகழ்ந்த அத்வானி

ரத யாத்திரை. கடந்த காலங்களில் பாஜக பலமுறை பயன்படுத்திய உத்தி. அந்தக் கட்சியை மக்களிடம் கொண்டுசேர்த்து, அதிகபட்ச பலன்களைக் கொடுத்த உத்தியும்கூட. ஆனால் இம்முறை தனிப் பட்ட பாரதிய ஜனதா கட்சிக்கான யாத்திரையாகக் கொண்டு செல்லாமல், நாட்டுக்கே பொதுவான ஒன்றாகச்சித்திரிக்க விரும்பினார் அத்வானி. அதற்குத் தோதாக இந்திய சுதந்தரப் பொன்விழாக் கொண்டாட்டம் வந்துசேர்ந்தது.

தேசபக்தி புனித யாத்திரை என்ற அடைமொழியுடன் தொடங்கப் பட்ட அந்த ஸ்வர்ண ஜெயந்தி யாத்திரைக்கு இரண்டு இலக்குகள் இருந்தன. ஒன்று, சுதந்தரப் போராட்டத்தில் இந்துத்வ இயக்கத்தினருக்கு எந்தவிதப் பங்கும் இல்லை என்ற காங்கிரஸின் விமரிசனத்துக்குப் பதிலளிக்கும் வகையிலும், தங்களுடைய தேச பக்தியைப் பறைசாற்றும் வகையிலும் பிரசாரப் பயணம் மேற்கொள்வது.

இரண்டாவது, ஐக்கிய முன்னணி போன்ற கிச்சடிக் கூட்டணிகளாலும் மிரட்டல் அரசியலையும் கவிழ்ப்பு அரசியலையும் தொடர்ச்சியாகக் கையாண்டு வரும் காங்கிரஸ் கட்சியாலும் நாட்டில் நிலையான அரசை அமைக்கமுடியாது. அதை அமைப்பதற்கான வல்லமை பாரதிய ஜனதா கட்சிக்கு மட்டுமே உண்டு என்பதை மக்களிடம் விளக்கிச் சொல்லுவது.

ரதயாத்திரையில் அத்வானியுடன் மோடி

யாத்திரைக்கான ஏற்பாடுகளை பாரதிய ஜனதாவின் இளம் தலைவர்களான பிரமோத் மஹாஜன், சுஷ்மா ஸ்வராஜ், உமா பாரதி, நரேந்திர மோடி, வெங்கையா நாயுடு, கோவிந்தாச்சாரியா போன்றோர் விரிவாகச் செய்திருந்தனர். இந்தியாவின் 21 மாநிலங்களில் சுமார் 15000 கிலோமீட்டர் தூரத்துக்குப் பயணம் செய்யும் வகையில் யாத்திரை திட்டமிடப்பட்டிருந்தது.

18 மே 1997 தொடங்கி 15 ஜூலை 1997 வரை 59 நாள்களுக்கு யாத்திரை மேற்கொள்வது என முடிவுசெய்யப்பட்டது. அதற்கு வசதியாகப் பிரத்யேக மோட்டார் வாகனம் ஒன்று தயாரானது. வழக்கமாக, ராமர், வில், அம்பு, அனுமன் என்பன போன்ற அடையாளங்களுக்குப் பதிலாகப் புதிய அடையாளங்களைக் கொண்டு ரதம் அலங்காரம் செய்யப்பட்டிருந்தது. புதிய வசதிகள் பலவும் சேர்க்கப்பட்டிருந்தன.

காந்தி, சாவர்க்கர், அம்பேத்கர், ஹெட்கேவர் உள்ளிட்ட தலைவர்களின் படங்கள் அந்த வாகனத்தில் பொறிக்கப்பட்டிருந்தன. ஆம், தங்களுடைய வாழ்நாளில் எதிரெதிர் துருவங்களாக வாழ்ந்த தலைவர்களை எல்லாம் அத்வானி ஒரே வரிசைக்குக் கொண்டுவந்திருந்தார். அதன்மூலம் இது ராம ரதயாத்திரை அல்ல, சுதந்தரப் பொன்விழா யாத்திரை என்பதை உறுதிசெய்வது அவருடைய இலக்கு. அதனால் தங்கள் கட்சிக்கு நேர் எதிரான சிந்தனை கொண்ட தலைவர்களைக்கூட பயன்படுத்திக்கொள்வது என்று முடிவுசெய்திருந்தார் அத்வானி.

தங்களுடைய வாழ்நாளில் எதிரெதிர் துருவங்களாக வாழ்ந்த தலைவர்களை எல்லாம் அத்வானி ஒரே வரிசைக்குக் கொண்டுவந்திருந்தார்.

அதற்கு காங்கிரஸ் உள்ளிட்ட எதிர்க்கட்சிகள் தரப்பில் இருந்தும் அம்பேத்கரியவாதிகள் மத்தியில் இருந்தும் பலத்த எதிர்ப்பு கிளம்பியது. ஆனால் அவர்கள் தேசத் தலைவர்கள். அவர்களைக் கொண்டாட எங்களுக்குள்ள உரிமையில் யாரும் தலையிட முடியாது என்று திட்டவட்டமாகச் சொல்லிவிட்டது பாரதிய ஜனதா.

நான்கு கட்டங்களாகத் திட்டமிடப்பட்டிருந்த ரதயாத்திரையை மகாராஷ்ட்ராவில் இருந்து தொடங்குவது என்று முடிவுசெய்யப்பட்டது. அதன்படி 18 மே 1997 அன்று யாத்திரையைக் கொடியசைத்துத் தொடங்கிவைத்தார் மூத்த தலைவர் வாஜ்பாய். அதனைத் தொடர்ந்து வீர சிவாஜிக்கு அஞ்சலி செலுத்திவிட்டு யாத்திரையைத் தொடங்கினார் அத்வானி.

அத்வானி

யாத்திரை எங்கே புறப்படவேண்டும், எங்கே பொதுக்கூட்டம் நடத்தவேண்டும், எங்கே மக்கள் சந்திப்பு நிகழ்த்தவேண்டும், எங்கே தலைவர்களின் சிலைக்கு அஞ்சலி செலுத்த வேண்டும், எந்தத் தலைவரின் நினைவகத்துக்குச் செல்லவேண்டும் என்று யாத்திரையின் ஒவ்வொரு அங்குலமும் கவனமாகவும் துல்லியமாகவும் திட்டமிடப்பட்டிருந்தது.

ஒவ்வொரு மாநிலத்திலும் பேசவேண்டிய உரைகளும் தோராயமாகத் தயார்செய்யப் பட்டிருந்தன. குறிப்பாக, அந்தந்த மாநிலங்களில் இருந்து உருவான தேச பக்தர்கள், விடுதலைப் போராளிகள் வீட்டுக்குச் செல்வது, அவர்களுடைய சிலைகள் அல்லது உருவப் படங்களுக்கு அஞ்சலி செலுத்துவது, அவர்களுடைய கடந்தகாலப் பங்களிப்புகளைப் புகழ்ந்து பேசுவது ஆகியன ரதயாத்திரையின் முக்கியமான அம்சங்கள்.

மராட்டிய மாநிலத்தில் யாத்திரையைத் தொடங்கிய அத்வானி, அங்கிருந்த பால கங்காதர திலகரின் வீட்டுக்குச் சென்று அவருடைய படத்துக்கு அஞ்சலி செலுத்தினார். கோவாவுக்குச் சென்றபோது கோவா விடுதலைப் போராட்டத்தில் பங்கெடுத்த ராம் மனோகர் லோஹியாவைப் பற்றிப் பேசினார். கர்நாடகம் சென்றபோது ராணி சென்னம்மாவைப் புகழ்ந்து பேசினார். கேரளாவுக்குச் சென்றபோது நாராயண குருவைப் பற்றியும் பழசிராஜாவைப் பற்றியும் பேசினார்.

தமிழ்நாட்டுக்கு வந்தபோது தமிழகத்தைச் சேர்ந்த சுதந்தரப் போராட்ட வீரர்கள் பலரது வீடுகள், நினைவகங்களுக்குச் சென்று அஞ்சலி செலுத்தினார். அவர்களுடைய பங்களிப்பு

காமராஜர்

குறித்து சிலாகித்துப் பேசினார். தூத்துக்குடியில் இருக்கும் வ.உ.சிதம்பரனார் நினைவு இல்லம், எட்டயபுரத்தில் இருக்கும் பாரதியார் இல்லம் ஆகியவற்றுக்குச் சென்றார் அத்வானி.

செங்கோட்டையில் இருக்கும் வீரன் வாஞ்சிநாதன் சிலைக்கு மாலை அணிவித்தார். முக்கியமாக, விருதுநகர் சென்ற அத்வானி, அங்குள்ள காமராஜர் இல்லத்துக்குச் சென்றுவந்தார். சுதந்தரப் போராட்டம் மற்றும் நாடாளுமன்ற ஜனநாயகம் ஆகியவற்றில் காமராஜரின் பங்களிப்பு குறித்து விரிவான அறிக்கை ஒன்றையும் வெளியிட்டார் அத்வானி.

ஆந்திராவுக்குச் சென்ற அத்வானி, சுதந்தரப் போராளி அல்லூரி சீதாராம ராஜு, முன்னாள் முதல்வர் தங்குதுரி பிரகாசம் ஆகியோருக்கு அஞ்சலி செலுத்தினார். இப்படி, மண்ணுக்கு ஏற்ற வகையில் தன்னுடைய யாத்திரையின் கூறுகளை வடிவமைத்துக்கொண்டார் அத்வானி. குறிப்பாக, பாரதிய ஜனதாவுக்குச் செல்வாக்கு இல்லாத, அல்லது வளர்ச்சி நிலையில் இருக்கும் மாநிலங்களில் அதிகபட்ச கவனத்தைச் செலுத்தினார் அத்வானி. அங்குள்ள வாக்காளர்கள் மனத்தில் எல்லாம் பாரதிய ஜனதா பற்றிய சிந்தனையை விதைப்பதற்குத் தன்னால் ஆன அனைத்து காரியங்களையும் செய்தார்.

பின்னர் குஜராத்தில் தொடங்கி ராஜஸ்தான், மத்தியப் பிரதேசம், ஒரிசா, மேற்கு வங்கம், பீகார், உத்தரப் பிரதேசம், இமாச்சல பிரதேசம், ஜம்மு - காஷ்மீர், பஞ்சாப், ஹரியானா என்று நகர்ந்த ரதயாத்திரை, இறுதியாக 15 ஜூலை 1997 அன்று டெல்லியில் நிறைவடைந்தது. உண்மையில், இந்த ரதயாத்திரையை சுதந்தரப் பொன்விழா யாத்திரை என்று அத்வானி சொல்லியிருந்தாலும், அது அரசியல் பிரசார யாத்திரையாகவே அமைந்தது. அதற்கு இரண்டு உதாரணங்களைச் சொல்லமுடியும்.

‘எங்கள் கட்சி, இந்திய சமுதாயத்தின் பன்மைத் தன்மையை ஏற்றுக்கொண்டு, அவற்றின் ஒன்றுபட்ட தன்மையை இந்துத்வா என்று கொண்டாடுகிறது’ என்றார் அத்வானி.

ஒன்று, எல்லா மேடைகளிலும் அடுத்த பிரதமர் பற்றியே அதிகம் பேசினார் அத்வானி. வரவிருக்கும் மக்களவைப் பொதுத்தேர்தலில் அடல் பிஹாரி வாஜ்பாய் பிரதமராகும் வகையில் தெளிவான தீர்ப்பை வாக்காளர்கள் கொடுக்கவேண்டும் என்று கேட்டுக்கொண்டார் அத்வானி.

இரண்டு, கலாசார தேசியவாதத்தைப் புரிந்துகொண்டு, இந்து சகோதரர்களுடன் இதயபூர்வமான ஒற்றுமையை உருவாக்கிக்கொள்ளவேண்டும் என்று இஸ்லாமியர்களைக் கேட்டுக்கொண்ட அத்வானி, ‘எங்கள் கட்சி, இந்திய சமுதாயத்தின் பன்மைத் தன்மையை

ஏற்றுக்கொண்டு, அவற்றின் ஒன்றுபட்ட தன்மையை இந்துத்வா என்று கொண்டாடுகிறது' என்றார்.

மேற்கண்ட இரண்டின் வழியாக அடுத்த தேர்தலிலும் பிரதமர் வேட்பாளர் வாஜ்பாய்தான் என்பதையும், இந்துத்வப் பாதையில்தான் அடுத்த தேர்தலையும் சந்திக்கப்போகிறது என்பதையும் அத்வானி தெளிவுபடுத்தியிருந்தார். பாரதிய ஜனதாகட்சியின் அரசியல் ஆதரவை மக்களிடம் வளர்க்கவேண்டும் என்ற நோக்கத்துடன் தொடங்கப்பட்ட இந்த ஸ்வர்ண ஜெயந்தி யாத்திரைக்கு நாடு தழுவிய அளவில் கிடைத்த வரவேற்பு அத்வானியை வெகுவாக உற்சாகப்படுத்தியிருந்தது.

அந்த உற்சாகத்தை அதிகப்படுத்தும் வகையில் தேசிய அரசியலில் அதிமுக்கிய மாற்றங்கள் அரங்கேறியிருந்தன. ஆம், ஐக்கிய முன்னணி அரசு ஆட்டம் காணத் தொடங்கியிருந்தது. குறிப்பாக, ராஜீவ் காந்தி கொலை தொடர்பாக விசாரிப்பதற்காக அமைக்கப்பட்ட ஆணையங்களுள் ஒன்றாக மிலாப் சந்த் ஜெயின் கமிஷன் தனது இடைக்கால அறிக்கையைத் தயார் செய்திருந்தது.

ஜெயின் கமிஷனின் இடைக்கால அறிக்கை 28 ஆகஸ்டு 1997 அன்று மத்திய அரசிடம் சமர்ப்பிக்கப்பட்டது. ஆனால் அந்த அறிக்கையை மத்திய அரசு வெளியிடுவதற்குள் இந்தியா டுடே பத்திரிகையில் அதன் சர்ச்சைக்குரிய அம்சங்கள் வெளியாகின. குறிப்பாக, விடுதலைப் புலிகளுடன் கருணாநிதி உள்ளிட்ட திமுக தலைவர்கள் சிலருக்குத் தொடர்பு இருந்தது என்று ஜெயின் கமிஷன் கூறியிருப்பதாகச் செய்தி வெளியிட்டது இந்தியா டுடே.

கருணாநிதி

அது இந்தியா டுடேவின் அறிக்கைதானே தவிர இடைக்கால அறிக்கை அல்ல என்று சொல்லி அந்தச் செய்திகளை அடியோடு நிராகரித்துவிட்டது திமுக. என்றாலும், ஜெயின் கமிஷனின் இடைக்கால அறிக்கையை உடனடியாக நாடாளுமன்றத்தில் தாக்கல் செய்யவேண்டும் என்று பிரதமர் குஜ்ராலுக்கு நெருக்கடி கொடுத்தது காங்கிரஸ். அதன் தலைவர் சீதாராம் கேசரி அறிக்கை வாயிலாக அழுத்தம் கொடுத்துக்கொண்டே இருந்தார்.

பகீரத முயற்சிகளுக்குப் பிறகு வெளியான அந்த இடைக்கால அறிக்கையில், விடுதலைப் புலிகளுக்கும் தமிழ்நாட்டில் உள்ள தமிழர்களுக்கும் ஆழமான ரகசிய உறவு இல்லாமல் இருந்தால் ராஜீவ் படுகொலை நடைபெற்றிருக்க இயலாது என்று குறிப்பிடப்பட்டிருந்தது. முக்கியமாக, விடுதலைப் புலிகளுடனான திமுகவின் தொடர்புகளையும் விரிவாக விவரித்திருந்தது.

மத்திய அமைச்சரவையிலிருந்து திமுகவை விலக்கவேண்டும், தவறினால் ஆட்சிக்கு அளித்து வருகின்ற ஆதரவைத் திரும்பப்பெறுவோம் என்றது காங்கிரஸ். ஆனால் குஜ்ரால் அரசோ திமுக அமைச்சர்களைப் பதவி நீக்கம் செய்ய மறுத்தது. அதற்கான எந்த அவசியமும் இல்லை என்றார் பிரதமர் குஜ்ரால். எனில், உங்களை வீட்டுக்கு அனுப்புவதைத் தவிர வேறு வழியில்லை

என்ற வகையில், 28 நவம்பர் 1997 அன்று ஐக்கிய முன்னணி அரசுக்கு அளித்துவந்த ஆதரவைத் திரும்பப் பெற்றார் காங்கிரஸ் தலைவர் சீதாராம் கேசரி.

பெரும்பான்மையை இழந்துவிட்டதால் குடியரசுத் தலைவர் கே.ஆர். நாராயணனிடம் தனது ராஜினாமா கடிதத்தைக் கொடுத்தார் பிரதமர் குஜ்ரால். அதன்மூலம் அதிகபட்ச எதிர்பார்ப்புடன் அமைந்த ஐக்கிய முன்னணி அற்ப ஆயுளில் வீழ்த்தப்பட்டது. இன்னொரு கட்சி ஆட்சி அமைக்க வாய்ப்பில்லை என்ற சூழலில் மக்களவையைக் கலைப்பதற்குப் பரிந்துரை செய்தார் குஜ்ரால். அதன்படி, மக்களவை கலைக்கப்பட்டு, தேர்தல் அறிவிக்கப்பட்டது!

108

கோவையில் வெடித்த குண்டுகள்

கடந்த காலங்களில் இவ்வளவு குறுகிய காலத்தில் மக்களவைக்கு இடைத்தேர்தல் வந்ததில்லை. முன்னதாக மூன்றாண்டுகளில் ஜனதா அரசு கவிழ்ந்தபோது இடைத்தேர்தல் வந்தது. ஆனால் இம்முறை அதைவிடக் குறைவான இடைவெளியில் தேர்தல். அந்த அறிவிப்பைக் கேட்டு அதிகம் உற்சாகமடைந்தது பாரதிய ஜனதா.

கடந்தமுறை வெறும் 13 நாள்கள் மட்டுமே ஆட்சியில் அமர முடிந்தது அவர்களை அதிருப்தியில் ஆழ்த்தியிருந்தது. ஆகவே, வரவிருக்கும் தேர்தலில் காத்திரமான வெற்றியைப் பெற்று, ஆட்சியில் அழுத்தந்திருத்தமாக அமர்வதற்கான வாய்ப்புகள் குறித்து தீவிரமாக யோசித்தது. அப்போது அவர்களுக்கு உதித்த முக்கியமான யோசனை, கூட்டணி. வலுவான மாநிலக் கட்சி கள் பலவற்றை உள்ளடக்கிய தேசிய அளவிலான கூட்டணியை உருவாக்கத் தயாரானது பாஜக.

நிலையான ஆட்சி, திறமையான பிரதமர் என்ற கோஷத்தைப் பிரதானமாக வைத்துக்கொண்டு இந்தியாவின் பல மாநிலங்களிலும் கூட்டணிக் கட்சிகளைத் தேடியது பாஜக. கடந்த காலங்களில் காங்கிரஸ், ஜனதா தளம், இடதுசாரிகளுடனான கூட்டணியில் அதிருப்தியடைந்த கட்சிகள், தேசிய அரசியலில் ஆர்வம் கொண்ட கட்சிகள், அற்ப ஆயுள் ஆட்சிகளால் அலுப்படைந்த கட்சிகள் என்று பார்த்துப் பார்த்துக் கூட்டணிக் கட்சிகளை அழைத்துவந்தது பாஜக.

ஜெயலலிதா, அத்வானி

அத்தகைய முயற்சிகளுக்குக் கணிசமான பலன் கிடைத்தது. காங்கிரஸ் எதிர்ப்புச் சிந்தனையில் இருந்த பல கட்சிகளும் பாஜகவின் பக்கம் வந்தன. குறிப்பாக, மேற்கு வங்க காங்கிரஸில் இருந்து பிரிந்து உருவாகியிருந்த மமதா பானர்ஜி தலைமையிலான திரிணாமுல் காங்கிரஸ், ஒரிசாவில் நவீன் பட்நாயக் தலைமையிலான பிஜூ ஜனதா தளம், பஞ்சாப்பின் ஷிரோமணி அகாலிதளம், மகாராஷ்ட்ராவின் சிவசேனா உள்ளிட்ட கட்சிகள் பாஜக தலைமையிலான அணியில் இணைந்து தேர்தலைச் சந்திக்கத் தயாராகின.

முக்கியமாக, தமிழ்நாட்டில் எவ்விதத் தடமும் பாரதிய ஜனதா அதிமுக தலைமையிலான வலுவான கூட்டணியில் இடம்பெற்றது. 1996 தமிழக சட்ட மன்றத் தேர்தலில் அடைந்த தோல்வி காரணமாக அதிருப்தியில் இருந்த அதிமுக, ஓர் அரசியல் மறுமலர்ச்சிக்காகக் காத்திருந்தது. தேசிய அளவில் வாஜ்பாய்க்கு உருவாகியிருந்த செல்வாக்கு அதிமுக பொதுச்செயலாளர் ஜெயலலிதாவின் கவனத்தைக் கவர்ந்தது. கடந்த காலங்களில் மதவாதக் கட்சி என்று புறக்கணிக்கப்பட்டிருந்த பாஜகவுடன் திடீரென கைகுலுக்கியது அதிமுக.

மேலும், தமிழ்நாட்டுத் தேர்தல் அரசியல் களத்தில் வலுவான கூட்டணியில் இடம்பெற முடியாமல் தவித்துக்கொண்டிருந்த டாக்டர் ராமதாஸின் பாட்டாளி மக்கள் கட்சி, வைகோவின் மறுமலர்ச்சி திமுக, வாழப்பாடி ராமமூர்த்தியின் தமிழக ராஜீவ் காங்கிரஸ் உள்ளிட்ட கட்சிகளும் அதிமுக அணியில் இடம் பெற்றன. அதன்மூலம் தமிழகத்தில் உருவான வலுவான அணியில் முக்கிய உறுப்பினராக பாஜக இடம்பெற்றது.

கடந்த காலங்களில்
மதவாதக் கட்சி என்று
புறக்கணிக்கப்பட்டிருந்த
பாஜகவுடன் திடீரென
கைகுலுக்கியது அதிமுக.

ஒவ்வொரு மாநிலத்திலும் உள்ள கூட்டணிக் கட்சி களுடன் அவரவர் செல்வாக்குக்குத் தகுந்தபடி தொகுதி உடன்பாடு செய்துகொண்ட பாரதிய ஜனதா, மொத்தமுள்ள 543 தொகுதிகளில் 388 தொகுதிகளுக்கு தனது வேட்பாளர்களை நிறுத்தியது. அதிகபட்சமாக உத்தரப் பிரதேசத்தில் 82 தொகுதிகளில் போட்டி யிட்டது.

மத்தியப் பிரதேசத்தில் 40, ஆந்திரப் பிரதேசத்தில் 38, பீகாரில் 32, குஜராத்தில் 26, மகாராஷ்ட்ரா, ராஜஸ்தானில் தலா 25, கேரளாவில் 20, கர்நாடகாவில் 18, மேற்கு

முக்தார் அப்பாஸ் நக்வி

வங்கம், அஸ்ஸாமில் தலா 14, ஒரிசாவில் 9, டெல்லியில் 7, ஹரியானா, ஜம்மு காஷ்மீரில் தலா 6, இமாச்சல பிரதேசத்தில் 4, பஞ்சாபில் 3, திரிபுரா, மேகாலயா, கோவா, அருணாச்சல பிரதேச த்தில் தலா 2, மணிப்பூர், மிசோரம், அந்தமான் நிக்கோபர், சண்டிகர், தாத்ரா நாகர் ஹவேலி, டாமன் டையூவில் தலா 1 என்ற அளவில் போட்டியிட்டது.

பாரதிய ஜனதா அணியின் பிரதமர் வேட்பாளரான வாஜ்பாய் உத்தரப் பிரதேச மாநிலம் லக்னோவில் போட்டியிட்டார். மேலும், உத்தரப் பிரதேசத்தின் அலகாபாத்தில் முரளி மனோகர் ஜோஷியும், கார்வாலில் பி.சி. கந்தூரியும், ராம்பூரில் முக்தர் அப்பாஸ் நக்வியும், பிரதாப்கரில் ராம் விலாஸ் வேதாந்தியும் பீகாரின் ஹஸாரிபார்க்கில் யஷ்வந்த் சின்ஹாவும், தும்காவில் பாபுலால் மராண்டியும், புதுடெல்லியில் ஜக்மோகனும், டெல்லி சதரில் மதன்லால் குரானாவும் ஆந்திராவின் செகந்திராபாத்தில் பண்டாரு தத்தாத்ரேயும் போட்டி யிட்டனர்.

மேலும், பாரதிய ஜனதாவில் செல்வாக்கு மிகுந்த பெண் தலைவர்களான சுஷ்மா ஸ்வராஜ் தெற்கு டெல்லியிலும் விஜயராஜே சிந்தியா மத்தியப் பிரதேசத்தின் குணாவிலும், சுமித்ரா மஹாஜன் இந்தூரிலும், கஜுராஹோவில் உமா பாரதியும் ராஜஸ்தானின் ஜலாவரில் வசுந்தரா ராஜே சிந்தியாவும் போட்டியிட்டனர்.

ஹவாலா வழக்கு நிலுவையில் இருந்ததால் கடந்த தேர்தலில் போட்டியிலிருந்து விலகி யிருந்தார் கட்சியின் தலைவர் அத்வானி. இடைப்பட்ட காலத்தில் நடந்த வழக்கில் அவர்

டாக்டர் சுப்ரமணியன் சுவாமி

விடுதலை செய்யப்பட்டிருந்தார். அந்தத் தீர்ப்புக்கு எதிராக உச்சநீதிமன்றத்தில் மேல்முறையீடு செயப்பட்டிருந்தது. ஆனாலும் உயர்நீதிமன்றம் விடுதலை செய்திருந்ததால், அதன் அடிப்படையில் தேர்தலில் போட்டியிடத் தயாராகி யிருந்தார் அத்வானி. அவர் வழக்கமாகப் போட்டியிடும் குஜராத் மாநிலம் காந்தி நகர் தொகுதியில் போட்டி யிட்டார்.

தமிழ்நாட்டைப் பொறுத்தவரை சித்தாந்த ரீதியாகவும், வாக்குவங்கி ரீதியாகவும் செல்வாக்கு இல்லாத கட்சி பாரதிய ஜனதா. ஆனாலும் அதன் தேசிய அடையாளம் மற்றும் அகில இந்திய அளவில் வாஜ்பாய்க்கு இருக்கும் செல்வாக்கு ஆகியவற்றின் அடிப்படையில் அந்தக் கட்சி யைக் கூட்டணிக்குள் சேர்த்திருந்தார் ஜெயலலிதா. அந்த அணியில் அதிமுக 22 தொகுதிகளில் களமிறங்கியது, பாஜக, பாமக, மதிமுக கட்சிகளுக்குத் தலா 5 தொகுதிகள் ஒதுக்கப்பட்டன. தமிழக ராஜீவ் காங்கிரஸும் ஜனதா கட்சியும் தலா ஒரு தொகுதியிலும் போட்டியிட்டன. பாண்டிச்சேரியில் அதிமுக களமிறங்கியது.

பாரதிய ஜனதா சார்பில் தென் சென்னையில் ஜனா கிருஷ்ணமூர்த்தி, நீலகிரியில் மாஸ்டர் மாதன், கோயம்புத்தூரில் சி.பி. ராதாகிருஷ்ணன், திருச்சியில் ரங்கராஜன் குமாரமங்கலம், நாகர்கோவிலில் பொன். ராதாகிருஷ்ணன் ஆகியோர் போட்டியிட்டனர். ஜனதா கட்சி சார்பில் டாக்டர் சுப்ரமணியன் சுவாமி மதுரை தொகுதியில் போட்டியிட்டார்.

அடுத்தடுத்து இரண்டு அரசுகளைக் கவிழ்த்து, ஜனதா தளம் உள்ளிட்ட ஐக்கிய முன்னணியின் கூட்டணிக் கட்சிகள் பலவற்றுடனும் நல்லுறவைக் கெடுத்துக்கொண்ட காங்கிரஸ் பல மாநிலங்களில் தனித்துப் போட்டியிட்டது. மொத்தமுள்ள 543 தொகுதிகளில் 477 தொகுதி களில் வேட்பாளர்களை நிறுத்தியது காங்கிரஸ். மேலும், பகுஜன் சமாஜ் கட்சி 251, ஜனதாதளம் 191, மார்க்சிஸ்ட் கம்யூனிஸ்ட் 71, இந்திய கம்யூனிஸ்ட் 58, சமதா கட்சி 57 என்ற அளவில் வேட்பாளர் களை நிறுத்தின.

ஊழல் நிறைந்த காங்கிரஸ் கட்சியால் இனியும் நல்லாட்சி தரமுடியாது; அந்தக் கட்சியின் ஆதரவுடன் வேறெந்த கூட்டணியும் அரசை அமைதியாக நடத்திவிட முடியாது.

கூட்டணிகள், வேட்பாளர்கள் எல்லாம் தயார் என்ற சூழ்நிலையில் தேர்தல் பிரசாரம் தொடங்கியது. நிலையான அரசு, திறமையான பிரதமர் என்ற கோஷத்தை நாடு முழுக்க எதிரொலிக்கச் செய்தது பாரதிய ஜனதா. அன்றைக்கு இருந்த அரசியல் சூழ்நிலையில் அதுதான் தேவையான ஒன்றாகவும் இருந்தது. அது பாரதிய ஜனதா கட்சிக்குச் சாதகமாக இருந்தது.

பாஜக அணியின் பிரசார பீரங்கிகளாக வாஜ்பாயும் அத்வானியும் நாடு தழுவிய அளவில் பிரசாரம் செய்தனர். ஊழல் நிறைந்த காங்கிரஸ் கட்சியால் இனியும் நல்லாட்சி தரமுடியாது; அந்தக் கட்சியின் ஆதரவுடன் வேறெந்த கூட்டணியும் அரசை அமைதியாக நடத்திவிட முடியாது. ஆகவே, இந்தியாவின் இன்றைய தேவை பாஜக தலைமையிலான அரசு என்று பிரசாரம் செய்தனர் பாரதிய ஜனதாவின் தலைவர்கள்.

செல்வாக்கு நிரம்பிய தலைவர்கள் யாரும் காங்கிரஸில் இல்லாததால் அந்தக் குறையைப் போக்க, நேரு குடும்பத்தைச் சேர்ந்த சோனியா காந்தியும் பிரியங்கா காந்தியும் தேர்தல் பிரசாரத்தில் ஈடுபடவேண்டுமென்று கேட்டுக்கொண்டார் காங்கிரஸ் தலைவர் சீதாராம் கேசரி. நரசிம்மராவின் விலகலுக்குப் பிறகு சோனியா காந்திக்கும் அரசியல் ஆர்வம் முளைவிட்டிருந்தது. ஆகவே, நாட்டின் முக்கிய மாநிலங்களில் மட்டும் பிரசாரத்தில் ஈடுபட்டார் சோனியா காந்தி.

சோனியா காந்தி

கடந்த காலங்களில் உருவான கூட்டணி அரசுகளால் நாட்டின் ஸ்திரத்தன்மை குலைந்துவிட்டது. ஆகவே, நிலையான அரசே இந்தியாவைக் காப்பாற்றும். அந்த அரசை காங்கிரஸ் கட்சியால் மட்டுமே அமைக்கமுடியும் என்று பிரசாரம் செய்தது காங்கிரஸ். மதவாத அரசியலில் ஈடுபடும் பாரதிய ஜனதா, கவிழ்ப்பு அரசியல் நடத்தும் காங்கிரஸ் என்ற இரண்டு கட்சிகளுக்கும் மாற்றாக, ஒரு வலுவான கூட்டணி அரசை உருவாக்க ஆதரவளிக்க வேண்டும் என்று இடதுசாரிகள் உள்ளிட்ட கட்சிகள் வாக்காளர்களை வலியுறுத்தின.

தேர்தல் பிரசாரத்தின் ஒருபகுதியாக பாஜக தலைவர் அத்வானி தமிழகம் வந்தார். குறிப்பாக, கோயம்புத்தூர் தொகுதி பாஜக வேட்பாளர் சி.பி. ராதாகிருஷ்ணனை ஆதரித்துப் பேசுவதற்கு ஏற்பாடுகள் செய்யப்பட்டிருந்தன. அதற்காக 13 பிப்ரவரி 1998 அன்று சென்னை வந்த அத்வானி, மறுநாள் கோவை செல்வதற்குத் திட்டமிட்டிருந்தார்.

14 பிப்ரவரி 1998 அன்று அத்வானி கலந்துகொள்ள இருந்த பொதுக்கூட்ட மேடைக்கு அருகே திடீரென குண்டுகள் வெடித்தன. ஓரிடம், ஈரிடம் அல்ல. அடுத்தடுத்து பல இடங்களில் தொடர் குண்டுவெடிப்புகள். வீரியமிக்க வெடிகுண்டுத் தாக்குதல் காரணமாக 58 பேர் உயிரிழந்தனர். சென்னையில் பத்திரிகையாளர்களுக்குப் பேட்டி கொடுத்துவிட்டு, தாமதமாகப் புறப்பட்டிருந்ததால் குண்டுவெடிப்பில் இருந்து தப்பியிருந்தார் அத்வானி.

அத்வானியின் உயிரைக் குறிவைத்து நடத்தப்பட்ட தாக்குதலாகவே அந்தக் குண்டுவெடிப்புச் சம்பவங்கள் பார்க்கப்பட்டன. குறிப்பாக, அல் உம்மா என்கிற இஸ்லாமியக்குழுவினர் நடத்திய தாக்குதல் அது என்று ஊடகங்கள் எழுதின. சில மாதங்களுக்கு முன்னால் கோவையில் நடந்த வன்முறை நிரம்பிய மோதல்களில் 18 முஸ்லிம்களும் 4 இந்துக்களும் கொல்லப்பட்டனர். ஏராளமான சொத்துக்கள் சேதப்படுத்தப்பட்டன. அதன் தொடர்ச்சியாகவே குண்டுவெடிப்புகள் நடத்தப்பட்டதாக செய்திகள் வெளியாகின.

குண்டுவெடிப்பு காரணமாக அத்வானி மட்டுமல்ல, அரசியல் களமும் அதிர்ச்சியில் உறைந்து போனது. அது தேர்தல் களத்தில் பலமாக எதிரொலித்தது. தமிழ்நாட்டில் சட்டம்

ஒழுங்கு சீர்குலைந்துவிட்டதாக விமரிசனங்கள் எழுந்தன. அவை ஆளுங்கட்சியான திமுக தலைமையிலான கூட்டணிக்கு எதிராக அமைந்தன. ஸ்வர்ண ஜெயந்தி யாத்திரை உருவாக்கிய தாக்கமும் ஐக்கிய முன்னணி அரசில் ஏற்பட்ட குழப்பங்களும் காங்கிரஸ் மீதான அதிருப்தி உணர்வுகளும் இந்தியத் தேர்தல் களத்தில் கடுமையான தாக்கத்தை ஏற்படுத்தியிருந்தன.

தேர்தல் முடிவுகள் அறிவிக்கப்பட்டபோது பாஜக தலைமையிலான கூட்டணி பெரிய அளவிலான வெற்றியைப் பெற்றிருந்தது. அந்த அணியில் பாஜக 182 இடங்களைக் கைப்பற்றி தனிப்பெருங்கட்சியாக உருவெடுத்திருந்தது. அதன் கூட்டணிக் கட்சிகளும் கணிசமான அளவில் வெற்றிபெற்றிருந்தன. பாஜக அணி தேர்தலுக்கு முந்தைய தனிப்பெரும் கூட்டணியாகவும் உருவெடுத்திருந்தது. குறிப்பாக, அதிமுக 18, பிஜூ ஜனதா தளம் 9, ஷிரோமணி அகாலிதளம் 8, திரிணாமுல் காங்கிரஸ் 7, சிவசேனா 6 என்ற அளவில் வெற்றிபெற்றிருந்தன.

இன்னொரு பக்கம் காங்கிரஸ் பெறும் 141 இடங்களை மட்டுமே கைப்பற்றி, படுதோல்வியைச் சந்தித்திருந்தது. கட்சியின் தோல்விக்குப் பொறுப்பேற்று காங்கிரஸ் தலைவர் சீதாராம் கேசரி தனது பதவியை ராஜினாமா செய்தார். அவருக்குப் பதிலாக சோனியா காந்தி தலைமைப் பொறுப்பை ஏற்றார். பாஜக, காங்கிரஸ் கட்சிக்கு அடுத்தபடியாக மார்க்சிஸ்ட் கம்யூனிஸ்ட் 32 இடங்களையும் சமதா 12 இடங்களையும் இந்திய கம்யூனிஸ்ட் 9 இடங்களையும் பெற்றன.

இந்திய அளவில் மட்டுமல்ல, தமிழ்நாட்டு அளவிலும் பாஜக இடம்பெற்ற கூட்டணிக்கு மிகப்பெரிய வெற்றி கிடைத்திருந்தது. அதிமுக 18 இடங்களையும் பாமக 4 இடங்களையும் கைப்பற்றின. பாஜகவும் மதிமுகவும் தலா 3 இடங்களைக் கைப்பற்றின. குறிப்பாக, பாரதிய ஜனதா கட்சி நீலகிரி, கோயம்புத்தூர், திருச்சி ஆகிய மூன்று தொகுதிகளில் வெற்றி பெற்றிருந்தது. மதுரையில் சுப்ரமணியன் சுவாமி வென்றிருந்தார். மத்தியில் ஆட்சியமைக்கப் போவது யார் என்ற கேள்வி எழுந்தது. ஆம், மீண்டும் தொங்கு நாடாளுமன்றமே அமைந்திருந்தது!

109

வாஜ்பாய் அமைத்த கூட்டணி அரசு

இந்திரா காந்தியின் மரணத்துக்குப் பிறகு நடந்த தேர்தலைத் தவிர ஏனைய எல்லா மக்களவைத் தேர்தல்களிலும் தொங்கு நாடாளுமன்றமே அமைந்திருந்தன. நிலையான ஆட்சி என்ற கோஷம் அதிகம் எழுப்பப்பட்ட 1998 மக்களவைத் தேர்தலும் அதே முடிவைத்தான் கொடுத்திருந்தது. எந்தவொரு கட்சிக்கோ அல்லது தேர்தலுக்கு முன்னர் அமைந்த கூட்டணிக்கோ அறுதிப் பெரும்பான்மை கிடைக்கவில்லை.

தனிப்பெருங்கட்சியான பாரதிய ஜனதாவைத்தான் ஆட்சியமைக்க அழைப்புவிடுக்கவேண்டும். ஆனால் அந்தக் கட்சிக்கு ஆதரவளிப் போர் பட்டியல் அத்தனை விரிவானதாக இல்லை. அதைச் செய்யும் காரியத்தில் பாரதிய ஜனதா தலைவர்கள் ஈடுபட்டிருந்தனர். இன்னொரு பக்கம், பழைய ஐக்கிய முன்னணியை காங்கிரஸ் ஆதரவுடன் மீண்டும் ஆட்சியில் அமர்த்துவது குறித்தும் பேச்சுகள் எழுந்தன.

ஆனால் காங்கிரஸின் புதிய தலைவராகப் பொறுப்பேற்றிருந்த சோனியா காந்திக்கோ ஆட்சி அமைப்பதிலோ, வேறொரு ஆட்சிக்கு ஆதரவு அளிப்பதிலோ பெரிய ஆர்வம் இல்லை. ஆகவே, குடியரசுத் தலைவர் கே.ஆர். நாராயணனைச் சந்தித்து, 'காங்கிரஸ் கட்சி ஆட்சியமைக்க உரிமை கோராது' என்று தெளிவுபடுத்தினார். அதனைத் தொடர்ந்து புதிய கூட்டணியை வடிவமைக்கும் காரியத்தை வேகப்படுத்தியது பாரதிய ஜனதா.

ராமகிருஷ்ண ஹெக்டே

தேர்தலுக்கு முன்பே அகாலிதளம், அதிமுக, சிவசேனா உள்ளிட்ட கட்சிகளுடன் கூட்டணி அமைத்திருந்தது பாரதிய ஜனதா. என்றாலும், அறுதிப் பெரும்பான்மை வேண்டுமென்றால் கூட்டணியை விரிவுபடுத்தியே தீரவேண்டும் என்ற நிலை. அதற்காக பல்வேறு கொள்கைகள், சித்தாந்தங்களைப் பின்பற்றக்கூடிய பிராந்தியக் கட்சித் தலைவர்கள் பலரையும் சென்று சந்திக்கவேண்டியிருந்தது. ஆனால் பலரும் பாரதிய ஜனதா என்றதும் தயக்கம் காட்டினர்.

அரசியல் தீண்டாமையால் ஆரம்ப காலத்தில் அதிகம் அவஸ்தைப்பட்ட கட்சி பாரதிய ஜனதாதான். அதன் முன்னோடியான ஜனசங்கத்துக்கும் அந்தச் சிக்கல்கள் ஆரம்பத்தில் இருந்தன. அந்தக் கட்சியின் மதவாதப் பின்னணி, செயல்பாடுகளைக் காரணம் காட்டி எந்தவொரு கட்சியும் அவர்களுடன் அரசியல் உறவு வைத்துக்கொள்ளத் தயங்கின.

அத்தகைய அணுகுமுறை தற்போதைய ஆட்சி அமைக்கும் முயற்சிக்கு முட்டுக்கட்டையாக இருந்து விடக்கூடாது என்பதற்காகவும் புதிய கட்சிகளைக் கூட்டணிக்குக் கொண்டுவரும் முயற்சியாகவும் சில காரியங்களைச் செய்யத் தயாரானது பாரதிய ஜனதா. முதல் கட்டமாக, தன்னுடைய மற்றும் கூட்டணிக் கட்சிகளின் தேர்தல் அறிக்கைகளிலிருந்து முக்கிய அம்சங்களைக் கொண்டு மாதிரி செயல் திட்டத்தை உருவாக்கியது.

முக்கியமாக, அயோத்தியில் ராமர் கோவிலைக் கட்டுவது, பொது சிவில் சட்டம் கொண்டு வருவது, ஜம்மு காஷ்மீருக்கு வழங்கப்பட்ட சிறப்பு அந்தஸ்தை விலக்கக்கோருவது என்ற தன்னுடைய மூன்று உயிர் நாடிக் கோரிக்கைகளைக் கைவிட்டது பாரதிய ஜனதா. அதன்மூலம் எதிர்கால பாஜக அரசில் மதவாதச் செயல்பாடுகள் இருக்காது என்ற நம்பிக்கைக்கீற்றை கூட்டணியில் இருக்கின்ற, இணையப்போகின்ற கட்சி களுக்கு உருவாக்கியது.

பின்னர் வாஜ்பாய், அத்வானி, பிரமோத் மகாஜன், ஜஸ்வந்த் சிங் போன்ற தலைவர்கள் பிராந்தியக் கட்சித் தலைவர்களுடன் பேச்சுவார்த்தை நடத்தினர். அவர்களுடைய விருப்பங்களையும் சேர்த்து, குறைந்தபட்சசெயல்திட்டம் ஒன்றை உருவாக்கி, அதன் அடிப்படையில் ஆட்சியை நடத்துவது என்று வாக்குறுதி கொடுத்தது பாரதிய ஜனதா.

> காங்கிரஸ் கட்சிக்கு எதிராக பாரதிய ஜனசங்கத்தின் நிறுவனர் டாக்டர் சியாமா பிரசாத் முகர்ஜி உருவாக்கிய கூட்டமைப்பின் பெயர் தேசிய ஜனநாயகக் கட்சி.

யஷ்வந்த் சின்ஹா

அதனைத் தொடர்ந்து பல பிராந்தியக் கட்சிகள் பாரதிய ஜனதாவின் பக்கம் வந்தன. மேற்கு வங்கத்தின் திரிணாமுல் காங்கிரஸ், பஞ்சாப்பின் ஷிரோமணி அகாலிதளம், ஒரிசாவின் பிஜு ஜனதா தளம், மகாராஷ்ட்ராவின் சிவசேனா, பீகாரின் சமதா கட்சி மற்றும் லோக் சக்தி, தமிழகத்தின் அதிமுக, பாமக, மதிமுக, தமிழக ராஜீவ் காங்கிரஸ், ஜனதா கட்சி, ஹரியானாவின் ஹரியானா விகாஸ் கட்சி, மிசோரமின் மிசோ தேசிய முன்னணி என்று விரிவான கூட்டணி உருவாகியது.

கூட்டணிக் கட்சிகள் தயார். ஆட்சி அமைக்கும் அளவுக்கான எண்ணிக்கையும் ஓரளவுக்குத் தயார். குறைந்தபட்ச செயல்திட்டம் தயார். இப்போது கூட்டணிக்குப் பெயர் சூட்டும் தருணம். வாஜ்பாயின் இல்லத்தில் நடைபெற்ற ஆலோசனைக் கூட்டத்தில் தேசிய ஜனநாயகக் கூட்டணி என்ற பெயரை முன்மொழிந்தார் அத்வானி. பொருத்தப்பாடு கருதி அதை எல்லோரும் ஏற்றுக் கொண்டனர். அதன்மூலம் பாரதிய ஜனதா தலைமையிலான தேசிய ஜனநாயகக் கூட்டணி அதிகாரபூர்வமாக உருவெடுத்தது.

உண்மையில் அந்தப் பெயரைத் அத்வானி தேர்வு செய்ததற்கு ஒரு காரணம் இருந்தது. ஐம்பதுகளின் தொடக்கத்தில் காங்கிரஸ் கட்சிக்கு எதிராக பாரதிய ஜனசங்கத்தின் நிறுவனர் டாக்டர் சியாமா பிரசாத் முகர்ஜி உருவாக்கிய கூட்டமைப்பின் பெயர் தேசிய ஜனநாயகக் கட்சி. அந்தப் பெயரை நினைவூட்டும் வகையிலும், ஒரு பாரம்பரியத் தொடர்ச்சிக்காகவும் அந்தப் பெயரைத் தேர்வு செய்திருந்தார் அத்வானி.

கூட்டிக்கழித்துப் பார்த்தபோது 266 எம்.பிக்களின் ஆதரவு தேசிய ஜனநாயகக் கூட்டணிக்குக் கிடைத்திருந்தது. இன்னும் ஏழு எம்.பிக்களின் ஆதரவு தேவை என்ற நிலையில் 12 எம்.பிக்களைக் கொண்ட தெலுங்குதேசம் கட்சி தேசிய ஜனநாயகக் கூட்டணியின் பக்கம் திரும்பியது. அதேசமயம், அமைச்சரவையில் பங்கேற்காமல் ஆட்சிக்கு வெளியிலிருந்து ஆதரவளித்தது. அதேசமயம், அந்தக் கட்சி மக்களவை சபாநாயகர் பதவியைக் கேட்டது. அதற்கு பாஜக சம்மதிக்கவே, தேசிய ஜனநாயகக் கூட்டணி அறுதிப்பெரும்பான்மையை அடைந்தது.

நாங்கள் ஆட்சியமைக்கப் போவதில்லை என்று காங்கிரஸ் தலைமை அறிவித்த பிறகும் குடியரசுத் தலைவர் மாளிகையிலிருந்து எவ்வித சலனமும் இல்லை. பத்துநாள் யோசனைக்குப் பிறகு வாஜ்பாயை ஆட்சி அமைக்க அழைப்பு விடுத்த கே.ஆர். நாராயணன், கூடவே, நிபந்தனை ஒன்றையும் விதித்தார். அரசுக்கு ஆதரவளிக்கும் கட்சிகளின் ஆதரவுக் கடிதங்களை குடியரசுத்தலைவரிடம் சமர்ப்பிக்கவேண்டும். இது கடந்த காலங்களில் பின்பற்றப்படாத முறை.

அந்த இடத்தில்தான் சிக்கல் வந்தது. சில முக்கியக் கட்சிகள் ஆதரவுக் கடிதத்தைத் தருவதில் தாமதம் செய்தன. குறிப்பாக, அதிமுக. உண்மையில், தேசிய ஜனநாயகக் கூட்டணி அரசை வெளியில் இருந்து ஆதரிக்க விரும்பியது அதிமுக. ஆனால் அந்த முடிவு ஆட்சியின் உறுதிப்பாட்டைப் பாதிக்கும் என்பதால் பாஜக மூத்த தலைவர் ஜஸ்வந்த் சிங் சென்னை வந்து அதிமுக பொதுச்செயலாளர் ஜெயலலிதாவைச் சந்தித்துப் பேசினார். அதனைத் தொடர்ந்து மத்திய அரசுக்கு ஆதரவளிக்கும் கடிதத்தை அனுப்பிவைத்தார் ஜெயலலிதா. அதேசமயம், ஆட்சிக்கு ஆதரவளித்த மதிமுக, அமைச்சரவையில் பங்கேற்க மறுத்துவிட்டது.

பகீரத முயற்சிகளுக்குப் பிறகு கூட்டணிக் கட்சிகளின் ஆதரவுக் கடிதங்களைப் பெற்று, குடியரசுத் தலைவரிடம் கொடுத்தார் வாஜ்பாய். பதவியேற்ற 10 நாள்களுக்குள் பெரும்பான்மையை நிரூபிக்க வேண்டும் என்ற நிபந்தனையுடன் ஆட்சி அமைக்க அழைத்தார் கே.ஆர். நாராயணன். இனி அமைச்சர்களைத் தேர்வுசெய்யவேண்டும். மூத்த, முக்கியத் தலைவர்கள், கூட்டணிக் கட்சிகள் எல்லோருக்கும் உரிய பிரதிநிதித்துவம் தரவேண்டிய நிர்பந்தம் வாஜ்பாய்க்கு இருந்தது.

கே.ஆர். நாராயணன், வாஜ்பாய்

இடைப்பட்ட காலத்தில் பாரதிய ஜனதா தலைவர்களை உற்சாகப்படுத்தும் வகையில் உச்சநீதிமன்றத் தீர்ப்பு ஒன்று வெளியாகியிருந்தது. ஆம், ஆளுங்கட்சி, எதிர்க் கட்சி, சிறிய கட்சி, பெரிய கட்சி என்ற எந்தவிதமான வித்தியாசமும் இல்லாமல் அனைத்துக் கட்சியினருடைய பங்களிப்புடன் நடந்த ஹவாலா ஊழல் தொடர்பாக அத்வானி மீது வழக்கு தொடரப்பட்டதையும் உயர்நீதிமன்றத்தில் அவர் விடுதலை செய்யப் பட்டிருந்தார் அல்லவா, அந்த வழக்கில் ஒரு முக்கியமான முன்னேற்றம் நடந்திருந்தது.

உயர்நீதிமன்றத்தில் அத்வானி விடுதலை செய்யப்பட்டதை எதிர்த்து மத்தியப் புலனாய்வுத்துறை உச்சநீதிமன்றத்தில் மேல் முறையீடு செய்திருந்தது. ஆட்சிகளும் காட்சிகளும் மாறிக் கொண்டிருந்தாலும், அத்வானி மீதான வழக்கு

தொடர்ச்சியாக நடந்துகொண்டிருந்தது. என் மடியில் கனமில்லை, ஆகவே, வழியில் பயமில்லை. என் மீதான வழக்கை எவ்வளவு விரைவாக முடிக்க முடியுமோ அவ்வளவு விரைவாக முடிக்கவேண்டும் என்று தொடர்ச்சியாகச் சொல்லிக் கொண்டிருந்தார் அத்வானி.

'ஊழல் தடுப்புச் சட்டப்பிரிவின்கீழ் அவர் குற்றம் இழைத்தற்கான எந்தவொரு அடிப்படை ஆதாரத்தையும் எங்களால் பார்க்க முடியவில்லை'

நீண்ட விசாரணையின் இறுதியில் தீர்ப்பளித்த உச்சநீதிமன்ற நீதிபதிகள், சிபிஐ தொடர்ந்த மேல்முறையீட்டு மனுவைத் தள்ளுபடி செய்தனர். 2 மார்ச் 1998 அன்று வெளியான தீர்ப்பில், 'வழக்கில் வாக்குமூலம் கொடுத்தவர்கள் எந்தவொரு சாட்சியாளரும் அத்வானியைப் பற்றிப் பேசவே இல்லை. ஊழல் தடுப்புச் சட்டப் பிரிவின்கீழ் அவர் குற்றம் இழைத்தற்கான எந்தவொரு அடிப்படை ஆதாரத்தையும் எங்களால் பார்க்க முடியவில்லை' என்று கூறியிருந்தனர்.

அதன்மூலம் மக்களவை உறுப்பினராக இருந்தபோது 25 லட்சம் ரூபாயையும் அந்தப் பதவியில் இல்லாதபோது 35 லட்சம் ரூபாயையும் அத்வானி ஹவாலா வழியாக லஞ்சமாகப் பெற்றார் என்ற குற்றச்சாட்டு நிராகரிக்கப்பட்டது. மேலும், ஜெயின் சகோதரர்கள் உள்ளிட்டோருடன் சேர்ந்து குற்றச்சதியில் அத்வானி ஈடுபட்டார் என்ற குற்றச்சாட்டும் நிராகரிக்கப்பட்டது. இறுதித் தீர்ப்பின் வழியாக அத்வானியின் மீது இரண்டு ஆண்டுகளாகப் படிந்துகிடந்த ஹவாலா ஊழல் கறை முழுமையாக நீக்கப்பட்டிருந்தது.

அதனைத் தொடர்ந்து புதிதாக அமையப்போகும் வாஜ்பாய் தலைமையிலான அமைச்சரவையில் பிரதான இடத்தைப் பெற்றார் அத்வானி. மேலும், கூட்டணிக் கட்சிகளான அதிமுக, பாமக, சமதா, ஷிரோமணி அகாலிதளம், சிவசேனா, தமிழக ராஜீவ் காங்கிரஸ் உள்ளிட்ட கட்சிகளைச் சேர்ந்தவர்களையும் அமைச்சரவையில் இணைத்திருந்தார். ஆனால் ஜனதா கட்சித் தலைவர் சுப்ரமணியன் சுவாமிக்கு அமைச்சரவையில் இடமளிக்கப்படவில்லை.

19 மார்ச் 1998 அன்று இந்தியாவின் பிரதமராக இரண்டாவது முறையாகப் பதவியேற்றார் வாஜ்பாய். அந்த அமைச்சரவையில் தமிழ்நாட்டைச் சேர்ந்த அதிமுக பிரதான சக்தியாக இடம் பெற்றது. அதிமுகவின் சார்பில் இரண்டு காபினட் அமைச்சர்கள் தவிர கடம்பூர் ஜனார்த்தனம் மனித வளம் மற்றும் மக்கள் குறைதீர்ப்புத்துறை இணை அமைச்சராகவும், ஆர்.கே.குமார் நிதித்துறை இணை அமைச்சராகவும் நியமிக்கப்பட்டனர். பாமகவின் தலித் எழில்மலை சுகாதாரத்துறை இணை அமைச்சரானார்.

ஆட்சியைப் பிடித்த கையோடு கட்சியில் ஒரு முக்கியமான மாற்றம் நிகழ்ந்தது. ஆம், அத்வானி வகித்த தலைவர் பதவியை ஏற்றுக்கொள்ள இன்னொருவர் தயாராகியிருந்தார்!

1998 வாஜ்பாய் அமைச்சரவை

எல்.கே. அத்வானி	-	உள்துறை
முரளி மனோகர் ஜோஷி	-	மனித வள மேம்பாடு
சிக்கந்தர் பக்த்	-	தொழில்
சுர்ஜித் சிங் பர்னாலா	-	உரம், ரசாயணம்
ஜார்ஜ் ஃபெர்னாண்டஸ்	-	பாதுகாப்பு
ராம்கிருஷ்ண ஹெக்டே	-	வர்த்தகம்
யஷ்வந்த் சின்ஹா	-	நிதி
சத்யநாராயண் ஜாட்டியா	-	தொழிலாளர் நலன்
ராம் ஜெத்மலானி	-	நகர்ப்புற வளர்ச்சி
மதன்லால் குரானா	-	நாடாளுமன்ற விவகாரம்
சுஷ்மா ஸ்வராஜ்	-	தகவல் ஒலிபரப்பு
பூட்டாசிங்	-	தொலைத்தொடர்பு
வாழப்பாடி ராமமூர்த்தி	-	பெட்ரோலியம், இயற்கை எரிவாயு
ரங்கராஜன் குமாரமங்கலம்	-	மின்சாரம்
தம்பிதுரை	-	சட்டம், நீதி, கம்பெனி விவகாரங்கள்
சேடப்பட்டி முத்தையா	-	தரைவழிப்போக்குவரத்து
நீதீஷ் குமார்	-	ரயில்வே
நவீன் பட்நாயக்	-	உருக்கு
சுரேஷ் பிரபு	-	வனம் மற்றும் சுற்றுச்சூழல்
காஷிராம் ரானா	-	ஜவுளி
அனந்த் குமார்	-	விமானப் போக்குவரத்து

105

பொக்ரான் சோதனையும் பாதிரியார் கொலையும்

அடல் பிஹாரி வாஜ்பாய் தலைமையில் ஆட்சி அமைந்து விட்டது. கட்சித்தலைவர் அத்வானியும் அமைச்சரவையில் இணைந்து விட்டார். ஆகவே, கட்சிக்குப் புதிய தலைவரைத் தேர்ந்தெடுக்கத் தயாரானது பாரதிய ஜனதா. அப்போது அவர்கள் தேர்வுசெய்த தலைவர் குஷாபாவ் தாக்கரே. மூத்த ஸ்வயம்சேவக். பாரதிய ஜனசங்கம் காலத்திலிருந்து கட்சிப்பணியில் தீவிரமாக ஈடுபட்டிருப் பவர். பழுத்த அனுபவஸ்தர். ஆகவே, அத்வானியின் இடத்துக்கு அவரைப் போட்டியின்றித் தேர்ந்தெடுத்தனர்.

தற்போது அமைந்திருப்பது கூட்டணி அமைச்சரவை. பொதுவான குறைந்தபட்ச செயல்திட்டம் வகுக்கப்பட்டுள்ளது. என்றாலும், பாரதிய ஜனதாவின் அடிப்படைக் கோட்பாடுகளே அந்த அரசின் செயல்திட்டங்களாக அமலுக்கு வரும், அந்தச் செயல்திட்டங்கள் எல்லாம் ஆர்.எஸ்.எஸ்ஸால் வடிவமைத்துத் தரப்படும் என்ற விமரிசனத்தை எதிர்க்கட்சிகள் எழுப்பின.

இன்னொரு பக்கம், பாரதிய ஜனதாவின் அடிப்படைக் கொள்கை களான ராமருக்குக் கோயில் எழுப்புவது, இந்திய அரசியல் சட்டப்பிரிவு 370ஐக் கொண்டு காஷ்மீருக்கு வழங்கப்பட்டுள்ள சிறப்பு அந்தஸ்தை ரத்து செய்வது, பொதுசிவில் சட்டத்தை அமல் படுத்துவது என்ற மூன்றையும் விலக்கிக்கொண்டதால், பாரதிய ஜனதா பதவிக்காக சந்தர்ப்பவாத அரசியலைக் கைக்கொண்டு விட்டது என்ற விமரிசனமும் எழுந்தது.

குஷாபாவ் தாக்கரே, வாஜ்பாய்

ஆரம்பத்திலேயே இத்தகைய எதிரெதிர் நிலையிலான விமரிசனங்கள் எழுந்துவிட்டதால் உள்துறை அமைச்சர் அத்வானியிடமிருந்து உடனடி விளக்கங்கள் வந்து சேர்ந்தன.

'அரசின் செயல்பாடுகளில் எவ்வித கட்சிக் கோட்பாடுகளுக்கும் இடமில்லை. தேச நலன் மட்டுமே ஒரே இலக்கு. ஆகவே, எவ்விதமான மறைமுகச் செயல் திட்டத்தையும் நாங்கள் அமல்படுத்தப்போவதில்லை. அதேசமயம், ராமர் கோயில், காஷ்மீர் சிறப்பு அந்தஸ்து, பொது சிவில் சட்டம் ஆகிய மூன்று விஷயங்களைப் பற்றிய தீர்க்கமான, விரிவான விவாதங்களை அமைதியான மற்றும் ஆக்கபூர்வமான முறையில் கட்சி நடத்திக் கொண்டிருக்கும்.'

தேர்தல் பிரசாரத்தின்போது பாரதிய ஜனதா கொடுத்த முக்கியமான வாக்குறுதி இந்தியாவை அணுசக்தியில் வலிமை பொருந்திய நாடாக மாற்றுவோம் என்பதுதான். அறுபதுகளில் ஜனசங்கமாக இருந்த காலத்தில் இருந்தே அவர்கள் அணுசக்தி விஷயத்தில் அதிக ஆர்வம் செலுத்திக் கொண்டிருந்தனர். குறிப்பாக, 1964ல் அணுச் சோதனை ஒன்றை நிகழ்த்தி, தன்னை அணுசக்தி நாடாக அறிவித்தது முதலே இந்தியாவும் அணுசக்தி நாடாக மாறவேண்டும் என்ற கோரிக்கையை பாரதிய ஜனசங்கம் எழுப்பியது.

அதே ஆண்டு டிசம்பர் மாதம் பாட்னாவில் கூடிய பாரதிய ஜனசங்கத்தின் தேசிய செயற்குழுவில் சற்றே கடுமையான தீர்மானம் ஒன்றையும் நிறைவேற்றியது. அண்டை நாடான சீனா அணு ஆயுத நாடாக மாறியிருப்பது இந்தியாவின் பாதுகாப்புக்கு விடப்பட்ட சவால் என்பதை உணராமல் இருக்கும் இந்திய அரசுக்குக் கண்டனம் தெரிவித்ததோடு, இந்த விஷயத்தில் நேரு அரசு விளைவுகளைப் பற்றிக் கவலைப்படாத நெருப்புக்கோழியைப் போல மெத்தனத்துடன் நடந்து கொள்வதாக விமரிசித்தது. முக்கியமாக, இந்திய அரசு அணுசக்திச் சோதனைகளை மேற்கொள்ள உரிய நடவடிக்கைகள் எடுக்கவேண்டும் என்றும் கேட்டுக் கொண்டது.

தேச நலன் மட்டுமே ஒரே இலக்கு. ஆகவே, எவ்விதமான மறைமுகச் செயல்திட்டத்தையும் நாங்கள் அமல்படுத்தப் போவதில்லை.

சற்றேறக்குறைய பத்தாண்டு காலத்துக்குப் பிறகே இந்திரா காந்தி பிரதமராக இருந்த காலத்தில் இந்தியா தன்னுடைய முதல் அணுச்சோதனையை ராஜஸ்தான் மாநிலம் பொக்ரானில் வைத்து நிகழ்த்தியது. அதற்கு

டாக்டர் ஏ.பி.ஜே. அப்துல் கலாம், வாஜ்பாய்

பாரதிய ஜனசங்கம் உடனடி ஆதரவைத் தெரிவித்தது. அந்தச் சோதனை நடந்த 18 மே 1974 இந்திய வரலாற்றில் சிவப்பு எழுத்துகளால் பொறிக்கப்படவேண்டிய நாள் என்று பாராட்டியது ஜனசங்கம். அணுசக்தி சோதனை நடத்தியது தொடர்பாக மதர்லேண்ட் பத்திரிகையில் சிறப்புக்கட்டுரை ஒன்றை எழுதினார் அத்வானி.

1971 ஆம் ஆண்டு வங்கதேச விடுதலைக்காக இந்திய ராணுவம் டாக்காவுக்குள் நுழைந்தபோது இந்தியாவின் வலிமை முதன்முறையாக உலக நாடுகளுக்குத் தெரியவந்தது. தற்போது பொக்ரான் அணுச்சோதனை மூலம் இந்தியாவின் வலிமை மீண்டும் ஒருமுறை உலகுக்கு நிரூபிக்கப்பட்டுள்ளது என்று அந்தக் கட்டுரையில் குறிப்பிட்ட அத்வானி, இந்தியா எதிர் காலத்தில் அணுஆயுத நாடாக மாறவேண்டும் என்ற தன்னுடைய கனவையும் பதிவு செய்திருந்தார்.

அதன்பிறகு காங்கிரஸ் ஆட்சிக்காலங்களில் பலமுறை அணுச்சோதனை முயற்சிகள் செய்யப் பட்டாலும், வெவ்வேறு காரணங்களுக்காக அவை செயல்வடிவம் பெறவில்லை. அதுகுறித்து தொடர்ச்சியாக விமரிசனம் செய்துகொண்டிருந்த அத்வானி உள்ளிட்டோர் தற்போது ஆட்சிக்கு வந்த கையோடு அணுச் சோதனை விவகாரத்தில் ஆர்வம் செலுத்தினர். அதுநாள்வரை செய்யப்பட்டிருந்த அனைத்து ஆயத்த வேலைகளும் துரிதப்படுத்தப்பட்டன.

ராணுவ ஆராய்ச்சி மற்றும் வளர்ச்சி இயக்கத்தின் தலைவர் டாக்டர் ஏ.பி.ஜே. அப்துல் கலாம், அணுசக்தித் துறைத் தலைவர் சிதம்பரம் ஆகியோரின் மேற்பார்வையில் சோதனைப்

பிரிஜேஷ் மிஸ்ரா

பணிகள் தீவிரமடைந்தன. அந்தத் திட்டத்துக்கு அவர்கள் தேர்வுசெய்திருந்த பெயர், ஆபரேஷன் சக்தி! வலிமையை வெளிப்படுத்துவதற்குப் பொருத்தமான பெயர்.

பிரதமர் வாஜ்பாய், உள்துறை அமைச்சர் அத்வானி, ராணுவ அமைச்சர் ஜார்ஜ் ஃபெர்னாண்டஸ், நிதியமைச்சர் யஷ்வந்த் சின்ஹா, திட்டக்கமிஷன் துணைத்தலைவர் ஜஸ்வந்த் சிங், பிரதமரின் அரசியல் ஆலோசகர் பிரமோத் மகாஜன், பிரதமரின் முதன்மைச் செயலாளர் பிரிஜேஷ் மிஸ்ரா ஆகியோரின் கண்காணிப்பில் அனைத்து காரியங்களும் நடந்தன.

திட்டமிட்டபடி, 11 மே 1998 அன்று மாலை 3.45 மணிக்கு ராஜஸ்தானின் பாலைவனப் பகுதியான பொக்ரானில் அணுகுண்டுச் சோதனை நிகழ்த்தப்பட்டது. அந்த நொடி வரைக்கும் பரம ரகசியமாக இருந்த அந்தச் செய்தி மாலை நான்கு மணி அளவில் நாட்டு மக்களுக்கு பகிரங்கமாக அறிவிக்கப்பட்டது. ஒற்றைச் சோதனை அல்ல, மூன்று அணுகுண்டுச் சோதனைகள். முதல் சோதனையைத் தொடர்ந்து 13 மே 1998 அன்று இரண்டு அணுகுண்டுச் சோதனைகள் அடுத்தடுத்து நடத்தப்பட்டன.

இந்தியா இனி அணுசக்தி நாடு. இது இந்தியா தன்னுடைய சொந்த முயற்சியால் பெற்றுக் கொண்ட அங்கீகாரம். உலக மக்கள்தொகையில் ஆறில் ஒரு பங்கைக் கொண்ட இந்தியாவுக்கு இந்த அந்தஸ்தை அடைவதற்கான அனைத்து உரிமைகளும் இருக்கின்றன. இந்தச் சோதனைகள் எந்தவொரு நாட்டையும் ஆக்கிரமிக்கவோ, அச்சுறுத்தவோ நடத்தப்பட்டதல்ல. முழுக்க முழுக்க இந்தியாவின் தற்காப்புக்காகவும், அடுத்தவர்களின் மிரட்டலுக்கு ஆட்படாமல் இருக்கவும் நடத்தப்பட்டவை.

பொக்ரான் சோதனையை அடுத்து பிரதமர் வாஜ்பாய் உதிர்த்த உற்சாகக் கருத்துகளின் சாரம் இது!

> இந்தியா இனி அணுசக்தி நாடு. இது இந்தியா தன்னுடைய சொந்த முயற்சியால் பெற்றுக் கொண்ட அங்கீகாரம். உலக மக்கள்தொகையில் ஆறில் ஒரு பங்கைக் கொண்ட இந்தியாவுக்கு இந்த அந்தஸ்தை அடைவதற்கான அனைத்து உரிமைகளும் இருக்கின்றன.

இந்தியாவின் அணுச்சோதனைக்கு ஆதரவும் எதிர்ப்பும் கலவையாக வந்தன. அணு ஆயுத ஆதரவுக் கட்சிகளும் வல்லரசுக் கனவில் இருந்தவர்களும் வாஜ்பாய் அரசைப் பாராட்டி மகிழ்ந்தனர். அதேசமயம், காங்கிரஸ், இடதுசாரிகள் உள்ளிட்டோர் பலத்த விமரிசனங்களை முன்வைத்தனர். குறிப்பாக, இந்தியா நடத்தியிருக்கும் இந்த திடீர் அணுச் சோதனை ஆயுதப் போட்டியை உருவாக்கும். அதற்கான ஆயுதங்கள் வாங்கும் செலவு ராக்கெட் வேகத்தில் செல்லும் என்று எச்சரித்தார் காங்கிரஸ் மூத்த தலைவர் டாக்டர் மன்மோகன் சிங்.

காங்கிரஸ் மட்டுமின்றி இடதுசாரிகளும் இந்தியாவின் திடீர் அணு ஆயுதச் சோதனையை விமரிசனம் செய்தனர். என்றாலும், தங்கள் கட்சியின் தேர்தல் அறிக்கையில் சொல்லப்பட்ட முக்கியமான ஒரு விஷயத்தை நிறைவுசெய்ததில் பாரதிய ஜனதா தலைவர்களுக்கு பரம திருப்தி. பொக்ரான் -2ன் மூலம் இந்தியாவின் மதிப்பு சர்வதேச அரங்கில் உயர்ந்து நிற்பதாகச் சொன்னார் அத்வானி. அதை பிரதமர் வாஜ்பாய் உள்ளிட்டோரும் வழிமொழிந்துப் பேசினர்.

அணு ஆயுதச் சோதனை நிகழ்த்தியதன் மூலம் ஆட்சியாளர்கள் அகமகிழ்ந்து போயிருந்த சூழ்நிலையில் அந்த மகிழ்ச்சியைக் குலைக்கும் வகையில் சில மத வன்முறைச் சம்பவங்கள் ஆங்காங்கே நடந்துகொண்டிருந்தன. குறிப்பாக, கிறித்தவர்களுக்கு எதிரான தாக்குதல்கள். கிறித்தவர்கள் நடத்துகின்ற மாநாடுகளில் தாக்குதல் நடத்துவது, தேவாலயங்களைச் சூறையாடுவது போன்ற சம்பவங்கள் ஆங்காங்கே நடந்தேறின.

3 ஏப்ரல் 1998 அன்று குஜராத் மாநிலம் பரோடாவில் கிறித்தவர்கள் மாநாடு நடந்து கொண்டிருந்தது. அந்த மாநாட்டுக்குள் திடீரென நுழைந்த கலவரக்காரர்கள், மாநாட்டில் பங்கேற்க வந்திருந்தோர் மீது அதிரடி தாக்குதல் நிகழ்த்தினர். விளைவு, மாநாடு சீர்குலைந்தது. அந்தத் தாக்குதலின் பின்னணியில் வி.ஹெச்.பி இருப்பதாக கிறித்தவர்கள் குற்றம்சாட்டினர்.

அதே மாதம் ஆந்திர மாநிலம் கர்னூலில் உள்ள ஜிப்சன் மத்திய பாப்டிஸ்ட் தேவாலயத்தைத் தாக்கப்போவதாக வி.ஹெச்.பி மிரட்டியது. அந்த மிரட்டல் சம்பந்தப்பட்ட பிராந்தியத்தில் பெரும் மதப்பதற்றத்தை உருவாக்கியது. இங்கே வெறும் மிரட்டல்தான் என்றால், குஜராத் மாநிலம் நரோடாவில் உள்ள தேவாலயத்தை இருநூறுக்கும் அதிகமான நபர்களைக் கொண்ட மர்ம கும்பல் ஒன்று தாக்கி அழித்தது. அவர்கள் பஜ்ரங்தளத்தைச் சேர்ந்தவர்கள் என்பது பாதிக்கப்பட்டோரின் குற்றச்சாட்டு.

பாதிரியார் கிரஹாம் ஸ்டெயின்ஸ் குடும்பம்

மேற்கண்ட மாநிலங்களில் மட்டுமின்றி, கேரளா, மகாராஷ்ட்ரா என்று வடக்கு, தெற்கு வித்தியாசம் ஏதுமின்றிப் பல இடங்களிலும் மத வன்முறைச் சம்பவங்கள் நடந்தேறின. முக்கியமாக, 1998 டிசம்பர் 25 கிறிஸ்துமஸ் தினத்தன்று நடந்த குஜராத் மாநிலம் டேங் மாவட்டத்தில் நடந்த தாக்குதலைச் சொல்லவேண்டும்.

இந்து ஜாக்ரன் மாஞ்ச் என்கிற ஆர்.எஸ்.எஸ்ஸின் துணை அமைப்பு ஒன்று கிறிஸ்துமஸ் தினத்தன்று பேரணி ஒன்றை நடத்தியது. அப்போது அந்த அமைப்பின் சார்பில் தயாரிக்கப்பட்ட துண்டுப்பிரசுரங்கள் அதிக அளவில் விநியோகம் செய்யப்பட்டிருந்தன. அவற்றின் ஒற்றைவரி உள்ளடக்கம் என்பது டேங் மாவட்டத்திலிருந்து கிறித்தவர்களை விரட்டியடிக்கவேண்டும் என்று கோரிக்கை விடுப்பதுதான்.

துண்டறிக்கை வெளியிட்டதோடு மட்டுமின்றி, அந்தப் பேரணியில் கிறித்தவர்களுக்கு எதிரான கோஷங்கள் அதிக அளவில் எழுப்பப்பட்டன. அந்தப் பேரணியின் முடிவில் கிறித்தவர்களுக்கு எதிரான தாக்குதல்கள் வேகமெடுத்தன. தேவாலயங்கள் தாக்கப்பட்டன. கிறித்தவர்கள் நடத்துகின்ற பள்ளிகள், அவர்களுடைய வீடுகள், கடைகள் எல்லாம்

சூறையாடப்பட்டன. அரசு அறிவித்த கணக்கெடுப்பின்படி 32 தேவாலயங்கள் தாக்குதலுக்கு உள்ளாகியிருந்தன.

பாரதிய ஜனதா ஆட்சிக்கு வந்தபிறகு சிறுபான்மை மக்களின் உயிருக்கும் உடைமைக்கும் அச்சுறுத்தல் உருவாகியிருப்பதாக காங்கிரஸ், இடதுசாரிக் கட்சிகள் உள்ளிட்ட பெரும் பாலான எதிர்க்கட்சிகள் பலத்த விமரிசனத்தை எழுப்பின. ஆனால் அந்தத் தாக்குதல்களுக்கும் பாஜக அரசுக்கும் எவ்விதத் தொடர்பும் இல்லை என்று பாஜக தலைமை மறுத்தது.

பாரதிய ஜனதா ஆட்சிக்கு வந்துவிட்டதாலேயே கிறித்தவர்கள் தாக்குதலுக்கு உள்ளாகிறார்கள் என்பது தவறு என்றும், அதற்கு முன்பிருந்தே சிறுபான்மையினருக்கு எதிரான தாக்குதல் நடந்துவருகின்றன என்றும் விளக்கமளித்தது பாஜக அரசு. தவிரவும், பாஜக ஆட்சியில் சிறுபான்மையினர் பாதுகாப்புடன் இருப்பதாகவே உள்துறை அமைச்சர் அத்வானி விளக்கம் அளித்தார். ஆனால் அந்த விளக்கத்துக்கு நேர் எதிரான சம்பவம் ஒன்று ஒரிசாவில் நடந்தேறியது.

ஒரிசா மாநிலம் மனோகர்பூர் மாவட்டத்தின் கியோஞ்ஹர் என்ற ஊரைச் சேர்ந்த பாதிரியார் கிரஹாம் ஸ்டூவர்ட் ஸ்டேன்ஸ். ஆஸ்திரேலிய நாட்டைச் சேர்ந்தவர். தொழுநோயாளிகளுக்கு உதவி செய்வதில் ஆர்வம் கொண்டவர். அதற்காகவே இந்தியாவுக்கு வந்திருந்தவர். 22 ஜனவரி 1999 அன்று நள்ளிரவு வழக்கம்போல தன்னுடைய சேவைப்பணிகளை முடித்து விட்டு, தனது மகன்கள் ஃபிலிப் மற்றும் டிமோடி சகிதம் தன்னுடைய வாகனத்தில் உறங்கிக் கொண்டிருந்தார்.

அப்போது நள்ளிரவு நேரத்தில் தாரா சிங் என்பவர் தலைமையிலான கும்பல் ஒன்று அந்த வாகனத்தைச் சூழ்ந்துகொண்டு, அதற்குத் தீவைத்தது. அதனைத் தொடர்ந்து பாதிரியாரும் அவருடைய இரண்டு மகன்களுக்கும் வாகனத்துக்கு உள்ளேயே எரிந்து, சாம்பாலாகி மடிந்தனர். பாதிரியார் ஸ்டேன்ஸ் உள்ளிட்டோர் உயிரோடு எரித்துக்கொல்லப்பட்ட விவகாரம் நாடு தழுவிய அளவில் கொந்தளிப்பை ஏற்படுத்தியது.

பஜ்ரங்தளத்தைச் சேர்ந்த தொண்டர்கள் சிலரால் நடத்தப்பட்ட அந்தத் தாக்குதல் பிரதமர் வாஜ்பாய்க்கும் உள்துறை அமைச்சர் அத்வானிக்கும் பலத்த தர்மசங்கடத்தைக் கொடுத்தது. அப்போது அத்வானி ஏற்றிய எதிர்வினை முக்கியமானது!

111

வாஜ்பாயின் லாகூர் பயணம்

ஒரிசா மாநிலத்தைச் சேர்ந்த பாதிரியார் கிரஹாம் ஸ்டூவர்ட் ஸ்டேன்ஸ் உயிரோடு எரித்துக் கொல்லப்பட்ட விவகாரம் நாடு தழுவிய அளவில் சர்ச்சைகளைக் கிளப்பியது. பாரதிய ஜனதா ஆட்சிக்காலத்தில் கிறித்தவர்கள் உள்ளிட்ட சிறுபான்மை மக்களின் இருப்புக்கு அச்சுறுத்தல் ஏற்பட்டிருப்பதாக காங்கிரஸ் உள்ளிட்ட எதிர்க்கட்சிகள் விமரிசனம் செய்தன. குறிப்பாக, பஜ்ரங்தளம் போன்ற சங்பரிவார் அமைப்புகள் கூடுதல் துணிச்சலுடன் செயல்பட ஆரம்பித்துள்ளன என்பதற்கு பாதிரியாரின் படுகொலை ஓர் உதாரணம் என்றன.

நடந்துள்ள படுகொலைக்கு மத்திய அரசு என்ன பதில் சொல்லப் போகிறது என்ற கேள்வி எழுந்தபோது உள்துறை அமைச்சர் அத்வானியிடமிருந்து எதிர்வினை வந்தது. 'எனக்கு பஜ்ரங்தள் போன்ற அமைப்புகளைப் பற்றி நன்கு தெரியும். அவர்களுக்கு எந்த விதமான குற்றப் பின்னணியும் கிடையாது.'

நாட்டின் பல பகுதிகளில் நடந்திருக்கும் படுகொலைகள் மீது பகிரங்க விசாரணை கோரப்பட்டு வருகின்ற சூழலில், அமைச்சர் அத்வானியிடமிருந்து வந்த இந்த அறிவிப்பு அவரது சொந்த அபிப்ராயத்தின் அல்லது முன்முடிவின் அடிப்படையிலானது என்ற விமரிசனம் எழுந்தது. உள்துறை அமைச்சர் என்ற அந்தஸ்தில் இருந்துகொண்டு பேசிய அந்தப் பேச்சு, மேற்கொண்டு

லாலு பிரசாத் யாதவ், ரப்ரி தேவி

நடக்கவிருக்கும் விசாரணைகளின் போக்கை மாற்றக் கூடும் என்ற அச்சமும் எழுந்தது.

அதேசமயம், கிறித்தவர்கள் மீது நடத்தப்பட்ட தாக்குதல்களுக்கு பாரதிய ஜனதா மட்டுமல்ல, ஆர்.எஸ்.எஸ் அமைப்பும் பலத்த விமரிசனத்துக்கு உள்ளானது. அவர்களுடைய பரிபூரண ஆசியுடனும் உதவியுடனும்தான் இத்தகைய தாக்குதல்கள் நடத்தப்பட்டதாக இடதுசாரிகள் உள்ளிட்டோர் குற்றம் சாட்டினர்.

எதிர்க்கட்சிகளின் குற்றச்சாட்டுகள் அனைத்தையும் அடியோடு நிராகரித்த ஆர்.எஸ்.எஸ் தலைமை, 'நடந்த சம்பவங்கள் பலவும் பொய்யானவை, இட்டுக் கட்டப்பட்டவை, மற்றவை பெரிதுபடுத்தப்பட்ட, உள்நோக்கம் கொண்ட பிரசாரத்துக்குப் பயன்படுத்தப் பட்ட அதிர்ச்சி தரக்கூடிய சோக நிகழ்வுகள்' என்று தீர்மானமாகச் சொல்லிவிட்டது. அதேசமயம், சில விஷயங்களை அழுத்தந்திருத்தமாகப் பதிவுசெய்யவும் தவறவில்லை.

கிறித்தவர்கள் தங்கள் மதத்தைப் பின்பற்ற அவர்களுக்குள்ள உரிமையை நாம் எதிர்க்கவில்லை. ஆனால், தங்களது சகிப்புத்தன்மையற்ற மதத்தைப் பரப்புவதற்கு அவர்களுக்கு அடிப்படை உரிமை உண்டா என்று கேள்வி எழுப்பியது ஆர்.எஸ்.எஸ். மேலும், தேச ஒற்றுமையை நெஞ்சில் ஏந்தியுள்ள சங்கத்தின் (ஆர்.எஸ்.எஸ்) அனைத்து கிளைகளும் தேவாலயங்களில் நெறியற்ற மதமாற்றத் தந்திரம் எந்த அளவுக்கு ஆபத்தானது, சந்தேகத்துக்குரியது என்பதை அம்பலப்படுத்தவேண்டும் என்று அறை கூவல் விடுத்தது.

சுயவிளம்பரத்துக்காக அணுச்சோதனை நிகழ்த்தி தெற்காசியாவில் இரண்டு அணு ஆயுத நாடுகளை உருவாக்கிவிட்டார் வாஜ்பாய்.

ஆட்சி தொடங்கிய சில மாதங்களிலேயே மத ரீதி யிலான விமரிசனங்கள் தேசிய அளவில் சிக்கலை உருவாக்கியிருந்த சமயத்தில் சர்வதேச சிக்கல் ஒன்றைத் தீர்க்கும் முயற்சியில் இறங்கினார் பிரதமர் வாஜ்பாய். ஆம், அண்டை நாடான பாகிஸ்தானுடன் அணுக்கமாகச் செல்வதற்குத் தேவையான காரியங்களைச் செய்யத் தயாரானது வாஜ்பாய் அரசு.

இத்தனைக்கும் பொக்ரானில் இந்தியா அணுகுண்டுச் சோதனையை நிகழ்த்திய அதே வேகத்தில், பாகிஸ் தானும் அணுகுண்டுச் சோதனைகளை நிகழ்த்தி, நாங்கள் இந்தியாவுக்குச் சளைத்தவர்கள் அல்ல என்று

தேசிய ஜனநாயகக் கூட்டணித் தலைவர்கள்

சொல்லியிருந்தது பாகிஸ்தான் அரசு. அப்போது வாஜ்பாய் மீது எழுந்த முக்கியமான விமரிசனம், சுயவிளம்பரத்துக்காக அணுச்சோதனை நிகழ்த்தி தெற்காசியாவில் இரண்டு அணு ஆயுத நாடுகளை உருவாக்கிவிட்டார் என்பதுதான்.

இந்தப் பின்னணியில் பாகிஸ்தான் அரசுடன் பேச்சுவார்த்தை நடத்தத் தயாரானார் பிரதமர் வாஜ்பாய். இருநாடுகளுக்கும் இடையே காஷ்மீர் உள்ளிட்ட பல்வேறு பிரச்னைகள் நீண்ட நெடுங்காலமாகத் தீர்க்கப்படாமல் நிலுவையில் இருந்தன. ஆனால் வழக்கமாக எல்லா பிரதமர்களும் நாடிய அணுகுமுறையைப் போல அல்லாமல், சற்றே வித்தியாசமான முறையில் அணுகினார் வாஜ்பாய்.

இருநாட்டு உறவும் மேம்படவேண்டும் என்ற நல்லெண்ண முயற்சியின் அடையாளமாக லாகூருக்கு ஆகாய மார்க்கமாகச் செல்லாமல், தரை மார்க்கமாகச் செல்ல விரும்பினார். அதனைத் தொடர்ந்து இருநாடுகளிலும் அதற்கான ஏற்பாடுகள் தொடங்கின. அதன்படி 20 பிப்ரவரி 1999 அன்று அமிர்தசரஸில் இருந்து லாகூருக்குப் பேருந்து மார்க்கமாகச் சென்றார் பிரதமர் வாஜ்பாய்.

சுமார் அறுபது கிலோமீட்டர் பயணமானது ஆர்.எஸ்.எஸ் தலைவர் ராஜூ பையா என்கிற ராஜேந்திர சிங்கின் ஆசியுடன் தொடங்கியது. பேருந்து வழியாக பாகிஸ்தான் சென்ற அவரை வாகா எல்லையில் வரவேற்றார் பாகிஸ்தான் பிரதமர் நவாஸ் ஷெரீஃப். அதன்மூலம் பத்தாண்டுகளுக்குப் பிறகு பாகிஸ்தானுக்குச் செல்லும் முதல் பிரதமர் வாஜ்பாய் என்ற செய்தியை பாரதிய ஜனதா கட்சி பெருமிதம் பொங்க வெளியிட்டது.

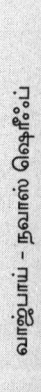

வாஜ்பாய் - நவாஸ் ஷெரீஃப்

பின்னர் இந்தியப் பிரதமர் வாஜ்பாய் - பாகிஸ்தான் பிரதமர் நவாஸ் ஷெரீஃப் இடையே நடந்த பேச்சுவார்த்தைகளின் பலனாக இருநாடுகள் இடையே லாகூர் ஒப்பந்தம் என்கிற புதிய ஒப்பந்தம் கையெழுத்தானது. அந்த ஒப்பந்தத்தில் மூன்று முக்கியமான அம்சங்கள் இடம் பெற்றிருந்தன.

ஒன்று, இருநாடுகளுக்கு இடையே ஏற்கெனவே கையெழுத்தான சிம்லா ஒப்பந்தத்தைத் தீவிரமாகச் செயல்படுத்துவது. இரண்டாவது, அண்டை நாடுகளான இந்தியாவும் பாகிஸ்தானும் அணு ஆயுதநாடுகளாக உருவெடுத்திருக்கும் சூழ்நிலையில், இருநாடுகளுக்கும் இடையே எவ்வித மோதலும் ஏற்பட்டுவிடாமல் தடுக்கும் பொறுப்பு இருநாடுகளுக்கும் உண்டு என்பதை இருதரப்புமே ஒப்புக்கொள்வது. மூன்றாவது, தீவிரவாதத்துக்கு எதிரான யுத்தத்தில் இந்தியாவும் பாகிஸ்தானும் இணைந்து செயல்படுவது.

இந்தியா, பாகிஸ்தானில் அணு ஆயுதச் சோதனை நிகழ்ந்த சில மாதங்களில் இரு நாடுகளுக்கும் இடையே கையெழுத்தான இந்த ஒப்பந்தம் பிரதமர் வாஜ்பாயின் ராஜதந்திர நடவடிக்கைகளுக்குக் கிடைத்த வெற்றி என்று கொண்டாடினர் பாஜக தலைவர்கள். பொக்ரான் அணுச் சோதனை, லாகூர் அமைதி முயற்சிகள் ஆகியன பிரதமர் வாஜ்பாயின் புகழ் வளர்வதற்கும் மக்கள் மத்தியில் தேசிய ஜனநாயகக் கூட்டணி அரசு நீங்காத இடத்தைப் பிடிப்பதற்கும் உதவி செய்தன என்று பதிவுசெய்திருக்கிறார் அத்வானி.

ரதயாத்திரை சென்ற அத்வானியைக் கைது செய்த லாலு பிரசாத் யாதவ் மீதான காழ்ப்புணர்வு காரணமாகவே, மக்களால் தேர்ந்தெடுக்கப்பட்ட பீகார் அரசைக் கலைக்க முயல்வதாக விமரிசனம் எழுந்தது.

தேர்ந்த நிர்வாகியாக, ராஜதந்திரியாக வாஜ்பாயை உருவாக்கும் முயற்சிகள் வேகம் பிடித்திருந்த சூழ்நிலையில், அவருடைய அரசுக்கு சில முட்டுக்கட்டைகள் வரத் தொடங்கின. உபயம்: அதிமுக. வாஜ்பாய் என்ற பெயரைத் தமிழகத்தின் பட்டிதொட்டியெங்கும் கொண்டுசேர்த்த அதே ஜெயலலிதா, தற்போது வாஜ்பாய் அரசுக்குச் சில அரசியல் நெருக்கடிகளைக் கொடுக்கத் தொடங்கினார்.

குறிப்பாக, தமிழகத்தில் ஆட்சியில் இருந்த திமுக அரசைக் கலைக்கவேண்டும் என்பது அதிமுகவின் ஆகப்பெரிய கோரிக்கை. ஆனால் பிரதமர் வாஜ்பாய் தரப்பிலிருந்து மௌனம் மட்டுமே பதிலாக

வந்துகொண்டிருந்தது. இதற்கிடையே பீகாரிலிருந்து ஒரு புயல் புறப்பட்டது. அதுவும் அரசியல் புயல்தான்.

அப்போது பீகாரில் ராஷ்ட்ரிய ஜனதா தளம் தலைமையிலான ஆட்சி நடந்துகொண்டிருந் தது. மாநில முதலமைச்சராக லாலு பிரசாத் யாதவின் மனைவி ரப்ரி தேவி இருந்தார். மாட்டுத்தீவன ஊழல் வழக்கு நிலுவையில் இருந்ததால் முதல்வர் பதவியிலிருந்து விலகி யிருந்தார் லாலு. முதல்வர் ரப்ரிதேவியின் ஆட்சியில் சட்டம், ஒழுங்கு சீர்குலைந்து கிடப்பதாக பாஜக உள்ளிட்ட அந்த மாநில எதிர்க்கட்சிகள் குற்றம் சாட்டின. பீகாரில் காட்டாட்சி நடப்பதாக பாட்னா உயர்நீதிமன்றம் ஒருமுறை கண்டனம் தெரிவித்தது.

அந்தக் கண்டனத்தையே சாட்சியமாக வைத்துக்கொண்டு பீகார் அரசை இந்திய அரசியலமைப்புச் சட்டம் 356வது பிரிவின் கீழ் கலைக்கவேண்டும் என்ற கோரிக்கையை பாரதிய ஜனதா உள்ளிட்ட சில எதிர்க்கட்சிகள் எழுப்பின. அப்போது பீகார் மாநில ஆளுநராக இருந்தவர் சுந்தர் சிங் பண்டாரி. நாடறிந்த ஸ்வயம் சேவக். ஆரம்ப காலம் முதலே வாஜ்பாய், அத்வானி உள்ளிட்ட தலைவர்களுடன் இணைந்து செயலாற்றியவர். ஆட்சிக்கு வந்த கையோடு ஆளுநர் பதவியைக் கொடுத்து அவரைக் கௌரவப்படுத்தியிருந்தது வாஜ்பாய் அரசு.

சுந்தர் சிங் பண்டாரி

அத்தகைய சுந்தர் சிங் பண்டாரி எதிர்க்கட்சிகளின் ஆட்சிக்கலைப்பு கோரிக்கையை அப்படியே ஏற்றுக் கொண்டு, பீகாரில் சட்டம் ஒழுங்கு சீர்குலைந்துள்ளதால், ஆட்சியைக் கலைத்துவிட்டு, குடியரசுத் தலைவர் ஆட்சியை அமல்படுத்தவேண்டும் என்று மத்திய அரசுக்கு அறிக்கை அனுப்பினார். அந்தக் கோரிக்கையை ஏற்றுக்கொண்ட வாஜ்பாய் அரசு, பீகார் அரசைக் கலைக்கக் கோரி குடியரசுத் தலைவர் கே.ஆர். நாராயணனுக்குப் பரிந்துரை செய்தது.

ஆனால் பாஜகவுக்கும் ராஷ்ட்ரிய ஜனதா தளத்துக்கும் இடையிலான பழைய பகை காரணமாக, குறிப்பாக, ரதயாத்திரை சென்ற அத்வானியைக் கைது செய்த லாலு பிரசாத் யாதவ் மீதான காழ்ப்புணர்வு காரணமாகவே, மக்களால் தேர்ந்தெடுக்கப்பட்ட பீகார் அரசைக் கலைக்க முயல்வதாக விமரிசனம் எழுந்தது. நாடு தழுவிய அளவில் எழுந்த எதிர்ப்பு காரணமாகவோ, என்னவோ, மத்திய அரசின் பரிந்துரையை மறுபரிசீலனை செய்யவேண்டும் என்று சொல்லிவிட்டார் குடியரசுத் தலைவர் கே.ஆர். நாராயணன்.

பீகார் ஆட்சிக்கலைப்பு தொடர்பான பரிந்துரை குறித்து உள்துறை அமைச்சர் அத்வானியிடம் பத்திரிகையாளர்கள் பல கேள்விகளை எழுப்பினர். எல்லாவற்றுக்கும் சேர்த்து அத்வானி கொடுத்த பதிலின் சாரம் இதுதான்: மாநில அரசு தொடர்ச்சியாக அரசியலமைப்புச் சட்டத்தை மீறிச் செயல்பட்டுக்கொண்டிருந்தால், அதில் மத்திய அரசு தலையிடுவது நியாயமானதே.

ஆனாலும் பத்திரிகையாளர்கள் திருப்தியடையவில்லை. தேசிய குற்ற ஆவணப் பதிவேடு களின் படி பீகாரில் குற்றச்செயல் பதிவுகள் குறைவாகத்தானே இருக்கின்றன, அப்படியிருக்க சட்டம் - ஒழுங்கு சீர்குலைவு என்று எப்படிச் சொல்கிறீர்கள் என்று கேட்டனர். அதற்கு

அத்வானி அளித்த பதில் தேர்ந்த அரசியல் தலைவருக்கே உரித்தானது: பீகாரில் நடக்கும் குற்றச் செயல்களைப் பதிவுசெய்யும் பணிகள் நிறுத்தப்பட்டு வெகுகாலம் ஆகிவிட்டது!

மத்திய அரசின் பரிந்துரையை குடியரசுத் தலைவர் திருப்பியனுப்பியது வாஜ்பாய் அரசுக்கு அதிருப்தியை ஏற்படுத்தியது. என்றாலும், ஆட்சிக்கலைப்பு விஷயத்தில் மிகத்தீவிரமாக இருந்தது. பரிந்துரைக் கடிதத்தை மீண்டும் ஒருமுறை குடியரசுத் தலைவருக்கு அனுப்பத் தயாரானது. ஆனால் கூட்டணிக் கட்சித் தலைவர்கள் சிலரது தலையீட்டைத் தொடர்ந்து அந்த முடிவைத் திரும்பப்பெற்றது வாஜ்பாய் அரசு.

இந்தச் சூழ்நிலையில்தான் வாஜ்பாய் அரசுக்கு நெருக்கடி கொடுக்கத் தொடங்கினார் அதிமுக பொதுச்செயலாளர் ஜெயலலிதா. உண்மையில், அந்தக் கூட்டணி அமைந்த நாள் முதலே இரு தரப்புக்கும் இடையே முட்டலும் மோதலும் தொடங்கிவிட்டன. வாஜ்பாய் அரசில் ஜனதா கட்சித் தலைவர் சுப்ரமணியன் சுவாமியை நிதியமைச்சராக்க விரும்பினார் ஜெயலலிதா. ஆனால் அதற்கு வாஜ்பாய் மறுத்துவிட்டார்.

பின்னர் அதிமுக சார்பில் மத்திய அமைச்சரவையில் இடம்பெற்ற சேடப்பட்டி முத்தையா மீது வருமானத்துக்கு அதிகமாக சொத்து சேர்த்த வழக்கில் குற்றச்சாட்டுகள் பதிவாகிவிட்டதால், அவரைப் பதவியிலிருந்து விலக்கிக்கொள்ளுமாறு பாஜக தரப்பிலிருந்து கோரிக்கை வந்தது. ‘பொதுவாழ்வில் நேர்மைதான் அதிமுகவின் கொள்கை. அந்த அடிப்படையில் எங்கள் அமைச்சர் பதவிவிலகுவார்’ என்று அறிவித்தார் ஜெயலலிதா. அதன்படியே சேடப்பட்டி முத்தையா ராஜினாமா செய்தார்.

அதுமுதலே பாஜக - அதிமுக இடையே சின்னச்சின்ன உரசல்கள் உருவாகிக்கொண்டே இருந்தன. குறிப்பாக, திமுக அரசைக் கலைப்பது தொடர்பாக ஜெயலலிதாவின் கோரிக்கையை வாஜ்பாய் அரசு ஏற்கவில்லை. உண்மையில், ஆட்சிக்கலைப்பு தொடர்பாக பீகார் விஷயத்தில் ஏற்பட்ட கசப்பான அனுபவம் தமிழக விஷயத்திலும் ஏற்பட்டுவிடக்கூடாது என்பதில் வாஜ்பாய் அரசு கவனமாக இருந்தது. ஆகவே, ஜெயலலிதாவை சமாதானம் செய்யும் வகையில் மூத்த அமைச்சர் ஜார்ஜ் ஃபெர்னாண்டஸ் போன்றோர் தமிழகம் வந்து பேச்சுவார்த்தை நடத்தினர்.

இனி பேசிப் பயனில்லை என்ற சூழ்நிலையில், ஜெயலலிதா அடுத்த ஆயுதத்தைக் கையில் எடுத்தார். அந்த ஆயுதம் மூன்று முக்கிய மத்திய அமைச்சர்களின் பதவிகளைக் குறிவைத்தது.

112

செலக்டிவ் அம்னீஷியாவும் டீ பார்ட்டியும்

வாஜ்பாய் அரசின் மூத்த அமைச்சர்கள் பட்டியலில் முக்கியமான வர்கள் பூட்டாசிங், ராம் ஜெத்மலானி, ராமகிருஷ்ண ஹெக்டே மூவரும். இந்த மூன்று அமைச்சர்கள் மீதும் ஊழல் குற்றச் சாட்டுகள் நிலுவையில் இருந்தன. ஆனாலும் அவர்களுடைய அரசியல் முக்கியத்துவம் கருதி, அவர்களை அமைச்சரவையில் இணைத்திருந்தார் பிரதமர் வாஜ்பாய்.

காங்கிரஸின் முக்கியமான தலைவர்களுள் ஒருவராக இருந்தவர் பூட்டாசிங். ராஜீவ் காந்தி காலத்தில் உள்துறை உள்ளிட்ட சக்தி வாய்ந்த துறைகளுக்கு அமைச்சராக இருந்தவர். தேர்தலுக்கு முன்னால் காங்கிரஸில் இருந்து வெளியேறி, சுயேட்சையாகப் போட்டியிட்டு வெற்றிபெற்று, வாஜ்பாய் அரசுக்கு ஆதரவளித் திருந்தார். அவரை தொலைத்தொடர்புத்துறை அமைச்சராக்கி யிருந்தார் வாஜ்பாய். நரசிம்மராவ் ஆட்சிக்காலத்தில் ஜார்கண்ட் முக்தி மோர்சா எம்.பிக்களுக்கு லஞ்சம் கொடுத்த வழக்கு ஒன்று பூட்டாசிங் மீது நிலுவையில் இருந்தது.

கர்நாடக மாநில அரசியலில் மட்டுமின்றி, தேசிய அரசியலிலும் முக்கியமானவர் லோக்சக்தி கட்சியின் தலைவர் ராமகிருஷ்ண ஹெக்டே. ஜனதா தளத்திலிருந்து வெளியேறி தனிக்கட்சி தொடங்கி, தற்போது வாஜ்பாய் அரசுக்கு ஆதரவளித்திருந்தார். அதற்குப் பரிசாக வர்த்தகத் துறை அவருக்குத் தரப்பட்டிருந்தது. அவர் மீது

வாஜ்பாய், அத்வானி

இரண்டரை கோடி ரூபாய் லஞ்சம் பெற்றதாக பழைய வழக்கு ஒன்று நிலுவையில் இருந்தது.

பிரபல வழக்கறிஞரும் பாரதிய ஜனதா கட்சியைச் சேர்ந்தவர் ராம் ஜெத்மலானி. பாரதிய ஜனசங்கம் காலத்திலிருந்து வாஜ்பாய், அத்வானி உள்ளிட்டோருடன் அணுக்கமாகப் பழகிவருபவர். வாஜ்பாயின் 13 நாள் அமைச்சரவையில் சட்டத்துறை அமைச்சராக இருந்த அவருக்குத் தற்போது நகர்ப்புற வளர்ச்சித்துறை தரப் பட்டிருந்தது. வெளிநாட்டிலிருந்து இரண்டு லட்சம் அமெரிக்க டாலர் பணத்தை சட்டவிரோதமாக வாங்கிய வழக்கு ஒன்று அவர்மீது நிலுவையில் இருந்தது.

இந்த மூன்று அமைச்சர்களின் பதவிகளைத்தான் ஜெயலலிதா குறிவைத்தார். சேடப்பட்ட முத்தையா மீதான ஊழல் குற்றச்சாட்டுகள் பதிவான கையோடு பதவி விலகச் சொன்ன வாஜ்பாய், ஏன் இந்த மூவர் மீதான ஊழல் புகார்கள் மீது பாராமுகமாக இருக்கிறார் என்ற கேள்வியை ஜெயலலிதா எழுப்பினார். ஊழல் குற்றச்சாட்டுக்கு உள்ளான அவர்கள் மூவரையும் உடனடியாகப் பதவி நீக்கம் செய்யவேண்டும் என்ற கோரிக்கையை முன்வைத்தார் ஜெயலலிதா.

அவருடைய கோரிக்கைகள் பிரதமர் வாஜ்பாயைத் தர்மசங்கடத்தில் ஆழ்த்தியது என்றால், சம்பந்தப் பட்ட மூன்று அமைச்சர்களையும் ஆத்திரத்தில் ஆழ்த்தியது. ராமகிருஷ்ண ஹெக்டேவிடம் இருந்து கடும் கண்டனங்கள் வந்துசேர்ந்தன. அதிமுகவை தேசிய ஜனநாயகக் கூட்டணியில் இருந்து வெளி யேற்றவேண்டும் என்றார் ராம் ஜெத்மலானி. விளைவு, அதிமுகவிலிருந்து எதிர்வினைகள் வந்தன. ஜெயலலிதாவை விமரிசித்த அமைச்சர்களை அதிமுகவைச் சேர்ந்த மத்திய அமைச்சர் தம்பிதுரை கண்டித்துப் பேசினார்.

பாரதிய ஜனதா தலைவர்கள் குறிப்பிட்ட சில விஷயங்களில் மட்டும் நினைவிழந்து [செலக்டிவ் அம்னீஷியா] பாதிக்கப்பட்டிருப்பது துரதிருஷ்டவசமானது.

மத்திய அமைச்சர்களுக்குள் எழுந்திருக்கும் வார்த்தை யுத்தங்கள், கூட்டணிக் குழப்பங்களுக்குத் தாற்காலிக முடிவுகட்டும் வகையில் மூத்த அமைச்சர் பூட்டாசிங்கை அமைச்சரவையில் இருந்து வெளியேற்றினார் பிரதமர் வாஜ்பாய். அதன்மூலம் ஜெயலலிதாவை சற்றே ஆசுவாசப்படுத்த முடியும் என்பது அவருடைய கணிப்பு. ஆனாலும் அவர் சமாதானம் அடையவில்லை என்பது வாஜ்பாயின் தூதுவர்கள் மூலம் தெரியவந்தது.

ராம் ஜெத்மலானி

பின்னர் தமிழ்நாட்டின் சட்டம் ஒழுங்கு நிலைமை குறித்து ஆய்வுசெய்வதற்காக மத்திய அரசின் அதிகாரிகள் குழு ஒன்று தமிழகம் வந்தது. ஆனால் அந்தக் குழுவின் அறிக்கை திமுக அரசுக்குச் சாதகமாக இருக்கவே, அதிமுகவின் ஆட்சிக்கலைப்பு கோரிக்கையை நிறைவேற்றத் தயங்கியது வாஜ்பாய் அரசு. ஆனாலும், ஜெயலலிதா தனது நிலைப்பாட்டில் உறுதியாக இருந்தார். தமிழ்நாட்டில் விடுதலைப்புலிகள் நடமாட்டமும், தேசவிரோதச் செயல்களும் பெருகிவிட்டதால், திமுக அரசைக் கலைக்கவேண்டும் என்று அழுத்தந்திருத்தமாக வலியுறுத்தினார்.

நிலைமை சிக்கலானதைத் தொடர்ந்து உள்துறை அமைச்சர் அத்வானியிடமிருந்து விளக்கம் ஒன்று வந்துசேர்ந்தது. ‘இந்திய அரசியலமைப்புச் சட்டத்தின் 356வது பிரிவின்கீழ் எந்தவொரு மாநில அரசையும் கலைக்கமாட்டோம். திமுக அரசைக் கலைக்கவேண்டும் என்று கோரும் அதிமுக தலைவர் ஜெயலலிதாவுக்கு, ‘கலைக்க முடியாது’ என்பதுதான் எங்களுடைய பதிலாக இருக்கும்’ என்றார்.

தன்னுடைய ஆதரவுடன் அமைந்த ஆட்சியில் அமைச்சராக இருக்கும் அத்வானியிடமிருந்து இப்படியொரு பதில் வந்தது ஜெயலலிதாவை அதிருப்தியடையச்செய்தது. ‘தேசியப்பாதுகாப்பில் அக்கறை இல்லாத ஒருவர் உள்துறை அமைச்சராக இருப்பதற்கு வேதனை கொள்கிறேன். பல பிரச்னைகளை மனத்தில் வைத்திருக்கும் பாரதிய ஜனதா தலைவர்கள் குறிப்பிட்ட சில விஷயங்களில் மட்டும் நினைவிழந்து (செலக்டிவ் அம்னீஷியா) பாதிக்கப்பட்டிருப்பது துரதிருஷ்டவசமானது’ என்றார்.

அத்வானியை விமரிசித்த ஜெயலலிதாவுக்கு அமைச்சர் பிரமோத் மகாஜனிடம் இருந்து எதிர்வினை வந்தது. அத்வானியின் தேசபக்தி தொடர்பாக ஜெயலலிதாவிடம் இருந்து சான்றிதழ் பெறவேண்டிய அவசியம் ஏதுமில்லை என்றார். இருதரப்பினருக்கும் இடையிலான வார்த்தை யுத்தங்களும் அறிக்கைப் போர்களும் வாஜ்பாய் அரசுக்கு மெல்ல மெல்ல ஆபத்துகளை உருவாக்கிக் கொண்டிருந்தன.

பாரதிய ஜனதா - அதிமுக இடையிலான மோதல்கள் நீருபூத்த நெருப்பாகவே இருந்தது. அந்தச் சமயத்தில், இந்தியக் கடற்படைத் தளபதியாக இருந்த அட்மிரல் விஷ்ணு பகவத்தை சில காரணங்களுக்காகப் பதவி நீக்கம் செய்திருந்தது வாஜ்பாய் அரசு. அதன் பின்னணியில் ராணுவ அமைச்சர் ஜார்ஜ் ஃபெர்னாண்டஸ் இருந்தார். அந்த நடவடிக்கை எதிர்க்கட்சிகளால் பலத்த விமரிசனத்துக்கு உள்ளானது.

சட்டென்று அட்மிரல் விவகாரத்தைக் கையில் எடுத்துக்கொண்ட அதிமுக பொதுச்செயலாளர் ஜெயலலிதா, 'அட்மிரல் விஷ்ணு பகவத்தைப் பதவி நீக்கம் செய்த விவகாரத்தில் மத்திய அரசின் அணுகுமுறை தவறானது. இதுவிஷயமாக விசாரணை செய்ய ஒரு குழுவை அமைக்க வேண்டும். முக்கியமாக, சம்பந்தப்பட்ட துறையின் அமைச்சரான ஜார்ஜ் ஃபெர்னாண்டஸைப் பதவி நீக்கம் செய்யவேண்டும்' என்றார்.

அத்துமீறல் தொடங்கிவிட்டது, அதன்மூலம் ஆட்சிக்கு ஆபத்து நெருங்கிவிட்டது என்பது பிரதமர் வாஜ்பாய் உள்ளிட்ட அத்தனைபேருக்கும் தெளிவாகப் புரிந்துவிட்டது. பூட்டா சிங் விஷயத்தில் இறங்கிப்போனதும், திமுக அரசைக் கலைக்கும் விஷயத்தில் இறங்கி வராமல் இருப்பதும் பேராபத்தாக மாறிவிட்டதை உணர்ந்த வாஜ்பாய், அதற்காக கூட்டணியில் மையப்புள்ளியான ஜார்ஜ் ஃபெர்னாண்டஸைக் கைவிட விரும்பவில்லை.

உடனடியாக அமைச்சரவை கூடியது. ஜெயலலிதாவின் கோரிக்கையை நிராகரிக்கக்கூடும் என்ற எதிர்பார்ப்பு எழுந்தது. ஆகவே, அந்தக் கூட்டத்தின் அதிமுக அமைச்சர்கள் யாரும் பங்கேற்கவில்லை. எதிர்பார்த்தது போலவே, ஜார்ஜ் ஃபெர்னாண்டஸைப் பதவிநீக்கம் நீக்கம் செய்ய மறுத்தது வாஜ்பாய் அமைச்சரவை. அந்த நொடியில் வாஜ்பாய் அரசின் இறுதிப் பயணம் ஆரம்பித்தது.

> ஆட்சிக்கு ஆதரவு தருவோரைக் கவர்ந்திழுக்க சாம, பேத, தான, தண்ட முறைகள் அனைத்தையும் பயன்படுத்த ஆயத்தமாக இருந்தனர். அப்போது அவர்களுடைய முக்கியமான இலக்கு, ஆறு எம்.பிக்களை வைத்திருக்கும் திமுக.

வாஜ்பாய் அரசை வீழ்த்திவிட்டு, மாற்று அரசை அமைக்கும் முயற்சியில் ஜெயலலிதா இறங்கிவிட்டார் என்ற செய்திகள் தேசிய அளவில் புயலைக் கிளப்பின. அதை உறுதிசெய்வது போல டெல்லி புறப்பட்டார் ஜெயலலிதா. அங்கே ஜனதா கட்சித் தலைவர் சுப்ரமணியன் சுவாமியின் முயற்சியால் தேநீர் விருந்து (டீ பார்ட்டி) ஒன்றுக்கு ஏற்பாடாகியிருந்தது. பாரதிய ஜனதா அல்லாத தலைவர்களின் ஒருங்கிணைப்பு முயற்சி என்பதாகவே அந்த பார்க்கப்பட்டது.

அந்தத் தேநீர் விருந்தில் பிரதான எதிர்க் கட்சிகளான காங்கிரஸ், ஜனதா தளம்,

சமாஜ்வாதி கட்சிகள் பங்கேற்றன. தலைவர்கள் பலர் பங்கேற்றாலும், அந்த விருந்தின் மையப்புள்ளிகள் இருவர்தான். ஜெயலலிதா மற்றும் சோனியா. தென் மற்றும் வட துருவங்களாக இயங்கிக் கொண்டிருந்த அவர்களை வாஜ்பாய் எதிர்ப்பு என்ற ஒற்றைப்புள்ளி கொண்டு இணைக்கும் முயற்சியில் சுப்ரமணியன் சுவாமி ஈடுபட்டிருந்தார்.

ஜெயலலிதா, சுப்ரமணியன் சுவாமி

அந்த இணைப்பின் மூலம் வாஜ்பாய் அரசை வீழ்த்திவிட்டு, அதிமுக ஆதரவோடு காங்கிரஸ் தலைமையில் புதிய அரசை அமைக்கவேண்டும் என்பதுதான் ஜெயலலிதா, சோனியா, சுவாமி உள்ளிட்ட தலைவர்களின் நோக்கம். தேநீர் விருந்து தொடர்பான செய்திகள் நாடு தழுவிய அளவில் வெளியாகி, பரபரப்பான விவாதங்களைக் கிளப்பியிருந்தன. நடக்கும் காரியங்கள் அனைத்தையும் வாஜ்பாய், அத்வானி உள்ளிட்டோர் வேடிக்கை பார்த்துக்கொண்டிருந்தனர்.

29 மார்ச் 1999 அன்று ஏற்பாடான தேநீர் விருந்தில் நரசிம்மராவ், சந்திரசேகர், தேவே கௌடா உள்ளிட்ட முன்னாள் பிரதமர்கள் பங்கேற்றனர். காங்கிரஸ் மாநிலங்களவைக் குழுத் தலைவர் மன்மோகன் சிங், தேவிலால், ஓம் பிரகாஷ் சௌதாலா உள்ளிட்ட தலைவர்கள் பலரும் பங்கேற்றனர். எல்லோரும் எதிர்பார்த்தபடி தேநீர் விருந்தில் சோனியாவும் ஜெயலலிதாவும் கலந்துகொண்டு, அருகருகே அமர்ந்து சில நிமிடங்கள் பேசினர்.

அந்தச் சில நிமிடங்கள் வாஜ்பாய் அரசின் இறுதி நிமிடங்களைத் தீர்மானித்தன. அரசியல் காட்சிகள் அடுத்தடுத்து மாறத் தொடங்கின. திடீரென அதிமுக மத்திய அமைச்சர்கள் தம்பிதுரையும் கடம்பூர் ஜனார்த்தனம் இருவரும் ராஜினாமா செய்தனர். முன்னதாக, நிதித்துறை இணையமைச்சர் ஆர்.கே. குமாரும் பதவி விலகினார். எல்லாம் முடிந்துவிட்டது என்பது ஏறக்குறைய தெரிந்துவிட்டது. அதை உறுதிசெய்ய இன்னும் ஒரேயொரு படி பாக்கியிருந்தது. அது, அதிமுகவின் ஆதரவு வாபஸ்.

14 ஏப்ரல் 1999 அன்று இந்தியக் குடியரசுத் தலைவர் கே.ஆர். நாராயணனைச் சந்தித்தார் ஜெயலலிதா. வாஜ்பாய் தலைமையிலான தேசிய ஜனநாயகக் கூட்டணி அரசுக்குக் கொடுத்து வருகின்ற ஆதரவை அதிமுக திரும்பப்பெற்றுக்கொள்வதாக அறிவித்தார். அந்த நொடியில் வாஜ்பாய் அரசு பெரும்பான்மையை இழந்தது.

ஆகவே, ஆட்சியைக் காப்பாற்றுவதற்கான ஆகவேண்டிய காரியங்களில் பிரதமர் வாஜ்பாய், அத்வானி, ஜார்ஜ் ஃபெர்னாண்டஸ் உள்ளிட்டோர் ஈடுபடத் தொடங்கினர். ஆட்சிக்கு ஆதரவு தருவோரைக் கவர்ந்திழுக்க சாம, பேத, தான, தண்ட முறைகள் அனைத்தையும் பயன்படுத்த ஆயத்தமாக இருந்தனர். அப்போது அவர்களுடைய முக்கியமான இலக்கு, ஆறு எம்.பிக்களை வைத்திருக்கும் திமுக.

பிரதமர் வாஜ்பாயே களத்தில் இறங்கினார். தமிழக முதல்வர் கருணாநிதியிடம் பேசினர். பின்னர் அத்வானியும் கருணாநிதியுடன் பேசினார். திமுக மட்டுமின்றி, வேறு சில கட்சிகளின்

ஆதரவையும் திரட்டினால் ஆட்சியைக் காப்பாற்றிவிடலாம் என்ற நம்பிக்கை வாஜ்பாயின் மனத்தில் உருவெடுத்திருந்தது. அதற்கேற்ப ஜார்ஜ் ஃபெர்னாண்டஸ், சந்திரபாபு நாயுடு உள்ளிட்டோர் தீவிர ஆதரவு வேட்டையில் ஈடுபட்டிருந்தனர்.

வாஜ்பாய், அத்வானியின் அழைப்பை ஏற்றுக்கொள்வதில் திமுகவுக்கு ஆரம்பத் தயக்கங்கள் இருந்தன. ஆனாலும், அன்றைய கள அரசியலைக் கணிக்கிட்டுப் பார்த்து, கூட்டணி சேரத் தயாரானது. திராவிட இயக்க சித்தாந்ததில் உருவான திமுக, அதற்கு நேரெதிரான சித்தாந்தத்தைப் பின்பற்றக்கூடிய பாஜகவுடன் கரம் குலுக்கியது முக்கியமான திருப்புமுனை.

நேற்றுவரை பாரதிய ஜனதா, அதன் முன்னோடியான ஜனசங்கம், ஆர்.எஸ்.எஸ் உள்ளிட்ட சங்கப் பரிவாரங்களை பண்டாரப் பரதேசிகள், மதவாத சக்திகள் என்று கடுமையான விமரிசினங்களை முன்வைத்த கட்சி திமுக. குறிப்பாக, அவர்களுடைய பிராமணியக் கொள்கைகளை விமரிசித்த கட்சி. ஆனால் இப்போது அரசியல் காட்சிகள் அநேகமாக மாறிப்போயிருந்தன. முக்கியமாக, அதிமுகவுக்கு வேண்டப்படாத கட்சியாக மாறியிருந்தது பாரதிய ஜனதா. அதுதான் திமுகவை வெகுவாக ஈர்த்தது.

தவிரவும், திமுக அரசைக் கலைக்கவேண்டும் என்பதுதான் அதிமுகவின் ஆகப்பெரிய கோரிக்கை. அதனை கடைசிவரை வாஜ்பாய் ஏற்கவில்லை. சட்டம் ஒழுங்கு குறித்து ஆய்வு செய்த அதிகாரிகள் குழுவை அனுபியதோடு நிறுத்திக்கொண்டார். மேல் நடவடிக்கை எதையும் எடுக்கவில்லை. அது திமுகவை திருப்தியடையச் செய்தது. ஆகவே, அதிமுகவால் ஆட்சிக்கு வந்திருக்கும் ஆபத்தைத் தடுக்க பாரதிய ஜனதாவுக்குக் கைகொடுக்கத் தயாரானது.

பலத்த உற்சாகத்தோடு நம்பிக்கை வாக்கெடுப்புக்குத் தயாரானார் வாஜ்பாய். அப்போது அவருக்கு ஒரிசாவிலிருந்து ஓர் ஆபத்து வந்து சேர்ந்தது!

113

வாஜ்பாயை வீழ்த்திய ஒற்றை வாக்கு

வாஜ்பாய் அரசுக்குக் கொடுத்துவந்த ஆதரவை அதிமுக திரும்பப் பெற்றதைத் தொடர்ந்து டெல்லியில் அரசியல் காட்சி மாற்றங்கள் வேகம் பிடித்தன. நம்பிக்கை வாக்கெடுப்பு நடத்த வேண்டிய நிர்பந்தம் பிரதமர் வாஜ்பாய்க்கு உருவாகியிருந்தது. முக்கியமாக, மூன்று தினங்களில் ஆட்சிக்கான பெரும்பான்மையை நாடாளுமன்றத்தில் நிரூபித்துக்காட்டவேண்டும் என்று உத்தர விட்டார் குடியரசுத் தலைவர் கே.ஆர். நாராயணன்.

நெருக்கடிகள் முற்றியதைத் தொடர்ந்து புதிய கட்சிகளைத் தங்கம் பக்கம் திரட்டும் முயற்சிகளில் தேசிய ஜனநாயகக் கூட்டணித் தலைவர்கள் தீவிரம் காட்டினர். அதன் ஒருபகுதியாகவே திமுகவின் ஆதரவு வாஜ்பாய்க்கு வந்துசேர்ந்தது. அதன் பக்க விளைவாக, தமிழகத்தில் இரண்டாண்டுகளாக அமலில் இருந்த திமுக - தமாகா கூட்டணி முடிவுக்கு வந்தது.

கடந்த காலங்களில் பாரதிய ஜனதாவுக்கும் அதன் இந்துத்வ அரசியலுக்கும் எதிராக நாடாளுமன்றத்துக்கு உள்ளும் புறமும் அனலைக் கக்கிய திமுகவின் முன்னணித் தலைவர்களுள் ஒருவரும் திமுக அறிவுஜீவிகளில் ஒருவருமான முரசொலி மாறன் தற்போது வாஜ்பாய் தலைமையிலான தேசிய ஜனநாயகக் கூட்டணி அரசைக் காப்பாற்ற பெருமுயற்சி எடுத்துக் கொண்டிருந்தார்.

பாஜகவினரின் உண்மையான நிறம் பாபர் மசூதி இடிப்புக்குப் பிறகே வெளிச்சத்துக்கு வந்தது என்றும் இந்துத்வாவை நாம்

முரசொலி மாறன்

என்றென்றும் ஏறெடுத்துப் பார்க்கவேண்டாம், இந்துத்வத்தைக் காலடியில் போட்டு மிதிக்க நாம் முயற்சிப்போம், நாம் எந்த வழியில் அதைப் பின்பற்றினாலும் அதுவொரு சாபமாகவே இருக்கும் என்றும் முழங்கிய முரசொலி மாறன், தற்போது வாஜ்பாயை ஜெண்டில்மென் பொலிட்டீஷியன் என்று வர்ணித்தார். அவருடைய சான்றிதழை அவரது கட்சியினரும் வழிமொழிந்தனர்.

வாஜ்பாய் அரசுக்கான ஆதரவை வெறும் வாய் வார்த்தையாக வழங்காமல், விரிவானதீர்மானம் ஒன்றை வடித்து, அதில் வாஜ்பாய் அரசை ஆதரிப்பதற்கான காரணங்களையும் பட்டியலிட்டது திமுக. அதன் மூலம், திமுகவின் அரசியல் வரலாற்றில் ஒரு முக்கியமான திருப்புமுனை அரங்கேறியது. டெல்லி அரசியலில் திமுகவுக்கென்று பிரத்யேக இடம் ஒன்று உருவானது அதன்பிறகுதான். அதேசமயம், திமுகவின் கொள்கைகள் மீதான விமரிசனங்கள் கூர்மை பெற்றதும் அதன்பிறகுதான். அப்போது திமுக மீது திராவிடர் கழகம் முன்வைத்த விமரிசனங்கள் முக்கியமானவை.

திமுக கொடுத்த உற்சாகத்தில் வேறுசில உதிரி எம்.பிக்களையும் வாஜ்பாயின் பக்கம் வரவழைத்தனர். அதன் தொடர்ச்சியாக நாடாளுமன்றத்தில் நம்பிக்கை வாக்கெடுப்பு கோரிய பிரதமர் வாஜ்பாய், நாடாளுமன்றத்தில் உருக்கமான உரை ஒன்றை நிகழ்த்தினார். 16 ஏப்ரல் 1999 அன்று தொடங்கிய வாதங்கள் விடிய விடிய நடந்தன. வாஜ்பாயின் பழைய, புதிய நண்பர்கள் பலரும் உரை நிகழ்த்தினர். இறுதியாக, 17 ஏப்ரல் 1999 அன்று காலை பதினோரு ஐந்தரை மணிக்குப் பேசத் தொடங்கினார் பிரதமர் வாஜ்பாய்.

தன்னுடைய அரசை அரசியல் காழ்ப்புணர்வு காரணமாகக் கவிழ்ப்பதற்கான முயற்சிகள் மேற்கொள்ளப்பட்டுள்ளன என்பதைப் பதிவுசெய்த அவர், இந்த 13 மாத காலத்தில் பொக்ரான் 2 அணு குண்டுச் சோதனை, பொருளாதார ஸ்திரத்தன்மை, மதவன்முறைகள் கட்டுப்பாடு போன்ற முக்கியமான காரியங்கள் நடந்துள்ளதாகச் சொன்னார்.

எங்கள் ஆட்சியைக் கவிழ்த்த எந்தவொரு வலுவான காரணமும் இல்லாத சூழ்நிலையில் எதற்காக நாங்கள்

> இன்று நாங்கள் ஆட்சியிலிருந்து இறங்கிவிட்டால், உங்களில் யார் மாற்று அரசை அமைக்கப் போகிறீர்கள்? மக்களுக்கான புதிய செயல்திட்டம் ஏதுமிருக்கிறதா?

ஜெயலலிதா

ஆட்சியை விட்டு இறங்கவேண்டும் என்று கேள்வி எழுப்பிய வாஜ்பாய், இன்று நாங்கள் ஆட்சியிலிருந்து இறங்கிவிட்டால், உங்களில் யார் மாற்று அரசை அமைக்கப் போகிறீர்கள்? மக்களுக்கான புதிய செயல்திட்டம் ஏதுமிருக்கிறதா? என்று அடுத்தடுத்து பல கேள்விகளை எழுப்பினார்.

உணர்ச்சிமிகு உரையை நிகழ்த்தியபிறகு நம்பிக்கை வாக்கெடுப்பு கோரினார் பிரதமர் வாஜ்பாய். அப்போது நடந்த ஆச்சரியங்களும் திருப்பங்களும் சுவாரஸ்யமானவை. வாஜ்பாய் அரசுக்கு ஆதரவாக 269 வாக்குகளும் எதிராக 270 வாக்குகளும் கிடைத்தன. அதன்மூலம் ஒற்றை வாக்கு வித்தியாசத்தில் வாஜ்பாய் தலைமையிலான தேசிய ஜனநாயகக் கூட்டணி அரசு கவிழ்ந்தது.

வாஜ்பாய் அரசை வீழ்த்திய அந்த ஒற்றை வாக்கைச் சுற்றி இரண்டு தலைவர்கள் மீது சர்ச்சைகள் எழுந்தன. ஒருவர், காங்கிரஸ் எம்.பி கிரிதர் கமாங். மற்றொருவர், அதிமுகவின் சேடப்பட்டி முத்தையா.

இவர்களில் கிரிதர் கமாங் ஒரிசா மாநிலம் கொராபட் தொகுதி காங்கிரஸ் எம்.பி மட்டுமல்ல, ஒரிசா மாநில முதலமைச்சரும்கூட. சமீபத்தில்தான் அவர் ஒரிசா மாநில முதலமைச்சராகி யிருந்தார். ஆனால் மக்களவை உறுப்பினர் பதவியை முறைப்படி அவர் ராஜினாமா செய்ய வில்லை. ஆகவே, நம்பிக்கை வாக்கெடுப்பு நடக்கும்போது அவரை வாக்களிக்க அனுமதிப்பதா, வேண்டாமா என்ற கேள்வி எழுந்தது.

சேடப்பட்டி முத்தையா

நம்பிக்கை வாக்கெடுப்பு தொடர்பான விவாதத்தின் இறுதியில், கிரிதர் கமாங் விவகாரம் தொடர்பாகவும் விவாதிக்கப்பட்டது. மாநில முதலமைச்சராகி விட்ட நிலையில், மக்களவை உறுப்பினராக இருந்து, வாக்களிப்பில் பங்கேற்க அவருக்குத் தார்மிக உரிமை யில்லை என்ற கருத்தை பாஜக முன்வைத்தது. ஆனால் அவரை வாக்களிக்க வைப்பதில் காங்கிரஸ் கட்சி அதிக பட்ச ஆர்வம் செலுத்தியது. நீண்ட நெடிய விவாதத்துக்குப் பிறகு அவரை வாக்களிக்க அனுமதித்தார் சபாநாயகர் ஜி.எம்.சி. பாலயோகி.

அதேபோல, அதிமுக மக்களவை உறுப்பினர் சேடப்பட்டி முத்தையா அளித்த வாக்கு அதற்குரிய எந்திரத்தில் பதிவாகவில்லை. எந்திரக் கோளாறு என்று காரணம் சொன்னார்கள். ஆனால் அதை அதிமுக தலைமை நம்ப வில்லை. அவரது கட்சி விசுவாசம் மீது சந்தேகம் எழுந்தது. வேண்டுமென்றே வாஜ்பாய் அரசுக்குச் சாதகமாக நடந்திருக்கிறாரோ என்ற சந்தேகம் எழுந்தது.

ஒருவேளை, அவர் நம்பிக்கை வாக்கெடுப்பில் அதிமுக தலைமையின் உத்தரவுப்படியே வாக்களித்திருந்தால் என்ன நடந்திருக்கும்? பெரிதாக ஒன்றும் நடந்திருக்காது. வாஜ்பாய் அரசு இரண்டு வாக்குகள் வித்தியாசத்தில் தோற்றுப் போயிருக்கும். மாறாக, வாஜ்பாய் அரசுக்கு ஆதரவாக வாக்களித்திருந்தால், சம எண்ணிக்கையிலான வாக்குகள் விழுந்திருக்கும். அதனைத் தொடர்ந்து சபாநாயகர் பாலயோகி தன்னுடைய வாக்கைச் செலுத்தி, வாஜ்பாய் ஆட்சியைப் பிழைக்க வைத்திருப்பார்.

இவையெல்லாம் வெறும் கற்பனைகள்தான். ஆனால் நடந்தது வேறொன்று. வெறும் ஒற்றை வாக்கு வித்தியாசத்தில் 13 மாத கால வாஜ்பாய் அரசு கவிழ்ந்தது. மாற்று அரசை அமைப்பதற்கான பணிகள் தொடங்கின. சில தினங்களுக்கு முன்னர் நடந்த தேநீர் விருந்தில் பங்கேற்ற பாஜக தவிர்த்த ஏனைய அரசியல் கட்சித் தலைவர்கள் பலரும் பலமுனைகளில் சந்தித்துப் பேசினர். அவர்கள் அத்தனை பேருக்கும் இலக்கு ஒன்றுதான்: காங்கிரஸ் தலைமையிலான மாற்று அரசு.

வாஜ்பாய் அரசு கவிழ்ந்து, காங்கிரஸ் ஆட்சி அமைக்க முடிவு செய்திருப்பதை வரவேற்கிறேன். காங்கிரஸ் அரசுக்கு என்னுடைய அதிமுகவின் ஆதரவு உண்டு.

அத்தகைய பெருமுயற்சி எடுக்கப்பட்ட சமயத்தில் காங்கிரஸ் வசம் இருந்த மக்களவை உறுப்பினர்கள் வெறும் 140 பேர்தான். ஆனாலும் சுப்ரமணியன் சுவாமி போன்றோர் கொடுத்த நம்பிக்கையில் காங்கிரஸ் கட்சி ஆட்சியமைக்கத் தயாராகி யிருந்தது. 22 ஏப்ரல் 1999 அன்று குடியரசுத் தலைவர் கே.ஆர். நாராயணனைச் சந்தித்துப் பேசினார் காங்கிரஸ் தலைவர் சோனியா.

காங்கிரஸ் கட்சி ஆட்சி அமைக்கத் தயாராக இருக்கிறது; ஆட்சிக்குத் தேவையான

பெரும்பான்மை உறுப்பினர்களின் ஆதரவும் எங்கள் வசம் இருக்கிறது; ஆட்சி அமைக்க அழைப்பு தாருங்கள்!

சோனியாவின் கோரிக்கையை ஏற்க குடியரசுத் தலைவர் கே.ஆர். நாராயணன் தயக்கம் காட்டினார். காரணம், கடந்த முறை வாஜ்பாய் ஆட்சி அமைக்க உரிமை கோரியபோது இதே அணுகுமுறையைக் கடைப்பிடித்திருந்தார் கே.ஆர். நாராயணன். ஆகவே, சோனியாவுக்கும் அதே அணுகுமுறை. ஆட்சிக்கு ஆதரவளிக்கும் எம்.பிக்களின் அல்லது கட்சிகளின் ஆதரவுக் கடிதங்களைக் கொடுத்தால் மட்டுமே ஆட்சியமைக்க அழைக்க முடியும் என்று சொல்லிவிட்டார்.

கிரிதர் கமாங்

இந்த இடத்தில்தான் திடீர் திருப்பம் ஒன்று அரங்கேறியது. அடுத்து அமையப்போகும் மாற்று அரசு, பல கட்சிகளை உள்ளடக்கிய கூட்டணி அரசு அல்ல, காங்கிரஸ் தலைமையிலான தனிக்கட்சி அரசு. கூட்டணிக்கட்சிகள் நிபந்தனையற்ற ஆதரவைக் கொடுக்கவேண்டும் என்று அறிவித்தது காங்கிரஸ் தலைமை. துளியும் எதிர்பாராத நெருக்கடி காங்கிரஸிடம் இருந்து வந்ததைத் தொடர்ந்து காங்கிரஸின் கூட்டணிக் கட்சிகள் அதிர்ச்சியடைந்தன.

ஆனாலும் சட்டென்று சுதாரித்துக்கொண்டு எதிர்வினையாற்றத் தொடங்கின. சோனியா பிரதமராக ஆதரவளிக்க முடியாது என்று அறிவித்தார் சமாஜ்வாதி கட்சியின் தலைவர் முலாயம் சிங் யாதவ். வாய்வார்த்தையோடு நிறுத்திக்கொள்ளாமல் குடியரசுத் தலைவரை நேரில் சந்தித்துச் தனது நிலைப்பாட்டைத் தெளிவுபடுத்தினார். அதனைத் தொடர்ந்து வேறு சில கட்சிகளும் பின்வாங்கின.

இடதுசாரிக் கட்சிகள் மட்டுமே குடியரசுத் தலைவரைச் சந்தித்து, காங்கிரஸ் அமைக்கப்போகும் ஆட்சிக்கு நிபந்தனையற்ற ஆதரவு தருவதாக வாக்குறுதி கொடுத்திருந்தனர். அவர்களைத் தவிர்த்து வேறெந்த கட்சியிடம் இருந்தும் காங்கிரஸ் கட்சியால் ஆதரவுக் கடிதம் பெற முடியவில்லை. நிலைமையைப் புரிந்துகொண்ட இடதுசாரிகள், காங்கிரஸின் தனிக்கட்சி ஆட்சிக்கு ஆதரவளிக்க மறுத்துவிட்டனர்.

ஆதரவு தருவோர் பட்டியலைச் சீரமைத்துப் பார்த்தபோது இருநூற்றி சொச்சம் எம்.பிக்களின் ஆதரவு மட்டுமே காங்கிரஸின் பக்கம் இருந்தது. அறுதிப்பெரும்பான்மையை எட்டுவது ஆகாத காரியம் என்பது அப்பட்டமாகப் புரிந்தது. ஆகவே, காங்கிரஸ் கட்சியை ஆட்சியில் அமர்த்தும் முடிவைத் திரும்பப்பெற்றுக்கொள்வதாக குடியரசுத் தலைவரிடம் தெரிவித்தார் சோனியா.

எல்லாம் சரி, தேநீர்விருந்தின் மையப்புள்ளியாகவும் ஆட்சிக்கவிழ்ப்பின் முக்கியப்புள்ளியாகவும் இருந்த அதிமுகவின் நிலைப்பாடு என்ன?

நம்பிக்கை வாக்கெடுப்பில் தோல்வியடைந்து, வாஜ்பாய் ஆட்சி கவிழ்ந்தபிறகு 17 ஏப்ரல் 1999 அன்று செய்தியாளர்களிடம் பேசினார் அதிமுக பொதுச்செயலாளர் ஜெயலலிதா. அப்போது, 'வாஜ்பாய் அரசு கவிழ்ந்து, காங்கிரஸ் ஆட்சி அமைக்க முடிவு செய்திருப்பதை வரவேற்கிறேன்.

காங்கிரஸ் அரசுக்கு என்னுடைய அதிமுகவின் ஆதரவு உண்டு. சோனியா காந்தி பிரதமர் ஆவதற்கு ஆதரவு கொடுப்பதில் எங்களுக்கு எந்தத் தடையும் இல்லை. அனைத்து எதிர்க்கட்சி களும் அதை ஆதரிக்கவேண்டும்' என்ற வேண்டுகோள் ஒன்றை விடுத்தார்.

ஆனால் சோனியாவை ஆட்சியில் அமர்த்துவதற்குப் போதுமான ஆதரவு திரளவில்லை என்ற நிலையில், சிபிஎம்மின் மூத்த தலைவர் ஜோதிபாசு பிரதமரானால் அவரை அதிமுக ஆதரிக்கும் என்றார் ஜெயலலிதா. ஆனால் எந்தவொரு வாய்ப்பையும் செயல்படுத்த முடியாத அளவுக்கு தேசிய அரசியல் நிலைமை சிக்கலாகியிருந்தது.

நடப்பதை எல்லாம் அமைதியாக வேடிக்கை பார்த்துக்கொண்டிருந்த பாரதிய ஜனதா உள்ளிட்ட தேசிய ஜனநாயகக் கூட்டணிக் கட்சிகள், தற்போது குடியரசுத் தலைவர் கே.ஆர். நாராயணனின் அணுகுமுறை குறித்து அதிருப்தி வெளியிட்டன. ஆட்சிக்கான ஆதரவை மூன்றே தினங்களில் நிரூபிக்கச் சொல்லி வாஜ்பாய்க்கு நெருக்கடி கொடுத்த அவர், ஏன் காங்கிரஸ் கட்சிக்கு மட்டும் அதிகபட்ச கால அவகாசத்தைக் கொடுக்கிறார் என்ற கேள்வியை எழுப்பினர்.

விஷயம் என்னவென்றால், அத்தனை நாள்கள் அவகாசம் அளித்தபிறகும் சோனியாவால் ஆதரவு திரட்டமுடியவில்லை. அதனைத் தொடர்ந்து மக்களவையைக் கலைக்க உத்தர விட்டார் குடியரசுத் தலைவர். அந்த நடவடிக்கையிலும் பாரதிய ஜனதாவுக்கு சில அதிருப்திகள். புதிய அரசை அமைப்பதற்கான மாற்று முயற்சிகள் சிலவற்றைப் பரிசீலனை செய்யாமல், உடனடியாக மக்களவைக் கலைத்தது அவர்களை அதிருப்தியடையச் செய்தது.

என்றாலும், தற்போதுள்ள அரசியல் சூழ்நிலையில், பாரதிய ஜனதாவோ அல்லது காங்கிரஸோ இடம்பெறாத அல்லது அவர்களுடைய ஆதரவு இல்லாத மாற்று அரசு அமைய வாய்ப்பே இல்லை. ஆகவே, மறுதேர்தல்தான் ஒரே மாற்று என்ற கள யதார்த்தத்தை எல்லா கட்சிகளும் புரிந்துகொண்டன. மக்களவைக்குத் தேர்தல் அறிவிக்கப்பட்டது.

தேர்தல் நடந்து முடியும் வரைக்கும் காபந்து பிரதமராகச் செயல்படவேண்டும் என்று பிரதமர் வாஜ்பாயைக் கேட்டுக்கொண்டார் குடியரசுத் தலைவர் கே.ஆர். நாராயணன். அதனைத் தொடர்ந்து அரசியல் கட்சிகள் தங்களுக்கான கூட்டணிகளை உருவாக்கும் பணியில் மும்முரம் காட்டத் தொடங்கின.

தேசிய ஜனநாயக் கூட்டணியில் பழையன கழிதலும் புதியன புகுதலும் நடக்கத் தொடங்கின. அதேபோல, காங்கிரஸ் கட்சியும் கூட்டணி முயற்சிகளில் ஆர்வம் காட்டியது. அப்போது இந்திய எல்லையில் இருந்து ஒரு செய்தி வந்தது. அந்தச் செய்தி கார்கில் யுத்தத்துக்குக் கட்டியம் கூறியது!

114

காபந்து அரசின் கார்கில் போர்

பொக்ரானில் அணுகுண்டுச் சோதனை நிகழ்த்தியது முதலே இந்திய எல்லைப் பகுதியில் பதற்ற நெருப்பு பற்றிக்கொண்டு விட்டது. பாகிஸ்தானும் தன் பங்குக்கு அணுகுண்டுச் சோதனைகள் நடத்தி பதிலடி கொடுத்தது. ஆனாலும் பாகிஸ்தானுடன் விரோதம் பாராட்ட வாஜ்பாய் அரசு விரும்பவில்லை. அவர்களுடன் அணுக்கமாகச் செல்லவே விரும்பியது. அந்த எண்ணத்தின் வெளிப்பாடுதான் வாஜ்பாயின் லாகூர் ரயில் பயணமும் லாகூர் பிரகடனமும்.

ஆனால் இந்தியாவுடன் அமைதி பேணுவதில் அங்கே சிலருக்கு அச்சங்கள் இருந்தன. முக்கியமாக, ராணுவத் தளபதி ஜெனரல் பர்வேஸ் முஷாரஃபுக்கு. சமாதான நடவடிக்கைகளின் மீது சண்டைச் சாயம் பூச விரும்பினார். அதற்கு அவர் தேர்வு செய்தது புத்தம் புதிய பாணி அல்ல. கடந்த அரை நூற்றாண்டு காலமாகப் பாகிஸ்தான் பின்பற்றிவரும் அதே பாணிதான். ரகசிய ஊடுருவல். முஷாரஃபின் ஆசியுடன் இந்தியப் பகுதிக்குள் ஊடுருவல் தொடங்கியது.

ஒருபக்கம் அமைதிப்பேச்சுவார்த்தை நடந்துகொண்டிருக்கும் வேளையில், இன்னொரு பக்கம் முதுகில் குத்தும் காரியத்தைத் தொடங்கினார் பர்வேஸ் முஷாரஃப். இந்தக் காரியம் 1999 மே மாதத் தொடக்கத்தில் நடந்தது. கார்கில் பகுதியில் நிலவிய உச்சபட்ச பனியின் காரணமாக இந்திய ராணுவத்தினர் பாசறைக்குத் திரும்பியிருந்த நேரம் பார்த்துப் பக்குவமாக

பர்வேஸ் முஷாரஃப்

நுழைந்த ஊடுருவல்காரர்கள், அங்கே பதமாகக் குழி தோண்டி, ஆயுதங்கள் சகிதம் பத்திரமாகப் பதுங்கிக் கொண்டனர்.

திரென ஒருநாள் ரோந்துப் பணிக்காக வெளியே வந்த இந்திய ராணுவ வீரர்களின் கண்களுக்கு தூரத்தில் தெரிந்த கருப்பு கோட் மனிதர்கள் அதிர்ச்சியைக் கொடுத்தனர். நெற்றிப்பொட்டில் அடித்தது போன்று இருந்தது இந்திய ராணுவத்தினருக்கு. அந்த அதிர்ச்சி யில் இருந்து மீள்வதற்குள் அவர்கள் மீது துப்பாக்கிச் சூடு நடத்தினர் ஊடுருவல்காரர்கள். தாக்குதலைப் பார்த்தபிறகுதான் அவர்கள் பாகிஸ்தானியர்கள் என்பது இந்திய வீரர்களுக்குப் புரிந்துபோனது.

விஷயம் உடனடியாக மத்திய அரசின் கவனத்துக்குச் சென்றது. பிரதமர் வாஜ்பாய் தனது அமைச்சரவை சகாக்களான அத்வானி, ஜார்ஜ் ஃபெர்னாண்டஸ் உள்ளிட்டோரை அழைத்து ஆலோசனை நடத்தினார். கூடவே, முப்படைத்தளபதிகள். கார்கில் பகுதியில் மட்டுமல்ல, முஷ்கோக், ட்ராஸ், பட்டாலிக், டைகர் ஹில்ஸ் என்று அக்கம்பக்கத்துப் பகுதிகளிலும் நடந்திருப்பது தெரியவந்தது. சற்றேறக்குறைய அறுநூறு பேர் ஊடுருவியிருந்தனர். இந்தியாவுக்குச் சொந்தமான நூற்றுக்கும் அதிகமான முகாம்களைத் தம்வசப்படுத்தியிருந்தனர்.

பிரதமர் வாஜ்பாயின் உத்தரவின்பேரில் ராணுவ அமைச்சர் ஜார்ஜ் ஃபெர்னாண்டஸ் கார்கில் பகுதிக்குச் சென்று பார்வையிட்டார். கூடவே, ராணுவ உயர் அதிகாரிகளும் சென்றிருந்தனர். பிறகு எல்லைப் பகுதிகளில் தான் பார்த்ததையும் தனக்குப் புரிந்ததை யும் பிரதமர் வாஜ்பாயிடம் எடுத்துச் சொன்னார் அமைச்சர் ஃபெர்னாண்டஸ். அடுத்து செய்யவேண்டிய காரியங்கள் எல்லாம் துரித கதியில் நடந்தன.

‘அத்துமீறி நுழைந்தவர்களை விரட்டி அடியுங்கள், முடியாவிட்டால் அடித்து விரட்டுங்கள்’ என்று நேருவின் பாணியில் உத்தரவிட்டார் பிரதமர் வாஜ்பாய்.

பாதுகாப்புக்கான அமைச்சரவைக் குழு கூடியது. இந்திய எல்லைக்குள் அத்துமீறி நுழைந்ததோடு, இந்திய வீரர்கள் மீது தாக்குதல் நடத்தியவர்கள் மீது தாக்குதல் நடத்தி, அவர்கள் அனைவரையும் அப்புறப் படுத்தவேண்டும் என்று முடிவானது. உரிய ஆயுதங்கள் சகிதம் நடத்தப்பட இருந்த அந்தத் தாக்குதலுக்கு ஆபரேஷன் விஜய் என்று பெயர் வைக்கப்பட்டது.

தாக்குதலைத் தொடங்குவதற்கு முன்னால், ‘இந்தியப் பகுதிக்குள் நுழைந்திருப்பவர்கள் அனைவரும்

ஜார்ஜ் ஃபெர்னாண்டஸ்

பாகிஸ்தான் அரசின் அனுமதியோடும் அமெரிக்க ஆயுதங்களோடும் வந்திருக்கிறார்கள்' என்றது இந்தியா. ஆனால் அதனை அடியோடு நிராகரித்த பாகிஸ்தான், காஷ்மீர் இளைஞர் கள் தங்களுக்குச் சொந்தமான பகுதியை மீட்டெடுக்கத் தன்னெழுச்சியாகக் கிளர்ந்து எழுந்துள்ளனர். அதற்கும் எங்களுக்கும் எந்தவிதமான சம்பந்தமும் இல்லை என்றது.

பின்னர் பாகிஸ்தான் பிரதமர் நவாஸ் ஷெரீஃபைத் தொலைபேசியில் தொடர்புகொண்டு பேசினார் பிரதமர் வாஜ்பாய். 'எல்லையில் என்ன நடக்கிறது? ஏன் உங்கள் ராணுவம் எங்களைத் தாக்குகிறது?' என்று கேள்வி எழுப்பினார் வாஜ்பாய். ஆனால் அப்படியான எந்தத் தாக்குதலையும் நாங்கள் செய்யவில்லை என்று மறுத்தார் நவாஸ் ஷெரீஃப்.

அதன்மூலம் பாகிஸ்தான் உண்மையை ஒப்புக்கொள்ளத் தயாரில்லை என்பது தெரிந்தது. கூடவே, பதிலடி தருவதைத் தவிர வேறு வழியில்லை என்பதும் புரிந்தது. ஆபரேஷன் விஜய் ஆரம்பமானது. இத்தனைக்கும் வாஜ்பாய் அரசு அதிகாரபூர்வமான அரசு அல்ல. காபந்து அரசு. ஆனாலும், இந்தியாவை ஆபத்தில் இருந்து காபந்து செய்வதுதான் அரசின் பணி என்பதால் அந்த அரசுக்கு அனைத்து எதிர்க்கட்சிகளும் ஆதரவுக்கரம் நீட்டின.

அந்த உற்சாகத்தில், 'அத்துமீறி நுழைந்தவர்களை விரட்டி அடியுங்கள், முடியாவிட்டால் அடித்து விரட்டுங்கள்' என்று நேருவின் பாணியில் உத்தரவிட்டார் பிரதமர் வாஜ்பாய். 26 மே 1999 அன்று இந்தியாவின் பீரங்கித் தாக்குதல்கள் வேகம் பிடித்தன. தாக்குதலில் வீரியம் அதிகமாக இருந்ததால் பாகிஸ்தான் ராணுவம் நேரடியாகக் களமிறங்கியது.

நவாஸ் ஷெரீஃப்

இந்தியப் போர் விமானங்கள் பாகிஸ்தான் எல்லைக்குள் அத்துமீறி நுழைந்ததாகக் காரணம் சொல்லி, இந்தியாவுக்குச் சொந்தமான மிக் ரக விமானம் ஒன்றையும் ஹெலிகாப்டர் ஒன்றையும் சுட்டு வீழ்த்தியது பாகிஸ்தான் ராணுவம். அதன்மூலம் சாதாரண யுத்தம் இந்தியா - பாகிஸ்தான் இடையிலான அதிகாரபூர்வ யுத்தமாகப் பரிணாம வளர்ச்சி பெற்றது.

லாகூர் அமைதி ஒப்பந்தத்தில் கையெழுத்திட்ட ஈரம் காய்வதற்குள் இருதரப்பிலும் எழுந்த யுத்தம் இருநாட்டு ஆட்சியாளர்களையும் கவலைகொள்ளச் செய்தது. ஆனால் ஆரம்பித்து வைத்தது பாகிஸ்தான் என்பதால் பதிலடி கொடுத்ததில் தவறே இல்லை என்பது இந்தியாவின் வாதம். ஆனால் அனைத்துக்கும் அடிகோலியவர் ராணுவத் தளபதி பர்வேஸ் முஷாரஃப் என்பது பிரதமர் நவாஸ் ஷெரீஃபுக்குப் புரிந்தது.

உண்மையில், நவாஸ் ஷெரீஃபுக்கு இந்தியாவுடன் திடீர் யுத்தம் நடத்துவதில் ஆர்வமும் இருக்கவில்லை. தனது ஒப்புதல் இல்லாமலே ஊடுருவல் நடந்தது என்பதை பகிரங்கமாக ஒப்புக்கொள்ளவும் அவருடைய ஈகோ சம்மதிக்கவில்லை. ஆகவே, இந்தியப் பிரதமர் வாஜ்பாயைத் தொடர்புகொண்டு பேசினார். விமானத் தாக்குதல்கள் வழியே விடைகள் ஏதும் கிடைக்கப்போவதில்லை. போரை நிறுத்துவோம். பேச்சுவார்த்தை நடத்துவோம் என்றார். ஆனால் அதற்கு வாய்ப்பில்லை என்று சொல்லிவிட்டார் வாஜ்பாய்.

இந்தியாவில் கார்கில் யுத்தம் பலத்த அதிர்வலைகளை ஏற்படுத்தியது. தேவையில்லாமல் இந்தியா மீது போர் தொடுத்த பாகிஸ்தானுக்குத் தக்க பதிலடி கொடுக்கப்பட்டே தீர வேண்டும் என்ற கருத்து சராசரி இந்தியர்கள் மனத்தில் அழுத்தமாக உருவானது. இந்திய ராணுவம் தனது வீரத்தையும் ஆற்றலை யும் வெளிப்படுத்தியாகவேண்டிய தருணம் வந்திருப்பதாகக் கருதினர்.

இருநாடுகளுக்கும் இடையே கடுமையான யுத்தம் நடந்துகொண்டிருந்த வேளையில் ஐக்கிய நாடுகள் சபை களத்தில் இறங்கியது. இருநாடுகளுக்கும் தனது தூதுவர்களை அனுப்புவதாகச் சொன்னார் ஐ.நா. சபையின் பொதுச்செயலாளர் கோஃபி அன்னான். ஆனால் அதனை பிரதமர் வாஜ்பாய் ரசிக்கவில்லை.

‘அமைதியின் தேவை பற்றிப் பேசுவதற்கு ஆள் அனுப்புவதாக இருந்தால், அந்த நபர் செல்ல வேண்டியது பாகிஸ்தானுக்குத்தானே தவிர, இந்தியாவுக்கு அல்ல’ - இதுதான் கோஃபி அன்னானுக்குக் கொடுக்கப்பட்ட பதில்.

‘அமைதியின் தேவை பற்றிப் பேசுவதற்கு ஆள் அனுப்புவதாக இருந்தால், அந்த நபர் செல்ல வேண்டியது பாகிஸ்தானுக்குத்தானே தவிர, இந்தியாவுக்கு அல்ல’

கார்கில் யுத்தத்தில் பாகிஸ்தானே முதல் அடியை எடுத்துவைத்தது என்பது சர்வதேச நாடுகளின் கவனத்துக்குக் கொண்டுசெல்லப்பட்டது. குறிப்பாக, ஜி 8 நாடுகளின் மாநாட்டில் லாகூர் ஒப்பந்தத்தின்படி இந்தியாவும் பாகிஸ்தானும் தங்கள் பிரச்னைகளைப் பரஸ்பரம் பேசித்தீர்த்துக் கொள்ள வேண்டும் என்று கோரிக்கை விடப்பட்டது. அதனைத் தொடர்ந்து பாகிஸ்தான் தனது ராணுவ வீரர்களைத் திரும்பப்பெறவேண்டும் என்று கோரியது ஐக்கிய நாடுகள் சபை.

இப்போது அமெரிக்காவின் முறை. இந்திய, பாகிஸ்தான் இடையிலான யுத்தம் தெற்காசியப் பிராந்தியத்தின் அமைதியைச் சீர்குலைப்பதாகக் கவலைப்பட்ட அமெரிக்க அதிபர் பில் கிளிண்டன், நிலைமையின் தீவிரத்தை உணர்ந்து பாகிஸ்தானுக்குச் சில அறிவுரைகளைக் கொடுத்தார்.

'அனைத்து பிரச்னைகளுக்கும் அடிப்படை பாகிஸ்தானின் ஊடுருவல்தான். பாகிஸ்தான் ராணுவத்தின் நார்தர்ன் லைட் இன்ஃபாண்ட்ரி படைப்பிரிவுதான் கார்கில் நடவடிக்கைக்குக் காரணம். ஆகவே, அந்தப் படைப்பிரிவையும் இன்னபிறரையும் உடனடியாகத் திரும்பப் பெற வேண்டும்' என்று பாகிஸ்தானைக் கேட்டுக்கொண்டார் பில் கிளிண்டன். அத்தோடு, தூதுக்குழு ஒன்றையும் பாகிஸ்தானுக்கு அனுப்பி, 'பின்வாங்குங்கள்' என்று நெருக்கடி கொடுத்தார்.

அமெரிக்காவின் தலையீடு பாகிஸ்தானைப் பதற்றம் கொள்ளச் செய்தது. இந்த அண்ணன் மிரட்டினால், அந்த அண்ணனிடம் அடைக்கலம் பெறுவதுதான் பாதுகாப்பான செயல் என்ற முடிவுக்கு வந்த பாகிஸ்தான் பிரதமர் நவாஸ் ஷெரீஃப், சீனாவுக்குச் சென்று நிலைமையை எடுத்துச்சொன்னார். ஒருவேளை, பாகிஸ்தானின் இறையாண்மைக்கு இந்தியாவால் ஆபத்து வந்தால், அதைத் தடுத்து நிறுத்த சீனா களமிறங்கும் என்ற உத்தர வாதத்தைக் கொடுத்தது சீனா.

சீனாவின் ஆதரவு கொடுத்த தெம்பில் இந்தியாவைச் சற்றே மிரட்டிப் பார்த்தது பாகிஸ்தான். இந்தியா யுத்தத்தைத் தொடரும் பட்சத்தில் அணு ஆயுதங்களைப் பயன்படுத்தவும் தயங்க மாட்டோம் என்றது. ஆனால் இந்தியாவோ வெகு நிதானமாக எதிர்வினை ஆற்றியது.

பில் கிளிண்டன்

'அணு ஆயுதம் பயன்படுத்தவேண்டிய சூழல் உருவானாலும்கூட, அதை இந்தியா முதலில் செய்யாது.' அதன் அர்த்தம், 'எங்களுக்கு விருப்பமில்லை. ஆனால் நீங்கள் செய்தால் நாங்களும் செய்வதற்குத் தயங்கமாட்டோம்' என்பதுதான்.

அதிரடி எச்சரிக்கை விடுத்ததோடு நிற்கவில்லை, அதிரடி நகர்வுகளையும் நடத்தியது இந்தியா. யுத்தம் நடக்கும் கார்கில் பிராந்தியத்தில் மட்டுமின்றி, பஞ்சாப் உள்ளிட்ட பாகிஸ்தானின் எல்லைப் பகுதிகளை நோக்கி ராணுவம் ஆயத்தமானது. அந்தத் தகவல் பாகிஸ்தானைச் சற்றே பயமுறுத்தியது. அந்தப் பதற்றத்துக்கு மத்தியில் கார்கில் பகுதியை மீண்டும் கைப்பற்றிய இந்திய ராணுவம், அந்த வெற்றியை வெகு விமரிசையாகக் கொண்டாடியது. அடுத்து, டைகர் ஹில்ஸ் பகுதியையும் திரும்பப்பெற்றது.

இந்தியா தனது வேகத்தை மேன்மேலும் அதிகப்படுத்திக்கொண்டிருந்த சமயத்தில் பிரதமர் நவாஸ் ஷெரீஃபை அழைத்தார் அமெரிக்க அதிபர் பில் கிளிண்டன். போர் நிறுத்தத்தின் அவசியத்தை உணர்த்தினார். அதனைத் தொடர்ந்து நவாஸ் ஷெரீஃப் இறங்கிவரத் தயாரானார். அதற்கு பாகிஸ்தானுக்குள் பலத்த எதிர்ப்பு கிளம்பியது. போராளிகளும் எதிர்க்கட்சிகளும் போர் நிறுத்தம் கூடாது, ஒருகை பார்த்தே தீரவேண்டும் என்று வலியுறுத்தினர்.

12 ஜூலை 1999 அன்று பாகிஸ்தான் தொலைக்காட்சியில் உரையாற்றிய பிரதமர் நவாஸ் ஷெரீஃப், 'காஷ்மீர் போராளிகள் கார்கிலைக் கைப்பற்றியதன் நோக்கம், காஷ்மீர் விவகாரத்தை நோக்கி சர்வதேச சமூகத்தின் கவனத்தைத் திருப்புவதுதான். அது நிறைவேறி விட்டது. அமெரிக்கா தனது தனிப்பட்ட ஆர்வத்தைச் செலுத்தும் என்று உத்தரவாதம் கிடைத்துள்ள நிலையில், அங்கே யாரும் இருக்கவேண்டிய அவசியமில்லை. எல்லை தாண்டிச் சென்ற அனைவரும் உடனடியாக பின்வாங்கிக் கொள்ளவேண்டும்' என்று அறிவித்தார்.

அதனைத் தொடர்ந்து ஊடுருவல்காரர்கள் பலரும் வெளியேறத் தொடங்கினர். ஆனால் ஒரு தரப்பினர் மட்டும், 'வெளியேறமுடியாது. கார்கில் எங்கள் பூமி, எதற்காக நாங்கள் வெளியேற வேண்டும்?' என்று கேள்விகேட்டு, முரண்டு பிடித்தனர். அந்தச் சமயத்தில் இந்தியாவின் இரு முக்கிய அமைச்சர்களிடமிருந்து எச்சரிக்கைகள் வந்துசேர்ந்தன.

'ஊடுருவல் கும்பலின் கடைசி நபர் வெளியேறுகின்றவரை இந்திய ராணுவம் தொடர்ச்சி யாகத் தாக்குதல் நடத்தும்' என்றார் இந்திய உள்துறை அமைச்சர் அத்வானி. இன்னும் ஒருபடி மேலே சென்ற ராணுவ அமைச்சர் ஜார்ஜ் ஃபெர்னாண்டஸ், 'இந்திய எல்லைப் பகுதியிலிருந்து வெளியேற மறுத்து, யாரேனும் பேச்சுவார்த்தை.. பிரகடனம்.. இத்யாதி இத்யாதி என்றெல்லாம் பேசினால், அவர்களுடன் நாங்கள் பேசமாட்டோம், எங்கள் ராணுவ வீரர்களின் துப்பாக்கி தான் பேசும்' என்று எச்சரித்தார்.

அந்த எச்சரிக்கைகளைத் தொடர்ந்து, எழுபது நாள்களைக் கடந்து நடந்துகொண்டிருந்த இந்திய - பாகிஸ்தான் யுத்தம் முடிவுக்கு வந்தது. பாகிஸ்தான் ராணுவ வீரர்கள் முற்றிலுமாக வெளியேறியதைத் தொடர்ந்து கார்கில் வெற்றிக் கொண்டாட்டங்களைத் தொடங்கியது பாரதிய ஜனதா கட்சி.

மக்களவைப் பொதுத்தேர்தல் நெருங்கிக்கொண்டிருந்த வேளையில், கார்கில் வெற்றி வாஜ்பாயின் வெற்றியாகச் சித்திரிக்கப்பட்டது. அப்போது வாஜ்பாய் அரசை நோக்கி ஒரு விமரிசனம் எழுந்தது. அது அவருடைய தேசபக்தியைக் கேள்வி எழுப்பியது!

115

ஆடு மேய்ப்போரும் அவசர தேர்தலும்

அமெரிக்க அதிபர் பில் கிளிண்டன் தொடங்கி ஐக்கிய நாடுகள் சபையின் பொதுச்செயலாளர் கோஃபி அன்னான் வரை பலரும் மேற்கொண்ட முயற்சிகளின் பலனாக கார்கில் யுத்தம் முடிவுக்கு வந்தது. பாகிஸ்தானிய ஆக்கிரமிப்புக்கு உள்ளான கார்கில் உள்ளிட்ட பகுதிகளை இந்திய ராணுவம் மீட்டெடுத்தது. நாடு முழுக்க வெற்றிக்கொண்டாட்டம் தொடங்கியது.

கார்கில் நாயகன் என்று பிரதமர் வாஜ்பாயைப் பாராட்டி மகிழ்ந்தது பாரதிய ஜனதா. இந்தியாவைச் சூழ்ந்த பேரபாயத்தைத் தடுத்து நிறுத்திய வலிமையான பிரதமர் வாஜ்பாய் என்ற சித்திரத்தை மெல்ல மெல்ல உருவாக்கத் தொடங்கியது பாரதிய ஜனதா. அந்த இடத்தில்தான் இருவேறு சர்ச்சைகள் உருவாகி பிரதமர் வாஜ்பாய், ராணுவ அமைச்சர் ஜார்ஜ் ஃபெர்னாண்டஸ், உள்துறை அமைச்சர் அத்வானி உள்ளிட்டோரைச் சங்கடப்படுத்தின.

கார்கில் பகுதியில் ஆடு மேய்ப்பவர் ஒருவர் சொன்னபிறகே இந்திய எல்லைக்குள் பாகிஸ்தானியர்கள் ஊடுருவியிருக்கிறார்கள் என்பது இந்திய ராணுவத்துக்குத் தெரிந்தது என்று மத்திய அரசு சொன்னதுதான் முதல் சர்ச்சையின் பின்னணி. அந்தக் கருத்தை உள்துறை அமைச்சர் அத்வானியும் பதிவுசெய்திருக்கிறார். 'படாலிக் செக்டார் பகுதியில் இருக்கும் ஆடு மேய்ப்பவர்களிடமிருந்துதான் ஊடுருவல் செய்திகள் ராணுவத்துக்குக் கிடைத்தன' என்பது அத்வானியின் பதிவு.

ஆடு மேய்ப்போருக்குத் தெரிந்த விஷயம்கூட இந்திய ராணுவத்துக்குத் தெரியவில்லை என்று சொன்னால் அது இந்திய ராணுவத்தையும் இந்திய உளவுத் துறையையும் அவமதிக்கும் கருத்து என்று எதிர்க் கட்சிகள் விமரிசனம் செய்தன. ஆனால் இம்மாதியான செய்திகளைப் பெறுவதற்கு இந்திய ராணுவம் ஆடுமேய்ப்போரையும் நம்பும், தேவைப்பட்டால் ஆடுமேய்ப்போராகவே மாறி, தகவல் சேகரிக்கும் என்ற கருத்தை சில முன்னாள் ராணுவ அதிகாரிகள் முன்வைத்தனர்.

அத்வானி

அடுத்த சர்ச்சை, வாஜ்பாய் அரசு செய்த கால தாமதம். உண்மையில், கார்கில் ஊடுருவல் என்பது 1999 மே மாதம் தொடங்கியதல்ல, அதற்கு முந்தைய ஆண்டின் ஆகஸ்டு மாதத்திலேயே ஆரம்பித்துவிட்டது. அது ராணுவத்துக்கும் தெரியும். அவர்கள் வழியாக அரசாங்கத்துக்கும் தெரியும் என்று சொன்னார் கார்கில் பகுதியில் 121வது பிரிவுக்கான கமாண்டர் பிரிகேடியர் சுரேந்தர் சிங். அவர் சொன்ன செய்தியும் அது தொடர்பாக அவுட்லுக் பத்திரிகை வெளியிட்ட ஆதாரங்களும் பலத்த சர்ச்சைகளை எழுப்பின.

ஆக, எதிர்காலத் தேர்தல் வெற்றிக்காகவே, ஊடுருவல் நடந்தபோது அமைதியாக வேடிக்கை பார்த்துவிட்டு, தகுந்த நேரத்தில் யுத்தம் நடத்தி வெற்றிபெற்றிருக் கிறதா வாஜ்பாய் அரசு என்ற சந்தேகத்தை காங்கிரஸ் உள்ளிட்ட எதிர்க்கட்சிகள் எழுப்பின. ஊடுருவிலின் ஆரம்ப கட்டத்திலேயே இந்திய ராணுவத்தைக் களமிறக்கியிருந்தால், மிகப்பெரிய போரைத் தவிர்த் திருக்கலாம், ஆனால் வாஜ்பாய் அரசு அதற்கான நடவடிக்கைகளை எடுக்கவில்லை. அதுதான் இந்திய வீரர்கள் பலர் பலியாவதற்கும் காரணமானது என்றனர் விமரிசகர்கள்.

கார்கில் யுத்தம் தொடங்கியிருந்த சமயத்தில் காங்கிரஸும் எதிர்க்கட்சிகளும் வாஜ்பாய் அரசுக்கு ஆதரவாகவே இருந்தன.

கிட்டத்தட்ட வாஜ்பாயின் தேசபக்திக்கு எதிராக எழுப்பப்பட்ட அறைகூவல் இது. ஆனால் அந்தக் கேள்விகள் எல்லாம் கார்கில் வெற்றி காரணமாக இந்திய மக்கள் மத்தியில் எழுந்த ஆர்ப்பரிப்பில் எடுபடாமல் போயின. ஒட்டுமொத்த இந்தியாவும் கார்கில் என்ற வார்த்தையை மந்திரம் போல உச்சரித்தன. கூடவே, வாஜ்பாய் என்ற பெயரும் ஓங்கி ஒலித்தது. ஒட்டு மொத்த இந்தியாவும் வாஜ்பாயை வெற்றி நாயகனாகக் கொண்டாடியது. இந்தியாவுக்கு வலிமையான பிரதமர் வந்துவிட்டார் என்ற கோஷத்தை பாஜக உரத்து எழுப்பியது.

வசுந்தரா ராஜே சிந்தியா

அதேசமயம், கார்கில் தொடர்பாக எழுந்த சர்ச்சைகளுக்கு முடிவு கட்டும் வகையில், கார்கில் யுத்தம் முடிந்த கையோடு கார்கில் ஆய்வுக்கமிட்டியை அமைத்தது வாஜ்பாய் அரசு. பாதுகாப்புத் துறை ஆய்வாளர் கே. சுப்ரமணியன் தலைமையிலான அந்தக் கமிட்டிக்கு இரண்டு இலக்குகளை நிர்ணயித்தது மத்திய அரசு. ஒன்று, கார்கில் ஊடுருவலுக்கான காரண, காரியங்களைக் கண்டறிவது. இரண்டு, ஆயுதம் தாங்கிய ஊடுருவல்களை எதிர்காலத்தில் தவிர்ப்பதற்கான வழிமுறைகளைக் கண்டறிவது.

உண்மையில், கார்கில் யுத்தம் தொடங்கியிருந்த சமயத்தில் காங்கிரஸும் எதிர்க்கட்சிகளும் வாஜ்பாய் அரசுக்கு ஆதரவாகவே இருந்தன. சித்தாந்த வேறுபாடுகள் அனைத்தையும் தாண்டி, அரசுக்குத் தங்கள் முழு ஒத்துழைப்பையும் அளித்தன. ஆனால் யுத்தம் முடிந்தபிறகே விமரிசனங்களை முன்வைத்தன என்பது கவனிக்கத்தக்கது. என்றாலும், சுப்ரமணியன் கமிட்டி தனது ஆய்வுப் பணிகளை ஒருபக்கம் தொடங்கியிருக்க, இன்னொரு பக்கம், இந்திய அரசியல் கட்சிகள் மக்களவைத் தேர்தலுக்கு ஆயத்தமாகிக் கொண்டிருந்தன.

ஆளுங்கட்சியாக இருந்த பாரதிய ஜனதா கட்சி தலைமையிலான தேசிய ஜனநாயக் கூட்டணி நாடு தழுவிய அளவில் மறுகட்டுமானம் செய்யப்பட்டது. பல மாநிலங்களில் கூட்டணிக்கட்சிகள் புதிதாகச் சேர்வதும் பழையவர்கள் பிரிந்துசென்றதும் நடந்தேறின. கடந்த காலங்களில் பாரதிய ஜனதாவை அரசியல் ரீதியாகத் தீண்டத்தகாத கட்சியாகப் பார்த்த பல பிராந்தியக் கட்சிகளும் தற்போது தேசிய ஜனநாயகக் கூட்டணியில் இணைந்திருந்தன.

சுஷ்மா ஸ்வராஜ்

பீகாரில் நிதீஷ் குமார், சரத் யாதவ் போன்றோர் வழி நடத்திய ஐக்கிய ஜனதா தளம், பஞ்சாப்பில் ஷிரோமணி அகாலிதளம், மகாராஷ்ட்ராவில் சிவசேனா, மேற்கு வங்கத்தில் மமதா பானர்ஜியின் திரிணாமுல் காங்கிரஸ், ஒரிசாவில் பிஜு ஜனதா தளம், ஹரியானா விகாஸ் கட்சி, ஆந்திராவில் தெலுங்கு தேசம், தமிழ்நாட்டில் திமுக, பாமக, மதிமுக, வாழப்பாடி ராமமூர்த்தியின் தமிழக ராஜீவ் காங்கிரஸ் ஆகிய கட்சிகள் தேசிய ஜனநாயகக் கூட்டணியில் இணைந்தன.

தேசிய அளவில் வலுவான கூட்டணியாக உருவாகி யிருந்ததால், மிகுந்த நம்பிக்கையுடன் தொகுதிப் பங்கீட்டுப் பேச்சுவார்த்தையில் இறங்கியது பாஜக. என்னவொரு சிக்கல் என்றால், தேசிய அளவில் பெரிய கட்சியாக பாஜக இருந்தபோதும் பல மாநிலங்களில் அந்தக் கட்சி பிராந்தியக் கட்சியின் இளைய பங்குதாரராகவே (Junior Partner) இருந்தது. சம்பந்தப்பட்ட பிராந்தியத்தில் உள்ள பெரிய கட்சி ஒதுக்கிக்கொடுத்த தொகுதிகளில் மட்டும் போட்டி யிட்டது.

மொத்தமுள்ள 543 தொகுதிகளில் பாரதிய ஜனதா 339 தொகுதிகளில் போட்டியிட்டது. அதிக பட்சமாக உத்தரப் பிரதேசத்தில் 77 தொகுதிகளிலும், மத்தியப் பிரதேசத்தில் 40 தொகுதி களிலும் போட்டியிட்டது. மற்றபடி, பீகாரில் 29, மகாராஷ்ட்ரா மற்றும் குஜராத்தில் தலா 26, ராஜஸ்தானில் 24, கர்நாடகாவில் 19, கேரளாவில் 14, மேற்கு வங்கத்தில் 13, அசாமில் 12 என்ற அளவில் வேட்பாளர்களைக் களமிறக்கியது.

ஏனைய மாநிலங்களில் எல்லாம் ஒற்றை இலக்கத்திலேயே போட்டியிட்டது. குறிப்பாக, ஒரிசாவில் 9, ஆந்திராவில் 8, டெல்லியில் 7, தமிழ்நாடு, ஜம்மு காஷ்மீரில் தலா 6, ஹரியானா வில் 5, பஞ்சாப், இமாச்சல பிரதேசத்தில் தலா 3, கோவா, மேகாலயாவில் தலா 2, அருணாச்சல பிரதேசம், மணிப்பூர், நாகாலாந்து, திரிபுரா, அந்தமான் நிக்கோபர், சண்டிகர், தாத்ரா நாஹர் ஹவேலி, டாமன் டையூ ஆகியவற்றில் தலா ஒன்று என்ற அளவில் போட்டியிட்டது.

‘நிலையான ஆட்சி; திறமையான பிரதமர்’ என்ற கோஷத்தை மக்கள் மத்தியில் அழுத்தந்திருத்தமாகக் கொண்டுசெல்வது.

பாஜக முன்னணித் தலைவர்களான வாஜ்பாய் உத்தரப் பிரதேசத்தின் லக்னோவிலும் முரளி மனோகர் ஜோஷி அலகாபாத்திலும் அத்வானி காந்தி நகரிலும் போட்டியிட்டனர். மேலும், யஷ்வந்த் சின்ஹா பீகாரின் ஹஸாரி பாக்கிலும், ராம் நாயக் மும்பை வடக்கிலும், பங்காரு லட்சுமண் ராஜஸ்தானின் ஜலோரிலும் பண்டாரு தத்தாத்ரேயா ஆந்திராவின் செகந்திராபாத்திலும்

பாபுலால் மராண்டி பீகாரின் தும்காவிலும் கரிய முண்டா குந்தியிலும், காசிராம் ரானா சூரத்திலும் ஓ. ராஜகோபால் கேரளாவின் திருவனந்தபுரத்திலும் போட்டியிட்டனர்.

பீகாரின் கிஷன்கஞ்ச் தொகுதியில் ஷா நவாஸ் ஹுஸேனும் உத்தரப் பிரதேசத்தின் ராம்பூரில் முக்தர் அப்பாஸ் நக்வியும் போட்டியிட்டனர். பாஜகவின் முன்னணிப் பெண் தலைவர்களான வசுந்தரா ராஜே சிந்தியா ராஜஸ்தானின் ஜலாவரிலும், உமா பாரதி மத்தியப் பிரதேசத்தின் போபாலிலும் சுமித்ரா மஹாஜன் இந்தூரிலும் போட்டியிட்டனர். மூத்த தலைவர்களுள் ஒருவரான சுஷ்மா ஸ்வராஜ் சோனியா காந்தியை எதிர்த்து கர்நாடகாவின் பெல்லாரியில் போட்டியிட்டார்.

தமிழ்நாட்டைப் பொறுத்தவரை கடந்தமுறை ஐந்து தொகுதிகளில் போட்டியிட்ட பாரதிய ஜனதா இம்முறை ஆறு தொகுதிகளில் போட்டியிட்டது. நீலகிரியில் மாஸ்டர் மாதன், கோயம்புத்தூரில் சி.பி. ராதாகிருஷ்ணன், திருச்சியில் ரங்கராஜன் குமாரமங்கலம், சிவகங்கையில் ஹெச். ராஜா, தென்காசியில் ஆறுமுகம், நாகர்கோவிலில் பொன். ராதா கிருஷ்ணன் ஆகியோர் பாரதிய ஜனதா சார்பில் போட்டியிட்டனர்.

சோனியா காந்தி

பாரதிய ஜனதாவின் கூட்டணிக் கட்சிகள் அவரவருக்கு செல்வாக்குள்ள இடங்களில் அதிக எண்ணிக்கையில் போட்டியிட்டனர். குறிப்பாக, ஆந்திராவில் தெலுங்கு தேசம் 34 தொகுதிகளிலும், மேற்கு வங்கத்தில் திரிணாமுல் காங்கிரஸ் 29 தொகுதிகளிலும் தமிழ்நாட்டில் திமுக 19 தொகுதிகளிலும், ஒரிசாவில் பிஜு ஜனதா தளம் 12 தொகுதிகளிலும் போட்டியிட்டன. இதர கூட்டணிக் கட்சிகள் ஒற்றை இலக்கத்தில் வேட்பாளர்களை நிறுத்தியிருந்தன.

எதிர்க்கட்சிகளைப் பொறுத்தவரை காங்கிரஸ் கட்சி சோனியா காந்தி தலைமையில் தேர்தலைச் சந்தித்தது. மொத்தமுள்ள 543 தொகுதிகளில் 453 தொகுதிகளில் வேட்பாளர்களைக் களமிறக்கியிருந்தது காங்கிரஸ். மற்றபடி, இடதுசாரிக் கட்சிகளான மார்க்சிஸ்ட் கம்யூனிஸ்ட் 72 தொகுதிகளிலும் இந்திய கம்யூனிஸ்ட் 54 தொகுதிகளிலும் போட்டியிட்டது. மாயாவதி தலைமையிலான பகுஜன் சமாஜ் கட்சி 225 தொகுதிகளில் போட்டியிட்டது.

கடந்த காலங்களில் பாஜக செய்த தேர்தல் பிரசாரத்துக்கும் இம்முறை செய்யப்போகும் தேர்தல் பிரசாரத்துக்கும் ஒரு முக்கியமான வித்தியாசம் இருந்தது. ஆம், கடந்த காலங்களில் எல்லாம் கட்சியையும் கட்சித் தொண்டர்களையும் தேர்தலுக்குத் தயார்ப்படுத்தும் வகையில் ரதயாத்திரை ஒன்றை மேற்கொள்வது அத்வானி, ஜோஷி உள்ளிட்ட மூத்த தலைவர்களின் பாணி.

நாடு தழுவிய அளவில் யாத்திரை மேற்கொண்டு, பல்வேறு பிரச்னைகள் குறித்துப் பேசி ஆதரவைத் திரட்டி வைத்திருப்பார்கள். அது தேர்தல் களத்தில் அவர்களுக்குச் சாதகமான விளைவுகளை உருவாக்கும். குறிப்பாக, ஏகாத்மதா யாத்திரை, ராம ரத யாத்திரை, ஏக்தா யாத்திரை, ஸ்வர்ண ஜெயந்தி யாத்திரை என்று பல யாத்திரைகளை நடத்தியுள்ளனர்.

ஆனால் இம்முறை அத்வானி உள்ளிட்ட முன்னணித் தலைவர்கள் அனைவருமே அமைச்சரவையில் இடம்பெற்றிருந்ததால், யாத்திரை போன்ற பிரசார உத்திகளைப் பயன்படுத்தவில்லை. அதற்கான கால அவகாசமும் அவர்களுக்கு இல்லை. அவசர கதியில் தேர்தலை நடத்தவேண்டியிருந்ததால், நேரடியாகவே தேர்தல் பிரசாரத்தில் இறங்கினர்.

கடந்த தேர்தலின்போது கொடுத்த அதே வாக்குறுதிகளைத்தான் இம்முறையும் கொடுத்தது பாஜக. குறிப்பாக, அயோத்தியில் ராமருக்குக் கோயில் எழுப்புவது, பொது சிவில் சட்டம் கொண்டு வருவது, காஷ்மீருக்கு வழங்கப்பட்டுள்ள சிறப்பு அந்தஸ்தை ரத்து செய்வது போன்ற உயிர்நாடிக்கொள்கைகளை எல்லாம் தவிர்த்துவிட்டுத்தான் தேர்தல் களத்துக்கே வந்தது.

அதேசமயம், தேர்தல் களத்தில் வேறுபல பிரச்னைகளைத் தீவிரமாக முன்னெடுக்கத் தயாரானது. குறிப்பாக, 'நிலையான ஆட்சி; திறமையான பிரதமர்' என்ற கோஷத்தை மக்கள் மத்தியில் அழுத்தந்திருத்தமாகக் கொண்டுசெல்வது. அதற்கு இருவேறு உத்திகளைப் பயன்படுத்தியது பாஜக. ஒற்றை வாக்கில் எங்கள் ஆட்சியைக் கவிழ்த்தவர்களுக்கு உங்கள் ஒவ்வொருவருடைய ஒற்றை வாக்கின் மூலம் பதிலடி கொடுங்கள் என்று பிரசாரம் செய்தது பாரதிய ஜனதா.

திறமையான பிரதமர் என்ற கோஷத்துக்குச் சாட்சியமாக கார்கில் வெற்றியைப் பயன்படுத்திக் கொண்டது. கார்கில் போரில் எப்படி நாங்கள் நாட்டின் பாதுகாப்புக்கு அரணாக இருந்தோமோ, அதுபோல நாட்டின் எதிர்கால வளர்ச்சிக்கு உறுதுணையாக இருப்போம் என்று வாக்குறுதி கொடுத்தது. இப்போது ஒரு முக்கியமான துருப்புச்சீட்டைக் களத்தில் இறக்கியது பாரதிய ஜனதா. அது காங்கிரஸ் முகாமைக் கலக்கத்தில் ஆழ்த்தியது!

116

ராம ராஜ்ஜியமா, ரோம ராஜ்ஜியமா?

நிலையான ஆட்சி, திறமையான பிரதமர் என்ற கோஷத்தைக் காட்டிலும் கார்கில் நாயகன் என்று வாஜ்பாயைப் புகழும் வாசகம் அந்தக் கூட்டணிக்குக் கூடுதல் அந்தஸ்தைத் திரட்டிக் கொண்டிருந்தது. வாஜ்பாயும் அத்வானியும் இந்தியா முழுக்கத் தேர்தல் பிரசாரத்தில் ஈடுபட்டனர்.

அவர்கள் எந்த மாநிலத்துக்குப் பிரசாரம் செய்யச் செல்கிறார்களோ அந்த மாநிலத்தைச் சேர்ந்த கூட்டணிக் கட்சித் தலைவர்களுடன் ஒரே மேடையில் பங்கேற்றுப் பேசினர். சந்திரபாபு நாயுடு, கருணாநிதி, நிதீஷ் குமார், பால் தாக்கரே என்று பல தலைவர்கள். அதன்மூலம் வட இந்தியாவிலும், தென்னிந்தியாவின் ஓரிரு பகுதிகளிலும் மட்டுமே அறிமுகமாகியிருந்த பாரதிய ஜனதா, ஒட்டுமொத்த இந்தியா முழுவதும் அறிமுகம் ஆனது.

உண்மையில், கடந்த மக்களவைத் தேர்தலின்போது தேசிய ஜனநாயகக் கூட்டணிக்கென்று பிரத்யேகத் தேர்தல் அறிக்கை என்று ஏதுமில்லை. தேர்தலுக்குப் பிறகுதான் குறைந்தபட்ச செயல் திட்டம் (Common Minimum Programme) உருவாக்கப்பட்டது. ஆனால் இம்முறை தேர்தலைச் சந்திப்பதற்கு முன்பே தேசிய ஜனநாயகக் கூட்டணிக்கென்று பிரத்யேகத் தேர்தல் அறிக்கை தயார் செய்யப்பட்டிருந்தது.

தவிரவும், தமிழகத்தில் திமுக, பீகாரில் ராம் விலாஸ் பாஸ்வான் தலைமையிலான லோக் ஜனசக்தி, ஜம்மு காஷ்மீரில்

ஃபரூக் அப்துல்லா தலைமையிலான தேசிய மாநாட்டுக் கட்சி போன்ற பாஜகவுடன் முற்றிலும் முரண்பாடு கொண்ட கட்சிகள் புதிதாகக் கூட்டணிக்குள் வந்திருந்ததாலும், 24 கட்சிகள் கொண்ட விரிவான கூட்டணி உருவாகியிருந்ததாலும், அதற்கேற்ப புதிய தேர்தல் அறிக்கை தயாரிக்கப்பட்டிருந்தது.

அத்வானி

வழக்கம்போல, பாரதிய ஜனதாவின் மூன்று உயிர்நாடிக் கொள்கைகளான அயோத்தியில் ராமர் கோவில், பொதுசிவில் சட்டம், காஷ்மீர் சிறப்பு அந்தஸ்து ரத்து போன்றவை தேர்தல் அறிக்கையில் இடம்பெறவில்லை. ஆனால் இம்முறை மிகமுக்கியமான ஓர் அம்சம் சேர்க்கப்பட்டிருந்தது. அதுதான் காங்கிரஸைக் கவலையில் ஆழ்த்தியது. அந்த அம்சம் இதுதான்:

தேசிய ஜனநாயகக் கூட்டணி ஆட்சிக்கு வந்தால் இந்தியாவில் முக்கியமான உயர் பதவிகளை இந்திய நாட்டில் பிறந்த இந்தியக் குடிமக்கள் மட்டுமே வகிக்க வேண்டும் என்ற புதிய சட்டம் கொண்டுவரப்படும்.

இது முழுக்க முழுக்க காங்கிரஸ் தலைவர் சோனியாவை மனத்தில் வைத்துச் சேர்க்கப்பட்ட அம்சம். ஒரு வேளை, காங்கிரஸ் கூட்டணி வெற்றிபெற்றால், சோனியாவே பிரதமராவார் என்ற கருத்து எழுந்த நிலையில், இப்படியொரு பிரச்னையைத் தேர்தல் களத்துக்குக் கொண்டுவந்தது பாரதிய ஜனதா. அதற்கு கூட்டணியின் முக்கியக் கட்சியான தெலுங்கு தேசத்தின் ஆதரவும் இருந்தது. பின்னாளில் காங்கிரஸுடன் கூட்டணி அமைத்த திமுகவின் ஆதரவும் இருந்தது.

திடீரென இப்படியொரு பிரச்னை எழுந்ததற்கு பாரதிய ஜனதா காரணமில்லை. காங்கிரஸ் கட்சிக்குள் ஏற்பட்ட அதிருப்திக்குரல்களே இந்தப் பிரச்னையை உருவாக்கியது. 1999 மே மாதத்தில் காங்கிரஸ் கட்சியின் முன்னணித் தலைவர்களான சரத் பவார், பி.ஏ. சங்மா, தாரிக் அன்வர் மூவரும் சோனியா காந்தியின் வெளிநாட்டுப் பிறப்பை முன்வைத்து, கட்சிக்குள் கலகக்கொடி ஏந்தினர். பகிரங்கக் கடிதம் எழுதி கட்சிக்குள் பதற்றத்தை ஏற்படுத்தினர்.

அயோத்தியில் ராமர் கோவில், பொதுசிவில் சட்டம், காஷ்மீர் சிறப்பு அந்தஸ்து ரத்து போன்றவை தேர்தல் அறிக்கையில் இடம்பெறவில்லை.

எதிர்ப்புகள் வலுத்ததைத் தொடர்ந்து மூன்று தலைவர்களும் அவர்களுடைய ஆதரவாளர்களும் கட்சியிலிருந்து வெளியேற்றப்பட்டனர். அதே வேகத்தில் தேசியவாத காங்கிரஸ் என்ற பெயரில் தனிக்கட்சி ஒன்றைத் தொடங்கி, மகாராஷ்ட்ரா, பீகார், மேகாலயா

பிரதமராகப் பதவியேற்கும் வாஜ்பாய்

போன்ற அவர்களுக்குச் செல்வாக்குள்ள மாநிலங்களில் போட்டியிட்டு, காங்கிரஸுக்கு சவால் விடுத்தனர்.

காங்கிரஸ் என்ற உள்கட்சியில் இருந்து எழுந்த சிக்கலை பாரதிய ஜனதா பொதுச்சிக்கலாக மாற்றியது. தேர்தல் பிரசாரத்தின் சோனியாவின் வெளிநாட்டுப் பிறப்பு குறித்த கேள்விகள் எழுந்தன. குடியரசுத் தலைவர், குடியரசுத் துணைத்தலைவர், பிரதமர் போன்ற இந்தியாவின் உயர் பதவிகளுக்கு இந்தியர் ஒருவர் வருவதே நல்லது, சரியானது, நியாயமானது, பாதுகாப்பானது என்ற கருத்து தேசிய ஜனநாயகக் கூட்டணியினரால் மிகத்தீவிரமாகப் பேசப்பட்டது.

அந்தச் சமயத்தில் சோனியா காந்திதான் காங்கிரஸ் தலைவர். காங்கிரஸ் வெற்றிபெற்றால் அவரே பிரதமர் என்பதுதான் நிலை. ஆனால் அதனை வெளிப்படையாக அறிவிக்க காங்கிரஸ் தயக்கம் காட்டியது. ஆனாலும்கூட, அந்த அம்சத்தைத் தனக்குச் சாதகமாகப் பயன்படுத்திக் கொண்ட பாரதிய ஜனதா, இந்தியர் பிரதமராக வரவேண்டுமா, இத்தாலியர் பிரதமராக வரவேண்டுமா, ராமராஜ்ஜியம் அமையவேண்டுமா, ரோம ராஜ்ஜியம் அமையவேண்டுமா? என்ற கேள்விகளை எழுப்பி, தேர்தல் களத்துக்கு வெப்பமூட்டியது.

தனக்கு எதிராக எழுந்திருக்கும் வெளிநாட்டவர் சிக்கலைப் பற்றிக் கவலைப்படாமல் தொடர்ந்து தேர்தல் பிரசாரத்தில் ஈடுபட்டார் காங்கிரஸ் தலைவர் சோனியா காந்தி. கடந்த காலங்களில் அமைந்த தேவே கௌடா, குஜ்ரால், வாஜ்பாய் அரசுகள் அற்ப ஆயுளில் வீழ்ந்ததைப் பற்றிப்

பேசிய காங்கிரஸ், நிலையான ஆட்சியைத் தரக்கூடிய வல்லமை காங்கிரஸ் கட்சிக்கே உண்டு என்று பிரசாரம் செய்தது.

அந்தப் பிரசாரத்துக்கு பாரதிய ஜனதா தரப்பில் இருந்து உடனடியாக எதிர்வினை வந்தது. அற்ப ஆயுள் ஆட்சிகளைப் பற்றிப் பேச காங்கிரஸுக்கு உரிமையில்லை. ஏனென்றால், தேவே கௌடா மற்றும் குஜ்ரால் தலைமையில் அமைந்த ஐக்கிய முன்னணி அரசுகளை நேரடியாகவும் வாஜ்பாய் அரசை அதிமுகவுடன் கரம்கோத்து மறைமுகமாகவும் கவிழ்த்தது காங்கிரஸ் கட்சிதான் என்றது பாரதிய ஜனதா.

கார்கில் போரில் கிடைத்த வெற்றி வாஜ்பாயின் செல்வாக்கை நாடு தழுவிய அளவில் உயர்த்தியிருந்தது. நாட்டின் பாதுகாப்பு அரணாக வாஜ்பாய் இருப்பார் என்ற பிரசாரத்தைத் தீவிரப்படுத்தியது பாரதிய ஜனதா. அது காங்கிரஸைக் கவலைகொள்ளச் செய்தது. ஆகவே, அந்த பிம்பத்தை உடைக்கும் வேலையைத் தொடங்கியது.

கார்கில் யுத்தம் என்பது தேர்தலை மனத்தில் கொண்டு தாமதமாகவும் வலுக்கட்டாயமாகவும் வரவழைக்கப்பட்ட யுத்தம். அரசியல் சுயலாபத்துக்காக ஏராளமான இந்திய வீரர்களை வேண்டுமென்றே பலிகொடுத்த யுத்தம். ஆகவே, அதில் பெருமை கொண்டாட பாரதிய ஜனதாவுக்கு எந்தவிதமான உரிமையும் இல்லை என்றது காங்கிரஸ்.

மதவாதம் பேசுகின்ற பாரதிய ஜனதா தலைமையில் மீண்டும் ஆட்சி அமைந்தால் நாட்டில் வகுப்பு வேற்றுமைகள் உருவாகும்; மக்களுக்கிடையே ஒற்றுமையின்மை அதிகரிக்கும். அவற்றைத் தடுத்து நிறுத்த வேண்டும் என்றால் இடதுசாரிகளுக்கும் மதச்சார்பற்ற சக்திகளுக்கும் வாக்களிக்கவேண்டும் என்று இடதுசாரிகளும் ஜனதா தளம் உள்ளிட்ட கட்சிகளும் பிரசாரம் செய்தன.

ஆக, பலத்த எதிர்பார்ப்புகளைக் கிளப்பியிருந்தது மக்களவைத் தேர்தல். 4 செப்டெம்பர் 1999 தொடங்கி 11,18,25 மற்றும் 3 அக்டோபர் 1999 ஆகிய ஐந்து தேதி களில் ஐந்து கட்டங்களாகத் தேர்தல்கள் நடத்தி முடிக்கப்பட்டன. முடிவுகள் அறிவிக்கப்பட்டபோது பாரதிய ஜனதா கட்சி தலைமையிலான தேசிய ஜனநாயகக் கூட்டணியே வெற்றிபெற்றிருந்தது.

என்ன ஒன்று, முன்பைக் காட்டிலும் பலமான அணியைக் கட்டமைத்திருந்தபோதும், அந்தக் கட்சிக்குத் தனிப்பட்ட முறையில் வெற்றி அதிகரிக்கவில்லை. கடந்தமுறை வென்ற அதே எண்ணிக்கைதான். 182 இடங்களே மீண்டும் கிடைத்திருந்தன. உத்தரப் பிரதேசத்திலும் மத்தியப் பிரதேசத்திலும் தலா 29 இடங்களையும், பீகாரில் 23 இடங்களையும், குஜராத்தில் 20 இடங்களையும், ராஜஸ்தானில் 16 இடங்களையும், மகாராஷ்ட்ராவில் 13 இடங்களையும் பிடித்திருந்தது. எஞ்சிய மாநிலங்களில் ஒற்றை இலக்கத்தில் வெற்றிபெற்றிருந்தது.

பாரதிய ஜனதாவின் கூட்டணிக் கட்சிகள் காத்திரமான எண்ணிக்கையில் வெற்றி பெற்றிருந் தன. குறிப்பாக, தெலுங்கு தேசம் 29, ஐக்கிய ஜனதா தளம் 21, திமுக 12, பிஜு தனதா தளம் 10, திரிணாமுல் காங்கிரஸ் 8, பாமக 5, மதிமுக 4 என்ற அளவில் இடங்களைப் பிடித்திருந்தன. ஆகவே, தேசிய ஜனநாயகக் கூட்டணியே மீண்டும் ஆட்சி அமைக்கும் என்று எதிர்பார்க்கப் பட்டது.

வாக்காளர்கள் இம்முறையும் தொங்கு நாடாளுமன்றத்தையே உருவாக்கியிருந்தனர். எந்தவொரு கட்சிக்கும் ஆட்சி அமைக்கும் அளவுக்கான தனிப்பெரும்பான்மையைத் தரவில்லை. என்றாலும், மக்களவையில் தனிப்பெருங்கட்சியாக பாரதிய ஜனதாவே

உருவெடுத்திருந்தது. அதற்கு அடுத்த இடத்தில் 114 இடங்களைப் பிடித்த காங்கிரஸ் கட்சி இருந்தது. கடந்த தேர்தலில் காங்கிரஸ் வென்ற தொகுதிகளில் எண்ணிக்கை 141.

தனிப்பெருங்கட்சிக்கு அல்லது அதிக இடங்களில் வெற்றிபெற்ற தேர்தலுக்கு முன்னர் அமைந்த கூட்டணிக்கு ஆட்சி அமைக்க அழைப்பு விடுக்கவேண்டும் என்பது நடைமுறை. அந்த அடிப்படையில் பார்த்தால் பாரதிய ஜனதாவே தனிப்பெருங்கட்சி; அதன் தலைமையிலான தேசிய ஜனநாயகக் கூட்டணியே தேர்தலுக்கு முன்னர் அமைந்த அதிக இடங்களைப் பெற்ற கூட்டணி. ஆகவே, அந்தக் கூட்டணியின் தலைவரான வாஜ்பாயை ஆட்சி அமைக்க அழைத்தார் குடியரசுத் தலைவர் கே.ஆர். நாராயணன்.

அதனை ஏற்று 13 அக்டோபர் 1999 அன்று மூன்றாவது முறையாக இந்தியப் பிரதமராகப் பதவி யேற்றுக் கொண்டார் அடல் பிஹாரி வாஜ்பாய். அவருடைய அமைச்சரவையில் பாரதிய ஜனதா மட்டுமின்றி திமுக, சிவசேனா, ஐக்கிய ஜனதா தளம், திரிணாமுல் காங்கிரஸ் உள்ளிட்ட கூட்டணிக் கட்சிகளுக்கும் உரிய பிரதிநிதித்துவம் தரப்பட்டிருந்தது.

1999 வாஜ்பாய் அமைச்சரவை

அத்வானி	-	உள்துறை
முரளி மனோகர் ஜோஷி	-	மனிதவள மேம்பாடு
யஷ்வந்த் சின்ஹா	-	நிதி
ஜஸ்வந்த் சிங்	-	வெளியுறவு
ஜார்ஜ் ஃபெர்னாண்டஸ்	-	பாதுகாப்பு
முரசொலி மாறன்	-	வர்த்தகம், தொழில்
மமதா பானர்ஜி	-	ரயில்வே
ராம் நாயக்	-	பெட்ரோலியம்
காஷிராம் ரானா	-	ஜவுளி
சுரேஷ் பிரபு	-	உரம், ரசாயணம்
நவீன் பட்நாயக்	-	சுரங்கம்
சாந்தகுமார்	-	உணவு
ராம் விலாஸ் பாஸ்வான்	-	தொலைத்தொடர்பு
சரத்யாதவ்	-	சிவில் விமானப் போக்குவரத்து
ராம் ஜெத்மலானி	-	சட்டம், நீதி
டி.ஆர். பாலு	-	வனம், சுற்றுச்சூழல்
பிரமோத் மகாஜன்	-	நாடாளுமன்ற விவகாரம்
மனோகர் ஜோஷி	-	கனரக தொழில்துறை
ரங்கராஜன் குமாரமங்கலம்	-	மின்சாரம்

வாஜ்பாய் அமைச்சரவையில் தமிழ்நாட்டுக்கு அதிக அளவிலான பிரதிநிதித்துவம் தரப் பட்டது. திமுக, பாஜகவைச் சேர்ந்த மூன்று காபினட் அமைச்சர்கள் மட்டுமின்றி, மறுமலர்ச்சி திமுகவின் கண்ணப்பன் (பெட்ரோலியம்), பாமகவின் என்.டி. சண்முகம் (சுகாதாரம்) இருவரும் தனிப் பொறுப்புடன் கூடிய இணை அமைச்சர்களானார்கள். திமுகவின் ஆ. ராசா, மதிமுகவின் செஞ்சி ராமச்சந்திரன், பாமகவின் பொன்னுசாமி ஆகியோர் இணை அமைச்சர்களாக நியமிக்கப்பட்டனர்.

பதிமூன்று என்பது பாரதிய ஜனதாவுக்கு நெருக்கமான எண். முதன்முறை 13 நாள்கள் ஆட்சியில் இருந்தது. பின்னர் 13 மாதங்கள் ஆட்சியில் நீடித்தது. இப்போது ஆட்சியில் அமர்ந்த 13 ஆவது நாள் அதிமுக்கியமான முடிவு ஒன்றை எடுத்தார் பிரதமர் வாஜ்பாய். அரசியலமைப்புச் சட்டத்தையே அசைத்துப் பார்க்கும் முடிவு அது!

117

அரசியல் சட்டத்துக்கு ஆபத்து

மூன்றாவது முறையாக ஆட்சிக்கு வந்திருந்த பிரதமர் வாஜ்பாய்க்கு முக்கியமான சில கடமைகளை ஆற்றியே தீர வேண்டும் என்ற தீராத வேட்கை இருந்தது. குறிப்பாக, தேர்தல் காலத்தில் கொடுத்திருந்த பிரதான வாக்குறுதி ஒன்றை நிறைவேற்றத் தேவையான காரியங்களை அவருடைய அரசு முனைப்புடன் செய்யத் தொடங்கியது. அது, இந்திய அரசியலமைப்புச் சட்ட மறு ஆய்வு.

உண்மையில், இது பாஜக தனக்குத்தானே கொடுத்துக்கொண்ட வாக்குறுதி. சுதந்தரம் அடைந்த காலத்தில் இருந்து புழக்கத்தில் இருக்கும் இந்திய அரசியலமைப்புச் சட்டத்தில் பல்வேறு திருத்தங் களைக் கொண்டுவரவேண்டும் என்பது பாஜகவின் விருப்பம் மட்டுமல்ல, அதன் முன்னோடியான பாரதிய ஜனசங்கத்தின் விழைவும்கூட.

ஆனால் 13 நாள், 13 மாதம் என்று அற்ப ஆயுளில் ஆட்சிகள் கவிழ்ந்ததால் அந்தப் பணியில் பூர்வாங்க நடவடிக்கையைக்கூட எடுக்கமுடியவில்லை. தற்போது அமைந்திருப்பது கூட்டணி ஆட்சிதான் என்றாலும், ஓரளவுக்குப் பலமான ஆட்சி என்பதால் அரசியலமைப்பை மறு ஆய்வு செய்யத் தயாரானது. அதற்காகப் பிரத்யேகக் குழு ஒன்று அமைக்கப்பட்டது.

ஓய்வுபெற்ற உச்சநீதிமன்ற தலைமை நீதிபதி வெங்கடாசலய்யா தலைமையில் உருவாக்கப்பட்ட மறு ஆய்வு தேசிய ஆணையத்துக்கு

நீதிபதி வெங்கடாசலய்யா

சில இலக்குகளும் வரையறைகளும் வழங்கப்பட்டன. ஆனால் அந்த ஆணையம் அமைக்கப்பட்டதற்கு எடுத்த எடுப்பிலேயே காங்கிரஸ், இடதுசாரிகள் உள்ளிட்ட எதிர்க்கட்சிகளிடமிருந்து பலத்த எதிர்ப்புகள் வரத் தொடங்கின. காரணம், அந்த அமைப்பு அமைக்கப் பட்டதன் நோக்கம் குறித்து வெளியான செய்திகள்.

அரசியலமைப்புச்சட்டத்தில் தென்படும் குறைபாடுகளை நீக்குவது, கூட்டாட்சித் தத்துவத்தின் கூறுகளில் உள்ள சிக்கல்களைக் களைவது, நம்பிக்கையில்லாத் தீர்மானம் போன்ற ஆட்சியின் உறுதித்தன்மையைக் கேள்விக்குறியாக்கும் விஷயங்களில் தேவையான மாற்றங்களைக் கொண்டு வருவது, மக்களவை, மாநிலங்களவை, சட்டமன்றம், சட்ட மேலவை போன்றவற்றின் ஆயுட்காலத்தை நிர்ணயிப்பது என்பன போன்ற காரியங்களைச் செய்வதற்கான ஆரம்பக்கட்டப் பணிகளைச் செய்வதுதான் அந்த ஆணையத்தின் இலக்குகள் என்று செய்திகள் வெளி யாகின.

மேல்பார்வைக்கு ஆக்கப்பூர்வமான அணுகுமுறை போலத் தோற்றமளித்தாலும், ஒட்டுமொத்த இந்திய அரசியலமைப்பையும் தனக்குச் சாதகமாக மாற்றிக் கொள்ள பாஜக தயாராகி விட்டது என்பதற்கான அடையாளம்தான் இந்த மறு ஆய்வு ஆணையம் என்றது காங்கிரஸ். ஆட்சியில் நிரந்தரமாக அமர்வதற்கு ஆகவேண்டிய காரியங்களைச் செய்யத் தயாராகி விட்டனர் பாஜகவினர் என்றனர் இடதுசாரிகள். வேறு சில கட்சிகளும் வாஜ்பாய் அரசின் முயற்சிகளை சந்தேகக் கண்கொண்டே பார்த்தன.

ஆனால் இந்திய அரசியலமைப்புச்சட்டத்தைத் திருத்து வதோ, எங்களுக்குச் சாதகமாக மாற்றி அமைப்பதோ எங்களுடைய இலக்கு அல்ல. இன்னும் சொல்லப் போனால், சுதந்தரம் அடைந்த காலம் தொடங்கி இன்று வரை வெவ்வேறு காரணங்களுக்காக இந்திய அரசியலமைப்புச் சட்டம் சுமார் எண்பது முறை பல்வேறு ஆட்சியாளர்களால் திருத்தப்பட்டிருக் கிறது. ஆனால் இப்போது நாங்கள் செய்யப்போவது திருத்தமோ, மாற்றமோ அல்ல. வெறுமனே மறு ஆய்வு என்று விளக்கம் கொடுத்தது மத்திய அரசு.

அதன்பிறகும் எதிர்க்கட்சிகள் அமைதிகொள்ள வில்லை. அரசியல் சட்டத்தை வடிவமைத்துக் கொடுத்த

> ஒட்டுமொத்த இந்திய அரசியலமைப்பையும் தனக்குச் சாதகமாக மாற்றிக்கொள்ள பாஜக தயாராகி விட்டது.

கே.ஆர். நாராயணன்

அம்பேத்கர் பிறந்தநாளான ஏப்ரல் 14 ஐ அரசியலைப்புச் சட்டத்தைப் பாதுகாக்கும் நாளாக அறிவித்து, வாஜ்பாய் அரசின் செயல்பாடுகளைக் கண்டித்தனர். உச்சபட்சமாக, இந்தியக் குடியரசுத் தலைவர் கே.ஆர். நாராயணனிடமிருந்தும் அதிருப்திக் கருத்துகள் வந்துசேர்ந்தன.

27 ஜனவரி 2000 அன்று நாடாளுமன்ற மைய மண்டபத்தில் உரை நிகழ்த்திய குடியரசுத் தலைவர் தனது விமரிசனங்களை வெளிப்படையாக முன்வைத்தார். இந்திய அரசியலமைப்புச் சட்டத்தை நாம் தோற்கடித்துவிட்டோமா அல்லது அதுவே தாமாகத் தோற்றுவிட்டதா என்று கேள்வி எழுப்பினார். அதன்மூலம் அரசியலமைப்புச் சட்டத்தின் வாஜ்பாய் அரசின் தலையீடு குறித்த தனது அதிருப்தியை வெளிப்படுத்தினார்.

நம்முடைய அரசியலமைப்புச் சட்டத்தை உருவாக்கியவர்கள் தீர்க்கமான சிந்தனைகளுக்கும் தெளிவான ஆலோசனைகளுக்கும் பிறகே செயல்பட்டிருக்கிறார்கள். சட்டத்தை வடிவமைக்கும் பொறுப்புணர்வுக்கே உயர்ந்த இடத்தைக் கொடுத்துச் செயல்பட்டுள்ளனர். அப்படிச் செய்யாவிட்டால், அரசதிகாரம் ஒரு குறிப்பிட்ட தரப்பினரிடமே கட்டுண்டுவிடும் என்று அம்பேத்கர் எச்சரிக்கை விடுத்திருந்ததையும் பதிவுசெய்தார்.

குடியரசுத் தலைவரின் பகிரங்க விமரிசனம் ஆளுங்கட்சியை தர்மசங்கடத்தில் ஆழ்த்தியது. ஆகவே உடனடியாக எதிர்வினை ஆற்றினார் பிரதமர் வாஜ்பாய். உண்மையில், அரசியல் அமைப்புச் சட்ட மறு ஆய்வு ஆணையம் என்பது உள்துறை அமைச்சர் அத்வானியின் தனிப்பட்ட விருப்பத்தின் அடிப்படையில் வந்தது. அதைக் கொண்டு வருவதில் அவர்தான் அதிக ஆர்வம் செலுத்தினார்.

என்றாலும், சர்ச்சை எழுந்ததும் அதை சரி செய்யும் காரியத்தில் பிரதமர் வாஜ்பாயே இறங்கினார். குடியரசுத் தலைவர் அச்சப்படுவது போலவோ, சந்தேகம் கொள்வதுபோலவே எந்தவொரு நடவடிக்கையையும் அந்த ஆணையம் எடுக்காது, அதற்கு மத்திய அரசு துணை போகவும் செய்யாது என்ற உத்தரவாதத்தைக் கொடுத்தார் பிரதமர் வாஜ்பாய். ஆனாலும் விவகாரம் அத்தோடு முடிந்துவிடவில்லை.

ஆர்.எஸ்.எஸ்ஸின் தூண்டுதல் மற்றும் வழிகாட்டுதலின் பெயரில்தான் அரசியலமைப்புச் சட்டத்தில் மாற்றங்களையும் திருத்தங்களையும் செய்யத் தயாராகியிருக்கிறது வாஜ்பாய் அரசு என்றன எதிர்க்கட்சிகள்.

அதற்கு விளக்கமளித்த பாஜகவினர், ‘இந்திய அரசியலமைப்புச் சட்டத்தில் எந்தவொரு திருத்தத்தைக் கொண்டுவந்தாலும், அதனை நாடாளுமன்றத்தின் இரு அவைகளிலும் மூன்றில் இருபங்கு பெரும்பான்மையுடன் மட்டுமே நிறைவேற்ற முடியும். அதற்கான வாய்ப்பு மக்களவையில் ஓரளவு இருக்கிறது. மாநிலங்களவையில் அதற்கான வாய்ப்பே இல்லை. ஆகவே, எங்கள் மீதான சந்தேகம் அரசியல் காழ்ப்புணர்வே தவிர தர்க்கரீதியானது அல்ல’ என்றனர்.

மறு ஆய்வு ஆணையம் தொடர்பான வாதப் பிரதிவாதங்களும், விமரிசன விளக்கங்களும் நாடு தழுவிய அளவில் ஒருபக்கம் நடந்துகொண்டிருக்க, இன்னொரு பக்கம் அந்த ஆய்வுக்கமிட்டி தனது பணிகளை எல்லாம் முழுவதுமாகச் செய்துமுடித்திருந்தது. நீதிபதி வெங்கடாசலய்யா தலைமையிலான மறு ஆய்வு ஆணையம் 31 மார்ச் 2002 அன்று தனது அறிக்கையை பிரதமர் வாஜ்பாயிடம் ஒப்படைத்தது.

அந்த அறிக்கையில் பல முக்கியமான பரிந்துரைகள் செய்யப்பட்டிருந்தன. குறிப்பாக, இந்திய அரசியல், தேர்தல் அரசியல், ஆட்சி நிர்வாகம், நாடாளுமன்றச் செயல்பாடுகள், நீதித் துறை செயல்பாடுகள் என்ற அதிமுக்கியத் துறைகளில் செய்யவேண்டிய சீர்திருத்தங்கள், மாற்றங்கள் பற்றிய பல்வேறு பரிந்துரைகள் இடம்பெற்று இருந்தன. அவற்றில் முக்கியமான பரிந்துரைகளை மட்டும் இங்கே பார்க்கலாம்.

நாடாளுமன்ற மற்றும் சட்டமன்ற உறுப்பினர்களின் தொகுதி மேம்பாடு நிதி என்பதை முற்றிலுமாக ஒழிக்கவேண்டும் என்று பரிந்துரை செய்தது மறு ஆய்வு ஆணையம்.

மக்களவையில் எந்தவொரு கட்சிக்கோ அல்லது தேர்தலுக்கு முன்னர் அமைந்த கூட்டணிக்கோ அறுதிப்பெரும்பான்மை கிடைக்கவில்லை என்றால், வெற்றி பெற்ற மக்களவை உறுப்பினர்கள் சபாநாயகருடன் கலந்துபேசி, பிரதமரைத் தேர்வு செய்யும் வகையில் சட்டத்திருத்தம் செய்ய வேண்டும் என்பது முக்கியமான பரிந்துரை. அதன்மூலம் தேர்தலுக்குப் பிறகான கூட்டணி என்பது கேள்விக் குறியாகுமோ என்றசந்தேகம் எழுப்பப் பட்டது. இதே நடைமுறையை முதலமைச்சரைத் தேர்வு செய்யவும் பயன்படுத்தலாம் என்றும் பரிந்துரைக்கப் பட்டிருந்தது.

அடுத்து, ஆட்சிக்கு எதிராக நம்பிக்கையில்லாத் தீர்மானம் கொண்டுவரவேண்டும் என்றால், அவையின் மொத்த உறுப்பினர்களில் இருபது சதவிகிதம் பேர் அதுதொடர்பான முன்னறிவிப்பு ஒன்றை சபாநாயகருக்குத் தரவேண்டும் என்று பரிந்துரை செய்யப்பட்டிருந்தது. முக்கியமாக, நம்பிக்கையில்லாத் தீர்மானத்தில் அரசு தோற்கும் பட்சத்தில், மாற்று பிரதமரை அப்போதே வாக்கெடுப்பின் வழியாகத் தேர்ந்தெடுக்கவேண்டும் என்றும் பரிந்துரை செய்யப் பட்டிருந்தது.

மேற்கண்ட இரண்டு பரிந்துரைகளும் பாரதிய ஜனதாவின் கடந்த கால சிக்கல்களோடு தொடர்பு கொண்டவையாக இருந்தன. ஆம், 1999ல் வாஜ்பாய் அரசு ஒற்றை வாக்கில் வீழ்த்தப்பட்டதைத் தொடர்ந்து மாற்று அரசை அமைக்க எதிர்க்கட்சிகளுக்கு அதிக கால அவகாசம் கொடுத்தார் குடியரசுத் தலைவர் கே.ஆர். நாராயணன். அதை அப்போதே பாரதிய ஜனதா பலமாக எதிர்த்தது.

தவிரவும், மாற்று பிரதமரை உடனே தேர்ந்தெடுக்கவேண்டும் என்று சட்டத் திருத்தம் செய்வதன் மூலம் குதிரை பேரத்தைத் தவிர்க்கமுடியும் என்பது பாஜக முன்வைத்த வாதம். ஆனால் தற்போது மறு ஆய்வு ஆணையம் செய்த பரிந்துரையின்படி பார்த்தால், அப்போதே வாஜ்பாய் மீண்டும் பிரதமராக ஆகியிருக்கமுடியும். ஆக, மேற்கண்ட பரிந்துரைகள் எல்லாம் பாஜகவின் கடந்த கால காயங்களுக்கு மருந்திடும் நோக்கத்துடனும், எதிர்காலத்தில் காயம் ஏற்பட்டால் அதற்கான மருந்தாகவும் அமையவேண்டும் என்ற நோக்கத்துடன் கொண்டு வரப்பட்டவை என்றன எதிர்க்கட்சிகள்.

ஒரு கட்சியின் அல்லது கூட்டணியில் சார்பில் தேர்தலில் போட்டியிட்டு வெற்றிபெற்ற ஓர் உறுப்பினர் அல்லது ஒரு குழுவினர் அதிலிருந்து வெளியேறும் பட்சத்தில், அவர்கள் தத்தமது எம்.பி அல்லது எம்.எல்.ஏ பதவியை ராஜினாமா செய்துவிட்டு, விரும்பினால் தேர்தலைச் சந்திக்கலாம் என்ற சட்டத் திருத்தத்தைக் கொண்டுவரப் பரிந்துரை செய்திருந்தது மறு ஆய்வு ஆணையம்.

ஆனால் இந்தப் பரிந்துரை தேர்ந்தெடுக்கப்பட்ட மக்கள் பிரதிநிதிகளின் உரிமைகள் மீதான தாக்குதல் என்றனர் அரசியல் நிபுணர்கள். ஒருவருக்குக் கட்சியின் அல்லது ஆட்சியின் மீது அதிருப்தி ஏற்பட்டால், ராஜினாமா செய்து வெளியேறுவதைத் தவிர வேறு வழியே கிடையாது என்று சொல்வது முற்றிலும் ஜனநாயக நடைமுறைக்கு எதிரானது என்ற விமரிசனத்தை சில எதிர்க்கட்சிகள் முன்வைத்தன.

அடுத்து, அரசியல் கட்சிகளுக்குத் தேர்தல் ஆணையத்தின் அங்கீகாரம் கிடைப்பது தொடர்பாக சில பரிந்துரைகள் செய்யப்பட்டன. சட்டமன்ற, மக்களவைப் பொதுத்தேர்தலில் குறிப்பிட்ட சத விகித வாக்குகளைப் பெற்றால் மட்டுமே அல்லது குறிப்பிட்ட எண்ணிக்கையில் உறுப்பினர்கள் தேர்ந்தெடுக்கப்பட்டால் மட்டுமே அந்தக் கட்சிகளுக்குத் தேர்தல் ஆணையத்தின் மாநிலக் கட்சி / தேசியக் கட்சி அங்கீகாரம் கிடைக்கும், பிரத்யேக சின்னம் கிடைக்கும்.

ஆனால் அதற்கே பல கட்சிகள் திணறிக்கொண்டிருக்கும் நிலையில், அந்தத் தகுதிகளை இன்னும் அதிகரிக்கவேண்டும் என்று பரிந்துரை செய்தது மறு ஆய்வு ஆணையம். அதன்மூலம் சிறுகட்சிகளின் எண்ணிக்கையைப் பெருமளவில் குறைக்கமுடியும் என்பது அவர்களுடைய கணிப்பு. ஆனால் அந்தப் பரிந்துரையானது தேர்தல் களத்தில் பெரிய கட்சிகளுக்கே சாதகமாக முடியும் என்றும் சிறு கட்சிகளை ஒடுக்குவதற்கே வழிவகை செய்யும் என்றும் விமரிசனங்கள் எழுந்தன.

அடுத்து, நாடாளுமன்ற மற்றும் சட்டமன்ற உறுப்பினர்களின் தொகுதி மேம்பாடு நிதி என்பதை முற்றிலுமாக ஒழிக்கவேண்டும் என்று பரிந்துரை செய்தது மறு ஆய்வு ஆணையம். உண்மையில், நாடாளுமன்ற, சட்டமன்ற உறுப்பினர்கள் சட்டம் இயற்றுவது, அது தொடர்பான ஆய்வுகள், ஆலோசனைகள், விவாதங்களில் ஈடுபடுவது, நாட்டின் நிர்வாகம் தொடர்பான கொள்கைகளை வடிவமைப்பது, சட்டங்களை வலுப்படுத்துவது போன்ற அறிவு பூர்வமான காரியங்களில்தான் அதிக கவனம் செலுத்தவேண்டுமே தவிர, சாலை, பள்ளி, மின்வசதி போன்ற அடிப்படை நிர்வாகம் சார்ந்த களப்பணிகளில் தலையிடவேண்டிய அவசியம் இல்லை என்பது அந்த ஆணையத்தின் கருத்து.

மேற்கூறிய பரிந்துரைகளையும் தாண்டி, மத்திய மாநில உறவுகள் குறித்து, நீதித்துறையில் செய்யவேண்டிய சீர்திருத்தங்கள் குறித்து பல்வேறு சர்ச்சைக்குரிய பரிந்துரைகளைச் செய்திருந்தது மறு ஆய்வு ஆணையம். அவற்றில் பல அம்சங்கள் விவாதங்களைக் கிளப்பின. பல அம்சங்கள் சர்ச்சைகளைக் கிளப்பின. எதிர்க்கட்சிகளின் பலத்த எதிர்ப்புகள் காரணமாக அவை உடனடியாகச் செயல்வடிவம் பெறவில்லை.

இடைப்பட்ட காலத்தில் வாஜ்பாய் அரசுக்குப் பலத்த தர்மசங்கடத்தைக் கொடுக்கும் வகையில் ஒரு சம்பவம் நடந்தேறியது. அது இந்திய மண்ணில் அல்ல, வெளிநாட்டு மண்ணில். அந்த விவகாரத்தை வாஜ்பாய் அரசு கையாண்ட விதம் இன்றுவரை பலத்த விமரிசனத்துக்கு ஆளாகிவருகிறது. அது, காந்தஹார் விமானக் கடத்தல்!

118

கதிகலக்கிய காந்தஹார் கடத்தல்

வாஜ்பாய் தலைமையிலான அரசு மூன்றாம் முறையாகப் பதவியேற்று மூன்று மாதங்கள்கூட முழுமையாக முடிந்திருக்க வில்லை. அதற்குள் மிகப்பெரிய சிக்கல் ஒன்றைத் தீர்க்கவேண்டிய நிர்பந்தத்துக்கு ஆளாகியிருந்தது. உபயம்: ஒரு விமானக் கடத்தல் சம்பவம். அது வாஜ்பாய் அரசின் ஆளுமைத்திறனையே கேள்விக் குறியாக்கியது.

1999ன் டிசம்பர் இறுதி வாரம் அது. நேபாளத்தில் இருந்து பயணிகளை ஏற்றிக்கொண்டு இந்தியா நோக்கி வந்துகொண்டிருந்த ஐசி - 814 என்கிற இந்தியன் ஏர்லைன்ஸ் விமானத்தை யாரோ சில அடையாளம் தெரியாத நபர்கள் கடத்திவிட்டார்கள் என்ற செய்தி வெளியானது. அந்த விமானத்தில் இருநூறுக்கும் மேற்பட்ட பயணிகள் இருக்கக்கூடும் என்ற செய்தி கூடவே வந்துசேர்ந்தது.

ஊடகங்களின் வழியே செய்தி பரவத் தொடங்கிய மறுநொடியில் இருந்து அதிகார மட்டத்தில் அதிர்ச்சியும் பதற்றமும் சூழ்ந்து கொண்டன. ஆயுதம் தாங்கிய ஐந்து தீவிரவாதிகள்தான் கச்சி தமாகத் திட்டமிட்டு விமானத்தைக் கடத்தியிருக்கிறார்கள், சுமார் நூற்றைம்பது பயணிகள் சிக்கியுள்ளனர் என்பது உறுதியானதும் அந்தப் பதற்றம் அதிகரித்தது. பிரதமர் வாஜ்பாய், உள்துறை அமைச்சர் அத்வானி, பாதுகாப்பு அமைச்சர் ஜார்ஜ் ஃபெர்னாண்டஸ், வெளியுறவுத் துறை அமைச்சர் ஜஸ்வந்த் சிங் உள்ளிட்ட பலரும் அடுத்து என்ன செய்வது என்பதற்கான அவசர ஆலோசனையில் இறங்கினர்.

பிரஜேஷ் மிஷ்ரா

பிரஜேஷ் மிஷ்ரா போன்ற மூத்த அதிகாரிகளுடனான ஆலோசனைகள் ஒருபக்கம் நடந்து கொண்டிருக்க, இன்னொரு பக்கம் விமானக் கடத்தல் பற்றிய செய்திகள் அடுத்தடுத்து வந்து பீதியைக் கூட்டிக்கொண்டே இருந்தன. கடத்தியவர் யாரோ அடையாளம் தெரியாத நபர்கள் அல்ல, பாகிஸ்தான் ஆதரவுபெற்ற தீவிரவாத இயக்கத்தைச் சேர்ந்தவர்கள் என்பது அடுத்து வந்த அதிர்ச்சியூட்டும் செய்தி.

கடத்திய விமானத்தை பாகிஸ்தானின் லாகூருக்கு எடுத்துச்செல்ல வேண்டும் என்பதுதான் தீவிரவாதிகளின் திட்டம். ஆனால் அங்கே தரையிறங்க முடியவில்லை அல்லது அப்போதைக்கு அனுமதி கிடைக்கவில்லை. எரிபொருள் நிரப்பிக் கொள்வதற்காக எங்கெங்கோ சுற்றித் திரிந்துவிட்டு, இறுதியாக, பஞ்சாப் மாநிலம் அமிர்தசரஸ் விமான நிலையத்தில் இறங்கியது அந்த விமானம்.

விமானத்துக்குத் தேவையான எரிபொருளை நிரப்பிக் கொண்டு வேறெங்காவது விரைந்து சென்றுவிட வேண்டும் என்பதுதான் அவர்கள் போட்டிருந்த திட்டம். அதைப் புரிந்துகொண்ட அரசு விஷயத்தை மிகவும் எச்சரிக்கையுடன் கையாளத் தயாரானது. அதிகாரிகள் உஷார்படுத்தப்பட்டனர்.

முதல் கட்டமாக, தீவிரவாதிகளின் கட்டுப்பாட்டுக்குள் இருக்கும் அந்த விமானம் அமிர்தசரஸை விட்டு கிளம்பாமல் இருப்பதற்கான ஆகவேண்டிய காரியங்களைச் செய்யத் தயாரானார்கள் இந்திய அதிகாரிகள். விமானச் சக்கரத்தின் காற்றை இறக்கிவிட ரகசிய உத்தரவு பிறப்பிக்கப்பட்டது.

ஆனால் அதற்குள் தீவிரவாதிகளுக்குச் செய்தி போய் விட்டதா அல்லது உள்மனம் எச்சரிக்கை செய்து விட்டதா என்று தெரியவில்லை. சட்டென்று விமானத்தைக் கிளப்பிக்கொண்டு லாகூரை நோக்கிப் புறப்பட்டுவிட்டார்கள். இந்திய அதிகாரிகள் செய்வதறியாது தவித்தனர்.

இப்போது லாகூரில் இறங்குவதற்கு அவர்களுக்கு அனுமதி கிடைத்தது. கூடவே, எரிபொருளை நிரப்பிக் கொள்ளவும் தலையசைத்தார்கள் அங்கிருந்த அதிகாரிகள். காரியம் முடிந்ததும் விமானம் உடனடியாக துபாய் நோக்கிப் பறந்தது.

> இந்தியச் சிறைகளில் இருக்கும் முகமது மசூத் அஸார் உள்ளிட்ட முப்பத்தியாறு தீவிரவாதிகளை உடனடியாக விடுவிக்கவேண்டும்.

ஜஸ்வந்த் சிங்

இத்தனைக்கும் தீவிரவாதிகள் கடத்திச் செல்லும் விமானம் லாகூரைச் சென்றடைந்த செய்தி கிடைத்ததும், லாகூர் விமான நிலைய அதிகாரிகளை இந்திய அதிகாரிகள் தொடர்பு கொண்டு பேசினர். எந்தக் காரணத்தை முன்னிட்டும் விமானத்தை வெளியேற அனுமதிக்க வேண்டாம் என்று பாகிஸ்தான் அரசிடம் கேட்டுக்கொண்டனர். ஆனால் இந்திய அதிகாரிகளின் வேண்டுகோளை வழக்கம்போல அலட்சியம் செய்தது பாகிஸ்தான் அரசு. விளைவு, இந்திய அரசுக்குச் சிக்கல் அதிகமானது.

துபாயில் இறங்கிய கையோடு இந்திய அரசுக்கு ஓர் அதிர்ச்சி வைத்தியத்தைக் கொடுத்தனர் அந்தத் தீவிரவாதிகள். கடத்தப்பட்டவர்களுள் ஒருவரான ரூபின் கத்யால் என்ற பயணியைச் சற்றும் இரக்கமில்லாமல் கொன்று, விமானத்தை விட்டு வெளியே தூக்கிப் போட்டனர். பிறகு 28 பயணிகளை விடுதலை செய்து அனுப்பிவைத்தனர். எஞ்சிய நூற்றுக்கும் மேற்பட்ட பயணிகளுடன் ஆப்கனிஸ்தானின் காந்தஹார் விமான நிலையத்தை நோக்கி விரைந்தனர்.

அந்த விமானம் புறப்படுவதைத் தடுத்துநிறுத்தும் வகையில் இந்தியாவில் உள்ள அமெரிக்கத் தூதரின் வழியாக ஐக்கிய அரபு நாடுகளின் தூதரகத்துடன் தொடர்பு கொண்டு உதவி கோரியது இந்தியா. ஆனால் இந்தியத் தூதரை துபாய் விமான நிலையத்துக்குள் விடுவதற்கு அங்கிருந்த அதிகாரிகள் அனுமதி மறுத்துவிட்டதாக உள்துறை அமைச்சர் அத்வானிக்குச் செய்தி கிடைத்தது. அது மிகுந்த ஏமாற்றத்தைக் கொடுத்தது.

ரூபின் கத்யாலின் மரணமும் விடுவிக்கப்பட்ட பயணிகள் சொன்ன செய்திகளும் இந்திய அரசைப் பதற்றம் கொள்ளச் செய்தன. ஆப்கனிஸ்தானின் காந்தஹார் விமான நிலையத்தில் இருந்தபடியே தங்கள் கோரிக்கைகளைச் சொன்னார்கள் தீவிரவாதிகள். ஆம், பேச்சுவார்த்தை, கோரிக்கை என்பதையெல்லாம் தொடங்குவதற்கு முன்னர் ஒரு கொலையைச் செய்து தங்கள் நிஜமுகத்தை வெளிப்படுத்தி, பதற்றத்தைக் கிளப்பிவிட்டனர். அதன்பிறகுதான் ஆசுவாசமாகப் பேச்சுவார்த்தையைத் தொடங்கினர்.

விமானத்தில் பிடிபட்டிருக்கும் பயணிகள் அனைவரையும் விடுதலை செய்யவேண்டும் என்றால் இந்தியச்சிறைகளில் இருக்கும் முகமது மசூத் அஸார் உள்ளிட்ட முப்பத்தியாறு தீவிரவாதிகளை உடனடியாக விடுவிக்கவேண்டும். தவறினால், ரூபின் கத்யால் சென்ற இடத்துக்குத்தான் இவர்களையும் அனுப்பிவைக்க வேண்டியிருக்கும். என்ன சொல்கிறீர்கள்?

இந்திய அரசுக்குத் தீவிரவாதிகள் விடுத்த பகிரங்க மிரட்டல் அது. அதைக் கேட்டதும் குலை நடுங்கிவிட்டனர் இந்திய அதிகாரிகள். பிரதமர் வாஜ்பாய், அத்வானி உள்ளிட்ட தலைவர்களுக்குப் பதற்றம் இருந்தது. ஆனால் அதையும் தாண்டி பக்குவமாக விவகாரத்தைக் கையாள வேண்டும் என்ற பொறுப்புணர்வும் அவர்களுக்கு இருந்தது.

உண்மையில், இதுபோன்ற கடத்தல் சம்பவம் ஒன்றும் இந்திய அரசுக்குப் புதிய விஷயமல்ல. மிகச்சரியாகப் பத்தாண்டுகளுக்கு முன்பு வி.பி.சிங் பிரதமராக இருந்த காலத்தில் இதே போன்ற ஒரு கடத்தல் சம்பவம் நடந்தது.

மத்திய உள்துறை அமைச்சராக இருந்த முஃப்தி முகமது சயீத்தின் மகள் ருபையா சயீத்தை ஜம்மு காஷ்மீர் விடுதலை முன்னணி இயக்கத்தைச் (Jammu Kashmir Liberation Front (JKLF)) சேர்ந்தவர்கள் கடத்திச் சென்றனர். அவரை விடுவிக்க வேண்டும் என்றால் சிறையில் இருக்கும் தங்கள் இயக்கத்தைச் சேர்ந்த ஐந்து பேரை உடனடியாக விடுதலை செய்யவேண்டும் என்று நிபந்தனை விதித்தனர்.

என்ன செய்யவேண்டும் என்பது பிரதமர் வாஜ்பாய், உள்துறை அமைச்சர் அத்வானி உள்ளிட்ட அனைவருக்கும் நன்றாகவே தெரியும். ஆனால் அதைச் செய்வதற்கு அவர்களுக்குத் தயக்கம்.

தீவிரவாதிகளின் அச்சுறுத்தலுக்குப் பயந்து தீவிரவாதிகளை விடுவிக்கக்கூடாது என்பது பாஜகவின் கருத்து. அதை அத்வானியும் பகிரங்கமாக வெளிப்படுத்தியிருந்தார். ஆனால் கைதிகளை விடுவிக்காமல் ருபையா சயீத்தை உயிரோடு மீட்டெடுப்பது சாத்தியமில்லை என்ற கள யதார்த்தை வி.பி. சிங் அரசு நன்றாகப் புரிந்திருந்தது. ஆனால் காஷ்மீர் முதலமைச்சர் ஃபரூக் அப்துல்லாவோ சற்றே வித்தியாசமான நிலைப்பாட்டை எடுத்தார்.

தீவிரவாதிகள் சொல்வது போல ஐந்து கைதிகளை விடுவிப்பது சாத்தியமில்லை, வேண்டுமானால், ஹமீத் ஷேக் என்ற ஒருவரை மட்டும் விடுதலை செய்யலாம் என்றார். அதற்கு அந்த இயக்கத்தினர்

சம்மதிக்கவில்லை. என்றாலும், நீண்ட நெடிய பேச்சு வார்த்தைகளுக்கும் இழுபறிகளுக்குப் பிறகு அந்த ஐவரையும் விடுதலை செய்தது அரசு. அதனைத் தொடர்ந்து ருபையா சயீத் உயிருடன் மீட்கப்பட்டார்.

முகமது மசூத் அஸார்

என்றாலும், தீவிரவாதிகளின் மிரட்டலுக்குப் பணிந்து ஐந்து தீவிரவாதிகளை விடுதலை செய்ததை பாரதிய ஜனதா இறுதிவரை ஏற்றுக்கொள்ளவே இல்லை. இந்த ஒற்றைச் செயலின் மூலம் வி.பி.சிங் அரசின் பலவீனம் அம்பலப்பட்டுவிட்டது என்று விமரிசித்தார் அத்வானி. பாகிஸ்தானின் ஆதரவோடு நடந்துகொண்டிருக்கும் தீவிர வாதச் செயல்களுக்கு அரசின் இந்த முடிவு ஊக்கத்தையே கொடுக்கும் என்று காட்டமான மொழியில் கண்டிக்கவும் செய்தார்.

அப்படிச் சொன்னபோது அவர் அரசாங்கத்தின் எந்தவொரு பெரிய பதவியிலும் இல்லை. ஆளுங்கட்சிக்கு ஆதரவளிக்கும் ஒரு கட்சியின் தலைவர் மட்டுமே. சரியாகச் சொன்னால், விமரிசனம் செய்யும் இடத்தில் இருந்தார். ஆனால் இன்று நிலைமை தலைகீழாக இருந்தது. முடிவெடுக்கவேண்டிய முக்கியமான பொறுப்பில் ஆளுங்கட்சியான பாரதிய ஜனதா கட்சி இருந்தது. அதன் தலைவர்களான பிரதமர் வாஜ்பாய், அத்வானி போன்றோரும் கருத்து தெரிவிக்கும் நிலையைத் தாண்டி, முடிவெடுத்துச் செயல்படுத்த வேண்டிய இடத்தில் இருந்தனர்.

உண்மையில், இப்போது என்ன செய்யவேண்டும் என்பது பிரதமர் வாஜ்பாய், உள்துறை அமைச்சர் அத்வானி உள்ளிட்ட அனைவருக்கும் நன்றாகவே தெரியும். ஆனால் அதைச் செய்வதற்கு அவர்களுக்குத் தயக்கம். காங்கிரஸ், இடதுசாரிகள் உள்ளிட்ட எதிர்க்கட்சிகளோ வாஜ்பாய் அரசைக் கடுமையாக நிர்பந்தம் செய்து கொண்டிருந்தன. விரைந்து செயல்பட வேண்டும் என்று வலியுறுத்திக் கொண்டிருந்தன.

போதாக்குறைக்கு, பணயக் கைதிகளின் குடும்பத்தினர் தங்களின் அழுகையின் வழியாக அரசுக்கு அதிகபட்ச நெருக்கடியைக் கொடுத்துக் கொண்டிருந்தனர். காட்சி ஊடகங்கள் உருவாகி, வளர்ந்துகொண்டிருந்த சமயம் அது. ஆகவே, அவர்கள் வேறு தங்கள் பங்குக்குப் பரபரப்புச் செய்திகளை வெளியிட்டு பொதுமக்களையும் அரசையும் பதற்றமடையச் செய்து கொண்டிருந்தனர்.

பிறகு இந்திய அரசின் சார்பில் தீவிரவாதிகளுடன் பேச்சுவார்த்தைகள் நடத்தப்பட்டன. இந்தியப் புலனாய்வுத் துறையின் மூத்த அதிகாரி அஜித் கோவல், வெளியுறவுத் துறை அமைச்சகத்தின் இணை செயலாளர் விவேக் கட்ஜு, ரிசர்ச் அண்ட் அனாலிஸிஸ் விங்கைச் சேர்ந்த சி.டி. சஹாய் ஆகிய மூவரும் பேச்சுவார்த்தை நடத்தினர்.

அதன் இறுதியில் முப்பத்தியாறு என்ற எண்ணிக்கையில் இருந்து மெல்ல மெல்ல இறங்கி மூன்றுக்கு வந்திருந்தனர் தீவிரவாதிகள். ஆனால் அந்த மூவரில் ஒருவராக மசூத் அஸார் இருக்கவேண்டும் என்பது தீவிரவாதிகளின் பிரதான நிபந்தனை. ஜம்மு காஷ்மீரில் செயல்பட்டு வந்த தீவிரவாத இயக்கம் ஒன்றின் தலைவர் இந்த மசூத் அஸார்.

பல்வேறு தீவிரவாதச் செயல்களில் ஈடுபட்டிருந்த அவரை ஜம்மு - காஷ்மீர் அரசு 1994ல் கைது செய்து சிறையில் அடைத்திருந்தது. ஐந்தாண்டுகளாகச் சிறையில் இருக்கும் அவரை வெளியே கொண்டுவரவேண்டும் என்பதுதான் தீவிரவாதிகளின் ஒற்றை இலக்கு. அதன் காரணமாகவே அவர்கள் தங்கள் நிபந்தனைகளைத் தளர்த்திக்கொண்டனர். இறுதியாக, மூன்று தீவிரவாதி களை மட்டும் ஒப்படைப்பது என்றும் அதற்குப் பதிலாக விமானப் பயணிகள் அனைவரையும் விடுவிப்பது என்றும் இரு தரப்புக்கும் இடையே ஒப்பந்தம் ஏற்பட்டது.

31 டிசம்பர் 1999 அன்று சிறையிலிருந்து விடுவிக்கப்பட்ட மூன்று தீவிரவாதிகளையும் இந்திய வெளியுறவுத்துறை அமைச்சர் ஜஸ்வந்த் சிங் காந்தஹார் விமான நிலையத்துக்கு அழைத்துச் சென்று தீவிரவாதிகளிடம் ஒப்படைத்தார். அன்றைய தினமே அனைத்து விமானப் பயணிகளையும் விடுதலை செய்தனர் தீவிரவாதிகள். பயணிகள் அத்தனை பேரும் பத்திரமாக மீட்கப்பட்டனர். அந்தக் காரியத்தைச் செய்துமுடிப்பதற்குள் வாஜ்பாய் அரசுக்குப் போதும் போதுமென்றாகிவிட்டது. ஆனாலும், கைதிகளை விடுவித்த செயல் பலத்த விமரிசனத்துக்கும் ஆளானது.

காந்தஹார் கடத்தல் என்கிற சர்வதேச அளவிலான சிக்கலை எதிர்கொண்டிருந்த பாரதிய ஜனதா கட்சிக்குத் தற்போது பிராந்திய அளவிலான பிரச்னை ஒன்றை எதிர்கொள்ளவேண்டிய நிலை. தேர்தல் சிக்கல். 1998 முதல் கூட்டணிக் கட்சிகளின் வழியாகத் தமிழகத்தில் தடம் பதித்திருந்த பாரதிய ஜனதா கட்சி அதன் கூட்டணிக் கட்சியான திமுகவுடன் சேர்ந்து 2001 தமிழ்நாடு சட்டமன்றத் தேர்தலை எதிர்கொள்ளத் தயாரானது.

1998, 1999 மக்களவைத் தேர்தல்கள் பாஜக இடம்பெற்ற கூட்டணிக்குப் பெரு வெற்றியைக் கொடுத்திருந்தன. ஆகவே, 2001 சட்டமன்றத் தேர்தலில் போட்டியிட்டு, கணிசமான எண்ணிக்கையில் வெற்றிபெற்று, தமிழ்நாடு சட்டமன்றத்துக்குள் அழுத்தமாகத் தடம் பதிக்கும் ஆவல் அவர்களுக்கு உருவாகியிருந்தது. அந்தக் கனவுத் திட்டத்தை நோக்கி வேகமாக முன்னேறிக்கொண்டிருந்த சமயத்தில், பாஜகவின் முக்கியமான இரண்டு கூட்டணிக் கட்சிகள் அதிர்ச்சி வைத்தியம் கொடுத்தன!

119

தமிழ்நாட்டு சட்டமன்றத்தில் பாஜக

அகில இந்திய அளவில் ஆளுங்கட்சியாக மாறி, கோலோச்சிக் கொண்டிருந்தபோதும் பாரதிய ஜனதா கட்சியால் தென்னிந்தியாவில் வலுவாகத் தடம்பதிக்க முடியவில்லை. குறிப்பாக, தமிழ்நாட்டில் பாஜகவுக்கென்று வலுவான ஆதரவுத்தளம் உருவாகவில்லை. கடந்த இரண்டு மக்களவைத் தேர்தல்களில்தான் அந்தக் கட்சிக்குக் கணிசமான வெற்றி கிடைத்திருந்தது. அந்தக் கட்சியின் சார்பில் மக்களவைக்கு உறுப்பினர்கள் சென்றிருந்தார்கள்

ஆனால் தமிழ்நாடு சட்டமன்றத்தில் வலுவானதொரு கட்சியாக அந்தக் கட்சியால் பரிணமிக்க முடியவில்லை. இத்தனைக்கும் எண்பதுகளில் பாரதிய ஜனசங்கம் தொடங்கப்பட்டது முதலே இங்கே இந்துத்வ அரசியல் அவ்வப்போது பேசப்பட்டுக்கொண்டே வருகிறது. மீனாட்சிபுரம் மதமாற்றம் உள்ளிட்ட விவகாரங்களில் அந்தக் கட்சிக்கு கணிசமான பிராபல்யம் கிடைத்தது. ஆனாலும் அந்தக் கட்சியாலோ, அதன்பிறகு உருவான பாஜகவாலோ தமிழகத்தில் அழுத்தமாக வேரூன்ற முடியவில்லை.

1996 தேர்தலின்போது மட்டும் பத்மநாபபுரம் தொகுதியில் போட்டியிட்ட வேலாயுதன் வெற்றி பெற்று சட்டமன்றத்துக்குள் நுழைந்திருந்தார். ஆனால் இம்முறை அந்தக் கட்சி பெரிய கட்சி டான திமுகவுடன் இணைந்து தேர்தலைச் சந்தித்தது. அந்தக் கட்சி ஆளுங்கட்சியாக இருப்பது பாரதிய ஜனதாவுக்கு நம்பிக்கையைக்

திருமாவளவன்

கொடுத்தது. அப்போது தமிழகத்தில் செல்வாக்குள்ள வேறுசில கட்சிகளும் திமுக அணியில் இருந்தன.

ஆனால் பாஜகவுக்கு அதிர்ச்சியூட்டும் வகையில் திமுக அணியிலிருந்து பாட்டாளி மக்கள் கட்சி திடீரென வெளியேறியது. தேசிய அளவில் தேசிய ஜனநாயகக் கூட்டணியிலிருந்தும் பாமக வெளியேறியது. அந்தக் கட்சியின் சார்பில் மத்திய அமைச்சரவையில் இடம் பெற்றிருந்த இணை அமைச்சர்கள் என்.டி.சண்முகம், பொன்னுசாமி இருவரும் பதவி விலகினர். திமுக அணியிலிருந்து விலகிய பாமக, நேராக அதிமுக அணியில் ஐக்கியமானது. அதன்மூலம் திமுக அணியின் வெற்றிவாய்ப்புகள் மங்கத் தொடங்கின.

போதாக்குறைக்கு, தொகுதிகள் ஒதுக்கீடு செய்வதில் ஏற்பட்ட சிக்கல்கள் காரணமாக திமுக - மதிமுக இடையே கருத்துவேறுபாடுகள் முளைத்தன. அதுவும் கூட ஒருவகையில் பாஜகவை மையப்படுத்தி உருவான சிக்கல்தான். அப்போது பாஜகவுக்கு 23 தொகுதிகள் ஒதுக்கியிருந்தது திமுக. அதற்கு இணையாக தொகுதி ஒதுக்கீடு செய்யவேண்டும் என்று எதிர்பார்த்தது மதிமுக. நியாயமான அந்த எதிர்பார்ப்பைப் பூர்த்தி செய்ய திமுக தயங்கியது.

நிலைமையைப் புரிந்துகொண்ட பாஜக, தனக்கு ஒதுக்கப்பட்ட தொகுதிகளில் சிலவற்றைத் திரும்பத் தருவதாகச் சொன்னது. குறிப்பாக, இல. கணேசன் போன்றவர்கள் கூட்டணி விவகாரத்தில் விட்டுக் கொடுக்கும் போக்குடன் இருந்தனர். ஆனால் அப்போதும் பிரச்னை தீரவில்லை. எந்தெந்த தொகுதிகள் என்பதில் சிக்கல்கள் உருவாகின. விளைவு, வைகோ தலைமையிலான மதிமுகவும் திமுக அணியிலிருந்து வெளியேறியது. அதன்மூலம் திமுக கூட்டணி மேலும் பலவீனமடைந்தது.

இல. கணேசன் போன்றவர்கள் கூட்டணி விவகாரத்தில் விட்டுக் கொடுக்கும் போக்குடன் இருந்தனர். ஆனால் அப்போதும் பிரச்னை தீரவில்லை.

என்ன ஒன்று, பாமகவைப் போல திமுக தலைமையிலான கூட்டணியிலிருந்து வெளியேறியதும், எதிர்முகாமான அதிமுக அணியில் சேர்ந்து அந்த அணியைப் பலப்படுத்தும் நடவடிக்கையை எடுக்காமல், தனித்துப் போட்டியிடத் தயாரானது மதிமுக. அதேசமயம், பாஜகவுடனான உறவை முறித்துக்கொள்வதற்கும் மதிமுக தயாராக இல்லை.

ஏனெனில், திமுகவுக்கு முன்பே பாஜகவுடன் கூட்டணி அமைத்த கட்சி மதிமுக. பாஜகவுடனோ அல்லது

இல. கணேசன்

பிரதமர் வாஜ்பாய் போன்றவர்களுடனோ மதிமுகவுக்கு எந்தவிதமான பிரச்னையும் இல்லை. கட்சியின் முன்னணித் தலைவர்கள் பலருடனும் தொடர்ந்து நல்லுறவு பேணி வந்தார் வைகோ. ஆகவே, பாஜகவுடனான கூட்டணி விவகாரத்தில் சற்றே வியப்பூட்டும் கூட்டணி தர்மத்தை, அரசியல் நாகரிகத்தைப் பேணியது மதிமுக.

தேசிய அளவில் தேசிய ஜனநாயகக் கூட்டணியில் மதிமுக நீடிக்கிறது. அதற்கான அடையாள மாகத் தமிழகத்தில் பாஜக போட்டியிடும் இடங்களில் மதிமுக சார்பில் வேட்பாளர்கள் நிறுத்தப்பட மாட்டார்கள். அந்தத் தொகுதிகளில் பாஜக வேட்பாளர்களை மதிமுக ஆதரிக்கும். ஏனைய இடங்களில் மதிமுக சார்பில் வேட்பாளர்களைக் களமிறக்குவோம் என்று பகிரங்கமாக அறிவித்துவிட்டது மதிமுக.

ஆக, பாமக, மதிமுக என்ற இருபெரும் கட்சிகளை இழந்திருந்த திமுக தற்போது வேறு சில கட்சிகளைச் சேர்க்கவேண்டிய நிலையில் இருந்தது. அப்போது தமிழ்நாட்டு அரசியல் களத்தில் புதிய புதிய அரசியல் கட்சிகள் முளைத்திருந்தன. அவற்றில் பெரும்பாலானவை சாதி அடையாளத்துடன் உருவாகியிருந்தன. சாதி அடையாளமில்லாத வேறு கட்சிகளும் இருந்தன.

குறிப்பாக, தலித் அடையாளத்துடன் புதிய தமிழகம், விடுதலைச் சிறுத்தைகள், யாதவர் அடையாளத்துடன் முன்னாள் அதிமுக அமைச்சர் எஸ்.கண்ணப்பனின் மக்கள் தமிழ் தேசம் கட்சி, முதலியார் அடையாளத்துடன் ஏ.சி. சண்முகத்தின் புதிய நீதிக்கட்சி, கு.ப. கிருஷ்ணனின்

தமிழர் பூமி, பேராசிரியர் தீரனின் தமிழ் பாட்டாளி மக்கள் கட்சி, தமிழ்நாடு முத்தரையர் சங்கம், டாக்டர் சேதுராமனின் மூவேந்தர் முன்னணிக் கழகம் போன்ற கட்சிகள் சாதிய அடையாளத்துடன் இருந்தன.

இவை தவிர ஆர்.எம். வீரப்பனின் எம்.ஜி.ஆர் கழகம், எஸ். திருநாவுக்கரசுவின் எம்.ஜி.ஆர் அதிமுக, ப. சிதம்பரத்தின் தமிழ் மாநில காங்கிரஸ் ஜனநாயகப் பேரவை, குமரி அனந்தனின் தொண்டர் காங்கிரஸ், ஜே.எம். ஆரூணின் தமிழ்நாடு ஐக்கிய ஜமா அத் போன்ற கட்சிகளும் களத்தில் இருந்தன. அவர்களை எல்லாம் சில பல தொகுதிகளைக் கொடுத்து, கூட்டணிக்குள் அழைத்து வந்திருந்தது திமுக.

இத்தனைக் கட்சிகள் என்றாலும், அப்போது திமுகவின் கவனத்தை அதிகம் கவர்ந்தவர்கள் இருவர். புதிய தமிழகம் நிறுவனர் டாக்டர் கிருஷ்ணசாமி மற்றும் விடுதலைச் சிறுத்தைகள் தலைவர் திருமாவளவன். தென் மாவட்டங்களில் விரிவான வாக்கு வங்கியை வைத்திருந்தது புதிய தமிழகம். வட மாவட்டங்களில் காத்திரமான ஆதரவுத்தளம் விடுதலைச் சிறுத்தை களுக்கு இருந்தது. ஆகவே, அந்தக் கட்சிகளைத் தம்பக்கம் அழைத்து வந்திருந்தது திமுக.

இந்த இடத்தில் பாஜகவுடன் அணி அமைப்பதில் இரண்டு கட்சிகளுக்கு நெருடல்கள் இருந்தன. ஒன்று, விடுதலைச் சிறுத்தைகள் கட்சி. இந்துத்வத்தை வேரறுப்போம் என்று மேடைக்கு மேடை முழங்கிக்கொண்டிருப்பவர் திருமாவளவன். பேச்சு, எழுத்து, செயல் என்ற மும்முனைகளின் வழியாகவும் இந்துத்வத்தை எதிர்த்துக்கொண்டிருந்தவர் அவர். ஆனால் தேர்தல் அரசியல் என்று வந்துவிட்டபிறகு சில விஷயங்களில் சமரசம் செய்து கொள்ளவேண்டிய நிர்பந்தம் உருவாகியிருந்தது.

அந்த வகையில் இந்துத்வ சக்தியான பாஜகவுடன் இணைந்து களமாடவேண்டிய சங்கடமான நிலை. ஆனாலும் அன்றைக்கு இருந்த சூழ்நிலையில் பாஜகவைக் காரணம் காட்டி திமுக அணியில் இடம்பெறும் வாய்ப்பை இழக்க விடுதலைச் சிறுத்தைகள் விரும்பவில்லை. ஆகவே, எங்களுக்கும் திமுகவுக்கும் தான் கூட்டணியே தவிர பாஜகவுக்கும் எங்களுக்கும் அல்ல என்று சொல்லி விட்டுத் தேர்தல் களத்தில் இறங்கியது.

அடுத்த நெருடல் ப. சிதம்பரத்தின் தமாகா ஜனநாயகப் பேரவைக்கு. காலம் முழுக்க இந்துத்வ அரசியலைத் தீவிரமாக எதிர்த்துக்கொண்டிருப்பவர் ப. சிதம்பரம். பாஜகவுக்கு நேர் எதிரான காங்கிரஸ் பாரம்பரியத்தில் வளர்ந்தவர். ஆனால் திடீரென ஏற்பட்ட அரசியல் நெருக்கடி காரணமாக பாஜக இருக்கும் கூட்டணியில் இடம்பெறவேண்டிய நிர்பந்தம் உருவாகியிருந்தது. ஆனாலும் வேறு வழியின்றி திமுக அணியில் இணைந்துகொண்டார். பின்னர் அந்த அணியில் பிரசார பீரங்கியாகவே ப. சிதம்பரம் செயல்பட்டார்.

> பாஜகவுக்கு நேர் எதிரான காங்கிரஸ் பாரம்பரியத்தில் வளர்ந்தவர். ஆனால் திடீரென ஏற்பட்ட அரசியல் நெருக்கடி காரணமாக பாஜக இருக்கும் கூட்டணியில் இடம்பெறவேண்டிய நிர்பந்தம் உருவாகியிருந்தது.

ஆக, பெரிய கட்சிகள் எதுவும் இடம்பெறாத நிலையில் பாஜக, புதிய தமிழகம், விடுதலைச் சிறுத்தைகள், ப.சிதம்பரம் தலைமையிலான தமாகா ஜனநாயகப் பேரவை உள்ளிட்ட சிறு கட்சிகள் திமுக அணியில் இடம்பிடித்தன. அவற்றில் பெரும்பாலானவை சாதிய அடையாளம் கொண்டவை என்பதால் அந்தக் கூட்டணி சாதிக்கூட்டணி என்று விமரிசிக்கப்பட்டது. ஆனால் சாதிக்கும் கூட்டணி என்று வர்ணித்துக்கொண்டார் திமுக தலைவர் கருணாநிதி.

திமுக அணியில் நூற்றியெண்பதுக்கும் அதிகமான இடங்களில் போட்டியிட்டது திமுக. பாரதிய ஜனதாவுக்கு 21 இடங்கள் ஒதுக்கப்பட்டன. அந்த அணியில் பாரதிய ஜனதா, புதிய தமிழகம் கட்சிகள் தவிர ஏனைய அனைத்து கட்சிகளும் திமுகவின் உதயசூரியன் சின்னத்தில் போட்டியிட்டன. விடுதலைச் சிறுத்தைகளுக்கு எட்டு இடங்கள் தரப்பட்டாலும் திருமாவளவன் உள்ளிட்டோர் உதயசூரியன் சின்னத்திலேயே போட்டியிட்டனர்.

திமுக கூட்டணியில் பாரதிய ஜனதாவுக்கு மயிலாப்பூர், பள்ளிப்பட்டு, பேரணாம்பட்டு, ஒசூர், தளி, ஏற்காடு, கோவை கிழக்கு, திருப்பூர், உதகமண்டலம், கம்பம், ஸ்ரீரங்கம், மயிலாடுதுறை, மன்னார்குடி, காரைக்குடி, மானாமதுரை, திருவில்லிபுத்தூர், சேரன்மகாதேவி, சாத்தான்குளம், பத்மநாபபுரம், திருவட்டாறு, கிள்ளியூர் ஆகிய 21 தொகுதிகள் ஒதுக்கப்பட்டன. அவற்றில் மூன்று தொகுதிகள் தனித்தொகுதிகள்.

பாஜக வேட்பாளர்களில் மயிலாப்பூரில் போட்டியிட்ட கே.என். லட்சுமணன், திருப்பூரில் போட்டியிட்ட லலிதா குமாரமங்கலம், காரைக்குடியில் போட்டியிட்ட ஹெச். ராஜா, மானாமதுரையில் போட்டியிட்ட எஸ்.பி. கிருபாநிதி, பத்மநாபபுரத்தில் போட்டியிட்ட வேலாயுதன் ஆகியோர் முக்கியமானவர்கள்.

சாதிக்கட்சிகளாலும் உதிரிக்கட்சிகளாலும் உருவாக்கப்பட்ட திமுக அணி தேர்தல் களத்தில் பலவீனமாகக் காட்சியளித்தது. ஆனால் அதிமுகவோ தமிழ் மாநில காங்கிரஸ், காங்கிரஸ், பாமக, மார்க்சிஸ்ட் கம்யூனிஸ்ட், இந்திய கம்யூனிஸ்ட் என்று செல்வாக்கு மிக்க கட்சிகளுடன் இணைந்து வலுவான கூட்டணியை உருவாக்கியிருந்தது.

அதிமுக, திமுக தவிர்த்து மறுமலர்ச்சி திமுகவும் களத்தில் இறங்கியிருந்தது. அந்தக் கட்சி பாஜக போட்டியிட்ட 21 தொகுதிகளைத் தவிர்த்து ஏனைய 211 தொகுதிகளிலும் வேட்பாளர்களைக் களமிறக்கியிருந்தது.

பலத்த எதிர்பார்ப்புகளுடன் 10 மே 2001 அன்று நடந்து முடிந்த தேர்தல் திமுக கூட்டணிக்குப் படுதோல்வியைக் கொடுத்தது. அதிமுக அபாரவெற்றியைப் பெற்று ஆட்சியைப் பிடித்தது. ஜெயலலிதா முதலமைச்சரானார். அந்த அணியில் இடம்பெற்றிருந்த அனைத்து கட்சிகளுக்கும் கணிசமான எண்ணிக்கையில் வெற்றிபெற்றிருந்தன.

திமுக தலைமையிலான அணியில் திமுகவுக்கு வெறும் 28 தொகுதிகள் கிடைத்தன. பாஜகவுக்கு 4 இடங்களில் வெற்றி கிடைத்திருந்தன. மயிலாப்பூரில் போட்டியிட்ட கே.என். லட்சுமணன் தன்னை எதிர்த்துப் போட்டியிட்ட அதிமுக வேட்பாளர் மைத்ரேயனை சுமார் 6000 வாக்குகள் வித்தியாசத்தில் வெற்றிகொண்டிருந்தார். பாஜகவைச் சேர்ந்தவரான மைத்ரேயன் தேர்தலுக்கு முன்புதான் அந்தக் கட்சியிலிருந்து விலகி, அதிமுகவில் சேர்ந்திருந்தார்.

மேலும், தளி தொகுதியில் கே.வி. முரளிதரன் ஆறாயிரம் வாக்குகள் வித்தியாத்திலும், மயிலாடுதுறையில் ஜெக.வீரபாண்டியன் சுமார் 2400 வாக்குகள் வித்தியாசத்திலும்,

காரைக்குடியில் ஹெச். ராஜா சுமார் 1600 வாக்குகள் வித்தியாசத்திலும் வெற்றி பெற்றனர். சோகம் என்னவென்றால், லலிதா குமாரமங்கலம், எஸ்.பி. கிருபாநிதி போன்றவர்கள் தோற்றுப் போனதுதான்.

தமிழ்நாடு சட்டமன்ற பாரதிய ஜனதாக் குழுவின் தலைவராக கே.என். லட்சுமணன் தேர்ந் தெடுக்கப்பட்டார். அதன்மூலம் தமிழகத்தில் பெயர் சொல்லக்கூடிய கட்சியாக பாஜக வளரத் தொடங்கியது. அந்தக் கட்சியின் பிராந்திய அரசியல் இப்படிச் சென்று கொண்டிருந்த சமயத்தில், தேசிய அரசியல் முற்றிலும் மாறுபட்ட திசையில் சென்று கொண்டிருந்தது. காரணம், பாகிஸ்தானில் ஏற்பட்ட ஆட்சி மாற்றம்!

120

ஆக்ரா சந்திப்பும் அதிரடி தாக்குதலும்

வாஜ்பாயின் முந்தைய ஆட்சிக்காலத்தில் *(1998 - 1999)* பாகிஸ்தானுடனான நல்லுறவைப் பேணுவதற்காகச் சில முக்கியமான முயற்சிகள் எடுக்கப்பட்டன. அவற்றில் ஒன்றுதான் லாகூர் பிரகடனம். வாஜ்பாய் - நவாஸ் ஷெரீஃப் இடையிலான சந்திப்பு நல்ல நோக்கத்துடன் நடத்தப்பட்டது என்றாலும், அது எதிர்பார்த்த பலனைக் கொடுக்கவில்லை. அதைவிட முக்கியம், அந்தச் சந்திப்பு எதிர்பலனைக் கொடுத்து விட்டது என்பதுதான். ஆம், அந்தச்சந்திப்பு தான் இந்தியா - பாகிஸ்தான் இடையிலான கார்கில் யுத்தத்துக்கு வழியமைத்துக் கொடுத்தது.

என்றாலும், வாஜ்பாய் மீண்டும் பிரதமராகியிருக்கக்கூடிய சூழ்நிலையில், சிதைந்துபோயிருக்கும் இந்திய - பாகிஸ்தான் உறவை மீண்டும் சீரமைக்க விரும்பியது இந்திய அரசு. அது வாஜ்பாயின் விருப்பம் என்பதைத் தாண்டி, உள்துறை அமைச்சர் அத்வானியின் ஆகப்பெரிய ஆசையும்கூட. அதற்கு முக்கியக் காரணம் பாகிஸ்தானில் ஏற்பட்டிருந்த ஆட்சிமாற்றம்.

பாகிஸ்தானில் ஆட்சி மாற்றம் என்பது பெரும்பாலும் தேர்தல்கள் வழியே வருவதில்லை. ராணுவப் புரட்சியின் மூலம்தான் வருவது வழக்கம். அயூப் கான், யாஹியா கான், ஜுல்ஃபிகர் அலி புட்டோ, ஜியா உல் ஹக் என்று அநேக உதாரணங்கள் உள்ளன. இப்போதும் அப்படித்தான். ராணுவப் புரட்சி மூலம் பிரதமர்

பர்வேஸ் முஷாரஃப்

நவாஸ் ஷெரீஃபை அதிரடியாகப் பதவியிலிருந்து நீக்கி விட்டு, நாட்டின் ராணுவ ஆட்சியாளராக ஆகியிருந்தார் பர்வேஸ் முஷாரஃப்.

ராணுவ ஆட்சியாளர் என்பது பெயர் அளவில் கம்பீரமானது என்றாலும், அது சர்வதேச அளவில் கௌரவமான சங்கதி அல்ல என்பதால், அந்த நாட்டின் ஜனாதிபதியாகவே தன்னை அறிவித்துக் கொண்டிருந் தார் பர்வேஸ் முஷாரஃப். ஆம், ஒரு நாட்டின் ராணுவத் தலைமைத் தளபதியாக இருந்தவர் அந்த நாட்டின் அதிஉயர் பொறுப்புக்கு வந்திருந்தார். இப்போது சர்வ அதிகாரமும் முஷாரஃபுக்கு முன்னால் குவிந்து கிடந்தன. இனி அந்த நாட்டின் உள்ளரசியல் தொடங்கி வெளியுறவு வரை அனைத்திலும் அவர் வைத்ததுதான் சட்டம். அவர் விரும்பியதுதான் கொள்கை.

கார்கில் யுத்தத்தின் காரணகர்த்தாவே ராணுவத் தளபதி யாக இருந்த பர்வேஸ் முஷாரஃப்தான் என்றாலும், அந்த நாட்டுக்கு அவர்தான் தலைவர் என்று ஆகிவிட்ட நிலையில், அவருடன் பேச்சுவார்த்தை நடத்துவது தான் சரியாக இருக்கும் என்ற முடிவுக்கு வந்திருந்தது வாஜ்பாய் அரசு. அதுதொடர்பாக பிரதமர் வாஜ்பாய், வெளியுறவுத் துறை அமைச்சர் ஜஸ்வந்த் சிங், உள்துறை அமைச்சர் அத்வானி ஆகியோர் இடையே நடந்த ஆலோசனைகளின் பலனாக பாகிஸ்தான் ஜனாதிபதி பர்வேஸ் முஷாரஃபை இந்தியா வருமாறு அழைப்பு விடுக்க முடிவானது.

பேச்சுவார்த்தையின் போது ஒரே நேர்க்கோட்டில் பயணிக்கவேண்டிய வாஜ்பாயும் முஷாரஃபும் ஆளுக்கொரு திசையில் பயணம் செய்யவேண்டிய நிலையே உருவானது.

அப்படியொரு அழைப்பும் சந்திப்பும் பேச்சு வார்த்தையும் தனது பதவிக்கு சர்வதேச அங்கீகாரத்தைப் பெற்றுத் தரும் என்பதை பர்வேஸ் முஷாரஃப் பரிபூரணமாக உணர்ந்திருந்தார். ஆகவே, வந்த வாய்ப்பை விடாமல் பிடித்துக்கொள்ளும் வகையில், இந்தியா வருவதற்குச் சம்மதம் தெரிவித்தார். அடுத்து ஆகவேண்டிய காரியங்களை இருநாட்டு அதிகாரிகளும் செய்தனர்.

வாஜ்பாய் - முஷாரப் சந்திப்பை இந்தியாவின் பெருமைக்குரிய ஆக்ரா நகரில் வைத்து நடத்துவது என்று தீர்மானிக்கப்பட்டது. அதன்படி 14 ஜூலை 2001 அன்று இந்தியா வந்தார் பாகிஸ்தான் அதிபர் முஷாரஃப். இருநாடுகளுக்கும் இடையிலான பிரச்னை களைத் தீர்ப்பதும், குழப்பங்களைக் களைவதும்தான் ஆக்ராசந்திப்பின் நோக்கம். ஆனால் பேச்சுவார்த்தையின் போது ஒரே நேர்க்கோட்டில் பயணிக்கவேண்டிய

வாஜ்பாய்

வாஜ்பாயும் முஷாரஃபும் ஆளுக்கொரு திசையில் பயணம் செய்யவேண்டிய நிலையே உருவானது. விளைவு, பல்வேறு விஷயங்களில் குழப்பங்கள் எழுந்தன அல்லது குழப்பங்கள் அனைத்தும் திட்டமிட்டு உருவாக்கப்பட்டன.

பிரதமருடனான சந்திப்பு நடப்பதற்கு முன்பாக அதிபர் முஷாரஃப் - உள்துறை அமைச்சர் அத்வானி இடையே பூர்வாங்கப் பேச்சுவார்த்தைகள் நடந்தன. இருநாடுகளுக்கு இடையே குற்றவாளிகளை ஒப்படைப்பது தொடர்பாக இருவரும் பேசினர். அப்போது *1993* பம்பாய் குண்டுவெடிப்புக்குக் காரணமான தாவூத் இப்ராஹிமை இந்தியாவிடம் ஒப்படைக்கக் கோரினார் அத்வானி.

ஆனால் அந்தக் கோரிக்கையில் அதிபர் முஷாரஃபுக்குத் துளியும் விருப்பமில்லை. நீங்கள் சொல்லும் தாவூத் இப்ராஹிம் பாகிஸ்தானிலேயே இல்லை என்று திட்டவட்டமாக மறுத்தார் முஷாரஃப். அதன் காரணமாக, இருவருக்கும் இடையிலான சந்திப்பு அதிருப்தியில் முடிந்தது.

பின்னர் இருநாடுகளுக்கு இடையிலான பிரச்னைகள் பற்றி வாஜ்பாய் - முஷாரஃப் இடையே பேச்சுவார்த்தைகள் நடந்தன. இறுதியாக, கூட்டறிக்கை வெளியிட முடிவானது. கடந்த காலங்களில் போடப்பட்ட சிம்லா, லாகூர் பிரகடனங்கள் பற்றிய எந்தவொரு குறிப்பும் கூட்டறிக்கையில் இடம்பெறக்கூடாது என்பது அதிபர் முஷாரஃபின் நிலைப்பாடு.

அதற்கான காரணம் வெளிப்படையானது. இந்தியா - பாகிஸ்தான் இடையிலான அமைதி நடவடிக்கைகளில் தனது முயற்சிகளே பிரதானமாக இருக்கவேண்டும் என்பது

முஷாரஃபின் எதிர்பார்ப்பு. அவற்றில் கடந்த கால ஆட்சியாளர்களின் முத்திரையோ, நிழலோ இருந்துவிடக்கூடாது என்பதில் அவர் அளவுகடந்த அக்கறையைச் செலுத்தினார்.

ஆனால் அதில் பிரதமர் வாஜ்பாய்க்கு உடன்பாடில்லை. இந்தியா - பாகிஸ்தான் இடையிலான உறவில் கடந்த கால ஒப்பந்தங்களைப் புறக்கணிப்பதோ, இருட்டடிப்பு செய்வதோ சரியானதல்ல என்ற நிலைப்பாட்டை பிரதமர் வாஜ்பாய், அத்வானி உள்ளிட்ட மூத்த அமைச்சர்கள் எடுத்தனர். அது இரு தரப்புக்கும் இடையே இன்னொரு அதிருப்தியை உருவாக்கியது.

பின்னர் அதிபர் முஷாரஃப் பத்திரிகையாளர்களைச் சந்திக்க ஏற்பாடு செய்யப்பட்டிருந்தது. இந்திய, பாகிஸ்தான் மற்றும் சர்வதேச அளவிலான பத்திரிகையாளர்கள் பங்கேற்ற சந்திப்பு அது. அதனை பாகிஸ்தான் தொலைக்காட்சியான பிடிவியில் நேரலையாக ஒளிபரப்பு செய்ய உத்தரவிட்டார் அதிபர் முஷாரஃப். இந்திய ஊடகம் ஒன்றுக்கும் நேரலை ஒளிபரப்புக்கு அனுமதி கொடுத்துவிட்டார்.

அந்தச் சந்திப்பின்போது காஷ்மீர் விஷயமே ஆக்ரா சந்திப்பின் ஆகப்பெரிய பிரச்னை. அதை ஒதுக்கிவிட்டு வேறெந்தப் பிரச்னை பற்றியும் பேசத் தயாராக இல்லை என்று பகிரங்கமாகப் பேசினார் அதிபர் முஷாரஃப். போதாக்குறைக்கு, வங்கதேசப் பிரிவினையை இந்தியா ஆதரித்தது போல காஷ்மீர் பிரிவினையை பாகிஸ்தான் அணுகும் என்றார்.

இருநாடுகளின் அதிமுக்கியமான பதவியில் இருக்கும் இரண்டு தலைவர்கள் இடையிலான பேச்சுவார்த்தையைப் பகிரங்கமாகவும் இன்னொரு நாட்டுத் தலைவரின் அனுமதியைப் பெறாமலும் ஊடகங்கள் மத்தியில் முஷாரஃப் உடைத்துப் பேசியது ஆக்ரா பேச்சு வார்த்தையை அலங்கோலமாக்கியது. சர்ச்சைக்குரிய விஷயங்களை சகலருக்கு மத்தியிலும் பேசியது சங்கடத்தைக் கொடுத்தது. விளைவு, இந்தியா - பாகிஸ்தான் இடையிலான ஆக்ரா பேச்சுவார்த்தை தோல்வியில் முடிந்தது.

அந்தத் தோல்வி கொடுத்த அதிருப்தியில் இருந்து இந்திய அரசு மீள்வதற்குள் அதிர்ச்சி கரமான சம்பவம் ஒன்று அரங்கேறியது. அது, இந்திய நாடாளுமன்றத்தின் மீது தீவிரவாதிகள் நடத்திய துணிகரமான தாக்குதல்.

> **என்ன நடக்கிறது,**
> **யார் தாக்குகிறர்கள்,**
> **யாரைத் தாக்குகிறார்கள்,**
> **எங்கிருந்து தாக்குகிறார்கள்,**
> **எதற்காகத் தாக்குகிறார்கள்**
> **என்பதெல்லாம் யாருக்கும்**
> **தெரியவில்லை.**

நாடாளுமன்றத்தின் குளிர்காலக் கூட்டத் தொடர் நடந்துகொண்டிருந்த தருணம் அது. 13 டிசம்பர் 2001 அன்று நாடாளு மன்றத்துக்குள் ஏற்பட்ட அமளி காரணமாக இரு அவைகளும் ஒத்திவைப்பு செய்யப் பட்டிருந்தன. அப்போது நண்பகல் மணி 11.40 அளவில் நாடாளுமன்றத்தை நோக்கி திடீர் துப்பாக்கித் தாக்குதல் நடத்தப் பட்டது.

தோட்டாக்கள் வெடித்துச் சிதறுகின்ற சத்தம் கேட்டு நாடாளுமன்றத்துக்குள் இருந்த உறுப்பினர்கள் அனைவரும் பதறிப்போயினர். என்ன நடக்கிறது, யார்

தாக்குகிறர்கள், யாரைத் தாக்குகிறார்கள், எங்கிருந்து தாக்குகிறார்கள், எதற்காகத் தாக்கு கிறார்கள் என்பதெல்லாம் யாருக்கும் தெரியவில்லை. அடுத்து என்ன நடக்கப்போகிறதோ என்ற அச்சம் அத்தனை பேரையும் ஆக்கிரமித்திருந்தது.

சட்டென்று சுதாரித்துக்கொண்ட மத்திய ரிசர்வ் போலீஸ் படையினரும் டெல்லி மாநகர காவல் துறையினரும் களத்தில் இறங்கினர். அவர்களுக்குத் துணையாக இந்திய திபெத் எல்லைப் பாதுகாப்புப் படையினரும் சேர்ந்துகொண்டனர். நாடாளுமன்றத்தை நோக்கித் துப்பாக்கித் தாக்குதல் நடத்துவோர் மீது எதிர்த்தாக்குதல் நடத்தினர்.

இந்திய நாடாளுமன்ற உறுப்பினர்கள் அத்தனை பேரும் உள்ளே இருக்கும் சூழ்நிலையில், அவர்களுடைய உயிருக்கு எவ்வித ஆபத்தும் நேர்ந்துவிடக்கூடாது என்பதற்காக உடனடியாக நாடாளுமன்ற வாயிற்கதவுகள் மூடப்பட்டன. ஏராளமான காவலர்கள் நாடாளுமன்ற உறுப்பினர்களுக்குப் பாதுகாப்பு அரணாக நின்றுகொண்டனர்.

அதனைத் தொடர்ந்து பாதுகாப்புப் படையினருக்கும் ஆயுதமேந்திய மர்ம நபர்களுக்கும் இடையே சுமார் இருபது நிமிடங்களும் மேலாக மோதல்கள் நீடித்தன. அதன் பலனாகத் தாக்குதலில் ஈடுபட்ட ஐந்து நபர்களும் சுட்டுக்கொல்லப்பட்டனர். அவர்களுடன் நடந்த மோதலில் இந்திய வீரர்கள் ஒன்பது பேர் கொல்லப்பட்டனர்.

ஒருவழியாக நாடாளுமன்றத்தின் மீது நடத்தப்படவிருந்த பெருந்தாக்குதல் தடுத்து நிறுத்தப் பட்டது. அதன்பிறகு மேற்கொண்ட விசாரணைகளின் வழியாகத் தெரியவந்த பல செய்திகள் அதிர்ச்சியைக் கொடுத்தன. முக்கியமாக, தாக்குதல் நடத்திய அந்த மர்ம நபர்கள் பாகிஸ்தான் ஆதரவு பெற்ற தீவிரவாதிகள் என்பது தெரியவந்தது.

வாஜ்பாய் ஆட்சிக்கு வந்த புதிதில் இந்தியன் ஏர்லைன்ஸுக்குச் சொந்தமான விமானத்தைக் கடத்தி, தீவிரவாதிகளை ஒப்படைக்கச் செய்த காந்தஹார் விவகாரத்தில் இந்திய அரசுக்குப் பெரும் தலைகுனிவு ஏற்பட்டிருந்தது. போதாக்குறைக்கு, இந்திய நாடாளுமன்றத்தின் மீது நடத்தப்பட்ட இந்தத் தீவிரவாதத் தாக்குதல் வாஜ்பாய் அரசின் பலவீனத்தை வெளிச்சமிட்டுக் காட்டியது.

போதாக்குறைக்கு, தாக்குதலில் ஈடுபட்ட ஐந்து தீவிரவாதிகளும் நாடாளுமன்றத்துக்குள் நுழைவதற்கான வாகன அனுமதிச்சீட்டு உள்ளிட்டவற்றைப் போலியாகத் தயாரித்து, அவற்றை அதிகாரிகளிடம் காட்டி, மிகத் தந்திரமாக நாடாளுமன்றத்துக்குள் நுழைந்துள்ளனர். அவர்கள் வந்த வாகனத்தில் உள்துறை அமைச்சகத்தின் லேபிள் ஒட்டப்பட்டிருந்தது. அதன்மூலம் நாடாளுமன்றத்தின் பாதுகாப்பு எத்தனை பலவீனமாக இருக்கிறது, அதிகாரிகள் எவ்வளவு மெத்தனப் போக்குடன் இருக்கிறார்கள் என்பதையும் தீவிரவாதிகளின் செயல்பாடுகள் அம்பலப்படுத்தின.

நிலைமை மிகவும் மோசமாகச் சென்றுவிட்டதை உணர்ந்துகொண்ட பிரதமர் வாஜ்பாய், பாதுகாப்புக்கான அமைச்சரவைக் குழுவை உடனடியாகக் கூட்டினார். அதில் உள்துறை அமைச்சர் அத்வானி, ராணுவ அமைச்சர் ஜார்ஜ் ஃபெர்னாண்டஸ், வெளியுறவு அமைச்சர் ஜஸ்வந்த் சிங் உள்ளிட்ட பலரும் பங்கேற்றனர். அதன் இறுதியில் ஒரு தீர்மானம் நிறைவேற்றப் பட்டது.

'இது வெறும் கட்டடத்தின் மீது நடத்தப்பட்ட தாக்குதல் அல்ல. நமது ஆட்சி முறையின் இதயமாக இருக்கிற, சின்னமாக விளங்குகிற, உலகின் பெரிய ஜனநாயகத்தின் அடித்தளத்தின்

மீது நடத்தப்பட்ட தாக்குதல். இந்தத் தாக்குதலின் மூலம் தீவிரவாதிகள் இந்திய நாட்டுக்கு மீண்டும் சவால் விட்டிருக்கிறார்கள். இந்திய நாடு அந்தச் சவாலை ஏற்றுக்கொள்கிறது. தீவிரவாதிகளையும் அவர்களுடைய புரவலர்களையும், அவர்கள் யாராக இருந்தாலும், எங்கே இருந்தாலும், நம்முடைய வீரம் மிகுந்த பாதுகாப்புப் படையினர் இந்தச் சம்பவத்தில் செய்ததைப் போல அழித்து ஒழிப்போம்.'

நாடாளுமன்றத்தின் மீது நடத்தப்பட்ட தாக்குதல் சம்பவத்தை அத்தனை எளிதான ஒரு நிகழ்வாக வாஜ்பாய் அரசு எடுத்துக்கொள்ளவில்லை. அது அத்வானியின் நாடாளுமன்ற உரையில் வெளிப்பட்டது. தீவிரவாதிகள் நடத்திய தாக்குதல் இந்திய நாடாளுமன்றத்தின் மீதான தாக்குதல் அல்ல, நாட்டின் உயர்மட்ட அரசியல் தலைமையைக் கொல்லும் நோக்கத்துடன் வைக்கப்பட்ட குறி என்றார் உள்துறை அமைச்சர் அத்வானி.

தொடர்ச்சியாக நடத்தப்பட்ட விசாரணைகளில் பல்வேறு தகவல்கள் தெரியவந்தன. தாக்குதலில் ஈடுபட்ட ஐந்து தீவிரவாதிகளும் பாகிஸ்தானைச் சேர்ந்தவர்கள் என்பது முதல் செய்தி. லஷ்கர் இ தொய்பா, ஜெய்ஷ் ஏ முகமத் என்ற பாகிஸ்தானைச் சேர்ந்த தீவிரவாத அமைப்புகள்தான் இந்தத் தாக்குதலுக்குப் பின்னணியாகச் செயல்பட்டுள்ளன என்பது இரண்டாவது செய்தி. இந்த இரண்டு அமைப்புகளுக்கும் பாகிஸ்தான் உளவு நிறுவனமான ஐ.எஸ்.ஐயின் பரிபூரண ஆசி இருந்துள்ளது என்பது மூன்றாவது செய்தி.

நாடாளுமன்றத் தாக்குதல் தொடர்பான வழக்கு விசாரணைகள் ஒருபக்கம் நடந்து கொண்டிருக்க, இன்னொரு பக்கம் மத்திய அரசு சட்டரீதியான சில துரித நடவடிக்கைகளை எடுத்தது. அப்போது உருவானதுதான் சர்ச்சைக்குரிய பொடா சட்டம்!

121

பயமுறுத்திய பொடா சட்டம்

தீவிரவாதத்தை ஒடுக்குகிறோம் என்று சொல்லி வாஜ்பாய் அரசு கொண்டுவரும் பொடோ மசோதா வெறுமனே தீவிரவாதிகளை மட்டும் குறிவைக்கவில்லை என்றன எதிர்க்கட்சிகள். குறிப்பாக, ஆளுங்கட்சிக்கு எதிரானவர்கள், இந்துத்வ சித்தாந்தத்தை விமரிசிப்பவர்கள், இஸ்லாமியர்கள், பத்திரிகையாளர்கள் என்று பல தரப்பினரையும் இந்த மசோதாவைக் கொண்டு அச்சுறுத்த முடியும் என்பது அவர்களுடைய வாதம்.

மூத்த பத்திரிகையாளர் குல்தீப் நய்யார், நீதிபதி ராஜேந்திர சச்சார் உள்ளிட்ட பலரும் பொடோ மசோதாவைக் கடுமையாக விமரிசனம் செய்ததோடு, அந்த மசோதாவை ஆரம்ப நிலையிலேயே திரும்ப்பெற வேண்டும் என்று கேட்டுக்கொண்டனர். அகில இந்திய இஸ்லாமியக் கழகம், சிபிஐ (மார்க்சிஸ்ட் லெனினிஸ்ட்) என்ற இரண்டு அமைப்புகளும் இணைந்து லக்னோவில் எதிர்ப்பு ஆர்ப்பாட்டம் நடத்தினர். நாடு தழுவிய அளவில் பல முனைகளில் இருந்தும் பலத்த எதிர்ப்புகள்.

ஆனால் எதிர்க்கட்சிகள் முன்வைத்த குற்றச்சாட்டுகளையும் விமரிசனங்களையும் அடியோடு நிராகரித்த உள்துறை அமைச்சர் அத்வானி, பொடோ காலத்தின் கட்டாயம் என்று சொன்னார். அத்தோடு அப்படியொரு மசோதா கொண்டுவரப்படுவதன் அவசியம் குறித்து நாடாளுமன்றத்துக்கு உள்ளும் புறமும் நிறைய பேசினார்.

அத்வானி

குறிப்பாக, தீவிரவாதச் செயல்களைத் தடுப்பதற்கு ஏற்கெனவே பயன்படுத்தப்பட்ட தடா சட்டம் 1995ல் காலாவதியாகிவிட்டது. அதன்பிறகு அவ்வளவு வலுவான சட்டம் ஏதும் பிறப்பிக்கப்படவில்லை. ஆனால் அன்று இருந்த நிலைமையைவிட இன்றைய நிலைமை மிகவும் மோசமாகிவிட்டது. அவற்றைத் துணிச்சலாகவும் சரியாகவும் உறுதியாகவும் எதிர் கொள்ள வேண்டும் என்றால் புதிய மசோதா அத்தியா வசியமானது என்றார் அத்வானி.

அதேசமயம், பத்திரிகையாளர்களுக்கு எவ்வித பாதிப்பும் ஏற்படாத வகையில் பிரிவுகள் திருத்தப் படும். பத்திரிகையாளர் உள்பட பொதுமக்கள் பயங்கரவாதம் குறித்துத் தங்களுக்குத் தெரிந்திருக்கும் தகவல்களைக் கொடுக்கவேண்டும். தவறினால், ஓராண்டு சிறைத்தண்டனை என்ற அம்சத்தை நீக்கி விடலாம் என்றார் அத்வானி.

அரசியல் பழிவாங்கும் நோக்கத்துடன் எதிர்க் கட்சிகள் மீது பயன்படுத்தப்பட மாட்டாது என்று மேலும் சில உறுதிமொழிகளைக் கொடுத்தார் அத்வானி. இத்தனைக்குப் பிறகும் எதிர்க்கட்சிகள் பொடோவை எதிர்த்தால், அவர்கள் பயங்கரவாதி களுக்குத் துணை போவதாக அர்த்தம் என்றார்.

பொடோவுக்கான ஆதரவுக்குரல்கள் எழும்பாமல் இல்லை. முக்கியமாக, தமிழக முதலமைச்சர் ஜெயலலிதா. புதிய பொடோ மசோதாவை அண்ணா திமுக ஆதரிக்கும் என்றார். முக்கியமாக, ஜம்மு காஷ்மீர் முதலமைச்சர் ஃபரூக் அப்துல்லா பொடோ வுக்கான தன்னுடைய பரிபூரண ஆதரவைப் பகிரங்க மாக வழங்கினார்.

> பொடோவைக் கொண்டுவர சாம, பேத, தான, தண்ட முறைகள் அனைத்தையும் பயன்படுத்தத் தயாரானது மத்திய அரசு.

பொடோ மசோதா தேசிய அளவில் ஏற்றுக்கொள்ளப் படுவதற்கு முன்போ அல்லது ஜம்மு காஷ்மீர் மாநிலத் தில் முறைப்படி விவாதத்துக்கு எடுத்துக்கொள்வதற்கு முன்போ அதனைத் தீவிரவாதிகளுக்கு எதிராகப் பயன்படுத்தத் தயங்காது என்பது ஃபரூக் அப்துல்லா வின் கருத்து.

பொடோ முதலில் மக்களவையில் கொண்டுவரப் பட்டது. தொடக்க நிலையில் மசோதாவுக்கு எதிர்ப்பு தெரிவித்த கூட்டணிக் கட்சிகள், அத்வானியின் வாக்குறுதிகளைத் தொடர்ந்து அந்தச் சட்டத்துக்கு

புத்ததேவ் பட்டாச்சார்யா

ஆதரவு கொடுத்தனர். கூட்டணியில் இல்லாத அதிமுக உள்ளிட்ட கட்சிகளும் பொடோவை ஆதரித்ததால் அது மக்களவையில் நிறைவேறியது.

ஆனால் நாடாளுமன்ற மாநிலங்களவையில் பாரதிய ஜனதாவுக்கும் தேசிய ஜனநாயகக் கூட்டணிக்கும் போதுமான பலம் இல்லை. அங்கே காங்கிரஸ் கட்சிக்கே பெரும்பான்மை இருந்தது. ஆகவே, மாநிலங்களவையில் பொடோ மசோதா தோற்கடிக்கப்பட்டது. பின்னடைவு ஏற்பட்டிருப்பது என்னவோ உண்மைதான். அதற்காக அமைதியாக இருந்துவிட அத்வானி உள்ளிட்டோர் தயாராக இல்லை.

பொடோவைக் கொண்டுவர சாம, பேத, தான, தண்ட முறைகள் அனைத்தையும் பயன்படுத்தத் தயாரானது மத்திய அரசு. அதன் ஒருபகுதியாக நாடாளுமன்றத்தின் இரு அவைகளையும் ஒன்றாகக்கூட்டி, அவற்றில் பொடோவை நிறைவேற்றுவதற்கான முயற்சிகளை எடுத்தது வாஜ்பாய் அரசு. அப்படியொரு நடைமுறை பின்பற்றப்படுவது நாடாளுமன்றத்தில் அதுதான் மூன்றாவது முறை. வெகு அரிதாக மட்டுமே நாடாளுமன்றத்தின் கூட்டுக்கூட்டம் கூட்டப் படுவது வழக்கம். அந்த வகையில் பொடோவுக்காக அந்த ஆயுதத்தைக் கையில் எடுத்தது வாஜ்பாய் அரசு.

நாடாளுமன்றக் கூட்டுக்கூட்டத்தில் காங்கிரஸ் உள்ளிட்ட எதிர்க்கட்சிகள் பொடோவைக் கடுமையாக எதிர்த்தன. தனிமனிதனின் அடிப்படை உரிமைகள்ள மீறக்கூடிய சட்டம் என்று விமரிசித்த காங்கிரஸ் தலைவர் சோனியா, தீவிரவாதத்தைக் கட்டுப்படுத்த தற்போது அமலில் இருக்கும் சட்டங்களே போதுமானவை என்றார்.

பொடோவை மத்திய அரசு கொண்டுவந்தாலும், அதை அமல்படுத்தும் பொறுப்பு மாநில அரசுகள் வசம் இருந்தது. ஆகவே, அவர்கள் விரும்பினால் பொடோவைப் பயன்படுத்தலாம். அல்லது பயன்படுத்தாமலும் போகலாம். அந்த வகையில் காங்கிரஸ் ஆளும் மாநிலங்களில் பொடோவை அமல்படுத்தமாட்டோம் என்றும் அறிவித்தார் காங்கிரஸ் தலைவர் சோனியா காந்தி. கருப்புச்சட்டம், ஆள்தூக்கிச் சட்டம் என்றெல்லாம் பொடோ கடுமையாக விமரிசிக்கப்பட்டது.

பொடோவைக் கடுமையாக எதிர்த்த பாரதிய ஜனதாவின் கூட்டணிக் கட்சிகள் வாக்கெடுப்பின்போது 'கூட்டணி தர்மம்' என்ற பெயரில் பொடோ ஆதரவு நிலைப்பாட்டையே எடுத்தன.

நாடாளுமன்றக் கூட்டுக்கூட்டத்தில் சுமார் எட்டு மணி நேரம் வாதப்பிரதிவாதங்கள் நடந்தன. உள்துறை அமைச்சர் அத்வானி தன்னுடைய ஆகப்பெரிய உரையை நிகழ்த்தினார். அப்போது கடந்த காலங்களில் தடா சட்டம் கொண்டுவரப்பட்டதன் அவசியம்,அப்போது அதற்கு பாஜக ஆதரவளித்த விதம் ஆகியவற்றைப் பற்றிப் பேசினார். முக்கியமாக, தற்போது பாகிஸ்தான் உளவு நிறுவனமான ஐ.எஸ். ஐயின் ஆதரவுடன் இந்தியாவுக்கு எதிராக நடத்தப்படும் தீவிரவாதத் தாக்குதல்களை எதிர்கொள்வதில் இருக்கும் சவால்கள் பற்றிப் பேசினார்.

தவிரவும், குஜராத், மகாராஷ்ட்ரா மட்டுமின்றி மேற்கு வங்கத்திலும் ஐ.எஸ்.ஐயின் ஆசியோடு நடக்கும் தீவிரவாதத் தாக்குதல்களைத் தடுத்துநிறுத்துவது குறித்து மேற்குவங்க முதல்வர் புத்ததேவ் பட்டாச்சார்யா தன்னிடம் தெரிவித்த கருத்துகளை மேற்கோள் காட்டிப் பேசினார் அத்வானி. தீவிரவாதத்தை எதிர்ப்பது தொடர்பாக ஐக்கிய நாடுகள் சபை நிறைவேற்றிய தீர்மானங்களில் நாம் கையெழுத்திட்டிருக்கும் நிலையில், நம்முடைய நாட்டில் தீவிரவாதத்தை எதிர்கொள்ளும் விஷயத்தில் மென்மைப் போக்கைக் கடைப்பிடிப்பது பொருத்தமற்றது என்றார்.

ஆனாலும் பொடோ விவகாரத்தில் பிரதான எதிர்க்கட்சிகள் எவ்வித சமரத்தையும் செய்து கொள்ள விரும்பவில்லை. மசோதாவை எதிர்ப்பதில் அதிகபட்ச உறுதியைக் காட்டினர். அதனைத் தொடர்ந்து பொடோ மசோதாவின் மீதான வாக்கெடுப்பு நாடாளுமன்றக் கூட்டுக் கூட்டத்தில் எடுக்கப்பட்டது. தேசிய ஜனநாயகக் கூட்டணித் தலைவர்கள் தீவிர ஆதரவு வேட்டையில் ஈடுபட்டிருந்தனர்.

அப்போது பொடோ மசோதாவுக்கு ஆதரவாக 425 வாக்குகளும் எதிராக 296 வாக்குகளும் கிடைத்தன. மமதா பானர்ஜி தலைமையிலான திரிணாமுல் காங்கிரஸும் மாயாவதி தலைமையிலான பகுஜன் சமாஜ் கட்சியும் நடுநிலை வகித்தன. பொடோவைக் கடுமையாக எதிர்த்த பாரதிய ஜனதாவின் கூட்டணிக் கட்சிகள் வாக்கெடுப்பின்போது 'கூட்டணி தர்மம்' என்ற பெயரில் பொடோ ஆதரவு நிலைப்பாட்டையே எடுத்தன. இறுதியில், பொடோ வெற்றிகரமாக நிறைவேறியது. அதனைத் தொடர்ந்து பொடோ மசோதா அதிகாரபூர்வமாக பொடா சட்டமாக (Pervention of Terrorism Act) அவதாரம் எடுத்தது.

பொடா சட்டம் நிறைவேறிய சமயத்தில் இந்தியா முழுக்க நூற்றுக்கும் மேற்பட்டோர் பொடோ அவசரச் சட்டத்தின்கீழ் கைதுசெய்யப்பட்டிருந்தனர். அவர்களில் சுமார் தொண்ணூறு பேர் ஜம்மு காஷ்மீர் மாநிலத்தைச் சேர்ந்தவர்கள். 11 பேர் டெல்லியைச் சேர்ந்த வர்கள். அவர்களில் டெல்லி நாடாளுமன்றத் தாக்குதலில் ஈடுபட்ட நால்வரும் அடக்கம்.

தீவிரவாதிகளும் பயங்கரவாதிகளும் மட்டுமல்ல, அரசியல் தலைவர்களும் பொடாவின் பார்வையில் இருந்து தப்பவில்லை. நாடு தழுவிய அளவில் பல்வேறு அரசியல் தலைவர்கள் கைது செய்யப்பட்டனர். முக்கியமாக, தமிழ்நாட்டில் மறுமலர்ச்சி திமுகவின் பொதுச் செயலாளர் வைகோவின் கைது.

29 ஜூன் 2002 அன்று மதுரை மாவட்டம் திருமங்கலத்தில் மறுமலர்ச்சி திமுக சார்பாக பொதுக்கூட்டம் ஒன்றுக்கு ஏற்பாடு செய்யப்பட்டிருந்தது. அப்போது தேசிய அளவில் பெரும் பரபரப்பை ஏற்படுத்திக் கொண்டிருக்கும் பொடா சட்டத்தைப் பற்றித்தான் வைகோவும் பேசினார். காரணம், தீவிரவாத இயக்கங்களை ஆதரித்துப் பேசுவோர் கைது செய்யப்படுவர் என்பது பொடாவின் முக்கியமான அம்சம். ஆகவே, பொடா சட்டம் குறித்து விடுதலைப் புலிகள் இயக்கத்தினரின் தீவிர ஆதரவாளரான வைகோவின் கருத்து முக்கியமான ஒன்றாகப் பார்க்கப்பட்டது.

பொடாவைப் பொறுத்தவரை அது அவசரச்சட்டமாகக் கொண்டுவரப்பட்டது முதலே அதனைத் தீவிரமாக எதிர்த்தார் வைகோ. பிறகு மசோதா, சட்டம் என்று அடுத்தடுத்த கட்டங்களுக்கு நகர்ந்தபோதும் அதை எதிர்க்கவே செய்தார். ஆனால் பிரதமர் வாஜ்பாய், உள்துறை அமைச்சர் அத்வானி ஆகியோர் கொடுத்த பகிரங்க உறுதிமொழிகள் காரணமாக அந்தச் சட்டம் நிறைவேற நாடாளுமன்றத்தில் ஆதரவு கொடுத்தது மதிமுக. அதைப் போலவே திமுக உள்ளிட்ட கட்சிகளும் பொடாவை ஆதரித்தன.

வைகோ

அதேசமயம், பொடா சட்டம் அமலுக்கு வந்துவிட்ட நிலையில், விடுதலைப் புலிகளை ஆதரித்துப் பேசுவதில் தனக்குத் தயக்கம் கிடையாது என்பதை விளக்குவதற்காக சில ஆண்டுகளுக்கு முன்பு நாடாளுமன்றத்தில், 'நான் விடுதலைப் புலிகளை நேற்றும் ஆதரித்தேன்; இன்றும் ஆதரிக்கிறேன்; நாளையும் ஆதரிப்பேன்' என்று பேசியதை திருமங்கலம் பொதுக்கூட்டத்தில் நினைவூட்டிப் பேசினார் வைகோ.

வைகோவின் பேச்சு கடும் சர்ச்சைகளைக் கிளப்பியது. தடை செய்யப்பட்ட விடுதலைப் புலிகள் இயக்கத்தை ஆதரித்தாக வைகோ மீது திடீரென ஒருநாள் வழக்கு பதிவு செய்தது தமிழக அரசு. எப்போது வேண்டுமானாலும் வைகோ கைது செய்யப்படுவார் என்று பத்திரிகைகள் தொடர்ச்சியாக செய்தி வெளியிட்டன. முதலமைச்சர் ஜெயலலிதாவேகூட வைகோவின் கைது பற்றி சூசகமாகச் சில வார்த்தைகளைச் சொல்லியிருந்தார்.

அப்போது திமுக தலைவர் கருணாநிதியிடமிருந்து ஓர் எதிர்வினை வந்தது. அரசியல் உள் நோக்கத்துக்காக தடா, பொடா என்று எந்தச் சட்டத்தைப் பயன்படுத்திக் கைது செய்தாலும் அதை திமுக ஏற்காது!

அவர் மட்டுமல்ல, பொடா சட்டத்தின்கீழ் வைகோவைக் கைது செய்யக்கூடாது என்று திமுக, திராவிடர் கழகம், தமிழக பாரதிய ஜனதா, பாமக, பெரியார் திராவிடர் கழகம், மார்க்சிஸ்ட் கம்யூனிஸ்ட், இந்திய கம்யூனிஸ்ட், புதிய தமிழகம், விடுதலைச் சிறுத்தைகள் உள்ளிட்ட அனைத்து கட்சிகளும் வலியுறுத்தின.

இந்நிலையில் 9 ஜூலை 2002 அன்று திருமங்கலம் பொதுக்கூட்டத்தில் பேசிய எட்டு பேர் கைது செய்யப்பட்டனர். கணேசமூர்த்தி, செவந்தியப்பன், பூமிநாதன், கணேசன், அழகு சுந்தரம், நாகராஜன், வீர இளவரசன் ஆகிய எட்டு பேரும் மதிமுகவைச் சேர்ந்தவர்கள். அப்போது வைகோ வெளிநாட்டுப் பயணத்தில் இருந்ததால் அவர் கைது செய்யப்படவில்லை.

வைகோவைக் கைது செய்ய வாரண்ட் பிறப்பிக்கப்பட்டது. தற்காப்பு நடவடிக்கையாக மாநிலம் முழுவதும் ஏகப்பட்ட மதிமுகவினர் கைது செய்யப்பட்டனர். அமெரிக்கா சென்றிருந்த வைகோவின் வருகைக்காக தமிழ்நாடு காவல்துறை காத்திருந்தது. 11 ஜூலை 2002 அன்று சென்னை வந்திறங்கிய வைகோவை விமான நிலையத்தில் வைத்தே கைது செய்தனர் தமிழக காவல்துறையினர்.

மத்திய ஆளுங்கட்சியான பாரதிய ஜனதாவின் முக்கியக் கூட்டணிக் கட்சியான மதிமுகவின் பொதுச்செயலாளரை மாநிலத்தில் ஆட்சியில் இருக்கும் அதிமுக அரசு கைது செய்தது நாடு தழுவிய அளவில் பெரும் பரபரப்பை ஏற்படுத்தியது. தமிழக அரசின் கைது நடவடிக்கை மத்திய அரசுக்குத் தர்மசங்கடத்தைக் கொடுத்தது. வைகோ கைது தொடர்பான சர்ச்சைகள் பெரிய அளவில் வெடித்துக்கொண்டிருக்க, இடைப்பட்ட காலத்தில் பாஜக அரசின் ஆன்மாவை உலுக்கியெடுத்துக் கொண்டிருந்தது குஜராத் கலவரம்!

122

கோத்ரா ரயில் எரிப்பு

குஜராத் முதலமைச்சராக நரேந்திர மோடி பொறுப்பேற்று ஐந்து மாதங்கள் மட்டுமே ஆகியிருந்த தருணம் அது. சட்டமன்ற உறுப்பினராக 27 பிப்ரவரி 2002 அன்றுதான் பொறுப்பேற்றிருந்தார் மோடி. அன்றைய தினம் உத்தரப் பிரதேச மாநிலம் அயோத்தியில் இருந்து இரண்டாயிரம் கரசேவகர்களை ஏற்றிக்கொண்டு புறப்பட்ட சபர்மதி எக்ஸ்பிரஸ் ரயில் குஜராத் மாநிலம் அகமதாபாத் நகரை நோக்கி வந்துகொண்டிருந்தது.

மும்பை - டில்லி வழித்தடத்தில் அமைந்துள்ள முக்கியமான ரயில் நிலையம் கோத்ரா. காந்தி நகரிலிருந்து சுமார் இருபது கிலோமீட்டர் தொலைவில் உள்ள இந்த ரயில் நிலையத்துக்கு பயணத் திட்டப்படி அன்றைய தினம் காலை 3.45க்கு வந்துசேர்ந்துவிட வேண்டும். ஆனால் நான்கரை மணி நேரம் தாமதாக 7.42 மணிக்கு வந்தடைந்தது சபர்மதி எக்ஸ்பிரஸ்.

அந்தச் சமயத்தில் ரயில் நிலையத்தில் அதிக அளவிலான இந்துக்கள் குழுமியிருந்தார்கள். அவர்களில் உள்ளூர் ரயில்களுக்காகக் காத்திருந் தவர்கள் பலர் என்றால் ரயிலில் வந்த கரசேவகர்களை வரவேற்கக் காத்திருந்த விஷ்வ ஹிந்து பரிஷத் தொண்டர்கள் சிலர். ரயில் வருவதற்கு முன்னால் அங்கே எந்தவிதமான பதற்றமான சூழலும் இருக்கவில்லை.

ரயிலில் இருந்து இறங்கிய கரசேவர்கள் தேநீர் சாப்பிடுவதற்காக நடைபாதைக் கடைகளுக்குச் சென்றனர். அங்கிருந்த கடை

கோத்ரா ரயில் எரிப்பு

வியாபாரிகளில் பெரும்பாலானோர் கஞ்ச் பிரிவு இஸ்லாமியர்கள். தாடி, தொப்பி உள்ளிட்ட அவர்களுக்கே உரித்தான மத அடையாளங்களுடன் இருப்பவர்கள். அப்போது தேநீர் கடை வைத்திருக்கும் சிலருக்கும் கரசேவகர்களுக்கும் இடையே ஆரம்பித்த வாய்த்தகராறு, சில நொடிகளில் கைகலப்பாக மாறியது.

உண்மையில், கரசேவகர்கள் அயோத்திக்குச் செல்லும் போது இந்த ரயில் நிலையத்தில் இருந்த இஸ்லாமிய வியாபாரிகளை நோக்கி அருவருப்பான, வெறுப்பைத் தூண்டுகின்ற கோஷங்களை எழுப்பியதாக ஒரு குற்றச்சாட்டு இருந்தது. அதன் காரணமாக கரசேவகர்கள் மீது கோத்ரா வியாபாரிகள் மீது கொஞ்சம் கோபமாகவே இருந்தனர்.

போதாக்குறைக்கு, கரசேவகர்கள் தாங்கள் குடித்த தேநீருக்குக் காசு கொடுக்கவில்லை என்றொரு குற்றச்சாட்டு. இஸ்லாமிய வியாபாரிகளின் தாடியைப் பிடித்து இழுத்ததாக ஒரு புகார். காசு கொடுத்துவிட்டுப் போகச் சொல்லி வற்புறுத்திய வியாபாரிகளை கையில் வைத்திருந்த தடியால் கரசேவகர்கள் அடிக்க, வியாபாரிகளும் பதிலுக்குத் தாக்கினர்.

கும்பலாக வந்து வியாபாரிகளைத் தாக்குவது, வியாபாரியின் முகத்தில் சூடான தேநீரை வீசிவது, கடையில் இருந்த பொருள்களை அடித்துக் கீழே தள்ளுவது, காசு தராமல் பொருள்களை எடுத்துச் செல்வது, தாடி வைத்த முஸ்லிம்களைக் கொல்லுங்கள் என்று குரலெழுப்புவது என்று அடுத்தடுத்து சச்சரவுகள் பெருகிக்கொண்டே இருந்தன.

நடைபாதையில் நின்று கொண்டிருந்த பதின்ம வயது இஸ்லாமியப் பெண் ஒருவரை ரயிலில் இருந்த கரசேவகர்களில் ஒருவர் பிடித்து இழுக்க...

சலசலப்புகளுக்கு மத்தியில் மூன்று நிமிடங்கள் கோத்ராவில் நின்றிருந்த சபர்மதி எக்ஸ்பிரஸ் அங்கிருந்து வதோதரா நகரை நோக்கிப் புறப்பட்டது. அப்போது நடைபாதையில் நின்று கொண்டிருந்த பதின்ம வயது இஸ்லாமியப் பெண் ஒருவரை ரயிலில் இருந்த கரசேவகர்களில் ஒருவர் பிடித்து இழுக்க, அவள் சத்தம் போட்டு அலற, சட்டென்று அவளை விட்டுவிட்டார் அந்தக் கரசேவகர்.

ஏற்கெனவே கரசேவகர்கள் செய்த அத்துமீறல் காரியங்களால் அதிருப்தியில் இருந்த இஸ்லாமிய வியாபாரிகள், அந்தப் பெண் இழுக்கப்பட்ட சம்பவத்தைப் பார்த்து மேலும் ஆத்திரமடைந்தனர். மெதுவாகச் சென்று

கோத்ரா ரயில் எரிப்பு நடந்த இடத்தில் மோடி

கொண்டிருந்த ரயிலை நோக்கி ஆவேசமாக ஓடிவந்த அவர்கள், கீழே கிடந்த கற்களை எடுத்து கரசேவகர்கள் இருந்த ரயில் பெட்டிகள் மீது சரமாரியாக வீசினர்.

அப்போது கரசேவகர்களில் இருந்த பெண்கள், குழந்தைகளை பெட்டிக்குள் பாதுகாப்பாக இருக்கச்செய்தனர். அவர்களை எல்லாம் பத்திரமாக படுக்கைப் பகுதிக்கு மாற்றிவிட்டு, இஸ்லாமிய வியாபாரிகள் மீது பதில் தாக்குதல் தொடுத்தனர் கரசேவகர்கள். அவர்கள் கையிலும் கற்கள் இருந்தன. ரயிலில் ஏறும்போதே தற்காப்புக்காகக் கைவசம் எடுத்து வைத்திருந்தார்கள்.

ரயில் மெதுவாகச் சென்றுகொண்டிருந்ததால், அந்த ரயிலைத் துரத்திக் கொண்டு வந்த இஸ்லாமியர்கள் ரயிலின் கதவுகளைப் பிடித்து உள்ளே ஏற முயன்றனர். அப்போது அவர்களைத் தாக்கி, ரயிலில் ஏறவிடாமல் செய்தனர் கரசேவகர்கள். அப்போது இருதரப்புக்கும் இடையே கடும் மோதல்கள் நடந்துகொண்டிருந்தன.

அப்போது மணி காலை 7.50. ஓடிக்கொண்டிருந்த ரயில் திடீரென நின்றது. இல்லை, ரயிலில் இருந்த கரசேவகர்கள் சங்கிலியைப் பிடித்து இழுத்ததால் நிறுத்தப்பட்டது. அதிலும், ஒரே சமயத்தில் 83101, 5343, 91238, 88238 ஆகிய நான்கு பெட்டிகளில் சங்கிலி இழுக்கப் பட்டுள்ளது. அவை அனைத்திலும் கரசேவகர்களே இருந்துள்ளனர்.

கோத்ரா ரயில் நிலையத்தில் இறங்கிய கரசேவகர்கள் சிலர் திரும்பவும் பெட்டிகளுக்குள் ஏறுவதற்குள் ரயில் புறப்பட்டுவிட்டது. அப்படி ஏற முடியாமல் தவித்தவர்களை ஏற்றிக்

கொள்ளவே ரயிலை நிறுத்தினோம் என்றார்கள் கரசேவகர்கள். எங்களைத் தாக்குவதற்காகத் தான் ரயிலை நிறுத்தினார்கள் என்பது வியாபாரிகளின் வாதம்.

ரயில்வே அதிகாரிகளின் சிறு விசாரணைக்குப் பிறகு 7.55க்குப் புறப்பட்ட ரயில் மீது தொடர்ச்சி யாகக் கல்வீச்சு நடந்துகொண்டே இருந்தது. ஆம், ரயில் நிலையத்திலிருந்து ஓடிவந்த வியாபாரிகள் பார்சல் அலுவலகப் பகுதியின் வழியாக வந்து ரயிலைத் துரத்திவந்து தாக்கிக் கொண்டிருந்தார்கள்.

புறப்பட்ட மூன்றாவது நிமிடத்தில் ஃபாலியா சிக்னல் பகுதிக்கு அருகில் மீண்டும் ரயில் நின்றது. அந்த இடம் கஞ்ச் இஸ்லாமியர்கள் அதிகம் வசிக்கும் இடம். அப்போது ரயிலை நோக்கி ஒரு பெரிய கும்பல் ஓடிவந்தது. இருநூறு பேர் கொண்ட கும்பல் என்றார்கள் சிலர். இல்லையில்லை, ஐந்நூறுக்கும் அதிகமானோர் கொண்ட கும்பல் என்றார்கள் வேறு சிலர்.

நின்றுகொண்டிருந்த ரயிலில் ஐந்து, ஆறாவது பெட்டியை நோக்கித் தொடர்ச்சியாகக் கல்வீசித் தாக்குதல் நடத்தியது அந்தக் கும்பல். கரசேவகர்கள் தரப்பில் இருந்து பதில் தாக்குதலும் தொடர்ந்தது. பிறகு ரயில் புறப்பட்டு, வேகமாகச் செல்லத் தொடங்கியதும் கல்வீச்சு நின்றுவிட்டது. சில நிமிடங்களில் மீண்டும் ஒரு பிரச்னை. இம்முறை ரயிலுக்கு வெளியில் இருந்து அல்ல, உள்ளே இருந்து சிக்கல் வந்தது.

சபர்மதி எக்ஸ்பிரஸின் எஸ் 6 பெட்டியிலிருந்து புகை கசியத் தொடங்கியது. வெறும் ஐந்தே நிமிடங்களில் அந்தப் பெட்டியை நெருப்பு முற்றிலுமாகச் சூழ்ந்துகொண்டது. சில நிமிடங் களில் நெருப்பு அடுத்த பெட்டிக்கும் பரவத் தொடங்கியது. உள்ளிருந்து அலறல் சத்தம். கதவுகள் மூடப்பட்டிருந்ததால் பயணிகள் யாரும் தப்பிக்க முடியவில்லை. ஒருகட்டத்தில் மீண்டும் ரயில் நிறுத்தப்பட்டது.

> ஃபைசாபாத் - அகமதாபாத் செல்லும் வழியில் ரயில் எங்கெல்லாம் நிற்கிறதோ அங்கெல்லாம் தாக்குதலில் ஈடுபட்டனர். குறிப்பாக, கரசேவகர்கள் - இஸ்லாமியர்கள் இடையேயான மோதல்கள் அதிக அளவில் இருந்தன.

தகவல் கிடைத்த கையோடு ரயில்வே பாதுகாப்பு காவலர்கள் ஓடிவந்தனர். அதற்குள் அந்தப் பிராந்தியத்தைச் சுற்றி ஏராளமான பொதுமக்கள் குழுமத் தொடங்கினர். அவர்களைக் கலைத்து விட்டு, ரயிலை நோக்கிச் செல்வதற்குள் காவலர்களுக்குப் பெரும் வேலையாகப் போனது. தீயணைப்புத் துறையினருக்குத் தகவல் கிடைத்து, அவர்கள் சம்பவம் நடக்கும் பகுதிக்கு வருவதற்குள் சேதம் அதிகமாகிக்கொண்டே போனது.

கரசேவகர்களைத் தாக்க வந்த கும்பல், ஐந்து மற்றும் ஆறாவது பெட்டிக்கு நடுவில் உள்ள வெஸ்டிப்யூல் என்கிற இடைக்கழியில் உள்ள துணித்திரையைக் கிழித்து, அதன்வழியாக மண்ணெண்ணெய் போன்ற எரிபொருளை ஆறாம் எண் பெட்டிக்குள் ஊற்றி, தீவைத்ததாகச் சொல்லப்பட்டது. இதுகுறித்து பின்னாளில் விரிவான விசாரணை நடத்தப்பட்டது.

விரைந்து வந்த தீயணைப்பு வாகனத்தை ஹாஜி பிலா என்ற இஸ்லாமிய கவுன்சிலர் தலைமையிலான கும்பல் ஒன்று தடுத்து நிறுத்தி, வாகனம் மேற்கொண்டு போகவிடாமல் தடுத்ததாகவும் அவர்களுக்கும் தீயணைப்பு வீரர்களுக்கும் இடையே பலத்த வாக்குவாதம் நிகழ்ந்ததாகவும் சொல்லப்பட்டது. அந்த கவுன்சிலர் காங்கிரஸ் கட்சியைச் சேர்ந்தவர்.

என்றாலும், அவர்களுடைய தடையை மீறி தீயணைப்பு வாகனம் சம்பவ இடத்துக்கு வந்து சேர்ந்தது. தீயணைப்பு வீரர் ஒருவர் துணிச்சலாக ரயில் பெட்டிக்குள் நுழைந்து உள்ளே சிக்கியிருந்த பயணிகளைக் காப்பாற்றத் தொடங்கினார். வேறு சில வீரர்களும் களத்தில் இறங்கினர். மரண ஓலத்துக்கு மத்தியில் மீட்புப் பணியில் ஈடுபட்டனர் தீயணைப்பு வீரர்கள். பற்றி எரிந்து கொண்டிருந்த நெருப்பை முற்றிலுமாக அணைத்துவிட்டுப் பார்த்தபோது ரயில் பெட்டிகளுக்குள் ஏராளமானோர் கருகிக்கிடந்தனர்.

சம்பவ இடத்திலேயே 58 பேர் மரணம் அடைந்திருந்தனர். அவர்களில் 22 பெண்கள் மற்றும் 6 குழந்தைகளும் அடக்கம். பலத்த தீக்காயத்துடன் குற்றுயிரும் குலையுயிருமாகக் கிடந்த பிரகலாத் படேல் என்பவர் மருத்துவமனைக்கு அழைத்துச் செல்லப்பட்டார். ஆனாலும் உயிர் பிழைக்கவில்லை. ஆக, பலி எண்ணிக்கை 59. அவர்கள் அனைவருமே இந்துக்கள்.

இரண்டு பெட்டிகளை நெருப்பு தாக்கியிருந்தது. ஆனால் எஸ் 6 பெட்டியிலிருந்தவர்களே பலியாகியிருந்தனர். அந்தப் பெட்டி முழுமையாக எரிந்துபோனது. எஸ் 5 பெட்டியில் இருந்த எந்தவொரு பயணியும் பலியாகவில்லை. ஆனால் பலத்த தீக்காயங்களுடன் சுமார் ஐம்பது பேர் மருத்துவமனையில் அனுமதிக்கப்பட்டனர்.

விஷயம் கேள்விப்பட்ட மாநில சுகாதாரத்துறை அமைச்சர் அசோக் பட் சம்பவம் நடந்த இடத்துக்கு விரைந்துவந்து மீட்புப்பணிகளைப் பார்வையிட்டார். ஏராளமான காவல்துறை அதிகாரிகள் கோத்ரா ரயில் நிலையம் உள்ளிட்ட பகுதிகளில் பாதுகாப்புப் பணிகளில் ஈடுபடுத்தப்பட்டனர். கோத்ரா நகர் முழுவதும் ஊரடங்கு உத்தரவு பிறப்பிக்கப்பட்டது.

பின்னர் அமைச்சர், அதிகாரிகள் மட்டத்திலான ஆலோசனைகளுக்குப் பிறகு தீயால் பாதிக்கப்பட்ட ஐந்து, ஆறாம் பெட்டிகளை மட்டும் விலக்கிவிட்டு, எஞ்சிய பெட்டிகளோடு சபர்மதி ரயிலை அகமதாபாத்தை நோக்கி அனுப்புவது என்று முடிவானது.

ரயில் பெட்டிகள் எரிக்கப்பட்டது ரயிலுக்குள் இருந்த பயணிகள் மத்தியில் பலத்த கொந்தளிப்பை ஏற்படுத்தியது. குறிப்பாக, கரசேவகர்கள் அமைதியற்று இருந்தனர். ஃபைசாபாத் - அகமதாபாத் செல்லும் வழியில் ரயில் எங்கெல்லாம் நிற்கிறதோ அங்கெல்லாம் தாக்குதலில் ஈடுபட்டனர். குறிப்பாக, கரசேவகர்கள் - இஸ்லாமியர்கள் இடையேயான மோதல்கள் அதிக அளவில் இருந்தன.

கோத்ரா ரயில் எரிப்புச் சம்பவம் பற்றிய செய்தி காலை பதினோரு மணி அளவில் முதலமைச்சர் நரேந்திர மோடி அலுவலகத்துக்குச் சொல்லப்பட்டது. அதனைத் தொடர்ந்தே சுகாதாரத் துறை அமைச்சர் சம்பவ இடத்துக்கு வந்தார். பின்னர் மாலை நான்கு மணி அளவில் முதலமைச்சர் மோடி வந்து ரயில் எரிப்பு நடந்த இடத்துக்கு நேரில் வந்து பார்வையிட்டார்.

அவரோடு மாநில உள்துறை அமைச்சர் கோர்தன்பாய் சடாபியா, விஸ்வ ஹிந்து பரிஷத் அமைப்பின் துணைப் பொதுச்செயலாளர் ஜெய்தீப் பட்டேல், பாரதிய ஜனதா சட்டமன்ற உறுப்பினர்கள் பிரபாத் சிங் செளகான், பூபேந்திர பாய் லக்கன்வாலா ஆகியோரும்

வந்திருந்தனர். தீக்கிரையாகிச் சிதைந்துகிடந்த ரயில் பெட்டிகளுக்குள் சென்று பார்வையிட்டார் முதல்வர் மோடி.

கோத்ரா ரயில் எரிப்புச் சம்பவம் குஜராத் மாநிலம் முழுக்க மின்னல் வேகத்தில் பரவத் தொடங்கியது. கோத்ரா ரயில் எரிப்பில் கொல்லப்பட்டவர்கள் எல்லோரும் இந்துக்கள், அவர்களைக் கொளுத்தியது இஸ்லாமியர்கள் என்ற செய்தி குஜராத்தின் அனைத்து மூலை முடுக்குகளையும் ஊடுருவத் தொடங்கியது. விளைவு, குஜராத் மாநிலம் முழுக்கப் பதற்ற நெருப்பு பற்றிக்கொண்டு எரியத் தொடங்கியது!

123

வெடித்த குஜராத் கலவரம்

கோத்ரா ரயில் எரிப்புச் சம்பவம் பற்றிய செய்தி தீயைக் காட்டிலும் வேகமாகப் பரவியது. அயோத்திக்குச் சென்று திரும்பிய இந்துக்களை இஸ்லாமியர்கள் கொளுத்திவிட்டார்கள் என்ற ஒற்றை வாக்கியம் வாய் வழியாகவும் ஊடகங்கள் வழியாகவும் குஜராத்தின் ஒவ்வொரு அங்குலத்தையும் சென்றுசேர்ந்தது. விளைவு, எங்கு பார்த்தாலும் பதற்றம் தொற்றி, அது வன்முறையாக வெடிக்கத் தொடங்கியது.

குறிப்பாக, தீக்கிரையான ரயிலைப் பார்வையிட வந்த மாநில சுகாதாரத்துறை அமைச்சர் அசோக் பட், 'இந்தத் தாக்குதலின் பின்னணியில் பாகிஸ்தான் உளவு நிறுவனமான ஐ.எஸ்.ஐயின் பங்களிப்பு இருக்கிறது' என்று சொன்னதோடு, 'கோத்ரா பகுதி ஜிஹாதிகளின் புகலிடமாக மாறிவிட்டது' என்று சொல்லி சர்ச்சைகளைக் கிளப்பினார்.

மாநில அமைச்சர் மட்டுமல்ல, மாநில முதலமைச்சர் நரேந்திர மோடி, மத்திய உள்துறை அமைச்சர் அத்வானி உள்ளிட்ட பலரும் கோத்ரா ரயில் எரிப்பின் பின்னணியில் இஸ்லாமியத் தீவிரவாதிகள் இருப்பதாகச் சொன்னார்கள். 2001ல் நடந்த நாடாளுமன்றத் தாக்குதலை நடத்தியவர்களுக்கும் கோத்ரா ரயில் எரிப்பில் ஈடுபட்டவர்களுக்கும் தொடர்பிருக்கக்கூடும் என்றார் அத்வானி.

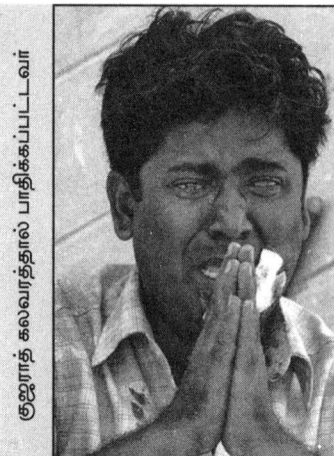

குஜராத் கலவரத்தால் பாதிக்கப்பட்டவர்

கோத்ரா ரயில் எரிப்புக் காட்சிகள் புகைப்படங்களாக வடிவம் பெற்று பரவத் தொடங்கின. பத்திரிகைகள், ஊடகங்கள் வெளியிட்ட படங்கள் பதற்றத்தைத் தூண்டியதோடு, வன்முறை நெருப்பை விசிறிவிட்டன.

சபர்மதி எக்ஸ்பிரஸ் ரயிலில் வந்த இரண்டு இந்துப் பெண்களை இஸ்லாமியர்கள் சிலர் சேர்ந்து பாலியல் வன்புணர்வுக்கு உட்படுத்தி, அவர்களுடைய உடல் பாகங்களை அறுத்து ஆற்றில் வீசியதாக சந்தேஷ் என்ற பத்திரிகை வெளியிட்ட செய்தி வன்முறையைக் கலவரமாக உருமாற்றியது. உண்மையில், அப்படியொரு சம்பவமே நடக்கவில்லை என்பது பின்னாளில் நடந்த விசாரணையில் தெரியவந்தது. ஆனால் அதற்குள் பல்வேறு அசம்பாவிதங்கள் நடந்தேறிவிட்டன.

வதந்திகள் அத்தோடு நின்றுவிடவில்லை. இஸ்லாமியர்கள் அதிகம் வசிக்கும் இடங்களில் பாகிஸ்தானின் கொடி ஏற்றப்பட்டுள்ளதாக ஒரு பத்திரிகை செய்தி வெளியிட்டது. ஹஜ் புனிதப் பயணம் மேற்கொண்டு நாடு திரும்பும் இந்திய இஸ்லாமியர்களின் வழியாக நிதியைக் கொடுத்தனுப்பி, அதன்மூலம் இந்தியாவில் அழிவு காரியங்களைச் செய்ய தீவிரவாதிகள் திட்டம் வகுத்திருப்பதாக ஓர் உள்ளூர்ப் பத்திரிகை செய்தி வெளியிட்டது.

இஸ்லாமியர்களுக்கு எதிராக மத வெறுப்பையும் மத வன்முறையையும் தூண்டக்கூடிய வார்த்தைகளைக் கொண்டு உருவாக்கப்பட்ட துண்டுப்பிரசுரங்கள் மக்கள் மத்தியில் விநியோகம் செய்யப்பட்டன. இஸ்லாமியர்களை ஒதுக்கித் தள்ளுங்கள், அவர்களைத் தனிமைப்படுத்துங்கள் என்பன போன்ற பல ஆபத்தான வேண்டுகோள்கள் அவற்றில் இடம்பெற்றிருந்தன.

> இஸ்லாமியர்கள் அதிகம் வசிக்கும் இடங்களில் பாகிஸ்தானின் கொடி ஏற்றப்பட்டுள்ளதாக ஒரு பத்திரிகை செய்தி வெளியிட்டது.

மாநிலத்தின் சட்டம் ஒழுங்கையே சீர்குலைக்கக்கூடிய சொற்கள் அந்தப் பிரசுரங்களில் இடம்பெற்றிருப்பதால், அவற்றைப் புழக்கத்தில் விட்டவர்களை அடையாளம் கண்டு, அவர்களைக் கைதுசெய்யவேண்டும் என்று அரசியல் கட்சிகள், சமூக ஆர்வலர்கள் கோரினர். ஆனால் மாநில அரசின் கவனமோ கொல்லப்பட்ட உடல்கள் மீதே குவிந்திருந்தது.

ரயில் எரிப்பில் கொல்லப்பட்டோரின் உடல்களை உடனடியாக கோத்ராவில் இருந்து அகமதாபாத்துக்கு எடுத்துச் செல்ல உத்தரவிட்டார் முதலமைச்சர் மோடி. அப்போது பல உடல்கள் முழுமையாக அடையாளம்

குஜராத் கலவரத்தின் போது...

காணப்படவில்லை. முக்கியமாக, பிரேதப் பரிசோதனைகள்கூட முழுமை பெறவில்லை. ஆனாலும் முதல்வரின் உத்தரவைத் தொடர்ந்து உடல்கள் அனைத்தும் அகமதாபாத் நோக்கி ஊர்வலமாக எடுத்துச் செல்லப்பட்டன.

அப்படி எடுத்துச்செல்வது பெரும் சட்டம் ஒழுங்குச் சிக்கலை உருவாக்கும் என்று சமூக ஆர்வலர்கள் தரப்பிலிருந்தும் அரசியல் கட்சிகள் தரப்பிலிருந்தும் எச்சரிக்கைகள் வந்தன. ஆனாலும் உடல்கள் ஊர்வலமாகவே எடுத்துச் செல்லப்பட்டன. ஊர்வலம் செல்லும் பாதை நெடுகப் பல இடங்களில் பொதுமக்கள் அந்த உடல்களுக்கு இறுதி அஞ்சலி செலுத்தினர்.

ஆதங்கத்தின் வெளிப்பாடாக அஞ்சலி செலுத்த வந்தவர்கள்கூட அந்த உடல்களின் கொடூரத்தைப் பார்த்து ஆத்திரக்காரர்களாக மாறினர். விளைவு, உடல்களைப் பார்த்த இந்துக்கள் மத்தியில் மதரீதியிலான உணர்ச்சிக் கொந்தளிப்பு உருவானது. குறிப்பாக, பஞ்ச்மகால், அனந்த், கேதா மாவட்டங்களின் வழியாக ஊர்வலம் சென்றபோது இந்துக்கள் மத்தியில் இஸ்லாமியர்கள் மீதான ஆத்திரம் பெருக்கெடுத்தது.

ஊர்வலமாக எடுத்துவரப்பட்ட உடல்கள் அனைத்தும் 28 பிப்ரவரி 2002 அன்று அதிகாலை அகமதாபாத் நகரை வந்தடைந்தன. அப்போது நடந்த தாக்குதலின்போது ஏராளமான வாகனங்கள் தாக்கப்பட்டன. பல வாகனங்கள் கொளுத்தப்பட்டன. அதில் 15 பேர் பலியாகினர்.

போதாக்குறைக்கு, அன்றைய தினம் மாநிலம் தழுவிய பந்த் நடத்த அழைப்பு விடுத்திருந்தது விஷ்வ ஹிந்து பரிஷத். மாநிலமே மதரீதியிலான பதற்றத்தில் மூழ்கியிருக்கும் தருணத்தில் பந்த் நடத்த அனுமதி கொடுப்பது ஆபத்தை விலைக்கு வாங்கும் செயல் என்ற எச்சரிக்கையையும் மீறி பந்த்தை நடத்த வி.ஹெச்.பி ஆயத்தமாக இருந்தது.

எந்த நொடியில் வேண்டுமானாலும் மதக்கலவரம் வெடிப்பதற்கான சூழல் இருந்தது. ஆனால் அரசுத் தரப்போ நிலைமை கட்டுக்குள் இருப்பதாகவே சொன்னது. கோத்ரா சம்பவத்தைத் தொடர்ந்து எந்தவொரு அசம்பாவிதச் சம்பவமும் நடந்துவிடாமல் இருக்கத் தேவையான அனைத்து பாதுகாப்பு ஏற்பாடுகளையும் செய்யுமாறு மாநில காவல்துறை மற்றும் உளவுத் துறைக்கு மாநில உள்துறை உரிய உத்தரவுகளைக் கொடுத்துள்ளது என்றது குஜராத் அரசு.

பதற்றம் மிகுந்த பகுதிகளில் காவல்துறை குவிக்கப்பட்டுள்ளது என்ற உள்துறை அமைச்சர் சடாஃபியா, 'இந்துக்கள் எவ்வித பழிவாங்கும் காரியத்திலும் ஈடுபட மாட்டார்கள்' என்று உறுதியளித்தார். ஒருவேளை, கலவரம் மூண்டால் அதைத் தடுக்கத் தேவையான அதிகாரங்கள் மாவட்ட காவல்துறைக்குத் தரப்பட்டுள்ளது என்றார். ஒருவேளை, கலவரம் கட்டுக் கடங்காமல் போனால் ராணுவம் வரவழைக்கப்படும் என்றார் குஜராத் முதல்வர் மோடி.

இத்தனைக்கும் பிறகுதான் இஸ்லாமியர்களுக்கு எதிரான கலவரம் வெடித்தது. இரண்டு இலக்குகளை வைத்துக்கொண்டனர் கலவரக்காரர்கள். ஒன்று, இஸ்லாமியக் குடியிருப்புகள். இரண்டு, இஸ்லாமியர்களின் வியாபார நிறுவனங்கள். குடியிருப்புகளில் உயர்தர, மத்திய தர, ஏழைகள் என்று எந்தவிதமான வித்தியாசத்தையும் பார்க்கவில்லை. வாக்காளர் பட்டியல் உதவியுடன் இஸ்லாமியர்கள் வசிக்கும் பகுதிகள் துல்லியமாகத் தேர்ந்தெடுக்கப்பட்டு தாக்குதல் நடத்தப்பட்டன. அதற்கான ஆதாரங்கள் பின்னாளில் ஊடகங்களில் வழியே வெளியாகின.

இஸ்லாமியர்களில் செலியா என்ற பிரிவினர் மட்டும் மாநிலம் முழுக்க உணவகங்களை நடத்தி வந்தனர். மத்திய தர வர்க்கத்தினருக்கு ஏற்ற விலையில் உணவு கிடைக்கச் செய்யும் இத்தகைய உணவகங்களைக் கலவரக்காரர்கள் தேடித்தேடி தாக்குதல் தொடுத்தனர். சற்றேறக்குறைய ஆயிரத்துக்கும் அதிகமான உணவகங்கள் முற்றிலுமாகச் சூறையாடப்பட்டு, அவர்களுடைய எதிர்காலமே சூனியமாக்கப்பட்டது.

வாகனத்தில் செல்பவர்கள் அனைவரும் இஸ்லாமியர்கள் என்பதைத் தெரிந்துகொண்டு, துப்பாக்கி மூலம் டயர்களைச் சுட்டுப் பஞ்சராக்கினர். மேற்கொண்டு நகர முடியாமல் வாகனம் நின்றுபோனது.

ஓரிடம், ஈரிடமில்லை. ஒட்டுமொத்த குஜராத்தும் கலவரத்தால் பீடிக்கப் பட்டிருந்தது. குறிப்பாக, அகமதாபாத், வதோதரா, நரோடா, கோத்ரா, காந்தி நகர், ஓடே, பரூச், ஹால்யாத், சூரத், ஹிம்மத் நகர், மனோசா, மேச்சனா மாவட்டம் விஜபூர், சர்தார்புரா, தாகோத் மாவாட்டம் சஞ்சேலி, ராதிக்பூர் என்று இஸ்லாமியர்கள் வசிக்கும் பெரும்பாலான இடங்களில் கொலைவெறித் தாக்குதல்கள் நடந்தன. வீடுகளும் உடைமைகளும் குறிவைத்து அழித்தொழிக்கப்பட்டன. முக்கியமாக, உயிர்ப்பலிகள் அதிக அளவில் நடந் தேறின.

இந்துக்கள் பழிவாங்கும் நடவடிக்கையில் ஈடுபட மாட்டார்கள், அதையும் மீறி கலவரம் வெடிக்கும் பட்சத்தில் அதனை அடக்குவதற்குத் தேவையான அதிகாரங்கள் அனைத்தும் மாநில காவல்துறையினருக்குத் தரப்பட்டுள்ளது என்று மாநில உள்துறை அமைச்சர் சடாஃபியா சொல்லியிருந்தார் அல்லவா, அது இப்போது செயல்பாட்டுக்கு வந்தது.

மோடி

28 பிப்ரவரி 2002 அன்று அகமதாபாத்தைச் சேர்ந்த சரோடியா சவுக், மொரார்ஜி சவுக் என்ற இரண்டு இடங்களில் காவல் துறை துப்பாக்கிச்சூடு நடத்தியது. அதில் நாற்பது பேர் கொல்லப்பட்டனர். அத்தனைபேருமே இஸ்லாமியர்கள். இத்தனைக்கும் தாக்குதலுக்கு உள்ளானவர்கள் அவர்கள். தோட்டாக்களுக்கு இரையானவர்களும் அவர்களே.

உண்மையில் இதுவொரு ஆரம்பம்தான். குஜராத்தில் எங்கெல்லாம் இஸ்லாமியர்கள் வாழ்கிறார்களோ அங்கெல்லாம் பதற்றம் சூழ்ந்திருந்தது. அவர்களுடைய உயிருக்கு உத்தர வாதம் இல்லாத சூழல் உருவாகியிருந்தது. நகர்ப்பகுதிகள் மட்டுமல்ல, உள்ளடங்கிய கிராமங்களில்கூட இதுதான் நிலைமை. உதாரணமாக, சபர்கந்தா மாவட்டத்தில் உள்ள கிடியாட் கிராமத்தைச் சொல்லவேண்டும்.

குஜராத்தின் பெரும்பாலான பகுதிகளில் இஸ்லாமியர்கள் தாக்கப்பட்டும் அழிக்கப்பட்டும் வருவதைத் தெரிந்துகொண்ட கிடியாட் கிராமத்தைச் சேர்ந்த சுமார் எண்பது பேர் கொண்ட குழு வேன்களில் ஏறி, அந்தக் கிராமத்தை விட்டு வெளியேறி, பாதுகாப்பான இடத்துக்குச் சென்றுவிடத் தயாராகினர். அப்போது அவர்கள் செல்ல விரும்பியது மால்பூருக்கு. ஆனால் வழியில் ஏற்பட்ட வேறுபல சிக்கல்கள் காரணமாகத் தங்கள் பாதையை லூனாவாடாவுக்குத் திருப்பத் திட்டமிட்டனர்.

திடீரென வாகனத்தின் சக்கரங்கள் பழுதடைந்தன. உபயம்: கலவரக்காரர்கள். அந்த வாகனத்தில் செல்பவர்கள் அனைவரும் இஸ்லாமியர்கள் என்பதைத் தெரிந்துகொண்டு, துப்பாக்கி மூலம் டயர்களைச் சுட்டுப் பஞ்சராக்கினர். மேற்கொண்டு நகர முடியாமல் வாகனம் நின்றுபோனது. மறுநொடி அந்த வாகனத்தைச் சுற்றிவளைத்தனர் கலவரக்காரர்கள். அவர்கள் கைகளில் துப்பாக்கி, வாள், லத்தி உள்ளிட்ட அபாயகரமான ஆயுதங்கள் இருந்தன.

அவற்றைக் கொண்டு வாகனத்தில் இருந்தவர்களைத் தாக்கினர். பின்னர் வாகனத்துக்கு உள்ளேயே அவர்களை அடைத்து, கதவை மூடிய கலவரக்காரர்கள், தங்கள் கைவசம் கொண்டு வந்திருந்த எரிபொருளைக் கொண்டு வாகனத்தை எரித்தனர். விளைவு, வெடித்துக் கிளம்பிய மரண ஓலத்துக்கு மத்தியில் 67 பேர் உயிரோடு எரித்துக்கொல்லப்பட்டனர். அதே கிராமத்தில் இருந்து புறப்பட்ட இன்னொரு குழுவும் கலவரக்காரர்களின் பிடியில் சிக்கியது. முப்பதுக்கும் அதிகமானோர் வந்த அந்தக் குழுவில் பத்து பேர் கொல்லப்பட்டனர்.

கொலைவெறித் தாக்குதல்கள் அத்தோடு நின்றுவிடவில்லை. 1 மார்ச் 2002 அன்று மேஹ்சனா மாவட்டத்தில் உள்ள சர்தார்புரா கிராமத்திலும் இதேபோன்ற படுகொலைகள் அரங்கேறின. இஸ்லாமியர்கள் கணிசமான எண்ணிக்கையில் வசிக்கின்ற அந்தக் கிராமத்துக்குள் நள்ளிரவு நேரத்தில் புகுந்து, அங்கிருந்தவர்களைத் தாக்கும் நோக்கத்துடன் துரத்தத் தொடங்கினர்.

உயிரைக் காப்பாற்றிக்கொள்வதற்காக அவர்களில் ஒரு குழுவினர் ஒரு வீட்டுக்குள் புகுந்து கொண்டனர். போதாது? அந்த வீட்டுக்குள்ளேயே அவர்களை அடைத்து, நெருப்பைப் பற்ற வைத்தனர். அபயக்குரல் எழுப்பிய அவர்கள் அத்தனைபேரும் கருகிச்செத்தனர். அந்த ஒற்றை வீட்டில் மட்டும் மொத்தம் 33 பேர் பலியாகியிருந்தனர்.

கலவர நெருப்பில் அதிகம் கருகிய பகுதிகள் என்று பட்டியல் போட்டால் அதில் நரோடா பாட்டியா கண்டிப்பாக இடம்பெறும். சற்றேறக்குறைய இரண்டாயிரம் இஸ்லாமியர்கள் வசிக்கும் பகுதி அது. அவர்களில் கணிசமானோர் கூலித்தொழிலாளர்கள். அந்தக் கிராமத்தைச் சுற்றி வளைத்த கலவரக்காரர்கள், முதலில் அந்தப் பகுதியில் இருந்த நூரனி மசூதியை அந்தப் பகுதியில் இருந்த வீட்டில் இருந்து எரிவாயு உருளையைப் பயன்படுத்தி எரித்தனர். பின்னர் அங்கிருந்த குடியிருப்புப் பகுதிகளும் கடைகளும் முதலில் சூறையாடப்பட்டு, பின்னர் அழித்தொழிக்கப்பட்டன. பொதுமக்களும் அடித்து, குழிக்குள் போட்டு எரித்துக் கொல்லப் பட்டனர்.

வெறுமனே அடிப்பதோ, உதைப்பதோ, உயிரோடு வைத்துக் கொளுத்துவதோ மட்டும் நடந்து விடவில்லை. பெண்கள் பாலியல் வன்புணர்வுக்கு உள்ளாக்கப்பட்டனர். அத்தோடு நிறுத்தாமல், பெண்களைப் பகிரங்கமாக துகிலுரிப்பது, அவர்களுடைய பிறப்புறுப்பில் கம்பி, கழி போன்றவற்றை நுழைத்துக் கொடுமைப்படுத்துவது, பொதுவெளியில் பகிரங்கமாக வைத்து கூட்டு வன்புணர்வுக்கு உள்ளாக்குவது என்பன போன்ற கொடுமைகள் நடந்தன.

தொடர்ச்சியாக நடந்த கலவரங்களின் விளைவாக நரோடியா பிராந்தியத்தில் மட்டும் 125 பேர் கொல்லப்பட்டனர். அவர்கள் அத்தனை பேருமே இஸ்லாமியர்கள். அவர்களில் குழந்தைகள், பெண்களின் எண்ணிக்கை மட்டும் 71. நரோடா கலவரங்களே நாட்டை உலுக்கிக் கொண்டிருந்த சூழ்நிலையில், அதைவிடப் பெரிதான ஒரு கலவரத்துக்கு உள்ளாகியிருந்தது குல்பர்கா சொசைட்டி!

124

குல்பர்கா சொசைட்டியும் பெஸ்ட் பேக்கரியும்

இஸ்லாமியர்களுக்கு எதிரான மதக்கலவரம் காரணமாக ஒட்டுமொத்த குஜராத் மாநிலமும் கொதிநிலையின் உச்சத்தில் இருந்தது. எங்கு பார்த்தாலும் பதற்றம். பயம். மரண ஓலம். அபயக் கூச்சல். குறிப்பாக, குல்பர்கா சொசைட்டி. அகமதாபாத்துக்கு அருகில் உள்ள சமன்புராவில் உள்ள குடியிருப்புப் பகுதிக்கு குல்பர்கா சொசைட்டி என்று பெயர். மூத்த காங்கிரஸ் தலைவரும் முன்னாள் எம்.பியுமான இஷான் ஜாஃப்ரி அங்கேதான் வசித்துவந்தார்.

சுமார் முப்பது பெரிய வீடுகள், பத்து அடுக்குமாடிக் குடியிருப்பு களுடன் கூடிய அந்த குல்பர்கா சொசைட்டியில் நாற்பதுக்கும் மேற்பட்ட இஸ்லாமியக் குடும்பங்கள் வசித்துவந்தன. அந்த அம்சம்தான் கலவரக்காரர்களை வன்முறையை நோக்கி இழுத்து வந்தது. கோத்ரா ரயில் எரிப்புக்கோ அல்லது அதன் பிறகான எந்தவொரு நிகழ்வுக்கோ எந்தவிதத்திலும் தொடர்பில்லாத அவர்களைக் குறிவைத்துத் தாக்குதலை நடத்தத் தயாரானது அந்தக் கும்பல்.

உண்மையில் ஜாஃப்ரிக்கும் இந்துத்வ இயக்கங்களைச் சேர்ந்த சிலருக்கும் முன்விரோதம் இருந்தது. அந்தப் பழைய கணக்கைத் தற்போது கலவரம் தோய்ந்த சூழ்நிலையில் தீர்த்துக் கொள்ளத் தயாராகினர். தாக்குதல் என்று வந்துவிட்ட பிறகு வெறுமனே ஜாஃப்ரியை மட்டும் குறிவைக்காமல், அந்தப் பகுதியில் இருந்த

நரேந்திர மோடி

இதர இஸ்லாமியர்களுக்கும் சேர்த்தே குறிவைத்துத் தாக்குதல் நடத்தினர்.

ஆயிரக்கணக்கான கலவரக்காரர்கள் ஆபத்தான ஆயுதங்கள் சகிதம் வந்து அந்தக் குடியிருப்புப் பகுதியைச் சுற்றிவளைத்துத் தாக்கினர். முதலில் சொசைட்டிக்கு அருகிலிருந்த பகுதிகளில் வசித்த இஸ்லாமியர்கள் மீது தாக்குதல் நடத்தினர். அதிலிருந்து தப்பித்துக்கொள்வதற்காக அவர்கள் அனைவரும் ஜாஃப்ரி வசித்த குல்பர்கா சொசைட்டிக்குள் ஓடிவந்தனர்.

வெளியே எத்தகைய நிலைமை இருக்கிறது என்பது தெரிந்ததும் ஜாஃப்ரிக்குப் பதற்றம் தொற்றிக் கொண்டது. உடனடியாக உள்ளூர் காவல்துறை அதிகாரிகள் தொடங்கி முதல்வர் அலுவலகம் வரை பலரையும் தொடர்புகொண்டு பேசினார். உரிய பாதுகாப்புக்கு ஏற்பாடு செய்யுமாறு கோரிக்கை விடுத்தார். ஆனால் காவல்துறை அதிகாரிகள் தரப்பில் இருந்து எந்தச் சலனமும் இல்லை. அதன்மூலம் ஏதோ விபரீதம் நடக்கப்போகிறது என்பது மட்டும் ஜாஃப்ரிக்குத் தெளிவாகப் புரிந்தது.

அரசுத் தரப்பில் இருந்தோ, காவல்துறைத் தரப்பில் இருந்தோ எவ்வித இடையூறும் இருக்காது என்பது உறுதியாகத் தெரிந்த நிலையில் குல்பர்கா சொசைட்டியைச் சுற்றிலும் திரண்டு நின்றிருந்த கலவரக்காரர்கள் ஆயுதங்களை ஏந்திக்கொண்டு ஆவேசமாகக் குரலெழுப்பியபடியே அந்தக் குடியிருப்புப் பகுதியின் சுற்றுச்சுவரை நெட்டித் தள்ளிவிட்டு நுழைந்தனர்.

அவர்கள் முதலில் தாக்குதல் நடத்தியது ஜாஃப்ரியின் வீட்டைத்தான். அது சாதாரணமான வீடு அல்ல. சற்றே அளவில் பெரிய பங்களா. அத்துமீறி நுழைந்த கலவரக்காரர்கள் அங்கிருந்த பொருள்களை எல்லாம் அடித்து, நொறுக்கிச் சூறையாடினர். கண்ணில் தென்பட்ட பெண்களை எல்லாம் அடித்து, வதைக்கத் தொடங்கினர். எப்படியெல்லாம் அவர்களைத் துன்புறுத்த முடியுமோ அப்படியெல்லாம் செய்தனர்.

மூத்த அரசியல் தலைவரான ஜாஃப்ரியைத் தாக்கிய கலவரக்காரர்கள், அவரை அம்மணமாக நடுச்சாலைக்கு இழுத்துவந்தனர்.

மூத்த அரசியல் தலைவரான ஜாஃப்ரியைத் தாக்கிய கலவரக்காரர்கள், அவரை அம்மணமாக நடுச்சாலைக்கு இழுத்துவந்தனர். ஜெய் ராம் என்ற கோஷத்தை உச்சரிக்கும்படி அவரைக் கலவரக்காரர்கள் மிரட்டினார்,

குஜராத் கலவரத்தின்போது...

அதற்கு அவர் சம்மதிக்காகததால் அவருடைய தலையைத் துண்டித்தனர் என்றும் பின்னாளில் சாட்சியங்கள் பதிவாகின. பின்னர் அவருடைய உடலை நெருப்பில் தூக்கி வீசினர். ஜாஃப்ரி மட்டுமல்ல, அவருடைய ஒட்டுமொத்த குடும்பத்தினரும் நெருப்புக்கு இரையாகினர். பங்களாவும் தீவைத்துக் கொளுத்தப்பட்டது.

தாக்குதல் என்பது ஜாஃப்ரியின் பங்களாவோடு நிற்கவில்லை. அவர் அபயம் தருவார் என்று நம்பிக்கையுடன் வந்திருந்த மற்ற இஸ்லாமியர்களும் தாக்குதலுக்கு உள்ளாகினர். அந்தக் குடியிருப்புப் பகுதியில் இருந்த அனைத்து வீடுகளுக்கும் நெருப்பு வைக்கப்பட்டது. அதில் சுமார் பதினெட்டு வீடுகள் முற்றிலுமாக எரிந்துபோயின.

வீடு எரிகிறது என்று தெரிந்தும் தங்களைத் தற்காத்துக்கொள்ள முடியாமல் பலரும் மடிந்து போயினர். குல்பர்கா சொசைட்டி தாக்குதலில் மட்டும் மொத்தம் 35 பேர் கொல்லப்பட்டனர். குஜராத் கலவரத்தில் பல்வேறு பகுதிகள் பாதிக்கப்பட்டாலும்கூட, இந்த குல்பர்கா சொசைட்டி படுகொலைகள் மிகவும் கொடூரமானவை. அதற்கு அடுத்தபடியான கொடூரத் தாக்குதல் என்று பெஸ்ட் பேக்கரி மீதான தாக்குதலைச் சொல்லலாம்.

குஜராத் மாநிலம் வதோதரா நகருக்கு அருகில் உள்ள ஹனுமன் டெக்ரியில் இருக்கிறது பெஸ்ட் பேக்கரி. உத்தரப் பிரதேசத்தைப் பூர்விகமாகக் கொண்ட ஹபிபுல்லா ஷேக் என்பவருக்குச் சொந்தமான பேக்கரி அது. அன்றைய தினம் மாநிலம் தழுவிய பந்த் நடத்த இந்து அமைப்புகள் அழைப்பு விடுத்திருந்தன.

எந்த நேரத்தில் வேண்டுமானாலும் கலவரம் வெடிக்கக்கூடும் என்பதால் அந்தப் பகுதி யிலிருந்த இஸ்லாமியர்கள் அங்கிருந்து வெளியேறி பாதுகாப்பான இடங்களுக்கு நகரத் தொடங்கினர். ஆனால் பெஸ்ட் பேக்கரியை நடத்திய குடும்பத்தார் மட்டும் அப்படிச் செய்ய வில்லை. இங்கே ஒரு பிரச்னைக்கும் வாய்ப்பில்லை என்று அக்கம் பக்கத்தில் இருந்தவர்கள் சொன்னதை நம்பி அங்கேயே இருந்துவிட்டனர். ஆனால் அதுவே அவர்களுக்கு ஆபத்தாக முடிந்துபோனது.

அன்றிரவு சுமார் ஐந்நூறு பேர் கொண்ட கும்பல் ஒன்று பெஸ்ட் பேக்கரிக்குள் நுழைந்து சூறையாடத் தொடங்கியது. அங்கிருந்த பொருள்களில் தங்களுக்குத் தேவையானவை என்று கருதியவற்றை மட்டும் கையில் எடுத்துக்கொண்டு, எஞ்சிக்கிடந்த அனைத்து பொருள் களையும் தீவைத்து எரித்தனர்.

அங்கே இருந்தவர்கள் இஸ்லாமியர்கள் என்று தெரிந்ததும் இன்னும் சற்று மூர்க்கமாகத் தாக்குதலை நடத்தினர். பேக்கரிக்குள் இருந்த விறகுகளைக் கொண்டே அங்கிருந்தவர்களை எரித்துக் கொன்றனர். அந்தத் தாக்குதலில் மட்டும் 12 பேர் உயிரிழந்தனர். அவர்களில் மூன்று பேர் இந்துக்கள். அது கலவரக்காரர்களுக்குத் தெரிந்திருக்கவில்லை போல.

மேலே விவரிக்கப்பட்ட சம்பவங்களைத் தாண்டி பல்வேறு கொடுமைகளும் கொடூரங்களின் குஜராத் கலவரத்தில் நடந்தேறியிருந்தன. தாக்கப்பட்ட, கொல்லப்பட்ட மனிதர்களில் பெரும்பாலானோர் இஸ்லாமியர்கள் என்றாலும், அவர்களில் பெண்களும் குழந்தைகளும் இன்னலுக்கு ஆளானது கொடுமையிலும் கொடுமை.

கலவர நெருப்பு அடங்கிய பிறகு அங்கு தன்னார்வத்துடன் சென்ற உண்மை அறியும் குழுவினர் நடத்திய நீண்ட நெடிய விசாரணைகளுக்கும் ஆய்வுகளுக்கும் பிறகும் வெளிக் கொண்டு வந்த தகவல்கள் நம்மை அதிர்ச்சியில் உறையவைக்கின்றன. அவற்றில் ஒரேயொரு உதாரணத்தை மட்டும் பார்ப்பது கலவரத்தின் வீரியத்தைப் புரிந்துகொள்ள ஏதுவாக இருக்கும்.

> மனிதர்கள் மாத்திரம் அல்ல, மசூதிகளும்கூட பலத்த தாக்குதலுக்கு உள்ளாகின. ஏற்கெனவே நூரானி மசூதி தாக்கப்பட்டு, எரிக்கப்பட்டிருந்தது. அதைத் தாண்டி ஏராளமான மசூதிகள், பள்ளி வாசல்கள் அழிக்கப்பட்டன.

பஞ்ச்மஹால் மாவட்டத்தின் தெலோல் கிராமத்தில் கலவரம் வெடித்திருந்த தருணம் அது. இஸ்லாமியர்கள் எல்லாம் தங்களைத் தற்காத்துக் கொள்ளும் நோக்கத்துடன் அந்த இடத்தை விட்டு அவசர கதியில் ஓடிக்கொண்டிருந்தனர். அவர்களில் சுல்தானி ஃபெரோஸ் ரஸூல் ஷேக் என்கிற பெண்ணும் அடக்கம். அவர் தன்னுடைய கைக்குழந்தை சகிதம் ஓடிக்கொண்டிருந்தார்.

வழியில் அவரை மடக்கிப் பிடித்த கலவரக் காரர்கள், அவருடைய உடைகளைக் கிழித்தனர். அடுத்த சில நிமிடங்களில் அங் கிருந்த பலராலும் அவர் வன்புணர்வுக்கு இரையானார். அத்தனைக்குப் பிறகும் கலவரக்காரர்களுக்கு ஆத்திரம் தீர வில்லை. கைவசம் கொண்டு வந்திருந்த

கூரான ஆயுதம் கொண்டு அவரை வெட்டிவிட்டு, அங்கிருந்து அகன்றனர். இது ஓர் உதாரணம் மட்டுமே. இதுபோன்ற கணக்கற்ற, கணக்கில் வராத கொடூரங்கள் அநேகம்.

மனிதர்கள் மாத்திரம் அல்ல, மசூதிகளும்கூட பலத்த தாக்குதலுக்கு உள்ளாகின. ஏற்கெனவே நூரனி மசூதி தாக்கப்பட்டு, எரிக்கப்பட்டிருந்தது. அதைத் தாண்டி ஏராளமான மசூதிகள், பள்ளி வாசல்கள் அழிக்கப்பட்டன. மாநில அரசு கொடுத்த புள்ளிவிவரத்தின்படியே முந்நூறுக்கும் மேற்பட்ட தர்காக்கள், இருநூறுக்கும் அதிகமான மசூதிகள், முப்பதுக்கும் அதிகமான மதரசாக்கள் தகர்த்தெறியப்பட்டன.

மாநிலம் தழுவிய அளவில் ஏற்பட்ட மதக்கலவரங்களால் குஜராத் மூச்சுத்திணறியது. இனியும் சமாளிக்க முடியாது என்ற நிலையில் மாநில முதலமைச்சர் நரேந்திர மோடி அவசர ஆலோசனைக் கூட்டத்துக்கு அழைப்பு விடுத்தார். நிலைமை கட்டுக்குள் இல்லை என்பது அந்தக் கூட்டத்தில் உணரப்பட்டது. ஆகவே, கலவரத்தைக் கட்டுப்படுத்த ராணுவத்தைக் கோருவது என்று தீர்மானித்தார் மோடி.

ராணுவ உதவி கோரப்பட்ட தருணத்தில் அருகில் இருந்த அகமதாபாத் கண்டோன் மெண்ட்டில் எந்தவொரு ராணுவ வீரரும் இல்லை. அவர்கள் வேறொரு பணிக்காக அங்கிருந்து வெளியேறி இருந்தனர். ஆகவே, அண்டை மாநிலங்களில் இருந்தே ராணுவத்தை வரவழைக்க வேண்டிய நிலை. ஏற்கெனவே குஜராத் கொந்தளித்துக்கொண்டிருந்தது. இதில் ராணுவம் வருவதற்குத் தாமதமானதால் நிலைமை மேலும் சிக்கலானது.

1 மார்ச் 2002 அன்று மத்திய உள்துறை அமைச்சர் அத்வானியைத் தொடர்புகொண்டு பேசினார் முதலமைச்சர் நரேந்திர மோடி. அதனைத் தொடர்ந்து ஏராளமான ராணுவ வீரர்கள் வாகனங்கள், ஆயுதங்கள், சாதனங்கள் சகிதம் குஜராத் மாநிலத்துக்கு வந்திறங்கினர். இறங்கிய வேகத்தில் அவர்கள் களமிறங்கியிருக்கவேண்டும். ஆனால் அதற்குரிய உத்தரவுகளைப் பிறப்பிக்க மாநில மோடி அரசு தவறிவிட்டது என்ற குற்றச்சாட்டு எழுந்தது. அதன்பிறகே ராணுவம் களத்தில் இறங்கியது.

அதற்குள் பெரும்பாலான பகுதிகளில் கலவர நெருப்பு அடங்கத் தொடங்கியிருந்தது. ஒருவேளை, ஓரிரு தினங்களுக்கு முன்னர் ராணுவம் வரவழைக்கப்பட்டு, உடனடியாகக் களத்தில் இறங்கியிருக்கும் பட்சத்தில் பெரிய அளவிலான சேதங்களைத் தவிர்த்திருக்க முடியும். ஆனால் அது நடக்கவில்லை என்பது பெரும் சோகம்.

உண்மையில் *3 மார்ச் 2002*க்குப் பிறகு பெரிய அளவிலான கலவரங்கள்தான் நடக்கவில்லையே தவிர சிறுசிறு கலவரங்களும் வன்முறைச் சம்பவங்களும் ஆங்காங்கே நடந்துகொண்டுதான் இருந்தன. உதாரணமாக, பவநகர், சபர்கந்தா, சூரத், வதோதரா, தகோட், கேடா என்று பல பகுதிகளில் கலவர நெருப்பு முற்றிலுமாக அணைந்துவிடவில்லை. அணையப்போகும் நிலையில் இருக்கிற நெருப்பை விசிறிவிடும் காரியத்தில் சில கலவரக்காரர்கள் ஈடுபட்டனர்.

தீப்பந்தத்தைக் கையிலெடுத்துக்கொண்டு இஸ்லாமியக் குடியிருப்புகளுக்குள் சென்ற கலவரக்காரர்கள், அங்கிருந்த வீடுகளுக்குத் தீவைத்துவிட்டுத் தலைமறைவாகினர். சில வீடுகளுக்குத் தீவைப்பதற்கு முன்னால் அங்கிருந்த பொருள்களைக் கொள்ளையடிப்பதும் நடந்தது. சில நாள்களுக்கு மட்டுமே இதுமாதிரியான தாக்குதல்கள். பின்னர் மார்ச் மாத மத்தியில் தொடங்கிய மதக்கலவரங்கள் ஜூலை இறுதி வாரங்களில் எல்லாம் கொதிநிலையின் உச்சத்துக்குச் சென்றன.

ஆயுதங்களைக் கொண்டு தாக்குவது, அமிலத்தைக் கொண்டு வீசுவது, துப்பாக்கிச் சூடு நடத்துவது என்பன போன்ற வழிகளில் ஏராளமானோர் கொல்லப்பட்டனர். 2002 பிப்ரவரி இறுதி நாள்களில் தொடங்கிய குஜராத் மதக்கலவரங்கள் ஜூலை மாதம்தான் முடிவுக்கு வந்தன. சுமார் ஐந்து மாதங்களுக்கு நீடித்த இந்த மதக்கலவரம் சுதந்தர இந்தியாவின் வரலாற்றில் நடந்த மிகக் கொடூரமான கலவரமாகப் பார்க்கப்படுகிறது.

இத்தனைக் கொடூரமான கலவரங்கள் நடந்துகொண்டிருந்தபோது மாநில முதல்வர் நரேந்திர மோடி தொடங்கி இந்தியப் பிரதமர் வாஜ்பாய் வரை என்ன செய்துகொண்டிருந்தனர், அவர்களது நடவடிக்கைகள் எந்த அளவுக்கு வீரியத்துடன் இருந்தன என்பது முக்கியமான கேள்வி. கோத்ரா ரயில் எரிப்பை முதல்வர் மோடி நேரில் வந்து பார்வையிட்டுச் சென்றார். அதன்பிறகு அவருடைய நடவடிக்கைகள் குறித்து எதிர்க்கட்சிகள் பலத்த அதிருப்தியை வெளியிட்டன.

கலவரத்தைத் தடுக்க காவல்துறையினருக்கு உரிய அதிகாரங்களைக் கொடுக்கவில்லை என்பது ஒரு குற்றச்சாட்டு. அதேபோல, கலவரத்தைத் தடுக்கும் விஷயத்தில் மாநில காவல்துறை திணறும்போது, ராணுவத்தை வரவழைப்பதில் முதல்வர் மோடி தயக்கம் காட்டினார் என்பது இன்னொரு முக்கியமான குற்றச்சாட்டு.

மொத்தத்தில், கலவரத்துக்கான முழுமுதற் காரணம் முதல்வர் மோடிதான் என்று எதிர்க் கட்சிகள் குற்றம்சாட்டின. ஆனால் அரசுத் தரப்போ, கலவரத்தைத் தடுப்பதற்குத் தாங்கள் எடுத்த நடவடிக்கைகளைப் பட்டியல் போட்டு, எடுத்துச் சொல்லி, எதிர்க்கட்சிகளின் குற்றச்சாட்டுகளை எல்லாம் அடியோடு நிராகரித்தது.

இத்தனை மோசமான மதக்கலவரம் காரணமாக பிரதமர் வாஜ்பாய் மிகுந்த மன நெருக்கடிக்கு உள்ளாகியிருந்தார். அது மோடியைப் பற்றி அவர் தெரிவித்த கருத்தில் வெளிப்படையாகத் தெரிந்தது!

125

மோடியின் கௌரவ யாத்திரை

ஆஸ்திரேலியாவில் நடக்கவிருந்த காமன்வெல்த் மாநாட்டில் கலந்துகொள்ளத் தயாராகிக் கொண்டிருந்தார் பிரதமர் வாஜ்பாய். அப்போதுதான் கோத்ரா ரயில் எரிப்புச் சம்பவம் அவருடைய கவனதுக்கு வந்தது. தொடர்ச்சியாக வந்த செய்திகள் எல்லாம் அபாயகரமானதாக இருக்கவே, உடனடியாகத் தனது பயணத்தை ரத்து செய்தார்.

குஜராத்தின் நிலைமையை உன்னிப்பாகக் கவனித்து, அங்கிருந்து கோரப்படும் உதவிகளை உடனடியாகச் செய்துதரவேண்டும் என்று உரிய அதிகாரிகளுக்கு உத்தரவிட்டார். அடுத்து அவர் செய்த முக்கியமான காரியம், ஆர்.எஸ்.எஸ் தலைவர், உள்துறை அமைச்சர் உள்ளிட்டோருடன் நடத்திய ஆலோசனைக் கூட்டம்தான்.

4 ஏப்ரல் 2002 அன்று கலவரத்தால் பீடிக்கப்பட்ட குஜராத் மாநிலத்துக்குச் சென்றார் பிரதமர் வாஜ்பாய். அப்போது அவர் சென்ற இடங்களுள் முக்கியமானது, பாதிக்கப்பட்ட இஸ்லாமியர்கள் தங்கவைக்கப்பட்டிருந்த நிவாரண முகாம். அங்கே சுமார் எட்டாயிரம் பேர் தங்கியிருந்தனர். அப்போது அவர்களிடம் பேசிய பிரதமர் வாஜ்பாய், ‘கோத்ராவில் நடந்தது கண்டனத்துக்குரியது. அதைத் தொடர்ந்து மாநிலத்தின் பிற பகுதிகளில் நடப்பவை வருந்தத் தக்கவை.’ என்றார்.

எதற்கு கண்டனம், எதற்கு வருத்தம் என்ற விமரிசனம் ஒருபக்கம் இருக்க, முதல்வர் மோடி முதல், உள்துறை அமைச்சர் அத்வானி,

வாஜ்பாய், மோடி

பிரதமர் வாஜ்பாய் என்று அனைத்து முக்கியஸ்தர்களும் குஜராத் கலவரம் குறித்து ஒற்றைக்குரலில்தான் முழங்கினர். ஆனாலும் குஜராத் கலவரங்களை மாநில அரசு நினைத்திருந்தால் தடுத்திருக்கமுடியும் என்ற எண்ணம் பிரதமர் வாஜ்பாய்க்கு இருந்தது. அதை அவர் வெளிப்படுத்தவும் செய்தார்.

கலவரத்தைத் தடுப்பதற்கான எல்லா வாய்ப்புகளும் இருந்தும், அதாவது, மத்திய, மாநில அரசுகளின் அதிகாரங்கள் அனைத்தும் கைவசம் இருந்தும், கலவரத்தைத் தடுக்கத் தவறிவிட்டதோ மோடி அரசு என்ற சந்தேகமும் இருந்தது. அதன் காரணமாகவே, ‘முதலமைச்சர் மோடி தனது ராஜநீதியை மீறிவிட்டார்’ என்று விமரிசித்ததோடு, ‘குஜராத் கலவரங்கள் ஒரு தேசியக் களங்கம். சர்வதேச அரங்கில் இந்தியாவின் மதிப்பைத் தகர்த்துவிட்டன’ என்று ஆதங்கப்பட்டார் பிரதமர் வாஜ்பாய்.

அதனைத் தொடர்ந்து முதலமைச்சர் மோடிக்கு நெருக்கடிகள் முற்றின. குஜராத் கலவரத்தை அடக்கத் தவறிய மோடி உடனடியாக ராஜினாமா செய்ய வேண்டும் என்றன எதிர்க்கட்சிகள். குஜராத் கலவரத்துக்குத் தார்மிகப் பொறுப்பேற்று மோடி பதவி விலகவேண்டும் என்று பாரதிய ஜனதா கட்சிக்கு உள்ளேயே எதிர்க்குரல்கள் எழுந்தன. தேசிய ஜனநாயகக் கூட்டணிக் கட்சிகள் சிலவும்கூட மோடியின் ராஜினாமாவை வலியுறுத்தின. (திமுக, மதிமுக கட்சிகள் அப்படிக் கோரவில்லை)

‘குஜராத் கலவரங்கள் ஒரு தேசியக் களங்கம். சர்வதேச அரங்கில் இந்தியாவின் மதிப்பைத் தகர்த்துவிட்டன’ என்று ஆதங்கப்பட்டார் பிரதமர் வாஜ்பாய்.

இத்தகைய பின்னணியில் 12 ஏப்ரல் 2002 அன்று கோவாவில் பாரதிய ஜனதா கட்சியின் தேசிய செயற்குழு கூடியது. அநேகமாக அந்தக் கூட்டத்தில் மோடியின் ராஜினாமா கோரப்படும் அல்லது ராஜினாமா செய்யும்படி மோடிக்குக் கட்சி கட்டளையிடும் என்று எதிர்பார்க்கப்பட்டது. ஆனால் திடீர் திருப்பமாக தனது முதலமைச்சர் பதவியை ராஜினாமா செய்யும் கடிதத்தைக் கொடுத்தார் முதல்வர் மோடி. அதற்கு அவர் சொன்ன காரணம் இதுதான்:

‘என்னையும் என்னுடைய ஆட்சியையும் பற்றி அவதூறான செய்திகளைப் பரப்பிக் கொண்டிருக்கும் ஊடகங்களை பாஜக தேசிய செயற்குழு கண்டிக்க வில்லை. எனக்குப் பக்கபலமாக இருக்கவில்லை. ஆகவே, முதல்வர் பதவியிலிருந்து விலகுகிறேன்.’

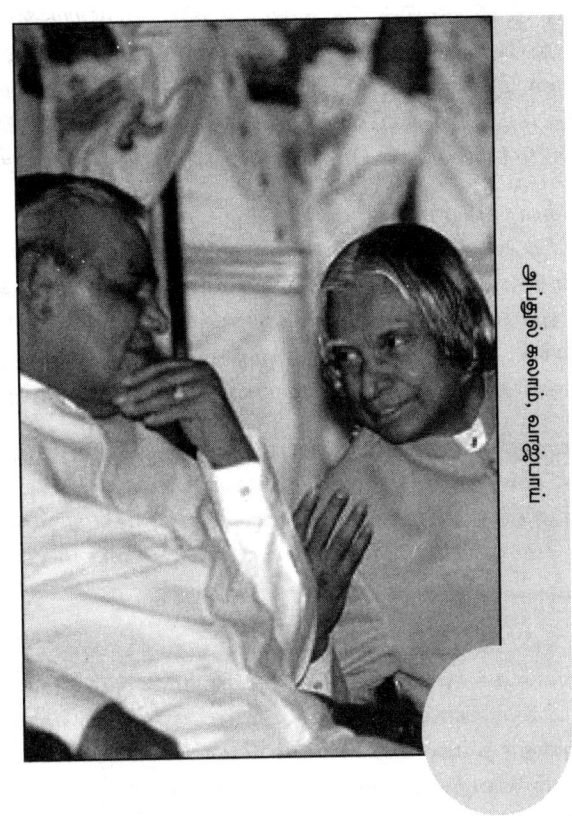

அப்துல் கலாம், வாஜ்பாய்

உண்மையில், கொழுந்துவிட்டெறியும் குஜராத் கலவர நெருப்பின் தாக்கத்தை ஓரளவுக்கேனும் குறைக்கவேண்டும் என்றால் அதற்கு முதலமைச்சர் மோடியின் ராஜினாமா அவசியம் என்ற எண்ணத்தில்தான் பிரதமர் வாஜ்பாய் இருந்தார். அவரைப் போன்றுதான் பலரும் நினைத்தனர். ஆனால் அப்போது மோடிக்கு ஆதரவாக ஒரு குரல் எழுப்பியது. அது, அத்வானியுடையது. மோடியின் பதவி விலகல் மட்டுமே இந்தப் பிரச்னைக்குத் தீர்வாகி விடாது என்று சொன்ன அவர், 'சில சிறிய தவறுகள் நிகழ்ந்திருக்கின்றன. அதற்காக அவற்றை முன்வைத்து மோடிக்கு எதிராகச் செய்யப்படும் பிரசாரங்கள் சரியானவை அல்ல' என்றார் அத்வானி.

ஆக, அத்வானியின் ஆகப்பெரிய ஆதரவின் காரணமாக மோடியின் ராஜினாமா கடிதம் ஏற்கப்படவில்லை. ராஜினாமா கோரிக்கையும் எழுப்பப்படவில்லை. மாறாக, வேறொரு விஷயம் நடந்தது. உடனடியாக சட்டமன்றத்தைக் கலைத்துவிட்டுத் தேர்தலைச் சந்திக்குமாறு முதல்வர் மோடி கேட்டுக்கொள்ளப்பட்டார். ஆகட்டும் என்று தலையசைத்தார் மோடி.

அதன்பிறகு நடந்த சட்டமன்றத் தேர்தலில் பாஜகவே வெற்றிபெற்றது. ஆனால் அந்த வெற்றிக்காக மோடி செய்த முயற்சிகள் ஒவ்வொன்றும் முக்கியமானவை. குறிப்பாக, கௌரவ யாத்திரை. அத்வானி பயன்படுத்திய அதே உத்திதான். வழக்கமாக நாடு தழுவிய அளவில் யாத்திரை மேற்கொள்வது அத்வானியின் பாணி. ஆனால் மோடி குஜராத்துக்கு மட்டுமான யாத்திரைக்குத் தயாரானார் அதன் பெயர், கௌரவ யாத்திரை.

குஜராத் கலவரத்தால் இந்தியாவின் கௌரவம் பாதிக்கப்பட்டுவிட்டதாக பிரதமர் வாஜ்பாய் சொல்லியிருந்தார் அல்லவா, அந்த இழந்துபோன கௌரவத்தை மீட்டெடுக்கவேண்டும் என்பதுதான் பிரதான இலக்கு. முக்கியமாக, மாநில அரசியல் களத்தில் கரைந்துபோன தனது கௌரவத்தை மீட்டெடுக்கவேண்டும். தேர்தல் வெற்றியின் மூலம் தாங்கள் இழந்த கௌரவத்தை மீட்டெடுத்துவிடமுடியும் என்ற முடிவுக்கு வந்திருந்தது பாரதிய ஜனதா.

திட்டமிட்டபடி கௌரவ யாத்திரையை மேற்கொண்டார் மோடி. அந்த யாத்திரை 11 கட்டங்களாகப் பிரித்து நடத்தப்பட்டது. செல்லும் இடங்களில் எல்லாம் அதிக அளவிலான எண்ணிக்கையில் மக்கள் திரண்டனர். அவர்களிடம் அரசின் நிலைப்பாட்டை எடுத்துச் சொன்னார் மோடி. அப்போது மோடியின் எடைக்கு எடை வெள்ளி கொடுக்கும் நிகழ்வுகளும் நடந்தன. உண்மையில், தேர்தல் நடத்தை விதிமுறைகள் எல்லாம் அமலுக்கு வருவதற்கு முன்பே அறுபது சதவிகிதத் தேர்தல் பிரசாரப் பணிகளைச் செய்துமுடித்திருந்தார் மோடி.

ராஜநீதியை மீறிவிட்டார் என்று மோடியைக் குற்றம்சாட்டிய பிரதமர் வாஜ்பாயே குஜராத் தேர்தல் பிரசாரத்தில் பங்கேற்று, மோடிக்கு வாக்களிக்குமாறு கேட்டுக்கொண்டார். மேலும், உள்துறை அமைச்சர் அத்வானி, முரளி மனோகர் ஜோஷி, சுஷ்மா ஸ்வராஜ், பிரமோத் மஹாஜன் உள்ளிட்ட பலரும் மோடிக்காக வாக்கு கேட்டனர். அதற்கான பலன் தேர்தல் முடிவுகளில் எதிரொலித்தது.

மொத்தமுள்ள 182 சட்டமன்றத் தொகுதிகளில் பாரதிய ஜனதா கட்சி 126 இடங்களைக் கைப்பற்றி ஆட்சியைத் தக்கவைத்துக்கொண்டது. மீண்டும் நரேந்திர மோடி முதலமைச்சரானார். 'இழிவான பிரசாரத்தால் பாதிக்கப்பட்டவர் நரேந்திர மோடி' என்று சொல்லி, ஒட்டு மொத்த பாரதிய ஜனதா தலைவர்களையும் மோடிக்கு ஆதரவாகத் திருப்பி, குஜராத்தில் பாஜகவும் மோடியும் வெற்றிபெறுவதற்குப் அதிகமான பங்களிப்பைச் செய்திருந்தார் உள்துறை அமைச்சர் அத்வானி.

குடியரசுத் தலைவர் தேர்தலில் உங்கள் வேட்பாளரை நாங்களும் குடியரசுத் துணைத் தலைவர் தேர்தலில் எங்கள் வேட்பாளரை நீங்களும் ஆதரிக்கலாம் என்றார் சோனியா. ஆகட்டும் என்றார் வாஜ்பாய்.

இடைப்பட்ட காலத்தில் இரண்டு முக்கியமான அரசியல் நிகழ்வுகள் நடந்தேறியிருந்தது. ஒன்று, அத்வானி துணைப்பிரதமராக நியமிக்கப்பட்டது. மற்றொன்று, இந்தியக் குடியரசுத் தலைவர் பதவிக்கான தேர்தல்.

ஆர்.எஸ்.எஸ்ஸின் ஆரம்ப காலம் தொடங்கி பாரதிய ஜனசங்கத்தின் உருவாக்கம், ஜனதாவின் தோற்றம், பாஜகவின் தொடக்கம் என்று தொடர்ந்து தடம் புரளாமல் தனது அரசியல் பங்களிப்பைப் செய்துவந்த அத்வானிக்கு ஆட்சி அதிகாரத்தில் உரிய அங்கீகாரம் கொடுக்க வேண்டும் என்ற கோரிக்கை கட்சிக்குள் தொடர்ச்சியாக வந்துகொண்டிருந்தது. அமைச்சரவையில் பிரதமருக்கு அடுத்த இடம் அத்வானிக்குத்தான். ஆனாலும் அதையும் தாண்டிய

ஓர் அங்கீகாரம் அல்லது அதிகாரம் தேவை என்ற கருத்து கட்சிக்குள் இருந்தது. அந்த எதிர்பார்ப்பைப் பூர்த்தி செய்யும் வகையில் இந்தியாவின் துணைப் பிரதமராக அத்வானி நியமிக்கப்பட்டார்.

அடுத்து, குடியரசுத் தலைவர் தேர்தல். கே.ஆர். நாராயணனின் பதவிக்காலம் முடிவடைய இருப்பதால், புதிய குடியரசுத் தலைவரைத் தேர்ந்தெடுக்கவேண்டும். அப்போது தேசிய ஜனநாயகக் கூட்டணி சார்பில் பலருடைய பெயர்கள் பரிசீலனையில் இருந்தன.

முதலில் ராம் ஜெத்மலானியின் பெயரும் பிறகு ஃபரூக் அப்துல்லா, பி.சி. அலெக்சாண்டரின் பெயர்களும் பேசப்பட்டன. சந்திரபாபு நாயுடுவுக்கோ குடியரசுத் துணைத் தலைவர் கிருஷ்ண காந்தைக் குடியரசுத் தலைவராக்கிவிட்டு, ஆந்திராவைச் சேர்ந்த சி. ரங்கராஜனைக் குடியரசுத் துணைத் தலைவராக்கிவிட விருப்பம். இன்னும் பல பெயர்கள் பரிசீலனைக்கு வந்தன. கூட்டிக்கழித்துப் பார்த்தபோது, சிறுபான்மை சமூகத்தைச் சேர்ந்த ஒருவருக்கே குடியரசுத் தலைவர் பதவி செல்லக்கூடும் என்பது போன்ற தோற்றம் உருவானது.

கேப்டன் லட்சுமி செகல்

காரணம் எளிமையானது. குஜராத் கலவரத்தைத் தொடர்ந்து பாரதிய ஜனதா ஆட்சியில் சிறுபான்மை மக்களுக்குப் பாதுகாப்பில்லாமல் போய்விட்டது என்ற விமரிசனத்தை காங்கிரஸ், இடதுசாரிகள் உள்ளிட்ட எதிர்க்கட்சிகள் மிகத்தீவிரமாக முன்வைத்துக்கொண்டிருந்தன. ஆகவே, அந்த விமரிசனத்துக்குப் பதிலடி கொடுக்கத் தயாரான பாஜக, அதற்காக குடியரசுத் தலைவர் தேர்தலில் சிறுபான்மை இனத்தைச் சேர்ந்தவருக்கு ஆதரவளிக்க முடிவுசெய்தது.

ஆனால் அந்த நபர் சிறுபான்மை சமூகத்தினரால் மட்டுமின்றி, பொதுவான தளத்தில் ஏற்றுக்கொள்ளப்படு பவராக இருக்கவேண்டும் என்பது பாரதிய ஜனதாவின் திட்டம். அந்தச் சமயத்தில் பிரதான எதிர்க்கட்சித் தலைவர் சோனியா காந்தி பிரதமர் வாஜ்பாயைச் சந்தித்துப் பேசினார். குடியரசுத் தலைவர் தேர்தலில் உங்கள் வேட்பாளரை நாங்களும் குடியரசுத் துணைத் தலைவர் தேர்தலில் எங்கள் வேட்பாளரை நீங்களும் ஆதரிக்கலாம் என்றார். ஆகட்டும் என்றார் வாஜ்பாய்.

அப்போது வாஜ்பாயின் மனத்தில் உதித்த பெயர் அப்துல் கலாம். பிறப்பால் இஸ்லாமியர் என்றாலும் அதை அவர் வெளிப்படையாகச் சொல்லிக்கொண்டதில்லை. அரசியல் சாயம் படியாதவர். மாணவர்கள், இளைஞர்கள் என்று பொதுத்தளத்தில் அதிகம் நேசிக்கப்படுபவர். சர்ச்சைகள் ஏதுமற்றவர். ஆகவே, அவரைக் குடியரத் தலைவராக்கத் தயாரானது பாஜக. அந்த முடிவுக்கு தேசிய ஜனநாயகக் கூட்டணிக் கட்சிகளும் ஆதரவளித்தன. கலாம்தான் வேட்பாளர் என்பதால் காங்கிரஸ் உள்ளிட்ட வேறுபல கட்சிகளும் ஆதரவளிக்க முன்வந்தன.

அதனைத் தொடர்ந்து அப்துல் கலாமைத் தொடர்புகொண்டு பேசினார் பிரதமர் வாஜ்பாய். உண்மையில், தன்னுடைய இரண்டாம் ஆட்சிக்காலத்தின்போதே அப்துல் கலாமை அமைச்சரவையில் சேர்த்துக்கொள்ள விரும்பினார் வாஜ்பாய். ஆனால் அப்போது அந்த வாய்ப்பை கலாம் ஏற்கவில்லை. தற்போது குடியரசுத் தலைவர் வாய்ப்பைக் கொடுக்க விரும்பினார் வாஜ்பாய். சம்மதித்தார் அப்துல் கலாம்.

ஆனால் அப்துல் கலாம் என்ற இஸ்லாமியரைக் குடியரசுத் தலைவராகக் கொண்டுவந்து விட்டால் மட்டும் குஜராத் கலவரத்தால் பாரதிய ஜனதா கட்சியின் மீது ஏற்பட்ட கறைகள் கரைந்துவிடப் போவதில்லை, பாஜகவின் இஸ்லாமிய எதிர்ப்பு நடவடிக்கைகள் சரியானவை யாக ஆகிவிடப் போவதில்லை என்றனர் எதிர்க்கட்சியினர். அவர்களில் முக்கியமானவர்கள் இடதுசாரிகள்.

அப்துல் கலாமை ஒரு விஞ்ஞானியாக மட்டுமே ஏற்றுக்கொள்ளமுடியும் என்று சொன்ன இடதுசாரிகள் முதலில் கே.ஆர். நாராயணனை ஆதரிக்க விரும்பினார்கள். ஆனால் அவர் போட்டியிலிருந்து விலகிக்கொள்ளவே, கேப்டன் லட்சுமி ஷேகலை வேட்பாளராக அறிவித்தனர். நேதாஜி உருவாக்கிய இந்திய தேசிய ராணுவத்தில் பணியாற்றியவர் கேப்டன் லட்சுமி. அந்த ராணுவத்தின் ஜான்சி ராணி ராணுவப் பிரிவுக்குத் தலைமையேற்றவர்.

போட்டி கடுமையாக இல்லை என்றபோதும் அப்துல் கலாமுக்கு ஆதரவு திரட்டும் முயற்சியில் தேசிய ஜனநாயகக் கூட்டணி தீவிரமாக இறங்கியது. அதற்காகக் கட்சி, கூட்டணி என்ற வேறுபாடுகளைக் கடந்து ஆதரவு திரட்டும் முயற்சியில் பிரமோத் மஹாஜன் போன்றவர்கள் இறங்கினர். அப்போது அவர்களுக்குச் சில இன்ப அதிர்ச்சிகள் காத்திருந்தன!

126

இந்தியா ஒளிர்கிறது?

குஜராத் மதக்கலவரம் காரணமாக பாரதிய ஜனதா கட்சியின் மீது கறை படிந்திருக்கிறது. அதை அகற்றுவதற்கான ஒரு முயற்சியாகவே அப்துல் கலாம் என்ற இஸ்லாமியரைக் குடியரசுத் தலைவர் பதவிக்கான வேட்பாளராக நிறுத்தியிருக்கிறது பாஜக என்பது இடதுசாரிக் கட்சிகளின் மிகப்பெரிய குற்றச்சாட்டு. அது ஒருவகையில் சரியோ என்று சந்தேகிக்கும் அளவுக்கு சங்கப் பரிவான அமைப்புகளுள் ஒன்றான விஷ்வ ஹிந்து பரிஷத் தெரிவித்த கருத்து அமைந்தது.

‘அப்துல் கலாமை வேட்பாளராகத் தேர்ந்தெடுத்தன் மூலம் இந்த அரசு மதப்பாகுபாடு எதையும் காட்டவில்லை என்பது புலனாகிறது. தேசிய உணர்வு கொண்ட இஸ்லாமியர்களை எங்கள் அமைப்பு எப்போதும் ஆதரிக்கிறது. ஆக, அப்துல் கலாமுடைய தேர்வால் நாட்டில் நிலவும் இந்து - முஸ்லீம் பிரச்னைகள் தீர்ந்துவிடும் என்று விஷ்வ ஹிந்து பரிஷத் பரிபூரணமாக நம்புகிறது.’

பாரதிய ஜனதா கட்சி கலாமைத் தேர்வுசெய்ததற்கு வேறுபல உள்காரணங்களும் இருப்பதாகப் பத்திரிகைகள் எழுதின. குறிப்பாக, இஸ்லாமியர்கள் காலை வேளையில் ஃபஜர் வழிபாட்டைச் செய்வார்கள். ஆனால் அதற்குப் பதிலாக காலை நேரத்தில் பகவத் கீதையை வாசிக்கக்கூடியவர் கலாம் என்றது ஒரு பத்திரிகை. மேடைப் பேச்சுகளில் பகவத் கீதை வாசகங்களை மேற்கோள் காட்டக்கூடியவர் கலாம் என்று எழுதியது இன்னொரு பத்திரிகை.

அப்துல் கலாம் பதவியேற்பின்போது...

ஆக, கலாம் என்பவர் பாரதிய ஜனதா கட்சியும் இந்துத்வ தலைவர்களும் விரும்பும் வகையில் செயல்படக்கூடிய இஸ்லாமியர் என்பதால்தான் அவரைத் தேர்வுசெய்திருக்கிறது என்ற விமரிசனம் எழுந்தது.

ஆனால் அத்தகைய விமரிசனங்களையெல்லாம் தாண்டி அப்துல் கலாமுக்கு ஆதரவு பெருகிக் கொண்டே இருந்தது. குறிப்பாக, குடியரசுத் தலைவர் தேர்தலுக்காகவே பிரத்யேகமாக மக்கள் கூட்டணியை உருவாக்கியிருந்த இடதுசாரிகள் மற்றும் முலாயம் சிங் யாதவ் தலைமையிலான சமாஜ்வாதி கட்சி இடையே பிளவு ஏற்பட்டது. சட்டென்று தன்னுடைய நிலைப்பாட்டை மாற்றிக் கொண்ட முலாயம் சிங் யாதவ், பாஜக முன்னிறுத்திய அப்துல் கலாமுக்கு ஆதரவு தெரிவித்தார்.

அப்துல் கலாம் அடிப்படையில் தமிழர் என்ற முறையில் தமிழகத்தின் பிரதான அரசியல் கட்சிகளான அதிமுக, திமுக, மதிமுக, பாமக உள்ளிட்டவை அப்துல் கலாமையே ஆதரித்தன. இடதுசாரிகள் மட்டும் லட்சுமி ஷேகலை ஆதரித்தனர். ஆக, அப்துல் கலாமுக்கு ஆதரவு பெருகிகொண்டே போனது. அப்போது அதுகுறித்து அப்துல் கலாம் சொன்ன கருத்து இதுதான்:

'எனக்குக் கிடைத்திருக்கும் ஆதரவு மலைப்பைக் கொடுக்கிறது. எது நடந்ததோ அது நன்றாகவே நடந்தது. எது நடக்கிறதோ அது நன்றாகவே நடக்கிறது. எது நடக்கப்போகிறதோ அது நன்றாகவே நடக்கும்.'

எல்லோரும் சொன்னதைப் போல பகவத் கீதையின் வாசகம் ஒன்றைத்தான் மேற்கோள் காட்டிப் பேசியிருந்தார் அப்துல் கலாம். அதே உற்சாகத்துடன் வேட்பு மனுவைத் தாக்கல் செய்துவிட்டு, ராஜஸ்தானின் அஜ்மீர் தர்கா சென்று வழிபட்டார். காஞ்சிபுரம் சங்கர மடத்துக்குச் சென்று சங்கராச்சாரியார்களிடம் ஆசி பெற்றார். பின்னர் சத்ய சாயிபாபாவைச் சந்தித்து ஆசி பெற்றார்.

ஒன்றுக்கு மேற்பட்ட வேட்பாளர்கள் களத்தில் இருந்ததால் தேர்தல் நடத்தியாகவேண்டும். அதன்படி 15 ஜூலை 2002 அன்று குடியரசத் தலைவர் பதவிக்கான தேர்தல் நடக்கவிருந்தது. நாட்டின் சட்டமன்ற, மக்களவை, மாநிலங்களவை உறுப்பினர்கள் அனைவரும் வாக்களிக்கக் கூடிய தேர்தல்.

> ஓர் இஸ்லாமியரை இந்தியாவின் மிக உயர்ந்த பதவியில் உட்கார வைத்தோம் என்று பாரதிய ஜனதா கட்சி உரத்த குரலில் பெருமிதத்துடன் சொன்னது.

அருண் ஜேட்லி

அதேசமயம், போட்டி என்பது கடுமையானதாக இல்லை. மொத்தம் தொண்ணூறு சதவிகித வாக்குகள் பதிவாகின.

18 ஜூலை 2002 அன்று வாக்குகள் எண்ணப்பட்டு முடிவுகள் அறிவிக்கப்பட்டன. பதிவான வாக்குகளில் 89.59 சதவிகித வாக்குகளைப் பெற்று அபார வெற்றியைப் பெற்றார் அப்துல் கலாம். அவரை எதிர்த்துப் போட்டியிட்ட கேப்டன் லட்சுமி ஷேகலுக்கு 10.42 சதவிகித வாக்குகள் கிடைத்தன. அப்துல் கலாம் வெற்றிபெற்ற செய்தியை அதிகாரபூர்வமாக அறிவித்தார் மத்திய அமைச்சர் பிரமோத் மஹாஜன்.

கலாமை வெற்றிபெறச் செய்ததன்மூலம் தாங்கள் ஓர் இஸ்லாமியரை இந்தியாவின் மிக உயர்ந்த பதவியில் உட்கார வைத்தோம் என்று பாரதிய ஜனதா கட்சி உரத்த குரலில் பெருமிதத்துடன் சொன்னது. அதைச் சொல்வதற்கு அவர்களுக்குக் கணிசமான உரிமை உண்டு என்பதில் சந்தேகமில்லை. விமரிசனங்கள் ஒருபக்கம் இருந்தாலும், அப்துல் கலாமைக் குடியரசுத் தலைவராகக் கொண்டுவந்தது பாரதிய ஜனதா மீது ஒருவித நல்லெண்ணத்தை உருவாக்கியிருந்தது.

கூடவே, தங்க நாற்கரச் சாலைத் திட்டம் நாடு தழுவிய அளவில் பாராட்டுக்கு உள்ளாகி யிருந்தது. அன்னியச் செலாவணிக் கையிருப்பு 100 மில்லியன் டாலராக உள்ளது என்றும் இதுபோன்ற நிலை சமீபகால வரலாற்றில் இல்லாத ஒன்று என்று சில பத்திரிகைகள் பாராட்டின. நாட்டின் ஒட்டுமொத்த வளர்ச்சி 8.4 சதவிகிதமாக இருந்தது. தொலைத்தொடர்புத்

துறை மற்றும் மென்பொருள் துறையில் கணிசமான முன்னேற்றங்கள் ஏற்பட்டிருந்ததாகச் சில பத்திரிகைகள் பாராட்டி எழுதின.

இடைப்பட்ட காலத்தில் காங்கிரஸ் கொண்டுவந்த நம்பிக்கையில்லாத் தீர்மானத்திலும் தேசிய ஜனநாயகக் கூட்டணி அரசு வெற்றிபெற்றிருந்தது. போதாக்குறைக்கு, 2003ல் நடைபெற்ற மத்தியப் பிரதேசம், ராஜஸ்தான், சத்தீஷ்கர் ஆகிய மூன்று மாநில சட்டமன்றத் தேர்தல்களிலும் பாரதிய ஜனதா கட்சி வெற்றிபெற்று ஆட்சியைப் பிடித்திருந்தது. இந்த மூன்றுமே காங்கிரஸின் ஆளுகையில் இருந்த மாநிலங்கள்.

மத்தியப் பிரதேசத்தில் மொத்தமுள்ள 230 தொகுதிகளில் 173 தொகுதிகளைக் கைப்பற்றி ஆட்சியைப் பிடித்தது பாஜக. அதேபோல, ராஜஸ்தானில் மொத்தமுள்ள 200 தொகுதிகளில் 120 தொகுதிகளைக் கைப்பற்றி ஆட்சியைப் பிடித்திருந்தது. சத்தீஷ்கர் மாநிலத்தில் மொத்த முள்ள 90 தொகுதிகளில் 50ஐக் கைப்பற்றி ஆட்சியைப் பிடித்திருந்தது.

அதன்மூலம் நாடு தழுவிய அளவில் வாஜ்பாய் ஆதரவு அலை வீசுவதாகச் பிரசாரம் செய்யத் தொடங்கியது பாரதிய ஜனதா. அதன் அர்த்தம், பாரதிய ஜனதா கட்சி தன்னுடைய ஆட்சிக்காலம் முடிவடைவதற்கு முன்னரே மக்களவைத் தேர்தலைச் சந்திக்கத் தயாராகியிருந்தது என்பது தான். அந்த முடிவில் பிரதமர் வாஜ்பாய்க்கு உடன்பாடில்லை.

அதேசமயம், துணைப் பிரதமர் அத்வானி, பாஜகவின் அகில இந்தியத் தலைவர் வெங்கையா நாயுடு உள்ளிட்டோர் முன்கூட்டிய தேர்தலுக்கு ஆதரவான மனப்போக்கில் இருந்தனர். முக்கியமாக, பாஜகவின் முக்கியமான கூட்டணிக் கட்சியான சந்திரபாபு தலைமையிலான தெலுங்கு தேசம் உள்ளிட்ட சில கூட்டணிக் கட்சிகளும் தேர்தலை முன்கூட்டியே சந்திக்க விரும்பின. ஆகவே, அவர்களுடைய முடிவுக்குத் தலையசைத்தார் பிரதமர் வாஜ்பாய்.

11 ஜனவரி 2004 அன்று பாரதிய ஜனதா கட்சியின் தேசிய செயற்குழு ஹைதராபாத்தில் கூடியது. அந்தக் கூட்டத்தில்தான் தேர்தலை முன்கூட்டியே சந்திக்கும் முடிவை அதிகாரபூர்வமாக எடுத்தது பாஜக. அதனைத் தொடர்ந்து 6 பிப்ரவரி 2004 அன்று மக்களவையைக் கலைக்க உத்தர விட்டார் குடியரசுத் தலைவர் அப்துல் கலாம். 20 ஏப்ரல் 2004 முதல் 10 மே 2004 வரை நான்கு கட்டங்களாகத் தேர்தல் நடத்தப்படும் என்று அறிவித்தது தேர்தல் ஆணையம்.

பாரதிய ஜனதா கட்சி தன்னுடைய ஆட்சிக்காலம் முடிவடைவதற்கு முன்னரே மக்களவைத் தேர்தலைச் சந்திக்கத் தயாராகியிருந்தது. அந்த முடிவில் பிரதமர் வாஜ்பாய்க்கு உடன்பாடில்லை.

உண்மையில், தேர்தலை முன்கூட்டியே சந்திப்பது என்பதை வெளிப்படையாகச் சொல்வதற்குப் பல மாதங்களுக்கு முன்பே தேர்தல் பிரசாரத்தை மறைமுகமாகத் தொடங்கியிருந்தது பாஜக. அதுதான் இந்தியா ஒளிர்கிறது என்ற தலைப்பில் வெளியிடப்பட்ட அரசு சாதனை விளம்பரம். அது நாடு தழுவிய அளவில் ஒளிபரப்பாகி, அனைத்து தரப்பு மக்களையும் கவர்ந்திழுத்தது.

பாஜக தனது ஆட்சிக்கால சாதனைகளை எல்லாம் அரசு செலவிலேயே படமாக எடுத்து, அரசு செலவிலேயே விளம்பரம் செய்து, தேர்தல் பிரசாரத்தையும் அரசின் செலவிலேயே செய்து கொள்வதாக காங்கிரஸும் இடதுசாரிகளும் இன்னபிற எதிர்க்கட்சிகளும் கண்டித்தன. ஆனால் அதைப் பற்றி பாஜக அதிகம் அலட்டிக்கொள்ளவில்லை. மாறாக, தேர்தலை எதிர் கொள்வதற்கு ஏதுவாக மூன்று முக்கியமான விஷயங்களைச் செய்யத் தொடங்கியது.

முதல் விஷயம், பிரதமர் வேட்பாளர். ஏற்கெனவே வாஜ்பாய் ஆறாண்டு காலமாகப் பிரதமர் பதவியில் இருந்துவிட்டார். நிலையான ஆட்சியை காங்கிரஸால் மட்டுமே கொடுக்க முடியும் என்று காலம் காலமாகக் காங்கிரஸ் கட்சி சொல்லிவந்த விஷயத்தை வாஜ்பாய் உடைத்திருந்தார். ஆகவே, இம்முறையும் அவரை முன்னிறுத்தியே தேர்தலைச் சந்திக்கத் தயாரானது பாஜக.

இரண்டாவது விஷயம், தேர்தல் அறிக்கை. கடந்த ஐந்தாண்டு கால தேசிய ஜனநாயகக் கூட்டணி அரசு குறைந்தபட்ச செயல்திட்டத்தின் அடிப்படையில் செயல்பட்டது. அந்தத் திட்டத்தில் அயோத்தியில் ராமருக்குக் கோயில் எழுப்புவது, பொதுசிவில் சட்டம், ஜம்மு காஷ்மீருக்கான சிறப்பு அந்தஸ்தை ரத்து செய்வது ஆகிய மூன்று முக்கியக் கோரிக்கைகள் இடம்பெறவில்லை.

ஆனால் இம்முறை தேர்தலைச் சந்திக்கும்போது இரண்டு விதமான தேர்தல் அறிக்கைகளைத் தயாரித்து வெளியிட முடிவுசெய்தது பாஜக. ஒன்று, தேசிய ஜனநாயகக் கூட்டணிக்கான பொதுவான தேர்தல் அறிக்கை. அதில் பாஜக மட்டுமல்லாது, அந்தக் கூட்டணியில் இடம் பெற்றுள்ள அனைத்து அரசியல் கட்சிகளின் தேர்தல் அம்சங்களையும் இணைப்பது.

மற்றொன்று, பாஜகவுக்கென்று பிரத்யேகத் தேர்தல் அறிக்கை ஒன்றைத் தயாரிப்பது. அதில் அந்தக் கட்சியின் உயிர்நாடிக் கொள்கைகள் அனைத்தும் இடம்பெறும் வகையில் அமைச்சர் அருண் ஜெட்லி தலைமையில் ஒரு குழு அமைக்கப்பட்டது. ஆக, இம்முறை ஆளுங்கட்சி தரப்பில் இரண்டு விதமான தேர்தல் அறிக்கைகள் முன்வைக்கப்பட்டன.

மூன்றாவது, தேர்தல் பிரசாரம். இடைப்பட்ட காலத்தில் பிரதமர் வாஜ்பாய்க்கு மூட்டுப் பகுதியில் அறுவை சிகிச்சை ஒன்று நடந்திருந்தது. அதன் காரணமாக, அவரால் நாடு தழுவிய அளவில் பிரசாரம் செய்ய முடியாத நிலை. ஆகவே, அவருடைய இடத்தில் துணைப் பிரதமர் அத்வானி இருந்து, தேர்தல் பிரசாரப் பணிகளைச் செய்யத் தயாராகியிருந்தார்.

வழக்கம்போல, யாத்திரை ஒன்றுக்கு ஏற்பாடுகள் செய்யப்பட்டன. அதன் பெயர், பாரத எழுச்சி யாத்திரை. ஒட்டுமொத்த இந்தியாவையும் உள்ளடக்கும் வகையில் இரண்டு கட்டங்களாக அவருடைய யாத்திரை வடிவமைக்கப்பட்டது. முதல் கட்ட யாத்திரை 10 மார்ச் 2004 அன்று கன்னியாகுமரியில் தொடங்கி 25 மார்ச் 2004 அன்று அமிர்தசரஸை அடைவது. இரண்டாம் கட்ட யாத்திரை 30 மார்ச் 2004 அன்று ராஜ்கோட்டில் தொடங்கி 14 ஏப்ரல் 2004 அன்று பூரி ஜெகன்னாதர் ஆலயத்தில் நிறைவுசெய்வது. இடையில் ஐந்து நாள் ஓய்வு.

சற்றேறக்குறைய 8500 கிலோ மீட்டர் தூரத்துக்குப் பயணம் செய்து, 121 மக்களவைத் தொகுதிகளைத் தொட்டுச்சென்று பிரசாரம் செய்யவேண்டும் என்பது அத்வானியின் திட்டம். ஏராளமான பொதுமக்களைச் சந்திப்பது, பொதுக்கூட்டங்களில் பேசுவது, பிரசாரம் செய்வது என்று விரிவான அளவில் திட்டங்கள் வகுக்கப்பட்டிருந்தன. அதற்கேற்பவே அவருடைய தேர்தல் பிரசாரமும் அமைந்தது.

'நேரு, இந்திரா குடும்பத்தைத் தவிர வேறு யாரும் நாட்டை வழிநடத்திச் செல்ல முடியாது, அந்த அளவுக்கு யாருக்கும் தலைமைப் பண்பு இல்லை என்ற வாதங்களை எல்லாம் வாஜ்பாய் பொய்யாக்கிவிட்டார். கடந்த ஆறாண்டுகளில் கணிசமான பங்களிப்பைச் செய்திருக்கிறது பாஜக. ஆனாலும் பணிகள் இன்னமும் நிறைவுக்கட்டத்தை எட்டவில்லை. வருகின்ற 2020க்குள் இந்தியாவை வல்லரசாக மாற்றுவதே எங்கள் இலக்கு. அதை அடைவதற்கு எங்களுக்கு இன்னொரு வாய்ப்பைக் கொடுங்கள். மீண்டும் வாஜ்பாயைப் பிரதமராக்குங்கள்' என்று பிரசாரம் செய்தார் அத்வானி.

அத்தனை உற்சாகத்துடன் வலம் வரத் தொடங்கியிருந்த அத்வானிக்கும் பாஜகவுக்கும் அவர்களுடைய கூட்டணிக் கட்சிகள் கடைசி நேரத்தில் அதிர்ச்சி வைத்தியம் ஒன்றைக் கொடுத்திருந்தன!

127

இந்தியரா, இத்தாலியரா?

ஆறாண்டு காலம் ஆட்சி நடத்தி முடித்திருந்த அடல் பிஹாரி வாஜ்பாய்க்கு ஓர் அதிர்ச்சியைக் கொடுத்தது தமிழ்நாட்டு அரசியல் கட்சிகள்தாம். தேசிய ஜனநாயகக் கூட்டணியில் இடம்பெற்றிருந்த திமுக, பாமக, மதிமுக உள்ளிட்ட கட்சிகள் கடைசி நேரத்தில் அந்த அணியிலிருந்து விலகி, காங்கிரஸ் கட்சியுடன் கூட்டணி அமைத்துக் கொண்டன.

கடைசி நேர அணிமாற்றங்கள் பாஜகவுக்கு லேசான சோர்வை ஏற்படுத்தியிருந்தன. ஆனாலும் அதைப் பற்றி அதிகம் அலட்டிக் கொள்ளாமல் ஆகவேண்டிய காரியங்களைச் செய்தனர். தமிழகத்தைத் தவிர வேறெந்த மாநிலத்திலும் பாஜக அணிக்குப் பெரிய சேதாரமில்லை. ஐக்கிய ஜனதா தளம், அகாலி தளம், சிவசேனா போன்றவை தேசிய ஜனநாயகக் கூட்டணியில் தொடர்ச்சியாக நீடித்தன.

அந்த அணியில் மொத்தமுள்ள 543 தொகுதிகளில் பாரதிய ஜனதா கட்சி 364 தொகுதிகளில் போட்டியிட்டது. அதிகபட்சமாக உத்தரப் பிரதேசத்தில் 77 தொகுதிகளில் போட்டியிட்டது பாஜக. மற்றபடி, மத்தியப் பிரதேசத்தில் 29, மகாராஷ்ட்ரா மற்றும் குஜராத்தில் தலா 26, ராஜஸ்தானில் 25, கர்நாடகாவில் 24, கேரளாவின் 19, பீகாரில் 16, ஜார்கண்டில் 14, மேற்கு வங்கத்தில் 13, அசாமில் 12, சத்தீஷ்கரில் 11, ஹரியானாவில் 10 என்ற அளவில் வேட்பாளர்களை

சுகுமாரன் நம்பியார்

நிறுத்தியது. ஏனைய மாநிலங்களில் ஒற்றை இலக்கத் தொகுதிகளில் போட்டியிட்டது.

பாரதிய ஜனதா கட்சியின் வேட்பாளர்களில் வாஜ்பாய் (உத்தரப் பிரதேசம் - லக்னோ), அத்வானி (குஜராத் - காந்தி நகர்), பங்காரப்பா (கர்நாடகா - ஷிமோகா), சுமித்ரா மஹாஜன் (மத்தியப் பிரதேசம் - இந்தூர்), நவ்ஜோத் சிங் சித்து (பஞ்சாப் - அமிர்தசரஸ்), மேனகா காந்தி (உத்தரப் பிரதேசம் - பிலிபிட்), பாபுலால் மராண்டி (ஜார்கண்ட் - கோதர்மா), விஜய் குமார் மல்ஹோத்ரா (தெற்கு டெல்லி) ஆகியோர் முக்கியமானவர்கள்.

தமிழ்நாட்டைப் பொறுத்தவரை பாஜகவுடன் அதிமுக மீண்டும் கூட்டணி அமைத்திருந்தது. அந்த அணியில் அதிமுக 33 தொகுதிகளிலும் பாஜக 6 தொகுதிகளிலும் போட்டியிட்டது. வட சென்னையில் சுகுமாரன் நம்பியார், சிதம்பரத்தில் தடா பெரியசாமி, தர்மபுரியில் பு.தா. இளங்கோவன், நீலகிரியில் மாஸ்டர் மாதன், கோயம்புத்தூரில் சி.பி. ராதாகிருஷ்ணன், நாகர்கோவிலில் பொன். ராதாகிருஷ்ணன் ஆகியோர் பாஜக சார்பில் போட்டியிட்டனர். இவர்களில் தடா பெரியசாமி விடுதலைச் சிறுத்தைகள் கட்சியில் இருந்தும், பு.தா. இளங்கோவன் பாமகவிலிருந்தும் வெளியேறி வந்தவர்கள்.

தேசிய ஜனநாயகக் கூட்டணியை எதிர்த்து காங்கிரஸ், இடதுசாரிகள், திமுக, ராஷ்ட்ரிய ஜனதா தளம் போன்ற பெரிய கட்சிகள் சேர்ந்து ஐக்கிய முற்போக்குக் கூட்டணியை அகில இந்திய அளவில் உருவாக்கி யிருந்தன. மொத்தமுள்ள 543 தொகுதிகளில் 417 தொகுதிகளில் காங்கிரஸ் போட்டியிட்டது. அந்தக் கட்சி அதிக அளவிலான கூட்டணிக் கட்சிகளுடன் தேர்தலைச் சந்திப்பது அதுதான் முதன்முறை. கூட்டணிக் கட்சிகள் அதனதன் செல்வாக்குக்கு ஏற்ப வேட்பாளர்களைக் களமிறக்கியிருந்தன.

ஆயத்தப் பணிகள் அனைத்தும் முடிவடைந்ததைத் தொடர்ந்து தேர்தல் பிரசாரம் வேகம் பிடித்தது. வாஜ்பாய் அரசில் நடந்தவை அனைத்துமே நல்ல விஷயங்கள். அனைத்து துறைகளிலும் இந்தியா வளர்ச்சி பெற்றுள்ளது. ஒட்டுமொத்த தேசமே ஒளிர்கிறது என்றது பாஜக. அதையே 'நல்லனவற்றை உணருங்கள்', 'இந்தியா ஒளிர்கிறது' என்ற இரு பெரும் கோஷங்களாக உருவாக்கி, நாடு முழுக்க

> ஒட்டுமொத்த தேசமே ஒளிர்கிறது என்றது பாஜக. அதையே 'நல்லனவற்றை உணருங்கள்', 'இந்தியா ஒளிர்கிறது' என்ற இருபெரும் கோஷங்களாக உருவாக்கினர்.

மேனகா காந்தி

எதிரொலிக்கச் செய்தது. அந்தக் கூட்டணியின் இருபெரும் பிரசார பீரங்கிகளாக வாஜ்பாயும் அத்வானியும் நாடு தழுவிய அளவில் தீவிரமான பிரசாரத்தில் ஈடுபட்டனர். அவர்களுக்குத் துணையாகக் கூட்டணிக் கட்சித் தலைவர்கள் செயல்பட்டனர்.

பாஜகவின் இந்தியா ஒளிர்கிறது கோஷத்தை முறியடிக்கும் வகையில் தன்னுடைய பிரசார உத்திகளை வகுத்தது காங்கிரஸ். அதற்காக பாஜக ஆட்சியில் நடந்த சவப்பெட்டி ஊழல், தெஹல்கா அம்பலப்படுத்திய ஊழல்கள், வேலையில்லாத் திண்டாட்டம், வறுமையின் தீவிரம், விவசாயிகள் பிரச்னை ஆகியவற்றை வாக்காளர்களின் கவனத்துக்குக் கொண்டு சென்றது. அந்த அணியின் பிரதான பிரசாரகர்களாக சோனியா, ராகுல், பிரியங்கா மூவரும் இருந்தனர்.

காங்கிரஸ் கட்சிக்குத் துணையாக இடதுசாரிகளும் அதன் கூட்டணிக் கட்சிகளும் அவரவர்க்கு செல்வாக்கு இருக்கும் இடங்களில் தீவிரமான பிரசாரத்தில் ஈடுபட்டனர். மதவாத அரசு, ஊழல் மலிந்த நிர்வாகம் என்பதுதான் தேசிய ஜனநாயகக் கூட்டணி அரசின் இரு கண்கள் என்று பிரசாரம் செய்த இடதுசாரிகள், பாஜகவை அதிகாரத்தில் இருந்து தூக்கி எறியுங்கள் என்றனர்.

ஐந்தாண்டுகளுக்கு முன்பு எந்த வாஜ்பாயின் ஆட்சியைக் கவிழ்த்தாரோ அதே வாஜ்பாயை மீண்டும் பிரதமராக்கவேண்டும் என்று மேடைக்கு மேடை பேசினார் ஜெயலலிதா. மத்தியில் வாஜ்பாய் ஆட்சி தொடர்ந்தால் தமிழகத்துக்குக் கிடைக்கவேண்டிய அனைத்து திட்டங்களும்

சோனியா காந்தி

தங்கு தடையின்றிக் கிடைக்கும், தமிழகத்தின் தீராத பிரச்னைகள் அனைத்துக்கும் இம்முறை தீர்வு காணப்படும் என்று வாக்குறுதி கொடுத்தது தமிழக பாஜக.

மொத்தத்தில், தங்கள் ஆட்சிக்கால சாதனைகளையும் செய்யப்போகும் சாதனைகளையும் சொல்லி வாக்கு களைக் கோரியது ஆளும் தேசிய ஜனநாயகக் கூட்டணி. மாறாக, வாஜ்பாய் ஆட்சிக்காலக் குளறுபடிகளையும் தாங்கள் செய்யப்போகும் சீர்திருத்தங்களையும் சொல்லி காங்கிரஸ் உள்ளிட்ட எதிர்க்கட்சிகள் பிரசாரம் செய்தன. திடீரென தேர்தல் களத்தைச் சூடாக்கியது அந்தக் கேள்வி. இந்தியாவின் அடுத்த பிரதமர் யார்?

கேள்வி அத்தோடு முடிந்திருந்தால் வாஜ்பாய் அல்லது சோனியா என்று பதில் சொல்லியிருக்கலாம். ஆனால், இந்தியாவின் பிரதமர் இந்தியராக இருக்கவேண்டுமா, அல்லது இத்தாலியராக இருக்க வேண்டுமா? என்ற கேள்வியை ஆளும் தேசிய ஜனநாயகக் கூட்டணி முன்வைத்தது. பிரதமர் பதவிக்குப் பிறப்பை ஒரு தகுதியாக முன்வைத்தது.

சாதனைகளும் வாக்குறுதிகளும் கொள்கைகளும் முழங்கிக்கொண்டிருந்த தேர்தல் மேடைகள் எல்லாம் தனிமனிதர்களை நோக்கித் திரும்பின. காங்கிரஸ் கட்சித் தலைவர் சோனியாவே ஐக்கிய முற்போக்குக் கூட்டணியின் பிரதமர் வேட்பாளர் என்று அதிகாரபூர்வமாகச் சொல்லப் படவில்லை. என்றாலும், அவரையே காங்கிரஸ் முதல் அதன் கூட்டணிக் கட்சிகள்வரை அனைவரும் மறைமுகமாக முன்னிறுத்தினர்.

இன்னும் சொல்லப்போனால், கடந்தகால சோனியா எதிர்ப்பாளர்கள்கூட இப்போது அவர் பக்கம் வந்திருந்தனர். அவரையே பிரதமராக ஏற்றுக்கொள்ளவும் தயாராகியிருந்தனர். முக்கியமாக, தேசியவாத காங்கிரஸ் கட்சித் தலைவர் சரத் பவாரே காங்கிரஸ் அணியின் முக்கிய உறுப்பினராக வந்திருந்தார். ஐக்கிய முற்போக்குக் கூட்டணிக் கட்சிகள் அனைத்தும் சோனியாவுக்கு உறுதுணையாக நின்றன.

வாஜ்பாய் போன்ற பரிசுத்தமான இந்தியரைத் தேர்ந்தெடுக்க வேண்டுமா? அல்லது சோனியா போன்ற வெளிநாட்டுக்காரரைத் தேர்ந்தெடுக்க வேண்டுமா?

அதுதான் பாஜகவை யோசிக்கவைத்தது. ஒருவேளை, காங்கிரஸ் கூட்டணி வெற்றி பெற்று விட்டால், சோனியாவே பிரதமர் என்பது பாஜகவை கொந்தளிக்கச் செய்தது. நூற்றியிருபது கோடி இந்தியர்களை ஆளப்போகிறவர் அயல்நாட்டுக்காரரா? இத்தாலிய நாட்டுக் குடிமகள்தான் இந்தியாவுக்குப் பிரதமரா? வாஜ்பாய் போன்ற பரிசுத்தமான இந்தியரைத் தேர்ந்தெடுக்க வேண்டுமா? அல்லது சோனியா போன்ற வெளிநாட்டுக்காரரைத் தேர்ந்தெடுக்க வேண்டுமா? இந்து இந்தியா வுக்கு அவமானம் இல்லையா? என்ற கேள்விகளை எழுப்பி பிரசாரத்தைத் தீவிரப்படுத்தியது பாஜக.

சோனியா இத்தாலியர் என்பது அவருடைய பிறப்பு தொடர்பான விவகாரம். இதைத் தேர்தல் பிரச்னையாக முன்வைக்கலாமா என்ற கேள்விக்கு அத்வானி கொடுத்த விளக்கம் முக்கியமானது.

எங்கள் கட்சியைச் சேர்ந்த சிலர் சோனியா வெளிநாட்டுக் குடிமகள் என்றும் அவர் பிரதமர் ஆவதில் தங்களுக்குச் சம்மதமில்லை என்றும் கூறியதுண்டு. ஆனால் பாஜகவின் இந்த எதிர்ப்பு தனிப்பட்ட நபர் பற்றிய காரணத்தால் உண்டானது அல்ல. மாறாக, கொள்கை சம்பந்தப்பட்டது. நாங்கள் முன்பும் இப்போதும் வெளிநாட்டுப் பிரஜை இந்தியாவின் உயர்பதவியில் அமர்வதை ஒப்புக்கொள்ள மறுக்கிறோம். இந்த விஷயத்தில் எங்கள் கருத்தை நாங்கள் மறைக்கவோ, மாற்றிக்கொள்ளவோ இல்லை. காரணம், இது முக்கியத் துவம் வாய்ந்த விவகாரம். இந்த விஷயத்தில் பாஜக காட்டும் தேசிய உணர்வை இனவெறிக் கண்ணோட்டத்தில் இருந்து பார்க்கக்கூடாது.

பாஜகவின் திடீர் பிரசார உத்தி காங்கிரஸ் தலைவர்களைத் தடுமாறச் செய்தது. உண்மையில், கடந்த காலங்களில் பின்பற்றப்பட்ட பாரம்பரிய பிரசார உத்திகளுக்குப் பதிலாக நவீன தொழில் நுட்பத்தின் உதவியுடன் பிரசாரத் திட்டங்களை வகுத்திருந்தது காங்கிரஸ். இந்தியா ஒளிர்கிறது என்ற பாஜகவின் கோஷத்துக்கு மாற்றாக, ‘உலகளவில் சிந்தியுங்கள்; உள்ளூர் அளவில் செயல்படுங்கள்’ என்ற கோஷத்தை உருவாக்கியிருந்தது காங்கிரஸ்.

இந்தியா உண்மையிலேயே ஜொலிக்கிறதா? ஒளிர்கிறதா? உங்கள் நிலையைப் பார்த்து நீங்களே சொல்லுங்கள் என்று வாக்காளர்களிடம் கேட்டார் சோனியா. காங்கிரஸின் கை ஏழைகளோடு இருக்கிறது என்றார். அந்த கோஷங்கள் பலத்த அதிர்வுகளை ஏற்படுத்தின. சவப்பெட்டி ஊழல் உள்ளிட்ட ஒவ்வொரு சிக்கல்களையும் மேடைகளில் எதிரொலிக்கச் செய்தார் சோனியா.

காங்கிரஸின் கட்சியின் தேர்தல் வாக்குறுதிகள் எல்லாம் இந்தியில் மட்டுமின்றி, உள்ளூர் மொழிகளிலும் தயார் செய்யப்பட்டு, நாடெங்கும் கொண்டுசேர்க்கப்பட்டன. அப்படி உத்வேகத்துடன் பிரசாரம் நடந்துகொண்டிருந்த சமயத்தில்தான் சோனியா வெளிநாட்டவர் என்ற பிரசாரம் தீவிரமடைந்து, காங்கிரஸ் மற்றும் அதன் கூட்டணிக் கட்சிகளின் தலைவர்களைத் தடுமாறச் செய்தது.

வாஜ்பாய்க்கு எதிராக ஒரு கேள்விக்குறி நிறுத்தப்பட்டிருப்பதாகச் சொன்னது பாஜக. அதை எதிர்கொள்ள முடியாமல் காங்கிரஸ் கட்சி திணறியது. அதற்காக சோனியாவை நாங்கள் பிரதமர் வேட்பாளராகவே முன்னிறுத்தவில்லை என்று சொல்வதற்கும் அவர்களுக்குத் தயக்கம். அதன்மூலம் தேர்தல் பிரசாரக் களத்தில் காங்கிரஸ் கடும் நெருக்கடியை எதிர் கொண்டது.

தமிழ்நாட்டுத் தேர்தல் களத்திலும் சோனியாவின் வெளிநாட்டுப் பிறப்பு விவாதப் பொருளாக மாறியது. இந்தியாவின் உயர் பதவிக்கு அந்நியர் ஒருவர் வருவதை எந்தக் காலத்திலும் ஏற்க முடியாது என்று சொன்னார் ஜெயலலிதா. 1999ல்கூட சோனியாவைப் பிரதமராக்க முயன்றவர் ஜெயலலிதா என்றாலும் இன்றைய அரசியல் சூழல் அடியோடு மாறியிருந்தது. ஆகவே, ஜெயலலிதாவும் மாறியிருந்தார்.

அனுபவமிக்க வாஜ்பாய் பிரதமராக வேண்டுமா, அல்லது அரசியல் அரைவேக்காடு சோனியா பிரதமராக வேண்டுமா என்று வாக்காளர்களிடம் கேட்டார் ஜெயலலிதா. நீங்கள்

சோனியாவைப் பிரதமராகத் தேர்ந்தெடுத்தால் அதைவிட முட்டாள்தனம் வேறொன்று மில்லை என்றார்.

ஆனால் திமுகவோ சோனியாவின் வெளிநாட்டுப் பிறகு தேர்தல் பிரச்னையாக ஆக்கப் படுவதை அடியோடு நிராகரித்தது. சோனியாவின் குடியுரிமை பற்றி உச்சநீதிமன்றமே தீர்ப்பளித்துவிட்ட நிலையில் இதனைத் தேர்தல் பிரச்னையாக ஆக்குவதை ஏற்கமுடியாது என்ற சொல்லிவிட்டார் திமுக தலைவர் கருணாநிதி. இன்னும் சொல்லப்போனால், காங்கிரஸ் தலைமையிலான கூட்டணி வெற்றிபெற்றால் சோனியா காந்தியே பிரதமர் என்று பிரசாரக் கூட்டம் ஒன்றில் பகிரங்கமாகப் பேசினார் கருணாநிதி.

வாஜ்பாயின் ஒளிமயமான ஆட்சியா, அல்லது சோனியாவின் வெளிநாட்டுப் பிறப்பா? எது வெல்லப் போகிறது என்பதுதான் 2004 மக்களவைத் தேர்தலின் பிரதான எதிர்பார்ப்பாக இருந்தது. 13 மே 2014 அன்று வாக்குகள் எண்ணப்பட்டு, முடிவுகள் அறிவிக்கப்பட்டபோது பாஜக தலைமையிலான தேசிய ஜனநாயகக் கூட்டணி பின்னடைவைச் சந்தித்திருந்தது. அந்த அணிக்கு 187 தொகுதிகள் மட்டுமே கிடைத்திருந்தன. அவற்றில் பாஜகவுக்கு 138 தொகுதிகள். எஞ்சியவற்றை அதன் கூட்டணிக் கட்சிகள் பெற்றிருந்தன.

மாறாக, காங்கிரஸ் தலைமையிலான ஐக்கிய முற்போக்குக் கூட்டணி கணிசமான வெற்றியைப் பெற்றிருந்தது. அந்த அணியில் காங்கிரஸ் கட்சிக்கு 145 இடங்கள்கிடைத்திருந்தன. பாஜகவுடன் ஒப்பீடு செய்தால் வெறும் ஏழு தொகுதிகளே அதிகம். ஆனாலும் ஐக்கிய முற்போக்குக் கூட்டணியில் இருக்கும் கட்சிகள் கணிசமான இடங்களை வென்றிருந்தன.

தவிரவும், கூட்டணியில் இடம்பெறாத வேறு சில கட்சிகளும் காங்கிரஸ் தலைமையிலான அரசு அமைய ஆதரவு கொடுக்கத் தயாராகியிருந்தன. அதன்மூலம் சோனியா காந்தி பிரதமரா வதற்கான எல்லா வாய்ப்புகளும் உருவாகியிருந்தன. அந்த நொடியில் ஆவேச எதிர்க்குரல் ஒன்று எழும்பியது. உபயம்: சுஷ்மா ஸ்வராஜ்!

128

மீண்டும் அத்வானி

ஆட்சிய அமைக்கும் அளவுக்கான அறுதிப்பெரும்பான்மை காங்கிரஸ் கட்சிக்குக் கிடைக்கவில்லை. ஆனாலும் 2004 மக்களவைத் தேர்தலில் இடதுசாரிக் கட்சிகளான மார்க்சிஸ்ட் கம்யூனிஸ்ட், இந்திய கம்யூனிஸ்ட் உள்ளிட்டோரும் வேறு சில மாநிலக் கட்சிகளும் காத்திரமான எண்ணிக்கையில் மக்களவை உறுப்பினர்களைப் பெற்றிருந்தனர். உதாரணமாக, இடதுசாரிக் கட்சிகளான சிபிஎம், சிபிஐ, ஃபார்வர்ட் ப்ளாக், புரட்சிகர சோஷலிஸ்ட் கட்சி ஆகியோர் கூட்டாகச் சேர்ந்து ஏறக்குறைய அறுபது இடங்களைப் பெற்றிருந்தனர்.

தவிரவும், ஐக்கிய முற்போக்குக் கூட்டணியில் இடம்பெறாத சமாஜ்வாதி கட்சி வசம் 36 உறுப்பினர்களும் பகுஜன் சமாஜ் கட்சி வசம் 19 உறுப்பினர்களும் இருந்தனர். அவர்கள் பாரதிய ஜனதாவை ஆதரிக்கும் நிலையில் இல்லை. ஆனால் ஆபத்து என்று வந்தால் (தங்களுக்கோ அல்லது ஆட்சிக்கோ) காங்கிரஸை ஆதரிக்கத் தயாராக இருப்பவர்கள். அந்தத் துணிச்சலில் ஆட்சியமைக்கத் தயாரானது காங்கிரஸ். அதாவது, ஐக்கிய முற்போக்குக் கூட்டணி.

இடதுசாரிகள் வெளியில் இருந்து ஆதரவளிக்க, கூட்டணிக் கட்சிகளுக்கு அமைச்சவையில் இடமளித்து, குறைந்தபட்ச செயல்திட்ட வகுத்து ஆட்சியமைக்கத் தயாரானது காங்கிரஸ். தேர்தலில் வென்றால் சோனியா காந்தியே பிரதமர் என்று அதிகார

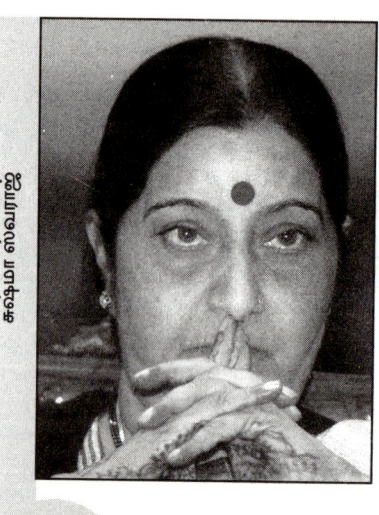

சுஷ்மா ஸ்வராஜ்

பூர்வமாகச் சொல்லவில்லை என்றாலும், அவர்தான் அந்தக் கூட்டணியின் சார்பில் பிரதமராவார் என்று எல்லோருமே எதிர்பார்த்திருந்தனர், பாஜக உள்பட.

ஐக்கிய முற்போக்குக் கூட்டணிக் கூட்டம் தொடங்கியதும் பிரதமர் பதவிக்காக சோனியா காந்தியின் பெயரை திமுக தலைவர் கருணாநிதி முன்மொழிய, ராஷ்ட்ரிய ஜனதா தளத்தின் தலைவர் லாலு பிரசாத் யாதவ் வழிமொழிந்தார். கூட்டணியின் மற்ற தலைவர்களும் சோனியாவுக்கு ஆதரவளித்தனர்.

அதனைத் தொடர்ந்து குடியரசுத் தலைவர் அப்துல் கலாமின் அழைப்பின் பேரில் அவருடன் ஆலோசனை நடத்துவதற்காகப் புறப்பட்டார் சோனியா. அநேகமாக ஆட்சி அமைக்க உரிமை கோருவார் அல்லது குடியரசுத் தலைவரே அழைப்புவிடுப்பார் என்பதுதான் பொதுவான எதிர்பார்ப்பு.

ஆனால் அதற்குள் சோனியா காந்தி பிரதமராகப் பதவியேற்பதற்கு எதிராக மிகப்பெரிய களேபரத்தை நடத்திக்கொண்டிருந்தது பாஜக. தேர்தல் பிரசாரம் உச்சத்தில் இருந்தபோதே சோனியாவின் வெளிநாட்டுப் பிறப்பு குறித்து பலத்த எதிர்க்குரலை எழுப்பிக் கொண்டிருந்தது. தற்போது சோனியாவே பிரதமராகப் போகிறார் என்ற சூழ்நிலையில் பாஜகவின் முன்னணித் தலைவர்கள் பலரும் ஆவேசம் காட்டத் தொடங்கினர்.

உச்சபட்சமாக, சோனியா காந்தி பிரதமர் பதவியை ஏற்றுக்கொண்டால் தான் மொட்டையடித்துக் கொள்வேன் என்றார் பாரதிய ஜனதாவின் முன்னணித் தலைவர்களில் ஒருவரான சுஷ்மா ஸ்வராஜ். அரசியல் காழ்ப்புணர்வின் ஆகப்பெரிய அடையாளம் இது என்று சுஷ்மாவின் பேச்சை விமரிசித்தது காங்கிரஸ். சுஷ்மாவைப் போலவே வேறு சில முன்னணித் தலைவர்களும் சோனியா பிரதமர் பதவியை ஏற்பதற்கு எதிர்ப்பு தெரிவித்துக்கொண்டிருந்தனர்.

சோனியா காந்தி பிரதமர் பதவியை ஏற்றுக்கொண்டால் தான் மொட்டையடித்துக் கொள்வேன் என்றார் பாரதிய ஜனதாவின் முன்னணித் தலைவர்களில் ஒருவரான சுஷ்மா ஸ்வராஜ்.

பலத்த சர்ச்சைகளுக்கு மத்தியில் 18 மே 2004 அன்று குடியரசுத் தலைவர் அப்துல் கலாமைச் சந்தித்தார் சோனியா காந்தி. அப்போது அவர் ஆட்சியமைக்க ஆதரவளிக்கும் கட்சிகளின் ஒப்புதல் கடிதங்களைக் கோரினார் குடியரசுத் தலைவர் அப்துல் கலாம். அதேசமயம், அவரைப் பிரதமர் பதவியேற்ற அழைப்பு விடுக்கும் கடிதத்தைத் தயார் நிலையில் வைத்திருந்தார் கலாம்.

உமா பாரதி

கைவசம் எந்தவொரு கடிதத்தையும் கொண்டுசெல்லாத சோனியா காந்தி, கால அவகாசம் கேட்டுக்கொண்டு திரும்பிவந்தார். அதுமுதலே சர்ச்சை நெருப்பு பரவத் தொடங்கிவிட்டது. குடியரசுத் தலைவர் அப்துல் கலாம் சோனியா காந்தியை அழைத்துப் பேசியதன் நோக்கமே அவருடைய வெளிநாட்டுப் பிறப்பு பற்றி கேள்வி எழுப்புவதற்காகத்தான் என்றனர் சிலர். இன்னும் சிலரோ, சோனியா காந்தி பிரதமராவதை குடியரசுத் தலைவர் அப்துல் கலாம் ஏற்கவில்லை என்றனர். ஆனால் அப்படி ஒரு சம்பவமே நடக்கவில்லை என்றனர் காங்கிரஸ் தலைவர்கள்.

சர்ச்சைகளுக்கு மத்தியில் மறுநாள் குடியரசுத் தலைவரைச் சந்தித்துப் பேசினார் பாஜகவின் மூத்த தலைவர்களில் ஒருவரான உமா பாரதி. சோனியாவின் இந்திய மற்றும் வெளிநாட்டுக் குடியுரிமை குறித்துப் பேசிய அவர், எந்தக் காரணத்தை முன்னிட்டும் சோனியாவை ஆட்சி அமைக்க அழைப்பு விடுக்கக்கூடாது என்று வேண்டுகோள் விடுத்துவிட்டுச் சென்றார். பாஜக தலைவர்கள் குடியரசுத் தலைவரின் அதிகாரத்தில் தலையிடுவது சட்டவிரோதம் என்றது காங்கிரஸ்.

அதனைத் தொடர்ந்து குடியரசுத் தலைவர் அப்துல் கலாமுக்குக் கடிதம் ஒன்றை எழுதிய ஜனதா கட்சித் தலைவர் சுப்ரமணியன் சுவாமி, அந்தக் கடிதத்தின் நகல்களைப் பத்திரிகை யாளர்களிடம் விநியோகித்தார். சோனியாவைப் பிரதமராக்கக்கூடாது என்பதுதான் அந்தக் கடிதத்தின் உள்ளடக்கம். அதனைத் தொடர்ந்து சுஷ்மா ஸ்வராஜ் சென்று கலாமைச் சந்தித்துப் பேசினார்.

பாரதிய ஜனதா கட்சி கிளப்பிய பதற்றத்துக்கு மத்தியில் ஐக்கிய முற்போக்குக் கூட்டணிக் கட்சித் தலைவர்களின் ஆலோசனைக்கூட்டம் நடந்தது. சற்றேறக்குறைய இரண்டு மணி நேரத்துக்கும் மேலாக நீடித்த அந்தக் கூட்டத்தின் இறுதிக்கட்டத்தில், 'பிரதமர் பதவியை ஏற்றுக்கொள்ள சோனியா காந்தி மறுப்பு' என்று வதந்தி பரவத் தொடங்கியது.

அது வதந்தியா, செய்தியா என்று உறுதிசெய்ய முடியாமல் ஊடகங்கள் தவித்துக் கொண்டிருந்த வேளையில், குடியரசுத் தலைவர் மாளிகையை நோக்கி விரைந்தார் சோனியா காந்தி. கூடவே, காங்கிரஸ் மூத்த தலைவர் மன்மோகன் சிங் சென்றார். ஐக்கிய முற்போக்குக் கூட்டணியின் சார்பில் மன்மோகன் சிங்கைப் பிரதமராக்க முடிவுசெய்திருக்கிறோம் என்றார் சோனியா காந்தி.

அதனைத் தொடர்ந்து மன்மோகன் சிங்கை ஆட்சி அமைக்க அழைப்புவிடுத்தார் குடியரசுத் தலைவர். அந்தச் செய்தி வெளியான நொடியில் இருவிதமான உணர்ச்சிக்கொந்தளிப்புகள் உருவாகின. சோனியா பிரதமர் பதவியை ஏற்காமல் தவிர்த்தது காங்கிரஸ் கட்சியின் ஆகப்பெரிய தலைவர்கள் முதல் அடிமட்டத் தொண்டர்கள் வரை பலரையும் அதிர்ச்சியில் ஆழ்த்தியது. காங்கிரஸ் கட்சியின் அலுவலகத்துக்கு முன்னால் திரண்டு நின்று அழுது புலம்பினர்.

ஆனால் பாஜகவின் முன்னணித் தலைவர்கள் பலரும் தங்களது மகிழ்ச்சியை வெளிப் படுத்தினர். இந்தியாவின் மானத்தைக் காப்பாற்றிவிட்டார் கலாம் என்றனர் சில தலைவர்கள். இந்தியாவின் குடியுரிமை குறித்து குடியரசுத் தலைவர் கேள்வி எழுப்பியதன் காரணமாகவே சோனியா காந்தி விலகிக்கொண்டு, மன்மோகன் சிங்கைப் பிரதமராக்க முன்வந்தார் என்றனர்.

ஆக, சோனியா காந்தியின் முடிவு மாறியதன் பின்னணியில் குடியரசுத் தலைவர் அப்துல் கலாமின் தலையீடு இருப்பது போன்ற சித்திரம் ஊடகங்களில் உருவாகிக்கொண்டிருந்தது. அதற்கு உடனடியாக எதிர்வினையாற்றிய குடியரசுத் தலைவர் மாளிகை, 'சோனியா காந்தியின் குடியுரிமை பற்றி எந்தவொரு சந்தேகத்தையும் குடியரசுத் தலைவர் எழுப்பவில்லை. அதுபற்றி வந்த அத்தனைத் தகவல்களும் தவறானவை' என்று விளக்க அறிக்கை வெளியிட்டது.

'பாஜக
தன்னுடைய தோல்வியை
மனப்பூர்வமாக ஒப்புக்கொள்கிறது.
நாங்கள் ஒரு பொறுப்புள்ள
எதிர்க்கட்சியாக செயல்படுவோம்.
நாட்டின் நலனுக்காகச் செய்யப்படும்
அனைத்து விதமான முயற்சி
களுக்கும் எங்களுடைய
மனப்பூர்வமான
ஆதரவு உண்டு'

ஆட்சி அமைப்பது தொடர்பாக சோனியா காந்தி - அப்துல் கலாம் சந்திப்பு தொடங்கி, மன்மோகன் சிங்கை ஆட்சியமைக்க அழைப்பு விடுத்தது வரையிலான தகவல்கள் அனைத்தும் அப்துல் கலாம் பற்றிய புத்தகங்களில் இன்னும் விரிவாகப் பதிவாகியுள்ளன. நிற்க.

எதிர்ப்புகளுக்கும் சர்ச்சைகளுக்கும் மத்தியில் மன்மோகன் சிங் ஆட்சி அமைத்தார். காங்கிரஸ் கட்சி தன்னுடைய முதல் கூட்டணி அமைச்சரவையை அமைத்தது. இந்தியாவின் பெரும்பாலான மாநிலங்களைச் சேர்ந்தவர்களுக்கு அமைச்சரவையில் இடம் தரப்பட்டிருந்தது.

தேர்தல் தோல்வி குறித்து பாரதிய ஜனதா கட்சி உரத்த சிந்தனையில் ஈடுபட்டது. காரணம், அந்தக் கட்சி பலமாக இருக்கக்கூடிய பல மாநிலங்களில் பலத்த சரிவைக் கண்டிருந்தது. உதாரணமாக, பாஜக வென்ற மொத்தத் தொகுதிகளின் எண்ணிக்கை 138. இது கடந்த தேர்தலைக் காட்டிலும் 44 தொகுதிகள் குறைவு.

அந்தக் கட்சிக்கு மத்தியப் பிரதேசத்தில்தான் அதிகபட்சமாக 25 தொகுதிகள் கிடைத்திருந்தன. அதற்கடுத்து ராஜஸ்தானில் 21 தொகுதிகளும், கர்நாடகாவில் 18 தொகுதிகளும், குஜராத்தில் 14 தொகுதிகளும், மகாராஷ்ட்ராவில் 13 தொகுதிகளும் கிடைத்திருந்தன. ஆனால் அந்தக் கட்சி அதிகம் எதிர்பார்த்த உத்தரப் பிரதேசத்தில் வெறும் பத்து தொகுதிகளே கிடைத்திருந்தன. ஆனால் கடந்த முறை 29 தொகுதிகளைக் கைப்பற்றியிருந்தது பாஜக.

தமிழ்நாட்டில் ஆளுங்கட்சியான அண்ணா திமுகவுடன் கூட்டணி அமைத்துப் போட்டியிட்ட பாஜககவுக்குப் படுதோல்வியே மிஞ்சியது. அந்தக் கூட்டணி அனைத்து தொகுதிகளிலும் தோல்வியடைந்தது. திமுக தலைமையிலான தேசிய முற்போக்குக் கூட்டணி நூறு சதவிகித வெற்றியைப் பெற்றிருந்தது. அதன்மூலம் தமிழகத்தைச் சேர்ந்த திமுக உள்ளிட்ட பல கட்சிகளுக்கும் மன்மோகன் சிங் தலைமையிலான அமைச்சரவையில் இடம் கிடைத்தது.

தேர்தல் தோல்வி குறித்து பத்திரிகையாளர்களிடம் பேசிய அத்வானி, 'பாஜக தன்னுடைய தோல்வியை மனப்பூர்வமாக ஒப்புக்கொள்கிறது. நாங்கள் ஒரு பொறுப்புள்ள எதிர்க்கட்சியாக செயல்படுவோம். நாட்டின் நலனுக்காகச் செய்யப்படும் அனைத்து விதமான முயற்சிகளுக்கும் எங்களுடைய மனப்பூர்வமான ஆதரவு உண்டு' என்றார்.

அத்வானியின் விளக்கங்கள் அத்தோடு நின்றுவிடவில்லை. உத்தரப் பிரதேசத்தில் பாஜக வானது கட்டுக்கோப்பாகவும் முறையாகவும் செயல்படவில்லை என்று சொன்ன அவர், தமிழகத்திலும் ஆந்திராவிலும் எங்களுடைய கூட்டணிக் கட்சிகளால் கடுமையாகப் பாதிக்கப் பட்டோம். முக்கியமாக, தமிழக வாக்காளர்களின் செல்வாக்கைப் பெறுவதற்கு அதிமுக வுடன் வைத்துக் கொண்ட அவசர காலக் கூட்டணி தவறிவிட்டது என்றார். ஜம்மு காஷ்மீர், ஜார்கண்ட், அசாம் உள்ளிட்ட பல மாநிலங்களில் பாஜக தோல்வியடைந்ததற்கும் கூட்டணிக் கட்சிகளையே காரணம் காட்டினார் அத்வானி.

அதேசமயம், தோல்வியால் துவண்டு போயிருந்த பாரதிய ஜனதா தொண்டர்களைத் தேற்ற வேண்டிய காரியத்திலும் மூத்த தலைவர் அத்வானி ஈடுபட்டார். முக்கியமாக, தோல்வியைக் கண்டு துவண்டுவிடக்கூடாது என்றும் இது ஆத்ம பரிசோதனை செய்துகொள்ளவேண்டிய தருணம் என்று சொல்லி தொண்டர்களை உற்சாகப்படுத்தினார். அத்தோடு அவர் வேறொரு பொறுப்பையும் ஏற்கவேண்டிய சூழல் உருவானது.

ஆம், மக்களவைத் தேர்தல் தோல்வியைத் தொடர்ந்து பாரதிய ஜனதா கட்சியின் அகில இந்தியத் தலைவராக இருந்த வெங்கையா நாயுடு தன்னுடைய பதவியை ராஜினாமா செய்தார். கட்சியின் தேர்தல் தோல்விக்குத் தானே தார்மிகப் பொறுப்பேற்றுக்கொள்வதாகவும் அறிவித்தார். ஆகவே, கட்சிக்குப் புதிய தலைவரைத் தேர்வுசெய்யவேண்டிய நிலை. குறிப்பாக, கட்சிக்குப் புதிய நெருக்கடிகள் உருவாகியிருந்த நிலையில் அத்வானியைத் தலைமைப் பொறுப்பை ஏற்க வேண்டினர் கட்சியின் முன்னணித் தலைவர்கள்.

கடந்த காலங்களில் பாரதிய ஜனசங்கம் தோல்வியைச் சந்தித்தபோதும் சரி, பாரதிய ஜனதா கட்சி தோல்வியைச் சந்தித்தபோதும் சரி, அத்வானியே தலைமைப் பொறுப்புக்கு

வந்திருக்கிறார். கட்சியை சரிவிலிருந்து மீட்கும் காரியத்தைச் செய்திருக்கிறார். அந்த வகையில் இம்முறையும் தலைமைப் பொறுப்பை ஏற்றுக்கொள்ளவேண்டிய சூழல் உருவாகியிருந்தது.

கட்சிக்கு நெருக்கடிகள் முற்றும் சமயங்களில் எல்லாம் அதன் தலைமைப் பொறுப்பை ஏற்றுக்கொண்டு கட்சியை மீட்டெடுப்பது என்பது அத்வானிக்குப் புதிய விஷயமன்று. 1971 மக்களவைப் பொதுத்தேர்தலில் பாரதிய ஜனசங்கம் பலத்த தோல்வியைச் சந்தித்திருந்தது. தோல்விக்குப் பொறுப்பேற்று கட்சியின் அகில இந்தியத் தலைவர் வாஜ்பாய் பதவி விலகினார்.

போதாக்குறைக்கு, இந்திரா காங்கிரஸ் மிருக பலத்துடன் ஆட்சியில் அமர்ந்திருந்தது. சொற்ப எண்ணிக்கையிலான உறுப்பினர்கள்தாம் பாரதிய ஜனசங்கம் சார்பில் மக்களவைக்குத் தேர்ந்தெடுக்கப்பட்டிருந்தனர். அப்போது கட்சியை நம்பிக்கையுடன் வழிநடத்திச் செல்ல ஒரு தலைவர் தேவைப்பட்டபோது கட்சி அத்வானியையே நாடியது. எல்லோருடைய வேண்டு கோளையும் ஏற்றுக்கொண்ட அத்வானி, தலைவராகப் பொறுப்பேற்றார். அதன்பிறகு கட்சி மெல்ல எழுந்து நின்றது.

அதேபோல, எண்பதுகளில் உருவாக்கப்பட்ட பாரதிய ஜனதா கட்சி தான் சந்தித்த முதல் பொதுத் தேர்தலான 1984 மக்களவைத் தேர்தலில் படுதோல்வியைச் சந்தித்திருந்தது. அப்போதும் கட்சியில் அகில இந்தியத் தலைவராக இருந்தவர் வாஜ்பாய்தான். வழக்கம்போல தேர்தல் தோல்விக்குப் பொறுப்பேற்றுப் பதவி விலகினார்.

கட்சிக்கு மீண்டும் ஒரு நெருக்கடியான சூழ்நிலை. அதிலிருந்து கட்சியை மீட்டெடுக்க தலைவர் பொறுப்பை ஏற்றுக் கொண்டார் அத்வானி. அதற்கடுத்த தேர்தலில் ஆட்சியை நிர்ணயிக்கும் சக்தியாக பாஜக மாறியதும் தேசிய முன்னணி ஆட்சி அமைவதற்கு பாஜக முக்கியப் பங்கை ஆற்றியதும் வரலாற்று நிகழ்வுகள்.

கிட்டத்தட்ட அதேபோன்ற சூழ்நிலைதான் 2004 மக்களவைத் தேர்தல் தோல்விக்குப் பிறகும் உருவாகியிருந்தது. இம்முறை தலைமைப் பொறுப்பில் இருந்தவர் வெங்கையா நாயுடு. கட்சியை நெருக்கடியில் இருந்து மீட்டெடுக்க நீங்களே தலைமைப் பொறுப்பை ஏற்க வேண்டும் என்று அத்வானியிடம் கோரினர் கட்சியின் முன்னணித் தலைவர்கள்.

கடந்த காலங்களில் கட்சிக்கு நெருக்கடிகள் வந்தபோது, கட்சியானது பெரிய அளவில் அதிகாரத்தின் வாசனையை நுகர்ந்திருக்கவில்லை. வெற்றியை நோக்கிய வேட்கையுடன் வலம்வந்து கொண்டிருந்தது. ஆனால் இப்போதோ கட்சியின் முன்னணித் தலைவர்கள் ஆறாண்டு கால ஆட்சி அதிகாரத்தில் முழுவதுமாகத் திளைத்திருந்தனர்.

இந்தியாவின் பல மாநிலங்களில் பாஜக ஆட்சியைப் பிடித்திருந்தது. அங்கெல்லாம் பலரும் பல்வேறு விதமான பதவிகளைப் பெற்றிருந்தனர். அதன் விளைவாக கட்சியின் மூத்த மற்றும் முன்னணித் தலைவர்கள், நிர்வாகிகள் மத்தியும் போட்டியும் பொறாமையும் உருவெடுத்திருந்தது. அதுதான் கால் வாறும் அரசியலை வளர்த்திருந்தது. அதுவே கட்சியின் தோல்விக்கும் வித்திட்டிருந்தது.

ஆகவே, இம்முறை தலைமைப் பொறுப்பை ஏற்றுக்கொள்வதில் தயக்கம் காட்டினார் அத்வானி. ஆனாலும் கட்சியின் மூத்த தலைவர் வாஜ்பாய் தொடங்கி பலரும் வற்புறுத்தியதைத் தொடர்ந்து பாரதிய ஜனதாவின் அகில இந்தியத் தலைவராக மீண்டும் பொறுப்பேற்றுக் கொண்டார் அத்வானி.

ஆக, இப்போது அத்வானியின் வசம் இரண்டு பதவிகள். பாரதிய ஜனதா கட்சியின் அகில இந்தியத் தலைவர் மற்றும் நாடாளுமன்ற மக்களவையின் எதிர்க்கட்சித் தலைவர். அவருடைய வழிகாட்டுதலில் பாஜக நாடாளுமன்றத்துக்கு உள்ளும் புறமும் உத்வேகத்துடன் செயல்படத் தொடங்கியது.

அதன்பிறகு நாட்டில் ஏகப்பட்ட நிகழ்வுகள் நடந்தேறிவிட்டன. பல்வேறு மாற்றங்கள் வந்துவிட்டன. குறிப்பாக, இந்துத்வ அரசியலில் பல திருப்புமுனைகள் நடந்தேறின. அவற்றில் ஒன்று நரேந்திர மோடியின் தேசிய அரசியல் நுழைவு. உண்மையில், வாஜ்பாய் ஆட்சியில் இருந்து இறங்கியது முதல் நரேந்திர மோடி ஆட்சியில் அமர்ந்தது வரையிலான அரசியல் நிகழ்வுகள் பலவும் விரிவாக விவாதிக்கவேண்டியவை. ஆழமாக அலசப்பட வேண்டியவை.

ஆனால் அந்தப் பத்தாண்டு கால அரசியல் நிகழ்வுகள் அனைத்தும் ‘நடப்பு அரசியல்’ என்ற தலைப்பில் வைத்துப் பார்க்கப்படவேண்டியவை. அவையெல்லாம் வரலாறு என்ற வட்டத்துக்குள் வருவதற்கு இன்னும் சில ஆண்டுகளேனும் பிடிக்கும். ஆகவே, அந்தப் பத்தாண்டுகள் குறித்து பின்னர் விரிவாக ஆராயலாம்.

இது விடைபெறும் தருணம்!

பின்னிணைப்புகள்

பின்கதைச் சுருக்கம்

1

2004 மக்களவைத் தேர்தலில் ஏற்பட்ட தோல்வியால் துவண்டு போன பாரதிய ஜனதா கட்சியைத் தூக்கி நிறுத்தும் பொறுப்பு அதன் மூத்த தலைவர் அத்வானியின் வசம் வந்துசேர்ந்தது. மக்களவையில் எதிர்க்கட்சித் தலைவராகவும் அவரே இருந்தார். அவருடைய வழிகாட்டுதலில் நாடாளுமன்றத்துக்கு உள்ளும் புறமும் வீரியமிக்க எதிர்க்கட்சியாகச் செயல்படத் தொடங்கியது பாஜக. நெருக்கடியைத் தீர்க்கவந்த அவருக்கே ஒருநாள் கட்சிக்குள் நெருக்கடி உருவானது. உபயம்: அத்வானியின் பாகிஸ்தான் பயணம்.

4 ஜூன் 2005 அன்று பாகிஸ்தான் சென்ற அவருடைய பயணத் திட்டத்தில் முகமது அலி ஜின்னா நினைவாலயம் உள்ளிட்ட பல்வேறு இடங்கள் இடம்பெற்றிருந்தன. நினைவாலயத்தைப் பார்வையிட்ட அத்வானி, அங்கிருந்த பார்வையாளர் குறிப்பேட்டில் தனது எண்ணங்களைப் பதிவுசெய்தார். மொத்தம் பத்தொன்பது வரிகள். அவர் எழுதிய வாசகங்கள் கட்சிக்குள் பலத்த அதிர்வுகளை ஏற்படுத்தின. அத்வானியை நோக்கி ஆவேசக் கணைகள் பறந்தன. அந்தப் பதிவு இதுதான்:

> பல மனிதர்கள் சரித்திரத்தில் அழிக்க முடியாத முத்திரையைப் பதிப்பதுண்டு. ஆனால் வெகு சிலரால் மட்டுமே சரித்திரத்தைப் படைக்க முடியும். காயிதே ஆசம் முகமது அலி ஜின்னா அவர்கள் அத்தகைய அபூர்வமான மனிதர். இந்தியாவின் கவிக்குயில் சரோஜினி நாயுடு இந்திய விடுதலைப் போராட்டத்தில் பங்குபெற்ற ஒப்பற்ற தலைவர். அவர் ஜின்னாவை, 'இந்து - முஸ்லிம் ஒற்றுமையின் தூதுவர்' என்றார். ஆகஸ்டு 11, 1947 அன்று ஜின்னா அவர்கள் இந்திய அரசியல் நிர்ணய சபையில் உரை நிகழ்த்தியபோது பாகிஸ்தானை மதச்சார்பற்ற நாடாக உருவாக்க ஒவ்வொரு

குடிமகனும் தன் மதத்தை உண்மையாகப் பின்பற்றுவது மட்டுமின்றி, பிற மதத்தவர்களின் மத நம்பிக்கைக்கும் அதே மதிப்பை அளிக்க வேண்டும் என்றார். அந்த உயர்ந்த மனிதருக்கு என் மதிப்பு மிக்க அஞ்சலி.

இந்தியாவிலிருந்து பாகிஸ்தானைப் பிரித்துக்கொண்டுபோன ஜின்னாவை அத்வானி கொண்டாடுவது ஏன்? இந்தியாவை இருகூறுகளாகப் பிரித்த ஜின்னாவை மாமனிதர் என்று புகழ்ந்ததன் பின்னணி என்ன? மதத்தின் பெயரால் இஸ்லாமியர்களை வைத்து அரசியல் செய்த ஒருவரை மதச்சார்பற்றவர் என்று பாராட்டுவது எந்த வகையில் பொருத்தப்பாடு கொண்டது? என்று கேள்விகளை அடுக்கத் தொடங்கினர்.

ஜின்னா ஒரு துரோகி, ஆகவே அவரைப் புகழ்பவர்களும் துரோகிகளே என்றார் வி.ஹெச்.பி பொதுச்செயலாளர் பிரவீன் தொகாடியா. இந்துக்களை ஏமாற்றிய அத்வானி நிபந்தனையற்ற மன்னிப்பு கேட்க வேண்டும் என்றார் வி.ஹெச்.பி. மூத்த தலைவர் அசோக் சிங்கால். இவர்கள் மட்டுமின்றி, முரளி மனோகர் ஜோஷி, மதன்லால் குரானா உள்ளிட்ட சக தலைவர்களும் அத்வானியின் கருத்தை விமரிசித்தனர். விளைவு, கட்சிக்குள் புகைச்சல் அதிகரித்தது.

‘இப்படி என்னை வார்த்தைகளால் வதைப்பதற்குப் பதிலாக பதவி விலகி விடுகிறேன்’ என்று சொன்ன அத்வானி, வெகுவிரைவிலேயே தலைவர் பதவியை ராஜினாமா செய்தார். அவருக்குப் பதிலாக பாஜகவின் அகில இந்தியத் தலைவராக ராஜ்நாத் சிங் தேர்ந்தெடுக்கப்பட்டார்.

புதிய தலைவர் பொறுப்பேற்றிருந்த சூழ்நிலையில் 2006 தமிழ்நாடு சட்டமன்றத் தேர்தலை எதிர்கொள்ளத் தயாராகியிருந்தது தமிழக பாஜக. 2001 சட்டமன்றத் தேர்தலின்போது திமுக கூட்டணியில் இடம்பெற்றது பாஜக, பின்னர் 2004 மக்களவைத் தேர்தலில் அதிமுக அணியில் இடம்பெற்றது. ஆனால் 2006 சட்டமன்றத் தேர்தலில் அதிமுக, திமுக என்கிற இருபெரும் கட்சிகளின் தலைமையிலான கூட்டணியில் இடம்பெற முடியாத நிலை உருவாகியிருந்தது.

அந்தத் தேர்தலின்போது பாஜக ஜனதா தலைமையில் ஓர் அணி உருவானது. சிறு கட்சிகளுக்கு ஒதுக்கிய இடங்கள் போக 225 இடங்களில் போட்டியிட்டது பாஜக. அந்தக் கட்சியின் சார்பில் பத்மநாபபுரத்தில் சி. வேலாயுதமும் அண்ணா நகரில் முன்னாள் அமைச்சர் ஹெச்.வி. ஹண்டேவும் ராதாபுரத்தில் டாக்டர் தமிழிசை சௌந்தர்ராஜனும் போட்டியிட்டனர். அந்தக் கூட்டணியின் சார்பில் மருங்காபுரியில் பி.டி.குமாரும், திருமங்கலத்தில் மூவேந்தர் முன்னணிக் கழகத்தின் ஒச்சாத்தேவர் திருமங்கலத்திலும் திருமயத்தில் கு.ப.கிருஷ்ணனும் தாமரை சின்னத்தில் போட்டியிட்டனர்.

பாஜக சார்பில் வெளியான தேர்தல் அறிக்கையில், இந்து ஆலயங்களை நிர்வகிக்கும் பொறுப்பு மதத் தலைவர்கள், ஆன்மீக சான்றோர்கள், துறவியர்கள் அடங்கிய தனி வாரியத்திடம் ஒப்படைக்கப்படும், ஆக்கிரமிப்புக்கு உள்ளாகியிருக்கும் கோவில் சொத்துகளை மீட்க நடவடிக்கை எடுக்கப்படும், அனைத்து கோவில்களுக்கும் ஒருகால பூஜைத் திட்டம் விரிவுபடுத்தப்படும், அனைத்துக் கோவில்களிலும் சமய வழிபாட்டு வகுப்புகள் நடத்தப்படும் என்றெல்லாம் சொல்லப்பட்டிருந்தன. ஆனால் அந்தத் தேர்தலில் பாஜகவுக்கு வெறும் நான்கு தொகுதிகளில் மட்டுமே டெபாசிட் தொகை கிடைத்தது. எஞ்சிய அனைத்து இடங்களிலும் தோல்வி.

அதன்பிறகு அகில இந்திய அரசியலில் அதிரடியான காட்சி மாற்றங்கள் நடந்தன. 2009 மக்களவைத் தேர்தல் நெருங்கியது. அப்போது பாஜக சார்பில் பிரதமர் வேட்பாளராக

முன்னிறுத்தும் அளவுக்கு மக்கள் செல்வாக்கு நிரம்பிய தலைவர் யாருமில்லை. கடந்த தேர்தல் தோல்விக்குப் பிறகு வாஜ்பாய் தீவிர அரசியலில் இருந்து விலகிவிட்டார். அத்வானி ஏறக்குறைய ஒதுக்கிவைக்கப்பட்டிருந்தார்.

ராஜ் நாத் சிங், அருண் ஜேட்லி, வெங்கையா நாயுடு, சுஷ்மா ஸ்வராஜ், நரேந்திர மோடி என்று பலர் இருந்தனர். ஆனால் இவர்கள் எல்லாம் ஒரு மாநிலத்தில் அல்லது வட இந்தியாவின் ஓரிரு மாநிலங்களில் அறிமுகமானவர்கள். தேசிய அளவில் செல்வாக்கு படைத்த ஒரு தலைவர் தேவைப்பட்டபோது எல்லோரும் அத்வானியை நோக்கியே குவிந்தனர்.

விமரிசனம், கண்டனம், ஒதுக்கல் எல்லாம் நடந்தன என்பது உண்மைதான். ஆனாலும் அவர் பிரதமர் வேட்பாளராகக் களத்துக்கு வந்தார். காரணம், அத்வானிக்கு கட்சி முக்கியம். ஆட்சிக் கால சாதனைகள் குறித்தோ, எதிர்காலத் திட்டங்கள் குறித்தோ என்னுடன் ஒரே மேடையில் விவாதம் நடத்தத் தயாரா என்று பிரதமர் மன்மோகன் சிங்குக்கு சவால் விட்டார் அத்வானி.

வெளிநாட்டில் பதுக்கப்பட்டிருக்கும் கருப்புப்பணத்தை மீட்போம் என்று 2014 மக்களவைத் தேர்தலின்போது நரேந்திர மோடி உள்ளிட்ட பாஜக தலைவர்கள் வாக்குறுதி கொடுத்தனர் அல்லவா. அதனை 2009 மக்களவைத் தேர்தலின்போதே அழுத்தந்திருத்தமாகச் சொன்னவர் அத்வானி. இந்துத்வ சிந்தனையாளர் ஆடிட்டர் குருமூர்த்தி உள்ளிட்டோரின் முயற்சியால் கருப்புப்பணம் பற்றி ஆங்கில நூல் ஒன்றும் வெளியிடப்பட்டது. அத்தோடு வேறுபல வாக்குறுதி களையும் சொல்லி சூறாவளிச் சுற்றுப்பயணம் செய்து பிரசாரம் செய்தார் அத்வானி.

ஆனால் தேர்தல் முடிவுகள் பாரதிய ஜனதா கட்சிக்கும் அதன் கூட்டணிக்கும் பெரிய அளவில் பலன் தரவில்லை. கடந்த தேர்தலைக் காட்டிலும் 22 குறைந்து, 116 தொகுதிகளே இம்முறை கிடைத்திருந்தன. மாறாக, முன்பைக் காட்டிலும் கூடுதல் இடங்களைப் பெற்று, மீண்டும் ஐக்கிய முற்போக்குக் கூட்டணி சார்பில் மன்மோகன் சிங் பிரதமரானார். அதன்மூலம் வாஜ்பாய், அத்வானியின் அரசியல் சகாப்தம் குறித்த கேள்விகள் வலுவாக எழுந்தன.

சரியாக அந்தச் சமயத்தில்தான் நரேந்திர மோடியின் பெயர் குஜராத் மாநிலத்தைத் தாண்டி இந்திய அளவில் பேசப்பட்டது.

2

17 செப்டெம்பர் 1950 அன்று குஜராத் மாநிலம் வாத் நகரில் பிறந்த நரேந்திர தாமோதர்தாஸ் மோடி, அடிப்படையில் ஓர் ஆர்.எஸ்.எஸ் தொண்டர். பால்ய காலத்திலேயே வீட்டை விட்டு வெளியேறி, குஜராத் மாநில ஆர்.எஸ்.எஸ் தலைமை அலுவலகத்தில் தங்கிக்கொண்டார். பின்னாளில் மோடிக்கு ஜெசோதாபென் என்பவருடன் திருமணம் நடந்திருந்தது. அந்தத் திருமணத்தில் மோடிக்கு விருப்பமில்லை. குடும்பத்தினரிடம் இருந்து தன்னை விடுவித்துக் கொண்டு, ஆர்.எஸ்.எஸ் அலுவலகத்தில் இருந்தபடியே இயக்கப் பணியில் ஈடுபட்டார். ஆர்.எஸ். எஸ்ஸின் உதவியுடன் படித்தார். அவர்கள் நடத்திய போராட்டங்களில் பங்கேற்றார்.

அமைப்புக்குள் மெல்ல மெல்ல வளர்ந்து வந்த மோடி எண்பதுகளின் இறுதியில் நேரடி அரசியலுக்குள் நுழைந்தார். ஆர்.எஸ்.எஸ் உறுப்பினரான அவரை 1989ல் பாஜகவுக்கு

அழைத்து வந்தவர் அத்வானி. குஜராத் மாநில பாஜக நிர்வாகச் செயலாளராகவும் பின்னர் பொதுச்செயலாளராகவும் நியமிக்கப்பட்டார் மோடி. தொண்ணூறுகளில் அத்வானி ரதயாத்திரை நடத்தியபோது அவரோடு உடனிருந்தவர்களுள் மோடியும் ஒருவர்.

அவருடைய திடீர்வளர்ச்சி கட்சிக்குள் இருந்த சங்கர்சிங் வகேலா உள்ளிட்ட மூத்த தலைவர்களுக்கு அதிருப்தியைக் கொடுத்தது. கட்சிக்குள் ஏற்பட்ட புழுக்கம் காரணமாக, மாநில அரசியலிருந்து தேசிய அரசியலுக்கு நகர்ந்தார் மோடி. உத்தரப் பிரதேசம், மத்தியப் பிரதேசம், ராஜஸ்தான், இமாச்சலப் பிரதேசம், அசாம் உள்ளிட்ட மாநிலங்களில் நடந்த சட்டமன்றத் தேர்தல்களுக்கான பாஜக பொறுப்பாளராகச் செயல்பட்டார் மோடி.

1995ல் குஜராத் மாநில சட்டமன்றத்துக்குத் தேர்தல் நடந்தபோது கட்சிப் பணிகளைத் தீவிரமாகச் செய்தார் மோடி. தேர்தலின் முடிவில் பாஜக வெற்றிபெற்று ஆட்சி அமைத்தது. கேஷுபாய் பட்டேல் முதலமைச்சரானார். பின்னர் கட்சியின் மாநில பொதுச்செயலாளர் பொறுப்பு மோடிக்குக் கிடைத்தது. அப்போது மீண்டும் சங்கர் சிங் வகேலா, காசிராம் ரானா போன்றோர் எதிர்க்குரல் எழுப்பியபோது, அவருக்கு ஆதரவுக்கரம் நீட்டியவர் அத்வானி. சில ஆண்டுகளில் கேஷுபாய் பட்டேலுக்கு எதிராக கட்சிக்குள் கலகம் வெடிக்கவே, அவருக்குப் பதில் மோடி முதல்வரானார்.

7 அக்டோபர் 2001 அன்று குஜராத் முதல்வராகப் பொறுப்பேற்றார் மோடி. பதவியேற்றபோது சட்டமன்ற உறுப்பினர் அல்ல. அவருக்காக ராஜ்கோட் தொகுதி சட்டமன்ற உறுப்பினர் வஜுபாய் வாலா தனது பதவியை ராஜினாமா செய்தார். பிறகு நடந்த இடைத்தேர்தலில் போட்டியிட்டு, சட்டமன்றத்துக்குத் தேர்வானார் மோடி. அவர் பதவியேற்ற சில மாதங்களிலேயே கோத்ரா ரயில் எரிப்பு நடந்ததையும் அதையொட்டி ஏற்பட்ட குஜராத் மதக்கலவரத்தையும் பற்றி புத்தகத்தின் முந்தைய அத்தியாயங்களில் விரிவாகப் பார்த்துவிட்டோம்.

குஜராத் கலவரத்தை அடக்கத் தவறிய முதல்வர் மோடியைப் பதவி நீக்கம் செய்யவேண்டும் என்ற கோரிக்கை எதிர்முகாமில் இருந்து மட்டுமல்ல, சொந்தக்கட்சியில் இருந்தும் எழுந்தன. 'குஜராத்தில் ராஜதர்மம் மீறப்பட்டுவிட்டது. ஆகவே மோடியின் ராஜினாமா அவசியமானது' என்றார் பிரதமர் வாஜ்பாய். அப்போது மோடிக்குத் தோள்கொடுத்தவர் அத்வானிதான். உருவாகியிருக்கும் பிரச்னைக்கு மோடியின் ராஜினாமாவோ, பதவி நீக்கமோ சரியான தீர்வல்ல என்று சொல்லி, மோடியின் அரசை நீட்டிக்கச் செய்தார்.

பதவி காப்பாற்றப்பட்ட போதும் மோடிக்கு ஒரு வருத்தம் இருந்தது. தனக்கு எதிரான செய்திகளை வெளியிடும் பத்திரிகைகளுக்கு கட்சியின் தேசிய செயற்குழு கண்டனம் தெரிவிக்கவில்லை என்றுகூறி, தனது ராஜினாமா கடிதத்தைக் கொடுத்தார். ஆனால் அதை ஏற்க மறுத்த கட்சித் தலைமை, சட்டமன்றத்தைக் கலைத்துவிட்டுத் தேர்தலைச் சந்திக்குமாறு கூறியது. அதன்படியே சட்டமன்றத்தைக் கலைக்கப் பரிந்துரைத்தார் மோடி.

ஆனால் மாநிலத்தில் உடனடியாகத் தேர்தல் நடத்தும் அளவுக்கு சட்டம் ஒழுங்கு சீராக இல்லை. கால அவகாசம் தேவை என்றார் தலைமைத் தேர்தல் ஆணையர் ஜே.எம். லிங்டோ. அந்த அவகாசத்தைத் தனக்குச் சாதகமாகப் பயன்படுத்திக்கொண்ட மோடி, குஜராத் கலவரத்தையொட்டி தன் மீது வைக்கப்படும் விமரிசனங்களுக்கு விளக்கம் கொடுக்கும் வகையில் கௌரவ யாத்திரை என்ற பெயரில் மக்கள் சந்திப்புகளை நடத்தினார். அத்வானி பயன்படுத்திய அதே உத்தி. மோடிக்கும் பலனளித்தது. ஆம், தேர்தல் நடத்தை விதிமுறை என்ற எவ்வித நெருக்கடிகளும் இல்லாமல் பிரசாரத்தைத் தீவிரப்படுத்தினார் மோடி.

12 டிசம்பர் 2002 அன்று குஜராத் சட்டமன்றத்துக்குத் தேர்தல் அறிவிக்கப்பட்டது. சில மாதங்களுக்கு முன் மோடி ராஜதர்மத்தை மீறிவிட்டார் என்று விமரிசித்த பிரதமர் வாஜ்பாய், துணைப் பிரதமர் அத்வானி, முரளி மனோகர் ஜோஷி உள்ளிட்ட மூத்த தலைவர்கள் பலரும் மோடிக்கு ஆதரவு திரட்டினர். குஜராத் கலவரத்தை முன்வைத்து எதிர்க்கட்சிகள் மிகத்தீவிரமான பிரசாரத்தில் ஈடுபட்டன.

ஆனாலும் குஜராத்தில் பாஜகவுக்கு இருந்த வலுவான அடித்தளமும் மதரீதியாக நடந்த அணி திரட்டலும் நரேந்திர மோடிக்கு வெற்றியைக் கொடுத்தன. மொத்தமுள்ள 182 சட்டமன்றத் தொகுதிகளில் 126 தொகுதிகளைக் கைப்பற்றியது பாஜக. மணி நகர் தொகுதியில் போட்டியிட்டு 75000 வாக்குகள் வித்தியாசத்தில் வெற்றிபெற்றிருந்தார் மோடி. சிறிய அமைச்சரவையைக் கொண்டு சீரிய நிர்வாகத்தைக் கொடுக்கப் போவதாகச் சொன்னார் மோடி. இதைத்தான் பின்னாளில் பிரதமரானபோதும் Minimum Government, Maximum Governance என்றார் மோடி.

அபார வெற்றிபெற்று மீண்டும் முதல்வராகியிருந்தாலும், சர்ச்சைகளும் சிக்கல்களும் தொடர்ச்சியாக வந்துகொண்டுதான் இருந்தன. மோடியின் அரசியல் எதிரிகளுள் ஒருவரான ஹரேன் பாண்டியா மர்மமான முறையில் கொல்லப்பட்டார். இஷ்ரத் ஜஹான் என்ற பெண் உள்ளிட்ட நால்வர் காவல்துறையினருடன் நடந்த மோதலில் சுட்டுக்கொல்லப்பட்டனர். அந்த நால்வரும் முதல்வர் மோடியைக் கொல்ல சதிசெய்தார்கள், அதற்காக அவர்களைக் கைது செய்யச் சென்றபோது நடந்த மோதலில் சுட்டுக்கொல்லப்பட்டனர் என்பதுதான் காவல் துறையின் கருத்து. ஆனால் அது போலி என்கௌண்ட்டர் என்றன புலனாய்வு ஊடகங்கள். ஆனால் அந்தக் குற்றச்சாட்டுகளை அடியோடு நிராகரித்தார் மோடி.

தொடக்கத்தில் குஜராத்திலும் குஜராத் கலவரத்துக்குப் பிறகு இந்தியா முழுமைக்கும் அறிமுகம் ஆகியிருந்த மோடிக்கு அமெரிக்காவிலும் பிரபலமடைவதற்கான சந்தர்ப்பம் வந்தது. அதைக் கொடுத்ததும் அமெரிக்காதான். அமெரிக்க ஹோட்டல் உரிமையாளர்கள் சங்கம் நடத்தும் விழா ஒன்றில் பங்கேற்க அமெரிக்கா செல்ல இருந்தார் மோடி. ஆனால் அவருக்கு விசா கொடுக்க அமெரிக்க அரசு மறுத்துவிட்டது. மதச்சுதந்தரத்துக்குப் பங்கம் விளைவித்தவர் மோடி என்பதுதான் அமெரிக்கா சொன்ன காரணம்.

ஐந்தாண்டுகால ஆட்சியை நிறைவுசெய்த மோடி, 2007ல் மீண்டும் சட்டமன்றத் தேர்தலைச் சந்தித்தார். வழக்கம்போல எதிர்க்கட்சிகளும் உள்கட்சி எதிரிகளும் நெருக்கடிகள் தந்தபோது அவருக்குத் துணையாக இருந்தது கட்சியின் தேசியத் தலைமை. முக்கியமாக, அருண் ஷோரி. உட்கட்சி மோதலைச் சமாளித்த மோடிக்கு தெகல்கா இணையத்தளம் வழியாக இன்னொரு சிக்கல் வந்தது. குஜராத் கலவரத்தில் பங்கேற்ற பாபு பஜ்ரங்கியைப் பேட்டியெடுத்து, ஒளிபரப்பியது. அது மோடிக்கு எதிரான பிரசாரத்தைத் தீவிரப்படுத்தியது. எல்லாவற்றையும் மக்கள் பார்த்துக்கொள்வார்கள் என்று சொல்லிவிட்டார் மோடி.

அந்தத் தேர்தல் பிரசாரத்தின்போதுதான் மோடியை மரண வியாபாரி என்று விமரிசித்தார் சோனியா காந்தி. அப்போது, ஒரு மாநில முதலமைச்சரைப் பார்த்து சோனியா எப்படி இத்தனை மோசமாக விமரிசிக்கலாம் என்று தேர்தல் ஆணையத்திடம் முறையிட்டவர் அத்வானி. அதன்பிறகே தேர்தல் ஆணையம் சோனியாவுக்கு எச்சரிக்கைக் கடிதம் அனுப்பியது.

சமீபத்திய மக்களவைத் தேர்தலில் காங்கிரஸ் கணிசமான வெற்றியைப் பெற்றிருந்ததால் 2007 சட்டமன்றத் தேர்தலில் மோடிக்குச் சரிவு ஏற்படும் என்றே ஊடகங்கள் கணித்தன. ஆனால்

மோடிக்கே வெற்றி கிடைத்தது. என்ன ஒன்று, கடந்த முறையைவிட 9 தொகுதிகள் குறைவு. ஆனாலும் ஆட்சி நாற்காலி மோடியின் வசமே இருந்தது.

குஜராத் அரசியல் களத்தில் முதல்வர் நரேந்திர மோடியின் நம்பிக்கைக்குரிய நண்பர் அமித் ஷா. மாநில உள்துறை அமைச்சர். மோடியின் கண்களாகவும் காதுகளாகவும் அவரே இருந்தார். மோடி மனத்தில் நினைப்பதை செயலாக மாற்றிக்காட்டுபவர் அமித் ஷா என்றன ஊடகங்கள். ஆகவே, மோடியைச் சுற்றிக்கொண்டிருந்த சர்ச்சைகளும் சிக்கல்களும் அமித் ஷாவையும் சேர்த்து சுற்றிவரத் தொடங்கின.

முக்கியமாக, சொராபுதீன் ஷேக் என்பவர் போலி என்கௌண்ட்டரில் கொல்லப்பட்ட விவகாரம் அமித் ஷாவை சுற்றிவளைத்தது. உச்சகட்டமாக, அமித் ஷாவைக் கைது செய்தது சிபிஐ. பின்னர் உச்சநீதிமன்றத்தில் நிபந்தனை ஜாமீனில் வெளியே வந்தார் அமித் ஷா. சாட்சி களைக் கலைக்கக்கூடிய அபாயம் இருப்பதால் பிணையில் வெளிவரும் அமித் ஷா குஜராத்தில் தங்கியிருக்கக்கூடாது என்றது உச்சநீதிமன்றம். அதை ஏற்று குஜராத்தில் இருந்து வெளியேறி, பம்பாய்க்குச் சென்றார்.

அபயம் தேடிப்போன இடத்தில் அதிகாரம் வந்து சேர்ந்தது. உத்தரப் பிரதேச மாநில பாஜக பொறுப்பாளராக நியமிக்கப்பட்டார் அமித் ஷா. அங்கு கட்சி வளர்ச்சிப் பணிகளில் தீவிரமாக ஈடுபட்டார். தன்னுடைய பேச்சாலும் செயலாலும் அரசியல் அணி திரட்டலுக்குப் பெரும்பங்கு வகித்தார். சாதாரண மாநில நிர்வாகியாக குஜராத்தில் இருந்து வெளியேறிய அமித் ஷா பின்னாளில் பாரதிய ஜனதாவின் அகில இந்தியத் தலைவர் பதவிக்கே வந்தது தனிக்கதை.

மோடியின் ஆட்சியில் குஜராத் வளர்ச்சியடைந்துள்ளது, குஜராத் முன்னேறியுள்ளது, குஜராத்தில் சிறப்பான ஆட்சி நடக்கிறது என்ற பிரசாரத்தை குஜராத் மாநில அரசு மட்டுமல்ல, அகில இந்திய பாஜக தலைவர்களும் மெல்ல மெல்ல முன்னெடுத்துக்கொண்டே இருந்தனர். அதன் பலனாக வளர்ச்சியின் நாயகன் என்ற பிம்பம் போதுமான அளவுக்கு வளர்ந்தது. அதன் பரிணாம வளர்ச்சியாக நாளைய பிரதமர் என்ற பிம்பத்தை உருவாக்கும் முயற்சியில் ஆர்.எஸ்.எஸ்ஸும் பாஜகவும் இறங்கின.

வாஜ்பாய் தீவிர அரசியலில் இருந்து விலகிவிட்டார். அத்வானியும் ஏறக்குறைய விலகிவிட்டார். எனில், பாஜகவின் தேசிய முகமாக யாரைக் கொண்டு வருவது என்ற கேள்வி எழுந்தபோது ஆர்.எஸ்.எஸ் உள்ளிட்ட இயக்கங்களின் பார்வை மோடியின் மீதே குவிந்தது. அந்தச் சமயத்தில் அவருடைய பலத்தையும் செல்வாக்கையும் சோதிக்கும் உரைகல்லாக 2012 ஆம் ஆண்டு குஜராத் சட்டமன்றத் தேர்தல் வந்தது. மூன்று முறை முதல்வராகவும் இரண்டு முறை சட்டமன்றத் தேர்தலில் வெற்றிபெற்றவராகவும் விளங்கிய மோடி, மீண்டும் வெற்றிபெற்றால், அவர்தான் நாளைய பிரதமர் வேட்பாளர் என்பது ஆர்.எஸ்.எஸ், பாஜகவின் திட்டம்.

2012 குஜராத் சட்டமன்றத் தேர்தல் நாளை பிரதமர் வேட்பாளராக மோடியை அறிவிப்பதற்கான வெள்ளோட்டமாகப் பார்க்கப்பட்டது. வளர்ச்சி நாயகன் என்ற பிம்பத்தோடு, ‘குஜராத் வாக்காளர்கள் தங்கள் முதல்வரைத் தேர்வுசெய்வதன் மூலம் நாளைய பிரதமரைத் தேர்வு செய்யப்போகிறீர்கள்’ என்ற பிரசாரம் மக்கள் மத்தியில் ஈர்ப்பை ஏற்படுத்தியது. ஆனால் எதிர்க்கட்சிகள் மோடியின் வளர்ச்சி பிம்பத்தைத் தகர்ப்பதைக் காட்டிலும் இந்துத்வ பிம்பத்தை அடையாளப்படுத்துவதிலேயே கவனமாக இருந்தன. அது ஏற்கெனவே வெளிப்படையாக விவாதிக்கப்பட்ட விஷயம்.

போதாக்குறைக்கு, முதல்வர் வேட்பாளரான மோடிக்கு இணையாக காங்கிரஸ் தரப்பில் வலுவான நபர் எவரும் முன்னிறுத்தப்படவில்லை. அவர்களுக்கு இருந்த ஒரே ஆறுதல், பாஜகவின் மூத்த தலைவரான கேஷுபாய் பட்டேல் தேர்தல் சமயத்தில் தனிக்கட்சி தொடங்கியதுதான். முன்னாள் முதல்வரான அவர் அநேகமாக பாஜகவின் வாக்குகளைப் பிரிப்பார் என்று எதிர்பார்க்கப் பட்டது.

மாநில சட்டமன்றத் தேர்தல் என்றபோதும் அதற்கு தேசிய அளவிலான முக்கியத்துவம் கொடுத்தன ஊடகங்கள். தேர்தலின் முடிவில் மீண்டும் வெற்றிபெற்றிருந்தார் மோடி. ஆம், ஹாட்ரிக் வெற்றி. தொடர்ந்து மூன்று முறை தேர்தலில் வெற்றிபெற்று, நான்காவது முறையாக குஜராத் மாநில முதல்வராகப் பொறுப்பேற்றார். நெருடல் என்னவென்றால், விவசாயம், சுகாதாரம், சமூகநீதி, உள்துறை, கல்வி ஆகிய துறைகளில் குஜராத் வளர்ச்சிபெற்றுள்ளது என்று மோடி பிரசாரம் செய்த தேர்தலில் சம்பந்தப்பட்ட துறைசார் அமைச்சர்கள் ஏழு பேர் தோல்வி அடைந்தனர். என்றாலும், மோடிதான் எதிர்கால பிரதமர் வேட்பாளர் என்று உறுதிசெய்யப்பட்டது. இந்தப் பின்னணியில் 2014 மக்களவைத் தேர்தல்கள் நெருங்கின!

3

7 ஏப்ரல் 2014 தொடங்கி 12 மே 2014 வரை பத்து கட்டங்களாகத் தேர்தல் நடத்தப்படும் என்று இந்தியத் தலைமைத் தேர்தல் ஆணையம் அறிவித்தது. ஆனால் அந்த அறிவிப்பு வெளியாவதற்குப் பல மாதங்களுக்கு முன்பே அரசியல் கட்சிகள் தேர்தல் வேலைகளைத் தொடங்கிவிட்டன. யார் பிரதமர் என்ற கேள்வியை அடிப்படையாக வைத்தே தேர்தலைச் சந்திக்கத் தயாரானது பாஜக தலைமையிலான தேசிய ஜனநாயகக் கூட்டணி.

குஜராத் முதல்வர் மோடியைப் பிரதமர் வேட்பாளராக முன்னிறுத்தத் தயாராகிவிட்டது. அதற்கு முன் இரண்டு காரியங்களைச் செய்ய வேண்டியிருந்தது. முதல் காரியம், மூத்த தலைவர் அத்வானியைச் சமாதானம் செய்வது. இரண்டாவது காரியம், மோடியைப் பிரதமர் வேட்பாளராக ஏற்றுக்கொள்ளத் தயங்கும் கட்சிகளைச் சமாதானம் செய்வது.

முதல் காரியம் சற்றே கடினமாகவே இருந்தது. பிரதமர் வேட்பாளர் மோடி என்று ஊடகங்கள் ஓயாமல் சொன்னபோதும், அதை ஏற்கும் மனநிலையில் அத்வானி இல்லை. ஜின்னா விவகாரத்தை முன்னிட்டுத் தன்னை ஒதுக்கி வைத்திருந்த கட்சி, எப்படி 2009 தேர்தல் நெருக்கத்தில் தன்னிடம் வந்து சரணடைந்ததோ, அதுபோல இம்முறையும் நடக்கும் என்று நினைத்தார் அத்வானி.

ஆனால் ஆர்.எஸ்.எஸ்ஸும் பாஜக தலைவர் ராஜ்நாத் சிங் உள்ளிட்ட தலைவர்களும் மோடிதான் பிரதமர் வேட்பாளர் என்பதில் உறுதியாக இருந்தனர். தங்களுடைய பிரதமர் வேட்பாளருக்கு இருக்கவேண்டிய தகுதிகள் என்று ஆர்.எஸ்.எஸ் நினைத்தது இரண்டு தகுதிகள். ஒன்று, இந்துத்வ அடையாளம். மற்றொன்று, நாயக பிம்பம். இந்த இரண்டில் முதலாவது அத்வானியிடம் இருந்தது. ஆனால் இரண்டாவது அம்சம் இல்லை. மாறாக, மோடியின் இந்த இரண்டு அம்சங்களுமே சற்று தூக்கலாகவே இருந்தன.

தவிரவும், குஜராத் என்ற ஒற்றை மாநிலத்தில் மோடியைக் கொண்டு மதம் சார்ந்த அணிதிரட்டலை வெற்றிகரமாகச் செய்யமுடியும் என்றால் ஏன் இந்தியா முழுக்கச் செய்யமுடியாது என்பது

பாஜகவின் எண்ணம். அதேபோல, குஜராத் வளர்ச்சி என்ற பிம்பம் மதச்சாயத்தை வெளுக்கச் செய்யும் என்றால் அது இந்தியா முழுக்கவும் வெளுக்கச் செய்யும்தானே.

தவிரவும், பிராமணர்கள், உயர்சாதி இந்துக்களின் கட்சியாக அறியப்பட்ட பாஜகவுக்கு ஒரு வலுவான பிராமணரல்லாத முகம் தேவைப்பட்டது. பிற்படுத்தப்பட்ட வகுப்பைச் சேர்ந்த நரேந்திர மோடி அதற்கு மிகப்பொருத்தமாக இருந்தார். சமூகநீதி பேசக்கூடிய பல மாநிலங்களில் அது பாஜகவுக்குக் கணிசமான ஆதரவைத் திரட்டித்தரும் என்று கணித்தது ஆர்.எஸ்.எஸ், பாஜக தலைமை.

ஆக, மோடியைக் கொண்டு மக்களவைத் தேர்தலை எதிர்கொள்வது என்று திட்டவட்டமாகத் தீர்மானித்தது பாஜக. அதை அத்வானியால் ஆரம்பத்தில் ஏற்கமுடியவில்லை. பகிரங்கமாகவே அதிருப்தி வெளியிட்டார். அதனைத் தொடர்ந்து அவரைச் சமாதானம் செய்யும் வகையில், 'பிரதமர் வேட்பாளர்' என்று நேரடியாக அறிவிக்காமல், 'பாஜகவின் பிரசாரக் குழுவின் தலைவர்' என்று மோடி அறிவிக்கப்பட்டார். அப்போதும் அத்வானி சமாதானம் அடையவில்லை. பிறகு செய்வதற்கு எதுவுமில்லை என்றானபிறகு அமைதியாகிவிட்டார்.

அடுத்து, கூட்டணிக் கட்சிகள். வாஜ்பாய் என்ற சாத்வீக முகத்தைக் காட்டி திரட்டப்பட்ட கூட்டணி தேசிய ஜனநாயகக் கூட்டணி. அந்த அணியே சமீபகாலமாகப் பலமாக இல்லை. போதாக்குறைக்கு, மோடியைக் காட்டினால் அவர்கள் எல்லாம் கூட்டணியில் நீடிப்பார்களா என்ற குழப்பம். அந்தச் சமயம் பார்த்து கூட்டணியின் முக்கியத் தலைவரும் பீகார் முதல்வருமான நிதீஷ் குமார் தன்னைத் தீவிர மோடி எதிர்ப்பாளராக அடையாளப்படுத்திக் கொண்டிருந்தார். பின்னர் கூட்டணியில் இருந்தே வெளியேறிவிட்டார். மேலும், அசாம் கன பரிஷத், தெலுங்கானா ராஷ்ட்ரிய சமிதி என்ற இரண்டு முக்கியமான கட்சிகளும் வெளியேறிவிட்டன.

ஆக, தேசிய ஜனநாயகக் கூட்டணியைப் பலப்படுத்தவேண்டிய நிர்ப்பந்தத்தோடுதான் மோடி பிரதமர் வேட்பாளராக அறிவிக்கப்பட்டார். அவர் வசம் குஜராத், வளர்ச்சி என்ற இரண்டு அம்சங்கள் இருந்தன. அவற்றைக்கொண்டு எப்படியும் கூட்டணிக் கட்சிகளைத் திரட்டிவிட முடியும் என்று கணித்தார். அதற்குத் தோதாக ஊடகங்களும் மோடி அலை வீசுவதாகக் கூறின.

மோடி என்ற பிம்பத்தைக் காட்டி பல மாநிலக் கட்சிகளைக் கூட்டணிக்குள் கொண்டுவந்தது பாஜக. மகாராஷ்ட்ராவில் சிவசேனா, ஆந்திராவில் தெலுங்கு தேசம், பீகாரில் லோக் ஜனசக்தி, ராஷ்ட்ரிய லோக் சமதா கட்சி, பஞ்சாப்பில் ஷிரோமணி அகாலிதளம், உத்தரப்பிரதேசத்தில் அப்னாதள், தமிழ்நாட்டில் தேமுதிக, பாமக, மதிமுக என்று 29 கட்சிகளைக் கொண்ட வலுவான அணியைக் கட்டமைத்தது பாஜக. எல்லாவற்றுக்கும் பின்னணியில் இருந்தது, மோடி அலை வீசுகிறது என்ற தீவிரமான பிரசாரம்.

தாங்கள் பலமில்லாத பகுதிகள் அதிக அளவிலான கூட்டணிக் கட்சிகளையும் பலம்வாய்ந்த பகுதிகளில் தனித்தோ அல்லது சிறு கட்சிகளுடனோ கூட்டணி என்ற தேர்தல் வியூகத்தை வகுத்தது பாஜக. முக்கியமாக, ஆந்திராவில் அதிக இடங்களில் போட்டியிட்டது தெலுங்குதேசம். ஆனால் உத்தரப்பிரதேசத்தில் தொண்ணூறு சதவிகித இடங்களில் போட்டியிட்டது பாஜக.

மொத்தமுள்ள 543 தொகுதிகளில் பாஜக 426 தொகுதிகளில் போட்டியிட்டது. அதன் கூட்டணிக் கட்சிகளான தெலுங்குதேசம் (ஆந்திரா) 30, சிவசேனா (மகாராஷ்ட்ரா) 20, தேமுதிக (தமிழ்நாடு) 14, ஷிரோமணி அகாலிதளம் (பஞ்சாப்) 10, பாமக (தமிழ்நாடு) 8, மதிமுக (தமிழ்நாடு) 7,

லோக் ஜனசக்தி (பீகார்) 7 என்ற அளவில் போட்டியிட்டன. மற்ற கட்சிகள் நான்குக்கும் குறைவான தொகுதிகளிலும், குறைந்தபட்சம் ஒற்றைத் தொகுதியிலும் போட்டியிட்டனர்.

பாஜக அணியில் போட்டியிட்டவர்களில் பிரதமர் வேட்பாளர் மோடி வாரணாசி (உத்தரப் பிரதேசம்), வதோதரா (குஜராத்) என்ற இரண்டு தொகுதிகளில் போட்டியிட்டார். மிகப் பெரிய மாநிலமான உத்தரப் பிரதேசத்தில் போட்டியிடுவதன்மூலம் அந்த மாநில மக்களின் நம்பிக்கையை வென்றெடுக்கமுடியும் என்பது மோடியின் நம்பிக்கை. அதேபோல, சொந்த மாநில மக்களுக்கு நம்பிக்கையூட்ட குஜராத்திலும் போட்டியிட்டார். அத்வானி காந்தி நகரிலும், முரளி மனோகர் ஜோஷி கான்பூரிலும், ராஜ்நாத் சிங் லக்னோவிலும், சுஷ்மா ஸ்வராஜ் விதிஷாவிலும், அருண் ஜேட்லி அமிர்தசரஸிலும் போட்டியிட்டனர்.

பாஜக கூட்டணி தேர்தலுக்குத் தயாராகியிருந்த நிலையில் காங்கிரஸ் தனது முக்கியமான நண்பர்கள் பலரையும் இழந்து, பலவீனமாகத் தோற்றமளித்தது. ஐந்தாண்டுகளுக்கு முன்பே இடதுசாரிகளை இழந்தது. பிறகு திமுக, திரிணாமுல் காங்கிரஸ் உள்ளிட்ட பெரிய கட்சி களையும் இழந்தது. ஆக, அந்த அணியில் ராஷ்ட்ரிய ஜனதா தளம், தேசியவாத காங்கிரஸ், ராஷ்ட்ரிய லோக் தளம், இந்திய யூனியன் முஸ்லீம் லீக், கேரளா மணி காங்கிரஸ் உள்ளிட்ட சில கட்சிகளே எஞ்சியிருந்தன.

மோடியைக் காட்டி பல கூட்டணிக் கட்சிகளை பாஜக அழைத்துவந்தது போல ராகுல் காந்தியைச் சொல்லி எந்தவொரு கட்சியையும் கூட்டணிக்குள் கொண்டுவர காங்கிரஸால் முடியவில்லை. உண்மையில், சில கூட்டணிக் கட்சிகள் வெளியேறியதற்கு ராகுலும் அவருடைய அணுகுமுறையும்கூட ஒரு காரணம் என்றன ஊடகங்கள். அந்த வகையில் தேர்தல் களத்துக்குள் நுழையும்போதே பலவீனமாக இருந்த காங்கிரஸ் கூட்டணியில் காங்கிரஸ் 464, தேசியவாத காங்கிரஸ் 36, ராஷ்ட்ரிய ஜனதா தளம் 30 என்ற அளவில் போட்டியிட்டன.

காங்கிரஸ், பாஜக தவிர்த்து இடதுசாரிகள், சமாஜ்வாதி, பகுஜன் சமாஜ், மதச்சார்பற்ற ஜனதா தளம், ஐக்கிய ஜனதா தளம், பிஜு ஜனதா தளம், திரிணாமுல் காங்கிரஸ் உள்ளிட்ட பல கட்சிகள் சில மாநிலங்களில் தனித்தும் சில மாநிலங்களில் கூட்டணியாகவும் போட்டியிட்டன.

இந்தக் கட்சிகளை எல்லாம் தாண்டி ஆம் ஆத்மி என்கிற புதிய கட்சி அரவிந்த் கெஜ்ரிவாலின் தலைமையில் தேர்தல் களத்துக்கு வந்திருந்தது. ஊழலுக்கு எதிரான இயக்கமாக அறியப்பட்ட ஆம் ஆத்மியில் தங்களை இணைத்துக்கொள்ள இந்திய இளைஞர்கள் சமூகம் ஆர்வம் செலுத்தியது. எல்லா மாநிலங்களிலும் இல்லாவிட்டாலும், சிலவற்றில் காங்கிரஸுக்கும் பாஜகவுக்கும் சரியான சவாலாக ஆம் ஆத்மி இருக்கும் என்ற எதிர்பார்ப்பு எழுந்தது.

அகில இந்திய அளவில் மட்டுமின்றி, தமிழ்நாட்டிலும் ஒரு முக்கியமான முயற்சியில் ஈடுபட்டது பாஜக. இருபெரும் கட்சிகளான அதிமுக, திமுக இல்லாத ஒரு புதிய கூட்டணி முயற்சிக்குத் தயாராகியிருந்தது பாஜக. அதற்கேற்ற அரசியல் சூழலும் அமைந்திருந்தது.

2011 சட்டமன்றத் தேர்தலில் பெருவெற்றியைப் பெற்று ஆட்சியைப் பிடித்தபிறகு அதிமுக தமிழகத்தின் தனிப்பெரும் சக்தியாக மாறியிருந்தது. அதன் கூட்டணிக் கட்சியான தேமுதிகதான் சட்டமன்றத்தில் பிரதான எதிர்க்கட்சி. பின்னர் ஏற்பட்ட கருத்து வேறுபாடு காரணமாக அந்த அணியிலிருந்து தேமுதிக விலகியது. அதன்பிறகு நடந்த உள்ளாட்சித் தேர்தலில் தனித்துப் போட்டியிட்ட அதிமுக, பத்து மாநகராட்சிகளையும் கைப்பற்றி பேருருவம் எடுத்து நின்றது.

அதன் நீட்சியாக, நாளைய இந்தியாவை அதிமுக வழிநடத்தவேண்டும் என்றால் நாற்பது தொகுதிகளையும் வெல்லவேண்டும். அதற்கு ஏதுவாக மக்களவைத் தேர்தலை அதிமுக தனித்தே சந்திக்கும் என்று அறிவித்தார் ஜெயலலிதா. உண்மையில், நாளைய பிரதமர் என்றே அதிமுகவினர் ஜெயலலிதாவை வர்ணித்தனர். அதை ஜெயலலிதா மறுக்கவும் இல்லை, பகிரங்கமாக ஏற்கவும் இல்லை. தொகுதி ஒதுக்கீட்டில் ஏற்பட்ட சிக்கல் காரணமாக இடதுசாரிகள் வெளியேற, தமிழகம், புதுச்சேரியில் 40 தொகுதிகளிலும் தனித்துப் போட்டியிட்டது அதிமுக.

திமுக அணியில் விடுதலைச் சிறுத்தைகள், புதிய தமிழகம், இந்திய யூனியன் முஸ்லீம் லீக், மனிதநேய மக்கள் கட்சி உள்ளிட்ட சில கட்சிகளே இருந்தன. தேமுதிகவை அணிக்குக் கொண்டுவர பல்வேறு முயற்சிகளை எடுத்தது திமுக. ஆனால் அதிமுக, திமுகவுக்கு மாற்றாக தேமுதிகவை முன்வைத்து மதிமுக, பாமக கட்சிகளை உள்ளடக்கிய புதிய கூட்டணியை உருவாக்கும் முயற்சியில் ஈடுபட்டிருந்தது பாஜக.

திடீரென ஒருநாள் டெல்லி சென்று பாஜக தலைவர் ராஜ்நாத் சிங்கைச் சந்தித்துப் பேசினார் மதிமுக பொதுச்செயலாளர் வைகோ. அதன்மூலம் பாஜக அணியில் மதிமுக இடம்பிடித்தது. அதனைத் தொடங்கி பாஜக அணியில் பாமகவும் இணைந்தது. நீண்ட இழுபறிக்குப் பிறகு தேமுதிகவும் இணைந்தது. அதனைத் தொடர்ந்து சிறுசிறு கட்சிகளும் பாஜக அணியில் இணைந்தன. திமுக, அதிமுகவுக்கு மாற்றாகப் புதிய கூட்டணியை உருவாக்கும் முயற்சியில் பாஜக வெற்றிபெற்றது. கூட்டிக்கழித்துப் பார்த்தபோது, அந்த அணி கணிசமான வாக்கு சதவிகிதத்தைக் கைப்பற்றுவதற்கான சாத்தியக்கூறுகள் தென்பட்டன.

தேமுதிகவுக்கு 14, பாமகவுக்கு 8, மதிமுகவுக்கு 7, பாஜக 6 என இடங்கள் ஒதுக்கப்பட்டன. கொங்குநாடு மக்கள் தேசிய கட்சி, புதிய நீதிக்கட்சி, இந்திய ஜனநாயகக் கட்சி மூன்றுக்கும் தலா ஒரு தொகுதி தரப்பட்டது. ஆனால் அந்த மூன்று கட்சிகளும் தாமரை சின்னத்தில் போட்டியிட்டன. அதன்மூலம் பாஜக ஒன்பது இடங்களில் போட்டியிட்ட கணக்கு. புதுச்சேரி தொகுதி என்.ஆர்.காங்கிரஸுக்குத் தரப்பட்டது. அதை ஏற்க மறுத்த பாமக தன்னுடைய வேட்பாளரை புதுச்சேரியில் நிறுத்தியது. அந்த வேட்பாளருக்கு தேமுதிக ஆதரவளித்தது.

பாஜகசார்பில் போட்டியிட்டவர்களில் பொன்.ராதாகிருஷ்ணன் (கன்னியாகுமரி), இல.கணேசன் (தென் சென்னை), சி.பி. ராதாகிருஷ்ணன் (கோயம்புத்தூர்), ஹெச். ராஜா (சிவகங்கை) ஆகியோர் முக்கியமானவர்கள்.

வழக்கமாக தேர்தல் அறிக்கையை விரைவாக வெளியிடுவது பாஜகவின் வழக்கம். ஆனால் இம்முறை மிகமிக தாமதமாகத்தான் அறிக்கை வெளியிட்டது. ஏனெனில், பாஜகவின் ஒரே தேர்தல் ஆயுதம், மோடி. என்றாலும், தேர்தல் அறிக்கை வெளியிட்டனர். அதில் வளர்ச்சி என்ற அம்சம் கூடுதலாக இருக்குமாறு பார்த்துக்கொள்ளப்பட்டது. குறிப்பாக, காங்கிரஸ் அரசின் மீது எந்தெந்த விஷயங்களில் எல்லாம் மக்களுக்கு அதிருப்தி இருக்கிறது என்று உன்னிப்பாகக் கவனித்து, அவற்றுக்கெல்லாம் மோடியால் மட்டுமே தீர்வு கொடுக்க முடியும் என்ற நம்பிக்கையை ஏற்படுத்தும் வகையில் வாக்குறுதிகள் தரப்பட்டன. சில முக்கியமான விஷயங்களை மட்டும் இங்கே பார்க்கலாம்:

1. அத்தியாவசியப் பொருள்களின் பதுக்கலையும் கடத்தலையும் ஒழித்து, விலைவாசியைக் கட்டுக்குள் வைப்போம்.

2. புதிய வேலைவாய்ப்புகளை உருவாக்கித்தருவோம்; தொழில்முனைவோருக்குத் தேவையான எல்லாவிதமான உதவிகளையும் செய்துதருவோம்.

3. நாட்டைச் சீரழித்துக்கொண்டிருக்கும் ஊழலை ஒட்டுமொத்தமாக ஒழிப்பதற்குத் தேவையான நடவடிக்கைகளை உடனடியாக எடுப்போம்.

4. மத்திய - மாநில அரசுகளுக்கு இடையிலான உறவை மேம்படுத்துவோம்; நாட்டை டெல்லியில் இருப்பவர்கள் மட்டும் நிர்வகிக்காமல், மாநில முதல்வர்களின் பங்களிப்பையும் அதிகரிக்கச் செய்வோம்.

5. ஒளிவுமறைவற்ற, நேர்மையான ஆட்சியை நடத்துவோம். அரசின் நிர்வாகப் பணிகள் அனைத்தையும் நவீனப்படுத்துவோம்.

6. ஊரக, நகர்ப்புற வளர்ச்சியை விரைவுபடுத்துவோம்.

7. உயர்தரமான கல்வி எல்லோருக்கும் கிடைக்க வழிவகை செய்வோம்.

8. நாட்டின் தொழில்வளர்ச்சியை விரைவுபடுத்த அந்நிய முதலீட்டை அதிகப்படுத்துவோம்.

வளர்ச்சி என்ற வட்டத்துக்குள் வந்த வாக்குறுதிகள் தவிர்த்து, தங்கள் அடிப்படைக் கொள்கைச் திட்டங்களையும் தேர்தல் அறிக்கையில் இணைத்திருந்தது பாஜக. ராமர் கோயில், பொதுசிவில் சட்டம், காஷ்மீருக்கான சிறப்பு அந்தஸ்து ரத்து, ராமர் பாலத்தை இடிக்காமல் பாதுகாப்பது ஆகியன குறிப்பிடத்தக்கவை. முக்கியமாக, வெளிநாடுகளில் முடங்கிக் கிடக்கும் இந்தியர்களின் கருப்புப்பணம் மீட்கப்பட்டு, இந்தியாவின் ஒவ்வொரு குடிமகனின் வங்கிக் கணக்கிலும் பதினைந்து லட்சம் ரூபாய் போடப்படும் என்ற வாக்குறுதி பெரும் வரவேற்பைப் பெற்றது.

தேர்தல் வாக்குறுதிகளைத் தாண்டி மோடியின் காங்கிரஸ் எதிர்ப்புப் பிரசாரம் இந்தியா முழுக்க எதிரொலித்தது. விமான மார்க்கமாக இந்தியாவின் குறுக்காகவும் நெடுக்காகவும் அதிக அளவில் பயணம் செய்தார் மோடி. பத்தாண்டு கால காங்கிரஸ் ஆட்சியில் நடந்த குளறுபடிகள் அனைத்தும் மோடியின் பிரசாரத்துக்குப் பேருதவி செய்தன. ஸ்பெக்ட்ரம் ஊழல், ஆதர்ஷ் ஊழல், காமன்வெல்த் ஊழல், ஹெலிகாப்டர் ஊழல், நிலக்கரி ஊழல் என்று காங்கிரஸ் ஆட்சியில் நடந்த ஊழல்களைப் பட்டியல் போட்டுப் பிரசாரம் செய்தார். ஊழல் மலிந்த காங்கிரஸ் கட்சியை அப்புறப்படுத்த வேண்டியது இந்தியர்களின் கடமை என்ற மோடியின் உணர்ச்சி கரமான உரைகள் நடுத்தர மக்களையும் இளைஞர்களையும் வசீகரித்தன.

மோடியால் மட்டுமே நாட்டை மீட்க முடியும் என்றும் வரப்போவது மோடியின் நல்லாட்சி என்றும் சொன்ன பாஜகவின் தேர்தல் விளம்பரங்கள் நவீன ஊடகங்களான தொலைக்காட்சி தொடங்கி சமூக வலைத்தளங்கள் அனைத்திலும் ஒளிபரப்பாகின. மோடி அலை வீசிக் கொண்டிருப்பதாக ஊடகங்கள் வழியாக உரத்த குரலில் சொன்னது பாஜக.

சித்தாந்தம், கொள்கை என்று இயங்கிய பாஜக தற்போது மோடி என்ற தனிமனிதரின் முகத்தையே தன்னுடைய ஒற்றை அடையாளமாக மாற்றிக்கொண்டு தேர்தல் களமாடியது. அதை எதிர் கொள்ள வேண்டிய காங்கிரஸோ சற்றே சுணக்கமான மனநிலையுடன்தான் தேர்தல் களத்துக்கு வந்தது. முக்கியமாக, பிரதமர் வேட்பாளர் யார் என்பதை அறிவிக்க காங்கிரஸ் விரும்பவில்லை.

கடந்த தேர்தலின்போது மன்மோகன் சிங்கே பிரதமர் வேட்பாளராக அறிவிக்கப்பட்டார். ஆனால் இம்முறை தான் பிரதமர் வேட்பாளர் இல்லை என்று மன்மோகன் சிங் முன்கூட்டியே

அறிவித்தார். காங்கிரஸ் தலைவர் சோனியாவும் தன்னை பிரதமர் வேட்பாளராக அறிவித்துக் கொள்ளவில்லை. ராகுல் காந்தியின் பெயரும் அறிவிக்கப்படவில்லை. அதையே தங்களுக்குச் சாதகமாகப் பயன்படுத்திக் கொண்டது பாஜக.

நாங்கள் பிரதமர் வேட்பாளரை அறிவித்துவிட்டோம். ஆனால் காங்கிரஸால் அதைக்கூட அறிவிக்க முடியவில்லை. ஆகவே, மோடியை எதிர்த்து ஒரு கேள்விக்குறிதான் நிற்கிறது என்ற கேலியான தொனியில் பிரசாரம் செய்தது பாஜக. அதற்கு எதிர்வினையாற்றிய காங்கிரஸ், பிரதமர் வேட்பாளரை அறிவிக்கவேண்டும் என்று அரசியலமைப்புச் சட்டம் சொல்லவில்லை. தவிரவும், 2004 தேர்தலில் வாஜ்பாயையும் 2009 தேர்தலில் அத்வானியையும் பிரதமர் வேட்பாளராக நிறுத்தி பாஜகவுக்குத் தோல்வியைத் தவிர வேறென்ன கிடைத்தது? என்று கேட்டது.

பாஜகவின் ஒரே பிரசார பீரங்கியாக மோடி நாடு முழுக்கச் சென்றுகொண்டிருக்க, காங்கிரஸ் சார்பில் சோனியாவும் ராகுல் காந்தியுமே தீவிரப் பிரசாரத்தில் ஈடுபட்டனர். ஆனால் நாள்கள் செல்லச் செல்ல மோடியின் அலை காங்கிரஸ் கப்பலைக் கவிழ்த்துவிடுமோ என்ற சூழல் உருவானதைத் தொடர்ந்து காங்கிரஸ் சார்பில் பிரியங்காவும் களமிறங்கிப் பிரசாரம் செய்தார்.

நாட்டை நிர்வகிக்க 56 அங்குல மார்பு தேவை என்று ஒரு கூட்டத்தில் மோடி பேசினார். அதற்கு எதிர்வினை ஆற்றிய பிரியங்கா, நாட்டை நிர்வகிக்க 56 அங்குல மார்பு தேவையில்லை, மக்களுக்குச் சேவை செய்யவேண்டும் என்ற எண்ணம் கொண்ட இதயம் போதும் என்றார்.

தமிழகத்தைப் பொறுத்தவரை பாஜக கூட்டணியில் முதலில் இணைந்த மதிமுகவின் பொதுச் செயலாளர் வைகோ, மோடி ஆட்சி அமையவேண்டும் என்று தீவிரமான பிரசாரத்தில் ஈடுபட்டார். ஊழலாட்சி ஒழிய, நல்லாட்சி அமைய மோடியை ஆதரியுங்கள் என்றார் விஜயகாந்த்.

மோடி அலை என்ற பதம் நாடு முழுக்க ஒலித்துக்கொண்டிருந்தது. வெவ்வேறு இடங்களில். வெவ்வேறு மொழிகளில். காஷ்மீர் முதல் கன்னியாகுமரி வரை வீசியிருக்கும் இந்த அலை பாரதிய ஜனதாவை நிச்சயம் ஆட்சிக்கட்டிலில் அமர்த்தும் என்ற எதிர்பார்ப்பு பாஜக வட்டாரத்தில் உச்சத்தில் இருந்தது.

ஆனால் அலை என்று ஏதுமில்லை, கண்ணில் தெரிவதெல்லாம் மாய மேகங்கள் மட்டுமே, விரைவில் கலைந்துவிடும் என்ற நம்பிக்கையுடன் காங்கிரஸ் இருந்தது காங்கிரஸ். இன்னொரு பக்கம், சமாஜ்வாதி, அதிமுக, பகுஜன் சமாஜ் போன்ற இயக்கங்களின் எண்ணமோ வேறு திசையில் இருந்தது. என்ன நடந்தாலும் சரி, நம்முடைய ஆதரவு ஆட்சியாளர்களுக்குத் தேவை என்பது அவர்களுடைய எதிர்பார்ப்பு.

மக்களவைத் தேர்தல் பல கட்டங்களாக நடத்தப்பட்டதால் பல மாநிலங்களில் தேர்தல்கள் முன்கூட்டியே நடந்துமுடிந்தும், தேர்தல் முடிவைத் தெரிந்துகொள்ள ஒரு மாதத்துக்கும் மேலாகக் காத்திருக்கவேண்டிய நிலை. உதாரணம்: தமிழ்நாடு. வாக்குப் பதிவுக்கும் வாக்கு எண்ணிக்கைக்கும் இடைப்பட்ட நாள்கள் சற்றேறக்குறைய முப்பது.

வாக்கு எண்ணிக்கை தொடங்குவதற்கு முன்பே ஏராளமான கருத்துக்கணிப்புகள் வெளியாகி இருந்தன. ஒவ்வொன்றும் ஒவ்வொரு ரகம். பெரும்பாலான கருத்துக்கணிப்புகள் தொங்கு நாடாளுமன்றமே அமையும் என்றன. தனிப்பெருங்கட்சியாக பாஜக உருவெடுக்கும். ஆனால் ஆட்சி அமைக்கும் வலிமை இருக்காது என்றனர் சிலர்.

சாணக்யா என்றொரு செய்தி நிறுவனம் பாஜக அறுதிப்பெரும்பான்மையைவிட அதிக இடங்களைப் பெறும் என்றது. சில ஊடகங்கள் 2009 அளவுக்கு இல்லை என்றாலும் 2004ல் வென்றது போல காங்கிரஸ் வெற்றிபெறும் என்றன. மொத்தத்தில், மாநிலக் கட்சிகளின் பங்களிப்போடு கூட்டணி ஆட்சிதான் அமையும் என்பது பெரும்பாலான ஊடகங்களின் கணிப்பு. ஆனால் தேர்தல் முடிவுகள் அனைத்து கணிப்புகளையும் பொய்யாக்கின.

வாக்கு எண்ணிக்கை தொடங்கியது முதலே பாஜக வெற்றி முகத்திலேயே இருந்தது. எதிர்பாராத இடங்களில் இருந்தெல்லாம் வெற்றிச்செய்திகள். மாறாக, காங்கிரஸ் மோசமான தோல்வியைச் சந்திப்பதற்கான வாய்ப்புகள் தென்படத் தொடங்கின. எல்லா முடிவுகளும் வந்தபோது மோடி அலை நாடு முழுக்க வீசியிருப்பது தெள்ளத் தெளிவாகத் தெரிந்தது. தனிப்பெருங்கட்சியாக உருவெடுத்த பாஜக 282 இடங்களைக் கைப்பற்றி அறுதிப்பெரும்பான்மையை எட்டிப் பிடித்தது.

சமீபகாலமாக எந்தவொரு தனிக்கட்சியோ அல்லது தேர்தலுக்கு முன்னர் அமைந்த கூட்டணியோ அறுதிப் பெரும்பான்மையைப் பெறமுடியாத நிலையில், பாஜக தனிப்பெரும்பான்மை பெற்றது தேர்தல் பண்டிதர்கள் பலரையும் வியப்பில் ஆழ்த்தியது. இந்தியா முழுக்கச் சென்று பிரசாரம் செய்த மோடிக்குக் கிடைத்த தனிப்பட்ட வெற்றியாகவே பாஜகவினர் கொண்டாடி மகிழ்ந்தனர்.

பாஜக மட்டுமல்ல, தேசிய ஜனநாயகக் கூட்டணியில் இடம்பெற்ற அனைத்து கட்சிகளுமே கணிசமான வெற்றியைப் பெற்றிருந்தன. சிவசேனா 18, தெலுங்குதேசம் 16, லோக் ஜனசக்தி 6, ஷிரோமணி அகாலிதளம் 4, ராஷ்ட்ரிய லோக் சமதா 3, அப்னா தளம் 2 என்ற அளவிலும் மற்ற சிறு கட்சிகள் ஒற்றை இடங்களையும் வென்றிருந்தன. அதன்மூலம் தேசிய ஜனநாயகக் கூட்டணி 336 தொகுதிகளைக் கைப்பற்றி பிரம்மாண்டமான வெற்றியைப் பெற்றிருந்தது.

பாஜகவின் முப்பத்தைந்து ஆண்டுகால வரலாற்றில் இவ்வளவு பெரிய வெற்றியைப் பெற்றதில்லை. அதன் வெற்றி எந்த அளவுக்கு வீரியம் நிறைந்தது என்பதைப் புரிந்துகொள்ள சில மாநிலங்களில் பெற்ற தொகுதிகளின் எண்ணிக்கையைப் பார்க்கவேண்டும்.

இந்தியாவின் மிகப்பெரிய மாநிலமான உத்தரப் பிரதேசத்தில் உள்ள மொத்த இடங்களின் எண்ணிக்கை 80. அவற்றில் 71 இடங்களை பாஜகவே கைப்பற்றியது. அப்னா தளம் என்ற அதன் கூட்டணிக் கட்சி இரண்டு இடங்களைப் பிடித்தது. எஞ்சிய ஏழு இடங்களே உத்தரப் பிரதேசத்தை ஆளுகின்ற கட்சி, ஆண்ட கட்சிகளுக்குக் கிடைத்தன. அந்த மாநிலத்தின் பாஜக தேர்தல் பொறுப்பாளராகச் செயல்பட்டவர் மோடியின் நெருங்கிய சகாவான அமித் ஷா.

பாஜகவின் செல்வாக்கு மிக்க மாநிலங்களான ராஜஸ்தான், குஜராத், உத்தரகண்ட், இமாச்சல பிரதேசம், டெல்லி, கோவா ஆகிய மாநிலங்களில் நூறு சதவிகித வெற்றியைப் பெற்றது பாஜக. அந்த மாநிலங்களில் எல்லாம் காங்கிரஸ் உள்ளிட்ட அனைத்து கட்சிகளும் முற்றிலுமாகத் துடைத்தெறியப்பட்டன. குஜராத்தில் 26, ராஜஸ்தானில் 25, டெல்லியில் 7, உத்தரகண்டில் 5, இமாச்சல பிரதேசத்தில் 4, கோவாவில் 2 என்ற அளவில் வெற்றிபெற்றிருந்தது.

பாஜகவின் பாரம்பரிய மாநிலமான மத்தியப் பிரதேசத்தில் மொத்தமுள்ள 29 இடங்களில் 27 இடங்களை பாஜக கைப்பற்றியிருந்தது. ஜார்கண்டின் 14 தொகுதிகளில் 12 தொகுதிகளை பாஜக கைப்பற்றியது. சத்தீஷ்கரின் 11 இடங்களில் 10 இடங்கள் பாஜக வசம் சென்றன. மகாராஷ்ட்ராவின் 48 இடங்களில் பாஜகவுக்கு 23 இடங்கள் கிடைத்தன.

பீகாரின் 40 இடங்களில் பாஜகவுக்கு மட்டும் 22 இடங்கள் கிடைத்தன. கர்நாடகாவின் 28 இடங்களில் பாஜகவுக்கு மட்டும் 17 இடங்கள் சென்றன. ஹரியானாவின் பத்து இடங்களில் 7 இடங்களை பாஜக கைப்பற்றியது. அசாமின் 14 இடங்களில் 7 பாஜகவுக்குச் சென்றன. ஜம்மு காஷ்மீரின் 6 இடங்களில் 3 பாஜகவுக்குக் கிடைத்தன. பஞ்சாப்பின் 13 இடங்களில் பாஜகவுக்கு இரண்டு இடங்கள் மட்டும் கிடைத்தன.

மேற்கண்ட மாநிலங்களில் பஞ்சாப் தவிர்த்த அனைத்திலும் பாஜகவே ஆதிக்கம் செலுத்தியது. பஞ்சாப்பிலும்கூட பாஜகவும் அதன் கூட்டணிக் கட்சியான அகாலிதளமுமே ஆதிக்கம் செலுத்தின. ஆக, இந்தியாவின் பெரும்பாலான மாநிலங்களில் தனியாகவும் கூட்டணிக் கட்சிகளின் ஆதரவுடனும் பிரம்மாண்டமான வெற்றியைப் பெற்றிருந்தது பாஜக.

அதேசமயம், மோடி அலையானது சில மாநிலங்களில் மட்டும் எவ்விதமான தாக்கத்தையும் ஏற்படுத்தவில்லை. முதலில் தமிழ்நாடு. இங்கே பிரதமர் வேட்பாளரான மோடி தொடங்கி பலரும் பலமுறை வந்து பிரசாரம் செய்தும் பாஜகவுக்குப் பெரிய அளவிலான வெற்றி கிடைக்கவில்லை.

மொத்தமுள்ள 39 தொகுதிகளில் 37 இடங்களைப் பிடித்தது ஜெயலலிதா தலைமையிலான அதிமுக. எஞ்சிய இரண்டு இடங்கள் மட்டுமே பாஜக கூட்டணிக்கு. அவற்றில் ஒன்று, பாமகவுக்கு. மற்றொன்று, பாஜகவுக்கு. பாஜகவின் சார்பில் கன்னியாகுமரியில் போட்டியிட்ட தமிழக பாஜக தலைவர் பொன். ராதாகிருஷ்ணனும் பாமக சார்பில் தர்மபுரியில் போட்டியிட்ட டாக்டர் அன்புமணியும் பாஜக அணியில் போட்டியிட்டு வெற்றிபெற்றிருந்தனர்.

மேற்கு வங்கத்தின் 42 இடங்களில் மமதா பானர்ஜியின் திரிணாமுல் காங்கிரஸ் 34 இடங்களைக் கைப்பற்றியிருந்தது. திரிணாமுல் காங்கிரஸ், இடதுசாரிகள், காங்கிரஸ் என்ற மூன்று கட்சிகளுக்கு இடையிலான போட்டியில் பாஜகவால் வெற்றியைச் சாதிக்க முடியவில்லை. அந்த மாநிலத்தில் பாஜகவுக்கு வெறும் இரண்டு இடங்களே கிடைத்தன. அங்கே காங்கிரஸுக்கு 4 இடங்களும் சிபிஎம்முக்கு 2 இடங்களும் கிடைத்திருந்தன.

ஒடிசாவில் மொத்தமுள்ள 21 இடங்களில் 20 இடங்களை நவீன் பட்நாயக் தலைமையிலான பிஜு ஜனதா தளம் பிடித்தது. ஒற்றைத் தொகுதி மட்டுமே பாஜகவுக்குக் கிடைத்தது. இத்தனைக்கும் பிஜு ஜனதா தளமும் பாஜகவும் சமீபகாலம் வரை ஒரே கூட்டணியில்தான் இருந்தன. திடீர் பிரிவு பிஜு ஜனதா தளத்தை எவ்விதத்திலும் பாதிக்கவில்லை.

இடதுசாரிகளும் காங்கிரஸும் செல்வாக்குடன் இருக்கும் கேரளாவில் மொத்தமுள்ள 20 இடங்களில் காங்கிரஸ் 8, சிபிஎம் 5, இந்திய யூனியன் முஸ்லீம் லீக் 2 என்ற அளவில் வெற்றி பெற்றிருந்தன. பாஜக ஒரு தொகுதியில்கூட வெற்றிபெறாத மாநிலம் இது.

தேசிய ஜனநாயகக் கூட்டணியின் மற்ற கட்சிகளும் கணிசமான வெற்றியைப் பெற்றிருந்தன. மகாராஷ்ட்ராவில் சிவசேனா 18, ஆந்திராவில் தெலுங்குதேசம் 16, பீகாரில் லோக் ஜனசக்தி 6, ராஷ்ட்ரிய லோக் சமதா 3, உத்தர பிரதேசத்தின் அப்னாதளம் 2, தமிழ்நாட்டின் பாமக 1, புதுச்சேரியின் என்.ஆர். காங்கிரஸின் 1 என்ற அளவில் வெற்றி பெற்றிருந்தன. வேறு சில கூட்டணிக் கட்சிகளும் ஒற்றைத் தொகுதிகளைப் பெற்றிருந்தன.

மாறாக, காங்கிரஸ் தலைமையிலான ஐக்கிய முற்போக்குக் கூட்டணி படுதோல்வியைச் சந்தித்திருந்தது. சுதந்தரம் அடைந்த காலம் முதல் இந்திய நாடாளுமன்றத்தில் காத்திரமான

பங்களிப்பைச் செய்திருந்த காங்கிரஸ் இம்முறை வெறும் 44 இடங்களைக் கைப்பற்றி வரலாறு காணாத தோல்வியைச் சந்தித்திருந்தது. அந்தக் கட்சியின் மூத்த, முக்கியத் தலைவர்கள், அமைச்சர்கள் பலரும் படுதோல்வியைச் சந்தித்திருந்தனர்.

தனிப்பெரும்பான்மையுடன் ஆட்சி அமைக்கும் வாய்ப்பு பாஜகவுக்கு இருந்தபோதும் வெற்றிக்கு உதவிய கூட்டணிக் கட்சிகளையும் அமைச்சரவையில் சேர்த்துக்கொள்ளத் தயாரானார் நரேந்திர மோடி. அதன் அடிப்படையில் சிவசேனா, தெலுங்குதேசம், லோக் ஜனசக்தி உள்ளிட்ட கட்சிகளுக்கு அமைச்சரவையில் இடமளித்தார். அதேசமயம் பெரிய அளவிலான அமைச்சரவையாக அல்லாமல், Minimum Government – Maximum Governance என்ற அடிப்படையில் அளவில் சிறிய அமைச்சரவையை அமைத்தார் நரேந்திர மோடி. தமிழ்நாட்டைச் சேர்ந்த பொன். ராதாகிருஷ்ணனுக்கு மத்திய இணை அமைச்சர் பொறுப்பு தரப்பட்டது.

2014 நரேந்திர மோடி அமைச்சரவை

ராஜ்நாத் சிங்	-	உள்துறை
சுஷ்மா சுவராஜ்	-	வெளிவிவகாரம், வெளிநாடு வாழ் இந்தியர் நலன்
அருண் ஜெட்லி	-	நிதி, கம்பெனி விவகாரம், ராணுவம்
வெங்கையா நாயுடு	-	பாராளுமன்ற விவகாரம்
நிதின் கட்காரி	-	தரைவழி மற்றும் கப்பல் போக்குவரத்து
சதானந்த கவுடா	-	ரயில்வே
உமா பாரதி	-	நீர்வளம் மற்றும் கங்கை சுத்திகரிப்பு
நஜ்மா ஹெப்துல்லா	-	சிறுபான்மையினர் நலன்
கோபிநாத் முண்டே	-	ஊரக வளர்ச்சி
ராம்விலாஸ் பஸ்வான்	-	உணவு மற்றும் சிவில் சப்ளை
மேனகா காந்தி	-	பெண்கள் மற்றும் குழந்தைகள் மேம்பாடு
அனந்த குமார்	-	ரசாயனம், உரம்
ரவிசங்கர் பிரசாத்	-	தொலைத்தொடர்பு, சட்டம், நீதி
ஸ்மிரிதி இரானி	-	மனித வள மேம்பாடு
கஜபதி ராஜூ	-	சிவில் விமான போக்குவரத்து
ராதா மோகன் சிங்	-	விவசாயம்
கோபிநாத் முண்டே	-	கிராமப்புற வளர்ச்சி, பஞ்சாயத்து ராஜ்
நரேந்திர சிங் தோமர்	-	எஃகு
ஆனந்த் கீதே **நிறுவனங்கள்**	-	**கனரக தொழில் மற்றும் பொதுத்துறை**
டாக்டர் ஹர்ஷ்வர்தன்	-	**சுகாதார மற்றும் குடும்ப நலத்துறை**
சரிப்த்நாயக்	-	**கலாச்சாரம், சுற்றுலா (தனி பொறுப்பு)**
பிரகாஷ் ஜவடேகர்	-	**தகவல் மற்றும் ஒலிபரப்பு** **(தனி பொறுப்பு)**

ஆய்வுக்கு உதவிய புத்தகங்கள்

1. Story of My Transportation For Life – V.D. Savarkar
2. Light of Truth – Swami Dayananda Saraswati
3. The Jana Sangh : A Biogrphy of an Indian Political Party– Craig Baxter
4. The Hindu Nationalist Movement and Indian Politics – Christophe Jeffrelot
5. Hindu Nationalism and Indian Politics: The Origins and Development of the Bharatiya Jana Sangh – B.D. Graham - CUP
6. The BJP and the Compulsions of Politics in India – Thomas Blom Hansen, Christophe Jeffrelot
7. Jawaharlal Nehru : Civilizing a Savage World – Nayantara Sahgal
8. Dr. Ambedkar : Life and Mission – Dhananjay Keer – Popular Prakashan
9. The Rajaji Story {1937-1972} – Rajmohan Gandhi
10. Reminiscences of the Nehru Age – M.O. Mathai – Vikas
11. My Days with Nehru – M.O. Mathai – Vikas
12. Outside the Archives – Y.D. Gundevia – Sangam Books
13. Prison Diary – Jayaprakash Narayan – Popular Prakashan
14. J.P: His Biography – Allen Scarfe and Wendy - Orient Longman
15. The Story of My Life – I,II,III Volumes – Morarji Desai
16. Janata Party Experiment – Madhu Limaye – B.R. Publishing
17. The Morarji Papers – Arun Gandhi – Vision Books
18. Making India Hindu – Edited by David Ludde – Oxford India
19. Mahatma Gandhi – The last 200 Days – The Hindu
20. Nehru : The Invention of India – Shashi Tharoor – Arcade
21. RSS: At a glance – Suruchi Prakashan
22. A History of the Pakistan Army – Brian Cloughley – Oxford

23. A Mission in Kashmir – Andrew Whitehead – Penguin
24. Riot Politics – Ward Berenschot – Rainlight/Rupa
25. The Politics of India Since Independence – Paul R Brass - CUP
26. Jayaprakash Narayan – Sudhansu Ranjan – NBT
27. Communalism in Modern India – Bipan Chandra – Vikas
28. The Emergence of Hindu Nationalism in India – John Zavos – OUP
29. The Past and Present – Romila Thaper – Aleph
30. Hindutwa – Jyotirmaya Sharma – Penguin
31. The Emerging Hindutwa Forces – Prakash Louis - ISC
32. Post – Hindu India – Kancha Ilaiah - Sage
33. The Great Partition – Yasmin Khan – Penguin/Viking
34. RSS: Tryst With Politics – Pralay Kanungo – Manohar Publishers
35. Heir Apparent : An Autobiography – Karan Singh – Oxword University Press
36. Indira – Katherine Frank – Harper Collins
37. Indira Gandhi, Emergency and Indian Democracy – P.N.Dhar – OUP
38. Prelude to the Emergency – PMO Diary I – B.N. Tandon – Konark
39. India's China War – Neville Maxwell – Pelican
40. Shah Commission Report : Lost and Regained – Era. Sezhiyan – Aazhi
41. The Sena Story – Vaibhav Purandare
42. India: The siege with in – M.J. Akbar – Lotus – Roli
43. Inspite of the Gods – Edward Luce – Abacus
44. A Time of Coalitions – Paranjoy Guha Thakurtha – Sage
45. My Presidential Years – R. Venkataraman - Indus
46. Open Secrets – Maloy Krishna Dhar – Manas
47. Ram Jethmalani – Nalini Gera - Penguin
48. V.P. singh : The Quest for Power – Janardan Thakur
49. Matters of Discretion – I.K. Gujral
50. Uproot Hindutwa – Thirumavalavan – Samya
51. Courting Destiny – Shanti Bhushan – Pengun/Viking
52. The Making of Laloo Yadav – Sankarshan Thakur – Harper Collins
53. Ink in My Veins – S. Nihal Singh – Hay House
54. The Saffron Wave – Thomas Blom Hansen - OUP
55. Arjun Singh : An Autobiography – Hay House

56. One Life is Not Enough – Natwar Singh – Rupa

57. Narendra Modi: The Man, The Times – Nilanjan Mukhopadhyay – Tranquebar

58. The NaMo Story – Kingshuk Nag – Roli Books

59. ஞான கங்கை - குருஜி கோல்வல்கர் - புத்தொளி பதிப்பகம்

60. ஆர்.எஸ்.எஸ்: கடந்துவந்த பாதையும் செய்யவேண்டிய மாற்றங்களும் - சஞ்சீவ் கேல்கர் - கிழக்கு பதிப்பகம்

61. இந்திய வரலாறு : காந்திக்குப் பிறகு - ராமச்சந்திர குஹா - கிழக்கு பதிப்பகம்

62. வீர சாவர்க்கர் - விஜயபாரதம்

63. மாப்ளா கிளர்ச்சியும் அதன் தோற்றுவாயும் - கான்ராட் உட் - அலைகள்

64. 1857: சிப்பாய் புரட்சி - உமா சம்பத் - கிழக்கு பதிப்பகம்

65. வீர் சாவர்க்கர் - இலந்தை சு. ராமசாமி - கிழக்கு பதிப்பகம்

66. என் தேசம் என் வாழ்க்கை - எல்.கே. அத்வானி - அல்லையன்ஸ்

67. நெருக்கடி நிலைக்கு எதிரான போராட்டம் - இராம. கோபாலன்

68. ராஜாஜி வாழ்க்கை வரலாறு - ராஜ்மோகன் காந்தி - வானதி பதிப்பகம்

69. இந்திய அரசியல் வரலாறு- வி. கிருஷ்ணா அனந்த் - கிழக்கு பதிப்பகம்

70. உடையும் இந்தியா? - ராஜீவ் மல்ஹோத்ரா, அரவிந்தன் நீலகண்டன் - கிழக்கு பதிப்பகம்

71. அயோத்தி : இருண்ட இரவு - கிருஷ்ணா ஜா, திரேந்திர கே. ஜா - விடியல் பதிப்பகம்

72. நாதுராம் விநாயக் கோட்ஸே - Z.Y. ஹிம்ஸாகர் - பத்மா - பத்மா பப்ளிகேஷன்ஸ்

73. தேர்தல் அரசியல் - காமராஜ் முதல் கருணாநிதி வரை - தி. சிகாமணி

74. வரலாறு படைத்த தினத்தந்தி - பொன்விழா வெளியீடு

75. மாலை சுவடுகள் - மாலை முரசு வெளியீடு

76. நரேந்திர மோடி - SP. சொக்கலிங்கம் - சிக்ஸ்த்சென்ஸ் பப்ளிகேஷன்ஸ்

77. பக்தி இயக்கங்களின் வழியே சமூக சீர்திருத்தம் - பெ.சு. மணி - பூங்கொடி பதிப்பகம்

78. பாபு ஜெகஜீவன்ராம் வாழ்க்கை வரலாறு - உ. சுப்பிரமணியன்

79. வல்லபபாய் பட்டேல் - தமிழில்: அகிலா சிவராமன் - பாரதீய வித்யா பவன்

80. ஸ்கூப் - குல்தீப் நய்யார் - மதுரை பிரஸ்

81. காஷ்மீர் - சந்திரன் - ஆழி பதிப்பகம்

82. இந்துத்துவம்: ஒரு பன்முக ஆய்வு - அ. மார்க்ஸ் - அடையாளம்

83. சங் பரிவாரின் சதி வரலாறு - விடுதலை ராஜேந்திரன் - த.பெ.தி.க வெளியீடு

84. கோட்சேயின் வாக்குமூலம் - தமிழில்: இரா. சுப்பராயலு - மருதம் பதிப்பகம்

85. சங்கர மடத்தின் உண்மை வரலாறு - அருணன் - வசந்தம் வெளியீட்டகம்

86. காஞ்சி சங்கராச்சாரியார்: ஓர் ஆய்வு - கி. வீரமணி - திராவிடர் கழக வெளியீடு

87. காஞ்சி சங்கராச்சாரியார் மீது கொலை வழக்கு - கி. வீரமணி - திராவிடர் கழக வெளியீடு

88. காந்தியார் கொலை - பதிப்பாசிரியர் : கி. வீரமணி - திராவிடர் கழக வெளியீடு

89. ஆகஸ்டு 30, 1948 - திருவாரூர் அர. திருவிடம் - நக்கீரன் வெளியீடு

90. ஒரு தந்தையின் நினைவுக்குறிப்புகள் - டி.வி. ஈச்சரவாரியர்; தமிழில்: குளச்சல் மு.யூசுப் - காலச்சுவடு

91. இந்தியாவில் நெருக்கடி நிலை - இரா. சுப்பிரமணி - சாளரம்

92. ராம் மனோகர் லோஹியா - மு. ரங்கநாதன் - சாமி புக்ஸ்

93. காலந்தோறும் பிராமணியம் - நேரு காலம் - அருணன் - வசந்தம் வெளியீட்டகம்

94. காலந்தோறும் பிராமணியம் - இந்திரா காலம் - அருணன் - வசந்தம் வெளியீட்டகம்

95. காலந்தோறும் பிராமணியம் - ராஜீவ் - ராவ் காலம் - அருணன் - வசந்தம் வெளியீட்டகம்

96. நிழல் வீரர்கள் - பி. ராமன் - மதுரை பிரஸ்

97. விடுதலையைத் தேடி - சுர்ஜித் சிங் பர்னாலா - மக்கள் வெளியீடு

98. என் கதை - டி.என். சேஷன் - சைவ சித்தாந்த நூற்பதிப்புக் கழகம்

99. குஜராத் 2002 - தொகுப்பும் தமிழாக்கமும் அ. மார்க்ஸ் - அடையாளம்

100. இந்து இந்தி இந்தியா - எஸ்.வி. ராஜதுரை - அறிவகம்

101. இந்து இந்தியா - எஸ்.வி. ராஜதுரை - அடையாளம்

102. உருவாகாத இந்திய தேசியமும் உருவான இந்து பாசிசமும் - பழ. நெடுமாறன் - தமிழ்க்குலம்

103. பசுவின் புனிதம் - டி.என். ஜா; தமிழில்: வெ. கோவிந்தசாமி - பாரதி புத்தகாலயம்

104. இந்துத்வ ஃபாசிசம் - டி. ஞானையா - விழிகள் பதிப்பகம்

105. காவி கார்ப்பரேட் மோடி - கீழைக்காற்று

106. இந்துத்வத்தின் இருள் வெளிகள் - அ. மார்க்ஸ் - கருப்பு பிரதிகள்

107. இந்துத்வா கல்விக்கொள்கை தேவையா? - பெரியார், கி.வீரமணி - தி.க வெளியீடு

108. இந்துத்வா ஆட்சியா வேண்டும்? - கி. வீரமணி - திராவிடர் கழக வெளியீடு

109. சாவர்க்கர், காந்தியார், கோட்சே, ஆர்.எஸ்.எஸ் - கி. வீரமணி - திராவிடர் கழக வெளியீடு

110. நினைவிற்கு எட்டியவரை - ஜோதிபாசு - பாரதி புத்தகாலயம்

111. கோத்ரா : புதைக்கப்பட்ட உண்மைகள் - ஏ. கோபண்ணா - நவ இந்தியா

112. பாபர் மசூதி இடிக்கப்பட்டது சரியா? - தமிழில்: பி.ஆர். முத்துகிருஷ்ணன், அப்பணசாமி - நக்கீரன் பதிப்பகம்

113. வேதங்கள் இந்துயிசம் இந்துத்வா - கும்கும் ராய், குணாள் சக்கரவத்தி, தனிகா சர்க்கார் - நியூ செஞ்சுரி புக் ஹவுஸ்

114. இந்து மதவெறி: முகமும் முகமூடிகளும் - அருணன் - வசந்தம் வெளியீட்டகம்

115. பதி பசு பாகிஸ்தான் - எஸ்.வி. ராஜதுரை - அடையாளம்

116. காக்கி உடையும் காவிக்கொடியும் - தபன் பாசு, பிரதீப் தத்தா, சுமித் சர்க்கார், தனிகா சர்க்கார், சம்புத்தா சென் - அடையாளம்

117. குஜராத் இந்துத்வம் மோடி - மருதன் - கிழக்கு பதிப்பகம்

118. சவார்க்கரும் இந்துத்வமும் மகாத்மா காந்தி படுகொலையும் - ஏ.ஜி. நூரனி - பாரதி புத்தகாலயம்

119. தந்தை பெரியார் வாழ்க்கை வரலாறு - கவிஞர் கருணானந்தம் - தமிழ்க் குடியரசு

120. பெரியாரின் அடிச்சுவட்டில் - முதல் நான்கு பாகங்கள் - கி. வீரமணி

121. உடையும் இந்தியாவா, உடையும் ஆரியமா? - கி. வீரமணி

122. நான் ஏன் இந்து அல்ல - காஞ்சா அய்லய்யா - அடையாளம்

123. இந்துத்வம் எதிர் அரசியல் - த. செயராமன் - நிம்மு பதிப்பகம்

124. மதவாதம் + ஊழல் = பி.ஜே.பி - கி. வீரமணி - திராவிடர் கழக வெளியீடு

125. 13 மாத பிஜேபி ஆட்சி - கி. வீரமணி - திராவிடர் கழக வெளியீடு

126. ஆரியப்பாதையில் பசுவதை - செ. திவான் - சுஹைனா பதிப்பகம்

127. மீனாட்சிபுரத்தில் மதமாற்றம் ஏன்? - பேட்டித் தொகுப்பு: கி. வீரமணி - உண்மை விளக்கம் பதிப்பகம்

128. நெஞ்சுக்கு நீதி - முதல் ஆறு பாகங்கள் - மு. கருணாநிதி

129. ஜெயலலிதா : தலைமைத்துவத்தின் புதிய பரிமாணம் - இரா. தாண்டவன்

130. நேருவின் ஆட்சி - ரமணன் - சிக்ஸ்த்சென்ஸ் பப்ளிகேஷன்ஸ்